भारतीय प्रशासन

भारतीय प्रशासन

उत्क्रांती आणि व्यवहार

बिद्युत चक्रवर्ती

प्रकाश चंद

अनुवादकः देवयानी देशपांडे

SAGE | bhasha

Los Angeles | London | New Delhi
Singapore | Washington DC | Melbourne

Originally Published in 2016 in English by
SAGE Publications India Pvt Ltd as *Indian Administration: Evolution and Practice*

This edition published in 2018 by

SAGE | bhasha

SAGE Publications India Pvt Ltd
B1/I-1 Mohan Cooperative Industrial Area
Mathura Road, New Delhi 110 044, India
www.sagepub.in

SAGE Publications Inc
2455 Teller Road
Thousand Oaks, California 91320, USA

SAGE Publications Ltd
1 Oliver's Yard, 55 City Road
London EC1Y 1SP, United Kingdom

SAGE Publications Asia-Pacific Pte Ltd
3 Church Street
#10-04 Samsung Hub
Singapore 049483

Published by SAGE Publications India Pvt Ltd, Translation Project Coordinated by Sunidhi Publishers, Pune and printed at Repro India Ltd., Mumbai.

ISBN: 978-93-532-8111-3 (PB)

Translator: Devyani Deshpande
SAGE Team: Mahesh Sachane, Sharvari Mhapankar

आमचे पालक आणि शिक्षक यांना
समर्पित

अनुक्रमणिका

प्रस्तावना

भारतीय प्रशासन या विषयावर पुस्तकलेखन करणे हे नेहमीच आव्हानात्मक ठरते. भारतीय प्रशासनातील गतिशीलतेचा शोध उलगडून सांगण्यासाठी अनेक पुस्तके लिहिली गेल्याने हे पुस्तकलेखन आव्हानात्मक ठरते. या पुस्तकांचा भर हा केवळ प्रशासनाच्या संरचनेवर असल्याने ती बौद्धिकदृष्ट्या समाधानकारक किंवा प्रोत्साहित करणारी ठरत नसली तरीसुद्धा, असे लेखन प्रयत्न म्हणून उपयुक्त ठरतात. यांमध्ये प्रशासनाची संरचना एका विशिष्ट पद्धतीने का आकार घेत गेली हा मुद्दा दुर्लक्षिला गेल्याचे लक्षात येते आणि म्हणूनच, ज्या विशिष्ट परिस्थितीत प्रशासनाचा क्रमवार विकास झाला ती परिस्थिती समजून घेणे शक्य होत नाही. प्रशासनाचा प्रचलित सामाजिक–आर्थिक आणि राजकीय प्रक्रियांशी असलेला जैविक संबंध लक्षात घेता कुठल्याही पारिस्थितीजन्य संदर्भाशिवाय प्रशासनाच्या कार्याचे सांकल्पनिकरण करणे अवघड ठरते. प्रस्तुत पुस्तक म्हणजे ऐतिहासिक दृष्टिकोनातून भारतीय प्रशासनातील गुंतागुंतीचे बदल समजून घेण्यासाठी केलेला एक प्रामाणिक प्रयत्न आहे. प्रशासनाचे स्वरूप समजून घेणे म्हणजे प्रशासन ज्या परिस्थितीत आकार घेत आहे त्याचा टीकात्मक अभ्यास करणे असा युक्तिवाद येथे मांडला आहे. अन्य शब्दांत असे म्हणता येईल की, संदर्भगत दृष्टीने पाहता भारतीय प्रशासनाची सामाजिक–आर्थिक व राजकीय परिस्थिती दुर्लक्षित करून स्वतंत्रपणे सांकल्पनिकरण करणे अशक्य आहे.

भारतीय प्रशासनाचे सांकल्पनिकरण करताना विश्लेषकाला प्रशासनाच्या ऐतिहासिक मुळांकडे लक्ष देणे भाग पडते, या आणखी एका महत्त्वाच्या मुद्द्याकडे दुर्लक्ष करून चालणार नाही. यामागे दोन कारणे आहेत. एक म्हणजे, स्वातंत्र्योत्तर कालखंडातील भारतीय प्रशासनात भूतकाळातील धागेदोरे सापडतात, ही वस्तुस्थिती लक्षात घेतली असता, निर्वसाहतीकरणानंतरही प्रशासनाचे विशिष्ट स्वरूप आकाराला येण्यास जबाबदार असणाऱ्या बाबी लक्षात घ्याव्या लागतात. भूतकाळातील धागेदोरे म्हणजे केवळ संरचनात्मक सातत्य नव्हे; तर यामध्ये वासाहतिक प्रशासनाची काही मूलभूत मूल्येही प्रतिबिंबित होतात. उदाहरणार्थ, भारताला राजकीय स्वातंत्र्य मिळाल्यानंतर त्याचे भवितव्य ठरविण्यासाठी ब्रिटिशांचा उदारमतवाद ही एक सामोपचाराची विचारधारा ठरली. दोन, केवळ संरचनात्मक सातत्याकडे लक्ष देणेदेखील दिशाभूल करणारे ठरेल. याचे कारण असे की, नव्या प्रशासनाची घडी बसविताना संस्थापकांनी अन्य काही विचारधारांमधूनदेखील मुद्दे संकलित केले. स्वतंत्र भारताचे पहिले पंतप्रधान, जवाहरलाल नेहरू हे लेनिनच्या नव्या आर्थिक कार्यक्रमाच्या बाजूने होते. नेहरूंच्या 'समाजवादी स्वरूपाचा समाज' या सांकल्पनिकरणामध्ये या कार्यक्रमाची महत्त्वाची भूमिका होती. तथापि, राज्यपुरस्कृत–नियोजित–आर्थिक–विकासाच्या प्रारूपामध्येदेखील नेहरूंचा समाजवादी व्यवस्थेवरील विश्वास दिसून येतो. हे प्रारूप १९५० साली नियोजन आयोगाच्या स्थापनेतून कार्यान्वित करण्यात आले. याचाच आधार घेऊन, भारतीय प्रशासनाचे सांकल्पनिकरण करण्यात आले. तसेच, सर्वसमावेशक वृद्धीचे साधन म्हणून राज्याला महत्त्व देण्यात यावे अशी त्याची संरचना करण्यात आली.

तथापि, १९९०च्या सुरुवातीला आर्थिक पेचप्रसंगाच्या काळात भारताने स्वीकृत केलेला नवउदारमतवादी आर्थिक आराखडा व जागतिकीकरणाची सुरुवात यामुळे हे चित्र बदलले. राज्यपुरस्कृत विकासाबाबतची मागणी मागे पडून आता राज्य म्हणजे सामाजिक–आर्थिक वृद्धी व बदलाच्या अनेक साधनांपैकी एक साधन बनले. राज्याच्या बरोबरीने बाजारपेठ व सुसंस्कृत समाज यांनाही लोकप्रशासनात महत्त्व प्राप्त झाले. वृद्धी व विकासातील महत्त्वाचा कर्ता असल्याने राज्याला आता पारंपरिक जबाबदारी पार पाडण्याबरोबरच बाजारपेठ व नागरी समाज यांबरोबर समन्वय साधणे आवश्यक ठरले. जागतिकीकरणाच्या प्रभावामुळे राष्ट्रवादी चळवळीची तीव्रता कमी झाली व अशा बदललेल्या परिस्थितीत राज्याची भूमिका संकुचित झाली नसून बदललेल्या परिस्थितीत ती नव्या रूपात आलेली दिसते. हे वैश्विक पातळीवर सर्वत्र दिसून येते आणि भारतीय प्रशासनाने १९९१मध्ये नवे आर्थिक धोरण स्वीकारून बदललेल्या सामाजिक–आर्थिक परिस्थितीशी जुळवून घेतलेले दिसते. भारतीय प्रशासनाच्या केवळ संरचनेचाच कायापालट झाला असे नाही, तर त्याचा आजवरचा तात्त्विक गाभादेखील बदललेला दिसून येतो.

अशा प्रकारे, प्रस्तुत पुस्तकात दोन मुख्य व दोन पूरक युक्तिवाद मांडले आहेत. पहिला युक्तिवाद भारतीय प्रशासनाच्या स्वरूपाबाबतचा आहे. हा युक्तिवाद पुस्तकाच्या उपशीर्षकातून स्पष्ट होतो. प्रस्तुत पुस्तकात क्रमविकासात्मक दृष्टिकोनातून भारतीय प्रशासनाचा विश्लेषणात्मक अभ्यास केला आहे. उपलब्ध मजकूर आणि संदर्भ (text and context) यांच्यातील द्वंद्वात्मकता अतिशय महत्त्वाची असल्याने भारतीय प्रशासनाचा सतत पुनर्शोध घेतला जात आहे असा युक्तिवाद प्रस्तुत पुस्तकात मांडला आहे. भारतीय प्रशासन प्रवाही आहे याच युक्तिवादाला धरून दुसऱ्या युक्तिवादामध्ये संरचना आणि प्रक्रिया यांमधील संबंधांचे महत्त्व यावर भर देण्यात आला आहे. 'संरचना-प्रक्रिया यांच्यातील द्वंद्वात्मकता' अधोरेखित करताना दुसऱ्या युक्तिवादामध्ये ऐतिहासिक दृष्टिकोनातून प्रशासनाची संरचना व क्रिया यांच्यातील गुंतागुंतीचे संबंध समजून घेतल्याशिवाय भारतीय प्रशासन समजून घेणे अशक्य आहे या मुद्द्यावर भर देण्यात आला आहे. दोन पूरक युक्तिवादापैकी पहिला युक्तिवाद प्रस्तुत पुस्तकाचे स्वरूप व त्यातील विश्लेषण अद्वितीय स्वरूपाचे आहे असे दर्शवितो. हा परंपरागत पद्धतीने केलेला अभ्यास नसून आपल्या नजरेतून सुटणाऱ्या काही सूक्ष्म क्रिया समजून घेऊन भारतीय प्रशासनाकडे बघण्याचा आपला दृष्टिकोन बदलण्याचा एक प्रयत्न आहे. सद्यःस्थितीतील भारतीय राजकारण व त्याचे गुंतागुंतीचे चित्रण समजून घेण्यासाठी, भारतीय प्रशासन क्षेत्रात संशोधन करण्यासाठी या अभ्यासाचा उपयोग होईल या युक्तिवादाला दुसऱ्या पूरक युक्तिवादात बळकटी देण्यात आली आहे.

पुस्तकलेखन ही अनेकांच्या सहकार्याने चालणारी प्रक्रिया असते. लेखकाव्यतिरिक्त, मजकुराची योग्य काळजी घेतली जावी म्हणून दर्जेदार आणि संवेदनशील प्रकाशनसंस्थांची देखील गरज असते. सेज (SAGE) ने आमचे पुस्तक प्रकाशनाकरता स्वीकारले हे आम्ही आमचे भाग्य मानतो. हे पुस्तक म्हणजे आम्ही सेजबरोबर यापूर्वी प्रकाशित केलेल्या पुस्तकांचाच उत्तरभाग आहे असे म्हणता येईल. सेजमधील आमच्या सहकाऱ्यांच्या मदतीशिवाय हे शक्य झाले नसते. श्री. अमित कुमार, श्रीमती इंद्राणी दत्ता आणि श्रीमती वंदना गुप्ता यांनी हे पुस्तक तयार करताना केलेल्या मदतीबद्दल आम्ही त्यांचे विशेष आभार मानतो. शिक्षक म्हणून, आमच्या विद्यार्थ्यांच्या प्रश्नांचे निराकरण करावे लागले हे आम्ही आमचे भाग्य मानतो. आम्ही विद्यार्थ्यांप्रती कृतज्ञता व्यक्त करतो; या पुस्तकाची त्यांना मदत झाली तर आम्हास समाधान आहे. या निमित्ताने आम्ही आमच्या शिक्षकांप्रती मनापासून कृतज्ञता व्यक्त करतो; त्यांचे आशीर्वाद व शैक्षणिक पाठिंबा याशिवाय आम्ही शैक्षणिकक्षेत्रात यशस्वी झालो नसतो. देशभरातील ज्या ज्या शिक्षकांनी आमच्या पुस्तकात सुधारणा घडवून आणण्यासाठी वेळोवेळी समीक्षात्मक भाष्य केले त्यांच्याही प्रती आम्ही कृतज्ञ आहोत. विशेषकरून डॉ. इमानकल्याण लाहिरी, आंतरराष्ट्रीय संबंध विभाग, जादवपूर विद्यापीठ; डॉ. कन्नम्मा रमण, नागरिकशास्त्र व राज्यशास्त्र विभाग, मुंबई विद्यापीठ; आणि डॉ. एम.डी. अयुब मल्लिक, राज्यशास्त्र विभाग, कल्याणी विद्यापीठ यांचे आभार मानू इच्छितो. आमचे बंधू, भगिनी व पालक यांच्या साहाय्याशिवाय शैक्षणिकक्षेत्रात आम्हाला हवे तसे यश मिळू शकले नसते. सरतेशेवटी, आम्हाला शैक्षणिकक्षेत्रात पूर्णपणे झोकून देऊन काम करता यावे यामागे आमच्या सहधर्मचारिणींची महत्त्वाची भूमिका आहे. आम्ही त्यांना मनापासून धन्यवाद देऊ इच्छितो. या क्षेत्रातील आमचा उत्साह आणि कार्य कायम असण्यामागे त्यांचा खूप मोठा वाटा आहे. खोडकर पण निर्मितीक्षम असणारी आमची मुले आमच्या आनंदाचा निर्झर आहेत. एकुणात, असे म्हणता येईल की, आम्ही जसे आणि जे काही आहोत ते आमचा लहरीपणा व आमचे वेड सहन करणाऱ्या आमच्या कुटुंबाच्या आधाराशिवाय शक्य झाले नसते.

विषयप्रवेश

१

क्रमविकासाच्या परिप्रेक्ष्यातून पहाता, भारतीय प्रशासन ही एक संकल्पनात्मक मांडणी आहे. लोकप्रशासन ही निरंतर परिवर्तित होत जाणारी अभ्यासशाखा आहे हे सैद्धान्तिक गृहीतक येथे अध्याहृत आहे. लोकप्रशासनाचे जैविक स्वरूप लक्षात घेता, ही अभ्यासशाखा प्रचलित सामाजिक-आर्थिक व राजकीय परिस्थितीनुसार आकार घेत असते. याचाच अर्थ असा की, ही गुंतागुंत पर्याप्तपणे समजून घेण्यासाठी केवळ एकच एक वैश्विक प्रारूप पुरेसे ठरू शकत नाही. केवळ वेबरच्या सांकल्पनिकरणाविरुद्ध नव्हे, तर अभिशासन प्रारूप हे लोकप्रशासन समजून घेण्यासाठी सर्व परिस्थितींमध्ये एकच एक आकृतिबंध वापरताना दिसते. ही मांडणी 'नवटेलरवादा'चा अवलंब करणारी असली तरी, सैद्धान्तिकदृष्ट्या सदोष आणि संकल्पनात्मकदृष्ट्या अडचणीची ठरते. याची दोन मूलभूत कारणे आहेतः एक, लोकप्रशासनाची सामाजिक वैशिष्ट्ये झाकून टाकणारे हे गृहीतक यांत्रिक ठरते व त्यात मुळातच सैद्धान्तिक मर्यादा दिसून येतात. दोन, या गृहीतकाची मुळे पाश्चात्त्य परिस्थितीत असल्याने व विशेषकरून, वंशकेंद्रित असल्याने यामध्ये गंभीर पोकळी दिसून येते. लोकप्रशासनाचे स्वरूप समाजावर आधारित असल्याने दुसरे कुठलेही उगमस्थान मानून लोकप्रशासन अभ्यासणे शक्य होणार नाही हा येथे मूलभूत मुद्दा आहे. म्हणजेच, लोकप्रशासन परिस्थितीविशिष्ट असल्याने त्याचा क्रमविकास होत असताना असलेली सामाजिक-आर्थिक व राजकीय परिस्थिती दुर्लक्षित करून त्याचे स्वरूप समजून घेता येणार नाही.

लोकप्रशासन हे कालानुरूप परिस्थितीवर आधारित असते हे मूलभूत सैद्धान्तिक विधान लक्षात घेता असे म्हणता येईल की, लोकप्रशासनाच्या कालानुरूप वैशिष्ट्यांची जाणीव ठेवून विश्लेषणात्मक व सखोल अभ्यास करता येणे शक्य आहे. वसाहतवादाचा प्रदीर्घ इतिहास असलेल्या देशांसाठी हा मुद्दा अधिकच लागू होतो. राजकीयदृष्ट्या स्वतंत्र असूनही वसाहतवादोत्तर राष्ट्रे पूर्वीचे कायदे व संस्कृतीनुसार चालतात असे लक्षात येते. ही प्रथा अखंडितपणे सुरू असलेली दिसून येते. पूर्वीच्या बहुतांश ब्रिटिश वसाहतींमध्ये हे बघावयास मिळते. याला भारतही अपवाद ठरत नाही. राजकीय स्वातंत्र्य मिळून सहा दशकांपेक्षा अधिक काळ लोटला असला तरीदेखील भारतीय प्रशासनावर वसाहतवादाच्या काळातील प्रशासनाची छाप दिसून येते. ही पद्धत अखंडित राहण्याचे एक कारण म्हणजे, भारतामध्ये २०० वर्षे वसाहतवाद्यांच्या कालखंडानंतर स्वीकारलेला अभिशासनाचे वेस्टमिन्स्टर प्रारूप होय. राजकीय स्वायत्ततेची वाढती लोकप्रियता लक्षात घेता आणि मतभेद व विरोध सामावून घेणारा हा नमुना ब्रिटिश प्रशासन पद्धतीला पूरक असल्याने पुनश्च अवलंबिला गेला. म्हणूनच, ब्रिटिश वसाहतवादाचे विशिष्ट स्वरूप लक्षात घेता सामोपचार आणि जुलूम ही दोन साधने वसाहतवादाच्या काळातही भारतीय प्रशासनाचा अविभाज्य भाग असल्याचे लक्षात येते.

तात्त्विकदृष्ट्या, भारतीय प्रशासनाने ब्रिटिश प्रबोधन परंपरेचा आधार घेतलेला दिसतो. या परंपरेमध्ये मतभेद सोडविण्यासाठी व पेचप्रसंगांवर तोडगा शोधण्यासाठी संवाद आणि चर्चा ही सर्वोत्तम साधने मानण्यात आली आहेत. परोपकारबुद्धी, करुणा आणि सहिष्णुता यांचा समावेश असलेल्या ब्रिटिश प्रबोधन परंपरेमुळे सत्ताधारी व जनता यांच्यातील संबंधांवर सार्थपणे प्रभाव पाडणाऱ्या सामाजिक सदाचाराचे दृढीकरण करण्यास मदत झाली. अवघड परिस्थितीतही संवादाचा मार्ग खुला ठेवणे असा प्रघात भारतातील वसाहतवादी प्रशासनाने पाडला. हा प्रघात पुढे अभिशासनाची पद्धत म्हणून लोकशाही स्पष्टपणे समजून घेताना महत्त्वाची भूमिका बजावताना दिसतो. संस्थांचा विकासही याच पद्धतीने झालेला दिसतो. ऐतिहासिकदृष्ट्या विहित भारतीय प्रशासन प्रबोधन तत्त्वज्ञानामुळे आकार घेत गेले. पुढील काळात प्रबोधनाची ही उदात्त मूल्ये भारतीय राष्ट्रवादी अध्वर्यूंनीही अवलंबिली. या विचारांमुळे स्वातंत्र्योत्तर भारतात लोकशाही प्रशासनाची मुळे रोवली गेली. एवढेच नव्हे तर, लोकशाहीवर आधारित भारताची बांधणी करण्यासाठी गरजेची असणारी प्रशासनाची संरचना कायम ठेवण्यात आली. वसाहतवादाने भारतीय प्रशासनाला आकार देण्यासाठी महत्त्वपूर्ण भूमिका बजावली असल्याने वसाहतवादाचा प्रभावही अधिक सखोल पद्धतीने जाणवला, असा सोपा युक्तिवाद येथे केला

आहे. ब्रिटिश प्रशासनाचा मुख्य उद्देश वसाहतवादाचा जम बसविणे हा असला तरी, लोकशाही पद्धतीने दर्शविलेल्या निषेधाबाबत सर्वसमावेशक अशी भूमिका असल्याने राष्ट्रवादी इच्छा–आकांक्षा पूर्ण करण्यासाठीच्या चळवळी प्रारंभ होण्यासही ही भूमिका पूरक ठरली. वसाहतवाद आर्थिक व राजकीयदृष्ट्या विध्वंसक ठरला असला तरी भारतामध्ये त्यात एक सौम्यपणा होता. वसाहतवादामुळे परिणामकारक पद्धतीने जनतेचे तक्रारनिवारण करण्याची क्षमता असलेली सामोपचाराची विचारसरणी म्हणून राजकीय स्वायत्ततेचे दृढीकरण झाले नसले तरी एकत्रीकरण मात्र झाले. भारतीय प्रशासनाने त्याचा गाभा व शैली ही वसाहतवादी स्वरूपात जपली असली तरी, त्यामुळे ब्रिटिश सत्तेला विरोध करणाऱ्या शक्तीदेखील निर्माण झाल्या. म्हणूनच, विरोधकांना सामावून घेण्याचा ब्रिटिश वसाहतवादाचा पैलू दुर्लक्षित करून चालणार नाही. मात्र, यामागे ब्रिटिशांच्या वर्चस्वावर प्रश्नचिन्ह निर्माण केले ही विचारपूर्वक केलेली योजनादेखील दिसून येते. काळानुसार, भारतीय प्रशासनाने काही विशेष गुणवैशिष्ट्ये आत्मसात केली. भारतीय प्रशासन ज्या ऐतिहासिक परिस्थितीत उदयाला आले त्याच्याशी ही गुणवैशिष्ट्ये संलग्न होती. भारताला १९४७ साली स्वातंत्र्य मिळाले असले तरी नव्या शासनाच्या योजना राबविणारी प्रशासकीय पद्धती मात्र नवी नव्हती; ती ब्रिटिश सत्तेतूनच घेण्यात आली होती असे म्हटले तर अतिशयोक्ती ठरणार नाही.

अशा प्रकारे, भारतीय प्रशासन हे परिस्थितिजन्य आहे. भारतीय प्रशासनाला भूतकाळाचा स्पष्ट वारसा लाभल्याने त्याची गुणवैशिष्ट्ये स्वतंत्र लोकशाही राज्याच्या मूळ संस्कृतीच्या विरुद्ध असलेली दिसून येतात. एकीकडे भारतीय प्रशासनाने अधिकार केंद्रीकरणाची वृत्ती आत्मसात करून एकाधिकारशाहीला प्रोत्साहन दिलेले दिसते, तर दुसरीकडे, लोकशाही भारताची उद्दिष्टे साध्य करण्यासाठी नवे उपक्रम हाती घेतलेले दिसतात. उत्क्रांतीमधील गुंतागुंतीचे स्वरूप, त्याचबरोबर विशिष्ट ऐतिहासिक परिस्थिती लक्षात घेता, भारतीय प्रशासन म्हणजे भूतकाळाचा वर्तमानकाळाशी झालेला एक अभिनव मिलाफ आहे. ज्याचा पाया भूतकाळाने घातला अशा वर्तमानकाळात बदलत्या सामाजिक, आर्थिक व राजकीय परिस्थितीनुसार प्रशासनाच्या स्वरूपाचा पुनर्शोध घेतला जातो. वेगाने बदलणाऱ्या ऐतिहासिक परिस्थितीचा आधार घेऊन भारतीय प्रशासनाच्या कायापालटातील सांकल्पनिकीकरणाचा अभ्यास करणे हा येथे सर्वाधिक मूलभूत उद्देश आहे. प्रशासन हे परिस्थितीनुसार आकार घेत असल्याने प्रशासनामध्ये बदल होणे अध्याहृतच आहे. ताठर स्वरूपाचे वसाहतवादी कालखंडातील प्रशासनदेखील १९४७ साली निर्वसाहतीकरणानंतर बदण्यात आले. सन १९४७मध्ये सत्तेचे हस्तांतरण होताना झालेला रक्तपात पहाता असे लक्षात आले की, प्रशासनाची वसाहतवादी कालखंडातील राष्ट्रीयात्वाची वृत्ती जोपासलेली संरचना टिकवून ठेवणे गरजेचे आहे. आजही अभिशासनामध्ये उपयुक्त ठरणाऱ्या भारतीय प्रशासकीय सेवांची लोखंडी चौकट कायम ठेवणे ही उल्लेखनीय बाब आहे. कदाचित अभिशासनामध्ये महत्त्वपूर्ण भूमिका असल्याने राष्ट्रवादी चळवळ उलथून पाडण्यासाठी या सेवा निर्दयीपणे कार्यरत होत्या असे लक्षात येते आणि म्हणूनच, हे केवळ संरचनात्मक सातत्य ठरले कारण प्रशासकीय सेवांच्या लोखंडी चौकटीने पार पाडावयाच्या जबाबदाऱ्या बदलत्या परिस्थितीनुसार पूर्णपणे भिन्न होत्या. अधिक स्पष्टपणे सांगावयाचे झाल्यास, सध्याच्या भारतीय प्रशासनाची संरचना व कार्ये वेबरच्या सिद्धान्ताच्या धाटणीची आहेत असे म्हणता येईल. तसेच, हे प्रशासन लोकांच्या मागण्यांना प्रतिसाद देणारे आहे आणि म्हणूनच, भारतीय प्रशासन हे भूतकाळाचा वर्तमानाशी झालेला एक अभिनव मिलाफ झालेले अनोखे उदाहरण आहे. असे प्रशासन स्वतंत्र भारताच्या दृष्टीने अर्थपूर्ण ठरते. प्रशासन व ऐतिहासिक दृष्टिकोन यातील विरोधविकासी संबंध समजून घेण्यासाठी विश्लेषणात्मक अभ्यास केला असता, अध्ययनाकरता व व्यावहारिकदृष्ट्या अत्यंत उपयुक्त ठरेल. राष्ट्रवादी भूमिका स्पष्टपणे पार पाडणारे भारतीय प्रशासन, अनेक ऐतिहासिक जबाबदाऱ्या पार पाडताना सामाजिक, आर्थिक व राजकीय बदलाचे एक सामर्थ्यवान साधन म्हणून उदयाला आले.

२

प्रशासन हे मूलतः परिस्थितिजन्य असते. स्वातंत्र्यसेनानींनी वापरलेले धार्मिक दंगलीचे अनोखं हत्यार हे ब्रिटिशांच्याच फोडा आणि राज्य करा या नीतीला अनुसरून होते. हे हत्यार राज्याचे व्यवस्थापन चालविण्याचा काहीही अनुभव

नसलेल्या भारतातील सत्ताधाऱ्यांसाठी उपयुक्तच ठरत होते. ब्रिटिश सत्तेचा सुस्थापित वारसा लक्षात घेता, भारतातील वसाहतवादोत्तर प्रशासन व वसाहतकाळातील प्रशासन यांमध्ये विलक्षण साधर्म्य दिसून येते. भारतीय प्रशासनाच्या दृष्टीने तीन मुख्य वैचारिक प्रभाव महत्त्वाचे ठरतात: वसाहतवाद, राष्ट्रवाद आणि लोकशाही. येथे दोन मुद्दे लक्षात ठेवावे लागतात: एक, वसाहतवाद आणि राष्ट्रवाद परस्परविरोधी असले तरी वसाहतवादामुळेच राष्ट्रवादासाठी पूरक परिस्थिती निर्माण झाली व त्यामुळेच वसाहतवादाचा बळी ठरलेल्या जनतेला आवाज फुटून राष्ट्रवाद एक ताकदीची विचारसरणी म्हणून उदयाला आली. दोन, वसाहतवादामुळेच लोकशाहीकरणाच्या प्रक्रियेला हळुवार सुरुवात झाली. यायोगे अपरिचित अशा प्रशासनाकडे लोकांना वळविण्यात आले. वसाहतवादी राज्याने भारतीय हितसंबंध जपण्याकरिता काही निवडक व्यक्तींना प्रतिनिधित्वाची संधी दिली होती. असे करत असताना, 'ज्या समाजामध्ये राज्य कार्यरत आहे त्यापासून अलिप्त राहून शासकीय कामकाज चालेल' अशीदेखील तजवीज करण्यात आली होती. वसाहतवादी राज्याने स्वतःकडे 'कार्यकारी विशेषाधिकार' घेऊन वसाहतवादी राज्य परिघाबाहेरून कार्यरत आहे असे भासते, ज्यायोगे सामाजिक कलह आणि राजकीय स्पर्धेत (आणि प्रजेशी असलेले त्यांचे नाते) मध्यस्थी करणे राज्याला शक्य होते. 'राजकीय स्पर्धा विनंती आणि सवलत, अनुदान व मागण्या, सनद व याचिका, तक्रार व निवारण या बाबींच्या संदर्भाने होते' (चंद्रावरकर २००७). ब्रिटिश राज्यकर्त्यांवर त्यांच्या स्वनिर्मित 'स्वायत्ततावाद व स्व-शासन सिद्धान्तां'चा प्रभाव होता. 'स्वहित व विचारधारेशी बांधीलकी' अशा उद्देशांबरोबरच वसाहतवादी शासनाने प्रतिनिधित्वाचे तत्त्व मांडले. हे तत्त्व वसाहतवादी कायद्यानुसार सत्ता चालविण्यासाठी सुयोग्य होते (चक्रवर्ती २००७, ३६). भारतातील ब्रिटिश साम्राज्यवादी दृष्टिकोन 'असंबद्ध' असलेला दिसून येतो. ज्याचे मूळ त्यांचा शासनाचा योग्य आकृतिबंध म्हणून स्व-सत्तेप्रती असलेला उदार दृष्टिकोन व साम्राज्यवादी होण्यातील स्वारस्य यामध्ये दिसून येते (लो १९९७).

कॅनडा संघराज्य स्थापन केलेल्या *ब्रिटिश नॉर्थ अमेरिका ॲक्ट, १८६७* वर आधारलेला १९३५चा भारत सरकार कायदा हा एक ताकदीचा घटनात्मक प्रयोग ठरला, ज्यायोगे वसाहतीतील सत्ताधाऱ्यांनी तत्कालीन प्रशासकीय आराखड्यामध्ये राष्ट्रवादी प्रेरणा सामावून घेतल्या असे म्हणता येईल. भारतीयांच्या वाढत्या लोकशाही संबंधीच्या महत्त्वाकांक्षेला घटनात्मक प्रयत्नांतून कायदेशीर मान्यता देण्याचे हे एक उदाहरण म्हणता येईल. सन १९५०मध्ये स्वतंत्र भारताची घटना तयार करताना त्यावर १९३५च्या कायद्याचा सर्वाधिक प्रभाव राहिला होता ही येथे उल्लेखनीय बाब आहे. वर्तमान राज्यघटनेमधील जवळजवळ २५० कलमे ही १९३५च्या कायद्यातूनच घेण्यात आली होती. स्वतंत्र भारताची राजकीय व्यवस्था प्रौढ मतदानाचा हक्क आणि राजकीय सार्वभौमत्व यावर आधारलेली असली तरी नियामक कायदे मात्र वसाहतवादी कालखंडातूनच घेण्यात आले आहेत. भारतीय राज्यघटनेने १९३५च्या कायद्यातून, लोकशाही पद्धतीने निवडलेली सरकारे निलंबित करण्याचा व नागरिकांचे मूलभूत हक्क स्थगित करण्याचा राष्ट्रपतीचा 'आणीबाणीचा अधिकार' (Emergency provision) यासारख्या ठळक तरतुदी घेतल्या. तसेच, तथाकथित 'राजकीयदृष्ट्या विध्वंसक व्यक्तीं'ना 'प्रतिबंधात्मक अटकाव' करण्याची तरतूदही स्वतंत्र भारतात अनेक प्रकारे कार्यान्वित असलेली दिसते. अंतर्गत सुरक्षा संधारण कायदा (MISA),१९७२, १९८०च्या सुरुवातीचा दहशतवाद व दंगली कृत्ये (प्रतिबंध) कायदा (TADA) आणि अगदी अलीकडचा दहशतवाद प्रतिबंधक कायदा (POTA) हे काही कायदे वसाहतवादी कालखंडातील कायद्यांतूनच घेण्यात आले. तथापि, वसाहतवादी कालखंडातील शासनाला वाढता राष्ट्रवाद व लोकशाहीकरण लक्षात घेता १९३५चा भारत सरकार कायदा स्वीकारणे भाग होते.

भारतातील वसाहतवादोत्तर राज्याने अभिशासनाच्या पद्धती वसाहतवादी काळातूनच स्वीकृत केल्या यात कुठलीही शंका नाही आणि यासंबंधीचा *व्यापक दृष्टिकोन* 'वसाहतवादाच्या संमिश्र वारशावर' आधारलेला आहे. यामध्ये कायद्याचे राज्य, नोकरशाही, नागरिकत्व, परोपजीवी जमीनदार, आधुनिक राजकीय संस्था, निषेध व सहभागाधारित 'समांतर परंपरा' यांचा पुरस्कार केला आहे (मित्रा २००४, २९-३४). भारतामध्ये वसाहतवादाला सापेक्ष स्थिरता लाभण्याची दोन कारणे दिसून येतात. एक म्हणजे भारतीयांनी वसाहतवादामुळे बदललेल्या सामाजिक-राजकीय परिस्थितीचा स्वीकार केलेला दिसतो आणि दुसरे, धिम्या गतीने का होईना पण वसाहतवादी सत्ताधाऱ्यांचे वर्चस्व आत्मसात केले. म्हणूनच

जनतेने सत्ताधाऱ्यांचे वर्तन आपल्या भल्यासाठीच आहे असे मानले असल्याने आशिष नंदी यांनी वसाहतवादाला 'जिवलग शत्रू' असे म्हटले आहे (नंदी १९८९). त्यांनी वसाहतवादाला पूर्णपणे आपला शत्रू मानले नव्हते. नंदी असे म्हणतात की, जनतेसाठी,

> हा कायदेशीररित्या चालणाऱ्या सत्तेच्या राजकारणामध्ये (जनतेसाठी) स्वतःच्याच खच्चीकरणाचा व पराभवाचा भाग होता. सत्ताधाऱ्यांसाठी वसाहतवादी शोषण म्हणजे राजकीय व आर्थिक वर्चस्व मानणाऱ्या विचारांचा प्रसंगोपात व खेदजनक भाग होता. भारतातील सत्ताधाऱ्यांनी जाणतेपणी किंवा अजाणतेपणी असेच एकमत साध्य करण्याचा प्रयत्न केला. तर (त्याच वेळी) सवंगडी किंवा प्रतिस्पर्धी म्हणून जनतेने दूरदृष्टीने व्यवस्थेची विचारधारा मान्य केलेली दिसते. टाळता न येणाऱ्या अन्यायकारक परिस्थितीत स्व-आदर जपण्याचा हा एकमेव मार्ग जनतेसमोर खुला होता (पृष्ठ १०-११).

अशा प्रकारच्या पारिस्थितिक एकमतातून वसाहतवाद पुढे आला व जनतेकडून केल्या जाणाऱ्या आग्रही मागण्या व गरजेनुसार राष्ट्रवाद्यांमधील क्रोध नाहीसा करणे यांसारख्या यंत्रणांमुळे वसाहतवादाचे अधिकच दृढीकरण झाले. उदाहरणार्थ, भारतासारख्या वैविध्यपूर्ण देशात ब्रिटिशांची केंद्रीय अभिशासनाची पद्धत तितकीशी प्रभावी ठरत नाही असे लक्षात आले तेव्हा वसाहतवादी सत्ताधाऱ्यांनी १९२०पासून हळूहळू 'विकेंद्रीकरण' व 'संघराज्य पद्धती' लागू करावयास सुरुवात केली. या प्रयत्नांमध्ये १९३५चा भारत सरकार कायदा म्हणजे सर्वांत महत्त्वाचे कायदेशीर पाऊल होते असे म्हणता येईल (मोरीस-जोन्स १९७४, १५-४८). वसाहतवादी राज्यातील संघराज्याची संरचना पूर्णतः अभिजात पद्धतीची नसली तरीदेखील १९३५च्या कायद्यान्वये मांडण्यात आलेल्या संघराज्य पद्धतीच्या रचनेमुळे घटनासमितीला राज्यघटना तयार करताना मोठी मदत झाली.

या काही उदाहरणांतून भारताची सुनिश्चित वाटचाल ठरविताना वसाहतवाद, राष्ट्रवाद आणि लोकशाहीकरण या तीन विचारधारांचा प्रभाव प्रतिबिंबित होतो. या अभ्यासामध्ये ऐतिहासिक कालखंडापासून भारताला स्वातंत्र्यप्राप्तीपर्यंत व स्वातंत्र्योत्तर काळातही वसाहतवाद, राष्ट्रवाद आणि लोकशाहीकरण यांच्यातील द्वंद्वात्मक आंतरक्रिया लक्षात घेतली जाते, असा युक्तिवाद येथे केला जातो. तरीसुद्धा, वसाहतवादी सत्तेपासून स्वातंत्र्यप्राप्ती झाल्यानंतर भारतात कुठलाच बदल झाला नाही असा युक्तिवाद करता येणार नाही. त्याचप्रमाणे, वसाहतवादोत्तर भारताने सर्वच काही वसाहतवादी परंपरेतून अंगीकारले असेही म्हणता येणार नाही. महत्त्वाच्या राजकीय संस्थांची मुळे वसाहतवादात असूनदेखील स्वतंत्र भारतात या संस्थांचा कायापालट झालेला दिसून येतो. भारतातील संस्थांचा क्रमविकास अधिक काळजीपूर्वक बघितला असता असे लक्षात येते की, या संस्था बदलत्या परिस्थितीशी जुळवून घेण्यासाठी विकसित होत गेल्या. भारताने स्वीकृत केलेली संसदीय लोकशाहीची वेस्टमिन्स्टर पद्धत अनैसर्गिक नसून तो विशिष्ट परिस्थितीतील संस्कृतीला व तत्कालीन सामाजिक-सांस्कृतिक परिस्थितीला दिलेला प्रतिसाद होता असे म्हणता येईल. शिवाय, सन १९७७ व २००४चे राष्ट्रीय मतदान वगळता 'लोकशाही अधिक सखोल' होण्याचे दुसरे तितकेसे योग्य उदाहरण नाही. हे मतदान 'लोकशाही तत्त्वे व प्रक्रिया' सूचित करतात. भारतीय लोकशाहीची मुळे खोलवर रुजल्याची साक्ष देणाऱ्या मतदान पद्धतीचे महत्त्व दुर्लक्षित करणे राजकीय पक्षांना परवडणारे नाही. ही बाब सर्वच विचारधारांमध्ये ग्राह्य ठरते, तसेच भारतातील घटनात्मक लोकशाहीच्या प्रारंभापासून ही बाब प्रतिबिंबित होते (गुहा २००७, ७५६). त्याही पुढे जाऊन, विधानसभा व संसदेचे बदलते चित्र लक्षात घेता सर्वसमावेशक लोकशाहीकडील कल सूचित होतो. समाजाच्या परिघावरील समुदायांचे वाढते राजकीयीकरण लक्षात घेता असे म्हणता येईल की, उच्चभ्रू-केंद्रित अभिशासन नाहीसे होऊन लोककेंद्रित अभिशासन पुढे आले आहे. निवडणूक प्रक्रियेमुळे ठरावीक कालखंडाने होणारे राजकीय सत्तांतर हेदेखील लोकशाही प्रक्रियांची सखोलता दर्शविणारे बोलके उदाहरण आहे, जे ठरावीक कालखंडाने होणाऱ्या प्रत्येक निवडणुकीतून होतेच असे नाही.[१] प्रौढ मतदान पद्धतीच्या सुरुवातीमुळे भारतीय राजकारणाचा कायापालट झालेला दिसून येतो. लोकशाही म्हणजे आता लोकांचा मतदानातील सहभाग एवढाच अर्थ राहिलेला नसून, नागरिकांना त्यांचे हक्क बजावितांना 'रोज करावा लागणारा संघर्ष' देखील लोकशाहीच्या अर्थामध्ये अनुस्यूत आहे.

येथे एक सावधातेचा इशारा आहे. वसाहतवादामुळे राष्ट्रवादाला सुरुवात झाली मात्र, भारतातील राष्ट्र-राज्य निर्मितीत वसाहतवादाचा वाटा नव्हता व त्याची कारणे भारताच्या सामाजिक-सांस्कृतिक विविधतेत दिसून येतात. म्हणूनच, वसाहतवादोत्तर भारत राष्ट्र-राज्य नसून ते राज्य-राष्ट्र होते असे म्हणता येईल. याचे कारण असे की, ब्रिटिश वारशाचा भाग असलेल्या अभिशासनाच्या संस्था १९४७च्या सत्ता हस्तांतरणानंतरही कायम राहिल्या. पाश्चिमात्य देशांमध्ये राष्ट्रांचा उदय होण्यासाठी गरजेची ठरलेल्या सांस्कृतिक आणि नैतिक एकीचा त्यावेळी भारतात अभाव असल्याने, एम.ए. जिन्ना वगळता इतर राष्ट्रीय पुढारी राष्ट्रवादाची भाषा वापरणे मुद्दामच टाळत होते. तत्कालीन राजकीय जगतामध्ये देश म्हणजे जाणीवपूर्वकरित्या पुढे आलेली राजकीय बाब होय असा विचार झालेला दिसून येत नाही. भारतीय राष्ट्रवाद सामाईक भाषा, धर्म किंवा वंशीय अस्मिता यावर आधारलेला नव्हता. याउलट, 'ब्रिटिश वसाहतवाद' या एकाच शत्रूविरुद्ध 'उपखंडाच्या विविध भागातील स्त्री व पुरुष एकाच उद्देशप्राप्तीसाठी एकत्र आलेले दिसतात' (गुहा २००७: ७५७). राज्य एकत्रित झाले असले तरी, स्वातंत्र्यप्राप्तीसाठी, युरोपीय देशांमध्ये आढळून न येणारा संपूर्णपणे वेगळाच मार्ग राष्ट्राने स्वीकारलेला दिसतो. भारतासारखा देश कुठल्याही एकाच भाषेला वा धार्मिक एकनिष्ठतेला महत्त्व देत नाही. भारतातील सर्वाधिक नागरिक हिंदू असले तरी भारत म्हणजे 'हिंदूचा पाकिस्तान' नव्हे. भारताची राज्यघटना जनतेमध्ये श्रद्धांच्या आधारे भेदभाव करीत नाही, त्याचप्रमाणे निर्वसाहतवाद प्रत्यक्षात आणणाऱ्या राष्ट्रीय चळवळीनेदेखील असा भेद केलेला दिसत नाही. स्वातंत्र्याच्या आनंदाला हिंदू-मुस्लीम धर्माधारित फाळणीचे गालबोट लागले असले तरी, गांधींना फाळणी टाळण्यात आलेले अपयश बघून गांधींच्या अनुयायांनी स्वतंत्र भारताची बांधणी करताना धर्मनिरपेक्ष समभावावर भर दिलेला दिसतो.

३

जनतेच्या लोकशाही इच्छा-आकांक्षांच्या मूलभूत लोकबंधाशी प्रशासनाची नाळ जोडून राज्यघटनेद्वारे प्रशासन कार्यान्वित केले जाते. या अर्थाने राज्यघटनेची भूमिका दुर्लक्षित करून चालत नाही. अभिशासनाची मूल्ये देऊ करणे व सत्ताधाऱ्यांना मार्गदर्शन करून भारताचा लोकशाही पोत जपणे ही जबाबदारीदेखील राज्यघटनेद्वारे पार पाडली जाते. अनेक चढाओढीच्या व कधीतरी परस्परविरोधी मागण्यांचे कोडे लक्षात घेता राज्यघटनेच्या शिल्पकारांनी लांबलचक आणि सर्वसमावेशक मसुदा तयार करणे पसंत केले. यामध्ये म्हणून, राज्यघटनेची अभिजात तत्त्वे, म्हणजेच, केंद्र आणि राज्य पातळीवर शासनाच्या विविध संस्थांचे अधिकार व कार्य विभाजन संबंधीच्या तरतुदी, जनतेला देण्यात आलेले मूलभूत हक्क इत्यादींचा समावेश होता. तसेच, राज्यघटनेने सामाजिक-आर्थिक बदलांचे साधन व्हावे म्हणून राज्याच्या निदेशक तत्त्वांसारखी अपरंपरागत बाबदेखील समाविष्ट करण्यात आली. अशा प्रकारे, भारतीय राज्यघटना उभी करण्यासाठी घटनाकारांना सर्व उपलब्ध राज्यघटना व कायदेशीर मसुद्यांचा संदर्भ घ्यावा लागला. थोडक्यात, भारतीय राज्यघटनेला मूलाधार म्हणून घटनाकार वसाहतकाळातील रचनेवर, म्हणजेच, भारत सरकार कायदा, १९३५ वर सर्वाधिक अवलंबून होते. मात्र, घटनाकार ब्रिटिशांच्या अभिशासन पद्धतीपेक्षा फार काही वेगळी पद्धत तयार करू शकले नाहीत ही उपहासात्मक बाब आहे.

अशा प्रकारे, १९३५चा कायदा मूळ गाभा ठेवून घटनाकारांनी देशातील लोकशाही पद्धत कार्यान्वित करण्यासाठी अमेरिका आणि आयर्लंडच्या घटनांचा आधार घेतला. ही लोकशाही कार्यान्वित व्हावी म्हणून मूलभूत हक्क व राज्य निर्देशक तत्त्वांच्या माध्यमातून सामाजिक-आर्थिक बदल या बाबींचा आधार घेण्यात आला. तथापि, वरील स्रोतांमधून बांधण्यात आलेला भारतीय राज्यघटनेचा आराखडा नेहरूंच्या उद्दिष्ट ठरावाचा (Ocjective Resolution) आधार घेतल्याशिवाय पोकळ आणि अनिर्मितीक्षम राहिला असता. नेहरूंनी हा ठराव तयार केला होता व २२ जानेवारी १९४७ रोजी घटनासमितीने तो मान्य केला होता. या उद्दिष्ट ठरावाने राज्यघटनेत प्राण आणण्याचे काम केले. 'लोकांच्या मूळ स्वभावाबरोबर जुळवून घेणारी व त्यांना मान्य असणारी' शासनव्यवस्था व 'केवळ काही मूलतत्त्वे' याखेरीज नेहरूंचा (२००३, ६०, ६२) ठराव अथवा जाहीरनामा असे नमूद करतो की,

> आपण सामान्य स्वहिताच्या व पक्षवादाच्या भोवऱ्यातून सहिष्णू व परिणामकारक पद्धतीने बाहेर यायला हवे, जेणेकरून आपण जे काही करू ते संपूर्ण भारतासाठी हितकारक असायला हवे. यातून आपण आपल्याकडून अपेक्षित आहे तसेच वागतो आहोत हे जगासमोर सिद्ध होईल.

या जाहीरनाम्यातील काही तत्त्वे राज्यघटनेच्या उद्देशिकेमध्ये प्रतिबिंबित होतात व यातून राज्यघटना का तयार केली जावी व नागरिकांच्या हितरक्षणासाठी तिची उद्दिष्टे काय असावीत हे स्पष्ट होते; जसे की, सर्व नागरिकांना सामाजिक, आर्थिक व राजकीय न्याय प्रदान करणे; विचारांचे, व्यक्त होण्याचे, श्रद्धेचे, विश्वासाचे आणि पूजेचे स्वातंत्र्य; प्रतिष्ठा व संधीची समानता आणि लोकांमधील बंधुभाव वाढण्यास प्रोत्साहन देणे आणि तसेच व्यक्तीला प्रतिष्ठा प्राप्त करून देणे.

देशाच्या भविष्यातील राजकारणाचा गाभा व व्यापक संरचना लक्षात घेता घटनासमितीने नवे राज्य कसे असावे याबाबत पुढीलप्रमाणे सात बाबींची मांडणी केली: लिखित राज्यघटना, संघराज्य पद्धती, गणतंत्र, संसदीय लोकशाही, राष्ट्रकुल देश समूहाचे सभासदत्व, कल्याणकारी व धर्मनिरपेक्ष राज्य. या बाबी म्हणजे स्वातंत्र्य चळवळीच्या नेतृत्वाचे जणू स्वप्न होते. हे स्वप्न नवीन राज्यघटनेच्या माध्यमातून साकार होणार होते. भारतीय राज्यघटनेतील या विविध तरतुदी म्हणजे राज्यघटनात्मक चौकटीतील संरचनेची बांधणी करण्यासाठी आवश्यक असणारी मूलभूत तत्त्वे होती असे म्हणता येईल.

भारतीय राज्यघटनेची मूळ तात्त्विक बैठक समजून घेताना, ऑस्टिन या 'अखंड जाळ्या'मध्ये तीन धागे आहेत अशी मांडणी – राष्ट्रीय एकात्मता व ऐक्याचे संरक्षण आणि वृद्धी; संस्थांची व लोकशाहीच्या गाभ्याची स्थापना करणे; भारतीयांची परिस्थिती सुधारावी म्हणून सामाजिक क्रांतीला प्रोत्साहन देणे (ऑस्टिन १९९९, ६). या तीनही धाग्यांचे महत्त्व आणि लक्षणीयता लक्षात घेऊन ऑस्टिन त्यांच्यातील परस्परावलंबित्वाकडे आणि जटिल गुंतागुंतीकडे लक्ष वेधतो. तो पुढे, यांपैकी एकाही धाग्यावर ताण आल्यास संपूर्ण जाळे विस्कळीत होऊन त्याचा परिणाम संपूर्ण देशावर होईल, असा इशारा देतो. म्हणून, भारताची राज्यघटना केवळ मसुदा नसून चालताबोलता जीव आहे ज्यामुळे समतोल राखला जाऊन बदलत्या परिस्थितीनुसार बदल घडवून आणले जातात. म्हणून, ऑस्टिन असे भाष्य करतो की,

> लोकशाहीचा गाभा व सामाजिक सुधारणांचा धागा संपूर्ण राज्यघटनेमध्ये आढळून येतो: जसे की, लोकशाही राजकीय संस्था, संसदीय व्यवस्थेची कार्ये, प्रौढ मतदान, स्वतंत्र न्यायव्यवस्था, तसेच, राज्यघटनेचा ३रा व ४था भाग, ज्यामध्ये 'मूलभूत तत्त्वे' आणि 'राज्यविषयक धोरणांच्या निर्देशक तत्त्वां'चा समावेश आहे (१९९९, ७).

सन १९४७मध्ये ब्रिटिश निघून गेल्यानंतर नव्याने उदयास आलेल्या राष्ट्राने अशाच काही कल्पनांमधून घटनासमितीमध्ये बहुमत प्राप्त करून भारतीय राज्यघटनेने आकार घेतला. अभिशासनाच्या मार्गदर्शक तत्त्वांबरोबरच भारतीय राज्यघटनेने तत्त्वज्ञानाचीही एक परंपरा मांडली. ही परंपरा घटनाकर्त्यांना गांधींच्या ब्रिटिश प्रशासनविरोधी स्वातंत्र्य चळवळीत सापडली असे म्हणता येईल.

तथापि, ऑस्टिन यांच्या म्हणण्याप्रमाणे, या तीनही धाग्यांमध्ये परस्परावलंबित्व आणि परस्परसुसंगतता असली तरीदेखील त्यामध्ये प्राधान्यक्रमाचा भाग येतो व घटनाकारांना याची जाणीव असल्याचे भारतीय राज्यघटनेतील प्राधान्यतांवरून लक्षात येते. अतिशय कष्टाने तयार केलेली व राष्ट्रीय नेत्यांची स्वप्नपूर्ती असलेली राज्यघटना घटनाकारांची सुजाणता प्रतिबिंबित करते. ही सुजाणता केवळ जातीय हिंसाचारामुळे धोक्यात आलेल्या देशातील ऐक्य व एकात्मता यांची जपणूक करण्यात प्रतिबिंबित होत नसून देशाप्रतीच्या दूरदृष्टीतूनदेखील प्रतिबिंबित होते. गांधींनी म्हटल्याप्रमाणे ही 'रामराज्या'ची सुरुवात म्हणून बघितली जाते. अन्य पद्धतीने सांगायचे झाल्यास, स्वातंत्र्यप्राप्तीच्या वेळी व बहुधा त्यानंतरदेखील घटनाकारांनी देशातील ऐक्य व एकात्मतेच्या जपणुकीला सर्वाधिक महत्त्व दिलेले दिसते. मात्र, ही जपणूक करताना एकवेळ संघराज्य पद्धतीशी तडजोड करूनदेखील केंद्रशासनाला अधिकार देण्याकडे कल असलेला दिसून येतो. वरकरणी पाहता, राज्यघटनेमध्ये ऐक्य व एकात्मतेशी संबंधित अतिशय कमी उल्लेख आले असले तरीदेखील केंद्र सरकारला अनेक अधिकार व अलिखित निर्णयक्षमता देण्यात आली, ही एक विसंगती दिसून येते. तसेच, वसाहतवादी

कालखंडातील भारतीय प्रशासकीय सेवा (पूर्वीची भारतीय नागरी सेवा) व भारतीय पोलीस सेवा (पूर्वीची भारतीय पोलीस) या संरचना तशाच कायम ठेवण्यात आल्या. केंद्रशासन हे कोणत्याही प्रकारे विसंगत न राहता असे म्हणता येईल की, संपूर्ण राज्यघटनेमध्ये भारतातील एकी व एकात्मता जपणारे एक समान सूत्र दिसून येते.

भारत एक राष्ट्र म्हणून अभेद्य आहे असे लक्षात आल्यानंतर घटनाकारांनी संसदीय व्यवस्थेच्या परिघामध्ये व प्रौढ मतदानाच्या वैश्विक पवित्र कर्माच्या आधारावर देशामध्ये लोकशाही अभिशासनाची संस्कृती व स्वभाव प्रस्थापित केलेला दिसतो. घटनाकार केवळ आणि केवळ नियमित मतदानावर विसंबून नसले तरी मोठ्या प्रमाणावर स्वतंत्र घटनात्मक मंडळाद्वारे निवडणुका घेण्यावर विसंबून असलेले दिसते. लोकशाही मूल्यांच्या दृष्टीने, पाश्चात्त्य पठडीतील अभिजात नकारात्मक अधिकार निष्पन्न होऊन, सामान्य नागरिकांना किमान मूलभूत घटनात्मक अधिकारांची शाश्वती मिळून त्यांना आपण स्वतंत्र देशाचे नागरिक असल्याची जाणीव होते, असे म्हणता येईल. भारतीय समाजाचे स्वरूप पारंपरिक असले आणि आम जनता ही आर्थिक-सामाजिकदृष्ट्या मागास असली तरीसुद्धा, यातून त्यांना केवळ शासक निवडण्याचीच नव्हे, तर त्यांच्या इच्छेनुसार जगण्याची मुभा दिली जाते. अशा प्रकारे, ऐक्य आणि एकात्मता या निरपेक्ष मूल्यांप्रमाणे लोकशाहीकडे परिपूर्ण निरपेक्ष मूल्य या अर्थाने बघितले गेले नाही व ती भारतीय राज्यव्यवहाराला व्यापून काळानुरूप विकसित होत जावी अशी इच्छा अधोरेखित झालेली दिसते. ऑस्टिन यांनी मांडलेली सामाजिक क्रांतीची संकल्पना घटनाकारांनी सर्वांत शेवटी लक्षात घेतलेली दिसते. म्हणजेच, ऐक्य व एकात्मतेची मूल्ये आणि राज्यघटनेतील लोकशाही मूल्य संपूर्णपणे अंतर्भूत केल्यानंतर ही संकल्पना मूर्त स्वरूपात येते असे म्हणता येईल. एकीकडे देशातील लोकशाही अर्थपूर्ण व अखंड राहावी म्हणून अपरिहार्य आणि न टाळता येणारी सूक्ष्म सामाजिक क्रांतीची गरज लक्षात घेतली असली तरी घटनाकारांनी इतर दोन मूल्यांचे प्राथम्य आणि महत्त्वदेखील दुर्लक्षित केले नाही. ही दोन मूल्ये मूलभूत स्वरूपाची असून त्यावर सामाजिक क्रांतीचा डोलारा उभा राहणार आहे हेही मान्य करावे लागते.

सरतेशेवटी, असे लक्षात येते की, भारतीय राज्यघटना एक अखंड त्रिसूत्री जाळे आहे ज्यामध्ये, देशाचे ऐक्य व एकात्मता, विविध लोकशाही संस्था व प्रेरणा आणि सामाजिक क्रांतीबाबतची तळमळ यांचा समावेश होतो. असे असले तरीसुद्धा, या जाळ्यांचा आकार हा वर्तुळाकार नसून, एका विशिष्ट मूल्याचा प्राधान्यक्रम व स्थान ठरविणे मात्र अवघड आहे. असा युक्तिवाद करता येईल की, हे जाळे पिरॅमिडच्या आकाराचे असून त्यामध्ये तीन मूल्ये ही चढत्या क्रमाने मांडली आहेत. यात सर्वांत खाली म्हणजेच आधार म्हणून ऐक्य व एकात्मता ही मूल्ये आहेत, दुसऱ्या स्तरावर लोकशाही हे मूल्य असून सर्वांत वर सामाजिक क्रांतीचे मूल्य असते. म्हणजेच, यातून भारतीय राज्यघटनेची वेन आकृतीप्रमाणे संरचना दिसून येते. म्हणजेच, एका मूल्याच्या परिघामध्ये दुसरे मूल्यदेखील व्यापून राहिलेले दिसते व त्यातून असे लक्षात येते की, एक मूल्य स्थिर व मजबूत असण्यावर दुसऱ्या मूल्याचे अस्तित्व अवलंबून असते.[२]

४

भारतातील लोकशाही म्हणजे एक प्रकारे प्रौढ मतदानाची दिलेली हमी होय. यामुळे मतदानापलीकडे जाऊन भारतीय जनतेच्या सबलीकरणाची प्रक्रिया उघड झाली आहे. या प्रक्रियेमुळे भारतीय राजकारणाची रूपरेषा समूळ बदलण्यास मदत झाली आहे असे लक्षात येते. ही प्रक्रिया संताप व उठाव यांमध्ये प्रतिबिंबित होऊन भारत 'अनेक लहान उठावांची भूमी' म्हणून ओळखली जाते (नायपॉल १९९१, १०६). परंतु, या उठावांमुळे लोकांमधील लोकशाही महत्त्वाकांक्षा वृद्धिंगत होण्यासाठी मूर्त स्वरूप मिळाल्याचे दिसून येते. तसेच, आतापर्यंत कोणत्याही राजकीय व्यवहारांच्या परिघाबाहेर राहणाऱ्या लोकांसाठी आता राज्यव्यवस्था आवाक्यात आली आहे असेदेखील या उठावांमुळे स्पष्ट होते (मित्रा १९९१, ५६७-६८). सबलीकरणाची ही प्रक्रिया आणखी एका कारणासाठी लक्षणीय ठरली आहे. समाजाच्या खालच्या स्तरातील लोकांचे यामुळे लोकशाही दृष्टीने सबलीकरण होताना दिसते. तसेच, यापूर्वी दुर्बल अथवा 'क्षीण' मानल्या जाणाऱ्या या गटांना आता आवाज प्राप्त झालेला दिसून येतो. या गटांनी 'त्यांच्या प्रतिकूल परिस्थिती व प्रतिष्ठेचा जातीच्या अंगाने

अर्थ लावला आहे. यामध्ये सामाजिक विद्वेष व राज्याकडून मिळणाऱ्या फायद्यांची जातींच्या अंगाने वाढत्या प्रमाणात तीव्र चढाओढदेखील दिसून येते' (कविराज २०००, १५६-५७). म्हणून, समकालीन भारतीय राजकारणातील जातीचे वाढते महत्त्व ही निर्विवादपणे एक आधुनिक बाब असून 'पारंपरिक वर्तन' नाही असे म्हणावे लागेल. सैद्धान्तिकदृष्ट्या, हे गोंधळून टाकणारे आहे. कारण, अनुभवजन्य संदर्भाशिवाय उपलब्ध उदारमतवादी लोकशाही मोजपट्ट्यांमध्ये आधुनिक राजकीय शब्दप्रयोगामधील भारतातील जातीआधारित व्यवहार समजून घेणे शक्य होत नाही. हा अनुभवजन्य संदर्भ पाश्चिमात्य उदारमतवादी समाजरचनेपेक्षा मूलभूतपणे भिन्न आहे.

राजकियीकरण आणि लोकशाहीकरण विरोधविकासी पद्धतीने आंतरसंबंधी आहेत. परिणामतः, अशा परस्परसंमिश्र निष्पत्तीबाबत काही अंदाज वर्तवणे अशक्य असते. वैशिष्ट्यपूर्ण पाश्चिमात्य उदारमतवादी संदर्भामध्ये, लोकशाहीची मुळे अधिक घट्ट रोवली जाऊन त्यामुळे 'उदारमतवादी मूल्यां'चे एकत्रीकरण होते. भारतीय संदर्भात मात्र, लोकशाहीकरणाची प्रक्रिया लोकांच्या वाढत्या सहभागातून प्रतिबिंबित होते. यामध्ये उदारमतवादी संदर्भाने व्यक्तीला प्राधान्य असले तरी केवळ 'अणुरूपाने' समाविष्ट होत नसून धार्मिक अथवा जातआधारित 'आदिम समुदायांचे सदस्य' म्हणून सामील होतात. त्याचप्रमाणे, महिला मोठ्या प्रमाणात राजकीय प्रक्रियेकडे केवळ 'स्त्री' किंवा व्यक्ती म्हणून नव्हे, तर व्यवच्छेदक अस्मिता असलेल्या समुदायांचा घटक म्हणून सामील होत आहेत. समुदायाची अस्मिता ही या सहभागामागील महत्त्वाचे कारण ठरते. राजकीय व्यवहारामधील सहभाग निश्चित करत असताना तथाकथित परिघाबाहेरील गटांनी त्यांची *जात*, धर्म अथवा संप्रदायाशी निगडित अस्मिता टिकवून ठेवली तर त्यात काही नवल नाही असेच म्हणावे लागेल. या गटांची राजकीय उद्दिष्टे कमी-अधिक प्रमाणात एकसारखीच असली तरी समुदायाधारित अस्मितेमुळे ते राजकीय प्रक्रियेमध्ये सामील होताना दिसतात. तथापि, धिम्या लोकशाहीकरणाच्या प्रक्रियेमुळे आतापर्यंत कधीही पुढे न आलेली राजकीय क्षेत्रातील अभिव्यक्ती स्पष्ट होताना दिसते. यातून भारतीय राजकारणाचा पोत पायाभूत पद्धतीने बदललेला दिसतो. स्वातंत्र्य मिळाल्यापासून लोकशाही सहभागाचा वाढता परीघ लक्षात घेता, यामुळे 'पूर्वीचे गौण समूह आता व्यक्त होऊ लागल्याने राजकारणाचे स्वरूप बदलले आहे' (ॲडनी आणि वॅट, १). भारतीय लोकशाहीमुळे सीमान्त जनतेची राजकीय अभिव्यक्ती अधिक स्पष्ट झाल्याने 'सामाजिक रचनांचे' महत्त्व कमी होऊन परिघावरील जनतेची सामाजिक-आर्थिक सुधारणा घडवून आणण्याची क्षमता अधिक दृढ झाली आहे.[३] ही एक अतिशय महत्त्वाची राजकीय प्रक्रिया असून, क्रिस्तोफ जॅफ्रेलॉट याला 'मूक क्रांती' असे संबोधतात (जॅफ्रेलॉट २००५). ही मूक क्रांती म्हणजे सार्वजनिक अभिशासनाच्या लोकशाही आकृतिबंधामध्ये वरिष्ठ जातीय उच्चभ्रू लोकांकडून कनिष्ठ समूहांकडे सत्तांतरण होण्याच्या प्रक्रियेचा समावेश होतो. राष्ट्रीय पातळीवर, १९९०च्या सुरुवातीला अशी क्रांती झालेली दिसून येते. यावेळी मंडल आयोगाचा अहवाल स्वीकारण्यात आला. लोकसंख्येच्या प्रमाणानुसार इतर मागासवर्गांना आरक्षण द्यावे असे या अहवालात नमूद करण्यात आले होते. रजनी कोठारी (२००२, २००) यांनी या बदलाचे पुढीलप्रमाणे विश्लेषण केले आहे. ते म्हणतात, 'पूर्वीची लोकशाही पद्धती अपयशी ठरताना दिसते व त्याच वेळी एका नव्या लोकशाही प्रक्रियेला सुरुवात झाल्याचे दिसून येते. हे नवे सामाजिक मंथन मतदानाच्या व पक्ष कामकाजाच्या आणि पक्षविरहित राजकीय प्रक्रियेमध्ये दिसून येते'.

५

दक्षिण आशियाई देशांपेक्षा भारतामध्ये राजकीय संस्थांची जैविक मुळे अधिक सूत्रबद्ध पद्धतीने रोवली गेली असे म्हणता येईल. तथापि, निवडून आलेल्या प्रतिनिधींची 'नैतिक विश्वासार्हता' कमी झाल्याने भारतीय संसदेच्या भूमिकेचे अधःपतन झाल्याचे दिसून येते. संसदेमधील केवळ धोरणांच्या चर्चांची पातळी ढासळली नसून संसदेचे प्रतिनिधीदेखील संसद कामकाजाच्या वेळी त्यांची प्रतिष्ठा बाजूला सारून वर्तन करताना दिसतात. भारतीय संसदेची साधारण नैतिक पातळी ढासळणे व मतदानामध्ये घटनाबाह्य बाबींचे वाढते महत्त्व यामागे पुढील कारणे आहेत असे सुमंत बॅनर्जी म्हणतात

(अ) संसदीय लोकशाहीचे मूळ मापदंड न पाळणे, आणि (आ) संसदेमध्ये अभिव्यक्ती स्वातंत्र्याचा हक्क जबाबदारपणे व अमर्यादितपणे वापरणे याबाबत जागरूकता नसणे (बॅनर्जी २००६, ३८३८). भारतीय लोकशाहीमध्ये एकीकडे संसदेचा दर्जा खालावलेला दिसतो, तर दुसरीकडे इतर राजकीय संस्थांचे महत्त्व वाढलेले दिसते. उदाहरणार्थ, काही महत्त्वाची उदारमतवादी मूल्ये उचलून धरण्यासाठी राष्ट्रपती, सर्वोच्च न्यायालय व निवडणूक आयोग या संस्थांनी लवचीकपणा दाखविलेला दिसून येतो.

भारताचे राष्ट्रपती म्हणजे आता राज्याचे केवळ नाममात्र प्रमुख राहिलेले नाहीत. एकपक्षीय सत्तेचा संदर्भ बदलला असल्याने राष्ट्रप्रमुखांची भूमिका पूर्वीपेक्षा अधिक 'सक्रिय' झाली. राज्यघटनेच्या कलम ५३नुसार 'केंद्राचे सर्व कार्यकारी अधिकार राष्ट्रपतींकडे दिले गेले आहेत' राज्याचे घटनात्मक प्रमुख म्हणून राज्यप्रमुखाने राजकीय कार्यकारिणीचा, म्हणजेच, मंत्रिमंडळाचा प्रतिनिधी म्हणून वावरणे अपेक्षित असते. पुढे युती शासनाची (Coalition Government) सुरुवात आणि राष्ट्रीय कार्यकारी मंडळ, कायदेमंडळ, नागरी सेवा यांमधील वाढता भ्रष्टाचार लक्षात घेता राष्ट्रपती व इतर घटनात्मक अधिकाऱ्यांनी राज्यघटनेची वीण जपावी अशी परिस्थिती निर्माण झालेली दिसून येते (रुडॉल्फ आणि रुडॉल्फ २००२, १४१). राष्ट्रपती केवळ 'नाममात्र प्रमुख' नाही हे आणखी एका उदाहरणामधून स्पष्ट होते–राष्ट्रपती के. आर. नारायणन यांनी उत्तर प्रदेश येथील तत्कालीन राज्यपाल रमेश भंडारी यांना अहेतुकपणे कल्याण सिंग यांचे भाजपा सरकार काढून टाकून त्याऐवजी जगदंबिका पाल यांचे काँग्रेस–समाजवादी युती सरकार आणण्यापासून अडवले. हे उदाहरण वरील मुद्दा स्पष्ट करते. भंडारी यांनी मुख्यमंत्री सिंग यांना बहुमत सिद्ध करण्याची संधी न देता त्यांचे सरकार बडतर्फ केले होते. नारायणन यांच्या मते असे करणे हे 'घटनाबाह्य' व 'पक्षपाती'देखील होते. यातून पुढील निवडणुकींमध्ये काँग्रेस पक्षाला मदत होण्याची शक्यता होती.[४] यावेळी सर्वोच्च न्यायालयाने महत्त्वपूर्ण ठरलेल्या निकालातून भाजपा सरकार 'पुनःस्थापित' केले. त्यावेळी 'राष्ट्रपती राजवटीचा पक्षपाती हेतूने अतिवापर होत असल्याची चर्चा असल्याने' सर्वोच्च न्यायालयाने नारायणन यांच्या घटनात्मक औचित्य लक्षात ठेवण्याच्या प्रयत्नाचे समर्थन केले (मनोर २००५, ११६). त्याचप्रमाणे बिहारचे राज्यपाल व्ही. सी. पांडे यांचा नितीश कुमार यांचे अल्पमतातील सरकार नेमण्याचा निर्णय नारायणन यांनी मान्य केला नाही. सन २०००च्या विधानसभा निवडणुकीनंतर ताबडतोब नितीश कुमार यांनी राजीनामा दिला नसताना त्यांचे सरकार नेमणे म्हणजे अतिशय गंभीर घटनात्मक पेचप्रसंग निर्माण करण्यासारखे होते. पुढे, राबडी देवी यांच्या राजद युतीने विश्वास ठराव जिंकल्यामुळे 'राज्यपालांनी घाईघाईने घेतलेला व पक्षपाती निर्णय आहे' हे अधोरेखित झाले (रुडॉल्फ आणि रुडॉल्फ २००२, १५०). अगदी अलीकडे, राष्ट्रपती ए. पी. जे. अब्दुल कलाम यांनी लाभाचे पद विधेयक, २००६ ला मंजुरी देण्यास नकार दिला हेही याच संदर्भातील उदाहरण आहे. हे विधेयक कलाम यांच्याकडे संसदेच्या दोन्ही सभागृहांनी पाठविले होते व त्यास नकार दिला गेल्याने राष्ट्रपती या पदाची बदलत्या सामाजिक–राजकीय परिस्थितीतील भूमिका स्पष्ट झाली. संसदेने दुसऱ्यांदा विधेयक पाठविल्यानंतर त्याला मान्यता देणे राष्ट्रपतीसाठी बंधनकारक असले तरीदेखील या उदाहरणातून भारताच्या सर्वोच्च घटनात्मक अधिकारपदाचे वाढते स्वावलंबित्व दिसून येते. लाभाच्या पदाशी संबंधित या घटनेमुळे तीन महत्त्वाची मूल्ये अधोरेखित झालीः एक, शासनातील अधिकारी लाभाच्या पदावर कार्यरत असल्यास त्याचे संसदेचे सदस्यत्व रद्दबातल करणे हे तत्त्व सत्ताविभाजनाच्या मूळ तत्त्वप्रणालीवर आधारलेले आहे. म्हणजेच, कायदेमंडळ व कार्यकारी मंडळ या शासनाच्या विभागांकडून 'अधिकार व सत्तेचा दुरुपयोग' होऊ नये म्हणून या दोन्ही मंडळांमध्ये अधिकार व कार्याचे स्पष्ट विभाजन असावे हे अधोरेखित होते. सर्वोच्च न्यायालयाच्या प्रसिद्ध अशा केशवानंद भारती (खटला) निवाड्यामध्ये (१९७३) वर उल्लेखिलेले तत्त्व म्हणजे भारतीय राज्यघटनेच्या मूळ घडणीचा भाग आहे या बाबीचे समर्थन केले आहे. दोन, विधेयकास संमती देण्यास राष्ट्रपतींनी नकार दर्शविणे यातून लाभाच्या पदाचा कायदा समजून घेण्यात एकसारखेपण असावे ही बाब पुढे येते. खरंतर, यावरील सर्वोच्च न्यायालयाचा तोडगा बघितला असता इतर कुठलाही अर्थ लावण्याची गरज भासत नाही व देशातील सर्वोच्च न्यायसंस्था म्हणून याबाबतीत एकसारखेपण आणण्याचा घटनात्मक अधिकार सर्वोच्च न्यायालयाकडे आहे. सरतेशेवटी, विधेयक संसदेकडे फेरविचारासाठी परत पाठवून राष्ट्रपतींनीदेखील सर्वोच्च न्यायालयाच्या याबाबतीतील

निर्णय पावित्र्याच्या निकषांचा मान राखलेला दिसतो. हे निकष पुढीलप्रमाणे: (अ) लाभाचे पद शासनाने तयार केलेले किंवा शासनाच्या अखत्यारित असावे, (आ) या पदावर नियुक्त व्यक्तीदेखील शासनाच्या अखत्यारित असावी, (इ) या पदावर काम करणाऱ्या व्यक्तीने घेवो अथवा न घेवो या पदासाठी पूरक भत्त्याखेरीज काही फायदा समाविष्ट असावा, (ई) या पदावरील अधिकाऱ्यासाठी सत्ता/अधिकार उपलब्ध असावे.[५] हा वाद पुढे न्यायालयीन विवेकाने नव्हे तर राजकीय विचार विनिमयातून सोडविण्यात आला हे वास्तव लक्षात घ्यावयास हवे. तथापि, या घटनेमुळे एक सशक्त पायंडा पाडण्यात आला असे म्हणता येईल. अभिशासनाच्या संस्था लक्षात घेतल्या असता, हा पायंडा घटनात्मकदृष्ट्या कल्पक व राजकीयदृष्ट्या आव्हानात्मक ठरतो. संस्थांचा राजकीय-वैचारिक कल नव्याने लक्षात यावा म्हणून हे विधेयक म्हणजे एक महत्त्वपूर्ण प्रयत्न ठरतो. तसेच, यातून 'लोकां'ना भारतीय राजकारणाच्या प्रक्रियेमध्ये केंद्रस्थानी ठेवण्याची बाबदेखील अधोरेखित होते.

तसेच, १९९४च्या सर्वोच्च न्यायालयाच्या प्रसिद्ध बोम्मई निवाड्याने राज्यघटनेच्या मूळ संरचनेसंबंधीच्या चर्चेला नवे वळण दिले. कलम ३५६चा वापर करून कायदेशीररित्या निवडून आलेले राज्य सरकार बडतर्फ करणे या सर्रास वापरल्या जाणाऱ्या मार्गावर टीका करताना सर्वोच्च न्यायालयाने केंद्र सरकारला विरोध केला. बी. आर. आंबेडकर यांनी म्हटल्याप्रमाणे, भारतीय राज्यघटनेतील आणीबाणी संबंधीच्या तरतुदी कमीतकमी वेळा वापरण्यात याव्या व भारतामध्ये लोकशाही जसजशी मुरेल तसतशी ही तरतूद वापरण्याची गरज कमी होऊन ३५६वे कलम म्हणजे एक 'मृत मसुदा' म्हणून उरेल. असे असले तरीसुद्धा, १९९०पर्यंत ही तरतूद ९०पेक्षा अधिक वेळा वापरण्यात आली. सर्वोच्च न्यायालयाने याची दखल घेऊन हे कलम म्हणजे घटनाकारांनी नमूद केल्याप्रमाणे 'मृत मसुदा' नसून 'मृत्यू घडवून आणणारा मसुदा' आहे असे नमूद केले. 'संघराज्य पद्धती राज्यघटनेच्या मूळ संरचनेमध्ये (basic structure) समाविष्ट आहे... राज्यघटना कायदेमंडळ व कार्यकारी मंडळ यांची कार्यपद्धती मांडताना सांधिक व स्वतंत्र पद्धतीने मांडणी करते' असे नमूद करून 'संघराज्य पद्धतीच्या राजकारणातील सत्ता समतोलाबाबत' सर्व तर्कांना या निवाड्याने पूर्णविराम दिला. राज्यघटनेने केंद्राकडे कल असलेली संरचना स्वीकृत केली आहे हेदेखील तितकेच सत्य आहे. मात्र, याचा अर्थ राज्ये केंद्राचे उपांग आहेत असे नसून आपापल्या कार्यक्षेत्रात राज्ये श्रेष्ठ आहेत व त्यांच्या अधिकारांमध्ये केंद्र हस्तक्षेप करू शकत नाही.' याचबरोबरीने, एकीकडे राज्यांचे घटनात्मक स्थान स्पष्ट करून या निवाड्याने राष्ट्रपतीची भूमिकादेखील स्पष्ट केली. राष्ट्रपती केंद्राच्या हाताखाली काम करीत नाही हे पुढीलप्रमाणे अधोरेखित केले आहे:

> या तरतुदीमधून असे नमूद होते की, (कलम ३५६ अंतर्गत) राष्ट्रपतींनी पुरेशा व समाधानकारक माहितीशिवाय आणीबाणी जाहीर केल्यास राज्याचे कामकाज घटनेतील तरतुदींप्रमाणे चालविणे शक्य होत नाही. राज्यात निर्माण झालेल्या प्रत्येकच परिस्थितीमध्ये नव्हे तर केवळ जेव्हा घटनेनुसार शासन अशक्य होते त्याच वेळी राष्ट्रपती आणीबाणी जाहीर करू शकतात.[६]

वाढत्या लोकशाहीकरणामुळे आणीबाणीची तरतूद अनावश्यक ठरेल हे आंबेडकरांनी व्यक्त केलेले मत बरोबर मानावे लागते. या संपूर्ण प्रक्रियेमध्ये सर्वोच्च न्यायालय महत्त्वपूर्ण घटक ठरतो. सामाजिक, आर्थिक व सांस्कृतिक परिस्थितीप्रमाणे सतत बदलत जाणाऱ्या व १९३५च्या घटनात्मक रचनेमध्ये मूळ असलेल्या भारतीय संघराज्य पद्धतीची मूळ रूपरेषा समजून घेण्यासाठी सर्वोच्च न्यायालयाची भूमिका महत्त्वाची ठरते. घटनेतील तरतुदींचे कल्पक पद्धतीने अर्थ लावण्याचा सर्वोच्च न्यायालयाचा शिरस्ता या संदर्भाने महत्त्वाचा ठरतो. सर्वोच्च न्यायालयाचा बोम्मई निवाडा भारतातील संघराज्य पद्धतीचा सूत्रबद्ध विकास समजून घेण्याच्या दृष्टीने ऐतिहासिक ठरतो.

राजकीय जागल्याच्या भूमिकेत असलेल्या निवडणूक आयोगाला मिळालेले पुनरुज्जीवन ही भारतीय राजकारणातील लोकशाहीकरणाची वृद्धी समजून घेण्याच्या दृष्टीने महत्त्वाची घटना ठरते. सन १९५०मध्ये घटनात्मक संस्था म्हणून निवडणूक आयोग स्थापन करण्यात आला व कलम ३२४नुसार आयोगाकडे सर्व राष्ट्रीय व राज्य पातळीवरील निवडणुकांची देखरेख, निर्देशन व नियंत्रण अशी कार्ये देण्यात आली. निवडणुकीच्या एकूण प्रक्रियेच्या संदर्भात या आयोगाकडे

महत्त्वपूर्ण अधिकार आहेत. खरेतर, सर्वानुमते निवडणुकीत सहभागी होणाऱ्या राजकीय पक्षांनी स्पष्ट केलेल्या निवडणूक आचारसंहितेतून आयोगाला त्याचे अधिकार प्राप्त होतात. मतदारांची यादी तयार करणे, निवडणुकीचे निकाल जाहीर करणे अशा मार्गांनी निवडणूक प्रक्रियेत सहभागी होऊन भारतीय लोकशाहीची पुनर्व्याख्या करण्यासाठी आयोगाने अतिशय महत्त्वाची भूमिका बजावली आहे. सन २००६च्या पश्चिम बंगाल निवडणुकीतील आयोगाची भूमिका येथे वर्णन केली आहेः निवडणुकांच्या तारखा जाहीर झाल्यानंतर आयोगाने राज्यातील निवडणूक यंत्रणेत महत्त्वपूर्ण पद्धतीने सहभाग घेतला. एक, सत्तेवर असलेल्या डाव्या आघाडीच्या सरकारने मतदारांच्या यादीमध्ये फेरफार केल्याचे लक्षात आल्याने, आयोगाने सुधारित मतदार यादी काळजीपूर्वक तयार करण्यावर भर दिला. अनेक मतदार वेगवेगळ्या जिल्ह्यांमध्ये नोंदवल्याचे निवडणूक आयोगाच्या लक्षात आले. या स्वच्छता मोहिमे अंतर्गत, निरीक्षकांना एकूण १३,००,००० खोटी नावे[७] सापडली. यामुळे डाव्या आघाडीच्या सरकारवरील आरोप सिद्ध होऊन त्यांना मिळालेले यश 'खोट्या मतदारांमुळे' मिळाले असे प्रसारमाध्यमांनी जाहीर केले. दोन, बिहारमध्ये निःपक्षपाती निवडणुका घेण्यात आलेले यश पाहता आयोगाने दोन महिन्यांतील पाच सोईच्या तारखांना निवडणुका घेण्याचे ठरविले. यासाठी आयोगाने पोलीस व निमलष्करी दल राज्याच्या बाहेरून आणून तैनात केले. राज्यातील पोलीस विश्वासार्ह नाहीत हा मुद्दा या कृतीच्या मुळाशी होता. निवडणुकांच्या तारखांमध्ये पुरेसे अंतर असल्याने या दलांना निवडणुकांची देखरेख करणे शक्य झाले. निवडणूक आयोगाच्या कडक निर्बंधांत पार पडलेली, घटनात्मक बांधीलकी पाळणारी पश्चिम बंगालमधील ही निवडणूक लक्षणीय ठरली. निवडणूक निकालानंतर पश्चिम बंगालमध्ये डाव्या आघाडीचे सरकार परत निवडून आले असले तरी, बिहारमध्ये मात्र १५ वर्षे राज्यात असलेले सरकार जाऊन नवे सरकार राज्यात आले. सर्वसामान्य मतदारांचे सबलीकरण करून निवडणूक आयोगाने लोकशाहीकरणाच्या प्रक्रियेत मोठे योगदान दिले. हे सामान्य मतदार भारतीय लोकशाहीचा 'अविभाज्य भाग' बनले व त्यांच्याकडे दुर्लक्ष करणे अशक्य झाले. अन्य शब्दांत सांगावयाचे झाल्यास, मतदार केवळ एखाद्या विशिष्ट परिस्थितीतील लोकशाहीतील सहभागी नसून इथून पुढे दैनंदिन राजकीय प्रक्रियेतील त्यांचे महत्त्व टिकवून ठेवणार हे उघड होते.

६

भारतीय प्रशासनाचा अभ्यास करताना संदर्भ लक्षात घेतल्याशिवाय निष्कर्ष काढता येत नाहीत. म्हणजेच, प्रशासनाचा इतिहासाधारित अर्थ लक्षात घेणे हा बदलत्या सामाजिक-आर्थिक व राजकीय परिस्थितीत प्रशासनाच्या स्वरूपाचे सांकल्पनिकरण करण्याचा एकमेव मार्ग आहे असे म्हणता येईल. या मांडणीला अपवाद असणे शक्य नाही. तथापि, काही सर्वसामान्य संकल्पनात्मक निकष लक्षात घेतले असता अभिशासनाची काही वैशिष्ट्ये समजून घेणेदेखील शक्य होते. उदाहरणार्थ, वेबरच्या 'संघटनेच्या आदर्श चौकटीचे प्रायोगिक रूप' हा एक असा निकष आहे जो वैश्विक पातळीवर लागू होणारी मांडणी करतो. तसेच, नोकरशाहीचे मार्क्सवादी सांकल्पनिकरण 'राज्य आकृतिबंधावर आधारित' असल्याने वेबरच्या आदर्श संघटनेच्या मांडणीवर टीका करताना सैद्धान्तिकदृष्ट्या अतिशय महत्त्वाचे ठरते. त्याचप्रमाणे, महात्मा गांधी, जुलिअस न्येरेरे, माओ-झेदोंग यांनी स्पष्ट केलेली लोकप्रशासनाची अ-पाश्चिमात्य परंपरा म्हणजे वेगवेगळे ऐतिहासिक संदर्भ असलेल्या परिस्थितीत प्रशासनाच्या संरचनेबाबत सजग राहून सिद्धान्त मांडण्याचा एक ताकदीचा प्रयत्न आहे. परिस्थिती-विशिष्ट असूनदेखील या पर्यायी दृष्टिकोनाने वेबरच्या नोकरशाही कल्पनेला पुरेसा वाव दिलेला दिसतो. यामध्ये वेगवेगळ्या संदर्भात विकसित झालेली लोकप्रशासनाची विशिष्ट सामाजिक-आर्थिक सेंद्रिय मुळे समजून घेण्याचा प्रयत्न अध्याहृत आहे. म्हणून, संकल्पनात्मकदृष्ट्या पाश्चिमात्य मांडणीचे प्रस्थापित सैद्धान्तिक निकष बौद्धिक व्यवहार्यतेमुळे लोकप्रशासनाची वैशिष्ट्ये समजून घेताना सहजपणे खोडून काढता येत नाहीत. म्हणून, अभिजात सैद्धान्तिक निकषांबरोबरच ऐतिहासिक संदर्भदेखील लक्षात घेतला असता लोकप्रशासनाचा सखोल अभ्यास करणे शक्य होते. ऐतिहासिक संदर्भांमध्ये लोकप्रशासनाची सूत्रबद्ध मुळे सापडतात आणि म्हणूनच, लोकप्रशासनाचे उत्तम आकलन सहज शक्य होते.

वर नमूद केलेल्या संकल्पनात्मक स्पष्टीकरणाची नोंद घेतली असता भारतीय प्रशासनाचा ऐतिहासिक संदर्भाने अर्थपूर्ण अभ्यास सहज शक्य होतो. हेच ऐतिहासिक संदर्भ लोकप्रशासनाचे स्वरूप ठरविण्यास कारणीभूत ठरतात. वसाहतवादाची मुळे समाविष्ट असलेले भारतीय अभिशासन सुयोग्य पद्धतीने समजून घेण्यासाठी तीन महत्त्वाचे प्रश्न लक्षात घ्यावे लागतात.

पहिला प्रश्न संकल्पनात्मक असून भारतीय लोकप्रशासनाच्या स्वरूपाशी संबंधित आहे. भारतीय लोकप्रशासन वसाहतवाद आणि वसाहतवादोत्तर काळ अशा दोन भिन्न सामाजिक-आर्थिक संदर्भांमध्ये विकसित झाले होते असे लक्षात येते. भारतीय प्रशासनाचे ऐतिहासिक अंगाने सांकल्पनिकरण कसे करता येईल? या प्रश्नाचे सयुक्तिक उत्तर शोधण्यासाठी ब्रिटिश राजवटीपासून ते १९९१चे नवे आर्थिक धोरण स्वीकारले तोपर्यंतच्या ऐतिहासिक वास्तवाचा विचार करावा लागतो. नव्या आर्थिक धोरणातील जागतिकीकरण, उदारीकरण व खाजगीकरण यांमुळे प्रशासनासाठी नवी आव्हाने निर्माण होत गेली असे लक्षात येते. भिन्न मागण्या करणाऱ्या तीन भिन्न ऐतिहासिक संदर्भांचा येथे विचार करावा लागतो: वसाहतवादाचे प्राधान्यक्रम निर्वसाहतीकरणानंतर देशासाठी साहजिकच महत्त्वाचे नव्हते; उदारीकरणाच्या पूर्वीच्या काळात समाजाची समाजवादी पद्धतीवर आधारित संरचना स्वीकारल्याने शासनाची धोरणे राबविताना काही विशिष्ट कार्यांच्या संदर्भाने प्रशासनाला नव्या परिस्थितीशी जुळवून घ्यावे लागले; नवउदारमतवादी धोरण समजून घेण्याचा प्रयत्न करताना, १९९१च्या नव्या आर्थिक धोरणाने प्रशासनाकडून काही नव्या अपेक्षा वर्तविल्या व त्याप्रमाणे प्रशासनाच्या कार्यांमध्ये बदल होणे अपेक्षित होते. ढोबळमानाने लक्षात घेतलेले हे तीन टप्पे म्हणजे वेळोवेळी भारतीय प्रशासन ऐतिहासिक परिस्थितीला कसा प्रतिसाद देत गेले याचे द्योतक आहेत. विशिष्ट ऐतिहासिक परिस्थितीमध्ये प्रशासनाकडून नव्या मागण्या व गरजा असल्याचे लक्षात येते.

दुसरा प्रश्न प्रशासनाच्या रचनेशी संबंधित आहे. याआधी नमूद केल्याप्रमाणे, भारतीय प्रशासनाने नव्या धोरणांना व त्यातील अपेक्षांना वेळोवेळी तोंड दिले आहे. पूर्वीच्या अभिशासन पद्धतीपेक्षा भारतातील विद्यमान अभिशासन पद्धती खूपच भिन्न आहे. शासनाची कार्ये आकारमानाने व गुंतागुंतीच्या अर्थानेदेखील खूपच वाढलेली आहेत असे लक्षात येते. त्यामुळे, आता प्रशासनाची संरचना नव्या संरचनात्मक मागण्या पूर्ण करण्यासाठी पुरेशी लवचीक आहे किंवा नाही हा प्रश्न उपस्थित होतो. भारतीय प्रशासनाची सुरुवातीपासूनची संरचना लक्षात घेता या प्रश्नाचे उत्तर अगदी सहजपणे मिळते. यावरून असेही उघड आहे की, नव्या आव्हानांना तोंड देण्यासाठी प्रशासनाची नवी संरचना असणे अपेक्षित असते. ऐतिहासिक दृष्टिकोनातून बघितले असता असे लक्षात येते की, दोन पद्धतींनी प्रशासनाची संरचना बदलण्यासंबंधीचे प्रयत्न करण्यात आले आहेत. एकीकडे, नव्या मागण्यांची पूर्तता करण्यासाठी शासनामध्ये नव्या विभागांची निर्मिती करण्यात आली. उदाहरणार्थ, पर्यावरणाची चिंताजनक परिस्थिती लक्षात घेता त्यासंबंधी मागण्या पूर्ण करण्यासाठी नवे मंत्रालय स्थापन करण्यात आले. पर्यावरणाचा मुद्दा वैश्विक स्वरूपाचा असल्याने या नव्या मंत्रालयाद्वारे वैश्विक व देशांतर्गत पर्यावरणसंबंधी संस्था व विभाग जोडले जाणे शक्य होईल ही बाब महत्त्वाची ठरते. म्हणून, पर्यावरण प्रश्नाचे जागतिक परिणाम लक्षात घेता देशांतर्गत व वैश्विक स्वरूपाचा असलेला हा प्रश्न सोडविताना नव्या रचनांची गरज भासते हा मुद्दा अधोरेखित होतो. खाजगीकरण-उदारीकरण-जागतिकीकरण (खाउजा) या धोरणांच्या संदर्भाने अभिशासनातील वाढती गुंतागुंत लक्षात घेता, शासनाचे अनेक विभाग सहयोग तत्त्वावर काम करतात ही बाब लक्षात येते.

तिसरा प्रश्न हा, वेबरचे नोकरशाहीचे सांकल्पनिकरण म्हणजे तार्किक संस्थेचा नमुना होय या मुद्द्यांशी संबंधित मूलभूत सैद्धान्तिक बाब अधोरेखित करणारा आहे. भारतीय प्रशासन बदलत्या सामाजिक-आर्थिक परिस्थितीशी जुळवून घेण्यासाठी बदलत जाते आणि म्हणून वेबरच्या सिद्धान्ताच्या दृष्टीने बघितले असता प्रशासन तर्कसंगत ठरते का? हा प्रश्न उपस्थित होतो. या प्रश्नाचे उत्तर शोधण्यासाठी भारतीय प्रशासनातील ऐतिहासिक घडामोडींचे अनुभवाधारित मूल्यांकन करणे महत्त्वाचे ठरते. भारतीय प्रशासनाचे स्वरूप समजून घेण्याची प्रक्रिया वेबरच्या विचारांशी समांतर जाणारी आहे. डेव्हिड बिथम (१९९५, ७९) यांनी म्हटल्याप्रमाणे, 'भारतीय प्रशासनाचा सामाजिक एकरेषीकरण प्रक्रियेवर भर असून जन्मावर आधारित विशेषाधिकार (जातीवर आधारित या अर्थाने) काढून टाकण्याकडे कल आहे'. जन्माधारित

विशेषाधिकारांबाबत आव्हान उपस्थित करण्याखेरीज, बिथम पुढे असे म्हणतात की, 'कायद्यासमोर समानता या तत्त्वानुसार ऐतिहासिकदृष्ट्या विकसित होत गेल्याने व तर्कसंगत प्रशासनाची तत्त्वे ही विशेषज्ञ व नेमणुका या व्यापक सामाजिक पायावर आधारलेली तज्ज्ञांची नेमणूक यावर असणे गरजेचे आहे'. तर्कसंगतता प्रशासनामध्ये प्रतिबिंबित करीत असलेल्या सामाजिक संबद्धतेमुळे टिकविली जाते. ही सामाजिक संबद्धता 'समाजघटकांचा समान आर्थिक स्तर, त्यांचे हितसंबंध, तसेच व्यक्ती-व्यक्तींना भिन्न ठरविणारी प्रतिष्ठित जीवनशैली यांवर आधारलेली असते' (बिथम १९९५, ७९). नोकरशाही ही निर्जन परिस्थितीतील सामाजिक बाब आहे आणि नोकरशाही 'तर्कसंगत' राहिल्यामुळे ती व्यापक सामाजिक संदर्भापासून अलग पडण्याचा पायंडा पडतो, हे वैश्विक सत्य आहे. ऐतिहासिकदृष्ट्या भिन्न वीण दर्शविणारे भारतीय प्रशासन वेबरच्या नमुन्यातील तर्कसंगतता मात्र पाळताना दिसते. व्यक्तिनिरपेक्ष नियम व निर्बंध, व जन्मावर नाही तर योग्यतेवर आधारलेली भरतीची प्रक्रिया यातून हे प्रतिबिंबित होते. एकाच वेळी ऐतिहासिक घडण व वेबरचा सिद्धान्त पाळणे यामध्ये विसंगतता आहे असे मानण्याचे कारण नाही. म्हणजेच, वेबरचा सिद्धान्त लोकप्रशासनाच्या संरचनात्मक वैशिष्ट्यांवर भर देत असून त्यातूनच विद्यमान सामाजिक-आर्थिक आणि राजकीय परिस्थितीनुसार उलगडत जाणारे लोकप्रशासन स्पष्ट होत जाते. म्हणून, वेबरचा सिद्धान्त पाळणे व दुसरीकडे ऐतिहासिकदृष्ट्या होणारी घडण यामध्ये विरोधाभास आहे असे मानण्याचे कारण नाही.

भारतीय प्रशासन स्थितिशील नसून परिस्थितीनुसार बदलत जाणारी सामाजिक-राजकीय संस्था आहे. या संस्थेचे केंद्रस्थान त्या त्या वेळच्या ऐतिहासिक गरजांनुसार अधोरेखित होते हा येथे मूलभूत मुद्दा आहे. स्वातंत्र्यानंतर सहा दशकांचा काळ लोटला असला तरीदेखील भारतीय प्रशासनामध्ये वसाहतवादी कालखंडातील काही धागे का सापडतात याचे उत्तर वर नमूद केलेल्या मुद्द्यामध्ये सापडते. सन १९४७मध्ये ब्रिटिश राज्यकर्ते भारतातून निघून गेल्यानंतर भारतीय प्रशासनाचे स्वरूप बदलले असले तरी, त्याच्या रचनेमध्ये सातत्य राहिलेले दिसते. म्हणून, बदलत्या सामाजिक-आर्थिक परिस्थितीशी जुळवून घेणारे भारतीय प्रशासन म्हणजे नव्या संदर्भांशी जुळवून घेणाऱ्या समाजरचनेतील व्यक्तीप्रमाणे भासते. प्रशासनातील संरचनात्मक सातत्याचा विचार करताना भारतातील जागतिकीकरणाच्या संदर्भाने उदारमतवादाचे महत्त्व दुर्लक्षित करून चालणार नाही. स्वतंत्र भारतामध्ये ऐतिहासिकदृष्ट्या व्यवहार्य असले तरी भारतामध्ये उदारीकरण वसाहतवादी कालखंडात हळूहळू रुळले असे मानले तरी त्यामुळे भारतीय स्वातंत्र्यचळवळीचे जनक तितकेसे प्रभावित झाले नाहीत. याचाच परिणाम म्हणून, वसाहतवादी कालखंडातील प्रशासनाची संरचना कायम राहून पुढे बदलत्या सामाजिक-राजकीय परिस्थितीमुळे ती बदलत गेली असे म्हणता येईल.

७

भारतीय लोकप्रशासन हा एक अद्वितीय प्रयोग आहे असे मानले तरीदेखील, लोकप्रशासनाचे सांकल्पनिकरण करणाऱ्या तथाकथित वैश्विक प्रारूपांचा आधार घेतल्याशिवाय तो समजून घेणे शक्य नाही. वेगवेगळ्या ऐतिहासिक संदर्भांतून भारतीय प्रशासनाची गुंतागुंत पाहता असे लक्षात येते की, भारतीय प्रशासनाचे काही विशेष गुणधर्म एकच नियम लावून स्पष्ट करणे जवळजवळ अशक्य आहे. काही विशिष्ट ऐतिहासिक टप्प्यांतून विकसित झालेले प्रशासनाचे भिन्नत्व सिद्ध करणारे विशेष गुणधर्म समजून घेण्यासाठी त्याची घडण संवेदनशीलतेने समजून घ्यावी लागते. या घडणीचे दोन पैलू लक्षात घ्यावे लागतातः एकीकडे, भारतीय प्रशासनातील बदल तत्कालीन सामाजिक-आर्थिक परिस्थितीच्या अनुषंगाने लक्षात घ्यावे लागतात; आणि दुसरा महत्त्वाचा पैलू नेतृत्वाच्या बदलत्या स्वरूपाबाबतचा आहे. उदाहरणार्थ, राजकारणातील चर्चा करून एकमत साध्य करण्याची नेहरूंची पद्धत इंदिरा गांधींच्या काळात पूर्णपणे नाहीशी झाली. या काळात भारतीय प्रशासनाचे स्वरूप व्यक्ती-विशिष्ट पाहावयास मिळाले. या काळात प्रशासनाचे व्यक्तिनिरपेक्ष स्वरूप बऱ्याच प्रमाणात नाहीसे झालेले दिसून येते. सन १९७७च्या राष्ट्रीय निवडणुकीनंतर घटनात्मक सत्तावाद नाहीसा झाल्यानंतर भारतीय प्रशासनातील अंतःस्थ ऊर्जा स्पष्ट झाली. 'प्रशासन लोकशाहीचा आधार आहे (मतदार आहे तसा):

यातील एक जण मतदान करतो व दुसरा जनादेशाचे पालन करतो' (प्रसाद २००६, १६३) हा युक्तिवाद वर नमूद केलेल्या तथ्याला पुष्टी देतो. लोकशाहीपूरक धोरणे राबविल्यामुळे भारतीय प्रशासन भिन्न ऐतिहासिक टप्प्यांमध्ये विकसित होत गेलेले विशिष्ट प्रकारचे संवैधानिक उदाहरण ठरले आहे. या अर्थाने, प्रशासनाने केवळ व्यक्तिनिरपेक्ष नियम व नियमने राबविणे या एकमेव क्रियेव्यतिरिक्त अधिक व्यापक स्वरूप धारण केलेले दिसते. प्रशासनाची भूमिका खऱ्या अर्थाने लोकशाहीचे दृढीकरण करणे व लोकांप्रती उत्तरदायी असणे या अर्थाने व्यापक झालेली दिसते. प्रशासनामध्ये असलेल्या श्रेणीय नियंत्रणामुळे अंतर्गत उत्तरदायित्व साध्य झाले असले तरी भारतीय प्रशासनामध्ये काही माध्यमांतून बहिर्गत उत्तरदायित्वदेखील साध्य करण्याचा प्रयत्न केला आहे. ही साधने म्हणजे २००५चा माहितीचा अधिकार व नागरिकांची सनद ही होत. प्रशासनाचे हे पैलू लक्षात घेतले असता असे दिसून येते की, भारतीय प्रशासनाने बदलत्या सामाजिक-आर्थिक परिस्थितीशी जुळवून घेतल्याने लोकशाहीकरणाची प्रक्रिया अधोरेखित झाली आहे. म्हणजेच, भारतीय प्रशासनाचा दृष्टिकोन आता काटेकोर राहिला नसून ते बदलत्या सामाजिक-आर्थिक परिस्थितीशी व इतर शासकीय व अशासकीय संघटनांशी जुळवून घेताना दिसते.

सन १९५०पासून भारतीय राज्यघटनेने लोकशाही टिकवून ठेवली आहे व राज्यघटनेने प्रशासनाची संरचना विस्तृत केल्याने कुठेही संदिग्धतेला वाव नाही असे लक्षात येते. आतापर्यंतची सर्वांत तपशीलवार राज्यघटना म्हणून ओळखली जाणारी भारतीय राज्यघटना काळाच्या कसोटीवर यशस्वी झाल्याचे दिसते. सन १९७५-७६च्या आणीबाणीनंतर घटनात्मक सत्तावादाने तोंड वर काढले असले तरीदेखील लोकशाही आधारित राज्यघटना टिकून राहिली हे प्रस्थापित करणारे हे उदाहरण म्हणून नमूद करता येईल. राज्यघटना रुजून राहिल्याचे श्रेय लोकशाही व्यवस्थेच्या लोकप्रियतेला द्यावे लागेल. राजकीय सत्ताधाऱ्यांची मर्जी राखण्यासाठी सत्तावादी राजवटीकडे सकारात्मकदृष्ट्या बघणारे तत्कालीन प्रशासन १९७७ नंतर मात्र लोकशाही आधारित मूल्ये व प्रक्रियांना साहाय्य करू लागले. याचा अर्थ आपण राज्यघटनेला अपयशी ठरविले असा घ्यावा की राज्यघटनेने आपल्याला अपयशी ठरविले यांपैकी कुठला घ्यावा? असा प्रश्न उपस्थित होतो. याबाबतीत घटनासमितीचे अध्यक्ष राजेंद्र प्रसाद यांनी मांडलेले विचार महत्त्वाचे ठरतात. परिस्थिती हाताळण्यासाठी राज्यघटना पुरेशी समर्थ आहे का या प्रश्नाचे उत्तर देताना प्रसाद असा युक्तिवाद करतात की, 'राज्यघटना ही एखाद्या यंत्रासारखी आहे. तिच्यावर नियंत्रण असणाऱ्या व ती हाताळणाऱ्या लोकांमुळे तिच्यामध्ये प्राण फुंकला जातो. भारताला सध्या स्वतःपेक्षा देशाप्रती महत्त्व देतील अशा प्रामाणिक व्यक्तींची गरज आहे'.[८] राज्यघटना खऱ्या अर्थाने कार्यान्वित करावयाची असेल तर या निर्णयांतून राज्यघटनेतील मूल्ये प्रत्यक्षात आणणाऱ्या प्रशासनाची भूमिकादेखील नागरिकांइतकीच महत्त्वाची आहे हा या युक्तिवादाचा मूळ गाभा आहे. नागरिक सजग असतील व लोकशाही व्यवस्थेतील प्रक्रियेत सहभागी होऊन त्यांची कर्तव्ये पार पाडत असतील तर प्रशासनालादेखील राज्यघटनेसारखी बुलंद यंत्रणा दुर्लक्षित करून चालत नाही. नागरिक आणि प्रशासन यांमधील दुवा म्हणून भारताची राज्यघटना सामर्थ्यवान भूमिका पार पाडते. यामुळे अभिशासनाची लोकशाही संरचना कायम ठेवण्यासाठी व जटिल परिस्थितीत राज्यघटनेतील मूल्यांचे जतन करण्यासाठी मदत होते. म्हणजेच, प्रशासन व नागरिक यांच्या विरोधविकासी संबंधांमध्ये अभिशासनाची पायाभूत मूल्ये देऊ करून त्या मूल्यांचा लोकशाही पद्धतीने अर्थ लावण्याच्या प्रक्रियेमध्ये राज्यघटना महत्त्वपूर्ण भूमिका बजाविते.

वरील चर्चेमध्ये एक पायाभूत मुद्दा पुन्हा अधोरेखित झालेला दिसतोः भारतीय प्रशासनाचा विश्लेषणात्मक अभ्यास केल्यामुळे लोकशाही, राज्यघटना व नागरिक यांच्यातील संबंध ऐतिहासिक परिप्रेक्ष्यातून समजून घेण्यास मदत होते. प्रशासन केवळ माध्यम असले तरी कार्यपद्धती व निर्णयक्षमता याबाबतीत ते हवी तशी कृती करू शकत नाही. भारतीय प्रशासनाचा विचार करता या प्रक्रियेमध्ये विचारांची देवाणघेवाण निर्णायक भूमिका पार पाडते. याचे सैद्धान्तिकदृष्ट्या अतिशय महत्त्वाचे परिणाम बघावयास मिळतात, कारण भारतीय प्रशासनाचा केवळ संरचनात्मक दृष्टिकोन अतिशय मर्यादित असून त्याचे कार्य लोकशाही, राज्यघटना व नागरिक यांच्या नव्या शक्यता निर्माण करणाऱ्या परस्परसंबंधांवर अवलंबून असते.

८

भारतीय प्रशासनः उत्क्रांती आणि व्यवहार या पुस्तकामध्ये १५ एकमेकांसंबंधी प्रकरणे समाविष्ट असून हा ऐतिहासिक दृष्टिकोनातून केलेला अतिशय तपशीलवार अभ्यास आहे. हे पुस्तक दोन महत्त्वाच्या मुद्द्यांच्या आधारे असे स्पष्ट करते की, प्रशासनाचे मूळ त्या त्या वेळच्या सामाजिक-आर्थिक व राजकीय परिस्थितीमध्ये समाविष्ट असल्याने भारतीय प्रशासनाचा केवळ संरचनात्मक अभ्यास दिशाभूल करणारा ठरेल. हा मुद्दा अधोरेखित करणारे दोन मुद्दे पुढीलप्रमाणे आहेतः (अ) लोकप्रशासन संदर्भानुसारी असते (आ) लोकप्रशासनाचे वैश्विक संदर्भाने सांकल्पनिकरण करणे सैद्धान्तिकदृष्ट्या संकुचित ठरेल. प्रशासनिक संरचना हा निर्विवादपणे एक महत्त्वपूर्ण पैलू आहे, मात्र त्या संरचना कार्यान्वित होण्याची प्रक्रिया ऐतिहासिक संदर्भ लक्षात न घेता अभ्यासणे अशक्य होते. मुख्यत्वे भारतीय प्रशासनातील गुंतागुंत समजून घ्यावयाची असेल तर हा मूलभूत मुद्दा दुर्लक्षित करून चालणार नाही.

प्रस्तुत पुस्तकातील सांकल्पनिकरण तीन विभागांमध्ये अनुस्यूत केले आहेः प्रशासनाची वैशिष्ट्ये, संरचना व प्रक्रिया या दोन्हीशी संबंधित असल्याने पुस्तकातील प्रकरणांची मांडणी त्यानुसार करण्यात आली आहे; तसेच, प्रत्येक प्रकरणामध्ये भारतीय प्रशासनाचे विविध विभाग हाताळत असलेल्या महत्त्वाच्या बाबींवर भर देण्यात आला आहे. हे पुस्तक भारतीय प्रशासनाच्या मूलभूत वैशिष्ट्यांवर व गाभ्यावर पुरेसा प्रकाश टाकते. प्रशासनाचे विविध पैलू प्रक्रियेमध्ये गुंफले गेले असल्याने ते पैलू काटेकोर पद्धतीने मांडणे अशक्य आहे. भिन्न पद्धतीचा इतिहास असल्याने ही बाब भारतीय प्रशासनाला अगदी सहजतेने लागू होते. म्हणून, पुस्तकातील प्रकरणे विश्लेषणात्मकदृष्ट्या वेगळी मांडली असली तरी वर नमूद केलेले मुद्दे लक्षात ठेवूनच त्यांचे वाचन करावे. प्रस्तुत पुस्तकातील एक मूलभूत धागा असा आहे की, यातील प्रकरणे विश्लेषणात्मकदृष्ट्या वेगळी मांडण्यात आली असली तरी भारतीय प्रशासनाची संरचना, वैशिष्ट्ये व स्वरूप समजून घेताना ही प्रकरणे एकमेकांशी संबंधित आहेत हा मुद्दा लक्षात ठेवावा.

प्रस्तुत पुस्तकातील मजकूर विभागला नसला तरी प्रकरणांची विभागणी करून तीन परस्परसंबंधी विभाग समाविष्ट करण्यात आले आहेत. पहिल्या दोन प्रकरणांमध्ये भारतीय प्रशासनाचा क्रमविकास व त्याच्या नव्या स्वरूपाची तात्त्विक बैठक यावर भर दिला असून ही प्रकरणे प्रास्ताविक स्वरूपाची आहेत. प्रास्ताविक स्वरूपाची प्रकरणे झाल्यानंतर दुसऱ्या विभागामध्ये आठ प्रकरणे समाविष्ट आहेत. प्रकरण ३ ते १० मध्ये भारतातील विविध प्रशासकीय उपक्रमांच्या संरचना व कार्ये अधोरेखित केली आहेत. काही विशिष्ट शासकीय विभागांवर भर देण्याऐवजी या विभागामध्ये अभिशासन संस्था व प्रशासकीय बाबी हाताळणाऱ्या यंत्रणांवर भर देण्यात आला आहे. या प्रकरणांमधील १०व्या प्रकरणामध्ये भारतातील नागरी सेवांच्या स्वरूपाबरोबरच भारतीय नोकरशाहीमध्ये परिवर्तन घडवून आणण्याची क्षमता असलेल्या वेतन आयोगाच्या अहवालांवरदेखील भर देण्यात आला आहे. भारतीय प्रशासनातील काही समकालीन बाबींबरोबरच (प्रकरण १५), पाच प्रकरणे समाविष्ट असलेल्या (प्रकरण १० ते १४) तिसऱ्या विभागामध्ये प्रत्यक्ष धोरणनिर्मिती व त्याचा नागरिकांवर होणारा परिणाम अधोरेखित करण्यात आला आहे. ११व्या प्रकरणामध्ये भारतातील सार्वजनिक धोरण ऐतिहासिक दृष्टिकोनातून मांडण्यात आले आहे. १२व्या प्रकरणामध्ये पहिल्या प्रशासकीय सुधारणा आयोगाची स्थापना (१९६४) व तेव्हापासून प्रशासनात परिवर्तन घडवून आणण्याची प्रक्रिया मांडण्यात आली आहे. प्रकरण १३ व १४मध्ये नागरिकांच्या कल्याणकारी राज्यासंबंधीच्या गरजा पूर्ण करण्यासाठी उचललेली विशिष्ट पावले नमूद केली आहेत. प्रशासन नागरिककेंद्री आहे या मुद्द्याला अनुसरून या प्रकरणांमध्ये नागरिक व प्रशासनातील परस्परसंबंधदेखील अधोरेखित करण्यात आला आहे. या संबंधांमध्ये नागरिक कायम प्रशासनावर अंकुश ठेवत असून जागरूकतेने प्रक्रियेत समाविष्ट असतात हा मुद्दादेखील येथे नोंदवावा लागेल.

एकूण १५ तपशीलवार प्रकरणांतील एका प्रकरणामध्ये समकालीन परिस्थितीत महत्त्वाच्या ठरणाऱ्या काही बाबींवर भर देण्यात आला आहे. या पुस्तकाद्वारे भारतीय प्रशासनाची गुंतागुंतीची जडणघडण समजून घेण्याचा प्रयत्न करण्यात आला आहे. संरचनात्मकदृष्ट्या हे प्रशासन वेबरच्या सिद्धान्तावर आधारलेले असून त्यामध्ये उत्तर वेबर कालखंडातील

वैशिष्ट्येदेखील दिसून येतात. यामध्ये सुसंस्कृत समाजाप्रती प्रतिसादी असणे व तत्सम मुद्द्यांचा समावेश होतो. प्रशासनाने भारतातील बदलत्या सामाजिक-आर्थिक व राजकीय परिस्थितीशी जुळवून घेतले आहे. भारतीय प्रशासनाला संदर्भमूल्य प्राप्त झाल्याने त्याद्वारे ऐतिहासिक भूमिका पार पाडली जाते. मात्र, केवळ पारंपरिक श्रेणीय पद्धत लक्षात घेऊन व वेबरच्या सिद्धान्ताचा आधार घेऊन प्रशासनाचा अभ्यास केल्यास ते समजून घेणे अवघड होते. प्रशासन स्थितिशील नसून परिवर्तनशील आहे हे यातून स्पष्ट होते. म्हणून, भारतातील अभिशासन सखोलपणे समजून घेताना इतिहासातील टप्प्यांमधील बदलांप्रती संवेदनशील असणे गरजेचे ठरते. या अर्थाने भारतीय प्रशासन हे केवळ अनुभवजन्य तथ्य नसून सांकल्पनीकरणासाठी सैद्धान्तिक आव्हाने उपस्थित करते. यामागे दोन कारणे आहेत: एक, प्रशासनाचे संदर्भविशिष्ट स्वरूप लक्षात घेता केवळ वेबरच्या सिद्धान्ताचा आकृतिबंध वापरून ते समजून घेणे व त्याचे सांकल्पनिकरण करणे शक्य नाही; दोन, भारतीय प्रशासनाच्या संदर्भाने अंतर्गत व वैश्विक पातळीवरील बदलांच्या वेगाचे महत्त्व लक्षात घेता, ते बदल लक्षात न घेता प्रशासन समजून घेणे केवळ अशक्य ठरते. या अभ्यासावरून हे सिद्ध होते की, लोकप्रशासन मुळातच परिस्थितीनुरूप विकसित होणारे आहे आणि म्हणूनच, त्याचे वैश्विक प्रारूप कार्यान्वित करण्याचे प्रयत्न, पूर्वी म्हटल्याप्रमाणे काही मर्यादा असल्या तरी, संकल्पनात्मकदृष्ट्या महत्त्वाचे ठरतील.

टिपा

१. पाश्चिमात्य प्रकारच्या उदार लोकशाहीच्या बाजूने असणारे अमर्त्य सेन असा युक्तिवाद मांडतात की, अनेक प्रभावी बाबी समाविष्ट असल्याने लोकशाही कायमच अधिक श्रेयस्कर ठरते. एक, मानवी जीवनातील स्वातंत्र्य व राजकीय सहभागाला असलेले महत्त्व; दोन, शासनाने जबाबदार व उत्तरदायी राहावे म्हणून राजकीय उत्तेजनांना असलेले महत्त्व; आणि तीन, मूल्यांच्या जडणघडणीमधील व गरजा, अधिकार व कर्तव्ये समजून घेताना लोकशाहीची विधायक भूमिका.

२. हा मुद्दा बिद्युत चक्रवर्ती व राजेंद्र पांडे (२००८, ३-६) यातून घेण्यात आला आहे.

३. अलम यांच्या मते, 'भारतीय लोकशाही ही अधिकाधिक आत्मसन्मान वाढविण्याला आणि स्वतःला अधिकाधिक सक्षम करण्याला दुजोरा देते.'

४. उत्तर प्रदेश खटल्याबाबत अधिक जाणून घेण्यासाठी ए. जी. नुरानी (२०००, ३२८-३९) पहा.

५. लाभाच्या पदाबाबतचा वाद स्पष्ट करताना जे. एस. वर्मा, सरन्यायाधीश (२००६) यांच्या अप्रकाशित लेखाचा आधार घेतला आहे. जे. एस. वर्मा यांनी या अप्रकाशित लेखाचा आधार घेण्याची परवानगी दिली त्याबद्दल त्यांचा मी आभारी आहे. या लेखाचा काही भाग *द टाईम्स ऑफ इंडिया* मध्ये प्रकाशित झाला होता.

६. *एस. आर. बोम्मई* विरुद्ध *भारत सरकार*, इंडियन लॉ रिपोर्ट, सर्वोच्च न्यायालय, भारत, डिसेंबर १९९४.

७. सदर आकडेवारी सुमंत बॅनर्जी (२००६) मधून घेण्यात आली आहे.

८. घटनासमितीतील (२९) राजेंद्र प्रसादांचे विधान.

संदर्भ

Adeney, Katharine, and Andrew Wyatt. 2004. 'Democracy in South Asia: Getting beyond the Structure-agency Dichotomy'. *Political Studies* 52 (1): 1.

Alam, Javeed. 2004. *Who Wants Democracy?* New Delhi: Orient Longman.

Austin, Granville. 1999. *Working a Democratic Constitution: A History of the Indian Experience*. New Delhi: Oxford University Press.

Banerjee, Sumanta. 2006, 9 September. 'Salvaging an Endangered Institution'. *Economic and Political Weekly*: 3838.

———. 2006. 'Assembly Polls, 2006 : Elections, *Jatra* Style, in West Bengal'. *Economic and Political Weekly* XLI (10): 864.

Beetham, David. 1995. *Max Weber and the Theory of Modern Politics*. Cambridge: Polity Press.

Chakrabarty, Bidyut, and Rajendra Pandey. 2008. *Indian Government and Politics*. New Delhi: SAGE.

Chakrabarty, Dipesh. 2007. 'In the Name of Politics: Democracy and the Power of the Multitude in India'. In *From the Colonial to the Post-colonial: India and Pakistan in Transition*, edited by Dipesh Chakrabarty, Rochona Majumdar and Andrew Sartori, 36. New Delhi: Oxford University Press.

Chandravarkar, Rajnarayan. 2007. 'Customs of Governance: Colonialism and Democracy in the Twentieth Century India'. *Modern Asian Studies* 41 (3): 448.

Guha, Ramchandra. 2007. *India after Gandhi: The History of the World's Largest Democracy*. London: Picador.

Jaffrelot, Christophe. 2005. *India's Silent Revolution: The Rise of the Low Castes in North Indian Politics*. New Delhi: Permanent Black.

Kaviraj, Sudipta. 2000. 'Modernity and Politics in India'. *Daedalus* (Winter): 156–57.

Kothari, Rajni. 2002. *Memoirs*. New Delhi: Rupa & Co.

Low, D. A. 1997. *Britain and Indian Nationalism: The Imprint of Ambiguity, 1929–1942*. Cambridge: Cambridge University Press.

Manor, James. 2005. 'The Presidency'. In *Public Institutions in India: Performance and Design*, edited by Devesh Kapur and Pratap Bhanu Mehta, 116. New Delhi: Oxford University Press.

Mitra, Subrata. 1991, August. 'Crisis and Resilience in Indian Democracy'. *International Social Science Journal*: 567–68.

———. 2004, November. 'Constitutional Design, Democratic Vote Counting and India's Fortuitous Multiculturalism'. Working paper, Heidelberg, Heidelberg University, Germany.

Morris-Jones, W. H. 1974. *The Government and Politics of India*. Reprint, New Delhi: B I Publications.

Naipaul, V. S. 1991. *A Million Mutinies*. London: Heinemann.

Nandy, Ashis. 1989. *The Intimate Enemy: Loss and Recovery of Self under Colonialism*. Reprint, New Delhi: Oxford University Press.

Nehru, Jawaharlal. (13 December 1946) 2003. 'Resolution: Aims and Objects'. *Constituent Assembly Debates*, vol. 1, book no. 1. Reprint, New Delhi: Lok Sabha Secretariat.

Noorani, A. G. 2000. *Constitutional Questions in India*. New Delhi: Oxford University Press.

Prasad, Kamala. 2006. *Indian Administration: Politics, Policies and Prospects*. New Delhi: Pearson.

Prasad, Rajendra. *Constituent Assembly Debates*, vol. 12.

Rudolph, L. I. and S. H. Rudolph, 2002. 'Redoing the Constitutional Design: From an Interventionist to a Regulatory State'. In *The Success of India's Democracy*, edited by Atul Kohli, 141. Cambridge: Cambridge University Press.

Sen, Amartya. 1999. *Development as Freedom*. New Delhi: Oxford University Press.

Verma, J. S. 2006. *The Times of India*, 4 September.

१

भारतीय प्रशासनाचा क्रमविकास

भारतीय प्रशासन हे संमिश्र स्वरूपाचे आहे. यावर ब्रिटिश प्रशासनाचा ठसा ठळकपणे दिसून येतो. सैद्धान्तिकदृष्ट्या मात्र, भारतीय प्रशासन ब्रिटिश राजवटीपूर्वीच्या कालखंडातील प्रशासनाशी साम्य दर्शविते. या अर्थाने, भारतीय प्रशासनाकडे दोन दृष्टींनी बघता येतेः सातत्य टिकवून ठेवणारी प्रक्रिया व भूतकाळापेक्षा भिन्न स्वरूप दर्शविणारे प्रशासन. भारतीय प्रशासन हे गतकालीन प्रशासकीय परंपरा पुढे नेत असल्याने त्यास सातत्य टिकवून ठेवणारी प्रक्रिया म्हटले जाते. तसेच, ब्रिटिश राजवटीनंतरच्या स्वतंत्र भारतातील लोकप्रशासनाने बदललेल्या सामाजिक-आर्थिक व राजकीय परिस्थितीमध्ये पूर्णपणे भिन्न पद्धतीच्या जबाबदाऱ्या पार पाडणे अपेक्षित होते. वसाहतवादी कालखंडातील प्रशासनाची संरचना स्वातंत्र्यानंतरदेखील अभिशासनासाठी उपयुक्त होती. यामागे असा युक्तिवाद होता की, केवळ संरचनात्मकदृष्ट्या सातत्य राखणे हे कारण लोकशाही तत्त्वावर उभ्या असलेल्या भारतातील सामाजिक-आर्थिक उद्दिष्टे साध्य करण्यासाठी अडचणीचे ठरू शकत नाही. पूर्णपणे भिन्न वैचारिक उद्दिष्टे असणारे नव्या रूपातील भारतीय प्रशासन स्वातंत्र्यानंतरही समाधानकारक पद्धतीने काम करेल असे संस्थापकांना वाटत होते. यावरून, लोकप्रशासनाचे स्वरूप परिस्थितीसापेक्ष असते व वैश्विकदृष्ट्या केवळ एकच प्रारूप ग्राह्य धरणे उचित ठरत नाही या युक्तिवादाला दुजोरा मिळतो.

साम्राज्यवादी राजवटीने ब्रिटिशपूर्वकाळातील, मुख्यत्वे, मुघलकालखंडातील प्रशासनरचना व कार्ये अमलात आणलेली दिसतात. वसाहतवादी कालखंडातील महसूल प्रशासनावर धावती नजर टाकली असता, ही व्यवस्था अकबर या मुघल सम्राटाने राबविलेल्या महसूल प्रशासनाशी साम्य दर्शविते, असे लक्षात येते. ही व्यवस्था अकबराने सोळाव्या शतकाच्या उत्तरार्धात लागू केली होती. त्याचे महसूलमंत्री तोडरमल यांनी अकबराच्या महसूलव्यवस्थेचे पूर्णपणे परीक्षण केले होते. मुख्यत्वे, जमीन महसुलाची साधने एकत्र करण्यासाठी त्याने महसुली जिल्ह्यांची निर्मिती केली व तेथील महसूल संकलन करण्यासाठी अधिकाऱ्यांची नेमणूक केली. संपूर्ण राज्यासाठी महसुलाचा एकच दर ठेवण्याऐवजी तोडरमल यांनी त्या त्या वर्षीचे उत्पन्न लक्षात घेऊन हा दर ठरविला. प्रजेशी मैत्रीपूर्ण संबंधांवर भर देऊन तोडरमल यांनी महसूल प्रशासनातील मानवी पैलू अधिक दृढ केला. तत्पूर्वी राज्यकर्त्यांचे प्रजेशी ताठर स्वरूपाचे संबंध असल्याचे लक्षात येते. तोडरमल यांच्या या प्रयत्नामुळे प्रजा आणि राजा यांच्यामध्ये सौहार्दाचे संबंध निर्माण झाले व त्याचबरोबर प्रशासनासाठी महसूल संकलन करणे सहज शक्य झाले.

अठराव्या शतकाच्या मध्यात मुघल राजवट ते ईस्ट इंडिया कंपनी असे सत्तांतर घडून आले. त्यानंतर १०० वर्षे ईस्ट इंडिया कंपनीचे राज्य कायम राहिले व तिथून पुढे १८५८मध्ये भारताचा वसाहत म्हणून ब्रिटिश राजवटीमध्ये समावेश करण्यात आला. ब्रिटिश राजवटीने प्रशासनाची वेगळी व्यवस्था राबविली असली तरी त्यावर गतकालखंडातील प्रशासनाचा ठसा स्पष्टपणे दिसतो. त्याचप्रमाणे, भारताला राजकीय स्वातंत्र्य प्राप्त झाल्यानंतर येथील प्रशासनाचे स्वरूप हे यापूर्वीच्या प्रशासनाशी बऱ्याच अंशी साम्य दर्शविणारे होते. ब्रिटिशांनी स्वहित साधण्यासाठी उभी केलेली प्रशासनरचना स्वातंत्र्योत्तर कालखंडामध्येही कायम ठेवण्यात आली. निर्वसाहतीकरणानंतरही वसाहतवादी कालखंडातील प्रशासन रचना कशा प्रकारे सुसंगत ठरेल हा प्रश्न येथे उपस्थित होतो. राष्ट्रीय नेतृत्वाने वसाहतवाद्यांचे हित जपणारी प्रशासनिक संरचना स्वीकारल्याने वैचारिक अस्वस्थता निर्माण झाली असे लक्षात येते. ही अस्वस्थता नाहीशी करण्यासाठी येथे दोन पातळ्यांवर मुद्दे मांडता येतीलः एकीकडे असे म्हणावे लागेल की, ही संरचना म्हणजे केवळ साधने असून त्या निर्णय घेणाऱ्या व्यक्तींच्या संवेदना प्रभावित करू शकत नाही; तर दुसरीकडे, काही विशिष्ट सामाजिक-आर्थिक उद्दिष्टे साध्य करण्यासाठी संरचना चालविणाऱ्याच्या बौद्धिक कुवतीनुसार संरचना कार्यान्वित होतात हा युक्तिवाद लक्षात घ्यावा

लागतो. अशा प्रचलित प्रशासनावर विश्वास असला तरी, संस्थापक धुरिण हे १९४७मधील सत्तांतरण झाले त्यावेळची राजकीय अस्थिरता व धर्माधारित रक्तपातामुळे निर्माण झालेल्या परिस्थितीमध्ये गुंतलेले दिसतात.

येथे दोन मुद्दे महत्त्वाचे ठरतातः एक, यावरून हे उघड होते की, पूर्वीच्या प्रशासकीय प्रक्रिया, नियम व नियमने समजून घेतल्याखेरीज भारतीय प्रशासन समजून घेणे व त्याच्या संकल्पना स्पष्ट करणे शक्य होत नाही. कारण, पूर्वीचे प्रशासन व वर्तमान प्रशासन यांमध्ये सातत्य आणि साम्यस्थळे असल्याचे लक्षात येते. दोन, लोकप्रशासनाचे स्वरूप 'सेंद्रिय' असल्याने त्याचे भारतातील प्रतिरूप विशिष्ट संदर्भ लक्षात घेतल्याशिवाय स्पष्ट होत नाहीत. याच संदर्भांमुळे प्रशासनाचे स्वरूप उलगडत जाते हा मुद्दा येथे लक्षात घ्यावा लागतो. म्हणून, या प्रकरणाचे दुहेरी उद्दिष्ट आहेः (अ) भारताच्या राजकीय इतिहासामधील वेगवेगळ्या टप्प्यांमध्ये लोकप्रशासनाचा क्रमविकास ज्यामुळे प्रभावित झाला असे महत्त्वाचे निर्णय व कायदे जाणून घेणे; आणि (आ) भारतीय प्रशासनाच्या अद्वितीय स्वरूपाच्या संकल्पना स्पष्ट करताना प्रशासकीय विचारधारेतील मुख्य सूत्र समजून घेणे. बदलत जाणाऱ्या ऐतिहासिक संदर्भांतून भारतीय प्रशासन समजून घेणे हे येथे प्राथमिक उद्दिष्ट आहे. लोकप्रशासनाचे स्वरूप हे सातत्याने संदर्भाधारित असून भारतीय प्रशासन याला अपवाद नाही हा युक्तिवाद या प्रकरणामध्ये मांडला आहे.

सन १९४७मध्ये राजकीय स्वातंत्र्य मिळाल्यानंतर भारतामध्ये ज्या स्वरूपाचे प्रशासन विकसित झाले त्यामधील ब्रिटिश प्रशासनाची महत्त्वाची भूमिका या प्रकरणामध्ये अधोरेखित केली आहे. वसाहतवादी प्रशासनाने काही प्रमाणात यापूर्वीची कार्यपद्धती व कायदेशीर अटी स्वीकारल्या होत्या. यावरून, तत्पूर्वीचे प्रशासन व ब्रिटिश राजवटीतील प्रशासन यांमधील साम्य अधोरेखित झाले. याही पुढे जाऊन, प्राचीन कालखंडातील राजकीय विचारप्रणालीमध्ये, विशेषकरून, कौटिल्याच्या लेखनामध्ये प्रशासकीय विचारधारेचे विशिष्ट सूत्र सापडते. ब्रिटिश प्रशासनाची वैशिष्ट्ये लक्षात घेण्यापूर्वी या प्रकरणामध्ये भारतीय प्रशासकीय विचार समजून घेण्याच्या दृष्टीने प्रशासनातील काही महत्त्वाचे प्रवाह मांडले आहेत. वाचकांसमोर एक सर्वसाधारण चर्चा मांडण्याऐवजी आम्ही दोन वेगवेगळ्या ऐतिहासिक कालखंडातील चार प्रातिनिधिक उदाहरणे निवडली आहेत. या चारही उदाहरणांतून भारतीय प्रशासनाचा इतिहास समजून घेताना महत्त्वाचे ठरणारे विचार अधोरेखित होतात. भारतीय प्रशासकीय विचारांची पायाभरणी करणारा व मूलभूत संकल्पनांवर आधारित प्रशासनाचे दोन भाग करणारा कौटिल्य तसेच मध्ययुगीन कालखंडातील बरनी, अबुल फझल आणि तोडरमल या तीन विचारवंतांनी ऐतिहासिक संदर्भांच्या पार्श्वभूमीवर मांडलेला प्रशासनाचा सिद्धान्त या बाबी या प्रकरणामध्ये मांडल्या आहेत. या विचारवंतांनी केवळ सयुक्तिक संकल्पनाच मांडल्या नाहीत, तर प्रशासनाची संदर्भ-संवेदी सैद्धान्तिक प्रारूपेदेखील तयार केली. ही प्रारूपे एखाद्या विशिष्ट कालखंडातील असली तरीदेखील ती त्यांच्या निर्मात्यांच्या समकालीन असल्यामुळे व्यवहार्य प्रशासन विकसित करण्याच्या दृष्टीने महत्त्वाची ठरतात. संकल्पनात्मक दृष्टिकोनातून पहाता, सैद्धान्तिकदृष्ट्या समकालीन भारतीय प्रशासन समजून घेण्यास सुयोग्य नसले तरी, या विचारवंतांच्या मांडणीतून प्रशासकीय विचारधारेतील महत्त्वाचे संकल्पनात्मक भाग अधोरेखित होतात.

कौटिल्य (इ.स.पू. ३५०-२८३)

प्राचीन भारतीय राजकीय विचारांमध्ये, कौटिल्य हे विचारवंत म्हणून आणि त्यांचे *अर्थशास्त्र*[१] एक संहिता म्हणून अतिशय महत्त्वाची मानली जाते. यातून प्राचीन भारतीय राजकीय व प्रशासकीय व्यवस्थांची व्यापक रूपरेषा सर्वोत्तम पद्धतीने स्पष्ट होते. वास्तववादी राजकारणी म्हणून ओळखला जाणारा कौटिल्य राजेशाही सर्वोत्तम शासनपद्धती आहे असे मानतो व ही शासनयंत्रणा चालविताना समाविष्ट असणाऱ्या महत्त्वाच्या बाबींचे सखोल विश्लेषण मांडतो. कौटिल्याच्या राज्याच्या सिद्धान्तातील कळीचा मुद्दा त्याच्या *सप्तांग* (सात अंग) या संकल्पनेतून स्पष्ट होतो. राज्य ही एक परिवर्तनशील बाब असून यामध्ये सात घटकांचा समावेश होतो. हे सात महत्त्वाचे घटक पुढीलप्रमाणे-*स्वामी* (The Ruler), *अमात्य* (The Minister), *जनपद* (The territory with people settled on it), *दुर्ग* (The fortified capital), *कोष* (The treasury), *दंड* (The Army), *मित्र* (The ally or friend). या 'सप्तांग सिद्धान्ता'नुसार राज्य हे 'सेंद्रिय'

अस्तित्व असून त्याची मुळे या सप्तांगांमध्ये दिसून येतात. या सप्तांग सिद्धान्तातून निर्माण होणारे राज्य स्थिर व पद्धतशीर प्रशासन असलेल्या दृढ राजेशाहीची वैशिष्ट्ये दर्शविते.

राज्याचा सिद्धान्त कार्यान्वित करताना कौटिल्य *धर्म* आणि *दंड* या दोन संकल्पनांचा अनेकदा वापर करतो. धर्म हे एक सामाजिक कर्तव्य असून त्यामध्ये पारंपरिक व धार्मिक कायद्यांचे पालन अनुस्यूत आहे. म्हणून, मानवी वर्तनाचे विशिष्ट नियम सांगणाऱ्या धर्माला कौटिल्य सर्वोच्च असे स्थान देतो. धर्मात सांगितलेले हे नियम नागरिकांना त्यांची समाजातील श्रेणी व स्थान कुठलेही असले तरी एकसारखेपणाने लागू होतात. कौटिल्याने असेही नमूद केले की, समाजात *धर्माचे* कार्य सुरळीत पार पडावे यासाठी दंडाची अचूक भूमिका दुर्लक्षित करून चालणार नाही. समाजातील शिस्तीचे मुख्य साधन मानलेला दंड दमनकारी असला तरी त्यामुळे राजाला नागरिकांनी राज्याचे प्रस्थापित नियम भंग केल्यास त्यांना शिक्षा देण्याचा अधिकार प्राप्त होतो. कारण राज्याचे हे नियम पारंपरिक व धार्मिक कायद्यांनुसार मांडलेले असतात. म्हणून, विकृत नागरिकांना शिस्त लावणे हे राजाचे महत्त्वाचे कर्तव्य आहे असे लक्षात येते. कारण असे झाले नाही तर इतर नागरिकांच्या आयुष्यात बाधा निर्माण होऊ शकते. म्हणून, राज्यात शांतता आणि सुव्यवस्था कायम ठेवण्यासाठी दंड एक महत्त्वाचे साधन ठरले.

तसेच, *अर्थशास्त्रा*मध्ये आंतरराज्यीय संबंध व राजनीतीबाबतचा तर्कसुसंगत सिद्धान्त मांडलेला दिसतो. प्राचीन भारतीय वाङ्मयामध्ये आंतरराज्यीय संबंधांची संकल्पना *मंडल* (circles) या कल्पनेतून संकल्पनिकृत केलेली दिसते. त्याचप्रमाणे, कौटिल्याने प्राचीन कालखंडातील आंतरराज्यीय राजकारणातील बदल त्याच्या *मंडल* सिद्धान्तातून स्पष्ट केलेले दिसतात. एखाद्या राज्याची मित्र किंवा शत्रू म्हणून भूमिका ठरविण्यात तसेच *विजीगिषु*चे (The conqueror or the ambitious king) विशिष्ट मंडलामधील स्थान ठरविण्यामध्ये या सिद्धान्ताचा मूळ गाभा दिसून येतो. त्याचबरोबर, गृहीत धरलेला जेता मंडलामध्ये स्थित केला जातो. *विजीगिषु* (The conqueror or the ambitious king) ला मूळ संदर्भबिंदू मानून कौटिल्याने त्याचा सिद्धान्त चार मंडल गृहीत धरून मांडला आहे. उदाहरणार्थ, पहिल्या मंडलामध्ये *विजीगिषु*, त्याचा मित्रपक्ष, व त्याच्या मित्रपक्षाचा मित्रपक्ष असे स्थित असून तीन राज्यांचे एक मंडल अस्तित्वात येते. प्रत्येक राज्यामध्ये-*अमात्य, जनपद, दुर्ग, कोष* आणि *दंड*-हे सार्वभौमत्वाचे पाच घटक समाविष्ट आहेत असे मानले जाते. परिणामी, एका मंडलामध्ये एकूण १८ घटक असल्याचे कौटिल्य स्पष्ट करतो. हीच वैशिष्ट्ये राज्याच्या इतर तीन मंडलांनादेखील लागू होतात. राज्याच्या या तीन मंडलांमध्ये राजा मध्यभागी व *अरी* (Enemy of the *vijigishu*), *मध्यमा* (The indifferent king) आणि *उदासीन* (The neutral king) अशी रचना असते. थोडक्यात, *मंडल* सिद्धान्ताच्या रचनेमध्ये राज्यांची चार मंडले दाखविण्यात आली आहेत. ज्यामध्ये १२ राजे, ६० सार्वभौमत्वाचे आणि राज्याचे ७२ घटक समाविष्ट आहेत. आंतरराष्ट्रीय संबंधांच्या क्षेत्रात, मंडल सिद्धान्ताच्या बरोबरच कौटिल्याने *उपायास* (Peace politics) व *षड्गुन्यास* (Six-war tactics) देखील स्पष्ट केले आहेत. यातून शांततेच्या व युद्धाच्या कालखंडामध्ये जेत्याचे वर्तन कसे असावे याबाबत सल्ला देणे अपेक्षित आहे असे मांडण्यात आले. सरतेशेवटी, कौटिल्याने राज्या-राज्यांतील राजनयिक संबंधांचीदेखील सखोल मांडणी केली व राजाने स्वतःचे जीवित व राज्य कुठल्याही अंतर्गत व बाह्य धोक्यापासून सुरक्षित ठेवण्यासाठी दृढ अशी हेरांची व्यवस्था ठेवावी असे सुचविले.

झियाउद्दीन बरनी (इ.स.१२८५–१३५७)

भारताचा राजकीय विचार हा मध्ययुगीन कालखंडामध्ये एका पृथक् स्थित्यंतराचे प्रतिनिधित्व करतो, ज्यामध्ये मुस्लीम राज्यकर्त्यांच्या आगमनामुळे जनतेच्या दैनंदिन आयुष्यात नवे सामाजिक-आर्थिक व राजकीय-प्रशासकीय पैलू दिसू लागले. प्रेषित मोहम्मद यांच्या शिकवणीवर आधारलेल्या कुराणामधील दृष्टिकोन जीवनाच्या अस्तित्वासाठी अंतिम प्रमाण आहेत ही धारणा मध्ययुगीन कालखंडातील मुस्लीम विचारधारेचे अद्वितीय वैशिष्ट्य होते. परिणामी, कुराणातील नियमांवर आधारित *शरियत*ला प्रमाण मानले जात होते. राज्य आणि शासनाने *शरियत*ची उद्दिष्टे साध्य करावीत असा समज होता. ठरावीक राजकीय विचारांतील या प्रवाहाने इतिहासाचे आणि इतिहासकारांच्या लेखनाचे स्वरूप धारण

केले. या संदर्भाने, झियाउद्दीन बरनी हा मध्ययुगीन कालखंडातील प्रातिनिधिक लेखक मानला जातो. त्याने मध्ययुगीन कालखंडातील गुंतागुंतीचे राजकीय जीवन समजून घेण्यासाठी सविस्तर लेखन केले. या लेखनामध्ये, सुलतानशाही व्यवस्था कार्यपद्धती ही केंद्रबिंदू मानून तसेच एका बाजूला इस्लामी श्रद्धा तर दुसऱ्या बाजूला समाजातील परिस्थिती यामुळे सामान्य जनतेच्या आयुष्यात घडून आलेले बदल यांचे संदर्भ होते.

मुघल साम्राज्यातील राजेशाही कार्यपद्धतीच्या प्रत्यक्ष अनुभवाची समृद्धी आणि अधिकृतता यामुळे बरनीची दोन कार्ये असामान्य ठरतातः *तारीख-ई-फिरोजशाही* आणि *फतवा-ई-जहानदारी* यांमध्ये *झवाबित*च्या (पूर्वीपेक्षा कुराण व *शरियत*चा कमी प्रभाव असलेले राज्याचे कायदे) आधारे अभिशासनाची धर्मनिरपेक्ष तत्त्वे मांडण्यात आली होती. बरनीने *झवाबित* स्वीकृत करण्याचा, समाजाचे बदलते स्वरूप, विशेषतः विविध प्रकृतीच्या लोकांचे प्रशासन चालविण्यातील वाढती गुंतागुंत हे वास्तव लक्षात घेता, राज्य करताना *शरियत*चे काटेकोर पालन शक्य होणार नाही हा मुख्य तर्क दिसून येतो. *झवाबित च्या बाजूने युक्तिवाद मांडतांना बरनीने निधर्मी व धर्मनिरपेक्ष अभिशासन पद्धतीचे समर्थन केले. झवाबित* उघडपणे *शरियत*च्या पूर्ण विरुद्ध असू नये असे मत बरनीने मांडले असले तरी तो पुढे असे म्हणतो की, राज्यकारभार चालविताना *झवाबित*ला महत्त्व देण्यात यावे. याची दोन मुख्य उद्दिष्टे अशी की, यामुळे शासनविभागांच्या कार्यांमध्ये लवचीकता येईल व प्रजेची राजा आणि राज्याप्रतीची निष्ठा अधिक दृढ होईल.

मुघल प्रशासन

यामध्ये दोन भाग समाविष्ट आहेतः पहिल्या भागामध्ये अबुल फझल व तोडरमल यांनी मुघल कालखंडामध्ये घालून दिलेले ठरावीक प्रकारचे अभिशासन प्रकार समाविष्ट असून दुसरा भाग मुघल प्रशासनाच्या प्रत्यक्ष रचनेवर प्रकाश टाकतो.

संकल्पनात्मक मुद्दे

अबुल फझल (१५५१-१६०२) हा एक असा विचारवंत होता, ज्याने बरनीची राजकीय विचारप्रणाली मुघल राजवटीमध्ये कायम ठेवली जे पुढे अठराव्या शतकाच्या मध्यात ब्रिटिशांच्या विजयानंतर लयाला गेले. त्याचा *आईन-ए-अकबरी* केवळ कायदेविषयक ग्रंथ नसून त्यामध्ये व्यक्तीची भूमिका मान्य असणारी प्रशासनाची रचनादेखील मांडण्यात आली आहे. पाच खंडांमध्ये विभागलेल्या या ग्रंथामध्ये राजाकडून राज्य करताना ज्यांचे पालन करणे अपेक्षित आहे अशा काही तत्त्वांवर भर देण्यात आला होता. फझल याने, जुलूमशाहीच्या अगदी विरुद्ध, एकच अधिकारपद व सत्तेचे केंद्रीकरण टाळण्यासाठी सत्ताविभाजनाला महत्त्व दिले. तरीदेखील, असे करताना बरनीच्या मताप्रमाणेच राजाच्या अधिकारावर पूर्णपणे बंधने यावीत हे अबुल फझल यालादेखील मान्य नव्हते. फझलच्या विचारांतील काही संदर्भानुसार येणाऱ्या मर्यादा सोडल्या असता फझलचा सामाजिक-राजकीय विचार म्हणजे भूतकाळाशी फारकत होता, ज्यामध्ये हिंदू बहुसंख्याक भारतातील प्रशासनाच्या परिणामकारकतेसाठी हिंदू-मुस्लीम सलोख्यावर भर देण्यात आला होता.

सन १५८०मध्ये, अकबराने *दहसाला* किंवा *बंदोबस्त अरझी* किंवा *जब्ती* नावाची नवी व्यवस्था उभी केली. या व्यवस्थेअंतर्गत वेगवेगळ्या पिकांचे उत्पादन व गेल्या १० वर्षांतील सरासरी किमती मोजण्यात आल्या. सरासरी उत्पादनातील एकतृतीयांश भाग राज्याच्या मालकीचा असून त्याची रोख किंमत द्यावी लागे. *आईन-ई-दहसाला* ही व्यवस्था विकसित करण्याचे श्रेय तोडरमल यांना जाते. *आईन-ई-दहसाला* म्हणजे दहा वर्षांचा समझोता नसून मागील दहा वर्षांतील सरासरी उत्पादन व किंमतींवर आधारलेली व्यवस्था होती (सरन आणि दास). जमिनीची मोजणी करण्यासाठी *बीघा* हे प्रमाण एकक म्हणून वापरले जात होते. जमीन महसूल ठरविताना लागवडीतील सातत्य व उत्पादन या दोन्ही बाबींची दखल घेतली जात असे. ज्या जमिनीवर सतत पीक घेतले जात होते, त्या जमिनीला *पोलाज* असे म्हटले जाई; वर्षभर ओसाड राहिलेल्या जमिनी(*परौती*) वर्षभराने लागवडीखाली आल्यानंतर संपूर्ण दराने किंमत दिली

जाई. तीन वर्षांहून अधिक काळ ओसाड राहिलेल्या जमिनीला *चाचर* असे म्हटले जाई. यातून क्रमाक्रमाने किंमत मिळत असे व तिसऱ्या वर्षी संपूर्ण दर आकारला जात असे. लागवडीयोग्य पण विनावापर जमिनीला *बंजर* म्हटले जाई. लागवडीला प्रोत्साहन देण्यासाठी शेतकऱ्यांना पाच वर्षे सूट दिली जात असे व त्यानंतर महसूल आकारला जात असे.

महसूल रोख द्यावा लागत असे. हे करण्याची एक सुनियोजित पद्धत होतीः जमीन महसुलाचे मूल्यमापन झाल्यानंतर दरपत्रकाच्या (*दस्तूर-उल-अमल*) साहाय्याने प्रादेशिक किंवा *दस्तूर*स्तरावर त्याचे विविध प्रकारच्या खाद्यपिकांसाठी रोख स्वरूपात रूपांतर केले जात असे. यासाठी राज्यातील *परगण्यांची* (खेड्यांचा समूह) उत्पादनाचे समप्रमाण असणाऱ्या अनेक *दस्तूर* किंवा प्रदेशांमध्ये विभागणी करण्यात आली होती. शासनाकडून तहसील पातळीवर *दस्तूर-उल-अमल* पुरविले जात असून त्यातून जमीन महसुलाची पद्धत स्पष्ट केली जात असे. प्रत्येक शेतकऱ्याला एक *पत्ता* (patta) किंवा पत्र किंवा *कुबुलीयत* (deed of agreement for payment of state revenue) दिली जात असे. मूल्यांकनाच्या इतर अनेक पद्धतीही अकबराच्या कालखंडामध्ये वापरल्या जात होत्या. यातील सर्वांत प्रचलित पद्धत म्हणजे *बटई* किंवा *घल्लाबक्षी* (crop-sharing) होय. या पद्धतीचे तीन प्रकार होतेः पहिली पद्धत *भावोली* म्हणून ओळखली जात असे, ज्यामध्ये पिकांच्या भागधारकांच्या उपस्थितीमध्ये उत्पादनाची कापणी आणि मोजणी केली जाई; दुसरी पद्धत *खेत बटई* म्हणून ओळखली जाई ज्यामध्ये लागवड केल्यानंतर शेताची विभागणी केली जात असे; तिसऱ्या आणि *लांग बटई* नावाच्या पद्धतीमध्ये धान्यांच्या ढिगाचे विभाजन केले जाई. काश्मीरमध्ये गाढवावर लादलेल्या (*Kharwar*) उत्पादनाचे आधी परीक्षण करून नंतर त्याचे विभाजन केले जाई. *बटई*मध्ये शेतकऱ्यांना रोख किंवा वस्तुरूपाने मोबदला देण्याची सोय उपलब्ध होती. परंतु, नगदी पिकांबाबतीत मात्र महसूल केवळ रोखच जमा करावा लागत असे. या नियमांचे सर्वसामान्य परिस्थितीमध्ये पालन केले जात असे. दुष्काळ किंवा पूर यांसारख्या नैसर्गिक आपत्तींमुळे उत्पादन न झाल्यास शेतकऱ्यांना जमीन महसुलामध्ये माफी देण्यात येत असे; त्यांना गरजेच्या वेळी बियाणे, अवजारे व जनावरांसाठी *अमिल* (उचल), *तक्कावी* (कर्जरूपाने) मिळण्याची सोय होती (अगरवाल).

मुघल कालखंडातील प्रशासकीय रचना[२]

मुघल कालखंडातील प्रशासकीय कार्यांचे मूलभूत पैलू साम्राज्यातील काही वरिष्ठ अधिकाऱ्यांच्या नेतृत्वाखाली वेगवेगळ्या विभागांमध्ये विभागलेले होते. तथापि, वेगवेगळ्या अधिकाऱ्यांची विभागप्रमुख म्हणून नेमणूक कर्मचारी प्रशासनाच्या कुठल्याही ठरावीक तत्त्वांनुसार केली जात नसून राजाच्या मर्जीनुसार व त्या त्या अधिकाऱ्याच्या *मनसब* (mansab) नुसार केली जात असे. मनसब हे मुघल प्रशासनाचे एक ठळक वैशिष्ट्य होते. हा शब्द लष्कराच्या शब्दसंग्रहातून घेतला असून त्यावरून अधिकाऱ्याची श्रेणी व त्या पदाचा लाभ आणि गरजेच्या प्रसंगी त्याने राजाच्या सेवेमध्ये किती सैन्य पुरवावे हे स्पष्ट होत असे. म्हणून, मुघल प्रशासनातील उच्च अधिकाऱ्यांच्या हाताखालील पथकामध्ये वेगवेगळ्या श्रेणीचे *मनसबदार* समाविष्ट होते. आधुनिक कालखंडातील नागरी सेवांचे राजपत्रित अधिकारी या अर्थाने त्यांच्याकडे पाहता येते. *मनसबदारांची* नियुक्ती केवळ राजाच्या मर्जीने होत असे. ते केवळ त्यांच्या जीवनकाळामध्ये त्या पदावर राहत असत. त्यावर त्यांचा कुठलाही वंशपरंपरागत अधिकार राहत नसे. मनसबींची वाटणी करताना वेळोवेळी अधिकाऱ्यांची गुणवत्ता लक्षात घेतली जात असली तरी, त्यांच्यावर राजाने त्यांना बहाल केलेले कृपाछत्र त्यांच्या एकनिष्ठतेवर व राजाच्या दृष्टीने त्यांच्या कार्यक्षमतेवर आधारित होते असे लक्षात येते. मनसबदारांना प्रशासन कसे चालवावे याबाबत कुठलेही औपचारिक प्रशिक्षण दिले जात नसे. ते प्रत्यक्ष प्रशासन चालवीत असतानाच काळाच्या ओघात ते शिकत असत. मुघल प्रशासनाचा दर्जा ढासळत गेला तशी मनसबदारी व्यवस्थादेखील पुसट होत गेली. वसाहतवादी कालखंडामध्ये ब्रिटिशांनी जमीनदार, राय बहादूर आणि खान बहादूर अशा उपाधी देऊन परत याच व्यवस्थेचे अनुकरण करण्याचा प्रयत्न केल्याचे दिसते. तथापि, स्वातंत्र्यानंतर देशाने स्वीकारलेल्या लोकशाही व समतावादी सामाजिक-राजकीय व्यवस्थेमुळे काही व्यक्तींना त्यांच्या शासनाप्रतीच्या सेवा लक्षात घेऊन विशेष अधिकार देण्याची पद्धतच नाहीशी झाल्याचे दिसते.

मुघल साम्राज्यातील अभिजनांचा समावेश असणाऱ्या कर्मचारी प्रशासनाला त्याच्या उच्चभ्रू आणि भेदभावयुक्त स्वरूपामुळे ब्रिटिश राजवटीच्या कालखंडामध्ये मान्यता मिळाली नाही व स्वातंत्र्योत्तर कालखंडामध्ये ती संपूर्णपणे नाहीशी झाली असे लक्षात येते. स्वातंत्र्यानंतर भारताच्या इतर अनेक भागांमध्ये मुघल राज्यकर्त्यांच्या प्रांतिक प्रशासनाची वैशिष्ट्ये त्याच किंवा अन्य स्वरूपात अस्तित्वात असलेली दिसतात. ब्रिटिश कालखंडामध्ये मुघल प्रांतातील *सुभा* व्यवस्थेवर आधारित देशाचे वेगवेगळ्या इलाख्यांमध्ये (Presidency) विभाजन करण्यात आले. त्यातूनच पुढे, आधुनिक कालखंडातील राज्ये व केंद्रशासित प्रदेश निर्माण झालेले दिसतात. मुघल काळामध्ये प्रत्येक *सुभा सुभेदार* नामक अधिकाऱ्याच्या कार्यक्षेत्रातील अभिशासनाचा स्वतंत्र विभाग होता. प्रांतामध्ये कायदा व सुव्यवस्था जतन करणे हे सुभेदाराचे मुख्य कार्य होते. *सुभेदाराला* प्रांतीय पातळीवर *दिवाण* हा समकक्ष अधिकारी असे. दिवाणाकडे महसूल संकलन, प्रांतातील इतर अधिकाऱ्यांच्या नियुक्त्यांची काळजी व प्रांतातील दुर्गांचे व्यवस्थापन ही कामे असत. या दोन्ही अधिकाऱ्यांचे कार्यक्षेत्र भिन्न होते. एकाकडे कायदा व सुव्यवस्था राखण्याचे काम होते, तर दुसऱ्याकडे महसूल विभागाशी संबंधित काम असे. प्रशासकीय व्यवस्थेमध्ये दोन्ही अधिकारी समान पातळीवर असल्याने आदेश एकतेचे तत्त्व (Unity of Command) पाळले न गेल्याने यातून दोन उच्चपदस्थ अधिकाऱ्यांच्या व्यक्तिमत्त्वांतील भिन्नतेमुळे संघर्ष उद्भवू शकतो असा एक मुद्दा अधोरेखित होतो. या दोन अधिकाऱ्यांना त्यांची कार्ये सुरळीत पार पडावी म्हणून प्रांतीय प्रशासनाच्या कनिष्ठ पातळीवर अनेक नियुक्त्या करण्याचे अधिकार होते. *सुभेदारा*चा साहाय्यक म्हणून *फौजदार* या अधिकाऱ्याची नियुक्ती केली जात असे, तर दिवाणाचे साहाय्यक म्हणून *अमीन, क्रोरी* आणि *तहसीलदार* हे अधिकारी नेमले जात असत.

वर नमूद केलेली प्रशासनाची एकके व मुघल साम्राज्यातील प्रशासनाची व्यवस्था यांमध्ये मोठ्या प्रमाणात साम्य दिसून येते. यांमध्ये स्थानिक व जिल्हा पातळीवरील प्रशासन ठळकपणे निदर्शनास येते. जसे, आधुनिक कालखंडातील प्रत्येक राज्य प्रशासनाच्या सोयीसाठी वेगवेगळ्या जिल्ह्यांमध्ये विभागले गेले आहे. तसेच, मुघल साम्राज्याच्या कालखंडामध्ये सुभ्याची वेगवेगळ्या प्रशासकीय विभागांमध्ये विभागणी केलेली असे. या विभागांना *सरकार* असे म्हटले जाई. या सरकारांचे उपविभाग म्हणून पुढे *परगणा* (subdivision level), *मावडाह* (host of villages) आणि *नांगला* (small hamlet) अशी विभागणी असे. देशातील उत्तर प्रदेशसारख्या अनेक राज्यांमध्ये प्रशासनाचे हे विभाग अजूनही बघता येतात. आधुनिक कालखंडाप्रमाणे, *सरकार*चे विभाजन दोन ठळक विभागांमध्ये केले जाईः कायदा आणि सुव्यवस्था आणि महसूल संकलन. *सरकार*मधील कायदा व सुव्यवस्था राखण्यासाठी *फौजदार* हा मुख्य अधिकारी असे, *अमीन* नामक अधिकाऱ्याकडे महसूल संकलनाची जबाबदारी असे, अमीनचा सहकारी म्हणून व शेतकऱ्यांकडून कर गोळा करण्यासाठी *खजानदार* या अधिकाऱ्याची नेमणूक केली जाई. *परगणा* स्तरावरवर *शिगर* नावाचा मुख्य अधिकारी नेमलेला असे. आधुनिक कालखंडामध्ये त्याचा समपदस्थ म्हणून *परगणाधिकारी* हा अधिकारी नेमलेला दिसतो. त्याचा मुख्य सहकारी अधिकारी *कानुंगो* म्हणून ओळखला जाई. *कानुंगो*चे मुख्य काम भूमापन, करनिर्धारण व महसूल संकलन हे असे. *पटवारी* हे सर्वांत कनिष्ठ पातळीवरील महसूल अधिकारी असून खेड्यांमध्ये प्राथमिक पातळीवर मुघल साम्राज्याचे प्रतिनिधित्व करीत असत. महसूल संकलन करण्यासंबंधी खेड्यातील लोकांच्या तक्रारी ऐकून घेणेदेखील त्यांच्या कामाचा एक भाग असे. मुघल साम्राज्याच्या कालखंडामध्ये *शिगर* ते *पटवारी* या सर्व पातळ्यांवरील अधिकारी सामान्य जनतेसाठी राजाच्या वतीने काम करीत असत. लोकशाही विकेंद्रीकरणाच्या वर्तमान कालखंडामध्ये, लोकप्रतिनिधी हे शासन व जनतेमधील महत्त्वाचा दुवा असून बहुतांशी त्याच पदनामाचे अधिकारी शासनाच्या महसूल प्रशासनरचनेचा आधारभूत कणा ठरतात.

मुघल कालखंडातील कायदा व सुव्यवस्था प्रशासन आधुनिक कालखंडातील पोलीस व्यवस्थेत प्रतिबिंबित होते. पुढे या व्यवस्थेत ब्रिटिशांनी त्यांच्या दीर्घकालीन राजवटीच्या कालखंडामध्ये महत्त्वपूर्ण बदल केले. बाह्य आक्रमणे व अंतर्गत अडचणींच्या कालखंडामध्ये केवळ राजा त्याच्या राज्याच्या सुरक्षा व सुरक्षिततेसाठी जबाबदार असल्याने केंद्र पातळीवर त्यासाठी इतर कुठलाही अधिकारी नेमला जात नसे. काही वेळेला राजाचा प्रधानमंत्री, जो *वकील* म्हणून

ओळखला जात असे, त्याला राज्याच्या अंतर्गत बाबींसंबंधी सल्ला देत असे. तथापि, प्रांतिक व त्याखालील पातळ्यांवर कायदा व सुव्यवस्था राखण्यासाठी सर्वोच्च अधिकारी म्हणून *फौजदार* नामक अधिकारी नेमला जात असे. फौजदाराची इतर अनेक कार्ये असली तरी, प्रांतात कायदा व सुव्यवस्था राखणे हे त्याचे मुख्य उत्तरदायित्व होते. प्रांतीय पातळीवर कायदा व सुव्यवस्थेचे पालन न झाल्यास अप्रत्यक्षपणे फौजदाराच्या कार्यक्षमतेविषयी प्रश्नचिन्ह निर्माण होत असे. मुघल राजवटीतील कायदा व सुव्यवस्था प्रशासनामध्ये एक महत्त्वाची उणीव दिसून येते. ती अशी की, त्यांनी *सरकार*मधील काही विशिष्ट जबाबदार अधिकारी नेमताना दुर्गम ग्रामीण भाग मोठ्या प्रमाणात वगळला. उलट, शहरी प्रदेश प्रशासनाचा भाग मानून सरकारातील कायदा व सुव्यवस्था टिकविण्यासाठी *कोतवाल* नामक अधिकाऱ्याची नियुक्ती केली जात असे. ग्रामीण भागातील जनतेला कायदा व सुव्यवस्थेसंदर्भात त्यांच्या स्वतःच्याच भरवशावर सोडून दिल्याने ग्रामीण भागातील जनतेने स्वतःची संसाधने वापरून *चौकीदार* नामक अधिकारी नेमला होता. अशा प्रकारे, कायदा व सुव्यवस्था व्यवस्थापन हा मुघल राज्यकर्त्यांच्या नागरी प्रशासनामधील सर्वांत दुर्लक्षित मुद्दा होता असे लक्षात येते.

मुघल साम्राज्यातील अत्यंत दयनीय अवस्थेत असलेल्या कायदा व सुव्यवस्था प्रशासनाशी तुलना करता त्यांचे महसूल प्रशासन मात्र अतिशय विकसित व सूत्रबद्ध असल्याचे अधोरेखित होते. राजापासून ते राज्यातील सर्वांत कनिष्ठ पातळीवरील अधिकाऱ्यापर्यंत झालेले जबाबदाऱ्यांचे वाटप व त्याचे स्वरूप हा मुद्दा महसूल प्रशासनाच्या कार्यपद्धतीच्या केंद्रस्थानी होता. राजाच्या देखरेखीखाली दिवाण किंवा *वजीर* हे राज्याचे मुख्य महसूल अधिकारी होते. वजिराला साहाय्यक म्हणून इतर अनेक कनिष्ठ अधिकारी नेमलेले असत व वजीर राज्याच्या मूळ धोरणाच्या दृष्टिकोनाबाबत राजाला सल्ला देत असे आणि राज्याच्या महसूल व वित्त विभागातील दैनंदिन घडामोडींचे कामकाज पहात असे. प्रांतीय पातळीवरील *दिवाणांची* नियुक्ती राजा करीत असला तरी ते त्यांचे दैनंदिन कामकाज *वजिराच्या* देखरेखीखाली करीत असत. तथापि, राज्यातील महसुलाचे दर वाढविण्याची जबाबदारी खऱ्या अर्थाने, एक कोटी दाम इतका महसूल गोळा करणारा अथवा *करोडी* नामक अधिकाऱ्याची असे. करोडीच्या अधिकारपदात अनेक बदल होऊन पुढे आधुनिक कालखंडामध्ये हेच अधिकारपद जिल्हाधिकाऱ्याच्या अधिकारपदात रूपांतरित झालेले दिसते. *करोडी*ची महसूल संबंधी कार्ये पार पाडण्यासाठी त्याच्या हाताखाली *अमीन* किंवा महसूल आकारणारा फतहदार किंवा खऱ्या अर्थाने ग्रामस्थांकडून महसूल संकलन करणारा अधिकारी कार्यरत असे. त्यानंतर, जमिनीचे सर्वेक्षण करणे, करदात्यांची नोंद ठेवणे, व महसूलसंबंधीचे नियम व नियामकांबाबत माहिती ठेवणे या जबाबदाऱ्या *कानुंगो*नामक अधिकाऱ्याकडे असत. तसेच, सर्वसामान्य करदात्यांच्या संपर्कात राहून त्यांच्यापर्यंत महसूल विभागाचे नियम पोहोचविणे व त्यांना महसूलसंबंधित बाबींची माहिती पुरविणे ही कार्ये *पटवारी* नामक अधिकारी करीत असे. मुघल साम्राज्यात कायदा व सुव्यवस्थेसंबंधी व्यवस्था दुर्लक्षित झाली असली तरीदेखील विरोधाभास म्हणजे अत्यंत विस्तृत अशी महसूल यंत्रणा लक्षात घेतल्यास मुघल प्रशासन मुख्यत्वे महसूल संकलन करणारे प्रशासन होते हे अधोरेखित होते व या मध्ययुगीन कालखंडातील नागरी प्रशासन व्यवस्थेत कल्याणकारी प्रशासनाचे चित्र पूर्णपणे स्पष्ट उमटत नाही.

अंतिमतः विश्लेषण करताना असे म्हणता येईल की, मुघल प्रशासन ब्रिटिशांना एक आंग्ल प्रशासकीय व्यवस्था घडविण्यासाठी साहाय्यभूत ठरले. या पायावर आधारलेली व्यवस्था वसाहतवादी राज्याची कार्ये पार पाडण्यासाठी सुयोग्य होती. राज्याची किमान भूमिका असावी या दृष्टिकोनावर आधारलेले मुघल प्रशासन केवळ अशी कार्ये करत असताना दिसत होते, जी केल्यावाचून राज्याचे मूळ अस्तित्व धोक्यात येईल. यामुळे यात काहीच आश्चर्य नाही की, मुघल कालखंडामध्ये प्रशासनाचे मूळ कार्य महसूल संकलन करणे हे होते व या कार्याची पूर्तता होण्यासाठी एक विस्तृत व सुसंगत व्यवस्था अस्तित्वात होती या निष्कर्षाला दुजोरा मिळतो. याव्यतिरिक्त, राज्य प्रशासनातील कायदा व सुव्यवस्था विभागाच्या कार्यामध्ये राजा प्रत्यक्ष लक्ष घालीत होता. याचे कारण असे की, त्यामध्ये लक्ष घातले नसते तर राज्याचे सार्वभौमत्व अबाधित राहिले नसते. तरीदेखील, दोन्ही प्रशासन विभागांचा आवाका सारखाच आहे असे ढोबळमानाने वाटत असले तरी, जमीन महसुलाच्या प्रशासनापेक्षा कायदा व सुव्यवस्था प्रशासनाला अत्यल्प महत्त्व दिल्याचे दिसून येते. मुघल प्रशासनाला प्रशासनाची रचना, नियुक्ती पद्धती व कार्यात्मक परिवर्तन या बाबींविषयी अनेक उणिवांचे

गालबोट लागले असले तरी, कमीत कमी प्रशासकीय संकल्पना स्पष्ट करून त्या प्रशासनात चपखल बसविणे यासाठी मुघल सत्ताधाऱ्यांच्या दूरदृष्टी व प्रयत्नांना श्रेय द्यावे लागते. प्रशासनाच्या याच व्यवस्थेमुळे राज्याच्या मोठ्या प्रमाणात विस्तार पावलेल्या सीमा अबाधित ठेवणे व कायदा सुव्यवस्थेत सातत्य राखून जनतेला नागरी जीवनमानाबाबत आश्वस्त करणे शक्य झाले.

भारतीय प्रशासन व्यवस्थेतील ब्रिटिश वारसा

ब्रिटिश प्रशासनाचे स्वरूपदेखील वेगळे होतेः ईस्ट इंडिया कंपनीच्या कालखंडामध्ये ब्रिटिश राजघराणे प्रत्यक्षपणे भारताच्या प्रशासनात सहभागी नव्हते; सर्वोच्च सत्ता म्हणून ते परिघावरून जोडलेले होते व कंपनी ब्रिटिश राजघराण्याच्या प्रशासकीय कार्यक्षेत्रामध्ये कार्यरत होती. कंपनीच्या भारतातील कामकाजासाठी राजघराण्याकडून दोन संस्था नेमण्यात आल्या होत्याः मालकांचे न्यायालय व संचालकांचे न्यायालय. ही दोन्ही न्यायालये स्वतंत्र होती व कंपनीने भारतात कसे कार्य करावे हे या न्यायालयांकडून ठरविले जात असे. राजघराण्याच्या सनदेमध्ये, भारतामध्ये कुठल्याही अडचणींशिवाय कंपनीचे उद्दिष्ट साध्य व्हावे म्हणून, या न्यायालयांना सर्व अधिकार देण्यात आले होते. कंपनीचे भारतातील कार्य वर्चस्वी पद्धतीने चालत होते. केवळ व्यावसायिक उद्दिष्टे डोळ्यांसमोर ठेवली जात असत. कंपनी चालविणाऱ्या अधिकाऱ्यांनी प्रशासनात बदल घडवून आणण्याचे प्रयत्न केले. मात्र, ते प्रयत्न मोठ्या प्रमाणात पुस्तकी स्वरूपाचे होते. कंपनीच्या 'सदोष राजवटीबाबत' तक्रारी येत असल्याने ब्रिटिश संसदेने तक्रारींची सत्यता तपासून पाहण्यासाठी एक गोपनीय समिती स्थापन केली. या समितीच्या चौकशीमधूनदेखील कंपनीची 'सदोष' कार्यपद्धती अधोरेखित झाली. परिणामी, १७७३चा नियमन कायदा स्वीकृत केला गेला. हा कायदा म्हणजे ब्रिटिशांनी भारतावरील त्यांची पकड दर्शविण्यासाठीचे टाकलेले पहिले पाऊल होते असे म्हणता येईल. या कायद्याद्वारे कंपनीचे भारतातील दुहेरी शासन काढून टाकण्यात आले.

नियमन कायदा, १७७३

या कायद्याद्वारे ब्रिटिश संसदेने प्रथमच कंपनीच्या कामकाजामध्ये थेट हस्तक्षेप केला. कंपनीच्या संचालकांचे अधिकार कायम ठेवण्यात आले असले तरी, आता कंपनी कोषागार न्यायपीठाला उत्तरदायी असेल या नियमामुळे कंपनीचे स्वातंत्र्य मोठ्या प्रमाणात संकुचित झाले. बंगालचे गव्हर्नर वॉरेन हेस्टिंग्ज यांना आता गव्हर्नर जनरल म्हणून नियुक्त करण्यात आले. त्यांच्या साहाय्यासाठी राजघराण्याने शिफारस केलेले चार सभासदांचे एक प्रमंडळ कार्यरत असेल असे नमूद करण्यात आले. या कायद्यानुसार, सर्वोच्च अधिकार गव्हर्नर जनरलला नसून या प्रमंडळाला असतील असे स्पष्ट करण्यात आले होते. हे प्रमंडळ निर्णय घेताना बहुमताच्या तत्त्वावर आधारित निर्णय घेईल असेही नमूद करण्यात आले होते. भारतामध्ये हे प्रमंडळ सर्वोच्च मानले गेले असले तरी या प्रमंडळाला लंडनमधील संचालकांच्या न्यायालयाच्या देखरेख, दिशानिर्देशन व नियंत्रणाखाली काम करावे लागत असे.

हा कायदा भारतीय प्रशासनाच्या दृष्टीने एक महत्त्वाचा टप्पा ठरला. यामागे चार प्रमुख कारणे होतीः एक, कंपनीच्या स्वमर्जीने चालणाऱ्या कामकाजावर प्रतिबंध घालून या कायद्यान्वये प्रशासनातील मूल्यांना महत्त्व देण्यात आले. कंपनी भारतातील लोकप्रशासनामध्ये सहभागी असल्याने कंपनीला नागरिकांप्रतीची बांधीलकी दुर्लक्षित करून चालणार नव्हती. राजघराण्याच्या हस्तक्षेपावरून हे उघड झाले की, कंपनीच्या भारतातील कामकाज व्यवस्थापनाबाबत ब्रिटिश शासन समाधानी नव्हते. अशा प्रकारे, हा कायदा म्हणजे इंग्लंडमधील सत्ताधाऱ्यांच्या भारतीय जनतेप्रतीच्या तात्त्विक चिंतेचा परिणाम म्हणून मांडला गेला. या कायद्याने सामाजिक व राजकीय परिस्थितीमध्ये कालसुसंगत सुधारणा घडवून आणण्यासाठी कायदेशीर प्रयत्न केले असले तरीदेखील वसाहतवाद्यांचे हित सर्वोच्च होते हे अमान्य करता येणार नाही. दोन, गव्हर्नरच्या माध्यमातून चालवल्या जाणाऱ्या व्यक्ती-आधारित प्रशासनाला विरोध करून या कायद्याद्वारे मंडळाला

राजघराण्याप्रती उत्तरदायी ठरविण्यात आले. हा पूर्वीपेक्षा लक्षणीय बदल ठरला, कारण आता लोकप्रशासन म्हणजे केवळ अभिशासन नसून उद्दिष्टाधारित अभिशासन असणे अपेक्षित होते. अशा प्रकारे, प्रशासकीय रचनेखेरीज, १७७३च्या कायद्यान्वये प्रशासनाची रचना मांडण्याव्यतिरिक्त कंपनी शासनाचा तात्त्विक पाया बदलण्याचा प्रयत्न करण्यात आला. हा तात्त्विक पाया प्रशासनाच्या काही प्रस्थापित तत्त्वांवर आधारलेला होता व राजघराण्याच्या परिघातील वेस्टमिन्स्टर लोकशाहीनुसार चालत असे. तीन, या कायद्यान्वये केंद्रीकरणाचा पाया घातला गेला. प्रमंडळाचा गव्हर्नर जनरल (गव्हर्नर जनरल इन कौन्सिल) हा भारतातील सर्वोच्च राज्यकर्ता ठरला आणि बंगाल, मद्रास, बॉम्बे या तीन प्रांतांतील गव्हर्नर कनिष्ठ पातळीवरील शासक मानण्यात आले. या कायद्यानुसार, गव्हर्नर जनरलच्या एकूण नियंत्रणाखालील तीन मुख्य प्रांतांतील गव्हर्नरचे प्रशासकीय कार्यक्षेत्र निर्धारित करण्यात आले. हे पाऊल भारतातील लोकप्रशासनाच्या क्रमविकासामध्ये महत्त्वाचे ठरले. प्रशासनामध्ये प्रमंडळाचा (council) समावेश करून घेतल्याने या कायद्यान्वये कंपनीच्या शासनपद्धतीमध्ये एक नवा प्रवाह आला, ज्यानुसार कंपनीचा कारभार किमान सैद्धान्तिकदृष्ट्या तरी आता पूर्वीइतका निरंकुश पद्धतीचा नसेल याची काळजी घेण्यात आली. गव्हर्नर जनरलने मंडळाचा सल्ला घेणे अपेक्षित होते व तो ब्रिटिश संसदेला उत्तरदायीदेखील होता. सरतेशेवटी, या कायद्यान्वये कलकत्ता येथे सर्वोच्च न्यायालयाची मुहूर्तमेढ रोवली. या न्यायालयाच्या स्थापनेवेळी एलिजा इम्पे सरन्यायाधीश व तीन अन्य न्यायाधीश होते. प्राथमिक स्तरावर या अभिलेख न्यायालयाच्या कार्यक्षेत्रामध्ये संपूर्ण प्रांतातील नागरी, गुन्हेगारीविषयक, धर्मविषयक, नौदलविषयक निःपक्षपाती न्यायबुद्धी व पर्यवेक्षणविषयक बाबी समाविष्ट करण्यात आल्या होत्या. तसेच अन्य कोणतीही परप्रांतीय व्यक्ती जी कंपनीकडून रोजगार प्राप्त करत असेल तर ती व्यक्तीदेखील या कार्यक्षेत्रामध्ये समाविष्ट होती.

वर नमूद केल्याप्रमाणे हा कायदा भारतातील लोकप्रशासनासाठी अतिशय महत्त्वपूर्ण होता, कारणः (अ) या कायद्यान्वये आधुनिक भारतातील शासनव्यवस्थेचा साचा स्पष्ट करण्यात आला; आणि (आ) पुढील सर्व कायदे म्हणजे १७७३च्या कायद्याचे विस्तारित किंवा विकसित रूप होते असे म्हटले तर ते अयोग्य ठरणार नाही. वर्तमान परिस्थितीत या कायद्याच्या मर्यादा लक्षात घेता, या कायद्याचा दृष्टिकोन व आशय क्रांतिकारक होता. या कायद्यान्वये कंपनीला संसदेप्रती उत्तरदायी ठरविण्यात आल्याने कंपनीचे प्रशासन औपचारिक लोकशाही मूल्यांना अनुसरून घडविण्याचा प्रयत्न करण्यात आला. गव्हर्नर-जनरल-इन-कौन्सिल सर्वोच्च आहे असे सुचवून या कायद्याद्वारे ऐकिक आदेशपद्धतीला पुष्टी देण्यात आली असली तरी, यामध्ये 'मर्यादित' विकेंद्रीकरणाची संकल्पना समाविष्ट असल्याचे दिसते. याचे कारण असे की, केवळ प्रशासकीयदृष्ट्या का होईना परंतु, प्रांतातील गव्हर्नरला स्वतंत्र कार्यक्षेत्र होते.

कंपनीच्या शासनाच्या अमलाखालील भारतीय प्रशासकीय अडचणींना तोंड देण्यासाठी १७७३चा नियमन कायदा पुरेसा सक्षम नव्हता. एडमंड बर्क यांच्या नेतृत्वाखालील संसदीय समितीने गव्हर्नर जनरल व सरन्यायाधीशाच्या निरंकुश कामकाजाचे स्वरूप उघड केले व त्यांना परत बोलावण्याची शिफारस केली. मात्र, मालकांच्या मंडळाने ही शिफारस अमान्य केल्याने हे शक्य झाले नाही. यातून, कंपनीच्या भारतातील कामकाजावर संसदीय नियंत्रणाचा अभाव आहे, अशी बाब पुढे आल्याने घटनात्मक पेचप्रसंग निर्माण झाला. परिणामी, १७८४मध्ये पिट्स कायदा लागू करण्यात आला. या कायद्यानुसार, नियामकांच्या न्यायालयाला भारतातील सर्व वाणिज्यविषयक बाबींचे व्यवस्थापन करण्याचे 'स्वातंत्र्य' देण्यात आले होते व राजकीय परिघामध्ये सहा आयुक्त असलेल्या नियंत्रण मंडळाकडे सर्व अधिकार सोपविण्यात आले होते. राजाने नियुक्त केलेल्या या मंडळामध्ये, शासकीय कोषाचा प्रमुख, राज्य सचिव व चार गोपनीय सल्लागार हे अधिकारी समाविष्ट होते. दक्षिण व दक्षिण-पूर्व आशियातील ब्रिटिशांच्या सर्व वसाहतींमध्ये या मंडळाला शासनाच्या नागरी व लष्करी कार्यांत 'देखरेख, दिशानिर्देशन व नियंत्रण' या संबंधीचे संपूर्ण अधिकार देण्यात आले होते. कंपनीच्या कार्यामधील मालकांच्या न्यायालयाचे नेतृत्व आता कमी होऊन त्याचे कार्यक्षेत्र संचालकांच्या निवडणुकीपुरते मर्यादित राहिले होते. या संचालकांना भारतातील सर्व पदांवर नियुक्त्या करण्याचे अधिकार होते. परंतु, राजघराण्याकडे कंपनीमध्ये कार्यरत असलेल्या कोणाही कर्मचाऱ्याला परत बोलावण्याचे अधिकार राखून ठेवले होते.

भारतातील लोकप्रशासनाच्या क्रमविकासामध्ये पिट्स कायदा दोन कारणांसाठी लक्षणीय ठरलाः एक, या कायद्यान्वये, कंपनीद्वारा नियंत्रित असलेल्या वसाहतींमध्ये राजघराण्याचे अधिपत्य प्रस्थापित करण्यात आले. प्रशासन ही आता एक विस्तृत रचना बनली, ज्यामध्ये राजाने नियुक्त केलेले व संसदेप्रती उत्तरदायी असलेले सदस्य समाविष्ट होते. वेगवेगळ्या रचनात्मक यंत्रणा वापरून ब्रिटिश राज्यकर्त्यांनी भारतामध्ये अभिशासनाची एक व्यवस्था तयार करण्याचा प्रयत्न केला. ही व्यवस्था पूर्वीच्या प्रशासन व्यवस्थेपेक्षा गुणात्मकदृष्ट्या भिन्न होती. दोन, या कायद्यान्वये भारतातील राजांसंबंधी नवे धोरण राबविण्यात आले. ज्या अन्वये, कंपनीने त्यांच्या घडामोडींमध्ये 'निर्हस्तक्षेपाच्या धोरणाचे' पालन करावे असा अर्थ अभिप्रेत होता. म्हणजेच, पूर्वीपासूनच कंपनीच्या नियंत्रणाखाली असलेल्या क्षेत्रांपर्यंतच कंपनीचे अधिकार मर्यादित ठेवण्यात आले होते. हे निर्हस्तक्षेपी स्वरूपाचे धोरण अल्पजीवी ठरले व पुढे, अठराव्या शतकाच्या शेवटी, विशेषतः गव्हर्नर जनरल म्हणून वेलेस्लीचे आगमन झाल्यानंतर, भारतातील ब्रिटिश राजवटीचे भारताच्या ब्रिटिश राजवटीत रूपांतर झाले. वेलस्लीने त्याचे धोरण लष्कराचा कठोरपणा व भारतातील राजांशी 'दुय्यम युतीचा' करार करून योजनाबद्ध पद्धतीने साध्य केले. वेलस्लीच्या साम्राज्यबांधणीच्या भूमिकेव्यतिरिक्त त्याची परिणामकारक प्रशासनासंबंधीची इच्छा त्याचे योगदान लक्षणीय ठरविते. कारण प्रशासनकौशल्य असलेल्या अधिकाऱ्यांशिवाय साम्राज्य टिकू शकत नाही असा त्याचा विश्वास होता. याच हेतूने, त्याने कंपनीतील नागरी सेवकांच्या प्रशिक्षणासाठी फोर्ट विलियम येथे महाविद्यालयाची स्थापना केली. येथूनच भविष्यातील भारतीय नागरी सेवांचा प्रारंभ झाला असे म्हणता येईल.

सनदी कायदा, १८३३

ब्रिटिश संसदेने ईस्ट इंडिया कंपनीच्या भारतातील कामकाजावर लक्ष ठेवण्यासाठी जे काही कायदे आणले त्यांपैकी १८३३चा सनदी कायदा भारताच्या लोकप्रशासनासाठी सर्वांत निर्णायक ठरला. अशा कायद्याची गरज का होती? भारतातील ब्रिटिशांच्या वाढत्या साम्राज्यामुळे भारतातील व ब्रिटनमधील प्रशासनालादेखील नव्याने उद्भवलेल्या परिस्थितीला तोंड द्यावे लागले. प्रस्थापित प्रशासकीय यंत्रणा साम्राज्य टिकवून ठेवण्यासाठी पुरेशी नव्हती. ब्रिटनमध्ये संसदीय सुधारणांमुळे व प्रबोधनाच्या प्रभावामुळे एका नव्या अभिशासन पद्धतीचा पाया घातला गेला. या नव्या पद्धतीचा भर प्रबोधन-आधारित उदारमतवादावर होता. या कालखंडामध्ये भारताबरोबर खुला व्यापार, युरोपीय नागरिकांचे भारतात अनिर्बंध स्थलांतरण, कायद्यांमध्ये सुधारणा व भारतातील शिक्षण सुधारणा याबाबतच्या मागण्या अधोरेखित होत असल्याचे लक्षात येते. या कालखंडामध्ये मॅकोले व जेम्स मिल या दोन कट्टर उदारमतवाद्यांनी ब्रिटिशांच्या दृष्टिकोनात बदल घडवून आणला, असे लक्षात येते. यांपैकी, मॅकोले हे संसदेचे सभासद व नियामक प्रमंडळाचे सभासद होते व जेम्स मिल भारत सभागृहामध्ये भारताबरोबरच्या पत्रव्यवहाराचे परीक्षक होते.

सनदी कायदा स्वीकृत केल्यानंतर कंपनीचे भारतातील आर्थिक एकाधिकार नाहीसे होऊन भारतातील युरोपीय नागरिकांच्या स्थलांतरणावरील सर्व निर्बंध काढून टाकण्यात आले. तसेच, या कायद्यान्वये, भारतामध्ये प्रशासकीय नियंत्रणाच्या पुढील नव्या पद्धती अमलात आणल्या गेल्याः एक, गव्हर्नर जनरल म्हणजेच, आताचे भारताचे गव्हर्नर जनरल यांच्याकडे नागरी, लष्करी आणि महसूल प्रशासनसंबंधी सर्वोच्च अधिकार देण्यात आले होते. केंद्रीय प्रशासनामध्ये, सर्व प्रांतांतील गव्हर्नर हे गव्हर्नर जनरलच्या अखत्यारित येत असत. गव्हर्नर जनरल हा ब्रिटिश सरकारचा भारतातील मुख्य प्रतिनिधी मानला जात असे. दोन, गव्हर्नर जनरल व सर्व गव्हर्नरांच्या कार्यकारी मंडळातील सर्व निर्णयांची कारणमीमांसा करणे त्यांना आवश्यक होते. हा सर्वोच्च अधिकारधारकांवर अंकुश ठेवण्याचा एक प्रयत्न होता असे म्हणता येईल. तीन, सर्व कायदेशीर अधिकार गव्हर्नर-जनरल-इन-कौन्सिलकडे देण्यात येऊन प्रांतीय शासनाकडून सर्व अधिकार काढून घेण्यात आले होते. गव्हर्नर-जनरल-इन-कौन्सिलकडून मान्यता मिळालेल्या नियमांना कायदा म्हणून मान्यता मिळत असे व त्या नियमांच्या वैधतेप्रती सर्वोच्च न्यायालयाने निर्णय देणे आता आवश्यक नव्हते. हे कायदे सर्व न्यायालयांना लागू होते. चार, इंग्रज विधिवक्ता असलेला कायदेमंडळाचा सभासद गव्हर्नर-जनरल-इन-कौन्सिलचा सल्लागार म्हणून नेमण्यात यावा. ही नियुक्ती म्हणजे साम्राज्याच्या कायदेमंडळाच्या घटनेतील महत्त्वपूर्ण पाऊल होते. पहिले

सभासद मेकॉले यांच्याकडे भारतासाठी क्रमबद्ध पद्धतीने कायदे मांडण्याचे काम देण्यात आले होते. गव्हर्नर जनरलच्या आदेशावरून स्थापन करण्यात आलेल्या भारतीय कायदा आयोगाचे अध्यक्ष म्हणून त्यांनी हे काम पाहावयाचे होते. सरतेशेवटी, धर्म, जन्मस्थान, वंश, वर्ण किंवा यापैकी कोणत्याही संदर्भाने कंपनीच्या रोजगार संधींमध्ये तफावत असू नये अशी तरतूद करणारा सनदी कायदा याबाबतीतही महत्त्वपूर्ण ठरला. हे तत्त्व सैद्धान्तिकदृष्ट्या पाळले जात असले तरी, प्रत्यक्षात मात्र भिन्न परिस्थिती होती. यामागील कारणे वसाहतवादी दृष्टिकोनामध्ये आढळून येतात.

ब्रिटिश साम्राज्याची व्यापकता जसजशी वाढत गेली तसतसे भारतातील लोकप्रशासन अधिकाधिक गुंतागुंतीचे होत गेले. सन १७७३चा नियमन कायदा कंपनीच्या केंद्रीय प्रशासन कालखंडामध्ये अस्तित्वात आला असला तरी, १८३३च्या सनदी कायद्याने भारतातील प्रशासनावर राजघराण्याचा अधिकार आहे असे नमूद करून राजघराण्याचे वर्चस्व अधोरेखित केले. प्रमंडळाबरोबरच गव्हर्नर जनरलदेखील सर्वोच्च अधिकारी बनला. असे लक्षात येते की, भारतीय प्रशासन मोठ्या प्रमाणात वेबरच्या सिद्धान्ताच्या गाभा व आशयावर आधारित होतेः ब्रिटिश साम्राज्यातील प्रशासन रचना ही पदसोपान पद्धतीप्रमाणे होती व त्यामध्ये अधिकारांचे केंद्रीकरण झालेले होते. वसाहतवाद हाच यामागील महत्त्वाची कारणपरंपरा असल्याचे १९४७ला भारताला स्वातंत्र्य मिळेपर्यंत प्रभावी असलेल्या वसाहतवादातून हेच पुढे येते.

भारतातील सुशासन कायदा, १८५८

भारतातील लोकप्रशासनाचे स्वरूप आमूलाग्र बदलणारा १८५८चा कायदा सर्वांत महत्त्वाचा ठरला. या कायद्यान्वये, ईस्ट इंडिया कंपनीच्या एक शतकाच्या राजवटीचा अंत झाला. स्वातंत्र्यप्राप्तीचा पहिला संघर्ष म्हणून ओळखल्या जाणाऱ्या १८५७च्या उठावानंतर वासाहतिक साम्राज्याचे अधिक दृढीकरण करावयाचे होते. यासाठी या कायद्यान्वये, प्रशासकीय यंत्रणा सुधारण्यासाठी तरतुदी करण्यात आल्या. यायोगे, भारतातील शासन आता इंग्लंडमधील राजघराण्याच्या नियंत्रणाखाली चालविले जाणार होते. सन १८५८च्या राणीच्या जाहीरनाम्यानुसार हा कायदा स्वीकृत झाला. या कायद्यानुसार असे अधोरेखित झाले की, राजघराण्याकडून व्हीस्काउंट कॅनिंग यांना नमूद केलेल्या वसाहतींमध्ये आमच्या नावे शासन चालविण्यासाठी पहिले व्हाईसरॉय व गव्हर्नर जनरल म्हणून नियुक्त करण्यात आले आहे. या पदावरील अधिकाऱ्याने आमच्या नावे कार्यरत असावे व वेळोवेळी आमच्या आदेश व नियमनांचे पालन करावे. हे आदेश राज्याच्या मुख्य सचिवाकडून देण्यात येतील.

याशिवाय,

> आमची प्राधान्याने इच्छा आहे की, या अधिकाऱ्याने राजघराण्याच्या कृपाछत्राखाली राहून, अंतर्गत शांतता व सुव्यवस्था पुनर्स्थापित करावी. शांततापूर्ण पद्धतीने दैनंदिन कामकाज करणे, सार्वजनिक सोईसुविधा आणि सुधारणा व तेथील आमच्या रयतेप्रती प्रशासन चालविणे या दृष्टीने काम करावे. त्यांच्या (जनतेच्या) समृद्धीमध्ये आमचे सामर्थ्य, त्यांच्या समाधानात आमची सुरक्षितता व कृतज्ञता हाच आमचा मोबदला आहे.

या जाहीरनाम्याचे १८५८च्या कायद्यामध्ये महत्त्वपूर्ण योगदान होते. नियामकांचे न्यायालय व नियंत्रण मंडळ स्थगित करून या कायद्यान्वये, शासकीय यंत्रणा, वसाहती व महसूल यांवरील नियंत्रण कंपनीकडून राजघराण्याकडे देण्यात आले. यापुढे भारत इंग्रजी सार्वभौम सत्तेखाली येणार होता. यामुळे भारतातील अभिशासन चालविण्यासाठी ब्रिटिश संसदेचे महत्त्व अधोरेखित झाले. वसाहतवादी प्रशासनाचा प्रतिनिधी म्हणून, पूर्वी नियंत्रण मंडळ व नियामकांच्या न्यायालयाने करावयाची कामे आता सेक्रेटरी ऑफ स्टेट (राज्य सचिव) ने करावयाची होती. मंत्रिमंडळाचा सभासद असल्याने सेक्रेटरी ऑफ स्टेटला त्याचे वेतन भारतातून उत्पन्न झालेल्या महसुलातून मिळत असे. शासनाच्या महसूल व खर्चाबाबतचे विवरणपत्र त्याला मांडावे लागे व भारताच्या नैतिक व भौतिक प्रगतीबाबतचा अहवाल मांडावा लागे. त्याच्या घटनात्मक व प्रशासकीय जबाबदाऱ्या पार पडण्यासाठी त्याच्या हाताखाली एक घटनात्मक व कायमस्वरूपी उपसचिव असे. त्याची कर्तव्ये परिणामकारकरित्या पार पाडण्यासाठी त्याला भारतासाठी स्थापन केलेल्या भारतीय प्रमंडळाने (India Council)

साहाय्य करणे अपेक्षित होते. प्रमंडळाने केवळ सल्ला देणे अपेक्षित असल्याने त्याची भूमिकादेखील मर्यादित होती. असे असले तरीही, काही प्रसंगांमध्ये मात्र, इतर घटनात्मक संस्थांच्या माध्यमातून गव्हर्नर जनरलच्या निर्णयांवर प्रमंडळाच्या या भूमिकेमुळे निर्णायक प्रभाव पडत असे. या कायद्यान्वये, देशातील सर्व महसूलसंबंधी बाबी गव्हर्नर जनरल इन कौन्सिलकडे सोपविण्यात आल्या व प्रांतीय शासन संपूर्णपणे मंडळाच्या अखत्यारित आले. या व्यतिरिक्त वसाहतींतील प्रशासनामध्ये विशेष बदल घडवून न आणल्याने हा कायदा पूर्वीच्या कायद्यांपेक्षा दर्जात्मकदृष्ट्या भिन्न होता असे मानता येणार नाही. सन १८६१चा भारतीय प्रमंडळ कायदा आणखी एक महत्त्वाचा टप्पा ठरला कारण, या कायद्यान्वये, प्रशासनामध्ये अशासकीय सभासद समाविष्ट करण्यात आले. प्रमंडळाची कार्ये कायदे तयार करण्यापर्यंत सीमित होती. मात्र, कार्यकारी मंडळावर नियंत्रण ठेवण्याचे कुठलेही अधिकार त्याकडे नव्हते. मात्र, यानुसार प्रांतीय शासनाला प्रांताशी संबंधित बाबींवर कायदे करण्याचे अधिकार देण्यात आले होते. प्रांतांतील ॲडव्होकेट जनरल व अशासकीय सभासद म्हणून चार भारतीयांचा समावेश करून कार्यकारी मंडळाची व्याप्ती वाढविण्यात आली.

भारतीय प्रमंडळ कायदा दोन कारणांसाठी अतिशय महत्त्वाचा ठरलाः एक, सत्ता विकेंद्रीकरणाच्या दृष्टीने हे एक महत्त्वाचे पाऊल होते व त्या अर्थाने हा कायदा भूतकाळापेक्षा वेगळा ठरला. पहिल्यांदाच केंद्रीय ब्रिटिश प्रशासनाला पर्याय देण्याचा प्रयत्न करण्यात आला होता. दोन, याअन्वये, अशासकीय सभासदांना समाविष्ट करून घेण्याच्या तरतुदीमुळे भारतीयांना प्रशासनात सामावून घेण्यात आले. ही एक प्रयत्नपूर्वक केलेली राजकीय आखणी होती ज्यामध्ये अभिजन भारतीयांना लोकप्रशासनामध्ये सामावून घेण्यात आले. सन १८५७च्या उठावानंतर याचा परिणाम झालेला दिसून येतो. प्रशासनात सामावून घेतलेल्या भारतीयांमध्ये केवळ संस्थानिक व मोठ्या जमीनमालकांचा समावेश असला तरीदेखील भारतीयांना लोकप्रशासनामध्ये सामावून घेण्याच्या दृष्टीने हे अतिशय महत्त्वाचे पाऊल ठरले.

राजघराण्याच्या प्रशासनामध्ये दोन प्रक्रिया कार्यान्वित असलेल्या दिसतात. एकीकडे, गव्हर्नर-जनरल-इन-कौन्सिलचे दृढीकरण करण्यात येत होते व दुसरीकडे, वित्तीय क्षेत्रातील अधिकार प्रदान करण्यासाठी पावले उचलण्यात येत होती. या संदर्भाने, मेयो यांचा १८७०चा ठराव लक्षणीय ठरला. यामध्ये असे म्हटले होते की,

> स्थानिक हित, देखरेख आणि जबाबदारी या बाबी शिक्षण, स्वच्छता, वैद्यकीय सेवा व सार्वजनिक लोकहिताची कामे यांचे यशस्वीरित्या व्यवस्थापन करण्यासाठी गरजेच्या होत्या. खऱ्या अर्थाने हा ठराव कार्यान्वित झाल्यानंतर स्थानिक स्व-शासन विकसित होण्याची शक्यता दृढ होते. यातूनच प्रशासकीय कार्ये करताना पूर्वीपेक्षा अधिक प्रमाणात स्थानिक संस्थांचे बळकटीकरण, स्थानिक लोकांशी व युरोपीय नागरिकांशी संपर्क हे शक्य झाले.

बॉम्बे, कलकत्ता आणि मद्रास या प्रांतांमध्ये नगरपालिका स्थापन करण्यासाठी अनेकविध कायदे राबविण्यात आले. या संदर्भात सर्वांत महत्त्वपूर्ण घटना म्हणजे १८८२चा रिपन ठराव होय. या ठरावानुसार स्थानिक स्वराज्यसंस्था स्थापन करण्यास पुष्टी देण्यात आली होती. या संस्था म्हणजे 'केवळ प्रशासनातील सुधारणा नसून राजकीय व सार्वजनिक शिक्षणाचा पाया स्थापन करण्याची प्रक्रिया होती' हे अधोरेखित करण्यात आले. हे उद्दिष्ट साध्य करण्यासाठी १८८५ साली बंगाल स्थानिक स्वराज्य संस्था कायदा स्वीकृत करण्यात आला व त्याद्वारे बंगालमध्ये जिल्हा स्थानिक मंडळांची निर्मिती करण्यात आली.

ब्रिटिश राजवटीचा सुरुवातीच्या कालखंडातील आलेख प्रशासनाचे विकेंद्रीकरण व भारतीयांची प्रशासनातील वाढती सक्रियता सूचित करतो. दोन महत्त्वपूर्ण घटनांमुळे वसाहतवादाचा प्रवाह बदललेला दिसून येतोः (अ) कलकत्ता, मद्रास, बॉम्बे येथे विद्यापीठांची स्थापना झाल्याने शिक्षित भारतीयांचे वसाहतवादावरील मत घेणे शक्य झाले. यामुळे, सातत्याने प्रशासनाच्या परिघावर असणाऱ्या भारतीयांमध्ये असंतोष निर्माण झाला. (आ) सन १८८५मध्ये भारतीय काँग्रेस पक्षाची स्थापना झाल्यानंतर जनतेच्या तक्रारींना नवी वाट मिळाली. या परिस्थितीचा परिणाम म्हणून १८९२चा भारत प्रमंडळ कायदा पारित करण्यात आला. या कायद्याने पुढील बाबी अधोरेखित करण्यात आल्याः

> भारत सरकारची कार्ये वाढवून त्याची व्याप्ती वाढविणे हे या कायद्याचे उद्दिष्ट होते. भारतीय समाजातील अशासकीय व एतद्देशीय घटकांना शासनाच्या कार्यात समाविष्ट करून घेण्याच्या संधी उपलब्ध करून देणे. यायोगे, राजकीय हित व राजकीय क्षमतेच्या विकासाला अधिकृत मान्यता देणे हेही ओघाने आले. सन १८५८मध्ये भारतातील राज्यकारभार राजघराण्याकडे गेल्यानंतर ही राजकीय क्षमता भारतीय समाजातील केवळ उच्चभ्रू वर्गांमध्ये दिसून येत होती.

या कायद्यान्वये मंडळाच्या सभासदत्वाची व्याप्ती वाढविण्यात आली. मंडळाचे प्रतिनिधी निवडण्यापूर्वी शासनमान्य प्रतिनिधींचे संचालक प्रमंडळ आणि संस्था यांच्यासमवेत सल्लामसलत करणे शासनासाठी अनिवार्य होते. या मंडळांना कायदेशीर अधिकारांव्यतिरिक्त कार्यकारी मंडळाचे वित्तीय निर्णय पडताळून बघण्याचे अधिकार होते. मात्र, हे निर्णय बदलण्याचा वा नाकारण्याचा कुठलाही अधिकार मंडळाकडे नव्हता. तथापि, मंडळांना दिलेले वाढते महत्त्व वसाहतवादी राजवटीतील महत्त्वपूर्ण बदलांचे निर्देशक ठरते. 'सेक्रेटरी ऑफ स्टेट' मोर्ले यांनी म्हटल्याप्रमाणे,

> येथे दोन प्रतिस्पर्धी विचारधारा अस्तित्वात आहेत. पहिली विचारधारा भारतीय शासनामध्ये परिणामकारकतेमुळे अधिक सुधारणा होतील असे मानते व भारतातील ब्रिटिश राजवट संपुष्टात येणे हीच ती परिणामकारकता आहे असे मत व्यक्त करते. दुसरी विचारधारा परिणामकारकता दुर्लक्षित करीत नाही मात्र, राजकीय सवलतींचादेखील विचार करते (पायले १९६५, ६८).

या जाहीरनाम्यामुळे भारतातील ब्रिटिश प्रशासनाच्या मूल्यांची पायाभरणी करण्यात आली. या दृष्टीने पहिले पाऊल म्हणून, १९०७मध्ये रॉयल आयोग स्थापन करण्यात आला. जनतेमध्ये प्रशासनाच्या अव्यवहार्य कामकाजाविषयी व क्षमतेविषयी मोठ्या प्रमाणामध्ये असंतोष निर्माण झाला होता. याबाबतीत आयोगाने लक्ष घालणे गरजेचे होते. भारतातील बदललेल्या सामाजिक, आर्थिक, राजकीय परिस्थितीशी जुळवून घेऊ शकेल असे प्रशासन भारताला देणे हे या आयोगाचे मुख्य उद्दिष्ट होते. सुधारणा सुचविण्यासाठी आयोगाद्वारे पुढील बाबी लक्षात घेण्यात आल्याः (अ) एकाच मुख्यालयातून विशाल उपखंडावर राज्य करण्यातील अडचणी आणि अपरिहार्य अशी मुत्सद्देगिरी व प्रशासनाची परिणामकारकता यामध्ये आलेले अपयश; (आ) सामाजिक व सांस्कृतिकदृष्ट्या भिन्न प्रांतांमध्ये विकासासंबंधी एकसमान योजना राबविण्यातील अडचणी; (इ) प्रांतीय व स्थानिक प्रशासनामध्ये काम करणाऱ्या अधिकाऱ्यांमध्ये जबाबदारीची जाणीव रुजविणे; (ई) जनतेला दृढ प्रशासनाची मूल्ये पटवून देऊन वसाहतवादी राजवटीचे बळकटीकरण करणे. या आयोगाच्या तरतुदींवर आधारित १९०८मध्ये एक विधेयक मांडण्यात आले. हेच विधेयक पुढे १९०९च्या मोर्ले-मिंटो सुधारणा या नावाने रूढ झाले. भारतातील वसाहतवादी राजवट दृढ करण्याचा एक राजकीय प्रयत्न म्हणून १९०९च्या कायद्यान्वये काही मूलगामी बदल सुचविण्यात आले. या बदलांमुळे मंडळात विविध समुदायांना मिळणाऱ्या प्रतिनिधित्वावर दूरगामी परिणाम होणार होते. सन १९०६मध्ये मुस्लीम लीगची स्थापना झाल्यानंतर मुस्लिमांसाठी 'स्वतंत्र मतदारसंघ' असावे अशी मागणी पुढे आली. मुस्लीम लीगचे प्रमुख आगा खान यांनी गव्हर्नर जनरलसमोर आपला पक्ष मांडताना मुस्लिमांची 'संख्यात्मक ताकद', 'राजकीय महत्त्व' आणि 'ब्रिटिश साम्राज्याच्या बाजूने' त्यांचे 'योगदान' लक्षात घेता स्वतंत्र मतदारसंघ कसा आवश्यक आहे याची मांडणी केली. हा युक्तिवाद लक्षात घेऊन मिंटो यांनी आगा खान यांना आश्वस्त केले की, 'मुस्लिमांच्या राजकीय अधिकारांची काळजी घेतली जाईल त्यांनी आश्वस्त असावे' (पायले १९६५, ६८). अशा प्रकारे, हा भारतातील प्रतिनिधित्वाच्या इतिहासातील एक निर्णायक टप्पा ठरला. मुस्लिमांना एक वेगळा समूह म्हणून मान्यता देऊन मतदानासंबंधी अधिकार देण्यात आले. यातूनच, ब्रिटिशांची 'फोडा आणि राज्य करा' ही नीती स्पष्ट झाली. 'फोडा आणि राज्य करा' हे ब्रिटिशांचे औपचारिक धोरण आहे व त्यांचे लोकप्रशासन पक्षपाती पद्धतीचे आहे हे या निमित्ताने उघड झाले. याच कालखंडामध्ये, स्वातंत्र्यलढ्याने जोर धरला होता व भारतातील राजकीय वातावरणात बदल झाला होता. सन १९०९चा मोर्ले मिंटो कायदा जनतेच्या तक्रारी लक्षात घेण्यास अपयशी ठरला होता. सन १९०९च्या सुधारणा कायद्यातील अभिशासनाची हीच दडपशाहीची पद्धत कायम ठेवण्यासाठी इतर अनेक कायदेदेखील लागू करण्यात आले

होते. पहिले महायुद्ध सुरू झाल्यानंतर ब्रिटिश शासनाच्या दृष्टिकोनामध्ये झालेला बदल स्पष्ट झाला. हा बदल युद्धामध्ये भारतीयांची मदत व्हावी या 'नीती'वर आधारलेला होता असे लक्षात येते. परिणामी, १९१९मध्ये 'मोंटेग्यू-चेम्सफर्ड सुधारणा कायदा' लागू करण्यात आला. हा कायदा शासनाच्या उद्दिष्टाशी सुसंगत होता. 'भारतीयांना प्रशासनाच्या प्रत्येक विभागात सहभागी करून घेणे व भारतामध्ये हळूहळू स्व-शासित संस्थांचा विकास घडवून आणणे' असे हे उद्दिष्ट होते (पायले १९६५, ८९). वरकरणी पहाता हा सुधारणा कायदा नवा व लोकप्रशासन आणि जनतेमध्ये सुसंबंध निर्माण करणारा वाटत होता. चार मुख्य तत्त्वांच्या आधारावर या कायद्याची बांधणी झाली होती:

१. शक्यतोवर स्थानिक संस्थांवर स्थानिक लोकांचे सर्वमान्य नियंत्रण असावे व कुठलेही बाह्य नियंत्रण न ठेवता या संस्थांना शक्य तितके स्वातंत्र्य देण्यात यावे.
२. प्रांतीय पातळीवर जनतेमध्ये जबाबदार शासनाप्रती प्रागतिक जाणीव निर्माण करण्याबाबतीत पावले उचलण्यात यावी. सुरुवातीला काही प्रमाणात जबाबदारी देऊन, नंतर भारतीयांना त्यांच्या अभिशासनामध्ये संपूर्ण जबाबदारी देण्याचे ब्रिटिशांचे उद्दिष्ट असावे. वर्तमान परिस्थितीमध्ये शक्य तितकी अधिकाधिक जबाबदारी देण्यात यावी.
३. भारतीय शासन संसदेप्रती पूर्णपणे जबाबदार असावे. ही जबाबदारी असल्याने काही महत्त्वपूर्ण बाबींमध्ये शासनाला निर्विवाद अधिकार असावेत. याचे कारण असे की, आता प्रांतीय पातळीवर बदल घडवून आणण्यात येणार होते. तसेच, दरम्यानच्या काळामध्ये भारतीय कायदेमंडळाची व्याप्ती वाढविण्यात येऊन त्याला अधिक प्रातिनिधिक स्वरूप यावे. तसेच, धोरणनिश्चितीच्या प्रक्रियेमध्ये त्याचा प्रभाव वाढण्याची आवश्यकता होती.

स्वातंत्र्यचळवळीला उत्तरोत्तर प्राप्त झालेले महत्त्व व या परिदृश्यामध्ये महात्मा गांधींच्या झालेल्या प्रवेशानंतर १९१९चा कायदा ही राजकीयदृष्ट्या सुयोग्य नीती होती; असे या संदर्भात म्हणावे लागेल. प्रशासन वसाहतवादी तत्त्वाधारित असले तरी भारतीयांना अभिशासनामध्ये सामावून घेऊन ब्रिटिश राज्यकर्ते भारतीय लोकप्रशासनाची नवी रूपरेषा आखू पाहत होते. नव्या परिस्थितीनुसार प्रशासनामध्ये रचनात्मक बदल घडवून आणावयाचे होते. द्विदल राज्यपद्धतीचा स्वीकार हे या बाबतीतील सर्वांत लक्षणीय पाऊल ठरले. द्विदल राज्यपद्धती ही एक प्रशासकीय रचना होती, ज्यायोगे प्रतिनिधींच्या नियंत्रणाखाली द्यावयाची कामे व ब्रिटिश राज्यकर्त्यांकडे ठेवावयाची कामे अशी कामांची विभागणी करण्यात आली होती. प्रतिनिधींना देण्यात येणाऱ्या कामांना 'हस्तांतरित कार्ये' व राज्यकर्त्यांकडे असणाऱ्या कार्यांना 'राखीव कार्ये' असे म्हटले जात असे. 'गव्हर्नर जनरल-इन-कौन्सिल'कडे राखीव कार्यांबाबतचे मुख्याधिकार असत व प्रांतांमध्ये मंत्र्यांबरोबर काम करणाऱ्या गव्हर्नरकडे हस्तांतरित कार्यांबाबतचे मुख्याधिकार असत.

द्विदल राज्यपद्धतीचे स्वरूप अद्वितीय असले तरी, या पद्धतीची मुळे वसाहतवादात रुजली असल्याने ही पद्धत अपयशी ठरली. द्विदल राज्यपद्धतीचे परीक्षण करण्यासाठी नेमण्यात आलेल्या ॲलेक्झँडर मुद्दिएमनच्या नेतृत्वाखालील समितीनेदेखील ही पद्धती संपुष्टात आल्याचे सांगितले. याचे कारण असे सांगण्यात आले की, या पद्धतीमध्ये मुळातच काही उणिवा व मतभेद होते. हे मतभेद पुढील घटकांवर आधारित होते: (अ) मूलतः राखीव अधिकार कायम गव्हर्नर जनरल-इन-कौन्सिलकडे असल्याने अधिकारांचे राखीव व हस्तांतरित असे विभाजन अर्थहीन होते; (आ) परिणामी, प्रांतीय मंत्री, गव्हर्नर किंवा गव्हर्नर जनरल यांमध्ये कुठलाही परिणामकारक संवाद होत नसे; (इ) भारतीय नागरी सेवांमधील अधिकारी सहकार्य करीत नसल्याने भारतीय मंत्र्यांचे (प्रतिनिधींचे) हात बांधलेले होते; आणि (ई) हस्तांतरित कार्यांवर भारत शासनाच्या वित्तीय विभागाचे अतिरिक्त नियंत्रण होते.

अभिशासनाच्या माध्यमातून भारतीयांमधील कटुता शमवण्यासाठी सातत्याने लोकप्रशासनाची पुनर्रचना करण्यात येत होती हे यावरून स्पष्ट होते. प्रत्यक्ष अधिकार ब्रिटिशांकडे असले तरी, द्विदल राज्यपद्धती म्हणजे प्रशासकीय अधिकारप्रदानाप्रती महत्त्वाचे पाऊल होते आणि यानुसार भारतातील ब्रिटिश राजवटीचा लहेजा बदलला. म्हणजेच, पूर्वी ब्रिटिश शासन गव्हर्नर-जनरल-इन-कौन्सिलभोवती कार्यरत होते त्यामध्ये आता बदल झाला होता. द्विदल राज्यपद्धतीमुळे गव्हर्नरला जास्त अधिकार देण्यात आले व प्रांतांतील हस्तांतरित कार्यांसंबंधी स्वातंत्र्य देण्यात आले.

पुढे, लोकप्रशासनामध्ये भारतीय प्रतिनिधींचा समावेश झाल्याने, कृत्रिम स्वरूपाचे का होईना, परंतु लोकप्रशासनामध्ये बदल झाले. प्रशासनाचा अनुभव घेण्याव्यतिरिक्त भारतीय प्रतिनिधींना प्रशासनाच्या पक्षपाती कार्यपद्धतीसंबंधीदेखील जाणीव झाली. यामुळे त्यांना स्पष्टपणे राष्ट्रवादी विषयपत्रिका मांडण्यास मदत झाली. ही विषयपत्रिका अनुभवावर आधारित असल्याने लोकांना मोठ्या प्रमाणात मान्य होती. अशा प्रकारे, किमान विसाव्या शतकाच्या पहिल्या दोन दशकांमध्ये ब्रिटिशकालीन भारतातील लोकप्रशासनाचे बदलते स्वरूप समजून घेण्यासाठी द्विदल राज्यपद्धती अतिशय महत्त्वाची ठरली.

भारत शासन कायदा, १९३५

जेव्हा वसाहतवाद व सत्तेचे केंद्रीकरण हातात हात घालून चालत होते, त्याकाळामध्ये ब्रिटिश राजवटीमधील भारताच्या लोकप्रशासनाचे किमान आशयाच्या दृष्टीने तरी परिवर्तन झाले. सन १७७२चा नियमन कायदा स्वीकृत केल्यापासून लोकप्रशासनाचा क्रमविकास बघितल्यास हे बदल स्पष्टपणे लक्षात येतात. ब्रिटिश राजवटीच्या कालखंडातील भारतातील सर्वांत महत्त्वाची घटनात्मक योजना म्हणजे १९३५चा भारत शासन कायदा होय. हा कायदा भारतीय वैधानिक आयोग, सर्वपक्षीय परिषद, गोलमेज परिषद आणि ब्रिटिश संसदेची संयुक्त संसदीय समिती यांच्याद्वारा प्राप्त सूचनांच्या आधारावर पारित करण्यात आला होता. या कायद्यान्वये संघराज्य पद्धतीचे शासन स्थापन करण्याचा प्रयत्न होता. या पद्धतीमध्ये कायदेविषयक व कार्यकारी अधिकारांबाबत प्रांतांना स्वायत्तता देण्यात येणार होती. तसेच, या कायद्यानुसार संसदीय पद्धतीचा पाया रचला गेला, ज्यानुसार कार्यकारी मंडळाला काही विशिष्ट मर्यादांमध्ये कायदेमंडळाप्रती उत्तरदायी ठरविण्यात आले. यामुळे भारतातील लोकप्रशासनामध्ये व नागरी सेवांमध्ये मूलभूत बदल घडून आले. अपेक्षित धाटणीची संघराज्य पद्धत प्रत्यक्षात स्वीकृत झाली नसली तरी, या कायद्याद्वारे वसाहतवादी कालखंडातील एकात्मिक प्रशासनावर टिप्पणी करण्यात आली होती. या कायद्याच्या अवलोकनातून त्याची पुढील वैशिष्ट्ये स्पष्ट होतातः

१. काही विशिष्ट उद्देश वगळता प्रांतांना केंद्राच्या नियंत्रणातून मुक्त करण्यात आले होते. स्वतंत्र कायदेशीर प्रदेश म्हणून प्रांतांना स्वायत्तता देऊन स्वतंत्र ओळख आणि मान्यता देण्यात आली होती.

२. प्रांतीय शासन व संघीय केंद्रीय शासन यांच्या कार्यक्षेत्राचे निर्णायक विभाजन करून भारतीय संघराज्याची स्थापना करण्यात आली होती.

३. प्रांतांमध्ये संपुष्टात आलेली द्विदल राज्यपद्धती आता केंद्रात स्थापन करण्यात आली. परराष्ट्रव्यवहार आणि संरक्षण या बाबी गव्हर्नर जनरलच्या अखत्यारित 'राखीव' ठेवण्यात आल्या होत्या; केंद्रासंबंधी इतर बाबी प्रांतातील मंत्र्यांकडे हस्तांतरित करण्यात आल्या होत्या.

४. प्रत्यक्ष राज्यकर्ता गव्हर्नर जनरल असला तरी केंद्रीय विधानमंडळात कनिष्ठ सभागृहाची निर्मिती करताना संघराज्य तत्त्वाला मान्यता दिल्याचे लक्षात येते.

५. सन १९३२च्या जातीय किंवा मॅकडोनाल्ड निवाड्यानुसार अल्पसंख्य समुदायांमध्ये जागा विभागून स्वतंत्र मतदारसंघ कायम ठेवण्यात आले.

या कायद्यान्वये लोकप्रशासनातील 'लोक' या संज्ञेची पुनर्व्याख्या करण्यात आली. प्रांतीय स्वायत्ततेमुळे भारतीय प्रतिनिधींना प्रशासनात थेट सहभागी होणे सहज शक्य झाले. असे असले तरी, प्रतिनिधींनी वसाहतवादाच्या मर्यादेतच काम करावयाचे होते. म्हणून, या कायद्याला 'सकृद्दर्शनी भव्यदिव्य परंतु आतून पोकळ घटनात्मक प्रयत्न' असे म्हटले गेले (पायले १९६५, ११७). या कायद्यातून भारतविषयक प्रश्नांना निवडणूकसंबंधी बाबींकडे वळवण्याचा ब्रिटिश शासनाचा निर्णय दिसून येतो. भारतीयांना प्रशासनात सामावून घेतल्याने या कायद्यानुसार लोकप्रशासनाची व्याप्ती वाढविण्यात आली होती. या कायद्यामुळे भारतीय राज्यकर्त्यांना संसदीय राजकारणपद्धती समजून घेण्यास मदत झाली. तसेच, या कायद्याने प्रस्तुत केलेल्या नव्या रचनेमुळे आतापर्यंत परिघाबाहेर असलेल्या स्थानिक जनतेपर्यंत संसदीय

राजकारण पोहोचणे शक्य झाले. हा कायदा म्हणजे ब्रिटिश राजवटीमध्ये सातत्य राहावे यासाठी ब्रिटिशांनी मोजलेली किंमत आहे असे काही उपलब्ध पुरावे सूचित करतात. हा कायदा म्हणजे भारतीयांच्या हितासाठी ठरवून केलेले कृत्य वाटत असले तरी प्रत्यक्षात ती एक राजकारणी चाल होती असे लक्षात येते. प्रांतीय पातळ्यांवर सत्तेचे हस्तांतरण केल्यामुळे भारतातील ब्रिटिश सत्तेच्या समर्थकांमध्ये भीती निर्माण झाली व या प्रयत्नामुळे भारतातील ब्रिटिश सत्तेला उतरती कळा लागली आहे असा समज प्रचलित झाला.

वसाहतवादी कालखंडातील या काही निवडक परंतु, महत्त्वाच्या व निर्णायक घटनात्मक पुढाकाराकडे निखळ स्वरूपात पाहिले असता असे लक्षात येते की, ब्रिटिशांनी भारतीयांसाठी हे प्रयत्न केले होते. यामुळे राष्ट्रवादाचे अवमूल्यन झाले. अधिक सखोल विचार करता असे लक्षात येते की, जनतेतील असंतोष दूर करण्याचा प्रयत्न म्हणून ब्रिटिशांनी लोकप्रशासनामध्ये बदल केले. म्हणून, प्रत्येक घटनात्मक सुधारणेचा प्रारंभ ब्रिटिशांनी केला होता हा युक्तिवाद तितकासा खरा नसून, ब्रिटिशांना परिस्थितीनुसार घटनात्मक सुधारणा करणे भाग पडले असे इतिहासातून स्पष्टपणे उलगडते. उदाहरणार्थ, १८८०च्या दशकातील काँग्रेस अभियानाचे १८९३च्या सुधारणा लागू होण्यात मोठे योगदान होते. सन १९०९च्या मोर्ले-मिंटो सुधारणांना *स्वदेशी* चळवळ व लष्करी राष्ट्रवादाची पार्श्वभूमी होती. सन १९१९च्या मोंटफोर्ड सुधारणा म्हणजे परिस्थितीवर तोडगा काढण्याचा एक प्रयत्न होता. याला स्वशासन दल, १९१९चा रौलट सत्याग्रह व १९१०-२१च्या असहकार चळवळीची पार्श्वभूमी होती. भारतीय राजकारण्यांना लोकप्रशासनामध्ये सामावून घेण्यासाठी करण्यात आलेल्या घटनात्मक सुधारणांमध्ये मोठ्या प्रमाणात गांधीवादी नागरी असहकार चळवळीचे (१९३०-३२) योगदान होते असे म्हणता येईल.

तथापि, त्या घटनात्मक सुधारणांचा अर्थ लावताना व्यापक सामाजिक-आर्थिक व राजकीय प्रक्रिया समजून घ्याव्या लागतात. कारण या परिस्थितीमध्येच या सुधारणा विकसित झालेल्या असतात. व्यापक सामाजिक परिस्थिती व आर्थिक संबंध समजून घेतल्याशिवाय घटनात्मक राजकारणातील बदल व त्याची रचना समजून घेणे निष्फळ ठरते. याचे कारण असे की, राजकीय व घटनात्मक रचनेमध्ये आर्थिक-सामाजिक संबंध, धार्मिक व सांस्कृतिक श्रद्धा व राष्ट्रवादी विचारसरणी प्रतिबिंबित होते. ही राजकीय विचारसरणी संघटित अशा प्रशासकीय व घटनात्मक रचनेवर आधारित असते. त्यामुळे, सामाजिक-आर्थिक संदर्भ दुर्लक्षित न करता एखाद्या घटनात्मक प्रयत्नामध्ये त्याचे महत्त्व समजून घेणे व त्यानुसार विश्लेषण करणे हे विश्लेषकाचे तातडीचे आणि अनिवार्य काम आहे. उदाहरणार्थ, १९३२चा सामुदायिक निवाडा म्हणजे बंगाल व पंजाब मधील मुस्लिमांना राजकीय परिघामध्ये सक्रिय करण्याचा ब्रिटिशांचा प्रयत्न होता असे म्हणता येईल. परंतु, काही अभ्यासातून असेही पुढे आले की, ब्रिटिशांना राज्याचे व्यवस्थापन सोपे व्हावे म्हणून दिलेली ही एक सवलत होती. यामुळेच स्थानिक अभिजनांशी अनेक मार्गांनी सत्ता विभागण्यासाठी ब्रिटिशांनी पुढाकार घेतला.

भारतीय नागरी सेवा आणि लोकप्रशासन

भारतीय नागरी सेवांची रचना, भूमिका, वर्तन व परस्परसंबंध १९व्या शतकाच्या मध्यापासूनच विकसित होत गेले असे लक्षात येते.[३] सन १८५४चा मेकॉले समितीचा अहवाल भारतातील नोकरशाही व्यवस्थेच्या विकसनामध्ये निर्णायक ठरतो. नागरी सेवा गुणवत्तेवर आधारित असाव्यात अशी शिफारस या समितीने केली. यामुळे ईस्ट इंडिया कंपनीची अधिकाऱ्यांना कृपाछत्राखाली ठेवण्याची प्रचलित व्यवस्था बदलण्यात येणार होती.[४] प्रशासक 'अष्टपैलू' असावा या विचाराचे समर्थन करणाऱ्या फुलटॉन समितीने 'आदर्श प्रशासक म्हणजे प्रतिभासंपन्न व्यक्ती असून ही व्यक्ती त्याचे ज्ञान व शासनातील कामांचा अनुभव यांच्या आधाराने विविध स्वरूपाचे काम करीत असते' असे प्रशासकाचे चित्र तयार केले (मेकॉले समिती अहवाल १९७५, १२५). भारतीय नागरी सेवांमधील प्रशासकांची कार्यक्षमता आदर्श स्वरूपाची असली तरी त्यांच्या दृष्टीने साम्राज्यवादी हितदेखील महत्त्वाचे होते आणि म्हणूनच, 'देशहितापेक्षा राजघराण्याच्या हिताला अधिक महत्त्व दिले जात असे' (ट्रीवेल्यान १९०७, ६-७ कोहन १९९०, ५४५ मध्ये म्हटल्याप्रमाणे).[५] तथापि, भारतीय नागरी सेवांना वेबरच्या सिद्धान्ताचा पैलूदेखील होता. समाजातील उच्चभ्रू स्तरातून आलेल्या व सर्वोत्तम विद्यापीठांमध्ये

शिक्षण घेतलेल्या नागरी सेवकांची निवड स्पर्धात्मक परीक्षांच्या माध्यमातून केली जात असे. त्यामुळे, भारतीय नागरी सेवेतील अधिकारी त्यांचा उच्चवर्ग, जात आणि शैक्षणिक पार्श्वभूमीमुळे इतरांपेक्षा वेगळे ठरत असत. म्हणजेच, त्यांना समाजामध्ये एक विशेष स्थान होते. वेबरच्या मते, असे विशेष स्थान असणे खऱ्या नोकरशाहीमध्ये आवश्यक असते. ब्रिटिश अधिकाऱ्यांच्या अजोड गुणवैशिष्ट्यांमुळे भारतीय समाजाशी प्रत्यक्ष कुठलाही जैविक संबंध नसला तरी, भारतामध्ये एक वेगळीच समाजरचना तयार करण्यास ते कारणीभूत होते.[६] वसाहतवादी सत्तेच्या कालखंडामध्ये विकसित झालेल्या प्रशासकीय व्यवस्थेमध्ये भारतीय नागरी सेवांना एक विशेष स्थान होते. साम्राज्य चालविण्यासाठी प्रशासनाचे महत्त्व लक्षात घेऊन १९२२मध्ये लॉईड जॉर्ज यांनी संसदेच्या सभागृहामध्ये असे मत मांडले की, नागरी सेवा म्हणजे संपूर्ण रचना दृढ ठेवण्यासाठी असलेली एक मजबूत चौकट होय. 'नागरी सेवा तुम्ही कशा पद्धतीने विकसित कराव्यात याची मला पर्वा नाही. परंतु, ती मजबूत चौकट काढून टाकल्यास शासनाची वीणदेखील विशविशीत होईल.'[७]

सन १९१९च्या भारत शासन कायद्याअंतर्गत प्रांतांतील प्रतिनिधींना काही अधिकार हस्तांतरित करण्यात आले व प्रशासकीय विकेंद्रीकरणाचा प्रारंभ झाला. नागरी सेवांचे भारतीयीकरण व्हावे या मागणीला द्विदल राज्यपद्धतीमुळे उत्तेजन मिळाले. सन १९२१मध्ये केवळ १३% अधिकारी भारतीय होते. यामुळे सुधारणा योजनेला आव्हान देण्यात आले. नागरी सेवांचे भारतीयीकरण व्हावे ही मागणी हाणून पाडण्यासाठी युरोपीय अधिकाऱ्यांनी ब्रिटिश प्रधानमंत्री लॉईड जॉर्ज यांच्यापुढे एक निवेदनपत्रिका सादर केली. प्रतिसाद म्हणून लॉईड जॉर्ज यांनी त्यांचे 'स्टील फ्रेम' हे प्रसिद्ध भाषण केले. त्यात त्यांनी स्पष्टपणे म्हटल्याप्रमाणे, ते अशा कुठल्याही टप्प्याची कल्पना करू शकत नाहीत ज्यावर 'सेवांमधील अधिकारी ब्रिटिश नागरी सेवकांचे नेतृत्व व त्यांना साहाय्य करणे यांपासून मुक्त असतील'. त्यांनी पुढे हा मुद्दा तपशीलवार मांडला,

> (नागरी सेवा म्हणजे संपूर्ण रचना दृढ ठेवण्यासाठी असलेली एक मुख्य चौकट होय) नागरी सेवा तुम्ही कशा विकसित कराव्या याची मला पर्वा नसून ही चौकट काढून टाकल्यास त्याची वीणदेखील विशविशीत होईल हे लक्षात घ्यावे. केवळ एकाच संस्थेच्या कार्यात आम्ही हस्तक्षेप करणार नाही, केवळ एकाच संस्थेचे अधिकार व कार्ये यांमध्ये कपात केली जाणार नाही, व ती संस्था म्हणजे, ब्रिटिश राजवटीने विकसित केलेली भारतातील ब्रिटिश नागरी सेवा होय.

भारतीय नागरी सेवांमध्ये सातत्य ठेवणे म्हणजे प्रांतीय स्व-शासित संस्थांच्या संदर्भात 'अनियंत्रित व विसंगत' आहे असे राष्ट्रवादी नेत्यांचे मत असल्याने भारतीय नागरी सेवांमध्ये सातत्य ठेवावे वा नाही हा मुद्दा कायम वादग्रस्त ठरला आहे. सन १९२४च्या सुधारणा अन्वेषण समितीचे राष्ट्रवादी सदस्य व भारतीय वैधानिक आयोगाशी चर्चा करण्यासाठी स्थापन करण्यात आलेल्या १९२८-२९च्या भारतीय केंद्रीय समितीचे सभासद यांनी केंद्रीय सेवा संपुष्टात आणाव्यात असे स्पष्ट मत मांडले व नागरी सेवांच्या 'प्रांतीयीकरणा'चे महत्त्व अधोरेखित केले. तथापि, भारतीय 'संयुक्त घटनात्मक सुधारणा समिती'ने या मुद्द्याला फारसे महत्त्व दिले नाही व भारतीय नागरी सेवा ब्रिटिश राजवटीचा महत्त्वपूर्ण भाग म्हणून अबाधित राहिल्या. भारतीय नागरी सेवांच्या सातत्याचा मुद्दा यानंतर स्वतंत्र भारताच्या घटनासमितीच्या चर्चेमध्ये पुनश्च अधोरेखित झाला.

विरोधी सूर दिसून येत असला तरी, जवाहरलाल नेहरू व वल्लभभाई पटेल यांसारख्या राष्ट्रीय नेत्यांना स्टील फ्रेम (नागरी सेवा) मध्ये सातत्य राहावे असे वाटत होते. हा युक्तिवाद करताना कार्यक्षमतेचा सर्वोच्च दर्जा, पुरोगामी व व्यापक दृष्टिकोन, प्रशासनातील नावीन्य व वेगवेगळ्या पातळ्यांवरील (केंद्र, प्रांत आणि जिल्हा) कार्यक्षमता हे मुद्दे लक्षात घेतले गेले. भारतीय सेवांमध्ये सातत्य राहिल्यास या बाबींमध्येदेखील सातत्य राहील असे मत मांडण्यात आले. नागरी सेवांतील सातत्य अबाधित ठेवण्यासंदर्भात पटेल (१९४९) पुढीलप्रमाणे युक्तिवाद मांडतात,

> एक अनुभवी व्यक्ती म्हणून मी असे सांगू शकतो की, ''ज्या साधनांच्या मदतीने तुम्हास कार्य करावयाचे आहे त्यांच्याशी संघर्ष करू नका. साधनांशी संघर्ष करणारा कारागीर निष्ठावान मानला जात नाही. या साधनांपासून प्रोत्साहित होऊन त्यांचा सुयोग्य वापर करून काम केले पाहिजे. कामावर दररोज टीका आणि उपहास होत असल्यास कुठल्याही व्यक्तीला काम करण्यास प्रोत्साहन कसे मिळू शकेल?''

स्वतंत्र भारतामध्ये भारतीय नागरी सेवा या भारतीय प्रशासकीय सेवा या नावाने प्रतिस्थापित झाल्या.[८] भारतीय नागरी सेवांचे मूळ साम्राज्यवादात असले तरीदेखील भारतीय नेत्यांनी याच सेवांमध्ये सातत्य राखणे स्वीकारले. कारण ब्रिटिश राजवटीच्या विशिष्ट नियमावलीनुसार भारतीय प्रशासन चालविण्यात या सेवांनी परिणामकारक भूमिका पार पाडली होती.

तथापि, घटनासमितीतील चर्चांमधून सभागृहात भारतीय नागरी सेवांच्या भविष्याबाबत एकमत नव्हते. ही व्यवस्था साम्राज्यवादातून उत्पन्न झाली असल्याने ती व्यवस्था कायम ठेवू नये असे मत मांडण्यात येत होते. हा युक्तिवाद असा होता की, 'नागरी सेवांनी स्टील फ्रेम म्हणून आपल्याला त्यांचे गुलाम बनविले व स्वातंत्र्य चळवळीच्या कालखंडामध्ये देशविरोधी वर्तन केले. आपण पूर्वी ज्यावर टीका केली आहे त्यामध्ये आता सातत्य ठेवू नये.'[९] केवळ वल्लभभाई पटेल नागरी सेवांमध्ये व स्टील फ्रेममध्ये सातत्य राखण्याच्या बाजूने बोलत होते असे लक्षात येते. ब्रिटिश राजवटीचा अस्त होताना देश ज्या अंदाधुंदीच्या टप्प्यावर होता त्या काळामध्ये नोकरशाही व्यवस्थेमध्ये नसती लुडबूड करणे योग्य नाही असे पटेलांना वाटत होते. त्यांच्या मते या सेवा 'स्वदेशाभिमानी, विश्वासू व कार्यक्षम' आहेत. सन १९४६मध्ये त्यांनी अखिल भारतीय सेवांच्या भविष्याबाबत एकमत होण्यासाठी प्रांतीय प्रतिनिधींची परिषद बोलावली. लोकप्रशासनाशी बराच काळ संबंधित असल्याने 'नवी व गुंतागुंतीची कामे करण्यासाठी भारतीय सेवांतील अधिकारी सर्वांत जास्त सक्षम आहेत' असे मत व्यक्त करण्यात आले. 'या सेवा म्हणजे उपयुक्त अशी साधने असून त्या प्रांत व भारत शासनामधील दुवादेखील आहेत. तसेच या सेवांमुळे केंद्रीय व प्रांतीय प्रशासनामध्ये धीटपणा व जोम रुजविला जाईल' (माहेश्वरी १९८४, २११). नंतर, घटनासमितीमध्ये बोलताना पटेल यांनी ठामपणे नमूद केले की, 'उत्तम दर्जाच्या अखिल भारतीय सेवा नसल्यास एकसंध भारत साध्य करणेदेखील अवघड आहे'. अखिल भारतीय सेवांकडे मनोगत व्यक्त करण्याचे स्वातंत्र्य व सुरक्षेबाबत शाश्वती आहे. त्यांनी राज्यघटनेच्या यशाचे श्रेय भारतीय सेवांच्या सातत्याला देताना असे नमूद केले की, 'तुम्ही राज्यघटनेचे स्वरूप स्वीकारणार नसाल तर राज्यघटना अनुसरू नका... ही घटना सेवांच्या पायावर कार्यान्वित होणार असून त्यामुळेच देश अखंड राहणार आहे.' पटेल पुढे म्हणतात की, 'या सेवा वजा केल्या अशी कल्पना केल्यास मला संपूर्ण देशभर अनागोंदी माजल्याचे चित्र दिसते'[१०] कारण त्यांचा असा विश्वास होता की,

> सर्वंकष सत्तेपेक्षा लोकशाही शासनामध्ये सुस्थिर प्रशासनाचे सर्वांत महत्त्वाचे लक्षण म्हणजे कार्यक्षम, शिस्तप्रिय व संतुष्ट नागरी सेवा होय. या सेवांना कार्यकुशलता व प्रामाणिकपणामुळे भविष्याबाबत शाश्वती असते. नागरी सेवा पक्षीय राजकारणापेक्षा निरपेक्ष मानण्यात याव्यात व त्यांतील नियुक्ती, शिस्त व कार्यकक्षा यांमध्ये राजकीय हेवेदावे आणू नयेत. राजकीय हस्तक्षेप पूर्णपणे नाहीसा करता आला नाही तरीदेखील त्याचे प्रमाण कमीतकमी असावे.

भारतातील साम्राज्यवाद टिकवून ठेवण्याबाबत भारतीय नागरी सेवांची महत्त्वाची भूमिका लक्षात घेऊन नेहरूंनी समीक्षणात्मक पवित्रा घेतला होता.[११] असे असले तरी, भारताचे संरक्षण व स्थैर्य यांमध्ये सातत्य कायम ठेवण्यासाठी भारतीय नागरी सेवांचे अस्तित्व महत्त्वाचे आहे असे नेहरूंचे मत होते. पंजाबमधील कत्तली आणि त्यानंतरचे परिणाम, हैद्राबादमधील निर्णायक प्रतिकार व काश्मीरमधील प्रश्नावर तोडगा या सर्व संदर्भाने नेहरूंना भारतीय नागरी सेवा व देशातील स्थैर्य यांच्या परस्पर संबंधाची खात्री झाल्याने त्यांनी भारतीय नागरी सेवांचे समर्थन केले.[१२] वल्लभभाई पटेलांची मते राज्यघटनेच्या कलम ३११ मध्ये प्रतिबिंबित झालेली दिसतात. यामध्ये असे म्हटले आहे की, कुठल्याही नागरी सेवकाला सखोल चौकशीशिवाय त्याच्या पदावरून निलंबित अथवा बडतर्फ करता येणार नाही व त्याला पदावनत करता येणार नाही. असे काही आरोप असल्यास त्या आरोपांची अधिकाऱ्यांना चौकशीदरम्यान माहिती देणे आवश्यक आहे. त्या आरोपांबाबत त्याचे म्हणणे ऐकून घेण्याची रास्त संधीदेखील त्याला मिळावी.[१३]

सुरुवातीला ब्रिटिश शासनाच्या साहाय्यामुळे व त्यानंतर काँग्रेस शासनाच्या पाठबळामुळे भारतातील साम्राज्यवादी राजवट टिकवून ठेवणारी यंत्रणा 'सक्तीचा अंशतः वापर करून'[१४] दोन संपूर्णपणे भिन्न राजकीय परिस्थितींमध्ये अस्तित्वात होती.[१५] तथापि, १९४७च्या सत्ता हस्तांतरणानंतर राज्यकारभारावर अमल असणाऱ्या प्रभावी वर्गाला नागरी सेवांच्या सातत्यामुळे कुठलाही धोका निर्माण झाला नाही. एका नोकरशहाने नमूद केल्याप्रमाणे, नवी नागरी सेवा म्हणजे,

'प्रत्यक्षात पूर्वीच्याच नागरी सेवांमध्ये राखलेले सातत्य होते. यामध्ये केवळ एकच फरक होता, तो म्हणजे, आता या नागरी सेवेने शासनाच्या संसदीय व्यवस्थेअंतर्गत काम करणे अपेक्षित होते. म्हणजेच, सेवांनी राजकीय कार्यकारिणीचे निर्विवाद वर्चस्व मान्य करावे लागणार होते. ही कार्यकारिणी कायदेमंडळातील निवडून आलेल्या प्रतिनिधींच्या माध्यमातून लोकांप्रती जबाबदार होती' (ॲलेक्झँडर १९९८). त्याची (नव्या नागरी सेवांची) रचना म्हणजे पूर्वीच्या नागरी सेवांची विस्तारित आवृत्ती असली तरी सातत्य अधिक सखोल पद्धतीचे होते. वसाहतवादी नागरी सेवकांचा लोकांप्रतीचा दृष्टिकोन निर्बंधात्मक होता व त्यांच्या अधिकार वापराला नकारार्थी छटा होती. 'नव्या नागरी सेवकांनी मात्र, विकासापासून दूर असलेल्या जनतेच्या मोठ्या प्रमाणातील विकासात्मक गरजा लक्षात घेऊन आश्रय आणि अनुदान देणे व अर्थविषयक अधिकारांचा सकारात्मक दृष्टीने वापर करण्यास महत्त्व दिले. यातूनच, वसाहतवादी काळाप्रमाणे जनतेचे मायबाप सरकार'वरील अवलंबित्वात सातत्य राखले गेले' (सुदर्शन १९९९).

बी. पी. आर. विठ्ठल (१९९७) या भारतीय प्रशासकीय सेवेतील अधिकाऱ्याने नमूद केल्याप्रमाणे, नागरी सेवांचे सातत्य लक्षात घेताना केवळ कार्यात्मक गरज हा मुद्दा नसून 'तत्कालीन काँग्रेस नेत्यांची व या नागरी सेवा अधिकाऱ्यांची सामाजिक पार्श्वभूमी सारखी होती. या पार्श्वभूमीचे मूळ वसाहतवादी रचनेमध्ये होते' हा मुद्दादेखील लक्षात घ्यावा लागतो. उदाहरणार्थ, वरिष्ठ नागरी सेवकांबरोबर नेहरू अगदी सहजतेने काम करीत असत. तसेच, मद्रासचे पंतप्रधान असताना राजगोपालाचारी (१९३७-३९) यांना काँग्रेस पक्षातील इतर लोकांपेक्षा भारतीय नागरी सेवेतील अधिकाऱ्यांबरोबर काम करणे सहज वाटत असे. स्वातंत्र्योत्तर कालखंडातील राजकीय प्रक्रियांमुळे राजकीय कार्यकारिणीतील वर्गरचनेमध्ये बरेच बदल झाले. हे बदल अधिक व्यापक स्वरूपाचे ठरले. नागरी सेवकांच्या सामाजिक रचनेतील बदलांपेक्षा हे बदल अधिक वेगाने झाले. राजकीय कार्यकारिणीतील सदस्य एतद्देशीय भाषांमध्ये शिक्षित होते व मुख्यतः ग्रामीण आणि निमशहरी भागातून आलेले होते. याउलट, नागरी सेवांमधील अधिकारी सामान्यतः शहरी भागातून आलेले होते व त्यांचे शिक्षण इंग्रजी भाषेमध्ये झाले होते. राष्ट्राच्या नवनिर्माणामध्ये ज्यांची मुख्य भूमिका होती अशा राजकीय कार्यकारिणी व नागरी सेवक यांच्या वर्गीय पार्श्वभूमीमध्ये तफावत असल्याने पुढील कालखंडामध्ये वेस्टमिन्स्टर संसदीय पद्धतीमध्ये राजकीय पुढारी व नागरी सेवकांमध्ये सतत मतभेद होत असल्याचे लक्षात आले.

स्वातंत्र्योत्तर कालखंडामध्ये शासनाच्या कार्यांची व्यापकता व गुणात्मकतादेखील वाढली. शासनाच्या संसदीय पद्धतीची सुरुवात व ग्रामीण पातळीवर स्थानिक संस्थांची स्थापना यामुळे जनतेच्या शासनाकडून असलेल्या अपेक्षा वाढल्याचे लक्षात येते. या अपेक्षापूर्तीसाठी शासनाने नेहमीच्या चाकोरीबाहेरील मार्ग चोखाळले. ग्रामीण पातळीवर स्व-शासित संस्थास्थापनेचे उद्दिष्ट साध्य करण्यासाठी स्थानिक संस्थांची स्थापना करण्यात आली. या उद्दिष्टाची पूर्ती अद्यापही दृष्टिक्षेपात आलेली नाही. एकीकडे, स्वातंत्र्य आणि पंचवार्षिक योजना आणि आर्थिक-सामाजिक समता व कल्याण तर दुसरीकडे, गरजा पूर्ण करण्याचे स्वातंत्र्य व शोषणमुक्ती यांमध्ये जनतेला साधर्म्य वाटत होते. धोरणे आखण्याच्या सुरुवातीच्या कालखंडामध्ये लोकांनी कोणत्याही कमतरतेविषयी फारशी कुरबुर केली नाही, कारण त्यांनी भविष्याबाबत मनोधैर्य राखले होते आणि त्यांना तशी आश्वासने दिली गेली होती. पुढे, समन्यायी भारताबाबतची त्यांची अपेक्षा पूर्णत्वास न गेल्याने जनतेमध्ये असंतोष निर्माण झाला. स्व-अभिशासनसंस्कृती, विकेंद्रीकरण आणि सामूहिक विकास या तत्त्वांचा बोलबाला झाला. उदाहरणार्थ, त्रिस्तरीय पंचायती राज व्यवस्था व शहरी स्थानिक संस्था यांकडे विकासाच्या प्रक्रियेला चालना देणाऱ्या संस्था म्हणून बघितले गेले.[१६] ७३ व ७४व्या घटनादुरुस्ती कायद्यांमध्ये (१९९२) पुढील उद्दिष्टे साध्य करून 'स्व-अभिशासनाची' संकल्पना दृढ करण्याचा प्रयत्न करण्यात आला (अ) नियमित निवडणुका, (आ) पंचायती राज संस्थांना प्रशासकीय स्वातंत्र्य, (इ) राज्य वित्तीय आयोगाकडून नियमित व वैधानिक पद्धतीने वित्तसाहाय्य. कुलदीप माथुर यांनी म्हटल्याप्रमाणे, 'राजकीय आणि प्रशासकीय परिघाचा मिलाफ घडवून आणून जनतेच्या सहभागातून विकेंद्रित संस्था अधिक बळकट करणे हे मुख्य उद्दिष्ट आहे.'[१७] परंतु, प्रत्यक्षात मात्र 'याउलट' चित्र बघावयास मिळते. म्हणजेच, केंद्रप्रभावी व व्यक्ती-आधारित शासनरचना केंद्र तसेच राज्य पातळीवर विकसित झाल्याचे दिसून येते. संसद किंवा संसदीय संस्था, राजकीय पक्ष व पक्ष चालविण्यासाठीची लोकशाही प्रक्रिया, न्यायव्यवस्था व

पत्रकारिता या सर्व संस्थांचा एकूणच दर्जा खालावलेला दिसतो. संस्थांच्या दर्जात्मक घसरणीचा प्रश्न मांडताना रजनी कोठारी असे मत मांडतात की, हे नैसर्गिक असून राजकीय प्रक्रियेचा अपेक्षित परिणाम आहे. कारण, या राजकीय प्रक्रियेद्वारे मूलभूत संस्थांच्या भूमिका व अधिकार या दोहोंना कमी लेखण्यात आले आहे (कोठारी १९८८, २८७). रजनी कोठारी यांनी लोकप्रशासन व स्वातंत्र्योत्तर कालखंडातील लोकशाही व्यवस्थेतील पायाभूत संस्थांच्या परस्परांपासून झालेल्या ताटातुटीविषयी एका विशिष्ट वास्तवाचे परीक्षण केले आहे.[१८]

निष्कर्षात्मक निरीक्षणे

भारतीय प्रशासनामध्ये परंपरा व आधुनिक कालखंडातील प्रयोगांचा सर्जनशील मिलाफ झालेला दिसून येतो. पूर्वी नमूद केल्याप्रमाणे, ब्रिटिश धोरणकर्त्यांवर मुघल प्रशासनाचा प्रभाव जाणवतो. हा प्रभाव ब्रिटिशांची नवी प्रशासन व्यवस्था, कंपनीचे राज्य जे १८५८मध्ये राजघराण्याच्या अखत्यारित आणण्यात आले यातून प्रतिबिंबित होते. ठळकपणे पहाता, कौटिल्य, बरनी व फझल यांच्या सिद्धान्तांचा भारतीय प्रशासनावर थेट प्रभाव नाही असे वाटत असले तरी; ते भारतीय प्रशासकीय विचारधारेच्या घडणीमध्ये महत्त्वपूर्ण ठरतात. या विचारवंतांनी त्यांच्या टीकाकारांच्या भाष्यातून एक पर्यायी यंत्रणा शोधण्याचा प्रयत्न केला. तसेच, विद्यमान सामाजिक-आर्थिक व राजकीय परिस्थितीचे परीक्षण केले. मौर्य राजवटीच्या कालखंडामध्ये अनागोंदी परिस्थिती असल्याने कौटिल्याच्या लेखनातून प्रबळ राज्याप्रतीची दृढ आस्था स्पष्ट होते. बरनीच्या समकालीन अभिशासनावरील भाष्यातून मध्ययुगीन भारतीय राजकारणातील गुंतागुंत दिसून येते. त्याने निधर्मी पद्धतीने राज्यव्यवहार चालविणे ही संकल्पना स्पष्ट करण्याचा प्रयत्न केला. हे आधुनिक दृष्टिकोनातून पूर्णपणे धर्मनिरपेक्ष नसले तरी धर्मनिरपेक्ष तत्त्वांचा शोध घेण्याचा प्रयत्न होता. हिंदू व मुस्लिमांनी एकमेकांच्या हितासाठी एकत्र येण्याचे महत्त्व अधोरेखित करून फझल याने प्रशासनामध्ये रचनात्मक बदल घडवून आणण्याचा पुरस्कार केला. तोडरमल यांचे महसूल प्रशासनातील योगदान प्रशासकीय विचारधारेमध्ये निर्णायक ठरले. आधुनिकपूर्व भारतामध्ये अनेक विचारधारा अस्तित्वात होत्या. असे असले तरी, राजकीयदृष्ट्या अस्थिर परिस्थितीतील राज्य आणि अभिशासन यांच्या संदर्भात कौटिल्य, बरनी, फझल आणि तोडरमल यांचे आकलन पद्धतिमीमांसेच्या संदर्भाने अत्यंत महत्त्वाचे ठरतात. प्रचलित भारतीय प्रशासकीय विचारधारेतील काही सैद्धान्तिक संदर्भ समजून घेण्यासाठी वरील बाबी महत्त्वपूर्ण ठरते.

सन १९०९ ते १९४७या वसाहत राजवटीच्या कालखंडामध्ये काही महत्त्वपूर्ण घटनात्मक प्रयोग करण्यात आले यावरून, राजकीय परिघामध्ये हिंदू आणि मुस्लीम समुदायाच्या संबंधांमध्ये परिवर्तन होऊन विरोधाचा पाया रचला गेला. धार्मिक समूहांचा राजकीय एकक म्हणून वृद्धी आणि 'अन्य' धार्मिक समूहांशी वैमनस्यपूर्ण संबंध हे या टप्प्याचे व्यवच्छेदक लक्षण होते. सन १९३७च्या प्रांतीय निवडणुकांमध्ये धार्मिक मतदारसंघांचा पाया रचला गेल्याने ही तेढ अधिकच तीव्र झाली. बहुसंख्येचे तत्त्व स्वीकृत केल्याने बंगाल व पंजाब येथे मुस्लीम समुदाय स्वाभाविकपणे अधिक प्रभावी ठरला. म्हणजेच, लोकसंख्येवर आधारित धार्मिक प्रभाव हा मुस्लीम प्रांतांमध्ये सत्ताविभाजनाचा महत्त्वाचा घटक म्हणून पुढे आला. सन १९३५च्या 'भारत शासन कायद्या'न्वये फोडा आणि राज्य करा ही नीती पुनश्च अधोरेखित करण्यात आली व मुस्लीम दुर्लक्षित अल्पसंख्याक असल्याने त्यांना विशेष वागणूक देण्यात यावी हा मुद्दा अधोरेखित करण्यात आला. ही एक निर्णायक घटनात्मक बाब ठरली कारण, यानुसार बहुमताचे तत्त्व लोकशाहीचा अविभाज्य भाग म्हणून रुजविण्यात आले. तसेच, यामुळे भारतीय अभिशासनामध्ये त्यांच्या निर्णायक महत्तेची मुस्लीम समुदायाला जाणीव झाली. येथे असे म्हणता येईल की, १९३५च्या कायद्यान्वये राजकारणाचा केंद्रबिंदू बंगाल व इतर पूर्वीय प्रांतांकडे हलविला गेला. लोकशाहीवर आधारित निवडणुकांमधून मुस्लिमांच्या गुणवत्तेपेक्षा लोकसंख्येचे तत्त्व अधोरेखित झाले. एका अलीकडच्या अहवालातून असे स्पष्ट होते की, 'पूर्व बंगालमधील ६०% मुस्लीम दक्षिण, पश्चिम व अति-उत्तर प्रांतांमधील शिक्षित हिंदूंपेक्षा वरचढ ठरले.'[१९] राजकीय सत्तेचा सामाजिक पाया बदलल्याने ग्रामीण भागातील सत्तेचे स्थलांतरण झाले.

सन १९३५चा भारत शासन कायदा हा एक सक्षम घटनात्मक हस्तक्षेप ठरला. यानुसार वसाहतवादी सत्ताधाऱ्यांनी किमान एका ठरावीक वसाहतवादी साच्यात तरी राष्ट्रीय चळवळीची गांभीर्याने दखल घेतली असे लक्षात येते. यातून, घटनात्मक प्रयत्नांतून जनतेच्या लोकशाही आकांक्षांना वैधानिक स्वरूप देण्याचे प्रयत्नदेखील अधोरेखित झाले. सन १९५०मध्ये स्वतंत्र भारताची राज्यघटना बनविताना १९३५चा कायदा सर्वांत प्रभावी स्रोत ठरला. सध्याच्या राज्यघटनेतील जवळजवळ २५० उप-कलमे या कायद्यातून घेण्यात आली आहेत. स्वतंत्र भारतातील राजकीय व्यवस्था मतदानाचा हक्क व राजकीय सार्वभौमत्व यांमुळे टिकून असली तरी त्याची मूळ तत्त्वे वसाहतवादी कालखंडामध्ये सापडतात. 'आणीबाणीची तरतूद' ही १९३५च्या कायद्यातून भारतीय राज्यघटनेमध्ये घेण्यात आलेली सर्वांत महत्त्वाची तरतूद होय. यानुसार,

राष्ट्रपतींना लोकशाही तत्त्वावर निवडून आलेले शासन व नागरिकांचे मूलभूत हक्क तात्पुरते स्थगित करता येतात. भारतामधील वसाहतोत्तर अभिशासन परंपरेला वसाहतवादी परंपरेचा वारसा आहे हे निःसंशय आणि त्याचा वैश्विक दृष्टिकोन ज्याद्वारे कायद्याच्या राज्याचे समर्थन करण्यात आले आहे असा वसाहतवादी राजवटीचा संमिश्र वारसा, नोकरशाही, नागरिकत्व, पराश्रयी जमीनदार, आधुनिक राजकीय संस्था आणि 'निषेध व सहभागाची दुतर्फी परंपरा' यांवर आधारित आहे (मित्रा २००४, २९-३४). वसाहतवाद भारतामध्ये का टिकून राहिला? या प्रश्नाचे उत्तर त्याच्या बदललेल्या सामाजिक-राजकीय परिस्थितीशी जुळवून घेण्याच्या क्षमतेमध्ये व जनतेने हळूहळू वसाहतवादी राजवटीच्या वर्चस्वाचे केलेले 'आंतरिकीकरण' या बाबींमध्ये सापडते. पुढे या कारणामुळेच, विश्लेषकांनी वसाहतवादाचा उल्लेख 'जिवलग शत्रू' असा केला. याचे कारण असे की, जनतेने सत्ताधाऱ्यांचे वर्तन आपल्या भल्यासाठीच आहे असे मानले होते (नंदी १९८९). म्हणून, वसाहतवादाला पूर्णतः शत्रू मानले जात नसून भारताच्या भविष्याच्या दृष्टीने त्याचे अस्तित्व पूरक मानले जात होते. हे विधान राजकीयदृष्ट्या बरोबर असेलच असे नाही. तथापि, वसाहतवादामुळे भारतामध्ये विविध प्रक्रियांना चालना मिळून परिणामी साम्राज्यवादविरोधी राजकीय लाट पसरण्यास मदत झाली. राष्ट्रवाद किंवा लोकशाहीकरण या दोन्ही संकल्पनांचे मूळ वसाहतवादामध्ये सापडते. म्हणूनच, १९४७ साली भारताच्या स्वप्नपूर्तीमध्ये वसाहतवादाचा महत्त्वपूर्ण वाटा असल्याचे अधोरेखित होते.

टिपा

१. *अर्थशास्त्र* हा भारतातील प्राचीन ग्रंथ असून त्यामध्ये राज्यकारभार, आर्थिक धोरण व सैन्यसंबंधी नीती याबाबत विवेचन केले आहे. कौटिल्य (इ.स.पू. ३५०-२८३) या ग्रंथाचा लेखक आहे. कौटिल्य तक्षशिला विद्यापीठातील विद्वान होता व प्राचीन भारतामध्ये मौर्य साम्राज्यातील (इ.स.पू. ३२१-१८५) प्रधानमंत्री होता.

२. बिद्युत चक्रवर्ती आणि राजेंद्र पांडे (२००८) यातील १०व्या प्रकरणातील चर्चेवरून.

३. ब्रिटिशकालीन भारतीय नागरी सेवा तपशीलवार समजून घेण्यासाठी मेसन (१९९७) पहा.

४. अहवालात अधोरेखित केल्याप्रमाणे, 'यापुढे कंपनीतील नागरी सेवांमध्ये नियुक्ती हा मर्जीचा मुद्दा नसून हक्काचा मुद्दा असणार आहे. क्षमता व व्यवहारकौशल्य दृढ असणाऱ्या व्यक्तीचीच येथे नियुक्ती करण्यात येईल' (मेकॉले समिति अहवाल १९७५, १२५).

५. हे अधिकारी ब्रिटिश राजवटीअंतर्गत कार्यरत असल्याने ब्रिटिशांचे हितसंबंध लक्षात घेऊन काम करीत असत. या प्रक्रियेमध्ये स्वतःचे वरिष्ठ पद टिकविण्याचा व त्याची योग्यता अधिक वाढविण्याचा त्यांचा प्रयत्न असे. तथापि, एक असेही विचारपीठ अस्तित्वात आहे; ज्याअंतर्गत प्रशासन साम्राज्यवादी हेतू लक्षात घेऊन काम करते हे अमान्य केले आहे. भारतीय नागरी सेवा ही जेरेमी बेंथम यांची एक प्रतिकृती असून त्यायोगे संपूर्ण समाजहिताचे उद्दिष्ट साध्य करण्याचा प्रयत्न केला जातो.' अधिक तपशीलवार माहिती साठी स्टोक्स (१९५९, १५९) पहा.

६. ब्रिटिशकालीन नागरी सेवकांचे स्वरूप स्पष्ट करताना बर्नार्ड एस. कोहन (१९९०, ५००-५३) यांनी हा युक्तिवाद मांडला. त्यांनी पुढे नागरी सेवकांचे नियुक्तीपश्चात प्रशिक्षण प्रथम हेलबरी स्कूल व नंतर ऑक्सब्रिज कॉलेज येथे होते असे नमूद केले. मात्र, यामध्ये वसाहतकालीन भारतातील सामाजिक रचनात्मक बदल लक्षात घेतले जात नाहीत असेही नमूद केले.

७. मेसन (१९९७, XV) मधील लॉईड जॉर्ज यांचे उद्धृत. डफरीन यांनी अधिक ठामपणे भारतीय नागरी सेवांच्या भूमिकेचा पुरस्कार केला. त्यांच्या मते, 'जगामध्ये यासारखी इतर कुठली नागरी सेवा अस्तित्वात नाही. भारतातील नागरी सेवांचे अस्तित्व वजा केल्यास देशातील शासनाचे कामकाज इतके सुरळीतपणे कसे काय चालू शकेल? भारतामध्ये २५ कोटी जनता असून प्रशासन चालविण्यासाठी १००० पेक्षा कमी ब्रिटिश अधिकारी आहेत.' डफरीन यांचे विधान जगमोहन (१९९८) मध्ये समाविष्ट आहे.

८. ब्रिटिशकालीन व स्वातंत्र्योत्तर भारतातील नागरी सेवांचा क्रमविकास अधिक तपशीलवार जाणून घेण्यासाठी बी. शिवा राव (१९६८, प्रकरण २३, ७०८-२३) पहा.

९. *घटनासमितीच्या चर्चेमधील* (१९९९, ४६) शिब्बन लाल सक्सेना यांचे विधान. एम. अनंतशयनम् अय्यंगार हे भारतीय नागरी सेवा अबाधित ठेवू नयेत असा युक्तिवाद करण्याऱ्या सभासदांपैकी एक होते. 'ज्या व्यक्तींनी केवळ वेतन व पैसा यासाठी इतरांच्या हाताखाली काम केले आहे त्यांच्या हाती कारभार सोपविणे' यामध्ये त्यांना खात्रीलायक तर्क सापडत नव्हता. *घटनासमिती चर्चेमधील* (१९९९, ४२) अय्यंगार यांचे विधान.

१०. घटनासमितीमधील वल्लभभाई पटेल यांचे भाषण. तपशिलासाठी पहाः *घटनासमिती चर्चा* (१९९९, ४८-५२). घटनासमितीमधील इतर प्रतिनिधींना त्यांचा मुद्दा पटवून देण्यासाठी ते पुढे असे म्हणतात की, सेवांमध्ये काम करणाऱ्या व्यक्तींच्या कामाचे फलित चांगले असेल तर त्याची प्रशंसा करणे आपले काम आहे. अशा वेळी आपण भूतकाळ विसरायला हवा. आपण ब्रिटिशांशी दीर्घ काळ लढलो. मी त्यांचा सर्वांत कट्टर शत्रू होतो व त्यांनीही मला तसे मानले... गांधीजींनी आपणांस काय शिकवण दिली? तुम्ही गांधींची विचारसरणी, तत्त्वज्ञान व गांधींच्या पद्धतीने प्रशासन चालवावे असे म्हणता हे चांगलेच आहे. परंतु, तुरुंगातून बाहेर आल्यावर, ''या लोकांनी मला तुरुंगात टाकले. आता मी त्यांच्यावर सूड उगवणार'' असे म्हणता. ही गांधींची पद्धत नव्हे. तुमची वर्तणूक गांधींच्या तत्त्वज्ञानाला अनुसरून नाही (*घटनासमिती चर्चा* १९९९, ४८-५२).

११. सन १९३४मध्ये नेहरूंनी (१९४१, ४४५) भारतीय नागरी सेवेबद्दल बोलताना असे नमूद केले की, 'या सेवा भारतीय किंवा नागरी किंवा सेवा नाहीत. आणि म्हणूनच भारतीय नागरी सेवा किंवा तत्सम सेवा पूर्णपणे नाहीशा होणे गरजेचे आहे'.

१२. जवाहरलाल नेहरूंचे घटनासमितीतील भाषण. *घटनासमिती चर्चा* (१९४७, ७९३-९५) पहा.

१३. कलम ३११ तयार व स्वीकृत करणे यासंबंधी घटनासमितीतील तपशीलवार चर्चेसाठी पहाः राव (१९६८, ७१३-२३).

१४. नागरी सेवांचे जवळजवळ २०० वर्षांचे सातत्य समजावून सांगताना मेसन (१९९७, ३४५-४६) असे म्हणतात की, 'विद्युत तारयंत्राचा शोध व ब्रिटिशांचे वरचढ नियंत्रण याआधी भारतामध्ये शासन कामकाजाची चौकट तयार करण्यात आल्याने आफ्रिकेतील प्रदेशापेक्षा भारत अधिक वरचढ ठरला. ही चौकट तयार करताना अकबरकालीन प्रशासनयंत्रणा स्थानिक संस्थांचा स्रोत म्हणून वापर करण्यात आला. ही संपूर्ण यंत्रणा जिल्हाधिकारी गटाच्या नियंत्रणाखाली कार्यरत असे. या अधिकाऱ्यांची नियुक्ती काटेकोर प्रक्रियेतून केली जात असे व नंतर त्यांना प्रत्यक्ष काम करतानाच प्रशिक्षण दिले जात असे. कारण त्यांची संख्या अतिशय थोडी होती. त्यांना वरिष्ठांचा पाठिंबा असेल हे त्यांच्या कौशल्याधारित व्यवसायाचे खास वैशिष्ट्य होते. स्वतःबाबत त्यांना विश्वास वाटत असे व आपल्या आज्ञेचे पालन केले जाईल असाही विश्वास हे अधिकारी बाळगत असत. म्हणूनच, अधिकाऱ्यांची संख्या कमी असली तरीदेखील फारशी सक्ती न करता कामकाज करणे शक्य होते. सर्वच कामकाज भारतीयांच्या माध्यमातून केले जात असे व या भारतीय अधिकाऱ्यांना अधिकार सुपूर्द करण्यात आले होते.'

१५. भारतीय प्रशासकीय सेवेतील अधिकारी पी. सी. अ‍ॅलेक्झांडर (१९९८) असे म्हणतात की, 'प्रत्यक्षात पूर्वीच्याच नागरी सेवांमध्ये राखलेले सातत्य होते. यामध्ये केवळ एकच फरक होता, तो म्हणजे, आता या नागरी सेवेने शासनाच्या संसदीय व्यवस्थेअंतर्गत काम करणे अपेक्षित होते. म्हणजेच, सेवांनी राजकीय कार्यकारिणीचे निर्विवाद वर्चस्व मान्य करावे लागणार होते'.

१६. पश्चिम बंगाल, उत्तर प्रदेश व कर्नाटक येथील पंचायतीराज व्यवस्थेबाबत तपशीलवार जाणून घेण्यासाठी पहाः अतुल कोहली (१९८७) आणि दिल्ली येथील शहरी शासन अभ्यासण्यासाठी अजोय के. मेहरा (१९९१).

१७. माथुर (१९९९,२२) यांच्या मते, 'राज्यघटनेमध्ये विकेंद्रित शासनरचना समाविष्ट करणाऱ्या ७३ व ७४व्या घटनादुरुस्ती कायद्यांचे यश अजून अनुभवायचे आहे–याचे कारण त्या संस्था १९९३मध्ये स्थापन करण्यात आल्या हे नसून राज्यांनीही त्यांच्या परीने हे कायदे व्यवस्थित कार्यान्वित केले असे म्हणता येणार नाही'.

१८. 'असंस्थानीकरणा'च्या प्रक्रियेमुळे धोरणविरहित शासन अस्तित्वात येते. असे शासन व्यक्ती व व्यक्तिसमूहांची विशिष्ट परिस्थिती लक्षात घेऊन यशापयशानुसार कार्य करते' सहारा परिसरातील आफ्रिकेमध्ये असे शासन दिसून येते. हे शासन "खाजगी शासन" म्हणून ओळखले जाते. म्हणजेच, अधिकारीकेंद्रित कामकाज चालावे असा अर्थ अभिप्रेत आहे. या अधिकाऱ्यांचे अधिकार जाहीरपणे मांडता येत नाहीत व लोकांना त्यावर टीकादेखील करता येत नाही. पहाः हेडन (१९९७).

१९. इंडिया ऑफिस रेकॉर्ड्स, लंडन, टायसन पेपर्स, Eur E ३४१/४१, जॉन टायसन यांचे टिपण, ५ जुलै १९४७.

संदर्भ

Agarwal, Mamta. 'The Revenue System in the Sultanate and Mughal Period'. Retrieved from http://www.historydiscussion.net/history-of-india/the-revenue-system-in-the-sultanate-and-mughal-periodindian-history/676 (accessed on 24 April 2015).

Alexander, P. C. 1998. 'Civil Service: Continuity and Change'. In *Independent India: The First Fifty Years,* edited by Hiranmory Karlekar, 62. New Delhi: Oxford University Press.

Chakrabarty, Bidyut, and Pandey, Rajendra. 2008. *Indian Government and Politics*. New Delhi: SAGE.

Cohn, Bernard S. 1990. *An Anthropologist among the Historians and Other Essays*. New Delhi: Oxford University Press.

Hyden, Goran. 1997. 'Democratization and Administration'. In *Democracy's Victory and Crisis* (Nobel Symposium no. 93), edited by Axel Hadenius, 252. Cambridge: Cambridge University Press.

Jagmohan. 1998. 'Riveting the Steel Frame of the ICS'. *Hindustan Times*, 1 November.

Kohli, Atul. 1987. *The State and Poverty in India*: The Politics of Reform. Cambridge: Cambridge University Press.

Kothari, Rajni. 1988. *State against Democracy: In Search of Human Governance*. New Delhi: Ajanta.

Lok Sabha Secretariat. (1949, 10 October) 1999. *Constituent Assembly Debate,* vol. X. 3rd print, New Delhi: Lok Sabha Secretariat.

Maheshwari, S. R. 1984. *Indian Administration.* Reprint, New Delhi: Orient Longman.

Mason, Philip. 1997. *The Men who Ruled India*. Reprint, Kolkata: Rupa & Co.

Mathur, Kuldeep. 1999. 'Strengthening Bureaucracy: State and Development in India'. *Indian Social Science Review* 1 (1, January–June): 22.

Mehra, Ajoy K. 1991. *The Politics of Urban Development: A Study of Old Delhi*. New Delhi: SAGE.

Mitra, Subrata. 2004, November. 'Constitutional Design, Democratic Vote Counting and India's Fortuitous Multiculturalism'. Working Paper, South Asia Institute, Heidelberg University.

Nandy, Ashis. 1989. *The Intimate Enemy: Loss and Recovery of Self under Colonialism.* Reprint. New Delhi: Oxford University Press.

Nehru, Jawaharlal. 1941. *An Autobiography: With Musings in Recent Events in India*. Reprint. London: John Lane the Bodley Head.

Nehru, Jawaharlal. 1947. *The Constituent Assembly Debates*. vol. 1.

Pylee, M. V. 1965. *Constitutional Government in India*. London: Asia Publishing House.

Patel, V. 1949. Vallabhbhai Patel's Speech in the Constituent Assembly, The Constituent Assembly Debates, 10 October, Vol. X, p. 51.

Rao, B. Shiva (ed.). 1968. The Framing of India's Constitution (Select Documents). vol. V. New Delhi: IIPA.

Saran, Anand M., and Das, Bhairab L. 'Life of Raja Todarmal—His Bravery, His Taxation Policy, His Place of Birth and His Caste'. Retrieved from http://www.engr.mun.ca/~asharan/TODARMAL/ TODARMALV6.pdf (accessed on 28 April 2015)

Stokes, Erik. 1959. *The English Utilitarians of India.* Oxford: Oxford University Press.

Sudarshan, R. 1999. 'Governance of Multicultural Polities: Limits of the Rule of Law'. In *Multiculturalism, Liberalism and Democracy,* edited by Rajeev Bhargava, Amiya Kumar Bagchi and R. Sudarshan, 111. New Delhi: Oxford University Press.

The Macaulay Committee Report (1854). 1975. *The Fulton Committee Report,* vol. 1. London: HMSO.

Trevelyan, George. 1907. *The Competition Wallah*. 2nd ed. London.

Vithal, B. P. R. 1997. 'Evolving Trends in the Bureaucracy'. In *State and Politics in India*, edited by Partha Chatterjee, 224. New Delhi: Oxford University Press.

भारतीय प्रशासनाची तात्त्विक व घटनात्मक चौकट*

२

राज्यघटना हा प्रशासनाचा पाया आहे. राज्यघटना ही मूल्यनिर्धारण करणारी चौकट असण्यामुळे प्रशासन कामकाजाची नेमकी दिशा ठरविली जाते. या अर्थाने, प्रशासनाच्या निर्णयांतून घटनेतील मूल्ये स्पष्ट होतात असे म्हणता येईल. राज्यघटना ही केवळ नियम आणि कायद्यांची यादी नसून त्यामागे एक विचारधारा आहे. त्यामधील मूल्यांचे मूळ विशिष्ट सामाजिक–आर्थिक व राजकीय परिस्थितीमध्ये आढळून येते. म्हणजेच, राज्यघटना हा विचारधारेवर आधारित मसुदा असून त्याद्वारे विशिष्ट उद्दिष्ट साध्य करावयाचे आहे. राज्यघटना व प्रशासन यांतील परस्परसंबंधांचे अध्ययन करताना हाच मुद्दा सर्वात मूलभूत ठरतो. या परस्परसंबंधाचा अभ्यास विरोधविकासी पद्धतीने करणे उचित ठरते. याचे कारण असे की, राज्यघटना किंवा प्रशासन यातील कुठलाही एक घटक दुसऱ्यापेक्षा वरचढ आहे असे मानणे आत्मघातकी ठरते. राज्यघटना व प्रशासनाचे स्वरूप त्या त्या वेळच्या सामाजिक–आर्थिक आणि राजकीय परिस्थितीनुरूप भिन्न असले तरी, ठळकपणे लक्षात घेतल्यास या दोन्ही घटकांमधील विरोधविकासी संबंध निर्दशनास येतात. यावरून असे सिद्ध होते की, लोकप्रशासनाच्या अभ्यासकाने राज्यघटना व प्रशासन यांमधील विरोधविकासी संबंध समजून घेणे आवश्यक असते. राजकीय अभिशासनाच्या संदर्भाने राज्यघटना किंवा प्रशासन यांपैकी कुठल्याही एकाच घटकाचे वैचारिक महत्त्व अधोरेखित करता येणार नाही.

आणखी एक मुद्दा हा सैद्धान्तिकदृष्ट्या अधिक व्यापक आहेः राज्यघटना व प्रशासन यांतील संबंध तात्कालिक नसून शाश्वत व जैविक स्वरूपाचे आहेत; आणि ते परस्परांशी संलग्न आहेत हे पुढे स्पष्ट होते. हे परस्परसंबंध एखादा विशिष्ट काळ व त्यावेळी साध्य करावयाचे वैचारिक उद्दिष्ट डोळ्यांसमोर ठेवून समजून घेता येतात. हे परस्परसंबंध संघर्षमुक्त नाहीत याचेही अभ्यासकाला भान ठेवावे लागते. याचे कारण असे की, प्रशासनामधील अधिकाऱ्यांमध्ये होणाऱ्या व्यक्तिसापेक्ष बदलामुळे हे अधिकारी मूलभूत घटनात्मक मूल्यांशी सुसंवादी असतीलच असे नाही. त्याचप्रमाणे, राज्यघटनेचे सामाजिक–आर्थिक व राजकीय वास्तवाशी असलेले जैविक संबंध लक्षात घेता राज्यघटनेने परिवर्तनशील असणेच योग्य ठरते. यातून, सामाजिक–राजकीय व आर्थिक ध्येयाप्रती राज्यघटना व प्रशासन यांना सांधणारी समान विचारधारा अस्तित्वात आहे का? अशी एक अनिश्चितता निर्माण होते.

अशा परस्परसंबंधांच्या संकल्पना स्पष्ट करताना इतिहासाची भूमिका दुर्लक्षित करून चालत नाही. भारत हे एक असे उदाहरण आहे, जेथे राज्यघटना व प्रशासन हे दोन्ही पूर्णपणे नवीन नाही, तर या दोहोंमध्ये भूतकाळातील धागे सापडतात. सन १९४७च्या निर्वसाहतीकरणानंतरदेखील भारतीय प्रशासनाच्या रचना व स्वरूप यामध्ये सातत्य राहिलेले दिसते. तसेच, १९४७ साली स्वातंत्र्यप्राप्तीनंतर भारतातील परिस्थिती वेगळी असली तरी, सन १९५०मध्ये भारताच्या राज्यघटनेमध्ये ब्रिटिशांच्या घटनेतील बहुतांश तरतुदी व प्रक्रिया यांची पुनरावृत्ती झालेली दिसते. स्वातंत्र्यप्राप्तीनंतर सुरुवातीच्या काही काळात प्रशासनाचे राज्यघटनेपेक्षा वरचढ ठरणे अशा 'परिस्थितीची निकड' उद्‌भवणे साहजिक होते. त्यानंतर बदललेल्या परिस्थितीमध्ये, लोकशाही, समाजवाद आणि प्रजातंत्रवादासारखी महत्त्वाची मूल्ये अभिशासनासाठी स्वीकृत केली गेली. ही मूलभूत तत्त्वे सन १९५० साली राज्यघटनेमध्ये समाविष्ट केल्याने राज्यघटना म्हणजे केवळ अधिकार गाजविण्याचे साधन आहे हा मर्यादित समज न राहता व्यवस्थांच्या आवश्यकतांच्या दृष्टिकोनातून ती प्रशासकांसाठी मार्गदर्शक ठरली. यापुढे प्रशासकांनी प्रशासन व्यवहारामध्ये राज्यघटनेतील मूल्ये डावलून चालणार नव्हते. काही अपवाद वगळता, राजकीय मतभेद एका सुस्थित यंत्रणेच्या माध्यमातून व वाटाघाटी करून सौहार्दाने सोडविणेदेखील राज्यघटनेमुळे शक्य

* हे प्रकरण चक्रवर्ती, बी. आणि पांडेय, आर. २००८ *भारतीय शासन आणि राजकारण*, नवी दिल्लीः सेज यातून घेण्यात आले आहे.

झाले. पेचप्रसंग सोडविण्यासाठी अशी मूल्याधारित चौकट राज्यघटनेने देऊ केली. तसेच, भारतीय राज्यघटनेने निर्माण केलेल्या या चौकटीमुळे स्वातंत्र्य चळवळीच्या काळात राष्ट्राच्या संस्थापकांनी परिपुष्ट केलेल्या मूल्यांचेदेखील जतन झाले. म्हणून, असे म्हणता येईल की, प्रशासन-राज्यघटना यांतील परस्परसंबंधांतून एक पूरक परिस्थिती निर्माण होते. या परिस्थितीमध्ये अभिशासनाची रचना ठरविली जाऊन ते कार्यान्वित होते. हे संकल्पनेच्या दृष्टिकोनातून मूलभूत ठरते, कारण (अ) यातून राज्यघटना व प्रशासनातील व्यामिश्र परस्परसंबंध समजून घेणे शक्य होते आणि (आ) राज्यघटना व प्रशासन परस्परपूरक असावे अशा परिस्थितीत सातत्य राहण्यामागे विचारधारेचे महत्त्व यावरून अधोरेखित होते.

भारतीय जीवनपद्धतीची सखोल मुळे लक्षात घेता लोकशाही जीवनाची क्रियात्मक सक्षमता हे घटनाकारांच्या दीर्घकालीन प्रयत्नांचे फळ आहे, असे निर्विवादपणे म्हणता येईल. घटनाकारांनी भारताकडे कायद्याचे राज्य, धर्मनिरपेक्ष स्वरूपाचा समाज, राज्याचे लोकशाही स्वरूप यावर आधारलेला आधुनिक देश या अर्थाने बघितले. तसेच, राज्याच्या गरजांऐवजी जेथे लोकांच्या मूलभूत हक्कांना महत्त्व दिले जाते असा देश म्हणून बघितले. त्याचबरोबर, देशाची या इच्छित दिशेने वाटचाल व्हावी म्हणून राज्यघटनेमध्ये सविस्तर व सूचक अशा तरतुदी करण्यात आल्या. प्रशासनाच्या घडणीमध्ये राज्यघटनेचे महत्त्व लक्षात घेता असे दिसून येते की, घटनेतील मूल्यप्राधान्य लक्षात घेतल्याशिवाय प्रशासनावरील कोणतीही चर्चा अपूर्ण राहील. प्रस्तुत प्रकरणामध्ये भारतीय राज्यघटनेची मुख्य वैशिष्ट्ये अधोरेखित करण्यात आली आहेत, ज्यामध्ये, अनेक महत्त्वाच्या बाबी व्यापक दृष्टीने समाविष्ट आहेत असे लक्षात येते. जसे की, घटनेची उद्देशिका, मूलभूत हक्क व कर्तव्ये आणि राज्यधोरणाची निर्देशक तत्त्वे, त्याचप्रमाणे, राज्यव्यवस्थेच्या व्यापक परिघातील संघराज्य पद्धत, संसदीय व्यवस्था आणि घटनादुरुस्तीची प्रक्रिया यांचा समावेश होतो.

राज्यघटनेची मूलभूत तत्त्वे

अनेक कारणांमुळे स्वतंत्र भारतासाठी सर्वमान्य अशी राज्यघटना तयार करणे हे अतिशय कष्टसाध्य काम होते. घटनासमितीने हे काम हाती घेऊन अत्यंत परिणामकारकतेने जगातील सर्वांत मोठी लोकशाही राज्यघटना तयार केली. एक, देशाची फाळणी आणि त्यानंतर पंजाब व बंगालमधील अराजक यामुळे नेत्यांमध्ये अस्वस्थतेची लाट पसरली. त्यामुळे, देशाच्या अभिशासन क्षमतेवर लोकांचा विश्वास बसावा यासाठीचे मार्ग व साधने निर्माण करण्याचा नेत्यांचा प्रयत्न होता. तसेच, स्वातंत्र्योत्तर भारतातील ५००पेक्षा अधिक संस्थानांचे एकीकरण साध्य करण्याचे कामदेखील आव्हानात्मक होते. जुनागढ, हैद्राबाद व जम्मू आणि काश्मिर या संस्थानांच्या शासकांनी घेतलेल्या अगदीच नकारात्मक नव्हे परंतु, दोलायमान पवित्र्याच्या संदर्भाने वरील विधान स्पष्ट होते.

दोन, वेगळा पाकिस्तान तयार करणे म्हणजे भारताचे एकजिनसी देशात रूपांतर करणे असे नव्हते. याचे कारण असे की, एकूण मुस्लीम लोकसंख्येच्या १०टक्क्यांपेक्षा अधिक मुस्लिमांनी भारतात राहणे पसंत केले होते. त्यांच्या धार्मिक व सांस्कृतिक ओळख वैशिष्ट्यांचे जतन करणे आवश्यक होते. तसेच, भारतामध्येदेखील अनेक भाषा, धर्म, चालीरीती, परंपरा व संस्कृती पाळणारे लोक एकत्र नांदत होते. या विभिन्न लोकांचा सांस्कृतिक वारसा लक्षात घेता, ही विभिन्नता जपण्यासाठी राज्यघटनेत पुरेशा तरतुदी करणे हे विस्मयकारक काम होते. असे करताना देशाचे एकत्व व अखंडत्व कुठेही दुर्लक्षिले जाणार नाही याचीदेखील काळजी घ्यायची होती.

तीन, स्वातंत्र्यचळवळीचा आवेश व पवित्रा यामुळे सामान्य जनतेच्या अपेक्षा उंचावल्या होत्या. यामध्ये मुख्यत्वे, आतापर्यंत परिघाबाहेर असलेल्या अनुसूचित जाती, अनुसूचित जमाती व इत्यादीतर मागासवर्गांचा समावेश होता. हे लोक स्वतंत्र भारताच्या राज्यघटनेच्या अनावरणाच्या नवीन पहाटेचा अनुभव घेऊ इच्छित होते.

सरतेशेवटी, बहुसंख्य राष्ट्रीय नेत्यांचा उदार लोकशाही परंपराचे पालन करण्याकडे कल होता. यामध्ये नेहरूंचा खास उल्लेख करता येईल. त्यामुळे स्वतंत्र भारतामध्ये लोकशाहीच रुजणार हे उघड होते. एकीकडे, हा नवनिर्मित देश मतदान अधिकारावर आधारलेली व्यापक स्वरूपातील ही लोकशाही अनुभवण्यास परिपक्व आहे का हा मुद्दा होता तर दुसरीकडे, या नवजात देशाचे एकत्व व अखंडत्व निवडणुकीच्या राजकारणापासून तसेच गुप्तहितशत्रूंपासून सुरक्षित ठेवण्याबाबतचा

प्रश्न सोडवायचा होता. यावरून असे लक्षात येते की, स्वतंत्र भारतासाठी घटना तयार करणे घटनाकारांसाठी आव्हानात्मक ठरले व तसेच, ती एक संधीदेखील ठरली. यामध्ये त्यांच्या घटनात्मक बुद्धिचातुर्य व नवनिर्मितीला वाव होता.

स्वतंत्र भारताच्या राज्यघटनेकडून काही वेळा समांतर व क्वचित परस्परविरोधी असलेल्या अपेक्षा लक्षात घेऊन ती तयार करण्याची क्लिष्ट जबाबदारी घटनाकारांवर होती. या संदर्भाने राज्यघटना म्हणजे विस्तारित व सर्वंकष मसुदा असावा अशी घटनाकारांची धारणा होती. या राज्यघटनेमध्ये केंद्र व राज्य पातळीवरील शासनाच्या विविध संस्थांचे अधिकार व कार्ये, नागरिकांचे मूलभूत हक्क या अभिजात तत्त्वांखेरीज काही अप्रचलित तरतुदींचा समावेश असावा, जसे की, राज्यघटना देशातील सामाजिक–आर्थिक बदलाचे साधन ठरावे या दृष्टीने राज्याची निर्देशक धोरणे घटनेमध्ये समाविष्ट करण्यात आली.

म्हणून, राज्यघटनाकारांना सर्व उपलब्ध राज्यघटना व कायदेशीर मसुद्यांचा आधार घेणे आवश्यक होते. यातूनच एक पायाभरणी होऊन त्या अनुषंगाने भारतीय राज्यघटनानामक एक तत्त्वाधारित यंत्रणा साकारणार होती. थोडक्यात, घटनेच्या पायाभरणीसाठी घटनाकार मोठ्या प्रमाणात वसाहतवादी कालखंडातील रचनेवर अवलंबून होते, जसे की, १९३५चा भारत शासन कायदा. घटनेची पायाभरणी करताना ब्रिटिशांनी भारतासाठी तयार केलेल्या अभिशासन यंत्रणेकडे दुर्लक्ष करता आले नाही हे या उदाहरणातील उपहासात्मक तथ्य आहे.

घटनेचा मूळ गाभा १९३५च्या कायद्यावर आधारित असला तरी घटनाकारांनी अमेरिका व आयर्लंड येथील घटनांचा आधार घेतला. यातून मूलभूत हक्कांसारख्या तरतुदींमुळे देशातील लोकशाही शासनयंत्रणा कार्यान्वित होणार होती व तसेच, राज्य निर्देशक तत्त्वांच्या आधाराने देशातील सामाजिक–आर्थिक सुधारणा होऊन नव्या भारताचे स्वप्न साकारणार होते. तथापि, नेहरूंच्या उद्देश ठरावाचा आधार न घेता वर नमूद केलेल्या स्रोतांवर आधारित भारतीय राज्यघटनेची रूपरेषा पोकळ व अक्षम ठरली असती. हा उद्दिष्ट ठराव[१] नेहरूंनी स्वतः तयार केला होता व २२ जानेवारी १९४७ रोजी घटनासमितीने या ठरावाला संमती दिली होती. भारतीय राज्यघटनेचे अस्तित्व का महत्त्वाचे आहे हे या ठरावातून स्पष्टपणे मांडण्यात आले. हा ठराव घटनेच्या उद्देशिकेतून प्रतिबिंबित होतो. या प्रस्तावनेतून राज्यघटनेची उद्दिष्टे जाहीर करण्यात आली. जसे की, सर्व नागरिकांना सामाजिक, आर्थिक व राजकीय न्याय मिळवून देणे; विचार, अभिव्यक्ती, श्रद्धा व उपासनेचे स्वातंत्र्य; सामाजिक दर्जा व संधी यांबाबत समानता व बंधुतेला प्रोत्साहन देणे; व्यक्तिप्रतिष्ठेचे आश्वासन इत्यादी.

व्यापक चौकट व भविष्यातील देशाच्या राजकारणाची दिशा लक्षात घेऊन घटनासमितीने नव्या राज्याच्या स्वरूपासंबंधी पुढीलप्रमाणे सात आधारभूत वैशिष्ट्ये मांडली: लिखित राज्यघटना, राज्यातील संघराज्य पद्धती, गणतंत्राधारित राज्य, संसदीय लोकशाही, राष्ट्रकुल राष्ट्रांचे सभासदत्व, धर्मनिरपेक्ष व कल्याणकारी राज्य (कपूर आणि मिश्र २००१, ६२). ही उद्दिष्टे म्हणजे खरेतर स्वातंत्र्य चळवळीतील नेत्यांची स्वप्ने होती व ही स्वप्ने नव्या राज्यघटना यंत्रणेतून साकार करावयाची होती. भारतीय राज्यघटनेतील भिन्न भिन्न तरतुदी या खरेतर देशातील घटनात्मक राजकारण विकसित होण्यासाठी पाया देऊ करत होत्या.

भारतीय राज्यघटनेच्या मूळ तात्त्विक बैठकीचे विश्लेषण करताना ऑस्टिन राज्यघटना 'अखंड जाळे' आहे असे वर्णन करतात. त्यांच्या मते ही रचना तिपेडी आहे–राष्ट्रीय एकत्व व अखंडत्वाचे संरक्षण करणे, लोकशाही संस्था व तत्त्वांची पायाभरणी करणे, बहुसंख्य भारतीयांच्या विकासासाठी सामाजिक क्रांती घडवून आणणे (ऑस्टिन १९९९, ६). या तिन्ही धाग्यांना एकसारखा अधिभार व महत्त्व देऊन ऑस्टिन यांनी या धाग्यांचे परस्परावलंबित्व व घट्ट गुंफण अधोरेखित केली. यातील कुठल्याही एका धाग्यावर ताण आल्यास ही गुंफण उसवेल व परिणामी, त्या धाग्यांनी गुंफण्यात आलेली देशाची वीणदेखील उसवेल असे ऑस्टिन म्हणतात (ऑस्टिन १९९९, ६). तथापि, ऑस्टिन यांच्या मते परस्परावलंबित्व व घट्ट गुंफण याखेरीज या धाग्यांमध्ये एका निश्चित प्रमाणामध्ये प्राधान्यक्रम होता व याबाबत भारतीय घटनाकारांनी अगदी स्पष्टपणे याची निश्चिती केली होती. अत्यंत कष्ट व चिकाटीने तयार केलेल्या व राष्ट्रीय नेत्यांची स्वप्ने साकार करणाऱ्या भारतीय राज्यघटनेतून घटनाकारांची प्रज्ञा प्रतिबिंबित होत होती. ही प्रज्ञा केवळ धार्मिक हिंसा होणाऱ्या राष्ट्रात एकत्व व

अखंडत्व जपणे इत्यादीवर सीमित नसून गांधींच्या भविष्यसूचक दैवी युगाची अर्थात 'रामराज्या'ची पायाभरणी करणारी ठरली. म्हणजेच, स्वातंत्र्यप्राप्तीच्या वेळी व कदाचित त्यानंतरदेखील घटनाकारांनी देशातील एकत्व व अखंडत्व कायम राखण्याला प्राधान्य दिले. त्यासाठी ते केंद्रशासनाला अमर्यादित अधिकार देण्यासदेखील तयार होते व यामध्ये राष्ट्राच्या संघराज्य पद्धतीबाबत तडजोड करण्याचा धोका पत्करण्यासदेखील ते तयार होते. देशाचे एकत्व व अखंडत्व याबाबत राज्यघटनेमध्ये नगण्य उल्लेख असला तरीदेखील केंद्रशासनाला अमर्याद अधिकार व अलिखित कार्यक्षेत्र देण्यात आले. तसेच, वसाहतकालीन रचनेमध्ये सातत्य ठेवणाऱ्या भारतीय सेवा (जसे की, भारतीय प्रशासकीय सेवा, पूर्वीच्या भारतीय नागरी सेवा आणि भारतीय पोलीस सेवा, पूर्वीच्या भारतीय पोलीस) कायम ठेवण्यात आल्या असे विरोधाभासी चित्र दिसून येते. म्हणून, देशामध्ये एकत्व व अखंडत्व राखणे हे तत्त्व राज्यघटनेमध्ये सुरुवातीपासून शेवटपर्यंत व्यापलेले आहे असे म्हणणे वावगे ठरणार नाही.

भारताचे अखंडत्व कायम राहील असे मानणाऱ्या घटनाकारांनी प्रौढ मताधिकार आधारित संसदीय लोकशाहीच्या चौकटीत देशामध्ये लोकशाही अभिशासनाचा आत्मा व संस्कृती रुजविली. घटनाकार केवळ नियमित निवडणुकांवर अवलंबून नसले तरी त्याबाबत मोठ्या प्रमाणात आश्वस्त होते. तरीदेखील पाश्चिमात्य पद्धतीचे नकार देण्याचा अभिजात अधिकार हा घटनाकारांचा लोकशाहीमधील हुकुमाचा एक्का ठरला. यातून लोकांना मूलभूत घटनात्मक शाश्वती मिळून त्यांना ते स्वतंत्र देशाचे नागरिक आहेत ही जाणीव होण्यास मदत झाली. तसेच, भारतीय समाज परंपराआधारित असला व जनता सामाजिक-आर्थिकदृष्ट्या मागासलेली असली तरी जनतेला केवळ राज्यकर्ते निवडण्याचेच नव्हे तर त्यांच्या इच्छेप्रमाणे जीवन जगण्याचे स्वातंत्र्य देण्यात आले. लोकशाही काळाच्या ओघात विकसित होईल या घटनाकारांच्या धारणेमुळे ऐक्य आणि एकात्मता या निरपेक्ष मूल्याप्रमाणे लोकशाहीकडे परिपूर्ण निरपेक्ष मूल्य या अर्थाने पाहिले नाही.

ग्रॅनव्हील ऑस्टिन (१९९९, २६-२७) यांनी मांडलेली सामाजिक क्रांतीची संकल्पना घटनाकारांच्या चिंतनामध्ये एकता, अखंडता आणि लोकशाही यानंतर सर्वात शेवटी लक्षात घेतलेली दिसते. म्हणजेच, ऐक्य व एकात्मतेची मूल्ये आणि राज्यघटनेतील लोकशाही संपूर्णपणे उलगडल्यानंतर ही संकल्पना प्रकाशझोतात येते असे म्हणता येईल. एकीकडे देशातील लोकशाही अर्थपूर्ण व अखंड राहावी म्हणून सामाजिक क्रांतीची गरज लक्षात घेतली असली तरी, घटनाकारांनी इतर दोन मूल्यांचे महत्त्वदेखील दुर्लक्षित केले नाही. ही दोन मूल्ये मूलभूत स्वरूपाची असून त्यावर सामाजिक क्रांतीचा डोलारा उभा राहणार आहे हेही मान्य करावे लागते. सरतेशेवटी, असे लक्षात येते की, भारतीय राज्यघटना एक अखंड जाळे आहे ज्यामध्ये तीन मुख्य धागे समाविष्ट आहेतः देशातील ऐक्य व एकात्मता, लोकशाहीच्या संस्था व वृत्ती आणि सामाजिक क्रांतीबाबतची तळमळ. या धाग्यांचा क्रम व प्राधान्य ठरविणे मात्र अवघड आहे. असे म्हणता येईल की, हे जाळे पिरॅमिडच्या आकाराचे असून त्यामध्ये हे तीन धागे चढत्या क्रमाने मांडले आहेत. सर्वात खाली म्हणजेच आधार म्हणून ऐक्य व एकात्मता ही मूल्ये आहेत, त्यावर लोकशाहीचे मूल्य असून सर्वात वर सामाजिक क्रांतीचे मूल्य होय. म्हणजेच, यातून भारतीय राज्यघटनेची व्हेन आकृतीप्रमाणे रचना दिसून येते, म्हणजेच, एका मूल्याच्या परिघामध्ये दुसरे मूल्यदेखील दिसून येते व त्यातून असे लक्षात येते की, एक मूल्य स्थिर व मजबूत असण्यावर दुसऱ्या मूल्याचे अस्तित्व अवलंबून असते.

यावरून असे लक्षात येते की, १९५०मध्ये स्वीकृत केलेली भारतीय राज्यघटना म्हणजे ब्रिटिश भारत सोडून गेल्यानंतरच्या संभ्रमित सामाजिक-राजकीय परिस्थितीचे फलित नसून ती लोकशाही-आधारित भारताच्या जनकांप्रतीची विचारधारेवर आधारित वचनबद्धता होती. राज्यघटना २२ विभागांमध्ये विभागली गेली होती. तीन वर्षांच्या कालावधीमध्ये (१९४६-४९) घटनाकारांनी प्रत्येक तरतूद घटनेच्या मसुद्यात समाविष्ट करण्यापूर्वी त्यावर खल केला होता. सन १९५०मध्ये स्वीकृत केली गेलेली घटना ही एक उसनी विचारधारा होती हे विधान अगदीच खोडून काढता येणार नाही. कारण, यातील मोठ्या प्रमाणातील तरतुदी १९३५च्या भारत शासन कायद्यातून किंवा इतर देशांच्या घटनांमधून घेण्यात आल्या होत्या. तरीदेखील, भारतीय राज्यघटना म्हणून उदयाला आलेला मसुदा म्हणजे अंतिम मसुदा होता ज्यामधून

घटनाकारांनी तोंड दिलेल्या व हाताळलेल्या आव्हानांची पूर्ण कल्पना येत होती. अशा प्रकारे, राज्यघटना म्हणजे केवळ तरतुदींचे एकत्रीकरण नसून लोकशाही, समाजवाद आणि धर्मनिरपेक्षता ही उदार उद्दिष्टे साध्य करण्याप्रतीचे आवाहन होते. राज्यघटनेची महत्त्वाची उद्दिष्टे व भारतीय राज्यघटनेची उद्दे बघितल्यास वर नमूद केलेला मुद्दा लक्षात येतो.

राज्यघटनेची उद्देशिका

उद्देशिका म्हणजे भारतीय राज्यघटनेचा आत्मा मानला जातो. तसेच, उद्देशिकेमुळे राज्यघटनेचा अर्थ व गाभा समजून घेता येईल या अर्थाने उद्देशिका घटनेची गुरुकिल्ली आहे असे मानले जाते. स्वतंत्र भारतातील राजकारणाचा गाभा उद्देशिकेतून स्पष्ट होतो. उद्देशिकेत प्रतिज्ञाधारित संकल्प मांडला आहे, ज्याद्वारे देशातील भावी पिढ्यांना मार्गदर्शन केले जाईल. घटनाकारांनी भारतीय राजकारणाची आधारभूत व अत्यावश्यक मूल्ये अत्यंत काळजीपूर्वकरित्या उद्देशिकेत समाविष्ट केली होती. तरीदेखील, इंदिरा गांधींच्या शासनाने काही राजकीय समीकरणे लक्षात घेऊन घटनेच्या मूळ उद्देशिकेत अनावश्यक बदल घडवून आणले. याद्वारे, मूळ सार्वभौम, लोकतांत्रिक, गणतंत्र आणि देशातील ऐक्य व 'एकात्मता' या शब्दांसह 'समाजवादी' व 'धर्मनिरपेक्ष' हे दोन शब्द १८ डिसेंबर १९७६ रोजी ४२व्या घटनादुरुस्ती कायद्यान्वये उद्देशिकेत समाविष्ट करून घेण्यात आले.

या शब्दांनी साध्य करावयाची निरर्थक उद्दिष्टे लक्षात घेता हे शब्द उद्देशिकेत समाविष्ट करून घेणे वरकरणी अनावश्यक व अस्थायी वाटते असा एक युक्तिवाद होता. स्वातंत्र्यचळवळीच्या काळात जवाहरलाल नेहरूंच्या नेतृत्वाखालील पुढाऱ्यांचा एक मोठा गट समाजवादाच्या संमोहित करणाऱ्या उद्दिष्टांनी अतिशय प्रभावित झाला होता. समाजवाद स्वीकृत करून भारताचा विकास घडवून आणावा असा या गटाचा कल होता. यावर अनेक शंका मांडल्या गेल्या व त्याचे निरसन १९५४ च्या काँग्रेसच्या 'आवडी' येथील अधिवेशनामध्ये झाले. या अधिवेशनामध्ये भारताने 'समाजवादी समाजरचना' स्वीकृत करावी असे आग्रही मत मांडण्यात आले. याचबरोबर, नेहरू सरकारने पंचवार्षिक योजनांच्या माध्यमातून सुरू केलेला नियोजित स्वरूपाचा केंद्रीय आर्थिक विकास तसेच, इंदिरा गांधी सरकारने केलेले वित्तीय संस्थांचे मुक्तहस्त राष्ट्रीयीकरण या दोन मुद्द्यांमुळे भारताने आर्थिक विकासासाठी निःसंदेहपणे समाजवादी मार्ग निवडला असे लक्षात येते.

तसेच, लोकशाहीच्या तत्त्वाप्रमाणे कदाचित धर्मनिरपेक्षवादाचे तत्त्वदेखील भारतीय पुढाऱ्यांच्या विचारसरणीमध्ये खोलवर रुजलेले होते. सार्थपणे असे म्हणता येईल की, स्वातंत्र्यचळवळीच्या काळात काही मूल्ये पाश्चिमात्य धाटणीची वाटत असली तरी, भारतीय मूल्यव्यवस्थेच्या जवळ जाणारी असल्याने भारतीयांना ती मूल्ये आपलीशी वाटली, ती म्हणजे, लोकशाही व धर्मनिरपेक्षवादाची तत्त्वे होत. याचवेळी, मुस्लीम लीगच्या द्विराष्ट्र सिद्धान्ताला स्पष्ट नकार देणारे व शेजारच्या पाकिस्तान या धर्माधारित राष्ट्राच्या निर्मितीबाबत जागरूक असलेले राज्यघटनाकार धर्मनिरपेक्षता हे भारतीय सामाजिक-राजकीय जीवनाचे अभेद्य उद्दिष्ट आहे याबाबत इतके निःशंक होते की त्यासाठी उद्देशिकेमध्ये औपचारिक पातळीवर तो शब्द अंतर्भूत करावा हे त्यांना तर्कविसंगत वाटत होते.

उद्देशिकेतील एकात्मता या शब्दाचा समावेश लक्षात घेता, असे लक्षात येते की मूळ वाक्प्रचार-'राष्ट्रीय ऐक्य' -सर्वसमावेशक व त्याच्या कक्षेमध्ये एकात्मतादेखील सामावून घेणारा आहे. वैकल्पिकरित्या, देशाच्या फाळणीचे दारुण वास्तव पचविल्यानंतर आता भारताचे जे काही उरले आहे ते येणाऱ्या काळात ऐक्य कायम राहिल्यास देशाचा अविभाज्य भाग बनून राहील याबाबत पुरेसे आश्वस्त होते. स्वातंत्र्योत्तर काळातील काही वर्षांत देशात विकसित झालेला अपकेंद्री कल लक्षात घेता उद्देशिकेत एकात्मता हा शब्द समाविष्ट करणे अनुचित वाटत नसले तरी गैरलागू वाटते. अधोरेखित करून सांगावयाचे झाल्यास, असे शब्द समाविष्ट करण्यामागील हेतू आदर्शवादी किंवा घटनात्मक असण्याखेरीज राजकीय होता.

सन १९७६मध्ये दुरुस्ती करण्यात आलेल्या घटनेच्या उद्देशिकेतून भारतीय राजकीय जीवनाचे ठळक पैलू सोदाहरण स्पष्ट होतात. तसेच, यामुळे अनेक उपयुक्त उद्दिष्टे साध्य होतात. याचे कारण असे की, उद्देशिकेतील अभिव्यक्ती

राजकारणातील काही मूलभूत पैलू दर्शविते; हे पैलू दुर्लक्षित करून देशातील राजकीय परिघातील घटक सुरळीतपणे कार्यरत राहू शकत नाहीत. एक, 'आम्ही भारतीय लोक' (We, the people of India) या वाक्प्रचाराचा वापर वरकरणी अगदी सहज वाटत असला तरी, भारतासारख्या नवनिर्मित व नवजात देशासाठी त्याचे परिणाम सर्वदूर लागू होतात. या टप्प्यावरील भारताचे वर्णन समाजातील विविध स्तरांतून आशा व अपेक्षा असलेल्या लोकशाही अभिशासनाच्या अनभिज्ञ वाटेवरून वाटचाल करणारा देश असे केले आहे. अशा प्रकारे, लोक सार्वभौम आहेत असे नमूद करून उद्देशिकेद्वारे अभिशासनाच्या इतर सर्व संस्थांना दुय्यम स्थान देण्यात आले आहे. यामुळे या संस्थांनी इतर अभिशासन किंवा शासन संस्थांचे अधिकार बळकावण्याची शक्यता कमी होते. यावरून असेही लक्षात येते की, भारत शासनाला देण्यात आलेल्या अधिकारांचे उगमस्थान राज्य, समाजातील स्तर, भारतीय राज्यांतील पूर्वीचे हुकूमशहा इत्यादीमध्ये नसून ते जनतेमध्ये सापडते. त्यामुळे, लोकांच्या कुठल्याही गटाद्वारे शासनाच्या अधिकारांना आव्हान दिले जाऊ शकत नाही. तसेच, राज्याच्या अधिकारांना आमची मान्यता नसल्याने ते आम्हाला लागू होत नाहीत असाही युक्तिवाद जनता करू शकत नाही. अधिक महत्त्वाचे म्हणजे, केंद्राची निर्मिती करताना राज्यांची नव्हे तर जनतेची अनुमती घेतली असल्याने जनता केंद्रापासून वेगळे होण्याचा हक्क मागून घेऊ शकत नाही. म्हणून, उद्देशिकेमुळे देशाप्रती स्थिर लोकशाही आधारित राजकीय वातावरण साध्य होते. तसेच, देशातील एकता व एकात्मतादेखील कायम राखली जाते.

दोन, उद्देशिकेतून राजकीय परिघाचे स्वरूप स्पष्टपणे मांडले आहे व या परिघाने सार्वभौम, समाजवादी, धर्मनिरपेक्ष, लोकशाही व गणतंत्र या आदर्श मूल्यांशी सुसंगत असावे असाही सूर उद्देशिकेतून पुढे येतो. मूळ उद्देशिकेमध्ये समाजवाद व धर्मनिरपेक्ष या दोन संज्ञा समाविष्ट करण्यात आल्या नसत्या तरी भारतीय राजकारणाचे स्वरूप आहे त्यापेक्षा फारसे वेगळे राहिले नसते हे नमूद करावयाची गरज नाही. सार्वभौमत्वामुळे भारताला देशांच्या गटामध्ये अभिमानाचे स्थान मिळते. तसेच, लोकशाही गणतंत्र या आदर्श तत्त्वातून राजकीय परिघाच्या तत्त्वाची मूळ रूपरेषा लक्षात येते. याद्वारे, जनतेला देशातील लोकशाही अभिशासनपरंपरा जोपासण्यासाठी त्यांचे प्रतिनिधी निवडण्याचा मूलभूत हक्क देण्यात आला आहे. अपरिहार्यपणे, भारत हे एक गणतंत्र आहे असे नमूद करणे ही एक आवश्यकता ठरते. वसाहतवादी काळात भारतातील राज्यकारभार चालविण्यासाठी ब्रिटिश राज्यकर्ता प्रतिनिधी असे; ही पार्श्वभूमी लक्षात घेता वरील विधान स्पष्ट होते. म्हणून, भारत हे एक गणतंत्र आहे असे नमूद करून, पूर्णपणे नसला तरी, घटनाकारांनी ब्रिटिश सार्वभौमत्वापासून एक प्रत्यक्ष व्यावहारिक पातळीवरील महत्त्वपूर्ण फरक दर्शविला.

तीन, उद्देशिकेमध्ये लोकांच्या भारत शासनाकडून असलेल्या अपेक्षा अधोरेखित करणारी अपेक्षा सूची सादर करण्यात आली. न्याय, समता व बंधुता ही अनुकरणीय तत्त्वे मापदंड मानून भारतीय शासनाद्वारे भविष्यात धोरणे व कार्यक्रम आखण्यात येणार होते. याद्वारे, भारताची घडण एक कल्याणकारी राज्य म्हणून होणार होती. न्याय या संकल्पनेच्या अनेकविध पैलूंबाबत कुठलीही संदिग्धता न बाळगता उद्देशिकेमध्ये सामाजिक, आर्थिक आणि राजकीय न्याय अशी विभागणी करण्यात आली आहे. न्यायाअभावी भारतीय राज्याचे स्वरूप एकांगी होऊ नये या दृष्टीने न्यायतत्त्वाची बांधणी व्यापक व्हावी. घटनाकारांनी अतिशय तत्परतेने न्याय या आदर्श तत्त्वाला दर्जा व संधीमध्ये समानता या आदर्श तत्त्वाची जोड दिली. याद्वारे समता आधारित भारतीय समाजाची समग्र रूपरेषा नमूद करण्यात आली. तसेच, उद्देशिकेद्वारे नागरिकांमधील बंधुतेला महत्त्व देऊन ती अधोरेखित करण्यात आली व त्याच बरोबरीने व्यक्तींना त्यांच्या समाजातील प्रतिष्ठेबाबत आश्वस्त करण्यात आले. खोट्या आणि हास्यास्पद सामाजिक प्रतिष्ठेपायी व्यक्तीची प्रतिष्ठा कमी लेखण्याकडे असलेला समाजातील काही गटांचा कल जाणून घटनाकारांनी व्यक्तिहितामुळे समाजहित साध्य होईल या युक्तिवादावर स्पष्टपणे भाष्य केले नाही. अशा प्रकारे, घटनाकारांना भारतामध्ये सामाजिक लोकशाही निर्माण करावयाची होती. आंबेडकरांनी स्पष्ट केल्याप्रमाणे, 'सामाजिक लोकशाही म्हणजे अशी जीवनपद्धती ज्यामध्ये स्वातंत्र्य, समता व बंधुतेला मान्यता आहे व ही त्रिसूत्री विभागली जाणार नाही. हा त्रिसूत्रींचा मिलाफ आहे, म्हणजेच एक घटक दुसऱ्यापासून वेगळा करणे म्हणजे लोकशाहीच्या हेतूंनाच छेद देण्यासारखे आहे. स्वातंत्र्य समतेपासून विलग केले जाऊ शकत नाही; समता स्वातंत्र्यापासून विलग केली जाऊ शकत नाही. तसेच, स्वातंत्र्य व समता बंधुतेपासून विलग होऊ शकत नाही.'[२]

चार, उद्देशिकेतून हे सविस्तरपणे स्पष्ट होते की, स्वतंत्र भारतात इतर महत्त्वाची आदर्श तत्त्वे साध्य करावयाची असतील तर इतर अनेक बाबींखेरीज देशाचे एकत्व आणि अखंडत्व कायम राहणे ही त्यासाठी एक पूर्वअट ठरते. उद्देशिकेद्वारे देशाच्या एकत्व व अखंडत्वाबाबत कुठलीही हयगय करून चालणार नाही असा स्पष्ट संदेश दिला आहे. उद्देशिकेचा आशय व भाव या दोहोंमधून देशातील सर्व घटकांना एकत्व व अखंडत्वाची हेळसांड करण्यापासून ठामपणे रोखण्यात आले आहे. या घटकांमध्ये व्यक्ती, व्यक्तिसमूह, राज्य व तत्सम संस्था इत्यादींचा समावेश होतो. यावरून हे सहज लक्षात येते की, भारतीय जनता आणि/किंवा भारतीय शासन देशाचे एकत्व व अखंडत्व कायम राखण्याबाबत कटिबद्ध आहे.

सरतेशेवटी, राज्यघटनेचा भावार्थ समजून घेणे हे देशातील उच्च न्यायालयांचे कर्तव्य आहे व त्यामध्ये न्यायालयांना उद्देशिकेद्वारे मार्गदर्शन केले जाते. यातून उद्देशिकेची उपयुक्तता लक्षात येते. कुठलाही वादग्रस्त कायदा किंवा घटनात्मक तरतुदींचा अर्थ लावताना व घटनाभ्यासक वकील किंवा न्यायाधीशांना एखाद्या कायद्याच्या अर्थाबाबत संदिग्धता किंवा अनिश्चितता वाटत असल्यास त्यांच्याकडे उद्देशिकेतील भाषा (वापरलेले शब्द) हा एकमेव स्रोत उरतो. यातून, घटनाकारांचा खरा हेतू काय होता हे समजून घेण्याचा प्रयत्न केला जातो. उद्देशिकेमध्ये संपूर्ण राज्यघटनेचा भाव सामावलेला आहे असा एक युक्तिवाद केला जातो आणि म्हणून, घटनात्मक तरतुदींचा अर्थ लावणाऱ्या सर्वांसाठी घटनेतील अनुकरणीय मूल्ये हा एकमेव संदर्भ असावा.

भारतीय राज्यघटनेतील उद्देशिकेचे निर्णायक महत्त्व लक्षात घेता, तिचे स्थान आणि सातत्य याबाबत विश्लेषण करणे समर्पक ठरते. उद्देशिका हा राज्यघटनेचा भाग आहे किंवा नाही या प्रश्नाबाबत केशवानंद भारती खटल्यापासून सर्वोच्च न्यायालयाने निर्विवाद मत व्यक्त केले आहे. सर्वोच्च न्यायालयाच्या मते, उद्देशिका हा राज्यघटनेचा अविभाज्य भाग आहे.[३] भारताचे पूर्वीचे मुख्य न्यायाधीश एम. हिदायतुल्ला (१९८२, ५१) यांनी म्हटल्याप्रमाणे,

> उद्देशिका अमेरिकी संघराज्याच्या जाहीरनाम्याशी सुसंगत वाटत असली तरी तो केवळ जाहीरनामा नव्हे. हा राज्यघटनेचा आत्मा असून त्याद्वारे सार्वभौम, लोकशाही गणतंत्र राजकीय परिघाचे स्वरूप मांडले गेले आहे. यामध्ये एक वैधानिक संकल्प समाविष्ट असून या संकल्पाची वीण केवळ क्रांतीनेच बदलता येऊ शकेल.

मूलभूत हक्क

राज्यघटनेत मूलभूत हक्कांची सविस्तर मांडणी व समावेश म्हणजे मुक्त आणि आनंदी आयुष्य जगण्यासाठी मूलभूत स्वातंत्र्य मिळावे या भारतीयांच्या पूर्वीपासूनच्या दीर्घकालीन अपेक्षांची पूर्तता होय. सन १८८५मध्ये भारतीय राष्ट्रीय काँग्रेसच्या स्थापनेद्वारे ब्रिटिश त्यांच्या राष्ट्रामध्ये उपभोगत असलेले अधिकार आणि प्रतिष्ठा भारतीयांनादेखील प्राप्त व्हावी असे उद्दिष्ट डोळ्यापुढे ठेवण्यात आले असले तरी (ऑस्टिन १९६६, ५२-५३), मूलभूत हक्कांची पहिली सुसूत्र मागणी भारतीय राज्यघटना विधेयक, १८९५ द्वारे करण्यात आली.[४] या विधेयकाद्वारे सर्व नागरिकांना भाषण व अभिव्यक्ती स्वातंत्र्य, वैयक्तिक स्वाधीनतेचा हक्क, सुरक्षित निवाऱ्याचा हक्क, संपत्तीचा हक्क, सार्वजनिक कार्यालयांमध्ये प्रवेशाचा समानाधिकार, कायद्यासमोर समानतेचा हक्क आणि तक्रारनिवारणाची याचिका दाखल करण्याचा हक्क याबाबत विवेचन करण्यात आले होते. तथापि, भारतीयांना भारतीय नागरिक असे संबोधले जावे याबाबत प्रमुख भारतीय नेत्यांना व काँग्रेसच्या नेत्यांना जाणीव नव्हती, असे लक्षात येते. हे प्रमुख नेते भारतीय लोक जे ब्रिटिश नागरिक आहेत त्यांच्या अधिकारांचा जाहीरनामा प्रकाशित करणाऱ्या मॉन्टेग्यू चेम्सफर्ड अहवालाने (१९१९) प्रभावित झाले होते. भारतीयांच्या मूलभूत अधिकारांच्या मागण्यांचा प्रतिध्वनी १९२५च्या श्रीमती बेझंट यांच्यापासून प्रेरणा घेतलेल्या राष्ट्रीय परिषदेच्या भारत राष्ट्रकुल विधेयकामध्ये उमटला होता, असेदेखील म्हणता येईल.

त्यानंतर भारतीयांना अपेक्षित मूलभूत हक्कांचे स्वरूप आणि व्याप्ती याबाबतचे त्यांचे दृष्टिकोन मांडण्यासाठी अनेक ठराव मांडले गेले व समित्यादेखील नेमण्यात आल्या.[५] यापुढील महत्त्वाचे पाऊल म्हणजे, कॅबिनेट मिशन योजनेंतर्गत

(१९४६) घटनासमितीबाबतची मागणी मान्य करण्यात आली. तसेच, मूलभूत हक्कांबाबत लिखित स्वरूपात हमी देणेदेखील गरजेचे मानले गेले आणि म्हणून, नागरिकांचे हक्क, अल्पसंख्याक व आदिवासी आणि दुर्लक्षित क्षेत्रे याबाबत एका सल्लागार समितीची नियुक्ती करावी असे सुचविण्यात आले. या समितीवर मूलभूत हक्कांची यादी तयार करणे व केंद्र आणि राज्य सूचीमध्ये बाबी समाविष्ट करण्याविषयी सल्ला देणे या जबाबदाऱ्या होत्या. त्यानंतर जवाहरलाल नेहरूंनी 'उद्दिष्टात्मक ठराव' मांडल्यानंतर मूलभूत हक्कांच्या तरतुदीबाबतचा प्रश्न पुन्हा ऐरणीवर आला. २२ जानेवारी १९४७ रोजी हा ठराव मान्य करून घटनासमितीने भारतीय अभिशासन घटनेचा एक वैधानिक मसुदा तयार करून स्वतःप्रती समर्पित केला. या मसुद्यान्वये, कायद्याच्या चौकटीत राहून व सार्वजनिक नीतिमत्तेचे पालन करून भारतीयांना पुढील घटकांबाबत हमी देऊन त्याबाबत आश्वस्त करण्यात आलेः सामाजिक, आर्थिक आणि राजकीय न्याय, दर्जा समानता, संधी समानता व कायद्यासमोर समानता, विचारस्वातंत्र्य, अभिव्यक्ती स्वातंत्र्य, विश्वास आणि श्रद्धेचे स्वातंत्र्य, उपासना स्वातंत्र्य, व्यवसाय स्वातंत्र्य, संघटना स्वातंत्र्य व आंदोलन स्वातंत्र्य. उद्दिष्ट ठरावाने मांडलेले परिप्रेक्ष्य लक्षात घेऊन घटनासमितीने वल्लभभाई पटेलांच्या अध्यक्षतेखाली एक सल्लागार समिती नेमली. या समितीमध्ये ५३ इतर सदस्य समाविष्ट करण्यात आले होते. या समितीने अल्पसंख्याक, मूलभूत हक्क, आदिवासी आणि दुर्लक्षित क्षेत्रे यांबाबत वृत्तान्त कळविणे अपेक्षित होते. कार्ये अधिक परिणामकारकतेने पार पाडण्यासाठी या सल्लागार समितीने पाच उप-समित्यांची स्थापना केली. यातील एका समितीकडे स्वतंत्र भारतासाठी मूलभूत हक्कांची नीलपत्रिका (ब्ल्यूप्रिंट) मांडण्याची जबाबदारी होती. अनेक कलमांवर विविध स्पष्टीकरणात्मक नोंदी असलेल्या उप-समितीच्या या कच्च्या अहवालाच्या प्रती सर्व सदस्यांना देण्यात आल्या. सदस्यांनी यामध्ये नव्याने समाविष्ट करावयाच्या वेगवेगळ्या बाबीदेखील सुचविल्या. त्या बाबी लक्षात घेऊन या उप-समितीचा संपूर्ण अहवाल सल्लागार समितीच्या अध्यक्षांना १६ एप्रिल १९४७ रोजी सुपूर्द करण्यात आला.

सल्लागार समितीने मूलभूत हक्कांच्या तरतुदींसंबंधी अंतिम निर्णय घेतला. उपसमितीच्या शिफारशींचा आधार घेऊन सल्लागार समितीने हक्कांची न्याय्य व गैर-न्याय्य अशी विभागणी करणे इष्ट मानले. यायोगे इथपर्यंत चर्चेत असलेल्या मूलभूत हक्कांचे मूलभूत हक्क आणि राज्याची धोरण निर्देशक तत्त्वे या दोन प्रकारांमध्ये स्पष्टपणे विभाजन करण्यात आले. या बरोबरीने, ठरावीक मूलभूत हक्क सर्व व्यक्तींना व काही हक्क केवळ नागरिकांना देण्यात यावे असे ठरविण्यात आले मात्र, हक्क देशातील सर्व राज्यांमध्ये लागू असावेत असे देखील ठरविण्यात आले. सल्लागार समितीचा अहवाल घटनासमितीने मान्य व स्वीकृत केला. त्यानुसार, घटनेमध्ये अनुक्रमे मूलभूत हक्कांवर तिसरे प्रकरण व राज्याच्या धोरण निर्देशक तत्त्वांवर चौथे प्रकरण समाविष्ट करण्यात आले.

मूलतः घटनेमध्ये सात मूलभूत हक्क समाविष्ट होते. जनता पक्ष सरकारच्या काळात १९७८ मध्ये ४४व्या घटनादुरुस्तीनुसार संपत्तीचा हक्क मूलभूत हक्क म्हणून रद्द करण्यात आला. त्यामुळे घटनेमध्ये सहा मूलभूत हक्क समाविष्ट आहेत – समतेचा हक्क (कलम १४-१८), स्वातंत्र्याचा हक्क (कलम १९-२२), शोषणविरोधी हक्क (कलम २३ आणि २४), धर्मस्वातंत्र्याचा हक्क (कलम २५-२८), सांस्कृतिक व शैक्षणिक हक्क (कलम २९ आणि ३०), संवैधानिक उपाय योजण्याचा हक्क (कलम ३२). राज्यघटनेत नमूद केलेले काही विशिष्ट प्रसंग वगळता या हक्कांवर राज्याने अकारण अतिक्रमण करू नये याबाबत काळजी घेण्यात आली होती. तथापि, राज्यघटनेतील या हक्कांची सूची दुरुस्त करता येईल याचे घटनेच्या कलम ३६८ अंतर्गत केशवानंद भारती (१९७३) खटल्यामध्ये सर्वोच्च न्यायालयाने समर्थन केले होते.

ऑस्टिन यांनी राज्याच्या धोरण निर्देशक तत्त्वांना राज्यघटनेची 'सदसद्विवेकबुद्धी' असे संबोधून मूलभूत हक्कांना राज्यघटनेचा आत्मा म्हटले आहे. तथापि, प्रत्यक्षात एन. ए. पालखीवाला यांनी म्हटल्याप्रमाणे मूलभूत हक्क म्हणजे एक प्रकारे राज्यघटनेचे सूत्रसंचालक होय व त्यामुळे राज्यघटनेला शाश्वततेचे परिमाण प्राप्त होते. राज्यघटनेद्वारे मूलभूत हक्क म्हणजे एक व्यासपीठ अशी परिकल्पना करण्यात आली आहे. या व्यासपीठावर भिन्न राजकीय विचारधारा व

प्रक्रिया सांधल्या जातात असे म्हणता येईल. मूलभूत हक्क म्हणजे एक अशी 'पोलादी चौकट' ज्यामध्ये सामाजिक आर्थिक बदलांबाबत वेगवेगळे प्रयोग करणे शक्य होते.[६]

म्हणून, या हक्कांना देशाच्या घटनात्मक कायदेप्रणालीमध्ये महत्त्वाचे स्थान देण्यात आले आहे. याचे कारण असे की, भारतीय भूप्रदेशात लागू असलेले २६ जानेवारी १९५० पूर्वीचे व नंतरचे सर्व कायदे राज्यघटनेतील तिसऱ्या भागातील तरतुदींशी (मूलभूत हक्कांशी) सुसंगत असणे आवश्यक होते.

याखेरीज, मूलभूत हक्कांचा व्यापक आवाका लक्षात घेता यामध्ये मानवी कल्पकतेच्या दृष्टीने आवश्यक ते सर्व हक्क समाविष्ट असतात. हे हक्क देशातील नागरिकांचा व्यक्तिमत्त्व विकास व वृद्धीच्या दृष्टीने महत्त्वाचे ठरतात. महत्त्वाचे म्हणजे, या संदर्भाने घटनाकारांचे लक्ष मुख्यत्वे नागरिकांकडे असल्याचे दिसून येते. कारण यातील बरेचसे हक्क परकियांना देण्यात आले नव्हते. उदाहरणार्थ, कलम १५ (धर्म, वंश, जात, लिंग, जन्मस्थान या कारणांवरून भेदभाव करण्यास मनाई), कलम १६ (सार्वजनिक सेवायोजनांच्या बाबींमध्ये समान संधी), कलम १९ (स्वातंत्र्याचा हक्क) आणि कलम २९ (सांस्कृतिक व शैक्षणिक हक्क) हे हक्क केवळ नागरिकांनाच देण्यात आले आहेत. तथापि, मूलभूत हक्कांच्या तरतुदीचे सर्वोत्कृष्ट वैशिष्ट्य असे की, एका सुसंवादी यंत्रणेद्वारे या हक्कांची प्रत्यक्षात हमी देण्यात आली आहे. कलम ३२ अन्वये सर्वोच्च न्यायालयाला मूळ अधिकारिता देण्यात आली असून याद्वारे एखाद्या व्यक्तीच्या मूलभूत हक्कांचे उल्लंघन झाल्यास त्या व्यक्तीच्या याचिकेची न्यायालयाद्वारे दखल घेतली जाते. या हक्कांचा उपभोग कायम राहावा म्हणून सर्वोच्च न्यायालयाकडे प्राधिलेख अधिकारितेचा (Writ jurisdiction) अधिकार आहे.

मूलभूत हक्कांना देशातील लोकशाही व्यवहाराची आधारशिला मानण्यात आले आहे. असे असले तरी, मूलभूत हक्क निरंकुश नसून त्यांच्या उपभोगावर उचित बंधने घालण्यात आली आहेत. एकीकडे सार्वजनिक हित व दुसरीकडे देशाचे एकत्व आणि अखंडत्व जपण्यासाठी अशी बंधने घालणे रास्त ठरते. ही बंधने देशाचे सार्वभौमत्व व अखंडत्व, राज्य सुरक्षितता, परकीय राष्ट्रांशी मैत्रीपूर्ण संबंध, सार्वजनिक सुव्यवस्था, सभ्यता, नीतिमत्ता, आरोग्य इत्यादी व अनुसूचित जमातींचे हित जपण्याच्या अनुषंगाने महत्त्वाची ठरतात. ही बंधने म्हणजे व्यक्तीची स्वाधीनता व सामाजिक हित याबाबत समतोल राखण्याचा घटनाकारांचा प्रयत्न होता हे निर्विवाद तथ्य आहे. मात्र, राज्यघटना कार्यान्वित झाल्यानंतर आवश्यक मर्यादांचे कारण वापरून राज्याद्वारे या हक्कांच्या उपभोगावर अनावश्यक बंधने लादली जातील अशी शंका व्यक्त करण्यात आली व ती योग्य ठरते. परिणामी, जेव्हा जेव्हा ही बंधने लादली जातील तेव्हा तेव्हा देशातील न्यायालयांनी त्या बंधनांच्या सयुक्तिकतेवर काटेकोर लक्ष देण्याचा प्रयत्न केला. राज्यात आणीबाणी जाहीर झाली असता कलम १९ अंतर्गत मूलभूत स्वातंत्र्याचा उपभोग घेण्यावर तात्पुरती स्थगिती येईल अशी परिस्थिती निर्माण होते. त्याचप्रमाणे, कलम ३३ नुसार सशस्त्र सैनिक दलामध्ये कार्यरत व्यक्तींना काही मूलभूत हक्क न देण्याचा अधिकार संसदेला आहे.

बंधने सयुक्तिक असली तरी मूलभूत हक्कांमुळे राज्याच्या कायदेशीर, कार्यकारी व काही प्रमाणात न्यायिक अधिकारांवर देखील मोठ्या प्रमाणात बंधने येतात. कायदे तयार करताना त्यामुळे व्यक्तींच्या कुठल्याही मूलभूत हक्कांचे उल्लंघन होणार नाही याबाबत कायदेमंडळाला सजग असावे लागते. यांपैकी कुठलेही कायदे किंवा कायद्यांतील काही भाग कुठल्याही मूलभूत हक्काशी विसंगत आहेत असे लक्षात आल्यास सर्वोच्च न्यायालयाद्वारे ते कायदे रद्दबातल ठरविले जातात. कार्यकारी अधिकाऱ्यांचे स्थान अधिकच धोक्याचे असते कारण या अधिकाऱ्यांनी घटनेविरुद्ध कृत्य केल्यास न्यायालयाद्वारे सर्वांत आधी त्यांना जबाबदार धरले जाते. जसे की, २००५च्या गुजरात येथील सोहराबुद्दीन बनावट चकमक खटल्यात भारतीय पोलीस सेवेतील अनेक अधिकारी कथितरीत्या सामील होते अशी बातमी समोर आली होती. राज्यघटना सार्वभौमत्वाचे हेच सूत्र न्यायव्यवस्थेला देखील लागू होते. मूलभूत हक्कांच्या तरतुदींचे उल्लंघन होईल असे निर्णय न्यायालयाला घेता येत नाहीत. कनिष्ठ न्यायालयाकडून असा कुठलाही निर्णय दिला गेल्यास वरिष्ठ न्यायालयांकडून तो निर्णय रद्दबातल ठरवला जाऊ शकतो. अधिक महत्त्वाचे म्हणजे, मूलभूत हक्कांद्वारे घालण्यात येणारी बंधने केवळ शासकीय अभिकरणांना लागू होत नसून खाजगी व्यक्ती व संस्थांनादेखील लागू होतात. उदाहरणार्थ, कलम १७ द्वारे

अस्पृश्यतेची चाल बंद करण्यात आली, कलम १५(२) नुसार केवळ धर्म, वंश, जात, लिंग, जन्मस्थान या अथवा यांपैकी कुठल्याही कारणांवरून कोणत्याही नागरिकाला दुकाने, सार्वजनिक उपाहारगृह, विहिरी, रस्ते आणि सार्वजनिक करमणुकीची स्थाने यात प्रवेश नाकारता येणार नाही आणि कलम २३ अंतर्गत भिक्षेकरी वृत्ती किंवा अन्य स्वरूपातील वेठबिगारीस मनाई करण्यात आली आहे. नागरिकांच्या विशिष्ट स्वाधीनतांमध्ये हस्तक्षेप होऊ नये या राज्यघटनेच्या नकारदर्शक आदेशाचे पालन करतानाच, राज्याने नागरिकांच्या हक्कांवर समाजाद्वारे अतिक्रमण केले जाऊ नये व त्यांचे हक्क सुरक्षित राहावेत हे सकारात्मक कर्तव्यदेखील पार पाडणे अपेक्षित आहे (ऑस्टिन १९६६, ५१).

मूलभूत कर्तव्ये

सन १९७६मधील ४२व्या घटनादुरुस्ती अधिनियमाद्वारे राज्यघटनेमध्ये मूलभूत कर्तव्ये समाविष्ट करण्यात आली. याला आश्वासक व उत्साहाने जपलेल्या मूलभूत हक्काच्या तरतुदीची व माफक प्रमाणात नैतिक नागरिकत्वाच्या जबाबदाऱ्यांची पार्श्वभूमी होती. मूलभूत कर्तव्यांची तरतूद सोव्हिएत संघाच्या राज्यघटनेतून घेण्यात आली होती. भारतीय राज्यघटनेच्या भाग ४(अ) मध्ये कलम ५१(अ) अंतर्गत ही तरतूद समाविष्ट आहे. १० मूलभूत कर्तव्यांची सूची म्हणजे देशातील नागरिकांसाठी नैतिक उपदेश होय. याद्वारे स्वदेशाभिमानी व संवेदनशील नागरिकत्वाची जाणीव अंगी बाणवली जाणे अपेक्षित होते. या कर्तव्यांना कायद्याच्या दृष्टिकोनातून न्यायाचे तत्त्व लागू होत नाही.

मूलभूत कर्तव्ये न्यायावर आधारित नसल्याने त्याची प्रत्यक्ष व्यवहार्यता नगण्य आहे. तरीदेखील, अनेकांनी मूलभूत कर्तव्यांच्या तरतुदीला विरोध करून त्यातील विसंगती दाखवून दिली आहे. उदाहरणार्थ, देशातील प्रत्येक नागरिकाने वैज्ञानिक व चौकस वृत्ती विकसित करावी असे एक मूलभूत कर्तव्य आहे. परतु, देशातील अनेक लोक अशिक्षित असताना व त्यांना अशा विचारांचे मूळ सूत्र लक्षात येत नसेल तर त्यांच्यामध्ये स्पष्ट व मोजका विचार करण्याची वृत्ती बाणवणे कसे काय शक्य होईल? असे असले तरी, मूलभूत कर्तव्ये हा राज्यघटनेचा एक भाग मानला जातो. ही कर्तव्ये न्यायाच्या तत्त्वाला धरून नसली तरी त्याद्वारे समाज व देशाप्रती कुठलीही कर्तव्ये न बजावता बेलगाम अधिकार वापरणाऱ्यांवर एक प्रकारचा सामाजिक व सामूहिक अंकुश ठेवला जातो.

राज्य धोरण निर्देशक तत्त्वे

राज्यघटनेतील राज्य धोरण निर्देशक तत्त्वांची तरतूद म्हणजे स्वातंत्र्यचळवळीतील बहुसंख्य नेत्यांनी जपलेल्या मानवतावादी व समाजवादी विचारांची पराकाष्ठा होय. या नेत्यांना भारताबाबत केवळ राजकीय लोकशाहीची आकांक्षा नव्हती तर सामाजिक-आर्थिक लोकशाहीचीदेखील आकांक्षा होती. भारतीय राष्ट्रीय काँग्रेसच्या १९३१च्या कराची येथील ठरावामध्ये अगदी स्पष्टपणे वसाहतवादी धाटणीच्या नियामक राज्याऐवजी कल्याणकारी राज्याला मान्यता देऊन नेत्यांनी सामाजिक-आर्थिक धोरण घटनात्मकरित्या जाहीर केले. खरे तर, कराची ठरावान्वये जाहीर केलेले सामाजिक-आर्थिक धोरण हे न्याय्य मूलभूत हक्कांच्या स्वरूपात घटनेमध्ये समाविष्ट करून घ्यायला हवे होते. मात्र, घटना निर्मितीच्या वेळी अपुरी आर्थिक संसाधने व समाजातील पुराणमतवादाचे प्राबल्य हे वास्तव लक्षात घ्यावे लागले. या परिस्थितीमुळे घटनाकार सामाजिक, आर्थिक आदर्श हे न्याय्य मूलभूत तत्त्वे म्हणून समाविष्ट करण्यापासून परावृत्त झाले असे दिसून येते. यातून मार्ग म्हणजे, सामाजिक, आर्थिक आदर्श राज्यघटनेमध्ये निर्देशक तत्त्वांच्या स्वरूपात समाविष्ट करण्यात आले. ही तत्त्वे न्यायाच्या तत्त्वाला धरून नसली तरी राज्य धोरणाला मार्गदर्शन करणारी मूलभूत तत्त्वे ठरली. या तत्त्वांचे स्वरूप आयर्लंड येथील सामाजिक धोरण निर्देशक तत्त्वांशी सुसंगत होते. आयर्लंडमधील राष्ट्रीय चळवळीचा या तत्त्वांशी बराच मोठा काळ असलेला संबंध बघता घटनाकारांना ही तत्त्वे आकर्षक वाटली. नंतर, निर्देशक तत्त्वांची अंतिम सूची जाहीर करताना भारतीय समाजामधील धर्मनिरपेक्ष व समाजवादी परिप्रेक्ष्य व त्याबरोबरच जपणूक केलेले इतरही आदर्श त्यामध्ये प्रतिबिंबित झाले. जसे की, हिंदूंची पौराणिक श्रद्धा व सामाजिक-आर्थिक पुनर्बांधणीची गांधींची कल्पना.

राज्यघटनेच्या चौथ्या भागामध्ये समाविष्ट असलेली (कलम ३५-५१) निर्देशक तत्त्वे म्हणजे राज्याची नागरिकांप्रतीची सकारात्मक कर्तव्ये होत. कलम ३७ मध्ये म्हटल्याप्रमाणे, या तरतुदी कुठल्याही न्यायालयाकरवी अंमलबजावणीयोग्य असणार नाहीत पण तरीसुद्धा त्यात घालून दिलेली तत्त्वे देशाच्या शासन व्यवहाराच्या दृष्टीने मूलभूत आहेत आणि कायदे करताना ही तत्त्वे लागू करणे हे राज्याचे कर्तव्य असेल. अशा प्रकारे, निर्देशक तत्त्वांच्या स्वरूपाच्या संदर्भाने दोन मूलभूत बाबी पुढे येतातः राज्यघटनेमधील त्यांची वैधानिकता व मूलभूत हक्कांच्या बरोबरीने त्यांचे महत्त्व. वैधानिकतेच्या बाबतीत घटनाकारांचा याबाबत स्पष्ट दृष्टिकोन होता. त्यांच्या मते, मूलभूत हक्कांप्रमाणे ही तत्त्वे न्याय्य नसली तरी, ती केवळ घोषणा वा भावनिक अपेक्षांची सूची असणार नाही. के. सी. मार्कंडन (१९६६, १४७-४८) यांनी म्हटल्याप्रमाणे,

> निर्देशक तत्त्वे म्हणजे केवळ तत्त्वांचा जाहीरनामा किंवा घोषणा नसून ही भारतीय लोकांप्रती राज्यघटनाकारांनी केलेली प्रतिज्ञा होय. ही तत्त्वे पाळली न गेल्यास लोकांचा विश्वासघात होईल व त्याबरोबरच राज्यघटनेतील एक महत्त्वाचा भाग मृत ठरविला जाईल.

तथापि, निर्देशक तत्त्व व मूलभूत हक्क यांमधील सततच्या संघर्षामुळे निर्देशक तत्त्वांचे घटनेमध्ये काय स्थान आहे याबाबत खरी परीक्षा होते. यासंदर्भाने सर्वोच्च न्यायालयाने वेगवेगळ्या निर्णायक निवाड्यांतून प्रश्न सोडविण्याचा प्रयत्न केला आहे. निर्देशक तत्त्वे व मूलभूत हक्क यांमधील संघर्षाचे मूळ मुख्यतः कलम १३ उपकलम २ मध्ये सापडते. तथापि, हा एकमेव स्रोत आहे असे मानता येणार नाही. या कलमामध्ये म्हटल्याप्रमाणे, राज्य हे घटनेतील उपरोक्त कलमानुसार प्रदान केलेले हक्क हिरावून घेणारा किंवा त्याचा संकोच करणारा कोणताही कायदा करणार नाही आणि या कलमाचे उल्लंघन करून केलेला कोणताही कायदा त्या उल्लंघनाच्या व्याप्तीपुरता शून्यवत असेल. तदनुसार, या दोहोंमध्ये संघर्षाचा पहिला प्रसंग *चंपकम दोराईराजन विरुद्ध मद्रास राज्य* या खटल्यामध्ये आला. या खटल्यामध्ये सर्वोच्च न्यायालयाने असे नमूद केले की, निर्देशक तत्त्वे मूलभूत हक्कांपेक्षा वरचढ ठरू शकणार नाहीत. तसेच, कलम ३६८ मधील तरतुदींनुसार मूलभूत हक्कांमध्ये दुरुस्ती करता येईल हेही सर्वोच्च न्यायालयाने मान्य केले. तदनंतर अशी भूमिका घेण्यात आली की, सामान्यतः निर्देशक तत्त्वे मूलभूत हक्कांपेक्षा वरचढ ठरू शकत नसली तरी, घटनादुरुस्तीच्या माध्यमातून निर्देशक तत्त्वे राबविण्यासाठी मूलभूत हक्कांवर काही समयोचित बंधने घातली जाऊ शकतील.

सन १९६७च्या *गोलकनाथ विरुद्ध पंजाब राज्य* या खटल्यामध्ये सर्वोच्च न्यायालयाच्या भूमिकेचा रोख बदललेला दिसून येतो. त्यानुसार, मूलभूत हक्क व राज्य धोरण निर्देशक तत्त्वांच्या एकजिनसी रचनेच्या विचारप्रणालीचे न्यायालयाकडून अवमूल्यन झाल्याचे दिसते. याखेरीज, न्यायालयाने असा निर्णय दिला की, संसदेला राज्यघटनेच्या तिसऱ्या भागातील कुठलीही तरतूद दुरुस्त करता येणार नाही तसेच, त्यातील मूलभूत हक्क काढून घेतले जातील किंवा शून्यतम होतील अशी दुरुस्ती करण्याचा कुठलाही अधिकार कुठल्याही परिस्थितीत कायदेमंडळाला असणार नाही. याला तीव्र प्रतिक्रिया म्हणून, शासनाने राज्यघटनेमध्ये २४ व २५वी घटनादुरुस्ती केली. पुढे, *केशवानंद भारती विरुद्ध केरळ सरकार* खटल्यामध्ये शासनाच्या या निर्णयाची न्यायालयाद्वारे तपासणी करण्यात आली. एकजिनसी रचनेच्या विचारप्रणालीचा आधार घेऊन न्यायालयाने आता राज्यघटनेच्या 'मूळ संरचने'ची विचारप्रणाली मांडली. त्यानंतर, *मिनर्व्हा मिल्स लि. विरुद्ध भारत सरकार* खटल्यामध्ये राज्य धोरण निर्देशक तत्त्वे मूलभूत हक्कांपेक्षा वरचढ नाहीत ही भूमिका सर्वोच्च न्यायालयाने कायम ठेवली तसेच, राज्यघटनेच्या मूळ संरचनेमधील कुठलीही दुरुस्ती रद्दबातल ठरविली जाईल असेही मत मांडले गेले.

निर्देशक तत्त्वांच्या घटनात्मक दर्जाबाबतचे मतभेद व त्याबरोबरीने इतर तत्त्वांचा घेतलेला मागोवा लक्षात घेतला असता निर्देशक तत्त्वांची व्याप्ती व वैविध्य लक्षात येते. पूर्वी म्हटल्याप्रमाणे, निर्देशक तत्त्वांच्या तरतुदीमुळे राज्यघटनेमध्ये भिन्न भिन्न विचारधारा सामावून घेणे शक्य झाले. या तीन प्रमुख विचारधारा पुढीलप्रमाणे आहेतः

एक, कल्याणकारी राज्याची स्थापना करणे हे अनेक निर्देशक तत्त्वांचे मुख्य उद्दिष्ट होते. हे कल्याणकारी राज्य स्थापन करताना देशामध्ये काही सामाजिक-आर्थिक परिवर्तन घडवून आणणे आवश्यक होते. उदाहरणार्थ, कलम ३८मध्ये निर्देशक तत्त्वांच्या गाभ्याची व्याख्या केली आहे. यातून असे स्पष्ट होते की, राज्य, त्यास शक्य होईल तितक्या परिणामकारक रीतीने सामाजिक, आर्थिक व राजकीय न्यायाद्वारे राष्ट्रीय जीवनाच्या सर्व घटकांमध्ये प्रेरणा निर्माण करील अशी समाजव्यवस्था प्रस्थापित करून व तिचे जतन करून लोककल्याणाचे संवर्धन करण्यासाठी प्रयत्नशील राहील. या पद्धतीच्या इतर निर्देशक तत्त्वांमध्ये समाजामध्ये भौतिक संसाधनांचे समान वाटप, स्त्रिया व बालकांचे कल्याण, समान कामाबद्दल समान वेतन, कामाबाबत न्याय्य व मानवीय परिस्थिती निर्माण करणे, १४ वर्षांपर्यंतच्या मुलांना मोफत व सक्तीचे शिक्षण इत्यादींचा समावेश होतो.

दोन, अनेक निर्देशक तत्त्वांद्वारे सामाजिक जीवनाची गांधीवादी तत्त्वे अमलात आणण्याचा प्रयत्न केला गेला आहे. जसे की, ग्रामपंचायतींची स्थापना, कुटिरोद्योग, अनुसूचित जाती व जमातींच्या सुधारणा, प्रतिबंध, जनावरांचे वाण सुधारणे, गाय आणि वासरू यांचे कत्तलखाने थांबविणे इत्यादी.

सरतेशेवटी, काही निर्देशक तत्त्वे देशातील अभिशासन सुरळीत चालविण्यासाठी व आंतरराष्ट्रीय शांतता जपण्याशी संबंधित आहेत. अशा प्रकारे, देशातील न्यायव्यवस्था व कार्यकारी मंडळ स्वतंत्र अस्तित्व ठरविणारे निर्देशक तत्त्व देशातील अभिशासन सुरळीत चालण्याशी संबंधित आहे. तसेच, आंतरराष्ट्रीय शांतता व सुरक्षितता प्रस्थापित करणे, देशांमध्ये सुयोग्य व सन्मान्य संबंध प्रस्थापित करणे व त्याचे जतन करणे, आंतरराष्ट्रीय कायदे व तह याबाबतची बांधीलकी जपणे, शिष्टाई व इतर शांततापूर्ण मार्गांनी आंतरराष्ट्रीय प्रश्न सोडविणे ही सर्व निर्देशक तत्त्वे जागतिक शांतता व स्थिरतेशी संबंधित आहेत.

राज्यघटनेमध्ये निर्देशक तत्त्वांच्या स्वरूपात समाविष्ट असलेली उदात्त व आदर्श तत्त्वे कार्यान्वित करण्याचे प्रयत्न म्हणजे एक आश्वासक वचन वाटते. घटनाकारांनी निर्देशक तत्त्वे न्याय्य नाहीत असे ठरवून त्यांना दुय्यम स्थान दिले असले तरी, त्याला वेळ व संसाधनांची बंधने असली तरी, ही निर्देशक तत्त्वे शासनाच्या योजना व कार्यक्रमांमागील मूलभूत मार्गदर्शक तत्त्वे असल्याचे लक्षात येते. तथापि, निर्देशक तत्त्वांच्या अंमलबजावणीसाठी आर्थिक संसाधनांचे एकत्रीकरण करणे, सामाजिक व राजकीय मान्यता मिळविणे याविरुद्ध शासनातर्फे अनेक वेळा सबबी उपस्थित केल्या गेल्याने त्यांच्या अंमलबजावणीबाबत शासन उदासीन आहे असे लक्षात येते. म्हणून, स्वातंत्र्योत्तर कालखंडात निर्देशक तत्त्वांच्या अंमलबजावणीत झालेली नगण्य प्रगती लक्षात घेता न्यायिक अडथळ्यांचे कारण पुढे करण्यात आले. ही सबब संपल्यानंतर अंमलबजावणीसाठी साधने अपुरी असल्याचा मुद्दा पुढे आला. परंतु, निर्देशक तत्त्वांबाबतची शासनाची खरी भूमिका १९९०च्या दशकामध्ये निदर्शनास आली. या काळातील सरकारांनी अर्थव्यवस्थेचे उदारीकरण या सबबीखाली निर्देशक तत्त्वे केवळ दुर्लक्षितच केली नाहीत, तर शासन त्यापासून परावृत्त झालेले दिसते. तथाकथित कामगार सुधारणा हा त्यावेळचा एक मुद्दा होता. तसेच, जी निर्देशक तत्त्वे राबविली गेली होती तीदेखील केवळ निवडणुकांचे गणित डोक्यात ठेवून राबविली गेली व त्यामागे देशातील सामाजिक-आर्थिक सुधारणेचा खरा हेतू नव्हता असे लक्षात येते. या राबविलेल्या निर्देशक तत्त्वांमध्ये पंचायत राजसंबंधीचे निर्देशक तत्त्व, वय वर्ष १४पर्यंतच्या मुलांना मुक्त व सक्तीचे शिक्षण याचा समावेश होता. अशा परिस्थितीत आशय व भाव लक्षात घेऊन निर्देशक तत्त्वे खऱ्या अर्थाने राबविण्याचा मार्ग म्हणजे समाजातील संबंधित लोकांनी केलेले जनआंदोलन होय.

संघराज्यपद्धती

स्वतंत्र भारताचा बांधा कसा असावा याबाबत विचार करताना घटनाकारांची काही प्रमाणात द्विधा मनःस्थिती झाली होती. ही मनःस्थिती त्यांच्यात मतभेद झाल्यामुळे नव्हे तर, त्यांचे भूतकाळातील विसंगत अनुभव, विद्यमान रचना व देशाच्या भविष्याबाबतची अपेक्षा यामुळे झाली होती. ऐतिहासिकदृष्ट्या, देशाची व्यापकता व मोठ्या प्रमाणातील वैविध्य, समाज आणि अर्थरचनेची स्थानिक संरचना, विखुरलेले राजकीय अधिकार यामुळे लोक व स्थानिक शासनसंस्था ब्रिटिश

आगमनापर्यंत बराच काळ स्वायत्तता उपभोगत होत्या. ब्रिटिशांना त्यांच्या देशात एककेंद्री ब्रिटिश राजवट चालविण्याची सवय असल्याने संपूर्ण भारतावर ताबा मिळविण्यासाठी त्यांनी विद्यमान व्यवस्था संपूर्णतः बदलून केंद्रित स्वरूपाचे वसाहतवादी प्रशासन चालविण्यास सुरुवात केली. भूत आणि वर्तमानाच्या या विरोधाभासी संबंधांमध्ये सापडलेल्या घटनाकारांना देशासाठी भविष्यात समाधान करणारी व टिकाऊ ठरेल अशी एक व्यवस्था निर्माण करावयाची होती.

स्वतंत्र भारताची आखणी करताना पूर्वीच्या अनुभवांखेरीज, प्रामुख्याने स्वातंत्र्यप्राप्तीच्या वेळची परिस्थिती, विशेषतः देशाचे एकत्व व अखंडत्वासंबंधी परिस्थिती, स्वतंत्र भारताच्या बांधणीविषयी विचारमंथन करणाऱ्या घटनाकारांच्या विचाराधीन होती. देशामध्ये अभिशासनाची विकेंद्रित स्वरूपाची व्यवस्था असेल याबाबत कुठलीही शंका नसली तरी, त्या विकेंद्रीकरणाची व्यापकता किती असावी याबाबत मात्र एकमत नव्हते. उदाहरणार्थ, केंद्रशासनाने महसूल संकलित करावा व नंतर तो राज्यांमध्ये वाटला जावा हे मान्य असले तरी, राज्यांचा एकूण महसुलातील हिस्सा वाढवावा अशी आवेशयुक्त मागणी काही सदस्यांनी केली. अशा प्रकारे, ऑस्टिन यांनी स्पष्ट केल्याप्रमाणे, संघराज्य पद्धती स्थापन करण्यामागील एक बाजू अशी होती की त्यामुळे 'केंद्रवादी' व 'प्रांतवादी' यांमध्ये संघर्ष होणे टाळता येईल. याचे कारण असे की, घटनाकारांनी भारतीय संघराज्य रचना स्थापन करताना सहकारी 'संघराज्यपद्धती'ला मार्गदर्शक तत्त्वप्रणाली म्हणून स्वीकारले होते (ऑस्टिन १९६६, १८६-८७).

सरतेशेवटी, वैशिष्ट्यपूर्ण अशी भारतीय धाटणीची संघराज्य पद्धत उदयाला आली. या पद्धतीवर जगातील इतर कुठल्याही राज्यघटनेचा प्रभाव नव्हता. राज्यघटनेने देशामध्ये रचनात्मकदृष्ट्या संघराज्य पद्धतीचा पाया घातला असला तरी, केंद्रशासन वरचढ राहावे याबाबतदेखील तरतुदी करण्यात आल्या होत्या. त्यामुळे, या रचनेला संघराज्य पद्धत म्हणणेदेखील तत्त्वतः उचित वाटत नाही. म्हणून, राज्यघटनेने भारताला संघराज्य म्हणण्याऐवजी, 'राज्यांची संघटना' असे म्हटले आहे. याबाबतचा तांत्रिक मुद्दा आंबेडकरांनी पुढीलप्रमाणे स्पष्ट केला आहे,

> मसुदा समितीला हे स्पष्ट करावयाचे होते की, भारत हे संघराज्य असले तरी, राज्यांद्वारे संघराज्य पद्धती स्वीकारण्याचा कुठलाही करार करण्यात आलेला नाही. आणि संघराज्य हा करार नसल्याने कुठल्याही राज्याला त्यातून बाहेर पडण्याचा अधिकार नाही. संघराज्य अभेद्य असल्याने ती एक संघटना आहे.

तथापि, त्यांनी पुढे स्पष्ट केल्याप्रमाणे, 'राज्यघटनेद्वारे संघराज्य पद्धत, म्हणजेच द्विराजकीय पद्धतीची स्थापना करण्यात येईल.... ज्यामध्ये केंद्रस्थानी केंद्र सरकार व परिघावर राज्य सरकारे असतील. राज्यघटनेने ठरवून दिलेल्या त्यांच्या त्यांच्या क्षेत्रात कार्ये करण्यासाठीचे सार्वभौम अधिकार त्यांना आहेत.' अशा प्रकारे, राज्यघटनेने अमेरिकी राज्यघटनेप्रमाणे 'संघराज्याचा काटेकोर साचा' लागू न करता 'वेळप्रसंगी केंद्र प्रभावी होऊ शकेल, अन्यथा संघराज्य पद्धत कार्यरत राहू शकेल' अशा संघराज्य पद्धतीचा पाया रोवला (आंबेडकर २००३, ३३-३४).

भारताच्या घटनात्मक इतिहासामध्ये झालेली सर्वांत मोठी घडामोड म्हणजे वेस्टमिन्स्टर प्रारूपाशी सुसंगत संसदीय शासनपद्धती स्वीकारणे.[७] त्याचप्रमाणे, भारतामध्ये असलेल्या अभिजात संसदीय शासनपद्धतीमध्ये व शासनाच्या केंद्रीय शासन संरचनेमध्ये संघराज्य पद्धतीची वृद्धी ही आणखी एक महत्त्वाची घटना म्हणावी लागेल. ब्रिटनच्या संसदीय शासन पद्धतीचे प्रारूप अभिजात मानले जाते व अमेरिकेतील संघराज्य शासनपद्धत आदर्श मानली जाते. या दोन्ही राजकीय संरचनांमुळे निवडक विचारधारा अनुसरून व सामाजिक-आर्थिक गरजांनुसार विशिष्ट घटनात्मक प्रक्रिया उदयाला आल्या. विशिष्ट ऐतिहासिक परिस्थितीमध्ये युनायटेड किंगडम व अमेरिका यांचा राष्ट्र-राज्य म्हणून उदय होऊन एका विशिष्ट प्रकारचे अभिशासन उदयाला आले. ब्रिटनमधील राजेशाहीचा हळूहळू अस्त झाल्याने संसद सार्वभौम ठरली. संसदेद्वारे लोकांच्या अपेक्षा निवडणूक पद्धतीवर आधारलेल्या सुसज्ज लोकशाही पद्धतीतून प्रतिबिंबित झाल्या. अमेरिकेमध्ये मात्र, सर्व राज्यांनी एकत्र येऊन एकच प्रबळ राजकीय संरचना स्थापन करावी या विचारातून संघटना उदयाला येऊन या केंद्र-राज्याच्या एकत्रित संघटनेकडे सर्व अधिकार देण्यात आले. तथापि, सैद्धान्तिक संकल्पना म्हणून, संसदीय शासनपद्धती व संघराज्यपद्धती यांमध्ये 'संघर्ष' आहे असे येथे सुचवावयाचे नाही. संघराज्यपद्धतीचा अर्थ 'विभक्त' सार्वभौमत्व

असाच घ्यावा असेही नाही. असा अर्थ घेतल्यास, तो संसदीय वर्चस्वाशी विसंगत ठरत असून संसदीय शासनपद्धतीद्वारे 'निरंकुश' बहुसंख्याक सरकारे स्थापन केली गेली तरी संसदेचे सार्वभौमत्व कायम राहते हेही तथ्य लक्षात घ्यावे लागते. ऐतिहासिकदृष्ट्या, २०व्या शतकाच्या पूर्वार्धामध्ये स्वतंत्र राज्यघटना तयार करताना (ऑस्ट्रेलिया व कॅनडासाठी) अस्तित्वात आलेली 'संसदगृहे' ही 'सर्वोच्च' ठरविण्यात आली नव्हती. खेरीज, राज्यघटनेला सर्वश्रेष्ठ अधिकार देण्यात आले होते. हे अधिकार न्यायिक अभिलेखाच्या माध्यमातून अमलात आणले गेले (प्रिव्ही कौन्सिलद्वारे). बहुसंख्य सरकारांमधील विपर्यास टाळण्यासाठी अनेक राजकीय व घटनात्मक साधने उपलब्ध आहेत असे विधान करणे सर्वांत सुयोग्य ठरेल. संघराज्यपद्धत हे एकमेव असे साधन आहे की, ज्या माध्यमातून सांस्कृतिक किंवा ऐतिहासिकदृष्ट्या व्याख्यित समूह नसले तरीदेखील त्यांचे प्रादेशिक अस्तित्व जपले जाते. संकल्पनात्मकदृष्ट्या संसदीय पद्धत एककेंद्री असली तरी, संघराज्यपद्धत याउलट अर्थ सूचित करते. हे कोडे विशिष्ट ऐतिहासिक संदर्भानेच समजून घ्यावे लागते. ब्रिटिश संसदेचे प्रारूप भारतीय घटनाकारांसाठी एक महत्त्वाचा संदर्भ ठरला. भारताचे बहुविध सामाजिक-राजकीय स्वरूप सामावून घेण्यासाठी संघराज्यवादाद्वारे संस्थात्मक रचना देऊ केली गेली. वरवर विरोधाभासी वाटणारी रचना भारतासाठी मात्र उचित संस्थात्मक रचना ठरली.

भारतात विकसित झालेली लोकशाहीआधारित संघराज्य पद्धती हे अभिशासनाचे संकरित वाण आहे, असे म्हणता येईल. यामध्ये वरवर विरोधाभासी वाटणाऱ्या वृत्तींचे योग्य व्यवस्थापन केले जाते. भारतामध्ये अर्ध्या शतकाहून अधिक काळ विकसित झालेले प्रारूप शासनाच्या कुठल्याही अभिजात प्रारूपाशी सुसंगत नाही असे का? भारतीय राजकीय संरचना पूर्णतः केंद्रप्रभावी नाही व निव्वळ संघराज्य आधारितदेखील नाही; या स्वरूपामध्ये दोन्हीची सूत्रे स्पष्टपणे सापडतात. काही साहजिक कारणांमुळे अभिजात प्रकारांपासून वेगळी ठरत असलेली भारतीय राजकीय संरचना म्हणजे एक वैशिष्ट्यपूर्ण प्रारूप होय. हे प्रारूप म्हणजे संसदीय सार्वभौमत्वाची ब्रिटिश परंपरा आणि राज्ये केंद्रापेक्षा कनिष्ठ असलेला अमेरिकी संघराज्याचा वारसा या दोहोंचा मिलाफ होय. हे प्रारूप म्हणजे अभिशासानाची एक संकरित संरचना आहे असे म्हणता येईल. भारत राष्ट्र-राज्य म्हणून उदयाला आल्यानंतर उलगडत गेलेल्या सामाजिक-राजकीय प्रक्रियांमधून हे प्रारूप उदयाला आले. म्हणून, संसदीय संघराज्य पद्धती हे शासनाच्या वेगवेगळ्या पातळ्यांवर अधिकार वाटप करण्याचे केवळ रचनात्मक साधन नसून, ते एक तत्त्वज्ञान आहे. याद्वारे, राष्ट्र या नावाने विविध प्रांतीय हितसंबंध एकत्रित ठेवले जातात. जवळजवळ पाच दशकांमधील भारतातील संघराज्य पद्धतीच्या कार्यांचा आढावा घेतला असता असे लक्षात येते की, घटनात्मक तरतुदी आशय व भावाने कार्यान्वित करण्यासाठी अनेक वळणे येत गेली. ही वळणे त्या त्या काळातील राजकीय घडामोडींमुळे आली होती.

जवाहरलाल नेहरूंच्या कालखंडामध्ये, म्हणजेच, भारतातील घटनाआधारित शासनाच्या सुरुवातीच्या कालखंडात केंद्र-राज्य संबंध पूर्णतः सुरळीत नसले तरी बऱ्यापैकी प्रागतिक होते असे म्हणता येईल. याचे कारण कदाचित केंद्र व राज्य अशा दोन्ही पातळ्यांवर काँग्रेसचेच सरकार होते, हे असावे असे म्हणता येईल. असे असले तरी, शासन कामकाजाच्या अनेक क्षेत्रांमध्ये केंद्रीकरणाकडे कल होता हेही तथ्य लक्षात येते. नेहरू एक प्रकारे केंद्रीकरणाला संस्थात्मक स्वरूप देत होते. नेहरूंच्या नेतृत्वशैलीतील असे दोष ऑस्टिन यांनी दाखवून दिले. तरीदेखील, एकीकडे राज्य सरकारांबरोबर सहअस्तित्व व दुसरीकडे, परिस्थितिजन्य कारणांमुळे घ्यावे लागलेले, न्याय्य ठरणारे आणि वरवर केंद्रीकरणाकडे कल असलेले निर्णय ही नेहरूंच्या कार्यकालाची मुख्य वैशिष्ट्ये होती असे म्हणता येईल.

केंद्र पातळीवर कामकाजाची धुरा इंदिरा गांधी यांच्याकडे गेल्यानंतर मात्र, परिस्थितीला वेगळे वळण मिळाल्याचे दिसते. राज्यांतील काही प्रबळ काँग्रेस नेत्यांच्या दबावामुळे निर्णयांवर परिणाम होऊ नये म्हणून इंदिरा गांधींचा केंद्रीकरणाकडे एक स्वाभाविक कल निर्माण झाला. परिणामी, त्यांच्याकडे सर्व अधिकारांचे एकीकरण झाले. सामान्यतः लोकशाही संस्थांच्या रचना व कार्यांवर आणि विशेषतः संघराज्य संबंधांवर या नेतृत्वशैलीचे काही थेट परिणाम झाले. सन १९७१ व १९७२च्या निवडणुकांमध्ये मोठे विजय मिळाल्याने केंद्र-राज्य संबंधांचे घटनात्मक स्वरूप बदलण्याचा

धाडसी निर्णय इंदिरा गांधींनी घेतला. हे स्वरूप बदलण्यासाठी सुनियोजित नसलेल्या २४ व २५ व्या घटनादुरुस्तींचा आधार घेण्यात आला. या निर्णयाला बिगरकाँग्रेस सरकारांकडून गंभीर नसल्या तरी टोकदार प्रतिक्रिया आल्या; याबाबत सर्वांत खंबीर प्रतिक्रिया तमिळनाडू सरकारकडून राजमन्नार समिती अहवालाच्या स्वरूपाने आली.[८] सन १९७०च्या दशकामध्ये धोक्याच्या पातळीवर पोहोचलेला इंदिरा गांधींचा अधिकारकेंद्रिततेकडील कल १९७५मध्ये अत्युच्च शिखरावर होता असे म्हणता येईल. याची अनुभूती १९७५ साली देशामध्ये जाहीर केलेल्या आणीबाणीतून येते. काही काळ नमते घेतलेल्या विरोधी पक्षातील मुख्यमंत्र्यांनी १९८०च्या दशकाच्या पूर्वार्धात 'घटनात्मक क्रांती'चा मार्ग निवडला. इंदिरा गांधींनी देशाचे एककेंद्री सत्तेत रूपांतर व्हावे म्हणून घेतलेल्या कथितरीत्या कपटपूर्ण निर्णयांवर ही प्रतिक्रिया होती. यामुळे इंदिरा गांधींनी दबावाखाली येऊन १९८३ साली केंद्र-राज्य संबंधांवरील सरकारिया आयोग स्थापन केला. इंदिरा गांधी पंतप्रधान असलेल्या कालखंडामध्ये देशातील संघराज्य संबंधांच्या संरचना व कार्यांसमोर गंभीर आव्हाने होती. अशा परिस्थितीत वाट करून देणारा मार्ग म्हणून नेमलेल्या सरकारिया आयोगाने १९८७मध्ये अत्यंत विचारपूर्वक काही मुद्दे मांडले. केंद्र-राज्य संबंधांची रचना व त्यांची कार्ये यांतील अडचणींचे निदान करून या आयोगाने काही वाजवी उपाय सुचविले.

देशातील विद्यमान केंद्र-राज्य संबंधांची सुरुवात १९८०च्या दशकाच्या शेवटी झाली असे म्हणता येईल. युती सरकार कालखंडाची सुरुवात व केंद्रामध्ये बऱ्यापैकी कमकुवत असलेले सरकार अशा परिस्थितीत सत्तेच्या समीकरणातील केंद्र व राज्य सरकारांच्या भूमिका बदललेल्या दिसतात. अधिक वेगळ्या पद्धतीने सांगावयाचे झाल्यास, जवाहरलाल नेहरू व इंदिरा गांधींच्या काळात केंद्र सरकारने काहीही करून राज्य सरकारांवर कुरघोडी करण्याचा प्रयत्न केला आणि अगोदरच केंद्रानुगामी असलेला देशातील केंद्र-राज्य संबंधांचा घटनात्मक आराखडा अधिक केंद्रीभूत करण्याचा प्रयत्न केला. विद्यमान केंद्र-राज्य संबंधांमध्ये युती सरकारांची चलती असून त्यांची मुळे व राजकीय विचारधारा त्या त्या विशिष्ट राज्यांमध्ये सापडतात. यातून अनेकदा केंद्र सरकारची धोरणे व कार्ये दिग्दर्शित केली जातात व कधी कधी त्यावर अधिकारदेखील गाजविला जातो. यामुळे भारत संघराज्य पद्धतीचा एक अजोड नमुना आहे असा भास होतो; ज्यामध्ये, राज्ये स्वायत्त व केंद्र सरकार त्याच्या मर्जीने कार्यरत आहे असे चित्र दिसते. तथापि, या संदर्भात आणखी एक तथ्य लक्षणीय ठरते. नॅशनल कॉन्फरन्स आणि द्रविड मुन्नेत्र कळघम (DMK) यांसारखे स्वायत्त राज्यांची मागणी करणारे पक्ष घटनेतील केंद्र-राज्य संबंधांचे मूळ निकष बदलण्यात यावेत अशी मागणी एकपक्षीय किंवा युती सरकारांच्या काळात करताना दिसत नाहीत. खरेतर, नॅशनल डेमोक्रॅटिक अलायन्स (NDA) सरकारने, काही राजकीय कारणांसाठी, न्यायाधीश एम. एन. व्यंकटाचलय्या यांच्या अध्यक्षतेखाली घटनेच्या कामकाजाचा आढावा घेण्यासाठी नेमण्यात आलेला राष्ट्रीय आयोग हा एक फसवा प्रयोग ठरला. याचे कारण असे की, या आयोगाच्या अहवालातून सरकारिया आयोगाच्या तरतुदींचेच समर्थन करण्यात आले. तसेच, भारतीय राज्यघटनेच्या रचनात्मक व कार्यात्मक व्यवहार्यतेवर कुठलीही टीका करण्यात या आयोगाला अपयश आले. अशा प्रकारे, केंद्र-राज्य संबंधांवरील घटनात्मक तरतुदी दोषातीत नसल्या तरी, कुठल्याही परिस्थितीशी जुळवून घेणाऱ्या आहेत असे म्हणता येईल. यातून इंदिरा गांधींसारख्या व्यक्तिकेंद्रित सरकारच्या आणि असाहाय्य अशा मनमोहन सिंग सरकारच्या गरजा पूर्ण केल्या जातात. मात्र, यामध्ये राज्यघटना उलथून टाकली जाईल असा कुठलाही कायमस्वरूपी बदल होताना दिसत नाही.

संसदीय संरचना

देशातील सर्व अभिशासन संस्थांची माहिती देणारी संसदीय लोकशाहीची संरचना एकाएकी राज्यघटनेचे वैभव ठरले नसून याला घटनासमितीतील चर्चा व वादविवादांची पार्श्वभूमी आहे. देशामध्ये अभिशासनाची संसदीय संरचना असावी या मागणीचे मूळ विसाव्या शतकाच्या पूर्वार्धात सापडते. या काळात भारतीयांनी ब्रिटिश राज्यरचनेवर आधारित संसदीय संस्थांची मागणी चिकाटीने लावून धरली होती. यानुसार लोकांना देशातील शासनाच्या कामकाजामध्ये भागीदार

असण्याची संधी मिळणार होती. एकीकडे, अशा संस्थांच्या कार्यपद्धतीशी भारतीयांचा फारसा परिचय नाही, या सबबीखाली वसाहतवादी राज्यकर्त्यांनी ही मागणी सातत्याने फेटाळली होती आणि दुसरीकडे, भारतासाठी संसदीय संस्था अनुचित आहेत असे मत मांडले होते. देशामध्ये संसदीय संरचना स्थापन करण्याची ब्रिटिशांनी वेळोवेळी नाकारलेल्या मागणीविषयी प्रबुद्ध भारतीयांच्या मनात प्रत्येक नकारानंतर क्रमशः अधिकच तीव्रता निर्माण होत गेली. तद्नंतर, देशासाठी राजकीय प्रारूप सुचविणाऱ्या बहुतांश मसुद्यांमध्ये स्वातंत्र्योत्तर भारतासाठी शासनाची संसदीय संरचना हे अभिशासनाचे आदर्श प्रारूप ठरेल असे नमूद करण्यात आले. या मसुद्यांमध्ये नेहरू समितीचा अहवाल, सप्रू अहवाल, हिंदू महासभा, समाजवादी पक्षाद्वारे प्रकाशित करण्यात आलेला 'स्वतंत्र भारताच्या राज्यघटनेचा मसुदा' व एम.एन. रॉय यांसारख्या व्यक्तींनी केलेला युक्तिवाद समाविष्ट होतो.

तथापि, देशासाठी उचित राजकीय अभिशासन व्यवस्था निवडताना जलद गतीने सामाजिक-आर्थिक क्रांती घडवून आणणारे साधन म्हणून संसदीय पद्धतीने घटनाकारांचे लक्ष वेधून घेतले. के. संथानम (१९४८) यांनी म्हटल्याप्रमाणे हिंसक क्रांतीऐवजी गतिशील क्रमविकासाचा मार्ग निवडण्यात आला होता. त्यामुळे घटनाकारांसमोर कोणत्या राजकीय संस्था सामाजिक क्रांतीला चालना किंवा वाव देऊ शकतील? असा प्रश्न होता, असे ऑस्टिन यांनी नमूद केले आहे. ऑस्टिन यांनी पुढे म्हटल्याप्रमाणे, घटनाकारांसमोर एकाच वेळी दोन प्रतिस्पर्धी राजकीय संस्था संरचनेचे पर्याय उपलब्ध होतेः एक, देशाचा संपन्न वारसा लक्षात घेऊन देशाच्या गरजा पुरविण्याची क्षमता असणाऱ्या दैशिक संस्था स्थापित करणे. म्हणजेच, या संदर्भाने घटनाकारांना ग्राम व ग्रामपंचायत यांवर आधारित राज्यघटना तयार करून तदनुसार गांधीवादी पद्धतीने त्या पायावर अप्रत्यक्ष व विकेंद्रित शासनाची उभारणी करावी लागली असती; दोन, वसाहतवादी कालखंडातील मार्ग कायम ठेवावा असा अर्थ होत असला तरी, संसदीय पद्धतीतून प्रतिबिंबित झालेल्या युरो-अमेरिकन घटनात्मक परंपरा स्वीकृत करणे हा दुसरा पर्याय होता (ऑस्टिन १९६६, २७-२८). संसदीय संस्थांप्रतीची भारताची पूर्वपसंती लक्षात घेता घटनासमितीने प्रचंड बहुमताने वरीलपैकी दुसरा पर्याय निवडला. केवळ एकाच सदस्याने ग्रामपंचायत पद्धतीचे समर्थन केले होते. त्या सदस्याच्या विचारांचे ढोबळ पैलूदेखील प्रातिनिधिक लोकशाही अभिशासनाच्या साच्यात बसणारे होते.

२८ मार्च १९५७ रोजी लोकसभेमध्ये बोलताना जवाहरलाल नेहरू यांनी संसदीय पद्धत स्वीकृत करण्यामागील तर्कमीमांसा पुढीलप्रमाणे स्पष्ट केली, ते म्हणतात,

> आम्ही सहेतुकपणे संसदीय लोकशाहीची पद्धत निवडली आहे; आम्ही पूर्वी केवळ याच धाटणीचा विचार केला होता म्हणून आम्ही ही पद्धत निवडली असे नाही. ही पद्धत जुन्या परंपरांचे जतन करेल एवढेच नाही तर नवीन परिस्थिति व वातावरणाशी जुळवून घेईल असे आम्हास वाटले. आम्ही ही पद्धत निवडली-जेथे ज्याला श्रेय देणे आवश्यक आहे तेथे त्याला ते देऊया-कारण आम्ही ही पद्धती इतर देशांतील, खासकरून युनायटेड किंगडममधील, कार्यपद्धती अधिकृतरीत्या संमत केली आहे.

पुढे, घटनासमितीने संसदीय पद्धत स्वीकृत करण्याबाबत ऑस्टिन सखोल मांडणी करतो. ऑस्टिन याने या संदर्भाने चार लक्षवेधी कारणे नमूद केली आहेत.

एक, संसदीय पद्धतीला पर्याय म्हणून उपलब्ध असलेली पंचायत आधारित अभिशासन संरचना गांधीवादी विचारसरणी दर्शविते. ही संरचना घटनाकारांना पटली नाही कारण एक म्हणजे, 'काँग्रेस कधीच गांधीवादी नव्हती.' व दुसरीकडे, संसदीय पद्धतीला जागतिक मान्यता असल्याने याबाबतीत भारतीय समाजातील सर्व गटांची पदरी पडले आणि पवित्र झाले अशी अवस्था होती.

दोन, घटनासमितीमधील अनेक सदस्यांची 'समाजवादा'प्रती बांधीलकी असल्याने अप्रत्यक्षपणे संसदीय पद्धत स्वीकारण्याचा निर्णय घेण्यात आला. याचे कारण असे की, समाजवाद आणि लोकशाही शासन एकमेकांना पूरक मानले जात होते. साम्यवाद्यांचा गट सोडला तर, बहुसंख्य भारतीयांचे असे मत होते की, लोकशाही राज्यघटना ही सामाजिक,

आर्थिक समानता जपल्याशिवाय जिवंत राहू शकत नाही. आणि म्हणूनच, 'लोकशाहीशिवाय समाजवादाचे अस्तित्व असू शकत नाही' असे मत पुढे आले. हे साध्य करावयाचे असेल तर अभिशासनाची संसदीय पद्धत निवडावी लागते.

तीन, एकीकडे लोककल्याणाचे आव्हान आ वासून उभे होते व दुसरीकडे, देशाच्या एकत्व व अखंडत्वाबाबतचे आव्हान होते. यामुळेदेखील संसदीय पद्धत स्वीकृत करण्याकडील कल लक्षात येतो. सप्टेंबर १९४६मध्ये हंगामी सरकार नियुक्त झाले असताना देशाच्या अनेक भागांमध्ये लोकांना दुष्काळसदृश परिस्थितीने ग्रासले होते. अन्नधान्याच्या वाढलेल्या किमती, अनियंत्रित धान्याचे साठे आणि सधन व निर्धन प्रांतांतील हेवेदावे हीदेखील कारणे होती. तसेच, जीना यांच्या थेट कृती दिनाच्या घोषणेमुळे जागृत झालेल्या जातीय महत्त्वाकांक्षा, काही संस्थानांनी भारतीय संघराज्यामध्ये विलीन होण्यास दिलेला नकार व तेलंगणसारख्या प्रदेशांतील साम्यवादी बंडखोरांमुळे असंतोष वाढीस लागून नवजात देशाच्या एकत्वाला धोका निर्माण झाला होता. या परिस्थितीवर तोडगा म्हणून संसदीय शासनपद्धती स्वीकृत करण्याचा निर्णय झाला. ज्यानुसार, केंद्र सरकारकडे वाजवी प्रमाणात अधिकारांचे केंद्रीकरण होईल आणि देशातील लोकशाही रचना व कार्ये यांमध्ये तडजोडदेखील करावी लागणार नाही.

सरतेशेवटी, देशामध्ये सामाजिक क्रांती घडवून आणावयाची असेल तर प्रौढ मतदानाचा हक्क हा मूलभूत घटक आहे, यावर घटनासमितीतील सदस्यांचा अढळ विश्वास होता. यासाठीदेखील संसदीय लोकशाही असणे आवश्यक होते. याचे कारण असे की, संसदेमध्ये निवडून आलेले प्रतिनिधी देशातील सर्व लोकांचे प्रतिनिधित्व करतात म्हणून यायोगे, समाजातील सर्व गटांना प्रतिनिधित्व मिळून सामाजिक-आर्थिक क्रांती घडून येण्यास साहाय्य होईल. यामुळे देशामध्ये खऱ्या अर्थाने लोकशाही अभिशासनाची सुरुवात होईल. लोकशाही संस्कृती व अभिशासन संस्थांच्या खऱ्या हेतूबाबत तडजोड न करणारी, लोकांच्या व देशाच्या कल्याणाप्रतीची सर्व आव्हाने पेलण्यास सक्षम अशी अभिशासन पद्धती असावी असे घटनाकारांचे स्वप्न होते. संसदीय लोकशाही संपूर्णपणे यशस्वी झाली नसली तरी स्वातंत्र्योत्तर काळातील सहा दशकांमधील यश बघता घटनाकारांची स्वप्नपूर्ती झाली आहे असे लक्षात येते. संसदीय पद्धतीमध्ये उत्तरदायित्व व प्रतिसादात्मकता असे दोन्ही गुण असल्याने प्रतिदिन व काही निश्चित अवधीनंतर शासनकार्याचे मूल्यांकन केले जाते. अधिक महत्त्वाचे म्हणजे, शासनाच्या कायदेमंडळ व कार्यकारी मंडळामध्ये सुसंगतता असल्याने संसदीय पद्धतीद्वारे, देशातील सामाजिक, आर्थिक व राजकीय परिघातील आव्हाने जलद गतीने व यशस्वीरित्या पेलण्यास मदत होते. सर्वांत महत्त्वाचे म्हणजे, संसदीय पद्धतीमुळे देशाच्या सर्व भागांतील वेगवेगळ्या सामाजिक-सांस्कृतिक रिती, परंपरा पाळणाऱ्या, भिन्न राजकीय विचारधारा मानणाऱ्या लोकांना एकत्र आणण्यास मदत झाली आहे. त्यांना संसदेत प्रतिनिधित्व मिळाल्याने ते देशाच्या अभिशासन प्रक्रियेमध्ये सहभागी झाले आहेत. यामुळे त्यांच्यातील राष्ट्रीयत्वाची भावना व आपुलकीचे कायम दृढीकरण होईल.

संसदीय पद्धतीमध्ये संस्थात्मक स्थिरता असली तरी व त्यामुळे लोकांच्या मानसिक व भौतिक कल्याणासह देशातील एकत्व आणि अखंडत्व राखले गेले असले तरी देशातील सध्याचे प्रश्न लक्षात घेतले असता संसदीय पद्धतीची क्रियात्मक गतिमानता जबाबदारीच्या घटकाशिवाय अभ्यासली जाऊ शकत नाही. संसदीय पद्धतीतील शासनाचे विसंगत स्वरूप गत काही वर्षांतील पुढील उदाहरणे लक्षात घेतली असता स्पष्ट होते. नेहरूंच्या काळातील लोकशाही अभिशासन, इंदिरा गांधींच्या काळातील हुकूमशाहीच्या जवळ जाणारे अभिशासन, मनमोहनसिंग यांच्या काळातील अशक्त व कणाहीन अभिशासन इत्यादी म्हणजे संसदीय पद्धतीतील असंबद्धतेचे उत्कृष्ट उदाहरण आहे. अधिक महत्त्वाचे म्हणजे, लोकप्रिय राजकारणासंबंधीची समीकरणे म्हणजे देशातील लोकशाही अभिशासन पद्धतीचा मूर्खपणा ठरला आहे. संकुचित विचारांचे व स्वार्थी राजकारणी व राजकीय पक्ष कुठल्याही पोकळ अथवा विभाजक प्रश्नाचा गवगवा करण्यात कमी पडत नाहीत. याअन्वये त्यांच्या राजकीय शत्रूंवर नेम साधला जाऊन त्यांना संसदेत बहुमत मिळण्यास मदत होते. याखेरीज, मतांच्या प्राप्तीसाठी लोकांच्या आयुष्यात कुठलाही लक्षणीय बदल घडवून न आणता केवळ भावनिक प्रश्नांची मांडणी करणे हा संसदीय लोकशाहीपद्धतीचा एक दुष्परिणाम आहे असे म्हणता येईल. उदाहरणार्थ, इंदिरा गांधींची 'गरिबी हटाव'ची घोषणा, व्ही.पी. सिंग यांची 'मंडल' जोखीम, भारतीय जनता पक्षाचा 'राम मंदिर' प्रश्नाचा कावा हे सर्व भावनिक प्रश्न

आहेत असे लक्षात येते. सध्याच्या युती सरकारांच्या काळात सरकारांची स्थापना होत नाही असे नसले तरी, अस्थिर सरकारांची स्थापना होताना दिसते. संसदीय संरचनेतील बदलांमुळे होत असलेल्या देशातील सामाजिक-आर्थिक आणि राजकीय तीव्र मंथनाचे थेट परिणाम केंद्र व राज्य सरकारांवर झालेले दिसतात. असे असले तरी, देशाच्या लोकशाही राजकारणातील, अपायकारक नसली तरी, अनुचित वळणे ही देशाच्या क्रमविकासातील संक्रमणात्मक अडचणी आहेत असे म्हणता येईल. म्हणजेच, पारंपरिक, मागासलेल्या, विखुरलेल्या आणि राजकीयदृष्ट्या निष्क्रिय समाजाची पुरोगामी, विकसित, वैविध्यपूर्ण व लोकशाहीआधारित देशाकडे वाटचाल व्हावी यासाठी घटनाकारांनी देशासाठी संसदीय अभिशासन पद्धतीची निवड केली.

घटनादुरुस्ती प्रक्रिया

राज्यघटना दुरुस्ती प्रक्रियेचा प्रश्न म्हणजे घटनासमितीमध्ये सर्वांत कमी चर्चिला गेलेला व सर्वांत कमी वादग्रस्त असा प्रश्न होता. याचे कारण असे की, एकीकडे या प्रश्नाला घटनासमितीच्या सभासदांनी कमी महत्त्व दिले होते व दुसरीकडे, याबाबतचा 'पूर्वानुभव' नव्हता आणि घटनासमितीच्या काही सर्वसाधारण सदस्यांना याबाबत पुरेशी जाण नव्हती. नेहरू (१९२८) आणि सप्रू (१९४६) यांचे अहवाल, के. एम. मुन्शी, के. टी. शाह आणि के. एम. पणिक्कर (१९४८) यांचे घटना मसुदे असे कांही नेहमीचे अपवादात्मक संदर्भ वगळता १९४७च्या मध्यापर्यंत घटनाकारांना घटनादुरुस्ती प्रक्रियांवरील सुसूत्र अशी मांडणी उपलब्ध नव्हती. सन १९४७च्या मध्यामध्ये बी. एन. राऊ यांनी घटनादुरुस्ती प्रक्रियेचा एक आराखडा मांडला. यामध्ये त्यांनी घटनादुरुस्ती करावयाच्या दोन पद्धती सांगितल्या. एक, संसदेच्या दोन्ही सभागृहांमध्ये दोनतृतीयांश बहुमताने व नंतर प्रांतीय कायदेमंडळांची बहुमताने मंजुरी घेऊन पारित करावयाची दुरुस्ती. दोन, संक्रमणावस्थेतील तरतुदी संसदेतील साध्या बहुमताने देखील दुरुस्त करता येतात. तथापि, एकीकडे, घटना गतिशील, जिवंत, बदलत्या काळानुसार व परिस्थितीनुरूप समाजाच्या गरजा भागवणारी असावी म्हणून घटना साध्या बहुमताने दुरुस्त करण्याबाबतच्या प्रतिस्पर्धी प्रलोभनांचा समेट घडवून आणणे आणि दुसरीकडे, घटनेतील तरतुदी काटेकोर असाव्यात, जेणेकरून देशाच्या संघराज्य पद्धतीचा मूळ आराखडा बदलण्याचा कुठलाही मूर्खपणाचा प्रयत्न हाणून पाडला जाईल, या दोन्ही बाबी सांधणे हा घटनाकारांसमोरील मूळ पेच होता. या संदर्भाने, अमेरिका, ऑस्ट्रेलिया, आयर्लंड येथील राज्यघटनांतील घटनादुरुस्ती प्रक्रियांचा आधार घेऊन घटनासमितीने कलम ३६८ मधील तरतुदींमध्ये राज्यघटना दुरुस्तीची तिहेरी पद्धत सुचविली. के. सी. व्हेअर यांसारख्या तज्ज्ञांनी या तरतुदींसाठी घटनाकारांची प्रशंसा केली. या तरतुदींद्वारे घटनासमितीने राज्यांचे अधिकार सुरक्षित ठेवून राज्यघटनेचा इतर भाग दुरुस्तीस खुला ठेवला असे त्यांनी नमूद केले (व्हेअर १९८८, १४३).

कलम ३६८ मधील तरतुदींमुळे घटनाकारांच्या दोन अपेक्षा पूर्ण झाल्या असे म्हणता येईल. राज्यघटना म्हणजे एक जिवंत मसुदा तयार करणे व त्याच्या मूळ वैशिष्ट्यांमध्ये कुठलीही तडजोड करता येणार नाही अशी तरतूद करणे. या दोन्ही बाबी घटनाकारांना साध्य झाल्याने घटनादुरुस्तीसंबंधी तरतुदीला 'राज्यघटनेतील सर्वांत सक्षम विचार प्रतिबिंबित करणारी तरतूद'[१] असे म्हटले जाते. घटनादुरुस्तीच्या या तीन पद्धतींपैकी दोन पद्धती एका विशिष्ट कलमामध्ये व तिसरी पद्धत इतर २२ कलमांमध्ये नमूद करण्यात आली. अशा प्रकारे, पहिल्या पद्धतीप्रमाणे, घटनादुरुस्ती करावयाची असल्यास घटनेच्या कुठल्याही एका सभागृहात घटनादुरुस्ती विधेयक सादर करावे लागते. हे विधेयक संसदेच्या प्रत्येक सभागृहात त्या सभागृहाच्या एकूण सदस्यसंख्येच्या बहुमताने व त्या सभागृहाच्या उपस्थित असलेल्या व मतदान करणाऱ्या सदस्यांपैकी किमान दोनतृतीयांश सदस्यांच्या बहुमताने पारित करावे लागते. तद्नंतर ते राष्ट्रपतींना सादर केले जाते व त्यांची अनुमती असल्यास संविधान हे विधेयकाबरहुकूम सुधारित झाले असे मानले जाते.

दुसरी तरतूद कलम ३६८ मधील (अ) ते (इ) बाबींमध्ये समाविष्ट असलेल्या कलमांशी संबंधित आहे. यामध्ये भारताच्या राष्ट्रपतीची निवडणूक पद्धत; केंद्र-राज्य सरकारांमधील कायदेविषयक अधिकारांचे वाटप; केंद्र-राज्यशासनाच्या कार्यकारी अधिकारांची कार्यकक्षा; संसदेमधील राज्यांचे प्रतिनिधित्व; सर्वोच्च व उच्च न्यायालयांशी संबंधित तरतुदी;

आणि घटनेची दुरुस्ती या बाबी समाविष्ट आहेत. यांपैकी कुठल्याही कलमांमध्ये दुरुस्ती करावयाची असल्यास दुरुस्तीचे विधेयक केवळ प्रत्येक सभागृहाच्या एकूण सदस्यत्वाच्या बहुमताने आणि उपस्थित व मतदान करणाऱ्या सदस्यांच्या दोनतृतीयांशपेक्षा अधिक संख्येने पारित होत नसून त्याला किमान निम्म्या राज्य कायदेमंडळांकडून मंजुरी मिळणे आवश्यक असते.

तीन, संसदेच्या दोन्ही सभागृहातील साध्या बहुमताने घटनादुरुस्ती करता येते. दोन्ही सभागृहांमधून पारित झाल्यानंतर हे विधेयक राष्ट्रपतींच्या मंजुरीसाठी पाठविले जाते. अशा प्रकारच्या घटनादुरुस्तीमध्ये नव्या राज्यांची निर्मिती, राज्याच्या सीमांमध्ये फेरबदल, राज्यांची नावे बदलणे, मतदारसंघांच्या सीमा ठरविणे, नागरिकत्वासाठीची पात्रता बदलणे, संसदेमधील गणपूर्ती इत्यादी बाबींचा समावेश होतो. अशा प्रकारची केलेली घटनादुरुस्ती संसदेने त्यामध्ये पुन्हा बदल करेपर्यंत कायम राहते. अशा सर्व उदाहरणांमध्ये औपचारिक घटनादुरुस्तीवर परिणाम होत नसून त्यामुळे घटनात्मक कायद्यांमध्ये मात्र बदल केले जाऊ शकतात.

कलम ३६८ मध्ये नमूद केलेल्या घटनादुरुस्तीसंबंधी तरतुदी लक्षात घेऊन संसदेकडे असलेल्या घटनादुरुस्तीच्या अधिकाराची व्याप्ती व स्वरूप हा अभ्यासकांमध्ये चर्चेचा विषय बनला. कायदेशीर प्रत्यक्षवाद मानणाऱ्या एका विचारप्रवाहाने घटनेतील ही तरतूद स्पष्ट करताना असे मत मांडले की, घटनादुरुस्ती करताना संसदेने घटनेने घालून दिलेली मर्यादा पाळली पाहिजे व घटनादुरुस्ती अधिकारासंबंधी कुठलाही ध्वनित अर्थ संसदेने घेऊ नये. कलम १३(२) मध्ये राज्याने मूलभूत हक्कांवर बाधा येईल असा कुठलाही कायदा करू नये असे नमूद केले आहे. या तरतुदीला प्रतिसाद म्हणून दुसऱ्या विचारपीठाने असे मत मांडले की, घटनादुरुस्तीकडे कुठल्याही काटेकोर कायदेशीर तरतुदींच्या संदर्भाने बघण्यापेक्षा देशातील तत्कालीन सामाजिक-आर्थिक गरजांच्या संदर्भाने बघण्यात यावे. या दोन विचारपीठांमध्ये मतभेद नसले तरी त्यांनी मांडलेल्या विचारांमध्ये मात्र तफावत होती. घटनादुरुस्तीसंबंधीचे हे विचार संसद व सर्वोच्च न्यायालय यामध्ये आजतागायत चालत आलेल्या श्रेष्ठ-कनिष्ठत्वाच्या खेळामध्ये प्रतिबिंबित होतात.

सन १९५१मध्ये राज्यघटना स्वीकृत केल्यानंतर *संकरी प्रसाद विरुद्ध भारत सरकार* खटल्यामध्ये पहिल्यांदाच संसदेच्या घटनादुरुस्तीसंबंधीच्या अधिकाराचा प्रश्न ऐरणीवर आला. यानुसार, सर्वोच्च न्यायालयाने असा निर्णय दिला की, संसदेला राज्यघटना दुरुस्तीचे निरंकुश अधिकार आहेत. न्यायालयाचा हा निर्णय १९६७ पर्यंत कायम होता. यानंतर, १९६७मध्ये *गोलकनाथ विरुद्ध पंजाब राज्य* या खटल्यामध्ये या निर्णयाच्या पूर्णपणे विरुद्ध निर्णय घेण्यात आला असे लक्षात येते. या खटल्याचा निकाल देताना सर्वोच्च न्यायालयाने असे नमूद केले की, संसदेला मूलभूत हक्कांच्या तरतुदी दुरुस्त करण्याचा कुठलाही अधिकार नाही. या लादल्या गेलेल्या निर्णयामुळे राजकीय वर्तुळामध्ये मोठ्या प्रमाणात असंतोष निर्माण होऊन यावर तोडगा काढण्याचे प्रयत्न सुरू झाले. याला प्रतिसाद म्हणून शासनाने २४ व २५वी घटनादुरुस्ती केली. यानुसार गोलकनाथ खटल्यामध्ये सर्वोच्च न्यायालयाने घेतलेला निर्णय रद्दबातल ठरविण्यात आला व तसेच, राष्ट्रपतिपदावरदेखील संसदेचाच एकाधिकार राहील अशी काळजी घेण्यात आली. म्हणजेच, असे नमूद करण्यात आले की, घटनात्मक तरतुदीसंबंधीचे विधेयक राष्ट्रपतीच्या मंजुरीसाठी गेले असता राष्ट्रपतीने त्याला मंजुरी देणे बंधनकारक ठरते व ते नाकारण्याचा कुठलाही अधिकार राष्ट्रपतींना असणार नाही. शासन व सर्वोच्च न्यायालयामधील ही दरी वाढविण्याची आणखी एक संधी साधून *केशवानंद भारती विरुद्ध केरळ राज्य* या १९७३च्या खटल्यामध्ये २४ व २५ व्या घटनादुरुस्तीला सर्वोच्च न्यायालयात आव्हान देण्यात आले.

केशवानंद भारती खटल्याच्या ऐतिहासिक निवाड्यानुसार घटनादुरुस्तीसंबंधी शासन व न्यायमंडळ यातील डळमळीत झालेला समतोल पुनश्च राखण्याचा प्रयत्न करण्यात आला.

> गोलकनाथ खटल्याच्या विरुद्ध निकाल देऊन २४ व २५वी घटनादुरुस्ती ग्राह्य मानण्यात आली. २५व्या घटनादुरुस्ती मधील कलम ३१(क) मधील 'बचावाचे उपकलम' रद्द करण्यात आले. नऊ न्यायाधीशांच्या निकालाचे सार असे होते की, कलम ३६८ नुसार संसदेला राज्यघटनेची मूळ ठेवण किंवा आराखडा बदलण्याचा कुठलाही अधिकार नाही.

अशा प्रकारे, न्यायालयाने एकीकडे, ध्वनित मर्यादांची विचारधारा व मूळ संरचनेची विचारधारा यानुसार राज्यघटनेचे मूळ आधारभूत पैलू कायम राखण्याचा प्रयत्न केला व दुसरीकडे, देशात कल्याणकारी राज्याचा कालखंड सुरू होण्याच्या दृष्टीने संसदेला सामाजिक-आर्थिक तरतुदी दुरुस्त करण्याची जास्तीत जास्त मोकळीक देण्यात आली. सर्वोच्च न्यायालयाने केशवानंद भारती खटल्यामध्ये घेतलेल्या निर्णयाचा मूळ गाभा *मिनर्व्हा मिल्स लि. विरुद्ध भारत सरकार* या खटल्याचा निकाल देताना कायम राखला. म्हणजेच, घटनादुरुस्तीच्या संदर्भाने मूळ संरचनेची विचारधारा कायम ठेवण्यात आली. तथापि, १९५१पासून राज्यघटनेतील नवव्या अनुसूचीच्या स्वरुपात अस्तित्वात असलेल्या तरतुदीनुसार काही कायदे व दुरुस्त्या संसदेने या अनुसूचीमध्ये समाविष्ट केल्यानंतर न्यायालयीन अवलोकनापासून प्रतिरक्षित ठेवण्यात आल्या. यानुसार संसदेला अप्रत्यक्षपणे राज्यघटनेची मूळ संरचना बदलण्याची व न्यायालयाची चिकित्सा टाळण्याची संधी मिळाली. ही विसंगती दूर करताना सर्वोच्च न्यायालयाने, *आय. आर. कोएल्हो विरुद्ध तमिळनाडू सरकार* खटल्यामध्ये असा निर्णय दिला की, नवव्या अनुसूचीची निर्मिती काही विशिष्ट उद्दिष्टपूर्तीसाठी करण्यात आली होती व म्हणून, या अनुसूचीचा ढाल म्हणून वापर करता येणार नाही व तद्नुसार काही विवक्षित कायदे व दुरुस्त्या न्यायालयीन अवलोकनापासून दूर ठेवता येणार नाहीत (*द स्टेट्समन* २००७). असे केल्यास राज्यघटनेच्या मूळ रचनेला कमी लेखण्यासारखे होईल.

वर्तमान कालखंडामध्ये, घटनादुरुस्ती प्रक्रिया आणि साहाय्यक प्रश्नांसंबंधीच्या बाबी या सर्वोच्च न्यायालय श्रेष्ठ मानून त्यांच्या बाजूने सोडविलेल्या दिसतात. देशाच्या अभिशासनसंबंधी घटनात्मक आराखड्यामध्ये सर्वोच्च न्यायालयाने प्रागतिक पद्धतीने प्रभावी उंची गाठलेली दिसते. याची कारणे शासननियुक्त आयोगांनी केलेली अपायकारक कृत्ये व दुसरीकडे, शासनाने कर्तव्यपूर्ती न करणे यामध्ये सापडतात. अन्याय नाहीसा करण्यासाठी व न्यायालयाच्या निकालाच्या माध्यमातून न्याय मिळविण्यासाठी अशा दोन्ही बाबतीत लोकांना न्यायालयाकडे जावे लागते. घटनात्मक आराखड्याची ही स्थिती शासनाच्या वेगवेगळ्या संस्थांच्या कार्यक्षेत्रांचा समतोल राखून सुधारली जाऊ शकते. घटनादुरुस्तीसाठी राज्यघटनेच्या मूळ संरचनेची विचारधारा हा संदर्भ मानल्यास संसद व सर्वोच्च न्यायालय दोहोंनी राज्यघटनेला कमी लेखण्यापेक्षा निदान घटनादुरुस्तींच्या बाबतीत तरी त्यानुसारच कार्यरत रहावे हे योग्य ठरते.

निष्कर्षणात्मक निरीक्षणे

स्वातंत्र्यचळवळीतील प्रमुख नेत्यांनी जपलेली सामाजिक, आर्थिक, राजकीय, सांस्कृतिक आणि धार्मिक व्यवस्थांसंबंधीची अनेक तत्त्वे तसेच, आधुनिक व दूरदर्शी लोकांचे आयुष्याकडे बघण्याचे निकष राज्यघटनेमध्ये समाविष्ट केले गेले. भारतीय राज्यघटना म्हणजे भविष्यातील भारतातील राजकीय परीघ कसा असेल व त्याबाबतचे परिप्रेक्ष्य मांडणारा एक मूर्तिमंत मसुदा आहे असे म्हणता येईल. पूर्वी म्हटल्याप्रमाणे, घटनाकारांना प्रामुख्याने दोन पातळ्यांवर अडचणींना तोंड द्यावे लागले -स्थूल आणि सूक्ष्म. पहिल्या, म्हणजेच, स्थूल पातळीवर राजकीय परिघाची मूलभूत यंत्रणा दर्शविणाऱ्या संस्था स्थापन करणे हा महत्त्वाचा प्रश्न होता. यामध्ये लोकशाहीची संसदीय पद्धती, राज्यतंत्राची संघराज्य पद्धत इत्यादी संस्थांचा समावेश होता. स्वतंत्र भारताचा राजकीय परीघ ढोबळमानाने कसा असावा याबाबत अनेक तर्क केले गेले. काही उपलब्ध पर्यायी प्रारूपे घटनासमितीने स्वीकृत करावी असे घटनासमितीच्या काही सभासदांचे मत होते. उदाहरणार्थ, घटनासमितीच्या काही सदस्यांनी ब्रिटिश शासनव्यवस्थेपेक्षा स्वित्झर्लंड येथील शासनव्यवस्था सरस आहे असे मत व्यक्त केले. वरवर पहाता, यामागील उद्दिष्ट अल्पसंख्याक व इतर विखुरलेल्या समूहांना प्रतिनिधित्व व त्यांची हितजोपासना हे होते.

स्थूल पातळीवरील प्रश्नांविषयी तोडगा शोधल्यानंतर अनेक सूक्ष्म मुद्दे लक्षात घ्यावयाचे होते. भारत हा एक विशाल भूप्रदेश होता व त्यामध्ये अनेक विविधता, विविध राजकीय पद्धती व नियम, अनेक सामाजिक मतभेद व सर्वदूर पसरलेल्या धार्मिक व सांस्कृतिक भिन्नता होत्या. त्यामुळे, देशातील राजकीय व्यवस्थेची बांधणी करताना पाश्चिमात्य देशात जन्मलेली व कार्यान्वित असलेली संसदीय व्यवस्था स्वीकृत करून चालणार नव्हते. याचे कारण असे की, पाश्चिमात्य देशांमधील सामाजिक-आर्थिक परिस्थिती भारतातील परिस्थितीपेक्षा भिन्न होती. म्हणून, लोकशाहीच्या

संसदीय पद्धतीचे मूळ सूत्र कायम ठेवून घटनाकारांनी अभिजात संसदीय व्यवस्थेमध्ये समयोचित बदल केले, जसे की, राजेशाही व्यवस्था न ठेवता राज्यप्रमुख निवडून आलेले असावेत, कायदेमंडळाला साहाय्यक न्यायव्यवस्थेऐवजी प्रभावी व स्वायत्त न्यायव्यवस्थेची स्थापना करणे. यायोगे न्यायमंडळ लोककल्याणकारी ठरून देशाप्रती कायमस्वरूपी अभिशासन व्यवस्था देऊ करेल. तसेच, देशाचा भौगोलिक आकार व जतन केलेले वैविध्य व त्या बरोबरीने प्रादेशिक व स्थानिक पातळीवरील लोकांच्या राजकीय अपेक्षा लक्षात घेता देशाने संघराज्य पद्धतीला प्राधान्य देणे साहजिकच होते. तथापि, संघराज्य पद्धतीचा अभिजात नमुना व देशातील एकता व अखंडत्वाची जपणूक करणे या बाबी एकाच वेळी लक्षात घेतल्यानंतर खरा प्रश्न निर्माण झाला. परिणामी, देशातील संघराज्य पद्धतीमध्ये अनेक फेरबदल सुचविण्यात आले. म्हणूनच, अनेक अभ्यासकांनी भारतीय संघराज्य पद्धतीला अस्सल संघराज्य व्यवस्थेऐवजी आभासी-संघराज्य पद्धत असे संबोधले. तरी, देशातील परिस्थितीला सर्वांत अनुरूप अशी राजकीय व्यवस्था निर्माण करण्याकडे घटनाकारांचे काळजीपूर्वक लक्ष होते. जगातील इतर देशांमधील राजकीय व्यवस्थेच्या तयार साच्यामध्ये भारताला बसविण्यापेक्षा घटनाकारांनी उपरोक्त मार्ग निवडला होता. असे करताना, पांडित्यपूर्ण मूल्यमापन व भारतीय व्यवस्था ही अभिजात व्यवस्थेपासून ढळलेली आहे, अशा प्रकारच्या टीकेची पर्वा करण्यात आली नाही.

ब्रिटनमधील संसदीय पद्धत व अमेरिकेतील संघराज्य पद्धत यांचा संयोग साधून अभिशासन पद्धतीचा एक नवा प्रयोग म्हणून भारतासाठी एक नवी घटनात्मक यंत्रणा निर्माण करण्यात घटनाकारांना यश आले. परंतु, या नव्या यंत्रणेचे स्वरूप पाश्चिमात्य देशांपेक्षा वेगळे होते, म्हणजेच, त्या देशांनी ज्या उद्दिष्टांची स्वप्नंदेखील पाहिली नव्हती अशी उदात्त स्वप्नं भारतीयांना देण्याचा याद्वारे प्रयत्न करण्यात आला होता. लोकांना काही विशिष्ट राजकीय व नागरी मूलभूत हक्क देऊ करणे व त्याद्वारे त्यांना समान व मुक्त जीवनपद्धतीबाबत आश्वस्त करणे यामध्ये अभिजात पाश्चिमात्य लोकशाही व्यवस्थांचे यश दडलेले आहे असा दावा केला जातो. परंतु, समाजवादी विचारधारेच्या अभ्यासकांनी म्हटल्याप्रमाणे, ज्या समाजामध्ये लोकांचे पुरेसे सामाजिक, आर्थिक हितदेखील दुर्लक्षित होते त्या समाजामध्ये राजकीय व नागरी हक्क ही एक हास्यास्पद बाब वाटते. या पद्धतीने विचार केल्यास, भारतीय राज्यघटनाकार पाश्चिमात्य भांडवलवादी समाज व समाजवादी समाज या दोन्हींची मोट बांधण्यात यशस्वी ठरल्याचे दिसते, म्हणजेच, एकीकडे लोकांना राजकीय व नागरी मूलभूत हक्क प्रदान करणे व दुसरीकडे, त्यांना न्याय्य व समाधानी सामाजिक-आर्थिक आयुष्य प्रदान करणे. असे करताना, देशातील संसाधनांची उपलब्धता व राज्य धोरण निर्देशक तत्त्वांची तरतूद या बाबींचा विचार केला गेला. अशा प्रकारे, मूलभूत हक्क व राज्य धोरण निर्देशक तत्त्वांच्या तरतुदींमुळे देशामध्ये विहित केलेल्या संसदीय लोकशाही पद्धतीला सारभूतता व सघनता (pith and substance) प्राप्त झाली आहे. घटनेच्या तिसऱ्या भागातून देऊ केलेल्या राजकीय आणि नागरी हक्कांच्या तरतुदी व चौथ्या भागात समाविष्ट असलेल्या सामाजिक व आर्थिक हक्कांच्या तरतुदी या दोहोंकडे एकत्रितपणे पाहिले असता असे लक्षात येते की, या तरतुदींमुळे भारतीय राज्यघटनेला भांडवलवादी व समाजवादी घटनेशी तुलना करता एका वेगळ्याच उंचीवर नेऊन ठेवले आहे. यामुळे, आजपर्यंतच्या प्रबळ पाश्चिमात्य घटनांऐवजी भारतीय राज्यघटना ही जगातील नव्याने लोकशाहीकरण झालेल्या देशांसाठी एक अनुकरणीय ठरली.

सरतेशेवटी, असे म्हणता येईल की, भारतीय राज्यघटना ही एक विशिष्ट बांधणी ठरली. ही बांधणी घटनाकारांच्या सातत्यपूर्ण सद्हेतुपूर्ण दूरदृष्टीची व अमोघ सुजाणतेची साक्ष देत होती. उद्देशिकेच्या माध्यमातून घटनाकारांनी घटनेच्या अस्तित्वाचे उद्दिष्ट स्पष्टपणे मांडले होते. भारतातील गुंतागुंतीची परिस्थिती लक्षात घेऊन घटनाकारांना जगातील सर्वांत मोठी घटना तयार करावी लागली असली तरी, या घटनेची नव्या परिस्थितीशी जुळवून घेण्याची क्षमता व स्थितिस्थापकत्व केवळ ६४ वर्षांत झालेल्या १२४ घटनादुरुस्त्यांमधून लक्षात येते. तथापि, राज्यघटनेची मूळ रचना म्हणजे त्याचा आत्मा होय हा समज प्रस्थापित झाला आहे असे म्हणता येईल. तसेच, ही मूळ संरचना मोडली जाऊ शकत नाही असे देखील सर्वोच्च न्यायालयाने वेळोवेळी स्पष्ट केले आहे. अशा प्रकारे, राज्यघटनेने आतापर्यंत सर्व आव्हानांवर मात केल्याचे दिसून येते. मग ते ४२व्या घटनादुरुस्तीचे स्वरूप असो किंवा रालोआ सरकार (१९९९-२००४) ने तिचा घेतलेला

आढावा असो. घटनेचा मूळ गाभा बदलण्याचा कुठलाही प्रयत्न झाल्यास मूळ संरचनेची विचारधारा त्याविरुद्ध एक ढाल म्हणून वापरली जाते. तसेच, मूळ संरचना सोडून इतर सर्व भाग संसदेमार्फत दुरुस्तीस पात्र आहे या विचारातून घटना बदलत्या काळाबरोबर सुसंगत राहील हा विचार अधोरेखित होतो.

टिपा

१. उद्दिष्टात्मक ठरावाबाबत तपशीलवार माहितीसाठी *घटनासमिती चर्चा* (२००३, ५९) पहा.
२. आर. सी. अगरवाल (१९९८, १५) मध्ये म्हटल्याप्रमाणे.
३. *केशवानंद भारती विरुद्ध केरळ सरकार*, ४ सर्वोच्च न्यायालय खटला., २२५, परिच्छेद ९४-९८ (१९७३), ३२४.
४. अधिक तपशिलासाठी बी. शिवा राव (१९६५) पहा.
५. भारतातील मूलभूत हक्कसंबंधी मागण्यांच्या क्रमविकासाचे ऐतिहासिक परिप्रेक्ष्य समजून घेण्यासाठी ऑस्टिन (१९६६, ५२-७५).
६. व्ही. डी. महाजन (१९८४, ७०) मधील नोंद.
७. वेस्टमिन्स्टर प्रारूप म्हणजे अभिशासनाच्या लोकशाही संसदीय पद्धतीची युनायटेड किंगडममधील व्यवस्था होय; भारत ब्रिटिशांची वसाहत असल्याने वसाहतवादाच्या माध्यमातून या पद्धतीचे लोकशाही शासन येथे प्रारंभिले गेले.
८. राजमन्नार समितीचा अहवाल म्हणजे देशातील केंद्र-राज्य संबंधांची रचना व कार्ये याबाबतची सर्वांत महत्त्वाची टीका आहे. अधिक तपशीलासाठी *केंद्र-राज्य संबंध विचारपूस समिती अहवाल* (१९७१) पहा.
९. ऑस्टिन (१९९९,२६४) मधील नोंद.

संदर्भ

Agrawal, R. C. 1998. *Constitutional Development and National Movement of India.* New Delhi: S. Chand and Company.

Ambedkar, B. R. 2003. *Constituent Assembly Debates*, vol. VII. 4th Reprint. New Delhi: Lok Sabha Secretariat.

Austin, Granville. 1966. *The Indian Constitution: Cornerstone of a Nation*. New Delhi: Oxford University Press.

Austin, Granville. 1999. *Working a Democratic Constitution: The Indian Experience*. New Delhi: Oxford University Press.

Hidayatullah, M. 1982. *Democracy in India and the Judicial Process*. New Delhi: Metropolitan.

Kapur, A. C., and K. K. Mishra. 2001. *Select Constitutions*. New Delhi: S. Chand and Company.

Livingstone. 1956. *Federation and Constitutional Change*. Frazer, London.

Lok Sabha Secretariat. 2003. *Constituent Assembly Debates*, vol. 1. 4th Reprint, New Delhi: Lok Sabha Secretariat.

Mahajan, V. D. 1984. *Select Modern Constitutions*. New Delhi: S. Chand and Company.

Markandan, K. C. 1966. *Directive Principles in the Indian Constitution.* Jalandhar: ABS Publications.

Rao, B. Shiva. 1965. *The Framing of India's Constitution: Select Documents,* vol. I. New Delhi: Indian Institute of Public Administration.

———. 1971. *Report of the Centre–State Relations Enquiry Committee,* Chairman: Justice P. V. Rajamannar, Government of Tamil Nadu, Chennai.

The Hindu. 2007. 12 August.

The Statesman. 2007. New Delhi, 12 January.

Wheare, K. C. 1988. *Modern Constitutions*. New Delhi: S. Chand and Company.

३

केंद्रीय प्रशासनाची संरचना

भारताच्या संघराज्य संरचनेमध्ये अभिशासनाच्या तीन पातळ्या आहेतः केंद्र, राज्य आणि स्थानिक. केंद्रीय पातळीवर राष्ट्रीय प्रकरणे हाताळण्यासाठी केंद्रशासन कार्यरत असते. राज्य पातळीवर लोकांच्या अपेक्षापूर्तीसाठी राज्य सरकार कार्यरत असते. लोकांच्या सर्वांत समीप असलेल्या, म्हणजेच, स्थानिक पातळीवर ग्रामीण व शहरी भागांमध्ये स्थानिक शासनसंस्था कार्यरत असतात. शासनाचे कामकाज सुरळीत चालावे म्हणून वर उल्लेख केलेल्या प्रत्येक पातळीवर प्रशासकीय रचना कार्यरत असते. अशा प्रकारे, भारतातील प्रशासनदेखील भिन्न पातळ्यांवर चालतेः केंद्र, राज्य, जिल्हा व स्थानिक.

केंद्रीय पातळीवरील कार्यरचना व्यापक असून त्यामध्ये सचिवालय, मंत्रालये आणि विभाग, कॅबिनेट सचिवालय, पंतप्रधान कार्यालय आणि इतर अनेक संलग्न व क्षेत्र कार्यालये समाविष्ट असतात. १६ मार्च २०१५ रोजी उपलब्ध माहितीनुसार २५ शिखर कार्यालये, ५१ मंत्रालये, ६० विभाग व भारत सरकारद्वारा स्थापित ९८ पेक्षा अधिक आयोग अशी कार्यरचना होती. या प्रकरणामध्ये प्रामुख्याने भारतातील केंद्रीय पातळीवरील प्रशासन व कार्यरचना या बाबी हाताळण्यात आल्या आहेत.

केंद्रीय सचिवालय

भारतीय राज्यघटनेनुसार, अंमलबजावणीसंबंधी सर्व कार्ये राष्ट्रपतींच्या नावे केली जातात. परंतु, राष्ट्रपती केवळ नाममात्र घटनात्मक प्रमुख आहेत. वास्तविक, पंतप्रधानांचे मंत्रिमंडळ राष्ट्रपतीला त्याची कार्ये पार पाडताना सल्ला देत असते व साहाय्य करीत असते. अशा प्रकारे, पंतप्रधान केंद्रबिंदू असलेल्या कॅबिनेट किंवा मंत्रिमंडळाकडे खरे कार्यकारी अधिकार एकवटलेले असतात. हे मंत्री एकाच वेळी अनेक कार्ये करू शकत नसल्याने त्यांना साहाय्याची गरज भासते. प्रशासकीय अनुकूलतेसाठी भारतीय शासन हे विभाग व मंत्रालयांमध्ये विभाजित आहे. या दोहोंना मिळून केंद्र सचिवालय असे म्हटले जाते. विविध मंत्रालयांतील मंत्र्यांना त्यांच्या जबाबदाऱ्या पार पाडताना साहाय्य करणारे कार्यालय म्हणजे सचिवालय होय.

'सचिवालय' याचा शब्दशः अर्थ सचिवाचे कार्यालय असा होतो. सचिव मंत्र्याचा मुख्य साहाय्यक असून मंत्र्यांना साहाय्य करण्यासाठी सचिवाचे कार्यालय असणे आवश्यक असते. भारतामध्ये सचिवांचे शासन होते त्या काळात या संज्ञेचे मूळ सापडते. स्वातंत्र्योत्तर काळात अभिशासनाचे सर्व अधिकार लोकमताने निवडून आलेल्या मंत्र्यांकडे आले व परिणामी सचिवाऐवजी मंत्रालय खऱ्या अधिकाराचे केंद्र बनले. म्हणून, बदललेल्या राजकीय परिस्थितीमध्ये सचिवालय ही संज्ञा मंत्रालयाला समानार्थी म्हणून वापरली जाते.

केंद्रीय सचिवालयाचा क्रमविकास

अन्य काही प्रशासकीय संस्थांप्रमाणेच केंद्रीय सचिवालय हादेखील भारतासाठी ब्रिटिश वसाहतीचा वारसा आहे. सुरुवातीला, गव्हर्नर जनरलचे कार्यालय म्हणजे भारतातील सचिवालय होते. धोरणे तयार करण्यासाठी आवश्यक माहिती संकलित करणे व कंपनी शासनाने दिलेल्या आदेशांचे पालन करणे ही केंद्रीय सचिवालयाची मूळ भूमिका होती. सन १७७३च्या नियमन कायद्याने सर्वप्रथम 'सर्वोच्च शासना'ची स्थापना केली व सर्वोच्च शासनाचे 'इलाखा शासना'वर नियंत्रण असेल असे नमूद केले. सर्वोच्च शासनामध्ये गव्हर्नर जनरल आणि चार सल्लागार समाविष्ट असत; त्यांच्याकडे भारतातील लष्करावर नियंत्रण ठेवण्याचे सर्वाधिकार असत. ब्रिटिशांच्या भारतातील संपूर्ण कार्यकालात हीच संरचना

कायम अस्तित्वात राहिली. कंपनी शासनाची व्याप्ती जसजशी वाढत गेली तसतशी शासकीय कामांची संख्यादेखील वाढत गेली व त्यामुळे, साचिवालयाची भूमिका व आकारमान या दोहोंमध्ये वृद्धी झाली.

सचिवालयाची संघटनात्मक बांधणी व दृढीकरण करण्यासाठी लॉर्ड कॉर्नवॉलिसने काही महत्त्वाची पावले उचलली. त्याने सेक्रेटरी जनरलचे कार्यालय सुरू केले. पुढे हेच कार्यालय सर्व अधिकार व जबाबदारी असलेला मुख्य सचिव म्हणून ओळखले जाऊ लागले. लॉर्ड वेलस्ली यांनीदेखील सचिवालय पुनर्संघटनाचे समर्थन केले होते. सचिवांचे वेतन व पूरक जबाबदाऱ्या वाढवून त्याने त्यांचा दर्जा वाढविला. नियमित अंमलबजावणीच्या कार्याखेरीज सचिवांच्या कार्यसूचीमध्ये संशोधन व नियोजन या बाबी समाविष्ट करण्यात आल्या.

अठराव्या शतकाच्या शेवटी सर्वोच्च शासनामध्ये गव्हर्नर जनरल व तीन सल्लागार आणि सचिवालयामध्ये चार विभाग (यांपैकी प्रत्येक विभाग सचिवाच्या हाताखाली काम करीत असून सर्व विभाग मुख्य सचिवाच्या नियंत्रणाखाली येत असत) अशी रचना होती. सन १९१९च्या माँटफोर्ड सुधारणांच्या काळात भारत शासनामध्ये गव्हर्नर जनरल व सात सदस्य समाविष्ट होते. सचिवांचे नऊ विभाग असून एकूण सचिवांची संख्या ४६ इतकी होती. ही संख्या १९३९मध्ये दुसरे महायुद्ध सुरू होईपर्यंत कायम राहिली.

दुसऱ्या महायुद्धामुळे एक धोरणनिर्मिती करणारी संस्था म्हणून सचिवालयाचा क्रमविकास झाला असे लक्षात येते. युद्धकाळातील टंचाईसदृश परिस्थिती व वसाहतींची युद्ध साहाय्य धोरणे या पार्श्वभूमीवर सचिवालयाची पुनर्बांधणी करण्यात आली. धोरणनिर्मिती व धोरण अंमलबजावणी ही दोन्ही कार्ये स्वतंत्र करण्यात आली व लॉर्ड कर्झन यांनी संक्रमणकाळातील गट म्हणून कर्मचारीवर्गाची प्रतिनियुक्ती केली. कर्मचाऱ्यांची निकड असल्याने 'विशिष्ट कार्याधिकारी' (OSD) असे एक पद गृहमंत्रालयामध्ये निर्माण करण्यात आले. या अधिकाऱ्याने नागरी संरक्षणासंबंधीची कार्ये बघावयाची होती. इतर अनेक क्षेत्रांतील कामकाज पाहण्यासाठी सचिवालयाची व्याप्ती अधिकच वाढविण्यात आली. गव्हर्नर जनरलच्या मंडळातील सदस्यसंख्या ७ ऐवजी १४ करण्यात आली आणि सचिवालयातील विभागांची संख्या १९ झाली. अधिकाऱ्यांची एकूण संख्या २०० झाली. ही व्याप्ती म्हणजे केवळ युद्धकाळातील बाब असून युद्ध संपल्यानंतर ही संख्या पूर्वीइतकीच केली जाईल असा विश्वास हे यामागील प्रमुख कारण होते. परंतु, युद्धोत्तर काळातील पुनर्बांधणी कार्यक्रम व त्यानंतर स्वातंत्र्यप्राप्तीचा काळ यामुळे सचिवालयाची व्याप्ती कमी करणे शक्य झाले नाही. खरेतर, स्वातंत्र्यप्राप्ती, त्यानंतरच्या अडचणी व नव्या लोकप्रिय शासनाची वाढलेली लोककल्याणकारी कार्ये यामुळे सचिवालयाची व्याप्ती अधिकच वाढली. अशा प्रकारे, सचिवालयातील विभागांची संख्या १९४५ मध्ये १९ ऐवजी १९९४मध्ये ७४ झाली आणि संलग्न व सहयोगी कार्यालयांची संख्या १९४७मध्ये २० ऐवजी १९९१मध्ये १०० झाली.

केंद्रीय सचिवालयाची भूमिका व कार्ये

विद्यमान प्रशासकीय रचनेमध्ये केंद्रीय सचिवालयाला मूलभूत स्थान आहे. याद्वारे शासनाला त्याच्या जबाबदाऱ्या पार पाडताना साहाय्य केले जाते. मंत्रालयांना शासकीय धोरणे आखण्यासाठीदेखील सचिवालयाद्वारे साहाय्य केले जाते. उपलब्ध आकडेवारी व माहितीच्या आधारेच धोरणे आखणे शक्य होते. ही माहिती व आकडेवारी सचिवालयाद्वारे मंत्र्यांपर्यंत पोहोचवली जाते. तदनुसार त्यांनी धोरणे आखावयाची असतात. थोडक्यात, सचिवालयः

- मंत्र्यांना धोरणनिर्मिती प्रक्रियेत मदत करते.
- नियम आणि विनियमन तयार करण्यास मदत करते.
- वित्तीय व्यवस्थापन व अर्थसंकल्प तयार करण्यात मदत.
- शासनाच्या इतर शाखांशी समन्वय साधण्यास व राज्यशासनाशी संपर्क साधण्यास मदत करते.
- कार्यकारी संस्थांनी केलेल्या कार्याचे परीक्षण करण्यास मदत करते.
- मंत्र्यांची संसदेप्रती जबाबदारी पार पाडण्यास साहाय्य करते.

अशा प्रकारे, सचिवालय हे शासनाचे सर्वोच्च कार्यालय होय.

> सचिवालयामुळे प्रशासनाला समतोल, सुसंबद्धता व सातत्य राखण्यास साहाय्य होते. मंत्रालयाच्या संपूर्ण यंत्रणेचे केंद्रस्थान म्हणून सचिवालय कार्यरत असते. मंत्रालयांतर्गत समन्वय यामुळे शक्य होतो. मंत्रिस्तरावर संसदेप्रतीचे उत्तरदायित्वदेखील सचिवालयामुळे साध्य होते. एक संस्थात्मक स्वरूप असलेली संरचना म्हणून शासनाच्या सुरळीत कामकाजासाठी सचिवालय अत्यावश्यक आहे (एआरसी १९६७, ३०).

शासनाची धोरणे व कार्यांबाबत अत्यावश्यक माहिती पुरवित असल्याने सचिवालयाला 'रणनीतिज्ञ गट' असेदेखील म्हटले जाते. राज्ये व नॅशनल इन्स्टिट्यूशन फॉर ट्रान्सफॉर्मिंग इंडिया (नीती आयोग), वित्त आयोग यांसारख्या महत्त्वाच्या संस्थांमधील दुवा म्हणून सचिवालय कार्यरत असते. सचिवालय म्हणजे मंत्रालयाच्या संपूर्ण यंत्रणेचा केंद्रबिंदू होय. आंतरमंत्रालयीन समन्वयदेखील सचिवालयामुळे शक्य होतो. सचिवालयातील अधिकाऱ्यांसाठी अधिक वेतन व विशिष्ट भत्ते या माध्यमांतून शासनाद्वारे सचिवालयाचे सर्वोच्च स्थान अधोरेखित करण्यात आले आहे. अशा प्रकारे, अत्यावश्यक आणि इष्ट असल्याने देशाच्या लोकप्रशासनामध्ये सचिवालय ही एक महत्त्वाची संस्था ठरते.

सचिवालयाची संस्थात्मक रचना

केंद्रीय सचिवालय म्हणजे वेगवेगळी मंत्रालये व विभाग यांचे एकीकरण होय. 'मंत्रालय' ही संज्ञा १९४७ मध्ये स्वातंत्र्यप्राप्तीनंतरच वापरात आली. मंत्रालय हे मंत्र्याच्या अखत्यारित येत असून त्यामध्ये एक किंवा त्यापेक्षा अधिक विभागदेखील असतात. असा प्रत्येक विभाग सचिवाच्या अखत्यारित येतो. संरक्षण, गृह, आंतरराष्ट्रीय संबंध आणि वित्त यांसारख्या मोठ्या मंत्रालयांमध्ये एकापेक्षा अधिक विभाग असतात. विभाग हे एक संस्थात्मक एकक असून सचिव हे त्याचे मुख्य असतात. एका मंत्रालयात एकापेक्षा अधिक विभाग असल्यास अधिक सचिवदेखील असू शकतात; मात्र, मंत्रालयाचे प्रतिनिधित्व केवळ एकच वरिष्ठ अधिकारी करू शकतो. वरिष्ठ सचिवाला मुख्य सचिव असे म्हटले जाते. मंत्रालयाच्या सुरळीत कामकाजासाठी त्याचे पुढील भाग करण्यात आले आहेत. प्रत्येक भागाचा एक प्रभारी अधिकारी आहे.

- विभाग – सचिव/अतिरिक्त सचिव/विशेष सचिव
- विस्तारित कक्ष – संयुक्त सचिव/अतिरिक्त सचिव
- उपविभागीय – संचालक/उपसचिव
- शाखा – अवर सचिव
- प्रभाग – कक्ष अधिकारी

मंत्रालयामध्ये एकापेक्षा अधिक विभाग असून **सचिव** विभागप्रमुख मानला जातो. काही उदाहरणांमध्ये अतिरिक्त किंवा विशेष सचिवदेखील विभागप्रमुख असू शकतो. सचिव मंत्रालय/विभागाचा प्रशासकीय प्रमुख असून मंत्र्यांचा मुख्य सल्लागारदेखील असतो. संसदेच्या वेगवेगळ्या समित्यांसमोर सचिव त्याच्या मंत्रालय/विभागाचे प्रतिनिधित्व करतो. त्याच्या अखत्यारितील कर्मचाऱ्यांनी निपटारा केलेल्या प्रकरणांचे साप्ताहिक अहवाल त्याच्याकडे येतात. मंत्रालयामध्ये जितके विभाग तितके सचिवदेखील असू शकतात. प्रमुख सचिव इतर सर्व सचिवांच्या कार्यांमध्ये समन्वय साधतो. कोणत्याही धोरणांच्या परिणामांबाबत सचिव मंत्र्यांना माहिती पुरवतो. राष्ट्रीय किंवा आंतरराष्ट्रीय समित्यांमध्ये मंत्र्यांबरोबर सचिवदेखील मंत्रालयाचे प्रतिनिधित्व करतो. सचिव थेट त्याच्याकडे विचारार्ह आलेल्या विशिष्ट प्रकरणांना सूचना देऊ शकतो. अशा प्रकारे, विभागामध्ये सर्वाधिक अधिकार सचिवाकडे असतात.

जिथे सचिवाकडील कार्यभार अधिक असतो तिथे त्याला साहाय्यक म्हणून **संयुक्त किंवा अतिरिक्त सचिव** विस्तारित कक्षाचा पदभार स्वीकारतो. सचिवाचा अतिरिक्त कार्यभार कमी करणे व शक्य असेल तेव्हा थेट मंत्र्यांशी

संपर्क साधणे हे **संयुक्त** सचिवाचे काम होय. तथापि, मंत्र्यांशी थेट संपर्क साधल्यास याबाबतची माहिती सचिवाला दिली जाते. आपल्या कक्षातील सर्व प्रकारच्या कामकाजाच्या संदर्भाने संयुक्त सचिवाला कार्य व जबाबदारीचे अधिकाधिक स्वातंत्र्य असते.

भारत शासनाच्या अनेक विभागांमध्ये संयुक्त सचिवाच्या खालील श्रेणीमध्ये **संचालका**चे पद असते. श्रेणीय पद्धतीत त्याखालील पद उपसचिवाचे असते. संचालक व उपसचिव यांच्या जबाबदाऱ्या बऱ्यापैकी सारख्याच असतात. तथापि, १९६०च्या दशकामध्ये काही अधिकाऱ्यांचा अहंभाव लक्षात घेऊन हे पद निर्माण केले गेले.

मंत्रालयाचे काम कार्यक्षमपणे व सुरळीत पार पडावे यासाठी मंत्रालयातील कक्षांची विभागणी उपविभागांमध्ये केलेली असते. दोन शाखा मिळून एक उपविभाग होतो. **उपसचिव** हा त्याचा मुख्य अधिकारी असतो. उपसचिव संयुक्त सचिवाला त्याच्या कार्यांत मदत करतो. संयुक्त सचिव, अतिरिक्त सचिव किंवा सचिवाकडून काही महत्त्वाच्या बाबतीत शाब्दिक किंवा लिखित आदेश स्वीकारताना उपसचिवाला त्याच्या विवेकशक्तीचा उपयोग करावा लागतो. सरतेशेवटी, असे म्हणता येईल की, उपसचिवाला केंद्रीय सचिवालयामध्ये महत्त्वाचे स्थान आहे.

एका शाखेमध्ये दोन प्रभाग असून अवर सचिव शाखाप्रमुख असतो. **अवर सचिव** म्हणजे उपसचिव व त्याच्या नियंत्रणाखालील कक्ष अधिकारी यांमधील दुवा असतो. शाखेचे कामकाज सुरळीत चालावे म्हणून तो उपसचिवाप्रती उत्तरदायी असतो. तो त्याचे अधिकार केवळ कामकाज जलद गतीने व्हावे यासाठी वापरत नसून त्याच्या अखत्यारितील प्रभागांमध्ये अनुशासन राखण्यासाठीदेखील वापरतो. सामान्यपणे, अवर सचिवाला अंतर्गत समन्वयासंबंधीच्या कार्यांमध्ये पुढाकार घ्यावा लागतो. त्याने काही महत्त्वाच्या बाबी उपसचिवाकडे सुपूर्द करावयाच्या असतात. त्याची जलद कार्यवाही हा त्यामागील मुख्य हेतू असतो.

वर नमूद केलेले सर्व अधिकारी भारत शासनाचे संपूर्ण हित लक्षात घेऊन त्यांची कार्ये पार पाडत असतात. उदाहरणार्थ, सचिव हा केवळ मंत्र्यांचा सचिव नसून भारत सरकारचा सचिव असतो. परंतु दुर्दैवाने, एस. आर. माहेश्वरी यांच्या निरीक्षणाप्रमाणे, केवळ विभागापुरता मर्यादित विचार होत असून सचिव त्यांच्या मंत्रालय/विभागाच्याच हिताचा विचार करताना दिसतात. यामुळे एकूणच कार्यक्षमता व समन्वयासंबंधी सर्वच प्रयत्नांमध्ये अडथळे येतात. ही विचारसरणी केवळ सचिव स्तरावर संपत नसून ती विभागामध्ये कनिष्ठ पातळीपर्यंत झिरपत गेली आहे. उपसचिव त्याच्या उपविभागापुरता व अवर सचिव केवळ त्याच्या शाखेचाच विचार करताना दिसतो. यामुळे संस्थात्मक उद्दिष्टे पूर्ण करणे व सुसंवाद साधणे अवघड होते. येथे संस्था म्हणजे संपूर्ण भारत शासनाची प्रशासन व्यवस्था अभिप्रेत आहे (माहेश्वरी २००१, ७४).

प्रशासकीय रचनेमध्ये सर्वांत कनिष्ठ स्तरावर **कक्ष अधिकारी** कार्यरत असून त्याला साहाय्य करण्यासाठी अनेक साहाय्यक, लघुलिपिक, वरिष्ठ विभागीय लिपिक, कनिष्ठ विभागीय लिपिक आणि शिपाई कार्यरत असतात. हे सर्व उपशाखा अधिकाऱ्याच्या कार्यालयात समाविष्ट असतात. वरिष्ठ हुद्द्यावरील कर्मचाऱ्यांची कार्यक्षमता बऱ्याच प्रमाणात कार्यालयाच्या क्षमतेवर अवलंबून असते. या पायावर प्रशासकीय कामाचा संपूर्ण डोलारा उभा असतो असे म्हणता येईल. विशेष माहिती व पूर्वप्रसंग ज्ञात असल्याने कार्यालयाला 'माहितीचे भांडार' असे म्हणता येईल. कार्यालय 'माहितीचे भांडार' असणे अधिकाऱ्यांच्या कार्यकालाची व्यवस्था लक्षात घेता महत्त्वाची ठरते. सामान्यतः कार्यालयामध्ये एक कक्ष अधिकारी, चार साहाय्यक आणि अनेक वरिष्ठ व कनिष्ठ उपविभागीय लिपिक असतात. कक्ष अधिकारी कार्यालयाचे प्रमुख असतात. कनिष्ठ पातळीवर नियमित कार्ये पार पाडण्याची जबाबदारी कनिष्ठ उपविभागीय लिपिकाची असते. जसे की, पूर्वीच्या कागदपत्रांचे संकलन करणे, धारिका व नोंद वह्यांचे अद्यायावत करणे, ई-मेल पाठविणे इत्यादी. वरिष्ठ उपविभागीय लिपिकांच्यादेखील याच प्रकारच्या जबाबदाऱ्या असून तो त्याव्यतिरिक्त काही बाबींच्या नोंदी ठेवून ती प्रकरणे निकाली काढण्यासाठी साहाय्य करतो. कनिष्ठ अधिकाऱ्यांनी ठेवलेल्या नोंदी तथ्यानुसार आहेत याबाबत उपशाखा अधिकाऱ्याला सजग असावे लागते. सचिवालयाच्या श्रेणीय पद्धतीमध्ये तो सर्वांत खालच्या श्रेणीतील निरीक्षक असून त्याने त्याच्या कार्यकक्षेतील प्रश्न त्याचे अधिकार वापरून सोडविणे अपेक्षित असते.

सचिवालयातील कर्मचारीवर्ग नियुक्तीची पद्धती

सचिवालयातील सचिवापासून ते अवर सचिवापर्यंत जवळजवळ सर्व वरिष्ठ अधिकारी भारतीय प्रशासकीय सेवेतील व केंद्रीय सेवांतील (वर्ग १) अधिकाऱ्यांच्या अखत्यारित कार्यरत असतात. कार्यक्षेत्रातील प्रशासनाचा अनुभव घेतल्यानंतर ते राज्यातून सचिवालयामध्ये प्रतिनियुक्तीवर येतात. सचिवालयामध्ये तीन ते पाच वर्षे काम केल्यानंतर धोरणनिर्मिती व मूल्यमापनाचा समृद्ध अनुभव घेऊन ते त्यांच्या राज्यात परतात. या प्रकारच्या शासकीय रचनेला 'कार्यकालाची पद्धत' असे म्हणतात. ही पद्धत लॉर्ड कर्झन यांनी १९०५ मध्ये सुरू केली. असे म्हणतात की, कर्झन 'जिल्हास्तरीय अधिकाऱ्यांना कधीही विसरले नाहीत', त्यांचा असा विश्वास होता की, 'भारत सरकार शिमला किंवा कलकत्ता येथूनही चालविले जाऊ शकते. मात्र, प्रशासन त्या त्या प्रदेशातूनच चालायला हवे'. त्यांच्या मते, जिल्हा हा प्रशासनाचा केंद्रबिंदू असून सर्व महत्त्वाची प्रशासकीय कामे जिल्हा पातळीवर होतात. म्हणून, जिल्ह्यामध्ये कामाचा अनुभव असलेल्या अधिकाऱ्यांना सचिवालयात समाविष्ट करून घ्यावे असे कर्झन यांचे मत होते. प्रत्यक्ष जमिनीवरील वास्तवाशी संपर्कात राहण्याची ही एक चांगली कल्पना आहे असा कर्झन यांचा विश्वास होता. काही काळ सचिवालयात कार्यरत राहिल्यानंतर अधिकाऱ्यांनी त्यांच्या क्षेत्रीय अनुभवाचे नूतनीकरण व्हावे म्हणून पुनश्च जिल्ह्यामध्ये परत जावे. हा अनुभव त्यांना सचिवालयात काम करताना मिळू शकत नाही असे कर्झन म्हणतात. अशा प्रकारे, जिल्हास्तरीय अधिकाऱ्यांना वास्तविक जीवनातील प्रशासकीय अनुभव असलेल्या व्यक्ती असे मानले जात असे.

राज्यांमधून अधिकारी घेण्याच्या सचिवालयाच्या कर्मचारी नियुक्ती पद्धतीचे अनेक समित्या व आयोगांकडून समर्थन करण्यात आले. सचिव व उपसचिवांचा कार्यकाल सध्याच्या तीन वर्षे ऐवजी चार वर्षे करण्यात यावा या सचिवालय कार्यपद्धती समितीने (लेवेलिन स्मिथ) केलेल्या शिफारशींना उत्तर म्हणून भारत सरकारने १९१९ मध्ये निःसंदिग्धपणे पुढील स्पष्टीकरण दिलेः

> 'सचिव व उपसचिवाचे पद अस्थायी स्वरूपाचेच असायला हवे. याचे कारण असे की, सचिवालयाने प्रांतांतील प्रशासकीय कामांशी सातत्याने संपर्कात असणे आवश्यक असते. याच कारणासाठी समितीने केलेली शिफारस मान्य करणे रास्त ठरत नाही. सचिवालयात एक वर्ष कार्यरत असलेल्या अधिकाऱ्याचा प्रांतीय कामांशी असलेला संपर्क नाहीसा होतो. तथापि, सचिवालयात काम करण्याचा अनुभव आहे अशा अधिकाऱ्यांच्या श्रेणीचा विस्तार करणेदेखील आवश्यक आहे. असे अधिकारी जिल्ह्यातूनच घ्यावे लागतात. जिल्हे हे मूलतः गैरसोयीचे आणि लहान असल्याने सचिव व उपसचिवांचा कार्यकाल वाढविल्यास त्यांचे अनुभवक्षेत्र अधिकच लहान होईल अशी भारत सरकारला शंका वाटते. या पार्श्वभूमीवर भारत सरकारने विद्यमान पद्धतीतच सातत्य राखावयाचे ठरविले आहे. यानुसार, परराष्ट्र आणि राजकीय आणि कायदेसंबंधी विभाग वगळता कार्यालयाचे कामकाज तीन वर्ष इतक्या काळासाठी चालते. परंतु कोणत्याही अधिकाऱ्याच्या बाबतीत गव्हर्नर जनरलच्या आदेशानुसार कार्यकाल पूर्वनियोजित काळापेक्षा वाढविता येऊ शकतो (भारत सरकार १९९१, परिच्छेद ७२).

सायमन आयोगाने (१९३०) देखील अधिकाऱ्यांच्या कार्यकालातील क्रमिक आवर्तन पद्धतीचे समर्थन करताना असे नमूद केले होते की,

> प्रांत किंवा केंद्रामध्ये सचिवालयाची कार्यक्षमता जिल्हे व सचिवालय, प्रांत आणि केंद्र यामध्ये सततच्या होणाऱ्या अधिकाऱ्यांच्या परस्पर देवाणघेवाणीवर आधारलेली असते. केंद्रशासन किंवा प्रांतीय सचिवालयात घेतलेला अनुभव हा भारतीय प्रशासनामध्ये प्रांत व जिल्हे दोहोंसाठी एक ठेवा असतो. जिल्हे व प्रांत यांबाबत अद्ययावत व सखोल माहिती असणे हे प्रांतीय व केंद्रीय सचिवालयांमध्ये अत्यावश्यक मानले जाते. अशा अधिकाऱ्यांचा दोन्ही पातळ्यांवर संचार झाल्यास संपूर्ण व्यवस्थेलाच जोमाने कार्यरत राहता येते (आयएससी १९३९ अहवाल, परिच्छेद ३१५).

कार्यकाल पद्धतीचे समर्थन करताना व्हीलर समितीने (१९३६) पुढीलप्रमाणे भाष्य केले आहे:

- अनुभवामुळे नागरी सेवकांना जबाबदाऱ्या घेण्याचे व सुज्ञपणे तर्क बांधण्याचे प्रशिक्षण मिळेल,
- तीन वर्षांचा लहान कार्यकाल फार लांबत नाही किंवा त्यामध्ये अडथळा येत नाही,
- केंद्रीय सचिवालयातील सेवाकालावधी कमी ठेवल्यास त्याचा फायदा प्रांतांना होईल,
- दोन्ही स्तरांवरील सर्व अधिकाऱ्यांना अनुभव घेता यावा म्हणून या पद्धतीला प्राधान्य आहे, आणि
- अनुचित अधिकाऱ्यांना काढून टाकणे व त्यांना इतर ठिकाणी नियुक्त करणे यासाठी हा एक सोपा मार्ग आहे.

मॅक्सवेल समितीने (१९३७) देखील कार्यकाल पद्धतीचे समर्थन केले आहे. या समितीने असे नमूद केले की,

> सचिवालयातील स्थायी संवर्गातील अधिकारी मूळ भारतीय जीवनाशी संपर्क ठेवू शकणार नाहीत. यामुळे त्यांना त्यांची कामे करण्यात अडथळा येईल. तसेच, प्रांतीय सचिवालयातील अधिकारी केंद्र सचिवालयात असणे किंवा केंद्रीय सचिवालयातील अधिकारी प्रांतीय सचिवालयात असणे यामुळे केंद्र व प्रांतीय शासनामध्ये दुवा साधला जातो.

अधिकाऱ्यांचा वास्तवाशी संबंध वाढावा म्हणून केंद्रीय सचिवालयातील अधिकाऱ्यांचा कार्यकाल प्रांतांत करावयाचे कार्य व केंद्रात करावयाचे कार्य या धर्तीवर विभागला जाऊ शकेल. तसेच, सचिवालयात कामाचा अनुभव असलेले अधिकारी क्षेत्रीय पातळीवर उपलब्ध असल्यास अडचणी समजून घेऊन त्या सचिवालयाद्वारे कशा प्रकारे सोडविता येतील याबाबतची त्यांना जाण असेल.

प्रशासकीय सुधारणा आयोगाने (१९६७) देखील कार्यकाल पद्धती उचलून धरली. अधिकाऱ्यांना सचिवालय व क्षेत्रीय अशा दोन्ही पातळ्यांवर सुरळीत काम करता यावे म्हणून कुठलीही अडचण येऊ नये असेही सुचविले. कार्यकाल पद्धतीचे काटेकोर पालन व्हावे असेदेखील या आयोगाने सुचविले. 'अधिकाऱ्यांनी त्यांच्या मूळ विभागात किंवा राज्यशासनामध्ये परत जावे व ठरावीक कालावधीसाठी त्या पातळ्यांवर कार्यरत असावे–या अधिकाऱ्यांनी दुसरी कुठलीही नियुक्ती होईपर्यंत मूळ विभाग किंवा राज्यशासनामध्येच कार्यरत असावे.'

अशा प्रकारे, वेगवेगळ्या समित्या व आयोगांनी कार्यकाल पद्धतीच्या बाजूनेच कौल दिला. याकडे केंद्र-राज्य संबंधामध्ये समतोल राखण्याचे व संघराज्य पद्धतीच्या क्रियाशीलतेसाठीचे एक सकारात्मक साधन या दृष्टीने बघितले गेले. राष्ट्रीय धोरणे वास्तवाधारित असण्यासाठीदेखील ही पद्धत महत्त्वाची मानली गेली. व्यापक अनुभव असलेले व केंद्रशासनाच्या व राष्ट्रीय धोरणांच्या कार्याबाबत माहिती असलेले अधिकारी परत राज्यात जाऊ शकल्याने या पद्धतीचा राज्यांनादेखील एक प्रकारे फायदा झाला. कार्यकाल पद्धतीमुळे अधिकाऱ्यांनादेखील वेगवेगळ्या वातावरणात काम करण्याची संधी मिळते व त्यामुळे सेवांमधील मक्तेदारी नाहीशी होते. सचिवालयामधूनदेखील अकार्यक्षम व असमर्थ अधिकाऱ्यांना कार्यकाल संपल्यावर निष्कासित करणे सहज शक्य होते. सरतेशेवटी असे म्हणता येईल की, कार्यकाल पद्धतीमुळे प्रशासकीय एकी व नागरी सेवांचे स्वातंत्र्यदेखील साध्य होते.

वर उल्लेखिलेले 'कार्यकालाचे' फायदे असले तरी त्याविरोधात देखील काही मते मांडण्यात आली आहेत. एक, मंत्रालयांच्या कामामध्ये विशेषीकरण झाले असले तरी कार्यकाल पद्धतीतून विशेषीकरण साध्य होत नाही. दोन, सध्या केंद्रशासन करीत असलेल्या अनेक कार्यांमध्ये जिल्ह्यातील अनुभव ग्राह्य ठरत नाही. कार्यकाल पद्धतीमुळे अधिकाऱ्यांबरोबरच कार्यालयाचेदेखील दृढीकरण झाले आहे. नवनियुक्त अधिकारी कार्यालयावर बऱ्याच मोठ्या प्रमाणात अवलंबून राहत असल्याने 'कार्यालय-प्रभावी प्रशासना'शी निगडित अनेक अडचणी पुढे येतात.

कार्यकाल पद्धती शासनाच्या सर्वच विभागांना लागू होत नाही हे लक्षात घ्यावे लागते. उदाहरणार्थ, भारतीय लेखापरीक्षण तथा लेखा, पोस्ट व टेलिग्राफ, जकात कर, आयकर आणि परराष्ट्र सेवा यांसारखे विभाग त्या त्या क्षेत्रातील विशेष अधिकाऱ्यांवर अवलंबून असतात. केंद्रीय सचिवालय सेवा सुरू झाल्याने कार्यकाल पद्धतीपुढे एक नवे आव्हान आले आहे. याचे कारण असे की, अवर सचिव, उपसचिव आणि संयुक्त सचिव या जागा याच सेवांमधून भरल्या

जात आहेत. धोरणनिर्मितीमध्ये कार्यरत असलेल्या आणि मंत्र्यांना सल्ला देणाऱ्या वरिष्ठ पातळीवरील नागरी सेवकांना प्रत्यक्ष क्षेत्रात काम करण्याचा वास्तववादी व नवा अनुभव मिळावा हे कार्यकाल पद्धतीचे प्राथमिक उद्दिष्ट होते. याद्वारे केंद्रशासनाचे निर्णय शक्य तितके वास्तवाधारित व लोकांप्रती अर्थपूर्ण असावेत असा प्रयत्न होता. हे उद्दिष्ट लक्षात ठेवून कार्यकाल पद्धती ही आजही केंद्रीय सचिवालयातील कर्मचारी वर्ग नेमण्याच्या पद्धतीचा महत्त्वाचा भाग आहे.

स्थान नियोजनाची सूत्रे

कार्यकाल पद्धतीमध्ये उपसचिव व त्यावरील पातळ्यांवरील अधिकारी **केंद्रीय कर्मचारी प्रशिक्षण योजनेंतर्गत** (१९५७) घेतले जातात. या योजनेनुसार पुढील अधिकाऱ्यांच्या जागा भरल्या जातातः

१. केंद्रीय प्रशासनातील अधिकारी,
२. कार्यकाल प्रतिनियुक्ती तत्त्वावर भारतीय सेवांमधील राज्य संवर्गातील अधिकारी,
३. कार्यकाल प्रतिनियुक्ती तत्त्वावर केंद्रीय सेवांमधील (वर्ग १) अधिकारी,
४. केंद्रीय सचिवालय सेवांमधील नियुक्ती वेतनश्रेणीवरील अधिकारी,
५. भारतीय प्रशासकीय सेवांमधील नियुक्तीसाठी सूचीमध्ये नावे असलेले राज्य नागरी सेवांमधील अधिकारी,
६. केंद्रीय लोकसेवा आयोगाशी सल्लामसलत करणारे इतर नागरी सेवांमधील अधिकारी.

अशा प्रकारे, सचिवालयातील वरिष्ठ पदांचे व्यवस्थापन करण्यासाठी विशिष्ट कालावधीकरिता प्रतिनियुक्ती तत्त्वावर नेमलेल्या अधिकाऱ्यांवर केंद्र सरकार अवलंबून असते. केंद्रीय सचिवालयातील त्यांचा कार्यकाल पूर्ण झाल्यानंतर बरेच वरिष्ठ अधिकारी धोरणनिर्मिती व अधिक्षणाचा अनुभव घेऊन त्यांच्या राज्यांमध्ये परत जातात.

केंद्रीय सचिवालय सेवा (CSS)

केंद्रीय सचिवालयामध्ये तीन सेवा समाविष्ट आहेत. या सेवांद्वारे केंद्रीय शासकीय सचिवालयातील शासन व्यवस्थेला साहाय्य केले जाते व त्यामध्ये सातत्य राखले जाते. या सेवा पुढीलप्रमाणेः

१. केंद्रीय सचिवालय सेवा (CSS),
२. केंद्रीय सचिवालय टंकलेखन सेवा (CSSS),
३. केंद्रीय सचिवालय लिपिक सेवा (CSCS).

कार्मिक मंत्रालयाच्या अखत्यारितील कार्मिक व प्रशिक्षण विभाग, सार्वजनिक तक्रार निवारण व निवृत्तिवेतन विभाग यांकडे केंद्रीय सचिवालय सेवांमधील त्रिस्तरीय नियंत्रण अधिकार असतात. तिन्ही सेवांमधील मान्यता मिळालेली पदसंख्या २०१३ मध्ये २३,८६० इतकी होती. या सेवेत वर्ग ३ व ४ मध्ये नव्याने रुजू झालेल्या अधिकाऱ्यांना सचिवालय प्रशिक्षण व व्यवस्थापन संस्थेद्वारे प्रवेशपूर्व प्रशिक्षण दिले जाते. केंद्रीय सचिवालय लघुलिपिक सेवा व केंद्रीय सचिवालय लिपिक सेवा या सेवा केंद्रीय सचिवालय सेवांना साहाय्य म्हणून सुरू करण्यात आल्या असून यांतील कर्मचाऱ्यांनी केंद्रीय सचिवालयातील इतर वरिष्ठ अधिकाऱ्यांनादेखील साहाय्य करणे अपेक्षित असते.

केंद्रीय सचिवालयातील पदांवर अधिकाऱ्यांची नियुक्ती केंद्रीय सचिवालय सेवेच्या माध्यमातूनच केली जाते. पूर्वीच्या साम्राज्य सेवेऐवजी ही सेवा सन १९४८ मध्ये सुरू करण्यात आली. सद्यःस्थितीत या सेवेमध्ये पाच श्रेणी समाविष्ट आहेत, जसे की, साहाय्यक, उपविभागीय अधिकारी, अवर सचिव, उपसचिव आणि संचालक. संयुक्त सचिव पातळीवरील काही पदांवरदेखील केंद्रीय सचिवालय सेवांमधील अधिकाऱ्यांना घेतले जाते (केंद्रीय कर्मचारीवर्धन योजनेंतर्गत). केंद्रीय सचिवालयातील काही मध्यम पातळीवरील जागा प्राथमिकतः केंद्रीय सचिवालय सेवेतून भरल्या जातात. या सेवा म्हणजे केंद्रशासनातील नोकरशाहीची स्थायी रचना आहे, ज्यायोगे प्रशासन व धोरणांमध्ये सातत्य राखले जाते.

सन २००३ मध्ये केंद्रीय सचिवालय सेवांची पुनर्बांधणी होण्याआधी या सेवांमधील प्रत्यक्ष नियुक्ती दोन पातळ्यांवर होत असे. केंद्रीय लोकसेवा आयोगाने घेतलेल्या नागरी सेवांच्या परीक्षांमधून जवळजवळ २० टक्के उपविभागीय अधिकारी नियुक्त केले जात असत. प्रत्यक्ष नियुक्तीच्या दुसऱ्या पातळीवर साहाय्यक पातळीवरील ५० टक्के अधिकारी कर्मचारी निवड आयोगाने घेतलेल्या भारतीय पदवीधर परीक्षेतून घेतले जात असत. सन २००३मध्ये उपविभागीय अधिकारी या पातळीवरील प्रत्यक्ष नियुक्ती थांबविण्यात आली. केंद्रीय सचिवालय सेवांमध्ये प्रत्यक्ष नियुक्ती आता केवळ साहाय्यकांच्या पातळीवर होत असून ती कर्मचारी निवड आयोगाच्या पदवीधर परीक्षेतून केली जाते. तथापि, प्रत्यक्ष नियुक्तीची अधिकृत संख्या ५० टक्क्यांपासून ७५ टक्के इतकी करण्यात आली आहे. या पातळीवर पदवी या किमान पात्रतेखेरीज संगणक वापरण्याचे कौशल्य ही पात्रतादेखील समाविष्ट करण्यात आली आहे. उर्वरित २५ टक्के जागा केंद्रीय सचिवालय लिपिक सेवेतील लिपिकांच्या बढतीतून भरल्या जातात.

केंद्रीय सचिवालय सेवेद्वारे केंद्रीय सचिवालय, इतर बहुतेक संलग्न व दुय्यम कार्यालयांतील पदे आणि साहाय्यक पातळीपासून अवर सचिव पातळीपर्यंतच्या सर्व जागा भरल्या जातात. केंद्रीय सचिवालय सेवा सर्व मंत्रालयांना लागू होत असल्याने सेवेतील सर्वच कर्मचाऱ्यांना संधी मिळून बढती मिळण्याची शक्यता वाढते.

सचिवालयाचा कार्यविस्तार

शासनाने व्यापार व उद्योग नियमन, प्रतिबंधात्मक कार्यांवर नियंत्रण, आर्थिक विकासाला चालना आणि सरकारचे संसदेप्रती वाढते उत्तरदायित्व याबाबतीत वाढत्या जबाबदाऱ्या स्वीकारल्याने अलीकडच्या काळात सचिवालयाचे कामकाज अनेक पटींनी वाढलेले दिसते. परिणामी, केंद्रीय सचिवालयातील अनेक पातळ्यांवर पदांची संख्या वाढलेली दिसून येते. उदाहरणार्थ, सन १९०० मध्ये ७ सचिव होते व २००१ मध्ये ती संख्या १४१ इतकी झाली आहे. त्याचप्रमाणे, अवर सचिव पातळीवर याच कालावधीमध्ये पदांची संख्या ९ ऐवजी १३६३ इतकी झाली आहे.

कालौघात, सचिवालयावर अनेक कारणांसाठी **टीका** करण्यात आली. असे म्हटले जाते की, सचिवालय ही एक अनावश्यक वृद्धी झालेली संस्था होय. सचिवालयाला लाडावलेल्या मुलाचीदेखील उपमा दिली जाते. स्वतःच निर्माण केलेला कामाचा व्याप निस्तरण्यासाठी सचिवालयामध्ये अधिकाऱ्यांची नको इतकी संख्या आहे असे म्हटले जाते. सचिवालयातील अधिकारी अनावश्यक कामांमध्ये गुंतले असल्याने अतिरिक्त अधिकारी घ्यावे लागतात किंवा हे अधिकारी केवळ तक्रारी करत असून काम करीत नाही असेही एक मत व्यक्त केले जाते. सचिवालयातील कर्मचारी वरिष्ठ असल्याच्या आभासी जाणिवेने उद्धट वर्तन करतात. असे वर्तन कार्यकारी संस्थांप्रतीच्या त्यांच्या वागण्यातून दिसून येते. सचिवालय ही प्राथमिकतः धोरणनिर्मिती संस्था असली तरी विद्यमान काळात कार्यकारी संस्थांनी करावयाची अनेक कार्येदेखील सचिवालयाद्वारे केली जातात. यामुळे सचिवालयाचे धोरणनिर्मितीकडे संपूर्ण लक्ष राहत नसून कार्यकारी संस्थांच्या कामावर केलेल्या अतिक्रमणामुळे कार्यकारी संस्था दुबळ्या होतात असेदेखील एक मत मांडले जाते. कार्यकाल पद्धतीमुळे व क्षेत्र अनुभव आधारित धोरणनिर्मितीसाठी सचिवालय व क्षेत्र अधिकारी एकमेकांना पूरक ठरतील असे अपेक्षित असले तरी अधिकारी बराच काळ सचिवालयात राहत असल्याने सध्याच्या काळात हे उद्दिष्ट साध्य होताना दिसत नाही. अनेक उदाहरणांमध्ये, विलंब होण्यास मुख्यत्वे सचिवालयच जबाबदार मानले जाते. कार्यकारी संस्थांना अपुरे अधिकारदान, कामकाजाच्या लांबलचक प्रक्रिया व कमकुवत निर्णयक्षमता या कारणांमुळे विलंब होतो असे मानले जाते.

अशा अनेक टीका होत असल्या तरी, सचिवालयाची भूमिका व अस्तित्व अत्यावश्यक मानले जाते. ही एक अत्यावश्यक केंद्रीय संस्था असून त्याद्वारे धोरणनिर्मिती, धोरण अंमलबजावणीत सातत्य, धोरणे व योजनांच्या अंमलबजावणीवर देखरेख व आढावा, सूत्रबद्धपणे संस्थांच्या नोंदी ठेवणे इत्यादी कार्ये केली जातात. ही कार्ये केंद्रशासन पातळीवर सुशासनाशी सुसंगत ठरतात. सचिवालयाचा साम्राज्य-बांधणी (एककेंद्री अधिकार या अर्थाने) चा कल लक्षात

घेता पुरेसे अधिकार व कार्ये सुपूर्द करणे हे सचिवालय व कार्यकारी संस्था या दोहोंच्या पातळीवर आवश्यक ठरते. यामुळे सचिवालयाचे पावित्र्य राखण्यास मदत होईल.

कॅबिनेट सचिवालय

देशातील अभिशासन चालविताना मंत्रिमंडळाला साहाय्य करणे हे कॅबिनेट सचिवालयाचे मुख्य कार्य होय. ही भारत शासनाची सर्वांत महत्त्वाची प्रशासकीय संस्था असून केंद्रीय मंत्रिमंडळाचे सचिवालय व इतर सर्व प्रशासकीय संस्थांमध्ये समन्वय साधणारी संस्था अशा दोन भूमिका ही संस्था पार पाडते. स्वातंत्र्यपूर्व काळात, गव्हर्नर जनरलच्या कार्यकारी मंडळाद्वारे शासनाची सर्व कार्ये केली जात असत. नंतर, शासनाच्या कार्यांतील गुंतागुंत व त्याची व्याप्ती वाढल्याने अनेक विभागांची कार्ये मंडळातील वेगवेगळ्या सदस्यांकडे देण्यात येत असत. केवळ अतिमहत्त्वाची कामे गव्हर्नर जनरल स्वतः किंवा मंडळ एकत्रितपणे हाताळत असे. पुढे याच पद्धतीला १८६१ मध्ये लॉर्ड कॅनिंगच्या काळात वैधानिक दर्जा देण्यात आला. यामुळे खातेनिहाय पद्धत सुरू झाली व गव्हर्नर जनरलचे कार्यकारी मंडळदेखील अस्तित्वात आले. व्हॉईसरॉयचा खाजगी सचिव हा सचिवालयाच्या कार्यकारी मंडळाचा प्रमुख असे. परंतु, तो मंडळाच्या बैठकींना उपस्थित राहत नसे. अशा बैठकींसाठी खाजगी सचिव नियुक्त करण्याची पद्धत सर्वप्रथम लॉर्ड विलिंग्डन याने सुरू केली. पुढे हीच पद्धत कायम राहून १९३५ मध्ये व्हॉईसरॉयच्या खाजगी सचिवाला कार्यकारी मंडळाचा सचिव असा अतिरिक्त पदभार देण्यात आला.

सप्टेंबर १९४६ मध्ये हंगामी सरकारच्या राज्यघटनेने कार्यकारी मंडळाच्या सचिवालयाचे कॅबिनेट सचिवालय असे नामांतर केले. स्वातंत्र्योत्तर काळामध्ये मंत्रालयांमधील परिणामकारक समन्वयासाठी एक कार्यरचना म्हणून हे सचिवालय विकसित झाले. आपल्याला माहीत असल्याप्रमाणे, कॅबिनेटमध्ये पंतप्रधानांच्या मंत्रिमंडळातील वरिष्ठ मंत्री समाविष्ट असतात. कॅबिनेट हा प्रशासनामध्ये महत्त्वपूर्ण सांधा असतो. वरिष्ठ पातळ्यांवरील नियुक्त्या, वेगवेगळ्या विषयांवरील राष्ट्रीय धोरणे तयार करणे, आंतरविभागीय प्रश्नांवर तोडगे शोधणे व शासनयंत्रणेमध्ये समन्वय साधणे या कॅबिनेटच्या जबाबदाऱ्या होत.

ही पार्श्वभूमी लक्षात घेता कॅबिनेट सचिवालयाची महत्त्वाची भूमिका अधोरेखित होते. यावर पंतप्रधानांचे प्रत्यक्ष नियंत्रण असते, साचिवालयाचा प्रशासकीय प्रमुख नागरी सेवा मंडळाचा अधिकारप्राप्त अध्यक्षदेखील असतो. भारत सरकार (कार्य वाटप) नियमावली, १९६१ मध्ये अनुसूची एक मध्ये 'कॅबिनेट सचिवालय' ही संज्ञा नमूद केली आहे. कॅबिनेटची कार्यक्षमता कॅबिनेट सचिवालयावर आधारित असते. पुढील बाबींमध्ये साहाय्य करणे ही कॅबिनेट सचिवाची जबाबदारी आहेः

१. भारत सरकारची मुख्य प्रशासकीय कार्ये व धोरणे यांमध्ये समन्वय साधणे,
२. कॅबिनेटची कार्यसूची व कार्यवृत्त तयार करणे, त्याच्या नोंदी ठेवणे व कॅबिनेटचे निर्णय राबविताना मंत्रालये व विभागांच्या कार्यावर लक्ष ठेवणे,
३. कॅबिनेट बैठकींच्या कागदपत्रांचे जतन करणे,
४. भारत शासनाच्या वेगवेगळ्या विभागांमधील किंवा केंद्र व राज्य सरकारमध्ये प्रशासकीय संदर्भाने येत असलेल्या अडचणी वा विलंब यावर तोडगा काढणे,
५. भारत सरकारने लागू केलेल्या, एकापेक्षा अधिक विभागांवर परिणाम करणाऱ्या महत्त्वाच्या प्रशासकीय उपाययोजनांच्या विकासावर लक्ष ठेवणे,
६. कॅबिनेट किंवा कॅबिनेट समित्यांना निर्णय घेण्यास साहाय्य किंवा दिशादर्शन करणारी माहिती पुरविणे. म्हणजेच, मंत्रिमंडळाप्रती सचिव म्हणून कार्यरत असणे,

७. आंतरमंत्रालयीन समन्वय, मंत्रालय/विभागांमधील मतभेद नाहीसे करणे व सचिवांच्या स्थायी व तात्कालिक समित्यांमध्ये एकमत साधणे अशा माध्यमांतून सरकारला निर्णय प्रक्रियेत साहाय्य करणे,

८. राष्ट्रपतींच्या मान्यतेनंतर पंतप्रधानांच्या अखत्यारितील विविध विभाग व मंत्रालयांमध्ये शासकीय कामांचे वाटप करून शासकीय कामांचे नियम प्रस्थापित करणे, आणि

९. सर्व मंत्रालये व विभागांमधील महत्त्वाच्या शासनकार्यांची माहिती राष्ट्रपती, उपराष्ट्रपती व मंत्रिमंडळाला देणे.

केंद्रीय प्रशासनामध्ये कॅबिनेट सचिवालयाला अतिशय महत्त्वाचे स्थान आहे हे येथे स्पष्ट होते. हा अधिकारांचा स्रोत असून यावर विसंबून केंद्र सरकारला कुठलीही महत्त्वाची जबाबदारी घेणे शक्य होते. विद्यमान काळात कॅबिनेट सचिवालय त्याची जबाबदारी अधिक सक्षमतेने, कार्यकुशलतेने व परिणामकारक पद्धतीने पार पाडताना दिसते.

कॅबिनेट सचिवालयाची कार्यरचना

कॅबिनेट सचिवालयाच्या तीन शाखा आहेतः नागरी, लष्करी आणि गुप्तचर शाखा.

नागरी शाखेद्वारे कॅबिनेट व कॅबिनेट समित्यांना आणि सचिवांच्या समितीला कार्यवाहीमध्ये साहाय्य केले जाते. कार्यवाहीसंबंधी साहाय्यामध्ये पुढील बाबींचा समावेश होतोः कॅबिनेट व समित्यांना काही प्रकरणांसंबंधी माहिती पुरविणे, कॅबिनेट व त्याच्या सामित्यांनी घेतलेल्या निर्णयांच्या नोंदी तयार करणे व त्यांचे जतन करणे, तसेच, कॅबिनेट आणि समित्यांनी घेतलेल्या निर्णयांच्या अंमलबजावणीबाबत पाठपुरावा करणे. राष्ट्रपतींच्या मान्यतेनंतर पंतप्रधानांच्या अखत्यारितील विविध विभाग व मंत्रालयांमध्ये शासकीय कामाचे वाटप करून शासकीय कामांचे नियम प्रस्थापित करणे हेदेखील नागरी शाखेचे कार्य होय. कॅबिनेट किंवा पंतप्रधानांनी आदेश दिल्याप्रमाणे धोरणात्मक निर्णय राबविण्यासाठी मंत्रालये व विभागांमध्ये समन्वय साधणे व त्यांच्याकडून वेळेत कार्यांची पूर्तता होईल हे पाहणे हीदेखील कॅबिनेट सचिवालयाची जबाबदारी आहे.

संरक्षण समिती, राष्ट्रीय संरक्षण परिषद, सैन्य व्यवहार समिती व इतर अनेक संरक्षणसंबंधी समित्यांच्या बैठकींचे काळजीपूर्वक पर्यवेक्षण करणे ही **लष्करी शाखेची** मुख्य कामे होत. पंतप्रधान व त्यांच्या सहकाऱ्यांची सुरक्षा हीदेखील या शाखेची जबाबदारी आहे. या शाखेअंतर्गत एक विशेष संरक्षण गट (SPG) असून याद्वारे पंतप्रधान व त्यांच्या रक्तसंबंधी नातेवाइकांचे संरक्षण केले जाते.

गुप्तचर शाखा राष्ट्रीय सुरक्षेला बाह्य धोका असल्यास त्यासंबंधी माहिती संकलित करणे, माहितीचे मूल्यमापन करणे व ती गुप्त माहिती सादर करणे ही जबाबदारी पार पाडते. राष्ट्रीय सुरक्षेसंबंधीचे काही अंतर्गत घटकदेखील या शाखेद्वारे लक्षात घेतले जातात. संशोधन आणि विश्लेषण शाखा (रॉ) देखील अस्तित्वात असून त्याच्या प्रमुखाला संचालक असे म्हणतात. परराष्ट्र गुप्तचर माहिती व परदेश प्रति–गुप्तवार्ता यासंबंधीचे काम संशोधन व विश्लेषण शाखेद्वारे केले जाते.

कॅबिनेट सचिवालयाचा महत्त्वाचा भाग म्हणून सन १९८८ मध्ये **सार्वजनिक तक्रार संचालनालय** स्थापना करण्यात आली. ही एक स्वतंत्र व अपीलसंबधी संस्था असून याद्वारे काही केंद्रशासन संस्थासंबधीच्या सार्वजनिक तक्रारींची दखल घेतली जाते. यामध्ये रेल्वे, पोस्ट, सार्वजनिक बँका इत्यादींचा समावेश होतो.

कॅबिनेट सचिवाच्या हाताखाली विविध विभागांचे प्रमुख म्हणून अनेक सचिव कार्यरत असतात. उदाहरणार्थ, समन्वय सचिव–नागरी (कॅबिनेट कामकाज विभागाचा प्रमुख), संरक्षण/लष्कर सचिव (विशेष संरक्षण गट या सचिवाच्या अखत्यारित येतो), संशोधन आणि विश्लेषण शाखा सचिव (संशोधन आणि विश्लेषण शाखा प्रमुख), कामगिरी व्यवस्थापन विभाग सचिव (हा राष्ट्रीय अधिकारी, रासायनिक शस्त्र परिषदेचा अध्यक्ष असतो) आणि सार्वजनिक तक्रार सचिव. १३ फेब्रुवारी २०१५ च्या अद्ययावत माहितीनुसार कॅबिनेट सचिवालयामध्ये अवर सचिवाच्या वरील श्रेणीतील पदांवर ४८ अधिकारी कार्यरत आहेत.

कॅबिनेट सचिव

कॅबिनेट सचिव हा देशातील सर्वांत वरिष्ठ नागरी सेवक असून तो कॅबिनेट सचिवालयाचा प्रमुख असतो. भारतीय प्रशासकीय सेवेतील वरिष्ठ अधिकाऱ्यांमधून त्याची निवड केली जाते. कॅबिनेट सचिवाच्या व्यवस्थापन क्षमतेवर कॅबिनेट सचिवालयाची कार्यक्षमता अवलंबून असते. कॅबिनेट संबंधी कामकाजाच्या संदर्भाने मंत्रिमंडळाला साहाय्य करणे हे कॅबिनेट सचिवाचे मुख्य काम असते. तो/ती मुख्य सचिवांच्या समितीचा प्रमुख असतो/असते. याद्वारे कुठल्याही राज्य प्रशासनसंबंधी माहिती त्याला/तिला मिळू शकते. तो/ती इतर मंत्रालयांशी संपर्क साधतात व इतर मंत्रालये आणि विभागांतील सचिव त्याच्या/तिच्या मार्गदर्शन वा सल्ल्यावर अवलंबून असतात.

नागरी सेवांचा प्रमुख असल्याने कॅबिनेट सचिवाला नागरी सेवकांचे मनोधैर्य कायम ठेवावे लागते. तसेच, तो केंद्र पातळीवर नागरी सेवक व राजकारणी यांमधील दुवा साधतो. कॅबिनेटच्या संदर्भाने, कार्यवृत्त व निर्णयांच्या नोंदी कॅबिनेट सचिवाद्वारे जतन केल्या जातात. तो कॅबिनेटला कार्यवाहीसंबंधी सल्ला देतो व साहाय्य करतो. तो कॅबिनेटच्या सर्व बैठकांना उपस्थित राहून पंतप्रधानांनी मान्यता दिलेले निर्णय मंत्री व सचिवांपर्यंत पोहोचविण्याचे काम करतो. कॅबिनेटने घेतलेले निर्णय त्या त्या मंत्रालय वा विभागातर्फे राबविले जाण्याबाबतदेखील त्याला खात्री करून घ्यावी लागते. पंतप्रधानांच्या संदर्भाने कॅबिनेट सचिवाची आणखी एक महत्त्वाची भूमिका आहे. ती म्हणजे, कुठल्याही महत्त्वाच्या बाबतीत त्याचा सल्ला मागितला असता कॅबिनेट सचिव पंतप्रधानांना सल्ला देतो. तो पंतप्रधानांना दृष्टी व श्रवणेंद्रीय देऊ करतो असे म्हणता येईल. ज्यायोगे संपूर्ण शासनव्यवस्थेचे कामकाज सुरळीतपणे पार पाडणे शक्य होते (भट्टाचार्य २०००,५७). तक्ता ३.१ मध्ये भारतात १९५० पासून नियुक्त केलेल्या कॅबिनेट सचिवांची यादी दिली आहे.

तक्ता ३.१ कॅबिनेट सचिव १९५० पासून

कॅबिनेट सचिव	नियुक्ती दिनांक	निवृत्ती दिनांक
श्री. एन.आर. पिल्लई	६ फेब्रुवारी १९५०	१३ मे १९५३
श्री. वाय. एन. सुखठणकर	१४ मे १९५३	३१ जुलै १९५७
श्री. एम. के. वेल्लोडी	१ ऑगस्ट १९५७	४ जून १९५८
श्री. विष्णू सहाय	१ जुलै १९५८	१० नोव्हेंबर १९६०
श्री. बी. एन. झा	१० नोव्हेंबर १९६०	८ मार्च १९६१
श्री. विष्णू सहाय	९ मार्च १९६१	१५ एप्रिल १९६२
श्री. एस.एस. खेरा	१५ एप्रिल १९६२	१८ नोव्हेंबर १९६४
श्री. धरम वीरा	१८ नोव्हेंबर १९६४	२७ जून १९६६
श्री. डी. एस. जोशी	२७ जून १९६६	३१ डिसेंबर १९६८
श्री. बी. शिवरामन	१ जानेवारी १९६९	३० नोव्हेंबर १९७०
श्री. टी. स्वामिनाथन	१ डिसेंबर १९७०	२ नोव्हेंबर १९७२
श्री. बी. डी. पांडे	२ नोव्हेंबर १९७२	३१ मार्च १९७७
श्री. एन. के. मुखर्जी	३१ मार्च १९७७	३१ मार्च १९८०
श्री. एस.एस. ग्रेवाल	२ एप्रिल १९८०	३० एप्रिल १९८१
श्री. सी. आर. कृष्णास्वामी राव	३० एप्रिल १९८१	८ फेब्रुवारी १९८५
श्री. पी. के. कौल	८ फेब्रुवारी १९८५	२२ ऑगस्ट १९८६
श्री. बी. जी. देशमुख	२३ ऑगस्ट १९८६	२७ मार्च १९८९

(तक्ता ३.१ पुढे चालू)

(तक्ता ३.१ पुढे चालू)

कॅबिनेट सचिव	नियुक्ती दिनांक	निवृत्ती दिनांक
श्री. टी. एन. शेषन	२७ मार्च १९८९	२३ डिसेंबर १९८९
श्री. व्ही. सी. पांडे	२३ डिसेंबर १९८९	११ डिसेंबर १९९०
श्री. नरेश चंद्र	११ डिसेंबर १९९०	३१ जुलै १९९२
श्री. एस. राजगोपाल	१ ऑगस्ट १९९२	३१ जुलै १९९३
श्री. झफर सैफुल्ला	३१ जुलै १९९३	३१ जुलै १९९४
श्री. सुरेंद्र सिंग	१ ऑगस्ट १९९४	३१ जुलै १९९६
श्री. टी. एस. आर. सुब्रह्मण्यन	१ ऑगस्ट १९९६	३१ मार्च १९९८
श्री. प्रभात कुमार	१ एप्रिल १९९८	३१ ऑक्टोबर २०००
श्री. टी. आर. प्रसाद	१ नोव्हेंबर २०००	३१ ऑक्टोबर २००२
श्री. कमल पांडे	१ नोव्हेंबर २००२	१४ जून २००४
श्री. बी. के. चतुर्वेदी	१४ जून २००४	१३ जून २००७
श्री. के. एम. चंद्रशेखर	१४ जून २००७	१३ जून २०११
श्री. अजित कुमार सेठ	१४ जून २०११	१३ जून २०१५
श्री. प्रदीप कुमार सिन्हा	१४ जून २०१५	आजतागायत

स्रोत: http://cabsec.nic.in/about_cabinet.php

स्वातंत्र्योत्तर काळात कॅबिनेट सचिव या पदाबाबतच्या चर्चेला तोंड फुटले होते. सचिवाचे पद अधिक महत्त्वाचे पद ठरेल अशी शंकादेखील व्यक्त करण्यात आली होती. या पदाचे परीक्षण करून अय्यंगार समितीने (१९४९) पुढील तरतूद केली,

> सचिव वरिष्ठ पदावरील प्रशासकीय अधिकारी असायला हवा... आणि तो कॅबिनेट सचिवालयाचा प्रमुख म्हणून त्याच्याकडे भारत सरकारमधील सर्व विभागांकडून वेळेत व परिणामकारक काम करून घ्यावयाची जबाबदारी असावी. ही कामे संपूर्ण कॅबिनेट किंवा पंतप्रधान यांच्या अखत्यारितील बाबींशी संबंधित असावीत.

अय्यंगार समितीची शिफारस मान्य करण्यात आली व १९५० पासून कॅबिनेट सचिव हा देशातील सर्वांत वरिष्ठ नागरी सेवक राहिला आहे. प्रशासकीय सुधारणा आयोगाने (१९६६-७०) त्याचा कार्यकाल तीन वर्षे इतका निश्चित केला, ज्यायोगे नागरी सेवा क्षेत्राला एक परिणामकारक नेतृत्व मिळू शकेल. तदनुसार, कॅबिनेट सचिवाची मुख्य कार्ये पुढीलप्रमाणेः

- पंतप्रधानांचा मुख्य सल्लागार,
- कॅबिनेट आणि कॅबिनेट समित्यांचा मुख्य सल्लागार,
- नागरी सेवांचा प्रमुख–त्यांची सदसद्‌विवेकबुद्धी जपणारा,
- वेगवेगळी मंत्रालये व विभाग यांच्या कार्याचे अधीक्षण करून त्यांमध्ये समन्वय साधणे,
- पंतप्रधान कार्यालय व वेगवेगळ्या प्रशासकीय मंत्रालयांमध्ये दुवा साधणे,
- कॅबिनेट सचिवालयाचा प्रमुख या नात्याने कॅबिनेट सचिवालयाच्या सर्व कार्यांवर नियंत्रण ठेवणे, आणि
- सर्वांत महत्त्वाचे म्हणजे, राजकीय संरचना आणि नागरी सेवा यांमधील दुवा साधणे (माहेश्वरी २००१,४५).

अशा प्रकारे, भारतीय प्रशासन व्यवस्थेमध्ये कॅबिनेट सचिवाला सर्वांत वरिष्ठ पद आहे. एस.एस. खेरा या माजी कॅबिनेट सचिवांच्या भाष्यातून कॅबिनेट सचिवाच्या महत्त्वाच्या व संवेदनशील भूमिकेचा अंदाज येतो:

> कॅबिनेट सचिवाद्वारे पंतप्रधानांना दृष्टी व श्रवणेंद्रीय देऊ केले जाते ज्यायोगे पंतप्रधानांना केंद्रशासनाच्या कार्यालयीन कामकाज प्रक्रियेची खबरबात ठेवणे शक्य होते. परंतु, तो पंतप्रधानांच्या वतीने दक्षता बाळगणारा अधिकारी नव्हे... कॅबिनेट सचिवाकडे सामान्य प्रशासनाची कार्ये असून त्याच्याकडे मंत्र्यांशी निगडित नियमित कार्ये नसतात. त्याचे काम पर्यवेक्षण करण्याचे नसून साहाय्य करण्याचे होय (१९७५, १८१-८२).

कॅबिनेट सचिव म्हणून कार्यरत असताना नागरी सेवकाच्या नेतृत्वगुणांचा कस लागतो. प्रत्येक नोकरशहासाठी हे एक स्वप्नवत पद मानले जाते. सर्वोच्च नोकरशाह म्हणून तो सर्व नागरी सेवकांसाठी प्रेरणास्थान, द्रष्टा आणि नेता असतो. त्याच्या काम करण्याच्या पद्धतीमुळे भारतातील नोकरशाहीची संपूर्ण संरचना प्रभावित होते.

कॅबिनेट समित्या

पंतप्रधान कॅबिनेटमधील मंत्र्यांचा गट निवडून त्यांच्यामध्ये खातेवाटप करतो. अनेक वेळा, पंतप्रधान कॅबिनेटमधील काही विशिष्ट सदस्यांना एकत्र करून वेगवेगळ्या कॅबिनेट समित्यांची स्थापना करतो व शासनाचे काम सुरळीत व सुलभ पद्धतीने चालण्याच्या हेतूने अशा कॅबिनेट समित्यांना विशिष्ट कार्ये बहाल करतो. या यंत्रणेमुळे कॅबिनेटचा महत्त्वाचा वेळ वाचतो. कॅबिनेट समितीमुळे कॅबिनेटची काही प्राथमिक कामे हलकी होत असून कॅबिनेट काही महत्त्वाचे प्रश्न व अडचणी सोडविण्यावर लक्ष केंद्रित करू शकते.

भारतामध्ये कॅबिनेट समित्यांचे दोन प्रकार आहेत—स्थायी व हंगामी. साधारणपणे, स्थायी स्वरूपाच्या १० पेक्षा अधिक कॅबिनेट समित्या अस्तित्वात असतात. त्याबरोबरीने, आवश्यकता व वेळेनुसार पंतप्रधान तत्कालीन कॅबिनेट समित्यांची स्थापना करू शकतो. कॅबिनेट समितीची स्थापना व्यापक किंवा विशिष्ट जनादेशानुसार केली जाऊ शकते. अनेक वेळा, शासनाची कार्ये/विषयसूची यांना महत्त्व आले असता किंवा विशिष्ट लक्ष देण्याची गरज भासली असता विशिष्ट उद्देशाने कॅबिनेट समितीची स्थापन करता येते. कॅबिनेट समितीला देण्यात आलेल्या कार्यक्षेत्रात त्या समितीने घेतलेला निर्णय म्हणजे त्या त्या वेळचा शासनाचा निर्णय मानला जातो. तथापि, कॅबिनेट समितीने घेतलेला कुठलाही निर्णय पुनःसादर करावा अथवा पुनः चर्चिला जावा याबाबतचा निर्णय पंतप्रधानांना घ्यावा लागतो. प्रत्येक स्थायी समितीमध्ये पंतप्रधानांनी वेळोवेळी निवडून दिलेले मंत्री समाविष्ट असतात. परंपरेने, कॅबिनेट दर्जा असलेल्या मंत्र्यांना कॅबिनेटच्या स्थायी समितीचे 'सदस्य' म्हणतात. राज्याच्या मंत्र्यांकडे मंत्रालय/विभागाचा 'स्वतंत्र कार्यभार' असला तरी, आणि इतर कॅबिनेट मंत्री किंवा राज्याच्या 'दर्जा असलेल्या' मंत्र्यांना 'विशेष निमंत्रित' असे म्हणतात.

कुठलाही चर्चेचा विषय सर्वप्रथम त्या त्या कॅबिनेट समितीकडे पाठविला जाऊन त्यावर सखोल चर्चेअंती निष्कर्ष काढले जातात असा प्रस्थापित पायंडा आहे. कॅबिनेट समितीमध्ये त्या त्या विषयाशी प्रत्यक्ष संबंध असणारे मंत्री किंवा त्यातील ज्ञान असणाऱ्या व्यक्ती समाविष्ट असतात. त्या विषयातील साधकबाधक मुद्द्यांचे परीक्षण झाले असल्याने विषय कॅबिनेटकडे गेले असता कॅबिनेटने सखोल परीक्षण करावयाची गरज भासत नाही. यामुळे कॅबिनेटचा वेळ वाचतो. ३ डिसेंबर २०१४ च्या अद्ययावत माहितीनुसार पुढील सहा कॅबिनेट समित्या अस्तित्वात होत्या:

१. राजकीय कामकाजविषयक कॅबिनेट समिती
२. आर्थिक कामकाजविषयक कॅबिनेट समिती
३. कॅबिनेट नियुक्ती समिती
४. संसदीय कामकाजविषयक कॅबिनेट समिती
५. निवासस्थानसंबंधी कॅबिनेट समिती
६. संरक्षणविषयक कॅबिनेट समिती

उपरोक्त सूचीमधील पहिल्या चार कॅबिनेट समित्या अधिक महत्त्वाच्या आहेत. राजकीय कामकाजविषयक समिती देशांतर्गत व परराष्ट्र बाबींशी संबंधित धोरणांशी संबंधित कामकाज बघते, आर्थिक कामकाजसंबंधी समिती आर्थिक परिघातील शासनाच्या सर्व कार्यांना निर्देशन करते व त्यामध्ये समन्वय साधते, नियुक्ती समितीद्वारे कॅबिनेट सचिवालय, सार्वजनिक उपक्रम, बँका व वित्तीय संस्था यांमधील वरिष्ठ पातळीवरील नियुक्त्यांशी संबंधित असते. संसदीय कामकाज समिती संसदेतील शासकीय व्यवहाराच्या प्रगतीकडे लक्ष देते. प्रथम तीन समित्यांचे प्रमुख पंतप्रधान असून शेवटच्या समितीचे प्रमुख गृहमंत्री असतात. उपरोक्त कॅबिनेट समित्यांपैकी राजकीय कामकाजविषयक समिती सर्वांत प्रभावी मानली जाते. या समितीला 'अत्युत्तम दर्जाचे कॅबिनेट' असेदेखील म्हटले जाते.

पंतप्रधान कार्यालय

कॅबिनेट सचिवालयाखेरीज पंतप्रधानांच्या कार्यकक्षेत त्यांना साहाय्य करण्यासाठी पंतप्रधान सचिवालयदेखील अस्तित्वात असते. हे सचिवालय पंतप्रधान कार्यालय (PMO) म्हणून ओळखले जाते. सुरुवातीला लहान व कमी व्यापक असलेले हे कार्यालय आता केवळ मोठेच नसून महत्त्वाचेदेखील आहे. यावरून पंतप्रधानांच्या हाती अधिकार एकवटले आहेत हा मुद्दादेखील स्पष्ट होतो. पंतप्रधान कार्यालयाला १९६१ च्या व्यवसाय वाटप नियमांनुसार भारत सरकारच्या विभागाचा दर्जा प्राप्त आहे. एकीकडे, पंतप्रधान कार्यालय हा पंतप्रधान व त्यांचा मंत्रिगट यांमधील तर दुसरीकडे, राष्ट्रपती, राज्यपाल, मुख्यमंत्री व परराष्ट्र प्रतिनिधी यांमधील दुवा आहे.

वरिष्ठ नागरी सेवक असलेला पंतप्रधानांचा मुख्य सचिव हा पंतप्रधान कार्यालयाचा प्रमुख असतो. पंतप्रधानांनी घेतलेले सर्व निर्णय या कार्यालयातून पुढे जात असल्याने हे पद अतिशय प्रभावशाली मानले जाते. मुख्य सचिवाला साहाय्यक सचिव, अनेक संयुक्त सचिव, संचालक व इतर कनिष्ठ अधिकाऱ्यांकडून साहाय्य केले जाते. पंतप्रधान कार्यालय या नावावरूनच असे सूचित होते की, हे कार्यालय पंतप्रधानांना त्यांच्या राजकीय, संसदीय व सार्वजनिक जबाबदाऱ्या पार पाडताना मदत करते. कोणत्या धारिका पंतप्रधानांकडे जाव्यात, त्यामधील विषय काय असावा या बाबी त्या मंत्रालयाचा कार्यभार प्रत्यक्ष पंतप्रधानांकडे आहे किंवा तो अन्य कॅबिनेट मंत्री वा राज्यमंत्र्यांकडे आहे यावर अवलंबून असते. पंतप्रधानांकडे प्रत्यक्ष कार्यभार असल्यास सर्व विषय पंतप्रधान कार्यालयाकडे सुपूर्द केले जातात. काही अतिशय महत्त्वाचे धोरणात्मक विषय पंतप्रधान कार्यालयाकडे सुपूर्द केले जातात. सामान्यतः, कुठल्याही विशिष्ट मंत्रालय अथवा विभागाकडे नसणारे विषय किंवा कार्ये पंतप्रधान कार्यालयाच्या कार्यकक्षेत येतात. पंतप्रधान कार्यालयाची मुख्य कार्ये पुढीलप्रमाणे आहेतः

१. पंतप्रधानांकडे आलेले सर्व कार्यविषय हाताळणे,
२. मुख्य कार्यकारी अधिकारी म्हणून पंतप्रधानांना त्यांच्या जबाबदाऱ्या पार पाडण्यासाठी साहाय्य करणे,
३. पत्रकार व जनतेशी संपर्क साधण्यासाठी पंतप्रधानांना मदत करणे,
४. निर्धारित नियमांनुसार एखाद्या विषयाचे परीक्षण करण्यासाठी पंतप्रधानांना साहाय्य करणे,
५. नीती आयोगाचे अध्यक्ष म्हणून जबाबदाऱ्या पार पडण्यासाठी पंतप्रधानांना मदत करणे,
६. सर्वसामान्य परिस्थितीत, सर्व देशांतर्गत व परराष्ट्र बाबींमध्ये पंतप्रधानाचे प्रमुख सल्लागार म्हणून त्यांना साहाय्य करणे.

इंदिरा गांधी यांच्या कालखंडापासून पंतप्रधान कार्यालय म्हणजे भारत सरकारमधील विलक्षण प्रभावशाली व अधिकारयुक्त कार्यालय मानले जाते. पंतप्रधानांशी जवळीक असल्याने या कार्यालयाला कॅबिनेट सचिवालयापेक्षादेखील अधिक प्रभावशाली मानले जाते. पंतप्रधान कार्यालयाचा प्रभाव त्या त्या पंतप्रधानांमुळे अधिक वलयांकित होतो. खऱ्या अर्थाने, आज पंतप्रधान कार्यालय म्हणजे भारत सरकार चालविणारे कार्यालय मानले जाते. अतिशय महत्त्वाची भूमिका

लक्षात घेता, स्वाभाविकतः, पंतप्रधान कार्यालय राष्ट्रीय प्रशासनाच्या केंद्रस्थानी येते. प्रेरक आणि समन्वयक म्हणून पंतप्रधान कार्यालयाची भूमिका सहज समजून घेता येते. मात्र, मंत्र्यांनी आपल्याकडे नैसर्गिकपणे अधिक अधिकार आहेत असे मानले असता अडचणी निर्माण होऊ शकतात. बी.जी. देशमुख यांनी नोंदविलेल्या निरीक्षणानुसार पंतप्रधान कार्यालय दिवसेंदिवस एक वलयांकित संस्था म्हणून उदयाला येत आहे. अनेक वेळा, पंतप्रधान कार्यालयाने कॅबिनेट सचिवालयाचे अधिकार झुगारून अनेक मंत्रालये व विभागांच्या कामकाजात लक्ष घातलेले दिसते. पंतप्रधान कार्यालयातील अधिकाऱ्यांनी पंतप्रधानांच्या नावे प्रभाव व अधिकार संपादन केलेले दिसतात. अनेकदा पंतप्रधान कार्यालयाला पंतप्रधानांच्या मूळ कल्पनेपेक्षा अधिक प्रभाव व अधिकार प्राप्त होतात (देशमुख १९९७).

म्हणून, शासनाच्या इतर संस्थांची, म्हणजेच, कॅबिनेट सचिवालय व मंत्रालयांची किंमत मोजून पंतप्रधान कार्यालय वृद्धिंगत होऊ नये अशी अपेक्षा असते. तसेच, पंतप्रधान कार्यालयातील कर्मचारी संख्येपेक्षा सल्ल्याचा दर्जा अधिक महत्त्वाचा ठरतो. पंतप्रधानांची त्यांच्या स्वतःच्या संस्थेकडे बघावयाची दृष्टी व त्यांना कुठल्या प्रकारचा सल्ला आवश्यक वाटतो हे घटक पंतप्रधान कार्यालयाच्या अस्तित्व व व्याप्तीविषयी निर्णायक ठरतील.

संलग्न व दुय्यम कार्यालये

सचिवालय ही केंद्र सरकारची सर्वोच्च धोरणनिर्मिती संस्था होय. त्याला शासनाचा मेंदू असेदेखील म्हणता येईल. या धोरणांची कार्यवाही विशिष्ट उद्दिष्टासाठी नेमलेल्या संस्थांमार्फत केली जाते. अशा दोन संस्था म्हणजे,

- संलग्न कार्यालये आणि
- दुय्यम कार्यालये

धोरणांची अंमलबजावणी करताना आवश्यक तिथे कार्यकारी दिशानिर्देशन करणे ही त्या त्या मंत्रालयाच्या **संलग्न कार्यालयाची** जबाबदारी असते. मंत्रालयाला काही विषयांवरील तांत्रिक माहिती पुरविणे व तांत्रिक बाबींसंबंधी सल्ले देणे हे या कार्यालयाचे काम असून त्याला अशा सल्ल्यांचे संग्रहालय असेदेखील म्हटले जाते. पुरेशी आकडेवारी, तांत्रिक व इतर आवश्यक माहिती याशिवाय धोरणनिर्मिती होऊ शकत नाही. अशी माहिती पुरविणे ही संलग्न कार्यालयांची जबाबदारी असते. उदाहरणार्थ, गुप्तचर विभाग संचालनालय आणि सीमा सुरक्षा दल ही गृह मंत्रालयाची संलग्न कार्यालये होत. सामान्यपणे, तांत्रिक अधिकारी अशा कार्यालयांचे प्रमुख असतात, जसे की, महासंचालक, कुलसचिव (रजिस्ट्रार), संचालक, मुख्य अभियंता इत्यादी.

संलग्न कार्यालये दुहेरी भूमिका पार पाडताना दिसतात. ते धोरणनिर्मितीसाठी तांत्रिक माहिती पुरवितात व धोरण अंमलबजावणीसाठी कार्यकारी दिशानिर्देशन करतात. म्हणून, त्यांना क्षेत्रीय संस्था असेदेखील म्हटले जाते. कारण, ही कार्यालये दुय्यम कार्यालयांना कार्यकारी दिशानिर्देशन करीत नसून धोरणांच्या उचित अंमलबजावणीसाठीदेखील जबाबदार असतात. दुय्यम कार्यालयांशी कार्यसंबंधी समन्वय साधणे व धोरण अंमलबजावणी करताना आलेली आव्हाने सचिवालयापर्यंत पोहोचविणे ही संलग्न कार्यालयांची कामे असतात.

धोरणे व योजनांची प्रत्यक्ष अंमलबजावणी करणे ही **दुय्यम कार्यालयांची** जबाबदारी होय. ही कार्यालये सामान्यपणे संलग्न कार्यालयांच्या अखत्यारित कार्यरत असतात. उदाहरणार्थ, भारतीय वन सर्वेक्षण व भारतीय वनस्पती सर्वेक्षण ही पर्यावरण व वन मंत्रालयाची दुय्यम कार्यालये होत. ही कार्यालये प्रशासनाच्या सर्वांत कनिष्ठ पातळीवर असल्याने ही कार्यालये शासनाने ज्यांच्यासाठी योजना राबविल्या आहेत अशा लाभार्थी वर्गाच्या थेट संपर्कात येतात. या कार्यालयांनी नियमितपणे त्यांच्या संलग्न कार्यालयांना अहवाल सादर करणे व त्या त्या मंत्रालयांना कार्याविषयी माहिती पुरविणे अपेक्षित असते. अशा प्रकारे, दुय्यम कार्यालय प्रशासनात अग्रगण्य मानले जाते. सामान्यपणे, ही कार्यालये संलग्न कार्यालयाच्या अखत्यारित कार्यरत असतात. मात्र, मंत्रालयांतर्गत संलग्न कार्यालय नसल्यास ही कार्यालये

थेट मंत्रालयाच्या अखत्यारित कार्यरत असतात. ही अंमलबजावणीसंबंधी क्षेत्रीय संस्था असल्याने या कार्यालयांमध्ये प्रशासकीय कामकाजासाठी मंत्रालयीन कर्मचाऱ्यांखेरीज तांत्रिक कामे करण्यासाठी मोठा क्षेत्रीय कर्मचारीवर्गदेखील असतो. या कार्यालयांचे प्रमुखदेखील तांत्रिक अधिकारीच असतात. संलग्न कार्यालयांशी तुलना करता या कार्यालयांकडे मर्यादित प्रशासकीय व वित्तीय अधिकार असतात. शासनाची धोरणे व निर्णय प्रत्यक्ष राबविण्याची जबाबदारी दुय्यम कार्यालयांची असली तरी या कार्यालयांना 'दुय्यम' या नावातून लक्षात येत असल्याप्रमाणे गौण मानले जाते असे लक्षात येते. दुय्यम कार्यालये व सचिवालय यांतील कर्मचारी सारखीच कामे करीत असले व त्यांची पात्रतादेखील सारखीच असली तरीदेखील दुय्यम कार्यालयांतील कर्मचाऱ्यांना सर्वांत कमी वेतन मिळते, त्यांच्या सेवाशर्ती आकर्षक नसतात व त्यांची भविष्यातील प्रगती आशादायी नसते. त्यामानाने, संलग्न कार्यालयांचे स्थान सर्वच बाबतीत सचिवालयाच्या बरोबरीचे असते. परंतु, संलग्न कार्यालयांशी तुलना करता दुय्यम कार्यालयांना कमी महत्त्वाचे मानले जाते. म्हणून, पहिल्या वेतन आयोगाने (१९४७) ही तफावत नाहीशी करण्याची तरतूद केली होती.

प्रमंडळे आणि आयोग

भारतीय प्रशासकीय संरचना; मंत्रालये, विभाग, संलग्न व दुय्यम कार्यालये यांच्या माध्यमातून कार्यरत असते. वरील विभागात या घटकांवर चर्चा केली आहे. या संस्थांखेरीज, वेगवेगळ्या पातळ्यांवर धोरणे राबविणाऱ्या इतर कार्यकारी संस्था आहेत, जसे की, मंडळे प्रमंडळे आणि आयोग.

संस्थेतील एकाच अधिकाऱ्याकडे कामाची जबाबदारी असल्यास त्याला **मंडळ** असे म्हणतात. परंतु, समूह कार्यरत असल्यास त्याला प्रमंडळ किंवा आयोग असे म्हणतात. मंडळांची संरचना एकजिनसी असून त्याद्वारे एकच कार्य केले जाते. मंडळाचे प्रमुख संस्थेच्या प्रमुखाप्रती जबाबदार असून त्याच्या दिशानिर्देशनानुसार कार्यरत असतात. मंडळ प्रशासकीय कार्यांसाठी अधिक उचित ठरते. त्वरित निर्णय व तत्काळ कार्य अपेक्षित असलेल्या सेवांसाठी मंडळाची स्थापना करण्यात येते. एकच प्रमुख असल्याने कार्यालयीन शिस्त व उत्तरदायित्व सहज साध्य करता येते. उदाहरणार्थ, भारतातील केंद्रीय अन्वेषण विभाग (CBI) हे येथे उचित उदाहरण ठरते. एकल प्रमुखपदाखेरीज अनेक प्रमुख असलेली प्रमंडळे व आयोगदेखील अस्तित्वात आहेत. या व्यवस्थेमध्ये कोणा एकाकडे प्रमुख पद नसून ते प्रमंडळ किंवा आयोगाकडे असते. तथापि, प्रत्येक प्रमंडळ व आयोगाचा एक अध्यक्ष असतो. जेथे धोरणे व तंत्र यांना पक्क्या पायावर उभे करणे आवश्यक आहे आणि जेथे नव्या चर्चा व नवीन तंत्रे विकसित होतील अशा संस्थांमध्ये उपरोक्त प्रकारचे प्रमुख असणे आवश्यक व उपयुक्त ठरते. सामूहिक हितसंबंध जपायचे आहेत अशा संस्थांमध्ये ही व्यवस्था उपयुक्त ठरते. तसेच, या व्यवस्थेमुळे स्वेच्छाधीन अधिकार वापरण्यावर मर्यादा येतात. अशा प्रकारचे प्रमुखपद असल्यास निर्णय निःपक्षपातीपणे घेतले जातील असे मानसिक समाधान मिळते. प्रमुखपदावरील व्यक्तीचा पक्षपाती दृष्टिकोन असल्यास त्याला इतर सदस्यांकडून जाब विचारला जाईल असे मानले जाते. अशा संस्थांचे दोन भिन्न आधार घेऊन वर्गीकरण केले जाऊ शकतेः एक, अधिकाराचे स्वरूप आधार मानून केलेले वर्गीकरण; आणि दुसरे, त्यांचा वैधानिक दर्जा आधार मानून केलेले वर्गीकरण. **अधिकाराचे स्वरूप** लक्षात घेतले असता प्रमंडळे व आयोग तीन प्रकारांमध्ये विभागले जाऊ शकतातः सल्लागार मंडळे व आयोग, जसे की, लघु उद्योग मंडळे, धोरणनिर्मिती करणारी प्रमंडळे व आयोग, जसे की, नीती आयोग आणि धोरणनिर्मिती व कार्यकारी कामे करणारी प्रमंडळे व आयोग, जसे की, रेल्वे प्रमंडळ. सल्लागार प्रमंडळे/आयोग संस्थेच्या प्रमुखाला केवळ सल्ला देण्याचे काम करतात. ही प्रमंडळे/आयोग केवळ सल्ला देण्याचे काम करीत असून विभागप्रमुख ते मान्य करण्यास बांधील नसतो. त्यांना विभागीय जबाबदारी किंवा धोरणसंबंधी कार्ये नसतात. धोरणनिर्मितीची कामे करणारी प्रमंडळे व आयोग अत्युच्च अधिकार असलेल्या संस्था मानल्या जातात. काही प्रमंडळे व आयोगाकडे धोरणनिर्मिती व त्याची अंमलबजावणी अशी दोन्ही कार्ये असतात. रेल्वे प्रमंडळ हे याचे उदाहरण म्हणून नमूद करता येईल.

वैधानिक दर्जाचा आधार मानून या संस्था तीन प्रकारांमध्ये विभागल्या जाऊ शकतात: पहिल्या प्रकारामध्ये **घटनात्मक आयोग** समाविष्ट आहेत. जसे की, निवडणूक आयोग, केंद्रीय लोकसेवा आयोग, वित्त आयोग, राष्ट्रीय अनुसूचित जाती आणि अनुसूचित जमाती आयोग आणि भाषिक अल्पसंख्याकांसाठी राष्ट्रीय आयोग. हे सर्व आयोग राष्ट्रपतींनी नेमलेले असून दैनंदिन कामकाजामध्ये ते कुठल्याही विशिष्ट मंत्रालयाच्या प्रशासकीय नियंत्रणाखाली येत नाहीत. या प्रमंडळांच्या सदस्यांना कार्यकालाचे संरक्षण असून राज्यघटनेतील विशिष्ट तरतूद अनुसरल्याखेरीज त्यांना त्यांच्या पदावरून काढून टाकता येत नाही.

दुसऱ्या प्रकारामध्ये संसदेच्या विधिनियमानुसार स्थापित प्रमंडळे/आयोग समाविष्ट असून त्यांना **स्थायी प्रमंडळे** असे म्हणता येईल. उदाहरणार्थ, विद्यापीठ अनुदान आयोग, केंद्रीय प्रत्यक्ष कर मंडळ, केंद्रीय उत्पादन व सीमाशुल्क मंडळ, राष्ट्रीय अल्पसंख्याक आयोग, राष्ट्रीय मागास वर्ग आयोग, राष्ट्रीय महिला आयोग. ही स्थायी प्रमंडळे आणि आयोग त्या त्या मंत्रालयाच्या प्रशासकीय नियंत्रणाखाली येतात. यातील काही मंत्रालये असून इतर आयोग दैनंदिन विभागीय प्रक्रियांपासून (व्यावहारिक कामांपासून) मुक्त असतात. त्यांना त्यांच्या दैनंदिन कामकाजात मोठ्या प्रमाणात स्वायत्तता असते. परंतु, घटनात्मक आयोगांशी तुलना करता यांतील सदस्यांना तत्सम स्वातंत्र्य व प्रतिष्ठा नसते.

शासनाच्या कार्यकारी आदेशानुसार किंवा केंद्रशासनाच्या ठरावानुसार स्थापन केलेली प्रमंडळे/आयोग तिसऱ्या प्रकारामध्ये अशी समाविष्ट करता येतील. त्या त्या 'मंत्रालयाच्या नियंत्रण'कक्षेत येणाऱ्या या प्रमंडळे/आयोगांना संलग्न प्रमंडळे/आयोग असे म्हणता येईल. या प्रकारामध्ये, नीती आयोग, सफाई कर्मचाऱ्यांसाठीचा राष्ट्रीय आयोग, केंद्रीय समाजकल्याण मंडळ, कर्मचारी निवडणूक आयोग, भारतीय हातमाग मंडळ इत्यादी या मंडळाच्या कामाचे स्वरूप सल्ला देण्यापर्यंत सीमित असते. यांतील सदस्यांचा ठरावीक कार्यकाल नसून त्यांना मर्यादित स्वायत्तता असते. तथापि, त्यातील काही प्रमंडळे/आयोगांना अत्युच्च अधिकार असू शकतात, जसे की, नीती आयोग.

अशा प्रकारे, स्वातंत्र्योत्तर काळात शासनाची नवी व गुंतागुंतीची कामे पार पडण्यासाठी नव्या संस्थांच्या संख्येमध्ये वाढ झालेली दिसते. सांप्रत अष्टपैलू अधिकाऱ्याप्रमाणे प्रमंडळे व आयोगदेखील प्रशासकीय संस्थांचा अत्यावश्यक भाग मानला जातो. शासनाची महत्त्वाची धोरणे व उद्दिष्टे सुव्याख्यित असल्यास व समाजहित जपण्यासाठी कार्यकारी तत्परता आवश्यक असल्यास एकल प्रमुख असणे सर्वोत्तम ठरते. मात्र याउलट, शासनाला नव्याने नियोजन करावयाचे असल्यास व बदलत्या काळानुसार धोरणे आखण्यासाठी सतत सल्लामसलत होणे आवश्यक असल्यास प्रमंडळे आणि आयोग अधिक उचित ठरतात. याद्वारे प्रशासकीय सचोटी, परिवर्तनशीलता, निःपक्षपातीपणा, स्वायत्तता आणि उत्तरदायित्व साध्य करणे शक्य होते.

निष्कर्षात्मक निरीक्षणे

निष्कर्षाप्रत येताना असे म्हणता येईल की, केंद्रशासनातील प्रशासकीय व्यवस्था अतिशय व्यापक असून त्यामध्ये सचिवालय, मंत्रालये आणि विभाग, कॅबिनेट सचिवालय, पंतप्रधान कार्यालय व इतर अनेक संलग्न व क्षेत्र कार्यालये समाविष्ट असतात. यांपैकी प्रत्येक घटकाला त्याचे स्वतःचे महत्त्व असून हे घटक एकत्रितपणे शासनाच्या सुरळीत, तर्कनिष्ठ व कार्यक्षम कार्याप्रती जबाबदार असतात. केंद्रीय प्रशासन संरचना हा भारतातील ब्रिटिश राजवटीचा वारसा असला तरी ती संरचना देशातील बदलत्या काळानुसार व लोकांच्या अपेक्षांनुसार कालपरत्वे बदलत गेलेली दिसते. परंतु, 'बाबू नोकरशाही'चे अजूनही वर्चस्व आहे असे टीकाकार नमूद करतात. या पद्धतीची कमतरता भरून काढण्यासाठी या संदर्भाने दुसऱ्या प्रशासकीय सुधारणा आयोगाच्या (२००९) शिफारशी उचित ठरतात. यानुसार निर्णय प्रक्रियेतील पातळ्या कमी करणे, जबाबदाऱ्यांची स्पष्ट वाटणी, कर्मचारी नियुक्ती पद्धतीचे विहित स्वरूप, केंद्रशासनामध्ये सर्जनशील प्रशासकीय कार्यसंस्कृती रुजविण्यासाठी कार्यपूर्ती करार व सामंजस्य कराराची सुरुवात करण्यात यावी असे सुचविण्यात आले होते. या शिफारशींची अंमलबजावणी केल्याने देशापुढील आव्हानांना तोंड देण्यासाठी केंद्रीय प्रशासन अधिक उत्तरदायी, पारदर्शी, परिणामकारी व कार्यक्षम होईल अशी आशा आहे.

संदर्भ

ARC (Administrative Reform Commission). 1967. *Report of the Study Team on the Machinery of the Government of India and Procedure of Work*. Government of India Managers of Publications, New Delhi.

Ayyangar, N. Gopalaswamy. 1949. *Report on the Reorganization of the Machinery of the Government*. Government of India Printing Press, New Delhi.

Bhattacharya, Mohit. 2000. *Indian Administration. Kolkata*: World Press.

Deshmukh, B. G. 1997. 'Prime Minister's Office—We Cannot and Need Not Do without it'. *The Indian Journal of Public Administration* (July–September).

Government of India. 1991. Report of the Government of India, Secretariat procedure Committee, Para 72.

Khera, S. S. 1975. The Central Executive. New Delhi: Orient Longman.

Maheshwari, S. R. 2001. *Indian Administration*. 6th ed. New Delhi: Orient Blackswan.

Report of ISC (The Indian Statutory Commission). 1939. vol. 1, survey, London, H.M.S.O.Cmd.3568.

४

राज्य प्रशासन

या पूर्वीच्या प्रकरणामध्ये आपण केंद्र पातळीवरील प्रशासकीय संरचनेवर चर्चा केली. केंद्र प्रशासनाचे स्वरूप व संरचना बऱ्यापैकी राज्य प्रशासनामध्ये प्रतिबिंबित होते. एकीकडे राष्ट्रीय स्तरावरील एकसारखेपणा व दुसरीकडे स्थानिक वैविध्य या संदर्भ चौकटीमध्ये राज्य पातळीवरील प्रशासन कार्यरत असते. केंद्रीय प्रशासनाप्रमाणेच राज्य प्रशासनदेखील अनेक मंत्रालये व विभागांमध्ये विभागलेले असते. सचिव हे राज्याच्या मंत्रालयांचे प्रमुख असतात. सचिवांखेरीज मंत्रालयांमध्ये विभागप्रमुखदेखील असतात. हे विभागप्रमुख धोरणविषयक बाबींमध्ये मंत्र्यांना सल्ले देतात. राज्य प्रशासनाच्या अखत्यारित येणारे विषय व विभागप्रमुखांची संख्या एकसमान असते असे म्हणता येईल. हे विभागीय प्रमुख मुख्यालयात व क्षेत्र कर्मचाऱ्यांच्या माध्यमातून जिल्ह्यांत शासनाची धोरणे व कार्यक्रम राबविण्यास जबाबदार असतात. राज्य प्रशासन हे केंद्र आणि स्थानिक प्रशासनामधील महत्त्वाचा दुवा आहे. एकीकडे, केंद्रशासनाच्या योजना व कार्यक्रम राबविण्यासाठी राज्यशासन यंत्रणा महत्त्वाची ठरते; दुसरीकडे, ७३ व ७४व्या घटनादुरुस्ती अन्वये राज्यशासनाद्वारे स्थानिक संस्थांना अधिकार व कार्ये प्रदान केली जातात.

राज्य प्रशासनाच्या कार्यरचनेमध्ये अनेक महत्त्वाच्या संस्था व कर्ते समाविष्ट असतात, जसे की, सचिवालय, मंत्रालये, विभाग आणि संचालक मंडळे, मुख्य सचिव, राज्य वित्त आयोग इत्यादी. या प्रकरणामध्ये मुख्यत्वे भारतातील उपरोक्त राज्यस्तरीय प्रशासकीय व संरचनात्मक मांडणी अभ्यासली आहे.

सचिवालय

राज्य सचिवालय हे राज्यशासनातील सर्वोच्च कार्यालय होय. याद्वारे प्रशासकीय व्यवस्थेमधील सुसंगतपणा व वस्तुनिष्ठता कायम ठेवण्यास मदत होते. अनेक मंत्रालये व विभागांमध्ये राज्य प्रशासन विभागले आहे. केंद्रशासनातील मंत्रालयांप्रमाणे राज्य मंत्रालयांचे प्रशासकीय प्रमुख म्हणूनदेखील सचिव कार्यरत असतात. शासनकार्यांचे वेगवेगळ्या मंत्र्यांना वाटप करण्यात आले असून त्यांच्या अखत्यारित एक किंवा त्यापेक्षा अधिक विभाग कार्यरत असतात. शासन विभागांचे राजकीय प्रमुख मंत्री असून प्रशासकीय प्रमुख सचिव असतात अशी व्यवस्था सचिवालय या संज्ञेतून अपेक्षित आहे. सचिव हा शासनाचा सचिव असून वैयक्तिक पातळीवर कोणा एका मंत्र्याचा सचिव नसतो. राज्याची संपूर्ण प्रशासकीय यंत्रणा अनेक विभागांमध्ये विभागली आहे. सचिवालय म्हणजे या सर्व विभागांचे एकत्रीकरण असे म्हणता येईल. सचिव हा मंत्र्याचा मुख्य सल्लागार असून त्याच्या अखत्यारितील विभागाचा प्रमुख असतो. त्यांच्या राजकीय प्रमुखांनी घेतलेले निर्णय व तयार केलेली धोरणे राबविण्यासाठी तो/ती जबाबदार असतो/ते. तसेच, मंत्र्यांना कायदेमंडळ व समित्यांना तोंड देण्यासाठी सल्ल्याच्या माध्यमातून आवश्यक माहिती पुरविणे हे तिचे/त्याचे काम असते.

सचिवालयाचे विभाजन अनेक प्रशासकीय विभागांमध्ये केलेले असते. प्रत्येक विभागामध्ये अधिकाऱ्यांची श्रेणीय संरचना असून सचिव या श्रेणीय संरचनेचा प्रमुख असतो. सचिवालयातील श्रेणीय रचनेमध्ये सचिव, उपसचिव, अवर सचिव व साहाय्यक सचिव समाविष्ट असतात. अधिकाऱ्यांना कार्यकाल पद्धती लागू होत असून, सचिवालयात त्यांची नियुक्ती ठरावीक काळासाठी केली जाते. काही अपवाद वगळले असता हे वरिष्ठ अधिकारी सामान्यज्ञ असतात. सचिवालयातील कार्यालयामध्ये अवर सचिवाच्या खालच्या श्रेणीतील कर्मचारी समाविष्ट असतात. ते असेः अधीक्षक/कक्ष अधिकारी, साहाय्यक, वरिष्ठ विभागीय लिपिक, कनिष्ठ विभागीय लिपिक, लघुलिपिक आणि त्या खाली अतांत्रिक वर्ग ४चे कर्मचारी समाविष्ट असतात. हे सर्व कर्मचारी सचिवालयात दीर्घकाळ काम करीत असल्याने त्यांना सचिवालयातील अधिकृत कर्मचारी असे म्हणतात.

सचिवालयाची विभागणी अनेक विभागांमध्ये केलेली असते. विभागांची संख्या राज्यपरत्वे बदलत जाते. उदाहरणार्थ, सिक्कीम येथे १५ विभाग असून, इतर अनेक राज्यांमध्ये ३५ पेक्षा अधिक विभाग आहेत. परंतु, अनेक राज्यांमधील समान विभाग पुढीलप्रमाणे होतः गृह, वित्त, सामान्य प्रशासन, महसूल, कृषी, सार्वजनिक कामकाज, उद्योग, आरोग्य, शिक्षण, वैधानिक, ग्रामीण विकास, वाहतूक इत्यादी. प्रत्येक विभागामध्ये त्या क्षेत्रातील प्रशासकीय नोंदी व माहिती ठेवली जाते. धोरणांच्या प्रत्यक्ष अंमलबजावणीकडे लक्ष देणे हे सचिवालयाचे मुख्य काम होय. अशा प्रकारे, सचिवालय म्हणजे शासनाची बुद्धिमत्ता व प्रशासकीय नोंदींचा संग्रह होय असे म्हणता येईल. यामुळे मंत्र्यांना पुढील कामकाजात मदत होते.

- शासनाची धोरणे व कार्यक्रम मांडणी,
- क्षेत्रीय यंत्रणांकडून होणाऱ्या धोरण व कार्यक्रम अंमलबजावणीचे पर्यवेक्षण करणे,
- अर्थसंकल्प तयार करणे व खर्चावर नियंत्रण,
- कायदेमंडळाप्रतीच्या जबाबदाऱ्या पार पाडणे,
- शासनाचा प्रवक्ता म्हणून काम करणे,
- वरिष्ठ नियुक्त्या, बदल्या आणि राजपत्रित अधिकाऱ्यांच्याविरुद्ध शिस्तभंगाच्या कार्यवाहीसंबंधी लक्ष देणे,
- केंद्रशासन तसेच स्थानिक संस्थांशी समन्वय साधणे, आणि
- राज्यशासनाचा रणनीतीज्ञ गट म्हणून काम करणे.

अशा प्रकारे, सचिवालय म्हणजे राज्यशासनातील धोरणनिर्मिती करणारी सर्वोच्च संस्था होय हे स्पष्ट आहे. राज्य प्रशासनामध्ये सचिवालयाची भूमिका महत्त्वाची असली तरी त्याचा दृष्टिकोन व वर्तन विस्तारवादी स्वरूपाचे आहे असे लक्षात येते आणि कार्यक्षेत्रात न येणारे काही अधिकार व कार्येदेखील सचिवालयाने स्वतःकडे घेतली आहेत असे दिसून येते. या विस्तारासाठी अनेक घटक कारणीभूत आहेत असे निरीक्षण एस. आर. माहेश्वरी नोंदवितात. त्यांच्या मते, यातील सर्वांत महत्त्वाचा घटक म्हणजे संसदीय लोकशाही होय. या व्यवस्थेमध्ये, मंत्री त्याच्या विभागाच्या कार्यक्षमतेबाबत कायदेमंडळाप्रती जबाबदार असतो आणि त्याच्या कार्यक्षेत्राशी संबंधित संसदीय प्रश्नांना त्याला उत्तरे द्यावी लागतात. म्हणूनच, नैसर्गिकपणे, त्याला बहुतेक बाबतीत काहीतरी मत द्यावयाचे असते. यातून, काही प्रमाणात, सचिवालयामध्ये कार्याचे केंद्रीकरण व सचिवालयाचा विस्तार या बाबी स्पष्ट होतात (माहेश्वरी २००१, ५५३). अशा प्रकारे, आज राज्य प्रशासनामध्ये सचिवालयाला अतिशय महत्त्वाचे स्थान आहे.

मुख्य सचिव

प्रत्येक राज्यामधील सचिवालयाच्या प्रमुखाला मुख्य सचिव असे म्हणतात. तो आंतरविभागीय समन्वयक म्हणून काम करीत असून इतर कार्यालयांनादेखील मार्गदर्शन करतो. एकीकडे राज्यशासन व दुसरीकडे, केंद्रशासन व इतर राज्यांतील शासने यांमधील मुख्य दुवा म्हणून तो कार्यरत असतो. समानश्रेणीवर कार्य करणाऱ्यांमध्ये त्याला प्रथम प्राधान्य असण्याखेरीज तो सर्व सचिवांचा प्रमुख असतो. मुख्य सचिवाचे कार्यालय अतिशय महत्त्वाचे मानले जाते आणि म्हणून, हे कार्यालय कार्यकाल पद्धतीतून वगळण्यात आले आहे. प्रत्यक्षात, तो मुख्य सचिव म्हणून निवृत्त होतो किंवा अधिक महत्त्वाच्या कामगिरीसाठी केंद्रशासनामध्ये जातो.

मुख्य सचिव हे राज्य प्रशासनामध्ये कळीचे पद आहे. मुख्य सचिवाच्या कार्यालयात राज्यशासन हे संस्थात्मक स्वरूपात कार्यरत असून तशी समांतर संस्था केंद्रशासनामध्ये आढळत नाही. केंद्रीय सचिवालयाप्रमाणे राज्यातील कॅबिनेटमध्ये वेगळा सचिव नसतो. म्हणून, राज्यांमध्ये मुख्य सचिवच कॅबिनेट सचिवाचे काम करतो. या नात्याने, तो राजकीय आणि प्रशासकीय कार्यकारिणीमधील संपर्काधिकारी ठरतो. कॅबिनेटने घ्यावयाच्या सर्व निर्णयांच्या धारिका त्याच्या हाताखालून जाणे आवश्यक असते. मुख्य सचिवाच्या या सर्वोच्च स्थानामुळे त्याला सचिवालयाचा आधारघटक

मानले जाते. तो खऱ्या अर्थाने राज्याचा शासक असतो. म्हणजेच, राज्यातील कर्मचाऱ्यांसाठी त्याचे शब्दच आदेश ठरतात. शासकीय कामकाजाच्या समन्वयाची जबाबदारी खऱ्या अर्थाने त्याच्यावर असते आणि तो राज्यशासनातील प्रशासकीय संरचनेचा आधार ठरतो. सर्वसाधारणपणे मुख्य सचिवाची कार्ये पुढीलप्रमाणे होतः

- तो मुख्यमंत्र्यांचा मुख्य सल्लागार असतो,
- संपूर्ण सचिवालयाच्या कामकाजाची देखरेख करणे व त्यावर नियंत्रण ठेवणे हे त्याचे काम असते,
- नागरी सेवांचा प्रमुख असल्यामुळे राज्यातील अधिकाऱ्यांच्या नेमणुका करणे, बदल्या करणे इत्यादी अधिकार त्याच्याकडे असतात,
- कॅबिनेटचा सचिव म्हणून कॅबिनेट बैठकांची विषयसूची तयार करणे, कार्यवाहीच्या नोंदी ठेवणे इत्यादी त्याची कामे असतात,
- एकीकडे त्याचे राज्यशासन व दुसरीकडे केंद्रशासन व इतर राज्यशासने यांमधील संवादाचा तो मुख्य दुवा असतो,
- इतर राज्य सचिवांच्या कार्यक्षेत्रात न येणारी कामे करणेदेखील त्याच्या अखत्यारित येते,
- सर्व सचिवांचा मुख्य म्हणून तो अनेक समित्यांचा प्रमुख असतो, आणि
- तो राज्य प्रशासनामधील मुख्य समन्वयक असतो.

मुख्य सचिवाची निवड राज्याच्या मुख्यमंत्र्यांद्वारे केली जाते. प्रघातानुसार, मुख्य सचिवाची नियुक्ती करताना मुख्यमंत्र्याने केंद्रशासनाचा सल्ला घ्यावयाचा असतो. परंतु, असा सल्ला घेणे बंधनकारक नसते. तसेच, या बाबतीत मुख्यमंत्री कॅबिनेट किंवा मंत्रालयातील काही सहकाऱ्यांचादेखील सल्ला घेऊ शकतो. मात्र, अंतिम निर्णय त्याचा/तिचाच असतो. तथापि, याबाबतीत मुख्यमंत्र्याद्वारे काही महत्त्वाचे घटक लक्षात घेतले जातात, जसे की, वरिष्ठता, सेवेचा आलेख, कामाची पद्धत आणि गुणवत्ता. परंतु, या अधिकाऱ्याचे मुख्यमंत्र्यांशी असलेले सख्य हा सर्वांत महत्त्वाचा घटक मानला जातो. याखेरीज, वेगवेगळ्या राज्यांमध्ये मुख्य सचिवाच्या निवडणुकीसंदर्भात वेगवेगळे प्रघात अस्तित्वात आहेत. उदाहरणार्थ, आंध्र प्रदेशमध्ये वरिष्ठ अधिकाऱ्याची मुख्य सचिव म्हणून नेमणूक करावी अशी परंपरा आहे. अशा अधिकाऱ्याला प्रशासनातील वैविध्यपूर्ण अनुभव असेल असे गृहीत धरून ही परंपरा पाळली जात असे (मुत्तलिब आणि अलीम १९८८, ६५). दुसऱ्या बाजूला, राजस्थानमध्ये मात्र, मुख्य सचिवाची निवड करताना अनेक वरिष्ठ अधिकाऱ्यांना डावलण्यात आले होते. तथापि, वादाचे प्रसंग टाळण्यासाठी अशा अधिकाऱ्यांना मुख्य सचिवाच्या समश्रेणीय पदे देण्यात आली होती आणि सचिवालयाबाहेर, म्हणजेच, सार्वजनिक उपक्रमांचे अध्यक्ष किंवा महसूल मंडळाचे अध्यक्ष अशा पदांवर त्यांची नेमणूक करण्यात आली (अरोरा आणि गोयल २०१३, ३३६).

सन १९७३ पर्यंत, राज्यांतील मुख्य सचिव म्हणजे वरिष्ठ अधिकारीच असावा असा काही प्रघात नव्हता. प्रशासकीय सुधारणा आयोग (१९६७) च्या शिफारशींनुसार १९७३मध्ये हे पद भारत सरकारच्या सचिवाशी, श्रेणी व वेतन या दोन्ही बाबतीत, समपदस्थ मानले गेले होते. मुख्य सचिव या पदाला कार्यकालाची कोणतीही मर्यादा लागू होत नाही. प्रशासकीय सुधारणा आयोगाच्या (एआरसी १९६८, २६) शिफारशींमधून हा कार्यकाल तीन ते चार वर्षे असावा असे सुचविण्यात आले होते, मात्र, ही सूचना स्वीकृत केली गेली नाही. कारण, असे करताना, मुख्यमंत्र्याच्या पूर्वाधिकाऱ्याने मुख्य सचिवाची निवड केली असता मुख्यमंत्री स्वतःवर दबाव/बंधन असल्यासारखे मानू शकतात. अशा प्रकारे, प्रत्यक्षात सचिवाचा कार्यकाल मुख्यत्वे त्याच्या/तिच्या प्रशासकीय अनुभवावर, मुख्यमंत्र्यांबरोबरच्या संबंधांवर व संवेदनशीलप्रसंगी वस्तुनिष्ठ भूमिका घेण्याच्या त्याच्या/तिच्या क्षमतेवर अवलंबून असतो.

या चर्चेतून हे स्पष्ट होते की, राज्य प्रशासनामध्ये मुख्य सचिवाची भूमिका अतिशय महत्त्वाची असते. त्याच्या/तिच्याकडे प्रचंड अधिकार, अधिकारिता, प्रतिष्ठा, श्रेणी आणि प्रभावक्षेत्र या बाबी उपलब्ध असतात. म्हणून, त्याला/तिला खऱ्या अर्थाने 'राज्य प्रशासनातील महत्त्वाचा दुवा' असे म्हटले जाते.

संचालनालय: कार्यकारी यंत्रणा

वर नमूद केल्याप्रमाणे, सचिवालयामध्ये कॅबिनेट मंत्री आणि सचिव अशा दोहोंचा समावेश होतो. तर दुसरीकडे, कार्यकारी प्रमुखाच्या कार्यालयाला संचालनालय असे म्हणतात. सचिवालय ही कार्यवाही करणारी संस्था असून संचालनालय ही क्षेत्रीय स्तरावरील संस्था होय. म्हणजेच, सचिवालय धोरणनिर्मितीशी संबंधित असून संचालनालय धोरण अंमलबजावणीशी संबंधित असते. संचालनालयाद्वारे सचिवालयाने निर्माण केलेले धोरण कार्यान्वयित केले जाते. हे राज्यशासनाचे कार्यकारी घटक होत. अनेक उदाहरणांमध्ये संचालनालयाचे प्रमुख संचालक असतात.

कार्यकारी यंत्रणा सामान्यतः सचिवालयाच्या परिघाबाहेर कार्यरत असतात आणि त्या विशिष्ट कार्यरचनात्मक यंत्रणा असतात. अनेक उदाहरणांमध्ये कार्यकारी यंत्रणांच्या प्रमुखांना संचालक असे म्हणतात, जसे की, शिक्षण संचालक, समाजकल्याण संचालक, सार्वजनिक आरोग्य संचालक, वाहतूक संचालक इत्यादी. तथापि, कार्यकारी विभागांच्या प्रमुखांना संबोधण्यासाठी आणखी एक प्रशासकीय परिभाषा अस्तित्वात आहे. जसे की, पोलीस विभागाच्या प्रमुखाला पोलीस महानिरीक्षक, तुरुंग विभागाच्या प्रमुखाला कारागृह महानिरीक्षक, वन विभागाच्या प्रमुखाला मुख्य वनसंरक्षक, सहकारी विभागाच्या प्रमुखाला निबंधक, सहकारी संस्था, विक्रीकर विभागाच्या प्रमुखाला विक्रीकर आयुक्त, जलसिंचन विभागाच्या प्रमुखाला मुख्य अभियंता, जलसंपदा इत्यादी प्रकारे, कार्यकारी विभागांच्या वेगवेगळ्या प्रमुखांना वेगवेगळ्या नावाने संबोधले जाते. विभागीय प्रमुखांच्या कामकाजावर सचिवालयाद्वारे राज्य सरकारचे नियंत्रण असते. विभागीय प्रमुखांना काही विशिष्ट प्रशासकीय व वित्तीय अधिकार सुपूर्द करण्यात आलेले असतात. संचालनालयांची प्रमुख कार्ये पुढीलप्रमाणे होतः

- मंत्र्याला तांत्रिक बाबींसबंधी सल्ले देणे,
- जिल्हा पातळीवरील कर्मचाऱ्यांकडून होणाऱ्या कामाच्या अंमलबजावणीची तपासणी करणे,
- विभागीय अधिकाऱ्यांच्या नियुक्त्या, कायम करणे, नेमणुका, बदल्या व बढत्या या बाबी हाताळणे,
- विभागीय पातळीवर संशोधन करून विभागाची कार्यक्षमता वाढविण्यासाठी कार्यक्रम राबवून पाहणे,
- विभागीय कर्मचाऱ्यांसाठी सेवांतर्गत प्रशिक्षण कार्यक्रम आयोजित करणे,
- नियमांनुसार अखत्यारितील अधिकाऱ्यांबाबत स्वेच्छाधिकार वापरणे,
- विभागीय अर्थसंकल्प तयार करणे, आणि
- नियमांनुसार अनुदान वाटप व अर्थसंकल्पात निधीचे पुनर्विनियोजन करणे.

कार्यकारी यंत्रणांच्या प्रमुखांना साहाय्य करण्यासाठी अतिरिक्त संचालक, सहसंचालक, उपसंचालक आणि साहाय्यक संचालक हे अधिकारी साहाय्य करतात. विभागाचे एक स्थायी स्वरूपाचे कार्यालय असून त्यामध्ये कनिष्ठ पातळीवरील नोकरशाह कार्यरत असतात. विशेषज्ञ अधिकारी प्रत्येक विभागाचा प्रमुख असून त्याला संचालक, निबंधक, किंवा मुख्य अभियंता असे म्हणतात. मात्र, काही उदाहरणांमध्ये भारतीय प्रशासकीय सेवेतील सामान्यज्ञ अधिकारीदेखील तांत्रिक विभागाचा प्रमुख असू शकतो. अशा वेळी राज्य प्रशासनामधील सर्वसाधारण 'तज्ज्ञ–विशेषज्ञ वाद' अधोरेखित होतो. राज्य पातळीव्यतिरिक्त कार्यकारी यंत्रणा प्रशासकीय विभाग (Sub-state/Division) पातळीवरदेखील कार्यरत असतात. राज्य पातळीवरील कार्यकारी विभागाद्वारे एखाद्या प्रशासकीय विभागामध्ये कार्यालय स्थापन केले जाते. हा प्रदेश म्हणजे राज्यापेक्षा लहान व जिल्ह्यापेक्षा मोठा असा भूप्रदेश होय. याच प्रक्रियेनुसार संचालनालयाद्वारे, आणखी खालच्या पातळ्यांवर, म्हणजेच, जिल्हा, गट आणि ग्रामीण पातळ्यांवर क्षेत्रीय संस्था स्थापन केल्या जातात. क्षेत्रीय संस्था स्थापन केल्यामुळे प्रशासन खऱ्या अर्थाने नागरिकांच्या दारापर्यंत पोहोचते. अशा प्रकारे, प्रत्येक कार्यकारी विभागांच्या क्षेत्रीय संस्था अस्तित्वात असतात.

विद्यमान राज्य प्रशासनामध्ये राज्य सचिव व विभाग प्रमुख यांमध्ये त्यांच्या दर्जा, श्रेणी व वेतन यांबाबतीत तफावत असल्याचे दिसून येते. राज्य सचिवाला क्षेत्रीय संस्थांच्या प्रमुखांपेक्षा वरचढ मानले जाते. सध्याच्या नागरी सेवा रचनेमध्ये सामान्यज्ञ प्रशासकाला तांत्रिक क्षेत्रीय अधिकाऱ्यापेक्षा वरचढ मानले जाते.

सचिवालय आणि संचालनालये यांमधील संबंधांचे स्वरूप

सचिवालय ही धोरणनिर्मिती यंत्रणा असून संचालनालय ही कार्यकारी यंत्रणा आहे हे उपरोक्त चर्चेतून स्पष्ट होते. या दोन भिन्न यंत्रणा असल्या तरी, त्यांच्यातील सहसंबंधांची वीण घट्ट आहे. या यंत्रणा परस्परसहयोगाने कार्यरत असतात. आणि प्रत्यक्ष प्रशासनामध्ये या दोहोंमध्ये मर्यादांची काटेकोर आखणी करणे शक्य होत नाही. संचालनालय यंत्रणा म्हणजे निरीक्षक व सल्लागार एकक होय. हे एकक एका बाजूला विभागाचे क्षेत्र पातळीवरील कामकाज निरीक्षण व दुसऱ्या बाजूला संचालनालय आणि क्षेत्रीय कार्यरचना यांमधील दुवा म्हणून कार्यरत असते. तथापि, क्षेत्रीय बाबी हाताळण्यासाठी सचिवालयातील विभागाद्वारे हिरिरीने संचालनालयाच्या कार्यकक्षेत हस्तक्षेप केला जातो असे लक्षात येते. अधिकारांचे केंद्रीकरण झाल्याने सचिवालय अधिक प्रभावी ठरते आणि म्हणून, संचालनालय व सचिवालय यांतील संबंध ओघानेच विस्कळीत झालेले दिसतात.

सचिवालयावर एक यंत्रणा म्हणून बऱ्यापैकी टीका झाली आहे. सचिवालयाची मूळ संकल्पना पुढील बाबींचे समर्थन करणारी आहेः धोरणनिर्मिती व धोरणअंमलबजावणी या विभाजनाला आणि त्यातून होणाऱ्या कामाच्या विशेषीकरणाला प्रोत्साहन देणे. तसेच, धोरणनिर्मिती अभिकर्त्यांकडून धोरणअंमलबजावणी अभिकर्त्यांना अधिकारदान केले जावे याचादेखील सचिवालयाद्वारे पुरस्कार केला जातो. प्रत्यक्षात मात्र, सचिवालय व्यवस्थेच्या या चांगल्या हेतूंचे फलित झाल्याचे दिसत नाही. सचिवालयाच्या वर्तनाची पद्धती आणि अरेरावी दृष्टिकोन यामुळे सचिवालय-संचालनालय संबंधांमध्ये तणाव निर्माण झाल्याचे लक्षात येते.

सचिवालयाचा दृष्टिकोन विस्तारवादी आहे असे टीकाकारांचे म्हणणे आहे. म्हणजेच, सचिवालय धोरणनिर्मितीची मर्यादा मानत नसून; खेरीज कार्यकारी स्वरूपाच्या कामांमध्येदेखील लक्ष घालते. या अतिक्रमणामुळे कार्यकारी यंत्रणांच्या अधिकारक्षेत्रावर खचितच मर्यादा येते. सामान्यतः, कार्यकारी यंत्रणांना आवश्यक अधिकार सुपूर्द करताना सचिवालयाचा संकुचित दृष्टिकोन दिसून येतो असे निरीक्षण नोंदविण्यात आले आहे. परिणामी, धोरणअंमलबजावणीस विलंब होतो. शिवाय, सचिवालयाबरोबर सततची चर्चा व मंजुरी मिळविणे यामुळे कार्यकारी यंत्रणांनी घेतलेल्या पुढाकारात बाधा येते. क्षेत्रीय यंत्रणांमधील विशेषज्ञांच्या कामाचे परीक्षण सर्वसाधारण तज्ज्ञ प्रशासकांनी करावे या प्रथेबाबतदेखील नाराजी व्यक्त होते. क्षेत्र यंत्रणांनी आखलेल्या योजना व मागणीपत्रे यांची छाननी सचिवालयाने करणेदेखील असमर्थनीय आहे. याचे कारण असे की, या तांत्रिक बाबींमध्ये सर्वसाधारण तज्ज्ञांनी लक्ष घालणे आवश्यक नसते.

प्रत्यक्षात मात्र, सचिवालय केवळ धोरणसंबंधी बाबी हाताळत नसून त्यांच्या अंमलबजावणीमध्येदेखील लक्ष घालते. यामुळे सचिवालयाचे महत्त्व अधिकच वाढलेले दिसते. कार्यकारी कार्यकक्षेत अनधिकृत अतिक्रमण केल्याने सचिवालयाचे कार्यक्षेत्र विस्तारित झाल्याचे दिसते. राज्यशासन व्यवस्थेमध्ये सचिवालयाला खऱ्या अर्थाने अधिकारांचे केंद्रस्थान मानले जात असल्याने व सचिवालयालाच 'सरकार' मानले जात असल्याने सचिवालयाच्या प्रभाव व अधिकारक्षेत्राची व्याप्ती वाढत गेलेली दिसते. यामुळे सचिवालय आणि संचालनालय यांमधील तणाव अधिकच वाढीस लागला.

अशा प्रकारे, सचिवालय व क्षेत्रीय यंत्रणा यांमधील परस्परसंबंध ही खऱ्या अर्थाने राज्यशासनामधील अडचणीची बाब ठरत आहे. ही समस्या सोडविण्यासाठी अनेक समित्या व आयोगांची नेमणूक करण्यात आली आहे व अनेक शिफारशीदेखील पुढे आल्या आहेत. वेगवेगळ्या विभागीय प्रमुखांना सुपूर्द करण्यात आलेले अधिकार एकसमान नाहीत असे निरीक्षण नमूद करण्यात आले आहे व त्यामध्ये एकसमानता आणण्यात यावी अशी शिफारस करण्यात आली आहे. सचिवालयाद्वारे विभागीय प्रमुखांना आवश्यक अधिकार सुपूर्द करणे गरजेचे असते. तसेच, विभागीय प्रमुखांनी त्यांच्या हाताखालील अधिकाऱ्यांना सुपूर्द करण्यात आलेले अधिकार वापरण्याची पूर्ण परवानगी देणे आवश्यक असते. कार्यकारी

विभागप्रमुखांना सचिवालयाच्या सभासदत्वाचा दर्जा देण्यात यावा अशीदेखील शिफारस करण्यात आली. परिणामी, कार्यालयाचा प्रमुख या नात्याने व पदाधिकारी असल्याने त्याला सचिवालयात उचित श्रेणी मिळणे शक्य झाले. याचा एक स्पष्ट फायदा असा झाला की, (संचालक व सचिव यांची) दोन्ही कार्यालये एकत्र येऊन एकच कार्यालय झाले आहे. संचालक अधिकारप्राप्त सचिव असल्याने शासनाच्या वतीने सही करू शकतो. त्यामुळे योजनांचे परीक्षण दोन्ही कार्यालयांमध्ये होणेदेखील आवश्यक नाही. एकच अधिकारी, संचालक या नात्याने योजनेचा प्रस्ताव मांडत असून सचिव या नात्याने त्याचे परीक्षण करतो.

सचिवालय एक धोरणनिर्मिती यंत्रणा आणि सचिवालयाच्या परिघाबाहेरील कार्यकारी यंत्रणा हा भेद संपूर्णपणे नाहीसा करावा व कार्यकारी यंत्रणांची कार्यालये सचिवालयातील त्या त्या विभागाबरोबर विलीन करण्यात यावीत अशी शिफारस प्रशासकीय सुधारणा आयोगाच्या (एआरसी, १९६६-७०) 'भारत सरकारची यंत्रणा व त्याची कार्यपद्धती' यावरील अभ्यासगटाने केली. शासनाच्या धोरणनिर्मिती व धोरण अंमलबजावणी यंत्रणांमध्ये सुसंवाद असावा व सचिवालय आणि त्याच्या परिघाबाहेरील प्रशासकीय यंत्रणा यांच्यातील तणाव नाहीसा व्हावा हा यामागील मुख्य हेतू होता. तथापि, प्रशासकीय सुधारणा आयोग हा सचिवालय व कार्यकारी यंत्रणा यांमधील भेद सरसकट नाहीसा करावा या मताविरुद्ध होता. केवळ विकासात्मक कार्यक्रमांशी संबंधित कार्यकारी विभाग सचिवालयात विलीन करण्यात यावेत अशी शिफारस या आयोगाने केली.

सचिवालय व क्षेत्रीय यंत्रणा यांमधील परस्परसंबंधांचे उचित स्वरूप कुठले? याबाबत भिन्न भिन्न मते अस्तित्वात आहेत. परंतु, सचिवालय-संचालनालय परस्परसंबंधांचा प्रश्न चिघळलेला आहे असे निरीक्षण नोंदविता येईल. या संबंधांची पुनर्बांधणी करण्यासाठी कुठलेही प्रचलित उपाय नाहीत. परंतु, या दोहोंना परस्परसंबंध राखूनच काम करावे लागते हेही मान्य करावे लागते. अशा प्रकारे, संचालनालय आणि सचिवालय यांनी मुख्यालय समन्वयकाची भूमिका व संचालनालयाचे क्षेत्रीय परिस्थितीवर लक्ष ठेवण्याचे कर्तव्य ही सांगड साध्य करण्यासाठी पदसोपान पद्धतीने काम करणे आवश्यक असते.

राज्य वित्त आयोग

संस्थांच्या अनेक पातळ्यांच्या माध्यमातून ग्रामीण तथा शहरी लोकांपर्यंत लोकशाही एक जीवनपद्धती म्हणून क्रमाक्रमाने झिरपत जात आहे. यासंदर्भाने, ग्रामपंचायत व शहरी स्थानिक संस्था पायाभूत मानल्या जातात. पुरेशा वित्तीय व प्रशासकीय विकेंद्रीकरणाची जोड असल्यास लोकशाही विकेंद्रीकरण अधिक अर्थपूर्ण, समयोचित व बहुआयामी ठरते. राज्यांमधील स्थानिक संस्था, जसे की, पंचायतीराज संस्था व नगरपालिका यांच्या वित्तीय परिस्थितीत सुधारणा व्हावी या हेतूने राज्य वित्त आयोगाची स्थापना करण्यात आली. भारतीय राज्यघटनेतील कलम २४३(आय) मध्ये म्हटल्याप्रमाणे देशातील वेगवेगळ्या राज्यांमध्ये राज्य वित्त आयोग स्थापन करण्यात आले. या कलमामध्ये म्हटल्याप्रमाणे, भारतीय राज्यघटनेतील १९९२ ची ७३वी घटनादुरुस्ती पारित झाल्यानंतरच्या एक वर्षाच्या कालावधीमध्ये राज्याच्या राज्यपालाने वित्त आयोग स्थापन करावा व त्यानंतर, दर पाच वर्षांनी हा आयोग स्थापन करावा. पुढे, राज्यघटनेतील कलम २४३(वाय) मध्ये म्हटल्याप्रमाणे, कलम २४३(आय) नुसार स्थापन केलेल्या वित्त आयोगाने नगरपालिकांप्रमाणे शिफारशी कराव्यात.

राज्यातील वित्त आयोगामध्ये सर्वसाधारणपणे अध्यक्ष, सचिव सदस्य, व इतर सदस्य असतात. राज्य वित्त आयोगांना केंद्रशासनस्थापित वित्त आयोगाकडून अनुदान मिळते. राज्य वित्त आयोगाची कार्ये पुढीलप्रमाणे होतः

- राज्यातील वेगवेगळ्या पंचायती राज संस्था आणि नगरपालिका यांच्या आर्थिक परिस्थितीचा आढावा घेणे,
- राज्यातील नगरपालिका व पंचायतीराज संस्थांची वित्तीय परिस्थिती सुधारण्याच्या दृष्टीने पावले उचलणे,
- राज्याच्या संकलित निधीतून वेगवेगळ्या पंचायतीराज व नगरपालिका संस्थांना निधी वाटप करणे,
- वित्तीय प्रश्न सोडविताना केंद्र व राज्यशासनामधील मध्यस्थ म्हणून काम करणे,
- केंद्र सरकारने राज्य सरकारप्रती मान्य केलेला निधी हस्तांतरित करणे,

- राज्य सरकारने आकारलेल्या कराचे एकूण उत्पन्न, शुल्क, जकात, आयात कर यांचे राज्य व राज्य सरकारच्या अखत्यारितील वेगवेगळ्या नगरपालिका व पंचायतीराज संस्थांमध्ये वाटप करणे, आणि
- राज्यांतर्गत पंचायतीराज व नगरपालिका संस्था आकारू शकतील अशा कर, जकात, शुल्क यांचे दर ठरविणे.

पुढील राज्यांमध्ये वित्त आयोग स्थापन केले गेले आहेतः आंध्र प्रदेश, आसाम, बिहार, केरळ, नागालँड, ओडिशा, तमिळनाडू, पश्चिम बंगाल, जम्मू आणि काश्मिर, गोवा, गुजरात, मणिपूर, अरुणाचल प्रदेश आणि हिमाचल प्रदेश. राज्यशासनाने राज्य वित्त आयोगाला प्रोत्साहित करणे आवश्यक ठरते. यामुळे राज्याला केंद्राकडून अधिक निधी मिळून राज्याची आर्थिक परिस्थिती सुधारण्यास मदत होईल. तसेच, यामुळे राज्यातील पंचायतीराज संस्था व नगरपालिकांचीदेखील आर्थिक परिस्थिती सुधारण्यास मदत होईल. जेणेकरून राज्याचा सर्वंकष विकास साध्य करणे शक्य होईल.

चौथा वित्त आयोग–राजस्थान (२०१०–१५)

पंचायती राज्य व्यवस्थेच्या संदर्भात राजस्थान अग्रदूत असल्याने हे उदाहरण विशेष मानले जाते. या संदर्भाने घटनात्मक आणि वैधानिक तरतुदी मांडण्यासाठी राजस्थानच्या राज्यपालांनी १३ एप्रिल २०११ रोजी चौथा वित्त आयोग स्थापन केला. पंचायती राज संस्था (PRIs) व शहरी नागरी संस्था (ULBs) यांना निधी सुपूर्द करण्याच्या संदर्भाने तत्त्वे व पद्धतिशास्त्र याबाबत तरतुदी सुचविणे या कार्यदिशाने हा आयोग स्थापन करण्यात आला होता. या आयोगाने सप्टेंबर २०१३ मध्ये त्याचा अहवाल सादर केला.

आयोगाने पुढे नमूद केलेली तत्त्वे सादर केलीः

- स्थानिक अभिशासनातील प्रत्येक एकक उत्तरदायी असेल याबाबत खात्री करून घेणे; स्थानिक पातळीवरील संसाधने वापरून त्यांना त्यांच्या कार्यकक्षेत खर्चाचे गणित आखून महसूल उत्पन्न करण्याची मुभा असावी,
- नेमून दिलेल्या कार्यांसाठी उपलब्ध असलेल्या भांडवलावर स्थानिक शासन संस्थेचा कार्यप्रभाव आधारलेला असतो, आणि
- पंचायती राज संस्था व नागरी स्थानिक संस्था यांना अनुदान व लाभांश देण्यासाठी शासनाने लोकसंख्या, भौगोलिक प्रदेश व या संस्थांचे एकूण कार्य हे निकष लक्षात घ्यावे.

पंचायती राज संस्था व शहरी नागरी संस्थांनी स्थानिक पातळीवरील कर व करविरहित संसाधनांची जमवाजमव करून त्याची वृद्धी होण्याच्या दृष्टीने प्रयत्न करावे अशा व्यवहार्य तरतुदी या आयोगाच्या अहवालामध्ये समाविष्ट करण्यात आल्या होत्या. यायोगे राजस्थानला पहिले प्रायोगिक राज्य मानून संपूर्ण देशभर असा प्रयोग करणे शक्य होईल. राजस्थानमध्ये राज्य सरकारने पंचायती राज संस्थांकडे कृषी, प्राथमिक शिक्षण, वैद्यकीय आरोग्य, सामाजिक न्याय आणि महिला सबलीकरण व बालविकास हे विषय सुपूर्द केले. याबरोबरीने आवश्यक निधी, कार्ये व कर्मचारीदेखील पुरविण्यात आले. या आयोगाने स्थानिक संस्थांच्या घटनात्मक व इतर जबाबदाऱ्यांच्या संदर्भाने वित्तीय गरज लक्षात घेऊन अभ्यासाअंती तिचे मूल्यनिर्धारण केले. या अनुषंगाने काही तत्त्वे व निकष सुचविले. राज्याच्या कर महसुलातील किती भाग स्थानिक पातळीवर देण्यात यावा व स्थानिक संस्थांअंतर्गत निधीवाटप कसे व्हावे हे या निकषांद्वारे ठरविले जाणार होते. याखेरीज, अंतर्गत संसाधनांची जुळवाजुळव व त्यांची प्रभावी भूमिका या माध्यमांतून स्थानिक संस्थांची आर्थिक स्थिती सुधारण्यासाठी आयोगाने व्यापक स्वरूपाच्या शिफारशी सुचविल्या.

शिफारशी

राज्य वित्त आयोगाने राज्यशासनाच्या निव्वळ कर उत्पन्नाच्या (प्रवेश कर व जमीन महसूल वगळता) ५% निधी स्थानिक संस्थांना हस्तांतरणाची शिफारस २०१०–१५ या कालावधीसाठी केली. याबरोबरीने, १००% जमीन महसूल, प्रवेश

कराच्या २५%, खनिज स्वामित्वहक्काच्या ३%, राज्य उत्पादन शुल्काच्या २% उपकर आणि मुद्रांक शुल्कावरील १०% अधिभाराच्या हस्तांतरणाची शिफारसदेखील आयोगाने केली. कालावधीतील एकूण १०,१८३.९६ कोटींचे हस्तांतरण तक्ता ४.१मध्ये दाखविले आहे.

राज्यशासनांकडून स्थानिक संस्थांना झालेल्या अधोलंब हस्तांतरित अर्थसाहाय्याचे परीक्षण विविध राज्यांतील वित्त आयोगाच्या शिफारशी ध्यानात घेऊन करणे उपयुक्त ठरेल. तक्ता ४.२ मध्ये ज्या राज्यांना वित्त आयोगांनी राज्याच्या कर महसुलाच्या टक्केवारीमध्ये हस्तांतरणाच्या शिफारशी केल्या आहेत अशा राज्यांची यादी दिलेली आहे. कर्नाटक, गुजरात, आंध्र प्रदेश आणि हरियाणामध्ये वित्त आयोगांनी कर तसेच करेतर उत्पन्नाच्या वाटपाची शिफारस केली. तर यातील चार पैकी तीनच राज्यांना या महसुलाच्या सार्वत्रिक विभागणीची तरतूद केली गेली होती. वाटपाच्या टक्केवारीत १०% (गुजरात) ते ४०% (कर्नाटक) इतकी भिन्नता असून यात आंध्र प्रदेश (१०.३८%) गुजरातच्या जवळ आहे. हरियाणा राज्यात वित्त आयोगाने विशिष्ट कर तसेच करेतर उत्पन्नाच्या वाटणीची शिफारस केली होती. उरलेल्यांपैकी १० राज्यात वित्त आयोगांनी निव्वळ कर उत्पन्नाच्या वाटणीची शिफारस केली होती व यात टक्केवारी १% (सिक्कीम) ते २७% (गोवा) इतकी बदलती असून यात आसाम (२%), राजस्थान (२.२५%), केरळ (३.२५%), मध्य प्रदेश (४%) आणि पंजाब (४%) ही राज्ये निम्न स्तरावर असून ओरिसा (१०%), उत्तर प्रदेश (१२.५%) आणि पश्चिम बंगाल (१६%) ही राज्ये उच्च स्तरावर आहेत. उत्तरांचल राज्यात आयोगाच्या कालावधीच्या पहिल्या वर्षात राज्याच्या अर्जित महसुलाच्या/निव्वळ कर उत्पन्नाच्या (व्याज मिळकत, परतावा, नफा, खनिजांवरील स्वामित्वहक्क, वनोत्पादनांच्या विक्रीतून येणारा महसूल इत्यादी वगळता एसएफसी २०१०) ९.१% इतका निधी हस्तांतरित झाला.

राज्याच्या कर उत्पन्नात वाढ झाल्यास स्थानिक संस्थांचा त्यामधील न्याय्य हिस्सा मिळत नव्हता (कारण स्थानिक संस्थांचा हिस्सा राज्य उत्पन्नाच्या टक्केवारीच्या ऐवजी दरडोई उत्पन्नाच्या आधाराने ठरविला जात होता) हे तथ्य लक्षात घेऊन उत्तराखंड राज्य वित्त आयोगाने (२०१०) असे नमूद केले की, राज्याच्या निव्वळ मिळकतीतील/उत्पन्नातील स्थानिक संस्थांना द्यावयाच्या निधीमध्ये १०% पर्यंत वाढ करणे बऱ्यापैकी न्याय्य ठरेल (व्याजाची रक्कम, लाभांश, नफे, खानिजांवरील स्वामित्वहक्क आणि वनोत्पादनाच्या विक्रीतून येणारा महसूल इत्यादी वगळता कर व करेतर उत्पन्न). हे मुद्दे विचारात घेऊन राज्याच्या निव्वळ उत्पन्नापैकी १०% रक्कम (व्याजाची रक्कम, लाभांश, नफे, खानिजांवरील स्वामित्वहक्क आणि वनोत्पादनांच्या विक्रीतून येणारा महसूल इत्यादी वगळता कर व करेतर उत्पन्न) आयोगाच्या पाच वर्षांच्या कालावधीत प्रत्येक वर्षी स्थानिक संस्थांना हस्तांतरित करण्यात यावे (२००६-०७ ते २०१०-११). ही शिफारस गुजरात, आंध्र प्रदेश, उत्तर प्रदेश आणि पश्चिम बंगाल या राज्यांतील पद्धतीला अनुसरून करण्यात आली होती (राज्य वित्त आयोग २०१०).

तक्ता ४.१ राजस्थानमधील स्थानिक संस्थांना २०१०-१५ या काळात झालेले निधीवाटप

(रु. कोटीमध्ये)

१.	राज्याच्या एकूण कर महसुलापैकी ५% (प्रवेश कर व जमीन महसूल वगळून)	७,२१४.६६
२.	१००% जमीन महसूल	१,०६४.५१
३.	जमीन महसुलाच्या २५%	३३७.५०
४.	खनिज स्वामित्व शुल्काच्या ३%	३९०.८६
५.	मद्यावरील राज्य उत्पादन शुल्काच्या २% उप कर	९९.८१
६.	मुद्रांक शुल्कावर १०% अधिभार	१,०७६.६२
	एकूण	१०,१८३.९६

स्रोत: चौथ्या राज्य वित्त आयोगाचा अहवाल, राजस्थान (२०१०-१५ साठी). २०१३, सप्टेंबर. जयपूर, राजस्थान.

तक्ता ४.२ राज्य महसुलातील काही टक्के स्थानिक संस्थांना देऊ करणारी राज्ये, २०१०

अ. क्र.	राज्य	निधीवाटपातील हिस्सा
१.	आंध्र प्रदेश	केंद्रीय कराच्या वाट्यासहित कर आणि करेतर उत्पन्नाच्या १०.३८%
२.	आसाम	राज्याच्या निव्वळ कर उत्पन्नाच्या २%
३.	गोवा	राज्याच्या कर उत्पन्नाच्या आणि स्थानिक संस्थांप्रतीच्या केंद्रीय कराच्या २७% आणि नगरपालिकेप्रतीच्या कराच्या ९%
४.	गुजरात	राज्याच्या वार्षिक कर उत्पन्नाच्या १०%
५.	हरियाणा	विशिष्ट कर आणि करेतर महसुलात वाटा
६.	कर्नाटक	सन २००३-०४ ते २००७-०८ दरम्यान राज्यशासनाच्या ऋणेतर एकूण जमा उत्पन्नाच्या ४०%
७.	केरळ	राज्याच्या कर महसुलाच्या ३.५%
८.	मध्य प्रदेश	एकूण कर उत्पन्नाच्या व्ययपश्चात गंगाजळीतील ४%
९.	ओडिशा	राज्याच्या एकूण कर उत्पन्नाच्या सरासरीच्या १०%
१०.	पंजाब	राज्याच्या सर्व करांमधील निव्वळ जमा रकमेच्या ४%
११.	राजस्थान	राज्यांतर्गत कर उत्पन्नाच्या २.२५%
१२.	सिक्कीम	सर्व जमा कर रकमेच्या १%
१३.	उत्तर प्रदेश	शहरी स्थानिक संस्थांकडील करमणूक कर आणि पंचायती राज संस्थांकडील जमीन महसूल वगळता राज्यातील सर्व करांच्या व्ययपश्चात गंगाजळीपैकी १२.५%
१४.	पश्चिम बंगाल	राज्य कर महसुलाच्या १६%

स्रोतः उत्तराखंड सरकार (२०१०).

७३ व ७४वी घटनादुरुस्ती पारित झाल्यानंतर पंचायती राज संस्था व शहरी नागरी संस्थांना वैधानिक दर्जा प्राप्त झाला. याअन्वये, प्राथमिक पातळीवर प्रत्यक्ष लोकशाहीचा पाया घातला गेला. याला आपण स्थानिक लोकशाहीतील जगातील सर्वांत मोठा प्रयोग असे म्हणू शकतो. लोकशाहीतील सर्व अपेक्षित बाबींसाठी स्थानिक लोकशाही अतिशय परिणामकारक साधन बनले, जसे की, लोकसहभाग वाढविणे, लोकांप्रती अधिक उत्तरदायित्व, दारिद्र्यनिर्मूलनाचे परिणामकारक कार्यक्रम राबविणे आणि सामाजिक व आर्थिक विषमता कमी करणे. प्रत्येक राज्यात दर पाच वर्षांनी राज्य वित्त आयोगाची स्थापना करणे हीदेखील एक महत्त्वाची घटनात्मक तरतूद होय. स्थानिक अभिशासन संस्थांचे दृढीकरण करण्यासाठी उपाय व मार्ग सुचविणे हा या आयोगाचा मुख्य हेतू होता. नेमून दिलेल्या कार्यांच्या वास्तववादी व अर्थपूर्ण हस्तांतरणाला आर्थिक समर्थता व अधिकारांची जोड असावी लागते हे सर्वमान्य आहे. यामुळे स्थानिक संस्थांना नियंत्रण व त्यांची कर्तव्ये पार पाडण्याचे अधिकार मिळून त्यांना वैधानिकदृष्ट्या जबाबदारी व उत्तरदायित्व पेलता येईल.

स्थानिक शासनसंस्थांवरील राज्य नियंत्रण

स्थानिक पातळीवरील कामाचे व्यवस्थापन स्थानिक लोकांनी करणे हा 'स्थानिक शासन' या संज्ञेचा शब्दशः अर्थ होय. स्थानिक पातळीवरील अडचणी व गरजा केंद्र किंवा राज्यशासनापेक्षा स्थानिक लोक योग्य रितीने हाताळू शकतात या मूळ तत्त्वावर ही संज्ञा आधारलेली आहे. स्थानिक पातळीवरील कामकाजाचे प्रशासन चालविण्याची जबाबदारी स्थानिक लोकांनी

नियमित कालावधीनंतर निवडून दिलेल्या प्रतिनिधींवर असते. भारतामध्ये स्थानिक शासनसंस्था हा शासन संरचनेमधील तिसरा स्तर होय, पहिले दोन स्तर अनुक्रमे केंद्र व राज्यशासन हे होत (आकृती ४.१). भारत ही जगातील सर्वांत मोठी लोकशाही यंत्रणा मानली जाते. घटनात्मकदृष्ट्या, लोकशाही ही एक शासनव्यवस्था असून त्याच्या प्रशासनामध्ये/कारभारामध्ये देशातील प्रत्येक प्रौढ नागरिकाचा प्रत्यक्ष किंवा अप्रत्यक्ष वाटा असतो. लोकशाहीचा मूळ गाभा आणि त्यामागील उदात्त विचार लक्षात घेता, स्थानिक शासन हा भारतातील अभिशासन आणि प्रशासनाचा अपरिहार्य घटक ठरतो.

स्थानिक शासनाची कार्यकक्षा एका विशिष्ट प्रदेशापुरती मर्यादित असून त्या कार्यक्षेत्रामधील नागरिकांना नागरी सुविधा पुरविणे हे त्याचे मुख्य कार्य असते. परंतु, स्थानिक शासनाचा कार्यभार कमी असतो असे म्हणता येणार नाही. नागरिकांच्या सार्वजनिक वर्तनास योग्य वळण लावण्याच्या दृष्टीने स्थानिक शासनसंस्था काही नवी कामे करताना दिसतात किंवा ही कार्ये सेवेच्या रूपाने केली जातात असेही म्हणता येईल, जसे की, स्थानिक वाहतूक, गोरगरिबांसाठी घरे बांधणे, विद्युत पुरवठा, आरोग्य केंद्रे, उद्याने, क्रीडांगणे इत्यादींचा पुरवठा करणे. विद्यमान काळात नागरिकांच्या दैनंदिन जीवनात केंद्र किंवा राज्यशासनापेक्षा स्थानिक शासनसंस्था अधिक महत्त्वाच्या होत.

७३ व ७४व्या घटनादुरुस्ती कायद्यान्वये ग्रामीण व शहरी स्थानिक शासनसंस्थांचे सबलीकरण झाले असले तरी त्यानुसार त्यांना अनिर्बंध अधिकार व स्वातंत्र्य देण्यात आलेले नाही. स्थानिक संस्थांवर नियंत्रण ठेवण्याच्या काही उपाययोजना असणे केवळ इष्टच नव्हे तर आवश्यकदेखील आहेत. म्हणून, योग्य दिशानिर्देशन, नागरी सेवांचे एकीकरण आणि समन्वय ही उद्दिष्टे डोळ्यांपुढे ठेवून आणि राष्ट्रीय धोरणनिर्मिती आणि अंमलबजावणीमध्ये ताळमेळ व सातत्य राखण्याच्या दृष्टीने या स्थानिक संस्थांना राज्य सरकारच्या नियंत्रणाखाली ठेवण्यात आले आहे. केंद्र व राज्य सरकार स्थानिक शासनसंस्थांना कामकाजाच्या मर्यादा आखून देऊ शकतात आणि तसेच, त्यांना वेळप्रसंगी दिशानिर्देशन करू शकतात. ज्या परिनियमान्वये शासनसंस्था निर्माण केल्या गेल्या त्यांतील तरतुदींनुसार त्या कार्यरत असतात. या संस्था राज्य किंवा प्रांत शासनाच्या नियंत्रण व निरीक्षण कक्षेत येत असल्याने त्या राज्य किंवा प्रांत शासनापेक्षा दुय्यम मानल्या जातात. सेवेचा अल्पतम दर्जा आणि कायदेशीर, प्रशासकीय आणि वित्तीय नियंत्रणाद्वारे त्यांचे योग्य कामकाज साध्य करण्यासाठी राज्यशासन स्थानिक शासन संस्थांचे पर्यवेक्षण व नियंत्रण करतात. कर्तव्यच्युती व आपराधिक कृतीबाबत स्थानिक शासनसंस्थांवर न्यायालयीन नियंत्रण ठेवले जाते. राज्यशासन पुढे नमूद केलेल्या मुख्य यंत्रणांच्या माध्यमातून स्थानिक संस्थांवर नियंत्रण ठेवते.

आकृती ४.१ भारतातील प्रशासकीय संरचना

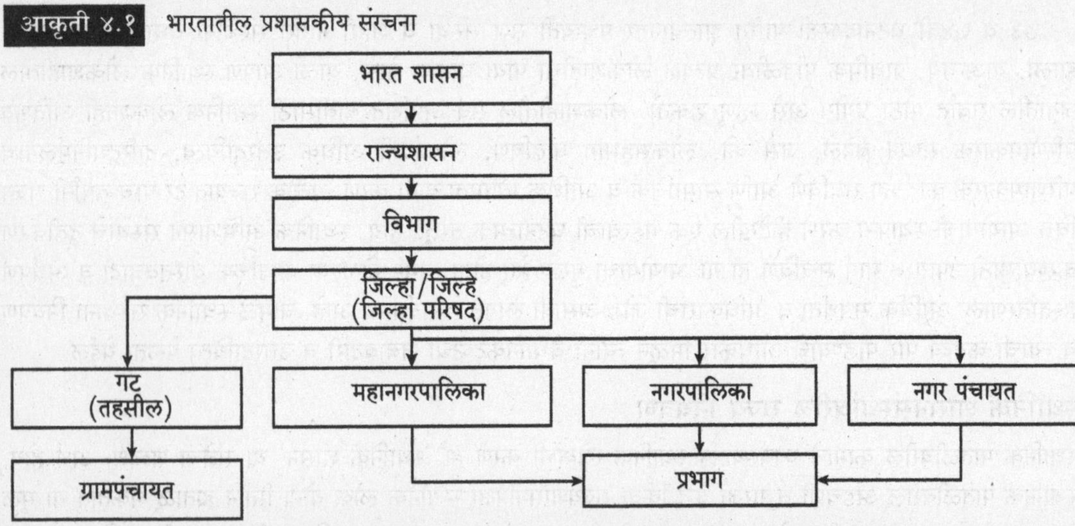

स्रोत: www.google.co.in/search?q=administrative+structure (१४ डिसेंबर २०१५ रोजीच्या शोधानुसार).

संस्थात्मक नियंत्रण

या नियंत्रणाला पंचायती राज संस्थांवरील नियंत्रण स्वरूपाची कोनशिला मानले जाते. हे नियंत्रण स्थानिक संस्थांच्या साधारण संरचनेवरील नियंत्रण होय. संस्थात्मक नियंत्रणामध्ये राज्यशासनाला सभासदत्व संरचना, संयोजन, निवडणूक, मंडळाचे आकारमान, कार्यकक्षा, कर्मचारी आणि पंचायतींमधील आंतरसंस्थीय तंटे इत्यादी नियंत्रित करण्याचे अधिकार होत. या वैधानिक संस्था कामकाज करताना ज्याअन्वये पंचायती राज संस्था निर्माण झाली आहे त्या कायद्याची चौकट मोडणार नाहीत याबाबत खात्री करून घेणे म्हणजे संस्थीय नियंत्रण ठेवणे होय.

प्रशासकीय नियंत्रण

प्रशासकीय नियंत्रणाद्वारे, राज्यशासन स्थानिक संस्थांच्या दैनंदिन प्रशासनाचे नियमन करते. प्रत्येक राज्यामध्ये राज्य पातळीपासून गट पातळीपर्यंत प्रशासकीय विभाग कार्यरत असतात. याद्वारे, पंचायती राज संस्थांवर प्रशासकीय नियंत्रण ठेवले जाते. पंचायतीराज संस्थांचे अपसरण व त्या संस्था बरखास्त करणे, ठराव रद्द अथवा निलंबित करण्याचे अधिकार, पंचायती राज संस्थांमधील सदस्यांना पदच्युत करणे, तपासणी आणि दौरे, पोटकायद्यांना संमती देणे, चौकशी प्रारंभ करणे, अविश्वासाचा ठराव लागू करणे इत्यादी हे प्रशासकीय नियंत्रण यंत्रणेचे मुख्य घटक होय. संस्थेच्या मूळ उद्दिष्ट किंवा उद्देशाला धरून नसलेल्या योजना व निर्णयांच्या अंमलबजावणीला प्रतिबंध करणे हे प्रशासकीय नियंत्रणाचे मुख्य उद्दिष्ट होय (नरेन, कुमार आणि माथुर १९७०, ५१).

वित्तीय नियंत्रण

वित्तीय नियंत्रण ही स्थानिक संस्थांवर नियंत्रण ठेवण्याची सर्वांत परिणामकारक पद्धत होय. याद्वारे, स्थानिक संस्थांची वित्तीय मर्यादा व निधीचा गैरवापर यावर नियंत्रण ठेवले जाते. यामध्ये वित्तनियमन, अर्थसंकल्पीय खाते व पंचायतीराज संस्थांचे लेखापरीक्षण यांचा समावेश होतो. पंचायती राज संस्थांच्या खात्यांचे लेखापरीक्षण राज्यशासनाने नेमलेल्या लेखापरीक्षकांकडून केले जाते. अर्थसंकल्पाला मान्यता देणे हेदेखील नियंत्रणाचे महत्त्वाचे साधन होय. पंचायती राज संस्था राज्याच्या अर्थसाहाय्यावर मोठ्या प्रमाणात अवलंबून राहिल्यास त्यांना पर्यायाने राज्याचे त्यांच्यावरील नियंत्रण मान्य करावे लागते (सिंग आणि सिंग १९८६, २६१).

न्यायिक नियंत्रण

राज्यशासन न्यायिक माध्यमातूनदेखील स्थानिक शासनसंस्थांवर नियंत्रण ठेवते. परंतु, राज्यशासनाने स्थानिक संस्थांच्या कुठल्याही कृतीला वैधानिक संदर्भाने आव्हान दिल्यास न्यायालय त्यामध्ये लक्ष घालते.

पर्यवेक्षी नियंत्रण

स्थानिक शासनसंस्थांनी त्यांच्या कामकाजाबाबतचा अहवाल निश्चित अवधीनंतर राज्यसरकारकडे सादर करणे आवश्यक असते. पंचायती राज संस्थांमध्ये सद्यःस्थितीत सुरू असलेले कामकाज समजून घेण्यासाठी हे अहवाल म्हणजे राज्यशासनासाठी महत्त्वाचे साधन ठरते. पंचायती राज संस्थांनी वेगवेगळ्या कार्यक्रम व योजनांवरील मासिक, त्रैमासिक, अर्धवार्षिक व वार्षिक अहवाल सादर करणे अपेक्षित व आवश्यक असते.

अवाजवी नियंत्रणाची समस्या आणि राज्य व स्थानिक शासन संस्थांमधील संघर्षाचे मुद्दे

राज्य सरकारांना स्व-शासित संस्थांवर नियंत्रण ठेवण्याचे व्यापक अधिकार असतात. हे वरील चर्चेतून स्पष्ट होते. परंतु, काही वेळेला सत्ताधाऱ्यांकडून या अधिकारांचा गैरवापरदेखील केला जातो. मात्र, स्थानिक संस्थांचे कामकाज

परिणामकारकतेने पार पडण्याच्या दृष्टीने हे प्रकार थांबविले जाणे आवश्यक आहे. स्थानिक स्वराज्य संस्था राज्यशासनाच्या हाताखालील दुय्यम संस्था वाटाव्या इतके स्थानिक संस्थांवरील राज्याचे नियंत्रण काटेकोर असते. यामुळे स्थानिक संस्थांच्या स्वायत्ततेचे दमन होते. अनेक वेळा राज्याचे नियंत्रण व पर्यवेक्षण विधायक स्वरूपाचे असण्याऐवजी नकारात्मक असते. अशा नियंत्रणाचा हेतू स्थानिक संस्थांना प्रोत्साहित करावयाचा नसून त्यांच्यातील दोष शोधण्याचा असतो. राज्यशासनाकडील स्थानिक स्वराज्य संस्था विसर्जित करण्याचा अधिकार म्हणजे स्थानिक संस्थांवर कायम टांगती तलवार असते. काही वेळा सत्ताधारी पक्षाकडून राजकीय समीकरणे लक्षात घेऊन या पद्धतीचा नियंत्रणाधिकार वापरला जातो. काही वेळा स्थानिक संस्थांना राज्यशासनाची पूर्वपरवानगी घ्यावी लागत असल्याने त्यांच्या स्वतंत्रपणे काम करण्यावर बाधा येते. अनेक वेळा स्थानिक संस्थांकडे पुरेसा निधी उपलब्ध नसल्याने त्यांना आर्थिक साहाय्यासाठी राज्यशासनावर अवलंबून राहावे लागते. हे अर्थसाहाय्य अनिश्चित, अनियमित व अपुरे असते. स्थानिक संस्था अर्थसाहाय्यासाठी मोठ्या प्रमाणामध्ये राज्यशासनावर अवलंबून असल्याने त्यांच्यावर राज्यशासनाचे अवाजवी वित्तीय नियंत्रण असते.

वर नमूद केलेल्या अडचणीच्या मुद्द्यांखेरीज, राज्यशासन व स्थानिक संस्थांमधील संघर्षाचे इतर अनेक विषय आहेत. ग्रामीण व शहरी शासनसंस्था म्हणजे कार्यात्मक जबाबदारीच्या विभाजनाबाबत स्पष्टता नसण्याची उदाहरणे होत. हे अनेक प्रकारे घडून येते. एक, एकाच प्रकारचा व्यय किंवा सेवा पुरविणे ही राज्यशासन व त्यांच्या हाताखालील स्थानिक शासनसंस्थांची वैधानिक जबाबदारी असते. दोन, ढोबळमानाने कार्यक्षेत्रे विभागली गेली असली तरी ते विभाजन ज्या पद्धतीने झाले आहे त्याद्वारे कार्यक्षमतेला उत्तेजन दिले जात नाही. कुठल्याही विवक्षित सेवा पुरवठ्यामध्ये राज्याद्वारे व्ययाचे व स्थानिक संस्थांद्वारे कार्य व निर्वहनाचे विभाजन हे या संदर्भाने महत्त्वाचे उदाहरण होय. नगरपालिकांच्या सुव्याख्यित जबाबदाऱ्यांवर राज्यशासनाने अतिक्रमण करणे हा राज्यशासनाचा कल राहिलेला आहे. हे अतिक्रमण, विशेष उद्देश संस्था किंवा राज्यशासनाच्या विभागांकडून कामकाजामध्ये हस्तक्षेप या माध्यमांतून केले जाते. चार, स्थानिक पातळीवरील कार्यविषयक जबाबदाऱ्या पुरेशा स्पष्ट असल्या तरी त्यांची संकुचित व्याख्या करण्यात आली आहे. उदाहरणार्थ, टिकाऊ रस्ते बांधण्याखेरीज, ग्रामीण भागातील मातीच्या/कच्च्या रस्त्यांची पुनःपुन्हा दुरुस्ती करणे यातून अकार्यक्षमता दिसून येते. पाच, कार्यात्मक जबाबदाऱ्यांची वाटणी कार्यक्षमतेने होत नाही, जसे की, स्थानिक संस्थांना आर्थिक किंवा पूरक बाबींवर नियंत्रण ठेवण्याची कामे देणे: या संदर्भाने कायदा व सुव्यवस्था, न्यायिक सेवा यांवर भर दिला जातो. सरतेशेवटी, राज्य नोकरशाहीला स्थानिक संस्थांच्या प्रशासनामध्ये व्यापक अधिकार असतात. स्थानिक संस्थांसाठी संचालनालय व प्रादेशिक उपसंचालक कार्यालय स्थापन केले असले तरी, स्थानिक बाबी हाताळताना विभागीय उपायुक्त लक्ष घालत असल्याचे लक्षात येते.

वरील चर्चेवरून हे स्पष्ट होते की, स्थानिक संस्थांवरील राज्याच्या नियंत्रणामध्ये काही मूलभूत बदल व्हायला हवेत. कारण, राज्याच्या स्थानिक संस्थांप्रतीच्या दृष्टिकोनामध्ये वरिष्ठ असणे ते सहकारी म्हणून कार्यरत असणे असा बदल घडून आलेला दिसत नाही. लोकशाही मूल्ये रुजविण्यासाठी राजकीय वचनबद्धता व मर्जी/इच्छा असणे आवश्यक असते. राज्यशासनाचे नियंत्रण असणे निःसंकोचपणे आवश्यक असले तरी त्याद्वारे स्थानिक संस्थांना तालावर नाचविणे योग्य ठरत नाही. सकारात्मक आणि परिणामकारक नियंत्रण असावे या दृष्टीने स्थानिक संस्थांवरील राज्य नियंत्रणातील काही त्रुटी काढून टाकणे आवश्यक आहे. शासन अधिकाऱ्यांनी आपले वर्चस्व प्रस्थापित करावयाचा अट्टहास सोडून इतरांप्रती मार्गदर्शक व मित्र म्हणून वागणे उचित ठरेल. नियंत्रणाच्या माध्यमातून उद्दिष्टपूर्ती व्हावी यासाठी शक्य तितके सर्व प्रयत्न करण्यात यावेत (सिंग आणि कुमार २००५, २२७). स्थानिक संस्थांना राज्यशासनाच्या हाताखालील संस्था मानले जाऊ नये. स्थानिक संस्थांवर अवाजवी अंतर्गत किंवा बाह्य नियंत्रण असू नये. स्थानिक प्रश्न परिणामकारकतेने व कार्यक्षमतेने सोडविण्यासाठी त्यांना पुरेशी स्वायत्तता देण्यात यावी.

निष्कर्षात्मक निरीक्षणे

राज्य पातळीवरील प्रशासन राष्ट्रीय एकजिनसीपणा व स्थानिक वैविध्य या संदर्भरचनेमध्ये कार्यरत असते हे या प्रकरणामधून स्पष्ट होते. केंद्रशासनाप्रमाणे, राज्यशासनामध्येदेखील अनेक महत्त्वाची प्रशासकीय कार्यालये आणि संस्था समाविष्ट असतात, जसे की, सचिवालय, मंत्रालये, विभाग आणि संचालनालये, मुख्य सचिव, राज्य वित्त आयोग इत्यादी. राज्य प्रशासन हा केंद्र व स्थानिक संस्थांमधील महत्त्वाचा दुवा आहे. एकीकडे केंद्र सरकारच्या महत्त्वाच्या योजना व कार्यक्रम राबविण्याची यंत्रणा म्हणून राज्यशासन कार्यरत असते; तर दुसरीकडे, ७३ व ७४व्या घटनादुरुस्ती कायद्याच्या माध्यमातून राज्य सरकार स्थानिक संस्थांना अधिकार व कार्ये हस्तांतरित करते.

स्थानिक शासनसंस्था म्हणजे भारतातील अभिशासन व प्रशासनाचा अविभाज्य भाग आहे हेदेखील आपण पाहिले. ७३ व ७४व्या घटनादुरुस्ती कायद्यान्वये ग्रामीण व शहरी स्थानिक शासनसंस्थांचे सबलीकरण झाले असले तरी त्यानुसार त्यांना अनिर्बंध अधिकार व स्वातंत्र्य देण्यात आलेले नाही. योग्य दिशानिर्देशन, नागरी सेवांचे एकीकरण आणि समन्वय ही उद्दिष्टे डोळ्यांपुढे ठेवून आणि राष्ट्रीय धोरणे व कार्यक्रमांच्या योग्य अंमलबजावणीसाठी स्थानिक संस्थांना राज्य सरकारच्या नियंत्रणाखाली ठेवण्यात आले आहे. तथापि, राज्य सरकारांनी स्थानिक संस्थांवर काटेकोर नियंत्रण ठेवल्यामुळे स्थानिक स्वराज्य संस्थांना त्यांच्या हाताखालील संस्थांचा दर्जा प्राप्त झाला आहे. यामध्ये स्थानिक संस्थांच्या स्वायत्ततेची गळचेपी झाली आहे. राज्य नियंत्रण असणे आवश्यक असले तरी त्याअन्वये स्थानिक संस्थांना केवळ तालावर नाचविणे योग्य नाही.

स्थानिक संस्थांचे खरे महत्त्व लोकशाही परंपरा टिकवून ठेवण्यात आहे. लोकशाही खऱ्या अर्थाने कार्यरत असावी असे वाटत असल्यास जास्तीत जास्त नागरिकांना प्रोत्साहित करणे व त्यांना लोकशाही कार्यरत ठेवण्याची व त्यातील समस्या सोडविण्याची संधी देणे गरजेचे असते. राष्ट्रीय पातळीवरील लोकशाहीचे यश तृणमूल पातळीवरील लोकशाहीच्या यशावर अवलंबून असते. सर्वच प्रश्न केंद्र किंवा राज्य सरकारने सोडविणे शक्य नसते. खरेतर, स्थानिक पातळीवरील काही अडचणी स्थानिक गरजा, परिस्थिती व तेथील लोकांच्या इच्छा लक्षात घेऊन स्थानिक पातळीवरच सोडविणे उचित ठरते. या सर्व बाबींशी सुपरिचित होताना, शासनाला स्थानिक प्रश्न कार्यक्षम पद्धतीने सोडविण्यासाठी स्थानिक पातळीवरच यावे लागेल. स्थानिक शासनसंस्थांना राष्ट्रीय समृद्धीचे प्रतीकदेखील मानता येईल. म्हणून, केंद्र व राज्यशासनाने शत्रुत्व बाळगून केवळ बघ्याची भूमिका न घेता स्थानिक संस्थांशी मित्रत्वाचे व दायित्वाचे संबंध जोपासणे गरजेचे ठरते.

संदर्भ

ARC (Administrative Reforms Commission). 1968. *Report on State Government*. Government of India, New Delhi.

Arora, Ramesh K., and Rajni Goyal. 2013. *Indian Administration: Institutions and Issues*. 3rd ed. New Delhi: New Age International Publishers.

Government of Uttarakhand. 2010, 16 April. *Second Finance Commission Report,* State Finance Commission Report, Uttarakhand. Retrieved from http://gov.ua.nic.in/sfc/English_HTM/CHAPTER6.htm (accessed 12 April 2015).

Maheshwari, S. R. 2001. *Indian Administration,* 6th ed. New Delhi: Orient Blackswan.

Muttalib, M. A., and M. A. Aleem. 1988. 'Andhra Pradesh.' In *State Administration in India*, vol. I, edited by A. P. Padhi, p. 127. New Delhi: Uppal.

Narain, Iqbal, Sushil Kumar, and P. C. Mathur. 1970. *Panchayati Raj Administration*. New Delhi: Indian Institute of Public Administration.

Report of Fourth State Finance Commission, Rajasthan (for 2010–15). 2013, September. Jaipur, Rajasthan.

Singh, Mohinder, and Vijay Kumar. 2005, April–June. 'State Control over Panchayati Raj Institutions'. *The Indian Journal of Political Science* LXVI (2): 140, 142.

Singh, Sahib, and Swinder Singh. 1986. *Local Government in India: A Study in Rural and Urban Development Administration*. Jalandhar: New Academic Publishing Company.

जिल्हा प्रशासन

५

भारतामध्ये राज्य पातळीच्या खालोखाल जिल्हा हे प्रशासनाचे मुख्य एकक आहे. खरेतर, भारतीय प्रशासनाच्या संपूर्ण इतिहासामध्ये जिल्हा हे प्रशासनाचे एकक म्हणून कायमच अस्तित्वात आहे. राज्यशासनांच्या कामकाजाचे सुलभीकरण व्हावे या हेतूने जिल्हा प्रशासन अस्तित्वात आले. कायदा व सुव्यवस्था राखणे, महसूल संकलन करणे व लोककल्याण साधणे ही जिल्हा प्रशासनाची मुख्य कार्ये होत. जिल्हा हे एकक जिल्हा पातळीवरील प्रशासकीय प्रमुखाच्या अखत्यारित येत असून त्या प्रमुखाला जिल्हाधिकारी असे म्हटले जाते–जिल्हाधिकारी सर्वार्थाने राज्यशासनाचा जिल्हा प्रतिनिधी ठरतो. राज्य पातळीवरील अभिशासनाची व्यापक भूमिका व वाढती कार्यकक्षा लक्षात घेता शासनाच्या धोरण अंमलबजावणीमध्ये साहाय्यक म्हणून जिल्हा प्रशासन महत्त्वाची भूमिका पार पाडते. जिल्हा प्रशासनाचा व अधिकारी यंत्रणेचा प्रमुख म्हणून जिल्हाधिकारी अतिशय महत्त्वाची भूमिका पार पाडतो. प्रत्येक नागरिक जिल्हा प्रशासन एककाच्या प्रत्यक्ष संपर्कात येत असतो. राज्यशासनाचे खरे सामर्थ्य आणि अधिकार जिल्हा प्रशासनात प्रतिबिंबित होतात.

या प्रकरणामध्ये जिल्हा प्रशासनाची कार्यरचनात्मक बांधणी, जिल्हाधिकाऱ्याची बदलती भूमिका आणि भारतातील जिल्हा प्रशासनावरील लोकशाही विकेंद्रीकरणाचा परिणाम यावर चर्चा केली आहे.

जिल्हा प्रशासनः ऐतिहासिक सातत्य

विद्यमान जिल्हा प्रशासनाची मुळे इतिहासात सापडतात. भारतातील प्रशासनाच्या प्रादेशिक संरचनेला मौर्य काळाचा वारसा आहे. त्या काळात महसूल ग्रामांना *ग्राम*, महसुली ग्रामांच्या समूहाला *स्तान किंवा तालुक*, अनेक स्तानांना *अहारा* किंवा जिल्हा, जिल्ह्यांच्या समूहाला 'प्रदेश' किंवा भूप्रदेश (राज्य) आणि अनेक 'प्रदेशां'ना, 'जनपद' किंवा 'प्रांत' असे म्हटले जाई. जिल्हा प्रशासनाच्या प्रमुखाला महसूल तसेच, पोलीस खात्यासंबंधी कामे असत. मुघल कालखंडामध्ये, जिल्ह्याच्या प्रमुखाला *फौजदार*, लष्करी अधिकारी संबोधत असत. तो *सुभेदारा* (गव्हर्नर)च्या नियंत्रणाखाली येत असे. महसूल संकलन करणाऱ्या प्रमुख अधिकाऱ्याला *अमिल* किंवा *अमलगुजर* असे म्हटले जात असे. या अधिकाऱ्याला काही पोलीस व न्यायिक अधिकार असत. त्याच्या कामाचा व्याप विभागला जावा या हेतूने जमीनदारनामक अधिकाऱ्यालादेखील तत्सम अधिकार असत. जिल्हाधिकाऱ्याच्या समपदस्थ अधिकाऱ्याला मौर्य कालखंडामध्ये *रजुका* असे म्हटले जाई, गुप्त काळात या अधिकाऱ्याला *विसयपती* आणि मुघल काळात *करोरी–फौजदार* असे म्हटले जाई. यावरून हे स्पष्ट होते की, जिल्हाधिकारी हे भारतीय प्रशासन व्यवस्थेतील देशी प्रारूप असून ते अनाहूत मानता येणार नाही.

ब्रिटिश हस्तक्षेप

ब्रिटिश ईस्ट इंडिया कंपनी भारतामध्ये आल्यानंतर भारतातील प्रशासनाचे 'मूळचे' प्रारूप ब्रिटिशांची दुहेरी उद्दिष्टे साध्य करण्यासाठी सोयीचे ठरले. ती दुहेरी उद्दिष्टे म्हणजे महसुली संकलन व नव्या वसाहतींमध्ये अधिकार दृढीकरण करणे ही होती. ईस्ट इंडिया कंपनीच्या अखत्यारित जिल्हाधिकाऱ्याचे कार्यालय प्रथमतः १४ मे १७७२ रोजी स्थापन करण्यात आले. कंपनीच्या एका दैनंदिन प्रशासकीय एककामध्ये झालेल्या रूपांतरणाचे हे प्रतीक ठरले. सन १७८६मध्ये जिल्हाधिकाऱ्याचे कार्यालय कायमस्वरूपी झाल्यानंतर 'जिल्हा' हा भारतीय प्रशासन व्यवस्थेतील मुख्य घटक मानला गेला. सन १७८७मध्ये महसूल प्रशासन, नागरी न्याय आणि दंडाधिकार ही सर्व कार्ये जिल्हाधिकारी कार्यालयात अंतर्भूत करण्यात आली.

सन १८५७च्या उठावापासून भारतातील साम्राज्यवादी राजवटीमध्ये जिल्हा एकक प्रशासनाचा आधारस्तंभ मानला जात असे. तसेच, जिल्हाधिकाऱ्याला भारतीय स्थानिक प्रशासनामध्ये अद्वितीय स्थान प्राप्त झाले होते. त्या पातळीवरील जगातील इतर कार्यकारी अधिकाऱ्यांशी त्याची तुलना होऊ शकत नाही असा समज दृढ झाला होता. सन १८५७ ते १९०९ या कालखंडामध्ये जिल्हाधिकाऱ्याच्या हाती अधिकारांचे केंद्रीकरण झाल्याचे दिसून येते. हा अधिकारी 'नेपोलियनचे अंशरूप' मानला जात होता व तो प्रशासन चौकटीचा भाग असल्याने ब्रिटिशांनादेखील उपखंडावर राज्य करणे व नियंत्रण ठेवणे शक्य झाले (अरोरा आणि गोयल २०१३, ३६०). या कालखंडामध्ये जिल्हाधिकाऱ्यांना महसूल संकलक व दंडाधिकारी अशी दुहेरी भूमिका पार पाडावी लागत असे.

सन १९१९मध्ये कायदेमंडळांच्या स्थापनेमुळे प्रतिनिधित्व आधारित राजकारणाशी सांगड घालताना जिल्हाधिकाऱ्याला त्याच्या पदाची निरंकुश सत्ता व वेळप्रसंगी जनहितैषी प्रशासन याबाबत तडजोड करावी लागली. १९१९च्या घटनात्मक सुधारणा, म्हणजेच, मॉन्टेग्यू चेम्सफर्ड सुधारणांन्वये कायदेमंडळाच्या निवडणूक पद्धतीमध्ये सुधारणा घडवून आणण्यात आली व काही विभाग लोकनियुक्त मंत्र्यांना हस्तांतरित करण्यात आले. सन १९३५च्या कायद्यांतर्गत देण्यात आलेल्या प्रांतीय स्वायत्ततेमुळे जिल्हाधिकाऱ्याचे अधिकार अधिकच सौम्य झाले असे म्हणता येईल, म्हणजेच, त्याला निवडून आलेल्या इतर मंत्र्यांच्या सहकार्याने काम करावे लागत असे. सन १९३७मध्ये काँग्रेस सरकार निवडून आल्यानंतर त्यांनी ग्रामीण विकासाच्या अनेक योजना राबविण्यास सुरुवात केली व ग्रामीण भागांमध्ये जिल्हाधिकाऱ्याला या योजनेचा प्रमुख म्हणून नेमले (सिंग १९९४, १६७). परिणामी, जिल्हाधिकाऱ्याला लोकनियुक्त प्रतिनिधींसमवेत काम करण्याबरोबरच त्यांच्या निरीक्षणाखालीदेखील काम करावे लागणार होते. असे असले तरी, स्वातंत्र्यप्राप्तीपर्यंत जिल्हाधिकाऱ्याला अनेक अधिकार तसेच पदप्रतिष्ठा होती असे म्हणावे लागेल.

स्वातंत्र्योत्तर भारतातील जिल्हा प्रशासन

स्वातंत्र्य आणि कल्याणकारी राज्याची भूमिका या दोहोंची गरजपूर्ती म्हणून जिल्हा प्रशासन पूर्णपणे पुनराभिमुख होणे आवश्यक होते. लोककल्याण आणि विकासात्मक कार्यांवर मुख्य भर होता. ग्रामीण विकास कार्यक्रमांचा परीघ वाढविण्यात आल्याने जिल्हा प्रशासकाच्या जबाबदारीला अधिकच पुष्टी देण्यात आली. ग्रामीण विकासाप्रतीची कार्ये, संस्था व विभाग वाढल्याने शासकीय विकासात्मक कामामधील जिल्हाधिकाऱ्याच्या समन्वयात्मक व संश्लेषणात्मक भूमिकेला अधिकच महत्त्व प्राप्त झाले.

तथापि, पंचायती राज संस्थांच्या स्थापनेमुळे स्थानिक संस्थांचे सबलीकरण झाल्याने जिल्हा प्रशासनाच्या कार्यपद्धतीमध्ये क्रांतिकारी बदल झाले. परिणामी, जिल्हाधिकाऱ्याच्या भूमिकेची व्यापकता कमी होऊन पर्यवेक्षण व नियंत्रणापर्यंत सीमित राहिली होती. असे असले तरी, 'जिल्हाधिकाऱ्यासम अधिकारी पूर्वी कुठेही अस्तित्वात नसून अजूनही नाही.' असे योग्य मत के.के. दास (१९६३) यांनी नोंदविले आहे.

जिल्हा प्रशासन कार्यरचना

जिल्हा प्रशासन जिल्हाधिकाऱ्याच्या अखत्यारित येते. जिल्हाधिकाऱ्याची निवड भारतीय प्रशासकीय सेवेतून केली जाते व पोलीस अधीक्षक हा पोलीस यंत्रणेचा प्रमुख असला तरी, या यंत्रणेचे नियंत्रण व सर्वसाधारण दिशानिर्देशन करणे ही जिल्हाधिकाऱ्याची जबाबदारी असते. प्रशासकीय सोयीसाठी जिल्ह्याची विभागणी अनेक उपविभागांमध्ये केली जात असून त्या उपविभागाला 'तालुका' असे म्हटले जाते. तालुक्यांच्या अधिक चांगल्या पर्यवेक्षण हेतूने त्याचे पुढे गट केले जातात. तालुक्याचा प्रत्येक गट एका उपविभागाअंतर्गत येत असून उपविभागाच्या प्रमुखाला 'तहसीलदार' असे म्हटले जाते. महसूल संकलन व जमीन नोंदणीचे पर्यवेक्षण करणे ही तहसीलदाराची मुख्य कामे असतात. हे तहसीलदार राज्य पातळीवरील अधिकारी असून त्यांना उपविभागीय किंवा महसूल विभागीय अधिकारी असे म्हणतात. जिल्ह्याच्या सर्वांत

खालच्या पातळीवरील एककाला ग्राम/खेडे असे म्हणतात. ग्रामीण पातळीवर लेखापाल हा शासनाचा प्रतिनिधी असतो. लेखापालाला पटवारी असे म्हटले जात असून तो सर्वार्थाने 'जिल्हाधिकाऱ्याचा प्रतिनिधी' मानला जातो. जमीन नोंदींचे व्यवस्थापन करणे हे पटवाऱ्याचे मुख्य काम असते. त्यामुळे, तृणमूल पातळीवर कार्यरत असणाऱ्या नोकरशाहीच्या कनिष्ठ स्तरामध्ये त्याची जागा अतिशय महत्त्वाची मानली जाते. काही राज्यांच्या जिल्हा प्रशासनामध्ये गट व तहसील समानार्थाने वापरले जातात. जिल्हाधिकारी जिल्हा परिषद, गट आणि ग्राम पंचायत यांच्या माध्यमातून विकासात्मक कार्यक्रमांचे प्रशासन चालवितो व पर्यवेक्षण करतो.

जिल्हा पातळीवरील इतर अधिकारी पुढीलप्रमाणे होतः पोलीस अधीक्षक, मुख्य वैद्यकीय अधिकारी, जिल्हा व सत्र न्यायाधीश, कार्यकारी अभियंता, जिल्हा शिक्षण अधिकारी, जिल्हा अन्न व पुरवठा अधिकारी, जिल्हा समाज कल्याण अधिकारी आणि जिल्हा विकास अधिकारी. हे अधिकारी त्यांच्या संबंधित विभागांचे प्रमुख असून तांत्रिक नियंत्रण व पर्यवेक्षणास जबाबदार असतात. जिल्हाधिकारी या सर्व अधिकाऱ्यांच्या कामांचा समन्वय साधत असून त्यांचे पर्यवेक्षण करतो. हे अधिकारी आपापल्या कार्याची अद्ययावत माहिती जिल्हाधिकाऱ्यापर्यंत पोहोचवतात आणि कायदा व सुव्यवस्थेला बाधा आणणाऱ्या गंभीर बाबींचा वृत्तांत जिल्हाधिकाऱ्याला देतात. राज्य प्रशासनाच्या श्रेणीय पद्धतीमधील जिल्हाधिकाऱ्याचे स्थान पुढील आकृतीमध्ये दर्शविले आहे.

राज्यशासन
|
मुख्य सचिव
|
विभागीय आयुक्त
|
जिल्हाधिकारी

जिल्हाधिकारी राज्य सरकारच्या सामान्य प्रशासन विभागामध्ये कार्यरत असतो. त्याच्या नियंत्रण व पर्यवेक्षण कक्षेत येणारे अधिकारी जिल्ह्यातील श्रेणीय प्रशासनाच्या वेगवेगळ्या विभागांमध्ये कार्यरत असतात. जिल्हाधिकारी त्या विभागांचा औपचारिक घटक असेलच असे नाही. जिल्हा प्रशासनाचा प्रमुख म्हणून जिल्हाधिकाऱ्याचे जिल्हा पातळीवरील इतर अधिकाऱ्यांशी परस्परसंबंध असतात (माहेश्वरी २०१३, ५७७). अशा प्रकारे, जिल्हा हे एक बहुअंगी एकक असून तेथील शासन कामकाजासाठी अधिकारी मंडळ तैनात असते.

जिल्हाधिकारीः जिल्हा प्रशासनातील महत्त्वाची कडी

जिल्हाधिकाऱ्याला जिल्हा दंडाधिकारी किंवा उपायुक्त असे म्हटले जाते. जिल्हाधिकारी हा भारतीय जिल्ह्यामधील मुख्य प्रशासकीय व महसूल अधिकारी असतो. त्याची निवड राज्यशासनाद्वारे भारतीय प्रशासन सेवा संवर्गातून केली जाते. मुख्यतः जिल्हाधिकारी वरिष्ठ नागरी सेवक असलेल्या विभागीय आयुक्ताच्या अखत्यारित कार्यरत असतो. जिल्हा पातळीवर शासनाचे सर्व कार्यक्रम राबविण्याची जबाबदारी त्याच्यावर असते. भारतीय प्रशासकीय सेवा अधिकाऱ्यांच्या गटातून राज्यशासनाद्वारे त्याची नियुक्ती केली जाते. भारतीय प्रशासकीय सेवेतील अधिकारी केंद्रीय लोकसेवा आयोगाच्या परीक्षेद्वारे निवडले जातात अथवा राज्य नागरी सेवेतून (PCS) पदोन्नती मिळून आलेले असतात. प्रत्यक्ष केंद्रीय लोकसेवा आयोगाद्वारे निवडून आलेल्या प्रतिनिधींना त्यांच्या वयाच्या तिशीमध्ये जिल्हाधिकारी पद मिळते तथापि, राज्य नागरी

सेवेतून बढती मिळालेल्या अधिकाऱ्यांना हे पद त्यांच्या वयाच्या चाळिशीत मिळणे शक्य होते. गुंतागुंतीचे प्रशासन असलेल्या व समस्याप्रवण जिल्ह्यांमध्ये भारतीय प्रशासकीय सेवेतील अधिकाऱ्याला सेवेतील १०-१२ वर्षांच्या सेवेनंतर जिल्हा दंडाधिकारी म्हणून नियुक्त करण्यात यावे अशी शिफारस दुसऱ्या प्रशासकीय आयोगाने (२००९) केली. जिल्हा दंडाधिकाऱ्याला त्याच्या पदावरून बदली करण्याचे अधिकार राज्यशासनाला असतात.

जिल्हाधिकाऱ्याची बदलती भूमिका

जिल्हाधिकारी कार्यालयाला ऐतिहासिक वारसा असला तरी त्याच्या कार्यांची व्यापकता कालपरत्वे बदलत गेली आहे. ब्रिटिश राजवटीच्या काळात जिल्हा मुख्यालयामध्ये एकच अधिकारी पदस्थ असे, या अधिकाऱ्याला जिल्हाधिकारी असे म्हणत असत. जिल्हाधिकाऱ्याकडे कायदा व सुव्यवस्था, शांतता व सुसंवाद राखणे, महसूल संकलन करणे व जिल्ह्यातील न्यायव्यवस्था चालविणे ही प्रमुख जबाबदारीची कामे असत. भारतातील खेड्यांमध्ये बव्हंशी लोक जिल्हाधिकाऱ्याकडे 'मायबाप सरकार' म्हणून बघत असत. अनेक प्रयोगांनंतर जिल्हाधिकारी कार्यालय बंगालमध्ये स्थापन झाले व तद्नंतर त्याची स्थापना संपूर्ण ब्रिटिश भारतामध्ये झाली. जिल्हाधिकारी कार्यालयाची संकल्पना पुढील अवतरणामध्ये स्पष्ट केली आहेः

> सर जॉर्ज कॅम्पबेल यांनी नमूद केले आहे की, बंगालच्या लेफ्टनंट गव्हर्नरच्या इच्छेनुसार जिल्ह्याच्या प्रमुखाला एकाच वेळी अनेक विभागांचा प्रमुख ठेवल्याने त्याच्याकडे कुठल्याही विशिष्ट विभागीय कार्यामध्ये कौशल्य असणार नाही. वस्तुतः प्रत्येक जिल्ह्यातील सर्व विभागांचे सर्वसाधारण नियंत्रक अधिकार त्याच्याकडे असतील ... म्हणून १८७२मध्ये दीड ते अडीच कोटी लोकसंख्या असलेल्या ग्रेट बंगाल जिल्ह्याचा जिल्हाधिकारी तथा जिल्हादंडाधिकारी नेमावा असा त्यांचा कयास होता. तो मुख्य कार्यकारी प्रमुख असल्याने त्याच्या अखत्यारितील प्रांतामध्ये न्यायालयीन कामकाजाव्यतिरिक्त इतर सर्व विभागांचा सर्वोच्च अधिकारी असेल (भारतीय वैधानिक आयोग अहवाल १९३०).

जिल्हाधिकारी म्हणजे 'ब्रिटिश शासनाचे प्रतीक' मानले जात होते. जिल्ह्यातील विश्वसनीय, प्रतिष्ठित, मायबाप सरकार अशी त्याची प्रतिमा होय. सन १८९२मध्ये सर विलियम विल्सन हंटर यांनी त्याच्या पदाचे वर्णन पुढीलप्रमाणे केले आहेः

> जिल्हाप्रमुखाला जिल्हाधिकारी, दंडाधिकारी किंवा उपायुक्त यापैकी कुठलेही पदनाम वापरले तरीदेखील तो त्याच्या कार्यक्षेत्राचा सर्वार्थाने प्रमुख ठरतो. त्याच्या आंतरिक ऊर्जा व व्यक्तिमत्त्वावर भारत शासनाची कार्यक्षमता आधारलेली असते. त्याची स्वतःची अनेक कर्तव्ये असून त्यामध्ये एखाद्याला अचंबित करेल इतके वैविध्य आहे. त्याच्या वैयक्तिक उदाहरणावर त्याच्या हाताखाली काम करणारे अधिकारी, युरोपीय व देशांतर्गत अधिकारी यांची कामे अवलंबून असतात... त्याने देशातील सामाजिक परिस्थितीच्या प्रत्येक स्थित्यंतरामध्ये जुळवून घेणे अपेक्षित असते. त्याने कायदेतज्ज्ञ, लेखापाल, सर्वेक्षण अधिकारी व राज्यासंबंधी पत्रव्यवहार लिहिणारा अधिकारी अशा सर्वच भूमिका पार पाडणे आवश्यक असते. त्याला शेती, राजकीय अर्थशास्त्र, आणि अभियांत्रिकी याबाबत माफक माहिती असणेदेखील आवश्यक असते (माहेश्वरी २०१३, ५७५).

भारतीय वैधानिक आयोगाच्या (१९३०) अहवालामध्ये ब्रिटिशकालीन जिल्हाधिकारी पदाबाबत पुढील निरीक्षणे नोंदविण्यात आली होतीः

> ज्या स्थानिक लोकांच्या सेवार्थ जिल्हाधिकारी कार्यरत असतो त्यांच्या मते जिल्हाधिकाऱ्याची पदप्रतिष्ठा किती मोठी असते हे शब्दांत व्यक्त करणे अवघड आहे. वर नमूद केल्याप्रमाणे, बव्हंशी लोकांसाठी तो मायबाप सरकार असतो. त्याच्या पदाच्या वैधानिक दर्जामुळे त्याला मिळणाऱ्या अधिकारांची व्यापकता त्याच्या सततच्या सल्लागाराच्या व दिशानिर्देशकाच्या पुढारी भूमिकेमुळे अधिकच वाढत जाते. त्याच्याकडे पालकत्वाचे अनेक

अधिकार केंद्रित झालेले असतात; कनिष्ठ पातळीवरील अनेक नियुक्त्यांसाठी तो जबाबदार असतो, जसे की, ग्रामप्रमुख व लेखापाल आणि महसूल अधिकारी व कार्यालयीन लिपिक इत्यादी सर्वसाधारणपणे मानद दंडाधिकारी व सर्व स्थानिक स्व-शासित संस्थांमधील नेमावयाच्या सभासदांसंबंधीच्या त्याच्या शिफारशी मान्य केल्या जातात. तो औपचारिक कार्यक्रमांमध्ये, जसे की, 'दरबार'(प्रतिष्ठित सार्वजनिक सभा) मध्ये मान्यवरांना आमंत्रणे देऊ शकतो. काही सन्मान्य भारत सरकारद्वारे देण्यात येणाऱ्या मानद उपाधी व सन्मान देताना त्याच्या सूचना लक्षात घेतल्या जातात. जिल्हाधिकाऱ्याचा हा प्रभाव कायम ठेवणे हा प्रशासन यंत्रणेचा सर्वाधिक महत्त्वाचा हेतू होय. अनेक दैनंदिन बाबी जिल्हाधिकाऱ्याच्या हस्तक्षेपामुळे लवकरात लवकर सोडविल्या जाऊ शकतात, जसे की, काही गुंतागुंतीचे वादविवाद अथवा सार्वजनिक क्रिया-प्रतिक्रिया इत्यादी अधिक गंभीर संघर्ष झाल्यास जिल्हाधिकाऱ्याचा हाच प्रभाव निर्दोष नागरिकांच्या हिताचा ठरतो. जातीय तंटे सोडविण्यापेक्षा त्यांना प्रतिबंध करण्याच्या कृतीतून जिल्हाधिकाऱ्याचे खरे कौशल्य पारखले जाते.

अशा प्रकारे, ब्रिटिशकालीन भारतामध्ये जिल्हाधिकारी हा शासनाचा सर्वंकष प्रतिनिधी होता. त्याच्या मूळ पदाला व कार्यालयाला नेमून दिलेले महसूल संकलनाचे कार्य हे त्याचे एकमेव कार्य राहिले नव्हते. जिल्ह्यातील इतर सार्वजनिक क्षेत्रातील अधिकाऱ्यांना त्याची मदत व सल्ला आणि अनेकदा आदेशदेखील आवश्यक वाटत असत. जनतेलादेखील तक्रारनिवारणासाठी किंवा त्याच्या अडचणी सोडविण्यासाठी त्याची गरज भासत असे. यावरून हे स्पष्ट होते की, ब्रिटिश कालखंडामध्ये जिल्हाधिकारी हा जिल्हापातळीवरील सर्वाधिक प्रभावी अधिकारी होता.

स्वतंत्र भारतातील जिल्हाधिकाऱ्याची भूमिका

स्वातंत्र्योत्तर कालखंडामध्ये जिल्हाधिकारी कार्यालयाची प्रतिष्ठा व कार्ये यामध्ये मूलभूत बदल झाला आहे. जिल्हाधिकाऱ्याच्या नव्या भूमिकेला पुढील घटक कारणीभूत होतः देशातील लोकशाही रचना, विकेंद्रीकरणाचे जोमदार प्रयत्न, वाढत्या विकासात्मक जबाबदाऱ्या आणि जनतेच्या जाणिवांमध्ये झालेली वाढ इत्यादी. मोहित भट्टाचार्य यांनी हा मुद्दा पुढीलप्रमाणे स्पष्ट केला आहेः

> स्वातंत्र्योत्तर कालखंडात शासनाला जलद गतीने सामाजिक-आर्थिक विकास घडवून आणावयाचा होता. केवळ कायदा व सुव्यवस्थाच नव्हे तर लोककल्याणाभिमुख प्रशासन हा जिल्हा प्रशासनाच्या दृष्टिकोनात झालेला मूळ बदल होता. कृषी व औद्योगिक उत्पादनांमध्ये वाढ होणे आवश्यक होते, दारिद्र्य, कुपोषण, अनारोग्य यांसारख्या समस्या युद्धपातळीवर हाताळायच्या होत्या. रस्ते बांधणी, विद्युत पुरवठा, सिंचन व्यापकता वाढविणे, नवे रेल्वे मार्ग कार्यान्वयित करणे यांसारख्या पायाभूत सोयीसुविधांचा विकास लवकरात लवकर करणे आवश्यक होते. ही कार्ये साधावयाची असल्यास जिल्हा व त्याखालील पातळ्यांवर नवी कार्यालये कार्यान्वयित करणे आवश्यक होते. जिल्हाधिकारी सामान्य प्रशासन तज्ज्ञ असल्याने या सर्व विकासात्मक कार्यांमध्ये त्याने समन्वय साधणे अपेक्षित होते (२०००, ६९-७०).

या कालखंडामध्ये नवनियुक्त नागरी सेवकांच्या जाणिवांमध्ये झालेला बदलदेखील उल्लेखनीय आहे. ब्रिटिशकालीन जिल्हाधिकारी स्वतःला साम्राज्याचे अनभिषिक्त सम्राट व लोकांना केवळ शासित मानत असले तरी, नवनियुक्त भारतीय प्रशासकीय सेवेतील अधिकारी मात्र अतिशय उत्साही आणि लोककल्याणाचा आदर्शवाद जपणारे होते. त्या काळातील सामाजिक रचनादेखील बदललेली होती. पूर्वी जिल्हाधिकारी केवळ समाजाच्या वरिष्ठ स्तरातून येत असले तरी अलीकडच्या काळात शिक्षणप्रसार व आरक्षण धोरणामुळे अधिक समतावादी रचना उदयाला आलेली दिसते. काही जिल्हाधिकारी कमी उत्पन्न गटातून आलेले असतात आणि म्हणून त्यांच्याप्रती वंचित समाज गटाच्या सद्भावना असणे साहजिक असते. भारतीय प्रशासकीय सेवेच्या या सर्वसमावेशक रचनेमध्ये नोकरशाहीचे अधिकारक्षेत्र व सामाजिक शक्तींचे त्यावरील नियंत्रण यांवर परिणाम करण्याची क्षमता असते.

ए. के. दुबे यांनी नोंदविलेल्या निरीक्षणाप्रमाणे, लोकशाही आधारित सरकारांनी व कायदेमंडळांनी सुरुवातीला नागरी सेवकांप्रती अविश्वास व क्वचित शत्रुत्वाची भावनादेखील बाळगली. सुरुवातीला, बव्हंशी ब्रिटिश अधिकारी असलेल्या नागरी सेवांचा निषेध करणें हा ब्रिटिशविरोधी राष्ट्रीय चळवळीतील आधारभूत मुद्दा होता. ही बाब त्यांनी पुढीलप्रमाणे संक्षिप्त रूपात मांडली आहे:

> अशा प्रकारे नवीन नेतृत्व व नागरी सेवक यांच्या मनात शंका होती. तथापि, नागरी सेवकांनी राज्यघटना व देशभक्तीप्रती अंतःकरणपूर्वक निष्ठा दर्शविल्याने हा टप्पा लवकरच सरला. जिल्हा प्रमुख म्हणजे पारंपरिक भारतीय सत्तेच्या संकल्पनेचे प्रतीक ठरले. या संकल्पनेला कार्यक्षम व जनहितैषी संस्था या बाबींची जोड होती. अशा प्रकारे, जिल्हा प्रमुखाची सर्व समावेशक संस्था/कार्यालय स्वातंत्र्योत्तर काळात अनेक वर्षे जपली गेली. तथापि, जिल्हा हे परावलंबी प्रशासकीय एकक आहे व जिल्हा प्रशासनाचे स्वरूप सामान्य आहे या बाबी मान्य केल्यामुळे या संस्थेला बदलत्या राजकीय परिस्थितीमध्ये टिकून राहणे शक्य झाले (दुबे १९९५, २२-२३).

अशा प्रकारे, ब्रिटिशकालीन नोकरशाही यंत्रणेला वैधानिक दर्जा मिळाल्याने ती यंत्रणा भारतीय प्रशासकीय संरचनेमध्ये टिकून राहणे शक्य झाले.

विकाससंबंधी अनिवार्यता आणि जिल्हा प्रशासनाची भूमिका

स्वातंत्र्योत्तर काळात मुख्यत्वे ग्रामीण विकास योजनांमुळे जिल्हा प्रशासकाच्या जबाबदाऱ्यांमध्ये सर्वाधिक वाढ झाली. ग्रामीण विकासासाठी आवश्यक कार्ये, संस्था व विभाग यांच्या संख्येत वाढ झाल्याने व शासनाच्या विकासात्मक कार्यांच्या संदर्भाने जिल्हाधिकाऱ्याची समन्वय साधण्याची व एकत्रीकरणाची भूमिका प्रभावी होणे अधिकच आवश्यक ठरले. सन १९५१मध्ये पहिली पंचवार्षिक योजना कार्यान्वयित झाली. कायदा सुव्यवस्था राखणे व महसूल संकलन करणे या कार्यांना दिले जाणारे विशेष महत्त्व आता मानवी व भौतिक संसाधन विकास व दारिद्र्य आणि गरजांचे निर्मूलन याला देण्यात येत होते.

सन १९५२मध्ये समूह विकास व राष्ट्रीय विस्तार कार्यक्रम सुरू झाल्यानंतर नियामक कार्यांसह जिल्ह्यातील सर्व विकासात्मक कार्ये पार पाडण्याची जबाबदारीदेखील जिल्हाधिकाऱ्याला देण्यात आली. या विकासात्मक कार्यांची यशस्वी अंमलबजावणी व्हावी या हेतूने जिल्हाधिकारीपदाची पारंपरिक प्रतिष्ठा व पददर्जा कायम ठेवावा असा मतप्रवाह होता. त्याने/तिने सर्व विकासात्मक कार्यांचा/ची प्रचारक व समन्वयक म्हणून कार्यरत असणे अपेक्षित होते. अशा प्रकारे, जिल्हा प्रशासनामध्ये एक जैविक एकक म्हणून सातत्य राहिले असून विकास प्रशासनामध्ये त्याची भूमिका अतिशय महत्त्वाची मानली जाते.

जिल्हाधिकाऱ्याच्या महसूल संकलन व कायदा सुव्यवस्थेसंबंधीच्या नेहमीच्या कामामध्ये झालेल्या बदलाची नोंद पहिल्या पंचवार्षिक योजनेमध्येदेखील घेण्यात आली. तसेच, विकासात्मक कार्यक्रमांच्या प्रशासन व्यवस्थेला पहिल्या पंचवार्षिक योजनेमध्ये पुष्टी देण्यात आली होती. दुसऱ्या पंचवार्षिक योजनेने मुख्यत्वे लोकशाही अभिशासनातील प्रशासकीय व्यवस्थेला महत्त्व दिले. दुसऱ्या पंचवार्षिक योजनेतील काही मुख्य घटक/बाबी येथे नमूद केले आहेत – जिल्हा प्रशासनाची पुनर्रचना करणे, वेगवेगळ्या विकासात्मक विभागांच्या कार्यांचे एकीकरण करणे, स्थानिक स्वराज्य संस्था व प्रशासकीय संस्थांची सांगड घालणे, प्रादेशिक पातळीवर समन्वय साधणे, जिल्हा विकास कार्यक्रमांचे पर्यवेक्षण करणे आणि सर्वसाधारण प्रशासन यंत्रणा अधिक दृढ बनवून त्यामध्ये सुधारणा घडवून आणणे. तिसऱ्या पंचवार्षिक योजनेमध्येदेखील याच मुद्द्यांमध्ये सातत्य राखण्यात आले होते. तथापि, संधी समानतेचे दृढीकरण आणि समाजाची समाजवादी रचना विकसित करण्याच्या हेतूने अधिक तातडीने प्रयत्न करावे असे या योजनेमध्ये नमूद करण्यात आले होते.

चौथ्या व पाचव्या पंचवार्षिक योजनांमध्ये जिल्हा प्रशासनाला विकासकार्यासाठीचे संस्थात्मक आयाम प्राप्त झाले व त्यामुळे जिल्ह्याचा प्रमुख अधिकारी आणि तांत्रिक विभागातील अधिकारी, प्रशासन व लोकशाही संस्था, जिल्हा प्रमुख अधिकारी व राज्य विभाग यांच्यातील परस्परसंबंधांचे एक नवे स्वरूप बघावयास मिळाले. चौथ्या पंचवार्षिक योजनेच्या काळात सर्व राज्य सरकारांनी प्रांत/जिल्हा नियोजन एककांची स्थापना करावी अशी शिफारस नियोजन आयोगाने केली. परिणामी, वेगवेगळ्या विभागांचा समन्वयक असण्याखेरीज जिल्हाधिकारी जिल्हापातळीवरील नियोजन प्रमुख असल्याने जिल्हाधिकारी कार्यालयाचे दृढीकरण करण्यात आले.

सहाव्या पंचवार्षिक योजनेच्या काळात जिल्हा पातळीवरील प्रशासन अधिक गुंतागुंतीचे झाले. जिल्हा विकास अधिकाऱ्याची नियुक्ती केल्यामुळे जिल्हा या प्रशासकीय एककाचे अधिक दृढीकरण झाले. हा अधिकारी जिल्हाधिकाऱ्याचा समपदस्थ मानला जात असे व विकासात्मक कामांची संपूर्ण जबाबदारी व अधिकार त्याच्याकडे असत. प्रशासन यंत्रणेचे विकेंद्रीकरण आणि स्थानिक पातळीवर पुरेशी समन्वयक यंत्रणा पुरविणे याखेरीज, नियोजन व अंमलबजावणीच्या प्रत्येक टप्प्यावर लोकसहभागाचीदेखील आवश्यकता वाटली. म्हणून, हे उद्दिष्ट साध्य करण्यासाठी लोकप्रतिनिधींच्या सहभागाने संस्थात्मक यंत्रणा स्वीकृत करण्यात आली. काही राज्य सरकारांनी जिल्हा परिषदेतील मुख्य कार्यकारी अधिकारी या जिल्हाधिकाऱ्याच्या समपदस्थ अधिकाऱ्याकडे विकासात्मक कार्ये सुपूर्द करून ही व्यवस्था स्थापन केली.

लोकशाही विकेंद्रीकरण आणि जिल्हाधिकाऱ्याची भूमिका

सन १९६०च्या उत्तरार्धात असे लक्षात आले की, तिसऱ्या जगातील देशांच्या समस्यांवर नोकरशाही आधारित विकास हा तोडगा नाही आणि म्हणून विकासात्मक दृष्टिकोनात बदल झाला. सर्व विकसनशील देशांच्या अनुभवावरून असे लक्षात आले की विकास हा धोरणनिर्मिती व धोरण अंमलबजावणी या दोन्ही पातळ्यांवरील लोकसहभागातून घडणे आवश्यक आहे. या जाणिवेतून भारतामध्ये लोकशाही विकेंद्रीकरणाची सुरुवात झाली.

बलवंतराय मेहता समिती (१९५७) च्या शिफारशींनुसार विकासाच्या क्षेत्रातील जिल्हाधिकाऱ्याच्या भूमिकेमध्ये बदल झाल्याचे दिसते. या समितीने लोकशाही विकेंद्रीकरणाची त्रिस्तरीय व्यवस्था असावी अशी शिफारस केली. पैकी, जिल्हा पातळीवर जिल्हा परिषद, गट पातळीवर पंचायत समिती, आणि ग्रामीण पातळीवर ग्रामपंचायत अशी व्यवस्था असावी असे समितीने सुचविले. समितीने जिल्हाधिकारी जिल्हा परिषदेचा अध्यक्ष असावा असे सुचविले असले तरीदेखील याविरुद्धचा एक मतप्रवाहदेखील विकसित झाला होता. ज्यानुसार, जिल्हाधिकाऱ्याला पंचायती राज व्यवस्थेमध्ये कुठल्याही मुख्य पदावर नेमण्यात आले तर ते विकेंद्रीकरणाच्या मूळ हेतूला धरून असणार नाही असे मत व्यक्त करण्यात आले होते.

परिणामी, पंचायती राज संस्थांच्या संदर्भाने जिल्हाधिकाऱ्याचे अधिकार व कार्ये यामध्ये ठळक बदल करण्यात आले. खेरीज, पंचायती राज संस्थांना कुठलेही घटनात्मक संरक्षण नव्हते. घटनात्मक दर्जा नसणे व राजकारण्यांमधील इच्छाशक्तीचा अभाव या दोहोंमुळे पंचायती राज व्यवस्था यशस्वी होऊ शकली नाही.

भारतातील लोकशाही विकासाच्या क्रमविकासामध्ये विशेषकरून नमूद करावयाची दुसरी समिती म्हणजे **अशोक मेहता समिती (१९७७)** होय. पंचायती राज संस्थांच्या कामकाजाची पाहणी करणे व त्यांच्या दृढीकरणासाठी उपाय सुचविणे या उद्दिष्टांनी या समितीची स्थापना करण्यात आली होती. या समितीने असे मत नोंदविले की, पंचायती राज संस्थांना अपयश येण्यामागे अनेक घटक कारणीभूत होते, जसे की, सहानुभूती नसलेली नोकरशाही, राजकारण्यांमध्ये इच्छाशक्तीचा अभाव, नियोजन व अंमलबजावणीमध्ये मोठ्या प्रमाणात सहभागाचा अभाव, आणि स्थानिक संस्थांवरील आर्थिक व सामाजिकदृष्ट्या उच्चभ्रू लोकांचा प्रभाव (डिसूझा, ३७१).

या समितीने विकेंद्रीकरणाची कार्यात्मक गरज अधोरेखित करून पंचायती राज संस्थांची दोन स्तरीय रचना/व्यवस्था सुचविली. प्रशासकीयदृष्ट्या सोयीचे असल्याने जिल्हा हे प्रशासनाचे मुख्य एकक असावे असेदेखील या समितीने

सुचविले. या एककासाठी नियोजन, समन्वय आणि संसाधने वाटप हे सहज शक्य होते व त्यासाठी आवश्यक असणारे तज्ज्ञदेखील तेथे उपलब्ध होते. पंचायतींना घटनात्मक दर्जा द्यावा अशी मागणी सर्वप्रथम या समितीने केली. या संदर्भाने राज्यघटनेमध्ये दुरुस्ती व्हावी असे सुचविताना या समितीने एक नमुना विधेयकदेखील तयार करून अहवालाबरोबर जोडले होते (कुमार २००६,२३).

असे म्हटले जाते की या समितीच्या शिफारशी राज्य सरकारांनी निःसंदिग्धतेने स्वीकृत केल्या नाहीत. तसेच, अशोक मेहता समितीचे निर्णय राबविण्यासाठी जनता पक्ष अधिक काळ सत्तेत राहिला नाही (सेठी १९८९). तथापि, या समितीच्या अहवालाचा प्रभाव अतिशय महत्त्वाचा ठरला. कर्नाटक, आंध्र प्रदेश आणि पश्चिम बंगाल या राज्यांनी या अहवालावर आधारित कायदेदेखील पारित केले.

सन १९८०च्या दशकामध्ये स्थानिक संस्थांचे सबलीकरण करण्याचा व त्यांना घटनात्मक दर्जा देण्याचा आणखी एक प्रयत्न करण्यात आला. डिसेंबर १९८७ आणि जून १९८८ या काळात भोपाळ, इम्फाळ, हैदराबाद आणि जयपूर या शहरांमध्ये भारत सरकारच्या कार्मिक तथा प्रशिक्षण विभागाने माजी पंतप्रधान राजीव गांधींच्या प्रेरणेने सुरू करण्यात आलेली **जिल्हाधिकारी व जिल्हा दंडाधिकाऱ्यांसाठीची कार्यशाळा** आयोजिली. माजी पंतप्रधान व जिल्ह्याच्या प्रमुखांमध्ये संवाद होऊन जिल्हा व त्याखालील पातळ्यांवर लोकशाही संस्थांचे दृढीकरण व्हावे याबाबत एकमत झाले. प्रामाणिक व प्रतिसादी अभिशासन चालवावयाचे असेल तर ते लोकांच्या गरजांप्रती जबाबदार, प्रातिनिधिक व प्रतिसादी असणे गरजेचे असते. तसेच, आपल्याकडे जिल्हा व त्याखालील पातळ्यांवर अधिकार व कार्यांचे अपुरे हस्तांतरण केले जाते असेही लक्षात येते. सरतेशेवटी, पंचायती राज संस्था व शहरी नागरी संस्थांमध्ये नियमित व वेळच्या वेळी निवडणुका व्हाव्या यासाठी घटनात्मक आधाराची गरज या चार कार्यशाळांमधून अधोरेखित करण्यात आली.

जिल्हाधिकारी व जिल्हा दंडाधिकाऱ्यांमध्येच एकमत झाल्याने भारत शासनासाठीदेखील पंचायतींच्या दृढीकरणाचे प्रयत्न करणे सहज शक्य झाले. या बाबींमुळे ६४वी घटनादुरुस्ती करण्यात आली ज्यायोगे सर्वप्रथम सबळ पंचायती राज संस्था निर्माण करण्याच्या हेतूने प्रयत्न करण्यात आला. संपूर्ण देशात पंचायती राज व्यवस्था स्थापन करण्याबाबत सर्व राजकीय पक्षांमध्ये एकमत झाल्याने डिसेंबर १९९२मध्ये ७३वे घटनादुरुस्ती विधेयक पारित करण्यात आले. अशा प्रकारे, अनेक कार्यशाळांमधून प्रतिसादात्मक प्रशासनाच्या अनेक प्रयत्नांमधून सन १९९३मध्ये नवी पंचायती राज व्यवस्था उदयाला आली.

७३वा घटनादुरुस्ती कायदा, १९९२ आणि जिल्हाधिकाऱ्याची भूमिका

भारतातील स्थानिक अभिशासनाच्या सबलीकरणाच्या हेतूने सन १९९२चा घटनादुरुस्ती कायदा महत्त्वाचा ठरला. या कायद्याची काही महत्त्वाची वैशिष्ट्ये पुढीलप्रमाणे – ग्रामीण, गट आणि जिल्हा पातळीवर एकसाची त्रिस्तरीय पंचायती राज व्यवस्था स्थापन करण्याची तरतूद, पंचायतींसाठी एकसमान पाच वर्षांचा कार्यकाल, स्त्रियांसाठी ३३% आरक्षण आणि राज्य पातळीवर निवडणूक व वित्त आयोगाची स्थापना. पहिल्यांदाच पंचायतींना घटनात्मक दर्जा देण्यात आला होता.

जिल्हाधिकारी व पंचायती राज संस्था यांतील परस्परसंबंधांचा नवा आकृतिबंध

पंचायतींचे सबलीकरण झाल्यानंतर जिल्हाधिकाऱ्याच्या भूमिकेमध्ये मोठ्या प्रमाणात बदल झाला. जिल्हाधिकाऱ्याचे या संस्थांच्या संदर्भाने परस्परसंबंध व अधिकार हे या कायद्यात अंतर्भूत केले नसल्याने प्रत्येक राज्यांत परिस्थितीनुसार वेगवेगळी प्रारूपे उदयाला आली. बंगालमध्ये जिल्हाधिकाऱ्याचे अजिबात नियंत्रण नसणे व ओडिशा, कर्नाटक व हरियाणा येथे जिल्हाधिकाऱ्याचे पूर्ण नियंत्रण असणे इतकी तफावत यामध्ये दिसून आली. मुख्यत्वे, या व्यवस्थेचे स्वरूप दोन प्रकारांचे होते. एक, व्यापक अधिकार व लोकप्रतिनिधींना मोठ्या प्रमाणात अधिकारदान करून जिल्ह्यातील नोकरशाहीचे अधिकार कमी करणे. उदाहरणार्थ, आंध्र प्रदेशामध्ये जिल्हा परिषद अथवा स्थायी समितीचा कुठलाही

निर्णय राबविण्यासाठी जिल्हा परिषदेच्या अध्यक्षाचे मुख्य कार्यकारी अधिकाऱ्यावर प्रशासकीय नियंत्रण असते. हा मुख्य कार्यकारी अधिकारी भारतीय प्रशासकीय सेवेतील अधिकारी किंवा जिल्हा दंडाधिकारी यांचा समपदस्थ मानला जातो.

उत्तर प्रदेश आणि मध्य प्रदेशामध्ये, जिल्हा पंचायतींना त्यांच्या कार्यक्षेत्रातील जिल्हा ग्रामीण विकास यंत्रणांचे प्रशासनावर नियंत्रण व पर्यवेक्षणाचे अधिकार असत. कर्नाटकातील प्रारूपावरून असे लक्षात आले की, आतापर्यंत सर्वाधिक अधिकार असलेल्या जिल्हाधिकाऱ्याकडे आता मर्यादित कार्ये होती. जिल्हा पातळीवरील नियोजन प्रक्रियेचे एकत्रीकरण करण्यात आले होते व जिल्हा ग्रामीण विकास यंत्रणा व जिल्हा परिषदांनाचे विलीनीकरण करण्यात आले होते (सिंग १९९७, ५५७). पंचायती राज संस्थांमधील निवडणुका घेण्याची, पूर्वी जिल्हाधिकाऱ्याची असलेली, जबाबदारी आता राज्य पातळीवरील निवडणूक आयोगाला (१९९३) देण्यात आली होती. वित्त आयोगाची स्थापना झाल्याने पंचायती राज संस्थांमधील जिल्हाधिकाऱ्याचे वित्तीय कार्यक्षेत्रदेखील कमी करण्यात आले. या उदाहरणांवरून असे लक्षात येते की काही राज्यांमध्ये लोकशाही विकेंद्रीकरणामुळे जिल्हाधिकाऱ्याचे अधिकार बऱ्यापैकी कमी करण्यात आले. त्याची भूमिका मार्गदर्शक व सल्लागाराची ठेवण्यात आली.

तथापि, दुसऱ्या प्रारूपामध्ये जिल्हाधिकाऱ्याला पंचायतींच्या संदर्भाने अधिक प्रभावी भूमिका देण्यात आली. उदाहरणार्थ, आंध्र प्रदेशामध्ये सरपंच व उपसरपंचांनी त्यांच्या अधिकारांचा गैरवापर केला आहे असे जिल्हाधिकाऱ्याला वाटल्यास तो त्यांना निलंबित करू शकतो. सन १९९३च्या कर्नाटक पंचायती राज कायद्यानुसार (जिल्हाधिकाऱ्याला) आयुक्तांना जिल्हापंचायतीतील कामकाजाचे नियंत्रण व पर्यवेक्षण करण्याचे अधिकार व ग्राम पंचायत बरखास्त करण्याचे अधिकार देण्यात आले. तसेच, बिहार पंचायती राज कायदा (१९९३) नुसार पंचायती राज संस्थांचे नियंत्रण राज्य सरकार व नोकरशाहीला देण्यात आले. या कायद्यानुसार, राज्यशासनाला पंचायतींच्या संदर्भाने आणीबाणीचे अधिकार वापरण्याचे अधिकार देण्यात आले. हे अधिकार जिल्हा पातळीवर जिल्हाधिकाऱ्याच्या माध्यमातून वापरता येतील.

साधारणपणे असे मानले जाते की, ७३व्या घटनादुरुस्ती कायद्यामुळे जिल्हाधिकाऱ्याचे अधिकार कमी करण्यात आले. परंतु, याला सहजी दुजोरा देता येणार नाही. याचे कारण असे की, नव्या कायद्यानुसार राज्यशासनाचा प्रतिनिधी म्हणून नोकरशाहीला नियंत्रण, अधीक्षण व निलंबन व कार्यालय बरखास्त करण्याची शिफारस करण्याचेदेखील अधिकार देण्यात आले होते. २९ कार्यक्रमांचे नियोजन स्थानिक संस्थांनीच करावयाचे असले तरी, हे कार्यक्रम राबविण्याचे मुख्य अधिकार मात्र नोकरशाहीकडे होते. योजना राबाविण्यासाठी वेगवेगळ्या समित्या स्थापन करण्याचीदेखील तरतूद करण्यात आली होती, जसे की, शिक्षण समिती, सार्वजनिक आरोग्य समिती इत्यादी. मात्र या समित्या नोकरशाहीच्या नियंत्रण व पर्यवेक्षणाखाली असणार होत्या. पंचायती राज संस्थांनी घडवून आणलेल्या बदलांखेरीज काही घटकांमुळे जिल्हाधिकाऱ्याच्या भूमिकेचे दृढीकरण झाले होते. हे घटक म्हणजे–राजकीय नेत्यांना असलेला अपुरा प्रशासकीय अनुभव, ग्रामीण लोकांचे अपुरे शिक्षण, समाजातील महिला व मागासलेल्या गटांमध्ये नेतृत्वाचा अभाव इत्यादी.

दुसऱ्या प्रशासकीय सुधारणा आयोगाच्या (२००९) शिफारशींमधून पंचायत संस्थांच्या संदर्भाने जिल्हाधिकाऱ्याची नवी भूमिका मांडण्यात आली. या आयोगाने असे निरीक्षण नोंदविले की, जिल्हाधिकाऱ्यांवरील कामाचा बोजा इतका आहे की, अनेकदा ते कुठल्या समित्यांचे प्रमुख आहेत याबाबत त्यांनादेखील पूर्ण माहिती नसते. अशी व्यापक कार्ये व सुव्याख्यित भूमिकेचा अभाव असल्याने जिल्हाधिकाऱ्याच्या जबाबदाऱ्यांबाबत अस्पष्टता निर्माण झाली. शिवाय, पंचायती राज संस्था व शहरी नागरी संस्थांची शासनव्यवस्थेचा तिसरा स्तर म्हणून स्थापना करण्यात आल्यानंतर राज्यशासनाकडून या संस्थांना हस्तांतरित करण्यात आलेल्या कार्यांच्या संदर्भाने जिल्हाधिकाऱ्याला कुठलीही भूमिका/कार्ये नेमून देण्याची गरज नव्हती. या आयोगाच्या मतानुसार, जिल्हाधिकाऱ्याची भूमिका व जबाबदाऱ्या पुनर्व्याख्यित करण्याची आवश्यकता नव्हती. त्याच्या कार्यकक्षेमध्ये पुढील बाबी समाविष्ट असणे आवश्यक होते (अ) राज्यशासनाचा प्रतिनिधी या नात्याने सुव्याख्यित वैधानिक तसेच बिगर–वैधानिक कार्ये, (आ) जिल्हा पातळीवरील राज्य व केंद्रशासनाच्या वेगवेगळ्या विभाग व संस्थांमध्ये समन्वय साधणे, आणि (इ) स्थानिक पातळीवरील निवडून आलेल्या संस्था जिल्हा शासन

यंत्रणेच्या तुलनेने परिपक्व होईपर्यंतच्या हंगामी काळात प्रस्तावित जिल्हा मंडळाचा (एआरसी २००९, ७१) मुख्य कार्यकारी अधिकारी म्हणून काम पाहणे.

जिल्हाधिकारी: अधिकार व कार्ये

जिल्हाधिकारी कार्यालयाचा प्रारंभ व स्वातंत्र्यपूर्व काळातील प्रशासन व्यवहार पद्धती या बाबींखेरीज जिल्हाधिकारी कार्यालय संपूर्ण देशभरात अस्तित्वात असलेले एकसाची एकक ठरले आहे. त्याच्या कार्यपद्धतीतील घटक बदलत असले तरी, थोड्याबहुत प्रमाणात सर्व राज्यांमध्ये जिल्हाधिकाऱ्याची कार्ये सारखीच असतात. विकासात्मक कार्यांचे स्वरूप मात्र राज्यपरत्वे वेगवेगळे असल्याने विकासात्मक कार्ये याला अपवाद ठरतात. जिल्हाधिकारी राज्यशासनाचा प्रतिनिधी असल्याने जिल्ह्यातील सर्व शासकीय कार्यांसाठी जबाबदार असतो. त्याला/तिला देण्यात आलेले अधिकार व्यापक असून काही प्रमाणात स्वाधीन स्वरूपाचे असतात हेदेखील सत्य आहे. उदाहरणार्थ, 'जिल्ह्यामधील कुठलाही व्यवहार जिल्हाधिकाऱ्याला पुरेशी माहिती दिल्याशिवाय केला जाऊ नये' असे बॉम्बे महसूल विभागाच्या पुस्तिकेमध्ये नमूद केले आहे (पॉटर १९६४, ६८). दौऱ्यांच्या माध्यमातून तो लोकांसाठी कायम उपलब्ध असावा व त्यांच्या गरजांप्रती प्रतिसादीदेखील असावा. **दुसऱ्या प्रशासकीय सुधारणा आयोगाने (२००९)** म्हटल्याप्रमाणे, जिल्हाधिकारी या पदाला/पदाच्या कार्यभारामध्ये साधारणपणे पुढील कार्ये व व्यवहार संलग्न असतात (हे राज्यपरत्वे बदलू शकतात):

- जमीन व महसूल प्रशासनाचा प्रमुख म्हणून काम करणे व राज्याची वित्तसंबंधी जबाबदारी पार पाडणे (व्यय आणि लेखापरीक्षण);
- कार्यकारी दंडाधिकारी कार्यालयाचा जिल्हाप्रमुख म्हणून कामकाज पाहणे. तसेच, कायदा व सुव्यवस्था व संरक्षणाचे एकूण पर्यवेक्षण करणे. पोलीस कामकाजातील काही बाबींमध्ये त्याच्या शब्दाला मान असतो;
- काही विशेष कायदे, जसे की, जिल्ह्यातील शस्त्रास्त्रे, स्फोटके आणि चित्रपट इत्यादीच्या संदर्भाने परवाना व नियामक अधिकारी म्हणून कार्य;
- संसद, राज्यशासन व स्थानिक पातळ्यांवरील निवडणुकांमध्ये सक्रिय सहभाग;
- आपत्कालीन व्यवस्थापनाचा मुख्य/प्रभारी अधिकारी;
- सार्वजनिक वापराच्या जमिनीचा संरक्षक. प्रस्थापित हितसंबंध व जिल्हा प्रशासन यांमधील वादाचा मुद्दा ठरणाऱ्या अतिक्रमणाला प्रतिबंध करणे व ते हटविण्याच्या कार्यात पुढाकार घेणे;
- सार्वजनिक सेवा पुरवठ्याच्या संदर्भाने केंद्रशासन व जनतेमधील दुवा साधणे अथवा जिल्हा प्रशासनाला इतर विभागांकडून सुपूर्द करण्यात आलेल्या सार्वजनिक सेवांचा पुरवठा करणे; (या संदर्भाने जिल्हाधिकारी निमशासकीय पातळीवरील मंडळांचा अध्यक्ष असतो किंवा वेगवेगळ्या स्थायी व आंतरविभागीय समित्यांचा सभासद असतो);
- सुसंस्कृत समाज आणि राज्यशासन यांमधील परस्परसंबंधांना चालना देणे;
- स्थानिक संवर्ग संबंधीच्या बाबी हाताळणे, जसे की, नियुक्ती, सेवांतर्गत प्रशिक्षण आणि बढती; आणि
- जिल्ह्यातील मुख्य माहिती व तक्रार निवारण अधिकारी म्हणून कार्यरत असणे.

जिल्हाधिकाऱ्याची काही प्रमुख कार्ये पुढे विस्तृतपणे मांडली आहेत.

महसूल प्रशासक

यापूर्वी नमूद केल्याप्रमाणे महसूल संकलन हे जिल्हाधिकारी कार्यालयाचे मुख्य काम होते. ही जबाबदारी विद्यमान परिस्थितीमध्येदेखील कायम आहे. जिल्हाधिकारी जिल्ह्याच्या महसूल विभागाचा प्रमुख असतो. जमीन सुधारणा व महसूल

प्रशासनसंबंधी सर्व बाबी जिल्हाधिकारी हाताळतो. या संदर्भाने, जमीन नोंदींच्या पर्यवेक्षण व नियंत्रणाचे सर्वसाधारण अधिकार त्याच्याकडे असतात तसेच त्या नोंदी ठेवणारा कर्मचारीवर्गदेखील त्याच्या अखत्यारित येतो. त्याच्या जमीन महसूलसंबंधी कार्यांमध्ये पुढील कार्ये समाविष्ट असतातः जमीन महसूल व कालव्यासंबंधीची शुल्क संकलन, कर वाटप व करवसुली, नैसर्गिक किंवा मानवनिर्मित आपत्तीमुळे पिकाचे नुकसान झाल्यास मदतनिधी वितरण करणे, जळितग्रस्तांना निधीसाहाय्य करणे, पूर व दुष्काळामुळे नुकसान झालेल्या पिकांची पाहणी करणे, ग्रस्त शेतकऱ्यांना साहाय्य करणे, कृषिकराची मूल्य निर्धारण परिपूर्ती करणे, कृषिसंबंधी अनेकांगी माहिती संकलित करणे अथवा तयार करणे, यामध्ये, पर्जन्यमान, पिके, जमीन प्रशासन आणि गहाण जमिनीची योग्य विक्री इत्यादी घटक समाविष्ट असतात.

महसूल प्रशासनाचे कामकाज योग्य पद्धतीने चालावे या हेतूने जिल्हाधिकाऱ्याला इतर महसूल अधिकारी साहाय्य करतात. जिल्हा हा उपविभागांमध्ये विभागलेला असतो, जसे की, तहसील, कानुंगो, मंडळे आणि पटवारी मंडळे इत्यादी. याचे प्रमुख अनुक्रमे, तहसीलदार, कानुंगो आणि पटवारी असून ते जिल्हाधिकाऱ्याला साहाय्य करतात.

कायदा व सुव्यवस्थेची हमी देणे

जिल्हा दंडाधिकारी म्हणून जिल्ह्यामध्ये कायदा व सुव्यवस्था राखण्यासाठी जिल्हाधिकारी जबाबदार असतो. जिल्हा पोलीस यंत्रणेचा प्रमुख, पोलीस अधीक्षकाच्या मदतीने ही भूमिका पार पाडतो. जिल्हा दंडाधिकारी म्हणून कुठल्याही प्रकारे शांतता किंवा सुव्यवस्था भंग झाल्यास आदेश देणे त्याचे काम असते. तो पोलीस चौक्यांची पाहणी करू शकतो व गुन्हेगारीसंबंधी कुठलीही माहिती मागू शकतो. स्फोटामुळे झालेल्या अपघातासंबंधी तो आदेश देऊ शकतो. तसेच, शांतता भंग केल्याच्या शंकेखाली संशयित गुन्हेगारांचे अटकपत्र जारी करू शकतो.

मुख्य समन्वयक

जिल्हा पातळीवरील वेगवेगळे विभाग व संस्था यांच्या कार्याचे समन्वयन करणे ही जिल्हाधिकाऱ्याची सर्वांत प्रमुख भूमिका असते. वेगवेगळे विभाग स्वतंत्रपणे त्यांची कार्ये पार पाडत असतात. जिल्हाधिकाऱ्याने मध्यस्थी केल्यासच या विभागाकार्यांमध्ये समन्वय साधता येणे शक्य होते. स्थानिक स्वराज्य संस्था व जिल्हा पातळीवरील विभागांची कार्यांची जिल्हाधिकाऱ्याच्या नेतृत्वामुळे सांगड घालणे शक्य होते. जिल्हाधिकारी राज्यशासन आणि स्थानिक संस्था यांमधील दुवा असतो. ही भूमिका दुसऱ्या प्रशासन सुधारणा आयोगाने (२००९, ८०) पुनश्च अधोरेखित केली. जिल्हा पातळीवरील इतर विभागांची कार्ये व कार्यक्रम राबविताना जिल्हाधिकाऱ्याने परिणामकारक समन्वयकाची भूमिका पार पाडावी या संबंधाने या आयोगाने शिफारशी केल्या.

विकास प्रशासक

स्वातंत्र्योत्तर कालखंडात वेगवेगळ्या विकासात्मक योजना राबविणे हे जिल्हाधिकाऱ्याचे प्राथमिक काम होते. विकासात्मक योजनांमध्ये शेती, जलसिंचन, पशुपालन, शिक्षण, आरोग्य इत्यादी संबंधीच्या कार्यक्रमांचा समावेश होता. समाजातील दुर्बल घटकांसाठी अनेक कल्याणकारी योजना राबविण्यात आल्या. याची सुरुवात समूह विकास कार्यक्रमाने (१९५२) करण्यात आली. जिल्ह्यामध्ये विकासात्मक कार्यक्रम व कल्याणकारी योजना राबविणे ही सर्वार्थाने जिल्हाधिकाऱ्याची जबाबदारी असते.

आपत्ती प्रशासक

पूर, दुष्काळ, भूकंप इत्यादींसारख्या मोठ्या आपत्तीसमयी आपत्ती निवारणाचा पूर्ण कार्यभार जिल्हाधिकाऱ्यावर असतो. आपत्तिनिवारण व्यवस्थापनामध्ये इतर सर्व विभागांनी त्याला सहकार्य करावयाचे असते. दुष्काळाच्या परिस्थितीत, निवारण उपाययोजना राबविण्यासाठी दुष्काळकालीन नियमांनुसार कार्यरत असणारा तो प्रमुख अधिकारी असतो. तसेच,

पूरपरिस्थितीमध्ये त्याने बचावकार्याचे संयोजन करणे अपेक्षित असते. त्या काळात पसरलेल्या आरोग्याच्या समस्या हाताळणे, लष्कराला साहाय्यासाठी बोलाविणे, आणि अन्न व गरजेच्या वस्तूंचा पुरवठा करणे ही कामे त्याने करावयाची असतात. जिल्हा प्रशासनाच्या परिणामकारकतेची आणि विश्वासार्हतेची खरी कसोटी आपत्ती समयी असते असे म्हणता येईल.

राज्यशासन आणि पंचायती राज संस्थांमधील दुवा

जिल्हाधिकारी राज्यशासन आणि पंचायती राज संस्थांमधील परिणामकारक दुवा असतो. लोकांच्या गरजा व अपेक्षा राज्यशासनापर्यंत पोहोचविणे व त्याकडे वेगवेगळ्या विभागांचे लक्ष जाईल याबाबत खात्री करून घेणे तसेच, राज्यशासनाच्या कार्यांमधून या गरजा व अपेक्षा प्रतिबिंबित व्हाव्या याबाबत खातरजमा करणे हे जिल्हाधिकाऱ्याचे काम असते (बिजू १९९८, १३७-३९). साधारणपणे, राज्यशासनाने ठरविलेली उद्दिष्टे व प्राधान्यक्रम पंचायती राज संस्थांच्या माध्यमातून व लोक सहभागातून साध्य होण्यासाठी जिल्हाधिकाऱ्याने प्रयत्न करणे अपेक्षित असते. अशा प्रकारे, त्याला पंचायती राज संस्थांच्या वतीने राज्य सरकारशी अनेक वाटाघाटी कराव्या लागतात. जिल्हा पातळीवरील कार्यालये व त्यांतील विभागांचे प्रमुख यांमध्ये समन्वय साधण्याची जबाबदारीदेखील जिल्हाधिकाऱ्याला पार पाडावी लागते.

स्वातंत्र्यप्राप्तीपासून, खासकरून, नियोजित विकासाला सुरुवात झाल्यापासून जिल्हा प्रशासन हे देशातील विकासाचे मुख्य साधन ठरले. विकास खरोखर लोकांपर्यंत पोहोचतो आहे किंवा नाही? या प्रश्नाचे उत्तर जिल्हा प्रशासन यंत्रणेच्या कार्यक्षमतेत सापडते. जिल्हा प्रशासकांचे परिप्रेक्ष्य व दृष्टिकोन यावरून विकासाचे घटक ठरतात. विकास म्हणजे केवळ जलद आर्थिक वृद्धी आहे की त्यामध्ये सामाजिक सुधारणा, न्याय्य वितरण, मानवी संसाधन विकास याही बाबी समाविष्ट आहेत हे बऱ्याच अंशी जिल्हा प्रशासनाच्या दृष्टिकोनावर अवलंबून असते.

दुसऱ्या प्रशासकीय सुधारणा आयोगाने (२००६) जिल्हाधिकारी या संस्थेच्या बदलत्या भूमिकेवर व समयोचिततेवर उल्लेखनीय भाष्य केले. त्यामध्ये म्हटल्याप्रमाणे, गत २०० वर्षांमध्ये जिल्हाधिकाऱ्याचे पद भारतातील क्षेत्र प्रशासनाचे सर्वांत महत्त्वाचे वैशिष्ट्य ठरले आहे. स्वातंत्र्यपूर्व काळात, कृषी आधारित अर्थव्यवस्थेच्या काळात, जिल्हाधिकारी जमीन महसूल प्रशासनाचा मुख्य अधिकारी असत, त्याच्याकडे गुन्हेगारी कायद्यांतर्गत व्यापक अधिकार असत व त्याला सर्वार्थाने संरक्षक मानले जाई-त्याच्या कार्यक्षेत्रातील रहिवाश्यांच्या कल्याणासाठी जबाबदार असलेला -काहीही व सर्वकाही करण्याची क्षमता असलेला ब्रिटिश सरकारचा प्रतिनिधी अशी जिल्हाधिकाऱ्याची प्रतिमा होती. स्वातंत्र्योत्तर काळात अर्थव्यवस्थेचे विविधीकरण झाले होते व औद्योगिकीकरणाचा वेग वाढल्याने आणि तृतीय स्तरातील आर्थिक कार्ये वाढीस लागल्याने इतर अधिकाऱ्यांनादेखील महत्त्व प्राप्त झाले होते. परंतु, आजदेखील देशाच्या अनेक भागांमध्ये महानगरे/मोठी शहरे वगळता, जिल्हाधिकारी हाच प्रशासनाची खरी ओळख ठरतो. तो शासनाचा जिल्हा पातळीवरील मुख्य प्रतिनिधी असतो. जवळजवळ सर्वच समस्यांचे समाधान होण्याच्या हेतूने त्याच्याकडे पाहिले जाते. यामध्ये जमिनीसंबंधी तंटे, आवश्यक वस्तूंची कमतरता, आपत्ती काळामध्ये अपुरे निवारण, समूहातील वादविवाद आणि कुटुंबातील मतभेद अशा व्यापक स्वरूपाच्या बाबी समाविष्ट असतात.

निष्कर्षात्मक निरीक्षणे

अशा प्रकारे, स्वातंत्र्यप्राप्तीनंतरही जिल्हाधिकारी जिल्हा प्रशासनातील अतिशय महत्त्वाचा व प्रकाशझोतातील/खूप मागणी असलेला शासन अधिकारी मानला जातो. खरेतर, जिल्हाधिकाऱ्याला जिल्हा प्रशासनयंत्रणेतील महत्त्वाची कडी मानले जाते. तथापि, त्याची भूमिका एक सक्षम समन्वयक इतपत मर्यादित राहिली नसून त्याला अनेक विकासात्मक कार्यांच्या अंमलबजावणीचा प्रेरक मानले जाते. जिल्हाधिकारी आणि दंडाधिकारी जिल्हा प्रशासनाचे केंद्रबिंदू मानले जातात. जिल्हाधिकारी जिल्हा पातळीवर शासनाचे प्रतिनिधित्व करीत असून लोकांचे तक्रार निवारण करणे आणि

शासनाच्या योजना आणि कार्यक्रम केवळ कागदोपत्री न ठेवता खऱ्या अर्थाने लोकांपर्यंत पोहोचविणे ही त्याची मुख्य कामे होत. त्याला जिल्हा पातळीवर नेतृत्व करणे, समन्वय साधणे, जिल्हा पातळीवरील वेगवेगळे शासकीय विभाग व कार्ये यांची मोट बांधणे अशी सर्वंकष भूमिका पार पाडावी लागते. या जबाबदाऱ्या लक्षात घेता भारतीय प्रशासनातील त्याचे महत्त्व न्याय्य ठरते. अशा प्रकारे, रजनी कोठारी (१९७०) यांच्या निरीक्षणानुसारः 'जिल्हाधिकाऱ्याचे कार्यालय म्हणजे जिल्हा पातळीवरील शासनाचे प्रतिनिधित्व करणारे मुख्य कार्यालय मानले जाते. हे कार्यालय अनेक प्रकारे आगळे वेगळे कार्यालय ठरत असून त्याचे स्थान व अधिकार लक्षात घेता या कार्यालयाला वलयांकित संस्थीकरण असे म्हणता येईल. ही बाब आधुनिक प्रशासकीय विकासामध्ये अतुल्य मानली जाते.'

संदर्भ

ARC (The Second Administrative Reforms Commission). 2009, April. *Fifteenth Report: State and District Administration*. Government of India, New Delhi.

Desouza, Peter Ronald. 2002. 'Decentralization and Local Government: The "Second Wave" of Democracy in India'. In *India's Living Constitution: Ideas, Practices, Controversies,* edited by Zoya Hasan, E. Sridharan and R. Sudarshan, p. 371. New Delhi: Permanent Black.

Dubey, A. K. 1995. *District Administration in India*. New Delhi: Uppal Publishing House.

Kumar, Girish. 2006. *Local Democracy in India: Interpreting Decentralization*. New Delhi: SAGE.

Maheshwari, S. R. 2013. *Indian Administration*, 6th ed. New Delhi: Orient BlackSwan.

Report of the Indian Statutory Commission. 1930. His Majesty's Slationery Officer, vol. I, Survey, London.

Singh, Hoshiar. 1994. Aspects of Indian Administration. Jaipur: RBSA Publisher.

Singh, Pratap. 1997. *Legislative Status of Panchayati Raj in India: Major Issues*. New Delhi: IIPA.

भारतातील स्थानिक अभिशासन: ग्रामीण व शहरी

६

देशाच्या अभिशासनातील लोकसहभाग हा लोकशाहीचा गाभा आहे. राज्याचे अधिकार जिल्हे, गट आणि ग्रामीण भागांमध्ये हस्तांतरित केले गेले तरच असा सहभाग शक्य आहे. याचे कारण असे की, या पातळ्यांवर लोक एकत्र बसून त्यांच्या अडचणींवर चर्चा करून ते सोडविण्यासाठी काही योजना आखून त्या योजना राबाविण्याच्या प्रक्रियेवर लक्ष ठेवू शकतात. विकेंद्रीकरण ही, ज्यायोगे लोकशाही खऱ्या अर्थाने प्रातिनिधिक आणि प्रतिसादात्मक होते, अशी एक प्रमुख यंत्रणा आहे. म्हणूनच, लोकसहभागाला लोकशाही विकेंद्रीकरणाचा गाभा म्हटले आहे. भारतामध्ये विकेंद्रीकरणाच्या प्रयत्नांना सन १९९०मध्ये काही लक्षणीय घटनादुरुस्त्यांमुळे (७३वी आणि ७४वी घटनादुरुस्ती कायदा) सुरुवात झाली. याअन्वये, ग्रामीण व शहरी अशा दोन्ही पातळ्यांवरील स्थानिक स्वराज्य संस्थांचे सबलीकरण करून स्थानिक लोकशाही कार्यान्वित करण्यात आली. 'लोकतांत्रिक विकेंद्रीकरण' या नावाने प्रसिद्ध असलेल्या, भारतामधील विकेंद्रीकरणाशी संबंधित प्रयोगांनी, स्व-शासित संस्थांना सक्षम केले. ग्रामीण व शहरी या दोन्ही भागांमध्ये सार्वजनिक सेवेसाठी तरतूद करणे, सार्वजनिक मालमत्तांची निर्मिती आणि देखभाल, तसेच विकासात्मक उपक्रमांची सूत्रबद्ध मांडणी व अंमलबजावणी यांमध्ये स्वशासित संस्थांची महत्त्वपूर्ण भूमिका आहे.

प्रस्तुत प्रकरणामध्ये स्थानिक अभिशासन संकल्पना, ७३ व ७४व्या घटनादुरुस्ती कायद्यांच्या माध्यमातून भारतातील स्थानिक अभिशासनाचे दृढीकरण करण्यामध्ये लोकशाही विकेंद्रीकरणाचे योगदान, आणि लोकांच्या सबलीकरण प्रक्रियेमधील ग्रामीण आणि शहरी स्थानिक संस्थांची भूमिका यावर ऊहापोह करण्यात आला आहे.

शासन ते स्थानिक अभिशासन

स्थानिक पातळीवर शासन ते अभिशासन असा बदल झाला आहे. काही जण म्हणतात त्याप्रमाणे, 'स्थानिक अभिशासन ही पारंपरिक शासनसंस्था, अ-शासकीय आणि आभासी-शासकीय विभाग, नागरी समाज, व्यापारी अभिजन इत्यादी, अनेक संरचनांचा व कर्त्यांचा समावेश असलेली शासन करण्याची एक नावीन्यपूर्ण पद्धत आहे,' अशी स्थानिक अभिशासनाची व्याख्या करता येईल. नवीन स्थानिक अभिशासनामध्ये, निर्णय घेण्याची प्रक्रिया ही, स्थानिक अभिशासनापेक्षा भिन्न, म्हणजेच साहाय्यक प्रयत्न या अर्थाने समजून घेतली जाते. या प्रक्रियेमध्ये अनेक संस्था संलग्न-भागीदार म्हणून समाविष्ट असतात. वेगळ्या शब्दांत सांगावयाचे झाले तर, या माध्यमातून अशासकीय संस्था, स्वयंसहायता गट आणि राजकीय समाजातील लोकांचा पुढाकार यांसाठी त्यांचे उल्लेखनीय (विवादास्पद) स्थान निर्माण करण्याचा प्रयत्न केला गेला आहे. औपचारिक आणि कायदेशीर संस्थांमध्ये ओळख शोधणाऱ्या स्थानिक अभिशासनाच्या विरोधाभासी पार्श्वभूमीवर नवे स्थानिक अभिशासन हे त्याच्या पूर्वीच्या औपचारिक आणि कायदेशीर स्वरूपापेक्षा भिन्न ठरते. नवे अभिशासन मुक्त परस्परसंबंधांतून कार्यरत असते व वेगवेगळ्या शासकीय व अशासकीय कार्यांमध्ये समन्वय साधण्यास चालना देणे हा त्याचा हेतू होय. सन १९९६मध्ये, मानवी अधिवास या विषयावरील संयुक्त राष्ट्रांच्या दुसऱ्या परिषदेने (हॅबिटॅट II) नव्या स्थानिक अभिशासनाची व्याख्या पुढीलप्रमाणे केली आहे:

> सार्वजनिक आणि खाजगी व्यक्ती व संस्थांनी अनेक मार्गांनी शहरातील सर्वसाधारण व्यवहाराचे नियोजन व व्यवस्थापन करणे याला एकत्रितपणे शहरी अभिशासन असे म्हणतात. ही एक अव्याहत चालणारी प्रक्रिया असून त्याअन्वये विरोधी किंवा वैविध्यपूर्ण हितसंबंध सामावून घेऊन सहकार्याने काम करणे शक्य होते. यामध्ये औपचारिक संस्था व अनौपचारिक संरचना आणि नागरिकांची सामाजिक संसाधनेदेखील समाविष्ट असतात (रुएट आणि लामा-रीवल २००९, ९).

नवीन स्थानिक अभिशासनाने संघटनेच्या उत्तर नोकरशाही मतावर आधारित औपचारिकते ऐवजी सहसंबंध प्रस्थापित करणे व एकत्र येऊन वाटाघाटी करणे यावर भर दिला आहे. तथापि, राको आणि इम्री यांनी म्हटल्याप्रमाणे, 'नवीन स्थानिक अभिशासनामध्ये स्थानिक राजकारण आणि धोरण राबवण्याच्या परंपरागत प्रणालींना साधने, अधिकार आणि प्रभाव यांसाठी संघर्ष करणाऱ्या नानाविध नव्या संस्था, संपर्कजाल आणि संघटना यांच्याबरोबर सहअस्तित्व, सहकार्य आणि स्पर्धा करावी लागते' (राको आणि इम्री १९९९). याच बरोबरीने, नवीन स्थानिक अभिशासनाने स्थानिक निर्णय प्रक्रियेमध्ये व्यापारी अभिजनांच्या प्रवेशाचे स्वागत केले आहे. निःसंशयपणे हे 'नवीन स्थानिक' अभिशासनाचे पूर्तता करणारे वैशिष्ट्य आहे. लोकशाही रचनेमधील व्यापार आणि राजकारण यामध्ये स्नेह-द्वेष या प्रकारचे संबंध असतात. या परस्परसंबंधांबाबत व्यापारी संस्था वा राजकारणी लोक आश्वासक दिसत नाहीत. अनेक प्रकरणांमध्ये, हे परस्परसंबंध दडवून ठेवले जातात. स्थानिक अभिशासनासंबंधी निर्णयप्रक्रियेमध्ये व्यापारी अभिजनांना सामावून घेणे म्हणजे व्यापार आणि राजकारण यांमधील परस्परसंबंध उघड करणे, तसेच अशी प्रक्रिया अधिकाधिक पारदर्शी करणे होय.

तथापि, या रूपरेषांमध्ये ज्यायोगे, विकेंद्रीकरणाची प्रक्रिया अधिक सुकर करता येईल असे अनेक रचनात्मक, प्रक्रियात्मक आणि दृष्टिकोनात्मक बदल अपेक्षित असतात. संरचनात्मकदृष्ट्या, स्थानिक अभिशासनाची रूपरेषा ही राज्य-नियंत्रित व नोकरशाहीने व्यवस्थापन केलेल्या स्थानिक प्रशासनाचा कायापालट करण्यावर भर देत, प्रशासन अधिक लवचीक आणि बाजारपेठेवर आधारित अशी बदलली जाईल. नवीन स्थानिक अभिशासनामध्ये स्थानिक संस्थांना अधिकार विकेंद्रित करून देणे, श्रेणीय पद्धत नाहीशी करणे, नोकरशाहीचा व्याप कमी करणे इत्यादींवर सर्वांत जास्त भर दिला जातो. विशिष्ट प्रकारे केंद्रित स्थानिक शासनसंस्थांचे प्रशासकीय नूतनीकरण झाले असले तरीदेखील या नव्या रूपरेषांद्वारे स्थानिक संस्थांना थोडे अधिक वित्तीय स्वातंत्र्य देण्यात आले आहे. हे स्वातंत्र्य देताना स्थानिक अर्थव्यवस्थेची राज्यशासनाकडून होणारी गळचेपी शिथिल करण्याचा प्रयत्न करण्यात आला आहे. त्याचप्रमाणे, **प्रक्रियात्मक** पातळीवर, या रूपरेषांद्वारे अनेक प्रक्रियात्मक बदल घडवून आणण्याचा प्रयत्न केला जात आहे. जसे की, कंत्राटाने सेवा बाहेर देऊ करणे; कामगिरीचे मूल्यमापन करण्याच्या पद्धतींचा प्रारंभ करणे; तसेच गुणवत्तेच्या शाश्वतीबाबतचे निकष अवलंबिणे, जसे की, गुणवत्ता सेवांमधील पुढाकार, गुणवत्ता मंडल, संपूर्ण गुणवत्ता व्यवस्थापन, आणि नागरिक सनद इत्यादी.

नवीन स्थानिक अभिशासनामध्ये, स्थानिक शासनसंस्था तसेच नागरिकांमध्ये **दृष्टिकोनात्मक** किंवा संवेदनात्मक बदल घडवणे हा बदलाचा आणखी एक महत्त्वाचा घटक आहे. नागरिकांना, विशेषतः उत्तर वसाहतवादी देशांमधील नागरिकांना बराच काळ वस्तू आणि सेवांचे निष्क्रीय ग्राहक म्हणून वागणूक देण्यात आली आहे. नवीन स्थानिक अभिशासनामध्ये नागरिकांना विकासविषयक चर्चेच्या केंद्रस्थानी मानले जाते. साहजिकच, नागरिकांबद्दलचा पूर्वीचा दृष्टिकोन पुनर्संकल्पित करून नागरिकांकडे 'कृतिशील ग्राहक' म्हणून बघितले गेले. म्हणून, नागरिकांना सेवा पुरवणे हा प्रशासनाचा केंद्रबिंदू होय. परिणामी, शासकीय आणि खाजगी यांमधील अंतर कमी कमी होत जाते. खरेतर, स्थानिक अभिशासनाचे यश हे मोठ्या प्रमाणात दृष्टिकोनात्मक बदलांवर अवलंबून आहे.

तथापि, वर विवेचन केल्याप्रमाणे, स्थानिक अभिशासनातील बदलाचे वारे एका रात्रीत निर्माण होत नाहीत. स्थानिक अभिशासनातील या रूपरेषीय बदलाच्या प्रक्रियेस अनेक घटक जबाबदार असतात. डेंटर्स आणि रोझ (२००५) यांनी हे घटक स्थूल वातावरण आणि सूक्ष्म वातावरण या दोन ढोबळ वर्गांमध्ये विभागले आहेत. स्थूल वातावरणामध्ये स्थानिक शासन संस्थांना तीन महत्त्वाच्या घटकांना तोंड द्यावे लागते. शहरीकरण, जागतिकीकरण आणि युरोपीकरण; आणि सूक्ष्म वातावरणामध्ये, स्थानिक शासन संस्थांना मोठ्या प्रमाणातील ग्राहक जागरूकता निर्माण झाल्याचा परिणाम म्हणून, मागणीचा अधिभार वाढीस लागेल अशा वातावरणात काम करावे लागते (डेंटर्स आणि रोज २००५). हाच धागा पकडून कॅरोलिना अँड्र्यू आणि मिशेल गोल्डस्मिथ (१९९८) म्हणतात कीः

या प्रक्रियेचा मोठा भाग हा बाह्य बदलांचा परिणाम असतो, ज्यामध्ये वैयक्तिक स्थानिक सरकारांचा अत्यंत अल्प प्रभाव असतोः उदाहरणार्थ, वाढते आर्थिक परस्परावलंबित्व, जागतिकीकरणाची प्रक्रिया, बदलते तंत्रज्ञान किंवा पूर्व युरोपातील साम्यवादाचे अधःपतन, उदाहरणार्थ... आणि काही मागण्या स्थानिक शासनसंस्थांमधून उत्पन्न केल्या जातात. जसे की, प्रक्रियेतील टप्पे नाहीसे करण्याची प्रक्रिया, खाजगीकरण आणि सेवांचे कंत्राट देणे; ग्राहक सेवा आणि नागरिकांचे संबंध सुधारण्याचे प्रयत्न करणे.

वरील घटक स्थानिक शासनसंस्थांना बदलत्या वातावरणात पुनराभिमुख आणि पुनराविष्कृत होण्यास भाग पडतात.

विकेंद्रीकरणः स्थानिक स्व-अभिशासनाचे माध्यम

संकल्पना

संकल्पनात्मक दृष्टीने बोलायचे झाले तर, लोकांचा दर्जा सुधारण्याच्या हेतूने सत्तेचे विकेंद्रीकरण करण्यासाठीचे (प्रशासकीय, राजकीय अथवा वित्तीय) जाणीवपूर्वक प्रयत्न विकेंद्रीकरणाच्या केंद्रस्थानी आहेत. Decentralization या इंग्रजी शब्दाच्या व्युत्पत्तीचे मूळ हे लॅटिन शब्दात सापडते, ज्याचा अर्थ 'केंद्रापासून दूर' असा होतो. याकडे अधिकारवाद आणि नोकरशाहीकरण यावरील अतिशय महत्त्वाचा उपाय म्हणूनही बघितले जाते. लवचीक आणि प्रवाही चर्चा या अर्थाने प्रत्येक विचारसरणीच्या शोधाला ती अनुकूल आहे. विकेंद्रीकरण या संकल्पनेच्या क्रमविकासाचा विचार केला असता असे लक्षात येते की, या संकल्पनेला निश्चित असे वैचारिक मूळ नाही. गमतीचा भाग असा की, डाव्या व उजव्या गटांनी आपापल्या हितासाठी या संकल्पनेचा वापर केला आहे. उजव्या विचारसरणीच्या अनुयायांसाठी, विकेंद्रीकरण ही एक अशी यंत्रणा आहे, जी राष्ट्र-राज्याला विकेंद्रित करून बाजारपेठीकरणाला सुरुवात करते, तर डाव्या विचारसरणीच्या अनुयायांसाठी, विकेंद्रीकरणामुळे सामाजिक सुसज्जतेसाठीची संधी प्राप्त होते.

विकेंद्रीकरण ही अधिक व्यापक संकल्पना आहे, जी जबाबदारी सत्ता हस्तांतरणाच्या वरील सर्व प्रकारांना सामावून घेते. उदाहरणार्थ, चिमा आणि रोन्दिनेल्ली (१९८३) विकेंद्रीकरणाची पुढीलप्रमाणे व्याख्या करतातः 'नियोजन, निर्णय प्रक्रिया किंवा प्रशासकीय अधिकारांचे केंद्रशासनाकडून क्षेत्रीय कार्यालये, स्थानिक प्रशासकीय विभाग, निम-स्वायत्त वा निम-शासकीय संघटना, स्थानिक शासन किंवा अशासकीय संघटना यांकडे हस्तांतरण करणे.' याखेरीज, विकेंद्रीकरण ही प्रशासकीय वा वित्तीय अधिकार विभागून घेण्याची स्थिर रचना नाही. खरेतर, हे केंद्रीकरणाकडून पूर्ण स्वायत्तता असे एक सातत्य आहे (मीनाक्षीसुंदरम १९९९).

विकेंद्रीकरणाकडे 'वरिष्ठ' शासकीय विभागाकडून 'कनिष्ठ' शासकीय विभागाकडे जबाबदारी, अधिकार आणि कार्ये हस्तांतरित करण्याची प्रक्रिया याही दृष्टीने बघितले जाते (बलदेव सिंह यांनी उद्‌धृत केल्याप्रमाणे १९९६, १२ फ्रीडमन १९८३). ही कार्ये नियोजन, व्यवस्थापन, संसाधने उभी करणे व त्याची विभागणी करणे यांच्याशी संबंधित असू शकतात. साहजिकच, 'वरिष्ठ' विभागाचे क्रियात्मक अधिकारक्षेत्र हे अधिक व्यापक असते. तथापि, 'कनिष्ठ' विभाग हे 'वरिष्ठ' विभागाकडून काही प्रमाणात असलेल्या स्वायत्ततेची अंमलबजावणी करू शकतात. सामुदायिक उपक्रमांवरील अभ्यास गट आणि १९५७मध्ये भारतीय शासनाने स्थापन केलेली राष्ट्रीय प्रसारण सेवा यांच्याद्वारे विकेंद्रीकरणाची व्याख्या पुढीलप्रमाणे करण्यात आलीः विकेंद्रीकरण म्हणजे अशी एक प्रक्रिया होय ज्याद्वारे शासन काही कर्तव्ये व जबाबदाऱ्यांपासून स्वतःला बाजूला ठेवते आणि इतर कुठल्यातरी अधिकारी व्यक्तीवर ती सोपवते (नियोजन प्रकल्प समिती १९५७, ७). या अर्थाने, विकेंद्रित स्थानिक सत्तेकडे स्वतंत्र कायदेशीर अस्तित्व, स्वतःचे आर्थिक अंदाजपत्रक आणि अनेक वेगवेगळ्या कार्यांसाठी महत्त्वपूर्ण संसाधनांची विभागणी करण्याचे अधिकार असतील. या स्थानिक सत्तेमध्ये असलेल्या लोकप्रतिनिधींकडून हे निर्णय घेतले जातात.

विकेंद्रीकरणाचे मुख्य गुणधर्म

विकेंद्रीकरणाच्या संकल्पनेचे गुणधर्म पुढीलप्रमाणे आहेतः **एक**, हे एक तत्त्वज्ञान व संस्थात्मक रचना आहे ज्याद्वारे स्थानिक लोकसमुदायाचे बळकटीकरण करण्याच्या दृष्टीने पारंपरिक केंद्रांकडून दूरस्थ भागांमध्ये अधिकार विकेंद्रित केले जातात. **दोन**, स्वायत्तता हा विकेंद्रीकरणाचा गाभा होय. हा एक निकष आहे ज्याद्वारे विकेंद्रीकरणाच्या स्वरूपाचा अंदाज येतो. **तीन**, विकेंद्रीकरणाला कुठलाही निश्चित वैचारिक गाभा नाही; खरंतर, डाव्या आणि उजव्यांकडून आपापल्या भूमिकांना न्याय देण्यासाठी या संकल्पनेचा वापर केला जातो. **चार**, अगदी अलीकडे आलेल्या विकेंद्रीकरणाबाबतच्या उत्साहाचे श्रेय जागतिकीकरणाला द्यावे लागेल. जागतिकीकरणाच्या पुरस्कर्त्यांनी विकासासाठी विकेंद्रीकरण या माध्यमातून स्थानिकीकरणाचा सक्रियपणे पुरस्कार केला, कारण वसाहतवादामुळे त्रस्त झालेली आशिया, आफ्रिका आणि लॅटिन अमेरिकेतील राष्ट्र-राज्ये जागतिक बाजारपेठेमध्ये केवळ आर्थिक प्रतिनिधी म्हणून अक्षरशः मागे पडली होती. **पाच**, विकेंद्रीकरण केंद्राव्यतिरिक्त नवीन स्थानिक सत्ता तयार करून लोकांचा सहभाग अधिक सुलभ करते व त्यायोगे लोकशाहीची पाळेमुळे अधिक घट्ट केली जातात. **सहा**, स्वतःची कामे स्वयंशासित करण्यासाठीचा आत्मविश्वास विकेंद्रीकारणामुळे स्थानिक लोकांच्या मनात रुजविला जातो.

म्हणून, कमी-अधिक प्रमाणात स्वतंत्र अस्तित्व आणि अधिकार व स्थानिक निर्णयक्षमता असलेल्या यंत्रणांमध्ये विकेंद्रीकरणाद्वारे जबाबदारीची जाणीव रुजविली जाते. म्हणूनच, निर्णय क्षमतेचा अधिकार संघटनांमधील कनिष्ठ पातळ्यांबरोबर विभागून घेऊन त्यांची कार्यक्षमता, परिणामकारकता आणि प्रतिसादक्षमता सुधारणे ही विकेंद्रीकरणामागील मूळ कल्पना आहे.

विकेंद्रीकरणाचे महत्त्व

कुठल्याही देशातील लोकांचा अभिशासनामधील सहभाग आणि त्यावरील नियंत्रण हे लोकशाहीचे मूलतत्त्व आहे. अशा प्रकारचा सहभाग राज्याचे अधिकार जिल्हे, गट (गावांचा समूह), खेडे या पातळ्यांवर विकेंद्रित केले असतील तरच शक्य आहे. याचे कारण असे की, या पातळ्यांवर लोक त्यांच्या अडचणींवर चर्चा करू शकतात, तसेच योजनांच्या अंमलबजावणीवर लक्ष ठेवू शकतात. विकेंद्रीकरण ही एक प्रमुख यंत्रणा आहे, ज्यायोगे लोकशाही खऱ्या अर्थाने प्रातिनिधिक आणि प्रतिसादात्मक होते. म्हणूनच, याला लोकशाही विकेंद्रीकरणाचा गाभा म्हटले आहे. जी. शब्बीर चिमा आणि रोनीस रोन्देनिल्ली यांनी विकेंद्रीकरणाचे पुढीलप्रमाणे फायदे स्पष्ट केले आहेतः

१. केंद्राच्या अखत्यारित असलेल्या राष्ट्रीय नियोजनातील त्रुटींवर विकेंद्रीकरणाद्वारे मात केली जाऊ शकते. त्यासाठी विकास, नियोजन आणि व्यवस्थापन यांसाठी शासकीय अधिकाऱ्यांना मोठ्या प्रमाणात अधिकार प्रदान करणे असे मार्ग वापरता येऊ शकतात. विकेंद्रीकरणाद्वारे अनेक विषम प्रदेश आणि लोकसमूह यांच्या गरजांनुसार विशिष्ट पद्धतीच्या योजना आखणे सहज शक्य होते.

२. याद्वारे मोठ्या प्रमाणातील दप्तरदिरंगाई व उच्च रचनात्मक प्रक्रिया कमी करता येऊ शकतात. विकेंद्रीकरणाद्वारे केंद्रीय अधिकाऱ्यांना स्थानिक पातळ्यांवर नियुक्त करून स्थानिक अडचणींबाबत त्यांचे ज्ञान आणि संवेदनक्षमता वाढवणे शक्य आहे. शासकीय अधिकारी आणि स्थानिक लोक यांमध्ये सुसंवाद होणे शक्य होते.

३. राष्ट्रीय योजनांचे दुर्गम भागात राजकीय आणि प्रशासकीय 'समावेशन' विकेंद्रीकरणातून साध्य करता येणे शक्य आहे. अनेक राजकीय, सामाजिक, वांशिक आणि स्थानिक गटांचे निर्णयप्रक्रियेमधील प्रतिनिधित्व वाढवणे हेदेखील विकेंद्रीकरणातून अपेक्षित आहे. यामुळे स्थानिक संस्थांची प्रशासकीय क्षमता वाढवणे शक्य होईल. या माध्यमातून शासकीय आणि खाजगी संस्था या केंद्रशासनाशी संबंधित काही कार्ये स्वतःहून पार पाडण्यासाठी आपल्याकडे घेऊ शकतात. यामुळे वरिष्ठ पातळीवरील व्यवस्थापकांना दैनंदिन कामातून सूट मिळते.

४. निर्णय घेण्याची काही पर्यायी साधने निर्माण करून विकासात्मक नियोजनामध्ये लोकसहभाग संस्थापित करण्यासाठीदेखील विकेंद्रीकरणाची मदत होते. यामुळे प्रशासन अधिक लवचीक, सर्जनशील आणि निर्मितीक्षम होते, ज्यामुळे नियोजनाचा खर्च कमी करून लोकसेवांमध्ये वाढ होण्यास मदत होते. स्थानिक लोकांच्या निर्णयक्षमतेमधील योगदान वाढवून या मार्गाने राजकीय स्थैर्य प्रस्थापित करणेदेखील शक्य होते.

रजनी कोठारी, स्थानिक पातळीवरील अडचणी सोडवण्यासाठी 'लोककेंद्रित' दृष्टिकोनावर आधारित अभिशासनाची एक पर्यायी व्यवस्था म्हणून विकेंद्रीकरणाकडे पहातात. ते पुढे असे मत मांडतात की, 'ही संपूर्ण प्रक्रिया लोकांना सत्तेच्या केंद्रस्थानी बसवण्यासाठी असेल जेणेकरून आतापर्यंत केवळ लाभार्थी असलेले लोक आता विकासाच्या प्रक्रियेचे मूलभूत वाहक मानले जातील' (कोठारी १९९९: ४८).

लोकशाही विकेंद्रीकरण

'लोकशाही' या मूल्यवर्धित पूर्वप्रत्ययाने विकेंद्रीकरणाच्या संकल्पनेला एक विशेष गुणधर्म दिला आहे. कारण, विकेंद्रीकरणाचा अर्थ लोकतांत्रिक असाच होतो असे नाही किंवा त्याला कुठलेही अंगभूत मूल्य जोडलेले नसते. प्रशासकीय सोयीसाठी विकेंद्रीकरणाचा उपयोग पूर्णतः एकरेषीय व्यवस्थेकडून केला जातो (झा आणि माथूर १९९९). म्हणूनच, विकेंद्रीकरण हे साध्य नाही. वस्तुतः, लोकशाही विचारांचे वातावरण विकेंद्रीकरणाला सशक्तीकरणाचे प्रभावी साधन घडवते.

विकसनशील देशांच्या संदर्भात लोकशाही विकेंद्रीकरणाची संस्थात्मक आणि साधनात्मक अशा दोन भिन्न दृष्टिकोनातून संकल्पना केली गेली आहे. साधनात्मक दृष्टिकोनातून, लोकशाही विकेंद्रीकरणाकडे स्थानिक लोकांचे सशक्तीकरण करून त्यांचा सहभागात्मक विकास सुनिश्चित करण्यासाठीचे साधन म्हणून पाहिले गेले आहे. संस्थात्मक दृष्टिकोनातून, त्याकडे स्व-शासनाची संस्था म्हणून पाहिले गेले आहे. म्हणूनच, विकेंद्रीकरण ही, ज्याद्वारे स्थानिक अभिशासानाच्या स्वरूपाविषयी खात्री प्राप्त होते, अशी एक यंत्रणा किंवा मार्ग आहे.

भारताची स्थानिक अभिशासनाकडील वाटचाल

भारतामध्ये प्राचीन काळापासून पंचायती आणि ग्राम समित्या अस्तित्वात असल्याने, भारतामध्ये स्थानिक अभिशासानाची सर्वांत जुनी परंपरा आहे, असे म्हणता येईल. यात प्रामुख्याने गावामधील 'प्रभावी जात अथवा कुटुंबातील ज्येष्ठ व्यक्तींच्या अनौपचारिक समित्या' होत्या, ज्यांना वस्तू व सेवांची तरतूद करणे, कायदा व सुव्यवस्था अबाधित राखणे, गावातील लोकांचे हित साधणे इत्यादी वेगवेगळ्या प्रकारची कामे नेमून दिलेली असतात. या समित्यांना गावच्या समुदायाने संघटना, कार्ये आणि आर्थिक स्वायत्तता बहाल केलेली असते. अभिशासनाच्या प्रत्येक क्षेत्रामध्ये गावातील लोकसमुदायाने अतुलनीय आभासी कार्यस्वातंत्र्य वापरले होते. हा एक पूर्णपणे स्वाभाविक विकास होता, कुठलाही बाहेरचा अधिकार वापरून या संस्थांना सत्ता अथवा अधिकार देण्यात आले नव्हते हे या प्रकारच्या अभिशासनाचे अद्वितीय वैशिष्ट्य होते. त्याही पुढे जाऊन, गावातील लोकसमुदाय संघटनेचेदेखील समान स्वरूप नसल्याने अशा प्रकारच्या अभिशासनाचे स्वरूप एकसमान नव्हते (श्रीवास्तव २००२). भारतातील स्थानिक लोकशाहीची सचेतन परंपरा केंद्र पातळीवरील राजकीय साम्राज्यांच्या उलथापालथीखेरीज जवळजवळ अबाधित व स्वयंपूर्ण राहिली.

भारतामध्ये एकापाठोपाठ एक होणाऱ्या मुस्लीम आक्रमणांचा व मुस्लीम राजवटीच्या प्रारंभाचा या खेड्यातील लोकसमूहांच्या कार्यावर अत्यल्प प्रभाव पडला. सर्वप्रथम, संपूर्ण उपखंड स्वतःच्या अखत्यारित आणलेल्या मुघल राज्यकर्त्यांनासुद्धा हे स्थानिक पद्धतीचे अभिशासन नाहीसे करावे असे वाटले नाही. त्याऐवजी, राज्यकर्ते पोलीस आणि महसूल या बाबींमध्ये अधिक गुंतलेले होते व गावातील ज्येष्ठ लोकांबरोबर आधी त्या बाबी निस्तरण्यावर त्यांनी भर दिला. केंद्रीय पातळीवर अनेक राजकीय चढउतार झाले असले तरी, ही रचना सतराव्या शतकाच्या मध्यापर्यंत आहे तशीच

अबाधित राहिली. एकोणिसाव्या शतकामध्ये अगदी ब्रिटिशांचे आगमन झाले त्यावेळीदेखील या प्रकारचे एतद्देशीय स्थानिक अभिशासन अस्तित्वात होते. सर चार्ल्स मेटकाफ यांचे वर्णन अशा प्रकारच्या प्राचीन भारतातील स्थानिक अभिशासनाच्या परंपरेची साक्ष देते. हे वर्णन हाऊस ऑफ कॉमन्सच्या निवड समितीसमोर पुढील शब्दांत करण्यात आले होतेः

> ग्रामीण लोकसमुदाय ही छोटी गणतंत्रे आहेत. ती स्वयंपूर्ण आहेत आणि कुठल्याही प्रकारच्या विदेशी संबंधांपासून स्वतंत्र आहेत. इतर काही टिकून राहिले नाही, तरी ते समूह टिकून राहतात. एकानंतर दुसरी राजवट येते; एकानंतर दुसरी क्रांती होते; परंतु गावातील लोकसमुदाय आहे तसेच टिकून राहतात. माझ्या मते, या छोट्या लोकसमुदायांचे ऐक्य, ज्यांच्यातील प्रत्येक एक स्वतंत्र छोटे राज्य आहे, यामुळेच भारतीय लोकांचे ऐक्य टिकवून ठेवता आले आहे. लोकसमूहांचे त्यात सर्वाधिक योगदान आहे. अनेक क्रांती आणि बदल यांचा यावर परिणाम झाला असला तरी, हे लोकसमूह खूप मोठ्या प्रमाणात स्वातंत्र्य आणि स्वावलंबित्वाचे पोषक आहेत. (मेटकाफ यांनी श्रीवास्तवमध्ये म्हटल्याप्रमाणे २००२)

परंतु, या छोट्या गणतंत्रांची बऱ्याच मोठ्या प्रमाणातील क्षमता अनावृत करण्याच्या दृष्टीने वसाहतवादी सत्ताधारी वा वसाहतवादोत्तर राष्ट्रे यांपैकी कुणीही प्रयत्न केले नाहीत. या संदर्भात अगदीच अपवादाने टागोर, गांधी यांसारख्या द्रष्ट्या विचारवंतांकडून, काही सुधारणावादी आणि वैयक्तिक पातळीवर प्रयत्न केले गेले. या 'छोट्या ग्राम गणतंत्राचे' पुनरुत्थान करण्याच्या दृष्टीने वसाहतवादी सत्ताधाऱ्यांनी काहीही प्रयत्न केले नाहीत. स्थानिक अभिशासनामधील वसाहतवादी हस्तक्षेप केवळ साम्राज्य उभारणे आणि व्यापारीकरण या दोन उद्देशांपुरता मर्यादित राहिला. वसाहतवाद्यांनी स्थानिक अभिशासनाबाबत चोखंदळ दृष्टिकोन स्वीकारला असे दिसून येते. खरेतर, त्यांचे 'साम्राज्यीकरणाचे' उद्दिष्ट साध्य करण्याच्या दृष्टीने त्यांनी कलकत्ता, बॉम्बे आणि मद्रास यांसारखी शहरी 'केंद्रे' उभी केली आणि उर्वरित देशाकडे 'परिघाबाहेरील बाजू' या दृष्टिकोनातून पाहिले, जी कुठल्याही प्रकारचा विकास नसतानादेखील 'केंद्रा'च्या उपयोगी पडतील. या भागांना केवळ त्यांच्या दूरस्थ भागाच्या उदरनिर्वाहाभिमुख अर्थव्यवस्थेवर विसंबून राहण्यास संमती होती.

ग्रामीण भागांमधील स्थानिक शासनयंत्रणेचा बंगाल ग्राम चौकीदारी कायदा, १८७० नुसार केला गेलेला प्रारंभ आणि स्वशासित संस्थांच्या प्रेरणा या फार भिन्न होत्या. साम्राज्याचे हितसंबंध जपणे हे यातील अधोरेखित उद्दिष्ट होते. सन १८५७च्या उठावाच्या काळात जेव्हा साम्राज्याला अभिशासनासंबंधी अत्यंत तीव्र आव्हानाला सामोरे जावे लागत होते, तेव्हा हा कायदा अमलात आणला गेला. वसाहतवादी सत्ताधाऱ्यांना अभिशासनासारखा नाजूक प्रश्न ईस्ट इंडिया कंपनीच्या हाती देणे जिकिरीचे वाटल्याने १८५८ साली त्यांनी उपखंडाचा कार्यभार स्वतःकडे घेतला. म्हणूनच, बंगाल ग्राम चौकीदारी कायदा १८७०कडे साम्राज्याचा भारतामध्ये ब्रिटिश सत्तेचे दृढीकरण करण्यासाठीचा अत्यंत निकराचा प्रयत्न अशा दृष्टीने बघता येईल. ग्रामीण स्थानिक शासनसंस्था मुख्यत्वेकरून याच कायद्याची एक शाखा आहे असे म्हणता येईल. परंतु, यामागील खरा मानस मात्र साम्राज्याचे आर्थिक आणि सुरक्षासंबंधी पैलूंचे दृढीकरण करणे हा होता असे दिसून येते. कारण, या कायद्यायोगे, ग्रामीण पंचायतींना ग्रामीण चौकीदारींचे व्यवस्थापन करण्यासाठीचे कर रद्द करण्याचे अधिकार देण्यात आले. तसेच, या अनुषंगाने लोकांवर अंकुश ठेवणे सोपे जाण्याकरता देशाच्या दूरस्थ भागांमध्ये विश्वासार्ह अशी गुप्तचर यंत्रणा स्थापन करण्याची ही संधी होती. साहजिकच, या काळात केले गेलेले ग्रामीण पुनरुत्थान आणि शहरी विकास यासंबंधी केले गेलेले प्रयत्न हे मुळात व्यवस्थापन कार्यांचा एक भाग होते,

ब्रिटिश वसाहतवादी राज्याने व्यवस्थापन कार्यांचा एक भाग म्हणून स्थानिक स्वशासनयंत्रणा सुरळीत चालण्यासाठी अनेक घटनात्मक योजना अमलात आणल्या. रिपन ठराव १८८२, बंगाल स्थानिक स्वराज्य संस्था कायदा १८८५, बंगाल ग्रामीण स्वशासित संस्था कायदा १९१९ या काही उल्लेखनीय घटना म्हणता येतील. वर उल्लेखिलेल्या योजनांमध्ये, १९१९चा बंगाल स्वशासित संस्था कायदा म्हणजे, ज्यायोगे द्विस्तरीय यंत्रणेची तरतूद केली गेली असा, भारतातील स्थानिक स्वशासन यंत्रणेचा प्रारंभ असे म्हणता येईल. निम्न पातळीवर सांघिक मंडळे आणि वरील पातळीवर जिल्हा मंडळे. तथापि, त्या स्वशासित रचना अंतर्वर्ती अथवा स्थानिक नव्हत्या, कारण त्यांमध्ये कायमची संसाधनांची कमतरता,

अतिनोकरशाहीकरण आणि स्थानिक स्थावर संपत्ती असेल्या शिष्टजनांचा प्रभाव या गोष्टींची चिन्हे दिसत होती. या स्वशासित रचना प्रादेशिक शासनयंत्रणेच्या केवळ उपांग म्हणून उरल्या.

स्थानिक अभिशासनः स्वातंत्र्योत्तर काळातील प्रयत्न

स्वातंत्र्यामुळे अधिकार रचनेमध्ये बदल झाला खरा, मात्र स्थानिक अभिशासनासंबंधीचा दृष्टिकोन बदलला नाही. महात्मा गांधींनीदेखील भारतीय परिस्थितीला अनुसरून लोकशाही विकेंद्रीकरणाचे एक प्रारूप मांडले. महात्मा गांधींनी ग्राम स्वराजचा वारंवार पुरस्कार केला असूनदेखील स्वतंत्र भारतात ती एक घोषणाच राहिली. वारशाने मिळालेली स्थानिक अभिशासनासंबंधीची विचारसरणी लक्षात घेऊन राज्यघटना तयार करणाऱ्या सदस्यांनी सबळ आणि चैतन्यपूर्ण स्थानिक अभिशासानाला राज्यघटनेद्वारे बजावण्यायोग्य नसलेला असा एक भाग इतपतच सीमित ठेवले, हीच, राज्य धोरणासंबंधीची निर्देशक तत्त्वे होत. याच संदर्भाने, बाविस्कर आणि मॅथ्यू (२००९) यांनी म्हटल्याप्रमाणे, आधुनिक भारताच्या राज्यघटनेच्या दोन महत्त्वाच्या शिल्पकारांचे अभिप्राय महत्त्वाचे ठरतात, कारण त्यातून उच्चभ्रू मानसिकता प्रतिबिंबित होते, ज्यामुळे स्थानिक अभिशासनाला भारतीय राज्यघटनेमध्ये वर उल्लेखिलेले स्थान मिळू शकले नाही.

आंबेडकर असा युक्तिवाद करतात की, 'ज्ञानी भारतीयांचे ग्रामीण लोकसमूहाबद्दलचे प्रेम ,

> त्यात कारुण्य नसले तरी ते अपरंपार आहे. ते मुख्यत्वे मेटकाफ यांनी भरभरून केलेल्या स्तुतीमुळे होते असे म्हणता येईल. मेटकाफ यांनी असे वर्णन केले की, हे ग्रामीण समूह स्वशासित आहेत व कुठल्याही परदेशी राज्यापासून स्वतंत्र आहेत... तसेच त्यांनी अनेक चढउतार निभावून नेले आहेत हेदेखील एक सत्य आहे. परंतु, केवळ चढउतार निभावून नेणे याला महत्त्व नाही, तर ते कुठल्या स्तरावर जीवित आहेत हे महत्त्वाचे आहे. साहजिकच निम्न, म्हणजेच स्वार्थी पातळीवर. मी असे सांगितले की, ही ग्रामीण गणतंत्रे म्हणजे भारताचे अधःपतन होय. जे प्रादेशिकीकरण आणि जातीयतावादाचा धिक्कार करतात त्यांनीच खेड्यांचे समर्थक म्हणून पुढे यावे याचे मला म्हणूनच आश्चर्य वाटते. ग्राम म्हणजे खोलवर असलेली स्थाननिष्ठा, अनभिज्ञतेची गुहा, संकुचितता आणि जातीयतावाद यापेक्षा वेगळे काय आहे? (बाविस्कर आणि मॅथ्यू मधील आंबेडकर यांचे उद्धृत २००९: १).

काहीशा समांतरपणे, नेहरूंनी लिहिले आहे की, 'गावामध्ये अपरिहार्यपणे सत्य आणि अहिंसा अंतर्भूत का असावी, हे मला समजू शकलेले नाही. सर्वसाधारणपणे, ग्राम बौद्धिकदृष्ट्या आणि सांस्कृतिकदृष्ट्या मागासलेले असते आणि या मागासलेल्या वातावरणामध्ये प्रगती होणे कठीण असते. संकुचित मनोवृत्तीचे लोक अधिकच असत्य आणि हिंसक असू शकतात' (बाविस्कर आणि मॅथ्यू मधील नेहरू यांचे उद्धृत २००९).

वरील भावनांमुळे भारताला स्थानिक अभिशासनाचे स्वप्न पूर्ण होण्यासाठी जवळजवळ चार दशकांची वाट बघावी लागली. हे स्वप्न अखेर १९९३ साली पूर्णत्वास आले. दरम्यानच्या काळात काही पहिलेवहिले प्रयत्न केले गेले, मात्र ते निवडक स्वरूपाचे असून फक्त प्रादेशिक पातळीवरच सीमित राहिले. बळवंतराय मेहता समिती, अशोक मेहता समिती, पश्चिम बंगाल, कर्नाटक, केरळ अशा काही मोजक्या राज्यांतील सरकारांनी केलेले लोकशाही विकेंद्रीकरणासंबंधीचे प्रयोग हे त्यातील काही उल्लेखनीय प्रयत्न होत.

बळवंतराय मेहता समिती (१९५७)

पंचायतींचे संस्थीकरण करण्याच्या दृष्टीने पहिला प्रयत्न वरवर पाहता विसंगत वाटणाऱ्या एका गटाने केलेल्या अभ्यासातून केला गेला. हा गट लोकसमूह प्रकल्पांचा अभ्यास आणि सन १९५७ मधील राष्ट्रीय विस्तार सेवेशी संबंधित होता, जिचे लोकप्रिय नाव अध्यक्षांच्या नावावरून, बळवंतराय मेहता, ठेवण्यात आले. या अभ्यासातून मुळात लोकसमूह विकास उपक्रमांचे मूल्यमापन होणे आणि त्यानुसार सुधारणा सुचवणे असे अपेक्षित होते. तथापि, अभ्यासांती लोकसमूह विकास कार्यक्रमांमध्ये लोकांच्या सहभागाचे संस्थीकरण करण्यासाठी पंचायतींचे दृढीकरण करण्याची गरज अधोरेखित करण्यात आली. या समितीने स्थानिक ग्रामीण शासनाच्या त्रिस्तरीय रचनेची शिफारस केली होती.

म्हणजेच, ग्राम स्तरावर ग्राम पंचायत, मध्य स्तरावर पंचायत समिती आणि जिल्हा स्तरावर जिल्हा परिषद, ज्यांत पंचायत समिती सर्वांत कार्यक्षम संस्था आहे. तथापि, पंचायतींचा स्थानिक अभिशासनाच्या संस्था म्हणून कायाकल्प करण्यात बळवंतराय मेहता समितीच्या अहवालाला अपयश आले. या अपयशासाठी पुढील घटक नमूद करता येतील: एक, अभ्यासामागील मुख्य हेतू पंचायतींची लोकसहभागासाठीची संस्था म्हणून स्थापना करण्याऐवजी केंद्रशासनाच्या विकास कार्यक्रमांना वैधता प्राप्त करून देणे हा होता. दोन, शासन आणि प्रशासनातील पंचायतींच्या बाबतीतील शिष्टजन उदासीनतादेखील बळवंतराय मेहता समितीच्या अपयशाचा एक घटक ठरला.

अशोक मेहता समिती (१९७८)

भारतातील स्थानिक ग्रामीण शासनाच्या उत्क्रांतीमध्ये अशोक मेहता समितीचाही आवर्जून उल्लेख करणे महत्त्वाचे ठरते. पंचायती राज संस्थांचे कामकाज बघणे आणि त्यांचे दृढीकरण करण्यासाठी उपाययोजना सुचवणे यासाठी या समितीची नेमणूक करण्यात आली होती. अशोक मेहता समितीच्या म्हणण्यानुसार, काही घटकांमुळे पंचायती राज संस्थांना कमी लेखण्यात आले होते. जसे की, सहानुभूती नसलेली नोकरशाही, राजकीय इच्छाशक्तीचा अभाव, नियोजन आणि अंमलबजावणीमध्ये सहभागाचा अभाव आणि आर्थिक व सामाजिक शिष्टजनांचा ग्रामीण स्थानिक संस्थांवरील प्रभाव (डिसूझा २००२: ३७१).

या समितीने विकेंद्रीकरणाची कार्यात्मक गरज अधोरेखित केली आणि पंचायती राजव्यवस्थेच्या द्विस्तरीय योजनेची शिफारस केली. समितीकडून अशीही शिफारस करण्यात आली होती की, जिल्हा हे प्रशासनाचे मूलभूत एकक असावे ज्यामध्ये नियोजन, समन्वय आणि संसाधनांची व्यवहार्य विभागणी तसेच तांत्रिक कुशलतेची उपलब्धतादेखील असेल. पंचायतींना राज्यघटनेने मान्यता द्यावी अशी मागणी करणारी अशोक मेहता समिती पहिलीच समिती होती. या समितीने विधेयकाचा नमुनादेखील तयार केला होता जो अहवालाबरोबर सादर करण्यात आला, ज्यायोगे राज्यघटनेमध्ये घटनादुरुस्ती करण्यात यावी अशी मागणी करण्यात आली (कुमार २००६: २३).

अशोक मेहता समितीचे निर्णय अमलात आणण्यासाठी जनता पक्ष फार काळ सत्तेत राहू शकला नाही आणि अशी माहिती दिली जाते की, सुरुवातीच्या बैठकींमध्ये समितीच्या शिफारशींना राज्य सरकारांची मान्यता नव्हती. तथापि, या समितीच्या अहवालाचा प्रभाव महत्त्वपूर्ण ठरला आहे. वस्तुतः, कर्नाटक, आंध्र प्रदेश आणि पश्चिम बंगाल या राज्यांनी अशोक मेहता समितीच्या अहवालावर आधारित नवीन विधेयके पारित केली.

ग्रामीण स्थानिक अभिशासन

पंचायती राज संस्था

पंचायती राज संस्था, आधी नमूद केल्याप्रमाणे, ग्रामीण स्थानिक अभिशासनाचे अखिल भारतीय स्वरूप आहे. पंचायती राज संस्था ७३व्या घटना (दुरुस्ती) कायद्यानुसार १९९२ साली अस्तित्वात आल्या. या कायद्यान्वये ग्रामीण स्थानिक अभिशासनाच्या त्रिस्तरीय रचनेची सुरुवात झाली – ग्रामपंचायत खालच्या स्तरावर, पंचायत समिती मध्यम स्तरावर आणि जिल्हा परिषद सर्वोच्च स्तरावर.

त्र्याहत्तरावा (७३वा) घटनादुरुस्ती कायदा, १९९२

भारताच्या स्थानिक सरकारच्या इतिहासामध्ये ७३व्या घटनादुरुस्ती कायद्याला विभाजनबिंदू मानले जाते. या कायद्याने स्थानिक अभिशासनाला इच्छित असा घटनात्मक दर्जा देऊन त्याचे पारंपरिक स्वरूप परावलंबित्वापासून आत्मविश्वासपूर्ण असे बदलले आहे. ७३वा घटनादुरुस्ती कायदा पारित होईपर्यंत भारतीय राज्यघटनेने मान्य केलेला राज्य हा एकमेव उपराष्ट्रीय विभाग होता. स्थानिक सरकारांसंबंधीची तरतूद राज्य सूचीमध्ये राहिल्याने त्याचे राष्ट्रव्यापी असे एकमेव स्वरूप नव्हते. या कायद्यानुसार त्रिस्तरीय पंचायती राज संस्थांची संपूर्ण देशभर सुरुवात करण्यात आली आहे. ग्रामीण स्थानिक

(शासन) संस्थांचे कार्यात्मक क्षेत्र पाणीपुरवठा, स्वच्छता, स्थानिक रस्ते इत्यादी काही महत्त्वाच्या सेवांच्या पुरवठ्यापुरते मर्यादित होते. विकासकामांची कक्षा केंद्र किंवा राज्यशासन पुरस्कृत 'विकासात्मक' उपक्रम राबवण्याइतपत मर्यादित होती. या कायद्याने स्थानिक संस्थांना विकासकामांच्या योजना आणि अंमलबजावणीसाठी सक्षम केले.

संदर्भ

७३व्या घटनादुरुस्ती कायद्याचा वैधानिक आरंभ ६४व्या घटनादुरुस्ती विधेयकामध्ये सापडतो. ६४वे घटनादुरुस्ती विधेयक संसदेमध्ये १९८९ साली राजीव गांधी सरकारने मांडले. या विधेयकाची मांडणी म्हणजे ग्रामीण स्थानिक संस्थांना घटनात्मक मान्यता देण्याचा कदाचित पहिलाच प्रयत्न होता. हे विधेयक राज्यसभेमध्ये मंजूर झाले नसले, तरीही देशाच्या शतकानुशतके जुन्या ग्रामीण स्थानिक स्वराज्य संस्था पुनरुज्जीवित करण्याचा हा प्रयत्न कौतुकास्पद ठरला. उपरोक्त विधेयकाविरुद्ध एक किंतु असा होता की, या विधेयकानुसार स्थानिक अभिशासनाबाबत राज्य सरकारांना फारच कमी वाव देण्यात आला होता. तथापि, बराच खल झाल्यानंतर ग्रामीण स्थानिक सरकारांना घटनात्मक दर्जा देण्याचा मुद्दा १९९२च्या ७३व्या घटनादुरुस्ती कायद्यानंतर पुढे आला.

या कायद्यामागील प्रकट कारण विकासासाठी कार्यक्षम यंत्रणा उभी करणे हे असले तरी राजकीय पुढाऱ्यांसमोर स्थानिक लोकशाहीचा मुद्दा प्रकाशात आणण्यासाठी काही गंभीर राजकीय निकड होती असे लक्षात येते. सन १९७० आणि १९८०च्या दशकांमध्ये संपूर्ण देश प्रस्थापितविरोधी चळवळींना सामोरा गेला होता. या चळवळी वांशिक, धार्मिक आणि भाषीय आप्तभावावर आधारित होत्या. ईशान्य भारत, पंजाब आणि पश्चिम बंगालच्या उत्तरेकडील पर्वतीय प्रदेशातील लष्करी फुटिरतावादी चळवळी, बिहार व उत्तर प्रदेशमधील वेगळ्या राज्यांची मागणी करणाऱ्या चळवळी यांमुळे भारताच्या शासन करण्याच्या विश्वासार्हतेलाच तडा गेला होता. या परिस्थितीत, राष्ट्रावरील वाढता दबाव कमी करण्याच्या दिशेने तृणमूल पातळीवरील लोकांसमवेत सत्ता वाटून घेणे हा एक महत्त्वाचा प्रयत्न ठरला. याखेरीज, विकेंद्रीकरणाच्या या योजनेने आणखी एका कारणासाठी लक्ष वेधून घेतले होते. या योजनेमुळे विरोधकांची सत्ता असलेल्या आडमुठ्या आणि असमाधानी राज्यांचे अधिकार कमी करून व राज्यशासनाला डावलून थेट जिल्हाधिकारी व पंचायत राज संस्थांशी संबंध साधता येणे सोपे झाले होते (बंडोपाध्याय, घोष आणि घोष २००३).

७३व्या घटनादुरुस्ती कायद्याची मुख्य वैशिष्ट्ये

पंचायतींना घटनात्मक दर्जा देण्यामागील प्रेरणा काहीही असली तरीदेखील या कायद्याने ग्रामीण पातळीवरील स्थानिक अभिशासनाचा चेहरामोहराच बदलून टाकला असे म्हणता येईल. या कायद्याची मूर्त रूप देणारी काही वैशिष्ट्ये पुढीलप्रमाणे आहेतः

- या कायद्यानुसार तीन स्तरीय पंचायती राज संस्थांची सुरुवात झाली, ज्यामध्ये जिल्हा परिषद सर्वांत वरच्या पातळीवर, पंचायत समिती मध्यम पातळीवर आणि ग्राम पंचायत निम्न पातळीवर अशी रचना दिसते.
- या कायद्यानुसार स्वशासित संस्था म्हणून कार्ये पार पडण्यासाठी ग्रामीण स्थानिक संस्थांना सत्ता, अधिकार आणि जबाबदाऱ्या स्पष्टपणे सुपूर्द करण्यात आल्या (कलम २४३ जी).
- या कायद्यानुसार पंचायती राज संस्थांच्या सर्व स्तरावर दर पाच वर्षांच्या ठरावीक कालावधीनंतर निवडणुका घेणे अनिवार्य आहे. पंचायती राज संस्था लवकर वा अकाली बडतर्फ झाल्यास, सहा महिन्यांच्या आत परत मतदान घेतले जाते आणि नव्याने निवडून आलेले सदस्य पाच वर्षांतील उरलेल्या कालावधीसाठी सत्तेवर राहतात (कलम २४३ ई).
- या कायद्यानुसार अनुसूचित जाती आणि जमातींसाठी पंचायतींतील अनुक्रमे त्यांच्या वाट्यानुसार पंचायतींच्या प्रत्येक पातळीवर आरक्षणाची तरतूददेखील करण्यात आली आहे. त्याचबरोबर, पंचायतींच्या प्रत्येक स्तरावर

स्त्रियांसाठी एकतृतीयांश इतके आरक्षणदेखील अनिवार्य आहे, ज्यांपैकी एकतृतीयांश जागा खासकरून अनुसूचित जाती आणि जमातीतील स्त्रियांसाठी असाव्यात. अनुसूचित जाती आणि जमातीसाठीची घटनात्मक तरतूद पंचायतींच्या सर्व तिन्ही स्तरांच्या अध्यक्षांसाठीदेखील लागू होते. त्यांच्यासाठी एकतृतीयांश अनिवार्य आरक्षण राखून ठेवलेले असते.

- या कायद्यानुसार पाच वर्षांसाठी राष्ट्रीय निवडणूक आयोगाची स्थापनादेखील सुचवली गेली आहे, ज्यायोगे स्थानिक संस्थांमधील मतदान स्वतंत्र आणि निःपक्षपातीपणे पार पाडणे सोयीचे होईल.
- कायद्यानुसार राज्यशासनाला आणखी एक स्वतंत्र राज्य पातळीवरील आयोग स्थापन करण्याचा अधिकार देण्यात आला आहे. याद्वारे, पाच वर्षांसाठी स्थानिक संस्थांच्या वित्तीय परिस्थितीचे पुनरावलोकन करण्यासाठी वित्त आयोगाची स्थापना करण्यात यावी अशी तरतूद आहे. स्थानिक संस्थांना वित्त आणि करवाटपासंबंधी शिफारस करावी हेदेखील वित्त आयोगाचे काम आहे. वित्त आयोगाची स्थापना करण्याचा अधिकार राज्याच्या राज्यपालांचा आहे, ज्यायोगे पंचायतींच्या वित्तीय परिस्थितीचा आढावा घेऊन राज्यपालांकडे पुढील तरतुदी सादर केल्या जातील.
- प्रत्यक्ष लोकसहभागाचा मार्ग म्हणून कायद्यानुसार ग्रामसभा, ग्राम पंचायतीतील निवडून आलेल्या सभासदांचे मंडळ, यांच्या स्थापनेची तरतूद करण्यात आली आहे. ग्रामसभा विकासात्मक प्रक्रियेमध्ये महत्त्वपूर्ण भूमिका बजावेल आणि लोक विकासात्मक योजनांच्या मांडणी आणि अंमलबजावणीमध्ये सहभागी होऊ शकतील, असे यामागील अधोरेखित उद्दिष्ट असे होते. तथापि, ही संस्था स्थानिक उत्तरदायित्व आणि पर्यवेक्षण यांसाठी कार्यरत असेल.
- या कायद्यात पंचायती राज संस्थांच्या २९ कार्यांची यादी देण्यासाठी ११वे परिशिष्ट (कलम २४३ जी) समाविष्ट करण्यात आले आहे.

कायद्याच्या कलम २४३ (जी) नुसार, 'पंचायतींना स्वशासित संस्था म्हणून कार्ये करण्यासाठी सत्ता आणि अधिकार देण्यात यावे'. हे पंचायतींना योग्य त्या पातळ्यांवर अधिकारदान आणि जबाबदाऱ्या देऊन करण्यात येईल जसे की, (अ) आर्थिक विकास आणि सामाजिक न्यायासाठी योजना तयार करणे आणि (आ) आर्थिक विकासासंबंधीची योजना राबवणे. कलम २४३ (एच) नुसार पंचायतींना योग्य तो कर लावणे, प्रवेश कर आणि शुल्क आकारणे व संकलन करणे यासंबंधीचे अधिकार आहेत. या दोन कलमांमध्ये पंचायती आणि राज्यशासन या दोन्हीचे सत्ता, अधिकार आणि जबाबदाऱ्या स्पष्टपणे मांडल्या आहेत. या कलमानुसार स्थानिक संस्थांना लोकसेवांचा पुरवठा, लोकसेवांची निर्मिती आणि देखरेख, विकासात्मक योजनांचे नियोजन आणि अंमलबजावणी आणि दारिद्र्यनिर्मूलन आणि वितरणासंबंधीची समानता यांबाबतीत महत्त्वपूर्ण भूमिका बजावण्याची तरतूद आहे.

पंचायती राज व्यवस्थेचे कामकाज

वरील चर्चेवरून हे उघड आहे की, ७३व्या घटनादुरुस्ती कायद्यात काही पुरोगामी तरतुदी आहेत. या तरतुदींद्वारे पंचायती राज संस्थांच्या मूलभूत अडचणींना तोंड देण्याचा प्रयत्न केला गेला, जसे की, (अ) पंचायती राज संस्थांना घटनात्मक दर्जा देणे; (आ) दलित, आदिवासी आणि स्त्रिया यांसारख्या सामाजिक आणि आर्थिकदृष्ट्या वंचित समूहांचे सबलीकरण करणे; (इ) स्वतंत्र, निःपक्षपाती आणि नियमित मतदान सुनिश्चित करणे; (ई) कार्यकाल सुनिश्चित ठेवणे; (उ) पंचायती राज संस्थांच्या अधिकारक्षेत्रात येणाऱ्या बाबींची यादी तयार करणे; (ऊ) पंचायती राज संस्थासंबंधीच्या वित्तीय बाबींसंबंधी तरतूद करणे (डिसूझा २००२ः ३७९). अशा प्रकारे, या कायद्याने राज्य ते स्थानिक पातळ्यांपर्यंत बऱ्याच अंशी वित्तीय, प्रशासकीय आणि राजकीय विकेंद्रीकरण यासंबंधी तरतूद करण्यात आली.

आता अप्रत्यक्षपणे 'मूक क्रांती' असे संबोधल्या गेलेल्या लोकशाही विकेंद्रीकरणाच्या प्रयोगाचे दोन दशकांपश्चात मूल्यांकन करणे गरजेचे ठरते. म्हणूनच लोकशाही विकेंद्रीकरणासंबंधी या संदर्भाने पुढील काही प्रश्न विचारणे गरजेचे ठरतेः आपण विकेंद्रीकरणासाठी खरेच तयार आहोत का? लोकशाही विकेंद्रीकरण हे एक साध्य आहे का? लोकशाही विकेंद्रीकरण स्थानिक लोकसमूहाचे खरंच सबलीकरण करते का? या प्रश्नांवर बरेच आत्मचिंतन होणे गरजेचे आहे. या भागामध्ये विकास आणि सामाजिक न्याय साध्य करण्यासाठीच्या लोकशाही विकेंद्रीकरणाच्या भूमिकेचे टीकात्मक विश्लेषण केले आहे.

पंचायती राज व्यवस्थेतील उणिवा

बरीच प्रशंसा आणि गाजावाजा झाला असूनदेखील पंचायती राज संस्थांना भारतीय समाज आणि राजकारणामध्ये हवे तसे परिवर्तन घडवून आणण्यात अपयश आले आहे. खरेतर या संस्थांच्या दशकपूर्तीनंतरच त्यांच्या कार्यपद्धतीविषयी बरीच वैगुण्ये निदर्शनास आलेली आहेत. **एक**, पंचायत, स्थानिक स्वशासनाची संस्था म्हणून योग्य ती ओळख न मिळाल्याने पेचात सापडली आहे. याचे कारण असे की, स्वशासनाचा खरा अर्थ स्पष्टोच्चारित नाही. **दोन**, पंचायती राज संस्थांना अधीनतेची संस्कृती वारशाने मिळाली आहे. ही संस्कृती वसाहतवादाच्या काळात जाणीवपूर्वक रुजवली गेली होती. ही संस्कृती स्वातंत्र्योत्तर काळात विकेंद्रीकरण साध्य करण्याच्या विरुद्ध होती असे म्हटले तर वावगे ठरणार नाही. **तीन**, ७३व्या घटनादुरुस्ती कायद्यात नमूद केल्याप्रमाणे स्त्रियांना पंचायती राज संस्थांमध्ये एकतृतीयांश एवढे आरक्षण आहे. यावरून हे सिद्ध होते की, पंचायती राज संस्था लिंगभाव सबलीकरणाच्या बाबतीत स्पष्ट आहेत. तथापि, पंचायती प्रातिनिधिक लोकसहभागाला सामोरे जाताना दिसतात म्हणजेच स्त्रियांना आरक्षण असले तरी घरातील पुरुषाने स्त्रीच्या वतीने सत्ता गाजवणे हा प्रघात आहे. कुप्रसिद्ध प्रधान-पती विकृती येथे चर्चेचा मुद्दा आहे. **चार**, अतिराजकीयीकरण ही या व्यवस्थेची आणखी एक उणीव आहे. एकच पक्ष अनेक वर्षे सत्तेत असलेल्या संसदीय लोकशाहीमध्ये पंचायतींचे प्रशासन व पक्षाचे प्रशासन हे समान आणि अविभक्त असणारे घटक मानले गेले आहेत, ज्यामुळे जबाबदाऱ्यांची परस्परव्याप्ती ओघाने येते. परिणामी, पंचायतींचे प्रशासन म्हणजे पक्ष प्रशासनाची विस्तार शाखा बनली आहे कारण एकाच व्यक्तिसमूहाकडून एकाच वेळी दोन्ही कर्तव्ये पार पाडली जातात, ज्यायोगे अधिक गोंधळ निर्माण होतो. तथापि, भारतीय पंचायती राज व्यवस्थेने राजकीय गतिशीलतेला चालना दिली असल्याने राजकीयीकरण ही काही विशेष बाब नाही. लोकशाही व्यवस्थेमध्ये राजकीय पक्षांच्या मुक्त गतिशीलतेला वाव दिला असता स्पर्धात्मक राजकीय सुसज्जतेद्वारे समुदायाची गुणवत्ता वाढवण्यास मदत होऊ शकली असती. कारण, या व्यवस्थेमध्ये राजकीय पक्षांना सेवेची गुणवत्ता सुधारून त्यांच्या प्रतिस्पर्ध्यांवर मात करावयाची होती. राजकीय पक्षांनी अथवा इतर सत्ताधारी पक्षांनी एकतर्फी बऱ्याच काळासाठी सत्ता पेलली असेल तरच विपर्यास होण्याची शक्यता असते. **पाच**, स्थानिक अभिशासनाच्या संस्था म्हणून पंचायती राज संस्थांवर अतिविसंबून राहणेदेखील धोक्याचे ठरते, कारण त्यामुळे 'व्यवस्थांवर अतिभार' निर्माण होऊन बहुसंख्य विकासात्मक योजना पंचायतींनीच तडीस न्याव्यात असे गृहीत धरलेले असते. **सहा**, स्वतंत्र भारतामध्ये विकेंद्रीकरणाच्या उपक्रमांमध्ये प्रबळ केंद्रीकरणाची प्रवृत्ती अनुस्यूत आहे, ज्यामध्ये विकास हा राष्ट्राच्या केंद्रस्थानी आहे. तरीदेखील बळवंतराय मेहता समितीपासून अगदी अलीकडच्या ७३व्या घटनादुरुस्ती कायद्यापर्यंत अधिकारांच्या केंद्रीकरणाची वेगळीच परंपरा दिसून येते.

नवीन पंचायती राज व्यवस्थेच्या कार्यातून हे उघड आहे की, जवळजवळ सर्वच राज्यांमध्ये वैधानिक आणि मतदानसंबंधी औपचारिक प्रक्रिया पूर्ण झाल्या असल्या तरी अंमलबजावणीच्या पातळीवर त्यामध्ये तफावत दिसून येते. ११व्या परिशिष्टामध्ये नमूद केलेले २९ विषय स्थानिक संस्थांना कायदा करण्यासंबंधीचे अधिकार देत नसून केवळ निर्णय घेण्यासंबंधीचे अधिकार देतात. राज्य वित्त आयोगाच्या शिफारशीदेखील अनिवार्य स्वरूपाच्या नाहीत. घटनात्मक योजनेनुसार स्थानिक संस्थांना कार्ये, अधिकारी, संसाधने यांसंबंधी अधिकार प्रदान करावे का नाही हे संपूर्णपणे

राज्यशासनाच्या अखत्यारित येते. सन २००७ पर्यंत भारतातील २८ राज्यांपैकी केवळ ३ राज्यांनी, घटनादुरुस्तीमध्ये म्हटल्याप्रमाणे स्थानिक संस्थांना संपूर्ण २९ कार्यांचे अधिकार प्रदान करण्यासंबंधी कार्यकारी आदेश पारित केले (भारत सरकार २००८ब). अगदीच काही अपवाद वगळता नोकरशाहीचे स्थानिक स्वायत्ततेवरील वर्चस्व अजूनही कायम राहते. आतापर्यंतच्या अनुभवावरून असे सिद्ध झाले आहे की, जिल्हा पातळीवर अनेक विभाग आणि संस्था त्यांची कार्ये आणि योजना जिल्हाधिकाऱ्याच्या देखरेख आणि नियंत्रणाखालीच राबवतात. म्हणूनच, पंचायती राज संस्थांना या दात नसलेल्या (अधिकार नसलेल्या) भूमिकेतच समाधानी राहावे लागते (विठ्ठल १९९७, १२).

अनुभवावरून हे स्पष्ट आहे की, लोकशाही विकेंद्रीकरण हे अभिशासनासंबंधी प्रत्येकच समस्येवर उपाय होऊ शकत नाही. ताठर पितृसत्ताक व्यवस्था ही मागास जाती आणि स्त्रियांना ग्रामीण अभिशासनात सहभाग घेण्यास अटकाव करते. ७३वी घटनादुरुस्ती असे स्पष्ट करते की, पंचायतीतील एकूण जागांपैकी एकतृतीयांश जागा स्त्रियांसाठी 'आरक्षित' आहेत व अशीच तरतूद अनुसूचित जाती व जमातींसाठीदेखील आहे. उत्तर भारतामध्ये मुख्यत्वे जात आणि लिंग असमानता हा संवेदनक्षम विषय आहे. परंतु, येथील स्थानिक शिष्टजनांनी ही गरज त्या त्या समूहातील 'कळसूत्री' उमेदवार निवडून त्यांच्याद्वारे आपली सत्ता गाजवणे, असे उपाय केले आहेत. पती (जो प्राथमिकतः चुकून सरपंच मानला जातो) प्रश्नांची उत्तरे देत असताना एका बाजूला असलेली दबलेली स्त्री सरपंच हे उत्तर भारतातील पंचायती राज संस्थांच्या टीकात्मक लेखनातील परिचित चित्र आहे (ड्रेझ आणि सेन २००२ः ३६२). त्याही पुढे जाऊन, निवडून आलेले प्रतिनिधी हे प्रथमच निवडून आलेले असल्याने, त्यांना पंचायती राज संस्थांच्या कार्यासंबंधी पूर्वीपासून माहिती असेलच असे नाही. ग्रामीण दुर्बलजनांसाठी विकास प्रक्रियेत क्रियाशीलपणे सहभागी होणे सोपे नसते. अनुसूचित जाती, अनुसूचित जमाती आणि स्त्रियांमधील साक्षरतेची पातळी बऱ्यापैकी कमी असते. भारतातील ग्रामीण संपत्ती आणि अधिकार यांची विभागणी असमान आहे. ३९ टक्के ग्रामीण कुटुंबे (मागास जातींची) केवळ ५ टक्के मालमत्ता धारण करतात आणि ५ टक्के श्रेष्ठीजन ४६ टक्के मालमत्ता धारण करतात. यामुळे तृणमूल पातळीवरील खऱ्या अर्थाने वंचित खेड्यांकरता अत्यल्प संधी आणि सामाजिक पसंतीक्रम उपलब्ध असतात.

विकेंद्रित अभिशासनाच्या कार्यक्षम कामामध्ये अपुरी वित्तीय संसाधने हादेखील एक अडसर आहे. पंचायतींना राज्यशासनाकडून मिळणाऱ्या साहाय्यक अनुदानावर आणि अधिकारदानावर अवलंबून राहावे लागते. पंचायतींनी महसूल प्राप्त करण्यासाठी काही स्वतंत्र स्रोत विकसित केले नाहीत. याखेरीज, बऱ्याच राज्यांनी स्थानिक संस्थांना कार्ये हस्तांतरित केली असली तरी निधी हस्तांतरित केला नाही. एकूण १२ राज्यांच्या अभ्यासावरून असे लक्षात आले की, यातील ९ राज्यांमध्ये स्थानिक संस्थांचा पंचायत आणि शहरी स्थानिक संस्था दोन्ही – करमहसूल राज्यशासनाच्या एकूण कर महसुलाच्या ५ टक्क्यांहूनही कमी होता (राज्यघटना कामकाज पुनरावलोकन संबंधीची राष्ट्रीय समिती २००१ः २९). पंचायतींना असलेल्या मर्यादित वित्तीय स्वायत्ततेमुळे बऱ्याच मोठ्या प्रमाणावर केंद्र आणि राज्य सरकारवर अवलंबून राहावे लागते.

संक्रमणावस्थेमध्ये विकेंद्रीकरणाशी संबंधित बंधने आणि अडचणी यामुळे गोंधळ निर्माण होणे योग्य नाही, कारण कुठल्याही संक्रमणाला सकारात्मक परिणाम दाखवण्यासाठी वेळ द्यावा लागतो. ग्रामीण भारतामध्ये मूकक्रांती घडून येते आहे, हे लोकांना त्यांच्या अधिकारांची जाणीव होते आहे यावरून लक्षात येते. पंचायती राज प्रयोगाची एक महत्त्वाची बाजू अशी की अनेक प्रकारे वंचित असलेले समूह, जसे की, दलित, आदिवासी, स्त्रिया यांचा समावेश आणि सहभाग यात अपेक्षित असतो. अधिकृतपणे ठरवलेल्या संख्येची (स्थानिक संस्थांमधील) तरतूद असल्याने मोठ्या प्रमाणात जाणीव निर्माण होण्यास मदत झाली हे निर्विवाद आहे. सबलीकरणाचे परिणाम धिम्या गतीने प्रत्यक्षात येत असले, तरीदेखील स्त्रिया प्रमुख आहेत अशा पंचायतींमध्ये विकासात्मक फलनिष्पत्ती प्रभावशाली आहे असे अभ्यासांती लक्षात आले आहे (जयाल २००७, १३). लोकशाही विकेंद्रीकरणाच्या दिशेने जाणाऱ्या या नवीन चळवळीमुळे विकास प्रक्रियेमध्ये असलेली नोकरशाहीची मक्तेदारी नाहीशी होऊन तृणमूल पातळीवर लोक हे सत्तेचा महत्त्वाचा केंद्रबिंदू ठरला आहे.

नवीन पंचायती राज व्यवस्था एक महत्त्वाची संस्थात्मक विभागणी दर्शविते, ज्यायोगे तृणमूल पातळीवरील राजकीय प्रक्रियेमध्ये 'लोकांना' परत आणण्यात आले. लोकांना व्यक्त होण्याची संधी देण्यात आली. अशा प्रकारे व्यक्त होण्यामुळे, व्यापक असममितीय सत्तेच्या परिस्थितीमध्ये सुद्धा, असममितता नाहीशी होण्यास मदत होईल, ज्या प्रक्रियेचे परिणाम चांगलेच होतील. बी. बी. बाविस्कर यांच्या शब्दांत मांडावयाचे झाले तर, ज्याने अनेक प्रकारे स्वशासन संस्थांना प्रादेशिक शासनाचे केवळ 'अभिकर्ते' असण्यापासून ते 'स्वावलंबी' असणे असा बदल घडवून आणला अशा ७३व्या घटनादुरुस्ती कायद्याला 'मूकक्रांती' म्हणणे योग्य ठरेल (बाविस्कर आणि मॅथ्यू २००९).

शहरी स्थानिक अभिशासन

संरचना

शहरी अभिशासन हे ग्रामीण अभिशासनासारखे श्रेणीबद्ध नाही. सन १९९२च्या (जो प्रत्यक्षात १९९३ साली राबवला गेला) ७४व्या घटनादुरुस्ती कायद्यातील कलम २४३ क्यू मध्ये, भारतामध्ये शहरी स्थानिक संस्थांचे तीन प्रकार असावेत असे नमूद केले आहे. संक्रमणशील भागासाठी नगर पंचायत, लहान शहरी भागांसाठी नगर समिती अथवा नगरपालिका आणि मोठ्या शहरी भागांसाठी महानगरपालिका. ७४व्या घटनादुरुस्ती कायद्यातील मापदंडांप्रमाणे नगरपालिकांसंबंधी कायदे करण्याची परवानगी राज्यशासनाला आहे.

कार्ये

राज्यघटनेतील कलम २४३ डब्ल्यू हे 'महानगरपालिकांच्या सत्ता, अधिकार आणि जबाबदाऱ्या यांच्याशी संबंधित आहे' ज्यामध्ये १२व्या परिशिष्टात नमूद केलेली कार्यांची यादी आणि महानगरपालिकांची कार्ये हे दोन्ही समाविष्ट आहेत. या कार्यांसंबंधीचा तपशील राज्यघटनेतील १२व्या परिशिष्टात आहे. या कार्यांमध्ये पुढील कार्यांचा समावेश होतो.

ग्राम नियोजनासह शहर नियोजन; जमीन वापराचे नियमन आणि इमारतींचे बांधकाम; आर्थिक आणि सामाजिक विकासासाठीचे नियोजन; रस्ते व पूल; कौटुंबिक, औद्योगिक आणि व्यावसायिक क्षेत्रासाठी पाणीपुरवठा; लोकांचे आरोग्य, स्वच्छता, साफसफाई आणि घनकचरा व्यवस्थापन; अग्निशमन सेवा; शहरी वनसंवर्धन, पर्यावरणरक्षण, पर्यावरणीय बाबींचा विकास; ज्यामध्ये अपंग आणि मानसिकदृष्ट्या आव्हान असलेल्या लोकांचादेखील समावेश होतो अशा समाजातील दुर्बल समूहांचे हितसंबंध जपणे; झोपडपट्टी सुधारणा आणि श्रेणीवाढ; शहरी दारिद्र्यनिर्मूलन; बागबगीचे, क्रीडा मैदाने यांसारख्या शहरी सुविधांचा पुरवठा; सांस्कृतिक, शैक्षणिक आणि कलाविषयक बाबींचा प्रसार; दफन आणि दफनभूमी, दहन आणि दहनभूमी व विद्युतदाहिनी; जनावरांचे खाद्य; जनावरांसंबंधी क्रौर्याला प्रतिबंध; जन्म-मृत्यू यांसारखी महत्त्वपूर्ण नोंदणी; रस्त्यांची दिवाबत्ती यांसारख्या लोकसुविधा, वाहनतळ व्यवस्था, बस स्थानक आणि जनसुविधा; कत्तलखाने आणि चामडी कमवण्याच्या जागांचे नियमन.

७४वा घटनादुरुस्ती कायदा, १९९२: मुख्य तरतुदी

भारताच्या शहरी अभिशासनामध्ये, १९९२च्या ७४व्या घटनादुरुस्ती कायद्याने नवीन टप्प्याची सुरुवात केली आहे. तथापि, हा कायदा १९९२च्या ७३व्या घटनादुरुस्ती कायद्याशी काही ठळक समानता दर्शवतो. भारतीय राज्यघटनेच्या कलम २४३, भाग ९अमध्ये हा कायदा समाविष्ट आहे. या कायद्याच्या महत्त्वाच्या तरतुदी पुढीलप्रमाणे होतः

- शहरी स्थानिक संस्थांना, लोकसंख्येनुसार महानगरपालिका, नगरपालिका आणि नगर पंचायत असे संबोधले जाईल व या संस्था प्रौढ मतदान पद्धतीनुसार देशाच्या प्रत्येक शहरी भागात स्थापन केल्या जातील.
- या संस्थांची स्थापना ५ वर्षांच्या काळासाठी करण्यात येईल.
- शहरी स्थानिक संस्थांमध्ये एकूण जागांपैकी एकतृतीयांशपेक्षा अधिक जागा स्त्रियांसाठी राखीव असाव्यात.

- या संस्थांना आर्थिक विकास आणि सामाजिक न्यायासंबंधीच्या १८ विषयांवर योजना तयार करण्याचा व राबवण्याचा अधिकार व सत्ता असावी.
- शहरी स्थानिक संस्थांना त्यांची कार्ये पार पाडता यावीत यासाठी राज्याच्या विधिमंडळाने त्यांना काही विशिष्ट कर, शुल्क, प्रवेश कर, उपकर लागू करणे, संकलित करणे आणि विनियोग यासंबंधीचे अधिकार द्यावेत.
- प्रत्येक राज्यात वित्त आयोगाची स्थापना करण्यात यावी. वित्त आयोगाने शहरी स्थानिक संस्थांच्या वित्तीय परिस्थितीचा आढावा घ्यावा, तसेच ज्यामध्ये राज्यातील संकलित निधीपैकी या संस्थांसाठीचा साहाय्यक निधीदेखील समाविष्ट आहे अशा संसाधनांच्या अधिकारवाटपासंबंधी काही तत्त्वांची शिफारस करावी.
- शहरी स्थानिक संस्थांमधील निवडणुकांचे आयोजन करण्याकरता मतदार याद्या तयार करताना त्यांचे अधीक्षण, दिशादर्शन आणि नियंत्रण राज्य निवडणूक आयोगाकडे असावे.
- ३ लाखांपेक्षा अधिक लोकसंख्या असलेल्या नगरपालिकांमध्ये कायद्यानुसार प्रभाग समिती स्थापन करण्याची तरतूद आहे.
- विकासात्मक आराखडा तयार करण्यासाठी जिल्हा नियोजन समिती व महानगरीय नियोजन समिती यांची स्थापना करण्यात यावी.

अशा प्रकारे, ७४वा घटनादुरुस्ती कायदा महानगरपालिकांना घटनात्मक दर्जा देतो. त्यांची भूमिका, प्रभाव, कार्ये आणि वित्त यांची पुनर्व्याख्या करण्याचा या कायद्याचा प्रयत्न आहे. या कायद्याने भारतामध्ये शहरी अभिशासन आणि शहरी व्यवस्थापनाचे एक नवीन पर्व सुरू केले आहे. या कायद्याला आणखी एका बाबीसाठी महत्त्वपूर्ण स्थान आहे, ते असे की, यानुसार शहरी संस्थांना परंपरागत कार्यांबरोबरच आर्थिक विकास आणि सामाजिक न्याय यासंबंधीची कार्येदेखील देण्यात आली आहेत. या कार्यांमधून या संस्थांची 'अभिकर्त्यांची कार्ये' करणाऱ्या संस्था ते विकास नियोजनासाठीच्या जबाबदार संस्था असा उन्नत प्रवास दिसून येतो. शहरी स्थानिक संस्थांना वित्तीय स्वायत्तता देण्याच्या दृष्टीने राज्य पातळीवर वित्त आयोग स्थापन करण्याची तरतूद एक महत्त्वाचा टप्पा म्हणता येईल. विशेषकरून स्त्रियांसाठी असलेली जागांच्या आरक्षणाची तरतूद समाजातील सामाजिकदृष्ट्या वंचित असलेल्या लोकांचा सहभाग निश्चित करते.

हा नवीन कायदा म्हणजे राजकीय साक्षरतेचे एक साधन बनले आहे. शहरी राजकारणाच्या संदर्भात बोलायचे झाले तर, लोक संघटित व्हायला शिकू लागले आहेत, अधिकाराच्या प्रस्थापित स्वरूपाविषयी प्रश्न विचारू लागले आहेत, त्यांच्या अधिकारांची मागणी करू लागले आहेत आणि भ्रष्टाचाराला विरोधदेखील करू लागले आहेत. या राजकीय साक्षरतेमुळे लोकांची केवळ स्थानिक लोकशाहीसाठी तयारी होत नसून एकूणातच राजकीय सहभागाबद्दलची सज्जता दिसून येते.

नागरी स्थानिक अभिशासनापुढील मुख्य आव्हाने

७४व्या घटनादुरुस्ती कायद्याने भारतातील शहरी ग्रामीण संस्थांचे पुनरुज्जीवन केले आहे मात्र अजूनही या संस्थांना अनेक अडचणींना तोंड द्यावे लागते. तीव्र वित्तीय कमतरता ही शहरी स्थानिक संस्थांना भेडसावणारी एक गंभीर समस्या आहे. आवश्यक प्रमाणात निधी उपलब्ध नसल्यास सत्ता प्रत्यक्ष प्रयत्न आणि परिणाम यांसाठी वापरता येत नाही व म्हणून ती अर्थहीन ठरते. या नवीन कायद्यानुसार राज्य पातळीवर वित्तीय संसाधनांसंबंधी ऊहापोह करण्यासाठी वित्तीय आयोग स्थापन करण्याची तरतूद करण्यात आली असली तरी या आयोगाच्या शिफारशी त्या राज्यांसाठी अनिवार्य नाहीत. शहरी संस्थांमध्ये लोकांचा सहभाग अत्यल्प आहे. लोकांच्या या दृष्टिकोनामागील एक महत्त्वाचे कारण असे दिसते की, लोकांच्या मनात नागरी संस्थांविषयी शंकेची भावना असते. तसेच, त्यांच्या अडचणी व तक्रारींचे निरसन होणार नाही असे गृहीतक असते. तथापि, ११व्या परिशिष्टाप्रमाणे, शहरी स्थानिक शासनाच्या विविध विभागांमध्ये कार्याचे स्पष्ट विभाजन नाही, ते त्या त्या राज्यांवरच सुपूर्द केलेले आहे. यामुळे राज्यांना त्यांची आवडनिवड राबवण्याचे पूर्ण स्वातंत्र्य

आहे, मात्र यामुळे सुव्यवस्था निर्माण होण्याऐवजी नेहमी गुंतागुंतच निर्माण झाली आहे. ही गुंतागुंत कुठले प्रातिनिधिक अधिकार द्यावेत आणि कुठले नाहीत यांसंबंधी आहे.

बदलत्या परिस्थितीमध्ये, शहरी स्थानिक संस्थांनी केवळ विकासाच्या कार्यासाठी स्वतःला वाहून घेण्याची गरज आहे आणि म्हणूनच त्यांना अधिकाधिक प्रमाणात स्वायत्तता असावी. परंतु, प्रत्यक्ष परिस्थिती याच्या अगदीच उलट दिसून येते. ७४व्या घटनादुरुस्ती कायद्यावर टीका करताना, निर्मल मुखर्जी असे म्हणतात की, 'ही जवळजवळ ७३व्या घटनादुरुस्ती कायद्याची नक्कल प्रत' आणि 'अविवेकी पश्चातबुद्धी' आहे. या कायद्याची ७३व्या घटनादुरुस्ती कायद्याशी तुलना करताना ते पुढे असे म्हणतात की, 'जसे की, एक दिवस पंचायत कायद्यामध्ये एका स्वतंत्र विचाराने प्रवेश केला आणि एक दिवस महानगरपालिकावाल्यांना अचानक जाग येऊन त्यांनी ''आम्हीदेखील'' असे वक्तव्य केले आणि म्हणून त्यांना पंचायत नावाचाच खाद्यपदार्थ नगरपालिका नावाच्या नव्या व्यंजनाबरोबर मिळाला'. दुसरे, 'अत्यंत अविचाराने या कायद्याने ग्रामीण शहरी असे एकीकरण अपेक्षित असतांना ग्रामीण शहरी कृत्रिम विभाजनाला घटनात्मक असे स्वरूप दिले' (मुखर्जी १९९९). या कायद्यासंबंधी 'ग्रामीण भागांसाठी पंचायती' असा कल असणे किंवा पंचायत केवळ 'ग्रामीण' भागाशी संबद्ध असते अशी आणखी एक लघुदृष्टी आहे. वरील मुद्द्यांखेरीज, उदारीकरण, खाजगीकरण, जागतिकीकरण आणि शहरीकरण या प्रक्रियांमुळे शहरी अभिशासनापुढे नवी आव्हाने उभी ठाकली आहेत.

७३ व ७४व्या सुधारणा कायद्यांचा परिणाम

वर नमूद केलेले कायदे अनेक अर्थांनी असामान्य आहेत. या विभागामध्ये, काही अभिप्रेत अर्थ अधोरेखित केले आहेतः

घटनात्मक दर्जा

स्थानिक शासनाला घटनात्मक दर्जा देणे हा ७३व्या व ७४व्या घटनादुरुस्ती कायद्यांचा सर्वप्रथम अभिप्रेत अर्थ होय. सुरुवातीला भारतीय राज्यघटनेने स्थानिक शासनाला कोणताही विशेष दर्जा दिला नव्हता; राज्यघटनेच्या ७व्या सूचीमध्ये राज्य सूचीचा समावेश आणि राज्याच्या निदर्शक तत्त्वांमध्ये विशेष कलमाचा समावेश ज्यायोगे, राज्यशासनाने पंचायतींसंबंधीचे उपक्रम राबवावे असे अपेक्षित आहे, हे त्याला अपवाद ठरतात.

अगदी अलीकडच्या काळापर्यंत, संपूर्ण देशभरात स्थानिक स्व-शासनाचे एकसारखे स्वरूप नव्हते. स्थानिक सरकारे तयार करणे व त्याचे जतन करणे हा संपूर्णपणे राज्य सरकारच्या स्वेच्छेचा मुद्दा होता. मात्र हे कायदे पारित झाल्यापासून ग्रामीण व शहरी स्थानिक सरकारे स्थापन करणे राज्य सरकारसाठी अनिवार्य झाले आहे. म्हणूनच, ग्रामीण व शहरी स्थानिक सरकारांना घटनात्मक स्वरूप प्राप्त झाल्याने स्थानिक सरकारांचे कायदेविषयक कार्यक्षेत्र, ज्याला शासनाचा 'तिसरा स्तर' असेही म्हणतात, तो धोक्यात आला आहे (मुखर्जी १९९९), ज्यामुळे अभिशासनाची प्रक्रिया आणि स्थानिक लोक यांमध्ये प्रत्यक्ष संबंध प्रस्थापित झाले आहेत.

प्रशासकीय अधिकार

या कायद्यान्वये शहरी व ग्रामीण संस्थांशी संबंधित कार्याचे अधिकार प्रदान करण्यासाठी अतिशय गरजेची असलेली प्रशासकीय स्वायत्तता बहाल करण्यात आली आहे. यापूर्वी, स्थानिक संस्था राज्य सरकारच्या केवळ 'प्रतिनिधी' मानल्या जात होत्या. यामध्ये स्थानिक संस्थांना राज्य नियंत्रणनिरपेक्ष कुठलेही प्रशासकीय निर्णय घेण्यासंबंधीचे अधिकार नव्हते. परंतु, नवीन कायद्यांनी स्थानिक सरकारांना त्यांच्या कार्यांचे व्यवस्थापन करण्यास भाग पाडले आहे. उदाहरणार्थ, ज्यामध्ये आर्थिक विकास आणि सामाजिक न्यायासंबंधीचे नियोजन करणे याचा समावेश होतो, त्या स्थानिक संस्थांच्या संपूर्ण क्षेत्राच्या विकासावर लक्ष ठेवण्याचा अधिकार येथे नमूद करता येईल. तसेच विविध विकास योजना राबवणे आणि स्थानिक संस्थांना उपयुक्त वाटतील असे विकासात्मक उपक्रम राबवणे याचाही समावेश होतो.

वित्तीय स्वायत्तता

वर नमूद केलेल्या कायद्यांचा आर्थिक स्वायत्तता हादेखील एक ध्वन्यार्थ होतो. आर्थिक स्वायत्तता हा कुठल्याही संघटनेचा महत्त्वाचा घटक असतो. भारतीय स्थानिक संस्था त्यांच्या बारमाही वित्तीय कमतरतेसाठी प्रसिद्ध होत्या. या कायद्यांनुसार वित्तीय कमतरता असलेल्या शहरी व ग्रामीण या दोन्ही स्थानिक संस्था बऱ्यापैकी वित्तीय अधिकार देऊन वाचवण्यात आल्या. उदाहरणार्थ, नवीन कायद्यानुसार पंचायती आणि नगरपालिकांना त्यांची स्वतःची संसाधने निर्माण करण्याचीदेखील परवानगी देण्यात आली. शासनाकडून कायम मिळणाऱ्या साहाय्यक अनुदानाव्यतिरिक्त संसाधने निर्माण करण्याची परवानगी देण्यात आली.

याचबरोबर, या कायद्यांनुसार ज्यायोगे स्थानिक संस्थांच्या वित्तीय परिस्थितीचा तुलनात्मक आढावा घेणे शक्य होण्याकरता, राज्य सरकारने दर ५ वर्षांच्या कालावधीनंतर एकदा राज्य वित्त आयोगाची स्थापना करावी अशी अनिवार्य तरतूद केली. तसेच राज्यशासनाला खालील बाबींसंबंधी शिफारशी करणेदेखील अभिप्रेत आहेः (अ) राज्य आणि स्थानिक (पंचायत आणि नगरपालिका) संस्थांमध्ये कर, शुल्क, जकात आणि राज्याद्वारे आकारणीय शुल्क यातून मिळणाऱ्या रकमेची विभागणी करणे. ही विभागणी स्थानिक संस्थांमध्ये (पंचायती आणि नगरपालिका) प्रत्येक पातळीवर त्यांच्या हिश्श्याप्रमाणे वाटप करण्यात येते; (आ) स्थानिक संस्थांना (पंचायती आणि नगरपालिका) समायोजित करावयाचा किंवा त्यांनी लावावयाचा कर, शुल्क, जकात आणि शुल्क यांचा अग्रक्रम ठरवणे; आणि (इ) राज्याच्या एकत्रित निधीतून स्थानिक संस्थांना (पंचायती आणि नगरपालिका) साहाय्यक अनुदान देणे.

अभिशासनातील पारदर्शकता

आजच्या युगात पारदर्शकता हा परवलीचा शब्द ठरला आहे. स्थानिक सरकारांमध्ये सचोटी साध्य करण्यासाठीची पूर्वअट आणि सुशासनाचा अविभाज्य घटक म्हणून पारदर्शकतेप्रती पाहिले जाते. म्हणूनच, या कायद्यांचा चौथा मथितार्थ असा आहे की त्यांनी अभिशासनामध्ये पारदर्शकता आणली आहे. विचारार्ह असणाऱ्या कायद्यांनीदेखील हा पारदर्शकतेचा घटक महत्त्वाचा मानला आहे. ७३व्या घटनादुरुस्ती कायद्यातील कलम २४३ जे आणि ७४व्या घटनादुरुस्ती कायद्यातील कलम २४३ झेड यांमध्ये पंचायती आणि नगरपालिकांच्या अनिवार्य लेखापरीक्षणासंबंधीच्या तरतुदी नमूद करण्यात आल्या आहेत.

अभिशासनातील उत्तरदायित्व

या कायद्यांमुळे स्थानिक संस्था लोकांच्या इच्छा-आकांक्षा पूर्ण करण्यासाठी उत्तरदायी आहेत. त्यांना तृणमूल पातळीवरील समस्या सोडवण्यासाठीचे अधिकार व कार्ये देण्यात आली आहेत.

लोकशाही खोलवर रुजविणे

भारतीय समाजात रुजलेली लोकशाही प्रेरणा म्हणजे भारतातील लोकशाहीच्या यशाचे रहस्य होय, असे कायमच म्हटले जाते. नवीन कायद्यांनुसार पंचायतींमध्ये खालील पातळीवर स्थापन केलेली लोकप्रिय व सर्वव्यापी संस्था म्हणजेच ग्रामसभा (आणि पश्चिम बंगालमध्ये ग्रामसभेच्या खालोखाल ग्रामसंसद) आणि नगरपालिकांमध्ये प्रभाग समिती यांमुळे भारतीय समाजामधील पोकळ्यांमध्येदेखील लोकशाहीचा मोठ्या प्रमाणात शिरकाव झाला. तथापि, नवीन कायद्यांनी देशातील मतदान प्रक्रिया नियमित केली आहे. या कायद्यांपूर्वी, स्थानिक संस्थांमधील मतदान हे कमी-अधिक प्रमाणात स्वेच्छेने घेतले जात होते. अगदीच काही थोडी उदाहरणे सोडली तर अनेक वेळा हे मतदान वेळप्रसंगानुसार अधूनमधून घेतले जात असे. दर पाच वर्षांनी स्थानिक संस्थांचे मतदान घेण्यात यावे, असे नवीन कायद्यांनी नमूद केले. पंचायत किंवा नगरपालिका ही कार्यकाल संपण्यापूर्वी स्थगित झाली असता, सहा महिन्यांच्या आत मतदान घेतले जावे, नव्याने निवडून आलेल्या प्रतिनिधींनी उरलेल्या कार्यकालासाठी सत्तेत राहावे.

लिंगभाव सबलीकरण

स्थानिक संस्थांमध्ये जागा आरक्षित करून स्त्रियांच्या सहभागाचे संस्थापन हे या कायद्यांचे आणखी एक वैशिष्ट्य होय. भारतीय समाजातील स्त्रिया पितृसत्ताक व्यवस्थेमुळे कायमच शोषण सहन करत आल्या आहेत. त्यांना सत्तेच्या हमरस्त्यावरून कायमच 'वगळले' गेले आहे. या कायद्यांमुळे एक प्रकारे भारतीय स्त्रियांचा दर्जाच सुधारला आहे असे म्हणता येईल. या कायद्यांमुळे अवलंबित्वापासून स्वावलंबित्वाकडे स्त्रियांची वाटचाल झाली. 'प्रत्येक पंचायतीतील प्रत्यक्ष मतदानाने भरण्यात येणाऱ्या एकूण जागांपैकी एकतृतीयांशपेक्षा अधिक जागा स्त्रियांसाठी राखीव असाव्यात' असे या कायद्यांनी स्पष्टपणे नमूद केले.

आपल्यासारख्या विषम पितृसत्ताक समाजामध्ये, स्त्रियांसाठीच्या जागांच्या आरक्षणामुळे स्त्रियांचा दर्जा सुधारला आहे हे नाकारता येणार नाही. तथापि, याकडे स्त्रियांचे सबलीकरण करण्याचा एकमेव मार्ग म्हणून बघू नये. कायमच याची सबलीकरणाबरोबर तुलना करू नये. हे सबलीकरणाच्या दिशेने केवळ एक पाऊल असून सबलीकरण नव्हे. आरक्षणाचा मुद्दा असमानता आणि समानता यांमधील कधीही कमी न होणाऱ्या द्वैतापर्यंत सीमित आहे. स्त्रीवादी ज्ञानशास्त्र हे या कायमच्या द्विधा मनःस्थितीत सापडलेले दिसते. अधिक सडेतोडपणे बोलावयाचे झाले तर असे म्हणता येईल की, स्त्रियांनी समान हक्कांसाठी बाजू मांडावी की पुरुषांबरोबरची असमानता मान्य करून, लिंग आधारित सवलतीच्या वागणुकीची मागणी करावी या प्रश्नांभोवती ही चर्चा घडत आहे.

वंचितांचे सबलीकरण

आजकाल 'सर्वसमावेशक विकास' याबद्दल बोलणे ही एक जनरीत मानली जाते, ज्यामुळे वंचित समूह परिघावर राहणार नाहीत, असे समावेशनाचे सूत्र आणि विकासाचा आराखडा याबाबत बोलले जाते. रोनाल्ड ड्वोर्कीन, जॉन रॉल्स आणि इतर आधुनिक राजकीय तत्त्वज्ञांनी त्यांच्या समानता आणि सामाजिक न्याय याबाबतच्या वक्तव्यांमध्ये सर्वसमावेशक विकासाला पाठिंबा दिला आहे. आपल्या राज्यघटनेमधील बऱ्यापैकी भाग हा अनुसूचित जाती, अनुसूचित जमाती व इतर मागासलेल्या वर्गांसाठी आहे. याचबरोबर, नवीन कायद्यांनी अत्यल्प लाभार्थी गटांना (अनुसूचित जाती-जमाती) प्रतिनिधित्व करण्याची मोठी संधी दिली आहे, कारण या कायद्यांनुसार शहरी व ग्रामीण स्थानिक संस्थांमध्ये त्यांच्यासाठी एकतृतीयांश जागा राखीव ठेवण्यात आल्या आहेत.

लोकसहभाग

या कायद्यांनी स्थानिक अभिशासनामध्ये लोकसहभागाचे संस्थापन केले आहे. या संदर्भात १९९२च्या ७३व्या व ७४व्या घटनादुरुस्ती कायद्यांमधील 'सहभागात्मक विकास' या वैकल्पिक रूपरेषांचा प्रारंभ म्हणून हे उदाहरण देता येते. या कायद्यांनी सर्वात निम्न पातळीवर ग्रामसभा किंवा प्रभाग समिती अनिवार्यपणे स्थापन करून लोकसहभागाचे औपचारिक स्वरूप देऊ केले.

विकेंद्रित पद्धतीचे नियोजन

विकेंद्रित पद्धतीचे नियोजन करण्याची प्रक्रिया हे या कायद्याचे आणखी एक महत्त्वाचे प्रमाणचिन्ह होय. आतापर्यंत, नियोजन म्हणजे मुरब्बी अधिकाऱ्यांच्या समूहाने करावयाचे अत्यंत तांत्रिक काम या दृष्टीने पाहिले जात होते. थोडे उशिरा का होईना पण नियोजनाच्या कल्पनेमध्ये बराच बदल झाला असून, आता नियोजनाकडे परंपरागत 'वरून खाली' या दृष्टिकोनातून न पाहता 'खालून वर' या पद्धतीच्या नियोजनाचे प्रारूप या दृष्टिकोनातून पाहण्यात आले आहे. नियोजन प्रक्रियेचे विकेंद्रीकरणासाठीचे सरकारचे प्रयत्न शहरी व ग्रामीण स्थानिक संस्थांमध्ये दिसून येतात. ग्रामीण स्थानिक संस्थांच्या बाबतीत, राज्य पुरस्कृत ग्रामीण विकास हा योजनांवर आधारित प्रक्रियांमधून होतो, ज्यामध्ये लोकांचा सहभाग असणे अपेक्षित होते. मात्र आता ही प्रक्रिया उलट करून लोकांनी सुरू केलेले ग्रामीण विकासाचे कार्यक्रम

ज्यामध्ये सरकारचा सहभाग असेल अशी करण्यात आली आहे (पलानिथुराई २००५). लोकांना आता विकासाच्या प्रक्रियेतील भागीदार मानले जाते. उदाहरणार्थ, घटनादुरुस्ती कायद्यातील कलम २४३जी नुसार पंचायतींना 'स्वशासनाच्या संस्था' असा दर्जा देण्यात आला आहे व आर्थिक विकास व सामाजिक न्याय यांना प्रोत्साहन देण्यासाठी योजना तयार करण्याच्या जबाबदाऱ्या देण्यात आल्या आहेत.

राज्य पंचायत कायद्याने, औपचारिकरित्या का होईना पण पंचायतींना योजना राबवण्यासाठीचे गरजेचे अधिकार व कार्ये देण्यात आली आहेत. तथापि, केरळ, कर्नाटक, तमिळनाडू या राज्यांचे काही अपवाद वगळता संपूर्ण देशात तृणमूल पातळीवरील नियोजनाचे यशापयश स्फूर्तिदायी आहे. खरेतर, केरळ राज्याने या दिशेने मोठी उडी घेतली आहे असे म्हणता येईल. उदाहरणार्थ, केरळमधील खूपच गाजलेल्या 'नवव्या योजनेसाठी लोकांचे अभियान' नमूद करता येईल. या कार्यक्रमांतर्गत, पंचायतींना एकात्मिक आणि शास्त्रीय पद्धतीने परियोजना तयार करणे व राबवणे यासंबंधी अधिकार देण्यात आले. नियोजन प्रक्रियेच्या प्रत्येक पातळीवर स्थानिक लोकांचा अधिकाधिक सहभाग या कार्यक्रमांतर्गत अभिप्रेत असतो. महानगर नियोजन समिती आणि जिल्हा नियोजन समिती यांच्याद्वारे ७४व्या घटनादुरुस्ती कायद्यानेदेखील विकेंद्रित नियोजनासंबंधी काही तरतुदी केल्या आहेत.

नागरी समाज: स्थानिक अभिशासनामधील लोकसहभागाला चालना

वर नमूद केल्याप्रमाणे, नागरी समाज हा स्थानिक अभिशासनामधील महत्त्वाचा घटक आहे. याचे कारण असे की, त्याद्वारे लोकसहभाग साध्य करणे शक्य होते. पुढील विभागामध्ये नागरी समाजाच्या वेगवेगळ्या घटकांच्या महत्त्वपूर्ण भूमिकेवर ऊहापोह केला आहे.

ग्रामीण विकासातील नागरी समाजाची भूमिका

ग्रामीण विकास हा विशिष्ट पद्धतीने राज्याकडे कललेला आहे. अगदी अलीकडच्या काळापर्यंत त्याला राज्यपुरस्कृत आणि राज्यप्रेरित विकासाची योजना असे मानले गेले होते. बाजारपेठेचे एकत्रीकरण आणि राज्याने माघार घेणे या उदारमतवादी 'पद्धती'मुळे राज्याला एकट्याने लोकसमूह विकासाची कार्ये पार पाडणे कठीण झाले. या परिस्थितीमध्ये अभ्यासकांचा आभासी संच पुढे आल्याने गुंतागुंत अधिकच वाढली. 'राज्याशिवाय ग्रामीण विकास' ते परिणामी ग्रामीण विकासाला लागलेले ग्रहण इथपर्यंत ज्या दृश्यमान होत्या अशा अनेक शक्यतांना तोंड फुटले. इतिहासाने सिद्ध केले आहे की, भारतासारख्या देशांनी आर्थिक सुधारणांच्या तिसऱ्या टप्प्यात प्रवेश केला असला तरीही ग्रामीण विकास धोरणावरील भर कायम राहिल्यामुळे, इतिहासाने उपरोक्त 'भाकिते' खोटी ठरवली. याविरुद्ध, भारताने मुक्त बाजारपेठीय अर्थव्यवस्थेमध्ये प्रवेश केल्यापासून भारतातील ग्रामीण विकासाने लोककेंद्रित रूपरेषांवर आधारित शासन-संघटित अशासकीय-संघटना या एका नवीनच प्रारूपाचा अनुभव घेतला.

या नवीन परिस्थितीमध्ये, अशासकीय संघटना किंवा नागरी समाज (अशासकीय संघटनेचे विस्तारित स्वरूप) यांचे महत्त्व खूपच वाढले. बदललेल्या ग्रामीण विकासाच्या रूपरेषांमध्ये अशासकीय संघटना आणि लोक यांना विकासाच्या प्रक्रियेमध्ये नेहमीच्या मोहीम राबवणाऱ्या राज्याबरोबर समान वाटेकरी मानले गेले. परंपरेनुसार, राज्य आणि स्वयंसेवी संस्थांमधील परस्परसंवाद एकतर नसतो अथवा बहुतांशी नियामक स्वरूपाचा असतो. त्यांना राष्ट्रबांधणीच्या प्रक्रियेतील 'समान भागीदार' मानले गेले नव्हते. त्यांची कार्ये मदत आणि कल्याणकारी उपक्रमांपर्यंत मर्यादित होती. तथापि, नवीन रूपरेषांनुसार शासन आणि अशासकीय संघटना यांच्यातील संसाधनांचा एकत्र संचय आणि ग्रामीण लोकांना सेवा देणे यासाठी साहचर्य अपेक्षित आहे. अशासकीय संघटना, म्हणूनच, ग्रामीण विकासाच्या प्रक्रियेत राष्ट्राला पूरक व परस्परपूरक ठरतात. एकत्रितपणे (अशासकीय संघटना व शासन) ते लोक सबलीकरण व सर्वसमावेशक ग्रामीण विकासाचे उद्दिष्ट साध्य करू शकतात, ज्यासाठी देश अनेक दशकांपासून प्रयत्नात आहे. पुढे, ७३व्या घटनादुरुस्ती

कायद्यानुसार (१९९३मध्ये कार्यान्वयित) ग्रामीण विकासामध्ये स्वयंसेवी संस्था आणि पंचायतींना 'एकमेकांची गुणवत्ता वाढवणारे घटक' असे म्हणण्यात आले आहे.

शहरी विकासातील नागरी समाजाची भूमिका

गेल्या काही दशकांमध्ये जागतिकीकरणामुळे शहरी अभिशासानाच्या रूपरेषेमध्येच आमूलाग्र बदल झालेला दिसतो. याला कारण जागतिकीकरणामुळे आर्थिक, राजकीय आणि सामाजिक क्षेत्रांत झालेले दूरगामी बदल होत. जगभर उत्तरोत्तर झालेल्या व्यापार आणि जकातीच्या ऱ्हासाने आणि जागतिक बाजारपेठेच्या एकत्रीकरणाने या सीमारहित जगामध्ये (ओहमे १९९४) शहरे 'व्यवस्थापन केंद्र' किंवा 'रसद्पुरवठा क्षेत्र' म्हणून उदयाला आली (हॅरिस २००३). म्हणून, पूर्वी केवळ राज्याच्या अखत्यारित मानले जाणारे शहरी अभिशासन आता शहरी भागातील वेगवेगळ्या भूमिका असणाऱ्या सर्व भागीदारांचा एकत्रित प्रयत्न म्हणून बघितले जाते (कुंडू आणि कुंडू २००४). तथापि, यामागील अंतर्निहित प्रेरणा *नव अधिकार चळवळी*तून आणि त्याच्या 'राज्याने माघार घेणे' या निर्धारणातून मिळते. म्हणूनच, राष्ट्र, बाजारपेठ आणि अशासकीय संघटना यांमध्ये भागीदारी असते, ज्याला सार्वजनिक-खाजगी भागीदारी (PPP) असेही संबोधले जाते.

स्थानिक अभिशासनाचे नवे आयाम

जागतिकीकरणाच्या काळात स्थानिक लोकशाहीसमोर नवे प्रश्न व नवी आव्हाने आहेत. पुढील विभागामध्ये अशा प्रश्नांचा ऊहापोह करण्यात आला आहे. तसेच, स्थानिक संस्था व लोकांनी नव्या आव्हानांना दिलेला प्रतिसाद मांडण्यात आला आहे.

वैश्विक-स्थानिक वाद

स्थानिक पातळ्यांवरील विकासासंदर्भातील विद्यमान चर्चेला वैश्विक-स्थानिक वाद असे संबोधता येईल. स्थानिक विकास, स्थानिक पातळीवरील कल्पकता किंवा बाह्य तंत्रज्ञान आणि कुशल मनुष्यबळ याबाबतीत मार्गदर्शक तत्त्वे कुठली असावी या मुद्द्याभोवती ही चर्चा रेंगाळते. या संदर्भाने दोन दृष्टिकोन लक्षात घ्यावे लागतात. पहिल्या दृष्टिकोनानुसार, स्थानिक पातळीवरील तंत्रज्ञान आणि संरचना स्थानिक विकासासाठी अधिक सोयीच्या ठरतील असे मत पुढे येते. या दृष्टिकोनानुसार, स्थानिक संरचना तात्कालिकता व समयोचिततेवर आधारलेली असते. स्थानिक मागण्या स्थानपरत्वे बदलत जातात असेदेखील या दृष्टिकोनातून पुढे येते. वेगवेगळ्या संस्कृती, परंपरा, जगण्याच्या अनेक पद्धती अस्तित्वात असल्याने एकसाची संरचना सर्वदूर लागू होणे शक्य नाही.

स्थानिकतेचा पुरस्कार करणारे असे मानतात की, स्थानिक पातळीवर विकसित झालेल्या विकासयोजना मोठ्या प्रमाणात स्वीकृत केल्या जातात. याचे कारण असे की, त्या स्थानिक गरजा लक्षात घेऊन आखलेल्या असतात. अशा प्रकारच्या संरचनेमध्ये स्थानिक लोकांना आपलेपणा वाटून ते योजना राबविण्यास उत्सुक असतात. स्थानिक पातळीवरील सक्रिय समन्वय, अनुकूलता आणि उत्साह याद्वारे कार्यक्रमांची अंमलबजावणी करणे सहज होते. अशा प्रकारच्या संरचनेमध्ये स्थानिक पातळीवरील माहिती आणि संसाधने अधिक अर्थपूर्ण पद्धतीने वापरता येणे शक्य होते. तसेच, वेळ आणि संसाधनांचा कार्यक्रमांच्या अंमलबजावणीसंबंधी प्रशिक्षणासाठी सुयोग्य वापर करणे शक्य होते. स्थानिक पातळीवरील प्रारूपांमुळे लोकसहभागाचे प्रमाण वाढून स्थानिक लोकांना सबलीकरणाची जाणीव होते. म्हणून, अशा प्रकारच्या पद्धतीमध्ये अडचणी लवकरात लवकर समजून घेणे शक्य होते व प्रतिसाद देणारे व संवेदनशील उपाय शोधणे सहज शक्य होते.

वैश्विक कल्पनेचा पुरस्कार करणारे असे मानतात की, संपूर्ण जग हे एक वैश्विक खेडेगाव असून या दृष्टिकोनाद्वारे स्थानिक अडचणी अधिक परिणामकारकतेने व आर्थिक बाजू लक्षात घेऊन, बाह्यकौशल्य आणि तंत्रज्ञानाचा वापर करून

सोडविता येणे शक्य होते. काळाची गरज असलेला जलद विकास साधण्यासाठी स्थानिक प्रयत्न अपुरे पडतील असे मत या दृष्टिकोनाचे पुरस्कर्ते व्यक्त करतात. अशा प्रकारे, वाढत्या लोकसंख्येच्या गरजा भागविण्यासाठी नवे व अत्याधुनिक तंत्रज्ञान उपलब्ध असणे आवश्यक असून ते केवळ वैश्विक साहाय्य आणि समन्वयातून साध्य होणे शक्य आहे. विद्यमान काळातील तथ्ये नजरेआड करणे म्हणजे संकुचित दृष्टी असल्यासारखे होईल व स्थानिक विकासाचा विचार करता हे धोकादायक ठरेल. आपण स्वतःच्या विचारांना मर्यादा घातल्यास नवीन अनुभव, ज्ञान आणि नवउपक्रमापासून स्वतःला पारखे ठेवू. असा दृष्टिकोन बाळगल्यामुळे आणि कृत्यांमुळे आपण मागासलेले राहू, जे स्थानिक विकासाप्रती फलदायी ठरणार नाही.

वरील चर्चेवरून हे स्पष्ट होते की, स्थानिक अडचणी सोडविण्यासाठी स्थानिक उपाययोजना असणे आवश्यक असते. स्थानिक विकासयोजना लोकांकडून स्वीकृत केल्या जाऊन त्याद्वारे मोठ्या प्रमाणात लोकसहभाग व कार्यक्रमांची परिणामकारक अंमलबजावणी करणे शक्य होते. यामुळे लोकांमध्ये आपलेपणा व सहभागाची जाणीव निर्माण होते. म्हणून, या दृष्टिकोनाद्वारे स्थानिक अडचणी अधिक परिणामकारकतेने व आर्थिक बाजू लक्षात घेऊन सोडविणे शक्य होते. परंतु, बदलती परिस्थिती लक्षात घेणेदेखील आवश्यक ठरते. जागतिकीकरण अनुभवत असलेल्या जगामध्ये वैश्विक नागरिक स्थित आहेत. या जगात अनेक अडचणी व आव्हाने वैश्विक प्रयत्न आणि समन्वयानेच हाताळणे शक्य होते. या संदर्भाने, दहशतवाद, जागतिक तापमानवाढ, हवामान बदल, सीमांचे प्रश्न, कॅन्सर, एड्स, स्वाइन फ्लू यांसारखे नवे रोग ही काही उदाहरणे नमूद करता येतील. हे प्रश्न आंतरराष्ट्रीय प्रयत्नांनीच सोडविता येणे शक्य होते आणि म्हणून, आपण स्वतःला अलिप्त ठेवूनदेखील चालणार नाही.

स्थानिक पातळीवर बाह्य तंत्रज्ञान व संसाधनांचा वापर करताना काही प्रमाणात सावधगिरी बाळगणेदेखील गरजेचे असते. आपल्या स्थानिक गरजांप्रती आवश्यक आहेत असेच तंत्रज्ञान आणि माहिती स्वीकृत करणे योग्य ठरते. हे तंत्रज्ञान आपली संस्कृती, मूल्ये आणि परंपरा यांनादेखील धरून असावे. असे तंत्रज्ञान स्वीकारण्यापूर्वी स्थानिक लोकांना विश्वासात घेणेदेखील गरजेचे असते. याचे कारण असे की, या तंत्रज्ञानाची आपल्याला मदत होईल अशी स्थानिक लोकांची खात्री पटल्यावरच असे तंत्रज्ञान राबविण्यात यावे. अशा प्रकारे, वैश्विक कल्पना आणि अनुभव स्थानिक गरजा व मागण्यांप्रती सहभागात्मक, संवेदनशील, व सामावून घेणारे असायला हवे. अशा प्रकारे, वैश्विक-स्थानिक वादाचे रूपांतर फलदायी, उत्पादक आणि विधायक दृष्टिकोनात करता येणे शक्य आहे. यायोगे, स्थानिक पातळीवरील विकासाला चालना मिळेल.

नव स्थानीयता

युनायटेड किंग्डम आणि सन २०००च्या पूर्वार्धात पंतप्रधान टॉनी ब्लेअर यांनी जाहीर केलेले धोरणातील बदल यामुळे 'नवप्रादेशिकतेची' संकल्पना लोकप्रिय झाली. यामधून स्थानिक शासकीय संस्थांना अधिकारांचे हस्तांतरण हा अर्थ अभिप्रेत असला तरी ते हस्तांतरण केवळ राष्ट्रीय प्राधान्य व उद्दिष्टे लक्षात घेऊन ठरावीक मर्यादित केले जाईल अशीदेखील छटा आहे. विकास आराखडा आखताना केंद्राला प्राधान्य असले तरी या विकास आराखड्यात स्थानिक स्वायत्तता आणि कार्ये यांना महत्त्व देणे हे या चळवळीचे महत्त्वाचे नवेपण होते (क्रोवसन आणि गोल्डरिंग २००, २). राष्ट्रीय उद्दिष्टांची अधिक समन्वयात्मक व एकसाची पद्धतीने अंमलबजावणी करण्याचा प्रयत्न म्हणून स्थानिक पातळीवर अधिकारांचे जाणीवपूर्वक हस्तांतरण करण्याच्या हेतूने ही संकल्पना रुजविण्यात आली.

संपूर्ण युनायटेड किंग्डममध्ये स्थानिक अभिशासनाचा एकसमान आराखडा व रूपरेषा पुरविण्याच्या दृष्टीने 'नव प्रादेशिकतावाद' विकसित झाला. युनायटेड किंग्डममध्ये स्थानिक प्रादेशिकतेचा मुख्य भर आरोग्यसेवा व शिक्षण या क्षेत्रांतील केंद्राची उद्दिष्टे साध्य करण्यावर होता. तसेच, बालके व कुटुंबाप्रतीच्या सार्वजनिक सेवांची एकूणच प्रतिसादात्मकता सुधारणे हादेखील हेतू होता. केंद्रशासनाची मान्यता देण्याचे अधिकार कमी करणे, प्रदेशांमधील अभिशासन समीपता आणि राष्ट्रीय उद्दिष्टांच्या अंमलबजावणीमध्ये प्रत्यक्ष सहभाग, ग्राहकांच्या गरजा व अपेक्षांप्रती प्रतिसादात्मकता व स्थानिक

अधिकाऱ्यांनी आरोग्य, रोजगारनिर्मिती, शिक्षण, पोलीस यांसारख्या प्रश्नांवर एकत्रित सेवा पुरविणे हे नव प्रादेशिकतावादाचे घटक होत.

अशा प्रकारे, राष्ट्रीय योजनांची अंमलबजावणी अधिक चांगल्या पद्धतीने व्हावी या हेतूने स्थानिक संस्थांना जाणीवपूर्वक केलेले अधिकारांचे हस्तांतरण म्हणजे नवप्रादेशिकतावाद होय. ही संकल्पना दोन कारणांमुळे नवीन ठरते. एक, यामध्ये स्थानिक पातळीवर बदल घडवून आणण्यासाठी केंद्रशासनाची भूमिका महत्त्वाची मानली जाते. याला युनायटेड किंग्डममध्ये १९८०च्या दशकात स्थानिक लोकांनी विरोध केला होता. दोन, या संकल्पनेद्वारे, लोकांना सेवा पुरविताना स्थानिक संस्थांखेरीज स्थानिक समूह व स्वयंसेवी संस्थांनादेखील सामावून घेतले जाते. अशा प्रकारे, ही संकल्पना अधिक सर्वकष व सहभागात्मक स्वरूपाची आहे.

अशा प्रकारे, नव प्रादेशिकता म्हणजे राष्ट्रीय उद्दिष्टे, धोरणे व सुधारणा यांसाठी प्रयत्न नाकारणे असा अर्थ अभिप्रेत नसून राष्ट्रीय किंवा वैश्विक उद्दिष्टांच्या संदर्भाने स्थानिक जिल्हे, समूह, व प्रदेशानुरूप अभिशासनावर पुनश्च लक्ष केंद्रित करणे हा हेतू होय. या अर्थाने, ही एक संरचना होय, ज्याद्वारे शहरी स्थानिक अभिशासनाला केंद्रशासनाच्या आदेशानुसार एकसाची विकास आराखडा दिला जातो. अशा प्रकारे, केंद्रीय धोरणाच्या अंमलबजावणीतील मर्यादांची जाणीव झाल्याने नवप्रादेशिकतावाद उदयाला आला असे म्हणावे लागेल. स्थानिक अडचणी सोडविण्यासाठी वरून (केंद्राकडून) लादण्यात आलेली प्रमाणित धोरणे पुरेशी नाहीत व स्थानिक संस्थांना सार्वजनिक धोरणाच्या प्रक्रियेशी जुळवून घेण्यासाठी व त्या अन्वये कल्पकतेने कार्यरत राहण्यासाठी वाव मिळणे आवश्यक आहे असे या धोरणाद्वारे अधोरेखित करण्यात आले. अशा प्रकारे, तृणमूल पातळीवरील गुंतागुंत व वैविध्य याला दिलेला हा वास्तववादी प्रतिसाद होय असे म्हणता येईल.

शहरी विकासाची गतिशीलता

खासकरून भारतामध्ये, मागील तीन दशकांमध्ये अनेक घटक व शक्तींमुळे शहरांचे स्वभाव व स्वरूप बदललेले दिसते. उदारीकरण, खाजगीकरण, जागतिकीकरण आणि शहरीकरण हे यातील मुख्य घटक होत. अनेक अभ्यासप्रकल्पांतून नवी विकासात्मक गतिके व त्याचे, शहरे व त्यातील लोकांवरील परिणाम पुढे आले आहेत. काही अभ्यासांतून असे लक्षात आले आहे की, शहरी अपवर्जनात झालेली वाढ, रचनात्मक समायोजनाचा भाग म्हणून, नवउदारमतवादाच्या पद्धतशीर रचनेमुळे झाली (डेविस २००४, हार्वे २००८), काहींना असे वाटले की, जागतिकीकरणामुळे झालेल्या अनेक सामाजिक आर्थिक बदलांचा हा भाग होय (अप्पादुराई २००२; ब्रौडहॉक्स २००९) व इतर काहींना असे वाटले की, ही शहरी अभिशासनातील व्यापारी शासनवृत्तीची सुरुवात होय (बाविस्कर २००३). 'साम्राज्याचे शहरीकरण' यामध्ये माईक डेविड (२००४) यांनी म्हटल्याप्रमाणे, तिसऱ्या जगातील देशांवर लादण्यात आलेल्या रचनात्मक समायोजनाच्या धोरणांमुळे आयातपर्यायी औद्योगिकीकरणाचा ऱ्हास झाला, खाजगीकरणामुळे सार्वजनिक क्षेत्रातील रोजगारसंधी कमी झाल्या, व ग्रामीण (औद्योगिक) क्षेत्रदेखील नष्ट झाले. यामुळे, शहरी बेरोजगारी, ग्रामीण ते शहरी स्थलांतर, व शहरी असंघटित रोजगार संधींवर ताण यामध्ये वाढ झाली. परिणामी, एका नव्या पद्धतीचा साम्राज्यवाद उदयाला आला ज्याद्वारे, जगातील शहरी गरिबांची बेरोजगारी, दारिद्र्य आणि अनौपचारिकता यामुळे जणू एक वसाहतच निर्माण झाली.

भारतामध्ये, पहिल्या जगातील देशांच्या शहरांशी स्पर्धा करून, महादेविया (२००२) यांनी वर्णन केल्याप्रमाणे, नागरी शासनाची 'सर्वोत्तम' होण्याची अधीर व्यावसायिकता दिसून आली. महापालिका पातळीवरील अर्थसंकल्पांचा कल सामाजिक पायाभूत सुविधांवरून सुशोभिकरण आणि झोपडपट्टी निर्मूलन याकडे आलेला दिसतो. या पद्धतीला तिने 'मॅनहटनायझेशन' (कॉकटेल) असे संबोधले आहे. 'सुशोभित शहरातील' 'स्वच्छ वस्त्यां'मुळे 'व्यापारी शहरीवादा'चा सहजच प्रवेश झाल्यामुळे (चटर्जी २००४), श्रम अनौपचारिक झाले, वेतनाची विपरीत गती वैधानिक होत गेली, सामाजिक-आर्थिक विषमता अधिक टोकदार झाली, विस्थापनाचे संस्थीकरण झाले व अल्पसंख्याक समूह सामाजिकदृष्ट्या परिघाबाहेर राहिले. आणखी एका अभ्यासातून असे पुढे आले आहे की, राजधानीचे शहर स्वच्छ करण्याच्या व निसर्ग जपण्याच्या नावाखाली लाखो उद्योग बंद झाले वा दिल्ली येथून हलविण्यात आले. यामुळे बहुतांश कामगारांच्या नोकऱ्या

गेल्या, त्यांची वाटाघाटी करण्याची क्षमता कमी झाली, अधिकच शोषक अशा बाजारपेठीय व्यवस्थेत त्यांना काम करावे लागले. यामुळे ते कामगार व त्यांची कुटुंबे एकटी पडून त्यांना नैराश्याला सामोरे जावे लागले. त्यांच्यावर एक प्रकारचा सामाजिक दबावदेखील निर्माण झाला (प्रकाश २०१२, ५०). अशा प्रकारे, 'स्वच्छ' दिल्लीच्या नावाखाली कामगारांना मोठी किंमत मोजावी लागली असे लक्षात येते.

निष्कर्षात्मक निरीक्षणे

वरील विवेचनामधून सन १९९०पासून दूरगामी वाटणारी विकेंद्रीकरणाची लाट शोधून काढण्याचा प्रयत्न करण्यात आला आहे. विकेंद्रीकरण सुशासनाची महत्त्वाची पूर्वअट मानण्यात आली आहे. पारंपरिकदृष्ट्या, हा अतिनोकरशाहीकरण झालेल्या सार्वजनिक संस्थांवरील ताण कमी करण्याचा संस्था पातळीवरील नवा प्रयत्न मानला गेला. परंतु, जागतिकीकरणाच्या काळात विकेंद्रीकरणाची संकल्पना खऱ्या अर्थाने बाजारपेठेचा पोशिंदा ठरली. नवीन स्थानिक अभिशासनामध्ये लोकांना सेवा पुरविणारी अनेक एकके समाविष्ट आहेत. यामुळे अभिशासन संस्था अधिक सहभागात्मक, पारदर्शी आणि उत्तरदायी होण्यास मदत झाली.

भारतामध्ये विकेंद्रीकरणाचा प्रयोग प्रथमतः काही कायद्यांच्या माध्यमातून सन १९९२मध्ये झाला. भारतीय राजकारणाच्या तृणमूल पातळीवर संरचनात्मक बदल घडवून आणण्याचे श्रेय ७३ व ७४व्या घटनादुरुस्ती कायद्यांना देण्यात येते. या कायद्यांमुळे स्थानिक अभिशासनाचा चेहरामोहरा बदलून त्याचा दर्जा परस्वाधीन न राहता स्वाधीन होण्यास मदत झाली. या दुरुस्त्यांमुळे ग्रामीण व शहरी संस्थांना घटनात्मक दर्जा देण्यात आला. याद्वारे, अनियमित निवडणुका, स्थानिक संस्थांची गळचेपी, अपुरे प्रतिनिधित्व, अधिकारांचे अपुरे हस्तांतरण, प्रशासकीय आणि वित्तीय स्वायत्ततेचा अभाव व तोकडी संसाधने या काही सततच्या अडचणींकडे लक्ष पुरविण्यात आले. या नव्या प्रक्रियेमुळे, ग्रामीण व शहरी भागातील स्थानिक स्व-शासित संस्थांचे लोकशाहीकरण झाले. तसेच, लोकशाही तृणमूल पातळीवर येण्यास मदत झाली.

सन १९९२मध्ये स्थानिक संस्थांचे घटनात्मक सबलीकरण झाल्यानंतर स्थानिक अभिशासनाचा चेहरामोहराच बदलून जाईल अशी अपेक्षा होती. परंतु सुरुवातीची धूळ खाली बसल्यावर अवाजवी राजकीयीकरण, उत्तरदायित्वाची कमतरता, सत्ता व अधिकारांचे हस्तांतरण करण्यातील अस्पष्टता, राज्याचा हस्तक्षेप व परिणामी विषम विकास अशी वस्तुस्थिती समोर आली. म्हणून, स्थानिक शासनाला खऱ्या अर्थाने स्व-शासित संस्था बनविण्यासाठी पुढील पावले उचलणे गरजेचे आहेः **एक,** स्वशासनाची जबाबदारी पेलण्यासाठी लोकांना एकत्र आणणे. अनेक उदाहरणांमध्ये, अभ्यासक व नियोजकांना स्वशासनाची गरज भासून तद्नंतर ती लोकांवर लादली जाते. स्थानिक अभिशासन खऱ्या अर्थाने सहभागात्मक होण्यासाठी स्थानिक लोकांना सन्मान देणे गरजेचे ठरते. **दोन,** या तिसऱ्या स्तराचे दृढीकरण करण्यासाठी उपराज्यपातळीवर विकासासंबंधी अनेक कर्ते समाविष्ट असणे आवश्यक असते, जसे की, शासन, अशासकीय संस्था, सुसंस्कृत समाज संस्था आणि खाजगी व्यापार केंद्रे इत्यादी. **तीन,** स्थानिक अभिशासनाकडे अधिक व्यापक दृष्टिकोनातून बघणे आवश्यक आहे, म्हणजेच, ग्रामीण व शहरी स्वशासित संस्थांमध्ये फरक करणे योग्य ठरणार नाही. ग्रामीण व शहरी विकासामध्ये फरक करून चालणार नाही, याचे कारण असे की, या दोहोंचे यश परस्परावलंबी स्वरूपाचे आहे. म्हणून, राज्यघटना दुरुस्ती कायद्यामधील 'ग्रामीण किंवा शहरी कल' यापलीकडे जाऊन अभ्यास करणे आवश्यक आहे.

संदर्भ

Andrew, Caroline, and Michael Goldsmith. 1998. 'From Local Government to Local Governance: And beyond?' *International Political Science Review* 19 (2): 101–17.

Appadurai, A. 2002. 'Deep Democracy: Urban Governmentality and the Horizon of Politics', *Public Culture* 14 (1): 21–47.

Broudehoux, A. 2009. 'Seeds of Dissent: The Politics of Resistence to Beijing's Olympic Redevelopment', in *Dissent and Cultural Resistance in Asia's Cities,* edited by M. Butcher and S. Velayutham, pp. 14–32. London and New York: Routledge.

Baviskar, A. 2003. 'Between Violence and Desire: Space, Power and Identity in the Making of Metropolitan Delhi', *International Social Science Journal* 55: 89–98.

Baviskar, B. S., and George Mathew (eds). 2009. *Inclusion And Exclusion in Local Governance—Field Studies from Rural India*. New Delhi: SAGE.

Chand, P. 2012. *"Implications of Industrial Relocation on Workers in Delhi". Social Change*, 42 (1) March: 49–68.

Chatterjee, P. 2004. *The Politics of the Governed: Reflections on Popular Politics in Most of the World.* New York: Columbia University Press.

Cheema, G. S. and D. A. Rondinelli (eds). 1983. Decentralization and Development: Implementation in Developing countries. Beverly Hills, California: SAGE.

Crowson, Robert L. and Ellen B. Goldring. 2010. *The New Localism in American Education*. San Francisco: Wiley-Blackwell.

Davis, M. 2004."The Urbanization of the Empire: Mega Cities and the Laws of Chaos," *Social Text 81,* 22 (4) Winter: 9–15.

Denters, Bas, and Lawrence E. Rose. 2005. *Comparing Local Governance—Trends and Developments*. New York: Palgrave Macmillan.

Desouza, Peter Ronald. 2002. 'Decentralization and Local Government: The "Second Wave" of Democracy in India'. In *India's Living Constitution: Ideas, Practices, Controversies*, edited by Zoya Hasan, E. Sridharan and R. Sudarshan, p. 371. New Delhi: Permanent Black.

Dreze, Jean, and Amartya Sen. 2002. *India: Development and Participation*. New Delhi: Oxford.

Harris, Nigel. 2003, 21 June. 'Globalization and the Management of Indian Cities'. *Economic and Political Weekly* XXXVIII (25).

Harvey, D. F. 2008. "Right to the City", *New Left Review, 53* (September–October): 23–40.

Jayal, Niraja Gopal. 2007. *Local Governance in India: Decentralization and Beyond*. New Delhi: Oxford.

Jha, S. N., and P. C. Mathur, eds. 1999. *Decentralization and Local Politics*. New Delhi: SAGE.

Mahadevia, D. 2002. "Communal Space over Life Space", *Economic and Political Weekly,* November 30, 2002.

Kumar, Girish. 2006. *Local Democracy in India: Interpreting Decentralization*. New Delhi: SAGE.

Meenakshisundaram, S. S. 1999. 'Decentralization in Developing Countries'. In *Decentralization and Local Politics*, edited by S. N. Jha and P. C. Mathur, p. 68. New Delhi: SAGE.

Mukherjee, Nirmal. 1999. 'The Third Stratum'. In *Decentralization and Local Politics*, edited by S. N. Jha and P. C. Mathur. New Delhi: SAGE.

National Commission to Review the Working of the Constitution. 2001. 'Review of the Working of the Constitutional Provisions for Decentralization (Panchayats)'. Consultation Paper, New Delhi.

Ohmae, Kenichi. 1994. *The Borderless World: Power and Strategy in Global Marketplace*. London: HarperCollins.

Palanithurai, G. 2005. 'Development Roles Reversed: People's Initiative and Government's Participation'. In *Decentralization and Local Governance*, edited by L. C. Jain, p. 123. New Delhi: Orient Longman.

Raco, Mike, and Rob Imrie. 1999. 'How New is the New Local Governance? Lessons from the United Kingdom'. *Transactions of the Institute of British Geographers*, New Series 24 (1): 45–63. Retrieved 6 May 2008, from http://www.jstor.org/stable/623344

Ruet, Joel, and S. T. Lama-Rewal, eds. 2009. *Governing India's Metropolises*. London: Routledge.

Singh, Baldev. 1996. *Decentralization, Panchayati Raj and District Planning*. New Delhi: Atlantic Publisher and Distributers.

Srivastava, Ravi. 2002. *Evaluation of Anti-poverty Programmes In Uttar Pradesh: Study Report*. New Commission.

Vithal, B. P. R. 1997. 'Evolving Trends in the Bureaucracy'. In *State and Politics in India*, edited by Partha Chatterjee. New Delhi: Oxford University Press.

भारतातील नागरी सेवा

८

देशाचे प्रशासन ज्या अधिकाऱ्यांद्वारे चालविले जाते त्यांना नागरी सेवक असे संबोधण्याचा प्रघात आहे. नागरी सेवकांना खऱ्या अर्थाने 'लोकप्रशासनाचा गाभा' मानले जाते. म्हणून, समयोचित सार्वजनिक संस्थांच्या स्थापनेसाठी योग्य नागरी सेवकांची भरती व प्रशिक्षण महत्त्वाचे ठरते. प्रस्तुत प्रकरणामध्ये भारतातील नागरी सेवांचा क्रमविकास, महत्त्व, घटनात्मक आधार, भरती, प्रशिक्षण, बढती आणि आचारसंहिता (शासकीय व्यवहाराची नियमावली) यावर चर्चा करण्यात आली आहे. तसेच, नागरी सेवांशी संबंधित कर्मचारी संघ, राजकीय हक्क, मालक–सेवक संबध, तक्रार निवारण यंत्रणा, नागरी सेवांची तटस्थता, नागरी सेवा सक्रियता आणि नागरी सेवकांना घटनात्मक संरक्षण इत्यादी महत्त्वाच्या बाबींवरदेखील या प्रकरणात चर्चा करण्यात आली आहे. प्रकरणाच्या निष्कर्षात्मक भागामध्ये नागरी सेवांना लोकसेवेप्रती परिणामकारक यंत्रणा बनविण्याच्या हेतूने अलीकडच्या काही समित्या व आयोगांच्या शिफारशी समाविष्ट आहेत.

नागरी सेवा, सार्वजनिक सेवा आणि नोकरशाही: विविध गर्भितार्थ

सर्वसाधारणपणे 'नागरी सेवा,' 'सार्वजनिक सेवा' आणि 'नोकरशाही' या संज्ञा समानार्थाने वापरल्या जातात. यातील प्रत्येक संज्ञेतील गर्भितार्थ समजून घेणे येथे उपयुक्त ठरेल. 'ब्युरॉक्रसी' या संज्ञेचा वापर प्रथमतः अठराव्या शतकातील फ्रेंच अधिकाऱ्यांचे मेज आच्छादित करणारे कापड या संदर्भाने केला गेला होता. अधिकाऱ्यांनी चालविलेल्या शासनाचे वर्णन करण्याची ही एक सूचक पद्धत होती. कालौघाने 'नोकरशाही' या संज्ञेला नकारात्मक गर्भितार्थ प्राप्त झाला. नोकरशाही ही अकारण वेळखाऊ प्रक्रिया असल्याने लोकांप्रती त्रासदायक आणि निरंकुश अधिकारिता असे वर्णन करण्यासाठी ही संज्ञा वापरण्यात येत होती (दास २०१३, vii). नोकरशाहीच्या नकारात्मक गर्भितार्थामुळे त्याऐवजी 'नागरी सेवक' ही संज्ञा वापरण्यात येऊ लागली.

नोकरशहा आणि नागरी सेवक यांमध्ये अगदीच थोडा फरक आहे. यातील नागरी सेवक या संज्ञेचा अर्थ शासनाचा पूर्ण वेळ नोकरदार असा होतो. हल्ली वापरण्यात येणाऱ्या 'नागरी सेवा' या संज्ञेचे दोन अर्थ आहेत. एक, ही शासकीय सेवांची एक शाखा असून यामध्ये उमेदवारांना परीक्षेच्या माध्यमातून गुणवत्तेच्या आधाराने सेवेत रुजू करून घेतले जाते. दोन, शासकीय यंत्रणेतील बिगर लष्करी व बिगर न्यायालयीन कर्मचारीवृंदालादेखील नागरी सेवक असे म्हटले जाते (दास २०१३, viii). अशा प्रकारे, प्रामुख्याने 'नागरी सेवा' ही संज्ञा गुणवत्ता तत्त्वावर परीक्षेच्या माध्यमातून नियुक्त करण्यात आलेल्या अधिकाऱ्यांसाठी वापरण्यात येते.

नागरी सेवा ही मर्यादित अर्थाची संज्ञा असून 'सार्वजनिक सेवा' या संज्ञेतून अत्यावश्यक सेवा किंवा वस्तूंच्या पुरवठ्यासाठी शासनाने अखंड सुरू ठेवलेली रोजगार व्यवस्था असा अर्थ अभिप्रेत आहे (माहेश्वरी २०१३, २८०). या अर्थाने, शासनाचे लष्करी व न्यायालयीन परिघातील अधिकाऱ्यांसह सर्व अधिकारी सार्वजनिक सेवेचे घटक असतात. नागरी सेवक सार्वजनिक सेवकदेखील असतात, मात्र, न्यायाधीश व लष्करी अधिकारी नागरी सेवक असू शकत नाहीत. अशा प्रकारे, 'सार्वजनिक सेवा' ही संज्ञा नागरी सेवेपेक्षा अधिक व्यापक मानली जाते.

भारतातील नागरी सेवा: क्रमविकासात्मक परिप्रेक्ष्य

भारतातील नागरी सेवा वसाहतवादी कालखंडात विकसित झाल्या. सुरुवातीला कंपनी राजवटीच्या कालखंडात आणि नंतर प्रत्यक्ष ब्रिटिश शासन राजवटीच्या कालखंडात हा विकास झालेला दिसून येतो. कंपनी कालखंडातील सर्व सेवक

सुरुवातीला इंग्लंडमधून येत असत; भारतामध्ये येण्यापूर्वी त्यांना एक करार करावा लागत असे ज्यामध्ये कंपनीची सेवा करताना त्यांचे वर्तन सदाचारी असेल आणि ते कंपनीप्रती निष्ठावान राहतील असे मुद्दे अंतर्भूत असत. म्हणून, 'सनदी सेवा' ही संज्ञा रूढ झाली. त्यावेळी कार्यालयाची संकल्पना रूढ नव्हती व कंपनीच्या सेवकांनाच विविध कार्ये सुपूर्द केली जात असत.

सन १७६५ पासून ईस्ट इंडिया कंपनीच्या नोंदींमध्ये अधिकाऱ्यांना संबोधताना 'नागरी सेवक' ही संज्ञा वापरण्यात येऊ लागली. प्रामुख्याने, नागरी आणि लष्करी परिघातील अधिकाऱ्यांमध्ये फरक करण्यासाठी ही संज्ञा वापरण्यात आली होती. तत्पूर्वी, ईस्ट इंडिया कंपनीतील कनिष्ठ कर्मचाऱ्याला, व्यापारविषयक प्रतिनिधी या अर्थाने 'मध्यस्थ व्यापारी' असे संबोधले जात असे. हे व्यापारी कार्यरत असलेल्या व्यापारी केंद्राला 'वखारी' असे म्हटले जाई. सन १७६५मध्ये कंपनीने केवळ लेखनिकांची (कंपनीने नियुक्त केलेले कारकून) नियुक्ती करण्याचे आदेश दिले आणि म्हणून ईस्ट इंडिया कंपनी लेखानिकांसाठी नागरी सेवेचे प्रवेशद्वार ठरले. लेखनिक म्हणून नियुक्त होण्यासाठी कंपनीच्या संचालकाकडून नामांकन मिळणे आवश्यक असे. या नामांकनाचे निकष आर्थिक असत (दास २०१३, १३). यामुळे भ्रष्टाचाराला चालना मिळाली. यातून मोठा घोटाळा समोर आल्याने ब्रिटिश संसदेला मध्यस्थी करून सन १७९३ चा सनदी कायदा पारित करावा लागला. या कायद्यान्वये, कंपनीच्या संचालकांना 'ते नामांकनाच्या बदल्यात पैसा अथवा कुठलीही भेट घेणार नाहीत', अशा आशयाची शपथ घेणे बंधनकारक होते.

सन १८३३पर्यंत भारतीयांना सार्वजनिक सेवांमध्ये कुठलेही स्थान नव्हते. थॉमस बी. मेकॉले यांच्या अध्यक्षतेखालील सन १८३१-३२च्या निवड समितीने सेवांच्या भारतीयीकरणाचा मुद्दा प्रथमतः हाताळला. भारतीयांनादेखील वरिष्ठ नागरी सेवांमध्ये समाविष्ट करून घेण्यात यावे असे या समितीने सुचविले. असे केल्यास, भारतीयांना ब्रिटिश प्रभुत्वाप्रती आपलेपणा वाटेल व शासनाच्या खर्चातही बऱ्यापैकी कपात होईल असा विचार पुढे आला. कुठल्याही व्यक्तीला धर्म, जन्मस्थान, वंश, वर्ण किंवा तत्सम कुठल्याही कारणाने कंपनीच्या कार्यालयात, रोजगारात प्रवेशापासून वंचित ठेवता येणार नाही असे सन १८३३च्या सनदी कायद्यानुसार सुचविण्यात आले.

सन १८३७मध्ये दुरुस्ती विधेयकाद्वारे कंपनीच्या नियुक्ती मंडळाला नियुक्तीसाठी मर्यादित स्पर्धेचा निकष वापरण्याची परवानगी देण्यात आली. सन १८५३पर्यंत मंडळाच्या संचालकांनी या परवानगीचा वापर करून घेतला. सन १८५३मध्ये मेकॉले समिती नेमण्यात आली. या समितीने नागरी सेवांमधील नियुक्ती मुक्त स्पर्धेतून करण्यात यावी अशी शिफारस केली. तसेच, स्पर्धा परीक्षेमध्ये कुठले विषय समाविष्ट असावेत त्याची सूचीदेखील तयार केली. १८-२३ या वयोगटातील उमेदवार या परीक्षेसाठी पात्र असतील असेदेखील या समितीने सुचविले. ही परीक्षा लंडन येथे घेण्यात येणार होती. परिणामी, नव्या पद्धतीनुसार भारतीय नागरी सेवांमधील नियुक्तीसाठीची पहिली परीक्षा सन १८५५मध्ये घेण्यात आली. मेकॉले समितीच्या शिफारशींनुसार सन १८५५मध्ये परीक्षेची गुणवत्ता आधारित पद्धती स्वीकृत करण्यात आली; हीच पद्धती आजतागायत कायम आहे.

ब्रिटिश राजवटीच्या कालखंडातील नागरी सेवा

सन १८५८मध्ये ईस्ट इंडिया कंपनीची राजवट संपुष्टात आली आणि ब्रिटिश राजघराण्याने भारत सरकारची प्रत्यक्ष जबाबदारी स्वीकारली. राजघराण्याकडे सत्ता हस्तांतरित करण्यात आल्यानंतर नागरी सेवादेखील राजघराण्याच्या नियंत्रणाखाली आल्या. सन १८५८च्या कायद्यानुसार सेवांबाबतचे निकष ठरविण्याची जबाबदारी गव्हर्नर-जनरल-इन-कौन्सिलकडे सोपविण्यात आली. सन १८६१च्या भारतीय नागरी सेवा कायद्याने स्पर्धा परीक्षांच्या माध्यमातून सर्वसाधारण परिस्थितीमध्ये भरावयाच्या जागांची एक सूची तयार केली. सन १८७८मध्ये राज्याच्या सचिवाने सनदी नागरी सेवांमधील प्रत्येक सदस्याने भारतामध्ये कुठेही काम करणे बंधनकारक ठरेल असे आदेश दिले. अशा प्रकारे या सेवा अखिल भारतीय सेवा म्हणून ओळखल्या जाऊ लागल्या.

सन १८८७च्या ॲटचीसन आयोगाने सार्वजनिक सेवांची तीन वर्गांमध्ये विभागणी केली: इंग्लंडमधील राज्य सचिव उमेदवारांची नियुक्ती करेल अशा साम्राज्यवादी सेवा, भारत सरकारच्या संमतीने प्रांतीय शासन नियुक्ती करेल अशा प्रांतीय सेवा आणि प्रांतीय शासनाने नियुक्त केलेल्या कनिष्ठ पातळीवरील कर्मचाऱ्यांच्या दुय्यम सेवा.

मॉंट-फोर्ड अहवालाने (१९१८) प्रशासनाच्या प्रत्येक विभागामध्ये भारतीयांचा सहभाग वाढवावा असे सुचविले. सन १९१९च्या भारत शासन कायद्यान्वये प्रशासनामध्ये विकेंद्रीकरणाचा पाया घालण्यात आला. भारतीय प्रतिनिधींच्या नियंत्रणाखालील काही विषय प्रांतांकडे हस्तांतरित करण्यात आले. सन १९२१मध्ये असे लक्षात आले की, भारतीय नागरी सेवेमध्ये केवळ १३ टक्के भारतीय समाविष्ट आहेत. यामुळे सेवांचे भारतीयीकरण करावे या मागणीला चालना मिळाली. द्विदल राज्यपद्धतीला सुरुवात झाली त्या काळामध्ये नऊ अखिल भारतीय सेवा अस्तित्वात होत्या. सन १९१९च्या भारत सरकार कायद्याने लोकसेवा आयोग स्थापन करण्याची शिफारस केली. हा आयोग ब्रिटिश प्रारूपावर आधारित असावा व त्यामध्ये पाच सदस्य असावेत हा मुद्दा शिफारशींमध्ये समाविष्ट होता. याद्वारे अखिल भारतीय सेवांमधील नियुक्तीसाठी भारतामध्ये परीक्षा घेण्यात येणार होत्या. सन १९२१मध्ये लिखित परीक्षेसह मौखिक परीक्षादेखील घेण्यास सुरुवात झाली.

ली आयोगाच्या (१९२३) शिफारशींनुसार केंद्रीय सेवेतील नियुक्ती प्रक्रिया आणि नियंत्रण भारत सरकारकडे हस्तांतरित करण्यात आले. सन १९३५च्या कायद्याने विद्यमान नागरी सेवकांपर्यंत राजकीय बदलांची झळ पोहोचू नये व भविष्यातील नागरी सेवकांची नियुक्ती शक्य तितक्या शांततेच्या वातावरणात केली जावी यासंदर्भाने शिफारशी केल्या. या कायद्याने पुढे दोन किंवा अधिक प्रांतांसाठी संघ लोकसेवा आयोगाची स्थापना करावी असे सुचविले.

सन १९४६मध्ये, भारत स्वप्नपूर्तीच्या उंबरठ्यावर असताना अखिल भारतीय सेवांच्या सातत्याचा प्रश्न पुनश्च ऐरणीवर आला. २ सप्टेंबर १९४६ रोजी हंगामी सरकारने सूत्रे स्वीकारल्यानंतर भारतीय नागरी सेवांच्या ऐवजी केंद्र किंवा नागरी यांपैकी कुठली सेवा कायम ठेवण्यात यावी हा प्रश्न पुढे आला. तत्कालीन गृहमंत्री सरदार पटेल प्रांतीय स्वायत्ततेची गरज जाणत असले तरी ते 'प्रांतीय संवेदनशीलते'बाबतदेखील सजग होते. अशा प्रकारे, त्यांनी केंद्रीय सेवेच्या बाजूने त्यांचा कल व्यक्त केला. त्यांच्या मते केंद्रीय सेवा अधिक परिणामकारक, निःपक्षपाती आणि स्थानिक किंवा धार्मिक पूर्वग्रह, पक्षनिष्ठा आणि राजकीय प्रभावापासून मुक्त असतील (मिश्रा १९९७, ३०१). प्रांतीय नागरी सेवांमधून भारतीय शासकीय सेवांमध्ये (भारतीय नागरी सेवांचा वारस) बढती करून घेणाऱ्या उमेदवारांची संख्या २५ टक्के इतकी ठरविण्यात आली. स्वतंत्र भारताच्या राज्यघटनेतील कलम ३१२ नुसार दोन अखिल भारतीय सेवांना अनुमोदन देण्यात आले: भारतीय प्रशासकीय सेवा (IAS) आणि भारतीय पोलीस सेवा (IPS) (तुम्माला १९९६, ३६). यानुसार नव्या अखिल भारतीय सेवांच्या निर्मितीसंबंधी शिफारसदेखील करण्यात आली. या अनुषंगाने, भारतीय नागरी सेवांच्या इतिहासातील एक नवे पर्व सुरू झाले असे म्हणता येईल.

स्वतंत्र भारतातील नागरी सेवा

भारत स्वतंत्र झाल्यानंतर परिस्थितीमध्ये बदल होत गेला असला तरीदेखील, नागरी सेवांची मूळ चौकट कायम राहिली. भारतीय नागरी सेवा आता भारतीय प्रशासकीय सेवा म्हणून ओळखली जाऊ लागली. स्वातंत्र्योत्तर भारतामध्ये भारतीय प्रशासकीय सेवेतील अधिकाऱ्यांचा गट प्रतिष्ठित मानला जातो. साधारणपणे या गटातील व्यक्ती प्रशासकीय व्यवस्थेमधील महत्त्वाच्या पदांवर कार्यरत आहेत. भारतीय प्रशासकीय सेवांच्या वर्चस्वाचे प्रतिरूप राज्य तसेच स्थानिक पातळीवरदेखील दिसून येते. विद्यमान परिस्थितीत भारतीय प्रशासकीय सेवा देशातील प्रशासकीय रचनेचा गाभा मानला जातो. प्रशासकीय सेवांच्या अखत्यारितील कामे अखिल भारतीय, केंद्रीय आणि राज्य सेवांबरोबर विभागली गेली असून त्यांच्यातील कामाच्या समन्वयामुळे देशभरातील प्रशासकीय सेवा सांधण्यात आल्या आहेत. भारतातील नागरी सेवांचे विद्यमान कालखंडातील वर्गीकरण पुढीलप्रमाणे आहे:

१. अखिल भारतीय सेवा
२. केंद्रीय सेवा
३. राज्य सेवा

पुढील विभागामध्ये अखिल भारतीय आणि केंद्रीय नागरी सेवांच्या संरचना व वर्गीकरण यावर प्रकाश टाकण्यात आला आहे.

अखिल भारतीय सेवाः

भारतीय प्रशासनाची लोखंडी चौकट (स्टील फ्रेम)

केंद्र व राज्य अशा दोन्ही पातळ्यांवर लागू होणाऱ्या सेवांना अखिल भारतीय सेवा असे म्हटले जाते. सध्या भारतामध्ये तीन अखिल भारतीय सेवा अस्तित्वात आहेतः भारतीय प्रशासकीय सेवा, भारतीय पोलीस सेवा, आणि भारतीय वन सेवा. राज्यघटनेच्या कलम ३१२मध्ये अखिल भारतीय सेवा स्थापन करण्यासंबंधीच्या तरतुदी आहेत. अखिल भारतीय सेवांच्या अस्तित्वाला पुष्टी देणारे काही मुद्दे पुढीलप्रमाणे मांडता येतीलः

१. राष्ट्रीय एकतेला प्रोत्साहन देणारी यंत्रणा
२. विकासासंबंधी राष्ट्रीय दूरदृष्टी देणारी सेवा
३. प्रशासकीय सेवांच्या एकसमानतेची हमी देणारी सेवा
४. केंद्र आणि राज्यांमधील दुवा साधणे
५. राष्ट्रीय पातळीवर स्वाधीन व निःपक्षपाती नागरी सेवा स्थापन करणे
६. वेगवेगळ्या राज्यांना परिपक्व अनुभवाचा फायदा करून देणे

नियुक्ती आणि रोजगार संधी

भारतातील अखिल भारतीय सेवा व केंद्रीय सेवांमधील नियुक्ती प्रक्रिया राष्ट्रीय पातळीवरील खुल्या स्पर्धा परीक्षेच्या माध्यमातून पूर्ण केली जाते. ही परीक्षा केंद्रीय लोकसेवा आयोगामार्फत घेतली जाते. प्रत्येक नागरी सेवेमध्ये अनुसूचित जाती, अनुसूचित जमाती व इतर मागासवर्गीयांसाठी ५०% पर्यंत जागा राखीव ठेवता येण्याची तरतूद आहे.

अखिल भारतीय सेवेतील अधिकारी केंद्रशासन, केंद्रशासित प्रदेश व राज्यशासन यांपैकी कुठल्याही स्तरावर सेवेत रुजू होऊ शकतात. या सेवांचे संवर्ग नियंत्रण कार्मिक मंत्रालय, सार्वजनिक तक्रार मंत्रालय आणि निवृत्तिवेतन मंत्रालयाच्या नियंत्रणाखाली येते. सन २०११मध्ये भारतीय प्रशासकीय सेवेतील अधिकाऱ्यांची अधिकृत संख्या ६०७७ इतकी होती परंतु, प्रत्यक्ष सेवेत रुजू असलेल्या अधिकाऱ्यांची संख्या ४३५६ इतकी होती (भारत सरकार २०१०).

देशातील सर्व सेवांपैकी भारतीय प्रशासकीय सेवा सर्वाधिक महत्त्वाची मानली जाते. यामागील पहिले कारण नागरी सेवांपेक्षा प्रशासकीय सेवांतील अधिकाऱ्यांचे वेतन अधिक असणे व बढती अधिक लवकर मिळणे शक्य असते हे होय. आणि दुसरे कारण पदावरील अधिकाऱ्यांना असणारे कामाचे वैविध्य होय. प्रशासकीय सेवेतील अधिकाऱ्यांची नियुक्ती झाल्यानंतर त्यांना विशिष्ट राज्यांमध्ये पाठविले जाते. अशा राज्यांमध्ये हे अधिकारी राज्यातील भाषा शिकतात, तेथील रिती, कायदे इत्यादींची माहिती घेतात व त्या विषयांमधील परीक्षा उत्तीर्ण होतात. त्यांची क्षेत्र पातळीवरील प्रत्येक उपविभाग, जिल्हा इत्यादी पदनियुक्ती त्याच राज्यात होते. त्यांच्या कारकिर्दीचा काही भाग केंद्रशासनामध्ये व्यतीत होतो (दास २०१३, ३२). राज्यांतील महत्त्वाची पदे भारतीय प्रशासकीय सेवेतील अधिकाऱ्यांसाठी राखून ठेवली जातात. यामुळे प्रशासकीय व्यवस्थेचा दर्जा, त्यातील निःपक्षपातीपणा, सचोटी आणि अखिल भारतीय दृष्टी कायम राहण्यास मदत होते.

केंद्रीय नागरी सेवा

केंद्रीय सेवा या केंद्रशासनाच्या अखत्यारित येतात. या सेवांच्या माध्यमातून केंद्रशासनाच्या विविध विभागांची सेवा दिली जाते. तेथील कर्मचाऱ्यांवर मंत्रालये व विभागांचे नियंत्रण असते. केंद्रीय सेवेतील अधिकारी केंद्रशासनाच्या राज्य व केंद्रशासित प्रदेशांमधील कार्यालयांमध्ये कार्यरत असतात. केंद्रीय सेवांमधील अधिकारी राज्यांत कार्यरत असल्यास ते अखिल भारतीय सेवांतील अधिकाऱ्यांप्रमाणे राज्यशासनाच्या अखत्यारित कार्यरत नसतात.

भारतीय केंद्रीय सेवांचे गट अ, गट ब, गट क आणि गट ड अशा चार भागांत वर्गीकरण केले आहे. गट अ मध्ये भारतीय परराष्ट्र सेवा, राष्ट्रीय लेखापरीक्षण तथा लेखा सेवा, भारतीय टपाल सेवा आणि केंद्रीय सचिवालय सेवा इत्यादी ५९ महत्त्वाच्या सेवा समाविष्ट आहेत, गट ब मध्ये गट अ मधील सेवांशी सुसंगत ३३ सेवा समाविष्ट आहेत. गट अ आणि गट ब सेवांमधील भरती केंद्रीय लोकसेवा आयोगाद्वारे केली जाते. गट क मधील केंद्रीय सेवांमध्ये लिपिक कर्मचाऱ्यांचा समावेश होत असून त्यांची भरती कर्मचारी निवड आयोगाकडून केली जाते. गट ड मध्ये अतांत्रिक कर्मचारी समाविष्ट असतात. उदाहरणार्थ, चपराशी, बागकाम करणारे कर्मचारी इत्यादी. अशा प्रकारे, गट अ आणि गट ब मध्ये राजपत्रित अधिकारी समाविष्ट असतात व गट क आणि गट ड मध्ये अराजपत्रित गटातील अधिकारी समाविष्ट असतात.

नागरी सेवा परीक्षांचे नवे स्वरूप

सन १९७९ (कोठारी समिती पश्चात) पासून प्रचलित असलेले नागरी सेवा परीक्षांचे स्वरूप सन २०११ पर्यंत कायम होते. प्राध्यापक एस.के. खन्नांच्या–विद्यापीठ अनुदान आयोगाचे माजी उपाध्यक्ष–शिफारशींना अनुसरून नागरी सेवा (पूर्व) परीक्षेचे स्वरूप सन २०११ पासून बदलण्यात आले. तद्नंतर केंद्रीय लोकसेवा आयोगाने प्राध्यापक अरुण एस. निगवेकर यांच्या अध्यक्षतेखाली आणखी एक समिती नेमली. प्राध्यापक खन्नांच्या अध्यक्षतेखालील समितीच्या शिफारशींचा उत्तरार्ध म्हणून ही समिती नेमण्यात आली होती. निगवेकर समितीच्या (२०११) शिफारशींनुसार नागरी सेवा (मुख्य) परीक्षेत बदल करण्याबाबत आयोगाच्या शिफारशी शासनाने मान्य केल्या व तदनुसार नागरी सेवा (मुख्य) परीक्षांचे बदललेले स्वरूप सन २०१३ पासून लागू करण्यात आले.

भारतीय नागरी सेवांमध्ये रुजू होण्यासाठी उमेदवाराने भारतीय नागरिक असणे अनिवार्य आहे. या सेवांमध्ये रुजू होण्याची वयोमर्यादा जानेवारी २०१५ रोजी २१-३० वर्षे इतकी होती. अनुसूचित जाती/जमातीतील उमेदवारांसाठी सर्वोच्च वयोमर्यादा पाच वर्षांनी शिथिल करण्यात आली. ही परीक्षा देण्यासाठी उमेदवारांकडे कुठल्याही शासनमान्य विद्यापीठाची पदवी असणे आवश्यक आहे. प्रतिवर्षी परीक्षा घेतली जाते. स्पर्धा परीक्षेचे पुढीलप्रमाणे तीन टप्पे होतः

१. पूर्व परीक्षा (वस्तुनिष्ठ)
२. मुख्य परीक्षा (लेखी)
३. मुलाखत

पूर्वपरीक्षा

पूर्वपरीक्षा ही केवळ छाननी करणारी परीक्षा मानली जाते. सन २०११मध्ये पूर्वपरीक्षेचे स्वरूप मोठ्या प्रमाणात बदलण्यात आले. सामान्य अध्ययनावरील गुण १५० ऐवजी २०० करण्यात आले व वैकल्पिक विषयावरील प्रश्नपत्रिकेऐवजी २०० गुणांच्या नागरी सेवा गुणवत्ता चाचणीला प्रारंभ करण्यात आला. सध्याच्या (२०१५) परीक्षेच्या स्वरूपामध्ये पुढील दोन विषय समाविष्ट आहेतः

१. प्रश्नपत्रिका १–सामान्य अध्ययन	—	२०० गुण
२. प्रश्नपत्रिका २–नागरी सेवा गुणवत्ता चाचणी (CSAT)	—	२०० गुण

या दोन्ही प्रश्नपत्रिका वस्तुनिष्ठ स्वरूपाच्या असून यामध्ये इंग्रजी व हिंदी या दोन्ही भाषांमधील बहुपर्यायी प्रश्न समाविष्ट असतात. प्रत्येक प्रश्नपत्रिका सोडविण्यासाठी २ तास वेळ असतो व यामध्ये यशस्वी झालेले उमेदवार पुढे मुख्य परीक्षेस बसतात.

मुख्य परीक्षा

पूर्वपरीक्षेत पात्र ठरलेले उमेदवारच मुख्य परीक्षा देऊ शकतात. मुख्य परीक्षा देणारे उमेदवार संख्येने त्या वर्षी भरावयाच्या एकूण जागांच्या जवळजवळ १२-१३ पट असतात. लेखी परीक्षेमध्ये एकूण सात पेपर समाविष्ट असतात (तक्ता ७.१ पाहणे).

केंद्रीय लोकसेवा आयोगाने नागरी सेवा मुख्य परीक्षेचे स्वरूप सन २०१४मध्ये बदलले आहे. याअन्वये ज्ञान स्पष्ट व तर्कसुसंगत पद्धतीने व्यक्त करण्याखेरीज आता उमेदवाराची बौद्धिक क्षमतादेखील तपासली जाणार आहे. उमेदवारांची माहिती व स्मरणशक्ती तपासण्याखेरीज एकूण बौद्धिक गुणविशेष आणि आकलनाची व्याप्ती पारखणे हा आता मुख्य परीक्षेचा हेतू आहे असे म्हणता येईल.

तक्ता ७.१ गुणवत्तेसाठी ग्राह्य धरण्यात येणारे विषय

प्रश्नपत्रिका क्र.	विषय	गुण
प्रश्नपत्रिका १	निबंध	२५०
प्रश्नपत्रिका २	सामान्य अध्ययन-१ (भारतीय वारसा आणि संस्कृती, जग आणि समाजाचा इतिहास आणि भूगोल)	२५०
प्रश्नपत्रिका ३	सामान्य अध्ययन-२ (शासन, घटना, राजकारण, सामाजिक न्याय आणि आंतरराष्ट्रीय संबंध)	२५०
प्रश्नपत्रिका ४	सामान्य अध्ययन-३ (तंत्रज्ञान, आर्थिक विकास, जैवविविधता, पर्यावरण, सुरक्षा आणि आपत्ती व्यवस्थापन)	२५०
प्रश्नपत्रिका ५	सामान्य अध्ययन-४ (नीतिशास्त्र, एकात्मता आणि बुद्धिमत्ता चाचणी)	२५०
प्रश्नपत्रिका ६	वैकल्पिक विषय १	२५०
प्रश्नपत्रिका ७	वैकल्पिक विषय२	२५०
	गुणांची उपबेरीज (लेखी परीक्षा)	१७५०
	व्यक्तिमत्त्व चाचणी	२७५
	गुणांची एकूण बेरीज	२०२५

स्रोतः http://civilservicesmentor.com/mag/new-ias-mains-scheme (१४ डिसेंबर २०१५ रोजीच्या शोधानुसार).

आता उमेदवारांना मुख्य परीक्षेत एकूण नऊ प्रश्नपत्रिका सोडवाव्या लागणार आहेत. या सर्व प्रश्नपत्रिका वर्णनात्मक पद्धतीच्या आहेत. यातील दोन प्रश्नपत्रिकांचे गुण केवळ पात्रतेसाठी ग्राह्य धरण्यात येतातः (अ) कुठलीही आधुनिक भारतीय भाषा आणि (आ) इंग्रजी. हे दोन्ही पेपर प्रत्येकी ३०० गुणांचे असतात. हे यांतील गुण मुख्य परीक्षेत धरले जात नाहीत. उमेदवाराला राज्यघटनेच्या आठव्या परिशिष्टातील कुठल्याही एका भाषेतून किंवा इंग्रजीमधून परीक्षा देण्याची परवानगी आहे.

नव्या स्वरूपानुसार, सामान्य अध्ययनाचे एकूण चार प्रश्नसंच आहेत. हे प्रश्नसंच एकूण २५० गुणांचे असून याला एकूण १००० गुण आहेत. सामान्य अध्ययनाच्या अभ्यासक्रमाची व्याप्ती पदवी पातळीवरील अभ्यासक्रमाची आहे. विषयांच्या सूचीमधून केवळ 'एक' वैकल्पिक विषय निवडता येणार आहे. वैकल्पिक विषयाचे दोन पेपर प्रत्येकी २५०

गुणांचे असतील. अशा प्रकारे वैकल्पिक विषयाच्या गुणांची एकूण बेरीज ५०० इतकी होते. वैकल्पिक विषयाच्या अभ्यासक्रमाची व्याप्ती पदवी अभ्यासक्रमापेक्षा अधिक व पदव्युत्तर अभ्यासक्रमापेक्षा कमी असते. लिखित परीक्षेचे एकूण गुण १७५० इतके आहेत. मुलाखत/व्यक्तिमत्त्व चाचणी २७५ गुणांची आहे.

मुलाखत

मुलाखत/व्यक्तिमत्त्व चाचणी २७५ गुणांची असून त्यासाठी उमेदवार त्यांचे भाषा माध्यमाचे प्राधान्य नमूद करू शकतात. केंद्रीय लोकसेवा आयोगाद्वारे अनुवादकांची सोयदेखील केली जाते.

मुलाखत तज्ज्ञमंडळ घेत असून त्यांच्यापुढे उमेदवाराच्या संपूर्ण कारकिर्दीची नोंद असते. उमेदवाराला सर्वसाधारण बाबींवर आधारित प्रश्न विचारले जातात. एखाद्या उमेदवाराचे व्यक्तिमत्त्व नागरी सेवांसाठी उचित आहे किंवा नाही हे सक्षम व निःपक्षपाती तज्ज्ञमंडळाद्वारे तपासून बघणे हा मुलाखतीचा मुख्य हेतू असतो. उमेदवाराची मानसिक क्षमता पारखून बघण्याचे काम मुलाखतीच्या माध्यमातून केले जाते. अधिक व्यापकतेने सांगावयाचे झाल्यास, ही केवळ त्याच्या बौद्धिक गुणांची परीक्षा नसून त्याचे समाजाच्या संदर्भाने वर्तन आणि चालू घडामोडींमध्ये त्याला असलेला रस याचेदेखील परीक्षण असते. मानसिक सतर्कता, एकीकरणाची क्षमता, निःसंदिग्ध आणि तार्किक वर्तन, न्यायकौशल्य, आवडीनिवडीतील वैविध्य आणि खोली, सामाजिक बांधीलकी जपण्याची व नेतृत्वाची क्षमता आणि बौद्धिक व नैतिक सचोटी इत्यादी उमेदवारांचे अपेक्षित गुण म्हणता येतील.

केंद्रीय लोकसेवा आयोग (युपीएससी): निवड मंडळ

ऐतिहासिक पार्श्वभूमी

वरिष्ठ नागरी सेवांचे भारतीयीकरण करावे यासंबंधीच्या राजकीय चळवळीच्या प्रमुख मागण्यांमुळे ब्रिटिश भारतीय शासनाला वसाहतीतील सेवांमधील नियुक्तीसाठी लोकसेवा आयोगाची स्थापना करणे भाग पडले. १ ऑक्टोबर १९२६ रोजी पहिला लोकसेवा आयोग स्थापन करण्यात आला. तथापि, हा आयोग सल्लागार कार्यांपुरता मर्यादित असल्यामुळे लोकांच्या अपेक्षा पूर्ण होऊ शकल्या नाहीत. स्वातंत्र्य चळवळीच्या कालखंडातील नेत्यांनी हा मुद्दा अधोरेखित केला व परिणामी, १९३५च्या भारत सरकार कायद्याअंतर्गत संघ लोकसेवा आयोगाची स्थापना करण्यात आली. या कायद्यानुसार, सर्वप्रथम प्रांतीय पातळीवर लोकसेवा आयोगाच्या स्थापनेची तरतूद केली गेली.

स्वातंत्र्योत्तर कालखंडात, ज्यायोगे सेवांमधील नियुक्ती प्रक्रिया निःपक्षपाती पद्धतीने होईल व सेवांचा दर्जादेखील कायम राहील, याकरता घटनासमितीला लोकसेवा आयोगाला सांघिक तसेच प्रांतीय पातळीवर संरक्षित व स्वायत्त दर्जा देण्याची गरज वाटली. २६ जानेवारी १९५० रोजी स्वतंत्र भारताची नवी राज्यघटना कार्यान्वयित झाल्यानंतर सांघिक लोकसेवा आयोगाला स्वायत्त एकक म्हणून घटनात्मक दर्जा देण्यात आला व त्याचे केंद्रीय लोकसेवा आयोग असे नामकरण करण्यात आले.

घटनात्मक तरतुदी

भारतीय राज्यघटनेतील कलम ३१५ नुसार केंद्रीय लोकसेवा आयोगाची स्थापना करण्यात आली आहे. आयोगामध्ये एक अध्यक्ष व १० सदस्य असतात. केंद्रीय लोकसेवा आयोग (सदस्य) नियामके, १९६९ नुसार आयोगाचे अध्यक्ष व सदस्यांच्या पदासंबंधीच्या नियम व अटींचे नियमन केले जाते. आयोगाचे कामकाज सचिवालयामार्फत चालते. सचिवालयाचा प्रमुख सचिव असून दोन अतिरिक्त सचिव, अनेक संयुक्त सचिव, उपसचिव व इतर साहाय्यक कर्मचाऱ्यांकडून चालविले जाते.

राज्यघटनेनुसार केंद्रीय लोकसेवा आयोगाचे अधिकार व भूमिका पुढीलप्रमाणे होतः

१. स्पर्धा परीक्षांच्या माध्यमातून केंद्रीय/सांघिक सेवा व पदांवर नियुक्ती करणे,
२. केंद्रशासनाच्या अखत्यारितील सेवा व पदांवर मुलाखतीच्या माध्यमातून निवड प्रक्रिया राबवून नियुक्त्या करणे,
३. बढतीअन्वये नियुक्ती तसेच, प्रतिनियुक्तीवर बदली करताना कुठले अधिकारी योग्य ठरतील याबाबत सल्ला देणे,
४. वेगवेगळ्या सेवा व पदांवरील नियुक्तीच्या पद्धतींसंबंधीच्या सर्व प्रश्नांवर शासनाला सल्ला देणे,
५. विविध नागरी सेवांमधील शिस्तभंगाची प्रकरणे हाताळण्यातील भूमिका,
६. असाधारण निवृत्तिवेतन संमत करणे, कायदेविषयक खर्चाची प्रतिपूर्ती इत्यादी संकीर्ण बाबींसंबंधीची भूमिका.

वेगवेगळ्या केंद्रीय नागरी सेवा आणि केंद्र व राज्यांमध्ये सामाईक असणाऱ्या (अखिल भारतीय सेवा) सेवा व पदांवरील व्यक्तींची निवड करणे ही आयोगाची सर्वांत महत्त्वाची भूमिका होय. आयोगाच्या रचनेमध्ये अध्यक्ष व इतर १० सदस्य समाविष्ट असतात.

नागरी सेवा प्रशिक्षण

स्वातंत्र्योत्तर कालखंडात भारतीय प्रशासकीय सेवा प्रशिक्षण केंद्र मेटकाफ हाऊस दिल्ली येथे स्थापन करण्यात आले. येथे सर्व प्रतिनियुक्त अधिकाऱ्यांना एक वर्ष प्रशिक्षण दिले जात असे. ॲपलबी अहवाल (१९५३) ने केलेल्या शिफारशींनुसार सन १९५४मध्ये भारतीय लोकप्रशासन संस्थान स्थापन करण्यात आले. त्यानंतर लगेचच, १९५९मध्ये दिल्ली प्रशिक्षण केंद्र आणि भारतीय प्रशासकीय सेवा कर्मचारी महाविद्यालय, शिमला यांच्या एकत्रीकरणातून मसुरी येथे राष्ट्रीय प्रशासन अकादमी स्थापन करण्यात आली. सन १९८५मध्ये कार्मिक, सार्वजनिक तक्रार आणि निवृत्तिवेतन मंत्रालय सुरू करण्यात आले. या मंत्रालयाच्या तीन विभागांपैकी कार्मिक व प्रशिक्षण विभाग हा एक होय.

सध्या गट अ मधील सर्व सेवांतील उमेदवारांना दोन वर्षांचे सेवापूर्व प्रशिक्षण घ्यावे लागते. प्रत्येक सेवेचा प्रशिक्षण कार्यक्रम वेगवेगळा असतो. अखिल भारतीय सेवा व केंद्रीय सेवा गट अ मधील पूर्व प्रशिक्षणामध्ये प्राथमिक अभ्यासक्रम आणि व्यावसायिक अभ्यासक्रम समाविष्ट असतो. प्राथमिक अभ्यासक्रम भारतीय प्रशासकीय सेवा, भारतीय पोलीस सेवा व इतर केंद्र सेवा गट अ साठी एकसमान असतो. गट अ च्या बाहेरील सेवांसाठी हे स्वरूप वेगळे असते. काहींना सेवापूर्व प्रशिक्षण बंधनकारक असते तर काहींना सेवापूर्व प्रशिक्षण नसून ते पदनियुक्तीसाठी त्या त्या विभागाशी संपर्कात असतात. त्यांनी नोकरी करतानाच प्रशिक्षित होत जाणे अपेक्षित असते.

सेवांतर्गत प्रशिक्षण

नागरी सेवकांना देण्यात येणारे प्रशिक्षण दोन प्रकारचे असते, सेवांतर्गत प्रशिक्षण आणि कारकिर्दीच्या दरम्यान प्रशिक्षण. प्राथमिक आणि व्यावसायिक प्रशिक्षण सेवांतर्गत प्रशिक्षणाचे भाग होत. प्राथमिक प्रशिक्षणाद्वारे लोकसेवांमधील कारकिर्दीची पायाभरणी केली जाते. महाविद्यालयातील पुस्तकी जग व प्रत्यक्ष जग यांमधील हा दुवा होय. १५ आठवड्यांचा हा अभ्यासक्रम लालबहादूर शास्त्री राष्ट्रीय प्रशासन अकादमी, मसुरी येथे घेतला जातो. प्रशिक्षणाचा मोठा भाग (१५ पैकी १२ आठवडे) अभ्यासक्रम पूर्ण करण्यासाठी ठेवण्यात येतात व उरलेल्या तीन आठवड्यांमध्ये अभ्यासाव्यतिरिक्त गिर्यारोहण, रिव्हर राफ्टींग इत्यादी उपक्रम केले जातात. यामधून नेतृत्वगुण विकसन व संघभावना निर्माण होण्यास मदत होते. प्रशिक्षणामध्ये पुढील विषय शिकविले जातातः व्यवस्थापन, अर्थशास्त्र, लोकप्रशासन, कायदे, राज्यपद्धती, भारतीय राज्यघटना, भारतीय इतिहास आणि संस्कृती. अखिल भारतीय सेवा व गट अ मधील केंद्रीय लोकसेवा आयोगाने नागरी परीक्षेच्या माध्यमातून निवडलेल्या सर्व अधिकाऱ्यांसाठी मूलभूत प्रशिक्षण आवश्यक असते.

इतर सेवांसाठीच्या व्यावहारिक प्रशिक्षणामध्ये विषयाला धरून, अधिक खोलवर प्रशिक्षण देणे अपेक्षित असते. हे प्रशिक्षण नागरी सेवकांच्या भविष्यातील गरजा लक्षात घेऊन दिले जाते. उदाहरणार्थ, आयकर अधिकाऱ्यांना नागपूर येथील राष्ट्रीय प्रत्यक्ष कर अकादमीमध्ये १६ महिन्यांच्या प्रशिक्षणासाठी पाठविण्यात येते. व्यावसायिक प्रशिक्षणानंतर अधिकाऱ्यांना आठ ते दहा आठवड्यांचे प्रत्यक्ष कामकाजाचे प्रशिक्षण दिले जाते. तसेच, आयात व उत्पादन शुल्क अधिकाऱ्यांना फरिदाबाद येथील जकात, उत्पादनशुल्क व अमली पदार्थ अकादमीमध्ये प्रशिक्षण दिले जाते.

कारकिर्दीच्या दरम्यान प्रशिक्षण

सेवेमध्ये कार्यरत असण्याचा अनुभव आल्यानंतर सेवेच्या दरम्यान प्रशिक्षण दिले जाते. नागरी सेवकांना त्यांच्या क्षेत्रामध्ये आणि त्यांच्या विशेषीकरण असलेल्या बाबींसंदर्भाने प्रशिक्षण देऊन अद्ययावत केले जाते. मसुरी व हैदराबाद येथील राष्ट्रीय अकादमीमध्ये अनुक्रमे भारतीय प्रशासकीय सेवा व भारतीय पोलीस सेवेतील अधिकाऱ्यांना प्रशिक्षण दिले जाते. उदाहरणार्थ, मसुरी येथील अकादमीमध्ये १०-१५ वर्षे अनुभव असलेल्या नागरी सेवकांसाठी उजळणी अभ्यासक्रम राबविला जातो.

कर्मचारीविषयक प्रश्नांची हाताळणी

ज्या ज्या देशाचे प्रशासन गुणवत्ता तत्त्वावर चालविले जाते, त्या देशांमध्ये परिणामकारक असे कार्मिक व्यवस्थापन धोरण असणे आवश्यक असते. बढती, वित्तीय बाबी व इतर तक्रारींशी संबंधित प्रश्न वेळेत सोडविल्यामुळे नागरी सेवकांच्या हक्कांचे व त्यांच्या लोकांना सेवा पुरविण्याच्या प्रामाणिक हेतूंचे जतन होते. या विभागामध्ये नागरी सेवांमधील असे प्रश्न अधोरेखित केले आहेत.

बढती

वरिष्ठ नागरी सेवांमधील बढतीचे निकष केंद्रीय लोकसेवा आयोगाद्वारे ठरविले जातात. भारतीय प्रशासकीय सेवा व केंद्रीय नागरी सेवांमधील अधिकाऱ्यांना ठरावीक काळाने बढती दिली जाते. राज्यामध्ये दोन वर्षे प्रतिनियुक्त म्हणून भारतीय प्रशासकीय सेवेतील अधिकाऱ्याची कारकीर्द सुरू होते. हे अधिकारी हा कालावधी प्रशिक्षण केंद्रे, सचिवालय व क्षेत्र कार्यालयांमध्ये व्यतीत करतात. या अधिकाऱ्याला उपदंडाधिकाऱ्याचे पद दिले जाते व त्याने त्याच्या अधिकारक्षेत्रातील भागामधील कायदा व सुव्यवस्था आणि विकासात्मक कामांसह सर्वसाधारण प्रशासनाकडे लक्ष देणे अपेक्षित असते.

प्रतिनियुक्ती व सेवेची दोन वर्षे पूर्ण झाल्यानंतर भारतीय प्रशासकीय सेवेतील अधिकाऱ्याला कनिष्ठ श्रेणी अधिकाऱ्याऐवजी वरिष्ठ श्रेणी अधिकाऱ्याचा दर्जा दिला जातो. नंतर तो जिल्हादंडाधिकारी किंवा एखाद्या विभागाचा संचालक म्हणून कार्यरत राहू शकतो. वरिष्ठ श्रेणीमध्ये वरिष्ठ कार्यकाल श्रेणीचा (संयुक्त सचिव), कनिष्ठ प्रशासकीय श्रेणी (अतिरिक्त सचिव), आणि निवड श्रेणी (विशेष सचिव) अंतर्भाव होतो. निवड श्रेणी १३ वर्षे नियमित सेवेत राहिल्यानंतर बढतीच्या स्वरूपात दिली जाते. राज्यातील पुढील बढती १६ वर्षे कार्यकालानंतर दंडाधिकारी-सह-सचिव या पदावर केली जाते. या बढतीमुळे त्यांना सर्वोच्च कार्यकाल वेतनश्रेणी मिळणे शक्य होते. तद्नंतर, सेवेतील २५ वर्षे पूर्ण झाल्यानंतर काही राज्यांमध्ये भारतीय प्रशासकीय सेवेतील अधिकाऱ्यांना सर्वोच्च कार्यकाल वेतनश्रेणीपेक्षा वरिष्ठ पदावर विभागीय सचिव किंवा वित्त आयुक्त म्हणून बढती दिली जाते. प्रत्येक राज्यात अनेक सचिव/विभागीय सचिव व एक मुख्य सचिव असतो. राज्यातील मुख्य सचिव हा सर्वोच्च नागरी सेवक असतो व त्याला साहाय्यक मुख्य सचिवाद्वारे साहाय्य केले जाते. अशा प्रकारे, भारतामध्ये वरिष्ठ नागरी सेवांमध्ये बढतीचे अनेक मार्ग उपलब्ध आहेत.

नागरी सेवा आचारसंहिता

नागरी सेवेचा दर्जा सुधारणे; 'सार्वजनिक हितसंबंध' जपणारे प्रशासन चालविणे; लोकप्रशासन व्यवस्थेतील नोकरशाही व्यवस्थेची जपणूक व भ्रष्टाचार निर्मूलन तसेच, सार्वजनिक क्षेत्रात कार्यरत अधिकाऱ्यांबाबत लोकांना विश्वास वाटावा

असे पूरक वातावरण निर्माण करणे या उद्देशाने नागरी सेवांमधील आचाराचे नियम प्रस्थापित करून व आचारसंहितेबाबत पारदर्शक राहून नागरिकांना त्याबाबत माहिती देणे/विश्वासात घेणे हे आचारसंहितेचे मूळ हेतू होत.

श्री. के. संथानम यांच्या अध्यक्षतेखालील भ्रष्टाचार प्रतिबंधक समितीच्या (१९६४) शिफारशींना अनुसरून सार्वजनिक सेवांमधील सचोटी कायम राखण्याच्या हेतूने शासकीय सेवकांच्या आचाराच्या नियमांचे पुनरावलोकन करण्यात आले. केंद्रीय नागरी सेवा (आचार) नियम, १९६४ अन्वये केंद्रशासन कर्मचाऱ्यांची आचारसंहिता मांडण्यात आली. या आयोगाच्या शिफारशींनुसार प्रत्येक शासकीय सेवकाने

१. सचोटीने वर्तन करावे.
२. कामाप्रती निष्ठा बाळगावी.
३. शासनाची प्रतिमा डागाळेल असे कुठलेही वर्तन करू नये.
४. निरीक्षक/वरिष्ठ पदावरील प्रत्येक शासकीय सेवकाने सद्यःस्थितीत त्याच्या अधिकार व नियंत्रण क्षेत्रातील सर्व अधिकाऱ्यांनी सचोटीने व कामाप्रती निष्ठेने वागावे यासाठी शक्य तितके सर्व प्रयत्न करावे.
५. कार्यालयीन कर्तव्ये बजावताना किंवा अधिकारांची अंमलबजावणी करताना कुठल्याही शासकीय अधिकाऱ्याने त्याच्या सदसद्विवेकबुद्धीच्या विरुद्ध वर्तन करू नये. त्याच्या वरिष्ठ अधिकाऱ्याच्या आदेशानुसार काम करताना हा मुद्दा अपवादात्मक ठरू शकतो.
६. सर्वसाधारणपणे लिखित स्वरूपात आदेश द्यावे. हाताखालील व्यक्तींना मौखिक आदेश देणे शक्यतोवर टाळावे. मौखिक आदेश देणे क्रमप्राप्त असल्यास तद्नंतर वरिष्ठ अधिकाऱ्याने तो आदेश नोंदी ठेवण्याच्या हेतूने लेखी स्वरूपात देऊन त्याला पुष्टी द्यावी.

अशा प्रकारे, आचारसंहिता म्हणजे नागरी सेवकांनी लोकांप्रती उत्तरदायी असावे व कर्तव्यांची अंमलबजावणी करताना एकनिष्ठ राहून व सचोटीने वागावे यासाठीची मार्गदर्शक तत्त्वे होत.

नागरी सेवकांचे राजकीय अधिकार

भारतातील नागरी सेवकांना मतदानाचे व संघटनेचे अधिकार आहेत. मात्र, ते राजकीय उपक्रमांमध्ये सहभागी होऊ शकत नाही. ते राजकीय पक्षाचे सदस्य होऊ शकत नाहीत किंवा त्याच्या निधीचे वर्गणीदारदेखील होऊ शकत नाहीत. लोकसेवा करताना नागरी सेवकांनी तटस्थ व निःपक्षपाती असावे हा यामागील मुख्य हेतू होय. कुठलाही राजकीय पक्ष सत्तेत आला तरीदेखील, नागरी सेवकांना शासनाप्रती व राज्यघटनेतील उद्दिष्टांप्रती एकनिष्ठ असावे लागते. अशा प्रकारे, नागरी सेवकांना मतदानाचा व व्यावसायिक उद्दिष्टप्राप्तीसाठी संघटनाचा अधिकार असतो. मात्र, ते देशाच्या सक्रिय राजकारणामध्ये सहभागी होऊ शकत नाहीत.

नागरी सेवा तटस्थता

तटस्थता हे भारतीय नागरी सेवांचे प्रमाणचिन्ह (अनुकरणीय या अर्थाने) मानले जाते. याचा अर्थ असा होतो की, नागरी सेवकाने सार्वजनिक धोरणांच्या संदर्भाने, तटस्थता जपण्याच्या हेतूने कुठल्याही राजकीय पक्षाचा अथवा गटाचा प्रतिनिधी म्हणून काम करू नये. नागरी सेवकांना कुठल्याही पक्षाच्या मंत्र्याच्या अंतर्गत कार्यरत राहावे लागते. केवळ राजकीय पुढाऱ्यांनी तयार केलेली धोरणे व निर्णय राबविणे हे नागरी सेवकांचे काम नसून, त्यांनी धोरणनिर्मितीमध्ये सहभागी असणेदेखील अपेक्षित असते. राजकीय उपक्रमांमध्ये तटस्थ राहिल्यासच धोरणनिर्मितीमधील भूमिका प्रभावीपणे पार पाडणे शक्य होते.

नागरी सेवा सक्रियता

सामान्यांचे हित जपण्यासाठी नागरी सेवकांनी बजावलेली असामान्य भूमिका म्हणजे नागरी सेवा सक्रियता होय. यामध्ये नियमितपणे लोकांच्या भेटी घेणे, त्यांच्या तक्रारींची नोंद घेऊन लवकरात लवकर तक्रार निवारण करणे इत्यादी बाबींचा समावेश होतो. काही वेळा सार्वजनिक प्रश्न सोडविण्यासाठी काही नावीन्यपूर्ण सुधारणा उपक्रम राबविले जातात. वरिष्ठ मंत्र्यांची काही धोरणे नागरी सेवकाच्या घटनात्मक कर्तव्यांच्या आड येत असल्यास त्या धोरणांच्या विरुद्ध कडक कारवाई करणे ही बाबदेखील नागरी सेवा सक्रियतेमध्ये अंतर्भूत आहे. टी. एन. शेषन यांनी निवडणूक सुधारणांसाठी उचललेली पावले आणि किरण बेदी यांनी प्रारंभिलेल्या पोलिस सुधारणा ही नागरी सेवा सक्रियतेची उल्लेखनीय उदाहरणे होत.

नागरी सेवा सुधारणा

सार्वजनिक प्रश्न हाताळताना राज्यातील संस्थांपुढे काही नवी आव्हाने असतात. या आव्हानांना सहजपणे दिलेला प्रतिसाद म्हणजे सुधारणा होय. बदललेल्या परिस्थितीत प्रशासनाच्या क्षमता अधिक व्यापक बनविण्याचे प्रयत्न हा सुधारणांचा मूळ हेतू असतो. अलीकडच्या कालखंडात, भारतातील केंद्र व राज्य पातळ्यांवर प्रशासकीय सुधारणांच्या प्रश्नाने सर्वाधिक लक्ष वेधले आहे. सन १९९६मधील मुख्य सचिवांच्या परिषदेमध्ये भारतीय प्रशासनाला अधू करणाऱ्या प्रशासकीय त्रुटींकडे लक्ष देणे आवश्यक आहे असे एकमताने ठरविण्यात आले. प्रशासनाच्या अपयशाला कारणीभूत ठरणाऱ्या अनेक घटकांपैकी नागरिकांना मूलभूत सेवा पुरविताना लक्षात येणारा नोकरशाहीचा उदासीन दृष्टिकोन हा अतिशय महत्त्वाचा घटक आहे असे या परिषदेमध्ये अधोरेखित करण्यात आले. प्रक्रियांचे काटेकोर पालन,. ढेपाळलेली कार्यपद्धती, भ्रष्टाचार व उत्तरदायित्वाची कमतरता यामध्ये अडकलेली भारतातील नोकरशाही समान्य नागरिकांपासून बऱ्याच अंशी दुरावली आहे, असे लक्षात आले. या परिषदेतील चर्चेच्या निमित्ताने, उत्तरदायित्वाचे तत्त्व राबवण्याविषयी चर्चा व्हावी असे एकमताने ठरविण्यात आले. उदाहरणार्थ, तक्रार निवारण यंत्रणा, नागरिकांची सनद, माहितीचा अधिकार व पारदर्शकतेवरील आंतरमंत्रालयीन कार्यगट या काही महत्त्वाच्या नागरी सेवा सुधारणा ठरल्या. मुख्य सचिवांच्या परिषदेने सुचविलेल्या उपायांचा पाठपुरावा म्हणून २७ मे १९९७ रोजी घेण्यात आलेल्या मुख्यमंत्र्यांच्या परिषदेने नागरी सेवांमध्ये सुधारणा घडवून आणण्यासाठी एक कृतिआराखडा तयार केला. या कृतिआराखड्याची उद्दिष्टे पुढीलप्रमाणे होतीः (अ) प्रशासन उत्तरदायी असावे व प्रशासन-नागरिक यांमध्ये सलोख्याचे संबंध असावे, (आ) प्रशासनामध्ये पारदर्शकता रुजविण्यासाठी माहितीचा अधिकार कार्यान्वित करणे, आणि (इ) सार्वजनिक सेवांची कामगिरी व सचोटी यांमध्ये सुधारणा घडवून आणणे.

सूचीच्या रूपातील हा कृतिआराखडा प्रशासनामध्ये सुधारणा घडवून आणण्याच्या मूळ हेतूने तयार करण्यात आला होता. प्रशासन नागरिककेंद्री नसून बदलत्या सामाजिक-आर्थिक परिस्थितीशी जुळवून घेत नाही असे निरीक्षण होते. म्हणून, अभिशासनाला पूरक अशी बाब म्हणून परिणामकारक पद्धतीने काम करणे प्रशासनाला शक्य नव्हते. याचे कारण असे की, प्रशासन प्रस्थापित हितसंबंधांच्या कचाट्यात सापडले होते. नोकरशाही हे सार्वजनिक हिताचे केवळ एक माध्यम आहे हे लक्षात घेऊन, केवळ लोकप्रशासनाचा पोत बदलणे हा हेतू नसून त्याची कार्यपद्धती बदलणेदेखील आवश्यक होते. परिणामी, तीन महत्त्वाची पावले उचलण्यात आलीः एक, नोकरशाही पारदर्शक असावी या हेतूने, प्रत्येक सरकारी विभागामध्ये, विशेषकरून सर्वांत जास्त लोकसंपर्क असलेल्या विभागांमध्ये, तीन महिन्यांच्या कालावधीच्या आत नागरिकांची सनद उपलब्ध व्हावी. या विभागांकडून नागरिकांना काय अपेक्षा आहेत याखेरीज ही सनद शासन आणि नागरिकांमधील दुवादेखील मानली जात असे. दोन, नोकरशाही नागरिकांप्रती संवेदनशील असावी या हेतूने या कृतिआराखड्यानुसार शासन विभागांमध्ये तीन महिन्यांच्या आत तक्रार निवारण यंत्रणा उपलब्ध व्हावी यावर भर दिला. तक्रार निवारण यंत्रणा नसल्यास उत्तरदायित्वाची कल्पना फोल ठरते असे परिषदेतील सदस्यांचे मत होते; नागरिकांना सेवा पुरविताना नोकरशहा कमी पडत असल्यास त्यांना जबाबदारीची जाणीव करून देणे हे उद्दिष्ट होते.

तीन, कृतिआराखड्यानुसार अभिशासनातील लोकशाही विकेंद्रीकरणाच्या प्रक्रियेचे महत्त्वदेखील अधोरेखित करण्यात आले. ज्यायोगे सर्व हितसंबंधी गटांना प्रशासन सुधारणा प्रक्रियेमध्ये व तृणमूल पातळीवरील सेवा पुरवठा प्रक्रियेमध्ये सहभागी करून घेता येईल. ७३ व ७४व्या घटनादुरुस्ती कायद्यांच्या (१९९२) अंमलबजावणीमुळे हे सहज शक्य झाले. यानुसार निर्णयप्रक्रियेतील लोकांच्या सहभागाला घटनात्मक दर्जा देण्यात आला. या पातळीवर (स्थानिक) प्रशासन व हितसंबंधी गटांमध्ये परस्परसंबंध नव्हता. या घटनादुरुस्त्यांची उद्दिष्टे क्रांतिकारक होती व त्या अन्वये हितसंबंधी गटांना अभिशासनाचा महत्त्वाचा भाग बनवून तृणमूल पातळीवरील प्रशासनाचा पोत मूलगामी पद्धतीने बदलण्यात आला. स्वयंसेवी संस्थांची भूमिका जाणून या घटनात्मक कायद्यांनी स्थानिक प्रशासनाचा विस्तार अधिक व्यापक बनविला; म्हणजेच स्थानिक प्रशासन नोकरशाही-संचलित राहिले नाही.

नोकरशाहीमधील गुप्तता व स्पष्टतेचा अभाव यावर या परिषदेने मोठ्या प्रमाणात टीका केली. सदस्यांच्या मते, ही भ्रष्टाचाराची मूळ कारणे होती. या परिस्थितीवर दोन उपाय सुचविण्यात आलेः एकीकडे माहितीच्या अधिकारावरील कृतिगट स्थापन करण्याला मान्यता देण्यात आली; तर दुसरीकडे, सन १९२३च्या अधिकृत गुप्तता कायद्याऐवजी माहितीचा अधिकार लागू करण्यासाठीचा कायदा लवकरात लवकर संसदेमध्ये मांडण्यात यावा, यावर भर देण्यात आला. या सूचना स्वीकारण्यात आल्या व परिणामी सन २००५मध्ये, माहितीच्या अधिकाराचा कायदा लागू करण्यात आला. हा कायदा सबलीकरण करणारा ठरला व यायोगे नोकरशाही अधिक प्रतिसादात्मक झाली. या कायद्याच्या घडणीमध्ये परिषदेने सुसंस्कृत समाजातील कार्यकर्त्यांची मते ध्यानात घेतली. यामध्ये खासकरून मजदूर किसान शक्ती संघटनेच्या कार्यकर्त्यांचा समावेश होता. या कार्यकर्त्यांनी माहितीच्या अधिकारासाठीची मोहीम हाती घेतली होती. प्रशासनाचा खालावलेला दर्जा व अकार्यक्षमता हाताळण्याच्या यंत्रणा प्रस्थापित करून नागरी सेवांमध्ये सुधारणा घडवून आणणे हे उद्दिष्ट येथे स्पष्टपणे पुढे येते.

पाचवा व सहावा वेतन आयोग

प्रशासकीय सुधारणांच्या ऐतिहासिक घडणीमध्ये सन १९९७चा पाचवा व सन २००६चा सहावा वेतन आयोग हे दोन पूरक पद्धतींनी महत्त्वाचे टप्पे ठरलेः एकीकडे, या वेतन आयोगांनी जागतिकीकरणाच्या संदर्भाने नागरी सेवांचे पुनर्संकल्पनीकरण करण्याचा प्रयत्न करतानाच नागरी सेवांच्या खाजगीकरणाचा पर्याय उचलून धरला व लोकप्रशासनातील नवउदारमतवादाची लाट उलगडण्याचादेखील प्रयत्न केला, दुसरीकडे, यातील तरतुदींनी, अभिशासनामधील नोकरशाहीच्या 'वर्चस्वी' भूमिकेच्या वेबरच्या कल्पनेला आव्हान दिले. शासनाखेरीज इतर संस्थादेखील प्रशासनामध्ये महत्त्वाच्या ठरतील अशी परिस्थिती निर्माण करणे हे या आयोगांच्या अनेक उद्दिष्टांपैकी एक होते. उदाहरणार्थ, शासनकार्याचे आकारमान कमी करण्यासाठी या आयोगांनी सेवांची 'कंत्राटे देण्याच्या' बाजूने व कंत्राटाने नोकऱ्या देण्याच्या बाजूने मत मांडले–हे जागतिक बँकेच्या प्रशासनाच्या अभिशासन प्रारूप कल्पनेला धरून होते.

आयोगाच्या इतर महत्त्वाच्या शिफारशी प्रशासनातील 'खुलेपणा'शी संबंधित होत्या. 'वसाहतींच्या कालखंडातील अधिकृत गुप्तता कायदा' काढून टाकण्याच्या बाजूने कल देताना या कायद्याने खुलेपणावर भर दिला. याचा अर्थ असा की, 'शासनाचे वेगवेगळे निर्णय व त्यामागील तर्काची माहिती प्रत्येकासाठी उपलब्ध असावी'. नागरी सेवा सुधारणांचा महत्त्वाचा भाग म्हणून या आयोगाने कार्यक्षम तक्रार नियंत्रण यंत्रणा घडविण्यावर भर दिला. ही यंत्रणा, परिणामकारक, जलद, वस्तुनिष्ठ व सर्वांप्रती उपलब्ध आणि वापरण्यास सोपी असावी असे मत मांडण्यात आले (भारत सरकार १९९७बी, ९३).

कॅनडा, युनायटेड किंग्डम आणि मलेशिया येथील परिणामकारक तक्रारनिवारण यंत्रणांच्या उदाहरणांमधून, शासकीय योजना व सेवांमधील ग्राहकांचे हक्क संकल्पित करणारी–नागरिकांच्या सनदेची कल्पना–आयोगाने मांडली. याला देण्यात आलेली मान्यता व त्यासाठी सुचविण्यात आलेल्या प्रक्रिया शासनाचे अ-नोकरशाहीकरण होण्याच्या व त्याचे नागरिकांशी स्नेहपूर्ण संबंध प्रस्थापित होण्याच्या दृष्टीने अतिशय महत्त्वाच्या ठरल्या. वेतन आयोगाने मांडलेले प्रश्न सन

१९९७च्या मुख्यमंत्र्यांच्या परिषदेमध्ये अधोरेखित झाले होते. या परिषदेचा कृतिआराखडा पुढील हेतूंनी स्वीकृत करण्यात आला होता (अ) प्रशासन उत्तरदायी असावे आणि प्रशासन नागरिक यांमध्ये मित्रत्वाचे संबंध असावे, (आ) पारदर्शकता व माहितीच्या अधिकाराची हमी देणे, (इ) नागरी सेवांमधील त्रुटी नाहीशा करून नागरी सेवकांना प्रोत्साहित करणे.

भारत सरकारने ५ ऑक्टोबर २००६ रोजी सहावा वेतन आयोग स्थापन केला. या आयोगाने २४ मार्च २००८ रोजी अहवाल सदर केला. वेगाने होणारी तंत्रज्ञान प्रगती आणि माहितीचा अधिकार व वित्तीय जबाबदारी आणि अंदाजपत्रक व्यवस्थापन कायदा (FRBM) कार्यान्वित झाल्यानंतर भारतात स्थापन करण्यात आलेला हा पहिला केंद्रीय वेतन आयोग होता.

काटेकोर वित्तीय शिस्त आणि पुरवठा यंत्रणांच्या संदर्भाने शासन यंत्रणेने अधिक चांगल्या कामकाजासाठी तत्पर असणे आवश्यक होते. सहाव्या केंद्रीय वेतन आयोगाच्या संदर्भ अटींमध्ये या अत्यावश्यक बाबी प्रतिबिंबित झाल्या होत्या. यानुसार आयोगाने पुढील क्रमबद्ध बदल सुचविणे आवश्यक ठरले: (अ) लोकसेवेचा हेतू असलेल्या केंद्रशासनसंस्थांचे स्वरूप बदलून त्यांचे रूपांतर आधुनिक, व्यावसायिक आणि नागरिकांशी स्नेहपूर्ण संबंध असलेल्या एककांमध्ये करणे; आणि (आ) नव्याने उलगडलेल्या जागतिक आर्थिक परिस्थितीच्या मागण्यांची केंद्रीय शासनसंस्थांच्या कार्यपद्धतीशी सांगड घालणे.

म्हणून, सहावा केंद्रीय वेतन आयोग केवळ शासकीय कर्मचाऱ्यांसाठीची वेतनप्रणाली नसून त्यायोगे सामान्य व्यक्तींना अधिक चांगल्या सेवा पुरविण्यासाठी वितरण यंत्रणा सुधारण्यात याव्यात हे लक्षात घेऊन त्यामध्ये शासकीय रचनेचे सुसूत्रीकरण करण्याचा प्रयत्न करण्यात आला होता. सुशासनाकडे कल असलेल्या आयोगाच्या मुख्य शिफारशी पुढीलप्रमाणे होत:

स्तररचनेमध्ये कपात: निर्णयप्रक्रिया व सेवा पुरवठ्याचा वेग वाढविण्यासाठी आयोगाने शासन रचनेमधील स्तरांमध्ये कपात करण्याची शिफारस केली. वेगवेगळ्या चार श्रेणीपट्ट्यांमध्ये विभागलेल्या प्रमाणित वेतनश्रेणी ३५ वरून २० इतक्या करणे. एक सर्वोच्च वेतनश्रेणी व दुसरे, कॅबिनेट सचिव/तत्सम पदाचा दर्जा.

सार्वजनिक सेवांची प्रतिष्ठा जपणे: सार्वजनिक सेवांची प्रतिष्ठा जपण्यासाठी शासन कर्मचाऱ्यांना प्रोत्साहित करणे आवश्यक असते. अशा प्रकारे आयोगाने नोकरी/कार्यवृद्धी व कार्यसंवर्धनासाठी अनेक उपाययोजना सुचविल्या. साहाय्यक व खाजगी सचिवांकडून केली जाणारी कार्ये आता कार्यकारी साहाय्यकांनी करावी असे सुचविण्यात आले. शासनातील गट ड मधील सर्व पदे गट क मध्ये श्रेणीत पदोन्नत करणे. पुनःप्रशिक्षण आणि बहुकार्य शैलीमुळे अनेक शासकीय कर्मचाऱ्यांची कार्ये व जबाबदाऱ्यांचे व्याप्तीकरण व संवर्धन होईल.

उत्तरदायित्वासह अधिकारप्रदान: निर्णय-प्रक्रियेच्या प्रत्येक पातळीवर उत्तरदायित्वासह अधिकारप्रदान करावे ही आयोगाने सुचविलेल्या अनेक बाबींपैकी एक महत्त्वाची बाब होय. अतिशय महत्त्वाच्या व सामान्य जनतेशी थेट संपर्कात असलेल्या नोकऱ्यांचे श्रेणीवर्धन करावे अशी शिफारस या आयोगाने केली होती. यामध्ये, शिक्षक, परिचारिका, शिपाई इत्यादी क्षेत्रीय कार्यालये आणि सचिवालय यांमध्ये समानीकरण करून विकेंद्रीत पातळ्यांचे दृढीकरण करावे असेदेखील आयोगाने सुचविले होते. याचे कारण असे की, सामान्य व्यक्तींना करावयाच्या सेवा वितरणामध्ये सुधारणा घडवून आणण्यासाठी क्षेत्र आणि कार्यकारी अधिकाऱ्यांचे उत्साहपूर्ण वर्तन व कार्याची अंमलबजावणी महत्त्वाची असते.

शासनाकरता सर्वोत्तम बौद्धिकक्षमता उपलब्ध होण्याबाबत हमी: शासनरचनेच्या उच्च स्तरांमध्ये शासनातील किंवा शासनबाह्य व्यक्तींना विषयाची पार्श्वभूमी असलेल्या प्रवेश देण्याची शिफारस आयोगाने केली. यायोगे, शासनाकडील सर्वोत्तम क्षमतेच्या उपलब्धतेबाबत हमी दिली जाईल. शासन रचनेतील उच्च पातळ्यांवर नियुक्ती करताना कारकिर्दीचा निकष न वापरता योग्य पदावर योग्य व्यक्ती नियुक्त करण्याचा निकष वापरावा, ज्यायोगे विशिष्ट कार्यक्षेत्रातील तज्ज्ञ उपलब्ध होतील. उत्तम क्षमता असलेल्या तरुण व्यक्तींना आकर्षित करण्यासाठी सुरुवातीलाच उत्तम सुरुवात आणि आकर्षक वेतन

द्यावे असेदेखील या आयोगाने सुचविले. कामासाठी सक्रिय आणि तरुण उमेदवार अधिक योग्य मानले गेल्याने आयोगाद्वारे निवृत्तीच्या वयोमर्यादेत कुठलीही वाढ सुचविण्यात आली नाही. खेरीज, आयोगाने तरुण वैज्ञानिक, विशेष ज्ञान व व्यावसायिक कौशल्ये असलेल्या व्यक्तींसाठी बाजारातील प्रचलित भरपाई भत्ते देण्यात यावे असे सुचविले.

कामगिरीवर आधारित पारितोषिक योजना: कार्य, नवनिर्मिती, सर्जनशीलता, आणि सहभागीदाराशी संपर्कात असलेल्या व अधिकार सुपूर्द केले गेलेल्या प्रतिसादी प्रशासनाला सर्वंकष परिणाम व सेवा पुरवठ्यासाठी योग्य मोबदला देण्याच्या हेतूने कार्याधारित लाभांश योजना आखण्यात आली. हे अंदाजपत्रक कार्यउद्दिष्टे, प्रमाण आणि निर्देशक व अधिक उत्तरदायित्वासह निष्कर्षाधारित व्यवस्थापनाचे एक निरपेक्ष साधन असेल.

भारतातील नागरी सेवांच्या क्रमविकासामध्ये सहावा वेतन आयोग अनेक कारणांसाठी एक महत्त्वाचा टप्पा ठरला. उदयोन्मुख जागतिक पद्धतीनुसार नोकरशाहीचे पुनअरिखन करण्याचा प्रयत्न या आयोगाद्वारे करण्यात आला. म्हणून, हा आयोग सर्वसाधारण आयोग नव्हता, असे म्हणता येईल. प्रशासकीय श्रेणीय पद्धतीमध्ये महत्त्वपूर्ण बदल सुचवून आयोगाने 'अ-नोकरशाहीकरणा'च्या (नोकरशाहीतील दोषनिवारण) दिशेने करण्यात येणारे प्रयत्न सत्यात उतरविले असे म्हणता येईल.

नागरी सेवा परीक्षांवरील पुनरावलोकन समित्या

सन २००१मध्ये केंद्रीय लोकसेवा आयोगाने प्राध्यापक योगेंद्र कुमार अलघ यांच्या अध्यक्षतेखाली एक तज्ज्ञांची समिती नेमली. या समितीने नागरी सेवा परीक्षांच्या विद्यमान पद्धतीचे पुनरावलोकन करावयाचे होते. पूर्वपरीक्षेमध्ये बुद्धिमत्तेपेक्षा अधिक स्मरणशक्तीचे परीक्षण केले जाते ही पूर्वपरीक्षेच्या स्वरूपाबद्दल मुख्य तक्रार होती. समितीने अभ्यासाती असा निष्कर्ष काढला की, उमेदवाराची योग्यता वा गुणवत्ता आणि त्यांची नेमणूक करण्यात आलेले पद यांमध्ये तफावत दिसून येते. अलघ समितीने अवलोकन, तार्किक कारणमीमांसा, समस्यानिवारण आणि तथ्यांचे विश्लेषण यांवर आधारित गुणवत्ता चाचणीची शिफारस केली. या शिफारशींचा आधार घेऊन केंद्रीय लोकसेवा आयोगाने पूर्वपरीक्षेचे स्वरूप बदलण्याचा निर्णय घेतला. या प्रवेशपरीक्षेला 'नागरी सेवा गुणवत्ता चाचणी' (CSAT) असे संबोधण्यात येऊन सन २०११-१२ पासून ती कार्यान्वयित करण्यात आली. नव्या स्वरूपानुसार पूर्वपरीक्षेमध्ये दोन वैकल्पिक प्रश्नपत्रिका समाविष्ट करण्यात आल्या: (अ) सामान्य अध्ययन (यापूर्वीच्या स्वरूपानुसार) आणि (आ) दोन तास कालावधीची गुणवत्ता (स्वाभाविक कल) चाचणी, प्रत्येकी २०० गुण. तथापि, या टप्प्यावर आता वैकल्पिक विषयावरील परीक्षा घेतली जाणार नसून नव्या स्वरूपानुसार उमेदवाराला स्मरणशक्ती क्षमतेवरून न पारखता गुणवत्ता, निर्णयकौशल्य, विश्लेषणात्मक क्षमता या निकषांनुसार परीक्षण केले जाणार आहे.

नागरी सेवा सुधारणांच्या संपूर्ण स्वरूपाचे परीक्षण करण्यासाठी शासनाने केलेला आणखी एक प्रयत्न सन २००४च्या नागरी सेवा सुधारणांवरील होटा समिती या नावाने ओळखला जातो. या समितीने पुढील महत्त्वाच्या शिफारशी केल्या (होटा २००४, १५):

१. अनारक्षित उमेदवारांसाठी नागरी सेवांमधील प्रवेश वयोमर्यादा २१-२४ इतकी असावी. अनुसूचित जाती/जमातींतील उमेदवारांना वयोमर्यादेत पाच वर्षे सवलत असावी व इतर मागासवर्गातील उमेदवारांना तीन वर्षे इतकी सवलत असावी.
२. अधिकाऱ्यांसाठी वार्षिक कामगिरीची योजना असावी.
३. १५ वर्षांचा काटेकोर आढावा घेतल्यानंतर अधिकारी प्रामाणिक व कार्याभिमुख नाही असे लक्षात आल्यास त्याला सेवेतून बडतर्फ करण्यात यावे.
४. प्रत्येक उच्चपदस्थाची कर्तव्ये, कार्ये आणि जबाबदाऱ्यांची नोंद असावी व त्या लोकांपर्यंत पोहोचवण्यात याव्यात.

५. भ्रष्टाचार, वेतन व मालमत्ता यांमध्ये तफावत आढळून (वेतनाच्या तुलनेने अधिक मालमत्ता) आल्यास राष्ट्रपती/राज्यपाल सार्वजनिक सेवकांना निलंबित/पदच्युत करू शकतील अशी तरतूद करण्यासाठी राज्यघटनेतील कलम ३११ दुरुस्त करण्यात यावे.

६. शासनाच्या किचकट नियम व प्रक्रियांऐवजी नव्या, सोप्या प्रक्रिया व नियम लागू करण्यात यावे.

७. शासन कामकाजामध्ये परिणामकारकता व पारदर्शकता साध्य करण्यासाठी ई-गव्हर्नन्स (इलेक्ट्रॉनिक अभिशासन) प्रोत्साहन देण्यात यावे.

८. नागरी सेवकांना आपल्या क्षमतांचा विनियोग करण्याकरता अशासकीय संस्थांमध्ये जाण्याची मुभा असावी.

९. नागरी सेवांमधील महिलांचे प्रतिनिधित्व वाढविण्यात यावे; सद्यःस्थितीतील उच्च नागरी सेवांमधील महिलांच्या १३ टक्के इतकी संख्या येत्या १५ वर्षांत किमान २५ टक्क्यांइतकी करावी असे सुचविण्यात आले.

भारतासारख्या देशामध्ये वांशिक, धार्मिक, प्रादेशिक इत्यादी संदर्भाने संघर्ष होत असतात. अशा देशामध्ये एकत्व, स्थैर्य व सुव्यवस्था कायम ठेवण्याच्या दृष्टीने नागरी सेवांची भूमिका महत्त्वपूर्ण ठरते हे मान्य केले गेले आहे. तरीदेखील, निष्कर्षाभिमुख शासन साध्य करण्याच्या दृष्टीने नागरी सेवांच्या कार्यांबाबत चिंता व्यक्त केली जात आहे. भारतातील नागरी सेवा निष्कर्षांपेक्षा अंतर्गत कार्यांशी अधिक संबंधित असतात असे निदर्शनास आणून देण्यात आले आहे. रचनेमधील काटेकोरपणा, गरज नसताना गुंतागुंत आणि धोरणे व व्यवस्थापन रचनांमध्ये अतिकेंद्रीकरण यांमुळे नागरी सेवांमधील कार्ये गुंतागुंतीची व कायम निरुद्ध करणारी ठरतात. जलद गतीने होणारी आर्थिक वाढ, शहरीकरण, पर्यावरणाचा ऱ्हास, तंत्रज्ञानातील बदल आणि वाढलेली स्थानिक जागरूकता आणि ओळख या माध्यमातून देशात अनेक जलद आणि मूलभूत बदल घडून येत आहेत. या बदलांशी जुळवून घेण्यासाठी व प्रतिसाद देण्यासाठी लागणारा वेळ पूर्वीपेक्षा खूपच कमी आहे. सार्वजनिक सेवेचे साधन म्हणून, नागरी सेवकांना अशा बदलांचे व्यवस्थापन करण्यासाठी तयार राहावे लागते.

प्रशासकीय सुधारणांवरील मोईली समिती

वरील परिच्छेदांमध्ये उल्लेखिल्याप्रमाणे नागरी सेवा सुधारणेच्या गरजेपोटी, शासनाने ३१ ऑगस्ट २००५ रोजी, वीरप्पा मोईली यांच्या अध्यक्षतेखाली दुसरा प्रशासकीय सुधारणा आयोग स्थापन केला. लोकप्रशासन व्यवस्था पुनरुज्जीवित करण्यासाठी हा आयोग एक रूपरेषा तयार करणार होता. 'देशातील शासनाच्या प्रत्येक पातळीवर स्वयंप्रेरित, प्रतिसादी, उत्तरदायी, शाश्वत आणि कार्यक्षम प्रशासन' साध्य करण्यासाठी उपाययोजना सुचवण्याचे काम या आयोगाकडे होते. आयोगाने शासनासमोर पंधरा अहवाल सादर केले आहेत. आयोगाच्या काही महत्त्वाच्या तरतुदींमध्ये पुढील बाबींचा समावेश होतोः

१. लोकप्रशासन, अभिशासन आणि व्यवस्थापन यांमधील पदवी अभ्यासक्रम सुरू करण्यासाठी राष्ट्रीय लोकप्रशासन संस्थेची स्थापना करण्यात यावी;

२. नागरी सेवा परीक्षांना बसण्यासाठी अनारक्षित उमेदवारांचे वय २१-२५ वर्षे; इतर मागासवर्गांतील उमेदवारांसाठी २१-२८ वर्षे; अनुसूचित जाती व जमातींमधील व शारीरिक अपंगत्व असलेल्या उमेदवारांसाठी २१-२९ वर्षे इतके असावे;

३. अनारक्षित, इतर मागासवर्ग, अनुसूचित जाती/जमाती/शारीरिक अपंगत्व उमेदवारांसाठी परीक्षेसाठी अनुक्रमे तीन, पाच आणि सहा इतके वेळा प्रयत्न करता येतील;

४. सेवेच्या सुरुवातीला व सेवाकालामध्ये नियमितपणे प्रत्येक शासकीय सेवकाला प्रशिक्षण घेणे अनिवार्य असेल, हा क्षमताबांधणी योजनेचा एक भाग होय;

५. केंद्रीय नागरी सेवा अधिकाऱ्याची स्थापना करण्यात यावी ज्यायोगे भारत शासनाच्या 'वरिष्ठ व्यवस्थापन पातळीवरील' नियुक्त्यांसंबंधी मार्गदर्शके मांडण्यात येतील;

६. सुशासन साध्य करू इच्छिणाऱ्या कुठलीही शासनव्यवस्था नागरिकांचे कल्याण व समाधान व्हावे यासाठी नागरिककेंद्री असणे गरजेचे असते. प्रशासन नागरिककेंद्री करण्यासाठी या आयोगाने अनेक योजना व साधने सुचवली. यातील काही पुढीलप्रमाणे होतः सुयोग्य आधुनिक तंत्रज्ञान स्वीकारणे, माहितीचा अधिकार, नागरी सनद, तक्रार निवारण यंत्रणा आणि नागरिकांचा सक्रिय सहभाग (भारत सरकार २००९अ, २००९ब,४५);

७. अभिशासनामध्ये नैतिक मूल्ये साध्य करण्यासाठी, आयोगाने 'राष्ट्रीय लोकायुक्त' पदाची स्थापना करण्याची शिफारस केली;

८. भ्रष्टाचारासंबंधी खटल्यांच्या कार्यवाहीवर देखरेख करण्यासाठी राज्य दक्षता आयोग/लोकायुक्त यांचे सबलीकरण करण्यात यावे असे सुचवण्यात आले;

९. अभिशासनाच्या स्थानिक संस्थांचे सबलीकरण करण्यासाठी अधिक प्रमाणात अधिकारदान व जबाबदाऱ्या देऊ करणेदेखील या आयोगाद्वारे सुचवण्यात आले. स्थानिक शासनाची मिळकत वाढवण्यासाठी व अधिक व्यापक करण्यासाठी सर्वसमावेशक उपाययोजना हाती घेण्यात यावी असेदेखील सुचवण्यात आले;

१०. लोकांशी अधिकाधिक संपर्क येणाऱ्या प्रत्येक कार्यालयाची स्वतःची अशी तक्रारींचा वेध घेणारी ऑनलाईन यंत्रणा असावी अशी शिफारसदेखील आयोगाद्वारे करण्यात आली;

११. माहितीचा अधिकारः सुशासनाची गुरुकिल्ली आयोगाच्या या पहिल्या अहवालामध्ये कार्यालयीन गुप्तता कायदा, १९२३च्या ऐवजी राष्ट्रीय संरक्षण कायद्यातील प्रकरण समाविष्ट करण्यात यावे अशी शिफारस करण्यात आली. 'कार्यालयीन माहितीच्या व्यवहारासंबंधी' २००५च्या माहितीच्या अधिकारातील तरतुदींप्रमाणे कार्यालयीन प्रक्रियेच्या हस्तलिखिताची पुनर्बांधणी करण्यात यावी. प्रशासकीय सुधारणा आयोगाने माहिती अधिकार अंतर्गत संसद सभासद व राज्य कायदेमंडळाचे सभासद यांना 'सार्वजनिक अधिकारी' म्हणून घोषित करण्यात यावे असे सूचित केले. मात्र, ते केवळ कायदेविषयक कामे करत असताना याला अपवाद ठरतील (भारत सरकार २००६,११).

अशा प्रकारे, दुसऱ्या प्रशासकीय सुधारणा आयोगाने भारतातील नागरी सेवा सुधारणांच्या संदर्भाने एक विश्लेषणात्मक मसुदा सादर केला.

निष्कर्षात्मक निरीक्षणे

राज्यघटनेमध्ये प्रतिबिंबित झालेल्या लोकांच्या इच्छा व आकांक्षांना पूर्णत्व देण्याच्या दृष्टीने नागरी सेवा हे सर्वांत महत्त्वाचे साधन मानले जाते. देशामध्ये सामाजिक-आर्थिक बदल घडवून आणण्यासाठी हे साधन बऱ्याच प्रमाणात यशस्वी ठरले आहे. परंतु, नोकरशाही व्यवस्थेतील भ्रष्टाचार, दप्तरदिरंगाई, आणि स्वजनपक्षपात या बाबींमुळे लोकांच्या मनात नागरी सेवांचे नकारात्मक चित्र आहे. अशा प्रकारे, लोकसेवा पुरविताना परिवर्तन आणि प्रगतीचे परिणामकारक साधन ठरवायचे असल्यास नागरी सेवांमध्ये रचना, प्रक्रिया आणि दृष्टिकोन या संदर्भाने क्रांतिकारी बदल होणे अपेक्षित आहे. सचोटी, कार्यक्षमता, निःपक्षपातीपणा या प्रचलित बाबींखेरीज अधिक सामाजिक जाणिवा, प्रतिसादात्मकता, सामाजिक संवेदनशीलता यांची मुळे रुजविण्याची भूमिकादेखील नागरी सेवांनी बजवायाची आहे. भारतामधील अगदी अलीकडल्या प्रशासकीय सुधारणा नागरी सेवांना सार्वजनिक सेवा पुरवठ्याची गतिशील, परिणामकारक, उत्तरदायी यंत्रणा बनवून पुनराभिमुख करण्यात यशस्वी होतील अशी आशा आहे.

संदर्भ

Das, S. K. 2013. *The Civil Services in India*. New Delhi: Oxford University Press.

Government of India. 1997a. *Action Plan for Effective and Responsive Administration: Statement Adopted at the Conference of Chief Ministers*. Government of India, New Delhi.

Government of India. 1997b. *The Report of the Fifth Pay Commission*. Vol. 1, Government of India Press, New Delhi.

Government of India. 2009a, February. *Citizen Centric Administration: The Heart of Governance*. Second Administrative Reforms Commission, Government of India, New Delhi.

———. 2009b, February. *Right to Information: Master Key to Good Governance*. Second Administrative Reforms Commission, Government of India, New Delhi.

———. 2010. Report on *Ethics in Governance*. Second Administrative Reform Commission, Government of India, New Delhi.

Keith, Arthur B. 1937. *A Constitutional History of India 1600–1935*. London: Methuen and Co. Ltd. Maheshwary, S. R. 2013. *Indian Administration*. 6th ed. New Delhi: Orient Blackswan.

Mishra, B. B. 1997. *The Bureaucracy in India: Analysis and Development Up to 1947*. Delhi: Oxford University Press.

P. C. Hota Committee on Civil Service Reforms. 2004, July. *Report of Union Public Service Commission, 2003–04*.

Tummala, Krishna K. 1996. *Public Administration in India*. New Delhi: Allied Publishers Limited.

८

भारतातील प्रशासकीय सुधारणा

प्रयत्नपूर्वक केलेल्या प्रशासकीय बदलांना प्रशासकीय सुधारणा असे म्हटले जाते. तथापि, प्रशासकीय सुधारणांकडे विचारांचा कल असणे आवश्यक असते, मॅकिअॅवेली यांनी याबाबत इशारा देताना असे म्हटले आहे की,

> राज्यघटनेमध्ये बदल घडवून आणणे या संदर्भाने, नव्या व्यवस्थेमध्ये नियोजन करणे, व्यवस्थेच्या यशाबाबत साशंक राहणे व नव्या व्यवस्थेचे व्यवस्थापन करणे यापेक्षा अधिक जिकिरीचे अन्य काही असत नाही. कारण, नवसर्जकांना हे जुन्या व्यवस्थेत सातत्य राखून त्यातच स्वतःचे हित पाहणाऱ्यांचे आणि नव्या व्यवस्थेतील केवळ वरकरणी पाठिंबा देणाऱ्यांचे वैर ओढवून घ्यावे लागते. (१९७९, ५९)

अशा प्रकारे, प्रशासकीय सुधारणा ही एक 'जोखीम, जुगार आहे, ज्यामध्ये संभाव्यता यशाच्या विरुद्ध असते. (आणि) प्रशासकीय वर्तन व मूल्यांमध्ये समाधानकारक बदल घडून येण्यासाठी अनेक पिढ्यांएवढा काळ जावा लागू शकतो' (केडन १९९९, ८२०). एकाएकी प्रशासकीय सुधारणा घडवून आणणारी कोणतीही जादूची कांडी उपलब्ध नाही. ही दीर्घकालीन प्रक्रिया असून त्यासाठी विशेष कौशल्य, उत्साह, वचनबद्धता आणि दुर्मीळ संसाधने व सर्वाधिक महत्त्वाचे म्हणजे हाती पुरेसा वेळ असणे आवश्यक असते. परंतु, शासनसंस्थांचा कल अल्पकालीन व त्वरित उपाय शोधण्याकडे दिसून येतो. गेराल्ड केडन (१९९९, ८२७) यांनी म्हटल्याप्रमाणे, 'सुधारणांचा प्रस्ताव मांडल्यापासून ते त्या प्रत्यक्षात येईपर्यंत एखाद्या चक्रीवादळात सापडलेल्या बोटीप्रमाणे गटांगळ्या खात असतात. सुधारणांच्या प्रस्तावनेपासून त्या प्रत्यक्षात येईपर्यंतचा प्रवास मोठा, कष्टसाध्य आणि अवघड असतो. यामध्ये अनेक अडथळे, आकस्मिक संकटे व अनपेक्षित धक्के अनुभवास येतात.' प्रशासकीय सुधारणा ज्या राजकीय पार्श्वभूमीवर घडून येतात त्या पार्श्वभूमीचे महत्त्व अधोरेखित करताना, केडन पुढे म्हणतात की, 'प्रशासकीय सुधारणा हे प्रतिकाराच्या विरुद्ध असलेले प्रशासकीय बदलांचे मानवनिर्मित साधन आहे.' प्रशासकीय सुधारणांचे संकल्पनात्मकदृष्ट्या स्पष्टीकरण देताना केडन तीन महत्त्वाची वैशिष्ट्ये मांडतातः एक, यामध्ये शासनयंत्रणेची आमूलाग्र पुनर्बांधणी करणे अपेक्षित आहे, म्हणजेच, उमेद ओसरलेल्या व बदललेल्या परिस्थितीच्या परिणामस्वरूप प्रचलित प्रशासकीय संरचनेची संपूर्ण किंवा अंशतः दुरुस्त करणे; दोन, यामध्ये तात्पुरता बदल अपेक्षित नसून पद्धतशीर परिवर्तन अपेक्षित आहे, वरवरचे सौंदर्यवर्धन करावयाचे नसून संरचना, प्रादेशिक संस्था, अर्थसंकल्प व्यवस्थापन, नियोजन पद्धती व कार्मिक प्रक्रियांमध्ये भ्रष्टाचार, अकार्यक्षमता, दप्तरदिरंगाई नाहीशी करण्याच्या हेतूने कायमस्वरूपी फेरबदल अपेक्षित आहेत; तीन, अधिक परिणामकारक कार्यनिष्पत्तीसाठी वेगवेगळ्या क्षेत्रांची आणि कार्यक्रमांची पुनर्बांधणी करणे आणि सरतेशेवटी, शासन यंत्रणा सुलभ करणे आणि दुबार कामे नाहीशी करण्यासाठी, गैरसोय कमी करण्यासाठी आणि बहुपर्यायित्व कमीतकमी ठेवण्याच्या हेतूने शासनयंत्रणा सुप्रवाही करणे.[१]

भारतातील प्रशासकीय सुधारणा

भारतातील 'सुधारणां'चे स्वरूप जाणून घेण्यासाठी ब्रिटिश राज्याच्या आगमनापासून बऱ्याच व्यापक कालखंडातील नोकरशाहीच्या चढउतारांवर दृष्टिक्षेप टाकणे आवश्यक आहे. ब्रिटिश साम्राज्यशाहीच्या कालखंडात प्रशासनाचे मूळ उद्दिष्ट वसाहतवादाची बैठक बसवणे हे होते. यामध्ये लोकांचे हित पूर्णतः दुर्लक्षित नसले तरी, त्याला परिघाबाहेरील स्थान होते. म्हणूनच, ब्रिटिश साम्राज्य चिरस्थायी ठेवणे याला प्रशासकीय सुधारणांमध्ये सर्वोच्च प्राधान्य देण्यात आले. स्वातंत्र्याबरोबर प्रशासनाच्या नैतिक बैठकीमध्ये नाट्यमय बदल घडून आल्याने प्रशासनाचे स्वरूप आणि स्वत्वदेखील

पूर्णपणे भिन्न असणे ओघानेच येते. ब्रिटिश राजवटीचा काळ आणि त्याच्या लगेचच नंतरचा काळ यांबाबतचा भारताचा ऐतिहासिक अनुभव लोकप्रशासनाच्या उदयाला कारणीभूत ठरला. मात्र हे लोकप्रशासन लोकांच्या गरजा आणि अपेक्षा यांना अनुरूप नव्हते. यामागील कारणे शोधणे फारसे अवघड नाही, कारण अभ्यासाअंती असे लक्षात आले आहे की, वसाहतवादी प्रशासकीय संस्कृतीमध्ये रुजलेले आणि त्यामध्ये प्रशिक्षित झालेले नोकरशहा हे वेबरने प्रतिपादन केलेल्या श्रेणीय पद्धत, प्रतिष्ठा, नियम आणि नियामकांमधील काटेकोरपणा इत्यादी नोकरशाहीच्या गुणवैशिष्ट्यांशी स्वतःला बांधील मानतात. तसेच, हे नोकरशहा मुख्यत्वे कायदा व सुशासनाची अंमलबजावणी करणे आणि महसूल गोळा करणे या कार्यांशी संबंधित असतात. ही संरचना वसाहतवादी राजवटीमध्ये सर्वोचित असली तरीदेखील, विकासकार्यांसाठी सज्ज झालेल्या प्रशासनाच्या बदललेल्या वातावरणामध्ये कार्ये करण्यास पूर्णपणे अक्षम आहे असे दिसते. स्वातंत्र्योत्तर कालखंडात भारताने स्वीकारलेल्या लोकशाही संरचनेमध्ये शासन ही विकासाची मुख्य संस्था असल्याने, अधिकाऱ्यांच्या भूमिकांमध्येदेखील बदल झाले आहेत. 'प्रक्रियांपेक्षा परिणाम, पदसोपान पद्धती आणि प्रतिष्ठा यांपेक्षा सांघिक कार्य, तसेच अंमल आणि अधिकारांपेक्षा लवचीकता आणि विकेंद्रीकरणावर भर देणे' हे त्यांच्या बदललेल्या भूमिकेचे मूलभूत उद्दिष्ट आहे (भट १९७९, २५९). म्हणूनच, 'विकास प्रशासक' म्हणून पाहिल्या जाणाऱ्या नोकरशहाकडे 'चातुर्य, वास्तववाद, गतिमानता, लवचीकता, अनुकूलनक्षमता आणि प्रक्रिया किंवा राजशिष्टाचारांबाबत अधिक विचार न करता जलद आणि प्रसंगावधान राखून निर्णय घेण्याची 'इच्छाशक्ती' असणे गरजेचे असते' (भट १९७९, २८१).

स्वातंत्र्योत्तर काळात, शासनाची कार्ये संख्येने व व्याप्तीनेदेखील वाढली असे दिसून येते. संसदीय शासनपद्धतीचा पाया घालून दिल्यानंतर व लोकराज्य संस्था ग्रामीण पातळीवर स्थापन केल्यानंतर शासनाकडून असलेल्या अपेक्षांची व कर्तव्यांची व्याप्तीदेखील वाढत गेली. ग्रामीण पातळीवर स्वशासित संस्था स्थापन कराव्या या हेतूने लोकराज्य संस्था स्थापन करण्यात आल्या. गांधींच्या मते, परिणामकारक पारदर्शक माध्यमांतून स्थानिक, राज्य व राष्ट्रीय पातळीवरील प्रतिनिधी त्या त्या पातळीवरील लोकांप्रती उत्तरदायी असणे म्हणजे खऱ्या लोकशाहीची हमी होय. अशा प्रत्यक्ष उत्तरदायित्वामुळे जबाबदार राज्यपद्धती व राज्यपद्धतीतील कार्यक्षम व्यावसायिक आणि सामाजिक कार्यकर्त्यांना प्रोत्साहित करेल. परंतु, हे उद्दिष्ट दूरस्थ राहिले. खेरीज, प्रचलित व्यवस्था विखुरलेल्या उत्तरदायित्वावर आधारलेली असून 'भ्रष्टाचाराला प्रोत्साहित करून राजकारणामध्ये स्वार्थी व्यक्तींना आकर्षित करते' असे राष्ट्रीय संविधान पुनरावलोकन आयोगाच्या (२०००, १९) सल्ला मसुद्यामध्ये नमूद केले होते. यामध्ये पुढे असे अधोरेखित केले आहे की, अशा स्वार्थी प्रतिनिधींसाठी 'राष्ट्रीय विकास, लोककल्याण आणि सुशासनाची आवश्यकता या बाबींना कमी प्राधान्य असते.' त्याचप्रमाणे, लोकांना स्वातंत्र्याची उद्दिष्टपूर्ती आणि पंचवार्षिक योजना या बाबी (साधक) आर्थिक आणि सामाजिक समन्याय, लोककल्याण, गरज आणि जुलमांपासून मुक्तता (साध्य) या बाबींशी समानार्थी वाटत असत. धोरणे आखण्याच्या सुरुवातीच्या कालखंडात लोकांनी कुठल्याही कमतरतेविषयी फारशी कुरबुर केली नाही, कारण त्यांना भविष्याबाबत आशा होती व आश्वस्त वाटत होते. नंतरच्या कालखंडामध्ये, त्यांना असे वाटू लागले की, त्यांना खोट्या आशेवर ठेवण्यात येत आहे आणि ते त्यांना अभिवचन दिलेल्या प्रामाणिकता, समृद्धी आणि आनंदाच्या भूमीच्या संदर्भाने कुठेच नव्हते. स्व-अभिशासन परंपरा, विकेंद्रीकरण आणि सामूहिक विकास या तत्त्वांवर आधारित अभिशासन करण्याची धुरा उचलली गेली. उदाहरणार्थ, त्रिस्तरीय पंचायती राज व्यवस्था व शहरी स्थानिक संस्था यांकडे विकासाच्या प्रक्रियेला चालना देणाऱ्या संस्था म्हणून पाहिले गेले. ७३व्या व ७४व्या घटनादुरुस्ती कायद्यांमध्ये (१९९२) पुढील उद्दिष्टे साध्य करून 'स्व-अभिशासनाची' संकल्पना दृढ करण्याचा प्रयत्न करण्यात आलाः (अ) नियमित निवडणुका, (आ) पंचायती राज संस्थांना प्रशासकीय स्वातंत्र्य, (इ) राज्य वैधानिक आयोगाकडून नियमित व वैधानिक पद्धतीने वित्तवाटप. परंतु, प्रत्यक्षात मात्र 'विपरीत' चित्र बघावयास मिळते. म्हणजेच, केंद्रप्रभावी व व्यक्ती-आधारित शासनरचना केंद्र तसेच राज्य पातळीवर विकसित झाल्याचे दिसून येते. संसद किंवा संसदीय संस्था, राजकीय पक्ष व पक्ष चालविण्यासाठीची लोकशाही प्रक्रिया, न्यायव्यवस्था व पत्रकारिता या सर्व संस्थांचा एकूणच दर्जा खालावलेला दिसतो.

तथापि, आर्थिक विकास आणि सामाजिक बदलाची नवी आव्हाने पहाता, भारताच्या बदललेल्या सामाजिक-राजकीय परिस्थितीमध्ये तत्कालीन प्रशासकीय संरचना रचनात्मकदृष्ट्या अपुरी आणि कार्यात्मकदृष्ट्या सिद्ध नव्हती. त्यामुळे, ब्रिटिश राज्यकर्ते गेल्यानंतर भारतीय राज्यव्यवस्थेतील क्रमबद्ध बदलांना प्रतिसाद देऊ शकेल अशी संरचना असलेल्या प्रशासकीय सुधारणांची गरज होती. स्वतंत्र भारतातील नागरी सेवेचे पुनश्च सांकल्पनीकरण करताना नेहरूंनी असे मत मांडले की, 'राज्य आता गतिशील झाले असल्याने–राज्य स्थिर नसून–सेवांना (प्रशासकांना) देखील बदलांशी जुळवून घ्यावे लागेल... त्यांनी बदललेल्या परिस्थिती व कामांच्या उद्दिष्टांनुसार पद्धती वापरणे आवश्यक आहे.'[२] सन १९४७मध्ये सत्ता हस्तांतरित झाल्यानंतर या दृष्टीने अनेक पावले उचलण्यात आली. प्रत्यक्ष सत्ता हस्तांतरण होण्यापूर्वी ब्रिटिश शासनाने नियुक्त केलेली सचिवालय पुनर्बांधणी समिती (१९४७) हे निर्विवादपणे या दृष्टीने पहिले पाऊल ठरले. या समितीने ऑगस्ट १९४७मध्ये अहवाल सादर केला. या अहवालामध्ये समितीने प्रशासनाच्या 'अप्रतिसादी' स्वरूपावर सविस्तर चर्चा केली. ब्रिटिश राजवट संपुष्टात आल्यानंतर 'नवी आव्हाने' हाताळण्यासाठी प्रशासन 'असमर्थ' आहे असे या अहवालात म्हटले होते (भारत सरकार १९४९, १९-२१). ही पार्श्वभूमी सन १९५१मध्ये ए. डी. गोरवाला यांनी नियोजन आयोगाप्रती सादर केलेल्या दोन अहवालांमध्ये लक्षात घेतली. हे अहवाल पुढीलप्रमाणे होतः *भारतातील लोकप्रशासन* आणि *राज्य उपक्रमांचे परिणामकारक आयोजन.* नागरी सेवेमध्ये 'परिणामकारकता' आणि 'शिस्त' साध्य करण्याच्या हेतूने गोरवाला यांनी काही उपाययोजना सुचविल्या. यामध्ये या समितीने शासन विभाग व शासन उपक्रमांमध्ये 'संघटनात्मक आणि पद्धती आधारित' प्रक्रिया असावी असे सुचविले. लोकप्रशासानाच्या 'सुकर आणि परिणामकारक' कार्यसिद्धीसाठी 'राजकारणी आणि प्रशासकांमधील समन्वय' यावर दिलेला पुरेसा भर हे या अहवालाचे वेगळेपण ठरले (गोरवाला १९५१). गोरवाला अहवाल ३० एप्रिल १९५१ रोजी सादर करण्यात आला. प्रशासकीय यंत्रणा सुस्थिर असली तरीदेखील कामाच्या वाढत्या ताणामुळे कर्मचाऱ्यांच्या कामावर परिणाम होत आहे असे या अहवालाने सुचविले. या अहवालाच्या मुख्य शिफारशींमध्ये पुढील मुद्दे समाविष्ट होतः (अ) प्रशासनामध्ये सचोटी आणि परिणामकारकतेची सर्वोच्च प्रमाणे प्रस्थापित करणे, (आ) कामाचा वेग, परिणामकारकता, उत्तरदायित्व साध्य करण्यासाठी शासन यंत्रणेची पुनर्रचना करणे, (इ) सेवांचा दर्जा सुधारण्यासाठी काही सर्वसामान्य रचनात्मक बदल घडवून आणणे, आणि (ई) अधिकाऱ्यांना प्रशिक्षण देणारी रचना निर्माण करणे आणि लोकसेवा आयोगामार्फत केल्या जाणाऱ्या भरती प्रक्रियेमध्ये दप्तरदिरंगाई आणि वशिलेबाजी या बाबी वर्ज्य करणे. भारतीय प्रशासनाच्या सखोल अभ्यासाअंती सन १९५३मध्ये, पॉल ॲपलबी यांनी 'पुरातन', 'सरंजामी' आणि 'अपुऱ्या' अशा प्रशासकीय रचनेमध्ये क्रांतिकारी सुधारणा सुचवल्या. अशी प्रशासकीय रचना 'वसाहतवादाचा दीर्घ इतिहास' असलेल्या देशाचे प्राथमिक उद्दिष्ट साध्य करण्यासाठी 'अपर्याप्त' होती. ॲपलबी यांनी त्यांच्या अहवालामध्ये, 'राज्य, जिल्हा आणि नगरपालिका पातळीवरील शासन संस्थांपेक्षा राष्ट्रीय स्तरावरील शासन संस्थांना दुय्यम लेखण्यात येणाऱ्या संरचनेवर टीका केली आहे.' याकरता त्यांनी पुढील काही संरचनात्मक बदल सुचविले आहेतः (अ) मध्यम स्तरावरील अधिकारी घडविणे आणि सर्व पातळ्यांवर अधिक कर्मचाऱ्यांची भरती करणे, (आ) काही नेमक्या गरजा व आवश्यकतांची पूर्ती करण्यासाठी भरतीची लवचीक पद्धत, (इ) उमेदवारांच्या नियुक्तीच्या प्रचलित पद्धतीऐवजी तज्ज्ञगट प्रस्थापित करणे, (ई) सेवेतील अधिकाऱ्यांचे ज्ञान व माहिती अद्ययावत करणाऱ्या अभ्यासक्रमांची आखणी करणे, (उ) प्रत्येक विभागाच्या कार्याचे अधिक्षण करण्यासाठी कार्यरचना व व्यवस्थापन उपशाखा स्थापन करणे, (ऊ) इन्स्टिट्यूट ऑफ पब्लिक ॲडमिनिस्ट्रेशन या संस्थेद्वारे करण्यात आलेल्या काही विशिष्ट अभ्यास व आढाव्यांतर्गत प्रशासनाचे कामकाज सुधारण्याच्या उपाययोजना शोधणे. याखेरीज, प्रत्यक्ष कार्यरत मंत्रालयांना वित्तीय अधिकारांचे हस्तांतरण न करता अधिकारांचे केंद्रीकरण करण्याच्या वित्त मंत्रालयाच्या वृत्तीलाही त्यांचा विरोध होता. तदनंतर, नोकरशाहीच्या तृणमूल पातळीवरील दुय्यम अधिकाऱ्यांच्या स्वरूपावर भाष्य करताना ॲपलबी यांनी वाढत्या भ्रष्टाचाराबाबत चिंता व्यक्त केली. ते असे म्हणतात की,

> तृणमूल पातळीवर भ्रष्टाचार होत आहे यांत नवल वाटण्यासारखे काहीही नाही–पोस्ट, जिल्हा उप कार्यालये, कृषी संबंधित कार्यालय इत्यादी–येथे भ्रष्टाचार अंगवळणी पडलेला आहे व वैयक्तिक असंतुष्टता ही योजना राबविण्याच्या आड येते ... केवळ कागदोपत्री नव्हे, तर प्रत्यक्षात लागू झालेल्या योजना येथे अपेक्षित आहेत (२००३, ३३).

अधोमुख विकेंद्रित जबाबदारीच्या संदर्भाने मत व्यक्त करताना त्यांनी 'प्रशासकीय अधिकार हस्तांतरणाच्या उपाययोजना' अपुऱ्या असण्यावर भर दिला. अशा विकेंद्रित जबाबदारीमुळे 'उत्तरदायित्वा'चे निर्धारण अवघड होते. त्यांच्या मते, 'कुठल्याही तथ्याच्या आधी कसून छाननी व अनेक अडचणींना तोंड द्यावे लागते आणि तथ्याच्या उत्तरार्धात पद्धतशीर आढावा व छाननी अल्पप्रमाणात आढळून येतात' (ॲपलबी १९५३, ३८). प्रत्यक्ष कार्यरत मंत्रालयांना वित्तीय अधिकारांचे हस्तांतरण न करता अधिकार केंद्रीकरण करण्याच्या वित्त मंत्रालयाच्या वृत्तीला त्यांचा विरोध होता.

प्रशासनाची मुळे ही वसाहतवादामध्ये असल्याकारणाने ताठर प्रशासनामध्ये बदल घडवून आणणे हा ॲपलबी यांचा या सर्व प्रयत्नांमागील हेतू होता. अन्य शब्दांत सांगावयाचे झाल्यास, ब्रिटिश राजवटीतील राज्यकर्त्यांसाठीची प्रशासन रचना स्वतःची सामाजिक-राजकीय आणि आर्थिक प्राधान्यसूची असलेल्या स्वतंत्र देशासाठी उचित ठरणार नव्हती. वस्तुतः, परकियांची राजवट कायम राखणारी नोकरशाही रचना स्वतंत्र भारताच्या राष्ट्रीय इच्छा आकांक्षांशी विसंगत होती असे ॲपलबी यांच्या अहवालातून स्पष्ट होते. 'प्रशासकीय यंत्रणेचे केवळ उपकरणात्मक' महत्त्व जाणून ती स्वीकृत करणे हे त्यांना विश्वासयोग्य वाटत नव्हते. परिणामी, प्रशासकीय सुधारणांचे तदूनंतरचे प्रयत्न रचनात्मक पद्धतीचे होते. भारतीय लोकप्रशासनाचा मूळ वैचारिक गाभा क्रांतिकारकदृष्ट्या बदलण्यासाठी रचनात्मक बदल अधिक महत्त्वाचे मानले गेले होते. दुसऱ्या वेतन आयोगाचा (१९५७–५९) अहवाल येथे स्पष्ट केला आहे. हा आयोग सन १९५७मध्ये नेमला गेला. केंद्र शासकीय कर्मचाऱ्यांच्या 'वेतन व सेवेच्या अटींच्या रचने'साठी आवश्यक असणाऱ्या 'तत्त्वां'चे परीक्षण करणे हे या आयोगाचे मुख्य काम होते. कार्यक्षमता साध्य करण्याच्या हेतूने आयोगाने शासकीय कार्यालयांचे कार्यात्मक आधाराने 'संलग्न' आणि 'दुय्यम' असे वर्गीकरण करावे असे सुचविले आणि तसेच, संबंधित सचिवालय व संलग्न कार्यालये 'एकाच मुख्यालयाच्या कार्यकक्षे'मध्ये समाविष्ट करावी असेही सुचविले. मालक व नोकर यांमधील तंटे, वाटाघाटी व समझोत्याच्या माध्यमातून सोडविण्यासाठी ब्रिटिशांच्या व्हाईटली मंडळांच्या रचनेवर आधारित एक यंत्रणा स्थापन करावी ही दुसरी लक्षणीय शिफारस आयोगाने केली. ही शिफारस लांबणीवर टाकली गेली असली तरी, प्रशासन यंत्रणेतील वाढत्या भ्रष्टाचारामुळे सन १९६४मध्ये प्रशासकीय भ्रष्टाचाराचा प्रश्न सोडविण्यासाठी संथानम समिती स्थापन करण्यात आली. प्रस्थापित व्यवस्था व प्रक्रियांचे उल्लंघन करण्यामध्ये भ्रष्टाचाराचे मूळ असल्याने या समितीच्या शिफारशी मोठ्या प्रमाणात प्रक्रियात्मक पद्धतीच्या होत्या. नागरी सेवकांबाबत सतत दक्षता ठेवण्यासाठी कायमस्वरूपी प्रशासकीय संस्था म्हणून केंद्रीय दक्षता आयोगाची स्थापना करावी ही या समितीची आणखी एक महत्त्वाची शिफारस होती.

निर्वसाहतीकरणानंतर या दृष्टीने एक सर्वसमावेशक प्रयत्न म्हणून १९६६ साली मोरारजी देसाई यांच्या देखरेखीखाली प्रशासकीय सुधारणा आयोगाची स्थापना करण्यात आली. या आयोगाच्या स्थापनेमध्ये दोन महत्त्वाच्या कल्पनांची प्रमुख भूमिका होती, असे दिसून येते. एक, केवळ कायदा आणि सुशासन सांभाळणारी संस्था ते विकासासाठी जबाबदार असलेली यंत्रणा असा बदल प्रशासनाच्या स्वरूपामध्ये झालेला दिसतो. यामुळे प्रशासनाच्या पारंपरिक संकल्पनेमध्ये क्रांतिकारी बदल झाला. दुसरे, समाजवादी स्वरूपावर आधारलेल्या समाजाचे विचाराधिष्ठित उद्दिष्ट लक्षात घेता आतापर्यंत साचेबंद पद्धतीने जबाबदारी पार पाडणाऱ्या शासनाच्या यंत्रणेमध्ये मूलगामी नूतनीकरण होणे आवश्यक झाले. म्हणून, या आयोगाला व्यापक स्वरूपाचे अधिकार देण्यात आले आणि तसेच,

> 'लोकसेवांमधील कार्यक्षमता आणि सचोटीचा उच्चतम दर्जा साध्य करण्याच्या निकडीला अनुसरून काम करणे आणि तसेच, लोकप्रशासनाला विकासाची सामाजिक व आर्थिक उद्दिष्टे साध्य करण्यासाठीचे सक्षम साधन बनवणे व त्याचबरोबर लोकांप्रती प्रतिसादी बनवणे' यासंबंधीची कामे देण्यात आली[३] (भारत सरकार १९६६–७०).

प्रशासनातील 'लोक' या संज्ञेचे महत्त्व जाणून या आयोगाने लोकप्रशासनाची पुनर्व्याख्या करण्याचा प्रयत्न केला हे उपरोक्त चर्चेवरून स्पष्ट होते. खेरीज, समाजाच्या समाजवादी स्वरूपाचा स्वीकार केल्यामुळे प्रशासन भूमिकेच्या सांकल्पनीकरणामध्ये क्रांतिकारी बदल घडवून आणले. समाजवादी स्वरूप प्रस्थापित करण्याचे उद्दिष्ट लक्षात घेऊन आयोगाकडे १० विशिष्ट विभागांमध्ये विभागलेली ४१ सूत्री सनद तयार करण्याची जबाबदारी सोपविण्यात आली. हे दहा विभाग पुढीलप्रमाणे होतः (अ) भारत शासनाची यंत्रणा आणि कार्य प्रक्रिया; (आ) सर्व पातळ्यांवरील नियोजन यंत्रणा; (इ) केंद्र-राज्य संबंध; (ई) वित्तीय प्रशासन; (उ) कार्मिक प्रशासन; (ऊ) आर्थिक प्रशासन; (ए) राज्य पातळीवरील प्रशासन; (ऐ) जिल्हा प्रशासन; (ओ) कृषी प्रशासन; (औ) नागरिकांच्या तक्रारनिवारणाची समस्या. आयोगाने सादर केलेल्या एकूण २० अहवालांमध्ये भारतीय प्रशासनाचे संपूर्ण क्षेत्र लक्षात घेऊन एकूण ५८१ शिफारशी करण्यात आल्या. यांतील काही महत्त्वाच्या शिफारशी केंद्रशासनाच्या रचनात्मक बदलांशी संबंधित होत्या. यामध्ये, विकासात्मक योजना व कार्यक्रमांशी संबंधित कॅबिनेट व इतर शासकीय विभागांच्या रचनेचा समावेश होता. केंद्रीय कॅबिनेटची कमाल संख्या पंचेचाळीस इतकी असावी असे सूचित करून आयोगाने कॅबिनेट नामक समूहाचे मार्गदर्शक, समन्वयक, पर्यवेक्षक म्हणून पंतप्रधानांची भूमिका व्याख्यित केली. पंतप्रधानांना शासनप्रमुख मानणाऱ्या वेस्टमिन्स्टर नमुन्याशी समन्वय साधून आयोगाने पंतप्रधानांच्या कार्यांची एक विषयसूचीदेखील सादर केली. परिणामकारक प्रशासनाला जबाबदार असलेल्या मंत्री-सचिव संबंधांच्या संदर्भातदेखील शिफारस करण्यात आली होती. अन्य शब्दांत सांगावयाचे झाल्यास, नागरी सेवेच्या 'तटस्थते'चे महत्त्व राखण्याबाबत चिकित्सक असलेल्या प्रशासकीय सुधारणा आयोगाने पंतप्रधान व त्यांच्या कॅबिनेटने ठरवून दिलेले राजकीय सूत्र उचलून धरणाऱ्या नोकरशाहीचा पुरस्कार केला. समाजवादाची तत्त्वे पाळणारे शासन असल्याने या उद्दिष्टाची अंमलबजावणी करणाऱ्या नागरी सेवेने बदलत्या परिस्थितीत भूमिकादेखील बदलणे अपेक्षित होते. आयोगाने लोकप्रशासनातील धोरणनिर्मिती व धोरण अंमलबजावणीमधील फरक अधोरेखित केला असला तरी राजकीय व स्थायी कार्यकारी अधिकाऱ्यांच्या भूमिकांची वैशिष्ट्ये स्पष्टपणे मांडली नाहीत. हे दोन्ही अधिकारी संपूर्ण व्यवस्थेचे अविभाज्य पदस्थ असल्याने त्यांच्यातील परस्परसंबंध दुर्लक्षित करणे अवाजवी ठरेल.

आयोगाने केंद्रशासनाच्या संरचनात्मक सुधारणांवर अधिक भर दिला असला तरी, कार्मिक प्रशासनालादेखील तितकेच महत्त्व देण्यात आले. याचे कारण असे की, तो महत्त्वाचा मानवी घटक असून त्यामुळेच लोकप्रशासनाचे स्वरूप ठरविले जाते. 'शासन कार्यान्वित करणाऱ्या कर्मचाऱ्यांचे स्वभावगुण शासनव्यवस्थेमध्ये प्रतिबिंबित होतात' असे अधोरेखित करणाऱ्या, सन १९५३-५५च्या हुवर आयोगाच्या जोडीने प्रशासकीय सुधारणा आयोगानेदेखील असे नमूद केले की, 'सर्वोच्च पदांवर जाण्याचा मार्ग प्रत्येक कार्यक्षम व पात्र शासकीय सेवकांप्रती खुला असावा आणि सचिवालयातील उच्च पातळीवरील व्यवस्थापनामध्येदेखील शासकीय सेवकांच्या प्रत्येक संवर्गातून व वर्गातून अधिकारी घेण्यात यावेत'. हेच सूत्र पुढे नेत प्रशासकीय सुधारणा आयोगाने चार पद्धतींनी त्यांच्या सूचना मांडल्याः एक, धोरणनिर्मितीशी संबंधित पदांवर पात्र व कार्यक्षम उमेदवारांना घेण्यासाठी तर्कसंगत व्यवस्था निर्माण करणे. सचिवालयातील नियुक्तीसाठी विविध सेवांतून अधिकारी घेणे व सचिवालयात विशेषीकरण रुजविण्यासाठी विशेष उपाययोजना स्वीकृत करणे यामध्ये अंतर्भूत आहे; दोन, सचिवालयातील वरिष्ठ कर्मचारी सर्व संबंधित क्षेत्रांतून निवडणे आवश्यक आहे—सर्वसाधारण तज्ज्ञ आणि विशेषज्ञ—यासाठी प्रत्येक सेवेतील गुणवत्ता ओळखून ती विकसित करणे आवश्यक असते. खासकरून, सचिवालयात वरिष्ठ व्यवस्थापन पदांवर आतापर्यंत ज्यांना समाविष्ट करण्यात आलेले नाही अशांचा येथे विचार केला जावा; तीन, प्रत्येक पदाशी संबंधित जबाबदाऱ्या स्पष्ट होण्यासाठी तर्कसंगत वेतनपद्धती लागू करण्यात यावी आणि सरतेशेवटी, नागरी सेवकांचे मनोधैर्य उंचावणे, कनिष्ठ श्रेणीच्या कर्मचाऱ्यांनादेखील कार्यक्षमता व कार्यपद्धती लक्षात घेऊन पदसोपान पद्धतीमध्ये वरच्या पदावर पदनियुक्त होण्याचा मार्ग खुला असावा.

प्रशासकीय सुधारणा आयोगाचा अहवाल म्हणजे बदलत्या सामाजिक-राजकीय परिस्थितीमध्ये प्रशासनाला सुप्रवाही ठेवण्यासाठी आवश्यक असलेल्या उपाययोजनांची सर्वंकष विषयसूची आहे असे म्हणता येईल. कार्याधारित अर्थसंकल्पाच्या

संकल्पनेखेरीज, 'काही विवक्षित संदर्भ' लक्षात घेऊन तयार केलेल्या या सूचीमधील सर्वांत महत्त्वाची शिफारस लोकपाल (केंद्र पातळीवर) व लोकायुक्त (राज्य पातळीवर) यांच्या नियुक्तीशी संबंधित आहे. प्रशासकीय सुधारणा आयोगाच्या अहवालामधील सर्वांत महत्त्वाचे दोन विषय पुढीलप्रमाणेः (अ) सेवा अ-राजकीय असाव्या यावर भर असलेले मंत्री -नागरी सेवक यांमधील परस्परसंबंध आणि (आ) नागरी सेवक आणि राजकारण्यांच्या वैयक्तिक संबंधांना आळा बसेल असे वातावरण व संस्कृती प्रशासनात निर्माण करणे. तथापि, शिफारशींचे सखोल अवलोकन केल्यास असे लक्षात येते की, संरचनेमध्ये क्रांतिकारक बदल घडवून आणण्यापेक्षा आयोगाचा भर प्रशासनातील 'वरवर'च्या बदलांवर होता. प्रशासकीय सुधारणा या राजकीय सुधारणांखेरीज निरर्थक ठरतात हे येथे नमूद करणे आवश्यक आहे. म्हणजेच, लोकप्रशासन खचितच तटस्थ असल्याने ते अस्तित्वात असलेल्या 'राजकीय' परिस्थितीवर त्याचे स्वरूप अवलंबून असते. प्रशासकीय सुधारणा आयोगाचा अहवाल आकारमानाने मोठा असला तरी, स्पष्टीकरणात्मक नव्हता. म्हणून, काही सुस्पष्ट कारणांमुळे भारतीय प्रशासन व्यवस्थेमध्ये सुधारणा घडवून आणण्यासाठी तो परिणामकारक ठरला नाही. प्रशासन लोकांप्रती प्रतिसादी होण्याचे उद्दिष्ट असले तरीदेखील, त्याची व्याप्ती भारतीय प्रशासनावरील संशोधनात्मक मसुदा इतपत सीमित राहिली.

सन १९६६मधील प्रशासकीय सुधारणा आयोगाची नियुक्ती आणि १९९७ साली प्रारंभ झालेला पाचवा वेतन आयोग यांमधील कालखंडामध्ये पुढील तीन तुरळक प्रयत्न सोडले असता प्रशासकीय सुधारणांशी संबंधित कोणत्याही महत्त्वपूर्ण समित्या अथवा आयोग नेमले गेले नाहीत. (अ) सन १९७६च्या कोठारी आयोग अहवालाचा उत्तरार्ध म्हणून प्राथमिक परीक्षा प्रारंभ करून संयुक्त नागरी सेवा स्पर्धात्मक परीक्षांचे स्वरूप सुधारणे. ज्यायोगे यशस्वी होण्यासाठी अक्षम उमेदवार या टप्प्यात गाळले जातील; (आ) त्रिस्तरीय रचनेचे द्विस्तरीय रचनेमध्ये रूपांतर करून (अशोक मेहता समिती अहवाल, १९७९) तृणमूल पातळीवरील अभिशासनाच्या पंचायती राज व्यवस्थेमध्ये नवचैतन्य उत्पन्न करणे, आणि (इ) आर्थिक प्रशासन व्यवस्था बदलणे (झा समिती १९८६). या प्रयत्नांना अनुसरून, सन १९९७च्या पाचव्या वेतन आयोगाने अत्यंत नाट्यमय पद्धतीने प्रशासकीय सुधारणा योजना मांडली. यानुसार, उदारीकरण व नवीन आर्थिक धोरणाच्या संदर्भाने सुधारणांच्या प्रचलित सांकल्पनिकरणामध्ये क्रांतिकारक बदल घडवून आणले. तसेच, सन १९९२च्या ७३व्या घटनादुरुस्ती कायद्यान्वये तृणमूल पातळीवरील अभिशासनाची पुनर्बांधणी झाल्यामुळे ग्रामीण प्रशासनाचे एक नवे दालन उघडले गेले. याअन्वये, आतापर्यंत परिघावर असलेल्या समाजातील समूहांना निर्णयप्रक्रियेत सामावून घेण्याचा प्रयत्न केला गेला.

उदारीकरणपूर्व कालखंडातील प्रशासनामध्ये नव्याने चैतन्य आणण्याच्या अनेक उपाययोजना हाती घेण्यात आल्या हे उघड आहे. या उपाययोजनांचे मूळ पूर्णतः भिन्न सामाजिक-आर्थिक परिस्थितीमध्ये दडले होते. जेथे, सुधारणा अंतर्गत आणि उत्तर उदारीकरण काळातील प्रयत्न हे बाहेरून लादलेले ठरले. सुधारणा योजनांच्या या मालिकेत, केवळ वेगळ्या दिशेने जाणाऱ्या म्हणूनच नव्हे, तर या संदर्भात काही महत्त्वाचे प्रश्न मांडणाऱ्या म्हणूनदेखील, १९८१च्या राष्ट्रीय पोलीस आयोगाच्या शिफारशी वेगळ्या ठरल्या. ज्यांच्या हातात सत्तेची कायदेशीर ताकद आहे त्यांनी केवळ सबबीखाली त्यांच्या अधिकाराबाबत लोकांची दिशाभूल केलेली दिसते ही यामागील पार्श्वभूमी होती.

राष्ट्रीय पोलिस आयोग अहवाल

पोलिसयंत्रणेची कार्यपद्धती टीकात्मक दृष्टीने पाहिल्यास तिच्या ऐतिहासिक पार्श्वभूमीचे महत्त्वाचे पैलू निदर्शनास येतात. स्वातंत्र्यप्राप्तीनंतरच्या ५० वर्षांच्या कालावधीनंतरही त्यांच्या स्वरूपावर पार्श्वभूमीचा प्रभाव असलेला दिसून येतो. साम्राज्यवादी राजवट असणाऱ्या ब्रिटिशांच्या विरोधातील सन १८५७च्या उठावाचे पडसाद म्हणून सन १८६१चा पोलीस कायदा अमलात आला. तद्नंतर औपचारिक पायाभरणी झालेल्या भारतीय पोलीस यंत्रणेचा आशय आजही तोच आहे असे म्हटले तर ती अतिशयोक्ती ठरणार नाही. भारतामध्ये ब्रिटिशांचे वर्चस्व जसजसे वाढत गेले, तसतशी पूर्वीची

दरोगा व्यवस्था अनावश्यक ठरत गेली. त्या व्यवस्थेला पर्याय म्हणून व्यापकता वाढविण्याच्या दृष्टीने नव्या व्यवस्थेची पायाभरणी करण्यात आली. पोलीस हे नियंत्रणाचे साधन मानले जात होते व त्यातून ब्रिटिश साम्राज्यवादाचा हेतू साध्य होण्यास मदतच होत होती. त्यामुळे, पोलीस यंत्रणेकडे सामाजिक विश्वासार्हता नव्हती. वसाहतवादी शासनाने घटनात्मक मसुद्यांमध्ये सैद्धान्तिक व व्यावहारिक पातळीवर कायद्याच्या राज्याचा आभास निर्माण केला असला तरी, पोलिसांना पक्षपाती मानले जात होते, त्यांची भूमिका निर्दयीपणाची व प्रतिमा जाणीवपूर्वक समाजविरोधी रंगविण्यात आली होती. सन १९०२च्या पोलीस आयोगाने पोलिसयंत्रणेच्या चार दशकांच्या कामगिरीवर तीव्र दोषारोप केले असले तरी, वसाहतीतील राज्यकर्त्यांनी कार्यरचना किंवा कार्यसंस्कृतीमध्ये कुठल्याही सुधारणा घडवून आणण्याची तयारी दाखवली नाही. म्हणून, पोलीस हे काळाच्या कसोटीवर उतरलेले, बहुतांशी अनिर्बंधपणे कार्य करण्यास अनुमती असलेले प्रस्थापित साधन म्हणून उदयाला आले.

वसाहतवादी राज्याने मेट्रोपॉलिटन प्रारूपापेक्षा आयरिश कॉन्स्टॅब्युलरी (आयर्लंड येथील पोलिस दलाचे) प्रारूप का स्वीकृत केले होते हे समजून घेणे सोपे आहे. या प्रारूपाद्वारे (आयर्लंड) पूर्वप्रभावापासून मुक्त अशी पोलिस दलाची नवी प्रतिमा तयार करण्याचा प्रयत्न करण्यात आला होता. काही प्रकट कारणांसाठी ब्रिटिश शासनाने त्यांच्या वसाहतींतील राज्यांना मेट्रोपॉलिटन बॉबी प्रारूप स्वीकृत करण्याची परवानगी दिली नाही. हे प्रारूप पोलिसांच्या सामुदायिक कार्यपद्धतीवर आधारलेले होते व त्यानुसार काही अपवादात्मक प्रसंग सोडले असता दंडुकेशाहीचा वापर केला जात नसे. आयरिश कॉन्स्टॅब्युलरी प्रारूप हे केवळ काळानुसार प्रस्थापित झालेले प्रारूप नव्हते तर वसाहत तकलादू असताना ब्रिटिशांचे वर्चस्व प्रस्थापित करण्यासाठी उचित प्रारूप होते. सामान्यपणे दंडुकेशाहीचे साधन मानली जाणारी पोलिसयंत्रणा लोकांशी संपर्कात येत नसे. याचे कारण असे की, ब्रिटिश राजवटीचे अधिकृत हुकूम निर्दयीपणे अमलात आणण्यासाठी लोकांपासून विवक्षित अंतर राखणे आवश्यक होते.

वसाहतवादी राजवटीने आयरिश कॉन्स्टॅब्युलरी प्रारूप निवडण्यामागील हेतू उघड होता. मात्र, स्वातंत्र्यप्राप्तीनंतरही हेच प्रारूप कायम राखले गेले ही बाब आश्चर्यकारक आहे. सर्वाधिक अन्यायी प्रशासन चालविणाऱ्या ब्रिटिश पोलिस यंत्रणेप्रती नकारात्मक सूर असूनदेखील वल्लभभाई पटेल, जवाहरलाल नेहरू यांच्यासह सर्व राष्ट्रीय नेत्यांनी हीच व्यवस्था कायम राखण्याची शिफारस केली. या व्यवस्थेने केलेली वसाहतवादी कालखंडातील कायद्यांची परिणामकारक अंमलबजावणी हे यामागील मुख्य कारण होते. गांधींनीदेखील याच व्यवस्थेचा पुरस्कार केला होता. अहिंसा प्रस्थापित करावयाच्या संदर्भाने, ज्याअन्वये, 'हिंसेचा मूळ हेतू नाहीसा होईल व अंतर्गत अव्यवस्थादेखील पूर्ण नियंत्रणात येईल' (गांधी १९४०) अशी पोलिसयंत्रणा गांधींनाही असाधारण सामाजिक-आर्थिक व राजकीय परिस्थितीसाठी उचित वाटत होती. या प्रारूपाला विरोध करणाऱ्यांनी सत्तेचे हस्तांतरण झाल्यानंतर जातीय दंगलींचा (सामूहिक हिंसेचा) झालेला उद्रेक लक्षात घेता, यामध्येच आयरिश कॉन्स्टॅब्युलरीच्या विचारधारेचे मूळ आहे असे मत प्रकट केले. परिस्थितीची गरज म्हणून स्वीकृत केलेले प्रारूप (आयरिश कॉन्स्टॅब्युलरी) स्वतंत्र भारताचे कायमचे वैशिष्ट्य म्हणून ओळखले गेले. याचे कारण असे की, राजकीय विचारधारा लक्षात न घेता, राजकीय नेत्यांना पक्षपाती पोलिसयंत्रणेप्रतीच आपुलकी वाटू लागली. याचे कारण असे की, ही पोलीस यंत्रणा राजकीय उद्दिष्टे लक्षात घेऊन सरकारला गरज पडेल तेव्हा सक्तीचे धोरण राबविण्यास वाव देत होती. चिंताजनक परिस्थितीमध्ये राजकीय वर्चस्वाची मर्जी राखण्यासाठी पोलिसांनी अवलंबिलेल्या अनियंत्रणाच्या धोरणाचे उत्तम उदाहरण म्हणजे गुजरात येथील रक्तपात होय. तथापि, पोलिसयंत्रणा कायमच सत्ताधारी राजकारण्यांच्या मर्जीप्रमाणे कार्यरत असते असे विधानदेखील चुकीचे ठरेल. पुनश्च, गुजरात येथील उदाहरणातून स्थानिक पोलिस यंत्रणा कुठल्या मर्यादेपर्यंत संख्येने अधिक असलेल्या समुदायाचा कल प्रतिबिंबित करते हेदेखील दिसून येते. हिंसाचारामध्ये समाविष्ट पोलिसयंत्रणेने, काही वेळा कृतीतून व काही वेळा तटस्थ राहून बहुसंख्य समाजाचाच एक भाग म्हणून ही परिस्थिती हाताळली. बहुसंख्याक समुदायाच्या भावना आपल्याशा मानल्याने पोलिसयंत्रणेचे वर्तन धर्मनिरपेक्ष नव्हते. पोलिसयंत्रणा हिंदुत्ववादी मोहिमेमध्ये सक्रिय असल्याचे कदाचित गुजरात हे सर्वांत अलीकडचे उदाहरण आहे

असे म्हणता येईल. उत्तर प्रदेश येथील प्रोव्हिन्शियल आर्म्ड कॉन्स्टॅब्युलरी (प्रांतिक सशस्त्र पोलीस दल) (PAC) हे अगदी लहानसहान चिथावणीच्या प्रसंगांमध्ये जातीय वर्तन करणाऱ्या पोलीस यंत्रणेचे भडक असे उदाहरण आहे. हिंदुत्ववादी कार्यांमध्ये प्रांतिक सशस्त्र पोलीस दलाच्या सहभागाची अनेक उदाहरणे आहेत. सन १९९२च्या अयोध्येतील उलथापालथीमध्ये प्रांतिक सशस्त्र पोलीस दलाची एकतर्फी भूमिका अधोरेखित होते कारण, यावेळी ऐतिहासिक इस्लामिक वास्तूंच्या विध्वंसामध्ये पोलिस यंत्रणा प्रत्यक्षपणे सहभागी झाली असे लक्षात आले.

पोलिस दलाची वाढती धार्मिक भूमिका लक्षात घेता, सन १९८१च्या राष्ट्रीय पोलिस आयोगाच्या अहवालाचे पुनरावलोकन करण्याची हीच योग्य वेळ आहे. राष्ट्रीय पोलिस आयोगाच्या स्थापनेपूर्वी अनेक राज्यांमध्ये विविध पोलिस आयोग स्थापन करण्यात आले होते. यामध्ये सर्वप्रथम केरळ राज्याने सन १९५९मध्ये पोलिस रिऑर्गनायझेशन आयोग (पोलिस पुनर्संघटन आयोग) स्थापन केला. सन १९७५-७७च्या आणीबाणीच्या नंतरच्या कालखंडात नियुक्त करण्यात आलेल्या राष्ट्रीय पोलिस आयोगाने पोलिस सुधारणांशी संबंधित अनेक शिफारशी केल्या. या आयोगाने सन १९८१मध्ये ८ खंडांचा अहवाल सादर केला. तथापि, आणीबाणीच्या कालखंडात जे पोलिसांच्या क्रूरतेचे सर्वाधिक बळी ठरले त्यांनी पोलिस सुधारणांचे प्रबळपणे समर्थन केले. मात्र, सन १९९६पासून हाच गट केंद्रात सत्तेत असूनदेखील भारतातील पोलिसयंत्रणा व त्यांची कार्यपद्धतीमध्ये आमूलाग्र बदल करण्याची क्षमता असलेल्या या 'फारकत घेणाऱ्या दस्तऐवजा'कडे पूर्णपणे दुर्लक्ष केले आहे हे उपरोधिक आहे.

राष्ट्रीय पोलीस आयोगाने भारतातील पोलीसयंत्रणेसंबंधी अनेक व्यापक मुद्दे लक्षात घेतले. आयोगाच्या शिफारशींमागे मुख्यत्वे (अ) पोलीस यंत्रणेचा गैरवापर आणि (आ) पोलिसांची कार्ये आणि उत्तरदायित्व हे दोन मुद्दे अधोरेखित होते. आणीबाणीच्या कालखंडात सत्ताधाऱ्यांचा कल पोलीस यंत्रणेत प्रतिबिंबित झाला असल्याने आयोगाने शिफारशी मांडतांना या कालखंडाचा संदर्भ घेतला. पोलिसयंत्रणा हे केवळ राज्याचे किंवा सत्तेतील सरकारचे साधन मानले जात नसून सत्तेची वैधानिकता घालविलेल्या राजकारण्यांचेदेखील साधन बनले होते. बिहार येथील *छात्रसंघर्ष* चळवळीच्या कालखंडात, जयप्रकाश नारायण यांनी पोलिसांनी त्यांच्या वरिष्ठ अधिकाऱ्यांचे बेकायदेशीर आदेश पाळू नयेत असे आवाहन केले होते. पोलीसयंत्रणा सरकारचे सर्वच आदेश पाळत असल्यास अनर्थ उद्भवू शकतो याबाबतचा हा पहिला इशारा होता असे मानता येईल.

राष्ट्रीय पोलीस आयोगाने नोंदविल्याप्रमाणे, आणीबाणीच्या कालखंडात राजकारण्यांचे सर्वच आदेश अविचारीपणे स्वीकृत करत गेलेल्या पोलीस अधिकाऱ्यांनीच पोलीस यंत्रणेची प्रतिमा डागाळली. तसेच, आयोगाने,'पोलिसांनी यंत्रणेने लोकांचे मूलभूत हक्क, कार्यकारी यंत्रणेचे नव्हे तर कायद्यांचे वर्चस्व, आणि विकसित व समतावादी विकासाचे उद्दिष्ट लक्षात घ्यावे' असे आग्रही मत मांडले (भारत सरकार १९८१, प्रकरण LXII, १४). 'राजकीय परिघातील मतभेद मिटविणे हे अनेक राज्यांतील पोलीस यंत्रणेचे ध्वनित उद्दिष्ट राहिले आहे' हे अधोरेखित होणारी अनेक उदाहरणे देता येतील. सत्ताधारी पक्षाप्रतीची निष्ठा दर्शविण्यासाठी पोलिसयंत्रणा कायदा व सुव्यवस्थेच्या संदर्भातील प्रश्न 'राजकीय दृष्टिकोनातून' सोडविता आली आहे. 'पोलीस यंत्रणेची पाशवी कार्यपद्धती व त्यातील पोखरत जाणारा भ्रष्टाचार' या बाबींचे सांकल्पनीकरण राष्ट्रीय पोलीस आयोगाने पुढीलप्रमाणे पूर्वग्रहरहित पद्धतीने केले आहेः

> कुठल्याही विचार किंवा नियोजनाचे लेखी प्रमाण नाही कारण वरिष्ठ प्रशासकीय अधिकारी सतत असुरक्षित असतात व जेथे कार्यकारी, प्रशासकीय आणि राजकीय स्तरावर सतत मूल्यांकन केले जाते अशा वातावरणामध्ये टिकून राहण्याच्या सातत्यपूर्ण प्रयत्नांचे हे मूल्यांकन नेहमीच गुणवत्तेवर आधारित नसते. स्पष्टपणे वर्तमान कालखंडातील पोलीस संस्था कर्तव्ये पार पाडण्यासाठी दुबळी आहे (भारत सरकार १९८१, प्रकरण LXII, १४).

पोलीस यंत्रणेचा गैरवापर कमी करण्यासाठी या समितीने दोन मुख्य शिफारशी केल्याः (अ) मुख्य पोलीस अधिकाऱ्याचे कार्यालय विशिष्ट काळासाठी असावे अशी शिफारस केली. या मुख्य पोलीस अधिकाऱ्याची नियुक्ती तज्ज्ञ गटाद्वारे

व्हावी असे या शिफारशीमध्ये नमूद करण्यात आले होते. या तज्ज्ञ गटामध्ये केंद्रीय लोकसेवा आयोगाचा अध्यक्ष, केंद्रीय गृह सचिव, केंद्रीय पोलीस संस्थांमधील मुख्य वरिष्ठ अधिकारी, राज्याचा मुख्य सचिव आणि राज्याचा विद्यमान मुख्य पोलीस अधिकारी हे अधिकारी समाविष्ट असावेत आणि (आ) दरवर्षी पोलिसांच्या कार्यांचा आढावा घेण्यासाठी तीन वर्षांच्या निश्चित कालावधीसाठी व सहा सभासद समाविष्ट असलेला कायमस्वरूपी राज्य संरक्षण आयोग असावा, अशीही शिफारस करण्यात आली.

पोलिसांनी कर्तव्ये पार पाडताना त्यांच्या उत्तरदायित्वाची हमी देण्याच्या संदर्भात इतरही महत्त्वाच्या शिफारशी होत्या. लोकांप्रती उत्तरदायित्व, कायद्याप्रती उत्तरदायित्व आणि संस्थेप्रती उत्तरदायित्व या उत्तरदायित्वाच्या पुढील तीन परस्परसंबंधी प्रकारांतून पोलिसांनी उत्तरदायित्वाबाबत हमी द्यावी असे अपेक्षित होते.

पोलिसांच्या 'अंतर्गत उत्तरदायित्वा'चा हेतू साध्य करण्यासाठी संस्थांतर्गत सुव्याख्यित यंत्रणा अस्तित्वात आहे. परंतु, केवळ शिफारशी पुरेशा नसल्याने ही यंत्रणा लोकांप्रती उत्तरदायित्वाची हमी देऊ शकणार नाही. या संदर्भाने उत्तरदायित्व दोन विस्तारसंबंधी जबाबदाऱ्या ध्वनित करतेः एकीकडे, पोलीस यंत्रणेने संस्थात्मक व सूत्रबद्ध तार्किकता अनुसरून जबाबदाऱ्या पार पाडणे अपेक्षित असते; तर दुसरीकडे, जे हितसंबंध लक्षात घेऊन कर्तव्ये पार पाडली जात आहेत, त्या हितसंबंधांप्रती समाधानकारक कर्तव्ये पार पाडणे हा अर्थदेखील उत्तरदायित्वातून अभिप्रेत आहे. लोकांना पोलिसव्यवस्थेवर कायम लक्ष ठेवणे शक्य व्हावे म्हणून काही सुव्याख्यित नियमांचे महत्त्व यातून अधोरेखित होते. पोलीस जनतेचे प्रतिनिधी असले तरी व जनतेप्रती उत्तरदायी असले तरी कालपरत्वे ते लोकांपासून पूर्णतः दुरावले आहेत असे लक्षात येते. म्हणून, छळवणुकीच्या पद्धतीचा वाढता वापर व कोठडीतील मृत्यूंचे वाढते प्रमाण याबाबत आश्चर्य वाटण्यासारखे काही नाही. पोलीस हे निवडून आलेल्या प्रतिनिधींच्या हातातील दंडुकेशाहीचे सदैव उपलब्ध असलेले साधन आहे, असे लक्षात येते. हे साधन सत्ताधाऱ्यांनी केलेल्या सार्वजनिक अधिकारांच्या गैरवापराच्या विरोधातील जनआंदोलन बळजबरीने चिरडून टाकण्यासाठी वापरले जाऊ शकते. धर्म, वंश, संप्रदायनिरपेक्ष लोकांप्रतीच्या सामाजिक भूमिकेकडे पोलीस यंत्रणेने पूर्णपणे दुर्लक्ष केले आहे आणि अनेक प्रसंगांमध्ये एक भाडोत्री दल म्हणून कार्य केले आहे, अशी अनेक उदाहरणे राष्ट्रीय पोलीस आयोगाने अहवालात नोंदविली आहेत.

या शिफारशींची अंमलबजावणी केल्यास भारतासारख्या विविध धर्म अस्तित्वात असलेल्या देशामध्ये पोलिसांची प्रतिमा आमूलाग्र बदलणे शक्य होईल. तथापि, पोलिसांचे क्रौर्य अनुभवलेले समूह सत्तेत असूनदेखील ते या शिफारशी मनावर घेत नाहीत, हे धक्कादायक तथ्य आहे. यामागील कारणे शोधणे अवघड नाही. पोलिसांकडे सत्ताधाऱ्यांचे सांप्रदायिक हितसंबंध वैधानिक पद्धतीने साध्य करण्याचे एक साधन म्हणून बघितले गेले आहे. या धादांत विकृतीची मुळे दुसरीकडे आहेत असे लक्षात येते. समाजाच्या प्रशस्त वाटचालीमध्ये धार्मिक विद्वेषाची कीड लागली असल्यास आणि कुठल्याही मुस्लीमविरोधी मताचे चकमकीतून हिंसक कृतीमध्ये रूपांतर होऊन आपली धर्मनिरपेक्षतेची वीण उसवल्यास केवळ पोलीस यंत्रणेला जबाबदार मानून चालणार नाही. पोलिसांच्या कार्यकक्षेशी प्रत्यक्षपणे निगडित असणारे मूलभूत सामाजिक-आर्थिक प्रश्न सोडविण्यासाठी व भारतामध्ये नियमित कालावधीनंतर निदर्शनास येणाऱ्या जनप्रक्षोभामागील कारणे शोधण्यासाठी राष्ट्रीय पोलीस आयोगाच्या शिफारशींचा संदर्भ घेता येईल.

भारतीय प्रशासकीय सुधारणांमधील नवे प्रवाह

शासन यंत्रणा सुधारण्याचे प्रयत्न ही प्रत्येक देशातील सतत चालणारी प्रक्रिया असते. पूर्वी चर्चा केल्याप्रमाणे, प्रशासकीय सुधारणा आयोगाने (१९६६-७०) भारत शासनाने जवळजवळ सर्व विभागांशी संबंधित अनेक अहवाल सदर केले. भारतातील प्रत्येक वेतन आयोगाच्या शिफारशींमध्येदेखील लोकप्रशासनातील बदलांचा उल्लेख आहे. सुधारणांसंबंधी सूचनांवरील ऊहापोह पारंपरिक लोकप्रशासनाच्या चौकटीमध्ये करण्यात आला आहे याची नोंद घेणे आवश्यक आहे. शासनाच्या संसदीय पद्धतीने मांडलेल्या एकूणच उत्तरदायित्वाच्या संरचनेमध्ये नागरी सेवांच्या निवडून आलेल्या

घटकांप्रतीच्या उत्तरदायित्वाविषयी ऊहापोह झालेला नाही. योजनाबद्ध व्यवस्थापन, संरचनात्मक संस्था आणि कार्मिक व्यवस्थापनाच्या नव्या व्यवस्थांचा विकास या घटकांच्या एकत्रीकरणातून लोकप्रशासनामध्ये परिणामकारक सुधारणा घडवून आणता येतील यावर एकमत झाले आहे.

सन १९८०च्या दशकामध्ये जागतिक सामाजिक-आर्थिक व राजकीय परिस्थिती वेगाने बदलू लागली. विकसित पाश्चिमात्य देशांमध्ये अर्थव्यवस्थेवर नियंत्रण ठेवण्यात अपयश आल्याने नियंत्रणाच्या जुनाट उपाययोजना नाकारण्यात आल्या. यामुळे, नवउदारमतवादी उजव्या विचारसरणीचे महत्त्व अधोरेखित झाले.

भारतातील प्रशासकीय सुधारणांचा प्रश्न नवा नाही हे वरील चर्चेवरून सिद्ध होते. या सुधारणा जेथे घडवून आणावयाच्या आहेत ती परिस्थिती मात्र नवी आहे. सन १९९०च्या दशकाच्या पूर्वार्धात नवे आर्थिक धोरण स्वीकृत केल्यानंतर केंद्रनिर्देशित आर्थिक विकासाचा आराखडा नाहीसा करण्याचे प्रयत्न करण्यात आले. ही आणखी एका नव्या कालखंडाची सुरुवात होती, म्हणजेच, आंतरराष्ट्रीय दायित्व संस्थांनी साहाय्य करताना अटींच्या बंधनाच्या माध्यमातून देशांतर्गत अर्थव्यवस्थेवर मोठ्या प्रमाणात वर्चस्व प्रस्थापित केले होते. सुरुवातीला या अटी केवळ साहाय्यावर चालणाऱ्या प्रशासनासाठी सूचविल्या होत्या. परंतु, नंतर अभिशासनाचा संपूर्ण आराखडा बदलण्यासाठी नमुना म्हणून या अटींकडे बघितले गेले. 'नवउदारमतवादाची' वाढती लाट पहाता, कुठलाच देश यातून मुक्त नाही असे लक्षात येते. नव्या अनुभवजन्य संदर्भाने 'शासनाचा पुनराविष्कार' या स्वरूपात नवे सांकल्पनीकरण पुढे आणण्यास मदत केली. शासनाचा पुनराविष्कार म्हणजे लोकप्रशासनाची नवी भूमिका स्पष्ट करण्याचा प्रयत्न होय.

सन १९९०च्या दशकातील भारताच्या प्रशासनातील सुधारणा आर्थिक उदारीकरणासारख्या उपाययोजनांवर आधारित राहिल्या आहेत. या संदर्भाने, भारताचा प्रतिसाद सन १९९६च्या मुख्य सचिवांच्या परिषदेमध्ये स्पष्टपणे अधोरेखित झाला आहे. या परिषदेमध्ये प्रवाहाबरोबर जाणाऱ्या नागरी सेवांना वेळीच सावध करण्यासाठी वेगवेगळ्या सुधारक उपाययोजना सुचविण्यात आल्या. अलिप्त, व्यक्तिनिरपेक्ष, आणि पितृसत्ताक (एका व्यक्तीचे/गटाचे प्रस्थापित नियंत्रण असलेली नोकरशाही व्यवस्था) पद्धतीच्या नोकरशाहीचे नागरिकांशी स्नेहपूर्ण संबंध असणाऱ्या व गरजांप्रती संवेदनशील असणाऱ्या प्रशासनव्यवस्थेत रूपांतर करण्याचे प्रयत्न करणे हा परिषदेतील सर्व सदस्यांचा हेतू होता. माजी पंतप्रधान राजीव गांधी यांनी 'प्रतिसादी प्रशासनाचा' पुरस्कार केला होता. त्या आधाराने या परिषदेत युक्तिवाद करण्यात आला. जिल्हा दंडाधिकारी व जिल्हाधिकाऱ्यांच्या दोन वर्षाच्या कालावधीत (१९८७ आणि १९८८ या कालावधीत) चालविलेल्या कार्यशाळांमध्ये व्याख्यानांच्या मालिकेमध्ये त्यांनी पुढीलप्रमाणे विचार मांडले (१९८८):

> विकास हा प्रशासनाचा मुख्य हेतू असलेल्या समाजामध्ये प्रशासनाचे पितृसत्ताक प्रारूप अनुरूप ठरत नाही. वसाहत राजवटीच्या कालखंडाप्रमाणे प्रशासनाची नियामक कार्ये हे साध्य न मानता व्यापक विकासात्मक प्रक्रियेचे मजबुतीकरण करण्यासाठी व ती कायम ठेवण्यासाठी ते एक साधन मानण्यात यावे यावर एकमत झाले. राष्ट्रीय संदर्भाने, लोकशाही, समाजवाद, धर्मनिरपेक्षता, अलिप्ततावाद अशी व्यापक उद्दिष्टे लक्षात घेता अधिक प्रातिनिधिक व प्रतिसादी प्रशासन उचित ठरते.

आणखी एक मुद्दा जनतेच्या 'अवलंबित्वाच्या विकृती'शी (शासनावरील अवलंबित्व) संबंधित आहे. नोकरशाही अजूनही 'सक्षम करणारी' ठरत नसून 'कर्ता' म्हणूनच ओळखली जाते. ही व्यवस्था 'वरिष्ठ पातळ्यांवर अवजड व ऊर्ध्व अभिमुख' असल्याने लोक प्रत्येकवेळी निरसनासाठी वरील पातळ्यांवर अवलंबून असतात. म्हणून 'प्रशासन केवळ प्रशासकीय चौकटीतच नव्हे तर त्याबाहेरील लोकसमूहापर्यंतदेखील म्हणजेच कनिष्ठ पातळ्यांवर झिरपत जाणे आवश्यक आहे'. तृणमूल पातळीवरील विकासात्मक कार्यक्रमांचे नियोजन व अंमलबजावणीमध्ये लोकांना सहभागी करून घेतल्यास प्रशासनाचे स्वरूप अधिक 'प्रतिसादी' आणि 'प्रातिनिधिक' म्हणून आकारास येईल.

लोकप्रशासनाची नव्या कालखंडातील नवी प्राधान्ये लक्षात घेता, विद्यमान अभिशासनाचे सांकल्पनीकरण करण्यासाठी पारंपरिक लोकप्रशासनाचा आधार घेणे उचित ठरणार नाही. प्रशासनाची पिरॅमिडप्रमाणे असलेली संरचना अनुचित

मानणारे एक नवे प्रारूप पुढे आले. यानुसार, केंद्रीकरण व झिरपत जाणारे अधोगामी अधिकार कालबाह्य ठरविले गेले व नावीन्यपूर्ण प्रयोगांना आणि तृणमूल पातळीवरील कार्यकर्त्यांच्या सबलीकरणाला महत्त्व देण्यात आले.'(शर्मा २००३) अधिकारांचे अधोगामी हस्तांतरण झाल्याने क्षेत्र पातळीवरील कर्त्यांना निर्णायक स्थान प्राप्त झाले आहे आणि प्रशासनाचे लक्ष पदसोपान पद्धतीतून झिरपत गेलेल्या व नोकरशाही आधारित प्रतिसादावर असण्यापेक्षा सार्वजनिक कार्यक्षेत्रातील नागरिकांप्रती स्नेहपूर्ण संबंधांकडे असणे अपेक्षित आहे. अशा प्रकारे, प्रशासनाला केवळ साधन म्हणून दिले जाणारे महत्त्व कमी होऊन यातून स्वयंप्रेरित अशी अभिशासन पद्धती उदयाला येताना दिसते. यामध्ये, नागरिकांचा अभिशासनाचा आशय व शैली या दोहोंवर प्रभाव असून त्यांची भूमिका केवळ उपभोक्त्यांची नसून ग्राहकाची आहे असे लक्षात येते. म्हणून, बदललेल्या परिप्रेक्ष्यातून असे निदर्शनास येते की, 'खाजगीकरण, सार्वजनिक सेवांची पुनर्बांधणी आणि लोकप्रशासनामध्ये खाजगी बाजारपेठेची पद्धती रुजविणे या माध्यमातून राज्याच्या जबाबदाऱ्यांच्या सीमांची नव्याने आखणी करणे' यावर या सुधारणांचा भर आहे (मिनोग १९९८). विद्यमान लोकप्रशासन केवळ कार्यक्षमतेवर भर देत नसून लोकशाही सहभाग, उत्तरदायित्व, आणि सबलीकरणावरदेखील भर देते. त्यामुळे (अ) शासनयंत्रणा अधिक कार्यक्षम कशी करावी आणि (आ) तिला कशा प्रकारे उत्तरदायी ठरवावे यांमधील चढाओढ कायम सुरू असते. 'राज्य व बाजारपेठ संबंधांच्या संदर्भाने लोकांना ग्राहक मानावे' की, 'राज्य व समाजाचे संबंध लक्षात घेऊन लोकांना नागरिक मानावे' या अस्पष्टतेचा तणावदेखील कायम राहतो (मिनोग १९९८). यातून सार्वजनिक कार्यक्षेत्रातील लोकसहभागाचे वाढते महत्त्व स्पष्टपणे अधोरेखित होते. अंतर्गत व बाह्य माध्यमांना प्रतिसाद म्हणून प्रशासनाची पुनर्बांधणी करण्याचे अनेक प्रयत्न करण्यात आले. यांमध्ये, सन १९९२ चे ७३ व ७४वे घटनादुरुस्ती कायदे स्वीकृत करणे आणि पाचव्या वेतन आयोगाचा अहवाल कार्यान्वित करणे या बाबींचा विद्यमान अभिशासनावर परिणाम होत असल्याने या बाबी महत्त्वाच्या ठरतात. पूर्वी नमूद केलेल्या परिप्रेक्ष्यातून उदयाला आलेल्या या उपाययोजना असाधारण ठरू शकतील आणि त्यायोगे, अभिशासनाच्या आशय आणि शैलीमध्ये क्रांतिकारक बदल घडवून आणण्याची बीजे पेरली गेली होती असेही म्हणता येईल. अधिक महत्त्वाचे म्हणजे, या दोन उपाययोजना – घटनादुरुस्ती कायदे आणि वेतन आयोगाच्या शिफारशी–केवळ केंद्रशासनाच्या उदारीकरण धोरणाशी संबंधित नसून जागतिक बँकेच्या 'सुशासन' विकेंद्रीकरणाबाबतच्या धोरणाशी सुसंगत आहेत. धोरणनिर्मितीची मूळ प्रेरणा आता केंद्र आधारित राज्य संस्थांऐवजी बाजारपेठेकडे कललेल्या असल्याने या घटनादुरुस्त्यांच्या माध्यमातून स्थानिक संस्थांना अधिकार हस्तांतरित करावयाच्या संरचना निर्माण करण्याच्या प्रक्रियेला प्रोत्साहन देणे गरजेचे ठरते. स्थानिक पातळीवरील ज्ञानाचा, सार्वजनिक क्षेत्रातील अनुभवाचा आणि स्थानिक लोकांवर परिणाम करील अशा निर्णयप्रक्रियेतील सहभागाचा वापर करणे हे पंचायती राज संस्थेचे मूलतत्त्व होय. सुधारित पंचायती राज संस्थांनी स्थानिक लोकसहभागाच्या आधाराने सातत्याने निर्णयप्रक्रियेची पुनर्बांधणी करणे अपेक्षित असते. अशा प्रकारे, तात्त्विकदृष्ट्या, अधिकाराच्या संस्थीकरणात झालेला बदल प्रतिबिंबित होतो. म्हणजेच, ग्रामीण जनतेतील आतापर्यंत 'सक्षम नसलेल्या' कनिष्ठ पातळीवरील लोकसमूहांप्रती अधिकारांचे हस्तांतरण होणे येथे अनुस्यूत आहे.

विद्यमान परिस्थितीतील सामाजिक, आर्थिक अधिकारांच्या केंद्रस्थानांशी संबंधित स्थानिक अभिशासनाच्या प्रचलित व्यवस्थेतील उणिवा लक्षात घेऊन, या घटनादुरुस्त्या, खासकरून, ७३वी घटनादुरुस्ती राज्यपुरस्कृत आणि पुनर्वितरणात्मक विकासात्मक प्रारूपांना पर्यायी व्यवस्था सुचविते. लोकशाही विकेंद्रीकरण आणि नागरिककेंद्री प्रशासनाच्या दिशेने जाणाऱ्या पुनरुज्जीवित चळवळीने विकासात्मक प्रक्रियेवरील नोकरशाहीचा एकाधिकार नाहीसा करून अधिकारांचा केंद्रबिंदू तृणमूल पातळीवरील महत्त्वाच्या घटकावर (स्थानिक लोकांवर) केंद्रित केला आहे. अनेक घटकांमुळे हे सत्यात उतरविण्यास मदत झाली आहे. ग्रामीण व शहरी स्थानिक संस्थांना, राज्य पातळीवरील निवडणूक आयोगांना, आणि वित्त आयोगांना घटनात्मक दर्जा मिळाल्याने आणि *ग्रामसभांची* स्थापना अनिवार्य करण्यात आल्याने नोकरशहांकडे नियामक व संचालक म्हणून न बघता विकासाचे सुलभीकरण करणारा व प्रचारक म्हणून बघितले जाते. लोकशाही विकेंद्रीकरणाच्या सैद्धान्तिक चौकटीमध्ये नोकरशाहीकडे बदलासाठीचा प्रतिनिधी म्हणून बघण्याऐवजी प्रेरक म्हणून

बघितले जाते. अशा प्रकारे, नोकरशाहीने आतापर्यंत उपभोगलेली पितृसत्ताक सत्ता नाहीशी करण्याच्या दिशेने हे एक महत्त्वाचे पाऊल ठरले.

७३व्या व ७४व्या घटनादुरुस्तीने जनतेच्या सबलीकरणाचा 'राजकीय मार्ग' दाखविला. मात्र, सन १९९७च्या नवी दिल्ली येथील मुख्यमंत्र्यांच्या परिषदेचे फलित म्हणून परिणामकारक व प्रतिसादी प्रशासनाचा कार्यक्रम हा शासन व नागरिकांमधील अधिकारांची समीकरणे पुनर्व्याख्यित करणारा 'व्यवस्थापकीय मार्ग' ठरला. प्रत्येक पातळीवरील सरकारांनी लोकांशी संबंध असलेल्या प्रत्येक क्षेत्रात सुधारणा घडवून आणण्यासाठी त्यांचा (सरकारांनी स्वतःचा) पुनर्शोध घेणे व त्यांच्या भूमिका व जबाबदाऱ्या पुनर्व्याख्यित करणे ही अत्यावश्यक गरज होती. मात्र, नोकरशाहीची लोकांमधील प्रतिमा प्रतिसादशून्य, उदासीन, प्रक्रियांमध्ये अडकलेली, निकृष्ट दर्जाची आणि अकार्यक्षम, भ्रष्टाचारी आणि उत्तरदायित्व नसलेली अशी होती. म्हणून 'भारतीय लोकांना प्रत्येक पातळीवरील कार्यक्षम, मुक्त, जबाबदार, उत्तरदायी, स्वच्छ प्रतिमा असलेले व काळानुरूप बदलत जाणाऱ्या प्रशासनाबाबत हमी देणे' ही काळाची गरज आहे. प्रशासनाच्या क्षमता आणि निःपक्षपातीपणावर लोकांचा विश्वास बसावा या दृष्टीने लवकरात लवकर पावले उचलणे आवश्यक आहे. अधिक महत्त्वाचे म्हणजे, 'अभिशासानाची व्याप्ती प्रचलित नोकरशाही व्यवस्थेपेक्षा अधिक असणे आवश्यक आहे' असे या परिषदेने अधोरेखित केले. जेणेकरून, 'नागरिकांना व ग्राहक गटांना प्रत्येक पातळीवर सामावून घेतले जाईल, लोकांचे व वंचित समूहांचे सबलीकरण करून त्यांना प्रक्रियेत सामील करून घेणे व निवडून आलेल्या स्वायत्त स्थानिक संस्थांकडून सेवा व कार्यक्रमांच्या अंमलबजावणीबाबत हमी देणे शक्य होईल' (१९९७ १-२). अशा प्रकारे, नागरी सेवा सुधारणेच्या नव्या विषयसूचीला तीन महत्त्वाचे पैलू होतः (अ) लोकांप्रती संवेदनशील किंवा स्नेहपूर्ण संबंध नसलेल्या प्रशासनव्यवस्थेमध्ये पेच निर्माण झाला होता; (आ) प्रशासनाला लोकांप्रती संवेदनशील, कार्यक्षम आणि किफायतशीर बनविण्यासाठी प्रशासनात तातडीने सुधारणा घडवून आणण्याची गरज होती आणि (इ) शासनपद्धतीकडे *नव्याने* 'अभिशासन' म्हणून बघण्यासाठी दृष्टिकोनात बदल होणेदेखील अपेक्षित होते–औपचारिक 'शासन' या संज्ञेपेक्षा अधिक व्यापक संज्ञा–यानुसार, शासनप्रक्रियेमध्ये इतर घटकांना सामावून घेण्याची शक्यतादेखील निर्माण होते, जसे की, नागरिक, ग्राहक संघ, लोकनियुक्त स्थानिक संस्था किंवा प्रशासनाशी या ना त्या कारणाने निगडित असलेल्या संस्था. लोकप्रशासनामध्ये सुधारणा घडवून आणण्याचा हेतू असलेल्या व्यवस्थापकीय सुधारणा कार्यक्रमामध्ये पुढील तीन उपाययोजना सुचविण्यात आल्या होत्याः (अ) उत्तरदायित्व संवर्धक उपाययोजना; (आ) पारदर्शक व खुल्या प्रशासन पद्धतीला प्रोत्साहन देणाऱ्या उपाययोजना; आणि (इ) नागरी सेवांमधील कामकाज व सचोटीकडे निर्देशित असलेल्या उपाययोजना. अशा प्रकारे, सुधारणांमुळे सर्वांसाठीच संधीची दालने उघडणे अपेक्षित आहे.

नागरी सेवा सुधारणांप्रतीचे यापूर्वीचे सुनियोजित प्रयत्न लक्षात घेऊन करण्यात आलेल्या पाचव्या वेतन आयोगाच्या शिफारशी या दिशेने महत्त्वाच्या ठरल्या. सन १९६६च्या मुख्य सचिवांच्या परिषदेमध्ये नमूद करण्यात आलेल्या उपाययोजनांच्या संदर्भाने पाचव्या वेतन आयोगाने पुढील शिफारशी केल्याः (अ) 'वस्तूंचे उत्पादन किंवा व्यावसायिक सेवांची तरतूद' यांसारख्या कार्यांचे निगमीकरण करून शासनसंस्थेचे आकारमान कमी करणे; (आ) 'शासनाच्या प्रत्यक्ष भूमिकेची गरज नसेल अशा क्षेत्रात कार्याचे खाजगीकरण' आणि 'जिथे सोयीचे आहे तिथे खाजगी क्षेत्रांना सेवांचे कंत्राटीकरण' या माध्यमांतून शासन कामकाजात पारदर्शकता, खुलेपणा व व्यावसायिकता आणणे (भारत सरकार १९९७, १२२-२३) आणि (इ) तज्ज्ञांना प्रवेश देण्यासाठी व कामाची आकस्मिकता लक्षात घेऊन तेथे अधिकाऱ्यांचे उपयोजन करण्यासाठी कर्मचारी निवडीच्या प्रक्रियेत एक प्रकारची लवचीकता आणणे व काही संवेदनशील कार्यांसाठी कार्यक्षम व वचनबद्ध अधिकारी उपलब्ध असण्याबाबत हमी असावी यासाठी कामकाजाच्या काही निवडक क्षेत्रांमध्ये कंत्राटावर नियुक्त्या करणे' (भारत सरकार १९९७, १७५).

नागरी सेवांच्या संख्येमध्ये ३० टक्क्यांनी कपात करावी असे केंद्रशासनाला सुचविण्यात आले होते. याचे कारण असे की, शासकीय क्षेत्र हे अलिप्त 'अकार्यक्षमतेचे' व 'कार्यप्रेरणेचा अभाव असलेले बेट' म्हणून कार्यरत ठेवणे

सुज्ञतेचे वाटणार नाही असे वेतन आयोगाला वाटत होते. सेवेची २० वर्षे पूर्ण झाल्यानंतर स्वेच्छानिवृत्ती घेण्याची सर्वसाधारण प्रक्रिया कायम ठेवण्यात यावी असेदेखील सुचविण्यात आले. याचबरोबरीने, अतिरिक्त कर्मचारी असलेल्या काही विभागांसाठी स्वेच्छानिवृत्तीची एक विशेष योजना असावी असे आयोगाने सुचविले. अशा उदाहरणांमध्ये, कर्मचाऱ्यांना जाणीवपूर्वक निवृत्त होण्याची मुभा असावी व शासनाने पुढाकार घेऊन 'सोनेरी हस्तांदोलना'चे दालन खुले ठेवावे.

आयोगाने केलेली आणखी एक महत्त्वाची तरतूद प्रशासनातील 'खुल्या' कार्यपद्धतीशी संबंधित होती. या खुल्या पद्धतीतून देशहिताप्रती व राज्य संरक्षणाप्रती धोकादायक असणाऱ्या, व राज्याच्या व्यावसायिक, आर्थिक व इतर डावपेच संबंधीच्या योजनेच्या आड येणाऱ्या काही बाबी वगळण्यात आल्या होत्या. मात्र, 'वैयक्तिक नोकरशहा व राजकारणी यांच्या हिताची जपणूक करण्यासाठी कुठल्याही बाबतीत गुप्तता ठेवण्यात येऊ नये' असेदेखील अपेक्षित होते (भारत सरकार १९९७, १५१). 'धोरण बदलाशी' संबंधित शासनाचा प्रत्येक महत्त्वाच्या निर्णयासह 'सविस्तर सूचीच्या स्वरूपातील' एक श्वेतपत्रिका जारी करणेदेखील आवश्यक मानण्यात आले. नागरी सेवा सुधारणेचा महत्त्वाचा भाग म्हणून 'परिणामकारक, जलद, वस्तुनिष्ठ, नागरिकांप्रती उपलब्ध व सुगम अशी तक्रारनिवारण यंत्रणा स्थापन करावी' (भारत सरकार १९९७, १५७) असे आयोगाने सुचविले. परिणामकारक तक्रारनिवारण यंत्रणा कार्यक्षमपणे काम करत आहेत अशा कॅनडा, युनायटेड किंग्डम, मलेशिया यांसारख्या देशांच्या उदाहरणांवरून आयोगाने–नागरिकांचे शासन योजना आणि सेवा यांवरील अधिकार स्पष्ट करण्यासाठी–नागरी सनदेची कल्पना मांडली. या योगाने सुचवलेली मान्यता आणि प्रक्रिया शासनाचे अनोकरशाहीकरण करणे आणि नागरिकांशी मैत्रीपूर्ण संबंध असणे या दृष्टीने महत्त्वाची ठरते. आयोगाने लक्षात आणून दिलेली ही बाब १९९७च्या मुख्यमंत्र्यांच्या परिषदेमध्ये प्रामुख्याने पुढे आली. या परिषदेमध्ये एक कृतियोजना मान्य करण्यात आली ज्यामध्ये, (अ) प्रशासन उत्तरदायी आणि लोकांप्रती स्नेहपूर्ण करणे; (आ) पारदर्शकता आणि माहितीचा अधिकार साध्य करणे; आणि (इ) नागरी सेवा स्वच्छ आणि प्रोत्साहित करणे यांचा समावेश होतो.

नागरी सनदीची संकल्पना शासन–नागरिक संबंधांतील अद्ययावत संकल्पना मानली जाते. नागरिकांना सेवा पुरवठा करताना त्यांच्या मतांची नोंद घेण्यात यावी हे लोकशाही व्यवस्थेतून अभिप्रेत आहे. वस्तुतः, सेवांचे आयाम नागरिकांच्या मागण्यांनुसार व्याख्यित करण्यात यावेत. शासन आणि नागरिकांमधील या आंतरक्रियेच्या अनुषंगाने नागरिकांचा सेवा पुरवठा करणाऱ्या शासनावर विश्वास असणे आवश्यक असते. मात्र, शासन विश्वासास पात्र ठरत नाही. याचे कारण असे की, लोकप्रशासनामध्ये पारदर्शकता, उत्तरदायित्व आणि प्रतिसादक्षमता या बाबींशी निगडित अडचणी असतात. सेवा पुरवठा करणारा (शासन) व ग्राहक (नागरिक) यांमधील संबंध सुदृढ करण्याच्या सर्व शक्यता पडताळून पाहण्यासाठीचे एक साधन म्हणून नागरिकांच्या सनदीकडे पाहण्यात आले. भारतामध्ये, शासन व नागरिक यांमधील परस्पर जबाबदारीची जाणीव रुजविण्याचे एक साधन म्हणूनदेखील याकडे बघण्यात आले.

सनदीची संकल्पना अनुसरून, नागरिकांना शासनाच्या सर्व कामकाजाच्या केंद्रस्थानी मानण्यात आले. ही संकल्पना पूर्वीच्या, म्हणजेच, नागरिक अक्रियाशीलतेने शासनसेवा स्वीकृत करण्याच्या संकल्पनेपेक्षा पूर्णपणे विरुद्ध होती. शासन संस्थांच्या प्रत्यक्ष कामकाजाप्रती नागरिकांना प्रतिक्रिया नोंदविण्याची मुभा देणे ही सनदेमागील मूळ कल्पना आहे. सर्वसाधारणपणे, सनदेमध्ये सर्व सार्वजनिक सेवा समाविष्ट असतील व शासन आणि सेवा संस्थांकडून (उदाहरणार्थ, पोस्ट, रेल्वे इत्यादी) उत्तरदायित्व, पारदर्शकता, दर्जाबाबत हमी आणि सेवांचे पर्याय यांबाबत मागणी करणे हे त्याचे उद्दिष्ट असेल. सनद ही अभिशासानाच्या नव्या तत्त्वांची सूची नसून; खेरीज, लोकप्रशासनाचा मूळ गाभा असलेल्या सर्व नियमांची याद्वारे पुनरुक्ती केली केली जाते. म्हणून, अनेक सामाजिक–राजकीय कारणांमुळे व ब्रिटिश राजकीय व्यवस्थेच्या क्रमविकासाबरोबर धूसर झालेली लोकप्रशासनाची मूळ मूल्ये पुनरुज्जीवित करण्याचा हा प्रयत्न आहे असे म्हणता येईल.

निष्कर्षात्मक निरीक्षणे

प्रशासकीय सुधारणांची प्रक्रिया समजून घ्यावयाची आहे अशांसाठी प्रशासकीय सुधारणा हे एक सातत्यपूर्ण आव्हान ठरते. विद्यमान राजकीय व शासकीय व्यवस्था सद्यःस्थितीतील मागण्या पुरवू शकत नाहीत या विचारधारेतून प्रशासकीय सुधारणांना चालना मिळते. अन्य शब्दांत सांगावयाचे झाल्यास असे म्हणता येईल की, प्रशासकीय सुधारणा अवकाशामध्ये घडून येत नाहीत. अभिशासनाच्या प्रचलित व्यवस्थेला अपयश आल्यास नागरिकांच्या सामाजिक आणि राजकीय गरजांना परिणामकारक प्रतिसाद देण्याच्या हेतूने प्रशासकीय सुधारणेला चालना मिळते. 'चित्तथरारक बदलांच्या' संदर्भाने, औद्योगिक कालखंडामध्ये विकसित झालेल्या नोकरशाही संस्था अपुऱ्या ठरल्या आणि शासन व नागरिकांच्या नव्या प्रश्नांचे सांकल्पनीकरण करण्यासाठी जागतिकीकरणाचे महत्त्व अशा परिस्थितीत अधोरेखित झाले नाही. अशा प्रकारे, एका नव्या परिप्रेक्ष्यातून–बाजारपेठ किंवा तत्सम यंत्रणांची अभिशासनाचे स्वरूप पुनर्व्याख्यित करण्यातील भूमिका–प्रशासकीय सुधारणांना स्पष्टता देण्यात आली. लोकप्रशासनाचे पारंपरिक धागेदोरे, सार्वजनिक सेवा पुरवठ्यामधील विद्यमान बदल, आणि खाजगी व स्वयंसेवी संस्थांची कार्यपद्धती या सर्वांचा मेळ घालून तयार करण्यात आलेले विशिष्ट सूत्र केवळ नवे होते. राज्याच्या बहुलतावादी प्रक्रियेमुळे सुधारणांचे आयाम पुनर्व्याख्यित करण्यात आले. यानुसार, सार्वजनिक कामकाजामध्ये समाविष्ट असणाऱ्या इतर सर्व घटकांप्रमाणेच राज्यालादेखील प्रतिनिधी मानण्यात आले. लोकप्रशासनाची सैद्धान्तिक मार्गावरील वाटचाल अधोरेखित करणाऱ्या प्रशासकीय सुधारणा या अभिशासनाची एक तर्कशुद्ध योजना आहे असे म्हणता येईल.

प्रशासकीय सुधारणा पुढील कारणांमुळे अपरिहार्य आहेतः (अ) समाजाच्या बदलत्या प्राधान्यक्रमाबरोबर समाजाचाच भाग असलेल्या लोकप्रशासनाचा कायमचा संपर्क येत असतो आणि (आ) केवळ नवी प्रशासकीय तंत्रे अवलंबिणे हा हेतू नसून सामाजिक–आर्थिक आणि राजकीय विचारमंथनातून पुढे आलेले विचारदेखील सामावून घेतले जातात. बदलत्या वस्तुस्थितीशी गतिशील पद्धतीने जमवून घेणाऱ्या समयोचित प्रशासनाच्या शोधाची निष्पत्ती म्हणजे शासकीय नूतनीकरणात सातत्य ठेवण्याची प्रक्रिया होय. अशा प्रकारे, शासकीय नूतनीकरणाला 'समाजाचे व्यवहार ज्यांवर आधारित आहेत अशा विचारधारा, तत्त्वज्ञान आणि धोरणांच्या दृष्टिकोनांमुळे' चालना मिळते असे म्हणणे वावगे ठरणार नाही (नेलीस्सेन आणि इतर १९९९, १८). अभिशासन हे शासकीय व्यवहारांना वैधानिकता प्राप्त करून देणारे साधन आहे. शासनव्यवस्थेत सातत्य ठेवण्याच्या तार्किकतेमुळे हे न्याय्य ठरते. उदाहरणार्थ, लोकशाही व्यवस्थेमध्ये, प्रस्थापित राजकीय–वैचारिक विचारधारांमधून प्रतिबिंबित होणाऱ्या उपाययोजनांमध्ये प्रशासकीय सुधारणा या अव्याहत असतात. यांतून केवळ प्रशासकीय व्यवहारांसाठीचे मार्ग दाखविले जात नसून ते धोरण पर्यायांचे मूल्यांकन करण्याचे मापदंडदेखील होत. पूर्वी नमूद केल्याप्रमाणे, राजकीय व्यवस्थेच्या बदलत्या प्राधान्यक्रमामुळे होणाऱ्या शासकीय नूतनीकरणाची व्याप्ती भारतातील सुधारणा प्रयत्नांतून दिसून येते. उदारीकरणपूर्व किंवा उदारीकरणोत्तर कालखंडात, प्रशासनाला वैधानिकता देणारी प्रभावी मूल्ये सामावून घेण्यासाठी प्रशासनव्यवस्थेचा पुनर्शोध घेण्यात आला. जागतिकीकरणाचा पाया रोवला जाण्यापूर्वीचे लोकप्रशासनाचे एक भिन्न वैशिष्ट्य येथे नमूद करता येईल–लोकप्रशासनाने वसाहतवादी कालखंडातील प्रशासन रचना कायम ठेवली असली तरीदेखील कार्यपद्धतीमध्ये यशस्वीपणे नावीन्य रुजविण्यात आले होते. यातून, गाभा आणि आशय यांचा जाणीवपूर्वक घेतला जाणारा पुनर्शोध प्रतिबिंबित होतो. 'संरचनात्मक समायोजन' कार्यक्रमावर मूळ भर असलेल्या जागतिकीकरणाच्या विचारधारेतून संपूर्णपणे भिन्न व गुंतागुंतीचे बाह्य वातावरण प्रतिबिंबित होते. ज्याअन्वये, प्रशासनाची चौकट व आधारमूल्ये क्रांतिकारक पद्धतीने बदलण्याचा प्रयत्न केला जातो. लोकप्रशासनावरील नोकरशाहीची पकड क्षीण करण्यासाठी भारतामध्ये अनेक प्रयत्न करण्यात आले आहेत. याच अनुषंगाने, भारतातील प्रशासनाची पुनर्बांधणी करण्याच्या हेतूने पाचव्या वेतन आयोगाने अनेक शिफारशी सुचविल्या. तथापि, प्रशासनातील बदल मोठ्याप्रमाणात बाह्य स्वरूपाचे आहेत असे लक्षात येते. अशा प्रकारे, सुधारणांच्या प्रयत्नांना दिशा असली तरी त्याला समयोचित विचारधारेचे पाठबळ नसल्याने हा संपूर्ण प्रयत्न पोकळ ठरला असे लक्षात येते.

टिपा

१. मुहम्मद मुहब्बत खान (१९८०) मधील गेराल्ड इ. केडन यांची प्रस्तावना.
२. 'अ वर्ड टू द सर्व्हिसेस' नामक जवाहरलाल नेहरूंचे (१९७५, ४२-४३) भाषण (९ डिसेंबर १९५५ रोजीचे).
३. दुसऱ्या महायुद्धानंतरच्या कालखंडात अमेरिकेतील प्रशासनव्यवस्था सुधारण्यासाठी सन १९५३च्या हुवर आयोगाने ज्या अनेक शिफारशी सुचविल्या, त्या शिफारशींशी सुसंगत.

संदर्भ

Appleby, Paul. 1953. *Public administration in India: Report of a Survey*. Delhi: Managers of publications.

Bhatt, Anil. 1979. "'Colonial Bureaucratic Culture and Development Administration: Portrait of an Old-fashioned Indian Bureaucrat," *Journal of Commonwealth and Comparative Politics,* 17 (3): 259.

Caiden, Gerald E. 1999. "Administrative Reforms-proceed with Caution. *"International Journal of Public Administration,* 22 (6): 815–832.

Gandhi, M. K. 1940. 'The Nature of the Police Force', *Harijan*, 1 September.

GOI. 1949. Report of the *Secretariat Reorganization Committee*. Government of India, New Delhi.

———. 1966–70. *Administrative Reforms Commission's Report,* Ministry of Home Affairs, Government of Report India. New Delhi.

———. 1981, May. *Eighth and Concluding Report of the National Police Commission*. Government of India, New Delhi.

———. 1997. *The Report of the Fifth Pay Commission*. Vol. 1. Government of India Press, New Delhi.

Gorwala, A. D. 1951. *Report of Public Administration* and also *Efficient Conduct of State Enterprises*. Government of India, New Delhi.

Khan, Mohammad Mohabbat. 1980. *Bureaucratic Self-preservation: Failure of Major Administrative Reform Effects in the Civil Service of Pakistan*. Dhaka: University Press Limited.

Machiavelli, Niccolo. 1979. *The Prince*. Suffolk, UK: Penguin Classics.

Minogue, Martin. 1998. 'Changing the State: Concepts and Practice in the Reform of the Public Sector'. In *Beyond the NPM: Changing Ideas and Practice in Governance*, edited by Martin Minogue, Charles Polidano and David Hume, 17. Cheltenham: Edward Elgar.

National Commission to Review the Working of the Constitution. 2000. *Review of Election Law, Processes and Reform Options*. Consultation Paper, New Delhi.

Nehru, Jawaharlal. 1975. *Jawaharlal Nehru and Public Administration*. New Delhi: Indian Institute of Public Administration.

Nelissen, Nico, Marie-Louise Bemelmand-Videc, Arnold Godfroij, and Peter De Goede, eds. 1999. *Reinventing Government: Innovative and Inspiring Visions*. The Netherlands: International Books.

Sharma, Arvind. 2003. 'Administrative Reforms in India: A Synoptic View'. In *Governance and Development: Issues and Strategies*, edited by Pradeep Sahni and Uma Medury, p. 111. New Delhi: Prentince-Hall.

भारताचे सार्वजनिक धोरण

१

सार्वजनिक धोरण ही आपल्या नेहमीच्या आयुष्यामध्ये वापरली जाणारी एक संज्ञा आहे. आपण नेहमीच वर्तमानपत्रामध्ये सार्वजनिक आरोग्य धोरण, शैक्षणिक धोरण, पर्यावरण धोरण, शेतीविषयक धोरण, औद्योगिक धोरण इत्यादींबद्दल वाचत असतो. सार्वजनिक गरजा आणि मागण्या पूर्ण करण्यासाठी प्रामुख्याने शासन सार्वजनिक धोरण आखत असते. सार्वजनिक धोरण हे एकत्रित समुदायाच्या अंतिम स्तरावरील घटकांची सेवा करण्याचे एक माध्यम आहे. धोरणाशिवाय शासन व प्रशासन दिशाहीन असते. यशस्वी धोरणेच शासन व प्रशासनाचे यश ठरवतात आणि म्हणूनच जेव्हा धोरणे अयशस्वी होतात तेव्हा शासनही अयशस्वी होते, अशी म्हण रूढ आहे. हे प्रकरण दोन भागांत विभागले आहे. पहिला भाग सार्वजनिक धोरणाच्या सैद्धान्तिक पैलूंशी संबंधित आहे. ज्यामध्ये संकल्पना, कालसुसंगतता, प्रकार, प्रारूपे आणि दृष्टिकोनांचा समावेश आहे. दुसऱ्या भागामध्ये सार्वजनिक धोरणाच्या कार्यात्मक परिमाणांचा विचार केला गेला आहे. यामध्ये धोरणनिश्चिती, अंमलबजावणी आणि मूल्यमापन प्रक्रिया यांचा समावेश होतो.

अभ्यासक्षेत्र म्हणून सार्वजनिक धोरणाचे वाढते महत्त्व

राज्यशास्त्रामध्ये सार्वजनिक धोरण हे तुलनात्मकरित्या नवीन उपक्षेत्र आहे. शासकीय निर्णयांचे पारंपरिक विश्लेषण हे राजकीय उपक्रमांचे अपुरे स्पष्टीकरण असे, हे तथ्य मान्य करण्यात आले होते आणि याच गरजेमधून या क्षेत्राचा अभ्यासक्षेत्र म्हणून विकास झाला. समाज आणि समाजाच्या विविध संस्थांमधील संबंध हे जसजसे अधिकाधिक गुंतागुंतीचे आणि अधिक परस्परावलंबी होत गेले तसतसे शासन काय करते? ते इतर पर्यायी धोरणांपैकी काही पर्याय का व कसे निवडते? याचे अधिक व्यापक परीक्षण करण्याची गरज निर्माण झाली (गर्स्टन १९७४, ३). आधुनिक समाज आणि औद्योगिकीकरणाच्या उदयानंतर सार्वजनिक धोरण प्रक्रियेवर अधिक भर दिला जाऊ लागला आहे. एकोणिसाव्या शतकामध्ये जगाच्या काही भागामध्ये प्रातिनिधिक लोकशाही व्यवस्था विकसित होऊ लागल्या. वाढत्या लोकसहभागामुळे शासन निर्णयांना अधिक महत्त्व आणि अधिमान्यता प्राप्त झाली. सामाजिक, आर्थिक आणि राजकीय समस्यांबाबतच्या परस्परविरोधी मूल्यांचे राजकारण व शासनावर गंभीर परिणाम होत गेले. या बदलांबरोबर शासनसंस्था आपल्या नागरिकांच्या समस्यांवर लक्ष केंद्रित करू लागल्या (गर्स्टन १९७४, ४). समकालीन सार्वजनिक धोरण आणि धोरणाचे विश्लेषण मुख्यत्वे अमेरिकी पद्धतीचे आणि विसाव्या शतकातील धाटणीचे आहे. सार्वजनिक समस्या व धोरण यांच्या अभ्यासाच्या अधिक एकात्म दृष्टिकोनासाठी प्रथमतः अमेरिकेमध्येच पुढाकार घेण्यात आला. या संदर्भाने, हॅरोल्ड लासवेलच्या *सायकोपॅथॉलॉजी अॅन्ड पॉलिटिक्स* (१९३०) आणि *द अॅनॅलिसिस ऑफ पॉलिटिकल बिहेव्हिअर* (१९४८) या लेखनकार्याचा कळसाध्याय ठरलेले डॅनिअल लर्नरसह संपादित केलेल्या *द पॉलिसी सायन्सेस* या पुस्तकामध्ये नावाने प्रकाशित झालेला 'द पॉलिसी ओरिएण्टेशन' लासवेलचा निबंध हे उल्लेखनीय कार्य आहे. सार्वजनिक धोरणाची चळवळ सुरू होण्यामागे हेरॉल्ड लासवेल हा प्रमुख पाठिराखा होता. सन १९६०च्या दशकाच्या शेवटी एडवर्ड एस. क्वॅडने म्हटल्याप्रमाणे युद्ध, दारिद्र्य, अपराध, वंशसंबंध आणि प्रदूषण यांसारखे अनेक एकत्र येणारे घटक धोरणशास्त्रांमधील अधिक औत्सुक्य निर्माण करण्यास कारणीभूत ठरू शकतात. अलीकडील काळात सार्वजनिक धोरण हे प्रत्यक्षात सामाजिकशास्त्रांतील एक नवीन शाखा, तथाकथित 'धोरणशास्त्र' म्हणून उदयास आले आहे.

सार्वजनिक धोरण म्हणजे काय?

सार्वजनिक धोरण या संज्ञेविषयी विचार करण्याआधी त्याचे 'सार्वजनिक' आणि 'धोरण' हे दोन भाग समजून घेणे श्रेयस्कर ठरेल. 'खाजगी' हितापेक्षा 'सार्वजनिक' हित साधण्याचे राज्याचे एक साधन म्हणून लोकप्रशासनाचा उदय झाला हे सर्वज्ञात आहे. या अर्थाने 'सार्वजनिक' म्हणजे काही व्यक्तींच्या वैयक्तिक हितापेक्षा सामान्यपणे सर्व लोकांचे काही सामाईक (हित) असणे होय. राजकीय आयुष्यामध्ये, लोकांच्या गरजा आणि मागण्या पुरवण्याचे शासन हे एक प्रमुख साधन आहे. 'धोरण' या संज्ञेचा अर्थ दिलेल्या उद्दिष्टांप्रती सर्वंकष कृतिकार्यक्रम असा होतो. रॉबर्ट प्रेस्थस (१९७५, १४) याने 'धोरण' या शब्दाची व्याख्या पुढीलप्रमाणे केली आहेः 'धोरण म्हणजे एखाद्या विशिष्ट कृतींचे समर्थन करणाऱ्या, किंवा त्यांचे नेतृत्व करणाऱ्या अथवा त्या कृती निश्चित करणाऱ्या एखाद्या व्यक्तीची किंवा व्यक्तींच्या गटाने केलेली निवड किंवा पसंती होय'. अशा प्रकारे, विशिष्ट वातावरणामध्ये 'विशिष्ट उद्दिष्ट किंवा हेतू साध्य करण्यासाठी एखाद्या व्यक्तीने, गटाने, संस्थेने अथवा शासनाने सुचविलेली कृती होय', अशी धोरणाची ढोबळमानाने व्याख्या करता येईल.

राजकीय बदल समजून घेण्याचा दृष्टिकोन म्हणून, जितक्या धोरणविषयक समस्या आहेत तितक्याच सार्वजनिक धोरणाच्या विविध व्याख्या आहेत. ही संकल्पना नीट समजून घेण्यासाठी आपण त्यातील काही व्याख्यांचा अभ्यास करू. थॉमस आर. डे म्हणतात की, 'शासन जे काही करण्याचे किंवा न करण्याचे ठरवते ते म्हणजे सार्वजनिक धोरण' (पीटर्स २०१२, ५). या व्याख्येमध्ये सार्वजनिक धोरणांमधील सर्व क्रियांचा किंवा निष्क्रियतांचा समावेश होतो. याचाच विस्तार करण्याच्या दृष्टीने बी. गाय पीटर्स (२०१२, ५) यांनी यामध्ये भर घातली की, सार्वजनिक धोरणाचा 'नागरिकांच्या आयुष्यावर परिणाम होत असतो आणि त्यामुळेच थेट किंवा प्रतिनिधींच्या माध्यमातून कृती करणाऱ्या शासनकृतींची गोळाबेरीज म्हणजे सार्वजनिक धोरण'. जेम्स ई. ॲण्डरसन सार्वजनिक धोरणाची पुढीलप्रमाणे व्याख्या करतातः 'संबंधितांच्या समस्या किंवा प्रकरण हाताळताना एखाद्या कर्त्याने किंवा कर्त्यांच्या गटाने अवलंबलेला उद्देशात्मक कृतींचा मार्ग म्हणजे सार्वजनिक धोरण' (१९७५, ३). धोरणाच्या या संकल्पनेमध्ये शासन किंवा सार्वजनिक अधिकाऱ्यांनी योजलेल्या किंवा सूचित केलेल्या कृतींपेक्षा प्रत्यक्षांमधील कृतींवर अधिक भर दिला आहे. तसेच धोरण हे स्पर्धात्मक पर्यायांमधील एक निवड असल्याने या संकल्पनेमध्ये धोरण आणि निर्णय यात फारकत केली आहे.

लॅरी एन. गर्स्टन यांनी गतिशील सार्वजनिक धोरणामध्ये लोक आणि शासन या दोहोंच्या कृती आणि आदानप्रदान यांना प्रतिसाद देणाऱ्या व्याख्येची मांडणी केली आहे. त्यानुसार 'अधिमान्य शासकीय पद असणाऱ्या किंवा त्यावर परिणाम करणाऱ्यांचे मूलभूत निर्णय, जबाबदाऱ्या आणि कृती यांचे मिश्रण म्हणजे सार्वजनिक धोरण होय' (ॲण्डरसन १९७५, ७). एझकेल ड्रॉरने सार्वजनिक धोरणनिर्मितीची व्याख्या पुढीलप्रमाणे केलीः भविष्यकाळ सूचित करणाऱ्या कृतींसाठी महत्त्वाची मार्गदर्शक तत्त्वे निश्चित करणारी गतिमान प्रक्रिया म्हणजे सार्वजनिक धोरणनिर्मिती होय. या मार्गदर्शक तत्त्वांचा (धोरणांचा) औपचारिक उद्देश हा सर्वांत उचित साधनांच्या साहाय्याने सार्वजनिक हित साध्य करणे हा असतो' (ड्रॉर १९७४, १२). सार्वजनिक धोरणे ही शासकीय संस्था आणि अधिकाऱ्यांकडून निर्माण केली जातात. अर्थात, धोरण विकासावर अशासकीय कर्ते किंवा घटकांचा परिणाम होऊ शकतो. डेव्हिड ईस्टनच्या शब्दांत 'तज्ज्ञ अधिकाऱ्यांकडून' म्हणजेच राजकीय व्यवस्थेतील 'ज्येष्ठ, प्रमुख, कार्यकारी अधिकारी, कायदेमंडळाचे सदस्य, न्यायाधीश, प्रशासक, सल्लागार, राजे आणि तत्सम' यांच्याकडून सार्वजनिक धोरण निर्माण केले जाते. पूर्वोक्त तथ्यामधूनच सार्वजनिक धोरणाच्या विशेष गुणधर्मांचा उगम होतो. त्यांच्या मते, या व्यक्ती राजकीय व्यवस्थेतील नियमित बाबींमध्ये व्यस्त असतात, तसेच त्यांना या जबाबदाऱ्या पार पाडण्यासाठी राजकीय व्यवस्थेतील बहुतेक सदस्यांकडून मान्यता मिळालेली असते. बहुतांश सदस्य जबाबदारीला बांधीलकी म्हणून स्वीकारतात आणि आपल्या भूमिकेच्या मर्यादांमध्ये राहून अशा कृती करत असतात (ईस्टन १९६५, २१२).

विविध अभ्यासकांच्या उपरोक्त व्याख्यांच्या आधारे आपण सार्वजनिक धोरण या संकल्पनेच्या काही अर्थांची मांडणी करू शकतो. प्रथमतः सार्वजनिक धोरण ही सहज वर्तनापेक्षा हेतुपुरस्सर किंवा उद्देशात्मक कृती आहे. दुसरे

म्हणजे, सार्वजनिक धोरण हे शासनाने सावर्जनिक हित साधण्यासाठी अंगीकारलेली आणि सातत्याने पाठपुरावा केलेली कृती आहे. तिसरे म्हणजे, सार्वजनिक धोरण म्हणजे शासनाचा जे करण्याचा हेतू असतो, त्याहीपेक्षा शासन प्रत्यक्षात जी कृती करते ती कृती आणि त्यानंतर होणारे परिणाम. चौथे म्हणजे सार्वजनिक धोरण हे सकारात्मक किंवा नकारात्मक असू शकते. सकारात्मकदृष्ट्या, विशिष्ट समस्या सोडविण्यासाठी त्यामध्ये शासनाच्या काही कृतींचा समावेश असू शकतो आणि काही बाबींबाबत जेथे शासनाचा सहभाग असतो तेथे शासकीय अधिकाऱ्यांनी एखादी कृती न करण्याबाबत किंवा काहीच न करण्याबाबत घेतलेल्या निर्णयांचा नकारात्मक बाजूमध्ये समावेश होतो. सरतेशेवटी, सार्वजनिक धोरणाला कायद्याचा आणि अधिमान्यतेचा आधार असतो. त्याच्या (सार्वजनिक धोरणाच्या) कायदेशीर बंधनांमुळे आणि दंडात्मक अधिकारांमुळे समाजाचे सदस्य कर भरणे, वाहतुकीचे नियम पाळणे आणि प्रदूषण नियंत्रणाचे नियम पाळणे या बाबी कायदेशीर मानतात.

सार्वजनिक धोरणाचे महत्त्व

सार्वजनिक धोरण हे सर्वच राजकीय व्यवस्थांचा महत्त्वाचा भाग आहे. ते मुख्यत्वे लोक आणि त्यांच्या समस्या यांच्याशी संबंधित असते. समाजाच्या सुधारणेसाठी समाजाला घडवणे हे सार्वजनिक धोरणाचे प्रमुख कार्य आहे. डब्ल्यू. पार्सन्स सार्वजनिक धोरणाची भूमिका स्पष्ट करताना म्हणतात, 'सार्वजनिक धोरणाचा व्यापक हेतू केवळ वस्तू आणि सेवा पुरवणे याहीपेक्षा समाजातील व्यक्तींचा जास्तीत जास्त विकास आणि प्रबोधन करणे, तसेच सहमती, सामाजिक भान आणि अधिमान्यता निर्माण करणे हा आहे.' अशा प्रकारे सार्वजनिक धोरणामध्ये केवळ सेवांच्या उपलब्धतेची कार्यक्षमता आणि परिणामकारकता वाढवणे यांचा त्यात समावेश होत नसून त्यामध्ये लोकांच्या लोकशाही आणि राजकीय क्षमतांमध्ये सुधारणा करणे याचा समावेश होतो. याचा अर्थ असाही होतो की, सामाजिक धोरणाचे स्वरूप सहभागात्मक आणि लोकशाही स्वरूपाचे असते.

सार्वजनिक धोरण एक विकासात्मक भूमिकादेखील पार पाडते. सुनियोजित धोरणे राष्ट्राच्या सामाजिक व आर्थिक विकासाला साहाय्यक ठरतात. स्वातंत्र्योत्तर कालखंडात भारताने सामाजिक व आर्थिक परिवर्तनासाठी अनेक धोरणे आखली. यासाठी नियोजन आयोगाची स्थापना करण्यात आली आणि पंचवार्षिक योजना आखल्या गेल्या. शेती विकास, औद्योगिक वृद्धी, दारिद्र्यनिर्मूलन, ग्रामीण विकास इत्यादींसाठीदेखील धोरणे आखली गेली. आज आपण या धोरणांचे अनेक सकारात्मक परिणाम पाहू शकतो. सामाजिक धोरणे भारताला राष्ट्रबांधणीच्या कार्यातदेखील उपयुक्त ठरली. भारत केवळ बाह्य आक्रमणांपासून स्वतःचे संरक्षण करू शकला नाही, तर विविध गट, जाती, भाषिक आणि धार्मिक पंथांनाही एकात्म ठेवू शकला. अशा प्रकारे, स्वातंत्र्योत्तर काळापासून भारतातील सामाजिक धोरणे सामाजिक-आर्थिक विकास साध्य करण्यासाठी आणि राष्ट्रीय एकात्मता आणि अखंडता राखण्यात उपयुक्त ठरली आहेत.

राज्यशास्त्रातील सार्वजनिक धोरणाचे महत्त्व स्पष्ट करताना थॉमस आर. डे (१९९८, ३) शास्त्रीय, व्यावसायिक आणि राजकीय हेतू अशा तीन हेतूंचे प्रतिपादन करतो. सर्वांत पहिले कारण म्हणजे सार्वजनिक धोरणाचा त्याच्या उद्याविषयी, ते ज्या पद्धतीमध्ये विकसित झाले त्या पद्धतींविषयी आणि त्यांचे समाजावरील परिणाम यांविषयी अधिक जाणून घेण्यासाठी सार्वजनिक धोरणाचा अभ्यास केला जाऊ शकतो. उलट, यामुळे सामान्यपणे राजकीय व्यवस्था आणि समाज यांविषयीचे आपले आकलन वाढेल. सार्वजनिक धोरणामध्ये व्यावसायिक उपयोगितादेखील असते. सार्वजनिक धोरणांची कारणे व परिणाम यांविषयीचे आकलन आपल्याला प्रत्यक्षातील समस्या सोडवण्यासाठी सामाजिकशास्त्रामधील ज्ञानाचा वापर करण्यास फायदेशीर ठरते. समाजातील अनिष्टतांवरील उपचारासाठी तथ्याधारित ज्ञान ही एक पूर्वअट आहे. जर विशिष्ट इच्छित अंतिम मूल्ये साध्य करावयाची असतील तर कोणत्या प्रकारच्या राजकारणाच्या माध्यमातून या गरजांची अंमलबजावणी करता येईल हा खरा प्रश्न आहे व त्यासाठी शास्त्रीय अभ्यासाची गरज आहे. अन्य शब्दांत सांगायचे तर, धोरण अभ्यासातून व्यावसायिक सल्ला देता येऊ शकतो.

एकुणात असे म्हणता येईल की, सार्वजनिक धोरणाला राजकीय उपयुक्तता असते. योग्य उद्दिष्टे साध्य करण्यासाठी राष्ट्र योग्य धोरणांचा अवलंब करेल याची हमी सार्वजनिक धोरण देते. असा युक्तिवाद नेहमीच मांडला जातो की, मोठ्या सामाजिक आणि राजकीय पेचप्रसंगांमध्ये राज्यशास्त्र मूक किंवा शक्तिहीन राहू शकत नाही, तसेच राजकीय तज्ज्ञांच्या सार्वजनिक धोरणांच्या स्पष्ट, निश्चित ज्ञानाच्या आधारावर राजकारणी हे कार्य पूर्ण करतात.

समाजाच्या वाढत्या क्लिष्ट स्वरूपामुळे सार्वजनिक धोरणाला मोठे महत्त्व प्राप्त झाले आहे. शासनाच्या कृतींची कारणे व परिणाम स्पष्ट करण्यासाठी सार्वजनिक धोरणांची मदत होते. सार्वजनिक धोरणे आपल्याला केवळ सामाजिक धोके (संकटे) समजून घेण्यासाठी मदत करत नाहीत तर आर्थिक व्यवस्थेला भूतकाळातून भविष्यकाळाकडे नेण्यासाठी साधन आणि रचना निर्माण करतात.

सार्वजनिक धोरणाचे प्रकार

राजकीय व्यवस्थेमध्ये शासन अनेक कृती करत असते. ते समाजामधील संघर्षांचे नियमन करते, इतर समाजांबरोबर असलेला संघर्ष सुरू ठेवण्यासाठी समाजाचे व्यवस्थापन करते, समाजातील सदस्यांना विविध प्रतीकात्मक लाभ आणि भौतिक सेवा वितरित करते आणि समाजाकडून करांच्या रूपात पैसे काढून घेते. थिओडोर लोवी (१९६४) सुचवतात की धोरणे ही नियामक, वितरण आणि पुनर्वितरण व्यवस्था स्वरूपाची असू शकतात. प्रत्येक प्रकारचे धोरण हे एका विशिष्ट राजकीय प्रक्रियेशी निगडित असते.

नियामक धोरणे ही दंडात्मक तंत्रांनी व्यक्तींचे वर्तन नियमित आणि नियंत्रित करण्याशी संबंधित असतात. या धोरणांचा संबंध व्यापार नियमन, शैक्षणिक दर्जा, सुरक्षाविषयक उपाययोजना आणि तत्सम बाबींशी असतो. अशा प्रकारचे नियमन शासनाच्या वतीने काम करणाऱ्या स्वायत्त संस्थांकडून केले जाते. भारतीय प्रतिभूति आणि विनिमय बोर्ड (सेबी), भारतीय दूरसंचार विनियामक प्राधिकरण (ट्राय), भारतीय मानक संस्था आणि भारतीय रिझर्व्ह बँक (आरबीआय) ही भारतातील नियामक संस्थांची उदाहरणे आहेत. वितरणविषयक धोरणे लोकांच्या विशिष्ट गटांना वस्तू आणि सेवा प्रदान करतात. सर्व लोककल्याण कार्यक्रम हे वितरणाधारित असतात. शेतकऱ्यांना दिली जाणारी शेतीविषयक अनुदाने, गरिबांसाठी असणारे अनुदानित अन्नधान्य आणि शासकीय आरोग्य सेवा ही अशा धोरणांची उदाहरणे आहेत. पुनर्वितरणावर आधारित धोरणांचा संसाधनाचे एका गटाकडून दुसऱ्या गटाकडे पुनर्वाटप करण्याचा हेतू असतो. सामाजिक आणि आर्थिक लाभांच्या पुनर्वाटपाच्या माध्यमातून समताधिष्ठित समाज निर्माण करणे हे अशा धोरणांचे उद्दिष्ट असते. आयकर धोरणांकडे नेहमीच पुनर्वाटप धोरणांची उदाहरणे म्हणून पाहिले जाते.

लोवी यांच्या सार्वजनिक धोरणविषयक त्रिमितीय विभागणीमध्येच फ्रेड एम. फ्रोहॉक (१९७९) आणखी दोन प्रकारच्या धोरणांची भर घालतो. ते प्रकार म्हणजे भांडवलीकरण आणि नैतिक धोरणे. व्यापारीवर्गांना मिळणारी अनुदाने आणि सवलती यांचा समावेश भांडवलीकरणाच्या धोरणांमध्ये होतो. अशा वितरणांचा प्रत्यक्षात नसला तरी सैद्धान्तिक हेतू समाजातील संस्थांची उत्पादन क्षमता वाढवणे हा असतो. सामान्यपणे भांडवलीकरण धोरणांचा समावेश वितरणाधारित धोरणांमध्ये होत असला तरी ती कल्याणकारी कार्यक्रमांच्या प्राथमिक उपभोग्य वितरणाप्रमाणे नसतात. नैतिक धोरणांचा हेतू काही नैतिक समस्यांसाठी योग्य मार्ग स्थापन करणे हा असतो. उदाहरणार्थ, अमेरिकेच्या सर्वोच्च न्यायालयाच्या १९७३मधील निर्णयाने (*रोये विरुद्ध वाडे*) पहिल्या तीन महिन्यांतील गर्भपात हा कायदेशीररीत्या ग्राह्य पर्याय म्हणून मान्यता दिली. कोर्टाने गर्भपाताची नैतिक समस्या सोडवली नाही; कायदेशीर मान्यता असूनही आजही काही लोक गर्भपात नैतिकदृष्ट्या चुकीचा आहे असे समजतात. परंतु न्यायालयीन निर्णयांचे पालन करून सार्वजनिक धोरणे ही दृढ नैतिक निष्ठांबाबत काय करावे किंवा करू नये हे निश्चित करतात. परिणामस्वरूप, सर्वोच्च न्यायालयाच्या निर्णयाने नैतिक मुद्द्यांबाबत कायदेशीररित्या मान्यताप्राप्त मार्गांची उभारणी केली (फ्रोहॉक १९७९, १३).

धोरण पर्यावरण

धोरणनिर्मिती ज्या पर्यावरणामध्ये होते ते समजून घेतल्याशिवाय धोरणनिर्मिती प्रक्रिया योग्य पद्धतीने समजून घेता येणार नाही. धोरण कृतींसाठीच्या मागण्या या पर्यावरणामध्ये उत्पन्न होतात आणि राजकीय व्यवस्थेकडे पाठवल्या जातात, त्याच वेळी पर्यावरण हे धोरणकर्त्यांच्या कृतींवर मर्यादा आणि बंधने घालत असते. जेम्स ई. ॲण्डरसन हे राजकीय संस्कृती आणि सामाजिक-आर्थिक चल घटक या पर्यावरणीय घटकांची व्याख्या आणि धोरणकर्त्यांवरील त्यांचा परिणाम स्पष्ट करतात. राजकीय संस्कृती म्हणजे शासकीय धोरणे आणि कृती यासंबंधीची व्यापकपणे मानलेली मूल्ये, विश्वास आणि दृष्टिकोन होय.

विविध देशांमधील सार्वजनिक धोरण आणि धोरणनिर्मितींमधील फरक, हे किमान राजकीय-सांस्कृतिक बदलांच्या स्वरूपात अंशतः स्पष्ट करता येऊ शकतात. समाजशास्त्रज्ञ रॉबिन डब्ल्यू. विलियम्स यांनी अमेरिकी समाजातील अनेक 'प्रमुख मूल्याभिमुखता' सिद्ध केल्या आहेत. यामध्ये व्यक्तिगत स्वातंत्र्य, समता, प्रगती, कार्यक्षमता आणि व्यवहारदक्षता यांचा समावेश होतो. ही आणि अशा प्रकारची मूल्ये, उदाहरणार्थ, लोकशाही आणि व्यक्तिवाद ही धोरणनिर्मितीमध्ये अत्यंत महत्त्वाची असतात. राजकीय संस्कृती, राजकीय वर्तनामध्ये साहाय्य करते. सार्वजनिक धोरण आर्थिक स्पर्धेसाठी अधिक अनुरूप असण्याची हमी देण्यासाठी राजकीय संस्कृतीतील फरक साहाय्य करतात असे अमेरिकेत दिसून आले, कारण व्यक्तिगत संधी हे तिथे व्यापकपणे मान्य असलेले मूल्य आहे, तर चीनमध्ये आर्थिक स्पर्धेला अधिक महत्त्व नसल्यामुळे तिथे धोरण हे औद्योगिक संघांना प्राधान्य देणारे असते.

सामाजिक-आर्थिक परिस्थिती हीसुद्धा बऱ्याच अंशी राजकीय कृतींवर प्रभाव टाकते. सार्वजनिक धोरणे ही लोकांच्या भिन्न गटांमधील खाजगी आणि अधिकृत संघर्षामधून उत्पन्न होत असतात. विशेषतः आधुनिक समाजातील, संघर्षाची महत्त्वाची उगमस्थाने ही आर्थिक उपक्रमांमध्येच असतात. भिन्न गटांच्या हितसंबंधांमध्ये संघर्ष विकसित होऊ शकतात. अर्थकारणामध्ये जे गट वंचित आहेत किंवा इतर गटांबरोबरील त्यांच्या सध्याच्या संबंधांबाबत असमाधानी आहेत, ते त्यांची परिस्थिती सुधारण्यासाठी शासकीय मदत घेऊ शकतात. अशा प्रकारे मालकांच्या खाजगी घासाघीशीतून प्राप्त होणाऱ्या रोजगाराबाबतीत असमाधानी असणाऱ्या कामगार गटांनी किमान वेतन कायदा साध्य केला. समूहाला सामाजिक हित, कल्याण आणि सेवा उपलब्ध करून देण्यासाठी शासन काय करू शकते यावर समाजाची आर्थिक विकासाची पातळी नियंत्रणे लादत असते. अमेरिकेसारख्या संपन्न समाजांपेक्षा जगातील अनेक अविकसित देशांमध्ये अर्थातच आर्थिक कमतरता आर्थिक मर्यादा लादत असते. सामाजिक संघर्ष आणि बदलसुद्धा शासनाच्या कृतींच्या मागण्यांना चालना देतात. सन १९९०च्या दशकामध्ये, भारतामध्ये मागासलेल्या वर्गांमधून आरक्षणाची मागणी वाढत चालली होती. या वर्गांच्या उत्थानासाठी आरक्षण धोरण विकसित करण्यासाठी त्यांनी दबाव टाकला. विरोधी हितसंबंध आणि मूल्ये असणाऱ्यांनी अशा मागण्यांना विरोध केला. परिणामी सार्वजनिक अधिकाऱ्यांना योग्य धोरण पर्याय आखणे कठीण होऊ लागले.

वरील चर्चेमधून आपण, धोरणात्मक निर्णय कसे घेतले जातात आणि एखादा निर्णय घेण्याऐवजी वेगळे निर्णय कसे घेतले जातात, हे समजून घेण्यासाठी सामाजिक, आर्थिक आणि राजकीय घटक समजून घेतले पाहिजेत, असा निष्कर्ष काढू शकतो.

अधिकृत धोरणकर्ते

सार्वजनिक धोरणनिर्मितीमध्ये सहभागी होण्याकरता ज्यांना कायदेशीर अधिकार आहे त्यांना अधिकृत धोरणकर्ते म्हटले जाते. यामध्ये कायदेमंडळाचे सदस्य, कार्यकारी मंडळांचे सदस्य, प्रशासक आणि न्यायाधीश यांचा समावेश होतो. प्रत्येकजण धोरणनिर्मितीचे कार्य इतरांपेक्षा थोड्याफार भिन्न पद्धतीने करतो. कायदेमंडळाचे सदस्य राजकीय व्यवस्थेतील धोरणनिर्मिती आणि कायदेनिर्मिती या मध्यवर्ती राजकीय कार्याशी निगडित असतात. मान्यता देण्याचे काम करत असताना कायदेमंडळ हे चर्चा करणे, काळजीपूर्वक छाननी करणे, टीका करणे आणि लोकांसाठी शासकीय धोरणे व त्यांचे परिणाम प्रकाशित करणे अशी अनेक महत्त्वाची कामे सदनामध्ये करत असते. सामान्यपणे, कायदेमंडळ व्यापक

उद्दिष्टे मांडत असते. ज्यांचा पाठपुरावा प्रशासन करत असते आणि अधिक महत्त्वाच्या बाबींमध्ये त्यांचा पाठपुरावा करण्यासाठी यंत्रणा आणि कार्यपद्धतींचीदेखील मांडणी करत असते.

सगळीकडील आधुनिक शासने धोरणनिर्मिती आणि अंमलबजावणी या दोन्हींमध्ये मुख्यत्वे कार्यकारी नेतृत्वावर अवलंबून असते. संसदीय शासन पद्धतीमध्ये, सदनामध्ये विधेयक मांडण्याआधी सर्व धोरणांना शासनाच्या मंत्रिमंडळ आणि मंत्र्यांची मान्यता असावीच लागते. विकसित देशांपेक्षाही बहुतेकदा विकसनशील देशांमध्ये धोरणनिर्मिती प्रक्रियेवर कार्यकारी मंडळांचा अधिक प्रभाव दिसून येतो. भक्कम नोकरशाही पायाचा अभाव आणि दबाव गटांचा अत्यल्प प्रभाव यामुळे शासकीय हातांमध्ये सत्तेचे केंद्रीकरण होते.

दुसऱ्या महायुद्धानंतरच्या कालखंडामध्ये राजकारण–प्रशासन द्वैताची अभिजात तत्त्वप्रणाली ही चुकीची कल्पना म्हणून सिद्ध झाली आहे. आता, प्रशासकदेखील एका अर्थाने धोरणनिर्मितीमध्ये गुंतलेले असतात यावर एकमत झाले आहे. गुंतागुंतीच्या औद्योगिक समाजांमध्ये अनेक धोरणात्मक प्रश्नांचे तांत्रिक आणि क्लिष्ट स्वरूप आणि सातत्यपूर्ण नियंत्रणाची गरज आणि इतरांमध्ये वेळ आणि माहितीचा अभाव यामुळे औपचारिकपणे 'कायदे करणारी शक्ती' म्हणून ओळखल्या जाणाऱ्या प्रशासकीय संस्थेकडे बरेचसे अधिकार सुपूर्द केले जातात. आजच्या काळात, सार्वजनिक अधिकारी तीन महत्त्वाच्या मार्गांनी धोरणनिर्मितीशी जोडले गेलेले असतात. एक, ते मंत्री किंवा कायदेमंडळाच्या सदस्यांना धोरणाच्या व्यवहार्यतांबाबत तथ्ये, आकडेवारी आणि विश्लेषणे सादर करतात आणि धोरणाला आशय प्रदान करतात. दुसरा, ते सातत्याने लोकांच्या संपर्कात असतात त्यामुळे त्यांच्या समस्या आणि धोरण स्वरूपात त्यांचे निरसन यांचे त्यांना अधिक चांगले आकलन असते. तिसरा, वेळ आणि माहितीचा अभाव या कारणांस्तव कायदेमंडळ कृति 'आराखडे' मान्य करतात आणि त्यांना प्रत्यक्ष 'आकार' देण्याचे काम प्रशासनावर सोपवतात आणि इथेच 'धोरणनिर्मिती'मध्ये प्रशासकांची भूमिका सर्वांत जास्त व्यापक असते. न्यायपालिकासुद्धा सार्वजनिक धोरणांमध्ये महत्त्वाची भूमिका बजावते. ज्या देशांमध्ये न्यायालयांना न्यायिक पुनरावलोकनाचा अधिकार आहे तेथे त्यांनी धोरणनिर्मितीमध्ये महत्त्वाची भूमिका बजावली आहे. त्यांच्याकडे कायदेमंडळ आणि कार्यकारी मंडळ या शाखांच्या कृतींची घटनात्मक वैधता तपासण्याचा आणि जर अशा कृती घटनात्मक तरतुदींच्या विरोधी आढळल्या तर त्या घटनाबाह्य ठरवण्याचा अधिकार असतो. राष्ट्रीयदृष्ट्या महत्त्वाच्या सामाजिक, आर्थिक आणि राजकीय धोरणांना दिशा देण्याची महत्त्वाची भूमिका ते पार पाडतात.

अनधिकृत सहभागकर्ते

अधिकृत धोरणकर्त्यांव्यतिरिक्त, हितसंबंधी गट, राजकीय पक्ष आणि वैयक्तिक नागरिक असे अनेक अनधिकृत कर्तेदेखील धोरणनिर्मितीमध्ये सहभागी होऊ शकतात. बंधनकारक, धोरणात्मक निर्णय घेण्याचा कायदेशीर अधिकार नसतानाही ते धोरणनिर्मितीवर बऱ्यापैकी प्रभाव पाडू शकतात.

राजकीय पक्ष

आधुनिक समाजांमध्ये राजकीय पक्ष सामान्यपणे, 'हितसंबंधाच्या एकत्रीकरणा'चे कार्य करतात. म्हणजेच ते हितसंबंधी गटाच्या विशिष्ट मागण्या पर्यायी धोरणांमध्ये रूपांतरित करण्याचा प्रयत्न करतात. प्रत्येक राजकीय पक्षाकडे त्यांचे स्वतःचे कार्यक्रम व धोरणे असतात. लोकांचा पाठिंबा मिळवण्यासाठी हे कार्यक्रम धोरणे किंवा मूल्ये जाहीरनाम्याच्या स्वरूपात लोकांसमोर ठेवले जातात. (निवडणुकपूर्व) आश्वासने देणे हा जाहीरनाम्याचा व्यावसायिक हेतू असतो. म्हणजेच जर पक्ष सत्तेवर आला तर त्यामध्ये वचनबद्ध केलेली धोरणे पक्ष राबवेल. कायदेमंडळात बहुमत (सर्वाधिक जागा) मिळालेल्या पक्षाकडून शासन निर्माण केले जाते. त्यामुळे पक्षनेतृत्व जे पक्षाला बांधील असते ते धोरणनिर्मितीमध्ये सहभागी असते.

दबाव गट

सामाईक हितसंबंध असणाऱ्या सदस्यांच्या औपचारिक संरचनेच्या संघटना म्हणजे दबाव गट होय. ते कोणतेही अधिकृत राजकीय स्थान मिळवण्याचा प्रयत्न न करता शासनाच्या धोरणांवर प्रभाव पाडण्याचा प्रयत्न करतात. मागण्या व्यक्त

करणे आणि धोरण कृतींना पर्याय सादर करणे ही या गटांची महत्त्वाची कार्ये आहेत. ते सातत्याने त्यांच्या सदस्यांच्या हितसंबंधांचे संरक्षण करण्याचा प्रयत्न करतात. यासाठी ते त्यांच्या सदस्यांच्या हितसंबंधांशी एकवाक्यता असणारे निर्णय घेण्यासाठी शासनावर किंवा नोकरशाहीवर दबाव टाकत असतात. या हेतूसाठी ते प्रसिद्धी मोहीम, गटबाजी, अधिकारी किंवा कायदेमंडळाच्या सदस्यांबरोबर वैयक्तिक बैठका करणे, पत्र किंवा निवेदने लिहिणे इत्यादी पद्धतींचा वापर करतात.

वैयक्तिक नागरिक

आजच्या युगामध्ये, नागरिकांच्या इच्छा प्रतीत होत नाहीत अशी धोरणे शासन दीर्घकाळ नागरिकांवर लादू शकत नाही. सार्वजनिक धोरणे नागरिकांच्या हितसंबंधांशी सुसंगतच असावी लागतात. एखादे लोकशाही शासन, नागरिकांचा मोठ्या प्रमाणामध्ये विरोध असलेली धोरणे स्वीकारू शकत नाही. अशा प्रकारे, नागरिक धोरणनिर्मितीवर अप्रत्यक्षपणे प्रभाव टाकतात. मतदानाचा हक्क नागरिकांना सार्वजनिक धोरणाची निवड करण्याची क्षमता प्राप्त करून देतो. राजकीय पक्षांनी मांडलेल्या धोरण-पर्यायांमध्ये निवड करण्यासाठी निवडणुका या नागरिकांसाठी उत्तम संधी असतात.

धोरणांची अंमलबजावणी कोण करते?

लोकप्रशासन ही मुख्यत्वे धोरणांची अंमलबजावणी करणारी संस्था आहे. कायदेमंडळ, न्यायालये, दबाव गट आणि समूहसंस्था असे अनेक घटक या प्रक्रियेमध्ये मदत करतात. आधुनिक राजकीय व्यवस्थेमध्ये सार्वजनिक धोरण हे प्रामुख्याने प्रशासकीय यंत्रणांच्या क्लिष्ट व्यवस्था करून राबवले जाते. या यंत्रणा शासनाची बहुतेक सर्व नित्याची कामे पार पाडत असतात आणि अशा प्रकारे त्यांच्या कृतींचा थेट नागरिकांवर परिणाम होत असतो. प्रशासकीय यंत्रणा नेहमीच विस्तृत आणि संदिग्ध अशा घटनात्मक लोकमताच्या पाठिंब्यावर काम करत असतात आणि हेच लोकमत त्यांना काय करावे किंवा करू नये हे ठरवण्याचे निर्णय घेण्याचे स्वेच्छाधिकार देत असते. राजकारण्यांमध्ये वेळ, उत्साह, माहिती आणि कौशल्य यांचा असलेला अभावदेखील या यंत्रणांकडे अधिकार सुपूर्द करण्यास कारणीभूत ठरतो. धोरण अंमलबजावणी हे काही सोपे काम नाही. उच्च पातळीवरील प्रशासनाच्या सहकार्याशिवाय, फार काही साध्य करता येऊ शकत नाही. धोरण अंमलबजावणीमध्ये प्रशासक, मुख्यत्वे वरिष्ठ कार्यकारी अधिकाऱ्यांना पुढील कार्ये करावी लागतात. एक, प्रशासकीय अधिकाऱ्यांनी राज्यकर्त्यांनी आखलेल्या धोरणांचे स्वरूप आणि महत्त्व स्पष्टपणे जाणून घेतले पाहिजे. उद्दिष्ट साध्य करण्यासाठी आखलेल्या धोरणांचे सुसूत्रीकरण करण्यामध्ये आणि ही धोरणे अमलात आणण्यासाठी आवश्यक संसाधनांची जमवाजमव, आयोजन आणि व्यवस्थापन करण्याससुद्धा ते जबाबदार असतात. दोन, संदिग्धता टाळण्यासाठी त्यांनी धोरणकर्त्यांना मदत करावी आणि अमलात आणण्याजोग्या धोरणांच्या महत्त्वाविषयी त्यांना सल्ला द्यावा. तीन, सामान्य धोरणे आणि त्यांची उद्दिष्टे साध्य करण्यासाठी त्यांनी प्रत्येक धोरणाचा अंदाजे खर्च आणि लाभ यांचे विश्लेषण करावे. धोरणांची अंमलबजावणी करण्यासाठी शक्यतो त्यांनी तर्काधारित दृष्टिकोन स्वीकारावा आणि व्यवस्थापन तंत्रांचा उपयोग करावा. चार, धोरणे आणि धोरण साधने यांच्यातील समन्वयाच्या प्रश्नाकडे विशेष लक्ष देण्यास ते सक्षम असावेत. कोणतीही विसंगती आढळते का हे पाहण्यासाठी त्यांनी प्रस्तुत धोरणाचे इतर धोरणांच्या संबंधात विश्लेषण करावे. किंवा अधिक चांगल्या परिणामांसाठी प्रस्तुत धोरण इतर धोरणांसाठी प्रशंसापूर्ण किंवा पूरक आहे का याचे परीक्षण करावे (ड्रोर १९७४, १२-१३).

नोकरशाही व्यवस्थेच्या संघटनांवर प्रचंड टीका केली जाते. असे म्हटले जाते की, या संघटना लालफितीचा कारभार, अल्पप्रतिसादात्मक पदसोपान पद्धती आणि कठोर नियमांच्या चौकटी इत्यादी समस्यांनी अधिक प्रमाणात ग्रासलेल्या आहेत. इतके रोग असूनही त्यांना महत्त्व आहे. केनेथ मेअर आणि बोह्टे (२००७) लिहितात, 'जेव्हा शासन हे उल्लेखनीय पेचप्रसंग, जुनाट समस्या किंवा उदासीनता यांनी ग्रासलेले असते तेव्हा सकारात्मक राज्य (शासन) प्रतिसाद देते आणि

या प्रतिसादात सामान्यपणे नोकरशाहीचा समावेश होतो.' बऱ्याच अंशी, नोकरशाही यंत्रणा या सार्वजनिक निर्देशांप्रती दिलेला प्रतिसाद असतात.

प्रशासकीय यंत्रणा या सार्वजनिक धोरणांची अंमलबजावणी करणाऱ्या प्राथमिक यंत्रणा असतानाच कायदेमंडळदेखील धोरण अंमलबजावणीमध्ये सहभागी असते. कायदेमंडळाच्या भूमिकेला जरी इतके महत्त्व नसले तरीही ते अनेक मार्गांनी प्रशासकीय संघटनांवर परिणाम करू शकते. प्रशासकीय स्वेच्छाधिकार आणि सुपूर्द अधिकार आपल्या ताब्यात घेतात. अनेक उच्च पातळीवरील प्रशासकीय नेमणुकांसाठी संसदीय मान्यतांची आवश्यकता असते आणि याचा अंमलबजावणी प्रक्रियेवर प्रभाव पडू शकतो. न्यायपालिकादेखील अंमलबजावणी प्रक्रियेमध्ये महत्त्वाची भूमिका बजावते. काही कायदे प्रामुख्याने न्यायालयीन आदेशांच्या माध्यमातून लागू केले जातात. कायदे आणि प्रशासकीय कायदे आणि नियम यांचा अर्थ लावणे आणि त्यांच्यासमोर आणलेल्या घटनांमधील प्रशासकीय निर्णयांचा आढावा घेणे या माध्यमांतून न्यायालये प्रशासनावर परिणाम घडवून आणत असतात. न्यायालये त्यांच्या निर्णयांच्या माध्यमातून विशिष्ट धोरणांची अंमलबजावणी सुलभ करू शकतात, थांबवून धरू शकतात किंवा अधिकतम कायदेशीर दृष्टीने रद्द करू शकतात. राजकीय पक्षदेखील अंमलबजावणी प्रक्रियेवर परिणाम घडवून आणतात. त्यांचे हितसंबंध जपणाऱ्या धोरणांची अंमलबजावणी करण्यासाठी ते कार्यकारी अधिकारी आणि नोकरशाहीवर प्रभाव टाकण्याचा प्रयत्न करतात. काही वेळा त्यांच्या आदर्शांच्या विरुद्ध जाणाऱ्या धोरणांची अंमलबजावणी ते टाळतात. नागरी समाज गट, स्वयंसेवी संस्था, समुदाय संघटनादेखील अंमलबजावणीकरता साहाय्य करतात. ७३व्या घटनादुरुस्तीनंतर पंचायतीराज संस्था या सामान्य लोकांच्या यंत्रणांसाठी अविभाज्य साधने म्हणून काम करू लागल्या आहेत. थोडक्यात एखाद्या धोरणाच्या अंमलबजावणीवर विविध घटक परिणाम घडवून आणतात.

राजकीय-वैचारिक आणि संस्थात्मक मांडणी

सार्वजनिक धोरणाची बांधणी विशिष्ट संदर्भात केली जाते. म्हणून, सार्वजनिक धोरणाचे विश्लेषण करण्यासाठी एकच वैश्विक नमुना लागू करणे अवघड होऊन बसते. धोरणनिर्मितीचे काळजीपूर्वक विश्लेषण केल्यास असे लक्षात येते की, धोरणनिर्मितीमध्ये कुठलेही एकसाची समीकरण लागू करणे शक्य नसून धोरणनिर्मिती परिस्थितीनुरूप उलगडत जाते. तथापि, एक सर्वसाधारण मुद्दा लक्षात ठेवावा लागतो, सार्वजनिक धोरण ही एक प्रवाही बाब असून त्याची काही विवक्षित व्यापक अशी राजकीय-वैचारिक वैशिष्ट्ये आहेत; एकसारख्या संदर्भामध्ये त्याची रचना केली जाते हे यामागील कारण होय. संदर्भ बदलल्यास सार्वजनिक धोरण बदलणेदेखील ओघाने आले. राजकीय स्वातंत्र्य मिळाल्यानंतर स्वतंत्र भारतासाठीच्या राज्यघटना निर्मितीच्या पुढे नमूद केलेल्या तपशीलवार प्रक्रियेतून हे विधान अधिक स्पष्ट होईल. धोरणनिर्मितीच्या प्रक्रियेतील दोन परस्परसंबंधित पैलू येथे महत्त्वाचे ठरतात, एक, संदर्भ व प्रत्यक्ष सार्वजनिक धोरण यांमधील आंतरक्रियेतून विद्यमान राजकीय विभाजनातील वैचारिक कल प्रतिबिंबित होतात. दोन, यातून कालानुरूप विकसित होत जाण्याची प्रक्रियादेखील प्रतिबिंबित होते. यातून, सार्वजनिक धोरण अनुभवातीत आहे हे सिद्ध होते. बरनीने त्याच्या फतवा-ई-जहानदारीमध्ये नमूद केलेल्या झवाबित (state law) च्या उदाहरणातून हा मुद्दा सिद्ध होतो. शरियत मधील कायद्यांऐवजी राज्याने तयार केलेल्या धोरणांना प्राधान्य देत त्याने धर्मनिरपेक्ष कायद्यांसाठीची पार्श्वभूमी तयार केली असे म्हणता येईल. त्याच्या आकलनानुसार, भारतासारख्या धार्मिक वैविध्य असलेल्या देशामध्ये राज्य चालविण्यासाठी प्रशासकाने नियम व नियमकांनुसार प्रशासन करताना तटस्थ राहाणे अपेक्षित आहे. उघडपणे एखाद्या समुदायाच्या हिताप्रती झुकलेले धार्मिक नियम परिणामकारक प्रशासनासाठी अडथळा निर्माण करतात. बरनीने केलेले हे विधान मध्ययुगीन भारताच्या संदर्भाने असले तरी, विद्यमान काळातही ते वैध ठरते. याचे कारण असे की, संकुचित धार्मिक हितसंबंध जपण्यापेक्षा राज्यानिर्मित धोरणांना प्रधान्य द्यावे हे तत्त्व यातून प्रस्थापित झाले.

समकालीन भारतामध्ये असेच काहीसे चित्र पाहावयास मिळते. ब्रिटिश राजवट उलथून टाकल्यानंतर नव्या राष्ट्रापुढील आव्हानांना तोंड देण्यासाठी स्वतंत्र भारताचा पाया भक्कम करताना राष्ट्रीय नेत्यांनी सामाजिक-धार्मिक वैविध्य असलेल्या देशाप्रतीची मुख्य विचारधारा ठरविण्याच्या दिशेने अनेक पावले उचलली. एका विशिष्ट उद्दिष्टासाठी भिन्न हितसंबंध असलेल्या समुदायांना एकत्रित करणे हा यामागील हेतू होता. म्हणून, समाजाची वीण घट्ट करण्यासाठी आवश्यक व्यापक व उचित तत्त्वे उलगडण्याचा राष्ट्रीय नेत्यांचा प्रयत्न होता. सन १९४७चा फाळणीचा अत्यंत क्लेशकारक अनुभव लक्षात घेता या कामाला संवेदनशील छटा होत्या असे लक्षात येते. याला पर्याय काय होता? तत्कालीन संस्थापक - राष्ट्रीय नेतृत्वासाठी, भारतातील धोरणनिर्मिती करताना वसाहतवाद, राष्ट्रवाद आणि लोकशाहीकरण या तीन मुख्य विचारधारा प्रभावी ठरलेल्या दिसतात. वसाहतवादोत्तर भारतातील राजकारण समजून घेण्यासाठी धोरणनिर्मितीच्या प्रक्रियेप्रतीचे वसाहतवादी, राष्ट्रवादी आणि लोकशाहीवादी विचार अतिशय महत्त्वाचे ठरले. येथे दोन मुख्य मुद्दे लक्षात घ्यावे लागतात, वसाहतवाद आणि राष्ट्रवाद बऱ्याच अंशी परस्परविरोधी असले तरी, वसाहतवादाने निर्माण केलेल्या परिस्थितीमध्येच वसाहतीतील जनतेचा आवाज म्हणून एक ताकदीची विचारधारा, म्हणजेच, राष्ट्रवाद जन्माला आला हे विसरून चालणार नाही. दोन, वसाहतवादामुळे लोकशाहीकरणाची प्रक्रियादेखील सुरू झाली, ज्या अन्वये, प्रशासनाकडे अनुकूल कल असणाऱ्या लोकांना प्रक्रियेमध्ये सामावून घेण्यात आले. वसाहतवादी राष्ट्राने काळजीपूर्वक निवडलेल्या काही भारतीय हितसंबंधांप्रती प्रतिनिधित्वाच्या काही उपाययोजनांना मान्यता दिली. परंतु, राष्ट्र जनतेपासून अलिप्त राहील याबाबतदेखील तजवीज करण्यात आली. प्रबोधनाच्या तत्त्वांचा प्रभाव असलेल्या ब्रिटिश राजकीय श्रेष्ठीजनांवर त्यांच्या वसाहतवादी हितसंबंधांविरुद्ध असलेल्या मूल्यांचा प्रभाव होता; त्यामुळे, त्यांनी तयार केलेली धोरणे म्हणजे त्यांचे स्वहित आणि प्रबोधन तत्त्वज्ञानाच्या मूलभूत तत्त्वांप्रतीची त्यांची श्रद्धा यांचा मिलाफ होता असे म्हणता येईल. म्हणून, ब्रिटिश राजवटीचा भारतातील दृष्टिकोन संदिग्ध होता असे म्हणता येईल. 'त्यांची उदारमतवादाप्रती श्रद्धा असली तरी, ते स्व-शासन ही शासनाची सर्वोत्तम पद्धत मानत होते आणि साम्राज्यवादी राज्यकर्ते म्हणून कार्यरत असण्याप्रतीचे त्यांचे हितसंबंध उघड होते'[१] यातून ही संदिग्धता प्रतिबिंबित होत होती. वसाहतवादोत्तर भारतामधील अभिशासन परंपरेला वसाहतवादी परंपरेचा वारसा आहे आणि त्याचा वैश्विक दृष्टिकोन कायद्यावर आधारित 'वसाहतवादी राजवटीचा संमिश्र वारसा', नोकरशाही, नागरिकत्व, पराश्रयी जमीनदार, आधुनिक राजकीय संस्था, आणि 'निषेध व सहभागाची द्विमार्गी परंपरा' यांवर आधारित आहे (मित्रा २००४, २९-३४). असे असले तरीसुद्धा, भारतातील संस्थांच्या क्रमविकासाकडे विचारपूर्वक बघितल्यास, या संस्था निर्मितीक्षम पद्धतीने बदलत्या परिस्थितीशी जुळवून घेत विकसित झाल्या असे लक्षात येते. भारताने स्वीकृत केलेली संसदीय लोकशाहीची वेस्टमिन्स्टर पद्धत अनैसर्गिक नसून तो विशिष्ट परिस्थितीतील संस्कृतीला व तत्कालीन सामाजिक-सांस्कृतिक परिस्थितीला असलेला प्रतिसाद होय असे म्हणता येईल. खेरीज, राज्यांतील विधानसभा व राष्ट्रीय संसदेमधील बदलते सामाजिक-आर्थिक चित्र बघता त्यात यथार्थपणे सर्वंकष लोकशाहीकडील कल प्रतिबिंबित होतो. समाजाच्या परिघावरील समूहांचा राजकारणातील वाढता सहभाग पहाता अभिशासनातील श्रेष्ठीजनकेंद्रित कल नाहीसा होऊन तो लोककेंद्रित झालेला दिसतो. निवडणुकीच्या माध्यमातून नियमित कालावधीनंतर राजकीय सत्तेत होणारा बदल हे लोकशाही प्रक्रियेच्या व्याप्तीचे बोलके उदाहरण आहे. प्रौढ मताधिकाराची सुरुवात झाल्यानंतर भारताच्या सार्वजनिक धोरणाचा पोत कल्पनेपलीकडे बदलला. म्हणून, लोकशाही ही केवळ मतदारांच्या निवडणुकीतील सहभागापर्यंत मर्यादित नसून; ती लोक नागरिक म्हणून बजावत असलेल्या हक्कांच्या दैनंदिन अंमलबजावणीतूनदेखील प्रतिबिंबित होते. परिणामी, विद्यमान भारतातील राजकीय विचारांच्या नोंदींमध्ये आतापर्यंतच्या काँग्रेस कालखंडातील मूल्यांऐवजी लोकशाहीची मुरत जाणारी प्रक्रिया प्रतिबिंबित होते. राज्यांचे व राज्यांतील प्रतिनिधींचे कल निदर्शनास आल्याने केंद्र व राज्ये यांमधील परिणामकारक परस्परसंबंधांसाठीची पार्श्वभूमी निर्माण झालेली दिसून येते. अशा प्रकारे, स्वतंत्र भारताचा इतिहास हे लोकशाहीच्या सर्जनशील अभिव्यक्तीचे उदाहरण आहे. भारतातील लोकशाही ही परंपरागतदेखील नाही व ती पाश्चिमात्य अनुभवांचे अनुकरणदेखील करत नाही, तर तिचे स्वरूप अद्वितीय आहे.

सन १९४६ ते १९४९ या तीन वर्षांमधील भारतीय राज्यघटनेच्या निर्मितीचे विचारपूर्वक विश्लेषण केल्यास, संस्थापकांनी वसाहतवादोत्तर कालखंडात राजकीयदृष्ट्या स्वतंत्र भारताच्या लोकशाहीविषयक स्वप्नांना एक नवे वळण दिले असे लक्षात येते. शिवाय, राज्यघटनेमध्ये संरचनात्मक व प्रक्रियात्मक संदर्भाने सातत्य असले तरी, ती इतिहासापेक्षा वेगळी होती. सन १९५०च्या राज्यघटनेमध्ये स्वतंत्र भारतात उदारमतवादी लोकशाही राज्यपद्धती प्रस्थापित करण्याच्या विचारधारेची पाळेमुळे होती. फाळणीमुळे निर्माण झालेल्या पेचप्रसंगाच्या परिस्थितीतदेखील घटनाकारांनी राज्यघटना निर्माण केली; यातूनच, घटनाकारांची घटनात्मकता व कायद्याच्या राज्याप्रतीची बांधीलकी सिद्ध होते. घटनासमितीच्या कामकाजाच्या नोंदींतून असे दिसून येते की, राज्यघटना निर्माण करताना उदारमतवादी लोकशाही मूल्यांप्रतीची बांधीलकी सर्वश्रेष्ठ मानली गेली होती. उदाहरणार्थ, घटनाकारांनी लोककेंद्री सार्वभौमत्वाच्या कल्पनेचा पुरस्कार केला असला तरी, त्यांनी सार्वभौमत्वाची पुनर्व्याख्या केली आणि नेहरूंच्या कल्पनेतील राज्यकेंद्रित राजकीय व्यवस्था स्वीकृत करण्यासाठी उदारमतवादी प्रातिनिधिक तत्त्वे स्वीकृत केली. 'अशासकीय व स्वयंसेवी सार्वजनिक क्षेत्रांमधील लोकांचा कल व इच्छाशक्ती या माध्यमातून वैधानिक कायदेनिर्मिती प्रक्रियेवर प्रभाव टाकला जातो' अशी लोककेंद्री सार्वभौमत्वाची व्याख्या हेबरमास यांच्या प्रक्रियाबद्ध आकलनातून करण्यात आली होती (सेन २००७, ११२).

समाजाचा समाजवादी आकृतिबंध

अनेक उद्दिष्टे साध्य करण्याकरता राज्यघटनेच्या माध्यमातून चालना द्यावयाची होती. सामाजिक क्रांती हे त्यांपैकी एक उद्दिष्ट होते. सर्वसामान्य व्यक्तीच्या मूलभूत गरजा पुरविणे हे या क्रांतीचे उद्दिष्ट होते. तसेच, या क्रांतीद्वारे, भारतीय समाजाच्या संरचनेमध्ये मूलभूत बदल घडून येतील अशी आशा होती. घटनासमितीचे सदस्य दिशाहीन काम करीत नव्हते; हे सर्व सदस्य १९४७-१९५० या काळात देशाच्या संसदेचे सदस्य होते. तसेच, प्रांतीय व केंद्रशासनाच्या प्रमुख स्थानीदेखील होते. म्हणूनच, हे सदस्य अन्न तुटवडा, धार्मिक दंगली इत्यादी व तत्सम अडचणींबाबत दक्ष होते. नेहरूंनी म्हटल्याप्रमाणे, 'राज्य हे निष्क्रिय नव्हे, तर गतिशील राज्य होऊ गेले आहे, ज्यामध्ये प्रशासकांना बदलांशी जुळवून घ्यावे लागते... कार्याच्या बदललेल्या परिस्थितीशी व बदललेल्या उद्दिष्टांशी सुसंगत कार्यपद्धती स्वीकृत करावी लागते' (*द हिंदुस्तान टाईम्स* १९५०).

त्यांच्या पुढे तीन संभाव्य पर्याय उपलब्ध होते, (अ) डाव्या मतप्रणालीचा पर्याय–जेथे उत्पादन साधनांची मालकी राज्याकडे असते, (आ) उजव्या मतप्रणालीचा पर्याय–जेथे राज्याला हस्तक्षेप करता येणार नाही, आणि (इ) मिश्र अर्थव्यवस्थेचा पर्याय ज्यामध्ये देशाचा सर्वंकष विकास साध्य करण्याच्या हेतूने 'सार्वजनिक सुविधांसंबंधी'च्या उपक्रमांमध्ये राज्य लक्ष घालेल. लोकशाही तत्त्वाच्या आधाराने निवडून आलेले देशाचे पहिले पंतप्रधान जवाहरलाल नेहरू, यांनी देशामध्ये शासनाने भांडवलशाही तत्त्वावर विकास घडवून आणावा या मताचा पुरस्कार केला. ज्याद्वारे, संपत्तीचे न्याय्य वाटप करणे शक्य होईल. 'या दृष्टिकोनाद्वारे वृद्धी व देशातील असमानतेची दरी कमी करणे या दोन उद्दिष्टांची सांगड घालण्याचा प्रयत्न करण्यात आला होता. ज्या अन्वये, क्रांतिकारक बदल घडवून आणताना हिंसा व कठोर राजकीय शिस्त यातून सुवर्णमध्य साधण्यात आला होता' (फ्रँकेल २००५, ३). नेहरूंनी नोंदविल्याप्रमाणे, 'हा एक सुवर्णमध्य होता ज्यामध्ये सर्व व्यवस्थांमधील सर्वोत्तम अनुकरणीय अंश घेण्यात आला होता–रशिया, अमेरिका इत्यादी–व दैशिक इतिहास व तत्त्वज्ञान यांच्या चौकटीत बसणारी नवी व्यवस्था निर्माण करावी असा प्रयत्न होता' (करंजिया यांनी फ्रँकेलमध्ये म्हटल्याप्रमाणे २००५, ३). 'सुवर्णमध्य' शोधण्याचा प्रयत्न करताना, स्वातंत्र्योत्तर काळात भारताने स्वीकृत केलेले आर्थिक प्रारूप हे राज्यपुरस्कृत आयातपर्यायी औद्योगिकीकरणाचे प्रारूप होते.

भारताच्या राज्यघटनेच्या उद्देशिकेमध्ये समाजाच्या समाजवादी स्वरूपाची पायाभरणी करणारी तत्त्वे समाविष्ट होती. राज्य धोरणाच्या निर्देशक तत्त्वांमध्ये असे नमूद करण्यात आले की, न्यूनतम शासकीय हस्तक्षेपाचे धोरण अनियंत्रित पद्धतीने अवलंबिणे हा भारतीय राज्यपद्धतीचा हेतू नसून कल्याणकारी राज्य साध्य करण्याचा हेतू आहे. अशा राज्यामध्ये

राज्याचे नागरिकांप्रतीचा सामाजिक व आर्थिक न्याय प्रतिष्ठेसह साध्य करण्याचे सकारात्मक कर्तव्य असते. हे कर्तव्य देशाच्या एकत्व व अखंडत्वाशी सुसंगत असावे लागते. ही तत्त्वे अभिशासनासाठी व देशातील कायदेनिर्मिती प्रक्रियेसाठी मूलभूत मानण्यात आली. तसेच, या तत्त्वांची अंमलबजावणी करणे हे राज्याचे कर्तव्य मानण्यात आले. सार्वजनिक हिताप्रती व्यक्तींना मुक्त अधिकार देण्यासाठी, भविष्यातील सरकारांनी वैयक्तिक स्वातंत्र्य व सार्वजनिक हित, संपत्तीचे जतन व काहींना विशेषाधिकार आणि अनेकांचे हितरक्षण यांमध्ये सुवर्णमध्य साधणे अपेक्षित असेल असे घटनाकारांनी स्पष्ट केले.[२]

राज्य-निर्देशित विकासाच्या या प्रारूपामध्ये, जानेवारी १९५०मध्ये अस्तित्वात आलेला नियोजन आयोग हे सर्वांत महत्त्वाचे साधन होते. काँग्रेस कार्यकारी समितीमधील गांधीवाद्यांचा नियोजन आयोगाला विरोध होता. तथापि, आयोगाची स्थापना करणाऱ्या कॅबिनेट ठरावाने तीन मुख्य तत्त्वे अधोरेखित केली. ही तत्वे म्हणजे विरोधकांची मते लक्षात घेऊन नियोजन करताना वापरावयाच्या संदर्भ अटी होत्या. ही तत्त्वे पुढीलप्रमाणे होत, (अ) नागरिकांना, पुरुष व स्त्रिया दोहोंना, उपजीविकेच्या साधनांचा समाधानकारक हक्क आहे; (आ) देशाचे सार्वजनिक हित साधण्यासाठी देशातील भौतिक साधनांची मालकी व नियंत्रण यांची योग्य वाटणी करणे; (इ) आर्थिक व्यवस्थेच्या कार्यातून संपत्ती व उत्पादन साधनांचे सार्वजनिक हानीच्या हेतूने केंद्रीकरण होणार नाही याबाबत सजग राहणे (फ्रँकेल २००५, ८५).

सन १९७७च्या औद्योगिक धोरण ठरावाने कुटीर उद्योगाचे महत्त्व अधोरेखित केले आणि सार्वजनिक क्षेत्रातील उपक्रम लाभदायक व परिणामकारक असणे आवश्यक आहे असेदेखील जाहीर केले. सन १९८०च्या औद्योगिक धोरण ठरावामध्ये सन १९५६चे औद्योगिक धोरण प्रतिबिंबित झाले. याचे कारण असे की, इंदिरा गांधींनी अधोरेखित केलेल्या समाजाच्या समाजवादी स्वरूपाने पूर्वी जवाहरलाल नेहरू व त्यांच्या सहकाऱ्यांनादेखील प्रभावित केले होते. उद्योगांच्या विकासामध्ये राज्याची पुरोगामी व सक्रिय भूमिका असावी. या ठरावानुसार उद्योगांचे पुढीलप्रमाणे वर्गीकरण करण्यात आले होते, (अ) शस्त्रास्त्रे व दारूगोळा उत्पादन करणारे उद्योग, आण्विक ऊर्जेची निर्मिती व नियंत्रण, रेल्वे वाहतुकीची मालकी व व्यवस्थापन; आणि (आ) मूलभूत उद्योग-लोखंड, कोळसा आणि पोलाद, विमाननिर्मिती, जहाजबांधणी, खनिज तेल इत्यादी. यांतील १ व २ हे राज्याच्या अखत्यारित येत असून इतर खाजगी उद्योजकांना सुपूर्द करता येऊ शकतील.

समाजवादी तत्त्वांप्रतीची काँग्रेसची बांधीलकी काँग्रेसच्या सन १९५५च्या अवादी अधिवेशनामध्ये पुनश्च अधोरेखित झाली. समाजाचे समाजवादी स्वरूप प्रत्यक्षात आणताना राज्याने नियोजन व विकास यांमध्ये महत्त्वपूर्ण भूमिका पार पाडणे आवश्यक आहे. सन १९५६च्या औद्योगिक धोरण ठरावाने पुढील कारणांसाठी कुटीर उद्योगांचे महत्त्व अधोरेखित केलः (अ) मोठ्या प्रमाणात रोजगार संधी आणि (आ) नैतिक प्रगती आणि पर्यायाने आत्मविश्वास. इंदिरा गांधींची समाजवादावर श्रद्धा असल्याने सन १९८०च्या औद्योगिक धोरण ठरावामध्ये सन १९५६च्या औद्योगिक धोरण ठरावाचा पुनरुच्चार झालेला दिसतो.

भारतातील नवउदारमतवादी आर्थिक सुधारणा

सन १९९०मध्ये स्थूल अर्थशास्त्रीय सुधारणांना सुरुवात झाल्यानंतर राज्याच्या कार्यसूचीची पुनर्व्याख्या करण्याच्या प्रक्रियेमध्ये बिगर-राजकीय कर्त्यांचे महत्त्व वाढले व राज्यपुरस्कृत विकासात्मक योजनांचा प्रभाव ओसरला.[३] भारताने अत्यंत सावधगिरीने सुधारणा स्वीकृत केल्या असे म्हणता येईल. संक्रमण प्रक्रियेमध्ये असलेल्या अर्थव्यवस्थेमध्ये राज्याने हस्तक्षेप का करावा यामागील सैद्धान्तिक समर्थन दुर्लक्षित करून चालणार नाही. एकीकडे समाजवादी तत्त्वे विसरून चालणार नाही. परंतु, सक्षम पर्यायी व्यवस्था पुढे आल्याखेरीज राज्याची सामाजिक क्षेत्रामधील भूमिकादेखील दुर्लक्षित करून चालणार नाही. भारतीय अर्थव्यवस्थेतील काही विशिष्ट वळणांमधून हे प्रतिबिंबित होते. आंध्र प्रदेश येथील अनुभवजन्य अभ्यास उपक्रम आणि इतर पूरक तथ्यांच्या आधाराने, असे मत नोंदविण्यात आले की 'दोन

अर्थव्यवस्था–एक संपन्न व दुसरी प्रामुख्याने कृषी आधारित–उदयाला येत आहेत... आणि ही विभागणी भारताच्या सर्व सामाजिक व प्रादेशिक भागांमध्ये निदर्शनास येते' (फ्रँकेल २००५, ६२५). नव्या आर्थिक परिस्थितीमध्ये, कृषी अर्थव्यवस्था मागास राहते व तंत्रज्ञान आधारित, निर्याताभिमुख आणि शहरकेंद्री अर्थव्यवस्था समृद्ध होते. तसेच, 'कृषी अर्थव्यवस्थेशी संबंधित असलेल्यांना संपन्न भविष्याबाबत तुटपुंज्या अपेक्षा असतात (आणि) दैनंदिन उदरनिर्वाह करण्यातच ते गुंतलेले असतात' (फ्रँकेल २००५, ६२५).

आर्थिक उदारीकरण लक्षणीय ठरले हे जरी सत्य असले तरीदेखील, भारतातील आर्थिक सुधारणांच्या प्रभावाचे सांकल्पनीकरण करताना प्रचलित 'राजकीय-संस्थीय संदर्भाचे' महत्त्व दुर्लक्षित करून चालणार नाही. अधिक महत्त्वाचे म्हणजे 'सु-प्रस्थापित राज्या'च्या संस्थात्मक वारशामुळे भारतातील सुधारणांच्या नंतरच्या काळातील शक्यतांवर परिणाम झाला आहे. एका भाष्यकाराने नोंदविल्याप्रमाणे, 'भारतातील नोकरशाहीच्या वाटचालीचे–परवाना/लायसन्स राज–संक्रमणोत्तर रचनेवर अनपेक्षित व महत्त्वाचे परिणाम झाले, सर्व राज्य व केंद्रातील सरकारे राज्यपुरस्कृत सुधारणा योजनांवर अवलंबून राहिली; भारतातील सुधारणांसाठी 'वॉशिंग्टन कनसेन्सस' किंवा 'नवउदारमतवाद' हा पर्याय नाही' (सिन्हा २००४, ५१). आर्थिक सुधारणांमुळे भारतातील राजकीय अर्थशास्त्रामध्ये क्रांतिकारक बदल घडून आले हे नाकारता येणार नाही. परंतु, उदारीकरणाच्या एकूणच वाटचाल व प्रक्रियांमध्ये गतकालीन सरकारची नियामक कारकीर्द निर्णायक ठरली. म्हणून, संपूर्ण भारतामध्ये 'उदारीकरणाच्या बाजारपेठ आधारित मार्गांपेक्षा राज्यपुरस्कृत मार्ग' अधिक प्रचलित आहेत (सिन्हा २००४, ५५). यामुळे अर्थव्यवस्थेमध्ये तणाव निर्माण झाले. अशा परिस्थितीमध्ये बाजारपेठेचे वर्चस्व किंवा आश्वासक राज्यपुरस्कृत विकासात्मक प्रारूप यांपैकी कुठल्याही बाजूला झुकते माप नव्हते. वस्तुतः, याच परिस्थितीमध्ये गंभीर सामाजिक असमाधानाची मुळे सापडतात. विचारधारा आधारित राजकीय चळवळींना पूरक वातावरण, माओवादी चळवळ, परिघावरील समूहांना संरक्षण देण्यात राज्याला आलेल्या अपयशाचा संदर्भ घेऊन राज्याला आव्हान देणे हे सर्व सामाजिक असमाधानाचे परिणाम होत. परिस्थिती आता अधिकच गुंतागुंतीची झालेली दिसते. याचे कारण असे की, खासकरून ग्रामीण भागातील अधिकांश लोकांच्या प्रामाणिक सामाजिक-आर्थिक तक्रारी समजून घेताना राज्याला मोठ्या प्रमाणात अपयश आले आहे, याबाबत पुरावे उपलब्ध आहेत. यामुळे लोककेंद्रित राजकीय चळवळींचे बळकटीकरण झाले आहे. या चळवळींचे स्वरूप एकमेवाद्वितीय व कालसुसंगत असल्याने त्या वरवरच्या सैद्धान्तिक चर्चांमधून समजून घेणे शक्य नाही.

बदलते आर्थिक आयाम

सन १९९१मध्ये प्रारंभिलेल्या स्थूल अर्थशास्त्रातील सुधारणांनी राज्यपुरस्कृत विकास योजना व कार्यक्रमांना आव्हान दिले. सन १९४७मध्ये भारताला स्वातंत्र्य मिळाल्यानंतर लगेचच राजकीय नेत्यांनी उत्साहाने स्वीकृत केलेल्या नेहरू-पुरस्कृत समाजाच्या समाजवादी आकृतिबंधाला अपयश आले असल्याने सन १९९१चे आर्थिक धोरणाच्या उदयामुळे फार कुणाच्या भुवया उंचावल्या नाहीत. असे असले तरी, समाजाच्या समाजवादी स्वरूपाची तत्त्वे पूर्णपणे नाहीशी झाली असे म्हणता येणार नाही; खेरीज, भारत शासनाने संदर्भ-विशिष्ट नीती अवलंबिलेली दिसते. ज्यामध्ये, दुसरा अर्थपूर्ण पर्याय उपलब्ध नसल्यास राज्याचा हस्तक्षेप योग्य मानला जातो. शिवाय, येथे व्यापक असा राजकीय-तात्त्विक प्रश्न दुर्लक्षित करून चालणार नाही. भारतीय अभिजनांचा समाजवादी तत्त्वांप्रती कल असल्याने त्यांनी बाजारपेठीय अर्थव्यवस्थेच्या वाटचालीला विरोध केला हे विधान आर्थिक उदारीकरणाला असलेल्या व्यापक विरोधाच्या संदर्भात खात्रीलायक वाटत नाही. प्रनब बर्धन (२००८, १३६) यांनी म्हटल्याप्रमाणे, 'वैयक्तिक' हक्कांपेक्षा सामूहिक निःपक्षपाताप्रती असलेली आपली तीव्र इच्छा आणि व्यापक आर्थिक हितसंबंध व त्यांच्या स्वल्प हितसंबंधांशी होत असलेल्या स्पर्धेविषयी साशंकता या बाबी बाजारपेठीय शक्ती व समविभाजित कार्यक्षमतेच्या विरोधात कार्यरत असतात'. गांधींनी बाजारपेठ-चलित भांडवलशाहीला विरोध करून या तीव्र इच्छेचे दृढीकरण केले होते. आर्थिक विकासाच्या विशिष्ट प्रारूपाचे

सांकल्पनीकरण करताना 'छोटे ते लाभदायक' असे त्यांचे परिप्रेक्ष्य होते. बाजारपेठ वाढ व स्पर्धा या बाबींवर गांधींनी नैतिक दृष्टिकोनातून टीका केली. या टीकेच्या बाजूने कल असणारा विचारगट आर्थिक सुधारणांमुळे डाव्या क्रांतिकारक गटामध्ये ओढला गेला व देशव्यापी तृणमूल पातळीवरील चळवळींची बांधणी करण्यात सक्रिय झाला. या चळवळी पर्यावरण, महिलांचे हक्क, व एतद्देशीय लोकांची पारंपरिक उपजीविकेची साधने यांच्या संरक्षणाशी संबंधित होत्या. अशा परिस्थितीमुळे, विकास किंवा बाजारपेठ ही 'स्थानिक लोकांना वंचित ठेवणे व पर्यावरणाचा विध्वंस' यांच्याशी समानार्थी ठरली. बर्धन यांनी नोंदविलेल्या निष्कर्षानुसार, 'राजकीय जडणघडणीतील मुख्य प्रवाह बाजारपेठ सुधारणांसाठी सकस परिस्थिती निर्माण करीत नाहीत' (बर्धन २००८, १३७).

आर्थिक उदारीकरणामुळे भारतात घडून आलेल्या सुधारणा या 'चोर पावलांनी' आल्या (जेन्किन्स १९९९, १७२-२०७)[४]. याचे कारण असे की, सन १९९१ मधील मोठ्या प्रमाणातील आर्थिक तूट टाळण्यासाठी या सुधारणा अपरिवर्तनीय बाब म्हणून स्वीकारण्यात आल्या. देशांतर्गत अपरिहार्यतांखेरीज आंतरराष्ट्रीय पातळीवरील दोन महत्त्वाच्या घटनांनी 'विकास नीतिसंबंधी पूर्वीच्या सामाजिक जाणिवेचा पाया' क्षीण केला (तेंडूलकर आणि भवानी २००७, ८५). पहिली घटना पूर्वीचा सोवियत संघ ढासळणे व पूर्व युरोपातील संलग्न राज्यांनी 'बाजारपेठ-चलित आर्थिक व्यवस्थेचा' केलेला स्वीकार व यायोगे नियोजित आर्थिक विकासाच्या नव्या प्रारूपाचे जतन यांच्याशी संबंधित होती. दुसरी घटना सन १९७८मध्ये अर्थव्यवस्था खुली करण्यात आल्यापासून चीनमधील 'समाजवादी बाजारपेठीय अर्थव्यवस्थे'ला आलेले घवघवीत यश आणि त्यांच्या अनुषंगिक आणि अनुकूल आर्थिक निर्धारकतेशी संबंधित होती. यामुळे आर्थिक राष्ट्रवादावर आधारलेल्या भारताच्या विकासनीतीबाबत साशंकता निर्माण झाली.

भारतीय अर्थव्यवस्थेतील विरूपीकरणातून हे प्रतिबिंबित होते. आंध्र प्रदेश येथील अनुभवजन्य अभ्यास व इतर साहाय्यक तथ्यांच्या आधाराने, लेखकाने असे नोंदविले आहे की, 'दोन अर्थव्यवस्था-एक संपन्न व दुसरी प्रामुख्याने कृषी आधारित-उदयाला येत आहेत... आणि ही विभागणी भारताच्या सर्व सामाजिक व प्रादेशिक भागांमध्ये निदर्शनास येते' (फ्रँकेल २००५, ६२५). नव्या आर्थिक परिस्थितीमध्ये, कृषी अर्थव्यवस्था मागास राहते व तंत्रज्ञान आधारित, निर्याताभिमुख आणि शहरकेंद्री अर्थव्यवस्था समृद्ध होते. तसेच, कृषी अर्थव्यवस्थेशी संबंधित असलेल्यांना संपन्न भविष्याबाबत तुटपुंज्या अपेक्षा असतात (आणि) दैनंदिन उदरनिर्वाह करण्यातच ते गुंतलेले असतात' (फ्रँकेल २००५, ६२५). राष्ट्रीय उत्पन्नातील शेतीचा वाटा अतिशय कमी झाला असला तरीदेखील ६० कोटींपेक्षा अधिक भारतीय जनता शेतीवर अवलंबून आहे. ही चिंताजनक बाब आहे. स्थूल राजकीय उत्पन्नातील शेतीचा वाटा आणि कामगार संख्या यांमधील तफावत यातून 'क्षमतेपेक्षा कमी असलेले भारतातील शेतीउत्पन्न वाढविण्याबाबतचा इशारा प्रकट होतो' (शाह २००८).

शेती हे 'तडजोड क्षेत्र' मानण्यात येते. मात्र, कृषिक्षेत्राची वाढ खुंटली तरी अर्थव्यवस्था वेगाने वाढताना दिसत असल्याने औद्योगिकीकरण भारतीय अर्थव्यवस्थेतील प्रत्येक अडचणीवरील 'रामबाण' मानले जाते. उदारीकरणाप्रतीचा भारताचा विशिष्ट प्रतिसाद समजून घेताना, सन १९९१च्या औद्योगिक धोरण ठरावाने भारतीय औद्योगिक अर्थव्यवस्थेला 'नोकरशाहीच्या अनावश्यक गुंत्यामधून' सोडविण्यासाठी राज्याच्या नियंत्रणकक्षेतील काही उपाययोजना सुचविल्या. या चार विशिष्ट उपाययोजना म्हणजे, एक, शासनाने 'औद्योगिक परवाना धोरण' गैरलागू करण्याचा निर्णय घेतला. संरक्षण व नीती, सामाजिक प्रश्न, धोकादायक रसायने आणि पर्यावरण प्रश्न यांच्याशी संबंधित काही उद्योगांना यातून वगळण्यात आले होते. दोन, शासनाने 'उच्च प्राथमिक उद्योगक्षेत्रांमधील प्रत्यक्ष परकीय गुंतवणूक ५१ टक्के इतकी वाढविली'. यातील अडथळे नाहीसे करण्यासाठी सन १९७३च्या परराष्ट्र विनिमय नियंत्रण कायद्यामध्ये दुरुस्ती सुचविण्यात आली. तीन, 'सार्वजनिक क्षेत्रातील आजारी उपक्रमांचे' संरक्षण काढून घेण्याचा निर्णय घेण्यात आला आणि राज्यपुरस्कृत उपक्रमांमधील सर्व सहभागींकडून उत्तरदायित्वाची खात्री करून घेण्यासाठी 'कामगिरीच्या सुधारणेवर अधिक भर' देण्यात येईल असे ठरविण्यात आले. 'मक्तेदारी आणि प्रतिबंधात्मक व्यापार पद्धती (MRTP) कायद्यांतर्गत कार्यरत कंपन्यांच्या प्रारंभीच्या मर्यादा काढून टाकण्याचा प्रयत्न' या धोरणाद्वारे करण्यात आला. या धोरणाद्वारे, मक्तेदारी आणि प्रतिबंधात्मक

व्यापार पद्धती कायद्यात दुरुस्ती सुचविण्यात आली, ज्या योगे, 'नवे उपक्रम सुरू करणे, उपक्रमांची व्याप्ती वाढविणे, विलीनीकरण, एकत्रीकरण, कार्यभार हाती घेणे आणि काही विशिष्ट परिस्थितीत संचालकांची नियुक्ती करणे यासाठी केंद्र सरकारची पूर्वपरवानगी घेण्याची गरज काढून टाकण्यात आली'. काळाचा संदर्भ जोडून बघितल्यास आर्थिक उदारीकरणाला भारताने दिलेला प्रतिसाद सर्जनशील होता. ऐतिहासिक कारणांमुळे नेहरूंनी मांडलेले समाजाचे समाजवादी स्वरूप सहज दुर्लक्षित करता येत नाही आणि भारतासारख्या गरिबी असलेल्या देशात आर्थिक विकासासाठी जागतिकीकरण हे उचित धोरण ठरणार नाही. कारण सद्यःपरिस्थिती लक्षात घेता जोसेफ स्टिगलीत्झ यांनी म्हटल्याप्रमाणे, हा केवळ 'दुष्टत्वाशी केलेला करार' वाटेल. काही लोक श्रीमंत झाले असले तरी, अधिकांश लोकांनी जागतिक अर्थव्यवस्थेशी झालेल्या एकीकरणामुळे 'अधिक अस्थिरता व असुरक्षितता आणि विषमता' अनुभवली (स्टिगलीत्झ २००६, २९२).[५] म्हणून, आर्थिक उदारीकरण हे एक दुधारी हत्यार ठरले, ज्याने काही भारतीयांचे जीवनमान सुधारले आणि अनेक लोक परिघाबाहेर राहिले'. म्हणून, 'स्वर्गाचे प्रवेशद्वार उघडण्याची किल्ली हीच नरकाचे दार उघडण्याचीदेखील किल्ली आहे'. या बौद्ध म्हणीतून भारतातील आर्थिक उदारीकरणाचा गाभा समजून घेता येईल. अर्थात, आर्थिक सुधारणांमध्ये धोके व संधी इतके एकरूप आहेत की, 'आर्थिक समृद्धीकडे जाणारा मार्ग अधिकांश लोकांसाठी दारिद्र्य व असमानता यांमुळे नरकासमान ठरू शकतो' (भादुरी आणि नय्यर १९९६, १५९).

सार्वजनिक धोरण निर्वात पोकळीमध्ये निर्माण केले जाऊ शकत नाही. म्हणून, भारतातील धोरणनिर्मिती प्रक्रियेचे सांकल्पनीकरण करण्यासाठी वरील विश्लेषण उपयुक्त ठरते. सार्वजनिक धोरणाचे स्वरूप जाणून घेताना महत्त्वाच्या प्रक्रिया समजून घेण्यासाठी प्रचलित सामाजिक-आर्थिक संदर्भ महत्त्वाचा ठरतो. उदाहरणार्थ, समाजाच्या समाजवादी स्वरूपावर आतापर्यंत असलेला भर बदललेल्या सामाजिक-आर्थिक संदर्भात गैरलागू ठरतो. भारताने सर्वसमावेशक वृद्धीसाठी काही मुख्य आर्थिक क्षेत्रांत आर्थिक उदारीकरणाचे स्वागत केले असले तरीदेखील, दक्षिण-पूर्व आशियाई भागातील भारताच्या शेजारी देशांमध्ये जेवढ्या प्रमाणात आर्थिक उदारीकरण झाले आहे त्या प्रमाणात ते भारतात झालेले नाही. नव्या परिस्थितीमध्ये राज्यपुरस्कृत नियोजित आर्थिक विकासाच्या महत्त्वावरील भर कमी होऊन बाजारपेठ यंत्रणेवरील भर वाढल्याने धोरण निर्मात्यांपुढे नवी आर्थिक प्राधान्ये होती. सार्वजनिक उपक्रमांना पूर्वी मिळणारे संरक्षण हळूहळू काढून घेण्यात आले व निर्गुंतवणुकीचे धोरण स्वीकृत करण्यात आले. महारत्न कंपन्यादेखील आता बाजारपेठ स्पर्धेचा भाग आहेत आणि सार्वजनिक क्षेत्रातील क्षीण उपक्रम टोकाच्या स्पर्धेत टिकू न शकल्याने टप्प्याटप्प्याने स्थगित करण्यात येत आहेत.

भारतातील खाजगीकरण, उदारीकरण, जागतिकीकरण धोरणाच्या संदर्भाने, सार्वजनिक धोरणाचे पुनर्सांकल्पनीकरण करताना धोरणकर्त्यांनी सार्वजनिक धोरणनिर्मिती प्रक्रियेला वेगळीच दिशा दिली आहे. राज्यपुरस्कृत नियोजित आर्थिक विकासाच्या काळात धोरणनिर्मितीचे हे आयाम समजून घेणे कठीण होते. हा बदल तीन प्रकारे दृश्य आहे, एक, धोरणनिर्मिती केवळ नोकरशाह किंवा राजकारण्यांचे क्षेत्र नसून त्यामध्ये इतर सहभाग्यांचा वाटादेखील वाढत गेला. आता बदललेल्या परिस्थितीमध्ये अशासकीय संस्था व नागरी समाज अभिकर्त्यांना दुर्लक्षित करून चालणार नाही. सार्वजनिक धोरणनिर्मिती व सांकल्पनीकरणातील त्यांची भूमिका अतिशय महत्त्वाची ठरते. दोन, जागतिक पातळीवरील व उत्तमोत्तम अभिकर्त्यांचे वाढते महत्त्व, ते प्रत्यक्ष धोरणनिर्मितीत सहभागी नसले तरी, त्यांचे योगदान (आर्थिक) बघता अधोरेखित होते. हे आर्थिक योगदान न मिळाल्यास विकासात्मक कार्ये स्थगित होतील आणि म्हणून त्यांच्या भूमिकेला अधिक महत्त्व प्राप्त होते. त्यांचा या प्रक्रियांशी जवळून संबंध असल्याने ते धोरणनिर्मितीमधील महत्त्वाचे कर्ते ठरतात. तीन, धोरणनिर्मिती केवळ नोकरशाह किंवा राजकारण्यांचे क्षेत्र न राहता त्यामध्ये नागरिकांचे महत्त्व वाढले आहे. सजग नागरिक धोरणनिर्मितीमध्ये महत्त्वाचे योगदान देऊ शकतात व त्यांच्याकडे दुर्लक्ष केल्यास परिणामांना सामोरे जावे लागते. म्हणून शासन सजग नागरिकांचे सल्ले दुर्लक्षित करू शकत नाही. एखाद्या विशिष्ट प्रश्नावर नागरिकांनी आवाज उठवल्यामुळे अनेक महत्त्वाची धोरणे शासनाने स्वीकृत केली अशी अलीकडच्या काळातील अनेक उदाहरणे देता येतील. उदाहरणार्थ,

सन २००५चा माहितीच्या अधिकाराचा कायदा हाती असल्याने, नागरिक हे बदलातील केवळ सहभागी नसून त्यांना बदलाचे मर्मदेखील कळले आहे. उदाहरणार्थ, नागरिकांची लिंगभावाप्रती संवेदनशीलता वाढली असल्याने ही बाब शासन धोरणांमध्ये अधिक महत्त्वपूर्ण पद्धतीने प्रभावी ठरते.

आकस्मिक परिस्थिती आणि धोरणनिर्मिती

सन १९९१चे आर्थिक धोरण स्वीकारल्यानंतर उदयाला आलेल्या खाजगीकरण, उदारीकरण आणि जागतिकीकरण धोरणाच्या संदर्भाने सार्वजनिक धोरणनिर्मिती बाह्य संसाधनांपासून विलग करता येणार नाही. भारताच्या विकासामध्ये बाह्य शक्तींचे महत्त्व लक्षात घेता ही संसाधने अधिकच महत्त्वाची ठरली आहेत. जागतिक बँक, आंतरराष्ट्रीय नाणेनिधी, इतर परराष्ट्रीय देणगीदार यांसारख्या जागतिककर्त्यांची धोरणनिर्मितीतील महत्त्वाची भूमिका लक्षात घेता आता धोरणनिर्मितीमध्ये केवळ दैशिक कर्त्यांचा शब्द हा अंतिम नसून जागतिक कर्तेदेखील तितकेच महत्त्वाचे ठरतात असे दिसून येते. भारताने जागतिक अर्थव्यवस्थेशी एकरूप होण्याचा निर्णय घेतल्यानंतर या परिस्थितीत मोठ्या प्रमाणात बदल झाला. असे असले तरी, सार्वजनिक धोरणनिर्मितीमध्ये देशांतर्गत संदर्भ अजूनही महत्त्वाचा ठरतो. देशांतर्गत परिस्थितीमुळे सार्वजनिक धोरण कसे आकार घेते हे काही मुख्य उदाहरणांच्या मदतीने पुढे अधोरेखित करण्यात आले आहे.

एक, सन १९७८च्या मंडल आयोग अहवालाने भारताच्या धोरणनिर्मितीमध्ये दोन मूलभूत मार्गांनी क्रांतिकारक बदल घडवून आणले. या अहवालाने भारतीय लोकसंख्येच्या निम्म्यापेक्षा अधिक असलेल्या इतर मागासवर्गांसाठी आरक्षणाचे धोरण सुचविले. असे करताना, व्यक्तीची जातीवर आधारित ओळख आणि धोरणनिर्मिती प्रक्रियेत ही ओळख मुख्य निकष मानणे या बाबींचे महत्त्व पुनश्च अधोरेखित झाले. सन १९९०मध्ये राज्याने हा अहवाल स्वीकृत केल्यानंतर मंडल आयोगाचा अहवाल विद्यमान भारतीय राजकारणाचा एक नवा संदर्भ ठरला. पूर्वी अनुसूचित जाती व जमातींना आरक्षण दिले जात असल्याने आरक्षणाचे धोरण नवे नव्हते. मात्र, सार्वजनिक क्षेत्रात नोकरीची संधी नाकारण्यात आलेल्या बहुसंख्य लोकांना संरक्षण दिल्याने मंडल आयोगाचा अहवाल पठडीबाहेरचा ठरला. यामुळे धोरणनिर्मितीच्या क्षेत्रातील एक नवा टप्पा निदर्शनास आला, ज्या अन्वये, जात हा सार्वजनिक क्षेत्रातील नोकरीचा मुख्य निकष मानण्यात आल्याने धोरणनिर्मितीची वीण बदलण्यात आली.

दोन, सन २००५ चा माहितीच्या अधिकाराचा कायदा म्हणजे सबलीकरणाचे एक साधन ठरले. यामुळे धोरणनिर्मिती क्षेत्रात महत्त्वपूर्ण बदल घडून आले. सन १९२३च्या अधिकृत गुप्तता कायद्याच्या जागी आलेल्या या कायद्याने नागरिकांना एका विशिष्ट कालमर्यादेत माहिती मिळविणे शक्य झाले; माहिती देण्यास नकार देणे म्हणजे हक्क नाकारणे असा अन्वयार्थ असल्याने लगेचच शिक्षा देणे ओघाने येते. याद्वारे, शासकीय अधिकाऱ्यांचा दृष्टिकोन बदलण्यात आला. या कायद्यानुसार, कुठल्याही माहितीच्या विनंतीला प्रतिसाद देण्यास आता शासकीय अधिकारी बांधील आहेत. तसेच, नागरिकही त्यांच्यावर परिणाम करणारे प्रश्न मांडण्याइतके सबल आहेत; हे प्रश्न मांडताना नागरिकांना प्रस्थापित लोकतांत्रिक व कायदेशीर साधनांचा वापर करणे शक्य असल्याने माहितीचा हक्क हे एक क्रांतिकारी पाऊल ठरले. आतापर्यंत सहज उपलब्ध नसलेली माहिती धोरणकर्त्यांना उपलब्ध करून दिल्याने सार्वजनिक धोरणनिर्मितीमध्ये हा कायदा अतिशय महत्त्वाचा ठरला. निर्णय प्रक्रियेत नागरिकांची सक्रिय भूमिका नियमितपणाने अधोरेखित होत असते. माहितीच्या अधिकारामुळे नागरिकांचे धोरणनिर्मितीतील महत्त्व पुनश्च अधोरेखित झाले.

तीन, माहितीच्या अधिकाराप्रमाणेच सन २००९च्या शिक्षण हक्क कायद्याने (RTE) सार्वजनिक धोरणनिर्मितीतील नागरिकांचे महत्त्व अधोरेखित केले. या कायद्यान्वये, शिक्षण हा वय वर्षे ६ ते १४ मधील प्रत्येक मुलाचा मूलभूत हक्क आहे असे नमूद करण्यात आले. प्राथमिक शाळांचे न्यूनतम नियम स्पष्ट करण्यात आले. कुठलेही मूल मागे पडू नये या वचनाला अनुसरून हा हक्क नाकारण्यात आलेल्या मुलांना न्यायालयात जाता येईल अशी परिस्थिती या कायद्यान्वये निर्माण करण्यात आली. अशा प्रकारे नागरिकांना घटनेने देऊ केलेले हक्क नाकारण्यात आल्यास त्यांची

बाजू मांडणारा शिक्षणाचा हक्क सक्षमीकरण करणारा कायदा ठरला. शिक्षण हक्काचा गाजावाजा झाला असला तरी त्यावर टीकादेखील करण्यात आली. शिक्षकांचा दर्जा व अपुरी संसाधने या बाबींच्या आधाराने सरकारी शाळांमधील शिक्षणाच्या निकृष्ट दर्जावर टीका करण्यात आली. शिक्षणाचा हक्क मूलभूत हक्क असावा यासाठी राबविण्यात आलेल्या अभियानाने भारतातील प्राथमिक शिक्षणक्षेत्रातील प्रश्न सुटलेले नाहीत असे अनेक संशोधनांतून पुढे आले आहे.[६] तथापि, सार्वजनिक धोरणाचा एक मुख्य प्रयत्न म्हणून शिक्षण हक्काने धोरणनिर्मिती प्रक्रियेशी संबंधित असलेल्या सजग व सक्षम नागरिकांच्या नव्या उपक्रमांचा पाया घालून दिला आहे. ते सहभागी असल्याने नागरिकांना धोरणनिर्मितीमध्ये नोकरशहा व राजकारण्यांइतकेच महत्त्व प्राप्त झाले आहे.

सरतेशेवटी, भारत सरकारने प्रारंभ केलेल्या अनेक प्रमुख व प्रतीकात्मक कार्यक्रमांमुळे नागरिक हे सार्वजनिक धोरणनिर्मितीचा अविभाज्य भाग ठरले आहेत. हे कार्यक्रम म्हणजे आजवर धोरणांच्या परिघाबाहेरील भारतीय नागरिकांपर्यंत पोहोचण्याच्या शासनाच्या प्रयत्नांचे फलित होय. या कार्यक्रमांचा लाभ नागरिकांना व्हावयाचा असेल तर त्यांना डावलून चालणार नाही. या सर्व कार्यक्रमांपैकी सन २००५चा महात्मा गांधी ग्रामीण रोजगार हमी कायदा (मनरेगा) सर्वाधिक क्रांतिकारक ठरला. याचे कारण असे की, या कायद्यानुसार रोजगाराचा हक्क भारतातील अपरिहार्य हक्क म्हणून प्रस्थापित करण्यात आला. घटनाकारांनी राज्यघटनेच्या चौथ्या भागात (राज्य धोरणाची निर्देशक तत्त्वे), ज्यामध्ये काम करण्याचा हक्क (कलम ४१), ग्रामीण लोकांना उपजीविकेबाबत हमी देऊन प्रतिष्ठा प्राप्त करून देणे (कलम २१), दिलेले आश्वासन प्रत्यक्षात उतरविण्यासाठी या कायद्यान्वये ग्रामीण भागांना उपजीविकेच्या साधनांबाबत आश्वस्त केले. हे एका आर्थिक वर्षात १०० दिवसांची रोजगार हमी देऊन साध्य करण्यात येईल. ही संधी प्रत्येक घरातील अकुशल व अतांत्रिक काम करू इच्छिणाऱ्या प्रत्येक प्रौढ व्यक्तीला देण्यात येईल. न्यूनतम वेतन देऊन रोजगाराची हमी देण्यात येईल, रोजगार संधी उपलब्ध नसल्यास अर्जदार बेकारी भत्त्यास पात्र ठरेल. म्हणजेच, मनरेगा कायदेशीर हक्क असल्याचे सिद्ध झाले. ऊर्ध्वमुख व मागणी-चलित प्रक्रियांचे फलित म्हणून हा कायदा धोरणक्षेत्रातील अलीकडच्या काळातील महत्त्वाचा प्रयत्न ठरला. तृणमूल पातळीवर महत्त्वाचे बदल घडून आल्यामुळे हे एक केवळ मत प्राप्त करण्याचे राजकीय साधन आहे असे म्हणता येणार नाही. या कायद्याने लोकांना केवळ हक्कांबाबत जागरूक केले नाही तर ग्रामीण भागातील प्रस्थापित हितसंबंधांकडून होणाऱ्या शोषणालादेखील आव्हान दिले आहे. ग्रामीण प्रौढ जनतेने रोजगार हक्काची मागणी केल्याने धोरणकर्ते त्यांच्या जबाबदाऱ्यांप्रती सजग होऊन धोरणनिर्मितीमध्ये लोकांची महत्त्वाची भूमिका असेल अशी परिस्थितीदेखील निर्माण होते.

या निवडक उदाहरणांतून तीन महत्त्वाचे मुद्दे अधोरेखित होतात, एक, सार्वजनिक धोरणक्षेत्र गुंतागुंतीचे असून यामध्ये नोकरशहा आणि राजकारण्यांनादेखील नागरिकांइतकेच महत्त्व असते. राज्य आणि नागरिकांमधील परस्परसंवादाच्या आधाराने सार्वजनिक धोरण तयार केले जाते. अशा परस्परसंवादामध्ये नागरिक व राज्याचे नाते विरोधाभासी असते. दोन, सार्वजनिक धोरण आंतरक्रियात्मक असून निर्देशकदेखील असते ज्यामध्ये सर्व सहभाग्यांची मते समाविष्ट असतात. अशा प्रकारे, सार्वजनिक धोरणाचे क्षेत्र केवळ नोकरशहा व राजकारण्यांचे आहे या प्रस्थापित विचारसरणीला आव्हान देऊन धोरणनिर्मितीमधील नागरिकांच्या सक्रिय सहभागाच्या बाजूने विधान करणे शक्य आहे. तीन, धोरणाच्या उपरोक्त साधनांमधून धोरण संदर्भाचे बदलते स्वरूपदेखील लक्षात येते. नागरिकांचा धोरण प्रक्रियेतील सहभाग समजून घेण्यासाठी हा संदर्भ समजून घेणे आवश्यक ठरते. आकस्मिक परिस्थितीच्या काळजीपूर्वक अभ्यासातून असे लक्षात येते की, सार्वजनिक धोरण हे एक असे क्षेत्र आहे ज्यामध्ये वेगवेगळे कर्ते आपापली उद्दिष्टे साध्य करण्यासाठी प्रयत्न करत असतात. यामुळे आपले लक्ष राजकारण किंवा सत्ता समीकरणाच्या विशिष्ट प्रकाराकडे वेधले जाते. ज्यानुसार, विशिष्ट सामाजिक-आर्थिक आणि राजकीय परिस्थितीतील धोरणे आकार घेतात. सार्वजनिक धोरणांचे व त्यांच्या निर्मितीतील अविभाज्य प्रक्रियांचे सांकल्पनीकरण करण्यासाठी ही परिस्थिती सर्वाधिक मूलभूत ठरते.

भारतातील सार्वजनिक धोरणनिर्मिती प्रक्रिया

भारतासारख्या लोकशाही देशामध्ये धोरणनिर्मिती हे शासनाचे महत्त्वाचे कार्य आहे. शासनाकडून अपेक्षित असलेल्या कृतीविषयीच्या लोकांच्या कल्पना आणि मतांपासून धोरणनिर्मिती प्रक्रिया सुरू होते. अन्य शब्दांमध्ये सांगायचे झाल्यास, या कल्पना म्हणजे एखाद्या जाणलेल्या समस्येवर काही कृती करण्यासाठी राजकीय व्यवस्थेकडे नागरी समाज संघटना किंवा हितसंबंधी गटांकडून केल्या गेलेल्या मागण्या किंवा प्रस्ताव होत. लोकांच्या मागण्यांना हितसंबंधी गटांचा पाठिंबा असतो किंवा विरोध असतो. मात्र, असे लोक शासनाकडून त्यांच्या कल्पना कृतीत आणण्यासाठी शासनाकडून काही आश्वासने प्राप्त करतात (सप्रू २०१०, १५२). भारतीय संसदीय व्यवस्थेमध्ये, पंतप्रधानांच्या नेतृत्वाखालील मंत्रिमंडळाकडून शासनाचे उपक्रम राबवले जातात. मंत्रिमंडळामध्ये मंत्रिपरिषदेला ती शासनाच्या धोरणांशी संबंधित महत्त्वाचे निर्णय घेत असल्याने, मंत्रिमंडळामध्ये कॅबिनेटला महत्त्वाचे स्थान आहे. कॅबिनेट सर्व धोरणांचे सुसूत्रीकरण करते आणि संसदेकडे मान्यतेसाठी पाठवते. लोकसभा आणि राज्यसभा यांच्यासह असलेली संसद मान्यतेपूर्वी धोरणावर चर्चा करते. संसदेच्या दोन्ही सभागृहांमध्ये भरपूर चर्चा आणि युक्तिवाद केले जातात. तथापि बहुमताच्या पाठिंब्यावर धोरणाच्या मान्यतेचा मार्ग मोकळा होतो. एकदा का हे दोन्ही गृहांमध्ये मान्य झाले की ते राष्ट्रपतींकडे मान्यतेसाठी पाठवले जाते. राष्ट्रपतींकडे धोरणाला मान्यता देण्याची किंवा राखून ठेवण्याची मुभा असते. काही प्रसंगी राष्ट्रपती आपल्या सूचना आणि शिफारशींसहित विधेयक संसदेकडे पाठवू शकतात. राष्ट्रपतींनी सुचवलेले बदल अंतर्भूत केल्यानंतर विधेयक पुन्हा राष्ट्रपतींकडे अनुमतीसाठी पाठवले जाते आणि अनुमती देणे त्यांना बंधनकारक असते. दोन्ही सदनांमध्ये स्पष्ट बहुमत असल्यास संसद राष्ट्रपतींनी सुचवलेल्या बदलांकडे दुर्लक्ष करू शकते. या प्रक्रियेमधून गेल्यानंतर एखाद्या विधेयकाचे धोरणामध्ये रूपांतर होते.

सार्वजनिक धोरण प्रक्रियेतील दुसरा टप्पा म्हणजे, धोरण अंमलबजावणी. धोरणाच्या प्रभावी अंमलबजावणीनंतर धोरणाची खरी फळे उपभोगता येतात. भारतामध्ये, कायदेमंडळ, कार्यकारी मंडळ, न्यायपालिका, नागरी सेवा, अशासकीय संस्था आणि इतर अशा विविध संस्था प्रत्यक्षपणे किंवा अप्रत्यक्षपणे धोरण अंमलबजावणी प्रक्रियेमध्ये सहभागी होतात. कायदेमंडळ प्रश्नोत्तराच्या तासाच्या सत्रामध्ये आपली मते व्यक्त करून धोरण अंमलबजावणी प्रक्रियेमध्ये महत्त्वाची भूमिका बजावते. संसद-सदस्य शासनाला कोणताही महत्त्वाचा प्रश्न विचारू शकतात. लोकलेखा समिती, अंदाज समिती आणि निवड समिती यांसारख्या अनेक समित्या सदस्यांना शासन निर्णयांची छाननी करण्यास सक्षम करतात. प्रत्येक वर्षी अंदाजपत्रकाच्या चर्चेवेळी संसद सदस्य त्यांची मते मांडू शकतात. न्यायपालिकादेखील धोरण अंमलबजावणी प्रक्रियेमध्ये महत्त्वाची भूमिका बजावते. शासनाने आखलेले कोणतेही धोरण राज्यघटनेशी विसंगत होत असेल तर सर्वोच्च न्यायालय त्यास रद्दबातल ठरवते. जनहित याचिकादेखील शासनाला त्यांची सदोष धोरणे दुरुस्त करण्याकरता आणि चुकीची धोरणे तपासण्यास निर्देश देण्याकरता सर्वोच्च न्यायालयाला सक्षम करतात. धोरण अंमलबजावणीमधील कार्यकारी मंडळांची भूमिका महत्त्वाची असते. नागरी सेवांच्या सहकार्याने कार्यकारी मंडळ हे धोरण अंमलबजावणीसाठी प्रामुख्याने जबाबदार असते. नागरी सेवक त्यांचे योग्य कौशल्य, ज्ञान आणि अनुभवाच्या जोरावर धोरणे प्रत्यक्षात आणू शकतात. सार्वजनिक धोरणे ही नागरिकांच्या कल्याणासाठी असतात. म्हणूनच लोकसेवक सार्वजनिक धोरण अंमलबजावणीमध्ये नागरिकांशी सौहार्द, सहकार्य राखतात.

यशस्वीपणे अंमलबजावणी झाल्यानंतर ज्ञात हेतू आणि परिणामांच्या कसोटीवर धोरणाच्या प्रभावीपणाचे मूल्यांकन करण्यासाठी धोरणाचे मूल्यमापन केले जाते. भारतामध्ये कायदेमंडळे आणि त्यांच्या समित्या, नियंत्रक आणि महालेखा परीक्षक, चौकशी आयोग, विभागीय मूल्यमापन अहवाल या धोरण मूल्यमापन करणाऱ्या अधिकृत यंत्रणा आहेत. मूल्यमापन हे शासनाबाहेरही केले जाते. विद्यापीठातील संशोधक, अभ्यासक, खाजगी संशोधन संस्था, दबावगट आणि सार्वजनिक हितसंबंधी संघटना काही प्रमाणात सार्वजनिक अधिकाऱ्यांवर प्रभाव असणाऱ्या धोरणांचे मूल्यमापन करतात. तसेच ते अनेक लोकांना माहिती उपलब्ध करतात. धोरणे ही कृती किंवा निष्क्रियता यांना प्रसिद्धी देतात. धोरणांची

अंमलबजावणी किंवा ती मागे घेण्याचे समर्थन करतात आणि अनेकदा लोकांच्या कमकुवत गटाच्या मागण्यांना प्रभावीपणे वाचा फोडतात. धोरणे मूल्यमापन प्रक्रियेमधून, धोरणकर्त्यांना अधिक चांगल्या धोरणनिर्मितीसाठी अभिप्राय मिळतात.

निष्कर्षात्मक निरीक्षणे

धोरणनिर्मिती ही अतिशय गुंतागुंतीची व गतिशील प्रक्रिया आहे. भिन्न घटकांचे यात वेगवेगळे योगदान असते. खासकरून, शासकीय संस्थांच्या भविष्यातील कार्याबाबतची मार्गदर्शक तत्त्वे याद्वारे ठरविली जातात. जनतेसाठी सर्वार्थाने उचित ठरणारी उद्दिष्टे साध्य करणे हा या मार्गदर्शक तत्त्वांचा हेतू असतो. ज्या विविध प्रकारच्या मागण्यांवर संघर्ष होतात अशा मागण्यांची माध्यमे समजून घेण्यासाठी धोरणनिर्मितीची प्रक्रिया हा एक मार्ग आहे; या मागण्यांची समाधानकारक पूर्ती झाली नाही तरी त्या एकत्रित करून विहित पद्धतीने सोडविल्या जातात. मूलतः यातून (धोरणनिर्मितीतून) बदलत्या समाजातील 'राजकारण' नामक गोंधळ स्पष्ट होतो. याचाच अर्थ असा की, सार्वजनिक धोरणातून अभिशासनातील महत्त्वाची मूल्ये स्पष्टपणे मांडण्याचा प्रयत्न केला जातो. भारतासारख्या लोकशाही देशामध्ये धोरणनिर्मिती प्रक्रियेमध्ये लोकांचे महत्त्व सर्वाधिक निर्णायक ठरते. धोरणनिर्मात्यांनी धोरण प्रक्रियांचा अविभाज्य भाग म्हणून सर्व भागधारकांना विचारात घेणे अपेक्षित असते; यातूनच लोकांची निवड प्रतिबिंबित होते. नोकरशहा व राजकारण्यांची भूमिका महत्त्वाची असली तरी लोकांचे कायदेशीर सबलीकरण झाल्यामुळे धोरणनिर्मितीमध्ये त्यांची भूमिकादेखील तितकीच महत्त्वाची ठरते. धोरणकर्त्यांना चिरकालीन व परिणामकारक धोरणे तयार करावयाची असल्यास नागरिकांच्या मताचा अव्हेर करता येत नाही किंवा त्याकडे दुर्लक्षदेखील करता येत नाही.

भारतामध्ये लोकशाही संस्था जसजशा बळकट होत आहेत, तसतसा धोरणनिर्मात्यांवर अनेक प्रकारे अंकुश ठेवला जात आहे. नियमित निवडणुकांमध्ये लोक मतदानाचा हक्क बजावत असले तरी, अनेक राजकीय-सामाजिक चळवळींमधून देखील लोकमताचे महत्त्व अधोरेखित होते. राजकीय सत्तेच्या मान्यतेला आव्हान देण्यासाठी लोक स्वयंप्रेरणेने या चळवळींमध्ये सहभागी होतात. राजस्थान येथील मजदूर किसान संघर्ष समितीच्या माहिती अधिकाराच्या अभियानामुळे सन २००५मध्ये माहितीचा हक्क कायदा पारित झाला. सबलीकरणाच्या हेतूने तयार करण्यात आलेल्या माहितीच्या अधिकाराने भारतातील धोरणनिर्मितीचा पोत बदलला. म्हणजेच, धोरणनिर्मिती आता केवळ राजकारणी किंवा नोकरशाह यांच्यापर्यंत सीमित राहिली नाही. तत्त्वतः, या कायद्यानुसार माहिती मिळविण्याची संधी दिली जाते तथापि, प्रत्यक्षात सर्व भागिदारांसाठी हे एक सक्षम करणारे साधन आहे. म्हणजेच, कुठलीही माहिती नाकारली असता, नागरिक लोकशाहीतील माहितीच्या अधिकारापासून वंचित राहतात. राजकीय-वैचारिक चळवळी आणि धोरणे यांमध्ये जैविक संबंध असल्याचे लक्षात येते. म्हणजेच, या चळवळींतून अधोरेखित झालेले प्रश्न सोडविण्यासाठी धोरणे आखली जातात.

धोरणनिर्मितीचे वेगवेगळे संदर्भ भिन्न सुधारणांना आकार देतात हेदेखील वरील चर्चेतून स्पष्ट होते. सार्वजनिक धोरणनिर्मितीमध्ये संदर्भ अतिशय महत्त्वाचे ठरतात. हे संदर्भ पुढील बाबींमुळे आकार घेतातः सामाजिक-आर्थिक घडण, लोकमत, राजकीय पक्ष, राज्य करण्याची परिस्थिती इत्यादी हे सूत्र अनुसरून, सन १९४७मध्ये भारत राजकीयदृष्ट्या स्वतंत्र झाल्यानंतरच्या काळातील धोरणसंबंधी बाबींचे सहज वर्गीकरण करता येते. स्वातंत्र्यप्राप्तीनंतर लगेचच, नेहरूंच्या काळात समाजाच्या समाजवादी स्वरूपाप्रती वचनबद्धता होती. सन १९७५ ते १९९० दरम्यान एक वैचारिक बदल निदर्शनास आला. या स्थित्यंतरातून पुढे आलेली नियंत्रणमुक्त आर्थिक धोरणे व जागतिकीकरणाची तत्त्वे धोरणकर्त्यांना आकर्षक वाटू लागली; सन १९९१चे नवे आर्थिक धोरण स्वीकारल्यानंतर भारत इतिहासाच्या एका नव्या टप्प्यावर आला जेथे समाजवादी स्वरूपाचा ठळकपणा नाहीसा झाला होता. अशा प्रकारे, भारतातील धोरणनिर्मितीचे परस्परसंबंधी तीन टप्पे होते. हे टप्पे धोरणांच्या स्वरूपामध्ये प्रतिबिंबित होतात, राज्यपुरस्कृत नियोजित आर्थिक विकासाच्या काळात नियंत्रणमुक्तता हा शाप होता; खाजगीकरण, उदारीकरण आणि जागतिकीकरण धोरणाची भारतातील जैविक मुळे विकसित झाल्यानंतर नियंत्रणमुक्तता भारतीय अर्थव्यवस्थेचा कायापालट करणारी ठरली. सार्वजनिक धोरणाचे संदर्भीय स्वरूप लक्षात घेता त्याचे कुठलेही वैश्विक प्रारूप नाही हे महत्त्वाचे आहे. याचाच अर्थ असा की, प्रत्येक

ऐतिहासिक टप्प्याचा संदर्भ वेगवेगळा असल्याने सार्वजनिक धोरणाचे एकच प्रारूप सर्वत्र लागू होईल असे मानणे सैद्धान्तिकदृष्ट्या संकुचित ठरेल. उदाहरणार्थ, सन १९९१च्या आर्थिक सुधारणांच्या टप्प्याच्या उत्तरार्धात नेहरूंच्या सहमतीची (Nehruvian Consensus) व्यवहार्यता कमी झाली असली तरी, वसाहतवादोत्तर काळात राष्ट्रबांधणी करण्याच्या उद्देशाने हीच सहमती समयोचित ठरली होती. याचप्रमाणे, सार्वजनिक धोरणे राजकीय प्राधान्यक्रम लक्षात घेऊन आकार घेताना दिसतात. नियंत्रणमुक्तता, निर्गुंतवणूक, आणि उदारीकरणावर आधारित व्यापार उपक्रम धोरणे विद्यमान भारताच्या आर्थिक वृद्धीसाठी सर्वोत्कृष्ट व उचित वाटत असली तरी, भूतकाळात राजकीयदृष्ट्या निरुपयोगी वाटत होती. याचे कारण असे की, भारताच्या जागतिकीकरणाला असलेल्या संदिग्ध समर्थनामुळे (ही धोरणे संरचनात्मक समायोजन कार्यक्रमांमुळे लादण्यात आली होती हा अर्थ अभिप्रेत) ही धोरणे पुढे आली होती.

समकालीन भारतातील जागतिकीकरणाच्या वाढत्या महत्त्वाशी एक विशिष्ट पैलू संबंधित आहे. देशांतर्गत व्यवहारांशी संबंधित असलेली सार्वजनिक धोरणे निर्माण करताना जागतिक कर्त्यांची भूमिकादेखील लक्षात घ्यावी लागते आणि म्हणून, सार्वजनिक धोरणांचे आंतरराष्ट्रीयीकरण झाले आहे असे लक्षात येते. खनिज तेलाची सर्व उत्पादने सरकारी निर्बंधांतून मुक्त करणे धोरणकर्त्यांना मान्य आहे याचाच अर्थ असा होतो की, त्यांना जागतिक पातळीवरील बाजारपेठीय शक्तींची वाढती व प्रभावी भूमिका मान्य आहे. धोरणकर्ते जागतिक समयोचित संदर्भ लक्षात घेऊन आकस्मिक परिस्थितीला प्रतिसाद देतात यावरून हा मुद्दा अधिक स्पष्ट होतो. आणखी एका उदाहरणातून एक भिन्न मार्ग प्रतिबिंबित होतो, सन २०१४मध्ये भारताने जागतिक व्यापार संघटनेच्या (WTO) अन्न अनुदानासंबंधीच्या अटी मान्य न करण्याचा निर्णय घेतला. देशाची अन्नाच्या हक्काप्रतीची वचनबद्धता या निर्णयातून प्रकट झाली. याच निर्णयाचे समर्थन म्हणून भारत सरकारने भारतीय कृषिक्षेत्राच्या बाजूने ठाम मत मांडून जागतिक व्यापार संघटनेला या अटी मागे घेण्यास भाग पाडले. या दोन्ही उदाहरणांचा पोत वेगवेगळा असला तरी, यातून दोन भिन्न बाबी स्पष्ट होतात, एक, भारतीय ग्राहकांच्या हिताचा विचार करून धोरणनिर्मिते आंतरराष्ट्रीय मार्ग स्वीकारण्यास तयार झाले आणि दोन, जागतिक व्यापार संघटनेच्या आदेशांप्रती ठाम भूमिका घेऊन भारतीय राज्याने परावलंबित्व व आंतरराष्ट्रीय संस्थेने आणलेला दबाव या दोन्ही बाबी दर्शविल्या. भारताची राजकीय व आर्थिक देशांतर्गत क्षमता दृढ असल्याने राष्ट्राचे प्राधान्य लक्षात घेऊन भूमिका बजावणे शक्य होते हे वरील उदाहरणांतून स्पष्ट होते.

सांप्रत काळात, सार्वजनिक धोरण केवळ अंतर्गत परिस्थितीवर अवलंबून नसून हे धोरण तयार करताना जागतिक संदर्भदेखील लक्षात घ्यावा लागत असल्याने सार्वजनिक धोरणाचा अभ्यास अधिकच गुंतागुंतीचा झाला आहे. सार्वजनिक धोरणाचे गुंतागुंतीचे स्वरूप समजून घेताना धोरणांमध्ये प्रतिबिंबित होणारी तितकीच गुंतागुंतीची सामाजिक-आर्थिक परिस्थितीदेखील लक्षात घ्यावी लागते. सार्वजनिक धोरणाच्या स्वरूपाचे एका विशिष्ट सैद्धान्तिक चौकटीत सांकल्पनीकरण करण्याचा प्रयत्न केल्यास त्याचा संदर्भानुसारी पोत हातून निसटून जातो हा मूलभूत मुद्दा या प्रकरणात अधोरेखित केला आहे. अशा प्रकारे, धोरणनिर्मिती ही संदर्भ-प्रेरित प्रक्रिया आहे. ती ज्या परिस्थितीमध्ये विकसित होते ती सामाजिक-आर्थिक परिस्थिती लक्षात न घेता ती प्रक्रिया समजून घेणे अशक्य आहे.

टिपा

१. *Britain and Indian Nationalism: The Imprint of Ambiguity*, १९२९-१९४२मध्ये डी. ए. लो (१९९७) यांनी ही संदिग्धता स्पष्ट केली आहे.
२. कलम ३८ व ३९मध्ये भावना प्रकट होतात. कलम ४६ अनुसूचित जाती, अनुसूचित जमातींसह सर्व दुर्बल गटांप्रतीचे प्रश्न अधोरेखित होतात.
३. अधिक तपशिलासाठी पहा वार्ष्णेय (२००७).
४. आर्थिक सुधारणा 'योजना-आधारित' नसून 'पेचप्रसंगाधारित' असल्याने भारताकडे इतर कुठला पर्याय उपलब्ध नव्हता व त्यामुळे करदात्या संस्थांनी लादलेल्या 'अटी-शर्ती' स्वीकृत करणे भाग पडले.

५. बसमन (२००७) यांनी हा युक्तिवाद अधिक ठळकपणे केला.
६. अधिक तपशिलासाठी पहा मुखर्जी (२०१४, १३८- ४०).

संदर्भ

Anderson, James E. 1975. *Public Policy Making*. New York: Thomas Nelson & Sons.

Bardhan, Pranab. 2008. *The Political Economy of Development in India.* New Delhi: Oxford University Press.

Bhaduri, Amit, and Deepak Nayyar. 1996. *The Intelligent Person's Guide to Liberalization*. New Delhi: Penguin.

Bussmann, Margit. 2007, March. 'When Globalization Discontent Turns Violent: Foreign Economic Liberalization and Internal War'. *International Studies Quarterly* 51 (1): 79–97.

Dror, Yehezkel. 1974. *Public Policy Making Reexamined.* New York: Leonard Hill Books.

Dye, Thomas R. 1998. *Understanding Public Policy*. New Jersey: Prentice Hall.

Easton, David. 1965. *A System Analysis of Political Life*. New York: Wiley.

Frankel, Francine R. 2005. *India's Political Economy, 1947–2004*. New Delhi: Oxford University Press.

Frohock, Fred M. 1979. Public Policy: Scope and Logic. New Jersey: Prentice Hall.

Gerston, Larry N. 1974. *Public Policy Making: Processes and Principle*. 2nd ed. New York: M. E. Sharpe. *The Hindustan Times,* New Delhi, 11 March, 1950

Jenkins, Rob. 1999. *Democratic Politics and Economic Reform in India*. Cambridge: Cambridge University Press.

Karanjia, R. K. 'The Mind of Mr. Nehru: An Interview', quoted in Frankel, Francine R. 2005. *India's Political Economy, 1947–2004*. New Delhi: Oxford University Press.

Low, D. A. 1997. *Britain and Indian Nationalism: The Imprint of Ambiguity, 1929–1942*. Cambridge: Cambridge University Press.

Lowi,Theodore J. 1964. "American Business, Public Policy, Case Studies and Political Theory," *World Politics,* 16 (4): 677–715.

Meier, Kenneth and John Bohte. 2007. *Politics and the Bureaucracy: Policymaking in the Fourth Branch of Government*. New York: Thomson and Wadsworth.

Mitra, Subrata. 2004, November. 'Constitutional Design, Democratic Vote Counting and India's Fortuitous Multiculturalism'. Working Paper, South Asia Institute, Heidelberg University.

Mukherjee, Rahul. 2014. *Political Economy of Reforms in India*. New Delhi: Oxford University Press.

Peters, B. Guy. 2012. *America's Public Policy: Promise and Performance*. 9th ed. Washington: C & Q Press.

Presthus, Robert. 1975. *Public Administration*. 6th ed. New York: The Ronald Press Company.

Sapru, R.K. 2010. *Public Policy: Art and Craft of Policy Analysis.* New Delhi: PHI Learning Private Limited.

Sen, Sarbani. 2007. *Popular Sovereignty and Democratic Transformations: The Constitution of India*. New Delhi: Oxford University Press.

Shah, Mihir. 2008. 'Governance Reform Key to NREGA (National Rural Employment Guarantee Act) Success'. *The Hindu*, 14 March.

Sinha, Aseema. 2004, January. 'The Changing Political Economy of Federalism in India: A Historical Institutional Approach'. *India Review* 3 (1): 51 and 55.

Stiglitz, Joseph. 2006. *Making Globalization Work: The Next Steps to Global Justice.* London: Allen Lane.

Tendulkar, Suresh D., and T. A. Bhavani. *Understanding Reform: Post-1991 India*. New Delhi: Oxford University Press.

Varshney, Ashutosh. 2007. 'India's Democratic Challenge'. *Foreign Affairs* 86 (2, March/April): 93–106.

१०

भारतातील नियोजन आणि आर्थिक विकास

सन १९४७मध्ये भारत राजकीयदृष्ट्या स्वतंत्र झाल्यानंतरच्या कालखंडातील विकासातील संस्थात्मक प्रक्रियांची भूमिका समजून घेणे हे या प्रकरणाचे उद्दिष्ट आहे. ऐतिहासिक अनुभवातून असे लक्षात येते की, भारताचा विकासात्मक परिप्रेक्ष्य हा काळानुसार बदलत गेला आहे. राष्ट्रवादी नेत्यांनी विकासाचे परिणामकारक साधन म्हणून सोवियत धाटणीची केंद्रीय नियोजन पद्धत स्वीकृत केली यावरून उपरोक्त विधान स्पष्ट होते. वसाहतवादोत्तर कालखंडात भारताचे भविष्य ज्या गटाच्या हाती होते त्या गटांच्या विचारधारांमध्ये मतभेद असले तरी, केंद्रीय नियोजन पद्धतीबाबत एकमत होते. सन १९५०मध्ये स्थापन केलेल्या नियोजन आयोगाकडे भारतामध्ये जलद विकास घडवून आणण्याचे साधन म्हणून बघितले गेले. तथापि, देशात एकसमान विकास घडवून आणण्याचे साधन असलेला नियोजन आयोग हे उद्दिष्ट साध्य करण्यात अपयशी ठरला, याची भारताचा विकासपथ साक्ष देतो. राष्ट्रवादी नेतृत्व जे उद्दिष्ट साध्य करण्याचा प्रयत्न करीत होते, ते साध्य करण्यासाठी केंद्रीकृत नियोजन परिणामकारक ठरणार नाही अशी जाणीव या कालखंडात अधोरेखित झाली. अन्य शब्दांत सांगायचे म्हणजे, विकास प्रक्रियेमध्ये राज्याचे महत्त्व कमी होत असतानाच्या कालखंडात राज्याच्या नेतृत्वाखालील सर्वसमावेशक विकासाचा दृष्टिकोन समयोचित नव्हता; जागतिकीकरणाच्या कालखंडामध्ये इतर कर्त्यांप्रमाणेच राज्य हादेखील एक कर्ता आहे या मताच्या बाजूने कल होता. सन १९९१मध्ये नवे आर्थिक धोरण स्वीकारल्यानंतर, भारतामध्ये सर्वंकष आर्थिक विकास साधावयाचा असेल तर विकेंद्रित नियोजन अधिक महत्त्वाचे असून नियोजन आयोग अनावश्यक ठरेल असे वेगवेगळ्या प्रकारे सुचविण्यात आले. संदर्भानुसार काही नेमके प्रश्न समजून घेण्यासाठी केंद्रीय नियोजन निरुपयोगी ठरते आणि म्हणूनच, विकासाच्या एकसाची समीकरणाचा गाजावाजा असताना अशा प्रश्नांकडे पुरेसे लक्ष दिले गेले नाही. भारतासारख्या वैविध्यपूर्ण देशात आतापर्यंत अस्तित्वात असलेली नियोजित विकासाची पद्धत अपर्याप्त होती. परंतु, सन २०१५पर्यंत या दिशेने कुठलीही पावले उचलली गेली नाहीत. सन २०१५मध्ये, राष्ट्रीय लोकशाही आघाडी (एनडीए) सरकारने भारतीय लोकांच्या गरजा व अपेक्षा अधिक चांगल्या पद्धतीने पूर्ण करण्यासाठी नियोजन आयोगाला पर्याय म्हणून नीति आयोगाची स्थापना केली. सहा दशकांपासून अस्तित्वात असलेल्या नियोजन आयोगाला पर्याय म्हणून स्थापन करण्यात आलेल्या नीति आयोगाचे स्वरूप एका रणनीतिज्ञ गटाप्रमाणे आहे. केंद्रीकृत नियोजनाला पर्याय देण्याचा प्रयत्न म्हणून निर्माण केलेले एक राजकीय-वैचारिक साधन असे नीति आयोगाचे सांकल्पनीकरण करण्यात आले. नीति आयोगाचा दृष्टिकोन ऊर्ध्वमुख पद्धतीचा असेल, म्हणजेच, ग्रामीण पातळीवर योजना राबवून त्या शासनाच्या उच्च पातळ्यांपर्यंत व्यापक करत जाण्याची प्रक्रिया यातून अभिप्रेत आहे. स्वातंत्र्यप्राप्तीपासून भारताच्या वृद्धीचा आलेख लक्षात घेता, आयोगाने सहकारी संघराज्यवादाची संकल्पना सक्षम करावी, म्हणजेच, संघराज्यातील घटक राज्यांना केंद्रीकृत योजना राबविण्याऐवजी त्यांच्या विशिष्ट गरजा लक्षात घेऊन योजना तयार करण्याचे स्वातंत्र्य असावे, अशी अपेक्षा आहे. उदाहरणार्थ, महाराष्ट्रासारख्या विकसित राज्याच्या गरजा व झारखंड या मागास राज्याच्या गरजा सारख्या असू शकत नाहीत. म्हणून, कल्पनेत कितीही योग्य वाटले तरी अशा परिस्थितीत केंद्रीकृत नियोजन उचित ठरेलच असे नाही. म्हणून नीति आयोगाच्या सूचनेनुसार प्रत्येक राज्याच्या विशिष्ट गरजांचे सांकल्पनीकरण त्यांच्या विशेष आवश्यकता लक्षात घेऊन केले जाते. नियोजन आयोगाप्रमाणेच सल्ला देणे व राज्यांनी स्वीकृत केलेल्या विकासात्मक योजनांच्या प्रगतीवर लक्ष ठेवणे ही कार्ये नीति आयोगदेखील करील; परंतु, नियोजन करणे व नियोजन-आधारित योजनांसाठी निधीवाटप करणे अशी कार्यकारी कार्ये नीति आयोगाकडे असणार नाहीत. सन १९४७मध्ये भारताला स्वातंत्र्य मिळाल्यानंतरची सहा दशके नियोजन आयोग कार्यरत असल्याने भारताच्या विकासावरील नियोजन आयोगाचा

प्रभाव सहज दुर्लक्षित करून चालणार नाही. या अर्थाने, भारताच्या वृद्धीच्या आलेखाला दिशा देण्यासाठी नीति आयोग अद्याप रूळलेला नाही. म्हणून, या प्रकरणाची रचना ही नियोजित विकासाच्या भूमिकेकडे पुरेसे लक्ष वेधणे व त्या बरोबरीने भारतातील नवउदारमतवादी राजकीय-वैचारिक विचारधारेचे दृढीकरण समजून घेऊन त्या संदर्भाने आयोगाने जबाबदाऱ्या पार पाडावयाची पद्धत समजून घेणे, या हेतूंनी करण्यात आली आहे. नियोजन आयोगाची स्थापना ही पूर्वीच्या सोवियत संघाच्या विचारधारेवर आधारित होती तर, भारताचा शाश्वत वृद्धीसाठीचा उदारमतवादी प्रयत्न समजून घेण्यासाठी नीति आयोगाची स्थापना करण्यात आली हे तथ्य उल्लेखनीय आहे. वैचारिकदृष्ट्या, पूर्वीच्या कालखंडातील नियोजित विकास आणि नीति आयोगाने संकल्पित केलेली विकासाची नवी पद्धत हे दोन्हीही स्वातंत्र्यप्राप्तीपासूनच्या भारताच्या वृद्धीच्या आलेखातील महत्त्वाचे आधारस्तंभ होत. केंद्रीकृत नियोजन आता अनावश्यक वाटत असले तरी, राज्य-निर्देशित-विकासाच्या त्या कालखंडामध्ये केंद्रीकृत नियोजनाची भूमिका महत्त्वपूर्ण होती. जागतिकीकरणाची पार्श्वभूमी असलेल्या बदललेल्या परिस्थितीत भारताच्या विकासात्मक दृष्टिकोनाचे सांकल्पनीकरण करण्यासाठी एक वेगळी वीण असलेला नीति आयोग हा एक धाडसी उपक्रम आहे.

नियोजन आणि आर्थिक विकास

सन १९५०मध्ये नियोजन आयोगाची स्थापना झाल्यानंतर भारताने राज्यपुरस्कृत विकासाच्या कालखंडात प्रवेश केला ज्यामध्ये, राज्य हा एक महत्त्वाचा आर्थिक कर्ता बनला. ऐतिहासिक संदर्भ असला तरी, राज्यनिर्देशित नियोजित आर्थिक विकासाला स्वतंत्र भारतातच, खासकरून भारताचे पहिले पंतप्रधान जवाहरलाल नेहरू यांच्याकडे कार्यभार असताना, महत्त्वपूर्ण भूमिका प्राप्त झाली. गांधींच्या लोकशाही विकेंद्रीकरणाच्या प्रारूपाला नेहरूंचा तीव्र विरोध होता. त्यांचा कल राज्याच्या नेतृत्वाखालील अर्थव्यवस्थेकडे होता. वसाहतवादी कालखंडानंतर भारताची जलद सामाजिक-आर्थिक पुनर्बांधणी करण्यासाठी राज्याच्या नेतृत्वाखालील अर्थव्यवस्था नेतृत्व सांभाळेल असे नेहरूंना वाटत होते. नियोजित आर्थिक विकासाच्या पुरस्कर्त्यांच्या सर्व अपेक्षा पूर्ण करू शकली नसली तरीदेखील ही नीती सुयोग्य पद्धतीने कार्यान्वित झाली. राज्याच्या नेतृत्वाखालील अर्थव्यवस्थेच्या अपयशाची कारणे येथे नमूद करता येतील; यातील, नियोजित अर्थव्यवस्थेच्या बाजूने असणारा गट व त्या विरोधात असणारा गट यांमधील मतभेद, हे एक कारण उघड होते. भारतातील सामाजिक-आर्थिक व राजकीय वैविध्य लक्षात घेता, स्वतंत्र भारतासाठी गांधींचे लोकशाही विकेंद्रीकरणाचे प्रारूप अधिक उचित ठरेल असा एक मतप्रवाह होता. विकासाचा समतोल साधण्यासाठी सन १९९२मध्ये ७३वा व ७४वा घटनादुरुस्ती कायदा पारित करण्यात आला व यातूनच अभिशासनाची औपचारिक पद्धत म्हणून लोकशाही विकेंद्रीकरणाचे महत्त्व अधोरेखित करण्यात आले. असे असले तरी, नियोजित आर्थिक विकासातील राज्याची भूमिका पूर्वीइतकीच महत्त्वपूर्ण मानण्यात आली. विकेंद्रित नियोजनपद्धती अंतर्भूत असलेल्या समांतर घटनात्मक संस्थांचे महत्त्व लक्षात घेतले असता, नियोजन आयोगाची भूमिका संपूर्णपणे स्थगित झाली नसली तरीदेखील तिचे स्वरूप सौम्य झाल्याचे लक्षात येते. सन १९९१च्या नव्या आर्थिक धोरणाच्या रूपाने नियोजन आयोगाच्या अस्तित्वावर पुन्हा एकदा प्रश्नचिन्ह निर्माण करण्यात आले. या धोरणाने आर्थिक उदारीकरणाच्या सावधगिरीच्या धोरणाचे समर्थन केले. तसेच, बाजारपेठीय शक्तींचे वाढते महत्त्व व विकास यासाठी आर्थिक रणनीतीतील मध्यस्थ म्हणून राज्याचा प्रभाव कमी झाल्यामुळे नियोजन आयोगाच्या अस्तित्वाला तार्किकदृष्ट्या आव्हान निर्माण झाले. अशा प्रकारे, सन २०१४मध्ये राष्ट्रीय लोकशाही आघाडीचे भारतीय जनता पक्षाच्या नेतृत्वाखालील सरकार सत्तेत आल्यानंतर राज्य-निर्देशित विकासाच्या कल्पनेवर जोरदार टीका झाली होती. भारतामध्ये एकसाची आर्थिक विकासाचे उद्दिष्ट साध्य करण्यात नियोजन आयोगाला अपयश आल्यामुळे त्याच्या समयोचिततेच्या बाजूने वक्तव्ये करणाऱ्यांचा प्रभाव मावळला; आणि म्हणून, नियोजन आयोग स्थगित करण्याबाबतच्या विधानांसाठी योग्य पार्श्वभूमी तयार झाली. राज्याच्या नेतृत्वाखालील नियोजित आर्थिक विकास रणनीती म्हणून परिणामकारक असला तरी, (अ) आर्थिक वृद्धीतील निर्णायक घटक म्हणून राज्याची भूमिका

दुर्लक्षित झाली व इतर घटकांचे एकत्रीकरण झाले, आणि (आ) भारताला स्वातंत्र्य मिळाल्यानंतर लगेचच जी उद्दिष्टे डोळ्यांपुढे होती ती साध्य करण्यात राज्य नियोजनाला आलेले सपशेल अपयश, या कारणांमुळे तो हळूहळू अपर्याप्त ठरला. येथे दोन मूलभूत प्रश्न लक्षात घ्यावे लागतातः एक म्हणजे, केवळ ठरावीक उद्दिष्टे साध्य करण्यास अपयश आले म्हणून राज्याच्या नेतृत्वाखालील आर्थिक विकासाची समयोचितता नाहीशी झाली का? की राज्य-निर्देशित आर्थिक विकासाला पर्याय म्हणून त्याच्या बाजारपेठप्रेरित आर्थिक विकासाच्या विरोधातील विचारधारेप्रतीच्या पोकळ दाव्यांमुळे ती नाहीशी झाली? यालाच अनुसरून दुसरा प्रश्न उपस्थित होताः परिघावरील समाजासाठी, भारतामध्येदेखील, जिथे दारिद्र्यरेषेखालील लोकांचे प्रमाण धोक्याच्या पातळीवर आहे, तिथे बाजारपेठप्रेरित रणनीती उपयुक्त ठरेल का?

भारताने १९४७ साली राजकीय स्वातंत्र्यप्राप्तीनंतर विकासासाठी कोणती रणनीती स्वीकारली, याबाबत नियोजन आयोग स्थगित केल्यानंतर, प्रसंगोचित प्रश्न पुढे येणे शक्य आहे. असे असले तरी या प्रश्नांवर निष्कर्षात्मक उत्तरे शोधणे अवघड आहे. म्हणून, या प्रकरणामध्ये नियोजन किंवा नियोजन आयोगाच्या औचित्याचे विश्लेषण करण्याखेरीज उदारीकरणाच्या कालखंडातील नियोजनाच्या प्रश्नावरदेखील प्रकाश टाकण्यात आला आहे. आणि सन १९९०मध्ये प्रारंभिलेल्या आर्थिक सुधारणांचे राजकीय आयामदेखील नमूद करण्यात आले आहेत. नियोजन आयोग स्थगित करण्याच्या प्रक्रिया समजून घेताना या प्रकरणामध्ये पुढे एक चर्चादेखील अधोरेखित केली आहे. भारतामध्ये राज्याचा भर सर्वंकष विकासावर असल्याने व संतुलित सर्वांगीण आर्थिक वृद्धीवर परिणाम करणारी राज्याची भूमिका दुर्लक्षित करणे शक्य नसल्याने बाजारपेठप्रेरित नीतीचे वर्चस्व उचित मानता येईल का?

नियोजित विकासाची संकल्पना

सोप्या शब्दांत सांगावयाचे झाल्यास, संकल्पनात्मकदृष्ट्या, एखाद्या परिस्थितीमध्ये काय करावे याबाबतचा निर्णय घेणे म्हणजे नियोजन होय. ही कृती करताना सर्व पर्यायांचा काळजीपूर्वक विचार करावा लागतो तद्नंतर, उद्दिष्ट लवकरात लवकर कसे साध्य करता येईल व त्याची आर्थिक शक्यतादेखील पडताळून बघावी लागते (सरूप आणि ब्रह्मे १९९०, ९). अन्य शब्दांत सांगावयाचे झाल्यास, अपुरी संसाधने आणि आर्थिक विकासाची विवक्षित किमान पातळी साध्य करण्याची निकड यामुळे जगभरातील विकसनशील देशांनी जलद आणि संतुलित सामाजिक-आर्थिक विकासासाठी नियोजित आर्थिक विकासाचा पर्याय निवडला. असे करताना, उपलब्ध संसाधनांचा व वेळेचा पर्याप्त वापर या बाबीदेखील समाविष्ट होत्या. अशा प्रकारे, लोकांच्या मूलभूत गरजा लक्षात न घेता खाजगी व्यावसायिकांसाठी नफ्याची वाढ हेच बाजारपेठ शक्तींचे सार्वत्रिक उद्दिष्ट असल्याने, नियोजनाच्या माध्यमातून, अविकसित व विकसनशील देशांना बाजारपेठ शक्तींवर अवलंबून न राहता प्राधान्यक्रम व सामाजिक-आर्थिक विकासाची दिशा आणि गती ठरविणे शक्य झाले. या प्रकरणात सन १९५१च्या पहिल्या पंचवार्षिक योजनेपासून देशाच्या आर्थिक विकासासंबंधीचे मूलभूत प्रश्न सोडविण्याचा प्रयत्न केला आहे. भारतातील नियोजन पद्धतीच्या उत्पत्तीखेरीज, ती विकासाची मुख्य नीती म्हणून स्वीकृत करण्यासाठी कारणीभूत असलेले घटक या प्रकरणात नमूद करण्यात आले आहेत. नियोजन यंत्रणेची रचना आणि कार्यांवर प्रकाश टाकण्यात आला आहे. नियोजन यंत्रणेचा केंद्रबिंदू म्हणून नियोजन आयोगावर विशेष भर देण्यात आला आहे. या प्रकरणाच्या इतर घटकांमध्ये उदारीकरणाच्या कालखंडातील नियोजनाची समयोचितता, अलीकडच्या कालखंडातील आर्थिक सुधारणांच्या राजकीय आयामांचे विश्लेषण यांचा समावेश होतो.

भारतातील नियोजनाचा प्रारंभ आणि विकास

नियोजनाचे स्वरूप भिन्न भिन्न असले तरी नियोजन हा मानवी व्यवहारांचा अविभाज्य भाग आहे. जलद व शाश्वत आर्थिक विकास साध्य करता यावा यासाठीची ही व्यापक व लक्षवेधी योजना आहे. सन १९२०च्या दशकाच्या उत्तरार्धात पूर्वीच्या सोवियत संघामध्ये नियोजनाचा यशस्वी प्रयोग झाल्यानंतर या संकल्पनेचे मूळ धरू लागले व जगातील सर्व

भागांचे याकडे लक्ष वेधले गेले. नेहरूंसह इतर भारतीय नेत्यांना साम्यवादाच्या तार्किकतेची भुरळ पडली नसली तरी त्या मतप्रणालीचा त्यांच्यावर बऱ्यापैकी प्रभाव होता. राजकीय अंगाने नव्हे परंतु, सोवियत संघाप्रमाणे आर्थिक अंगाने करावयाच्या नियोजित आर्थिक विकासाचा त्यांनी पुरस्कार केला. आर्थिक विकासासाठी नियोजनाच्या नेमकेपणाची प्रशंसा करणारा मतप्रवाह १९२०च्या दशकाच्या उत्तरार्धात देशात पुढे आला (ऑस्टिन १९६६, २३५). एकोणिसाव्या शतकात डोकावून पाहिल्यास वरील विधानातील तथ्य स्पष्ट होते. या कालखंडात नियोजनाच्या संकल्पनेची एतद्देशीय मुळे स्पष्टपणे दिसून येतात. राष्ट्रीय पातळीवरील दारिद्र्यनिर्मूलन करण्यासाठी राज्यपुरस्कृत औद्योगिकीकरणाचे महत्त्व अधोरेखित करणारे दादाभाई नौरोजी, आर.सी. दत्त आणि एम.जी. रानडे यांचे लेखन वाचल्यास वरील विधान स्पष्ट होते. या विचारवंतांनी स्पष्टपणे असे मत मांडले की, खाजगी उपक्रमांचा नफ्याचा हेतू राष्ट्रीय विकासातून साध्य होणार नसल्याने देशाच्या विकासामध्ये ते रस घेणार नाहीत. म्हणून, राज्यालाच नियोजनबद्ध पद्धतीने विकासात्मक उपक्रम राबविणे भाग होते. सन १९१७च्या रशियन क्रांतीच्या अनुभवानंतर, भारताच्या दारिद्र्याच्या समस्येवर समाजवादी विचार हा तत्काळ उपाय आहे असा मतप्रवाह पुढे आला. जवाहरलाल नेहरू व त्यांच्या बहुतांश सहकाऱ्यांनी याच मताचा पुरस्कार केला. नवनियुक्त काँग्रेस अध्यक्ष सुभाषचंद्र बोस यांनी बोलावून घेतल्यावर जवाहरलाल नेहरूंनी नियोजन समितीचे प्रमुख पद स्वीकारण्यास लगेचच संमती दिली. यातूनच वरील विधान स्पष्ट होते. देशामध्ये नियोजित आर्थिक विकास कार्यान्वित करण्यासाठीची रूपरेषा पडताळून पाहण्यासाठी काँग्रेसने ही समिती स्थापन केली होती. कॅबिनेट मिशनबरोबर झालेल्या काँग्रेसच्या वाटाघाटींमधील महत्त्वाची मागणी म्हणून ही समिती स्थापन करण्यात आली. यातून कोणतीही निष्पत्ती झाली नसली तरीदेखील घटनासमितीच्या कार्यांमध्ये या समितीने अनौपचारिकरित्या भाग घेतला. यानुसार, 'आर्थिक व सामाजिक नियोजनाचा' समावेश राज्यघटनेच्या समवर्ती सूचीमध्ये करण्यात यावा, असे ठरविण्यात आले.

याहूनही गमतीची गोष्ट म्हणजे, पाश्चिमात्य देशांतील भांडवलवाद्यांनी असे मत मांडले की, नियोजनाचे प्रचलित आकलन ही मुळात मार्क्सवादी मांडणी आहे व त्याचा हेतू शासनाकडे आर्थिक संसाधनांच्या मालकीची मक्तेदारी असावी असा आहे. असे असले तरी, भारतातील भांडवलवादी विचारवंत नियोजित आर्थिक विकासाची योजना स्वीकृत करण्याबाबत डगमगले नाही. त्यांच्या 'भारतासाठी आर्थिक विकासाची योजना' या पुस्तिकेमध्ये त्यांनी बॉम्बे प्लान नामक योजना सादर केली. यामध्ये राष्ट्रीय नियोजन समितीने सर्वंकष योजना निर्माण कराव्या व या समितीच्या बरोबरीने कार्यरत असलेल्या सर्वोच्च आर्थिक मंडळाने केंद्रशासनाच्या वतीने या योजना राबवाव्या असे मत मांडण्यात आले (ऑस्टिन १९६६, २३६). महात्मा गांधींचे कट्टर अनुयायी असलेल्या श्रीमन् नारायण यांनी तयार केलेली गांधी विचारांची योजनादेखील देशाच्या आर्थिक विकासासाठी नियोजन आवश्यक आहे हेच सूत्र मांडणारी होती. याअन्वये, भारतातील सामाजिक-आर्थिक पुनर्बांधणीच्या गांधींच्या परिप्रेक्ष्यावर आधारित नियोजन यंत्रणेच्या माध्यमातून सामाजिक-आर्थिक विकासात्मक योजना राबविण्याचे धोरण मांडण्यात आले. सरतेशेवटी, बुद्धिवान नवोन्मेषी विचारवंत एम. एन. रॉय यांनी भारतीय श्रमिक संघाच्या वतीने मांडलेल्या 'लोकांच्या योजने'च्या (People's Plan) स्वरूपाने भारतातील नियोजनाबाबतची संमती पुनश्च समोर आली. देशामध्ये चालू असलेल्या नियोजनाच्या चर्चेविषयी कामगार वर्गाची मतेदेखील लक्षात घेतली जावी या आशेने ही योजना आखण्यात आली होती. या सर्व प्रयत्नांचा एकत्रित प्रभाव म्हणून नियोजनाला आर्थिक विकास योजनेचा अविभाज्य भाग मानण्यात आले. अशा प्रकारे, नियोजित आर्थिक विकासाच्या बाजूने कल असणाऱ्यांची बाजू अधिक दृढ झाली आणि काँग्रेस पक्षातील वल्लभभाई पटेलांसारख्या इतर उजव्या विचारसरणीच्या लोकांची पीछेहाट झाली.

राष्ट्रीय नियोजनाची मूळ कल्पना जवाहरलाल नेहरूंच्या[१] समाजवादाभिमुख विचारांची असली तरी, स्वतंत्र भारतामध्ये या कल्पनेचे रूपांतर बाजारपेठ व्यवस्थेला पर्याय म्हणून आर्थिक विकासाचे वेगवेगळे घटक व आवश्यकता एकत्रित करून योग्य निर्देशित करण्याच्या पद्धतीत झाले. जलद आर्थिक विकासाला चालना देण्यासाठी काही विशिष्ट पद्धतीचे राष्ट्रीय नियोजन असावे या बाजूने असलेला कल हा, ज्यामध्ये राज्याला सर्वाधिक प्रबळ भूमिका देण्याखेरीज, राष्ट्रीय

अर्थव्यवस्थेतील प्रत्येक घटक टिकून राहण्यासाठी त्यांची जागा कायम ठेवण्याच्या दिशेने प्रयत्न करतील, अशी नियोजनाची संकल्पना समजून घेण्याकडे होता. अधिक महत्त्वाचे म्हणजे, हा मुद्दा अधिक स्पष्टपणे मांडण्यासाठी नेहरूंनी एप्रिल १९४८मध्ये घटनासमितीसमोर औद्योगिक धोरण ठरावाचे स्पष्टीकरण देताना अप्रत्यक्षपणे मिश्र अर्थव्यवस्था स्वीकृत करावी असे जाहीर केले, तसेच, देशाच्या आर्थिक विकासामध्ये खाजगी क्षेत्राची महत्त्वपूर्ण भूमिका चित्रित करण्यात आली. मिश्र अर्थव्यवस्था कार्यान्वित होईल अशा परिस्थितीमध्ये राजकीय लोकशाही, शासकीय नियोजन, अर्थव्यवस्थेचे नियमन व नियंत्रण, सक्रिय सार्वजनिक क्षेत्र आणि करसवलत व्यवस्था व खाजगी क्षेत्राला राज्याचे वित्तीय साहाय्य हे घटक अस्तित्वात असणेदेखील आवश्यक होते (पंथम १९८२).

अशा प्रकारे, निष्कर्षाप्रत येताना, अमिया बागची यांनी म्हटल्याप्रमाणे, भारतातील विकासाची संभाव्य नीती कुठली असावी यासंबंधीच्या बाजारपेठ शक्तींच्या तीन मुख्य प्रवाहांच्या एकत्रीकरणातून पुढे आलेला पर्याय म्हणून नियोजनाला सुरुवात झालीः (अ) खाजगी उपक्रमांकडे अपुरी संसाधने व उपक्रमशीलता असल्यास अशा परिस्थितीत शासनाने केवळ पूरक प्रयत्न करावे असा राष्ट्रवादी पुराणमतवादी प्रवाह होता, (आ) औपचारिक तांत्रिक प्रवाहानुसार नियोजनाला दारिद्र्यनिर्मूलनाचे प्रभावी प्रशासकीय साधन मानण्यात आले होते, (इ) नियोजन हा समाजवादी विचारधारेचा भाग आहे असे मानणाऱ्यांचे मुख्य उद्दिष्ट न्याय्य समाजाची स्थापना हे होते (बागची १९९५). विचारधारात्मक व व्यावहारिक उपक्रमांच्या एकत्रीकरणाची निष्पत्ती म्हणून, सरतेशेवटी, नियोजन हे 'उद्दिष्टे व योजनांचे एकत्रीकरण असून त्यामध्ये अंतर्गत तर्कशुद्धता व सुसंगततेचा अभाव असतो. नेहरू व इतर नियोजनकारांनी सरतेशेवटी उच्चतम वृद्धिदरापेक्षा समाधानकारक वृद्धिदर असावा हे मान्य केले व असमानतेची विवक्षित पातळीदेखील स्वीकृत केली' (बागची १९९५, ८६).

नियोजन आयोगाची भूमिका

समाजाच्या भिन्न भिन्न स्तरांतून राष्ट्रीय नियोजनाच्या संकल्पनेवर देण्यात आलेला भर आणि वेगवेगळ्या योजनांमध्ये सुचविण्यात आलेल्या संभाव्य संस्थात्मक यंत्रणा यांमध्ये देशातील नियोजनासाठी स्थापन करावयाच्या संस्थात्मक यंत्रणेचे स्वरूप व कार्ये यांबाबत संदिग्धता होती. काँग्रेस पक्षातील उजव्या विचारधारेच्या गटाचे अस्तित्व होते. त्यामुळे, पंचवार्षिक योजनेची निर्मिती व अंमलबजावणी यासाठीची मुख्य संस्था म्हणून नियोजन आयोगाच्या स्थापनेविषयी स्पष्ट निर्णय घेण्यात काँग्रेसला अपयश आले. परिणामी, २५ जानेवारी १९५० रोजी काँग्रेस कार्यसमितीच्या बैठकीत याबाबत ऊहापोह झाला. परिणामस्वरूप, नियोजन आयोगाच्या निर्मितीसंबंधीच्या कॅबिनेट ठरावाबाबत एकमत झाले.

नियोजन आयोगाची रचना साहाय्यकारी संस्था म्हणून करण्यात आली होती. देशातील कच्चामाल, भांडवल व मानवी संसाधने यांचे मूल्यांकन व वृद्धी यासंबंधीची कार्ये करणे; त्यांच्या संतुलित वापरासंबंधीची योजना तयार करणे; योजना राबविण्याचे वेगवेगळे टप्पे स्पष्ट करणे; योजना अंमलबजावणीच्या पूर्वअटी सूचित करणे आणि योजनेच्या परिणामकारक अंमलबजावणीची यंत्रणा ठरविणे ही नियोजन आयोगाची प्रमुख भूमिका होती. तद्नुसार, आयोगाच्या रचनेमध्ये उच्च पातळीवर राजकीय नेतृत्व आणि इतर पातळ्यांवर तज्ज्ञांची नियुक्ती या दोहोंचे न्याय्य मिश्रण हे आयोगाच्या रचनेमध्ये अभिप्रेत होते. सुरुवातीच्या कालखंडात घटनात्मक किंवा कायदेशीर दर्जा नसलेल्या आयोगाची प्रतिष्ठा व कार्यक्षमता लक्षात घेऊन नेतृत्व पंतप्रधानांकडे असणे आवश्यक होते. परंतु, नंतरचा काही काळ लोटल्यानंतर आयोगाच्या संतुलित व सातत्यपूर्ण भूमिकेसाठी पंतप्रधानांचे नेतृत्व उद्दिष्टप्राप्तीत बाधा आणणारे नसले तरी अनुचित मानण्यात आले. पहिल्या प्रशासकीय आयोगाने नोंदविल्याप्रमाणे, पंतप्रधानांच्या नेतृत्वाच्या परिणामस्वरूप, 'हळूहळू नियोजन आयोगाची कार्ये व कर्मचारी संख्येत वाढ झाली आहे व नियोजन आयोगाने केंद्र व राज्यशासनाच्या कार्यकारी अधिकारक्षेत्रात प्रवेश केला आहे' (भारत सरकार १९६८, १२१). नंतरच्या कालखंडात नियोजन आयोग राजीव गांधी यांच्यासारख्या पंतप्रधानांच्या आदेशानुसार कार्यरत आहे असे चित्र दिसले. त्यांच्यासारख्या काही पंतप्रधानांनी नियोजनाच्या परिणामकारक अंमलबजावणीसाठी नियोजन आयोगातील तज्ज्ञांच्या अनुभव व कौशल्यांचा वापर करून

घेण्याऐवजी जेणेकरून, धोरणनिर्मिती सारख्या महत्त्वपूर्ण कार्यात पंतप्रधान कार्यालयाचा वरचष्मा असेल आणि पंतप्रधान कार्यालय आयोगापेक्षा वरचढ असेल अशी तजवीज केली. अशा प्रकारे, एका जागल्याने, आयोगावरील पंतप्रधानांच्या लहरीपणाचा प्रभाव नमूद करताना असे म्हटले आहे की, 'पंतप्रधानांनी आर्थिक नियोजन व विकासाचे साधन म्हणून नियोजन आयोगाचा वापर केल्यास त्याचे महत्त्व आणखीनच वाढेल. मात्र, पंतप्रधानांना तसा वापर करावयाचा नसल्यास आयोग परिणामशून्य ठरेल' (सेठी १९९२). म्हणून, पंतप्रधानांची नियोजन आयोगासह असलेली औपचारिक व अनिवार्य साहचर्याची परंपरा स्थगित करण्यात यावी असे प्रशासकीय सुधारणा आयोगाने सुचविले. परंतु, आयोगाचे महत्त्वाचे निर्णय त्यांच्यापर्यंत पोहोचविण्यात यावेत, त्यांना आयोगाच्या बैठकीला बोलाविण्याची व बैठकीत सहभागी होण्याची मुभा असावी हे प्रशासकीय सुधारणा आयोगाला मान्य होते.

केंद्रीय कॅबिनेटमधील मंत्र्यांचा नियोजन आयोगात मोठ्या प्रमाणात असलेला सहभाग ही बाब आयोगातील तज्ज्ञांचा समावेश व कार्यात्मक स्वायत्तता यांच्या विरोधात जाणारी ठरली. शासनाच्या प्रचलित पदसोपान पद्धतीच्या बाहेर एक संस्था अस्तित्वात असावी या उद्देशाने नियोजन आयोगाची स्थापना करण्यात आली होती. शासनाच्या व्यापक धोरण मार्गदर्शक तत्त्वांनुसार व्यवहार्य योजना राबविण्यासाठी देशातील संसाधनांचे तटस्थ मूल्यांकन व वृद्धी यासंबंधी विश्लेषण करण्यासाठी या आयोगामध्ये व्यावसायिक तज्ज्ञांचा सहभाग असावा. कालांतराने, आयोग जणू एक शासकीय विभागच झाला आहे. म्हणजेच, नोकरशाही रचना व कार्ये आणि दैनंदिन कामे ही आयोगाच्या भूमिकेचा एक भाग ठरला आहे. शासनाला नावीन्यपूर्ण व व्यवहार्य योजना पर्याय सुचविणारी साहाय्यक संस्था ही भूमिका दुर्लक्षित झालेली दिसते. म्हणून, आयोगाच्या व्यावसायिक स्वायत्ततेचे पुनरुज्जीवन होणे आवश्यक आहे. त्यासाठी आयोगाच्या रचनेमध्ये उदारीकरण व खाजगीकरणाच्या कालखंडात आयोगाची समयोचितता साध्य करण्यासाठी राजकीय घटकांचा प्रभाव क्षीण करणे इत्यादी थोडे बदल करणे पर्याप्त ठरेल.

सर्वसामान्य परिस्थितीमध्ये, संस्थांतर्गत व संस्थेव्यतिरिक्त लोकांकडून नियोजन आयोगाच्या कार्यपद्धतीवर प्रतिकूल प्रतिक्रिया उमटल्या नसत्या. आर्थिक विकासासाठी जवळजवळ एकमताने नियोजन अनिवार्य मानले असल्याने, नियोजन आयोगासाठी अनुकूल पार्श्वभूमी निर्माण झाली. तथापि, नियोजन आयोगाच्या कार्यपद्धतीचे हितचिंतक कमी व टीकाकार जास्त असल्याने भारताचा आर्थिक विकास साध्य करण्यासाठी नियोजन ही योग्य नीती आहे किंवा नाही याबाबत प्रश्नचिन्ह उभे राहिले. मात्र, यामध्येच नियोजन आयोगाच्या कार्यव्याप्तीमध्ये मोठ्या प्रमाणात कपात करावी असा तर्क दडलेला होता.

त्याची दृष्टी अंधुक झाली आहे, अशी ६४ वर्षांपेक्षा अधिक काळ कार्यरत असलेल्या नियोजन आयोगाच्या कार्यपद्धतीवर सर्वांत कठोर टीका करण्यात आली. म्हणजेच, आयोगाचे स्थान आणि कार्यक्षेत्र यांमध्ये झालेली अवाजवी वाढ यामुळे उपलब्ध संसाधनांचे मूल्यांकन आणि प्रमाण यानुसार योजना तयार करणे या मूळ कर्तव्यापासून आयोगाचे लक्ष ढळलेले दिसते. खरेतर, आयोग दैनंदिन कामकाजाची काही दुय्यम कामे करण्यात गुंतलेला शासनाचाच एक कार्यकारी विभाग बनला आहे. नियोजन आयोगाचे पंचवार्षिक व वार्षिक योजना आखण्याचे परिप्रेक्ष्य हे नियोजन आयोगाचे संस्थापक व नियोजित आर्थिक विकासाचे पुरस्कर्ते यांच्या मूळ अपेक्षांशी सुसंगत आहे. वस्तुतः, योजना अंमलबजावणीची जबाबदारी देशातील विकास प्रशासनाची असली तरी आयोगाचा अंमलबजावणी व मूल्यांकन याकडील कल वाढलेला दिसतो. जवाहरलाल नेहरूंनी थोडक्यात पण स्पष्टपणे व्यक्त केलेल्या मताप्रमाणे, 'नियोजन आयोग हा तळमळीच्या अभ्यासकांचा लहान गट होता. परंतु, आता तो सचिव व संचालकांची भाऊगर्दी आणि मोठी इमारत असलेला शासकीय विभाग ठरला आहे' (बसू १९९२,३०८ मधील संदर्भ). एकुणातच असे म्हणता येईल की, निधी वाटपाचे अधिकार नियोजन आयोगाकडे केंद्रित असून निधीवाटप करताना संसद किंवा इतर नियुक्त संस्थांना जबाबदारीची जाणीव करून दिली जात नाही. यामुळे संदिग्धता निर्माण होत असून, या संस्था देशातील केंद्र-राज्य संबंधांत अडचणी निर्माण करीत आहेत. संकल्पनात्मकदृष्ट्या, केंद्राकडून निधीसाहाय्य केले जात असले तरी, त्यामुळे संघराज्य पद्धतीला[२] कमी लेखण्यात येऊ

नये असे मत तज्ज्ञांनी नोंदविले आहे. मात्र, राज्यांतील आराखड्यांच्या व्यापकतेचे बारकाईने परीक्षण करण्याखेरीज विभागीय व प्रत्येक योजनेचे परीक्षण करण्याची नियोजन आयोगाची वृत्ती केंद्र आणि राज्यांमधील सुरळीत संबंधांच्या गाभ्याला तडा देणारी आहे. याशिवाय, संसाधनांचा आढावा घेताना नियोजन आयोगाच्या म्हणण्यानुसार देण्यात येणाऱ्या सशर्त निधीची संकल्पना राज्याची स्वायत्तता व त्या त्या राज्याच्या प्राधान्यक्रमानुसार त्यांना संसाधने वापरावयास असलेली मुभा यांविरोधात जाणारी आहे.[३] नियोजन आयोगाच्या कार्यपद्धतीबाबत राज्याच्या तक्रारींमध्ये काही प्रमाणात अतिशयोक्ती असते हे मान्य केले तरी, नियोजन आयोग हे केंद्रातील संकुचित विचार करणाऱ्या सरकारांच्या हाती असलेले राजकीय दडपशाहीचे साधन आहे असे म्हणता येईल. केंद्रशासनाशी समविचारी नसणाऱ्या वेगवेगळ्या राज्य सरकारांच्या विरोधात हे साधन वापरले जाऊ शकते. तथापि, संपूर्ण देशासाठी योजना आखण्याच्या उत्साहाच्या भरात आयोगाने देशातील एकत्वाचा संदर्भ लक्षात घेतला असला तरी वैविध्य दुर्लक्षिले आहे असे लक्षात येते. म्हणून, आर्थिक विकासाचे नियोजन, व्यावहारिकदृष्ट्या, राज्यघटनेतील संघराज्य पद्धतीपेक्षा वरचढ ठरलेले दिसते. अनेक प्रकारांनी ही एकांगी व्यवस्था असल्याचे लक्षात येते (संथानम १९६०, ५६).

नियोजन आयोगाचे स्वरूप व कार्याची व्यापकता यांचा काही घटनात्मक संस्थांच्या कार्यव्याप्ती व कार्यसंदर्भावर परिणाम झालेला दिसतो. उदाहरणार्थ, देशातील केंद्र-राज्य वित्तीय संबंधांचा आधार म्हणून स्थापन करण्यात आलेल्या वित्त आयोगाच्या कार्यावर याचा परिणाम झालेला दिसून येतो. नियोजन आयोगासारख्या अतिरिक्त-घटनात्मक संस्थेने कुठलाही घटनात्मक दर्जा नसताना घटनाधारित संस्थांवर अरेरावी करणे ही बाब देशाच्या घटनाकारांच्या कल्पनेतील जबाबदार शासनाच्या स्थापनेसाठी पूरक ठरणार नाही. नियोजन आयोगासारख्या कार्यकारी कार्यकक्षा असलेल्या संस्थांनी एखाद्या उद्दिष्टासाठी विशिष्ट संस्था अस्तित्वात असताना देशातील अभिशासनासारख्या महत्त्वाच्या विषयाला हात घालणे राज्यघटनेची फसवणूक करण्यासारखे आहे. तसेच, अशा प्रकारच्या व्यवहारांना घटनाकारांचा प्रत्यक्ष किंवा अप्रत्यक्ष पाठिंबा नव्हता असे म्हणावे लागेल. तशी कार्यपद्धती अपेक्षित असती तर राज्यघटनेत तशा तरतुदी करण्यात आल्या असत्या. अशा व्यवहारांचे कल लक्षात घेऊन त्याबाबतच्या सूक्ष्म बाबीदेखील राज्यघटनेत नमूद करण्यात आल्या असत्या.

'नियोजन आयोगाच्या कॅबिनेटपेक्षा प्रभावी' (ऑस्टिन २००३, ६१८ मधील संदर्भ) होण्याच्या क्षमतेबाबतच्या शंका पूर्णतः खऱ्या ठरल्या नसल्या तरी, राष्ट्रीय आर्थिक धोरणनिर्मितीवरील नियोजन आयोगाचा प्रभाव अभ्यासणाऱ्या तज्ज्ञांनी या संदर्भाने, आयोगाकडून 'कॅबिनेट परिघाकडे ढकलले जात आहे' असे मत नोंदविले आहे (ऑस्टिन २००३, ६१८ मधील संदर्भ). नियोजन आयोगनामक प्रबळ संस्थेचा कारभार उघड करण्याच्या दिशेने पुढचे पाऊल म्हणजे, अशोक चंदा यांनी नमूद केल्याप्रमाणे, आयोगाचे कोणतेही चौकट नसलेले स्थान व व्यापक कार्ये यामुळे त्याचे स्थान 'केवळ केंद्रासाठी नव्हे तर राज्यांसाठी असलेले आर्थिक कॅबिनेट' असे प्रचलित झाले (झा १९८४ मधील नोंद). परिणामतः, नियोजन आयोगाच्या कार्यपद्धतीवरील अनेक अभ्यास उपक्रमांमध्ये, केंद्र पुरस्कृत अभ्यास उपक्रमांमध्येदेखील, नियोजन आयोगाच्या योजना तयार करणे व इतर पूरक कार्यकक्षांमध्ये कपात, योजना कार्यक्रमांसंबंधीच्या निर्णय प्रक्रियेचे केंद्राकडून राज्यांकडे हस्तांतरण, योजना कार्यान्वित करण्याच्या प्रक्रियेमध्ये आयोगाची अनुपस्थिती या संबंधीची कुठलीही नोंद नव्हती.[४]

नियोजन आयोगाची रचना व कार्ये यासंबंधीच्या टीकात्मक निरीक्षणांमुळे, त्याची विश्वसनीयता व प्रतिष्ठा कायम राहिली असली तरी, त्याला उतरती कळा लागल्याचे निदर्शनास येते. बाह्यतः नियोजन आयोगाला कुठलाही सशक्त पर्याय नसल्याने आयोगाच्या प्रतिष्ठेला कुठलाही धक्का लागला नाही. मात्र, १९९०च्या दशकाच्या सुरुवातीला आलेल्या उदारीकरणाच्या लाटेमुळे नियोजन प्रक्रियेचे व त्यात अंतर्भूत संस्थांचे संपूर्ण स्वरूप बदलले आणि म्हणून, जगातील बहुतांश विकसनशील देशांतील अनियंत्रित संस्था व प्रक्रियांनी आर्थिक क्षेत्रातील जलद परिवर्तनाशी जुळवून घेणे आवश्यक ठरले.

आर्थिक उदारीकरणाच्या कालखंडातील नियोजन

सन १९९०च्या दशकाची सुरुवात ही समाजवादी विचारधारेवर आधारित सरकारे व धोरणे यांच्यासाठी एक प्रकारे दुर्दैवी ठरली. उदारीकरणाच्या व जीवनविषयक आणि विकासाच्या बाजाराधिष्ठित शक्तींना सामोरे जात असताना समाजवादी सरकाराबद्दलचा संचित असंतोष उफाळून आला. परिणामस्वरूप, दुर्भेद्य अशा समाजवादी राष्ट्रातील सरकारे कोसळली. तत्कालीन वर्णनानुसार, विकसनशील देशांनी, विशेषतः भारताने, अर्थव्यवस्थेच्या तीव्र आणि अभूतपूर्व अशा अन्य देशांकडून घेतलेल्या कर्जफेडीच्या संकटामुळे अनेक आंतरराष्ट्रीय गुंतवणूकदार आणि पतपुरवठादारांचा विश्वास गमावला. यामुळे प्रचलित आर्थिक नियोजन पूर्णपणे कोसळले नसले तरी त्याबाबत अनेक पतमानांकन संस्थांनी गंभीर प्रश्नचिन्ह उपस्थित केले. असे असले तरी, अधिकृत विश्लेषणानुसार, आर्थिक संकट केवळ व्यापार खात्याच्या घसरणीचा परिणाम नसून त्यामागे भांडवली खात्यासंदर्भातील इतरही अनेक प्रतिकूलता कारणीभूत होत्या असे लक्षात आले. ज्यामुळे सरकारच्या संकट व्यवस्थापन क्षमतेबाबत गंभीर शंका उपस्थित करण्यात आल्या (भारत सरकार १९९१, ६).

नियोजित आर्थिक विकासाच्या नावाखाली बाजारपेठीय शक्तींकडे दुर्लक्ष करण्याचा सरकारचा कल हे दारिद्र्य आणि आर्थिक कुंठितावस्थेचे एक कारण आहे असा युक्तिवाद करण्यात आला. या परिस्थितीवर तोडगा म्हणून शासनाची आर्थिक विकासातील भूमिका कमी करण्यापाठोपाठ संरचनात्मक समायोजन आणि स्थिरीकरण धोरणांचा स्वीकार अपरिहार्य असल्याचे चित्र रंगविण्यात आले. परिणामी, रचनात्मक समायोजन कार्यक्रम (SAPs) नावाने ओळखली जाणारी सुधारणांची संयुक्त प्रणाली आर्थिक संकटावरील रामबाण म्हणून देशावर लादण्यात आली. या सुधारणा प्रणालीचा प्रारंभ जागतिक बँक व आंतरराष्ट्रीय नाणेनिधी यांच्या देखरेखीखाली झाला. सुरचित आर्थिक आणि वित्तीय धोरणे, व्यापार आणि वित्तीय उदारीकरण, खाजगीकरण आणि देशांतर्गत बाजारपेठेचे विनियमन यांवर भर देत रचनात्मक समायोजन कार्यक्रमांनी न्यूनतम सरकार या संकल्पनेचा पुरस्कार केला. आर्थिक हस्तक्षेप टाळून सुरचित मुद्रा नीती आणि बाजारशक्तींद्वारे खाजगीकरण, अर्थसंकल्पाची सुसंगत मांडणी आणि देशाची अर्थव्यवस्था आंतरराष्ट्रीय आर्थिक व्यवस्थेशी जोडणे हे न्यूनतम सरकार या संकल्पनेचे उद्दिष्ट असते.

या पार्श्वभूमीवर, मुक्त बाजारपेठा लोकप्रिय झाल्या तरी निर्हस्तक्षेप नामक धोरणाच्या राक्षसामुळे केंद्रीय नियोजनाचे अस्तित्वच संपावे काय? असा प्रश्न उपस्थित होतो. उदारीकरणाच्या प्रक्रियेमुळे योजना भवनाची, त्याचे राजकीय आणि नोकरशाही स्वरूपाचे महत्त्व टिकविण्यासाठी, संपूर्ण पुनर्बांधणी शक्य नसली तरी नियोजन व्यवस्थेने नवे रूप धारण करणे मात्र गरजेचे होते. नवीन आर्थिक धोरणाच्या (१९९१) स्वीकारानंतर, बदललेल्या आर्थिक-सामाजिक वातावरणात नियोजन आयोगाचे व्यावहारिक अस्तित्व लयाला गेलेले दिसून येते. यामुळेच, भारताच्या आर्थिक प्रगतीत नव-उदारमतवादी धोरणे महत्त्वाची असल्याचे दिसून येते.

नियोजन आयोगाच्या बरखास्तीचे समर्थन करत असताना सार्वजनिक क्षेत्राचा ऱ्हास हा आणखी एक युक्तिवाद पुढे करण्यात आला. या युक्तिवादानुसार, 'मोठ्या प्रमाणावर कराव्या लागणाऱ्या सार्वजनिक गुंतवणुकीसाठी आवश्यक अशा नियोजनावर आधारित नेहरू-महालनोबीस प्रारूपापासून देश दूर गेल्यामुळे नियोजन आयोग हा कालसुसंगत राहिला नाही' (पटनाईक २०१४). सार्वजनिक क्षेत्राच्या बरखास्तीबरोबर कुठल्याही विवक्षित विकास प्रकल्पातील सहभागाचे नियोजन आणि अंमलबजावणी आता संबंधित विभागाकडून करता येणार होती. आणि म्हणून सार्वजनिक क्षेत्राच्या घटत्या महत्त्वाच्या संदर्भात नियोजन आयोगाची गरज संपली. या युक्तिवादात तथ्य असून खरोखरच खुल्या भारतात नियोजन आयोगासारख्या फार मोठ्या अंमलबजावणी यंत्रणेची उपयुक्तता संपुष्टात आली आहे हे उघड आहे. असे असले तरी, १९५०साली घटनेच्या कक्षेत न येणारी संस्था म्हणून नियोजन आयोगाची स्थापना ज्या उद्दिष्टाने केली गेली त्या संदर्भाने राज्याने त्याची भूमिका पार पाडली किंवा नाही हे पडताळून बघण्यासाठी ६४ वर्षांचा आयोगाचा इतिहास उपयुक्त ठरतो. या संदर्भात, या सरकारी संस्थेच्या प्रदीर्घ अस्तित्वाने वसाहतवादोत्तर कालखंडातील भारतीय आर्थिक वृद्धीवरील मोठा ज्ञानसाठा मागे ठेवला आहे.

राज्याच्या नेतृत्वाखाली नियोजनबद्ध विकासाच्या कालसुसंगततेवर लावलेल्या प्रश्नाच्या प्रकाशातही, विकासाची स्थिती आणि शासनाची सामाजिक कर्तव्ये कमी न करण्याची आत्यंतिक गरज म्हणून सुविधा पुरवणारा व मार्गदर्शकाच्या रूपातील नियोजनाचे बाजारपेठीय शक्तीबरोबरचे अपरिहार्य सहअस्तित्व हे भारतीय आर्थिक व्यवस्थेचे व्यवच्छेदक लक्षण म्हणून राहणार आहे. देशाकडून अनुसरले जाणारे प्रतिमान हे फ्रेंच पद्धतीचे 'सूचक नियोजन' असून यामध्ये, दंडात्मक अथवा आज्ञार्थी नियोजनाऐवजी विकासाच्या व्यापक दिशांचे केवळ सूचन केलेले असते. किंबहुना, यामध्ये शासनाची भूमिका कुठल्याही दंडात्मक अथवा नियंत्रणात्मक पद्धतींची मदत न घेता उच्चपिठाधीन लोकप्रतिनिधी म्हणून नेमस्त पद्धतींचा वापर करत नैतिक उत्तेजन देणारा सल्लागार इतपत संकुचित ठरते.[५] अशा व्यवस्थेत, जेव्हा अर्थव्यवस्थेत बव्हंशी खाजगी क्षेत्राची मालकी असते अथवा त्यांचेकडून नियंत्रित केली जाते तेव्हा सरकारी नियोजनाची दिशा ही दिग्दर्शक, नियंत्रक अथवा वितरकाऐवजी सुविधा पुरविणारा, प्रायोजक आणि भागीदाराची असते. नियोजनाद्वारे अर्थव्यवस्थेच्या दीर्घकालीन आर्थिक विकासाबाबतचा दृष्टिकोन सादर करणे ही नियोजनयंत्रणेची मोठी जबाबदारी असते. अशा प्रकारे, फ्रान्ससारख्या विकसित देशांमध्ये प्रचलित चौकटीत भारतातील नियोजनव्यवस्थेचा विचार करता, धोरणात्मक दृष्टीने महत्त्वपूर्ण अशा सुरक्षेच्या आणि सर्वसामान्य जनतेच्या आर्थिक-सामाजिक पुनरुत्थानासाठी देशाच्या आर्थिक घडामोडीत सार्वजनिक क्षेत्राचा मोठा सहभाग राहील, यावर भर देणे आवश्यक आहे. आवश्यक त्या प्रमाणात, नियोजन हे वितरणात्मक अथवा नियंत्रणात्मक असू शकेल (ज्याचा मोठा परिणाम खाजगी क्षेत्राच्या कार्यावर होतो) परंतु, संपूर्ण अर्थव्यवस्थेच्या दृष्टीने विचार करता, किरकोळ कार्यात्मक बाबी खाजगी क्षेत्रावर सोडून नियोजन हे काही निवडक क्षेत्रांवर केंद्रित असते. काही वेळेस खरोखरच याच्या उलटदेखील परिस्थिती असू शकते जेव्हा, अर्थव्यवस्थेतील विविध क्षेत्रांच्या संतुलित आर्थिक विकासासाठी खाजगी क्षेत्र पुढाकार घेऊन त्यांचा आर्थिक विकासाबद्दलचा दृष्टिकोन मांडू शकते आणि शासनाला याचा सहानुभूतिपूर्वक विचार करण्याची आणि प्रस्तुत योजनेच्या अंमलबजावणीत सहभागी होण्याची विनंती करू शकते.

म्हणून, जलद आर्थिक विकासासाठी 'परस्परपूरक शक्ती' म्हणून कार्यरत राहून खाजगी क्षेत्र आणि शासकीय नियोजनाचे सहअस्तित्व आवश्यक आहे. त्यामध्ये अर्थातच सार्वजनिक गुंतवणुकीला चालना देण्यासाठी आणि खाजगी गुंतवणूक इच्छित दिशेने प्रवाहित करण्यासाठी मार्गदर्शक म्हणून नियोजनाचे एक महत्त्वपूर्ण घटक म्हणून अस्तित्व गरजेचे आहे. उल्लेखनीयरित्या नियोजन यंत्रणेने दळणवळण, दूरसंचार आणि हवाई वाहतूक इत्यादी दुय्यम क्षेत्रांमध्ये आरंभीची पायाभूत गुंतवणूक करून खाजगी क्षेत्रास पुढील धाडसी पावले टाकण्यास उत्तेजन दिले. तसेच, अनेक मोठ्या सार्वजनिक उद्योगांभोवती साहाय्यक उद्योग निर्माण केले. जसे की, नियोजन आयोगाने स्वतःच नमूद केल्याप्रमाणे, 'केंद्रीय नियोजन आणि गुंतवणुकीमुळे आणि त्याने निभावलेल्या एकीकरणाच्या भूमिकेमुळे विकासाचा पुढील डोलारा सुरळीतपणे उभा राहण्याची पायाभरणी झाली' (नियोजन आयोग ८).

तथापि, नियोजन आयोगासारख्या संस्थांना भारत सरकार आदर्शवत मानत असल्याने त्यापासून तुटक पद्धतीने नियोजन प्रक्रियेच्या बदलत्या भूमिकेचे मूल्यांकन करणे महत्त्वाचे ठरते. वस्तुतः, निवडणुकीचे राजकारण आणि विचारांचा अभाव यामुळे नियोजन आयोगाचे वैचारिक उद्दिष्ट साध्य झाले नाही. बदललेल्या सामाजिक-आर्थिक परिस्थितीमध्ये नियोजन आयोगाची व्यवहार्यता लयाला गेली आहे असा समज झाल्याने आयोगाच्या अस्तित्वाला लोकांचे पाठबळ मिळाले नाही. परंतु, सार्वजनिक क्षेत्रासाठी बाजारपेठ खुली झाल्याने वितरक म्हणून असलेली आयोगाची भूमिका घटली. असे असले तरी, आयोगाकडील विस्तृत मूलभूत संसाधने आणि माहिती संकलन करण्याचा अनुभव लक्षात घेता आयोगाने देखरेख करणारी संस्था म्हणून कार्यरत असणे शक्य आहे. याखेरीज, राजकीयदृष्ट्या परिणामकारक ठरण्यासाठी, आयोगाने खाजगी गुंतवणुकीची मार्गदर्शक तत्त्वे सुचविताना आर्थिक कौशल्ये दर्शविणेही आवश्यक ठरते.

नियोजन प्रक्रियेबद्दल असलेल्या तक्रारींपैकी एक म्हणजे, आयोगाने सार्वजनिक क्षेत्राकडून केल्या जाणाऱ्या निधीच्या कार्यक्षम वापराचा निर्देशांक म्हणून 'खर्चा'चा सरसकट केलेला उपयोग होय. असे असले तरी, जागतिक बँकेच्या अभ्यासात सुचविल्याप्रमाणे, उपरोक्त दृष्टिकोनाऐवजी नफा क्षमता, उत्पादकता यांची वाढ आणि बचत व गुंतवणुकीतील

तूट या निकषांवर आधारित दृष्टिकोन स्वीकारावा. अशा प्रकारचे प्रागतिक विचार, जेथे आजतागायत सार्वजनिक उद्योगांना भरघोस यश मिळाले नाही अशा क्षेत्रात खाजगी गुंतवणुकीला उत्तेजन देत सार्वजनिक उद्योग तारून नेण्यास मदत करतील. राजकीयदृष्ट्या, राज्य आणि केंद्र यामध्ये निधी वाटपासंदर्भात मध्यस्थाची भूमिका निभावत असताना आणि राष्ट्रीय विकास परिषदेचा हिस्सा म्हणून नियोजन आयोग विशेष आर्थिक क्षेत्रांचे धोरण आणि कर सुधारणा यांसारख्या विषयांच्या चर्चेसाठी आदर्श व्यासपीठ आहे. व्यवसाय हा सावध असावा. परंतु, जेथे पायाभूत क्षेत्राचा संबंध येतो तेथे आयोगाने प्रस्तुत केलेल्या विचारधारेचा आणि उद्योगधंद्यांच्या गरजांचा तोल सांभाळला जावा. जरी पायाभूत क्षेत्राच्या तरतुदी (पुरवठा) आणि उपभोगामध्ये बाजाराचे अर्थशास्त्र आपली भूमिका निभावत असले तरी, सरकारने नीलपत्रिका (दिशादिग्दर्शक आराखडा) सादर करणे गरजेचे आहे. अन्य शब्दांत सांगायचे झाल्यास, सरकारची धोरणे सुस्पष्ट असल्यास खाजगी क्षेत्र आपोआपच पारदर्शक प्रक्रियांचा अवलंब करील.

असे असले तरी, नियोजन विभागाचे कार्यक्षेत्र असायला हव्या अशा आयोगाच्या परिप्रेक्ष्यातील मूलगामी कल्पनांना अजूनही नियोजन आयोगात कोणी हात लावलेला नाही. वस्तुतः नियोजन विभागाने परिस्थितीवर मात करण्यासाठी विविध पर्याय उपलब्ध करून द्यायला हवेत अन्यथा राजकीय नेते त्यांच्या अपरिहार्यतेमुळे आणि भाषणबाजीने वाहवत जाण्याची शक्यता आहे. अशा प्रकारे, राष्ट्रीय आणि उद्योजकीय योजनाकारांच्या परस्पर विचारविमर्शास प्रचंड वाव असून ही प्रक्रिया जपानमधील अनौपचारिक परामर्श क्रियाविधीद्वारे किंवा मलेशियाचे पंतप्रधान प्रमुख मंत्र्यांसहित आघाडीच्या उद्योजकांबरोबर ज्याप्रमाणे विचारविनिमय करतात, त्या रिट्रीट पद्धतीद्वारे, अधिक सशक्त करता येईल. सारांश, नियोजन आयोग हा नियंत्रक नाही, तरी परंतु भारताच्या अर्थ-सामाजिक पुनरुत्थानासाठी मार्ग दाखवणारा एक मार्गदर्शक होऊ शकतो.

नियोजन आयोग ते नीति आयोगः केंद्रकीय परिवर्तन

सन २०१५मध्ये योजना आयोगाच्या (नियोजन आयोग) जागी स्थापन करण्यात आलेला नीति आयोग म्हणजे भारतामध्ये उत्तरउदारमतवादी राजकीय शक्तींचे एकत्रीकरण झालेल्या नव्या सामाजिक-आर्थिक परिस्थितीला देण्यात आलेला विचारधारात्मक प्रतिसाद होय. वसाहतवादोत्तर कालखंडात आर्थिक व सामाजिक बाबींवर राज्याचे नियंत्रण होते त्याउलट, नीति आयोगाच्या स्थापनेतून भारताने मुक्त बाजारपेठीय पद्धतीला दिलेले प्राधान्य प्रतिबिंबित झाले. या पद्धतीमध्ये वृद्धी व विकासासाठी खाजगी भांडवलाची भूमिका महत्त्वपूर्ण मानण्यात आली. एकीकडे, भारतातील सामाजिक-आर्थिक वैविध्य लक्षात घेऊन विभागीय नियोजन करण्यावर नीति आयोगाचा भर होता, तर दुसरीकडे, बदललेल्या परिस्थितीत देशांतर्गत धोरणांमध्ये महत्त्वपूर्ण भूमिका बजावणाऱ्या जागतिक बाजारपेठांशी दुवा साधण्याच्या प्रयत्नाचा हा एक भाग होता.

संकल्पनात्मकदृष्ट्या, नीति आयोगाचे मूळ भारताच्या परंपरेत सापडते. १ जानेवारी २०१५च्या कॅबिनेट ठरावामध्ये सुचविल्याप्रमाणे, आयोगाची वैचारिक मुळे ही महात्मा गांधींच्या 'शाश्वत विकासा'बाबतच्या आग्रहामध्ये सापडतात, ज्यानुसार, 'शाश्वत विकास' साध्य करण्यासाठी व्यक्तींनी परंपरागत शिकवणीचा अव्हेर करू नये असे अपेक्षित आहे. म्हणून, असे नमूद करण्यात आले की,

> नव्या भारतातील बदललेल्या परिस्थितीनुसार अभिशासन संस्था व धोरणांनी नव्या आव्हानांशी जुळवून घेणे अपेक्षित आहे. तसेच, या संस्था व धोरणांची निर्मिती भारतीय राज्यघटनेतील मूलभूत तत्त्वे, सांस्कृतिक इतिहासातील ज्ञानसंपत्ती आणि विद्यमान कालखंडातील सामाजिक-सांस्कृतिक संदर्भ यानुसार होणे आवश्यक आहे (*द गॅझेट ऑफ इंडिया* २०१५, ६).

नीति आयोग ही केवळ संस्थात्मक नवनिर्मिती नसून ते लोकांच्या 'दारिद्र्यनिर्मूलन नव्हे तर दारिद्र्य उच्चाटन' व्हावे या अपेक्षेचे प्रतिबिंब आहे. कॅबिनेट ठरावामध्ये नमूद केल्याप्रमाणे, अभिशासनामध्ये महत्त्वाच्या संस्थात्मक सुधारणांचा प्रारंभ करून संपूर्ण व्यवस्था बदलणे आणि व्यापक बदलाचा प्रारंभ होऊन त्याची जपणूक करण्यासाठी धोरणांमध्ये

कालानुरूप बदल होणे गरजेचे आहे. प्रस्तावित संस्थात्मक बदलांमध्ये सर्व भागीदारांची भूमिकादेखील महत्त्वाची ठरते. विकासातील लोकसहभागाचे महत्त्व अधोरेखित करण्याखेरीज या ठरावाने, 'आर्थिक वृद्धी आणि विकासाची रचना ठरविताना' घटक राज्यांचे निर्णायक मतदेखील लक्षात घेण्यात यावे असे नमूद केले. यामुळे, सर्व राज्यांना एकाच पद्धतीचे नियोजन लागू होते या केंद्रीकृत नियोजन कालखंडातील नियोजन पद्धतीला आव्हान निर्माण झाले. भारतामध्ये क्रांतिकारक बदल होत आहेत. कॅबिनेट ठरावानुसार[६] या बदलाला कारणीभूत ठरणारे घटक पुढीलप्रमाणे आहेतः

१. औद्योगिक व सेवा ही क्षेत्र विकसित झाली असून आता जागतिक पातळीवर कार्यरत आहेत. या अनुषगाने, नव्या भारताला नव्या प्रशासकीय रूपरेषेची गरज आहे. ज्यानुसार, शासन 'प्रत्येक अडचणीवरील रामबाण उपाय नसून' केवळ 'बदलाचे समर्थक' असेल. औद्योगिक आणि सेवाक्षेत्रांमधील शासनाच्या 'कर्ता' म्हणून असलेल्या भूमिकेला मर्यादा असणे गरजेचे आहे. याखेरीज, शासनाने कायदे, धोरणनिर्मिती, नियमन यांवर भर द्यावा.
२. शेतकऱ्यांचे प्रयत्न व तंत्रज्ञान सुधारणा यामुळे भारताची पारंपरिक ताकद असलेल्या कृषिक्षेत्राचे महत्त्व मोठ्या प्रमाणात वाढले आहे. यामध्ये आणखी सुधारणा अपेक्षित आहे, म्हणजेच, आपण अन्न सुरक्षेपासून कृषिउत्पादन आणि उत्पन्नातून शेतकऱ्यांना मिळणारा परतावा ही दुहेरी उद्दिष्टे साध्य करण्याकडे वाटचाल करणे आवश्यक आहे.
३. आधुनिक वाहतूक, दळणवळण आणि संपर्कसाधने, संलग्न आंतरराष्ट्रीय बाजारपेठा आणि संस्था या घटकांनी जोडलेल्या 'जागतिक खेड्यात' आपले वास्तव्य आहे. जागतिक प्रयत्नांमध्ये भारताचे योगदान आहे आणि तसेच, जागतिक घडामोडींचा भारतावर परिणामदेखील होतो. जागतिक अर्थशास्त्र आणि भू-राजकीय यांचे एकत्रीकरण होत आहे व त्याचबरोबरीने खाजगी क्षेत्राचे महत्त्वदेखील वाढत आहे. जगातील सामान्य जनता, मुख्यत्वे, अस्पर्शित भागातील जनतेच्या संदर्भाने होणाऱ्या चर्चा व विचार-विनिमयामध्ये भारताने सक्रिय सहभाग घेणे गरजेचे आहे.
४. संख्या आणि क्रयशक्ती या संदर्भाने भारतातील मध्यमवर्ग उल्लेखनीय आहे. या मोठ्या गटामध्ये नव-मध्यमवर्ग उदयाला आल्यापासून अधिकच वाढ होताना दिसते. नव-मध्यमवर्ग वृद्धीचा महत्त्वाचा घटक ठरला आहे. या वर्गाकडे उच्च शैक्षणिक दर्जा, अनुकुलनीयता व देशातील बदलाला चालना देण्याची प्रचंड क्षमता आहे. आर्थिकदृष्ट्या उल्लेखनीय असलेला हा गट कार्यरत राहील व त्याची क्षमता पूर्णपणे वापरली जाईल हे आपल्यासमोरील आव्हान आहे.
५. भारताकडील उद्योजक, वैज्ञानिक आणि बौद्धिक मानवी भांडवलाचा ठेवा हा यश संपादनासाठीचा ताकदीचा स्रोत आहे. वस्तुतः, आपल्याकडे लोकांच्या रूपाने अस्तित्वात असलेल्या सामाजिक भांडवलाचे देशाच्या विकासाप्रती मोठे योगदान आहे. त्यामुळे उचित धोरण उपक्रमांतून या भांडवलाचा फायदा करून घेणे आवश्यक आहे.
६. २००पेक्षा अधिक देशांमध्ये विखुरलेला अनिवासी भारतीयांचा गट हा जगातील अनेक देशांच्या लोकसंख्येपेक्षादेखील अधिक आहे. ही एक महत्त्वाची भौगोलिक-आर्थिक व भू-राजकीय ताकद आहे. भविष्यातील राष्ट्रीय धोरणांमध्ये या बाबीची दखल घेणे आवश्यक आहे. केवळ आर्थिक साहाय्यक म्हणून नव्हे, तर एकूणच नव्या भारतात या गटाचा सहभाग वाढावा या दृष्टीने हा प्रयत्न होणे आवश्यक आहे. तंत्रज्ञान आणि व्यवस्थापकीय कौशल्यांच्या संदर्भाने या गटाचे योगदान महत्त्वाचे ठरू शकेल.
७. शहरीकरणाचा वेग थांबविता येण्याजोगा नसल्याने त्याकडे नकारात्मक बाब म्हणून पाहण्यापेक्षा तो विकास धोरणाचा अविभाज्य भाग असणे आवश्यक आहे. आधुनिक तंत्रज्ञान वापरण्याची संधी म्हणून शहरीकरणाकडे

पाहणे आवश्यक आहे, म्हणजेच, त्यातून होणारे आर्थिक फायदे उपभोगण्यासाठी शहरीकरणाचे महत्त्व अधोरेखित होते.

८. पारदर्शकता ही सुशासनासाठीची पूर्वअट ठरली आहे. आपण डिजिटल कालखंडामध्ये राहत असून समाजमाध्यमांसारखी संपर्कसाधने व पद्धती याद्वारे शासनाची विचारचौकट व कार्ये लोकांपर्यंत पोहोचविण्याचे व स्पष्टपणे मांडण्याचे काम केले जाते. येणाऱ्या कालखंडाबरोबर या पद्धतीचा प्रभाव वाढतच जाणार आहे. शासनकार्यातील दुर्वर्तनदेखील उघड होण्याकरता शासन आणि अभिशासन संपूर्णपणे पारदर्शक वातावरणात चालविले जावे व अपारदर्शकता कमी करण्यासाठी तंत्रज्ञानाचा वापर करण्यात यावा.

सांप्रत अभिशासन अधिकच गुंतागुंतीचे बनले आहे हे उघड आहे. केंद्रीकृत नियोजनातून व्यक्त होणारा सरळसोट दृष्टिकोन अशा परिस्थितीमध्ये लागू होणार नाही असे कॅबिनेट ठरावाने अधोरेखित केले आहे. अधिक प्रभावी ठरण्याच्या दृष्टीने, सर्वसमावेशक वृद्धी आणि विकासाची परिणामकारक धोरणे तयार करताना विकास योजनांमध्ये सामाजिक–आर्थिक वस्तुस्थितीची दखल घेणे आवश्यक आहे. म्हणजेच, एकसाची दृष्टिकोनापासून विलग असलेली नवी योजना एकांगी असून चालणार नाही. तसेच, जागतिक दृष्टिकोनातून, या योजना समाजातील विविध गटांच्या विशिष्ट मागण्यांप्रती संवेदनशील असणे आवश्यक असते. बदललेल्या परिस्थितीत केंद्रीकृत नियोजन प्रभावी ठरत नसल्याने भारतासारख्या वैविध्यपूर्ण देशाच्या सामाजिक–आर्थिक पुनर्निर्मितीसाठी हा एक अद्वितीय दृष्टिकोन आहे. कॅबिनेट ठरावामध्ये म्हटल्याप्रमाणे:

> आर्थिक वृद्धीसाठी आपण एतद्देशीय योजना शोधून काढणे आवश्यक आहे. नव्या योजनेने भारतामध्ये आणि भारतासाठी काय हितकारक ठरेल या प्रश्नाच्या मुळाशी जाणे गरजेचे आहे. भारतामध्ये कुठलेही एकमेव प्रारूप लागू करणे शक्य नसल्याने प्रस्तावित संस्थेने जगभरातील प्रभावी पद्धती सामावून घेणेदेखील आवश्यक आहे.[७]

ठरावामध्ये पुढे नमूद केल्याप्रमाणे हा 'विकासाचा भारतीय दृष्टिकोन' असेल. संभाव्य प्रश्नांना पूर्वी आखलेली समीकरणे लागू करण्यापेक्षा संदर्भ प्रेरित तोडगे शोधण्यावर या दृष्टिकोनाचा भर असेल. आतापर्यंत नियोजन आयोगाची व्यापक समीकरणे असत, ज्यानुसार घटक राज्यांच्या विशिष्ट योजना लक्षात घेतल्या जात नसत. परंतु, प्रस्तावित नीति आयोग प्रत्येक राज्याच्या विशिष्ट योजनांप्रती संवेदनशील असल्याने त्या त्या राज्यासाठी उचित पर्याय लक्षात घेऊन धोरण पर्याय निर्माण करणे आयोगाकडून अपेक्षित असेल.

नीति आयोगामध्ये पंतप्रधानांच्या अध्यक्षतेखाली सर्व राज्यांचे मुख्यमंत्री आणि केंद्रशासित प्रदेशांचे नायब राज्यपाल यांचा समावेश असलेले शासक मंडळ असेल. तसेच या सर्वांसह एखाद्या विषयाचे विशेष ज्ञान असलेल्या तज्ज्ञांना आयोगाच्या कार्यामध्ये योगदान देण्यासाठी पंतप्रधान निमंत्रित करू शकतात. नियोजन आयोगाचे आर्थिक विकासाचे समीकरण व्यापक होते. मात्र, एकापेक्षा अधिक राज्यांवर किंवा प्रदेशावर परिणाम करणाऱ्या विशिष्ट प्रश्नांची दखल घेण्यास स्थापन करण्यात आलेली प्रादेशिक मंडळे नीति आयोगाचे साहाय्यक असतील. विशिष्ट प्रकल्पांसाठी निधीवाटप करण्याच्या प्रक्रियेत राज्यांचे मत लक्षात घेतले जात नसल्याने राज्याच्या नेतृत्वाखालील विकास कालखंडामध्ये राज्यांचे कल लक्षात घेणे शक्य नव्हते. मात्र, नीति आयोगाच्या असाधारण रचनेमुळे राज्य व प्रदेशांचे कल लक्षात घेणे शक्य होईल. आता भागीदार म्हणून राज्ये निर्णय प्रक्रियेत सहभागी होतील त्यामुळे, धोरणनिर्मितीची क्षेत्रे अधोरेखित होण्यास मदत होईल. अशा प्रकारे, नीति आयोगाची कल्पना अधिक चांगल्या पद्धतीने कार्यान्वित होईल. उदाहरणार्थ, केरळ येथील सामाजिक निर्देशके ही अधिक विकसित असल्याने त्या राज्याला महिला सबलीकरणासाठी केंद्रशासनाच्या साहाय्याची गरज भासणार नाही; मात्र, इतर राज्यांच्या बाबतीत हेच सूत्र लागू होईल असे नाही. प्रदेशातील विशिष्ट मागण्यांची दखल घेण्यासाठी स्थापन करण्यात आलेली प्रादेशिक मंडळे ही भारतातील विकास आलेखातील एक अनोखी उपाययोजना आहे. याचे कारण असे की, आर्थिक वृद्धीच्या योजना आखताना ही मंडळे वास्तवाशी जोडलेली असतील.

कॅबिनेट ठरावामध्ये नीति आयोगाच्या निर्मितीची उद्दिष्टे स्पष्टपणे मांडण्यात आली आहेत. एकीकडे राष्ट्रीय प्राधान्ये लक्षात घेणे व दुसरीकडे सांघिक भारतातील घटक राज्यांच्या विशिष्ट गरजा लक्षात घेणे ही नीति आयोगाची उद्दिष्टेदेखील कॅबिनेट ठरावामध्ये स्पष्टपणे अधोरेखित करण्यात आली आहेत. तीन प्रकारची परस्परसंबंधित उद्दिष्टे आहेतः एक, राष्ट्रीय प्राधान्यांवर भर देणारी संस्था म्हणून नीति आयोगाने, 'राष्ट्रीय उद्दिष्टे लक्षात घेऊन राज्यांच्या सक्रिय सहभागासह राष्ट्रीय विकास प्राधान्यक्रम, क्षेत्रे, आणि योजना यांचा मिलाफ साधणे अपेक्षित आहे.' 'बलवान राज्यांनी बलवान राष्ट्र बनते' या तत्त्वानुसार आयोग 'सहकारी संघराज्यवाद' साध्य करण्याचा प्रयत्न करील. 'हे उद्दिष्ट राज्यांसह रचनात्मक साहाय्यक उपक्रम व योजना राबवून साध्य करता येईल'. तृणमूल पातळीवरील विशिष्ट गरजांप्रती संवेदनशील असा आयोग कार्यान्वित करणे हे दुसरे उद्दिष्ट होय. या ठरावामध्ये सूचित केल्याप्रमाणे, नीति आयोगाने 'ग्रामीण पातळीवर विश्वासार्ह योजना तयार करणे आणि क्रमशः त्या योजना शासनाच्या वरच्या पातळ्यांपर्यंत व्यापक करणे' यासाठी आवश्यक यंत्रणा तयार करणे अपेक्षित होते; सर्वसमावेशक वृद्धीचे उद्दिष्ट साध्य करण्यासाठी 'ज्या क्षेत्रांना आर्थिक प्रगतीचा पुरेसा फायदा होणार नाही अशा क्षेत्रांकडे विशेष लक्ष पुरविणेदेखील' आयोगाकडून अपेक्षित आहे; आणि सरतेशेवटी, शाश्वत विकासासाठी नीति आयोगाने 'सुसूत्र आणि दीर्घकालीन योजना, कार्यक्रम आराखडे आणि उपक्रम आखून त्यांची प्रगती व परिणामकारकता वेळोवेळी तपासून पाहणे' अपेक्षित आहे. आयोगाच्या कार्याची परिणामकारकता वाढावी यासाठी आवश्यक असलेला माहितीचा साठा निर्माण करण्याच्या प्रक्रियेतील आयोगाचे योगदान या संदर्भाने तिसरे उद्दिष्ट नमूद करता येईल. उपक्रमांचा आढावा आणि सर्व भागीदार व्यक्तींचे अभिप्राय आर्थिक विकास योजनांची आखणी करताना अतिशय महत्त्वाचे ठरतात, असे मानले जाते. अनेक घटकांच्या एकत्रीकरणातून कार्यसिद्धीच्या कालखंडात, 'राष्ट्रीय आणि आंतरराष्ट्रीय तज्ज्ञ, व्यावसायिक आणि इतर कर्ते यांच्या एकत्रीकरणातून माहिती, नावीन्यपूर्णता आणि उद्योजकांची भक्कम साहाय्य यंत्रणा' तयार करण्याचे उद्दिष्ट साध्य करण्यासाठी नीति आयोग महत्त्वाच्या भागीदारांसह काम करणे आणि राष्ट्रीय व आंतरराष्ट्रीय रणनीतीज्ञ गटांशी भागीदारीने काम करणे नाकारू शकत नाही. आयोगाची सुरचित कार्यरचना लक्षात घेता, हा आयोग म्हणजे भारतातील 'सुशासन आणि न्याय्य विकासाच्या प्रक्रियांचे मुख्य व सुसज्ज साधन असेल' यात शंका नाही.[८]

नीति आयोगाने देशासाठी केवळ योजना आखणे अपेक्षित नसून विकासात्मक कार्यक्रमांना चालना देणे व त्याची अंमलबजावणी करणेदेखील अपेक्षित आहे हे वरील उद्दिष्टांमधून स्पष्ट होते. अंमलबजावणीचा विचार केंद्रभागी ठेवूनच नियोजन करावे हा मुद्दा येथे अधोरेखित होतो. दृश्य परिणाम, वास्तववादी ध्येये, ठरावीक कालमर्यादा आणि काटेकोर देखरेख आणि मूल्यमापन यावर भर देऊन अंमलबजावणी करावी–'केवळ नियोजनाचे दूरस्थ सांकल्पनीकरण करण्यापासून अंमलबजावणीचा विचार करून नियोजन करणे' हा उल्लेखनीय प्रवास येथे अभिप्रेत आहे (भारत सरकार २०१५, १३). संपूर्णपणे भिन्न उद्दिष्टे साध्य करण्याचा प्रयत्न म्हणून स्थापन करण्यात आलेला नीति आयोग या अर्थाने नियोजन आयोगापेक्षा पूर्णपणे वेगळा ठरतो. नीति आयोगाच्या कार्याचे 'सर्वांगीण, सर्वव्यापी, सर्वसमावेशक आणि समग्र' असे प्रारूप हे नीति आयोगाचे वेगळेपण ठरते (भारत सरकार २०१५, १६). याउलट, राज्याच्या नेतृत्वाखालील नियोजनाला उतरती कळा लागली असताना नियोजन आयोग आर्थिक बदलांच्या प्रक्रियांशी जोडलेला नव्हता आणि जलद गतीने बदलणाऱ्या सामाजिक–आर्थिक परिस्थितीप्रती संवेदनशीलदेखील नव्हता.

शासनाला कर्ता कमी व सक्षम करणारा अधिक मानणाऱ्या नवउदारमतवादी नीतितत्त्वांशी सुसंगत असलेल्या नीति आयोगाची स्थापना हा एक धाडसी प्रयत्न आहे. देशामध्ये एकसाची विकासाचे उद्दिष्ट साध्य करण्यासाठी स्थापन करण्यात आलेल्या नियोजन आयोगाची संपूर्ण क्षमता या उद्दिष्टाप्रती पणाला लागली याची साक्ष इतिहास देतो. बदललेल्या परिस्थितीमध्ये, देशांतर्गत व आंतरराष्ट्रीय बदलांशी जुळवून घेण्यासाठी, आर्थिक–सामाजिक बाबींवर नियंत्रण असलेले राज्य स्थगित केल्यानंतर आर्थिक विकासातील नियोजन आयोगाचे महत्त्वदेखील कमी झाले. म्हणजेच, राज्य–निर्देशित विकास नमुन्याचे महत्त्व कमी झाले तसे नियोजन आयोगाचेदेखील महत्त्व कमी झाले. राज्य–निर्देशित विकास नमुन्यामध्ये,

आर्थिक नियोजन आणि विकासातील इतर समांतर कर्त्यांकडे दुर्लक्ष करून, सर्वश्रेष्ठ कर्ता म्हणून राज्याच्या भूमिकेचा कायमच पुरस्कार करण्यात आला. राज्याची भूमिका सर्वश्रेष्ठ आहे या गृहीतकाला आव्हान म्हणून स्थापन करण्यात आलेला नीति आयोग ही एक तीक्ष्ण प्रतिक्रिया आहे. ज्यायोगे, नियोजन व नियोजन अंमलबजावणी या दोहोंमध्ये अनेक कर्त्यांना सामावून घेण्याचा प्रयत्न केला जातो. या अर्थाने, नियोजित अर्थव्यवस्थेबाबत झालेला भ्रमनिरास आणि केवळ प्राधान्ये लक्षात घेऊन घटक राज्यांना वार्षिक निधीवाटप करणारी यंत्रणा इतपत नियोजन आयोगाची भूमिका सीमित राहिल्याने परिणामी नीति आयोगाची स्थापना करण्यात आली. अभिशासनामध्ये केवळ राज्य सर्वश्रेष्ठ न मानता नवउदारमतवादी नीतितत्त्वांच्या वाढत्या प्रभावाच्या संदर्भाने नियोजित आर्थिक विकासाच्या नीतीचा हवा तसा परिणाम झाला नाही. अशा प्रकारे, सर्वसमावेशक वृद्धीची कालसुसंगत यंत्रणा आणि गरिबातील गरीब व्यक्तीपर्यंत विकास पोहोचवण्याची यंत्रणा (*अंत्योदय*) निर्माण करण्याचा एक संदर्भानुसारी प्रयत्न म्हणजे नीति आयोग होय.

संकल्पनात्मकदृष्ट्या, राज्याच्या नेतृत्वाखालील आर्थिक विकासाचा भ्रमनिरास नीति आयोगामध्ये प्रतिबिंबित होतो. तसेच, शाश्वत वृद्धीची सर्वाधिक परिणामकारक यंत्रणा म्हणून आयोग नवउदारमतवादी तत्त्वांच्या आधाराने कार्य करील. भारतातील विकासाचा आतापर्यंतचा आलेख लक्षात घेता नीति आयोग वैचारिकदृष्ट्या एका नव्या पर्वाची सुरुवात करील असे त्याच्या उद्दिष्टांमधून स्पष्ट होते. मात्र, आयोगाच्या भविष्याबाबत आताच काही भाष्य करणे योग्य ठरणार नाही. सध्याच्या नवउदारमतवादी संदर्भाने, राज्य मागे पडले असले तरी, आयोगाच्या कार्यांतील कर्त्यांचा वाढता सहभाग लक्षात घेता, ती एक कालसुसंगत यंत्रणा ठरू शकेल. याखेरीज, अधोमुख दृष्टिकोनाऐवजी अधोमुख नियोजनाच्या दृष्टिकोनाचा त्याग करून ऊर्ध्वमुख नियोजनाचा पर्याय निवडल्याने, आर्थिक नियोजनामध्ये आतापर्यंत दुर्लक्षित असलेल्या परिघावरील व्यक्तींची दखल नीति आयोगाद्वारे घेतली जाते. शासक मंडळे आणि प्रादेशिक मंडळे स्थापन करून राज्याचे अधिकार उचलून धरण्याकडेदेखील नीति आयोगाने स्पष्ट पाऊल उचलले आहे, असे म्हणता येईल. राज्यांचे चर्चापीठ असलेल्या राष्ट्रीय विकास परिषदेच्या जागी ही मंडळे स्थापन करण्यामागे भारताच्या नव्या राजकीय चर्चाक्षेत्रामध्ये सर्व सहभागी समाविष्ट व्हावे हा हेतू होता. यानुसार लोकांवर निर्णय लादता येणार नाहीत तर, लोकांमध्ये होणाऱ्या वादविवाद व चर्चांचेच ते फलित असेल. या अर्थाने, नीति आयोग ही केवळ नियोजन अथवा नियोजन अंमलबजावणीची यंत्रणा नसून नवउदारमतवादी संदर्भाने, भारतातील अभिशासन लोकशाहीकरण प्रक्रियेचे दृढीकरण करण्याचे एक साधन आहे.

निष्कर्षात्मक निरीक्षणे

नियोजन ही एक दूरदृष्टी असून तो राष्ट्रवादी चळवळीचा अविभाज्य भाग आहे; समाजाची सेवा करण्यासाठी ज्ञान आणि सत्ता यांची सांगड घालावी या भावनेमध्ये नियोजनाचे मूळ दडलेले आहे. नियोजन आयोगाच्या प्रभावी स्थानाबद्दल विरोधकांमध्ये धुसफूस होत असली तरी नियोजनाच्या संकल्पनेची उपयुक्तता आणि नियोजन आयोगाची यंत्रणा याबाबत मात्र एकमत असल्याचे दिसते. या मान्यतेमागे दोन प्रमुख कारणे आहेतः एक म्हणजे, शासनाकडील संसाधनांची कमतरता आणि दुसरे, अनेक संसाधनांच्या वापरावर मर्यादा असल्याने भारतासमोर आ वासून उभ्या असलेल्या अडचणी. स्वातंत्र्योत्तर कालखंडात, भारताच्या सामाजिक-आर्थिक पुनर्बांधणीचा विचार करता राज्य मुख्य मध्यस्थ बनले. या कालखंडात प्राधान्ये वेगळी होती व राज्याने निवडलेले उपाय संदर्भानुसारी होते. भारताच्या वृद्धीचा आलेख उल्लेखनीय असला तरी, भारताच्या आर्थिक योजनांनी वृद्धीच्या आड येणाऱ्या अडचणी हाताळण्याचा प्रयत्न केला. स्वावलंबी भारताचे एकत्रीकरण करण्यामध्ये नेहरूंच्या राज्यपुरस्कृत विकास नियोजनाचे योगदान असले तरी, त्यांची नियोजन प्रणाली परिपूर्ण होती असे म्हणता येणार नाही. या तरुण देशामध्ये राष्ट्रीय नेतृत्वाने हाती घेतलेले उपक्रम तडीस नेण्यासाठीची संख्यात्मक क्षमता असल्याने उद्दिष्टप्रेरित आणि संसाधन आधारित नियोजनाची न्याय्य पद्धत म्हणून यशस्वी ठरली. संकल्पनात्मकदृष्ट्या प्रेरक आणि राजकीयदृष्ट्या अर्थपूर्ण असलेल्या आर्थिक वृद्धीच्या राज्याच्या नेतृत्वाखालील नियोजनाच्या बाजूने असलेला युक्तिवाद महत्त्वाकांक्षी आणि परिपूर्ण असल्याने सहजपणे स्वीकृत करण्यात आला.

तथापि, सन १९९०मध्ये उदारीकरण, खाजगीकरण आणि जागतिकीकरणाच्या धोरणांचा प्रारंभ झाल्याने परिस्थितीदेखील मोठ्या प्रमाणात बदलली. तसेच, संपूर्ण नियोजन प्रक्रिया आणि नियोजन आयोग यंत्रणा ज्या दिशेने कार्यरत होती त्यामध्येदेखील बदल झाला. नवे आर्थिक उपक्रम सुरू झाल्याने शासन गुंतवणुकीचे प्रमाण कमी झाले. नियोजन आयोगाने देशातील आर्थिक विकासाला दिशा दाखविणे किंवा देशातील आर्थिक विकास व्यापकतेने पुढे नेणे अपेक्षित होते, म्हणजेच, निर्देशक नियोजन पद्धती कार्यान्वित झाल्याने पूर्वीची अनिवार्य नियोजनाची पद्धत स्थगित करण्यात आली. तथापि, निर्देशक नियोजनाच्या नव्या पद्धतीचा पाया घातला गेला तरी, सामाजिक क्षेत्र जोवर शासनाचे प्राधान्यक्षेत्र आहे तोवर पारंपरिक क्षेत्रीय नियोजनाला धक्का पोहोचणार नाही, असा ठाम युक्तिवाद नियोजनकारांनी केला.

सन २०१४मध्ये संयुक्त पुरोगामी आघाडीचे राष्ट्रीय सरकार बदलल्याने, विशेषतः नियोजित आर्थिक योजनेशी संबंधित, नवे प्रश्न निर्माण झाले. याचवेळी अनेक राज्यांत प्रादेशिक पक्ष उदयाला आल्याने भारतातील राजकीय पटलावरदेखील बदल झाले. येथे अनेक विचारधारांचे अस्तित्व अभिप्रेत आहे. अस्पष्ट आणि कालबाह्य तत्त्वांच्या आधाराने केंद्रीय संसाधने राज्यांना हस्तांतरित करण्याचे प्रचलित अधोमुख प्रारूप, लक्ष्यित लाभार्थी कायम दुर्लक्षित राहिल्याने, भारतात सर्वसमावेशक वृद्धी घडवून आणण्यात पूर्णपणे अपयशी ठरले. विकेंद्रित नियोजनाचे वाढते महत्त्व लक्षात घेता, नियोजन आयोगाच्या आदेशानुसार कार्यान्वित असलेले नियोजनाचे अधोमुख आणि निर्धारपूर्ण प्रारूप 'एकसाची' उपाययोजनांकडे कल असल्याने निष्प्रभावी ठरले. परिणामी, तृणमूल पातळीवरील नियोजन, किंवा नियोजनाच्या ऊर्ध्वमुख प्रारूपाला स्वीकृती मिळाली. अनेक राज्यांमध्ये तृणमूल पातळीवरील मागण्यांनुसार संसाधने पुरविण्यात आलेले यश हे यामागील कारण होते. अशा प्रकारे, आर्थिक उदारीकरणाच्या योजनेने केवळ नव्या कर्त्यांना सामावून घेतले नाही, तर तिने दुर्लक्षित किंवा सामाजिक-आर्थिक बदलातील खऱ्या कर्त्यांच्या सहभागासाठी मार्ग खुले केले. यातून सकारात्मक निष्पत्ती झाली असा दावा करणे मात्र कठीण आहे. असे असले तरी, नियोजन आयोगासारख्या अरेरावी करणाऱ्या संस्थेची पिछेहाट आणि तृणमूल नियोजनाला प्राप्त झालेले महत्त्व या बाबी पर्यायी सांकल्पनीकरण करण्यास उपयुक्त ठरतील. विद्यमान सार्वजनिक अधिकारक्षेत्रात अशी पर्यायी व्यवस्था निर्माण करणे हा जणू एक शाप ठरला आहे. अन्य शब्दांत सांगावयाचे झाल्यास, नियोजन आयोगाच्या स्थगितीमुळे वरवर गुंतागुंतीच्या वाटणाऱ्या प्रश्नांवर तोडगा शोधण्यासाठी व परिणामकारक अंमलबजावणीच्या यंत्रणा उभारण्यासाठी नव्या कल्पना कार्यान्वित करण्याची संधी उपलब्ध झाली आहे. चीनमधील राष्ट्रीय विकास आणि सुधारणा आयोगाप्रमाणे रणनीतिज्ञ गट स्थापन करण्याच्या कल्पनेचे समर्थन करण्यात आले. हा रणनीतिज्ञ गट सांघिक भारताच्या विशिष्ट सामाजिक-आर्थिक बदलांप्रती संवेदनशील असावा व या गटाद्वारे आर्थिक वृद्धीसंबंधीचे प्रश्न हाताळताना नियोजनाच्या 'एकसाची सूत्रा'ला आव्हान देण्यात यावे असे अपेक्षित होते. म्हणून, बदललेल्या सामाजिक-आर्थिक आणि राजकीय परिस्थितीमध्ये विकासाचे पर्यायी सांकल्पनीकरण करण्याच्या प्रयत्नाचे निष्पन्न म्हणजे नीति आयोग होय असे म्हणता येईल. नव-उदारमतवादी वैश्विक जगामध्ये केंद्रीकृत नियोजनाच्या व्यवहार्यतेवर टीका म्हणून स्थापन करण्यात आलेला नीति आयोग हा एक संदर्भानुसारी प्रतिसाददेखील होता.

आर्थिक नियोजनामध्ये सर्व कर्त्यांचा सहभाग निश्चित करून नियोजन सर्वसमावेशक करण्याचा नीति आयोगाचा प्रयत्न आहे, म्हणून नीति आयोग ही नियोजन आयोगाचा केवळ संस्थात्मक बदल नसून, नव्या संदर्भाने नियोजनाचा पुनर्शोध घेण्याचा एक प्रयत्न आहे. बदललेल्या संदर्भामध्ये केवळ राज्य सर्वश्रेष्ठ नसून विकासामध्ये अशासकीय कर्त्यांचे महत्त्वदेखील वाढले आहे. नीति आयोग सध्या नवजात अवस्थेत असल्याने या घटकेला त्याच्या भविष्यावर कुठलेही भाष्य करणे सयुक्तिक ठरणार नाही. परंतु, या अन्वये, सन १९९१मध्ये भारताने नव्या आर्थिक धोरणाचा स्वीकार करेपर्यंत निर्विवाद असलेल्या, राज्यपुरस्कृत-विकास-नमुन्याच्या अस्तित्वावर प्रश्नचिन्ह निर्माण करण्यात आले आहे. थोडक्यात, सन १९५०मध्ये नियोजन आयोगाची स्थापना करताना संस्थापकांना अपेक्षित असलेली उद्दिष्टे साध्य करण्यात केंद्रीकृत नियोजनाला सपशेल अपयश आल्याने नीति आयोगाच्या स्थापनेला चालना मिळाली असे म्हणता येईल.

बदललेल्या सामाजिक-आर्थिक परिस्थितीमध्ये, नियोजन आयोगाची विश्वासार्हता लयाला गेली, तसेच, भारताच्या एकसाची आर्थिक विकासासाठी उचित योजना आखण्यात आयोगाला अपयश आल्याने आयोगाचे अस्तित्व हा गंभीर वादाचा मुद्दा ठरला. भारतासारख्या वैविध्यपूर्ण देशात विकासाचे एकसाची सूत्र सयुक्तिक ठरणार नाही हे लक्षात घेऊन स्थापन करण्यात आलेला नीति आयोग आर्थिक विकासाचे पर्याप्त साधन आहे. नीति आयोगाने आर्थिक बदल आणि विकासामधील सर्व कर्त्यांची महत्त्वाची भूमिका लक्षात घेतली आहे हे यामागील महत्त्वाचे कारण आहे.

सन २०१४मध्ये भारतीय जनता पक्षाच्या नेतृत्वाखालील राष्ट्रीय लोकशाही आघाडीचे सरकार सत्तेत येईपर्यंत निर्विवाद असलेल्या राज्य-निर्देशित विकास प्रारूपाच्या व्यवहार्यतेबाबत कुठलाही निष्कर्ष काढण्यापूर्वी एका मूलभूत मुद्द्याची पुनरुक्ती होणे आवश्यक आहे. नियोजनाचे मूळ विशिष्ट प्रकारच्या सत्तासमीकरणामध्ये असल्याने ते केवळ आर्थिक परिघाशी संबंधित नाही. म्हणून, नियोजन आयोगाच्या स्वरूप आणि कार्यांचे सांकल्पनीकरण करताना सत्तासमीकरणांची भूमिका दुर्लक्षित करून चालणार नाही. राजकीय परिघात प्रतिबिंबित होणारे भारताचे वैविध्य हा येथे कळीचा मुद्दा आहे. म्हणून, नियंत्रित अर्थव्यवस्थेमध्ये राज्याची सर्वश्रेष्ठ भूमिका कायम राहील अशा प्रारूपाचे राजकीय समर्थन म्हणून नियोजित आर्थिक विकासाची कल्पना उचलून धरण्यात आली असा साधा युक्तिवाद केला जातो. आर्थिक उदारीकरणाच्या बदललेल्या संदर्भामध्ये, राज्य केवळ 'कर्ता' नसून 'सक्षम करणारा' ठरला असल्याने अशा कल्पनांची व्यवहार्यता नाहीशी झाली. अशा प्रकारे, सन १९४७मध्ये ब्रिटिश माघारी गेल्यानंतर, स्वातंत्र्याच्या सुरुवातीच्या कालखंडात नेहरू व त्यांच्या राष्ट्रीय सहकाऱ्यांनी ठासून मांडलेल्या राज्य-निर्देशित विकास प्रारूपाला उतरती कळा लागल्याने विद्यमान राज्यपद्धती वरचढ ठरली आहे.

टिपा

१. अधिक तपशिलासाठी पहा चक्रबर्ती (१९९२).
२. उदाहरणादाखल पहा डी. डी. बसू (१९९२,३०८) मधील युक्तिवाद.
३. नियोजन हा केंद्र-राज्य संबंधांतील अडथळा आहे यासंबंधीच्या तपशीलवार मांडणीसाठी पहा हेगडे (१९९८).
४. शासकीय तसेच वैयक्तिक परिप्रेक्ष्य दर्शविणारे दोन विश्लेषणात्मक अभ्यास उपक्रम. भारत सरकार (१९६८, ९६-९७) आणि फ्रँकेल (१९७८, ३१०-११).
५. उदाहरणार्थ, भारतातील निर्देशक नियोजनाची मुळे शोधून काढताना पंतप्रधानांनी अलीकडे दिलेला सल्ला येथे नमूद करता येईल. काही भारतीय बहुराष्ट्रीय कंपन्यांच्या मुख्य कार्यकारी अधिकाऱ्यांचे अवाजवी वेतन व भत्ते यावर चाप ठेवणे. हा एक नैतिक सल्ला होता व त्याला कुठल्याही कायद्याची पार्श्वभूमी नव्हती. हा सल्ला कंपन्यांच्या हिताचा नाही असे मानून उद्योजकांच्या मंडळाने त्याची दखल घेतली नाही. शासनाकडूनदेखील पुढे याबाबत काही कारवाई केली नाही. पहा *द हिंदू* (२००७).
६. १ जानेवारी २०१५चा कॅबिनेट ठराव-*द गॅझेट ऑफ इंडिया* (२०१५)मध्ये पुनःप्रकाशित.
७. १ जानेवारी २०१५चा कॅबिनेट ठराव-*द गॅझेट ऑफ इंडिया* (२०१५)मध्ये पुनःप्रकाशित.
८. या नोंदी १ जानेवारी २०१५च्या कॅबिनेट ठरावातील आहेत-*द गॅझेट ऑफ इंडिया* (२०१५) मध्ये पुनःप्रकाशित.

संदर्भ

Austin, Granville. 1966. *The Indian Constitution: Cornerstone of a Nation*. New Delhi: Oxford University Press.

———. 2003. *Working a Democratic Constitution: A History of the Indian Experience*. New Delhi: Oxford University Press.

Bagchi, Amiya. 1995. 'Dialectics of Indian Planning: From Compromise to Democratic Decentralization'. In *Industry and Agriculture in India since Independence*, edited by T. V. Sathyamurthi, 47. New Delhi: Oxford University Press.

Basu, D. D. 1992. *Introduction to the Constitution of India*. New Delhi: Prentice-Hall of India.

Chakrabarty, Bidyut. 1992. 'Jawaharlal Nehru and Planning, 1938–41: India at the Crossroads'. *Modern Asian Studies* 26 (2).

Frankel, Francine R. 1978. *India's Political Economy, 1947–1977: The Gradual Revolution*. Princeton, NJ: Princeton University Press.

GOI. 1968. *Report of the Study Team: Centre–State Relationships*. Administrative Reforms Commission, Manager of Publications, Government of Indi, New Delhi.

———. 1991. *Economic Survey*, 1991–92. Ministry of Finance, Government of India, New Delhi.

———. 2015, 8 February. *NITI Aayog: From Planning to NITI: Transforming India's Development Agenda*. Government of India, New Delhi.

Government of India. 2015. *The Gazette of India*. Cabinet Secretariat Resolution,1 January, New Delhi, p. 6.

Jha, A. N. 1984. 'Planning, the Federal Principle and the Parliamentary Democracy'. In *Union– State Relations: Selected Article*, edited by Abhijit Dutta, 7. New Delhi: Indian Institute of Public Administration.

Hegde, Ram Krishna. 1988. *Planning and the State Rights*. Bangalore: Government of Karnataka.

Panthem, Thomas. 1982. 'Elites, Classes and the Distortion of Economic Transition in India'. In *Contemporary India,* edited by N. R. Inamdar, R. M. Bapat, P. N. Limaye, S. N. Tawale and Rajendra Vora, p. 221. Pune: Continental.

Patnaik, Prabhat. 2014. "End of the Planning Commission?" *Economic and Political Weekly*, 29, July 19.

Planning Commission. *Annual Report, 1993–1994*. Government of India, New Delhi.

Santhanam, K. 1960. *Union–State Relations in India.* New Delhi and Mumbai: Indian Institute of Public Administration and Asia Publishing House.

Sarup, Anand, and Sulabha Brahme. 1990. *Planning for the Millions*. New Delhi: Wiley Eastern Limited.

Sethi, J. D. 1992, 14 March. 'Autonomy of the Planning Commission'. *Mainstream*: 23.

The Hindu. 2007. 7 June.

The Gazette of India. (2015), 7 January. *The Gazette of India* 1 (6): 6–9.

The World Bank. 1995. *Bureaucrats in Business: The Economics and Politics of Government Ownership*. London: Oxford University Press.

भारतातील वित्तीय व्यवस्थापन

११

अर्थसंकल्प हा किमान दोन मूलभूत कारणांमुळे वित्तीय प्रशासनासाठी महत्त्वाचा ठरतोः एकीकडे अर्थसंकल्प हा, खर्च आणि उत्पन्नाच्या नियोजनामध्ये ज्याचे प्रतिबिंब पडले आहे अशा, राज्यव्यवस्थेच्या वित्तीय सुदृढतेचा निश्चित असा निर्देशक असतो. तर दुसरीकडे, तो ठरावीक तसेच उत्पन्न आणि व्यय घटकांशी संबंधित सुव्याख्यित संभाव्य चलांच्या आधारावर देशाच्या भविष्याची आखणी करतो. म्हणून, कुठल्याही देशातील आर्थिक प्रशासनाचे खरे स्वरूप समजून घ्यावयाचे असल्यास अर्थसंकल्पाकडे दुर्लक्ष करून चलणार नाही. अर्थसंकल्प वित्तीय प्रशासनाचा अविभाज्य भाग आहे, याखेरीज, त्याच्या निर्मितीतील 'राजकीय प्रक्रिया' त्यातून संपूर्णतः स्पष्ट होत नसल्या तरी सूचित होतात. अर्थसंकल्प हा केवळ व्यय आणि उत्पन्नाचा दस्तऐवज नसून त्यातून देशाची विचारधारात्मक प्राधान्येदेखील सूचित होतात. भारतीय अर्थव्यवस्था हे या संदर्भातील उल्लेखनीय उदाहरण आहे. आर्थिक उदारीकरण धोरणाचा एक भाग असलेले सन १९९१चे नवे आर्थिक धोरण स्वीकृत करण्यापूर्वी भारतामध्ये मिश्र अर्थव्यवस्थेचे समर्थन करणारे, नेहरूंचे समाजवादी स्वरूपाचे धोरण कार्यान्वित होते. त्यामुळे त्या काळातील सरकारांनी पारित केलेले अर्थसंकल्प या उद्दिष्टपूर्तीची दखल घेऊन मांडण्यात आले होते हे उघड आहे. मात्र, भारतीय अर्थव्यवस्था खुली करण्याचा निर्णय घेण्यात आल्यानंतर हे चित्र बदलले. सरकारांच्या अर्थसंकल्पाच्या स्वरूपांमध्ये महत्त्वपूर्ण बदल झाले. सन १९९१नंतरच्या काळातील अर्थसंकल्पांमध्ये शासनाचा पूर्वीचा समाजवादी पवित्रा बदलून नव्या विचारधारेकडील कल प्रतिबिंबित झाला. अशा प्रकारे, अर्थसंकल्प हे बदललेल्या परिस्थितीमध्ये शासनाच्या वाटचालीच्या नव्या दिशा आणि धोरणे दर्शविणारे साधन होय. अर्थसंकल्पाचे महत्त्व आणि व्यापक स्वरूप लक्षात घेता, या प्रकरणामध्ये, भारतातील वित्तीय प्रशासनाच्या संदर्भाने अर्थसंकल्पावर व्यापक चर्चा करण्यात आली आहे. एक संकल्पना म्हणून अर्थसंकल्पामध्ये कुठले घटक समाविष्ट आहेत यावर चर्चा करण्यात आली आहे आणि भारतातील बदलत्या सामाजिक-आर्थिक परिस्थितीचा वेधही घेण्यात आला आहे. एक प्रक्रिया आणि एक उपक्रम म्हणून, भारतातील अर्थसंकल्प आणि वित्तीय प्रशासन यांचा सखोल अर्थबोध घडवण्यासाठी पाहणे हा येथील मुख्य हेतू आहेः एक प्रक्रिया म्हणून, उद्दिष्टपूर्तीसाठी अर्थसंकल्प सतत नवनवीन आयाम उलगडत असतो, एक उपक्रम म्हणून, अर्थसंकल्प हे ठरावीक काळात साध्य करावयाच्या संभाव्य सामाजिक-आर्थिक वृद्धीचे एक विशिष्ट साधन आहे.

कालपरत्वे अर्थसंकल्प धोरणांचा बदलता चेहरा

भारतातील वर्तमान अर्थसंकल्पीय व्यवस्थेची सुरुवात सन १८४३मध्ये, म्हणजेच, वसाहतवादी कालखंडात, शासनाची वित्तीय कार्ये पार पाडण्यासाठी वित्त विभाग स्थापन केल्यानंतर झाली. सर्वप्रथम, सन १८६०मध्ये अर्थसंकल्प सादर केला गेला. त्यातूनच पुढे महसूल आणि खर्चाचे वार्षिक अंदाज मांडण्याची तसेच विधिमंडळातील विचारविनिमय आणि त्यानंतर मंजुरी देण्याची व्यवस्था अस्तित्वात आली. आधुनिक भारतातील अर्थसंकल्पीय व्यवस्थेमध्ये केलेले काही छोटे-मोठे बदल आणि घातलेली भर वगळता, वासाहतिक कालखंडात या व्यवस्थेचे स्वरूप ढोबळमानाने एकसारखेच राहिले आहे. तरीदेखील, भारतामधील वासाहतिक अर्थसंकल्पीय व्यवस्थेला कमकुवत करणारी दोन वैशिष्ट्ये होतीः अर्थसंकल्पावरील लोकनियंत्रणाचा अभाव आणि अर्थसंकल्पातील वर्गवारीमध्ये सामाजिक-आर्थिक विकासासाठीच्या दृष्टिकोनाची उणीव. त्यामुळेच स्वातंत्र्यप्राप्तीनंतर वासाहतिक अर्थसंकल्प व्यवस्था विसर्जित करण्यात आली आणि राज्यघटनेमधील तरतुदींनुसार तिच्या जागी प्रतिसादात्मक आणि विकासाभिमुख अर्थसंकल्पीय व्यवस्था निर्माण केली गेली.

जवाहरलाल नेहरू यांच्या कारकिर्दीच्या सुरुवातीच्या काळात अर्थसंकल्प धोरणाचे स्वरूप हे अनुच्छेद ११२मध्ये नमूद केलेल्या तरतुदींप्रमाणे भारतीय राज्यघटनेच्या तात्त्विक चौकटीवर आधारित होते. नेहरूंच्या काळात अर्थसंकल्पीय धोरण तयार करताना वासाहतिक एकरेषीय-घटक अर्थसंकल्पीय व्यवस्थेशी नाळ पूर्णपणे तुटू न देता, त्यामध्ये नियोजनासारख्या भारतीय अर्थव्यवस्थेतील महत्त्वाच्या घटकाचा समावेश केल्याने ते धोरण अधिक संपन्न झाले. काही काळाने, नियोजित घटकांसाठीची वर्गवारी केलेला योजनेतर निधी हा शासनाच्या आर्थिक व्यवस्थेतील विनियोजित घटकांपेक्षा अधिक होता. परिणामी, अर्थसंकल्प हा धोरणाचा दस्तऐवज होण्याऐवजी कर आकारणीचे साधन झाले. याही पुढे जाऊन अर्थसंकल्पातील अंदाजित खर्चाच्या बाजूचा जबाबदारी आणि निष्कर्षाभिमुखता याच्याशी मेळ न घालता तिला अधिक महत्त्व मिळाले. परिणामी, नेहरूंच्या काळात अर्थसंकल्पीय धोरण हे देशाच्या सामाजिक-आर्थिक विकास घडवून आणण्याबरोबरच शासनाच्या अवाढव्य खर्चांमध्ये कार्यक्षमता, मितव्यय आणि परिणामकारकता आणण्यासाठीचे साधन म्हणूनदेखील प्रभावी ठरले नाही.

इंदिरा गांधींच्या काळात अर्थसंकल्पाच्या तत्कालीन व्यवस्थेमध्ये ओघाने आलेल्या त्रुटी दूर करण्यासाठी देशाच्या अर्थसंकल्पीय व्यवस्थेमध्ये अनेक स्तुत्य धोरणात्मक उपाययोजना करण्यात आल्या. कार्यक्रम अंदाजपत्रकाच्या वरचढ तांत्रिक मूल्यामुळे, अंदाज समिती आणि प्रशासन सुधार आयोग यांच्यासह अनेक संस्थांनी त्याचा समावेश करण्याची मागणी केली. प्रशासकीय कार्यक्षमता वाढवण्यासाठी लेखापद्धतीमध्ये गांभीर्याने सुधारणा करणे ही कार्यक्रम अंदाजपत्रकाची सुरुवात करण्यासाठीची पूर्वअट होती. यासाठी १९७६ साली शासनाने देशामध्ये अर्थसंकल्पीय व्यवस्थेचे दीर्घकालीन वासाहतिक वैशिष्ट्य असलेली पद्धत रद्द करून, लेख्यांमधून लेखापरीक्षा विभक्त करण्याचे महत्त्वाचे पाऊल उचलले. पाठोपाठ १९७७-७८ साली शासनाने मध्यवर्ती शासनाच्या विकासाशी संबधित निवडक विभागांमध्ये कार्यक्रम अंदाजपत्रकाची सुरुवात केली. याही पुढे जाऊन, अर्थसंकल्पीय प्रक्रियेतील केवळ नियोजनाचे वर्चस्व वाढण्यापेक्षा, अर्थसंकल्पाशी नियोजनाची जोडणी करण्यासाठी शासनाने नियोजन, कार्यक्रम आणि अर्थसंकल्प पद्धती (PPBS) स्वीकारली.

भारतात १९९०च्या सुरुवातीच्या काळात आर्थिक उदारीकरणाच्या प्रक्रियेचा उदय झाल्यानंतर अर्थसंकल्पामागच्या धोरणात्मक भूमिकेमध्ये सूक्ष्म बदल करण्यात आले. तीन मार्गांनी हे बदल राबवण्यात आले. एक, नियोजन हा संपूर्ण अर्थसंकल्पीय प्रक्रियेचा अविभाज्य घटक असूनदेखील, त्याचे अर्थसंकल्पाचा केंद्रबिंदू ठरवण्यातील स्थान पूर्वीप्रमाणे निर्णायक राहिले नाही. शासनाच्या सामाजिक-आर्थिक विकासासंबंधीच्या योजनांच्या व्यापक रूपरेषेचे निर्देशक म्हणून केवळ मार्गदर्शन करणारे साधन असा त्याचा नव्याने शोध घेण्यात आला. दोन, शासनाच्या वित्तीय कामकाजामधील कार्यक्षमता वाढवण्यासाठी आणि खर्चात बचत करण्यासाठी शासनाने अर्थसंकल्पीय प्रक्रियांमध्ये व्यवस्थापनातील अनेक नावीन्यपूर्ण पद्धती आणि सुधारणांचा सहज स्वीकार केला. उदाहरणार्थ, शासनाच्या विभागांमध्ये खर्च कपातीसाठी वापरण्यात येणारे शून्याधारित अर्थसंकल्प हे तंत्र अमेरिकेतील खाजगी क्षेत्राने स्वीकारले आहे. सरतेशेवटी, अर्थसंकल्पाचा पाया लोकानुनयी आणि नोकरशाही स्वरूपाचा असताना, अर्थसंकल्पीय तंत्रांद्वारे काही अंशी वित्तीय शिस्त आणण्यासाठी काही सूक्ष्म बदल करण्यात आले. असे केल्याने, यातून शासकीय संस्थांच्या अनुत्पादक भ्रष्ट व्यवहारांना लगाम बसेल आणि यातून वाचवण्यात आलेल्या रकमेची सामाजिक क्षेत्रातील नव्याने आखलेल्या विकासकामांसाठी पुनर्गुंतवणूक करता येईल अशी धारणा होती.

अगदी स्पष्ट शब्दांत सांगायचे झाल्यास, भारतातील अर्थसंकल्पीय धोरणांच्या अभिमुखतेचे मार्गक्रमण हे प्रशासकीय स्वहित आणि सरकारांच्या विचारसरणीच्या अभावी झाले आहे, हे उघड आहे. अर्थसंकल्पाचे साधनीभूत मूल्य लक्षात घेतले तर, वर्षानुवर्षे सरकारांनी अर्थसंकल्पीय सूत्रीकरणाचा उपयोग धोरणात्मक दस्तऐवज म्हणून करण्याऐवजी विशिष्ट कार्यक्रम आणि प्रकल्पांसाठी आवश्यक रक्कम प्राप्त करण्यासाठी केला. यामागचे प्राथमिक कारण म्हणजे, देशाच्या सामाजिक-आर्थिक विकाससंबंधित शासकीय धोरणांच्या दृष्टिकोनांमध्ये नियोजन हा सर्वांत प्रभावी निर्णायक घटक

होता. असे असले तरीदेखील, आर्थिक दूरदृष्टी आणि वित्तीय शिस्त बाणण्याच्या त्या त्या काळातील शासनांच्या इच्छाशक्तीमुळे अर्थसंकल्पीय आणि लेखाप्रक्रियांमध्ये त्यांनी अनेक सूक्ष्म सुधारणा घडवून आणल्या. परिणामी, शासनाच्या धोरणनिर्मितीमध्ये नकळतपणे अर्थसंकल्पाला महत्त्व प्राप्त झाले. यामागचे प्रमुख कारण म्हणजे, बाजारपेठीय शक्तींच्या मुक्त-खेळीमुळे नियोजनाची सर्वव्यापी भूमिका संकुचित होत गेली. वर्तमानकाळात, अर्थसंकल्पाला देशाच्या सामाजिक-आर्थिक विकासासंदर्भातील जाहीर धोरणांचे प्रमुख साधन म्हणून पुनर्मान्यता मिळाली आहे.

अर्थसंकल्पीय प्रक्रियेतील प्रमुख कर्ते

भारतातील अर्थसंकल्प प्रक्रिया ही काहीशी क्लिष्ट स्वरूपाची असून तिच्या विविध टप्प्यांवर अनेक कर्ते आणि अभिकर्ते यांचा समावेश असतो. भारतीय राज्यव्यवस्थेचे लोकशाही स्वरूप लक्षात घेता, अर्थसंकल्पाची अवजड प्रक्रिया आणि त्यात अनेकविध अभिकर्त्यांचा समावेश असणे ही स्वाभाविक बाब आहे. कारण कर्ते अर्थसंकल्पीय व्यवस्थेच्या यशस्वी आणि प्रतिसादात्मक कार्यवाहीसाठी महत्त्वाची भूमिका बजावत असतात. इतर लोकशाही व्यवस्थांप्रमाणे, पैशाची मागणी करण्याबरोबरच त्या पैशांच्या खर्चाविषयीच्या जबाबदारीची व्यवस्था हे या व्यवस्थेचे तितकेच अतुलनीय वैशिष्ट्य आहे. भारताने संसदीय लोकशाहीचा स्वीकार केल्यामुळे, विधिमंडळ आणि कार्यकारी मंडळ यांच्यातील सहकार्याच्या संबंधांमुळे त्यांच्यात मूलभूत वित्तीय कामांची वाटणी होते. याशिवाय, इतर संस्थांच्या बरोबरीने, लेखापरीक्षणाची स्वायत्त संस्था या देशाच्या एकूण वित्तीय प्रशासनाच्या कार्यवाहीसाठी तार्किक आदानांचा पुरवठा करतात. यापाठोपाठ भारतीय अर्थसंकल्पीय प्रक्रियेतील प्रमुख कर्ते आणि अभिकर्ते यांविषयीचे संक्षिप्त स्पष्टीकरण येते.

देशाच्या अर्थसंकल्पीय प्रक्रियेत भारतीय संसदेचा प्रमुख सहभाग असतो. संसदीय लोकशाहीच्या तत्त्वप्रणालीनुसार, देशातील सार्वजनिक पैशाचा अभिरक्षक म्हणून काम करणे ही संसदेची प्राथमिक जबाबदारी आहे. परिणामी, संसद हे निधी उभारण्याच्या आणि निधी मान्य करण्याच्या दुहेरी जबाबदाऱ्या पार पाडणारे अभिकरण असल्याने, कोणताही कर आकारणे, रद्द करणे अथवा शिथिल करण्याच्या अधिकाराद्वारे ती देशाच्या अर्थसंकल्पावर संपूर्ण नियंत्रण ठेवते. भारतीय राज्यघटनेनेच संसदेला हे सर्वोच्च अधिकाराचे स्थान प्रदान केले आहे. म्हणून, कलम ११२ नुसार, राष्ट्रपती संसदेच्या दोन्ही सभागृहांसमोर 'वार्षिक वित्त निवेदन' सादर करतात. अर्थसंकल्पासाठी 'वार्षिक वित्त निवेदन' ही घटनात्मक संज्ञा प्रचलित आहे. तरीदेखील कनिष्ठ सभागृह म्हणजेच, लोकसभेचे अर्थसंकल्पीय प्रक्रियेवर संपूर्ण नियंत्रण असते; तर वरिष्ठ सभागृह अथवा राज्यसभेची यातील भूमिका नाममात्र असते.

भारतीय अर्थसंकल्पीय प्रक्रियेमधील तितकाच महत्त्वाचा कर्ता म्हणजे कार्यकारी मंडळ होय. वास्तविक, संसदीय लोकशाहीच्या गतिशीलतेमुळे संसदेची अर्थसंकल्पावरील सैद्धान्तिक मक्तेदारी ही अंतिमतः कार्यकारी मंडळाची मक्तेदारी ठरते. अन्य शब्दांत सांगायचे तर, लोकसभेत कार्यकारी मंडळाला पूर्ण बहुमत असल्याने कार्यकारी मंडळाच्या योजना लोकसभा कोणत्याही विशेष अडथळ्यांशिवाय पूर्णत्वाला नेते. कारण दोन्ही संरचनांची नियुक्ती एकाच पक्षाकडून अथवा एकाच विचारधारेच्या लोकांकडून झालेली असते. अर्थसंकल्पीय प्रस्तावांची व्यवस्था पाहण्याचे काम कार्यकारी मंडळ करत असल्याने या सर्व प्रक्रियेवर त्याचे वर्चस्व असते. या अधिकारांमुळे, कार्यकारी मंडळ सामाजिक-आर्थिक विकासासबंधीचे कार्यक्रम आणि प्रकल्प, तसेच देशाचा संरक्षण आणि प्रशासनावर होणारा नियमित खर्च लक्षात घेऊन संसदेकडून पैशांची मागणी करण्यासाठी प्रस्ताव तयार करू शकते. अशा प्रकारे, भारतीय अर्थसंकल्पीय प्रक्रिया ही देशातील घटनात्मक अभिशासनाच्या दोन अत्यंत महत्त्वाच्या संस्थांमधील सुसंगत आणि सहकार्यपूर्ण कामाचे उत्तम उदाहरण आहे.

वित्तमंत्रालय हे अर्थसंकल्पाच्या अनेकविध पैलूंचे व्यवस्थापन करणाऱ्या कार्यकारी मंडळाचा प्रमुख विभाग आहे. सर्वसामान्यांच्या दृष्टीने, वित्तमंत्रालय संपूर्ण देशपातळीवर अर्थसंकल्पीय प्रशासनाचा आराखडा तयार करते. देशाच्या वित्तीय व्यवहारातील भूमिका लक्षात घेता, तांत्रिकदृष्ट्या असमर्थनीय असले तरी, देशाच्या वित्तीय व्यवहारांचे अंतिमतः

योग्य व्यवस्थापन करण्यापर्यंतचे काम वित्तमंत्रालय करीत असल्याने वित्तमंत्रालयाकडे या दृष्टिकोनातून बघण्यात आले आहे. उदाहरणार्थ, संसदेपुढे महसूल आणि खर्चाचे अंतिम अंदाज मांडण्यापासून ते देशाच्या वित्तीय व्यवहारांचे अंतिमतः योग्य व्यवस्थापन करण्यापर्यंतचे काम वित्तमंत्रालय करते. अर्थविषयक व्यवहार खाते, महसूल खाते आणि व्यय खाते या तीन संरचनात्मक विभागांवरून मंत्रालयाच्या कामकाजाची रूपरेषा स्पष्ट होते. वित्तीय व्यवस्थापनातील अशा सर्वव्यापी भूमिकेमुळे वित्तमंत्रालय हे भारतीय शासनातील अत्यंत महत्त्वाचे मंत्रालय आहे.

स्वतंत्र लेखापरीक्षण संस्था, ही लोकशाही समाजातील अर्थसंकल्पीय प्रक्रियेत अप्रत्यक्षपणे काम करणारी, परंतु लोकशाही प्रक्रियेतील महत्त्वाचा कर्ता आहे. भारतामध्ये, अशा प्रकारचे कार्य हे महालेखापरीक्षक या घटनात्मक अधिकाऱ्याकडे सोपवले आहे. घटनेच्या कलम १४८मधील तरतुदींनुसार, 'महालेखापरीक्षक यांचे कार्यालय हे एका बाजूला शासकीय लेख्यांबाबत काटेकोरपणा आणि एकवाक्यता ठेवते, तर दुसऱ्या बाजूला स्वतंत्रपणे लेखापरीक्षणाची जबाबदारी पार पाडते' (चक्रवर्ती आणि पांडे २००८: १५७). महालेखापरीक्षक हे संसदेच्या वतीने शासनाच्या विविध विभागांकडून करण्यात येणाऱ्या वित्तीय व्यवहारांचा शोध घेण्यासाठी आणि त्यांमधील निष्ठा, वैधता आणि कार्यक्षमता याबाबतचा अहवाल तयार करण्याकरता लेखापरीक्षण करतात. भारताच्या अर्थसंकल्पीय प्रक्रियेतील महालेखापरीक्षकांची निर्णायक भूमिका ही राज्यघटनेनुसार कार्यान्वित असणाऱ्या अभिशासनाच्या संसदीय लोकशाही व्यवस्थेचे प्रतिफल आहे. काळाच्या ओघात, भारतीय लेखापरीक्षेतील शासनाच्या अनुचित वित्तीय व्यवहार आणि भ्रष्ट व्यवहारांवर कठोर अंकुश ठेवणारी संस्था म्हणून उदयास आली आहे परंतु, लेखापरीक्षणाच्या अशा भूमिकेवर अनेक टीकाकारांनी आक्षेप घेतला आहे.

सरतेशेवटी, संसदीय समित्या देशाच्या अर्थसंकल्पीय प्रक्रियेतील शेवटची आणि महत्त्वाची भूमिका बजावणारे कर्ते आहेत. वेळेची कमतरता आणि तज्ज्ञांच्या अभावामुळे संसदेचे शासनाच्या वित्तीय व्यवहारांवर पुरेसे नियंत्रण नसते हे दर्शवून देणे हे संसदीय समित्यांचे काम असते. सुरुवातीच्या काळात वैधानिक नियंत्रण ठेवण्यासाठी अंदाज समिती आणि लोकलेखा समिती या समित्या होत्या. परंतु अलीकडच्या काळात, संसदेच्या विभागनिहाय स्थायी समित्या स्थापन केल्यामुळे शासनाच्या विविध विभागांच्या कार्यांमधील शासनाची भूमिका अधिक व्यापक झाली असून त्यात नेमकेपणा आला आहे. तरीदेखील, अर्थसंकल्पीय प्रक्रियेमधील या समित्यांची भूमिका भिन्न भिन्न आहे. उदाहरणार्थ, अंदाज समिती विविध शासकीय विभागांचे खर्च वास्तवदर्शी आणि आर्थिकदृष्ट्या रास्त होण्यासाठी सूचना करते. याउलट, लोकलेखा समिती ही महालेखापरीक्षकाने सादर केलेल्या अहवालाच्या आधारे विनियोजन लेख्यांचा ऊहापोह करते. याशिवाय या प्रक्रियेदरम्यान वित्तीय व्यवहारांतील अनियमिततेकडे संसदेचे लक्ष वेधते आणि त्यांवर उपचारात्मक उपाय सुचविते. अन्य विभागांशी वेगळेपण राखून, विभागवार स्थायी समित्या संबंधित विभागांवर वित्तीय नियंत्रण ठेवण्याबरोबरच वेळोवेळी त्यांच्या एकूण सर्वसाधारण कामकाजाची छाननी करतात.

थोडक्यात, भारताच्या अर्थसंकल्पीय प्रक्रियेमधील कार्यांच्या वैविध्यामुळे ती पार पाडणाऱ्या अनेक आणि विविध प्रकारच्या अभिकरणांचा यामध्ये समावेश होतो. अर्थसंकल्पीय व्यवस्थेची कार्यवाही सहज सुलभपणे होण्यामधील या कामांचे महत्त्वपूर्ण मूल्य लक्षात घेऊन त्यांचे तीन गटांमध्ये वर्गीकरण करता येते. निधी उभा करणारे आणि मान्यता देणारे अभिकरण म्हणून संसदेची कार्ये व्यापक आहेतच, तशीच कार्यकारी मंडळ आणि वित्तीय अर्थमंत्रालय यांसारख्या वित्तीय अंदाज प्रस्तावित करणाऱ्या उपअभिकरणांची भूमिका सर्वमान्य आहे. तरीदेखील, भारताबाबतचे एक खास वैशिष्ट्य म्हणजे, अर्थसंकल्पावर विधिमंडळाच्या विविध समित्या आणि स्वतंत्र लेखापरीक्षा या यंत्रणेद्वारे ठेवले जाणारे नियंत्रण होय. भारताच्या अर्थसंकल्पीय प्रक्रियेतील या सर्व कर्त्यांच्या समाधानकारक योगदानामुळे देशाचे वित्तीय प्रशासन यशस्वीरित्या कार्यरत आहे.

भारतीय अर्थसंकल्प व्यवस्था

प्रस्तुत विभागामध्ये भारतीय अर्थसंकल्पाचे वर्गीकरण, निर्मिती आणि रचना याविषयी सखोल चर्चा केली आहे.

अर्थसंकल्पीय वर्गीकरण हे शासनाच्या व्यवहारांची अर्थपूर्ण माहिती देणारे उपयुक्त साधन मानले जाते आणि या वर्गीकरणाद्वारे स्पष्ट होणारे स्वरूप आणि रचना धोरणकर्त्यांना विश्लेषण आणि उपयुक्ततेसाठी आवश्यक असते. वेगळ्या शब्दांत सांगायचे झाले तर, अर्थसंकल्पाच्या वर्गीकरणामुळे अत्यंत क्लिष्ट माहिती आणि आकडेवारी सोप्या आणि पद्धतशीर रीतीने मांडता येते आणि त्यामुळे तांत्रिकेतर क्षेत्रातील संसदपटूदेखील अर्थसंकल्पातील बारकावे समजून घेऊ शकतात आणि त्यावरील चर्चांमध्ये सहभागी होऊ शकतात. हे लक्षात घेऊन, जगामध्ये अर्थसंकल्पाचे वर्गीकरण करण्याच्या दोन वेगवेगळ्या पद्धती आहेत. पहिली म्हणजे पारंपरिक सूत्रबद्ध घटक पद्धत. या पद्धतीनुसार खर्च करणाऱ्या विभागांच्या आधारे आधार सामग्रीची मांडणी केली जाते. याउलट, दुसऱ्या पद्धतीला संपादनात्मक अर्थसंकल्प अथवा कार्यात्मक वर्गीकरण पद्धती असेही म्हणतात. या पद्धतीनुसार, विविध विभागांची कार्ये, प्रकल्प, कार्यक्रम आणि व्यवहारांच्या आधारे जमा आणि खर्चाचे वर्गीकरण केले जाते.

स्वातंत्र्यप्राप्तीनंतरदेखील भारतातील अर्थसंकल्पाचे वर्गीकरण एकरेषीय शीर्ष पद्धतीच्या स्वरूपातच चालू ठेवल्याने त्यातील तरतुदी अपारदर्शी राहिल्या. परिणामी, त्यांचे मूल्यमापन करणे कठीण होते. त्यामुळे अनेक समित्या आणि आयोगांच्या शिफारशींनुसार आणि अर्थतज्ज्ञांच्या सल्ल्यांनुसार शासनाने १९७४ साली अर्थसंकल्पाचे कार्यात्मक वर्गीकरण करण्याचा निर्णय घेतला. त्यामुळे अर्थसंकल्पाचे वर्गीकरण करतेवेळी त्या विभागाला केवळ नाव देण्यापेक्षा, शासनाच्या व्यवहारांचे तीन व्यापक गटांमध्ये वर्गीकरण करण्यात आले आहे. पहिला म्हणजे, सर्वसामान्य अथवा नियामक सेवा, दुसरा सामाजिक आणि सामाईक सेवा आणि तिसरा म्हणजे आर्थिक सेवा. या गटांमध्येदेखील अर्थसंकल्पीय वर्गवारीचे पाच वर्गांमध्ये विभाजन होते जसे की, क्षेत्रीयशीर्ष, मुख्यशीर्ष, संकीर्ण, उपशीर्ष आणि लेखाचे तपशीलवार शीर्ष.

अर्थसंकल्पाचे वर्गीकरण करण्याच्या उद्देशाने, सर्वसाधारण सेवांमध्ये शासनाच्या नियामक अथवा नियमित सेवांचा समावेश होतो. त्यामध्ये कोणत्याही उत्पादनक्षम अथवा विकाससंबंधी कृतींचा समावेश नसतो. ढोबळमानाने, यांचे सहा गटांत विभाजन होतेः (अ) राज्यसंस्थेची संसद, राज्यप्रमुख, न्यायव्यवस्था, लेखापरीक्षण, मंत्रिमंडळ आणि निवडणुका ही अंगे; (आ) राजकोषीय सेवा, त्यांमध्ये करवसुली करणाऱ्या अभिकर्त्यांचा समावेश होतो; (इ) व्याज अदा करणे आणि कर्ज सेवा; (ई) सर्वसाधारण प्रशासन, उदाहरणार्थ, लोकसेवा आयोग, पोलीस आणि तत्सम प्रशासकीय सेवा; (उ) निवृत्तिवेतन आणि इतर सर्वसाधारण सेवा; आणि (ऊ) संरक्षण सेवा.

सर्वसाधारण सेवांपेक्षा, सामाजिक आणि सामाईक सेवांमध्ये, लोकांना मूलभूत सामाजिक सेवा पुरविण्यासाठी आखण्यात आलेल्या कार्यक्रम आणि कृतींचा समावेश होतो. या सेवा शासनाच्या सामाजिक विकास कार्यक्रमांचा गाभा असून त्यांमध्ये शिक्षण, स्वास्थ्य, गृहनिर्माण, पेयजल, तसेच निवृत्तिवेतन, अनुसूचित जाती आणि जमाती, महिला, अल्पसंख्याक आणि समाजातील इतर परिघावरील घटक यांचे कल्याण यांसारख्या सामाजिक सुरक्षिततेअंतर्गत येणाऱ्या बाबींचा समावेश होतो. अलीकडच्या काळात, देशातील जनसामान्यांच्या भवितव्यामध्ये आमूलाग्र बदल करण्याच्या उद्देशाने शासनाने सर्व शिक्षा अभियान, माध्यान्ह भोजन योजना, राष्ट्रीय ग्रामीण आरोग्य अभियान, संपूर्ण स्वच्छता अभियान, राष्ट्रीय ग्रामीण रोजगार हमी योजना, एकात्मिक बाल विकास योजना, जवाहरलाल नेहरू राष्ट्रीय नागरी पुनर्निर्माण अभियान आणि पल्स पोलिओ कार्यक्रम यांसारख्या प्रमुख योजना या सेवांच्या अंतर्गत सुरू केल्या (*द टाईम्स ऑफ इंडिया* २००९, ११).

तिसऱ्या क्रमांकाचा म्हणजे, आर्थिक सेवांमध्ये शासनाच्या कामकाजातील उत्पादनक्षम आणि उत्पादनाबरोबर व्यापारउदीम यांचादेखील समावेश होतो. या सेवांची पुन्हा सात उपगटांमध्ये विभागणी करता येतेः यांमध्ये (अ) सर्वसाधारण आर्थिक सेवांमध्ये परकीय व्यापार आणि निर्यातीला उत्तेजन यांचा समावेश होतो, (आ) कृषी आणि सहकार, छोटे पाटबंधारे प्रकल्प, पशुसंवर्धन, मत्स्यसंवर्धन, वने, मृद्संधारण, दुग्धविकास आणि अशा इतर संलग्न सेवा, (इ) उद्योग आणि खनिजे यामध्ये अवजड आणि मध्यम उद्योग, ग्रामीण आणि लघुउद्योग, खाणी आणि खनिजे

यांचा समावेश होतो, (ई) जल साठे आणि ऊर्जा विकास, (उ) वाहतूक आणि दळणवळण यामध्ये नागरी उड्डाण, रस्ते वाहतूक, बंदरे, दीपगृहे आणि जहाजे यांचा समावेश होतो (ऊ) रेल्वे; आणि (ए) टपाल आणि तार. तरीदेखील, रेल्वे अर्थसंकल्प वेगळा सादर होत असल्याने, सर्वसामान्य परिस्थितीमध्ये आर्थिक सेवांच्या मथळ्याखाली रेल्वेचा समावेश करण्याला फारसे महत्त्व उरत नाही.

कार्यक्रम अंदाजपत्रक व्यवस्थेच्या तंत्रांचा स्वीकार करून अर्थसंकल्पाची वर्गवारी सुरळीत केल्यानंतर भारतामध्ये अर्थसंकल्पाची रचना अधिक अर्थपूर्ण आणि उत्तरदायी झाली आहे. प्रत्येक वर्षी एप्रिल ते मार्च महिना या आर्थिक वर्षात अर्थसंकल्पाची प्रक्रिया सुरू असते. अर्थसंकल्पाच्या अंतिम बांधणीची प्रक्रिया लांबलचक आणि बोजड असल्याने, ती सप्टेंबर अथवा ऑक्टोबरमध्ये सुरू होते. वित्तमंत्रालय या प्रक्रियेच्या सुरुवातीला विविध मंत्रालये आणि विभागांना त्यांचे आगामी वर्षातील अंदाजित खर्च कळवण्यासाठी परिपत्रके पाठवते. जो खर्च करतो त्याने अंदाजित जमाखर्च आगाऊ तयार करून ते विधिमंडळापुढे सादर करावेत, हे त्यामागचे तत्त्व असते. हे अंदाजित जमाखर्च संबंधित विभागांच्या नियंत्रक अधिकाऱ्यांकडे पाठवून ते विभागाच्या अंदाजित जमाखर्चाला अंतिम स्वरूप देतात. नियंत्रक अधिकारी या अंदाजित रकमांची छाननी करतात आणि त्याला मान्यता देतात अथवा त्यात सुधारणा करून आवश्यकता असल्यास त्याचे सकारण स्पष्टीकरण देतात. अशा प्रकारे, मान्यता दिल्यानंतर आणि त्याचे दृढीकरण केल्यानंतर, नोव्हेंबर-डिसेंबर या दरम्यान विविध मंत्रालयांचे आणि विभागांचे अंदाजित जमाखर्च वित्तमंत्रालयाकडे पाठविले जातात. वित्तमंत्रालय जानेवारीच्या अखेरीस अथवा फेब्रुवारीच्या सुरुवातीस महसूल आणि खर्चाचे विवरणपत्र तयार करते. यानंतर फेब्रुवारीच्या तिसऱ्या आठवड्यात अर्थसंकल्पाची प्रक्रिया अंतिम टप्प्यात आणण्यासाठी त्यावर संस्करण केले जाते.

अर्थसंकल्प तयार करण्याची प्रक्रिया पूर्ण झाल्यानंतर त्याला अंतिम रूप प्राप्त होते आणि त्याला तांत्रिक भाषेत 'वार्षिक आर्थिक विवरण' असेही म्हणतात. या विवरणपत्र अथवा अर्थसंकल्पामध्ये आवक आणि खर्चाच्या (जावक) बाबी हा महत्त्वाचा भाग असून, तो खालील स्वरूपात मांडला जातो:

१. मागील तीन वर्षांचे प्रत्यक्ष आकडे;
२. चालू वर्षासाठीच्या अर्थसंकल्पातील मंजूर अंदाजित जमाखर्च;
३. चालू वर्षाचे सुधारित अंदाज;
४. अंदाजित जमाखर्चात वाढ अथवा घट करण्यासाठीच्या स्पष्टीकरणात्मक टिप्पणीसह पुढच्या आर्थिक वर्षासाठीचे प्रस्तावित अंदाज; आणि
५. अंदाजित जमाखर्च आखण्याच्या वेळी चालू वर्षाचे वास्तविक आकडे आणि मागील वर्षातील त्याच काळातील प्रत्यक्ष आकडे (थावराज १९८७, ४९६).

अर्थसंकल्प म्हणजे अर्थसंकल्पीय तरतुदींच्या हिशोबाचा तयार दस्तऐवज असून त्यामध्ये शासनाच्या जमाखर्चाचे ढोबळमानाने वर्णन असते. शासनाची एकूण प्राप्ती म्हणजे महसुली आणि भांडवली प्राप्ती यांची बेरीज. त्याचप्रमाणे, शासनाचा एकूण खर्च म्हणजे योजनेवरील आणि योजनेतर खर्चाची बेरीज होय. सरकारच्या वित्तीय प्रकृतीचे निर्देशक असणारे दोन तूट निर्देशांक म्हणजे अर्थसंकल्प दस्तावेजाचे उल्लेखनीय वैशिष्ट्य होय. महसुली तूट म्हणजे महसुली प्राप्तीपेक्षा महसुली खर्च अधिक असतो आणि वित्तीय तूट म्हणजे एकूण महसूल प्राप्ती आणि विशिष्ट कर्जाव्यतिरिक्त भांडवली प्राप्ती आणि कर्जे, निव्वळ परतफेड आणि इतर खर्च या दोहोंमधील फरक. ही वित्तीय तूट म्हणजे वर नमूद केलेला फरक भरून काढण्यासाठी असलेल्या शासनाच्या एकूण कर्जाऊ गरजा होय.

भारताच्या अर्थसंकल्पीय व्यवस्थेचे बारकावे अर्थसंकल्पाच्या वर्गीकरण, निर्मिती आणि रचना यांमध्ये प्रतिबिंबित होतात. अर्थसंकल्पीय व्यवस्थेचे बहुतांश पैलू हे वासाहतिक चौकटीच्या परंपरा आणि नियमांचा वारसा असून वर्षानुवर्षे केलेल्या सुधारणांद्वारे त्यामध्ये स्फूर्तिदायित्व आणि एकजिनसित्व आले आहे. अशा प्रकारे, भारतीय अर्थसंकल्पीय व्यवस्थाही बदलत्या काळाच्या गरजा लक्षात घेऊन सातत्य आणि बदलाचे उत्तम उदाहरण आहे.

अर्थसंकल्पीय प्रक्रिया

कोणत्याही देशातील अर्थसंकल्पाची प्रक्रिया गुंतागुंतीची आणि वेळखाऊ असते. भारताच्या बाबतीत बोलायचे झाले तर, येथील नियोजन आणि संसदीय लोकशाही राज्यपद्धती यांसारख्या अपारंपरिक घटकांच्या गतिशीलतेमुळे ही बाब विशेष सोपी राहिली नाही. वस्तुतः भारतामध्ये अर्थसंकल्पाची प्रक्रिया ही अव्याहतपणे वर्षभर चालणारा घटनाक्रम आहे आणि त्यामुळे तिच्याशी निगडित अधिकाऱ्यांना निरंतर सतर्क राहावे लागते. जसे की, वर्षाच्या तिसऱ्या तिमाहीत सुरू झालेली प्रक्रिया मार्च महिन्यामध्ये संसदेमध्ये अर्थसंकल्पाचा प्रस्ताव मांडल्याने पूर्ण होत नाही. संसदेची मान्यता मिळाल्यानंतर अर्थसंकल्पाच्या अंमलबजावणीच्या कठीण कामाबरोबरच त्याच्या जोडीला लेखांकनाची जबाबदारी येते. यानंतरची पायरी म्हणजे, विविध विभागांनी आपापल्या विनियोजन लेख्यांचे लेखापरीक्षण केल्याने खर्च करणारे विभाग त्यांच्या कृतींचा पाठपुरावा करू शकतात. याच्या पुढचा भाग म्हणजे, अर्थसंकल्प तयार करण्याच्या प्रक्रियेमध्ये त्यासाठीचे नियोजन, छाननी, अंमलबजावणी हे टप्पे पार करत सरतेशेवटी लेखांकन या अंतिम टप्प्यापर्यंत पोहोचेपर्यंतच्या पूर्ण प्रवासाचे संक्षिप्त विवेचन येते.

अर्थसंकल्प नियोजन

अर्थसंकल्प तयार करून लोकसभेमध्ये सादर करण्यापूर्वी अर्थसंकल्पाच्या नियोजनामध्ये अनेक गुंतागुंतीच्या व्यवहारांचा समावेश असतो. अर्थसंकल्पाच्या नियोजनाची सुरुवात करण्यासाठी आणि अर्थसंकल्पाच्या तरतुदींमध्ये योजनेतील विकासाची उद्दिष्टे अंतर्भूत करण्यासाठी नियोजन आयोग आणि वित्तमंत्रालयाच्या अधिकाऱ्यांमध्ये विस्ताराने चर्चा होते. या चर्चेमध्ये योजनांसाठी अर्थसंकल्पामध्ये केलेली निव्वळ तरतूद आणि मंत्रालय अथवा विभागनिहाय वर्गवारी या प्रमुख विषयांवर अंतिम निर्णय घेण्यात येतात (सुदर्शन २००१, ६५). भारताच्या अर्थसंकल्प नियोजनामध्ये ही पायरी अत्यंत महत्त्वाची आहे, कारण देशाच्या सामाजिक आणि आर्थिक विकासासाठी आखल्या जाणाऱ्या दीर्घकालीन योजना आणि कार्यक्रमांची आखणी करण्यामध्ये नियोजनाला प्रमुख स्थान आहे. तथापि, नियोजन हा अर्थसंकल्पीय व्यवस्थेचा कमकुवत घटक आहे असे मानले जाते, कारण ते केवळ देशाच्या व्यापक नियोजनाचे साधन म्हणून उरले आहे असा त्यावर आरोप केला जातो. या टीकेचे महत्त्व कमी न करता, नियोजन देशाच्या आर्थिक व्यवस्थेमध्ये इतके दृढ झाले आहे की, त्याकडे दुर्लक्ष करता येणार नाही. त्यासाठी अर्थसंकल्पाच्या तरतुदींमध्ये योजनेतील उद्दिष्टे सामावून घेण्याविषयी समन्वयात्मक दृष्टिकोन ठेवणे हा एकमेव उपाय आहे आणि त्यामुळे, एकदा नियोजनाशी संबंधित शंकाकुशंकांचे समाधान केल्यानंतर आणि संसदेसमोर सादर करण्यापूर्वी अर्थसंकल्प सिद्ध करण्याची जबाबदारी वित्तमंत्रालयाकडे येते.

अर्थसंकल्पाची छाननी

भारतामध्ये अर्थसंकल्पीय तरतुदींची छाननी प्रशासकीय आणि वैधानिक अशा दोन पातळ्यांवर होते. प्रशासकीय छाननी म्हणजे विशिष्ट विभागाच्या आणि अर्थमंत्रालयाच्या उच्च अधिकाऱ्यांनी केलेली छाननी होय. उदाहरणार्थ, सर्वसामान्यपणे, पायाभूत अंदाजित रक्कम ठरवणाऱ्या अधिकाऱ्यांनी तयार केलेल्या प्रस्तावांची वित्त सल्लागार आणि विभाग प्रमुख छाननी करतात. या अधिकाऱ्यांकडून प्रशासकीय मान्यता मिळाल्यानंतर हे प्रस्ताव विभागाच्या अर्थसंकल्पामध्ये समाविष्ट केले जातात. त्यापुढची पायरी म्हणजे, उदाहरणार्थ, एखादा प्रस्ताव बांधकामाशी संबंधित असेल तर सार्वजनिक बांधकाम विभागाकडे छाननी करता सादर केला जातो आणि तो विभाग सदर प्रस्तावाला तांत्रिक मंजुरी देतो. प्रशासकीय छाननीतील अंतिम पायरी म्हणजे, वित्तमंत्रालय सर्व विभागवार अर्थसंकल्पांची आणि त्यातही 'नवीन बाबीं'ची अधिक बारकाईने छाननी करते आणि या विषयावरील त्याचे मत अंतिम असते.

संसदेमध्ये अर्थसंकल्प सादर केल्यानंतर, त्याची वैधानिक छाननी सुरू होते. यापूर्वी, विषयाच्या तांत्रिक स्वरूपामुळे आणि अर्थसंकल्पाच्या तपशिलात जाण्याइतका वेळ उपलब्ध नसल्याने, अर्थसंकल्पामधील तरतुदींच्या वैधानिक

छाननीचे स्वरूप अधिक सामान्य विधानाच्या स्वरूपात आणि औपचारिक असे. परंतु, १९९३ सालापासून विभागनिहाय स्थायी समित्यांची स्थापना झाल्यानंतर अर्थसंकल्पाच्या वैधानिक चिकित्सेचे स्वरूप अधिक उद्दिष्टकेंद्री आणि धारदार झाले. एका समीक्षकाने या व्यवस्थेच्या अन्य पैलूविषयी युक्तिवाद केला की, 'अर्थसंकल्पातील प्रस्तावांच्या वैधानिक छाननीला हे एक महत्त्वाचे योगदान आहेच; परंतु सभागृहात होणाऱ्या अर्थसंकल्पाविषयीच्या चर्चेवरील लोकांचे लक्ष मात्र उडाले' (प्रसाद २००६: १४७). सरतेशेवटी, अर्थसंकल्पाच्या विविध पैलूंवरील चर्चा आणि विचारविनिमयाअंती संसदेकडून त्याला मंजुरी मिळते.

अर्थसंकल्पाची अंमलबजावणी

वित्तमंत्रालय हे भारतातील अर्थसंकल्प अंमलबजावणीचा प्रधान अभिकर्ता आहे. विनियोजन कायदा (२०१५) पारित केल्यानंतर, वित्तमंत्रालय इतर मंत्रालयांना त्यांना वर्गीकृत केलेल्या निधीपैकी मिळालेला हिस्सा सांगणारी सल्लापत्रके देते. तद्नंतर, मिळालेल्या रकमेची वर्गवारी अनेक संवितरण अधिकाऱ्यांमध्ये करण्याची जबाबदारी नियंत्रक अधिकाऱ्यांकडे म्हणजेच, सहसा विभाग प्रमुखांची असते. संवितरण अधिकाऱ्यांनादेखील मंजूर केलेल्या मर्यादेपर्यंतच पैसे खर्च करण्याचा अधिकार असतो. त्यापेक्षा अधिक खर्च करण्यासाठी कार्यक्षम मंजुरी अधिकाऱ्यांची परवानगी असणे अपरिहार्य असते. त्याच्या बरोबरीने प्रत्येक विभागाला नेमून दिलेल्या लेखांकनाच्या पद्धतीनुसार जमाखर्चाची नोंद ठेवणे अनिवार्य असते. अशा प्रकारे, प्रत्यक्ष पातळीवर, भारतातील अर्थसंकल्पाच्या अंमलबजावणीमध्ये नियंत्रक अधिकारी, वित्तीय मान्यतेसाठी कार्यक्षम अधिकारी, आहरण आणि संवितरण अधिकारी आणि जमाखर्चाची नोंद ठेवण्यासाठी एक कार्यक्षम संरचना या सर्वांचा समावेश होतो. सार्वजनिक पैशांचा मितव्ययी, कार्यक्षम आणि परिणामकारक पद्धतीने उपयोग करण्यासाठी अर्थसंकल्पाच्या अंमलबजावणीच्या प्रक्रियेमध्ये संबंधित अधिकाऱ्यांनी सर्वोच्च दर्जाची दक्षता आणि वित्तीय धोरण बाळगणे अपेक्षित असते.

अर्थसंकल्पाचे लेखांकन

राज्यघटनेनुसार, अर्थसंकल्पाचे लेखांकन ही भारताचे नियंत्रक आणि महालेखापरीक्षक (कॅग) या स्वतंत्र आणि घटनात्मक अधिकाऱ्याची जबाबदारी असते. वस्तुतः, महालेखापरीक्षक राष्ट्रपतींच्या संमतीने केंद्र आणि राज्यशासनाच्या लेख्यांच्या नोंदींची पद्धत आणि स्वरूप नेमून देतो. म्हणून, महालेखापरीक्षकाचे कार्यालय देशातील लेखांकन आणि लेखापरीक्षा व्यवस्थेचे परिरक्षक आहे. प्रशासनात अधिक दर्जेदार मोहीम क्षमता/उत्कृष्ट प्रशासकीय दक्षता आणि उत्तरदायित्व आणण्यासाठी १९७६साली लेखा आणि लेखापरीक्षण कार्य विभक्त केले गेले. महालेखापरीक्षकांच्या अखत्यारित प्रत्येक राज्यामध्ये महालेखापाल असतो. त्यांच्या कार्यालयात राज्याच्या प्रादेशिक मर्यादेमध्ये होणाऱ्या (केंद्र आणि राज्य) व्यवहाराचे लेखे उपलब्ध असतात (भट्टाचार्य २००८, ३७९). भारतीय लेखांकन हे महालेखापरीक्षक या वैधानिक-घटनात्मक पदाधिकाऱ्याच्या देखरेख आणि मार्गदर्शनाखाली होत असले तरी ते कार्यकारी मंडळाचे कार्य आहे हे या व्यवस्थेचे वेगळेपण आहे.

अर्थसंकल्पाचे लेखापरीक्षण

अर्थसंकल्पाचे लेखापरीक्षण हे भारताच्या महालेखापरीक्षकांचे विशेष कार्य आहे. त्यांच्या कार्याचे महत्त्व आणि शुचिता लक्षात घेऊन आणि त्यासाठी आवश्यक असणारे स्वातंत्र्य आणि कार्यात्मक स्वायत्तता लक्षात घेता, हे पद भारताच्या सर्वोच्च न्यायालयाचे न्यायाधीश यांच्याशी समतुल्य आहे. वास्तविक, लेखापरीक्षण हे देशाच्या वित्तीय प्रशासनावरील वैधानिक नियंत्रण आणि उत्तरदायित्वाचा विस्तार आहे. भारतातील लेखापरीक्षण हे खर्चांबाबत अतिशय काटेकोर आणि केंद्रीभूत आहे. त्यालाच, विनियोजन लेखापरीक्षण असे म्हणतात. विनियोजन लेखापरीक्षणाची उद्दिष्टे पुढीलप्रमाणे आहेत:

कार्यकारी मंडळ हे विधिमंडळाने मान्यता दिलेल्या निधीचा निश्चित केलेल्या उद्दिष्टांसाठी काटकसरीने आणि कार्यक्षमतेने वापर करते किंवा नाही याची खात्री करण्यासाठी त्यामध्ये खालील बाबींचा समावेश होतोः

१. लेखांकन आणि वर्गीकरण या दृष्टिकोनातून केलेले लेखापरीक्षण;
२. अधिकारितेच्या दृष्टिकोनातून केलेले लेखापरीक्षण;
३. विनियोजन आणि वित्तीय लेख्यांचे लेखापरीक्षण; आणि
४. औचित्याच्या दृष्टिकोनातून केलेले लेखापरीक्षण. (थावराज १९८७, ६४४)

थोडक्यात, भारतातील अर्थसंकल्पाची प्रक्रिया ही एकात्मिक असून, त्यामध्ये देशाच्या सामाजिक-आर्थिक आणि राजकीय-प्रशासकीय उभारणीचे स्वरूप आणि संरचना प्रतिबिंबित होते. उदाहरणार्थ, अर्थसंकल्पाचे नियोजन हे देशाच्या सामाजिक-आर्थिक विकासाच्या उद्दिष्टपूर्ती संदर्भात अर्थसंकल्पाची गतिशीलता मांडणारे एक प्रमाणभूत विवरण आहे. तरीदेखील या प्रक्रियेत सूज्ञपणा, विश्वासार्हता, मितव्यय आणि उत्तरदायित्व भिनवण्यासाठी प्रशासकीय आणि वैधानिक छाननीची विस्तृत व्यवस्था आहे. याउलट, अर्थसंकल्पाची अंमलबजावणी ज्या पद्धतीने केली जाते त्यावरून प्रशासकीय साधनभूत परिपक्वता आणि स्वायत्तता स्पष्ट होते. देशाचा विकास साधण्यासाठी आवश्यक असणारी सर्वोच्च दर्जाची उद्यमशीलता, नावीन्यपूर्णता आणि पुढाकार या बाबी यंत्रणेत उपजाव्या असा त्यामधील दृष्टिकोन असतो. सरतेशेवटी, संसदीय लोकशाही अभिशासन व्यवस्थेच्या तत्त्वांनुसार अर्थसंकल्पाचे लेखांकन आणि लेखापरीक्षा ही वित्तीय उत्तरदायित्वाची उत्तम उदाहरणे आहेत.

भारतातील वित्तव्यवस्थापन

वित्तीय व्यवस्थापनामध्ये संसाधन निर्मितीपासून ते देशाच्या सामाजिक-आर्थिक विकासासाठी कराव्या लागणाऱ्या त्यांच्या व्यवस्थापनापर्यंत समाविष्ट असणाऱ्या कृती या गुंतागुंतीच्या असतात. वस्तुतः, वित्तीय व्यवहार हे अर्थसंकल्पाचा सर्वांत महत्त्वाचा पैलू होत. लोकांचा सामाजिक-आर्थिक विकास साधण्यासाठी आखलेल्या विविध शासकीय योजना आणि कार्यक्रम वित्तीय पाठिंब्याशिवाय कार्यान्वित करणे शक्य नसते. खरोखरच, अर्थसंकल्प आणि वित्त या एकाच नाण्याच्या दोन बाजू आहेत असे म्हणता येऊ शकते.[१] या बाबतीत निधीव्यवस्थापनामध्ये वित्तमंत्रालय नियोजन आयोगाच्या सहयोगाने प्रधान अभिकर्ता म्हणून काम करते. भारताच्या आर्थिक व्यवस्थापनामध्ये दोन केंद्रवर्ती समस्या अंतर्भूत आहेत, एक म्हणजे, देशाचा सामाजिक-आर्थिक विकास शक्य तेवढा महत्तम करण्याच्या उद्दिष्टाने महसूल निर्मिती करणे आणि दोन, त्याचा योग्य पद्धतीने व्यय करणे. तरीदेखील, तुटीचा वित्तपुरवठा या संकल्पनेकडे सर्वसाधारणपणे बऱ्याच विकसनशील देशांचा कल असल्याचे दिसून येते. सामान्यपणे, उत्पादक उद्दिष्टांसाठी वापरली जाणारी शासनाची संसाधने अधिकाधिक करण्यासाठी तुटीचा वित्तपुरवठा केला जातो, परंतु, भारतामध्ये मात्र असे होताना दिसत नाही. याउलट, भारतामध्ये तुटीच्या वित्तपुरवठ्याची मदत घेताना शासन सर्रास अनुत्पादक बाबींवर खर्च करताना आढळून येते. वित्तीय व्यवस्थापनामधील हा मुद्दा महत्त्वाचा असल्याचे लक्षात येते.

वित्तीय महसूल आणि खर्च

भारतामध्ये सार्वजनिक वित्तामधील महसूल म्हणजे महसूल अथवा चालू खाते आणि भांडवली खात्यांमधील जमा रक्कम होय. पुढे महसुली जमेची कर महसूल आणि करेतर महसूल अशी विभागणी होते. शासकीय वित्तीय महसुलामध्ये कर महसुलाचा वाटा मोठा असून, तो तीन प्रकारच्या करांद्वारे संकलित केला जातो. त्यातील पहिला म्हणजे, उत्पन्न आणि व्यय यांवरील कर, दुसरा मालमत्ता अथवा भांडवली मालमत्तेवरील कर आणि तिसरा म्हणजे वस्तू आणि सेवांवरील कर. यातील पहिल्या दोन कर प्रकारांना प्रत्यक्ष कर म्हणतात. तर तिसऱ्या प्रकाराला अप्रत्यक्ष कर म्हणतात. प्रत्यक्ष करामध्ये उत्पन्न कर भारताच्या वित्तीय महसुलाचा भक्कम आधार आहे. उत्पन्न आणि व्ययकरामधील इतर घटकांमध्ये निगम कर

आणि व्याजावरील कराचा समावेश होतो. मालमत्तेवरील कराचे दोन घटक असतातः श्रीमंतीवरील कर आणि भेटीवरील कर. अप्रत्यक्ष करांमध्ये सीमा शुल्क, केंद्रीय उत्पादन शुल्क आणि अलीकडच्या काळातील सेवाकर हे महसूल खात्याचे मध्यवर्ती भाग आहेत. वित्तीय महसुलामध्ये कर महसुलाच्या तुलनेत करेतर महसुलाचे योगदान तितकेसे उल्लेखनीय नाही. हा करेतर महसूल चलन, नाणी पाडणे, टांकसाळ, व्याजरूपी उत्पन्न, लाभांश आणि इतर करेतर महसूल या नियमित शासकीय उद्यमातून जमा केला जातो.

शासनाच्या भांडवली खात्याच्या जमा रकमेचे चार स्रोत आहेतः (अ) राज्यशासन, केंद्रशासित प्रदेश, सार्वजनिक क्षेत्रातील उपक्रम यांच्याकडून यापूर्वी दिलेल्या कर्जे आणि उधारीची निव्वळ वसुली; (आ) बाजारपेठेतून घेतलेल्या ढोबळ कर्जाऊ रकमेतून सार्वजनिक ऋणाची परतफेड वजा केल्यावर उरणारी निव्वळ कर्जाऊ रक्कम; (इ) ढोबळ बचत संकलनातून राज्यांचा हिस्सा वगळता शिल्लक राहणाऱ्या निव्वळ छोट्या बचती; (ई) भविष्य निर्वाह निधी आणि त्या प्रकारचे भांडवली जमा (दत्त आणि सुंदरम २००८, ८९४-९५).

खर्चाच्या बाजूने विचार केल्यास, शासनाने वित्तीय वर्ष १९८७-८८ पासून खर्चाच्या योजनेवरील खर्च आणि योजनेतर खर्च या शीर्षकांतर्गत नवीन पद्धतीने वर्गीकरण केले. योजनेतर खर्चाचे उपविभाजन महसुली आणि भांडवली खर्च असे करण्यात येते. महसुली खर्चामध्ये महसुली भरणा, संरक्षणावरील महसुली खर्च याशिवाय खते, अन्न, निर्यात उत्तेजन, शेतकऱ्यांची कर्जमुक्ती, टपाल खात्यातील तूट, पोलीस, निवृत्तिवेतन आणि राज्याकडील विभाग, कर आकारणी, परराष्ट्रव्यवहार आणि अशा अनेक सेवांचा समावेश होतो. अर्थव्यवस्थेची कृषी, उद्योग, ऊर्जा, वाहतूक, दळणवळण, विज्ञान आणि तंत्रज्ञान, खाणकाम ही प्रमुख क्षेत्रे आणि इतर पायाभूत (सुविधा पुरविणाऱ्या) संरचनेचे विकास प्रकल्प यांसाठी मोठ्या प्रमाणात खर्च करण्याबरोबरच आरोग्य, शिक्षण, सामाजिक सुरक्षा, रोजगार हमी योजना, माध्यान्ह भोजन योजना आणि अशा अनेक सामाजिक सेवांना अर्थसाहाय्य यांचा समावेश महसुली खर्चात होतो. अंतिमतः, राज्य, केंद्रशासित प्रदेश, तसेच इतर देशांना अनुदानांचे संवितरण शासनाच्या महसुली खर्चाच्या कोशातूनच होते.

यापूर्वीदेखील नमूद केल्याप्रमाणे, भांडवली योजनेतर खर्चातून संरक्षणावरील भांडवली खर्च, सार्वजनिक क्षेत्रातील उपक्रमांना दिली जाणारी कर्जे, इतर देशांना देण्यात येणारी कर्जे आणि अनुदाने, राज्ये आणि केंद्रशासित प्रदेशांना देण्यात येणारी कर्जे या सर्व बाबींना वित्तपुरवठा केला जातो.

योजनेवरील खर्चातून कृषी, ग्रामीण विकास, जलसिंचन, पूर नियंत्रण, ऊर्जा, उद्योग, खाणकाम, खनिजे, वाहतूक, दळणवळण, विज्ञान आणि तंत्रज्ञान, पर्यावरण संरक्षण, सामाजिक सेवा आणि सुरक्षितता या क्षेत्रामधील दीर्घ मुदतीच्या पायाभूत सुविधांच्या विकासासाठीच्या प्रकल्पांना शासन वित्तपुरवठा करते. या खर्चांसाठी पंचवार्षिक योजनेच्या दस्तावेजामध्ये पाच वर्षांच्या काळात विशिष्ट क्षेत्रासाठी होणाऱ्या एकूण खर्चाची योग्य ती विभागणी करून त्याची पूर्वनिर्धारणा करणे हे योजनेवरील खर्च समजून घेण्याचे सूत्र आहे. केंद्रशासनाच्या प्रकल्पांना वित्तपुरवठा करण्याशिवाय राज्ये आणि केंद्रशासित प्रदेशांच्या प्रकल्पांसाठी वित्तपुरवठा करणे हा आणखी एक महत्त्वाचा पैलू आहे. भारतीय राजकोषीय व्यवहाराच्या वित्तीय खर्चामध्ये योजनेतर आणि योजनेवरील खर्चासोबत, या शीर्षांवर एका विशिष्ट वित्तीय वर्षासाठी केलेल्या अर्थसंकल्पीय तरतुदींच्या विस्तृत विवेचनाचा समावेश होतो.

निधी आणि शासकीय रोखे

राजकोषीय व्यवहाराच्या व्यवस्थापनाचा भाग म्हणून भारतीय शासन निधीचा कोष तीन विशिष्ट हेतूंसाठी तयार केलेल्या लेख्यांसाठी राखून ठेवते, त्यांना निधी आणि लेखे असे म्हणतात. सर्वप्रथम, भारतीय राज्यघटनेच्या कलम २६६(१)च्या तरतुदींनुसार स्थापन केलेल्या संकलित निधीतून इतर खर्चांबरोबर राज्यसंस्थेची न्यायव्यवस्था आणि इतर महत्त्वाच्या घटनात्मक कार्यालयांच्या कामकाजासाठी लागणाऱ्या खर्चांना वित्त पुरवठा केला जातो, त्यास 'भारित खर्च' असेदेखील म्हणतात. या निधीमध्ये उत्पन्न कर, केंद्रीय अबकारी कर या करांतून तसेच सीमाशुल्क आणि इतर करेतर महसुलातून गोळा

होणाऱ्या महसुली जमेचा समावेश होतो. शासनाने देशांतर्गत आणि देशाबाहेरून घेतलेली कर्जाऊ रक्कम या निधीमध्ये जमा होते. संसदेच्या मान्यतेस अधीन राहून सर्व शासकीय खर्च या निधीतून केला जातो. दुसरा म्हणजे, आकस्मिक निधी, जो भारतीय राज्यघटनेच्या कलम २६७मधील तरतुदींनुसार उभा केला जातो. ५० कोटी रुपयांचा कोष या निधीमध्ये असून निकडीच्या आणि आकस्मिक परिस्थितीमध्ये लागणारे खर्च यातून भागवले जातात. एखाद्या निकडीच्या परिस्थितीमध्ये संसदेने निधी मंजूर केल्यानंतर आकस्मिक निधीतून घेतलेली आगाऊ रक्कम पुन्हा त्या निधीमध्ये जमा केली जाते हे उल्लेखनीय आहे. अशा प्रकारे, संकटकाळात शासनाची वित्तीय स्थिती पूर्वपदावर आणण्यासाठी हा निधी एक आधार म्हणून काम करतो. लोकलेखा हा या निधींमधील तिसरा आणि अंतिम असून कलम २६६(२)च्या तरतुदींनुसार स्थापन केला जातो. एकत्रिकृत निधीमध्ये समाविष्ट असलेल्या ऋणांव्यतिरिक्त इतर ऋणांसंदर्भातील व्यवहार या लेख्याद्वारे केले जातात. हे व्यवहार शासनाच्या सामान्य जमांमध्ये मोडत नसून, या खात्यातून भरणा करण्यासाठी संसदेची अधिकृत परवानगी आवश्यक नसते. अशा प्रकारे, संकलित निधी, आकस्मिक निधी आणि लोकलेखा निधी यांना एकत्रितपणे भारतीय शासन निधी असे म्हणता येईल.

शासकीय रोखे हेदेखील भारतीय राजकोषीय व्यवहार व्यवस्थेचा महत्त्वाचा घटक आहेत. तांत्रिकदृष्ट्या, शासकीय रोखे हे शासन आपल्या अथवा परकीय चलनांमध्येदेखील व्यवहारात आणते. असे असल्यास, त्यांना सार्वभौम रोखे असेही म्हणतात. कर आकारणीतून उभा केलेला निधी जेव्हा पुरेसा नसतो, तेव्हा सरकारचा खर्च भागविण्यासाठी शासन या रोख्यांद्वारे पैसे उभे करते. उदाहरणार्थ, भारतीय शासनाने सामाजिक-आर्थिक विकासाच्या कार्यक्रमांना निधी पुरवण्यासाठी २००९-१० दरम्यान ४,५०,००० कोटी रुपये (*हिंदुस्तान टाईम्स* २००९: २१) बाजारपेठेतून कर्जाऊ घेतले. भारतातील अधिक वित्तीय तूट म्हणजे शासनाने बाजारपेठेतून घेतलेली जादा कर्जाऊ रक्कम होय. यासाठी शासकीय रोखे हा एकमेव स्रोत नसला तरी तो प्राथमिक स्रोत आहे.

एकुणातच, भारतीय राजकोषीय व्यवहाराचे व्यवस्थापन गुंतागुंतीचे आणि तांत्रिक असून तिच्याशी संबंधित व्यक्तींमध्ये उच्च दर्जाची व्यवस्थापकीय कौशल्ये आणि वित्तीय धोरण असणे गरजेचे असते. देशाच्या आर्थिक व्यवस्थेचा हा कार्यात्मक भाग असून वित्तीय संसाधने निर्माण करणे, त्यांचा निर्वाह आणि विनियोग करणे ही आव्हाने पूर्ण करण्यासाठी वित्तीय व्यवस्थापन ही शासनासाठी महत्त्वाची बाब ठरली आहे. त्याही पुढे जाऊन, वित्तीय व्यवस्थापनाचे महत्त्व लक्षात घेता, यासाठी आवश्यक असणाऱ्या मूलभूत सुसूत्रीकरणासाठी राज्यघटनेमध्ये काही विशिष्ट तरतुदी केलेल्या आहेत. देशाच्या लोकशाही अभिशासनाच्या मापदंडानुसार वित्तीय व्यवस्थापन करणे हा राज्यघटनेतील तरतुदींमागे राज्यघटनेच्या कर्त्यांचा तर्क होता. स्पष्टपणे सांगायचे झाल्यास, याचे फलित म्हणून वित्तीय संकटाचे काही प्रसंग सोडल्यास, भारतातील एकूण वित्तीय व्यवस्थापन सुरळीत चालू राहिले. यातून राज्यघटनाकारांचा धोरणीपणा आणि दूरदृष्टी प्रतीत होते.

भारतीय अर्थसंकल्प व्यवस्थेतील सुधारणा

वासाहतिक अर्थव्यवस्थेच्या गरजांना अनुकूल होण्यासाठी तयार केलेली अर्थसंकल्पाची प्रक्रिया भारतासारख्या नुकत्याच स्वतंत्र झालेल्या आणि विकासाभिमुख अर्थव्यवस्थेसाठी सुयोग्य नव्हती. पुढील काही वर्षांत, लोकशाही राज्यव्यवस्थेच्या तत्त्वप्रणालीवर आधारित सामाजिक आणि आर्थिक विकासाच्या उद्दिष्टांशी तादात्म्य पावणारी प्रक्रिया आखण्यासाठी तिच्यामध्ये अनेक सूक्ष्म बदल करण्यात आले. परिणामी, भारतीय अर्थव्यवस्थेची धाटणी वासाहतिक न ठेवता ती विकासाभिमुख करण्यासाठी अर्थसंकल्पीय प्रक्रियेतील सुधारणांची रूपरेषा आखण्यात आली. या सर्वांतून पुढील बदल झाले; अर्थसंकल्प हा देशाच्या सामाजिक आणि आर्थिक विकासाचे साधन झाला; त्याचा कल खर्चापेक्षा निष्पत्तीकडे झुकला; वैधानिक आणि कार्यकारी मंडळांप्रती प्रशासनाचे राजकीय आणि प्रशासकीय उत्तरदायित्व वाढवण्याचे साधन ठरले; याशिवाय लेखा आणि लेखापरीक्षेच्या व्यवस्थेमध्ये योग्य तांत्रिक सुधारणा करण्यात आल्या.

अर्थसंकल्पातील सुधारणांमुळे वित्तीय प्रशासनाच्या सुरळीत चाललेल्या कार्यामध्ये व्यत्यय येऊ नये यासाठी हे बदल खंडशः आणि क्रमाक्रमाने केले. भारतामध्ये अर्थसंकल्पीय सुधारणा विविध टप्प्यांमध्ये झाल्या. त्यातील पहिल्या

टप्प्यामध्ये म्हणजे भारत स्वतंत्र झाल्यानंतर अर्थसंकल्पाच्या तांत्रिक स्वरूपामध्ये आमूलाग्र बदल करण्याऐवजी, देशाची वाटचाल नवोदित लोकशाही आणि विकसनशील अर्थव्यवस्थेतील विकास आणि उत्तरदायित्व या अत्यावश्यक तत्त्वांकडे वळवण्यासाठी अर्थसंकल्पाच्या प्रक्रियेमध्ये अनेक मूलगामी बदल केले गेले. दुसऱ्या टप्प्यामध्ये, १९६८ साली स्थापन केलेल्या पहिल्या प्रशासन सुधार आयोगाच्या शिफारशींनुसार कार्यक्रम अंदाजपत्रक आणि लेखाव्यवस्थेतील सुधारणांच्या धरतीवर अर्थसंकल्पाच्या तांत्रिक स्वरूपामध्ये अनेक दूरगामी बदल केले गेले. अंतिमतः, वर्तमानस्थितीत उदारीकरण आणि खाजगीकरण जोर धरत असताना संसदेचे अर्थसंकल्पाच्या प्रक्रियेवरील नियंत्रण कार्यक्षम आणि प्रबळ करण्यासाठी संसदीय स्थायी समितींची स्थापना करण्यात आली. या समित्या विविध मंत्रालये आणि विभागांच्या अर्थसंकल्पीय निधीवाटपाची बारकाईने छाननी करतात.

पूर्वी विशद केल्याप्रमाणे, अर्थसंकल्पातील सुधारणांमध्ये त्यातील प्रत्येक प्रक्रियेचा समावेश केला गेला. याची सुरुवात वासाहतिक लक्ष्य असण्यापासून ते विकासाभिमुख होण्याच्या दिशेने वाटचाल करणाऱ्या अर्थव्यवस्थेमधील अर्थसंकल्पाच्या दृष्टिकोनाची वैचारिक पुनर्मांडणी करण्यापासून झाली. या बदलाचा पूर्ण लाभ घेता यावा या उद्दिष्टाने १९७७-७८ साली देशाच्या विकाससंबंधित मंत्रालयांचे अर्थसंकल्प तयार करताना विषयानुसारी पद्धतीच्या जागी कार्यक्रम अंदाजपत्रक व्यवस्था विकसित केली. कार्यक्रम अंदाजपत्रकाची तयारी करण्याच्या आणि लेखा आणि लेखापरीक्षेची व्यवस्था कार्यक्षम करण्याच्या उद्दिष्टाने, पूर्वीच्या एकात्म व्यवस्थेचा भाग असणारे लेखा आणि लेखापरीक्षा विभाग १९७६ साली विभक्त करण्यात आले. काही वेळा अर्थसंकल्प शून्याधारित अर्थसंकल्पाच्या प्रारूपावर आधारित करण्याचेदेखील प्रस्ताव समोर आले. परंतु, देशाच्या वैकासिक अपरिहार्यता आणि तिचे गुंतागुंतीचे स्वरूप लक्षात घेता अशा स्वरूपाचे प्रस्ताव प्रत्यक्षात उतरले नाहीत. शासनाची मंत्रालये आणि विभाग यांच्या कार्याची डोळसपणे आणि जवळून छाननी करण्यासाठी यातील सर्वांत महत्त्वाची सुधारणा म्हणजे संसदेच्या स्थायी समितींची स्थापना होय (कश्यप १९९०: ३२४७). या सर्व अर्थसंकल्पीय सुधारणांचा परिणाम म्हणून, भारतीय अर्थसंकल्प व्यवस्थेत उल्लेखनीय सुधारणा झाल्या आहेत. उदाहरणार्थ, अर्थसंकल्प हे केवळ सामाजिक आणि आर्थिक कायापालटाचे साधन नसून निर्धारित उद्दिष्टे पूर्ण करण्यासाठी संसाधानांची वर्गवारी करून ती जबाबदार आणि नेमकेपणाने केंद्रिभूत रीतीने अमलात आणण्यासाठी सरकारी अधिकाऱ्यांना अधिक जबाबदार करते. तरीदेखील, वाढत्या वित्तीय तुटीसारखे काही प्रश्न मात्र अर्थसंकल्पीय सुधारणांद्वारे सुटलेले नाहीत. परिणामी, भारतीय अर्थसंकल्पावर डोईजड वित्तीय तुटीचा भार असून त्यामुळे शासनाचा खर्च शिस्तबद्ध करण्याच्या अर्थसंकल्पाच्या क्षमतेवर शंका उपस्थित होते. भारतीय अर्थसंकल्पाच्या सुधारणेची प्रक्रिया तर्कशुद्ध निष्कर्षापर्यंत नेण्यासाठी शासकीय महसुलाचे संकलन वाढवणे, कार्यक्षमतेचा दर्जा सुधारणे, गरिबांना अनुदानाच्या माध्यमातून अर्थसाहाय्य करणे, ऊर्जा क्षेत्रातील क्लिष्ट प्रश्न सोडविणे, शासनाच्या आकारमानात इष्टतम घट, शासकीय खर्चांचा प्राधान्यक्रम ठरविणे, कृषी आणि आरोग्य धोरणे एकमेकांना जोडणे इत्यादी क्षेत्रांवर लक्ष केंद्रित करणे गरजेचे आहे (व्यासुलू २००९: २१-२३).

भारतीय वित्तव्यवस्थेतील सुधारणा

तांत्रिकदृष्ट्या, भारतीय वित्तीय व्यवस्थेमध्ये अर्थव्यवस्थेवर प्रभाव असणाऱ्या अनेक संस्था, व्यवहार आणि उत्पादने यांचा समावेश होतो. वित्तव्यवस्थेच्या मुख्य कार्यांमध्ये, एकीकडे, देशांतर्गत बचती आणि परकीय भांडवल हे उत्पादक गुंतवणुकीकडे वळविणे, तर दुसरीकडे, मोठ्या लोकसंख्येला आहरण, बचती, विमा आणि निवृत्तिवेतन अशा कार्यक्षम प्रदानात्मक वित्तीय सेवा पुरविणे यांचा समावेश होतो. स्वातंत्र्योत्तर काळात भारतीय वित्तीय व्यवस्था उभी करण्यामागे दोन उद्दिष्टे होती: एक, विकासाच्या वाटचालीला उत्तेजन देणे आणि दोन, लोकांना सामाजिक आणि आर्थिक स्थिरता मिळवून देणे. म्हणून, वित्तीय सुधारणांचे संदर्भ आणि स्वरूप सर्वसामान्य लोकांच्या जीवनात अनपेक्षित आणि अहितकारक बदल करण्यास कारणीभूत न ठरता, भारतीय अर्थव्यवस्था अतिशय वेगाने बदलणाऱ्या जागतिक अर्थव्यवस्थेच्या बरोबरीने आणण्याकडे झुकलेले होते.

वित्तीय सुधारणांमधील गुंतागुंत आणि वित्तीय सुधारणांच्या स्वरूप आणि परिणाम यांवरून होणारा सार्वजनिक प्रक्षोभ लक्षात घेता, शासनाने या सुधारणा टप्प्याटप्प्यांनी करणे हितावह होते. यातील १९९०च्या दशकामध्ये व्यवहार ताळेबंदामुळे उद्‌भवलेल्या आकस्मिक आर्थिक पेचप्रसंगांच्या संदर्भात वित्तीय सुधारणांचा पहिला टप्पा सुरू झाला. शासनाच्या सर्व व्यवहारांमध्ये वित्तीय सुधारणांसाठीची अनुकूलता असल्याचे पाहून आंतरराष्ट्रीय नाणेनिधी आणि आंतरराष्ट्रीय पुनर्रचना आणि विकास बँक या संघटनांना भारतीय वित्तीय व्यवस्थेमध्ये मूलभूत सुधारणा करण्यासाठी आग्रही राहणे सोयीचे ठरले. परिणामी, या जागतिक वित्तीय संघटनांच्या देखरेखीखाली संरचनात्मक समायोजन कार्यक्रम आखले गेले. त्यामागे स्वतंत्र भारताच्या सुरुवातीच्या काळात समाजवादी आकृतिबंधाची पुनर्रचना करण्यासाठी उभारलेल्या संरचना आणि प्रक्रिया मोडून काढण्याचा हेतू होता. याव्यतिरिक्त, व्याजदरांचे उदारीकरण आणि निर्देशित पत यावर सुधारणांचा भर होता. तरीदेखील, या टप्प्यातील सुधारणा व्यापक स्वरूपाच्या असून केवळ व्यापक स्वरूपावर लक्ष केंद्रित केल्याने देशाच्या प्रगतीला बाधा होऊ शकते अशी टीका यांवर झाली. म्हणून, आंतरराष्ट्रीय नाणेनिधीच्या अहवालामध्ये वित्तीय सुधारणांसाठी आणि त्यातून लाभ होत असल्याची लोकांची खात्री झाल्यावर या सुधारणांना गती मिळेल या हेतूने अनेक नेमक्या (सूक्ष्म) सुधारणांची सूची नमूद करण्यात आली. उदाहरणार्थ, व्यापारातून मिळणारे दाव्यांचे रूपांतरण इलेक्ट्रॉनिक स्वरूपात केल्याने आणि ते व्यापारी कागदपत्रे म्हणून विकण्यासाठी अनुकूल संरचना तयार केल्याने लघु आणि मध्यम आकाराच्या उपक्रमांसाठी पत उपलब्ध करून देण्यास दमदार चालना मिळेल, असे अहवालात सूचित करण्यात आले (प्रसाद आणि राजन २००८). अशा प्रकारे, नवीन सहस्रकाच्या उदयाबरोबर भारतीय वित्तीय सुधारणांच्या दुसऱ्या टप्प्याची सुरुवात झाली.

पहिल्या टप्प्यामध्ये मूलभूत उद्दिष्टे साध्य केल्यानंतर, दुसऱ्या टप्प्यामध्ये भारतीय वित्तव्यवस्थेमध्ये अधिक व्यापक आणि सखोल सुधारणा करण्याची योजना तयार केली गेली. या टप्प्यामध्ये ज्या क्षेत्रांमध्ये आणि बाबींविषयी सुधारणा करावयाच्या त्यांचे जटिल स्वरूप, तसेच या टप्प्यातील त्यांच्या सुधारणांची व्याप्ती लक्षात घेता, खालीलप्रमाणे सूचक यादी नमूद करता येईल:

१. वित्तीय तूट कमी करून स्थूल अर्थशास्त्रीय अस्थैर्याची जोखीम कमी करणे आणि त्यातून खाजगी क्षेत्राला वित्त उपलब्ध करून देणे;
२. बँकांचे पत आणि जोखीम व्यवस्थापन सुधारण्यासाठी कायदेशीर विनियामक आणि पर्यवेक्षी चौकटीमध्ये सुधारणा करणे;
३. दुर्बल बँकांसाठीची व्यवस्था सुधारणे;
४. भांडवली बाजारपेठ अधिकाधिक विकसित करणे;
५. दीर्घ मुदतीच्या गुंतवणुकी आणि पायाभूत सुविधांना वित्तपुरवठा करण्यासाठी निवृत्तिवेतन आणि विमासेवांचा विकास करणे;
६. ग्राहकांचे हित साधण्यासाठी आणि वित्तीय सेवांचे जागतिकीकरण झाल्याने निर्माण होणारी आव्हाने पेलण्यासाठी वित्तीय सेवांमध्ये सुधारणा करणे; आणि
७. परराष्ट्रीय भांडवली बाजारपेठांशी दुवे साधणे (हॅन्सेन आणि कथुरिआ १९९९).

अशा प्रकारे, चलन आणि वित्तीय क्षेत्र राजकीयदृष्ट्या संवेदनक्षम असले तरी, दुसऱ्या पिढीतील भारतीय वित्तीय सुधारणांचा त्यावर भर असणे अपरिहार्य होते. परिणामी, अर्थव्यवस्थेतील या क्षेत्रांमध्ये मोठ्या प्रमाणात मूलभूत बदल केल्याशिवाय लोकांना दीर्घकाळ उदारमतवादी अर्थव्यवस्थेचा लाभ खऱ्या अर्थाने घेता येणार नाही (रेड्डी २००४). या सुधारणांचा भर वित्तीय क्षेत्राच्या कार्यात्मक धोरणांपेक्षा संरचनात्मक व्यवस्थेवर असेल. अर्थव्यवस्थेला पुनरुज्जीवित करण्यासाठी आवश्यक ती वित्तीय प्रेरणा देण्याबरोबरच चिंताजनक ठरणाऱ्या वित्तीय तुटीला आळा घालण्याचे

आव्हानदेखील शासनासमोर आहे. याशिवाय शासनाने मध्यम मुदतीत वित्तीय दृढीकरण करण्याच्या उद्देशाने वित्तीय पुनर्रचना कार्यक्रमाला संस्थात्मक स्वरूप देणे गरजेचे आहे. शासनाने भूतकाळातून धडे घेऊन केंद्र आणि राज्यासाठीच्या वित्तीय पुनर्रचनेच्या योजनांची नव्याने आखणी करावी. परंतु, केवळ विधिविधान पारित केल्याने वित्तीय शिस्त बाणली जाते असे नाही तर, व्यवस्थेकडून अवाजवी हितसंबंध साधणाऱ्या आपमतलबी लोकांच्या कारवायांना बळी न पडता त्यांची काटेकोरपणे अंमलबजावणी करण्यासाठी राजकीय इच्छाशक्तीची आवश्यकता आहे (राव २००९).

मूल्यांकन अभिप्राय

सार्वजनिक अर्थसंकल्पाच्या प्रक्रियेमध्ये शासनाकडून विविध संसाधनांची आणि विशेषतः पैशाचे संपादन, वर्गवारी आणि उपयोजना या संबंधीचे निर्णय घेणे आणि त्यांची अंमलबजावणी करणे यांचा समावेश असल्याने ते अभिशासनातील अत्यंत क्लिष्ट काम आहे. त्याची कारणे अगदी स्पष्ट आहेत. सार्वजनिक प्रश्नांच्या गंभीर बाजू सोडविण्यासाठी तांत्रिक कौशल्याबरोबरच अर्थसंकल्पाची जबाबदारी असणारे अधिकारी तत्कालीन राजवटीचा वैचारिक प्राधान्यक्रम लक्षात घेऊ शकतात. परिणामी, राज्यव्यवस्थेचे स्वरूप हे तिचे आर्थिक स्वास्थ्य आणि राजकीय दिशा यांवरून ठरते आणि अर्थसंकल्पात घेतले जाणारे निर्णय हे राज्यव्यवस्थेच्या स्वरूपाचे सामाजिक आणि आर्थिक दर्शक असतात. याशिवाय, अर्थसंकल्प काय सूचित करतो आणि साध्य करतो यातील अंतर ओळखण्याचे हे साधन आहे.

अर्थसंकल्प हे वित्तीय व्यवस्थापनातील वेळोवेळी तपासून बघितलेले तंत्र आहे यात शंका नाही. सत्तेत असलेल्या शासनाचा आर्थिक प्राधान्यक्रम आणि वैचारिक कल यांच्या आधारे तयार केलेल्या तत्त्वांनुसार हे व्यवस्थापन राबवले जाते. शासनाच्या विषयपत्रिकेतील भागधारकांच्या दृष्टीने महत्त्वाचे विषय समाविष्ट करून घेण्याचे प्रयत्न अर्थसंकल्प करत असते. 'लोकशाही'सारख्या इच्छित आदर्शाप्रत जाणे हा या प्रक्रियेतील सर्वांत कळीचा मुद्दा आहे. त्यामुळे सामाजिक आणि आर्थिक वैविध्य असूनदेखील, 'लोकांची स्पष्ट भूमिका' हा अर्थसंकल्प तयार करण्याच्या आणि त्याची अंमलबजावणी करण्याच्या प्रक्रियेतील कळीचा मुद्दा आहे. काही विशिष्ट परिस्थितीमध्ये लोक दृश्य स्वरूपात सहभागी होऊ शकत नाहीत परंतु, निर्णयकर्त्यांनी दीर्घकाळ त्यांच्याकडे दुर्लक्ष करणे महागात पडू शकते. यामध्ये शासनाच्या राजकीय प्राधान्यक्रमाला महत्त्व देऊन आखण्यात आलेल्या विचारसरणीचे महत्त्व अधिक असून तो अर्थसंकल्पाच्या धोरणांचा पाया आहे. भागधारक त्यांच्या 'वैचारिक प्राधान्यक्रमानुसार' शासकीय कृतीला उत्तेजन देतात. अन्य राजकीय व्यवस्थांपेक्षा भारताला वेगळेपण देणारी अर्थसंकल्पाच्या निर्मितीमध्ये आणि अंमलबजावणीमध्ये लोकांची भूमिका ही 'केवळ एक निर्णयांचा वाहक' अशी असते. यातून आतापर्यंत चर्चिलेल्या अर्थसंकल्पाच्या प्रक्रियेचा अभ्यास करणे हे अतिशय रंजक आणि खुलासा करणारे आहे. कारण यातूनच या गुंतागुंतीच्या प्रक्रियेचा अभ्यास करण्याला गती मिळेल. शिवाय, जगभरातील सामाजिक आणि आर्थिकदृष्ट्या परस्परविरोधी धोरणांचा तौलनिक अभ्यास करण्यासाठीचे आदान यातून उपलब्ध होईल.

भारताचे नियंत्रक आणि महालेखापरीक्षक (कॅग)[२]

इतर संस्थांच्या बरोबरीने भारताचे नियंत्रक आणि महालेखापरीक्षक (कॅग) ही भारतीय राज्यघटनेतील सर्वाधिक महत्त्वाची संस्था होय. डॉ. आंबेडकर यांनी घटनासमितीमध्ये नेमकेपणाने म्हटले आहे की,

> भारताचे नियंत्रक आणि महालेखापरीक्षक (कॅग) हा भारतीय राज्यघटनेच्या अंतर्गत सर्वाधिक महत्त्वाचा अधिकारी असावा. याचे कारण असे की, तो सार्वजनिक निधीचा संरक्षक असून भारताच्या किंवा राज्याच्या संकलित निधीतून कायदेशीर तरतुदीखेरीज एक दमडीही खर्च होणार नाही हे पाहणे हे त्याचे कर्तव्य होय. थोडक्यात, तो भारतातील लेखा आणि लेखापरीक्षा व्यवस्थेचा निःपक्षपाती प्रमुख असावा (बसू २०१२, २०३).

सैद्धान्तिकदृष्ट्या, भारतीय राज्यघटनेने नियंत्रक आणि महालेखापरीक्षक ही स्वतंत्र संस्था स्थापन केली आहे. या अन्वये, शासन संसदेप्रती उत्तरदायी व प्रतिसादी आहे अशी हमी देण्यात आली आहे. शासनाच्या संसदीय शासनपद्धतीचे हे मूलभूत तत्त्व आहे, ज्यानुसार, कार्यकारी मंडळ हे कायदेमंडळाप्रती जबाबदार असते. कायदेमंडळाद्वारे करण्यात येणाऱ्या वित्तीय नियंत्रणाच्या व्यवस्थेमध्ये अशा नियंत्रणाचे मूळ सापडते. हे कार्य पार पाडण्यासाठी कायदेमंडळाच्या अखत्यारित कार्यकारी मंडळापासून संपूर्णपणे वेगळी व शासनाच्या वित्तीय व्यवहारांची छाननी करणारी संस्था अस्तित्वात असावी लागते. म्हणून, सांप्रत या संस्थेचे मूल्यांकन करणे महत्त्वाचे ठरते. नियंत्रक आणि महालेखापरीक्षक ही केवळ संस्था नसून सुरळीत अभिशासनासाठी व लोक सबलीकरणासाठी असलेले साधन आहे.

संक्षिप्त पूर्वेतिहास

भारतातील सर्वोच्च लेखापरीक्षण संस्थेचे प्रमुख म्हणून भारतातील नियंत्रक व महालेखापरीक्षक या संस्थेला दीर्घ इतिहास आहे. याचा क्रमविकास ब्रिटिशकालीन व्यवहार व परंपरा यांतून झाला असे म्हणता येईल. सन १८५७च्या उठावापूर्वीच लॉर्ड कॅनिंग्ज़ यांनी मोठ्या प्रमाणात प्रशासकीय पुनर्बांधणीला सुरुवात केली होती. या पुनर्बांधणीचाच भाग म्हणून महालेखापाल यांच्या अंतर्गत वेगळा विभाग स्थापन करण्यात आला. ईस्ट इंडिया कंपनीच्या वित्तीय व्यवहारांचे लेखापालन व लेखापरीक्षणाचे काम करणे ही या अधिकाऱ्याची जबाबदारी होती. सन १८५७च्या उठावानंतर ब्रिटिश राजघराण्याने भारतीय प्रशासनाचा ताबा घेतला व १८५८चा भारत सरकार कायदा पारित केला. या कायद्याअन्वये, १८६०मधील ब्रिटिश साम्राज्याचे उत्पन्न आणि खर्च यासाठी वार्षिक अर्थसंकल्पाची नवीन व्यवस्था स्थापन करण्यात आली. अर्थसंकल्पीय पद्धतीतूनच ब्रिटिश साम्राज्यातील लेखापरीक्षणाचादेखील पाया घातला गेला. पहिले महालेखापाल म्हणून सर एडवर्ड ड्रोमोंड यांनी नोव्हेंबर १८६०मध्ये सूत्रे हाती घेतली. म्हणून सुरुवातीला, भारत सरकारचे महालेखापाल म्हणून निर्माण करण्यात आलेल्या या पदाचे सन १८६०मध्ये भारताचे महालेखापरीक्षक असे पदनाम करण्यात आले. भारताचे नियंत्रक व महालेखापरीक्षक ही संज्ञा सर्वप्रथम सन १८८४मध्ये वापरण्यात आली. सन १९१९च्या मोंटेग्यू-चेम्सफर्ड सुधारणांतर्गत महालेखापरीक्षक शासनापासून स्वायत्त झाले. सन १९३५च्या भारत सरकार कायद्याने भारताच्या सांघिक रचनेमध्ये प्रांतीय लेखापरीक्षक असावा अशी तरतूद करून महालेखापरीक्षक या पदाचे दृढीकरण केले. त्याच्या पदाचे संरक्षण व्हावे या हेतूने त्याला सांघिक न्यायालयाच्या न्यायाधीशांच्या समपदस्थ मानले जाई. स्वातंत्र्योत्तर काळातही १९३५च्या कायद्याचा हाच वारसा पुढे चालविण्यात आला. सन १९४७मध्ये शेवटचे ब्रिटिश महालेखापरीक्षक सर बर्टी मन्रो स्टॅग यांनी सूत्रे हस्तांतरित करेपर्यंत हा विभाग ब्रिटिश प्रशासनाचा अविभाज्य भाग होता.

स्वातंत्र्योत्तर काळात, संघीय भारतामध्ये एकात्म लेखापरीक्षक, म्हणजेच, भारताचे नियंत्रक आणि महालेखापरीक्षक, नेमण्यात आले. याद्वारे, केंद्र तसेच राज्यशासनाचे लेखापरीक्षण केले जाणार होते. भारतीय राज्यघटनेमध्ये ही व्यवस्था अंतर्भूत करण्यापूर्वी घटनासमितीमध्ये मोठ्या प्रमाणात वादविवाद झाले. ऑक्टोबर १९४७मध्ये घटनासंबंधी सल्लागाराने तयार केलेल्या घटनेच्या मसुद्यामध्ये संघराज्याचे महालेखापरीक्षक आणि प्रांतांचे महालेखापरीक्षक यांच्या नियुक्तीसंबंधी वेगवेगळ्या तरतुदी केल्या गेल्या. संघराज्याच्या महालेखापरीक्षकांची नियुक्ती राष्ट्रपतींनी करावयाची होती. तसेच, सर्वोच्च न्यायालयाच्या न्यायाधीशाप्रमाणे त्यांना कार्यकाल संरक्षण देण्यात आले होते. प्रांतातील महालेखापरीक्षकाची नियुक्ती प्रांतीय कायदेमंडळाने कायद्यान्वये करावयाची होती. प्रांतीय महालेखापरीक्षकाची नियुक्ती राज्यपालांनी त्यांच्या अधिकारक्षेत्रात करावयाची होती आणि त्यांना पदच्युत करण्याची प्रक्रिया उच्च न्यायालयातील न्यायाधीशांना पदच्युत करण्याप्रमाणेच होती (कश्यप २००४, ४१४). केंद्रीय राज्यघटनेच्या वित्तीय तरतुदींच्या तज्ज्ञ समितिने महालेखापरीक्षक पदाची स्वायत्तता साध्य करण्यासाठी या मसुद्यातील तरतुदी समाधानकारक असल्याचे मत नोंदविले. तथापि, केंद्र व प्रांत सरकारांसाठी एकच महालेखापरीक्षक असावा असे या समितीने सुचविले (कश्यप २००४, ४१४). नंतर मसुदा समितीने हा सल्ला मान्य केला.

भारतीय राज्यघटनेतील स्थान

संसदीय शासनपद्धतीमध्ये लेखापरीक्षणाची स्वतंत्र संस्था असणे महत्त्वाचे आहे असे घटनाकारांचे मत होते. परिणामी, भारताच्या नियंत्रक आणि महालेखापरीक्षकाने त्याचे कार्य कार्यक्षम पद्धतीने पार पाडावे यासाठी या संस्थेला पूर्ण स्वायत्तता देण्यात आली. भारतीय राज्यघटनेतील पाचव्या भागातील कलम १४८, १४९, १५०, १५१ भारतीय नियंत्रक व महालेखापरीक्षक संस्थेच्या मूळ रचनेशी संबंधित आहेत. कलम १४८(१) नुसारः

> भारताला एक नियंत्रक आणि महालेखा परीक्षक असेल आणि तो राष्ट्रपतीकडून सहीशिक्क्यानिशी अधिपत्राद्वारे नियुक्त केला जाईल आणि त्याला सर्वोच्च न्यायालयाच्या न्यायाधीशाप्रमाणे, तशाच रीतीने व तशाच कारणास्तव पदावरून दूर केले जाईल.

त्याचबरोबर, त्याचे वेतन व अन्य सेवाशर्ती संसद ठरवू शकेल. मात्र, एकदा नियुक्ती झाल्यानंतर नियंत्रक व महालेखापरीक्षक यांचे वेतन, अनुपस्थिती, रजा, निवृत्तिवेतन किंवा निवृत्तीच्या वयाबाबतचे त्यांचे अधिकार यापैकी कशातही त्याला अहितकारक असे बदल करता येत नाहीत. त्याच्या निवृत्ती किंवा राजीनाम्यानंतर तो भारत सरकार किंवा कोणत्याही राज्यशासनाच्या नियंत्रणाखालील अन्य कोणतेही पद स्वीकारणार नाही. या कार्यालयात सेवेत असणाऱ्या व्यक्तींना किंवा त्यांच्याबाबत प्रदेय असलेली सर्व वेतने, भत्ते व निवृत्तिवेतने यांसह त्या कार्यालयाचा प्रशासकीय खर्च भारताच्या एकत्रित निधीवर भारित केला जाईल, म्हणजेच, त्यावर संसदेमध्ये मतदान केले जाणार नाही.

स्वतंत्र भारतातील स्वायत्त नियंत्रक व महालेखापरीक्षक

डॉ. आंबेडकर यांनी घटनासमितीमध्ये म्हटल्याप्रमाणे (१९४९),

> भारतीय राज्यघटनेमधील या अधिकाऱ्याची प्रतिष्ठा आणि कार्यभार सर्वात महत्त्वाचा आहे, असे माझे वैयक्तिक मत आहे. संसदेमध्ये मतदान करून पारित केलेला व्यय मर्यादेबाहेर जात नाही ना किंवा विनियोग कायद्यामध्ये नमूद केल्यापेक्षा भिन्न नाही ना हे बघावयाचे काम नियंत्रक व महालेखापरीक्षकाचे असते. न्यायव्यवस्थेपेक्षा अधिक महत्त्वाची असणारी कर्तव्ये या अधिकाऱ्याला पार पाडावयाची असल्याने त्याचे पद स्वायत्त असणे गरजेचे असते.

हे ध्यानात घेऊन, घटनासमितीने ही संस्था शासनापासून स्वायत्त ठेवली आहे. जेणेकरून, या संस्थेच्या कार्यांवर शासनाचा कुठलाही दबाव राहणार नाही. राज्यघटनेने पुढील तरतुदींच्या माध्यमातून नियंत्रक व महालेखापरीक्षकाकडून केल्या जाणाऱ्या लेखापरीक्षेचे स्वरूप स्वायत्त असेल असे नमूद केलेः

१. भारताच्या राष्ट्रपतींकडून नियुक्ती.
२. सर्वोच्च न्यायालयाच्या न्यायाधीशाप्रमाणे पदच्युत करण्याची विशेष प्रक्रिया.
३. वेतन व अन्य प्रशासकीय खर्च एकत्रित निधीवर भारित केले जातील, म्हणजेच, त्यावर मतदान होणार नाही.
४. कार्यकाल संपल्यानंतर तो/ती इतर कुठल्याही शासकीय कार्यालयामध्ये काम करू शकणार नाही.

नियंत्रक व महालेखापरीक्षकाचे अधिकार व कर्तव्ये

भारतीय राज्यघटनेतील कलम १४९ आणि १५०मध्ये नियंत्रक आणि महालेखापरीक्षकाचे अधिकार व कर्तव्ये नमूद केले आहेत. कलम १४९ नुसार,

> नियंत्रक व महालेखापरीक्षक हा, संघराज्य व राज्ये आणि अन्य कोणतेही प्राधिकारी किंवा निकाय यांच्या लेख्यांच्या संबंधात संसदेने केलेल्या कोणत्याही कायद्याद्वारे किंवा त्या अन्वये विहित करण्यात येतील अशा कर्तव्यांचे पालन करील व अशा अधिकारांचा वापर करील आणि त्यासंबंधात याप्रमाणे तरतूद केली जाईपर्यंत

तो, या संविधानाच्या प्रारंभाच्या पूर्वी डॉमिनिअन ऑफ इंडियाच्या प्रांताच्या लेख्यांच्या संबंधांत भारताच्या महालेखापरीक्षकाकडे जी कर्तव्ये सोपविण्यात आली होती त्यांचे पालन व त्यास जे अधिकार वापरता येण्यासारखे होते त्यांचा वापर, अनुक्रमे संघराज्याच्या व राज्यांच्या लेख्यांच्या संबंधांत करील.

राज्यघटनेखेरीज, भारताचा नियंत्रक व महालेखापरीक्षक (कर्तव्ये, अधिकार आणि अटी) कायदा, १९७१मध्ये देखील नियंत्रक व महालेखापरीक्षकाची कर्तव्ये आणि अधिकार नमूद करण्यात आले आहेत. या कायद्यानुसार भारताच्या नियंत्रक आणि महालेखापरीक्षकाची पुढील कर्तव्ये आहेतः

१ भारताच्या एकत्रित निधीतून होणाऱ्या सर्व खर्चाचे लेखापरीक्षण करणे.
२. आकस्मिक निधी आणि शासकीय खात्यांशी संबंधित केंद्र व राज्य सरकारांच्या सर्व व्यवहारांचे लेखापरीक्षण करणे.
३. केंद्र व राज्य सरकारच्या कुठल्याही विभागातील व्यापारी उत्पादने, नफा व तोटा लेखे, व इतर अनुदानसंबंधी लेख्यांचे लेखापरीक्षण करणे.
४. केंद्र किंवा राज्य सरकारच्या महसुलातून अर्थसाहाय्य होते अशा सर्व संस्था व अधिकाऱ्यांच्या आय व व्यय यांचे लेखापरीक्षण करणे.

सन २००७मध्ये, नियंत्रक व महालेखापरीक्षक (कर्तव्ये, अधिकार आणि अटी) कायदा, १९७१च्या विभाग २३मध्ये 'लेखापरीक्षण व लेख्यासंबंधीची नियामके' पारित केली. या अन्वये, नियंत्रक व महालेखापरीक्षकाच्या लेखापरीक्षण व लेखापालन अधिकारांची व्याप्ती, स्वरूप आणि मर्यादा यांची तपशीलवार मांडणी करण्यात आली.

लेखापरीक्षणाचे प्रकार

नियंत्रक व महालेखापरीक्षकाद्वारे करण्यात येणाऱ्या लेखापरीक्षणाचे प्रामुख्याने तीन प्रकार आहेतः

१. अनुपालन लेखापरीक्षण
२. वित्तीय लेखापरीक्षण
३. कार्यक्रम लेखापरीक्षण

लेखापरीक्षणाच्या या पारंपरिक प्रकारांखेरीज, कॅगने माहितीतंत्रज्ञान व्यवस्था आणि पर्यावरणसंबंधी प्रश्नांचे लेखापरीक्षणदेखील केले आहे.

लेखापरीक्षण अहवालांचे काय होते?

कॅगने तयार केलेले केंद्रसंबंधी अहवाल राष्ट्रपतींकडे व राज्यसंबंधी अहवाल राज्यपालांकडे सुपूर्द केले जातात. राज्यघटनेच्या कलम १५१ नुसार (अ) नियंत्रक व महालेखापरीक्षक यांचे संघराज्याच्या लेख्यांविषयीचे अहवाल, राष्ट्रपतींस सादर केले जातील व तो ते संसदेच्या दोन्ही सभागृहांसमोर ठेवण्याची व्यवस्था करील आणि (आ) भारताचा नियंत्रक व महालेखापरीक्षक यांचे एखाद्या राज्याच्या लेख्यांविषयीचे अहवाल, त्या राज्याच्या राज्यपालास सादर केले जातील व तो ते राज्याच्या विधानमंडळासमोर ठेवण्याची व्यवस्था करील. त्या त्या संसदगृहामध्ये अहवाल सादर केल्यानंतर ते केंद्र आणि राज्यासंबंधी सार्वजनिक लेख समिती आणि सार्वजनिक उपक्रम समितीपुढे सादर केले जातात. विशेष उद्देशाने नेमलेल्या या समित्या या अहवालांची छाननी करतात आणि सार्वजनिक हितासाठी संबंधित असलेले अनुच्छेद/निष्कर्ष अधोरेखित करतात. या प्रक्रियेमध्ये कॅगद्वारे या समित्यांना साहाय्य केले जाते. तदनंतर, या समित्या अभ्यासाअंती शिफारशींसह अहवाल तयार करून पुढील चर्चेसाठी संबंधित गृहाकडे सादर करतात.

कॅगच्या कालानुरूप बदलत्या भूमिकेमुळे त्याचे स्वरूपदेखील बदलले आहे. कॅगसंबंधी अनिवार्य तरतुदी आणि लोकशाहीचे संगोपन करण्याच्या हेतूने त्याचे महत्त्व पूर्वीच चर्चिले आहे. शासन कामकाजावर लेखापरीक्षण अहवालातून

लक्ष ठेवण्यात यावे यासाठीच भारतीय राज्यघटनेअंतर्गत कॅगला स्वायत्त संस्था जाहीर करण्यात आले आहे. ही संस्था निष्क्रिय राहिली आहे असे म्हणणे योग्य नसले तरी तिच्याकडून समाधानकारक कार्यपूर्ती झालेली नाही हेही खरेच. या संस्थेने शासनाचीच एक शाखा म्हणून काम केले असून शासकीय कामकाजामध्ये पारदर्शकता प्रस्थापित करण्याच्या हेतूने काही केले नाही. हे उदाहरण सन १९९०पर्यंत अकार्यक्षम असलेल्या निवडणूक आयोगाप्रमाणेच आहे. सन १९९०च्या दशकाच्या पूर्वार्धापर्यंत, 'घटनात्मक'अधिकारिता असलेल्या निवडणूक आयोगाने कार्यकारी मंडळाची एक शाखा म्हणूनच कार्य केले. मवाळ व सत्ताधारी पक्षाप्रती स्नेहपूर्ण व सहानुभूतीचे संबंध असलेली, निवडणूक प्रक्रिया स्वच्छ असावी यासंबंधी काळजी घेण्याची भूमिका पार पाडताना समर्थपणे अभिव्यक्त न होणारी संस्था असे या आयोगाचे वर्णन करण्यात आले होते (सुब्रमणियन २०१२, १९). परंतु, १९९०च्या दशकामध्ये या परिस्थितीमध्ये बदल झाला. निवडणूक आयोगाने सत्ताधारी पक्षाची अपेक्षा लक्षात न घेता राज्यघटनेनुसार अपेक्षित असलेल्या भूमिकेची पुनर्व्याख्या केली. या प्रक्रियेमध्ये निवडणूक आयोगानेच अतिशय महत्त्वाची भूमिका निभावली. टी. एन. शेषन भारताचे मुख्य निवडणूक आयुक्त झाल्यानंतर, त्यांच्या रूपाने निवडणूक आयोग निवडणूक प्रक्रियेतील निःपक्षपातीपणावर देखरेख ठेवता येईल असा सक्रिय, स्वायत्त आणि प्रबळ इच्छाशक्ती असलेला मध्यस्थ म्हणून पुढे आला. शेषन यांनी आयोगाचा एक प्रकारचा दरारा प्राप्त करून दिला असे म्हणता येईल. तदनुसार, आयोगाच्या मताला आणि वचक ठेवण्यासंबंधीच्या भूमिकेला व्यापकता प्राप्त झाली (सुब्रमणियन २०१२, १९). या टप्प्यावर, निवडणूक आयोग पुनरुज्जीवित करण्याच्या प्रक्रियेत संस्थेच्या 'प्रतिमे'संबंधीचा घटक पुढे आला. असेच काहीसे कॅगच्या बाबतीतही घडले. विनोद राय यांनी सूत्रे स्वीकारल्यानंतर घटनात्मक संस्था म्हणून कॅगचे स्थान बदलले. राय यांनी सूत्रे हाती घेण्यापूर्वी ही संस्था अधूनमधून आवाज उठवीत होती, परंतु, यामागे कोणतीही कारवाई करण्याचा स्पष्ट हेतू होताच असे नाही. ही संस्था म्हणजे शासनाच्या आचारांतून लोकहिताची हमी देण्याखेरीज शासनाचे स्नेहपूर्ण आज्ञापालन करणारी संस्था होती. विनोद राय यांनी कॅगचे 'शेषनीकरण' केले असे म्हणता येईल (सुब्रमणियन २०१२, १९).

विनोद राय यांनी धुरा हाती घेतल्यानंतर या संस्थेला यश कसे मिळाले? हा केवळ त्यांच्या व्यक्तिमत्त्वाचा प्रभाव होता की आणखी काही? कारण काहीही असले तरी विनोद राय यांनी कॅगची पुनर्बांधणी करण्याची आश्चर्यजनक कामगिरी केली यात दुमत नाही. विनोद राय यांनी अनेक घोटाळे उघडकीस आणणारे अनेकविध अहवाल सादर केले. देशामध्ये या पूर्वीही अनेक घोटाळे झाले असले तरी सांप्रत काळातील घोटाळ्यांचे गांभीर्य पूर्वीपेक्षा भिन्न आहे. एका पाठोपाठ एक अनेक घोटाळे उघडकीस येत आहेत. सन २०१०च्या राष्ट्रकुल क्रीडा स्पर्धांमधील व्ययाची कॅगने केलेली छाननी आणि २जी स्पेक्ट्रम घोटाळ्याचे विश्लेषण यामुळे आपला शासनाकडे बघण्याचा दृष्टिकोन बदलला आहे. कॅगच्या अहवालाची (२०१२-१३) निष्पत्ती म्हणून दुसऱ्या संयुक्त पुरोगामी आघाडी सरकारला हादरा बसला व हे सरकार भ्रष्टाचारी आहे असा आरोप त्यावर करण्यात आला. विनोद राय यांनी भारताच्या कॅगची पुनर्व्याख्या केली असे म्हणता येईल. अशा प्रकारे, त्यांनी कॅगच्या घटनात्मक स्थानाविषयी पुनर्विचार करण्यास भाग पाडले. त्यांच्या मते कॅग हा केवळ लेखापाल नव्हे. त्याची निर्मिती केवळ लेखापरीक्षण करणे, अहवाल तयार करणे आणि ते संसदेपुढे मांडणे यासाठी करण्यात आलेली नाही. अमेरिकेतील हार्वर्ड केनेडी स्कूल येथील भाषणामध्ये त्यांनी केलेले भाष्य पुढे नमूद केले आहेः

> संसद किंवा खरेतर लोकांनाच आम्ही केवळ लेखापाल म्हणून काम करणे व शासन खर्चाचा लेखाजोखा मांडणे अपेक्षित आहे का? असा प्रश्न आम्हाला सतावतो. अशी धारणा असल्यास, जगभरातील राज्यघटनांनी प्रतिष्ठित मान्यवरांना महालेखापरीक्षक म्हणून नेमणे, त्यांना स्वायत्तता प्रदान करणे आणि घटनात्मक दर्जा देऊन त्यांना कार्यकारी मंडळापासून वेगळे ठेवणे यामागील कारणच काय? राज्यघटनेमध्ये कल्पना केल्याप्रमाणे त्यांनी केवळ लेखापाल असणे अपेक्षित नव्हते हे येथे उघड आहे.[३]

या संस्थेमध्ये केवळ एका रात्रीत बदल झालेले नाहीत. हा बदल घडवून आणण्यात अनेक घटकांचे योगदान होते. विनोद राय यांनी महत्त्वपूर्ण बदल घडवून आणले असले तरी त्यांनी कॅगची सूत्रे हाती घेण्याआधीच बदलाची प्रक्रिया सुरू झाली

होती. सन १९९१च्या पूर्वी व नंतर कॅगच्या कार्यपद्धतीतील बदल जाणवण्याजोगा होता. सन १९९१मध्ये या संस्थेत महत्त्वाचे बदल घडून आले. अनेक आर्थिक आणि राजकीय बदल घडून आले. या काळामध्ये कॅगच्या कार्यरचनेमध्ये बहुआयामी बदल घडून आले.

सन १९९०च्या दशकामध्ये भारतीय लेखा आणि लेखापरीक्षण विभागातील अनेक खात्यांमधील अधिकारांमध्ये घट करण्यात आली. राज्य सरकारांना यातील खाती हस्तांतरित करण्यात आली हे यामागील कारण होते (कुमार २००८, १).

१९९०च्या दशकातील नियंत्रक व महालेखापरीक्षकाच्या कार्यरचनेतील प्रमुख बदल[४]

सन १९९० ते २०१० या कालावधीचे विश्लेषण केल्यास कॅगच्या कार्यपद्धतीतील बहुआयामी बदल निदर्शनास येतात. यातील काही बदल पुढे नमूद केले आहेत:

१. सन १९९०च्या दशकामध्ये भारतीय लेखा आणि लेखापरीक्षण विभागातील अनेक अधिकारसंबंधी खात्यांमध्ये घट करण्यात आली. राज्य सरकारांना यातील खाती हस्तांतरित करण्यात आली हे यामागील कारण होते.

२. संगणकाचा वाढता वापर आणि माहिती तंत्रज्ञानउपकरणांमध्ये झालेली वाढ, मूलभूत संसाधने व इतर सुविधांमध्ये झालेली सुधारणा, कार्यालय व्यवस्था व प्रक्रियांचे आधुनिकीकरण ही या काळाची वैशिष्ट्ये होती.

३. या काळात संस्थेने वेगळ्या प्रकारची लेखापरीक्षण कार्ये हाती घेतली; उदाहरणार्थ, पंचायती राज संस्थांनी केलेल्या व्ययाचे आता लेखापरीक्षण करण्यात येईल. नव्याने निर्मिती झालेल्या राज्यांना आवश्यक सुविधा उपलब्ध नसल्याने त्यांच्या खर्चाचीदेखील छाननी करण्यात येईल.

४. समीक्षक पुनरावलोकन, नीति योजना, दूरदर्शी नियोजन यांसारख्या नव्या व्यवस्था व प्रक्रियांना सुरुवात करण्यात आली. विविध विभागांसाठी कार्य व दूरदृष्टी योजनांचे अहवाल तयार करण्यात आले. तसेच, प्रचलित लेखापरीक्षण प्रक्रिया जागतिक पातळीवरील लेखापरीक्षा प्रक्रियांशी सुसंगत करण्याची प्रक्रिया ही विद्यमान कॅगची निजखुण ठरली.

५. नियंत्रक व महालेखापरीक्षक (कर्तव्ये, अधिकार आणि अटी) कायदा, १९७१ मधील भाग २३ अंतर्गत कॅगला देण्यात आलेल्या अधिकारांच्या संदर्भाने लेखापरीक्षण व लेख्यांसंबंधी नियमने पारित करणे हा व्ही. एन. कौल यांचा निर्णयदेखील अतिशय महत्त्वाचा ठरला.

६. सन १९९२मध्ये युनायटेड बोर्ड ऑफ ऑडिटर्सचा सदस्य म्हणून भारतीय क्रीडा प्राधिकरणाची (SI) निवड झाल्यानंतर या संस्थेचा आंतरराष्ट्रीय लेखापरीक्षणाच्या क्षेत्रात प्रवेश झाला. ही या काळातील महत्त्वाची घडामोड मानली जाते. सन १९९०चे दशक इंटरनॅशनल ऑर्गनायझेशन ऑफ सुप्रीम ऑडिट इन्स्टिट्यूशन्स आणि एशियन ऑर्गनायझेशन ऑफ सुप्रीम ऑडिट इन्स्टिट्यूशन्स या संस्थांच्या संदर्भानेदेखील महत्त्वाचे ठरते. या काळामध्ये, वर नमूद केलेल्या दोन जागतिक पातळीवरील संस्थांमध्ये कॅगचा सक्रिय सहभाग असलेला दिसतो.

७. शासकीय लेखापरीक्षणाच्या क्षेत्रामध्ये, भवितव्य ठरविणाऱ्या अनेक घडामोडी हे या काळाचे वैशिष्ट्य ठरले. सन १९९१च्या उदारीकरण सुधारणेमुळे प्रारंभ झालेली नवी लेखापरीक्षण पद्धती हे उल्लेखनीय उदाहरण आहे. लेखापरीक्षण विभाग जागतिकीकरणाच्या लाटेपासून अलिप्त राहिला नाही. भारतीय लेखापरीक्षण आणि लेखा विभागाने जागतिक पातळीवरील लेखापरीक्षणाचे सर्वोत्तम प्रमाण आणि प्रक्रियांशी जुळवून घेण्याचा प्रयत्न केला. शासनाच्या खाजगीकरणाच्या धोरणामुळे लेखापरीक्षणाची नवी क्षेत्रे उदयाला आली. रचना आणि पद्धतिमीमांसेची पुनर्बांधणी झाल्यामुळे व लेखापरीक्षणाची साधने अधिक स्पष्ट आणि वस्तुनिष्ठ पद्धतीने व्याख्यित केल्यामुळे कार्यक्रम लेखापरीक्षण अधिक व्यापक ठरले.

८. लेखापरीक्षणाच्या पद्धती व प्रक्रियांच्या क्षेत्रात अनेक वेगवेगळ्या पद्धतींची चाचणी घेण्यात आली. जसे की, लाभार्थी सर्वेक्षणासाठी विवक्षित क्षेत्रीय कर्मचाऱ्यांचे कंत्राटीकरण करण्यात आले. तसेच, गुंतागुंतीचे तांत्रिक प्रश्न सोडविण्यासाठी विभागाकडून तज्ज्ञ व सल्लागारांना कामात रुजू करून घेण्यात आले.

९. याच काळामध्ये अनेक नव्या संस्थांची बांधणीदेखील करण्यात आली. लेखापरीक्षण, लेखा व उत्तरदायित्वासंबंधीचे प्रश्न हाताळण्यासाठी सन १९९६मध्ये कॅगच्या कृपाछत्राखाली 'भारतीय सार्वजनिक लेखापाल संस्था' (इन्स्टिट्यूट ऑफ पब्लिक ऑडिटर्स ऑफ इंडिया) नामक 'रणनीतिज्ञ' गटाची स्थापना करण्यात आली. मार्च १९९९मध्ये कॅगने लेखापरीक्षण आणि सल्लागार मंडळाची स्थापना केली. यामध्ये विविध क्षेत्रांतील १४ ख्यातनाम सदस्य समाविष्ट करून घेण्यात आले. शिक्षण, अभियांत्रिकी, नागरी सेवक, वैद्य, व्यावसायिक, संरक्षण यांसारख्या क्षेत्रांतील तज्ज्ञ व कॅगच्या वरिष्ठ व्यवस्थापकीय गटाखेरीज इतर प्रतिष्ठित मान्यवरांचा यात सहभाग होता.

या सर्व घडामोडींमुळे विभागाची प्रगती होऊन संस्थेला आता आहे तो दर्जा प्राप्त झाला. कॅगच्या अहवालांमुळे ज्यात शासकीय अधिकारी सहभागी आहेत असे अनेक घोटाळे लोकांपुढे आले आहेत. हे केवळ विनोद राय यांचे योगदान नसून ज्या काळात हे अहवाल सादर करण्यात आले त्या काळाचेही महत्त्व मान्य करावे लागेल. अण्णा हजारे व त्यांच्या चमूने सुरू केलेल्या भ्रष्टाचारविरोधी आंदोलनाचे लोकांनी मोठ्या प्रमाणात समर्थन केले. शासनयंत्रणेला निर्णयांबाबत उत्तरदायी करण्यासाठी नागरिकांना केंद्रस्थानी आणण्याचे काम नागरी समाजाने केले. पारदर्शक व उत्तरदायी शासनयंत्रणेचे उद्दिष्ट साध्य करण्यासाठी तरुणदेखील या आंदोलनात सहभागी झाले. याबाबतच्या माहितीचा प्रसार करण्यासाठी समाजमाध्यमांनी महत्त्वाची भूमिका बजावली. शासन अधिक पारदर्शी व्हावे या हेतूने माहितीच्या अधिकाराची महत्त्वाची भूमिका असून दृढ लोकशाही शासन असण्याच्या दृष्टीने प्रसारमाध्यमांचादेखील याला पाठिंबा आहे. मुंबई येथील मनीलाईफ फाउंडेशनच्या तिसऱ्या वर्धापनदिनी बोलताना विनोद राय यांनी पुढीलप्रमाणे भाष्य केले, '२०१२ हे भारतीय लोकशाहीच्या इतिहासातील निर्णायक वर्ष ठरले. या वर्षी नागरिक केंद्रस्थानी येऊन मूक बहुसंख्याक ही तथाकथित कल्पित बाब खोडून काढण्यात आली' (२०१३). हार्वर्ड केनेडी स्कूल येथील व्याख्यानामध्ये त्यांनी नागरी समाज व भारतीय नागरिकांनी या संस्थेला कसा पाठिंबा दिला आहे ते स्पष्ट केले. ते म्हणाले:

> आजचा तरुणवर्ग विवेकी, सहज समाधानी न होणारा, व राज्यघटनेने निर्माण केलेल्या संस्थांप्रती आदर बाळगणारा आहे. हा वर्ग राजकारण्यांना या संस्थांपासून अलगपणे बघू शकत नाही.... नागरिक केंद्रस्थानी येऊन त्यांची मते व्यक्त करू लागल्याने मूक बहुसंख्याक ही तथाकथित कल्पित ही बाब खोडली गेली.[५]

सांप्रत काळातील कॅग केवळ अहवाल तयार करून तो संसदेपुढे मांडणारी संस्था नसून लोकमताचा संवेदनशीलपणे निरीक्षणाधारित विचार करणारी संस्था आहे.[६]

विनोद राय यांनी या संस्थेच्या कार्यपद्धतीमध्ये काही महत्त्वाचे बदल केले. यामुळे ही संस्था अधिक परिणामकारक झाली. यांतील काही बदल पुढीलप्रमाणे आहेत:

१. प्रशासनाच्या इतर कुठल्याही संस्थेप्रमाणे कॅगदेखील अभिशासनाचा दर्जा सुधारण्यास तत्पर आहे. कॅगच्या कार्यसंस्कृतीमध्ये बदल झाला आहे. आता या संस्थेचा कल तटस्थ अहवाल सादरीकरणाकडे आहे. म्हणजेच, त्रुटी दाखविण्याबरोबरच चांगल्या बाबींचीही अहवालातून दखल घेतली जाते.

२. अहवालांतील महत्त्वाच्या निरीक्षणांचे कॅगद्वारे सुलिखित व सुलभ अशा पुस्तिकांमध्ये रूपांतर केले जाते. काही माहितीपत्रिकांचेदेखील वाटप केले जाते. या पत्रिकांचे वाटप प्रसारमाध्यमे, महाविद्यालये, नागरिकांचे गट, अशासकीय संस्था या परिघांमध्ये केले जाते. त्यांना 'मंजुरी' पुस्तिका असे संबोधले जाते. जागरूक नागरिकांना शासनाच्या अकार्यक्षमतेबाबत जाणीव झाल्यास जेणेकरून ते या विभागांवर दबाव आणून शासनसेवांचा व्यवस्थित पुरवठा होण्याच्या दृष्टीने दक्षता बाळगतील.

३. सामाजिक क्षेत्रातील प्रश्नांची अधिक व्यापक पद्धतीने दखल घेता यावी म्हणून कॅगने सामाजिक लेखापरीक्षणाची संकल्पनादेखील स्वीकृत केली. शासकीय योजना प्रत्यक्षात कशा राबविल्या जातात याबाबत माहिती मिळविणे हा यामागील हेतू होय. म्हणून, शासनाच्या कल्याणकारी सेवांचे सुयोग्य आकलन होण्याच्या हेतूने कॅगने नागरिकांच्या काही विश्वासार्ह संस्थांशी संपर्कात राहणे पसंत केले. अशा प्रकारे, विनोद राय यांनी या संस्थेमध्ये चांगले बदल घडवून आणले.

मूल्यांकन अभिप्राय

भारतातील घटनात्मक अभिकर्ता असलेल्या कॅगच्या भूमिकेत तिच्या निर्मितीपासून अनेक बदल झाले. घटनात्मकदृष्ट्या कॅगची भूमिका बजावण्यास कॅगला स्वायत्तता असली तरी काही वेळा या संस्थेला राजकीय हस्तक्षेपाला सामोरे जावे लागले आहे. परिणामी, तिच्या स्वायत्ततेवर प्रश्नचिन्ह निर्माण करण्यात आले व त्याकडे केवळ सत्ताधारी पक्षाचे उपांग म्हणून पाहण्यात आले. तथापि, काही उदाहरणांमध्ये वित्तीय अनौचित्य टाळण्यासाठी कॅगने आवश्यक ती पावले उचलून शासनाच्या सदसद्विवेकबुद्धीची राखण करणारी संस्था म्हणून काम केले आहे. अशा वेळी कॅगने प्रसंग जाणून त्याची स्वायत्त भूमिका पार पाडली आहे असे म्हणता येईल. म्हणून, कॅगने शासकीय व्ययाचे लेखापरीक्षण करणे हे एक प्रबळ असे घटनात्मक साधन ठरले आहे. अशा वेळी करदात्यांनादेखील यातून वगळले जात नाही.

करदात्यांचा पैसा शासन कसा खर्च करते या बाबतीतील निर्धारक म्हणून कॅगची भूमिका जाणून घेताना ही संस्था कार्यरत असलेला संदर्भदेखील तितकाच महत्त्वाचा ठरतो. केवळ एकच पक्ष सत्तेत कायम राहिला असता तर कॅगला त्याची घटनात्मक भूमिका पार पाडणे शक्य झाले नसते. तथापि, कॅगची वैयक्तिक सचोटीदेखील दुर्लक्षित करून चालणार नाही. नियुक्तीची प्रक्रिया अत्यंत काटेकोर असली तरी, अनेक वैयक्तिक उदाहरणांमुळे कॅग या संस्थेची प्रतिष्ठा पणाला लागली आहे. असे असले तरी, कॅग ही अशा काही घटनात्मक संस्थांपैकी एक आहे ज्यांचे शासनाच्या खर्चावर सतत लक्ष असल्याने अजूनही आदर केला जातो.

लेखापरीक्षकाच्या भूमिकेखेरीज, कॅग सार्वजनिक क्षेत्रातील प्रश्नांबाबत शासनाला सावधदेखील करते. शासनयंत्रणेचे वर्तन घटनात्मक नियमांना धरून नसल्यास सार्वजनिक मत निर्माण करण्याची प्रक्रिया कॅगद्वारे केली जाते, आणि म्हणून, ती भारतीय लोकशाहीतील एक महत्त्वाची संस्था ठरते. तिच्या सुव्याख्यित घटनात्मक भूमिकेमुळे कॅगने शासनावर वचक ठेवलाच आहे परंतु, अभिशासनामध्ये नागरिकांनाही तितकेच महत्त्व प्राप्त होईल असे वातावरणदेखील निर्माण केले आहे. मंत्रालये सहभागी असणारे अनेक घोटाळे उघडकीस आणल्याने कॅगला अभिशासनाचे प्रबळ साधन म्हणून नावलौकिक मिळाला आहे. तिचे घटनात्मक अधिकार व शासनाच्या गैरवर्तनाविरुद्ध लोकमत एकत्रित करण्याची क्षमता पाहता तिला दुर्लक्षित करूनदेखील चालणार नाही. पूर्वी शासनाचे उपांग म्हणून ओळखली जाणारी संस्था लोकशाहीला आव्हान देणाऱ्या शक्तींचे एकत्रीकरण झाले आहे अशा परिस्थितीत लोकमताची अग्रणी ठरली आहे हे उल्लेखनीय आहे.

निष्कर्षात्मक निरीक्षणे

देशाचे वित्तीय स्वास्थ्य जाणून घेण्यासाठी अर्थसंकल्प अतिशय महत्त्वाचा ठरतो. अर्थसंकल्प हा केवळ व्यय आणि उत्पन्नाचा दस्तऐवज नसून त्यातून देशाची विचारधारात्मक प्राधान्येदेखील सूचित होतात. म्हणजेच, अर्थसंकल्प निर्मितीच्या वेळची राजकीय प्रक्रिया अर्थसंकल्पामध्ये प्रतिबिंबित होते. भारतासारख्या नियोजित अर्थव्यवस्थेच्या संदर्भाने, ज्या व्यापक आर्थिक योजनेच्या काळात अर्थसंकल्पाची निर्मिती व अंमलबजावणी होत आहे त्यातून अर्थसंकल्पाचे विशिष्ट स्वरूप आकार घेते. भारताच्या वित्तीय प्रशासनाचा अविभाज्य भाग म्हणून अर्थसंकल्पाचे साकल्पनीकरण करताना दोन मुद्दे महत्त्वाचे ठरतात हे वरील चर्चेवरून स्पष्ट होतेः एकीकडे, विकासाची विशिष्ट वाट अनुसरण्यासाठी कृतिक्रम ठरविण्याचे हे अविभाज्य साधन आहे, तर, दुसरीकडे, वित्तीय प्रशासनाच्या संदर्भाने यातून व्यवस्थेचे लवचीक व

काटेकोर स्वरूपदेखील व्यतीत होते. लवचीक अशासाठी की, अर्थसंकल्प बदलाप्रती प्रतिकूल नाही आणि काटेकोर शासकीय खर्चाचे परीक्षण करताना कॅगची भूमिका लक्षात घेतल्याखेरीज भारतातील वित्तीय प्रशासनावरील चर्चा पूर्णत्वास येणार नाही. घटनात्मक बांधीलकी असल्याने प्रशासनात सचोटी प्रस्थापित करण्यासाठी कॅग हे सर्वांत विश्वासार्ह साधन बनले आहे. कॅगचे भारतातील प्रवाही स्वरूप लक्षात घेता, वित्तीय प्रशासनाच्या परिभाषेत सांगायचे झाल्यास, शासन किंवा इतर व्ययाचा अधिकार असलेली प्राधिकरणे त्यांच्या 'मार्गा'पासून विचलित झाली असता लोकमताचे एकत्रीकरण करण्याची राजकीय भूमिकादेखील कॅगने पार पाडली आहे. घटनात्मक कर्तव्यांप्रती कायम सजग राहिल्याने, केवळ लेखापरीक्षकांच्या संस्थात्मक भूमिकेखेरीज कॅग भारतीय लोकशाहीप्रती महत्त्वाची अशी घटनात्मक संस्था ठरली आहे, हे वरील चर्चेतून स्पष्ट होते. अन्य शब्दांत सांगावयाचे झाल्यास, घटनात्मक भूमिका पार पाडताना, भारतीय लोकशाही परंपरेच्या संदर्भाने भूमिकेचे पावित्र्य राखण्याच्या प्रक्रियेमध्येदेखील कॅग सक्रिय आहे.

सरतेशेवटी नमूद करावयाचा मुद्दा म्हणजे, नागरिक सजग व दक्षता बाळगणारे असल्यास देशाचे वित्तीय स्वास्थ्य सर्वाधिक सुरक्षित असते. म्हणून, राज्यघटनेत नमूद केलेल्या जबाबदाऱ्यांप्रती संवेदनशील असणारे नागरिक ही खरी गरज आहे. म्हणजेच, शासकीय कामकाज सुरळीत पार पडावे आणि त्याचा दर्जा अधिक सुधारावा यासाठी सतर्क व संवेदनशील नागरिक ही पूर्वअट आहे असे म्हणता येईल. अभिशासनासाठी, खासकरून भारतासारख्या लोकशाही देशामध्ये नागरिकांची कळीची भूमिका आहे हे विधान सिद्ध करणारी अनेक उदाहरणे देता येतील. सत्ताधारी पक्षाची वैचारिक प्राधान्ये क्रांतिकारक पद्धतीने कशी बदलता येतील हे अण्णा हजारे यांच्या सन २०१० मधील 'भ्रष्टाचारविरुद्ध भारत' या प्रभावी लोकचळवळीतून प्रतिबिंबित झाले. तसेच, यापूर्वी कधीही शासकीय निर्णयांचा अविभाज्य भाग नसलेल्या सुसंस्कृत समाजातील घटकांमुळे परिणामकारक संस्था म्हणून लोकपाल स्थापन करण्याची प्रक्रिया सुरू झाली हेदेखील स्पष्ट आहे. घटनात्मक संस्था घटनेतील तरतुदींनुसार कितीही प्रबळ असल्या तरी त्यांच्या कार्यांमध्ये नागरिकांचा समावेश झाल्याखेरीज त्या परिणामकारक ठरत नाहीत हेही तितकेच खरे आहे. म्हणजेच, घटनात्मक संस्था परिणामकारक ठरण्यासाठी त्यांची व्यापक राजकीय घडामोडींशी सांगड घालणे आवश्यक असते. यामध्ये नागरिकांची भूमिका सर्वाधिक महत्त्वाची ठरते. उपरोक्त उल्लेखित पैलू लक्षात घेतला असता असे दिसून येते की, शासकीय संस्था आणि नागरिकांची सर्वाधिक महत्त्वाची भूमिका असणाऱ्या राजकीय प्रक्रिया यांमध्ये विरोधविकासी परस्परसंबंध आहेत हे वरील चर्चेतून अधोरेखित करण्यात आले आहे.

टिपा

१. अर्थसंकल्प व वित्त या संकल्पना व प्रक्रिया आणि त्यांतील परस्परसंबंधांच्या अधिक तपशिलासाठी पहा आशिया विकास बँक (२००९).
२. चर्चेचा हा भाग साधना गुप्ता, भारतीय नियंत्रक व महालेखापरीक्षक, एम. फिल. शोधप्रबंध (हिंदी), दिल्ली विद्यापीठ २०१४ यातून घेण्यात आला आहे. या पुस्तकासाठी हा भाग तयार करून दिल्याबद्दल आम्ही श्रीमती गुप्ता यांचे आभारी आहोत.
३. विनोद राय यांचे केनेडी स्कूल ऑफ गव्हर्नमेन्ट येथील भाषण. स्रोतः http://www.ndtv.com/article/india/govt-auditor-cag-vinod-rai-s-speech-at-harvard-kennedy-school-327674
४. या भागामध्ये सन १९९०च्या दशकातील कॅगच्या कार्यरचनेतील महत्त्वाच्या घडामोडी नमूद करण्यात आल्या आहेत. विनय कुमार (२००८) यांच्या पुस्तकातून हा भाग घेण्यात आला आहे.
५. विनोद राय यांचे हार्वर्ड विद्यापीठातील ७ फेब्रुवारी २०१३ चे भाषण. १२ डिसेंबर २०१५ रोजी संदर्भ घेण्यात आला. http://www.ndtv.com/india-news/govt-auditor-cag-vinod-rais-speech-at-harvard-kennedy-school-12634
६. केनेडी स्कूल ऑफ गव्हर्नमेन्ट, हार्वर्ड विद्यापीठ येथील विनोद राय यांचे भाषण. २८ एप्रिल २०१५रोजी संदर्भ घेण्यात आला. स्रोतः http://www.ndtv.com/article/india/govt-auditor-cag-vinod-rai-s-speech-at-harvard-kennedy school-327674

संदर्भ

Asian Development Bank. 2009. *Macroeconomic Management and Government Finances.* New Delhi: Oxford University Press.

Basu, Durga Das. 2012. *Introduction to the Constitution of India.* Reprint. Nagpur: LexisNexis, Butterworths Wadhwa.

Bhattacharya, Mohit. 2008. *New Horizons of Public* Administration. New Delhi: Jawahar Publishers and Distributors.

Chakrabarty, Bidyut, and Rajendra Kumar Pandey. 2008. *Indian Government and Politics.* New Delhi: SAGE.

Constituent Assembly Debates. 1949. 'B.R. Ambedkar's intervention in the Constituent Assembly', The Constituent Assembly Debates, 25 November, Vol. X, p. 979.

Datt, Ruddar, and K. P. M. Sundharam. 2008. *Indian Economy.* 58th ed. New Delhi: S. Chand and Company.

Government of India. *Comptroller and Auditor-General's (Duties, Powers and Conditions of Service) Act, 1971.* Retrieved from http://saiindia.gov.in/hindi/home/about_us/mandate/DPC_act/DPC_act.html accessed on 17 April 2015.

Hansen, James A., and Sanjay Kathuria. 1999. 'India's Financial System: Getting Ready for the Twenty- first Century: An Introduction'. *In India: A Financial System for the Twenty-first Century,* edited by James A. Hansen and Sanjay Kathuria, 9. New Delhi: Oxford University Press.

Hindustan Times. 2009. New Delhi, 8 July.

Kashyap, Subhash C. 1990, 6 October. 'A New Parliamentary Initiative: Subject based Standing Committees of Parliament'. *Economic and Political Weekly:* 3247.

———, ed. 2014. *The Framing of India's Constitution: A Study.* Rev. ed. New Delhi: Universal Law Publishing Co. Pvt. Ltd.

Kumar, Vijay. 2008. *The Comptroller and Auditor General of India: A Thematic History 1990–2007.* Vol. 1. New Delhi: Ashish Publishing House.

Mint. (2013), 2 April. 'Vinod Rai is the Face of a New, More Assertive Even Aggressive, Comptroller and Auditor General'. *Mint.*

Prasad, Eswar S., and Raghuram G. Rajan. 2008, 9 September. 'Next Generation Financial Reforms in India'. *Finance and Development* 45 (9): 37.

Prasad, Kamala. 2006. *Indian Administration: Politics, Policies and Prospects.* New Delhi: Pearson Longman.

Rao, M. Govind. 2009, 20 June. 'The Fiscal Situation and a Reform Agenda for the New Government'. *Economic and Political Weekly*: 85.

Reddy, Y. V. 2004. 'Monetary and Financial Sector Reforms in India: A Practitioner's Perspective'. In *India's Emerging Economy: Performance and Prospects in the 1990s and Beyond,* edited by Kaushik Basu, 62. New Delhi: Oxford University Press.

Sudarsanan, C. N. 2001. *Government budgeting: Principles and Practices.* Chennai: Sree Sudarsan Publications.

Subramanian, T. S. R. 2012, 27 October. 'CAG: A Necessary Evil or a Bulwark?' *Economic and Political Weekly:* 19.

Thavaraj, M. J. K. 1987. *Financial Administration of India.* 2nd ed. New Delhi: Sultan Chand and Sons.

The Hindustan Times. 2009. New Delhi, 8 July.

The Times of India. 2009. New Delhi, 3 June.

Vyasulu, Vinod. 2009, 1 August. 'The Budget 2009–2010: Beyond Fiscal Rectitude'. *Economic and Political Weekly:* 21–23.

१२

भारतातील नागरिक आणि प्रशासन

नागरिक हा राजकीय समुदायाचा सदस्य असतो, जो अधिकारांचा उपभोग घेतो आणि सदस्यत्वाची कर्तव्येदेखील पार पाडतो. या अर्थाने, नागरिकत्व हा केवळ दर्जा नसून त्याहूनही अधिक काही आहे; नागरिकत्वामुळे व्यक्तीला हक्क आणि विशेषाधिकार प्राप्त होतात ज्यायोगे, व्यक्तीला दर्जेदार आयुष्य जगण्याची शाश्वती मिळते. म्हणून, नागरिकत्व ही हक्क आणि कर्तव्यांच्या संचापेक्षाही राष्ट्र आणि समाजाच्या कल्याणाप्रती अभिमुख असणारी स्वाभाविक संकल्पना आहे. प्राचीन काळातील ग्रीकांना हे जाणवले होते आणि त्यांनी अथेन्सच्या राज्यपद्धतीने नागरी चौकटीमध्ये विविध सभा, समित्या आणि अधिकाऱ्यांच्या माध्यमातून नागरिकत्वाची संकल्पना संस्थापित केली होती. अशा वातावरणामध्ये, नागरिकत्व म्हणजे, तत्त्वतः, धोरणांच्या निर्मितीमध्ये सहभाग घेणे असा अर्थ अभिप्रेत आहे. या सहभागातून, माणसाचे 'समाधानी प्रतिभा' यावरील ठाम विश्वास अनुस्यूत आहे. जेफ्री होस्किंग (२००५, १ आणि २, व्याख्यान ३) या इतिहासकाराने असे नमूद केले आहे की, प्राचीन ग्रीस येथील नागरिकत्वाची कल्पना ही स्वातंत्र्य या मूल्याप्रती देण्यात येणाऱ्या महत्त्वातून पुढे आली आहे. होस्किंग (२००५, १ आणि २, व्याख्यान ३) यांनी पुढीलप्रमाणे स्पष्टीकरण दिले आहेः

> गुलामगिरीमध्ये वाढ झाल्याने ग्रीकांना स्वातंत्र्याच्या महत्त्वाची जाणीव झाली. कुठलाही ग्रीक शेतकरी कर्जबाजारी होऊन कुठल्याही वेळी गुलामगिरीचा बळी ठरू शकतो ... जेव्हा ग्रीक एकत्र लढले; त्यांनी युद्धात शरण जाणे टाळले, जे त्यांच्यावर गुलामगिरीची वेळ आणतील अशांसमोर हार पत्करणे त्यांनी टाळले. ज्यातून त्यांच्या स्वतंत्र नागरिक असण्याला पुष्टी दिली जाईल अशी त्यांनी त्यांच्या राजकीय व्यवस्थांची रचनादेखील केली.

तथापि, आधुनिक काळामध्ये, नागरिकत्वाच्या दर्जासंबंधी पैलूंवर अधिक भर दिला जातो आणि गुणात्मक पैलूंना सर्वसाधारणपणे कमी लेखले जाते. अगदी अलीकडच्या काळापर्यंत लोकप्रशासन हे एक अभ्यासशाखा म्हणून, शासकीय धोरणे आखण्यात लोकांचा सहभाग आणि नागरिकत्व यापेक्षा राज्याच्या यंत्रणेमध्ये सुधारणा घडवून आणण्यासबंधी अधिक केंद्रित होती (रौबॅन्ड १९९९, ४७). हीच प्रभावी प्रथा नागरिक प्रशासनापासून दुरावले जाणे आणि परिणामी, प्रशासनाविरुद्ध नागरिकांच्या तक्रारी वाढण्यास जबाबदार ठरली.

या पार्श्वभूमीवर, प्रस्तुत प्रकरण नागरिक व प्रशासन यांच्यातील आंतरक्रियांचे, नागरिकांची प्रशासनाबाबतची आकलने, नागरिककेंद्री प्रशासनाच्या पूर्वअटी, प्रशासनातील लोकसहभाग, लोकउत्तरदायित्वाचे प्रकार आणि भारतातील सार्वजनिक तक्रारनिवारण यंत्रणेची भूमिका, हे काही महत्त्वपूर्ण पैलू हाताळते.

नागरिक आणि प्रशासन परस्पराभिमुखता

प्रातिनिधिक सरकार सत्तेत टिकून राहावे यासाठी लोकशाहीमध्ये लोकांचा पाठिंबा आणि संमती गरजेची ठरते आणि या पार्श्वभूमीवर प्रशासन-नागरिक यांच्यातील संबंधांना महत्त्व आहे. राज्यावर म्हणजेच, ओघाने प्रशासनावर नागरिकांना शिक्षण, आरोग्य, रोजगारसंधी, दळणवळणाची विकसित साधने आणि पायाभूत सुविधा इत्यादी सर्व सुखसोयी पुरवण्याची महत्त्वाची जबाबदारी असते. या सर्वांमुळे नागरिकांना चांगल्या आयुष्याची हमी मिळते. लोकप्रशासनामध्ये, अलीकडच्या काळात दोन लक्षणीय प्रवाह उदयास येत आहेत. एक, शासकीय प्रशासनाचा अधिक विस्तार झाला आहे आणि त्याचबरोबर, अधिकार आणि कार्यांची व्याप्तीदेखील वाढली आहे. दोन, सर्वसाधारणपणे शिक्षणाचा प्रसार, राजकीय आणि सामाजिक जागरूकता यांमुळे लोकांच्या प्रशासनाकडून असलेल्या अपेक्षेमध्येदेखील वाढ झाली आहे.

विसाव्या शतकाच्या शेवटी, ए. व्ही. डिके यांनी लोकशाहीमधील कायदे आणि लोकमत यांच्यातील आंतरक्रियेवर चर्चा केली होती (डिके १९४८). दुसऱ्या महायुद्धानंतर कल्याणकारी तसेच समाजवादी विचारधारेच्या राज्यांच्या उदयामुळे या विषयाचे महत्त्व अधिकच वाढले. समृद्ध समाजामधील लोक भौतिक सुख आणि चैन यांच्या आसक्तीमुळे स्वातंत्र्याच्या जुन्या संकल्पनेबाबत चिंतीत नव्हते. त्यामुळे, राज्य आणि समाजाच्या परस्परसंबंधांचा केंद्रबिंदू राजकीय स्वातंत्र्यापासून आर्थिक समृद्धी आणि सामाजिक न्यायाकडे संक्रमित झाला. राज्याने प्रौढ मतदानाद्वारे राजकीय पाया अधिक व्यापक बनवला. अशा प्रकारे, नागरी आयुष्याच्या प्रत्येक बाबीमध्ये प्रशासनाचा शिरकाव झाला. मोठ्या प्रमाणातील मतदार आणि लाभार्थी त्यांना सेवा कशा पुरवल्या जातात याविषयीच्या सूक्ष्म पैलू जाणून घेण्यापेक्षा केवळ शासनाकडून सेवा मिळवण्यासाठी जास्त उत्सुक असतात (अगरवाल २००४, २७०). प्रशासकीय मदत आणि सेवांचे लाभार्थी ते अभिशासन प्रक्रियेतील अविभाज्य भाग असा नागरिकांच्या भूमिकेमधील बदल येथे लक्षात येतो.

दैनंदिन जीवनात नागरिकांच्या प्रशासनिक संस्थांशी वेगवेगळ्या पद्धतीने आंतरक्रिया घडत असतात. मोहित भट्टाचार्य यांनी अशा आंतरक्रिया पाच भागात वर्गीकृत केल्या आहेत. त्या पुढील स्वरूपात असू शकतातः

१. **ग्राहकः** या प्रकारामध्ये नागरिक हे शासकीय संस्थांकडून फायदे अथवा सेवा प्राप्त करून घेण्याचा प्रयत्न करत असतात. उदाहरणार्थ, वैद्यकीय तपासणी अथवा उपचारांसाठी नागरिक शासकीय रुग्णालयाला भेट देतात.

२. **नियमांचा अनुपालकः** नियामित म्हणून लोक पोलीस, आयकर विभाग, परवाना अधिकारी अशा अनेक शासकीय संस्थांच्या संपर्कात येतात.

३. **फिर्यादीः** फिर्यादी म्हणून लोक शासकीय संस्थांमधील 'अन्याया'विरुद्ध न्यायालयात जातात. उदाहरणार्थ, वाहन परवाना अधिकाऱ्याने परवाना देण्यास उशीर केल्यास लोक तक्रार निवारणासाठी न्यायालयात जातात.

४. **सहभागीः** या प्रकारामध्ये, लोक शासनसंस्थांच्या विविध पातळ्यांवर निर्णय प्रक्रियेत प्रत्यक्ष सहभागी होतात. जसे की, पालक शाळा-पालक समितीचे सदस्य होतात, सिंचन योजनेमध्ये शेतकऱ्यांना वेगवेगळ्या निर्णय प्रक्रियांमध्ये सामावून घेतले जाते.

५. **दैनंदिन संबंधः** या प्रकारामध्ये लोक दैनंदिन प्राथमिक सेवा आणि सुविधा पुरवण्यास जबाबदार असणाऱ्या संस्थांना भेटी देतात. जसे की, लोक नगरपालिका कर्मचाऱ्यांची पाणी, वीज आणि स्वच्छता यासंबंधीच्या सोयींसाठी भेटी घेतात (भट्टाचार्य२००८: २४८-४९).

६. **विरोधकः** वरील पाच प्रकारांखेरीज, विरोधक म्हणूनही लोकांची वेगळ्या प्रकारेदेखील आंतरक्रिया होऊ शकते. शासनाच्या योजना आणि कार्ये यांमधील अन्यायाला विरोध करण्यासाठी लोकांच्या सार्वजनिक धोरण राबविणाऱ्या अभिकर्त्यांशीदेखील आंतरक्रिया घडून येतात. उदाहरणार्थ, लोक त्यांच्या परिसरातील धरणाच्या बांधकामास विरोध करतात.

अशा प्रकारे, नागरिक त्यांच्या दैनंदिन जीवनात प्रशासनाच्या सतत संपर्कात येत असतात. संपर्क होण्याची पाणीपुरवठा, वीज, आरोग्यसेवा यांसारख्या मूलभूत सेवा मिळवण्यासाठी किंवा वाहनचालक परवाना वा आयकर विभागाकडून आयकर परताव्यासाठी इत्यादी अनेक कारणे असू शकतात. काही वेळा, लोकांना शासन संस्था किंवा प्रकल्पाचे सामाजिक धोरण तयार करण्याच्या व राबवण्याच्या प्रक्रियेत प्रत्यक्ष सहभागी होता येते. लोकांना सेवा वेळेत न मिळाल्यास किंवा शासन अधिकाऱ्यांकडून त्यांचा छळ झाल्यास ते तक्रारनिवारणासाठी न्यायालयात जाण्याचा मार्ग पत्करतात आणि तेथेही न्याय मिळत नाही असे वाटल्यास, शासनाची अन्यायकारक धोरणे किंवा कार्ये यांबाबत निषेध व्यक्त करतात. अशा समाधानकारक किंवा असमाधानकारक संबंधांतून लोकांचे लोकप्रशासनाबद्दलचे मत तयार होते.

नागरिकांची प्रशासनाबाबतची आकलने

अगदी आदर्श बोलायचे झाले तरीही, नागरिक आणि प्रशासन यांच्यातील संबंध विश्वसनीय आणि अर्थपूर्ण आहेत असे वाटत असले तरी, प्रत्यक्षात हे संबंध विसंवाद आणि ताणतणावाचे असतात, असे दिसून येते. प्रशासनाची कामे आणि लोकांच्या प्रशासनाकडून असलेल्या अपेक्षा यांमध्ये मोठी तफावत असल्यामुळे नागरिकांमध्ये असमाधान दिसून येणे ही सामान्य बाब झाली आहे. योजना गैरसोयीच्या आहेत, किंवा प्रशासनाची कामाची पद्धत अन्यायकारक आहे ही भावना सामान्यपणे लोकांमध्ये दिसून येते. भ्रष्टाचारामुळे राजकारण आणि प्रशासनामधील प्रामाणिकपणा आणि सचोटीचा ढासळलेला दर्जा ही आणखी एक महत्त्वाची अडचण आहे. नियम आणि आदेशांचे काटेकोर पालन, तक्रारींची दखल न घेणे आणि अनेक बाबींचा निपटारा होण्यास विलंब होणे यामुळे लोकांच्या प्रशासनसंबंधी अविश्वासात आणखी भर पडते.

भारतातील नागरिक आणि प्रशासन यांमधील संबंधांचे परीक्षण करण्यासाठी अनेक संशोधन अभ्यास करण्यात आले. डेव्हीस एच. बेले यांचे 'पोलीस ॲडमिनिस्ट्रेशन' (१९६९), राकेश हूजा यांचे 'रुरल डेव्हलपमेंट' (१९७८) आणि व्ही. जगन्नाथन यांचे 'अर्बन गव्हर्नमेंट' (१९७८) या अभ्यासांतून नागरिकांचे भारतातील लोकप्रशासनासबंधीचे समज उघड झाले आहेत. अभ्यासांतून उघडकीस येणाऱ्या नागरिकांच्या प्रशासनासंबंधी समजुतींमध्ये पुढील बाबी समाविष्ट आहेतः

१. अमर्याद विलंब व प्रतीक्षा कालावधी.
२. प्रशासनातील वशिलेबाजी.
३. कामे करून घेण्यासाठी मध्यस्थाची (दलाल) गरज.
४. कर्मचाऱ्यांचा, मुख्यत्वे निम्न स्तरावर काम करणाऱ्या कर्मचाऱ्यांचा सहकार्य न करण्याचा दृष्टिकोन.
५. कामे पूर्ण करून घेण्यासाठी समाविष्ट असलेल्या प्रक्रियांबाबत नागरिकांचे अज्ञान.
६. प्रशासनातील गरीब-श्रीमंत असा भेदभाव म्हणजेच, श्रीमंतांना प्रशासनाशी सरळ संबंध प्रस्थापित करण्यासाठी असणारे प्राधान्य आणि गरिबांकडे आणि त्यांच्या गरजा आणि हिताकडे दुर्लक्ष करण्याची वृत्ती (भट्टाचार्य २००८, २५७).

माध्यम अभ्यास केंद्राच्या अगदी अलीकडच्या अभ्यासातून (प्रशासकीय सुधारणा आयोग, २००९) असे लक्षात आले आहे की, नागरिकांना पुरवल्या गेलेल्या लोकसेवांबाबत ते समाधानी नाहीत. या अभ्यासातील अकरापैकी सात विभागांमध्ये पुरवल्या गेलेल्या सेवांबाबत एकतृतीयांशपेक्षाही कमी नागरिक समाधानी आहेत असे दिसून आले. प्रत्यक्षात, गरजांवर आधारित सेवांचा विचार केला असता वीस टक्के कुटुंबेदेखील यामुळे समाधानी नाहीत. यांमध्ये ज्यांना अधिक अधिकार असतात आणि अधिकारक्षेत्र मोठे असते, अशा पोलीस, न्यायव्यवस्था, नगरपालिका सेवांचा समावेश होतो. अत्यावश्यक सेवांच्या बाबतीतदेखील, सार्वजनिक वितरण प्रणाली, रुग्णालये, वीज व पाणीपुरवठा यांबाबतीत केवळ ३०-४० टक्के लोक समाधानी आहेत असे दिसून येते (दुसरा प्रशासकीय सुधारणा आयोग २००९). सहाव्या केंद्रीय वेतन आयोगाची (२००८) या संदर्भातील मते नोंदवण्यासारखी आहेतः

> सामान्य व्यक्तीसाठी, नोकरशाही म्हणजे नियमित आणि पुनःपुन्हा कराव्या लागणाऱ्या प्रक्रिया, कागदपत्र आणि विलंब होय. कायदेशीर कार्यांमध्ये नोकरशाही आणि सरकार नागरिकांना सोयीसुविधा उपलब्ध करण्यासाठी अस्तित्वात असली तरीदेखील, अधिकारांचे केंद्रीकरण आणि व्यवस्थेतील ताठरता, कुठलाही निर्णय घेताना श्रेणीय व उच्च पातळीवरून निम्न पातळीकडे जाणारी प्रक्रिया, अधिक पातळ्या असल्याने निर्णयात विलंब होणे, अधिकारांचे उत्तरदायित्वापासून विभाजन आणि सूक्ष्म व्यवस्थापनाची वृत्ती यांमुळे सत्त्वापेक्षा स्वरूपाला अधिक महत्त्व देणारी आणि प्रक्रियांना परिणाम आणि उत्पादकतेपेक्षा जास्त महत्त्व असलेली रचना निर्माण झाली आहे.
> प्रशासकीय व्यवस्था अकार्यक्षम असणे, सेवांचा निकृष्ट दर्जा आणि प्रतिसाद न देणे, अधिकारांचा व्यक्तिनिष्ठ व नकारात्मक गैरवापर यांमुळे अभिशासन पद्धतीवरील उडालेला विश्वास लवकरात लवकर परत मिळवणे गरजेचे आहे (भारत सरकार २००८, ३६५).

अशा प्रकारे, सर्वसाधारपणे भारतीय प्रशासनाकडे अप्रतिसादी, असंवेदनशील, आणि भ्रष्टाचारी यंत्रणा म्हणून बधितले जाते.

भारतातील नागरिककेंद्री प्रशासनातील अडथळे

वरील चर्चेवरून हे स्पष्ट होते की, भारतीय नागरिकांचा प्रशासनाकडे बघण्याचा सर्वसामान्य दृष्टिकोन नकारात्मक आहे. दुसऱ्या प्रशासकीय सुधारणा आयोगाने (२००९) विविध प्रसंगी राज्यांना भेटी दिल्या असता लोकांना भेटण्याचे प्रसंग आले. नागरिकांची अनेक निरीक्षणे शासकीय सेवांचा निकृष्ट दर्जा, शासकीय सेवकांचा बेफिकिरीचा दृष्टिकोन, भ्रष्टाचार, अधिकारांचा गैरवापर आणि उत्तरदायित्व नसणे या बाबींशी संबंधित होती. दप्तरदिरंगाईचा अतिरेक आणि प्रत्येक नियमित काम करण्यास होणारा विलंब ही सर्वसाधारण तक्रार दिसून येते. या आयोगाने नागरिककेंद्री (दुसरा प्रशासकीय सुधारणा आयोग २००९, १४-१६) प्रशासनाच्या १२व्या अहवालामध्ये नागरिककेंद्री प्रशासनातील पुढील पाच अडथळे नोंदवले आहेतः

१. नागरी सेवकांचा अचेतन, अलवचीक, आत्मनिष्ठ व आत्मकेंद्री दृष्टिकोन
२. नागरी सेवकांमधील उत्तरदायित्वाची कमतरता
३. दप्तरदिरंगाई
४. कायदे व नियमांची अकार्यक्षम अंमलबजावणी
५. नागरिकांना अधिकार व कर्तव्ये यांबाबत जाणीव नसणे

अशा प्रकारे, काही शासकीय कर्मचाऱ्यांचे काम व दृष्टिकोन, विद्यमान संस्थांच्या संरचनांमधील कमतरता आणि नागरिकांना अधिकार आणि कर्तव्यांची जाण नसणे; हे प्रशासन नागरिककेंद्री नसण्याचे कारण आहे. रोब्सन (१९६७) हे पुढील निरीक्षणे नोंदवतातः

> नोकरशाहीमध्ये अजूनही परंपरागत उणिवा आहेत, असा सामान्य नागरिकांचा समज आहे. या उणिवांमध्ये पुढील बाबींचा समावेश होतोः अधिकाऱ्यांची स्व-महतीची अतिरिक्त जाणीव किंवा त्यांच्या पदाच्या महत्त्वाबद्दलची फाजील समजूत, नागरिकांच्या व्यक्तिगत सुविधांविषयी भावनिक अनास्था, आदेशांचे अवडंबर, प्रक्रियांची औपचारिकता, लोकशाही प्रक्रियेमध्ये राज्यकर्ते व आम जनता यांच्यातील संबंध समजून घेण्यात अपयश.

नागरिककेंद्री प्रशासनाची हमी

बहुतांश लोकांच्या मनातील शासनाची मलिन प्रतिमा अकार्यक्षम आणि अपरिणामकारक प्रशासनाकडे अंगुलीनिर्देश करते. यामुळे अभिशासन व्यवस्थेमध्ये मोठ्या प्रमाणात सुधारणा घडवून आणण्याची गरज अधोरेखित होते. सर्व प्रशासकीय कार्यांच्या केंद्रस्थानी नागरिक असावेत आणि सामान्य नागरिकांचे प्रश्न परिणामकारक पद्धतीने सोडविण्यासाठी शासनयंत्रणेची पुनर्रचना करणे हे अशा सुधारणांचे मुख्य उद्दिष्ट असावे. नागरिककेंद्री प्रशासनातील अडचणींच्या विश्लेषणावरून हे उघड आहे की, प्रशासन नागरिककेंद्री करण्यासाठी अनेक पूर्वअटी पूर्ण करणे गरजेचे ठरते. यांतील काही पूर्वअटी खालीलप्रमाणेः

> **उत्तरदायित्वः** जबाबदार, कायद्याने बांधलेला अथवा उत्तरदायी अशी उत्तरदायित्वाची व्याख्या आहे. उत्तरदायी असणे म्हणजे सादर करणे, स्पष्टीकरण देणे किंवा समर्थन करणे यास बांधील असणे होय. यामुळे अपेक्षेनुसार काहीतरी घडून येत आहे याबाबत खात्री पटते. उत्तरदायित्व हे चांगल्या प्रशासनाचे अत्यावश्यक सूत्र आहे. सेवकांनी लोकांप्रती उत्तरदायी असलेच पाहिजे, असा याचा अर्थ होतो. केवळ लोकांनी विचारलेल्या प्रश्नांना जाब देण्यास ते बांधील नसून, लोकांच्या मागण्यांना प्रतिसाद देणे व सेवा पुरवणेदेखील प्रशासनाकडून अपेक्षित आहे.

अभिगम्यता: चांगले प्रशासन लोकांच्या आवाक्यात असावे. लोकांना कुठलीही अडचण असल्यास प्रशासकीय कर्मचारी त्यांचे म्हणणे ऐकून घेण्यास व त्याप्रमाणे प्रतिसाद देण्यास तयार असावेत. नोकरशाहीचा दर्जा आणि काटेकोरपणा याबाबत लोकांच्या मनात भीती असता कामा नये. त्यांनी भेदभाव करू नये आणि गरीब जनतेला सहजपणे प्रशासनाशी संपर्क साधणे शक्य असणेदेखील गरजेचे असते.

पारदर्शकता: पारदर्शकता ही चांगल्या प्रशासनाची एक अनिवार्य पूर्वअट आहे. लोकप्रशासनाची पारंपरिक निजखूण असलेल्या गुप्ततेच्या हे संपूर्ण विरुद्ध आहे. शासनाच्या योजना आणि कार्ये ही व्यापक स्तरावर समाजापर्यंत पोहोचावीत असा अर्थ यातून अभिप्रेत आहे. निर्णयांचा व त्यांच्या अंमलबजावणीचा ज्यांच्यावर परिणाम होणार आहे अशांसाठी मुक्तपणे माहिती उपलब्ध असणे आणि थेट अभिगम्यता असणे हा पारदर्शकतेचा अर्थ होतो. माहितीचे सहज आकलन होणे असादेखील त्याचा अर्थ होतो. पारदर्शकतेमुळे नागरिकांना, शासकीय धोरणे, नागरी अधिकार आणि त्यांना कोणत्या शासकीय सेवा मिळणे अपेक्षित आहे याबाबत माहिती प्राप्त होते. माहितीचा अधिकार आणि नागरिकांची सनद ही प्रशासनात पारदर्शकतेची खात्री करून घेण्याची साधने होत.

सहभागात्मक: नागरिककेंद्री प्रशासनाला प्रोत्साहन देणे म्हणजेच नागरिकांना अभिशासन प्रक्रियेमध्ये अभिव्यक्त होऊ देणे असाही एक अर्थ येथे अभिप्रेत आहे. प्रशासनिक कार्यांमध्ये लोकांना अंतर्भूत करून घेणे असाही त्याचा एक अर्थ होतो, विशेषकरून, योजनांच्या यशासाठी, योजना आखणे आणि राबवणे अशा दोन्ही पातळ्यांवर लाभार्थींचा विकासात्मक कार्यांमध्ये सहभाग असणे. लोकसहभागामुळे प्रशासकीय अधिकारांचा गैरवापर करणाऱ्यांवर वचक राहतो. विकासासाठी मानवी आणि भौतिक संसाधने हेरण्याची ही एक पद्धत आहे. पंचायती राज संस्था, भागीदारी योजना आणि नागरी समूहांना अभिशासनासंबंधी काही महत्त्वाच्या बाबींमध्ये सहभागी करून घेणे या माध्यमांतून लोकांचा अभिशासनातील अर्थपूर्ण सहभाग साध्य करता येऊ शकतो.

प्रतिसादात्मक: वरवर पाहता प्रतिसादक्षम प्रशासन ही लोकप्रशासनातील एक नैतिक संज्ञा आहे. प्रतिसादात्मकता ही सार्वजनिक कार्याधिकाऱ्यांच्या लोकांप्रती असलेल्या प्रत्यक्ष उत्तरदायित्वाला साद घालते. ही एक सूक्ष्म पातळीवरील संज्ञा असून या संज्ञेला देशातील लोकप्रशासनाच्या पुरवठा व्यवस्थेतून विश्वासार्हता आणि कायदेशीर मान्यता प्राप्त होते. शासकीय संस्था प्रतिसादक्षम असल्यामुळे त्यांना सार्वजनिक क्षेत्रामध्ये कायदेशीर अधिमान्यता प्राप्त होते. त्यामुळे आपोआपच त्यांची व्यापक स्वीकारार्हता आणि प्रशासकीय परिणामकारकता साध्य होते. प्रतिसादात्मक प्रशासनामध्ये तक्रारनिवारण यंत्रणादेखील समाविष्ट असते.

परिणामकारकता आणि कार्यक्षमता: परिणामकारक व कार्यक्षम पद्धतीने लोकांना सेवा पुरवण्यावर प्रशासकीय व्यवस्थेचे यश अवलंबून असते. परिणामकारकता म्हणजे उद्दिष्ट किंवा ध्येय साध्य करण्याची कमाल मर्यादा होय. एखाद्या संस्थेने यशस्वीपणे उद्दिष्टे साध्य केली असतील तर, तिला परिणामकारक मानले जाते. म्हणून परिणामकारकता म्हणजे हेतू आणि निष्कर्ष यांची तुलना करणे होय. दुसरीकडे, कार्यक्षमता म्हणजे अशी प्रक्रिया होय ज्यामध्ये संस्था कमीत कमी साधनांच्या मदतीने जास्तीत जास्त उद्दिष्टे साध्य करते.

वर नमूद केलेल्या नागरिककेंद्री प्रशासनाच्या गरजेच्या पूर्वअटींव्यतिरिक्त, विकेंद्रीकरण आणि योजनासंबंधी अधिकार प्रदान, आधुनिक तंत्रज्ञानाचा वापर आणि सुलभीकरणाची प्रक्रिया आणि नागरी सेवांमधील सचोटी ही यशस्वी प्रशासनाची काही इतर वैशिष्ट्ये व मानके होत.

याच संबंधाने, डॉ. एस. राधाकृष्णन (भारताचे माजी उपराष्ट्रपती) यांनी, २० नोव्हेंबर १९५९ रोजी भारतीय लोकप्रशासनसंस्थेच्या पहिल्या वर्धापनदिनी केलेली टिप्पणी येथे नमूद करणे योग्य ठरेल. त्यांना प्रशासन 'सर्व प्रकारे लोकांशी न्याय्य' असणे अपेक्षित होते. तसेच, प्रशासकांना आपण लोकांवर अधिकार गाजवण्यासाठी नसून 'मूलतः लोकांचे सेवक आहोत' अशी जाणीव असणे गरजेचे वाटत होते. त्यांनी असेही नमूद केले की, 'प्रशासकांनी स्वतःला विशेषाधिकार असलेला वर्ग म्हणवून घेऊ नये. त्यांनी नोकरशाहीमध्ये वरचढ ठरणेही योग्य नव्हे'. डॉ. राधाकृष्णन

असेही म्हणाले की, 'वरिष्ठ पातळीवर काम करणाऱ्या नागरी सेवकांना सामान्य पुरुष आणि स्त्रियांच्या गरजा आणि आकांक्षा समजून घेता यायला हव्यात. तसेच, त्यांच्यावर अधिकार गाजवणाऱ्या किंवा त्यांचा छळ करणाऱ्या निम्न कर्मचाऱ्यांपासून त्यांचे संरक्षणदेखील करायला हवे'. या सगळ्याच्या व्यतिरिक्त ते असेही म्हणाले की, 'या देशामध्ये आपल्याला प्रथमतः प्रशासकीय सचोटी, त्यानंतर कार्यक्षमता आणि अर्थव्यवहार हे तिसऱ्या क्रमांकावर साध्य व्हावेत याची मोठी चिंता मला सतावत आहे'. या पूर्वआवश्यकता साध्य केल्यास, आपल्याला समाधानी भारतीय समाजाची बांधणी करणे शक्य होईल. म्हणून, त्यांनी चांगल्या अभिशासनासाठी प्रशासकीय सचोटी ही इतर सर्व गरजांमध्ये महत्त्वाची मानली (अग्रवाल २००४, iii, iv). अशा प्रकारे, त्यांनी 'सचोटी'ला नागरिक-प्रशासन स्नेहसंबंधांतील इतर सर्व पूर्वअटींपेक्षा वरचढ मानले.

प्रशासनातील लोकसहभाग

प्रशासकीय प्रक्रियेच्या यशासाठी लोकांचा सहभाग मूलभूत मानला जातो. प्रशासकीय निर्णयप्रक्रिया, योजना आखणी आणि अंमलबजावणी यांमध्ये नागरिकांचा प्रत्यक्ष समावेश असणे असा याचा अर्थ होतो. ध्येय ठरवणे, ध्येयप्राप्तीकरिता आवश्यक असणारी संसाधने संकलित करणे आणि जीवनमान सुधारण्याच्या दिशेने पावले उचलणे यासाठीचे लोकांचे सामूहिक आणि सततचे प्रयत्न असाही लोकसहभागाचा अर्थ होतो. विल्यम मॉरो यांच्या मते, 'सरकारी किंवा खाजगी शिष्टजनांऐवजी सर्वसाधारण स्त्री व पुरुषांचा योजना तयार करण्यामध्ये प्रत्यक्ष सहभाग असा नागरिक सहभाग या संज्ञेचा अर्थ होय'. याउपर, विशेषाधिकार व मताधिकार नसलेल्या लोकांचा त्यांच्या आयुष्यावर परिणाम करणाऱ्या निर्णय प्रक्रियेमध्ये प्रत्यक्ष सहभाग यावरही या संज्ञेमध्ये भर दिला जातो (मॉरो १९८०, १९०). अशा प्रकारे, लोकसहभाग म्हणजे देशाच्या निर्णय प्रक्रियेमध्ये देशाची अंतर्भूतता व सहभाग वाढविण्याची यंत्रणा होय.

अभिशासनातील लोकसहभाग म्हणजे नागरिक हे विकासाचे केवळ ग्राहक ते विकासात्मक प्रक्रियेत सक्रिय सहभागी असा विकास प्रारूपातील बदल होय. तसेच, विकेंद्रीकरण वाढवून अधिकार केंद्र सरकारपासून तृणमूल पातळ्यांच्या अधिक जवळ नेणे अशा 'उच्च पातळीकडून निम्न पातळीकडे' (अधोमूल) या स्वरूपापेक्षा 'निम्न पातळीवरून उच्च पातळीकडे' (ऊर्ध्वमूल) असा बदल दिसून येतो.

सुशासनाची हमी

नागरिकांच्या सुशासनातील सहभागाची संकल्पना ही मूलतः नागरिकांच्या जीवन, व्यवसाय आणि समूह यांवरील निर्णयप्रक्रियेवर प्रभाव पाडणारी आणि कायदेशीर भूमिका, या पूर्वपीठिकेवर आधारित आहे. अन्य शब्दांत सांगावयाचे झाल्यास, नागरिक सहभाग म्हणजे अशी यंत्रणा किंवा रीत होय, ज्यायोगे नागरिक संसाधनांवर नियंत्रण प्रस्थापित करून त्यांच्या आयुष्यावर थेट परिणाम करणाऱ्या निर्णयप्रक्रियेमध्ये प्रभावी भूमिका बजावू शकतील. विचारधारेच्या पातळीवर, नागरिकांचा अभिशासनामधील प्रत्यक्ष सहभाग सुदृढ लोकशाहीसाठी पूरक मानला जातो. याचे कारण असे की, यामुळे पारंपरिक प्रातिनिधिक लोकशाहीचे स्वरूप अधिक व्यापक होऊन तृणमूल पातळीवरील लोकशाहीला अधिक प्रतिसादात्मक आणि सहभागात्मक स्वरूप प्राप्त होते. आता हे व्यापक पातळीवर मान्य केले गेले आहे की, सुशासनामध्ये लोकसहभाग पुढील मार्गांनी योगदान देऊ शकतो:

१. नागरिकांना शासनाला उत्तरदायी, अधिक प्रतिसादात्मक, कार्यक्षम आणि परिणामकारक करणे शक्य होते.
२. शासनाच्या योजना आणि सेवा अधिक परिणामकारक आणि शाश्वत व्हाव्या यासाठी मदत होते.
३. गरीब आणि सीमान्त लोकांच्या आयुष्यात सुधारणा व्हाव्यात म्हणून सार्वजनिक धोरण आणि सेवापुरवठा यावर प्रभाव प्रस्थापित करता येणे शक्य होते.
४. व्यक्तीची नागरी प्रगल्भतेची जाणीव विकसित होण्यासाठी मदत होते. नागरिक अधिक सुशिक्षित, सहिष्णू आणि सहृदय होतात. त्यामुळे धोरणाचा दर्जा सुधारण्यास मदत होते.

५. अधिक चांगल्या सार्वजनिक धोरणानिर्मितीमध्ये नागरिकांची भूमिका अत्यावश्यक आहे ही जाणीव होण्यास याची मदत होते.
६. लोकशाही मूल्यांची बीजे तृणमूल पातळीवर घट्ट रुजण्याकरता याचे साहाय्य होते.
७. शासन आणि जनता यांमध्ये त्यामुळे अधिक चांगले आकलन विकसित होते.

अशा प्रकारे, प्रशासनातील लोकसहभागाद्वारे पारदर्शक, उत्तरदायी, सहभागात्मक, प्रतिसादी, परिणामकारक आणि कार्यक्षम शासनाची हमी दिली जाते. तथापि, प्रशासनातील लोकसहभाग या प्रक्रियेमध्ये अनेक अडथळे आहेत. समाजामध्ये व्यापक प्रमाणावर जडत्व असल्यामुळे परिणामस्वरूप आढळणारी उदासीनता आणि निष्क्रियता हा त्यातील एक अडथळा आहे. त्याचबरोबर, लोकसहभागाच्या नावाखाली एक अशी परिस्थिती निर्माण होऊ शकते ज्याला विल्यम मॉरो (१९८०) 'पदत्याग', 'समेट', 'सहकार' आणि 'ग्राहक संघटन' असे म्हणतात. लोकसहभाग हा लोकप्रतिनिधींनी त्यांच्या मतदारसंघात प्रतिनिधित्व करण्यात परिवर्तित होतोच असे नाही. खरे म्हणजे, ते (प्रतिनिधी) स्थानिक नोकरशाहीशी संगनमत करून लोकांना निष्प्रभावी ठरवू शकतात. हे प्रतिनिधी नोकरशाहीस सामोरे जाताना मतदारसंघाच्या हिताचे प्रतिनिधित्व न करता वैयक्तिक हिताचे प्रतिनिधित्व करतात. अशा उदाहरणांमध्ये, लोकसहभाग हा कागदोपत्री कामांसारखा केवळ औपचारिकता म्हणून उरतो व त्यातून सामान्य लोकांचे खऱ्या अर्थाने सबलीकरण होत नाही.

सहभागात्मक प्रयत्नांमुळे प्रसंगी दिशाभूल होत असली तरी दिशाभूल होण्याचा अर्थ सहभागात्मक चळवळ मूळ ध्येयाबाबत अर्थहीन ठरते असा घेणे योग्य ठरणार नाही. नागरिक सहभाग परिणामकारक होण्यासाठी काही पूर्वअटी पूर्ण होणे गरजेचे असते. त्यातील काही महत्त्वाच्या अटी पुढीलप्रमाणे होतः जाणकार राजकीय नेतृत्व; स्वीकारण्यास योग्य व सक्षम नागरिक; सदसद्विवेकबुद्धी जागृत असणारे नागरीसेवक; सजग आणि सहकार्य करणारी सामान्य जनता; निर्णय घेण्यासाठी लागणारी माहिती स्पष्ट आणि नेमकी आहे याबद्दलची खात्री; सुसंघटित संप्रेषण यंत्रणा; अधिकारी आणि नागरिक हे दोघेही जबाबदारी घेण्यास तयार असावेत; मूळ हेतू लक्षात घेऊन परिस्थितीची पाहणी करणे; आणि ग्रामीण आणि शहरी अशा दोन्ही पातळ्यांवर सहभाग (अवस्थी आणि माहेश्वरी २०१०, ६४३). खऱ्या अर्थाने प्रतिसादी व लोकसहभागात्मक लोकशाही कार्यान्वित करण्यासाठी अधिकारी व सामान्य नागरिक या दोहोंसाठी या अटी व क्रिया महत्त्वाच्या ठरतात.

प्रशासकीय उत्तरदायित्व

उत्तरदायित्व हे सर्व आकृतिबंधांच्या लोकशाही सरकारांचे एक महत्त्वाचे वैशिष्ट्य आहे. शासनसेवकांकडून कार्यालयीन सत्ता आणि अधिकारक्षेत्रातील अधिकाऱ्यांच्या वापराबाबत लोकांप्रती उत्तर देण्याची बांधीलकी असणे असाही उत्तरदायित्वाच्या संकल्पनेचा अर्थ होतो. उत्तरदायित्व हे सत्तेचा गैरवापर आणि सरकारी अधिकाराचा दुरुपयोग याविरुद्ध वचक ठेवण्याचे परिणामकारक साधन आहे. मोहित भट्टाचार्य (२००८) यांच्या मते, उत्तरदायित्व हे लोकप्रशासकांकडून किमान चार बाबींची अपेक्षा करतेः

१. कमीत कमी अपव्यय आणि विलंब टाळून अपेक्षेनुसार कायद्यांची अंमलबजावणी.
२. प्रशासकीय अधिकारक्षेत्राचा वैध आणि संवेदनक्षम वापर.
३. नवीन योजना सुचवणे आणि विद्यमान योजना आणि कार्यक्रमांमध्ये गरजेनुसार बदल सुचवणे.
४. प्रशासकीय संस्थांवरील नागरिकांचा विश्वास वाढवणे.

उत्तरदायित्वाच्या संकल्पनेमध्ये दोन मूलभूत घटक आहेतः एक, उत्तरदायी असणे म्हणजेच सरकारी अधिकाऱ्यांनी त्यांची कार्ये, योजनांची अंमलबजावणी यांबाबत माहिती देणे आणि स्पष्टीकरण देणे होय. दोन, दंडात्मक कारवाई म्हणजेच, लोकांप्रतीची कर्तव्ये न पार पाडल्याबद्दल संबंधित अधिकाऱ्यांवर दंडयोजना लावण्याची लेखापाल संस्थांची क्षमता होय.

भारतातील प्रशासकीय उत्तरदायित्व

भारतातील प्रशासकीय उत्तरदायित्वाची अनेक नियंत्रणांच्या माध्यमातून अंमलबजावणी केली जाते. शासनसेवकांनी त्यांचे अधिकार, शक्ती व अधिकारकक्षा हे कायदे व नियमनांप्रमाणे वापरावे हा नियंत्रणाचा मुख्य हेतू होय. स्थूलमानाने, प्रशासनावरील नियंत्रणाचे दोन प्रकार आहेत, ते म्हणजे, अंतर्गत आणि बाह्य नियंत्रण. प्रशासकीय यंत्रणेमध्येच अंतर्गत नियंत्रण हे कार्यरत असते. अर्थसंकल्पासंबंधीची व्यवस्था, पदसोपान रचना, चौकशी व अन्वेषण, दबाव गट, माध्यमे आणि वार्षिक गोपनीय अहवाल या अंतर्गत नियंत्रणाच्या पद्धती होत. प्रशासकीय यंत्रणेव्यतिरिक्त वैधानिक, कार्यकारी आणि न्यायालयीन नियंत्रणातून भारतामध्ये प्रशासनावर बाह्य नियंत्रण ठेवले जाते.

लोकशाहीमध्ये लोक सर्वोच्च असल्याने प्रशासन हे निवडून आलेल्या प्रतिनिधींप्रती जबाबदार मानले जाते. म्हणूनच, कायदेमंडळाला राज्यघटना आणि परंपरांद्वारे देण्यात आलेल्या अधिकारांद्वारे, प्रशासनातील गैरव्यवहार आणि अधिकारांचा गैरवापर यांवर प्रभावी अंकुश ठेवला जातो. प्रश्नोत्तरांच्या तासाला प्रश्न विचारणे, संसदीय चर्चा, संसदीय लेखापरीक्षण, अविश्वास प्रस्ताव आणि लोकपालाकडे तक्रारी नोंदवणे अशा अनेक पद्धतींनी कायदेमंडळ प्रशासनावर नियंत्रण ठेवते.

जबाबदार शासनामध्ये प्रशासनावर कार्यकारी नियंत्रण हेदेखील एक प्रभावी साधन आहे. कार्यकारी मंडळ प्रशासनावर नियुक्ती आणि पदच्युत करण्याचे अधिकार, नियम तयार करण्याचे अधिकार, वटहुकूम, नागरी सेवा नियमावली, प्रत्यायुक्त विधिविधान, अंदाजपत्रकाची व्यवस्था आणि लोकमताचा कौल घेणे इत्यादी अनेक मार्गांनी आणि पद्धतींनी नियंत्रण ठेवते. प्रशासकीय उत्तरदायित्व साध्य करण्याचे आणखी एक महत्त्वाचे साधन म्हणजे न्यायमंडळाने केलेले नियंत्रण होय. न्यायिक पुनर्विलोकन, शासनविरुद्ध फिर्यादी व प्राधिलेख या संबंधी कायदेशीर याचिका या मार्गांनी हे नियंत्रण ठेवता येते. प्रशासकीय कायद्याची वैधता साध्य करून नागरिकांचे हक्क आणि स्वातंत्र्य यांचे रक्षण करणे हे न्यायालयीन नियंत्रणाचे प्राथमिक उद्दिष्ट आहे (सिंग २००२,२१६-१७). अशा प्रकारे, अर्थसंकल्पासंबंधीच्या उपाययोजना, विभागीय चौकशी, वार्षिक गोपनीय अहवाल या अंतर्गत नियंत्रणाच्या पद्धती होत. वैधानिक, कार्यकारी आणि न्यायालयीन नियंत्रणातून भारतामध्ये प्रशासनावर बाह्य नियंत्रण ठेवले जाते.

सार्वजनिक तक्रार निवारण यंत्रणा

चेम्बर्स शब्दकोशानुसार, 'grievance' (तक्रार) म्हणजे, 'फिर्यादीची पार्श्वभूमी, अन्यायकारक अथवा गैरवाजवी परिस्थिती'. काही मागण्या अथवा अपेक्षा पूर्ण न झाल्यास तक्रार उद्‌भवू शकते. मागण्या शासनाच्या योजनांसंबंधी अथवा प्रशासनाच्या शासकीय योजना राबवण्याच्या कृतीसंबंधी असू शकतात. म्हणून, तक्रार म्हणजे एक प्रकारचे असमाधान होय. त्यामुळे तक्रारीचे निवारण होणे गरजेचे असते. प्रशासनाच्या विरोधातील काही सर्वसाधारण तक्रारी खालीलप्रमाणे गटांमध्ये मांडता येतील:

१. **दप्तरदिरंगाई:** प्रशासकीय कामांमध्ये विलंब.
२. **भ्रष्टाचार:** एखादी बाब करणे अथवा न करणे यासाठी पैसे मागणे अथवा स्वीकारणे.
३. **वशिलेबाजी:** सत्तेत असलेल्या आणि प्रभावी व्यक्तींना मदत करण्यात नियमबाह्य तत्परता दाखवणे.
४. **आप्तसंबंधी पक्षपात:** स्वतःच्या आप्तेष्टांना मदत करणे.
५. **असभ्यता:** शिवीगाळ करणे किंवा सार्वजनिक व्यवहारात दुर्वर्तन करणे.
६. **कर्तव्यांची टाळाटाळ:** कायद्याला अनुसरून कार्य न करणे.
७. **विलंब:** उचित वेळेत काम न करणे.
८. **दुजाभाव:** गरीब आणि कमकुवत नागरिकांच्या प्रामाणिक तक्रारींकडे दुर्लक्ष करणे.
९. **कुप्रशासन:** उद्दिष्टे साध्य करताना अकार्यक्षमता.
१०. **अपुरी तक्रार निवारण यंत्रणा:** प्रशासनाविरुद्ध लोकांच्या तक्रारींची दखल घेणाऱ्या यंत्रणेचा अभाव.

आश्वासनामध्ये दिली गेलेली सेवा पुरवठ्याची पातळी साध्य न झाल्यास तक्रार निवारण यंत्रणेचा अवलंब करण्याचा नागरिकांना अधिकार आहे हे तक्रारनिवारण यंत्रणेचे मूळ तत्त्व आहे. ही यंत्रणा लोकांपर्यंत पोहोचलेली, वापरण्यास सोपी, तत्पर आणि सर्वांत महत्त्वाचे म्हणजे, या यंत्रणेतून आपल्याला न्याय मिळेल असा नागरिकांना विश्वास असणे गरजेचे आहे.

भारतातील तक्रार निवारण यंत्रणा

भारतामध्ये केंद्र सरकार, राज्य सरकारे आणि त्यांच्या अखत्यारितील अनेक संस्थांनी नागरिकांच्या तक्रारी हाताळण्यासाठी तक्रार निवारण यंत्रणा स्थापन केल्या आहेत. केंद्रपातळीवर, तक्रारी हाताळण्यासाठी केंद्र सरकारच्या दोन प्रमुख संस्था आहेत.

(अ) प्रशासकीय सुधारणा व सार्वजनिक तक्रार विभाग, कार्मिक, सार्वजनिक तक्रार आणि निवृत्तिवेतन मंत्रालय

(आ) सार्वजनिक तक्रार संचालनालय, मंत्रिमंडळ सचिवालय.

या प्रमुख संस्थांशिवाय केंद्रीय दक्षता आयोग, लोकपाल आणि लोकायुक्त अशा इतरही काही संस्थात्मक यंत्रणा आहेत. या यंत्रणांकडे नागरी सेवकांच्या भ्रष्टाचार व पदाचा गैरवापर यासंबंधीच्या तक्रारी हाताळण्याचा अधिकार आहे. अनेक संस्थांनी, उदाहरणार्थ, भारतीय रिझर्व्ह बँकेने, तक्रार निवारणासाठी लोकपालाची स्थापना केली आहे. राष्ट्रीय व राज्य मानवी हक्क आयोग, राष्ट्रीय व राज्य महिला आयोग, अनुसूचित जाती राष्ट्रीय आयोग आणि अनुसूचित जमाती राष्ट्रीय आयोग इत्यादी संस्थादेखील त्यांच्या अखत्यारित असलेल्या लोकांकडून आलेल्या तक्रारी हाताळण्याचे काम करत असतात. हल्लीच्या काळात, जागरूकतेचे प्रमाण वाढल्याने, लोकांच्या अपेक्षा वाढल्या आहेत आणि तसेच, त्यांच्या तक्रारींचे तत्पर आणि परिणामकारक निवारणदेखील अपेक्षित आहे. पुढील विभागांमध्ये, भारतामधील सार्वजनिक तक्रार निवारणाशी संबंधित महत्त्वाच्या संस्था व इतर उपक्रमांच्या भूमिकांवर चर्चा केली आहे.

केंद्रीय दक्षता आयोग

सर्वसामान्यपणे संथानम समिती नावाने ओळखल्या जाणाऱ्या भ्रष्टाचार प्रतिबंध समितीने केलेल्या शिफारशीनुसार १९६४ साली भारत सरकारने केंद्रीय दक्षता आयोगाची स्थापना केली. प्रशासनातील सचोटी कायम ठेवण्याच्या दृष्टीने केंद्रीय दक्षता आयोगातर्फे केंद्र सरकारला सर्व बाबींमध्ये सल्ला देण्यात येतो. केंद्रीय अन्वेषण आयोगाच्या कारभारावर अधीक्षण करण्याचे काम केंद्रीय दक्षता आयोगाचे असते. केंद्रीय अन्वेषण आयोग म्हणजे भ्रष्टाचारविरुद्ध बाबींमध्ये–अन्वेषण करण्याची केंद्र सरकारची मुख्य संस्था होय. तसेच, केंद्र सरकारच्या विविध संस्था आणि मंत्रालयांच्या दक्षता प्रशासनावरदेखील या आयोगाद्वारे अधीक्षण केले जाते.

संस्थात्मक रचना

केंद्रीय दक्षता आयोग कायदा, २००३नुसार केंद्रीय दक्षता आयोगामध्ये पुढील पदस्थ असतील:

- केंद्रीय दक्षता आयुक्त–अध्यक्ष
- कमाल दोन, दक्षता आयुक्त–सदस्य

केंद्रीय दक्षता आयोगाचे स्वतःचे संचालनालय, मुख्य तांत्रिक परीक्षण शाखा (CTE) आणि विभागीय चौकशी आयुक्तांचा कक्ष (CDI) आहे. सचिवालयामध्ये, केंद्र सरकारच्या अतिरिक्त सचिवाला समपदस्थ असलेले सचिव, संयुक्त सचिवाचे समपदस्थ असलेले चार अधिकारी, संचालक/उपसचिव यांचे समपदस्थ ३० अधिकारी (दोन विशिष्ट कामगिरी असलेल्या अधिकाऱ्यांसह), चार सहसचिवांसह इतर कार्यालयीन कर्मचारी. मुख्य तांत्रिक परीक्षकाच्या

कार्यालयात केंद्रीय दक्षता आयोगाची तांत्रिक शाखा आणि मुख्य अभियंत्यांचे समपदस्थ दोन अभियंते (मुख्य तांत्रिक परीक्षक या पदावर) व इतर साहाय्यक अभियांत्रिकी कर्मचारी असतात. आयोगामध्ये विभागीय चौकशी आयुक्तांची चौदा पदे आहेत, संचालकांची ११ पदे आहेत आणि उपसचिवाची ३ पदे आहेत. शासकीय अधिकाऱ्यांविरुद्ध चालविण्यात आलेली विभागीय मौखिक चौकशी करण्याचे काम चौकशी अधिकारी म्हणून विभागीय चौकशी आयुक्त करतात.

केंद्रीय दक्षता आयोगाची कार्ये व अधिकार

केंद्रीय दक्षता आयोग कायदा, २००३ नुसार, केंद्रीय दक्षता आयोगाची कार्ये पुढीलप्रमाणे होतः

१. दिल्ली विशेष पोलीस आस्थापना (CBI) यांच्या कार्यावर देखरेख ठेवणे. यामध्ये भ्रष्टाचार प्रतिबंधक कायदा, १९८८ अंतर्गत नोंदविण्यात आलेल्या गुन्ह्यांचे अन्वेषण केले जाते.

२. भ्रष्टाचार प्रतिबंध कायदा, १९८८ अंतर्गत नोंदविण्यात आलेल्या गुन्ह्यांचे अन्वेषण करताना देखरेख करण्यासाठी दिल्ली विशेष पोलीस आस्थापना (CBI) याना आदेश देणे.

३. केंद्रशासनाने सुचविल्यानुसार चौकशी करणे, चौकशीचे आदेश देणे अथवा अन्वेषण करणे.

४. आयोगाच्या अखत्यारितील कुठल्याही अधिकाऱ्याविरुद्ध तक्रार आल्यास चौकशी करणे, चौकशीचे आदेश देणे अथवा अन्वेषण करणे.

५. भ्रष्टाचार प्रतिबंध कायदा, १९८८–भाग ८(१) (f)च्या अंतर्गत काही फिर्यादींना मान्यता देणे कार्यक्षम अधिकाऱ्यांकडे प्रलंबित राहिल्यास त्या अर्जांच्या प्रगतीबाबत आढावा घेणे.

६. केंद्र सरकार अथवा संस्थांनी एखाद्या बाबीसंबंधी सल्ला मागितल्यास तो देऊ करणे.

७. केंद्रशासनाची विविध मंत्रालये, विभाग व केंद्रशासनाच्या संस्था यांतील दक्षता प्रशासनावर देखरेख करणे–भाग ८(१) (h).

८. कुठलीही चौकशी करताना आयोगाला नागरी न्यायालयाचे अधिकार असतील.

केंद्रीय दक्षता आयोग ही दक्षतेसंबंधी सर्वोच्च संस्था मानली जाते. ही संस्था कुठल्याही कार्यकारी अधिकाऱ्यांच्या नियंत्रणापासून मुक्त असते. केंद्रशासनाच्या अखत्यारितील सर्व दक्षता संबंधी कामकाजावर देखरेख ठेवणे आणि केंद्रशासनातील वेगवेगळ्या अधिकाऱ्यांना दक्षतेसंबंधी कार्यांचे नियोजन, अंमलबजावणी, आढावा आणि सुधारणा यांमध्ये साहाय्य करणे ही त्याची कामे होत. राष्ट्रपतींनी वटहुकुम जारी केल्याच्या परिणामस्वरूप २५ ऑगस्ट १९८८ रोजी केंद्रीय दक्षता आयोगाचे रूपांतर 'वैधानिक दर्जा' असलेल्या बहुसदस्यीय आयोगामध्ये करण्यात आले. 'सार्वजनिक हितसंबंध जाहीर करणे व माहिती देणाऱ्याचे संरक्षण' या एप्रिल २००४च्या भारत सरकारच्या ठरावाअंतर्गत, भारत सरकारने, केंद्रीय दक्षता आयोगाला भ्रष्टाचारासंबंधी कुठलेही आरोप उघड करण्यासंबंधी, 'जागल्या'कडून कार्यालयाचा गैरवापर केला जाण्याबाबत लेखी तक्रार घेणे व तदनुसार कार्यवाही सुचविणे यासंबंधीची 'नियुक्त संस्था' म्हणून अधिकार दिले.

लोकपाल आणि लोकायुक्तः भ्रष्टाचाराविरुद्ध लढा

लोकपाल ही शासकीय अधिकाऱ्यांविरुद्धच्या भ्रष्टाचारासंबंधीच्या खटल्यांमध्ये चौकशी करणारी स्वायत्त संस्था आहे. सन १९६३मध्ये तक्रार निवारण यंत्रणेबाबत संसदेतील चर्चेमध्ये लक्ष्मी माल सिंघवी यांनी लोकपाल ही संज्ञा सर्वप्रथम मांडली. या संज्ञेचे मूळ लोक (जनता) आणि पाल (रक्षक), म्हणजेच 'लोकांचा रक्षक', या संस्कृत शब्दांमध्ये आढळते. सन १९६८च्या मोरारजी देसाई यांच्या अध्यक्षतेखालील पहिल्या प्रशासकीय सुधारणा आयोगाने तत्कालीन संदर्भाने एक अहवाल सादर केला. या अहवालामध्ये, नागरिकांच्या तक्रार निवारणासाठी 'लोकपाल' आणि 'लोकायुक्त' अशा दोन विशेष अधिकाऱ्यांची निर्मिती करावी असे आयोगाने सुचविले.

राज्यांमधील लोकायुक्त

पहिल्या प्रशासकीय सुधारणा समितीच्या (१९६८) शिफारशीनंतर अनेक राज्यांमध्ये 'लोकायुक्तां'ची नेमणूक करण्यात आली आहे. याद्वारे, लोकसेवकांच्या वागणुकीसंदर्भातील आरोप अथवा तक्रारींचा तपास करण्याचे काम केले जाते. लोकसेवकांमध्ये राजकीय कार्यकारिणी, आमदार/खासदार, राज्यशासनातील अधिकारी, स्थानिक संस्था, शासनाचे सार्वजनिक उपक्रम आणि शासनाचे इतर उपक्रम यांचा समावेश होतो. महाराष्ट्र लोकायुक्त व उपलोकायुक्त कायदा, १९७१ नुसार लोकायुक्ताची स्थापना करणारे महाराष्ट्र पहिले राज्य होते. या कायद्यानुसार, कोणीही नागरिक लोकायुक्तामार्फत कुठल्याही लोकसेवकाविरुद्ध चौकशीकरता विशिष्ट आरोप दाखल करू शकतो. नागरी सेवकाच्या वागणुकीसंदर्भात स्व-हस्तक्षेपातूनदेखील चौकशीला सुरुवात करू शकतो. सद्यःस्थितीत, भारतातील १७ राज्यांनी लोकायुक्तांची नेमणूक केली आहे.

राष्ट्रीय पातळीवरील लोकपाल

पहिल्या प्रशासकीय सुधारणा आयोगाच्या शिफारशीनुसार १९६८मध्ये सर्वप्रथम लोकपाल विधेयक लोकसभेत मांडण्यात आले. लोकपाल विधेयक नऊ वेळा संसदेमध्ये मांडण्यात आले. मात्र, विविध कारणांमुळे त्याचे कायद्यात रूपांतर होऊ शकले नाही. सामान्य लोकांचा भरभक्कम पाठिंबा असलेल्या अण्णा हजारेंच्या भ्रष्टाचारविरोधी आंदोलनानंतर संसदेमध्ये लोकपाल आणि लोकायुक्त कायदा, २०११ मांडण्यात आला. भारतातील अलीकडच्या काळातील हे सर्वाधिक चर्चिले गेलेले विधेयक होय. या चर्चेमध्ये प्रसारमाध्यमे व भारतीय जनता या दोहोंचा व्यापक सहभाग होता. २२ डिसेंबर २०११ रोजी लोकसभेमध्ये हे विधेयक मांडण्यात आले. लोकपाल आणि लोकायुक्त विधेयक, २०११ या शीर्षकाने २७ डिसेंबर २०११ रोजी लोकसभेत पारित करण्यात आले. लोकसभेने पारित केलेल्या या विधेयकामध्ये काही सुधारणा सुचवून राज्यसभेने हे विधेयक १७ डिसेंबर २०१३ रोजी पारित केले व तदनंतर लोकसभेमध्ये १८ डिसेंबर २०१३ रोजी पारित करण्यात आले. १ जानेवारी २०१४ रोजी या विधेयकाला राष्ट्रपतींची संमती मिळाली व १६ जानेवारी २०१४ रोजी लोकपाल व लोकायुक्त कायदा, २०१३ या अधिकृत नावाने हे विधेयक कार्यान्वित झाले.

लोकपाल आणि लोकायुक्त विधेयक, २०१३ची महत्त्वाची वैशिष्ट्ये

लोकपाल व लोकायुक्त कायदा, २०१३ हा एक भ्रष्टाचार विरोधी कायदा असून याद्वारे 'विवक्षित शासकीय अधिकाऱ्यांच्या विरोधातील भ्रष्टाचार संबंधी तक्रारी किंवा तत्सम तक्रारींची चौकशी करण्यासाठी लोकपाल या संस्थेची स्थापना करावी असे या कायद्याद्वारे सुचविण्यात आले' या कायद्याची वैशिष्ट्ये पुढीलप्रमाणे होतः

पारिभाषिक नामकरण: केंद्रीय पातळीवर लोकपाल व राज्य पातळीवर लोकायुक्ताची स्थापना करण्यात येईल.

रचना: लोकपालमध्ये एक अध्यक्ष व जास्तीत जास्त आठ सदस्य असतील. ५० टक्के सदस्य न्यायक्षेत्रातील असतील व ५० टक्के सभासद अनुसूचित जाती, अनुसूचित जमाती, इतर मागासलेले वर्ग, स्त्रिया यांमधील असावेत.

नियुक्ती: लोकपाल आणि त्याचे सभासद नियुक्त करण्याच्या समितीचे प्रधानमंत्री अध्यक्ष असतील. या निवड समितीच्या इतर सभासदांमध्ये लोकसभेचे सभापती, लोकसभेतील विरोधी पक्षनेता, भारताचे सरन्यायाधीश किंवा त्यांनी नामनिर्दिष्ट/नामनिर्देशित केलेले सर्वोच्च न्यायालयाचे कार्यरत न्यायाधीश यांचा समावेश असेल.

कार्यक्षेत्र: पंतप्रधान, मंत्री, विद्यमान व भूतपूर्व आमदार, सरकारी कर्मचारी, केंद्र सरकारद्वारे अर्थसहाय्यित अथवा केंद्र सरकारकरिता निधी संकलन करीत असलेल्या संस्थांमधील कर्मचारी, सार्वजनिक पैशांचे संकलन करणाऱ्या, आंतरराष्ट्रीय संस्थांकडून निधी संकलन करणाऱ्या सोसायट्या आणि विश्वस्त संस्था हे भ्रष्टाचार विरोधी कायद्याच्या कार्यकक्षेत येतात. तथापि, देणगी देणाऱ्या व धार्मिक किंवा धर्मादाय पद्धतीची कामे करणाऱ्या संस्था यातून वगळण्यात आल्या आहेत.

अन्वेषण: भ्रष्टाचार विरोधी सर्व चौकशा या ६० दिवसांच्या आत संपविण्यात याव्यात व अन्वेषण ६ महिन्यांच्या आत पूर्ण करण्यात यावे. नागरी सेवकाची बाजू ऐकून घेतल्यानंतरच लोकपाल चौकशीचे आदेश देऊ शकेल. पंतप्रधानांची चौकशी खाजगीरीत्या करण्यात यावी व लोकपालवृंदाच्या दोन तृतीयांश सदस्यांची त्याला मान्यता असावी.

कार्यवाही: लोकपालचे कार्यवाही दल विशेष न्यायालयासमक्ष कार्यवाहीची सुरुवात करील. ही सुनावणी दोन वर्षांच्या आत पूर्ण करणे आवश्यक आहे. या विधेयकानुसार कार्यवाही प्रलंबित असली तरी, भ्रष्टाचारातून संपादन केलेली संपत्ती ताब्यात घेता येईल किंवा जप्त करता येईल.

केंद्रीय अन्वेषण आयोग: केंद्रीय अन्वेषण आयोगाची स्वायत्तता कायम राहावी या हेतूने, नव्या विधेयकानुसार, अन्वेषण संचालनालय स्थापन केले जाईल. अन्वेषण संचालकाची नियुक्ती केंद्रीय दक्षता आयुक्तांच्या शिफारशींनुसार केली जाईल.

जागल्यांचे संरक्षण: प्रामाणिक व सचोटीने काम करीत असलेल्या नागरी सेवकांना पुरेसे संरक्षण देऊ केले आहे.

दंड: खोटी किंवा खोडसाळपणे तक्रार नोंदविल्यास १ वर्षापर्यंत तुरुंगवास व एक लाखापर्यंत दंडाची तरतूद करण्यात आली आहे. शासकीय सेवकांच्या बाबतीत ७ वर्षांपर्यंत तुरुंगवासाची तरतूद आहे. गुन्हेगारी गैरवर्तन किंवा भ्रष्टाचाराला पाठिंबा दिल्यास १० वर्षांपर्यंत तुरुंगवास होऊ शकतो.

लोकायुक्त: प्रत्येक राज्याने ३६५ दिवसांच्या कालमर्यादेत लोकायुक्तांची स्थापना करावी. परंतु, लोकायुक्ताचे स्वरूप व प्रकार ठरविण्याचे स्वातंत्र्य त्या त्या राज्याला असेल.

भारतातील भ्रष्टाचार नामक संकटाला तोंड देण्यासाठी लोकपाल कायदा, २०१३ ही एक नवी यंत्रणा होय. पंतप्रधानदेखील या कायद्याच्या अखत्यारित येत असल्याने हा कायदा महत्त्वाचा मानला गेला आहे. हा कायदा अधिक सर्वसमावेशक, परिणामकारक व कालबद्ध आहे. जागले व प्रामाणिक आणि वचनबद्ध अधिकाऱ्यांच्या संरक्षणासाठी या कायद्यान्वये पुरेशा तरतुदीदेखील करण्यात आल्या आहेत. हा नवा कायदा कार्यान्वित झाल्यामुळे भारतातील उत्तरदायी, पारदर्शी आणि प्रतिसादी अभिशासनाची अपेक्षा करणे रास्त ठरेल.

ई-अभिशासन

ई-शासन हे 'इलेक्ट्रॉनिक शासन' याचे संक्षिप्त स्वरूप होय. माहिती व तंत्रज्ञानाच्या साहाय्याने अभिशासन केले जात असेल तर त्याला ई-शासन असे म्हणतात. अशा प्रकारे, सामान्यपणे, ई-शासन म्हणजे कुठल्याही संस्थेमधील माहिती व तंत्रज्ञानाचा वापर, म्हणजेच, इलेक्ट्रॉनिक पद्धतीने शासन करणे होय. माहिती तंत्रज्ञानाच्या वापराद्वारे शासनाच्या कार्यांसंबंधी बोलताना ई-शासन ही संज्ञा मोठ्या प्रमाणात वापरली जात आहे. ज्याचा अधिक लोकप्रिय भाग म्हणजे इंटरनेट होय.

अशा प्रकारे, ई-शासन म्हणजे शासनाच्या काम करण्याच्या पद्धतीमध्ये व माहिती देणे, अंतर्गत व बाह्य ग्राहकांना सेवा पुरविणे यांमध्ये बदल घडवून आणण्याची प्रक्रिया होय. विशेषकरून, ई-शासन इंटरनेट, वेब, मोबाईल फोन यांसारखी माहिती व तंत्रज्ञानाची साधने वापरत असते. पहिली पायरी म्हणून, सेवांबद्दलची माहिती संकेतस्थळावर प्रसारित केली जाते आणि नागरिक विविध सेवांसाठीचे अर्ज यावरून प्राप्त करून घेऊ शकतात. पुढची पायरी ही, कर परतावा अथवा परवाना नवीकरण यांसबंधी माहिती भरणे इत्यादी प्रकारच्या प्रत्यक्ष सेवा पुरवठ्यामध्ये माहिती व तंत्रज्ञानाचा वापर करण्याची होय. अत्याधुनिक संगणक प्रणाली असल्यास त्याद्वारे ऑनलाईन पद्धतीने देयके देता येतात (भटनागर २००८, २४७).

नागरिक व प्रशासन यांमधील अंतर कमी करणे

अशा प्रकारे, ई-शासन नागरिकांना इलेक्ट्रॉनिक साधनांद्वारे शासकीय सेवा मिळविण्याची क्षमता देते. तसेच, शासकीय माहितीची अभिगम्यता आणि शासकीय व्यवहारांची प्रतिपूर्ती कोणत्याही स्थानावरून आणि कोणत्याही वेळी करण्याची मुभा देते. अशा प्रकारे, नागरिक व प्रशासन यांमधील अंतर कमी करण्याचे हे एक साधन आहे. इलेक्ट्रॉनिक माध्यमांतून शासकीय विभागांमध्ये नागरिकांची माहिती मिळावी म्हणून क्षमता निर्माण करणे ही त्यामागील साधी कल्पना आहे. अशा प्रकारे, ई-शासनातून Simple (सुलभ), Moral (नैतिक), Accountable (उत्तरदायी), Responsiveness (प्रतिसादात्मक), Transparency (पारदर्शक) (SMART; भारत सरकार २००२, १८७) अभिशासनाचे उद्दिष्ट साध्य होते. याद्वारे, माहिती व तंत्रज्ञानाच्या माध्यमातून शासकीय व्यवहारांमध्ये प्रत्यक्ष अंतर्भूत असणाऱ्या नागरिकांच्या नियमित सहभागासाठी अवकाश निर्माण करणे हेदेखील उद्दिष्ट होते. अशा प्रकारे, ई-अभिशासनाच्या माध्यमातून SMART अभिशासनाचे उद्दिष्ट पुढीलप्रमाणे साध्य केले जातेः

सुलभ (Simple)ः यामध्ये प्रक्रिया गुंतागुंतीची नाही, कागदाची आवश्यकता नाही व सतत शासनदरबारी जाण्याची गरज नाही,

नैतिक (Moral)ः ही व्यवस्था भ्रष्टाचार व इतर अनैतिक बाबींपासून मुक्त आहे,

उत्तरदायी (Accountable)ः लोकांच्या अखत्यारित संपूर्ण माहिती असल्याने शासनाचे उत्तरदायित्व अधिक व्यापक होते,

प्रतिसादात्मकता (Responsiveness)ः माहिती व तंत्रज्ञानाच्या वापरामुळे शासन नियमितपणे लोकांच्या संपर्कात राहू शकते व त्यांच्याकडून नियमित प्रतिक्रियादेखील घेऊ शकते;

पारदर्शकता (Transparency)ः यापूर्वी सरकारी कागदपत्रांमध्ये कैद असलेली माहिती आता संगणकाच्या माध्यमातून सर्वांना उपलब्ध होऊ शकते.

माहिती व तंत्रज्ञानाच्या ई-क्रांतीमध्ये अभिशासन प्रक्रिया नव्या पातळ्यांवर नेण्याची क्षमता आहे. माहिती व तंत्रज्ञानामुळे माहिती परिणामकारकरित्या साठवून ठेवणे व हवी तेव्हा प्राप्त करणे याची सोय होते, माहितीची त्वरित देवाणघेवाण करणे शक्य होते, पूर्वीच्या हाताने काम करावयाच्या पद्धतीपेक्षा आता माहिती व आकडेवारीवरील प्रक्रिया अधिक जलदगतीने करता येते, शासकीय प्रक्रियांना वेग येतो, निर्णय जलद व न्याय्य पद्धतीने घेता येतात, पारदर्शकता वाढवून उत्तरदायित्व अमलात आणता येते. यामुळे भौगोलिक व लोकसंख्येच्या दृष्टीने शासनाची व्याप्ती वाढण्यास मदत होते. इलेक्ट्रॉनिक्सचे वाढते महत्त्व लक्षात घेऊन भारत सरकारने १९७० साली इलेक्ट्रॉनिक्स विभागाची स्थापना केली. त्यानंतर, १९७७ साली राष्ट्रीय माहिती केंद्राची झालेली स्थापना म्हणजे भारताने ई-शासनाप्रती ठेवलेले पहिले पाऊल होय. कारण यामुळे 'माहिती' व त्याची देवाणघेवाण केंद्रस्थानी आली. सन १९९०च्या दशकामध्येदेखील केंद्र व राज्य सरकारांकडून काही महत्त्वाचे उपक्रम राबवण्यात आले. या सर्वांचे एकत्रीकरण म्हणजे २००६ साली प्रारंभ झालेला राष्ट्रीय ई-शासन कार्यक्रम होय.

विकसित देशांमध्ये, अभिशासन हा एक सु-स्थापित मार्ग आहे, ज्या माध्यमातून शासनाच्या सेवा नागरिकांना इंटरनेट पोर्टल्सच्या माध्यमातून पुरवल्या जातात. भारतामध्ये, संगणक अभिशासनाला माहिती तंत्रज्ञान कायदा, २०००नुसार वैधानिक दर्जा देण्यात आला आहे. या कायद्यामध्ये खालील मान्यता आहेः

> इलेक्ट्रॉनिक माहिती आदान-प्रदानाच्या आणि इलेक्ट्रॉनिक संवादाची इतर पर्यायी माध्यमे पद्धतींना कायदेशीर मान्यता देणे, याला सामान्यपणे 'ई-व्यापार' असे म्हटले जाते, ज्यामध्ये शासकीय कागदपत्रांची पूर्तता करण्यासाठी वापरल्या जाणाऱ्या कागदाधारित माहिती संकलन व साठवण्याच्या पद्धती, शासनाच्या अभिकर्त्यांकडे इलेक्ट्रॉनिक पद्धतीने कागदपत्रे भरणे यांचा समावेश होतो.

भारतामध्ये प्रशासकीय सुधारणांचे सांकल्पनीकरण करण्यासाठी कायदेशीर पुष्टी दिल्यामुळे हा कायदा एक महत्त्वाचा टप्पा ठरला आहे. अधिक महत्त्वाचे म्हणजे, निश्चितच ई-अभिशासन हा अनावश्यक विलंब व भ्रष्टाचार याचे कारण असलेल्या नोकरशाहीच्या लालफितीच्या कारभारावर केलेला हल्ला आहे. विशेषतः कार्यक्षमतेतील सुधारणेला अनुलक्षून असलेले सुशासन, पारदर्शकता आणि शासनाला जनसंवादी करण्यासाठी असलेला दुवा साध्य करण्याचे हे एक साधन आहे. ज्यायोगे 'सुशासन, खासकरून, कार्यक्षमता, पारदर्शकता आणि शासनाशी अधिक सुलभ संबंध साध्य करता येतात'. (चक्रवर्ती आणि भट्टाचार्य २००८, ५२) अशा प्रकारे, नागरिक शासनाची कार्ये इलेक्ट्रॉनिक माध्यमांतून केवळ बघूच शकत नाहीत तर त्यांना ई-मेल्स आणि इतर इलेक्ट्रॉनिक साधनांच्या माध्यमांतून सल्लेदेखील देऊ शकतात. म्हणून, नागरिकांचे सल्ले व पारदर्शकता एकाच नमुन्यामध्ये एकत्रित करणारे तंत्रज्ञान हे एक महत्त्वाचे साधन आहे (चक्रवर्ती आणि भट्टाचार्य २००८, ५२). अशा प्रकारे, नागरिक आणि शासनाला जोडण्यासाठी माहिती व संप्रेषण तंत्रज्ञान हे एक महत्त्वाचे साधन आहे.

माहिती तंत्रज्ञान आधारित ई-शासनामुळे, (अ) शासनाचा खर्च कमी होणे, (आ) नागरिकांनी शासनाला द्यावयाच्या सल्ल्यांमध्ये/माहितीमध्ये वाढ होणे, (इ) नागरी निर्णयक्षमता सुधारणे, आणि (ई) शासनव्यवहारांमधील पारदर्शकता वाढणे, इत्यादी क्षमतांचे नवे युग सुरू झाले आहे. 'शासनावर लक्ष ठेवण्यासाठी नागरिकांना सुसज्ज करणे' हे ई-शासनाचे उद्दिष्ट आहे (चक्रवर्ती आणि भट्टाचार्य २००८, ५२). व्यवस्थितपणे स्पष्ट केलेल्या या कार्यात्मक गुणवैशिष्ट्यांमुळे, अभिशासन भ्रष्टाचार निर्मूलनासाठीचे एक महत्त्वाचे पाऊल ठरले आहे. स्व-अखत्यारितील अधिकार कमी करून अनियंत्रित कार्यांच्या संधी यांद्वारे कमी केल्या जातात. माहितीतंत्रज्ञानाच्या माध्यमातून नागरिकांना नियमितपणे शासनाच्या व्यवहारामध्ये थेट प्रवेश मिळत असल्याने एक प्रकारे नागरिकांचे सबलीकरण होते. भारतातील आंध्र प्रदेशमधील पश्चिम गोदावरी जिल्ह्यामध्ये सुरू झालेला ई-सेवाप्रकल्प हे येथे उद्धृत करण्यायोग्य उदाहरण आहे. या प्रकल्पाद्वारे ग्रामीण भागातील लोकांना नागरिक ते नागरिक (C2C) आणि नागरिक ते शासन (C2G) सेवा पुरवण्याची सोय करण्यासाठी माहितीतंत्रज्ञानाचा अधिकाधिक वापर केला जातो. 'हा प्रकल्प म्हणजे ग्रामीण भागातील संगणक विषमता कमी करण्याचे' साधन होय. ज्यामध्ये (चक्रवर्ती आणि भट्टाचार्य २००८, ५२). 'स्थानिक महिला भागीदारांना' 'माहिती नायक' म्हणून उदयाला येण्यास मदत होत असल्यामुळे महिला स्वयंसेवी संस्थांचे व्यवस्थापन असलेला हा प्रकल्प उच्च दर्जाचा ठरला आहे. ई-सेवा योजनेचे उद्दिष्ट साध्य करण्यासाठी त्या महत्त्वाच्या ठरल्या आहेत (चक्रवर्ती आणि भट्टाचार्य २००८, ५२).

ई-शासनाने माहिती तंत्रज्ञानाच्या मदतीने लोकप्रशासनाला एका नवीन वळणावर नेले आहे. इलेक्ट्रॉनिक सार्वजनिक सेवांद्वारे नागरिक आणि शासन यांच्यामध्ये दुवा साधण्याचा प्रयत्न याद्वारे केला जातो. असे केल्याने, शासनाच्या निर्णयप्रक्रियेमध्ये लोकांच्या भरीव सहभागासाठी परिस्थिती निर्माण केली जाते. ई-शासन यशस्वीपणे राबविण्यासाठी विचारसरणीमधील बदल आवश्यक आहे. तसेच, यासाठी, मोठ्या प्रमाणात राजकीय इच्छा आणि निग्रहीपण आणि निःपक्षपाती व निर्णयक्षम नेतृत्व गरजेचे असते.

नागरिकांची सनद

एखाद्या संस्थेला पारदर्शक, उत्तरदायी व नागरिकांसाठी सुलभ बनवण्याचा प्रयत्न करणारी नागरिकांची सनद हे एक महत्त्वाचे साधन आहे. विद्यमान नागरी सनद योजनेचा प्रारंभ सर्वप्रथम १९९१ साली युनायटेड किंग्डम येथे करण्यात आला होता. ज्या नागरिकांना सेवा पुरविल्या जात आहेत त्यांच्याबाबत नागरी सेवांनी प्रतिसादात्मक असावे असे याचे उद्दिष्ट होते. मूलतः, नागरिकांची सनद म्हणजे सेवा पुरविणाऱ्या संस्थांप्रतीची सेवांच्या दर्जाबद्दल असलेली बांधीलकी होय. हे एक नागरी विधान होय ज्यामध्ये नागरिकांना देण्यात येणाऱ्या विशिष्ट सेवा, सेवांचा दर्जा, सेवेचा उपभोग घेणाऱ्यांनी पूर्ण करावयाच्या अटी, व मान्य केलेल्या दर्जाचे अनुपालन न केल्यास उपभोक्त्यांसाठी उपलब्ध असणारे उपाय यांची व्याख्या केली आहे.

सनद या संकल्पनेमुळे मान्य केलेला सेवांचा दर्जा मागून घेण्याचा अधिकार मिळतो. अशा प्रकारे, नागरी सेवा नागरिक–केंद्री करणे हा या सनदेचा गाभा आहे. या सेवा मागणीनुसार दिल्या जात असून पुरवठ्यानुसार दिल्या जात नाहीत याबाबत खात्री करून घेतलेली असते. नागरिकांच्या सनदेची वैशिष्ट्ये पुढील तत्त्वांवर आधारित आहेत (प्रशासकीय सुधारणा आयोग २००९, ३४):

१. **दर्जा**: सेवांचा दर्जा सुधारणे
२. **पर्याय**: शक्य तेथे उपभोक्त्यांना पर्याय देणे
३. **मानके**: ठरलेल्या वेळेमध्ये काय अपेक्षित असावे याबद्दलची मानके
४. **मूल्य**: करदात्यांच्या पैशांना मूल्य प्राप्त करून देणे
५. **उत्तरदायित्व**: सेवा पुरवणाऱ्याचे उत्तरदायित्व (व्यक्ती किंवा संस्था दोन्ही)
६. **पारदर्शकता**: नियम, प्रक्रिया, योजना आणि तक्रार निवारण यांमध्ये पारदर्शकता

सन १९९०च्या दशकामध्ये अगदी सुरुवातीला नागरिकांच्या सनदेचा प्रारंभ केला गेला तेव्हा नागरी सेवापुरवठ्यामध्ये एक महत्त्वपूर्ण बदल दिसून आला. नागरिक सनदेमध्ये नागरिकांवर नागरी सेवांचा एक ग्राहक म्हणून भर देण्यात आला. भारतामध्ये आतापर्यंत १११ केंद्रीय मंत्रालये/विभाग/संस्थांनी नागरिकांच्या सनदेची आखणी केली आहे. प्रशासन अधिक उत्तरदायी, पारदर्शी बनविणे आणि नागरिकांना वेळेत सेवापुरवठ्याची हमी देणे यासाठीची ही एक नवी क्रांती आहे.

माहितीचा अधिकार

माहितीचा अधिकार ही सार्वजनिक तक्रार निवारणासाठीची परिणामकारक व सहज उपलब्ध असलेली यंत्रणा होय. माहितीचा अधिकार म्हणजे लोकांना शासनाची माहिती सुलभपणे उपलब्ध करून घेण्याचे स्वातंत्र्य असणे होय. नागरिकांना शासनाची कार्ये व प्रक्रिया यासंबंधीचे संकलन व कागदपत्रे सहज उपलब्ध असणे असा अर्थ यातून अभिप्रेत आहे. सहभागात्मक लोकशाहीचे दृढीकरण करण्यासाठी माहितीचा अधिकार अत्यंत महत्त्वाचा मानण्यात आला आहे. तसेच, माहिती उपलब्ध असल्याने ती मागून घेणे, सार्वजनिक योजना व कार्यांबद्दल माहिती घेणे अशा प्रकारे नागरिकांचे सबलीकरण होते व त्यातूनच त्यांचे कल्याण होते. अशा प्रकारे, माहितीच्या अधिकाराने लोककेंद्री अभिशासनाला सुरुवात होते. पारदर्शकतेमुळे शासनसंस्थांना अधिक वस्तुनिष्ठपणे आणि अंदाज वर्तवून काम करता येते व तसेच, नागरिकांना अभिशासन प्रक्रियेमध्ये अधिक परिणामकारक पद्धतीने सहभागी होता येते. मूलभूत अर्थाने, माहितीचा अधिकार ही सुशासनाची मूळ गरज आहे.

सार्वजनिक प्रक्रियांमध्ये पारदर्शकतेला मान्यता असण्याची गरज जाणून, भारतीय संसदेने ११ मे २००५ रोजी माहिती अधिकार कायदा पारित केला. या कायद्यानुसार, माहिती उत्स्फूर्तपणे मांडली जाणे, माहिती आयोगाची स्थापना करणे, लोक माहिती अधिकाऱ्याची नियुक्ती करणे, माहिती मिळविण्याची प्रक्रिया असावी इत्यादी तरतुदी करण्यात आल्या आहेत. लोकांचे सबलीकरण करण्यासाठी व पारदर्शकतेला प्रोत्साहन देण्यासाठी हा असाधारण कायदा आहे. या कायद्यामार्फत व्यवहार्य सत्ता स्थापन करण्याची तरतूद करण्यात आली आहे व नागरी अधिकाऱ्यांच्या अखत्यारितील माहिती सुलभपणे मिळवण्यासाठी नागरिकांचे सबलीकरण करण्यात आले आहे. या कायद्यानुसार नागरिकांना शासनाच्या वेगवेगळ्या पातळ्यांवरून विनंती करून माहिती मिळविण्याचा अधिकार आहे. तसेच, अशी विनंती केल्यास शासनाने उत्स्फूर्तपणे ती माहिती पुरविणे हे शासनाचे पूरक कर्तव्य आहे.

या कायद्यामध्ये, 'माहिती'ची व्याख्या व्यापकपणे करण्यात आली आहे ज्यामध्ये केवळ इलेक्ट्रॉनिक किंवा छापील पद्धतीची माहिती नसून, कार्यांच्या स्थूल नमुन्यांची माहितीदेखील अपेक्षित आहे. व्यापकतेचा विचार केला असता, हा

कायदा संपूर्ण भारतामध्ये लागू आहे (जम्मू आणि काश्मिर राज्य याला अपवाद ठरते), विशेषकरून, या कायद्याच्या माध्यमातून, केंद्र सरकार, राज्य सरकार आणि केंद्रशासित प्रदेशांच्या प्रशासनाच्या अखत्यारितील, स्थापन केलेल्या, मालकीच्या व वित्तपुरवठा केला जातो अशा अधिकाऱ्यांबद्दल माहिती मिळविण्याचा अधिकार नागरिकांना मिळतो. यामध्ये, पंचायती, नगरपालिका आणि इतर स्थानिक संस्थांचाही समावेश होतो (शर्मा आणि देवाशेर २००७, ३५६).

या कायद्यानुसार, संबंधित व्यक्तीने याचिका दाखल केल्यास ३० दिवस व त्रयस्थ व्यक्तींनी याचिका दाखल केल्यास ४० दिवस अशी वेळेची मर्यादा आखून देण्यात आली आहे. नव्या दृष्टिकोनानुसार, हवी असलेली माहिती 'व्यक्तीच्या आयुष्य व स्वायत्ततेशी संबंधित असेल' तर वेळेच्या मर्यादा केवळ ४८ तास इतक्या कमी करण्यात आल्या आहेत. याचिकेचे मूल्य १० रुपये इतके असून, दारिद्र्यरेषेखालील लोकांकडून कुठलेही मूल्य आकारले जात नाही. या कायद्यानुसार, सर्व प्रशासकीय विभाग व कार्यालयांमध्ये लोकमाहिती अधिकाऱ्यांच्या नियुक्तीची तरतूद करण्यात आली आहे. लोकांनी माहितीची विनंती केल्यास याची गरज भासू शकेल. उपविभागीय व उपजिल्हा पातळ्यांवर सार्वजनिकमाहिती उपअधिकारीदेखील नियुक्त केले जातात. या तरतुदी खासकरून लोकांसाठी सुलभता वाढवणे आणि लोकांना स्थानिक प्रदेशांमध्ये याचिका दाखल करणे शक्य व्हावे म्हणून करण्यात आल्या आहेत. याचिका स्वीकार न केल्यास, कुठलेही कारण नसताना माहिती देण्यास विलंब केल्यास व अपूर्ण, चुकीची व दिशाभूल करणारी माहिती दिल्यास प्रत्येक सार्वजनिकमाहिती अधिकाऱ्याला दर दिवशी रु.२५० ते जास्तीत जास्त रु.२५,००० एवढा दंड केला जाऊ शकतो. माहिती लिखित स्वरूपात, ई-मेल्ससहित असावी व याचिका सार्वजनिकमाहिती अधिकाऱ्याकडे देण्यात यावी. कुठलाही प्रतिसाद न मिळणे, याचा अर्थ नकार असा घेण्यात येईल. परंतु, याचिका लिखित स्वरूपात व अचूक कारण देऊन नाकारण्यात याव्यात.

या कायद्यामध्ये, संवेदनशील व उघड करण्यास मनाई आहे असे माहितीचे १० प्रकार सूचित करण्यात आले आहेत. यामध्ये, राष्ट्रीय सुरक्षा, परकीय शासनाने विश्वासाने दिलेली माहिती, मंत्रिमंडळाचे कागदपत्र व उद्योग आणि व्यापारासंबंधीची गुप्त माहिती याचा समावेश होतो. गुप्तवार्ता विभाग, संशोधन आणि विश्लेषण विभाग, मिळकत गुप्तवार्ता निदेशालय, केंद्रीय आर्थिक गुप्तवार्ता विभाग, व विशिष्ट परिसीमा दल म्हणजेच सीमासुरक्षा दल, केंद्रीय राखीव पोलीस दलं, भारत तिबेट सीमा पोलीस दल, केंद्रीय औद्योगिक सुरक्षा दल इत्यादी केंद्रीय माहिती व सुरक्षा संस्था या कायद्यातून वगळण्यात आलेल्या आहेत. परंतु, भ्रष्टाचार व मानवी हक्कांसंबंधीची माहिती देणे अनिवार्य आहे, प्रसंगानुरूप यासाठी केंद्र व राज्य माहिती आयोगाची परवानगी असणे आवश्यक आहे.

या कायद्यानुसार केंद्र व सर्व राज्यांमध्ये माहिती आयोगाची स्थापना करण्याची तरतूद आहे. ज्यामध्ये एक मुख्य माहिती अधिकारी व इतर दहा माहिती अधिकारी समाविष्ट असतील. या आयोगाद्वारे, कायदेपालनासंबंधीचे कुठलेही आदेश देता येणे शक्य आहे ज्यामध्ये, कागदपत्र उघड करणे, सार्वजनिकमाहिती अधिकाऱ्यांची नियुक्ती व विशिष्ट माहिती प्रकाशित करणे यांचा समावेश होतो. कायद्यानुसार, केंद्रीय मुख्य माहिती अधिकाऱ्याची नियुक्ती एका समितीमार्फत केली जाईल ज्यामध्ये पंतप्रधान, विरोधी पक्षनेता व पंतप्रधानांनी निर्वाचित केलेले केंद्रीय मंत्री हे समाविष्ट असतील.

सन २००५चा माहितीचा अधिकार म्हणजे भारतीय नागरिकांना उपलब्ध असलेल्या कायद्यांपैकी सक्षम करणाऱ्या काही कायद्यांपैकी एक आहे. यानुसार, विद्यमान व भविष्यकाळात येणाऱ्या काही अडचणी सोडवण्यासाठी काही विशिष्ट क्रियांना वाव दिला आहे. अभिशासनाच्या प्रत्येक पातळीवरील यंत्रणा सुधारणाऱ्या या कायद्याला नकारात्मक योजना न मानता सकारात्मक दृष्टिकोन मानावे. लोकांना मिळालेल्या माहितीच्या बाबतीत त्यांची प्रतिक्रिया घेऊन नागरी सेवा सजग ठेवणे अपेक्षित आहे. लोकांनी मागितलेल्या माहितीमुळे नागरी सेवकांना लोकांच्या समाधानाची शाश्वती देण्यास मदत होते. तथापि, अभिशासनाची पद्धत न बदलता माहितीचा अधिकार केवळ लादला गेल्यास हा संपूर्ण प्रयोग निरर्थक ठरेल हेदेखील लक्षात घ्यायला हवे. येथे विद्यमान परिस्थिती लक्षात घ्यायला हवी, ज्यामध्ये, अपुरी राजकीय इच्छाशक्ती, व लोकांच्या माहितीच्या अधिकाराला मान्यता देण्यासाठीचा नोकरशाहीचा नकारात्मक दृष्टिकोन यांचा समावेश होतो.

अशा परिस्थितीमध्ये, खुल्या, पारदर्शी व उत्तरदायी अभिशासनाचे नवे युग सुरू करण्यासाठी सुसंस्कृत समाजसंस्थांची भूमिका कळीची व महत्त्वाची ठरते. तृणमूल पातळीवरील लोकांना सुजाण नागरिक घडवण्यासाठी अशा जेवढ्या संस्था पुढे येतील तेवढी माहितीच्या अधिकाराची प्रचंड क्षमता जाणून घेण्यास मदत होईल.

स्वयंसेवी संस्थाः तक्रार निवारण यंत्रणेतील नवे कर्ते

तक्रार निवारणाच्या शासनाच्या प्रयत्नांना पूरक म्हणून अशासकीय संस्थांची भूमिका महत्त्वाची ठरते. सातव्या पंचवार्षिक योजनेमध्ये, नोकरशाहीला नागरिकांच्या कायदेशीर मागण्यांप्रती प्रतिसादात्मक होण्यासाठी स्वयंसेवी संस्था आणि इतर हितसमूहांच्या सहभागावर भर देण्यात आला. या संस्थांद्वारे लोकांच्या अधिकारांबाबत जागृती निर्माण केली जाते तसेच, योजना व उपक्रम राबवण्यासाठी प्रशासकीय विभाग/मंत्रालये यांच्याशी संवाद साधला जातो. त्यांच्याद्वारे समुपदेशन आणि प्रवक्तासंबंधी सेवादेखील पुरविल्या जातात. विविध विभागांमध्ये स्वयंसेवी संस्थांसंबंधीच्या युवा कार्ये, क्रीडा, निवृत्तिवेतन आणि निवृत्तिवेतनधारक, कल्याण, आरोग्य, कुटुंबकल्याण इत्यादी स्थायी समित्या यापूर्वीच स्थापन करण्यात आल्या आहेत. भारतामध्ये, या क्षेत्रामध्ये काम करणाऱ्या सेवामंदिर (उदयपूर), सहेली (जयपूर), आस्था (उदयपूर) आणि सुलभ इंटरनॅशनल या काही अशासकीय संस्था आहेत.

राज्याने क्रमाक्रमाने माघार घेतलेली असल्याने, सामाजिक क्षेत्रामधील स्वयंसेवी संस्थांचे महत्त्व वाढले आहे. विकास म्हणून जे मानले जाते त्याला केवळ एक पर्याय म्हणून नव्हे तर पारंपरिक संस्थांची भूमिका कमीत कमी असावी यासबंधीचा तुलनेने एक नवा प्रयोग म्हणूनदेखील याला महत्त्व प्राप्त झाले आहे. या संस्था योजना राबविणाऱ्या व सेवा पुरवणाऱ्या कार्यकर्त्यांची भूमिकादेखील पार पाडतात आणि तसेच, 'जनमत उद्युक्त करणे, सामाजिक, आर्थिक व राजकीय अडचणींशी संबंधित आणि अशा अडचणींचा ज्यांच्यावर परिणाम झाला आहे अशा लोकांमध्ये जागृती निर्माण करणे, व त्यांना साहाय्य करणे' अशी कामेदेखील या संस्था पार पडतात.

अशा प्रकारे, स्वयंसेवी संस्थांची भूमिका अधिकाधिक मान्यता पावते आहे. या संस्थांकडे स्थानिक परिस्थितीची माहिती असल्याने योजना आखणे व त्यांचे परिणामकारक मूल्यमापन करणे सोपे जाते. अशी माहिती असणेही अशा संस्थांची विशेष उपयुक्तता आहे. राष्ट्राने अमलात आणलेल्या विविध विकास योजनांबाबत लोकांमध्ये जागृती वाढवण्याच्या त्यांच्या योगदानाची मोठ्या प्रमाणात दखल घेतली जात आहे. यामधून राष्ट्राचा स्वयंसेवी संस्थांप्रतीचा दृष्टिकोन आणि त्याचप्रमाणे उलटही (संस्थांचा राष्ट्राप्रतीचा दृष्टिकोन) बदल स्पष्ट दिसून येतो.

नागरी समाजः बाजारपेठीय अर्थव्यवस्थेतील नागरिकांच्या हितसंबंधांची अभिव्यक्ती

अभिशासन रूपबंधाने राज्यकेंद्री लोकप्रशासनाला आव्हान दिले आहे. अपुऱ्या स्वरूपाच्या राज्य-निर्देशित विकास प्रारूपामुळे स्थानिक लोक आणि स्थानिक संसाधनांना विकेंद्रित, लोककेंद्री आणि स्व-विकास पद्धतीमध्ये सामावून घेण्याच्या दृष्टिकोनाचा उदय झाला. राज्य आणि बाजारपेठ याव्यतिरिक्त तिसरे क्षेत्र म्हणून विकसित झालेला सुसंस्कृत समाज विकासाच्या संकल्पनेबाबत निर्णायक ठरतो. लोकप्रशासनाच्या पारंपरिक संकल्पनात्मक स्वरूपापेक्षा महत्त्वाचा बदल ठरलेल्या नागरी समाजकेंद्री अभिशासनामुळे राज्याने आधीच माघार घेतलेल्या क्षेत्रांमध्ये ऐच्छिक उपक्रमांना संपूर्ण वाव आहे. विशेषकरून, विकसनशील देशांमध्ये नागरी समाजाला महत्त्व प्राप्त झाले आहे. यामागील गृहीतक असे की, राज्य-निर्देशित विकास प्रारूप दारिद्र्यनिर्मूलन करण्यात मोठ्या प्रमाणात अपयशी ठरले आहे. तसेच, 'असंवेदनशील' आणि यांत्रिक पद्धतीच्या नोकरशाहीचा उदय रोखणेदेखील या नमुन्याला शक्य झाले नाही. सुसंस्कृत समाजाचे विकेंद्रित ऊर्ध्वगामी पातळीकडे निर्देशित, लोककेंद्री आणि तृणमूल पातळीवरील अभिशासनाचे एकत्रीकरण करण्यात व्यापक योगदान आहे.

या नव्या स्वरूपामधील लोकप्रशासन राष्ट्र, बाजारपेठ आणि नागरी समाज या त्रयींना एकत्रित करते. अभिशासन हे केवळ शासकीय नसून, बाजारपेठ चलित आणि नागरी समाजप्रेरित आहे अशी मांडणी आहे. बाजारपेठ नागरिकांची

ग्राहक किंवा उपभोक्ता अशी पुनर्व्याख्या करते आणि लोकप्रशासनाच्या नोकरशाही नमुन्यामध्ये क्वचित सापडणारी नागरी कार्ये समाविष्ट करून नागरी समाजाद्वारे सार्वजनिक क्षेत्र अधिक व्यापक केले जाते. अशा प्रकारे, नागरी समाज अभिशासनामध्ये सर्वाधिक परिणामकारकता आणू शकतो कारण नागरी समाज नागरिक आणि राष्ट्रामध्ये दुवा साधण्याचे काम करतो. लोकांच्या मागण्या/हित शासनापर्यंत पोहोचवणे, सहभागाची तत्त्वे रुजवणे आणि शासनाच्या दैनंदिन कार्यांमध्ये नागरिकांचा सहभाग वाढवून शासनाला अटकाव करणे या सर्व भूमिका नागरी समाज पार पाडतो. उत्तरदायित्व भागीदारांमध्ये विभागले गेले असल्याने अभिशासनाच्या नव्या रूपबंधाद्वारे उत्तरदायित्वाबद्दल खात्री साध्य केली जाते, कारण यायोगे सार्वजनिक नोकरशाहीमधील निर्णय घेण्याचे स्वातंत्र्य आणि अधिकारप्रदान एकत्रित प्रयत्नांमुळे कमी करण्यास मदत होते. यामुळे सहभाग अधिक अर्थपूर्ण आणि परिणामकारक ठरतो, कारण निर्णयप्रक्रियेतील भागीदारांच्या सहभागामुळे संघटनात्मक रचनेमध्ये बदल होताना दिसतात. जसे की, श्रेणीय आणि केंद्रित पद्धतीमध्ये अधिक विकेंद्रीकरण होऊन स्व-व्यवस्थापनाचे लवचीक स्वरूप समोर आलेले दिसते. अशा प्रकारे, सुसंस्कृत समाज अभिशासनामधील सहभाग लोककेंद्री आणि विकासाभिमुख होतो.

अभिशासन परिचर्चा आणि नागरिकांची बदलती भूमिका

नागरिकत्वाची संकल्पना हा लोकप्रशासनाचा एक महत्त्वाचा घटक आहे. यामध्ये लोकहिताबाबत आस्था असून, सलोख्याच्या समाजरचनानिर्मितीमध्ये नागरिकत्वाची महत्त्वाची भूमिका आहे. तथापि, लोकप्रशासनाला उदारमतवादी प्रतिसाद असलेली अभिशासन परिचर्चा नागरिकांच्या भूमिकेत आमूलाग्र बदल घडवून आणताना दिसते. यायोगे, नागरिकत्व लोकांना त्यांचे लोकशाहीमधील हितसंबंध स्पष्ट करण्यासाठी व अधिक व्यापक करण्यासाठी अनेक मार्ग उपलब्ध करून देते. तसेच, यामुळे नागरिकांना नागरिक, मतदार, उपभोक्ते, ग्राहक आणि हितसंबंध समूहाचे सभासद इत्यादी विविध क्षमतांमध्ये कार्य करण्याची मुभा दिली जाते. अभिशासन परिचर्चेद्वारे, नागरिकांचे नव्हे तर उपभोक्त्यांचे सबलीकरण, नागरिकांसाठी अधिक पर्याय, ग्राहकांच्या गरजा पुरविताना लोकांना पर्याय देणारे सक्षम शासन यावर चर्चा केली जाते.

अभिशासन प्रारूपामध्ये उपभोक्त्याला दिलेले महत्त्व मानवी वर्तणुकीचा आर्थिक दृष्टिकोन प्रतिबिंबित करते. नागरिक आणि ग्राहक अथवा उपभोक्ता यांमध्ये स्पष्ट फरक आहे. नागरिक ही घटनात्मक राज्यामधील एक व्यक्ती आहे. या व्यक्तीवर कायदे, नियम, नियामक यांद्वारे दिले गेलेले भरपूर अधिकार व कर्तव्ये आहेत. दुसरीकडे, ग्राहक अथवा उपभोक्ता बाजारपेठीय वातावरणातील कर्ता आहे ज्याच्याकडे अधिकार व जबाबदाऱ्या असून, मिळालेल्या सेवांची परतफेड करण्यास तो तयार आहे (मेदुरी २०१०, १५९). अभिशासन दृष्टिकोन नागरिकांपेक्षा उपभोक्ते, त्यांचे अधिकार सार्वजनिक सेवांमधील त्यांचा सहभाग याला अधिक महत्त्व देतो.

लोकप्रशासनातील सर्वाधिक समकालीन चळवळी नागरिकांचा सहभाग किंवा प्रशासकीय अभिशासनातील अंतर्भूतता याला महत्त्व देत असूनदेखील नागरी सहभागाच्या वेगवेगळ्या महत्त्वपूर्ण व्याख्या करतात. नवीन लोकव्यवस्थापन व्यवस्थापकीय दृष्टिकोन, व्यवस्थापकीय तंत्रांमध्ये लोकसहभाग वाढवणे, जे संपूर्ण दर्जा व्यवस्थापन व खाजगी क्षेत्रातील तत्सम व्यवस्थापकीय चळवळीमधून घेण्यात आले आहेत अशा प्रकारे सहभागाला महत्त्व देते (ओसबोर्न आणि हचिन्सन २००४, १५). या प्रारूपांमध्ये, नागरिक हे शासन सेवांचे उपभोक्ते अथवा ग्राहक आहेत आणि उच्च दर्जाची उत्पादने अथवा सेवा पुरवण्यासाठी त्यांचे सल्ले महत्त्वाचे ठरतात. नागरिक समाधान व्यासपीठ अथवा पाहणी, कार्यांचे मूल्यमापन या स्वरूपामध्ये नागरिक सहभागाला प्रोत्साहन दिले जाते.

लोकप्रशासनातील 'लोक' या संकल्पनेचे महत्त्व कमी झालेले दिसून येते व अभिशासनामध्ये बाजारपेठेला महत्त्व प्राप्त झालेले दिसून येते. म्हणूनच, नागरिक नवउदारमतवादी व्यक्तिस्वातंत्र्य या दिशेने मार्गक्रमण करणारे ग्राहक बनले आहेत. बेंथम (चक्रवर्ती २०१४) यांच्या मतानुसार, नोकरशाहीमध्ये काम करणारे कार्यकर्ते हे 'मोबदला घेणारे' असून

समाजाचे 'दयाळू पालक' नाहीत. 'नागरी पर्याय' दृष्टिकोनामधून, नागरी नोकरशाहीचे विपर्यास स्पष्ट करताना, अभिशासन एक संकल्पनात्मक चौकट पुरवते. या संकल्पनेमध्ये 'कार्यप्रणालीतील व्यक्तिस्वातंत्र्य' या संदर्भातून सामूहिक वर्तणुकीची व्याख्या केली जाते. या व्याख्येनुसार लोकांचे स्वार्थी विचार हे समाजामधील त्यांच्या प्रत्येक कार्यास चालना देतात.

लोकप्रशासन हे आता 'अभिशासन' आहे. हे अभिशासन म्हणजे नवउदारमतवादाला स्थिर आणि दृढ करण्यासाठी करावयाच्या ठरावीक कृतींची यादी आहे. बदललेल्या काळामध्ये, सेवेचा वापर करावयाचा असल्यास त्यांची किंमत मोजावी लागेल अशा अर्थाने नागरिक हा ग्राहक अथवा उपभोक्ता आहे. उमा मेदुरी यांच्या मते, कायम विरोधविकासी राहिलेले नागरिक आणि राष्ट्र यांच्यामधील संबंध आता सहजपणे सेवांचा उत्पादक आणि उपभोक्ता अशा प्रकारे बदललेले दिसून येतात. सहभाग आणि तक्रारनिवारणातून ग्राहकांच्या गरजांचे समाधान हे प्रशासनाचे उद्दिष्ट आहे असे लक्षात येते. अशा पद्धतीच्या परिस्थितीतून काही प्रश्न पुढे येतात. मूलतः राजकीय आणि विरोधविकासी असलेले संबंध बदलणे शक्य आहे का? आणि ग्राहक समाधानाने नागरिकांचे असमाधान कमी होऊन त्यांचा शासनावरील विश्वास परत मिळवता येईल का? (मेदुरी २०१०: १६०). यावरून असे लक्षात येते की, प्रशासनातील 'लोक' या पैलूचे महत्त्व कमी होत असून त्या अन्वये खाजगी सेवा पुरवठादारांसाठी वाट मोकळी करून दिली जात आहे.

निष्कर्षात्मक निरीक्षणे

निष्कर्षाप्रत येताना असे म्हणता येईल की, केवळ प्रशासकीय आधार आणि सेवा प्राप्त करणारे अशी नागरिकांची भूमिका न राहता ते आता अभिशासन क्रियांचे मुख्य कर्ते झाले आहेत; स्थानिक लाभार्थी असा दर्जा ते 'सक्रिय सहभागी दर्जा' असा हा बदल आहे. लोकशाहीमध्ये, लोकप्रशासनाचे मुख्य उद्दिष्ट हे लोकांची सेवा करणे होय. लोकांच्या अडचणी हाताळण्यासाठी उत्तरदायी, सुलभ, सहभागात्मक आणि प्रतिसादात्मक प्रशासन अपरिहार्य आहे. दैनंदिन जीवनामध्ये नागरिकांचा प्रशासकीय संस्थांबरोबर वेगवेगळ्या प्रकारे संबंध येतो. या संबंधांमुळे लोकांकडून असे निरीक्षण नोंदवले गेले आहे की, भारतातील प्रशासन सर्वसाधारणपणे प्रतिसाद न देणारे, असंवेदनशील आणि भ्रष्टाचारी आहे. अशा प्रकारे, प्रशासनाविरुद्ध नागरिकांच्या तक्रारी वाढतानाच दिसतात आणि त्याच वेळी शासनातर्फे तक्रार निवारणाचे अनेक मार्ग उपलब्ध करून देऊन लोकांच्या मनातील असंतोष व्यक्त होण्यासाठी प्रयत्न केला जात आहे. माहितीचा अधिकार, नागरिकांची सनद आणि ई-अभिशासन ही नागरिकांच्या तक्रार निवारणासाठीची प्रभावी व सहज उपलब्ध साधने म्हणून उदयाला आली आहेत.

संदर्भ

Agarwal, U. C., ed. 2004. *Public Administration: Vision and Reality*. New Delhi: Indian Institute of Public Administration.

Avasthi, A., and S. Maheswari. 2010. *Public Administration.* Agra: Lakshmi Narain Agarwal.

Bhatnagar, Subhash C. 2008. 'E-Government: Building a SMART Administration for India's States'. In The *Governance Discourse: A Reader*, edited by Bidyut Chakrabarty and Mohit Bhattacharya, 247. New Delhi: Oxford University Press.

Bhattacharya, Mohit. 2008. *New Horizons of Public Administration.* New Delhi: Jawahar Publishers and Distributors.

Chakrabarty, Bidyut. 2014. 'The Study of Public Administration in India: A Chequered Journey(?)', *Indian Journal of Public Administration* 60 (1), January–March 2014.

Chakrabarty, Bidyut, and Mohit Bhattacharya (eds). 2008. *The Governance Discourse: A Reader*. New Delhi: Oxford University Press.

Dicey, A. V. 1948. *Lectures on Relation between Law and Public Opinion in England During the Nineteenth Century.* 2nd ed. London: Macmillan.

GOI. 2002. 'The Tenth Five Year Plan'. Approach Paper, Chapter 6, New Delhi.

———. 2008. *Report of the Sixth Central Pay Commission*. Government of India, New Delhi.

Hosking, Geoffrey. 2005. *Epochs of European Civilization: Antiquity to Renaissance*. United Kingdom: The Modern Scholar.

Medury, Uma. 2010. *Public Administration in the Globalization Era: The New Public Management Perspective*. New Delhi: Orient Black Swan.

Morrow, William L. 1980. *Public Administration: Politics and the Political System*. New York: Random House. Osborne, D., and Hutchinsons. 2004. *The Price of Government: Getting the Results We Need in an Age of Permanent Fiscal Crisis*. New York: Basic Books.

Public Sector Group, Poverty Reduction and Economic Management Network. 2007. `Reforming Public Institutions and Strengthening Governance: Main Strategy, a World Bank Strategy'. In *Reinventing Public Administration: The Indian Experience*, edited by Bidyut Chakrabarty. New Delhi: Orient Longman.

Robson, W.A. 1967. *Politics and Government at Home and Abroad*. George Allen and Unwin.

Rouband, Luc (ed.). 1999. *Citizens and the New Governance*. Amsterdam: IOS Press.

Second Administrative Reforms Commission (ARC). 2009. *Citizen Centric Administration:* The Heart of Governance. Government of India, New Delhi.

Sharma, Pradeep K., and Mandakini Devasher. 2007. 'Right to Information in India: Legislation and Beyond'. In *Decentralisation: Institutions and Politics in Rural India,* edited by Satyajit Singh and Pradeep K. Sharma, p. 356. New Delhi: Oxford University Press.

Singh, Amita. 2002. *Public Administration: Roots and Wings*. New Delhi: Galgotia Publishing.

१३

भारतातील समाजकल्याण प्रशासन

समाजकल्याण ही एक प्रवाही संकल्पना आहे. समाजातील वंचित व मागास घटकांच्या कल्याणाला प्रोत्साहन देणे ही समुदाय व राज्याची जबाबदारी आहे या जाणिवेच्या आधाराने ही संकल्पना गुंफली गेली आहे. प्रामुख्याने, औद्योगिक समाजरचनेतील सामाजिक समस्यांच्या जोडीने 'समाजकल्याण' ही संकल्पना विकसित करण्यात आली. दारिद्र्य, रोगराई, हालअपेष्टा आणि सामाजिक विसंघटन हे मानवजातीच्या इतिहासामध्ये अव्याहतपणे अस्तित्वात आहेत. परंतु, १९व्या व २०व्या शतकातील औद्योगिक समाजाला ज्या समस्या यापूर्वीच्या मानवी संस्थांना सोडवता येणे अशक्य होते, अशा अनेक सामाजिक समस्यांना तोंड द्यावे लागले. या संस्थांमध्ये कुटुंब, शेजार, चर्च आणि स्थानिक समुदाय यांचा समावेश होतो. म्हणूनच, सामाजिक सेवांच्या एका मोठ्या व्यवस्थेची गरज भासू लागली. तेव्हापासून, शासनाने नागरिकांच्या कल्याणाची अधिकाधिक जबाबदारी घेतलेली दिसते. प्रस्तुत प्रकरणामध्ये प्रामुख्याने समाजकल्याण ही संकल्पना, समाजकल्याण प्रशासन व दुर्बल घटकांच्या रक्षणामधील त्याची भूमिका यावर चर्चा करण्यात आली आहे.

समाजकल्याणाची संकल्पना

सामाजिक समस्या हाताळताना व्यापक दृष्टिकोनातून समाजासाठी केलेल्या सुनियोजित तरतुदी व सेवा म्हणजे 'समाजकल्याण' होय. या विचारधारेतील काही उल्लेखनीय लेखकांनी समाजकल्याणाच्या याच व्यापक व्याख्येचे समर्थन केले आहे. वॉल्टर ए. फ्रिडलँडर यांच्या मतेः

> समाजकल्याण म्हणजे व्यक्ती आणि समूहांना त्यांच्या क्षमता विकसित करण्यासाठी व कुटुंब आणि समूहाच्या गरजा यांच्याशी एकसूत्र असलेले त्यांचे कल्याण याला प्रोत्साहन देण्यासाठी असलेल्या संघटित सेवा व संस्था होत. या सेवा व संस्था व्यक्ती आणि समूहांना जीवनमान, आरोग्य, वैयक्तिक आणि सामाजिक संबंध यांबाबतीत समाधानकारक दर्जा साध्य करण्यास मदत करतात (१९६७, ४).

रिचर्ड टीटमस यांनी, 'व्यक्तीच्या विशिष्ट गरजा भागवण्यासाठी केलेले एकत्रित प्रयत्न; आणि/किंवा व्यापक प्रमाणात समाजातील हितसंबंधांच्या गरजा भागवणे' अशी समाजकल्याणाची व्याख्या केली आहे. हॅरॉल्ड विलेन्स्की आणि चार्ल्स लेबॉक्स यांच्या मते, समाजकल्याण म्हणजे अधिकृतपणे संघटित आणि समाजपुरस्कृत संस्था व कार्यक्रम होत. ज्यांचे मुख्य काम आर्थिक स्थिती, आरोग्य किंवा समाजाच्या काही भागांची वा संपूर्ण समाजाची आंतरवैयक्तिक सक्षमता कायम ठेवणे वा सुधारणे हे होय (विलेन्स्की आणि लेबॉक्स १९५८ः १७). एन्सायक्लोपेडिया ब्रिटानिकानुसार, समाजकल्याण ही कायदे व संस्था यांची व्यवस्था आहे, ज्यायोगे शासन नागरिकांच्या आर्थिक व सामाजिक कल्याणाचे संरक्षण करण्याचा प्रयत्न करते. हे समाजकल्याण बेरोजगारी, अपघात, आजारपण, वार्धक्य यांसारख्या विविध स्वरूपाच्या सामाजिक विम्यावर आधारित असते.

अमर्त्य सेन असा युक्तिवाद करतात की, व्यक्तीच्या क्षमता वाढवण्यातून व्यक्तीला तसेच समाजाला यश प्राप्त होण्याची शक्यता असते. स्वातंत्र्याची व्याप्ती वाढवणे हे विकासाचे एक साधन असते (सेन २०००). सेन पुढे असे म्हणतात की, जगभरातील अनेक लोक अनेक प्रकारे 'पारतंत्र्ये' भोगत असतात. ही पारतंत्र्ये दुष्काळ, आरोग्यसेवेची कमतरता, लिंगभेद या स्वरूपांमध्ये असू शकतात. अशा परिस्थितीत, कल्याणकारी योजनांद्वारे व्यक्तींना आरोग्यदायी

आयुष्य जगण्यासाठी लागणाऱ्या मूलभूत गरजा व सर्वांनाच मूलतः उपलब्ध असलेली स्वातंत्र्ये उपभोगण्याची क्षमता यांची तरतूद केली जाते. म्हणूनच, कल्याणकारी योजनांच्या स्वरूपामध्ये सरकारकडून साहाय्य आवश्यक असणाऱ्या उपेक्षित व्यक्तीसाठी कल्याणाचे महत्त्व अधोरेखित करणे गरजेचे ठरते. ॲण्ड्र्यू हेवूड यांनी समाजकल्याणाच्या बाजूने खालील मते मांडली आहेतः

१. याद्वारे सामाजिक सहयोग आणि राष्ट्रीय ऐक्याचा पुरस्कार केला जातो, त्यामध्ये सर्व नागरिकांना समाजामध्ये 'सहभाग' दिला जाऊन मूलभूत सामाजिक स्तरावरील पाठबळ मिळण्याची हमी दिली जाते.
२. यायोगे स्वातंत्र्याची व्यापकता अशा प्रकारे वाढवली जाते की, लोकांचे दारिद्र्यापासून संरक्षण करून त्यांना त्यांच्या क्षमतांची जाणीव होऊन त्या विकसित करण्याकरता योग्य परिस्थिती निर्माण केली जाते.
३. याद्वारे जे स्वसाहाय्य करू शकणार नाहीत, अशांना मदत करून आणि सामाजिक वंचिततेवर मात करून कल्याणकारी योजनांद्वारे संपन्नतेची हमी दिली जाते.
४. अधिकाधिक समानता प्रस्थापित करून आणि सामाजिक जबाबदारीच्या जाणिवेचे दृढीकरण करून कल्याणाद्वारे एक पुनर्वितरणाची यंत्रणा पुरवली जाते (हेवूड २००५, १५२).

अशा प्रकारे, व्यापक दृष्टीने बघितल्यास, लोककल्याणामध्ये बहुसंख्य लोकांचे कल्याण अभिप्रेत आहे. यामध्ये त्यांच्या शारीरिक, मानसिक, आध्यात्मिक व आर्थिक गरजांचा समावेश होतो. म्हणजेच, बहुतांश लोकांवर परिणाम करणाऱ्या सामाजिक समस्यांना तोंड देण्यासाठी व त्या सोडविण्यासाठी आवश्यक असलेल्या मूलभूत संस्था आणि प्रक्रियांचा समाजकल्याणात समावेश होतो. अशा समस्या सोडविण्यासाठी नियोजित सामूहिक प्रयत्न आवश्यक असतात. गरजवंत व्यक्तींना साहाय्य करणे हे कल्याणाचे उद्दिष्ट असते. कल्याणकारी योजनांच्या उपभोक्त्यांना प्रतिकूल परिस्थितीतून बाहेर काढून स्वावलंबी बनविणे हे अंतिम उद्दिष्ट असते.

समाजकल्याणः क्रमविकासात्मक दृष्टिकोन

सामान्यपणे, पाश्चिमात्य देशांतील औद्योगिकीकरणाचा परिणाम म्हणून निष्पन्न झालेल्या शहरी दारिद्र्य व सामाजिक विभाजनातून समाजकल्याण कार्यक्रम हाती घेण्यामध्ये स्वारस्य दिसून येते. प्राथमिकतः, एकोणिसाव्या शतकाच्या शेवटी व विसाव्या शतकाच्या सुरुवातीला बऱ्याच देशांमध्ये कल्याणकारी राज्य या संघटित व्यवस्थेचा प्रारंभ झाला. जर्मनी हे पहिले समाजकल्याणकारी राज्य मानले जाते. बिस्मार्क (१८१५-९८) यांनी सर्वप्रथम देशव्यापी सामाजिक विम्याची व्यवस्था राबवली. पहिल्या महायुद्धानंतर काही नाट्यपूर्ण बदल घडले. सन १९१७च्या रशियन क्रांतीने खाजगी मालमत्ता नष्ट करून केंद्रीय नियोजनाद्वारे राज्याचे वर्चस्व प्रस्थापित केले. त्यामुळे सर्व आर्थिक क्रियांवर राज्याचा अंमल प्रस्थापित झाला. अमेरिकेमध्ये आर्थिक महामंदीच्या कालखंडापर्यंत संघटित कल्याणकारी व्यवस्था अस्तित्वात नव्हती. त्यानंतर मात्र, राष्ट्रपती फ्रँकलिन डी. रुझवेल्ट यांच्या कारकिर्दीत आपत्कालीन साहाय्य योजना सुरू करण्यात आल्या. भांडवलशाहीविरुद्ध लोकांचे वाढते उठाव हा शासनासाठी चिंतेचा मुद्दा ठरल्याने शासनाने अल्प किंवा अजिबातच उत्पन्न नसलेल्या कुटुंबांना साहाय्य करण्यासाठीची व्यवस्था उभी केली. आर्थिक मंदीच्या काळात कल्याणकारी राज्याकडे साम्यवाद व भांडवलशाही या दोहोंमधील 'मध्यम मार्ग' म्हणून बघितले गेले.

इंग्लंडमध्ये आधुनिक कल्याणकारी राज्याची सुरुवात १९११मध्ये झाली. ही सुरुवात डेविड लाईड जॉर्ज (१९४५) यांनी सुरू केलेल्या राष्ट्रीय विमा योजनेद्वारे झाली. पुढे क्लेमेंट ॲटली (१९४५) यांनी या योजनेचा अधिक विस्तार केला. इंग्लंडच्या इतिहासातील सामाजिक कल्याणाचा आणखी एक महत्त्वपूर्ण टप्पा म्हणजे बेवेरीज अहवाल (बेवेरीज १९४२) होय. या अहवालाद्वारे संपूर्ण जनतेसाठी 'जन्मापासून मृत्यूपर्यंत' समाजकल्याण योजना प्रस्तावित करण्यात आल्या. या अहवालाचे पालन करण्याच्या दिशेने ब्रिटनने एक सर्वसमावेशक सामाजिक सुरक्षा व्यवस्था विकसित केली.

या व्यवस्थेत बेवेरीजमध्ये नमूद केलेल्या रोगराई, अज्ञान, गलिच्छपणा, रिकामपण या गरजांच्या पाच दुःस्थितींचा सामना करावा असे अभिप्रेत होते. या अहवालाद्वारे कुटुंब भत्ता, कर आधारित सर्वसमावेशक आरोग्यसेवा आणि वैश्विक अशी राष्ट्रीय उत्पन्न साहाय्य विमा योजना यांना प्राधान्य देण्यात आले. याद्वारे बेरोजगारी, आजारपण, निवृत्ती या अवस्थांमध्ये निर्वाहाइतके उत्पन्न पुरवण्याची तसेच, गर्भावस्था, वैधव्य आणि अंत्यविधीसाठी लागणारी रक्कम यांचीदेखील त्यामध्ये तरतूद केली होती.

दुसऱ्या महायुद्धामुळे, जगामध्ये वसाहतवादी सत्तेचे झालेले अधःपतन आणि आशिया व आफ्रिकेतील नव्याने उदयाला आलेली विकसनशील राष्ट्रे, हा नवा टप्पा उलगडला गेला होता. ही नव्याने निर्वसाहतीकरण झालेली राष्ट्रे सामाजिक विम्यासाठी धडपडत होती. यामुळे अभिशासनासाठी जागरूक असलेल्या राष्ट्राचा उदय झाला. सन १९४५ नंतरच्या काळामध्ये पितृसत्ताक पुराणमतवादी, आधुनिक उदारमतवादी आणि सामाजिक लोकशाहीवादी समाजकल्याणाचे तत्त्व राबवण्याकरता एकत्र येण्याचे एकमत विकसित झाले. असे असले तरी, १९८० व ९०च्या दशकांमध्ये समाजकल्याणाबाबत आर्थिक जागतिकीकरणाच्या वाढत्या दबावामुळे काही प्रमाणात सुरू झालेल्या या योजनांबाबत समाजवाद्यांनीदेखील माघार घेतलेली दिसते. असे असले तरीसुद्धा, अगदी आजच्या काळातही, विचारधारा कोणतीही असो, कल्याणासंबंधीच्या चर्चेमध्ये अद्यापही मतभेद हे केंद्रस्थानी असतात.

समाजकल्याण प्रशासन

समाजकल्याणविषयक कामगिरी म्हणून प्रशासनाला निर्णायक स्वरूपाचे महत्त्व आहे. कारण, लोककल्याणासाठी आखलेल्या योजना व कार्यक्रम आणि त्यांच्या अंमलबजावणीसाठी केलेली वित्तीय तरतूद, ही प्रशिक्षित व ध्येयप्रेरित कर्मचारीवर्ग असलेली पुरेशी प्रशासनयंत्रणा व प्रक्रिया उपलब्ध नसल्यास, निरुपयोगी ठरेल. सामाजिक धोरणांचे सामाजिक सेवांमध्ये परिवर्तन करण्याची प्रक्रिया अशी समाजकल्याणाची व्याख्या करता येऊ शकते; ही प्रक्रिया म्हणजे अंमलबजावणीची व योजनांचे प्रत्यक्ष कार्यक्रमांत रूपांतर करण्याची प्रक्रिया होय. आर्थर क्रूझ (१९६०) यांच्या मते, संस्थेची सर्व संसाधने तिच्या उद्दिष्टांच्या मुळापर्यंत पोहोचवून त्यांचे रूपांतर कार्यक्षम आणि परिणामकारक सेवांमध्ये करणे हे प्रशासकीय प्रक्रियेचे ईप्सित असते. फोर्डर (१९७४, १) यांच्या मते, समाजकल्याण प्रशासन हे कल्याणव्यवस्थेच्या अभ्यासाशी आणि प्रामुख्याने शासनपुरस्कृत समाजसेवांशी संबंधित आहे.

रिचर्ड टीटमस हे समाजप्रशासनाची 'कुटुंब आणि समूह यांच्या संबंधांमध्ये व्यक्तिजीवनाच्या परिस्थितीत सुधारणा घडवून आणणे हे समाजसेवांचे उद्दिष्ट आहे' अशी व्याख्या करतात. समाजसेवांचा अभ्यास हा वैधानिक आणि स्वयंसेवी या दोन्ही सेवांचा विकास, सामाजिक कार्यांमध्ये अंतर्भूत असलेली नैतिक मूल्ये, सेवांच्या भूमिका व कार्ये, त्यांची आर्थिक बाजू व सामाजिक प्रक्रियांमध्ये काही गरजा भागवण्यासाठीची त्यांची भूमिका इत्यादींशी संबंधित असतो. वर उल्लेखिलेल्या सर्व बाबी महत्त्वाच्या असून समाजकल्याण प्रशासनात त्यांचा अभ्यास करावा लागतो (टीटमस १९८५, १४-१५). जॉन किडनेई समाजकल्याण प्रशासनाची व्याख्या पुढीलप्रमाणे करतातः 'सामाजिक योजनेचे सामाजिक सेवांमध्ये रूपांतर करण्याची प्रक्रिया, योजनेचे प्रत्यक्ष समाजसेवांमध्ये रूपांतर करणे व योजनेमध्ये दुरुस्त्या सुचवण्यासाठी अनुभवाचा वापर करणे अशी उभयमार्गी प्रक्रिया होय' (किडनेई १९५९, ५८). या व्याख्येमध्ये अशी कल्पना अध्याहृत आहे की, प्रशासन ही अंमलबजावणी व योजनांचे प्रत्यक्ष कार्यक्रमांमध्ये रूपांतर करण्याची प्रक्रिया आहे. रोझमरी सर्री (१९७१) यांनी समाजकल्याण प्रशासनाच्या खालील कार्यांची नोंद केली आहेः

१. सामाजिक जनादेशाचे कार्यात्मक धोरणे व संघटनात्मक वर्तनासंबंधी मार्गदर्शन करणाऱ्या उद्दिष्टांमध्ये रूपांतरण,
२. उद्दिष्टे साध्य करण्यासाठी संघटनांच्या संरचना व प्रक्रिया आखणे;
३. सामग्री, कर्मचारीवर्ग, ग्राहक या स्वरूपांमध्ये संसाधने प्राप्त करणे आणि उद्दिष्टे साध्य करण्यासाठी व संघटनेच्या अस्तित्वासाठी आणि सामाजिक अधिमान्यता प्राप्त करणे;

४. आवश्यक तंत्रज्ञान निवडणे वा तयार करणे;
५. वाढती कार्यक्षमता व परिणामकारकतेला अभिमुख संघटनात्मक वर्तनाचे अनुकूलन करणे;
६. समस्या सोडवण्यासाठी पद्धतशीर व अव्याहतपणे संघटनात्मक कामगिरीचे मूल्यमापन करणे.

थोडक्यात, समाजकल्याणाच्या उद्दिष्टात्मक कार्यक्रमांची यशस्वीरीत्या अंमलबजावणी व्हावी म्हणून व्यावसायिक मूल्ये, कार्यक्षमता आणि संसाधने यांचा वापर करण्याची प्रक्रिया म्हणजे समाजकल्याण प्रशासन होय. आदर्श, ध्येय, कांक्षा यांच्या पूर्ततेसाठी ही अंमलबजावणी विविध सामाजिक संस्था, कर्मचारी व स्वयंसेवकांच्या माध्यमातून होते. लोकांना समाजकल्याण सेवा पुरवण्यासाठी संस्था अधिक कार्यक्षम असणे गरजेचे असते. त्यासाठी संस्थांना काही प्रशासकीय, वित्तीय व प्रक्रियात्मक बदल करावे लागतात. हे बदल संस्थेतील प्रत्येक अधिकारी व कर्मचारी यांनी समजून घेणे गरजेचे असते.

समाजकल्याण प्रशासनातील शिक्षण व प्रशिक्षण

समाजकल्याण प्रशासन म्हणजे लोकप्रशासनाची शाखा, उपविभाग किंवा उपसंच होय. त्याची व्यापकता सामाजिक समस्यांच्या उत्पत्तीचे निदान करणे, सामाजिक कायदे व लोकांमधील जागरूकतेद्वारे त्यांचे निर्मूलन करण्यासाठी उपाय सुचवणे यांपासून ते समाजातील वंचित, मागास व मक्तेदारी नसलेल्या समूहांना त्यांच्या यातनांतून बाहेर काढण्यासाठी व सुधारणा घडवून आणण्यासाठी समाजकल्याण सेवा पुरवणे इतकी मोठी आहे. एक ज्ञानशाखा व व्यवसाय अशा दोन्ही बाबतीत समाजकल्याण प्रशासन नवजात अवस्थेत आहे.

ओघानेच, धर्मादाय संघटनांच्या चळवळीने समाजकार्य विद्यालयांच्या स्थापनेमध्ये साहाय्य केले आहे आणि या विद्यालयांमधून प्रशासनविषयक ज्ञान आणि कौशल्ये शिकविण्यात आली. सन १८९८मध्ये न्यूयॉर्क चॅरिटी ऑर्गनायझेशन सोसायटीने गरीब लोकांच्या साहाय्यासाठी समर्पित स्वयंसेवक आणि इतरांची दरिद्री लोकांविषयीची जाणीव सखोल होण्यासाठी एका उन्हाळी शाळेचा प्रारंभ केला. तीच या औपचारिक शिक्षणाची सुरुवात होय. याच काळामध्ये देशाच्या इतर भागांमध्ये शैक्षणिक नवोपक्रम सुरू होत होते. सन १९०१मध्ये शिकागो विद्यापीठामध्ये एका विस्तारित विभागाद्वारे समाजकल्याणाशी संबंधित अनेक अभ्यासक्रम सुरू करण्यात आले. पुढे १९०८मध्ये शिकागो विद्यापीठाची नागरिकशास्त्र व लोककल्याणशास्त्र ही शाखा पूर्वीच्या समाजसेवा प्रशासन या शाखेशी संलग्न करण्यात आली तेव्हा या अभ्यासक्रमाला अधिकृत दर्जा देण्यात आला. या अग्रेसर विद्यालयामधील अभ्यासक्रमामध्ये विद्यार्थ्यांना अभ्यासक्रमाचा एक भाग म्हणून प्रशासनसंबंधी ज्ञान व कौशल्ये शिकवण्यात आली. सुरुवातीला, प्रशासनाला प्रत्यक्ष सेवा व उपक्रमांपासून वेगळे मानण्यात येत नव्हते. मात्र, १९१४ पासून समाजसेवेच्या कमीतकमी एका शाखेद्वारे तरी प्रशासनावरील अभ्यासक्रम प्रस्तावित केले जात होते.

पहिले जागतिक महायुद्ध आणि आर्थिक महामंदी यांमुळे, सामाजिक सेवाकार्यांच्या प्रशासनामध्ये नेतृत्व करू इच्छिणाऱ्यांच्या औपचारिक शिक्षणाच्या आवश्यकतेला अधिक उत्तेजन मिळाले. सन १९३६ साली समाजकार्यावरील राष्ट्रीय परिषदेमध्ये पहिल्यांदाच प्रशासनावरील शोधनिबंध सादर करण्यात आला. सन १९४४ पर्यंत प्रशासनाबाबत बऱ्यापैकी कुतूहल विकसित झाले होते. एवढे की, समाजकार्य विषयाच्या महाविद्यालयांनी नवीन अभ्यासक्रमामध्ये अमेरिकन असोसिएशन ऑफ स्कूल या संस्थेने मान्य केलेल्या 'मूलभूत आठ'च्या अंतर्गत प्रशासन समाविष्ट करण्यात येत होते. अमेरिकन नॅशनल कॉन्फरन्स ऑन सोशल वर्कमध्ये (१९४६) पहिल्यांदाच प्रशासनावरील एक उपविभाग पुरस्कृत केला गेला यावरून वरील माहितीला दुजोरा मिळतो.

भारतामध्ये समाजकल्याण प्रशासनामधील शिक्षण व प्रशिक्षण यासंबंधीची गरज भागवण्यासाठी अनेक विद्यापीठे व पदव्युत्तर महाविद्यालयांची स्थापना करण्यात आली. जसे की, सर दोराबजी टाटा ग्रॅज्युएट ऑफ सोशलवर्क, मुंबई (सांप्रत टाटा इन्स्टिट्यूट ऑफ सोशल सायन्सेस म्हणून ओळखले जाते) ही १९३६मध्ये स्थापन केलेली पहिलीच

संस्था होय. त्यानंतर १९४७-४८मध्ये दिल्ली समाजसेवा विद्यालयाची स्थापना झाली, बडोदा विद्यापीठाच्या समाजसेवा विभागाची व त्यानंतर असे अनेक विभाग स्थापन करण्यात आले. या विभागांनी त्यांच्या अभ्यासक्रमामध्ये एक महत्त्वाचा घटक म्हणून समाजकल्याण प्रशासनाचा समावेश केला होता. टाटा इन्स्टिट्यूट ऑफ सोशल सायन्सेस, मुंबई यांसारख्या काही संस्था व काही विद्यापीठांनी समाजकल्याण प्रशासनावर काही स्वतंत्र अभ्यासक्रम सुरू केले.

समाजकल्याण प्रशासनाची तत्त्वे

सामाजिक संस्थांनी पुढे नमूद केलेली तत्त्व मान्य केली आहेत व या संस्थांकडून ही तत्त्वे पाळली जातातः

१. समाजकल्याण संस्थेचे उद्दिष्ट व कार्ये यांची स्पष्ट व्याख्या केलेली असावी.

२. हे कार्यक्रम प्रत्यक्ष गरजांवर आधारित असावेत, व्याप्ती आणि प्रदेश यांचा विचार केला असता जिथे परिणामकारक काम करावयाचे आहे त्या क्षेत्रापुरतेच ते मर्यादित असावे.

३. संस्था अत्यंत संघटित असावी. संस्थेमध्ये धोरणनिर्मिती आणि कार्यवाही, आदेश देणारे विभाग, सर्व संघटनात्मक विभाग आणि कर्मचाऱ्यांचा परिणामकारक समन्वय यांमध्ये अत्यंत सुस्पष्ट विभागणी असावी.

४. संस्थेचे कामकाज कर्मचारी वर्गासंबंधीच्या योजना आणि काम करण्यास सुयोग्य परिस्थिती या आधारावर चालावे. कर्मचारी वर्गाला त्यांच्या व्यावसायिक पात्रतेवर आधारित नोकरीची संधी देण्यात यावी, पुरेसा पगार देण्यात यावा, तसेच संस्थेच्या गरजा भागवण्यासाठी प्रमाण व गुणवत्ता यांबाबत पूरक कर्मचारी वर्ग असावा.

५. मूलभूत मानवी गरजा पुरवणे व ज्यांची सेवा करावयाची आहे अशा व्यक्ती व त्यांच्या गरजा समजून घेणे हे संस्थेच्या कामाचे गुणविशेष असावे.

६. संस्थेचे कामकाज वार्षिक अर्थसंकल्पावर आधारित असावे, संस्थेकडे पुरेशी लेखाव्यवस्था असावी. तेथील लेख्यांची कार्यक्षम व्यावसायिक अधिकाऱ्यांकडून वार्षिक तत्त्वावर लेखापरीक्षा व्हावी.

७. ठरावीक काळाने संस्थेने स्वयंमूल्यमापनाची चाचणी करावी. यामुळे संस्थेचे गतवर्षातील यश व अपयशयांबाबत परीक्षण करता येईल व संस्थेचा सद्यःस्थितील दर्जा व कार्यक्रम आणि ग्राहकांची सेवा करताना अधिक चांगले काम व्हावे म्हणून उचलावयाची पावले या बाबीदेखील जाणून घेता येतील.

अशा प्रकारे, उद्दिष्टांची स्पष्टता, गरज-आधारित कार्यक्रम, संघटनात्मक स्थैर्य, पात्र व प्रशिक्षित कर्मचारी, पुरेशी लेखापरीक्षण व्यवस्था आणि लोकांना सेवा पुरविण्याची जाणीव या तत्त्वांच्या आधाराने समाजकल्याण प्रशासनाचे कार्य चालते.

समाजकल्याण प्रशासन व भारतातील दुर्बल घटकांचे संरक्षण

स्वातंत्र्योत्तर काळात लोककल्याणासंबंधीच्या शासनाच्या उद्दिष्टांमध्ये समाजकल्याणाला महत्त्वाचे स्थान देण्यात आले. लोककल्याणाला प्रोत्साहन देण्यासाठी राष्ट्राच्या अपेक्षित भूमिकेचे राज्यघटनेच्या निर्मात्यांनी कौतुक केले आणि म्हणूनच, कल्याणकारी राष्ट्राचे स्वप्न साकार करण्याच्या दृष्टीने राज्यघटनेमध्ये काही तरतुदींचा समावेश करण्यात आला. कल्याणकारी राष्ट्राची मुख्य उद्दिष्टे दूरदृष्टीने राज्यघटनेच्या उद्देशिकेमध्ये मांडण्यात आली तसेच, चौथ्या भागामधील निर्देशक तत्त्वांच्या यादीतही समाविष्ट करून घेण्यात आली. घटनाकारांनी कल्याणकारी राष्ट्राच्या संकल्पनेला दिलेले हे महत्त्व मूलभूत अधिकारांशी संबंधित तिसऱ्या भागामध्ये व राज्यघटनेतील अनुसूचित जाती, अनुसूचित जमाती व मागासवर्गांसाठी केलेल्या विशिष्ट तरतुदींमधूनदेखील दिसून येते.

तक्ता १३.१ भारतीय राज्यघटनेने दिलेली हमी

सामाजिक संरक्षण
• कायद्यासमोर समानता (कलम १४)
• सामाजिक व शैक्षणिकदृष्ट्या मागासलेल्या कोणत्याही वर्गांच्या अथवा अनुसूचित जाती व जमाती यांच्याकरिता कोणतीही विशेष तरतूद करण्यास प्रतिबंध होणार नाही (कलम १५ (४))
• कोणत्याही स्वरूपातील 'अस्पृश्यतेचे' आचरण निषिद्ध आहे (कलम १७)
• सामाजिक व शैक्षणिकदृष्ट्या मागासलेल्या वर्गांच्या परिस्थितीचे अन्वेषण करण्यासाठी आयोगाची नियुक्ती करणे (कलम ३४०)
• अल्पसंख्याक असलेल्या सर्व वर्गांना आपल्या पसंतीच्या शैक्षणिक संस्था स्थापण्याचा व त्यांचे प्रशासन करण्याचा हक्क असेल (कलम ३०)
• अनुसूचित जाती व जमाती या अंतर्गत कुठले जाती व जमाती समूह असावे ते निर्दिष्ट करावे (कलम ३४१ आणि ३४२)
आर्थिक हितसंवर्धन
• राज्य, जनतेतील दुर्बल घटक आणि विशेषतः अनुसूचित जाती, अनुसूचित जमाती यांचे शैक्षणिक व आर्थिक हितसंवर्धन विशेष काळजीपूर्वक करील आणि सामाजिक अन्याय आणि सर्व प्रकारचे शोषण यापासून त्यांचे रक्षण करील (कलम ४६)
• अनुसूचित जमातींचे कल्याण व अनुसूचित प्रदेशांचा विकास यासाठीचे वित्तीय साहाय्य दरवर्षी भारताच्या एकत्रित निधीवर भारीत केले जाते (कलम २७५ (१))
• सेवांमध्ये नियुक्तीसंबंधी अनुसूचित जाती व जमातींचे दावे (कलम ३३५)
राजकीय हक्क
• कुठल्याही राज्यातील अनुसुचित प्रदेश व अनुसूचित जमातींचे प्रशासन व नियंत्रण (कलम २४४ आणि ३३९)
• संसद व राज्यांच्या विधानसभांमध्ये अनुसूचित जाती व जमातींसाठी जागा राखून ठेवणे (कलम ३३० आणि ३३२)

स्रोतः लेखकाने वेगवेगळ्या संदर्भग्रंथांतून केलेले संकलन.

समाजकल्याणः भारतीय दृष्टिकोन

भारतामध्ये 'समाजकल्याण' ही संज्ञा संकुचित पद्धतीने वापरण्यात आली आहे. समाजकल्याण सेवांची तरतूद उपेक्षित समूहांसाठी आहे ज्यामध्ये अनुसूचित जाती, अनुसूचित जमाती, विधवा, अनाथ, स्त्रिया आणि बालके, सामाजिकदृष्ट्या कुसमायोजित, भिकारी, वेश्या, गुन्हेगार, शारीरिक व मानसिकदृष्ट्या अपंग इत्यादींचा समावेश होतो आणि म्हणून समाजकल्याण योजना त्यांची परिस्थिती सुधारण्याप्रती अभिमुख असतात (संयुक्त राष्ट्रे १९७०, ६५).

घटनात्मक तरतुदी

भारतीय राज्यघटनेने समाजकल्याणाशी संबंधित अनेक तरतुदी केल्या आहेत. राज्यघटनेतील कलम १५ अन्वये धर्म, वंश, जात, लिंग किंवा जन्माचे ठिकाण यावरून दुजाभाव करण्यास प्रतिबंध केला आहे, कलम १६ अन्वये शासकीय रोजगारामध्ये समान संधींची तरतूद करण्यात आली आहे, कलम १७ अन्वये अस्पृश्यतेला प्रतिबंध करण्यात आला आहे, कलम ३८च्या अंतर्गत लोककल्याणाला प्रोत्साहन देण्यासाठी शासनाला सामाजिक रचनेचे संरक्षण करण्याचे आदेश आहेत, कलम ४२नुसार शासनाने कामाच्या ठिकाणी न्याय्य व माणुसकीचे जतन करणारी परिस्थिती व

बाळंतपणातील सुविधा यांसबंधी तरतूद करावी असे आदेश आहेत, कलम ४६ समाजातील अनुसूचित जाती, अनुसूचित जमाती व इतर मागासलेले वर्ग यांच्या शैक्षणिक व आर्थिक हिताला प्रोत्साहन देते. नवव्या अनुसूचीमध्ये अनुसूचित जाती व अनुसूचित जमातींचे हित जपण्यासाठी असलेल्या २५७ कायद्यांची तपशीलवार यादी आहे. कलम १६४मध्ये अनुसूचित जाती, अनुसूचित जमाती व इतर मागासलेल्या वर्गांच्या कल्याणासाठी प्रभारी मंत्री असावा अशी तरतूद आहे. कलम ३३०, ३३४ व ३३५मध्ये अनुसूचित जाती, जमाती यांच्यासाठी संसद, विधानसभा आणि सेवा व संस्था यांमधील राखीव जागांसंबंधीच्या तरतुदीचे वर्णन करण्यात आले आहे. कलम ३३८ व ३३९मध्ये भारताच्या राष्ट्रपतींनी अनुसूचित जाती व जमातींसाठी राष्ट्रीय आयोग स्थापन करावे यासाठीच्या तरतुदी आहेत. कलम ३४० मागासवर्गांच्या परिस्थितीचा आढावा घेण्यासाठी आयोगाची नेमणूक करावी यासंबंधीचे आहे.

कायदेशीर उपाययोजना

समाजातील दुष्ट प्रथांचा सामना करणे, तसेच सामाजिक अन्यायापासून समाजातील दुर्बल घटकांचे संरक्षण करणे यासाठी शासनाने अनेक कायदेशीर उपाययोजना राबवल्या आहेत. दुर्बल घटकांच्या कल्याणासाठी अमलात आणल्या गेलेल्या योजनांना पूरक म्हणून या कायदेशीर उपाययोजना अत्यावश्यक ठरतात. काही कायदे येथे नमूद करता येतीलः अनुसूचित जाती व अनुसूचित जमाती (अत्याचार प्रतिबंध) कायदा, १९८९, समान मोबदला कायदा १९७६, बालविवाह नियंत्रण घटनादुरुस्ती कायदा, १९७८, हुंडा प्रतिबंधक कायदा १९६१ (१९८४ साली घटनादुरुस्ती), महिला व बालिकांच्या अनैतिक तस्करीला प्रतिबंधक कायदा, १९५६ (१९७८ साली घटनादुरुस्ती), सती प्रथा (प्रतिबंध) कायदा, १९८७, बालकांवरील अत्याचारासंबंधी न्याय कायदा, १९८६, बाल कामगार (प्रतिबंध आणि नियमन) कायदा, १९८६, मातृत्व लाभ कायदा, १९६१ (१९७६ साली घटनादुरुस्ती), कर्मचारी राज्य विमा कायदा, १९४८, कर्मचारी भविष्यनिर्वाह निधी व इतर तरतुदींचा कायदा, १९५२, उपदान प्रदान कायदा, १९७२ आणि इतर.

भारताचे समाजकल्याण मंत्रालय

समाजकल्याण प्रशासनाचे महत्त्व जाणून भारत सरकारने १९८५साली कल्याण मंत्रालयाची स्थापना केली. सन १९९८मध्ये या मंत्रालयाचे नाव बदलून सामाजिक न्याय व सशक्तीकरण मंत्रालय असे ठेवण्यात आले. समाजकल्याण योजना राबवण्याची जबाबदारी केंद्र व राज्यशासनामध्ये विभागलेली आहे. राज्याने राबवलेल्या पूरक सेवांमध्ये समन्वय साधणे व त्यांना प्रोत्साहन देणे याखेरीज केंद्र सरकारवर योजना व कार्यक्रम आखण्याचीदेखील जबाबदारी असते. सुरुवातीला हे मंत्रालय महिला, बालके, अनुसूचित जाती व जमाती यांच्या कल्याणासाठीदेखील जबाबदार होते मात्र, २००७मध्ये बालविकास विभागाला महिला व बालविकास मंत्रालयामध्ये सामावून घेण्यात आले. सन १९९९मध्ये, आदिवासी विकास विभाग स्वतंत्र करून त्याचे स्वतंत्र आदिवासी कार्य मंत्रालयामध्ये रूपांतर करण्यात आले. या मंत्रालयाकडे प्रामुख्याने खालील वंचित व सीमान्त समूहांचे सशक्तीकरण करण्याची जबाबदारी आहेः

१. अनुसूचित जाती (अजा)
२. इतर मागास वर्ग (इमाव)
३. दिव्यांग व्यक्ती
४. ज्येष्ठ नागरिक
५. अमली पदार्थास बळी पडलेले

सदर मंत्रालयाचे कामकाज खालील कायदे, योजना व कार्यांद्वारे चालतेः

१. अनुसूचित जाती व इतर मागासवर्गांचे सामाजिक सशक्तीकरण व शैक्षणिक व आर्थिक विकास.
२. दिव्यांग व्यक्तींचे सामाजिक सशक्तीकरण व पुनर्वसन तसेच शैक्षणिक व आर्थिक विकास.

३. ज्येष्ठ व्यक्तींना देखभाल, कल्याण, संरक्षण, आरोग्यसेवा आणि उत्पादनक्षम व स्वतंत्र आयुष्य या माध्यमातून मदत करणे.

४ अमली पदार्थांच्या बळींचे 'संपूर्ण व्यक्ती पुनर्स्थापन' या माध्यमातून पुनर्वसन करणे (भारत सरकार २०१०, १).

समाजकल्याण योजना व कार्यक्रम आखणे व राबवणे आणि त्यांच्या अंमलबजावणीबाबत खात्री करणे यासाठी हे मंत्रालय मध्यवर्ती संस्था मानली जाते. या कार्यामध्ये मंत्रालयाला त्याच्या हाताखालील काही संस्थांकडून मदत पुरवली जाते. राष्ट्रीय आयोग आणि राष्ट्रीय संस्था यांच्यावर मंत्रालयाचे प्रशासकीय नियंत्रण असते. या संस्थांमध्ये अनुसूचित जाती राष्ट्रीय आयोग, इतर मागासवर्गांसाठीचा राष्ट्रीय आयोग, सफाई कर्मचारी राष्ट्रीय आयोग, आर्थिकदृष्ट्या मागासलेल्या वर्गांसाठी राष्ट्रीय आयोग, भारत पुनर्वसन परिषद, डॉ. बी. आर. आंबेडकर प्रतिष्ठान, अस्थिरोग अपंग संस्था, पुनर्वसन, प्रशिक्षण व संशोधन राष्ट्रीय संस्था आणि सामाजिक सुरक्षा राष्ट्रीय संस्था. कल्याण मंत्रालयाचे १९९९ साली सामाजिक न्याय व सशक्तीकरण मंत्रालयात रूपांतर झाल्यापासून कॅबिनेट स्तरावरील मंत्री याचा प्रमुख असून त्याच्या साहाय्यासाठी दोन राज्यमंत्री असतात. मंत्रालयामध्ये एक सचिव व त्याच्या मदतीला एक अतिरिक्त सचिव असतो, चार सहसचिव आणि एक सहसचिव या श्रेणीचा उपसरसंचालक असतो, जो अनुसुचित जाती विकास, मागास वर्ग, सामाजिक संरक्षण, अपंग व नियोजन, संशोधन, मूल्यमापन आणि देखरेख अशा अनेक मंडळांवर प्रमुख म्हणून काम पहात असतो. सहसचिवाच्या श्रेणीचे आर्थिक सल्लागार हे पददेखील असते.

अनुसूचित जातींसाठी कल्याणकारी तरतुदी

अनुसूचित जातींच्या हिताचे पर्यवेक्षण करण्यासाठी सामाजिक न्याय व सशक्तीकरण मंत्रालय हे मध्यवर्ती मंत्रालय आहे. सन २०११च्या जनगणनेनुसार देशाच्या लोकसंख्येमध्ये अनुसूचित जातींची संख्या १६.६ टक्के इतकी आहे. त्यांची गणना समाजातील दुर्बल आणि सीमान्त गटामध्ये होते. राज्यघटनेमध्ये या जातींचे संरक्षण व दक्षता यांबाबत उल्लेख केला आहे. हे संरक्षण व दक्षता त्यांना सामान्य नागरिकत्वाचे अधिकार देऊन, त्यांच्या शैक्षणिक व आर्थिक हिताला प्राधान्य देऊन आणि सामाजिक दुबळेपण नाहीसे करून साध्य करता येते. काही मुख्य दक्षता खालीलप्रमाणेः

१. अस्पृश्यता उच्चाटन व कुठल्याही स्वरूपात त्या प्रथेला मनाई करणे (कलम १७).
२. त्यांच्या शैक्षणिक व आर्थिक हिताला प्रोत्साहन देणे व सामाजिक अन्याय आणि सर्व प्रकारच्या शोषणापासून त्यांचे संरक्षण करणे (कलम ४६).
३. दुकाने, उपाहारगृह इत्यादी ठिकाणी प्रवेशाबाबतची अक्षमता, योग्यता, निर्बंध किंवा परिस्थिती दूर करणे. तसेच, करमणुकीच्या सार्वजनिक जागा, विहीर, तळे, घाट, रस्ते इत्यादींचा वापर तसेच शासनाच्या निधीतून पूर्णपणे अथवा काही प्रमाणात व्यवस्थापन केली गेलेली अथवा सामान्य जनतेच्या वापरासाठी खुली असलेली पर्यटन स्थळांमधील प्रवेशाबाबत तरतुदी (कलम १५ (२)).
४. २५ जानेवारी २०१०पर्यंत लोकसभा आणि राज्य विधानसभेमध्ये अनुसूचित जाती व जमातींना खास प्रतिनिधित्व (कलम ३३०, ३३२, ३३४).
५. अपुरे प्रतिनिधित्व आणि अनुसूचित जाती आणि जमातींच्या 'लोकसेवांमधील पदनिर्मितीविषयक' दाव्यांसंबंधी विचारार्ह परिस्थितीमध्ये राज्याला लोकसेवांमध्ये मागासवर्गांसाठी आरक्षण देण्याची अनुमती देणे (कलम १६ आणि ३३५).
६. अनुसूचित व आदिवासी प्रदेशांचे प्रशासन व नियंत्रण यांबाबत विशेष तरतूद (कलम २४४ व पाचवे आणि सहावे परिशिष्ट) (सचदेव २०१०, ४१८).

राज्यघटनेतील कलम ३३० आणि ३३२ नुसार लोकसभा व राज्यातील विधानसभांमध्ये अनुसूचित जाती व जमातींसाठी त्यांच्या लोकसंख्येच्या प्रमाणानुसार राखीव जागा ठेवल्या जातात. सद्यःस्थितीत, लोकसभेतील ५४३

पैकी १२० जागा व वेगवेगळ्या राज्यांमधील विधानसभांमधील एकूण ४१२० पैकी ११६१ जागा राखीव आहेत. सन १९९२च्या ७३ व ७४व्या घटनादुरुस्ती कायद्यांच्या अंमलबजावणीपासून अनुसूचित जाती व जमातींना शहरी आणि ग्रामीण स्थानिक संस्थांमध्ये आरक्षण देऊन त्यांच्या प्रतिनिधित्वाला त्यांचे रक्षण करण्यात आले आहे. हे प्रतिनिधित्व त्या त्या प्रदेशामध्ये त्यांच्या लोकसंख्येच्या प्रमाणात दिले आहे.

राज्यघटनेतील कलम ३३५ आणि १६(४) मधील तरतुदींनुसार, अखिल भारतीय सेवांच्या सरळ सेवा भरतीमध्ये अनुसूचित जातींसाठी १५ टक्के रिक्त जागा राखीव असतात. सामान्यतः उमेदवारांना आकर्षित करणाऱ्या गट क आणि डच्या पदांसाठी असलेल्या थेट भरतीमध्ये त्या त्या राज्य आणि केंद्रशासित प्रदेशांतील अनुसूचित जाती आणि जमाती यांच्या लोकसंख्येतील प्रमाणानुसार आरक्षणाचे प्रमाण पक्के करण्यात आले आहे. गट ब, क आणि ड पुरते मर्यादित स्पर्धात्मक परीक्षांच्या निकालामध्ये रिक्त जागांमधील १५ टक्के आरक्षण अनुसूचित जातींसाठी असते. गट अ, ब, क आणि ड मध्ये सुस्वास्थ्याची अट पूर्ण केल्यास ज्येष्ठतेच्या तत्त्वावर बढतीमध्येदेखील या जातींना आरक्षण आहे (सचदेव २०१०, ४१९).

अनुसूचित जातींसाठी राष्ट्रीय आयोग

राज्यघटनेच्या ६५व्या घटनादुरुस्ती कायद्याचे (१९९०) पालन करण्याच्या दृष्टीने १९९२मध्ये अनुसूचित जातींसाठी राष्ट्रीय आयोगाची स्थापना करण्यात आली. राष्ट्रीय अनुसूचित जाती आयोगाला मोठ्या प्रमाणात कार्ये व अधिकार देण्यात आले. या आयोगाची रचना पुढीलप्रमाणे आहेः एक अध्यक्ष, एक उपाध्यक्ष आणि पाच इतर सदस्य. त्यांची कारकीर्द रुजू झाल्यापासून पाच वर्षांच्या काळापर्यंत असते. आयोगाची मुख्य कार्ये पुढीलप्रमाणे आहेतः

१. राज्यघटनेनुसार अनुसूचित जातींना देण्यात आलेल्या सर्व संरक्षक तरतुदीसंबंधित सर्व बाबींमध्ये संशोधन आणि अधीक्षण करणे.
२. अनुसूचित जाती व जमातींना नाकारण्यात आलेले अधिकार व संरक्षक तरतुदी नाकारण्यात आल्या असता विशिष्ट तक्रारींची चौकशी करणे.
३. अनुसूचित जाती व जमातींशी संबंधित नियोजन प्रक्रिया व सामाजिक-आर्थिक विकासामध्ये भाग घेणे व सल्ला देणे.
४. आयोगाला सुयोग्य वाटेल तेव्हा उपरोक्त संरक्षक तरतुदीविषयक वार्षिक कार्य अहवाल राष्ट्रपतींना सादर करणे.
५. केंद्र व राज्यशासनासाठी काही शिफारशी करणे. या शिफारशी अनुसूचित जातींशी संबंधित संरक्षक तरतुदी व संरक्षण, कल्याण आणि सामाजिक-आर्थिक विकाससंबंधीच्या इतर योजनांची परिणामकारक अंमलबजावणी व्हावी यासाठी केलेल्या असतात.
६. केंद्रशासनाला योग्य वाटतील अशी अनुसूचित जातींच्या संरक्षण, कल्याण, विकास आणि प्रगती यांच्याशी संबंधित कार्ये पार पाडणे. या आयोगाला दिवाणी न्यायालयाचे अधिकार दिलेले असतात.

राष्ट्रीय सफाई कर्मचारी आयोग

सन १९९४मध्ये सफाई कर्मचारी अथवा झाडू कामगार यांचे हित आणि अधिकार याचे संरक्षण करण्यासाठी राष्ट्रीय सफाई कर्मचारी आयोगाची स्थापना करण्यात आली. केंद्र सरकारला सफाई कर्मचाऱ्यांसाठी दर्जा, सोयी व संधी यांतील असमानतांचे उच्चाटन करण्यासाठी काही विशिष्ट कार्यक्रम सुचवणे हे या आयोगाचे मुख्य कार्य आहे. हे कार्यक्रम कालबद्ध पद्धतीचा अवलंब करणारे असतील. सफाई कामगारांच्या कल्याणासाठी काही कार्यक्रम व योजनांच्या अंमलबजावणीविषयी विशिष्ट तक्रारी व बाबी यासंबंधी शोध घेण्याचे अधिकार आयोगाला आहेत. सामाजिक मानहानी व अमानवी अत्याचाराचा सामना करावा लागणाऱ्या सफाई कर्मचाऱ्यांवर परिणाम होईल अशा काही महत्त्वाच्या धोरणसंबंधी बाबींमध्ये आयोगाचा सल्ला घेतला जातो.

सफाई कर्मचाऱ्यांचे सशक्तीकरण करण्यासाठी राष्ट्रीय सफाई कर्मचारी वित्त व विकास मंडळाची स्थापना करण्यात आली आहे. त्यांच्यावर अवलंबून असणाऱ्यांनादेखील सक्षम करून सफाई कर्मचाऱ्यांना त्यांच्या परंपरागत व्यवसायातून मुक्त करून स्वतःच्या पद्धतीने सामाजिक व आर्थिक जीवनामध्ये प्रतिष्ठेने व अभिमानाने जगता यावे यासाठी हे मंडळ कार्यरत असते. सफाई कामगारांना मंडळाद्वारे कुठल्याही रोजगारनिर्मितीच्या कामासाठी कमी व्याजदराने आर्थिक साहाय्य केले जाते.

अनुसूचित जातींसाठी कल्याणकारी योजना

सामाजिक न्याय व सशक्तीकरण मंत्रालयाने अनुसूचित जातींच्या विकासासाठी अनेक योजना राबवल्या आहेत. पुढील भागांमध्ये त्यांपैकी काहींवर प्रकाश टाकला आहे.

शैक्षणिक विकास

दहावीच्या पुढे शिकू इच्छिणाऱ्या अनुसूचित जातींतील विद्यार्थ्यांना आर्थिक साहाय्य पुरवण्यासाठी अनुसूचित जातींतील विद्यार्थ्यांना दहावीनंतर शिष्यवृत्ती देण्यासाठी २००३ साली योजना राबवण्यात आली. या योजनेअंतर्गत आर्थिक साहाय्यामध्ये निर्वाह भत्ता, शैक्षणिक संस्थांच्या अप्रतिदेय अनिवार्य शुल्काची प्रतिपूर्ती, पुस्तकपेढी सुविधा आणि अन्य भत्ते इत्यादींचा समावेश होतो. अस्वच्छ व्यवसाय करणाऱ्या व्यक्तींच्या मुलांसाठी शालांतपूर्व शिष्यवृत्ती योजना, अनुसूचित जातींतील मुले व मुलींसाठी वसतिगृहे, पुस्तकपेढी योजना आणि अनुसूचित जातींतील विद्यार्थ्यांसाठी मोफत प्रशिक्षण या काही इतर योजना होत.

अनुसूचित जातींतील विद्यार्थ्यांना उच्च शिक्षणासाठी प्रोत्साहित करण्यासाठी राजीव गांधी राष्ट्रीय शिष्यवृत्ती ही योजना आहे. या योजनेद्वारे अनुसूचित जातींतील विद्यार्थ्यांना विद्यापीठे, संशोधन संस्था व वैज्ञानिक संस्थांमध्ये संशोधनात्मक अभ्यास म्हणजेच एम.फील., पीएच.डी. आणि समतुल्य संशोधन पदव्या मिळवण्यासाठी आर्थिक साहाय्य पुरवले जाते. राष्ट्रीय परदेशी शिष्यवृत्ती ही आणखी एक महत्त्वाची शिष्यवृत्ती होय. या शिष्यवृत्तीद्वारे परदेशातील विशिष्ट क्षेत्रातील म्हणजेच, अभियांत्रिकी, तंत्रज्ञान आणि विज्ञान इत्यादी पदव्युत्तर व एम. फील., पीएच.डी. आणि तत्सम संशोधन अभ्यासक्रमातील अनुसूचित जातीच्या विद्यार्थ्यांना साहाय्य केले जाते. या योजनेअंतर्गत संस्थांच्या शुल्काच्या रकमा मासिक निर्वाह भत्ता म्हणून दिल्या जातात, व्हिसा फी आणि विम्याचा हप्तादेखील दिला जातो, वार्षिक आकस्मिक खर्च भत्ता, प्रासंगिक प्रवास भत्ता इत्यादीदेखील दिले जातात.

सन २००१मध्ये सामाजिक न्याय व सशक्तीकरण मंत्रालयाने अनुसूचित जातींसह दुर्बल घटकांसाठी प्रशिक्षण व पूरक साहाय्य योजना सुरू केली. या योजनेच्या उद्दिष्टांमध्ये केंद्रीय लोकसेवा आयोग, कर्मचारी निवड आयोग, रेल्वे भरती मंडळे, राज्य लोकसेवा आयोग; बँकांद्वारे घेण्यात येणाऱ्या अधिकाऱ्यांच्या श्रेणी परीक्षा; आणि सार्वजनिक क्षेत्र उपक्रम यांच्याद्वारे घेतल्या जाणाऱ्या गट अ आणि ब मधील परीक्षांसाठी दर्जेदार प्रशिक्षण देणे इत्यादी बाबींचा समावेश होतो. तसेच, खाजगी क्षेत्रात रोजगार मिळवण्यासाठी आवश्यक असणारे माहिती-तंत्रज्ञान, जैवतंत्रज्ञान आणि तत्सम क्षेत्रांतील रोजगाराभिमुख अभ्यासक्रमांचे वर्तनकौशल्यांसहित प्रशिक्षण दिले जाते. या योजनेची अंमलबजावणी राज्यशासन, विद्यापीठे आणि खाजगी क्षेत्रातील संस्थांनी चालवलेल्या नामांकित प्रशिक्षण संस्थांद्वारे केली जाते.

आर्थिक सशक्तीकरण

अनुसूचित जातींच्या आर्थिक विकासाला प्रोत्साहन देण्यासाठी १९८०मध्ये विशेष नियंत्रण साहाय्याची सुरुवात करण्यात आली. स्व-रोजगार व प्रशिक्षण या माध्यमांतून अनुसूचित जातींतील लोकांना दारिद्र्यरेषेच्या वर आणण्यासाठी त्यांचा आर्थिक विकास घडवून आणणे हा या योजनेचा मूळ गाभा आहे. या योजनेअंतर्गत प्रकल्पाच्या एकूण निधीमधील ५० टक्के रक्कम अर्थसाहाय्य म्हणून देणे स्वीकारार्ह आहे, प्रत्येक लाभार्थ्याला जास्तीत जास्त रु.१०,००० अशी

अट आहे. सन १९८९मध्ये भारत सरकारने राष्ट्रीय अनुसूचित जाती वित्त आणि विकास मंडळाची स्थापना केली. दारिद्र्यरेषेखालील अनुसूचित जातींच्या सर्व कुटुंबांना त्यांचा आर्थिक विकासातून उद्धार आणि विविध योजनांमधून आर्थिक सशक्तीकरण व्हावे यासाठी सवलतीच्या दरात कर्ज देऊन अर्थसाहाय्य करणे हे या मंडळाचे व्यापक असे उद्दिष्ट आहे (सद्य:स्थितीत ग्रामीण भागांमध्ये रु.४०,००० प्रतिवर्ष आणि शहरी भागांमध्ये रु.५५,००० प्रतिवर्ष). १ एप्रिल २००४ ते ३१ डिसेंबर २००९ या कालावधीमध्ये मंडळाद्वारे रु.८४,५०० कोटी एवढे अर्थसाहाय्याचे संवितरण करण्यात आले. यामध्ये २.८६ लाख इतक्या लाभार्थींना सामावून घेण्यात आले (भारत सरकार २०११, ९८५–८६).

अनुसूचित जमातींचे कल्याण

अनुसूचित जमातीच्या श्रेणीमध्ये समाविष्ट होणाऱ्या भारतातील आदिवासी लोकांची संख्या ही देशाच्या लोकसंख्येच्या ८.६ टक्के आहे. सन १९९९मध्ये केंद्रशासनाने आदिवासी कल्याण मंत्रालयाची स्थापना केली आहे. हे मंत्रालय अनुसूचित (जातींच्या) जमातींच्या कल्याणासाठी राबवण्यात येणारे कार्यक्रम व योजना यांच्या एकूण नियोजन व समन्वयासाठीचे मुख्य मंत्रालय आहे. अनुसूचित जमातींचे हित जपण्यासाठी व प्रसारासाठी राज्यघटनेने अनेक संरक्षक तत्त्वे नमूद केली आहेत. या संदर्भात कलम १९, ४६, १४६, २४४, ३३०, ३३२, ३३४, ३३८, ३३९, ३४२ यांमधील तरतुदी व राज्यघटनेचे पाचवे व सहावे परिशिष्ट महत्त्वाचे ठरते.

सुरुवातीपासूनच, आदिवासी विकास हा (अ) वैधानिक प्रशासकीय साहाय्यातून त्यांच्या हितसंबंधांचे रक्षण व प्रसार आणि (आ) त्यांच्या जीवनमानाचा दर्जा वाढवण्यासाठी विकासयोजनांची अंमलबजावणी, या दुहेरी प्रकारच्या योजनेवर आधारलेला आहे. आदिवासी लोक व आदिवासी प्रदेश यांच्या विकासासाठी पाचव्या पंचवार्षिक योजनेच्या काळात विकसित करण्यात आलेली व राबवण्यात आलेली आदिवासी उपयोजना (TSP) ही संकल्पना अजूनही एक महत्त्वाचे साधन ठरते. आदिवासी उपयोजना १७ राज्ये व २ केंद्रशासित प्रदेशांमध्ये कार्यरत आहे. या योजनेला (अ) राज्य योजना, (आ) विशेष केंद्रीय साहाय्य, (इ) केंद्र–पुरस्कृत योजना, आणि (ई) संस्थांकडून वित्तसाहाय्य इत्यादी योजनांमधून घेतलेल्या संसाधनांमधून निधी मिळतो. केंद्रपुरस्कृत योजनांतर्गत तिसऱ्या पंचवार्षिक योजनेपासून अनुसूचित जातींतील मुलींसाठी वसतिगृहे सुरू आहेत. यामुळे अनुसूचित जातींतील मुलींना प्रोत्साहन देण्यास निश्चितच मदत झाली आहे. हैद्राबाद, गुवाहाटी, रांची, अहमदाबाद, भोपाळ, कोझीकोडे, पुणे, उदयपूर, लखनऊ, इम्फाळ आणि कोलकता येथे आदिवासी संशोधन केंद्रे स्थापन करण्यात आली आहेत. या केंद्रांद्वारे आदिवासी उपयोजनांसंबंधीचे दस्तऐवज तयार करण्यासाठी संशोधन, मूल्यमापन, माहिती संकलित करणे, प्रशिक्षण आणि व्यावसायिक सल्ले देणे या विकासात्मक प्रयत्नांतून मदत केली जाते.

अनुसूचित जमातींमध्ये शिक्षणाला प्रोत्साहन देण्यासाठी शासनाने अनेक कार्यक्रम सुरू केले आहेत. अनुसूचित जमातींमधील विद्यार्थ्यांना दहावीनंतर काही अभ्यासक्रम करावयाचे असल्यास आर्थिक साहाय्य म्हणून शिष्यवृत्ती देण्यास सुरुवात करण्यात आली. शिक्षणासाठी पूरक अशा वातावरणामध्ये अनुसूचित जमातींसाठी निवासी शाळा स्थापन करणे हे आश्रमशाळा योजनेचे उद्दिष्ट आहे. यामुळे आदिवासी विद्यार्थ्यांमध्ये साक्षरता वाढवण्यास मदत होईल. सन २००९ साली अल्पसाक्षरता असलेल्या जिल्ह्यांमध्ये, अनुसूचित जातींतील मुलींच्या शिक्षणाचे दृढीकरण करण्यासाठी योजना सुरू करण्यात आली.

अनुसूचित जमातींमध्ये उच्च शिक्षणाला प्रोत्साहन देण्यासाठी राजीव गांधी राष्ट्रीय शिष्यवृत्तीला सुरुवात करण्यात आली आहे. अनुसूचित जमातींतील विद्यार्थ्यांना उच्च शिक्षण घेण्यासाठी शिष्यवृत्ती देणे हे या योजनेचे मुख्य उद्दिष्ट आहे. ही शिष्यवृत्ती विद्यापीठ अनुदान आयोगातर्फे एम.फील. व पीएच.डी. अभ्यासक्रमांमधून संशोधन करणाऱ्या विद्यार्थ्यांना देण्यात येणाऱ्या शिष्यवृत्ती स्वरूपावर आधारलेली आहे. सन २००९–१०दरम्यान या योजनेअंतर्गत एकूण ४५ कोटी इतक्या रकमेची तरतूद करण्यात आली होती. सन २००७ ते २००८या दरम्यान आदिवासी विकास मंत्रालयातर्फे उच्च

दर्जाच्या शिक्षणासाठी एका नवीन योजनेची सुरुवात करण्यात आली. ५७ गुणवत्ताधारक विद्यार्थ्यांना पदवी व पदव्युत्तर पातळीचे शिक्षण घेण्यासाठी प्रोत्साहन देणे हे या योजनेचे उद्दिष्ट होते. अनुसूचित जमातींमधील या विद्यार्थ्यांना देण्यात येणाऱ्या शिष्यवृत्तीमध्ये संपूर्ण अध्यापन शुल्क व इतर नापरतावा रकमा (शासन/शासन पुरस्कृत संस्थांच्या संदर्भाने) समाविष्ट असतील (भारत सरकार २०११, ९९७).

इतर मागासवर्गांचे कल्याण

मंडल आयोगाच्या अहवालाने मागासवर्गांच्या अडचणी अधोरेखित केल्यापासून देशातील कल्याणकारी प्रशासनामध्ये इतर मागासलेले वर्ग असा एक वेगळा प्रवर्ग उदयाला आला. मंडल आयोगाने एकूण लोकसंख्येच्या ५२% लोकसंख्या इतर मागासवर्गांची आहे असा अंदाज वर्तविला होता. मंडल निवाडा (१९९२) या नावाने ओळखल्या जाणाऱ्या सर्वोच्च न्यायालयाच्या निवाड्याचे पालन करण्यासाठी, १९९३ साली राष्ट्रीय मागासवर्ग आयोगाची स्थापना करण्यात आली. या आयोगाची कायमस्वरूपी स्थापना करण्यात आली. इतर मागासवर्गांच्या यादीमध्ये अंतर्भाव, अंतर्भावासंबंधीच्या तक्रारी व कमी प्रतिनिधित्व यांसंबंधीचे परीक्षण आणि शासनाला सल्ला देणे हे आयोगाचे कार्य होय. कायद्यातील तरतुदीप्रमाणे, आयोगाने दिलेला सल्ला सामान्यपणे शासनासाठी बंधनकारक असेल.

सन १९९२मध्ये मंडल आयोगाने दिलेल्या निवाड्यानंतर, शासनाने केंद्र सरकारच्या अखत्यारीत असलेल्या नागरी सेवा व पदांमधील रिक्त जागांमध्ये इतर मागास वर्गांना २७% आरक्षण द्यायला सुरुवात केली. २५ जानेवारी १९९५ रोजी सरकारने नागरी सेवा परीक्षांमध्ये या वर्गांसाठी प्रत्यक्ष भरतीमध्ये वयाची उच्चतम मर्यादा तीन वर्षांनी शिथिल केली व परीक्षा देण्याची संधी ७ वेळा करण्यात आली. मागासवर्गांसाठी त्यांचा सामाजिक व आर्थिक दर्जा सुधारण्यासाठी करण्यात आलेला कुठलाही प्रयत्न त्यांच्या शिक्षणक्षेत्रामधील प्रवेशावर अवलंबून असतो आणि तसेच विशेष प्रशिक्षण कार्यक्रमांमधून त्यांची योग्यता वाढवणेदेखील गरजेचे ठरते. इतर मागासवर्गांमध्ये शैक्षणिक विकास घडून यावा म्हणून शासनाने दहावी पूर्वीच्या परीक्षा व प्रशिक्षण आणि या वर्गांतील पुरुष मुले व मुलींसाठी वसतिगृहे इत्यादी अनेक योजनांचा प्रारंभ केला. इतर मागासवर्गातील दारिद्र्यरेषेखालील सदस्यांना सवलतीच्या दरात अर्थसाहाय्य करणे, या मुख्य उद्दिष्टाच्या पूर्ततेसाठी राष्ट्रीय मागासवर्ग वित्त आणि विकास मंडळाची स्थापना करण्यात आली आहे.

दिव्यांग व्यक्तींचे कल्याण

दिव्यांग व्यक्तींच्या कल्याणासाठी शासनाने अनेक कार्यक्रम हाती घेतले आहेत. दिव्यांग व्यक्ती (समान संधी, अधिकार संरक्षण आणि पूर्ण सहभाग) कायदा, १९९५ या व्यापक कायद्याची निर्मिती करण्यात आली व १९९६ साली हा कायदा अमलात आणण्यात आला. हा कायदा केंद्र व राज्य या दोन्ही पातळ्यांवर पुनर्वसनाच्या शिक्षण, रोजगार आणि व्यावसायिक प्रशिक्षण, दिव्यांग जनांसाठी पुनर्वसन सेवांची सुविधा आणि तक्रारनिवारण यंत्रणा इत्यादी प्रतिबंधात्मक आणि प्रवर्धनात्मक अशा दोन्ही बाजू हाताळतो.

दिव्यांग व्यक्तींसाठी मुख्य आयुक्त हे वैधानिकदृष्ट्या महत्त्वाचे अधिकारी आहेत, जे दिव्यांग व्यक्तींसाठीच्या राज्य आयुक्तांच्या कामाचा समन्वय साधण्यास जबाबदार असतात. केंद्र सरकारने तरतूद केलेल्या निधीच्या वापराचे अधीक्षणदेखील यामार्फत केले जाते. दिव्यांग व्यक्तींचे अधिकार व त्यांच्या सोयीसुविधा जतन करणे व अधिकार नाकारले गेल्यास तक्रारींची दखल घेणे ही कामेदेखील मुख्य आयुक्त कार्यालयाद्वारे केली जातात.

दिव्यांग व्यक्तींकरिता असलेल्या राष्ट्रीय शिष्यवृत्ती योजनेअंतर्गत प्रतिवर्षी ५०० विद्यार्थ्यांना दहावीनंतरचे अभ्यासक्रम, व्यावसायिक व तंत्रज्ञानसंबंधी अभ्यासक्रमाकरता शिष्यवृत्ती दिली जाते. दिव्यांग व्यक्तींचे शारीरिक, सामाजिक आणि मानसिक पुनर्वसनास प्रोत्साहन देण्याकरता, शारीरिकदृष्ट्या अपंग गरजू व्यक्तींना टिकाऊ, आधुनिक आणि प्रमाणित साधने व उपकरणे खरेदी करणे/साधने बसविणे/उपकरणे वापरणे याकरता मदत करणे या योजनेअंतर्गत साहाय्य केले जाते. दिव्यांग व्यक्तींच्या आर्थिक विकासाकरता शासनाने अशा व्यक्तींना पतविषयक सुविधा उपलब्ध करून देणारी

राष्ट्रीय अपंग वित्त व विकास आयोग ही शिखर वित्त संस्था स्थापन केली. दिव्यांग व्यक्तींच्या बहुमितीय समस्यांचे परिणामकारकरित्या निवारण करण्यासाठी शासनाने त्यांच्याशी संबंधित सर्वप्रकारच्या अपंगत्वाशी संबंधित राष्ट्रीय दृष्टिदोष अपंगत्व संस्था, डेहराडून आणि राष्ट्रीय अस्थिव्यंग संस्था, कोलकता या राष्ट्रीय पातळीवरील संस्थांची स्थापना केली. या संस्था मुख्यत्वे नवोन्मेषक संशोधन करणे, मनुष्यबळ विकासासाठी प्रशिक्षण कार्यक्रम आयोजित करणे आणि देशातील अपंगांना सेवा पुरविणे यांसाठी कार्य करतात.

लिंगभाव समानता आणि भारतातील महिला सशक्तीकरण

जून २०११मध्ये संयुक्त राष्ट्रांनी प्रकाशित केलेल्या सहस्रक विकास ध्येये अहवाल, २०११मध्ये लिंगभाव समानता व महिला सशक्तीकरणाला प्रोत्साहन देणे हे संयुक्त राष्ट्रांच्या अनेक उद्दिष्टांपैकी एक उद्दिष्ट अधोरेखित करण्यात आले होते. अनेक क्षेत्रांमध्ये शिक्षणाच्या समान संधी उपलब्ध नसल्या तरीही मुली मोठ्या प्रमाणात शिक्षणसंधींचा लाभ घेत आहेत असे या अहवालातून पुढे आले. भारतासारख्या विकसनशील देशांमध्ये, सन २००९मध्ये, प्राथमिक व माध्यमिक पातळीवर दर १०० मुलांमागे ९६ मुली आहेत असे लक्षात आले. सन १९९९मध्ये हे प्रमाण अनुक्रमे ९१ व ८८ असे होते, त्या मानाने ही लक्षणीय सुधारणा आहे. तथापि, केवळ, कॉकेशस आणि कॅरेबियन, आणि दक्षिण-पूर्व आशिया या ३ प्रदेशांमध्ये प्राथमिक शिक्षणामध्ये लिंगभाव समानता साध्य झाली आहे (लिंगभाव समानता निर्देशांक ९७ ते १०३ यादरम्यान व्याख्यित केला आहे). पूर्व आशियामध्ये प्राथमिक शाळांमध्ये मुलींची संख्या मुलांपेक्षा किंचित जास्तच आहे, हे एक अपवादात्मक उदाहरण आहे. विकसनशील अशा बहुतांश भागांमध्ये मुलींची प्रगती तुलनेने मागे पडली आहे. तसेच, उत्तर आफ्रिका, ओशनिया, दक्षिण आशिया, सब-सहारन आफ्रिका आणि पश्चिम आशिया या भागांमध्ये सुरुवातीच्या काळात शिक्षणाच्या समान संधी उपलब्ध करणे हे ध्येय अद्याप गाठता आलेले नाही.

सन २००८-०९मध्ये अनेक लोकांनी नोकऱ्या गमावण्याच्या घटना घडल्यानंतर २०१०मध्ये परिस्थिती पूर्ववत होत असताना, विशेषतः विकसनशील प्रदेशांमध्ये झालेली रोजगाराची वाढ स्त्रियांसाठी कमी व पुरुषांसाठी अधिक होती असेदेखील या अहवालामध्ये नमूद करण्यात आले आहे. वस्तुनिर्मिती उद्योगातील स्त्रियांवर याचा सर्वाधिक परिणाम झाला होता. राजकीय आरक्षणाच्या संदर्भाने, या अहवालामध्ये असे नमूद करण्यात आले आहे की, महिला संसदपटूंची संख्या वाढत असली तरी, महिला व पुरुषांचा राजकारणातील समान सहभाग हे उद्दिष्ट अजूनही साध्य झालेले नाही. सन २०११च्या जानेवारी महिन्याच्या अखेरीस, जगभरातील एकगृही किंवा कनिष्ठ सभागृह असलेल्या संसदेमध्ये १९.३ टक्के जागांवर महिला संसदपटू होत्या. हे आजपर्यंतचे सर्वाधिक प्रमाण म्हणावे लागेल. तरीदेखील, सन १९९५मध्ये जागतिक सरासरी ११.६ टक्के इतकी असल्याने हे गेल्या १५ वर्षांतील धिम्या प्रगतीचे उदाहरण म्हणावे लागेल (संयुक्त राष्ट्रे २०११, २०-२३). या पार्श्वभूमीवर, शिक्षणातील असमान लिंगभाव दूर करणे, आर्थिक संधींची उपलब्धता, आणि स्त्रियांचा राजकारणातील वाढता सहभाग ही महिला सशक्तीकरणाची सर्वश्रेष्ठ ध्येये २०१५ पर्यंत साध्य करावी असे या अहवालाद्वारे नमूद करण्यात आले.

भारतातील महिला सशक्तीकरण

भारताच्या एकूण लोकसंख्येतील महिलांचे प्रमाण ४८ टक्के आहे (भारत सरकार २०११). स्त्रियांच्या विकासामुळे सर्वंकष विकासालादेखील गती येत असल्याने स्त्रियांचा विकास सर्वाधिक महत्त्वाचा आहे. सन १९८५पासून, महिला व बालकांसंबंधी बाबींमध्ये लक्ष घालण्यासाठी मानवी संसाधन विकास मंत्रालयाचा एक भाग म्हणून महिला व बालक विकासासाठी स्वतंत्र विभाग कार्यरत आहे. याचे महत्त्व लक्षात घेऊन, ३० जानेवारी २००६मध्ये स्वतंत्र महिला व बालविकास मंत्रालय सुरू करण्यात आले. स्त्रियांनी हिंसामुक्त वातावरणामध्ये देशाच्या विकासामध्ये समान भागीदार म्हणून योगदान द्यावे व स्त्रियांचे सशक्तीकरण होऊन त्यांना प्रतिष्ठेने जगता यावे हे या मंत्रालयाचे दूरगामी ध्येय आहे. तसेच, शोषणरहित वातावरणामध्ये स्त्रियांना वाढ व विकास यासाठी संधी देऊ करणे हेदेखील अनुस्यूत आहे.

संसदेमध्ये पारित झालेला, महिला व बालिका अनैतिक तस्करी निर्मूलन कायदा, १९५६, हिंदू वारसा कायदा, १९५६, हुंडा बंदी कायदा, १९६१, मातृत्व लाभ कायदा, १९६१, समान मोबदला कायदा, १९७६, सती (प्रतिबंध) कायदा, १९८७, जननपूर्व निदान चाचणी (गैरवापर नियमन व प्रतिबंध) कायदा, १९९४, कौटुंबिक हिंसा स्त्री सुरक्षा कायदा, २००५, कामाच्या ठिकाणी लैंगिक शोषण सुरक्षा विधेयक, २००५ इत्यादी विविध कायद्यांनी वेळोवेळी महिला कल्याणाला दिशा दिली आहे. या सर्वांमध्ये १९९९चा सर्वोच्च न्यायालयाचा गीता हरिहरन विरुद्ध भारतीय रिझर्व्ह बँक, १९९९ हा निवाडा क्रांतिकारक होय. या निवाड्याद्वारे भारतीय शासनाच्या सर्व विभागांसाठी सर्व व्यावहारिक कामांमध्ये, जसे की, शाळेतील प्रवेश, बँक खाते, परिपत्र इत्यादीमध्ये वडिलांबरोबरच आईचे नाव लावणे अनिवार्य करण्यात आले.

महिला सबलीकरणाच्या सर्व उपाययोजना करण्यासाठी १९९२ साली राष्ट्रीय महिला आयोगाची स्थापना करण्यात आली. महिलांकरता पुरविण्यात आलेल्या घटनात्मक आणि कायदेशीर संरक्षक तरतुदींशी संबंधित सर्व बाबींचा अभ्यास व नियंत्रण करणे हे या आयोगाचे मुख्य ध्येय आहे. तसेच, सध्या अस्तित्वात असलेल्या कायद्यांचा आढावा घेऊन त्यात आवश्यक सुधारणा सुचविणे हेदेखील आयोगाचे काम आहे. महिलांच्या तक्रारींचे जलद गतीने निवारण व्हावे यासाठीदेखील आयोग दक्ष असतो. महिला कल्याण व विकास यासंबंधीच्या योजना अमलात आणण्याची प्रमुख जबाबदारी महिला व बालकल्याण मंत्रालयाकडे देण्यात आली आहे. या मंत्रालयाद्वारे महिला कल्याणासंबंधी पुढील योजना राबविल्या जात आहेतः

महिला प्रशिक्षण व रोजगार योजनेला साहाय्य

सन १९८७मध्ये महिला प्रशिक्षण व रोजगार साहाय्य करण्यास प्रारंभ झालेल्या या योजनेला शेती, पशुपालन, दुग्धोत्पादन, मत्स्यव्यवसाय, हातमाग, हस्तोद्योग, खादी आणि ग्रामीण उद्योग, सामाजिक वनविज्ञान आणि रेशीम उद्योग यांसारख्या परंपरागत क्षेत्रांमधील गरीब व मालमत्ता नसलेल्या महिलांना उत्पादकता वाढविणे व रोजगारनिर्मितीसाठी अद्ययावत कौशल्ये व ज्ञान पुरविण्याचे उद्दिष्ट होते. महिलांना अद्ययावत कौशल्ये शिकवल्याने व व्यावहारिक समूहांमध्ये एकत्रित केल्याने व विपणन शृंखलांची योजना, साहाय्यभूत सेवा, पतपुरवठा उपलब्ध केल्यामुळे पारंपरिक क्षेत्रांमधील महिलांवर याचा महत्त्वपूर्ण परिणाम झाला. सन २००९-१० या काळामध्ये २१,९६३ एवढ्या गरीब महिलांना या योजनेचा फायदा झाला.

स्वाधार

सन २००१-०२ साली स्वाधार या केंद्र सरकारच्या योजनेचा प्रारंभ झाला. कठीण परिस्थितीमध्ये असलेल्या म्हणजेच, निराधार, कुटुंबाने नाकारलेल्या विधवा, तुरुंगातून मुक्त झालेल्या स्त्री कैदी व कुटुंबाचा आधार नसलेल्या महिला, तस्करी झालेल्या महिला/बालिका, लैंगिक गुन्ह्यांच्या बळी व कुटुंबाने नाकारलेल्या इत्यादी अशा महिलांना सर्वकष व एकत्रित सेवा पुरविणे हे या योजनेचे उद्दिष्ट होते. हा प्रकल्प समाजकल्याण आणि महिला व बालकल्याण विभाग, नामांकित सार्वजनिक-खाजगी न्यास किंवा स्वयंसेवी संस्था इत्यादींतर्फे राबविला जातो. मात्र, अशा महिलांचे पुनर्वसन करण्यासाठी या संस्थांकडे पुरेसा अनुभव व कुशलता असणे गरजेचे ठरते. सन २००९-१० साली १६,८६० महिला या योजनेच्या लाभार्थी ठरल्या आहेत.

नोकरदार महिलांसाठी वसतिगृहे

नोकरदार महिलांसाठी, अपत्यांकरता दिवसभर देखभाल करणारे पाळणाघर असलेल्या वसतिगृहांच्या इमारती बांधण्याकरता किंवा विस्तार करण्याची योजना सन १९७२-७३ पासून कार्यान्वित करण्यात आली आहे. या योजनेंतर्गत अशासकीय संस्था, महिला विकास मंडळे, स्थानिक संस्था, विद्यापीठे इत्यादींना नोकरी करणाऱ्या महिलांसाठी वसतिगृहे बांधण्यासाठी आर्थिक साहाय्य केले जाते. सन २००९पर्यंत देशभरात अशा ८८७ वसतिगृहांना मान्यता देण्यात आली असून त्याद्वारे ६४,९२२ महिलांना लाभ झाला आहे.

तात्पुरती निवासगृहे

सन १९६९ साली प्रारंभ झालेल्या तात्पुरती निवासीगृहे योजनेद्वारे कौटुंबिक कलहामुळे किंवा एखाद्या गुन्ह्यामुळे ज्यांचे घर नाहीसे झाले आहे अशा महिला व बालिकांना स्वयंसेवी संस्थांमार्फत तात्पुरती राहण्याची सोय, देखभाल आणि पुनर्वसनात्मक सेवा पुरवल्या जातात. या योजनेअंतर्गत गरजू महिला व बालिकांना सहा महिने ते तीन वर्ष इतक्या कालावधीसाठी तात्पुरती राहण्याची सोय पुरवली जाते. आईबरोबर आलेल्या अथवा येथे जन्म झालेल्या मुलांना वयाची ७ वर्षे पूर्ण होईपर्यंत राहण्याची परवानगी दिली जाऊ शकते. त्यानंतर मात्र या बालकांना बालगृहांमध्ये अथवा तात्पुरत्या संगोपन सेवा केंद्रांमध्ये पाठविले जाते.

कुटुंब समुपदेशन केंद्रे

सन १९८३ साली केंद्रीय सामाजिक कल्याण मंडळातर्फे या योजनेची सुरुवात झाली. तुच्छ वागणुकीचे, कुटुंब अपसमायोजन आणि सामाजिक बहिष्कार इत्यादींचा बळी असलेल्या महिला व बालकांना या केंद्रांद्वारे समुपदेशन, अन्य तज्ज्ञांकडे पाठवणे आणि पुनर्वसन सेवा पुरविल्या जातात. तसेच, नैसर्गिक आपत्तींमध्ये आणीबाणीच्या प्रसंगी हस्तक्षेप व आघातामधून बाहेर येण्याकरता समुपदेशनदेखील केले जाते. महिलांच्या स्थितीवर परिणाम करणाऱ्या सामाजिक समस्यांबाबत या केंद्रांद्वारे जागृती निर्माण केली जाते व लोकमत घडवले जाते.

राष्ट्रीय महिला कोष (रामको)

राष्ट्रीय महिला कोष या नावानेदेखील ओळखला जातो, अशा महिलांसाठीच्या राष्ट्रीय ऋण निधीची सुरुवात महिला व बालविकास मंत्रालयांतर्गत राष्ट्रीय पातळीवरील संस्था म्हणून १९९३ साली करण्यात आली. अनौपचारिक क्षेत्रातील गरीब व निर्धन महिलांच्या पतसंबंधी गरजा भागविणे हेदेखील एक उद्दिष्ट होते. गरीब महिलांचा सामाजिक व आर्थिक उद्धार करण्याकरता उपजीविका चालवण्यासाठीची यंत्रणा, गृह, लघुउद्योग, कौटुंबिक गरजा इत्यादींसाठी लघु अर्थसाहाय्य सेवा पुरविण्यासाठी राष्ट्रीय महिला कोषाच्या माध्यमातून ग्राहक हित जपून व सुकर मार्गाने कर्ज देण्याची यंत्रणा उभारण्यात आली आहे.

लिंगभाव अर्थसंकल्प

विकासाचे लाभ हे पुरुषांइतकेच स्त्रियांनादेखील मिळवून देणारी लिंगभाव संकल्पना ही मुख्य प्रवाहामध्ये येण्यासाठी लिंगभाव अर्थसंकल्प हे प्रभावी साधन आहे. हा अर्थसंकल्प समान संधी देण्यापेक्षा एकसमान फलिताची हमी मिळावी याकडे लक्ष देतो. अभिशासनाच्या विविध पातळ्यांवर व सर्व क्षेत्रांमध्ये लिंगभाव अर्थसंकल्पाला प्रोत्साहन देण्यासाठी प्रधान अभिकर्ते या नात्याने महिला व बालविकास मंत्रालयाने लिंगभाव अर्थसंकल्पाद्वारे व्यापक प्रयत्न केले आहेत. सन २००४ साली वित्त मंत्रालयाद्वारे सर्व मंत्रालये व विभागांमध्ये लिंगभाव अर्थसंकल्प कक्ष स्थापन करणे अनिवार्य करण्यात आले तेव्हा या प्रक्रियेला जोरदार चालना मिळाली. आतापर्यंत भारत सरकारच्या ५६ मंत्रालयांनी व विभागांनी लिंगभाव कक्ष स्थापन केली आहेत.

राष्ट्रीय महिला सशक्तीकरणाची मोहीम

महिलांचे सामाजिक, आर्थिक व शैक्षणिक दृष्टीने सशक्तीकरण करण्यासाठी सरकारने ८ मार्च २०१० रोजी राष्ट्रीय महिला सशक्तीकरण मोहीम (२०१०-१५) सुरू केली. या मोहिमेअंतर्गत मंत्रालये व विभागांनी तयार केलेल्या लिंगभाव अर्थसंकल्पाचा आढावा घेणे व त्याचे नियमन करणे असे काम आहे. त्याचबरोबर महिलांविषयक विविध कायद्यांची परिणामकारक अंमलबजावणी करणे हे कार्यदेखील या मोहिमेअंतर्गत केले जाते.

महिलांचे राजकीय सशक्तीकरण

भारतीय राज्यघटनेतील ७३ व ७४वी घटनादुरुस्ती कायदे (१९९३) राजकीय सत्तारचनेमध्ये स्त्रियांचा समान प्रवेश व वाढता सहभाग याबाबत अत्यंत महत्त्वाचे ठरले आहेत. आता, स्थानिक अभिशासन संस्थांमध्ये महिलांसाठी ३३% आरक्षणाची तरतूद आहे. दहा लाखांहून अधिक ग्रामीण महिला ग्रामपंचायतीमध्ये सरपंच, अध्यक्ष किंवा सभासद म्हणून सामाजिक प्रशासनाशी जोडल्या गेल्या, हे महिला सक्षमीकरणातील एक महत्त्वपूर्ण यश आहे.

निवडणूक प्रक्रियेतील आर्थिक गैरप्रकार आणि धाकदपटशा यामुळे अनेक स्त्रियांना राजकारणात प्रवेश घेण्यापासून अटकाव केला जात होता. हालचालीवरील निर्बंध, संसाधनांवरील नियंत्रणाचा अभाव, व अल्प साक्षरता हे सर्वज्ञात अडथळे होत. मात्र, अलीकडच्या पंचायत मतदानामध्ये निवडून आल्याने त्यांचा आकडा ३३% आरक्षणापलीकडे गेलेला दिसून येतो. राजकीय प्रक्रियेमध्ये महिलांच्या सहभागाचे महत्त्व जाणून, उत्तराखंड व झारखंड यांसारख्या राज्यांनी पंचायातींतील ५० टक्के जागा महिलांसाठी आरक्षित केल्या. यातून स्त्रीला एक प्रकारे बळ, मान्यता व अभिशासनात सहभागी होण्याद्वारे कायदेशीर मान्यता असलेले स्थान मिळाले असे म्हणता येईल.

भारत सरकारने २००१ हे वर्ष महिला सबलीकरणाचे वर्ष म्हणून जाहीर केले. महिलांची प्रगती, विकास, व सशक्तीकरण यासाठी २००१ साली महिला सबलीकरणाची राष्ट्रीय योजना मान्य करण्यात आली. या योजनेच्या मुख्य उद्दिष्टांमध्ये (भारत सरकार २००१) पुढील बाबींचा समावेश होतोः

१. सकारात्मक आर्थिक व सामाजिक धोरणांद्वारे महिलांच्या पूर्ण विकासासाठी उपयुक्त असे वातावरण निर्माण करणे आणि महिलांना त्यांच्या क्षमता जाणून घेण्याबाबत सजग करणे.
२. राजकीय, आर्थिक, सामाजिक, सांस्कृतिक आणि नागरी अशा सर्व क्षेत्रांमध्ये पुरुषांच्या बरोबरीने महिलांनीदेखील प्रत्यक्ष व कायदेशीर असे सर्व मानवी हक्क आणि मूलभूत स्वातंत्र्याचा उपभोग घ्यावा.
३. देशाच्या सामाजिक, आर्थिक व राजकीय जीवनामध्ये महिलांना सहभागाच्या समान संधी व निर्णयक्षमता असावी.
४. महिलांना आरोग्यसेवा, सर्व पातळ्यांवर दर्जेदार शिक्षण, व्यवसाय मार्गदर्शन, रोजगार, समान मोबदला, व्यवसायातील आरोग्य व सुरक्षितता, सामाजिक संरक्षण व सार्वजनिक पद या सर्व बाबतींत समान अभिगम्यता असाव्यात.
५. कोणत्याही प्रकारच्या महिला शोषणाचे निर्मूलन करणे हे ध्येय असणाऱ्या कायदेशीर यंत्रणांचे दृढीकरण करणे.
६. महिला व पुरुषांच्या सहभाग व समावेशाद्वारे सामाजिक दृष्टिकोन व सामूहिक प्रथा यांमध्ये बदल घडवून आणणे.
७. विकासाच्या प्रक्रियेमध्ये लिंगभाव दृष्टिकोन मुख्य प्रवाहात आणणे.
८. महिला व बालिकांचे शोषण व कोणत्याही प्रकारच्या हिंसेचे निर्मूलन करणे.
९. नागरी समाज संघटना, खासकरून, महिला संघटनांबरोबर भागीदारी करून त्याचे दृढीकरण करणे.

नवव्या पंचवार्षिक योजनेमध्ये (१९९७–२००२) महिलांसंबंधीच्या नियोजनातील संकल्पनात्मक धोरणामध्ये दोन महत्त्वपूर्ण बदल घडवून आणले गेले. एक, 'महिला सशक्तीकरण' हे योजनेतील नऊ प्राथमिक उद्दिष्टांपैकी एक ठरले. अशा प्रकारे, या योजनेंतर्गत घरात व घराबाहेर महिला पुरुषांच्या बरोबरीने त्यांचे अधिकार वापरू शकतील अशा प्रकारे महिलांना सक्षम करणारे वातावरण निर्माण करणे हा दृष्टिकोन मान्य करण्यात आला. दोन, या योजनेद्वारे, महिला–विवक्षित व महिला–संबंधित क्षेत्रांतील 'प्रचलित सेवा एककेंद्राभिमुख' करण्याचा प्रयत्न करण्यात आला. याचा परिणाम म्हणून, राज्य आणि केंद्रशासनाने महिला घटक योजनाविषयक एक विशेष नीतीचा अवलंब करावा, असे दिशानिर्देश पंचवार्षिक योजनेने दिले. या योजनेद्वारे सर्वसाधारण विकास क्षेत्रांतून ३० टक्क्यांपेक्षा अधिक निधी/लाभ महिलांपर्यंत

पोहोचावे असे अपेक्षित होते. यातून असेही सूचित करण्यात आले की, प्रस्तावित रणनीतीच्या माध्यमातून महिलांच्या सर्वंकष सक्षमीकरणाच्या दिशेने जाणाऱ्या दृष्टिकोनाला पुढे आणण्याची खात्री होण्यासाठी (महिला सक्षमीकरणासाठी) विनिर्दिष्ट निधीच्या वितरणावर परिणामकारक यंत्रणेद्वारे विशेष देखरेख ठेवण्यात यावी (गोयल २०१०, १११-१२).

अकराव्या पंचवार्षिक योजनेद्वारे (२००७-१२), प्रथमच, महिलांना केवळ समान नागरिक म्हणूनच नव्हे तर आर्थिक आणि सामाजिक वृद्धीच्या कारक म्हणून मान्यता देण्यात आली. महिलांसंबंधी हस्तक्षेप हा विविध बाजूंनी केलेला असावा व त्यायोगे त्यांना प्राथमिक हक्क दिले जावे या पुनर्रचनेवर लिंगसमानतेचा दृष्टिकोन आधारलेला आहे. सद्यःस्थितीतील संस्थात्मक यंत्रणांचे दृढीकरण करणे, नवीन यंत्रणा प्रस्थापित करणे आणि लिंगभाव मुख्य प्रवाहात आणणे व योजनांच्या परिणामकारक अंमलबजावणीवर याद्वारे भर देण्यात आला आहे.

बाराव्या पंचवार्षिक योजने अंतर्गत (२०१२-१७) कार्यरत असलेल्या महिला अभिकरण आणि बालहक्कांवरील प्राधान्यक्रम समितीने 'महिला अभिकरण' या संज्ञेकडे स्त्रीहक्काच्या व्यापक रूपरेषेच्या संदर्भाने डोळ्यापुढे ठेवलेले सामाजिक-राजकीय प्रमाण म्हणून बघितले. ज्याद्वारे प्रतिष्ठा आणि समानता याप्रतीची दृढ बांधीलकी प्रतीत होते. ही स्वतःवर, संसाधनांवर, समकालीन सामाजिक दृष्टिकोन व वृत्तीवर नियंत्रण प्रस्थापित करण्याची प्रक्रिया होय. हे महिलांच्या 'परिस्थिती'मध्ये सुधारणा घडवून आणल्यासच शक्य होईल. महिलांचे समाजातील 'स्थान' सुधारण्यासाठी त्यांचे आर्थिक, सामाजिक, राजकीय स्वातंत्र्य व्यापक करणे आणि त्यांच्यासाठी संधी व पर्याय उपलब्ध असणे आवश्यक आहे.

भारतीय राज्यघटनेद्वारे जीवनाच्या विविध क्षेत्रांमध्ये महिलांच्या समानतेला मान्यता देण्यात आली आहे. तरीदेखील, अजूनही बहुतांश महिला संसाधनविहीन तरी आहेत किंवा स्वतःला, पारंपरिकरित्या असमाधानकारक अशा सामाजिक आर्थिक परिस्थितीमधून बाहेर काढण्याच्या स्थितीमध्ये तरी नाहीत. त्या गरीब, अशिक्षित व पुरेशा प्रशिक्षित नाहीत. तसेच, शारीरिक व मानसिकदृष्ट्या कुटुंबाचे पोषण करण्याच्या संघर्षात पूर्णपणे गुंतलेल्या आहेत व त्याचमुळे कुटुंबाबाहेरील बाबींमध्ये त्यांना कुतूहल नाही. महिलांवरील जुलूम, शोषण व अत्याचार अजूनही माजलेले आहेत. भारताच्या अनेक भागांमधील सामाजिक रचनेमध्ये पितृसत्ताक व्यवस्था समाविष्ट असल्यामुळे, जगण्याबाबतचे अधिकार अधिकाधिक महिलांना नाकारले जातात. समूहांमध्ये पितृसत्ताक व्यवस्थेला दिलेले महत्त्व इतके आहे की सामूहिक बाबींमध्ये स्त्रियांना स्वतंत्र असा आवाज नाही. स्त्री भ्रूण हत्येची प्रथा अजूनही नित्याची आहे. आकडेवारीवरून असे लक्षात येते की, अजूनही भारतीय समाजात नरबालकाला मोठ्या प्रमाणात प्राधान्य दिले जाते ज्यामुळे, काही राज्यांमध्ये स्त्री-पुरुष प्रमाणामध्ये असमतोल दिसून येतो. कौटुंबिक हिंसा कायदा, २००५ असूनदेखील, कौटुंबिक हिंसा मोठ्या प्रमाणात दिसून येते. समाजामध्ये हुंडासंबंधी गुन्हेदेखील मोठ्या प्रमाणात दिसून येतात. शहरी व निमशहरी भागांतील काही अपवाद वगळता, भारतीय महिला अजूनही सामाजिक न्यायासाठी भुकेल्या आहेत.

बालसंरक्षण व कल्याण

सन २०११च्या जनगणनेनुसार एकूण लोकसंख्येच्या साधारणपणे २९.५% बालकांची (०-१८ वर्षे) संख्या आहे. भारतीय राज्यघटनेमध्ये बालकांच्या संरक्षण, विकास व कल्याणाबाबत अनेक तरतुदी आहेत. कलम २४ अन्वये कारखाना, खाणी वा इतर कुठल्याही जोखमीच्या व्यवसायामध्ये बालकांना रोजगार देण्यास प्रतिबंध आहे. याचे अजून स्पष्टीकरण द्यावयाचे झाल्यास असे म्हणता येईल की, कलम ३९ (ई) व (फ) नुसार असे नमूद करण्यात आले आहे की, शासनाने बालकांच्या कोवळ्या वयावर परिणाम होणार नाही अशा योजना निर्देशित कराव्यात.

राज्यघटनेचे हे तत्त्व लक्षात ठेवून, सन १९७४ साली बालकांवरील राष्ट्रीय योजना सुरू करण्यात आली आणि १९७५ साली एकात्मिक बालविकास सेवा राबविण्यात आली. बालकांच्या सर्वसमावेशक विकासासाठी, हा कार्यक्रम जगातील सर्वांत मोठा व अतुलनीय कार्यक्रम ठरला आहे. या कार्यक्रमाद्वारे पूरक आहार, लसीकरण, आरोग्य तपासणी

आणि आरोग्य व पोषणसंबंधी शिक्षण असा सेवांचा संच पुरविला जातो. सन २००९-१० पासून महिला व बालविकास मंत्रालयाने एकात्म बालसंरक्षण योजना या केंद्रपुरस्कृत योजनेला प्रारंभ केला. प्रतिकूल परिस्थितीमधील बालकांच्या जीवनमानाच्या विकसनामध्ये योगदान देणे, तसेच सुरक्षिततेमध्ये वाढ करणे आणि अपशब्द बोलणे, दुर्लक्ष, शोषण आणि पालकांपासून बालकांना विभक्त करण्याची कृत्ये कमी करणे ही या योजनेची उद्दिष्टे आहेत.

कठीण परिस्थितीमध्ये बालकांसंबंधीच्या आकस्मिक घटनांना तोंड देण्यासाठी शासनाने बालकांसाठी दूरध्वनी सेवा सुरू केली आहे. 'चाईल्ड लाईन'ने केवळ संकटात सापडलेल्या बालकांसाठी १०९८ या क्रमांकावर २४ तास निःशुल्क दूरध्वनी सेवा उपलब्ध करून दिली आहे. अनौपचारिक शिक्षण व व्यावसायिक प्रशिक्षण पुरविण्यासाठी जानेवारी २००५मध्ये काम करणाऱ्या बालकांच्या कल्याणाची योजना सुरू करण्यात आली. सन २००८ साली महिला व बालविकास मंत्रालयाने प्रायोगिक तत्त्वावर धनलक्ष्मी – बालिकांसाठी विमा कवच असलेली परिस्थितीनुरूप पैसे हस्तांतरित करणे ही एक नवी योजना सुरू केली. बालिकांना जपणे व त्यांना शिक्षण सुविधा देणे यासाठी प्रोत्साहन म्हणून कुटुंबांना आर्थिक स्वरूपात प्रलोभन देणे हे या योजनेचे उद्दिष्ट आहे. बालकांच्या हक्कांची व्यवस्थित अंमलबजावणी व्हावी व बालकसंबंधी कायदे व कार्यक्रम परिणामकारक पद्धतीने राबविले जावेत यासाठी ५ मार्च २००७ रोजी राष्ट्रीय बालकहक्क संरक्षण आयोग स्थापन करण्यात आला.

भारतातील समाजकल्याण योजना

भारत सरकारने वेळोवेळी अनेक समाजकल्याण योजना राबविल्या आहेत. पुढील विभागामध्ये रोजगार, शिक्षण आणि आरोग्य यांसंबंधी योजनांवर चर्चा केली आहे.

महात्मा गांधी राष्ट्रीय ग्रामीण रोजगार हमी कायदा (मनरेगा)

राष्ट्रीय ग्रामीण रोजगार हमी कायदा (नरेगा) २००५, भारताच्या ग्रामीण विकास इतिहासातील एक महत्त्वाचा टप्पा मानला जातो. ही योजना केंद्र सरकारमार्फत २००६ साली राबवण्यात आली. सुरुवातीला हा कायदा राष्ट्रीय ग्रामीण रोजगार हमी कायदा या नावाने ओळखला जात होता परंतु, २ ऑक्टोबर २००९ साली त्याचे महात्मा गांधी राष्ट्रीय ग्रामीण रोजगार हमी कायदा (मनरेगा) असे नामकरण करण्यात आले.

ग्रामीण लोकांची क्रयशक्ती वाढविणे या प्रमुख उद्दिष्टाने या कायद्याचा प्रारंभ करण्यात आला. प्राथमिक स्तरावर, ग्रामीण जनता दारिद्र्यरेषेच्या खाली आहे किंवा नाही याचा विचार न करता अल्पकौशल्याधारित किंवा कौशल्याची आवश्यकता नसणारे काम त्यांना देण्यात आले. पूर्वीच्या रोजगारनिर्मिती कार्यक्रमांच्या विरोधी पार्श्वभूमीवर मनरेगाने प्रथमच भारतातील गरीब लोकांना कायद्यानुसार रोजगाराची हमी दिली. या कायद्यानुसार प्रत्येक ग्रामीण कुटुंबाला १०० दिवस अकुशल रोजगाराची हमी देण्यात आली. शासन ग्रामीण लोकांना रोजगार संधी देऊ न शकल्यास बेरोजगारी भत्ता देण्यास बांधील आहे असे या कायद्यात पुढे म्हटले आहे. ग्रामीण भागातील विविध वाड्यावस्त्यांमधून दारिद्र्यनिर्मूलन करणे हे या कायद्याचे अधोरेखित असे उद्दिष्ट आहे. तसेच, पाण्याची टाकी, मृदासंवर्धन इत्यादी उत्पादक मालमत्ता निर्माण करून ग्रामीण भागांना स्वयंनिर्भर बनविणे हेदेखील उद्दिष्ट आहे.

२ फेब्रुवारी २००६ रोजी आंध्रप्रदेश येथील अनंतपूर येथून मनरेगाला सुरुवात करण्यात आली. सुरुवातीला यामध्ये देशातील सर्वांत 'गरीब' २०० जिल्हे समाविष्ट करण्यात आले. ग्रामीण विकास मंत्रालयाच्या आकड्यांवरून असे दिसून येते की, सुरुवातीला या कायद्याअंतर्गत १.३६ कोटीपेक्षा अधिक लोकांना म्हणजेच, भारताच्या लोकसंख्येच्या १ टक्क्यापेक्षा अधिक लोकांना नोकरी देण्यात आली. सन २००८-०९मध्ये या कायद्याने ४.४७ कोटींपेक्षा अधिक कुटुंबांना रोजगाराच्या संधी उपलब्ध करून दिल्या. या 'योजनेच्या केंद्रस्थानी' असलेल्या कामाच्या ८ विभागांची कायद्यातील परिशिष्ट १मध्ये नोंद करण्यात आली आहे.

१. जलसंवर्धन व जलसंधारण; दुष्काळनिवारण (वनीकरण व वृक्षलागवड यांसहित), जलसिंचन कालवे (सूक्ष्म व लघुसिंचन);
२. अनुसूचित जाती व जमातींच्या कुटुंबाच्या मालकीच्या जमिनीवर सिंचनाची सोय उपलब्ध करून देणे किंवा जमीन सुधारणे अंतर्गत किंवा भारत सरकारच्या इंदिरा आवास योजने अंतर्गत उपभोक्त्यांना आवास व्यवस्था उपलब्ध करून देणे.
३. पारंपरिक जलसाठ्यांचे नूतनीकरण (टाक्यांमधील गाळ काढणे).
४. जमीन विकास.
५. पूरनियंत्रण व सुरक्षाकामे (पाणी साठलेल्या क्षेत्रातील जलनिःसारण).
६. सर्व ऋतूंमध्ये उपलब्धता असावी या हेतूने ग्रामीण भाग एकमेकांना जोडणे.
७. याचबरोबर, शेष नऊ प्रकार आहेत म्हणजेच, अशी कुठलीही कामे जी राज्य सरकारबरोबर चर्चा करून केंद्र सरकारद्वारा अधिसूचित केली जाऊ शकतात.

या कायद्यानुसार, प्रत्येक राज्याने ग्रामीण रोजगार हमी योजना पारित झाल्यानंतर सहा महिन्यांच्या कालावधीच्या आत राबविणे गरजेचे असते. व्यापकपणे सांगायचे झाले तर, गाव आणि माध्यमस्वरूपात असलेल्या पंचायतींवर कामाच्या अंमलबजावणीविषयक कार्यक्रम सोपविण्यात आला, तर समन्वयाचा कार्यक्रम जिल्हा स्तरावर देण्यात आला. एप्रिल २००८ पासून हा कायदा सर्वत्र विस्तारित करण्याचा निर्णय शासनाने घेतला. हा कार्यक्रम टप्प्याटप्प्याने राबविण्यात आला. २००७–०८मध्ये १३० जिल्हे नव्याने सामील करून घेण्यात आले. देशभरातील ६२५ जिल्हे एवढी व्यापकता असलेल्या या योजनेमध्ये, सयुक्तिक पुरोगामी आघाडी शासनाच्या महत्त्वपूर्ण योजनेमध्ये दारिद्र्यात असलेल्या ग्रामीण लोकांची क्रयशक्ती वाढविण्याची, संकटकालीन स्थानांतरण कमी करण्याची व ग्रामीण भारतात उपयुक्त मालमत्ता निर्माण करण्याची क्षमता आहे. तसेच, या योजनेतील २३ टक्के कामगार अनुसूचित जातींतील, १७ टक्के अनुसूचित जमातींतील व ५० टक्के कामगार महिला असल्याने सामाजिक व लिंगभाव समानता प्रोत्साहित करण्यासदेखील मदत होते (भारत सरकार २०१३). राष्ट्रीय नमुना सर्वेक्षणाने मनरेगा कार्यान्वित झाल्यानंतर सार्वजनिक कामांतील रोजगार आठ पटींनी वाढला आहे असे नमूद केले आहे. केंद्राच्या एकूण योजना खर्चाच्या रकमेमध्ये ग्रामीण रोजगार योजनेचा वाटा वाढला आहे. मनरेगा कार्यान्वित होण्याच्या ३ वर्षे अगोदर (२००२–०३ ते २००४–०५) हा वाटा सरासरी ११.८ टक्के होता. गेल्या तीन वर्षांत (२००९–१० ते २०११–१२) हा वाटा १३.३ टक्के इतका झाला आहे.

या कामगिरीखेरीज, मनरेगावर अनेक प्रकारे टीका करण्यात आली आहे. योजनेसाठी देण्यात आलेल्या निधीचा गैरवापर आणि भ्रष्टाचार याची नोंद अनेक अहवालांनी घेतली आहे. या सार्वजनिक कार्य योजनेतून पूर्ण झालेली उत्पादने (उदाहरणार्थ, जलसंधारण, मृदा विकास, वनसंवर्धन, सिंचन व्यवस्थेची तरतूद, रस्ते बांधणी किंवा पूर नियंत्रण) निकृष्ट दर्जाची असून त्यावर समाजातील श्रीमंत लोकांनी मालकी प्रस्थापित करण्याची शक्यता आहे. मध्यप्रदेश येथील मनरेगाच्या मूल्यमापक अभ्यासातून असे दिसून आले आहे की, विविध गावांमध्ये हाती घेतलेले कामांचे प्रकार कमी अधिक प्रमाणात सारख्याच दर्जाचे होते. ज्यातून कमीत कमी स्थानिक विचारविनिमय प्रतिबिंबित होतो. स्थानिक शासनातील भ्रष्टाचारामुळे समाजातील विशिष्ट विभागांना वगळले जाते हे सत्यदेखील काळजीचा मुद्दा आहे. असाही गैरप्रकार लक्षात आला आहे की, अधिक निधी मिळवून, तो स्थानिक अधिकाऱ्यांकडून वापरला जावा या हेतूने स्थानिक शासनाकडून प्रत्यक्षात काम करणाऱ्या कामगारांपेक्षा जास्त कार्यपत्रिकांचा दावा केला जातो. कार्यपत्रिका मिळविण्यासाठी रु.५० इतकी जास्त लाच घेतली जाते. मनरेगामुळे कामगारांची उपलब्धता कमी झाली आहे अशी तक्रार बांधकाम उद्योगांकडून करण्यात येते. याचे कारण असे की, कामगार मनरेगा बांधकाम प्रकल्पांमध्ये काम करणे पसंत करतात. मनरेगामुळे शेती कामगार तुटवड्यामध्येदेखील भर पडली आहे अशी टीका केली जाते. जुलै २०११मध्ये शासनाने राज्यांना असे सुचविले आहे की, शेतीचे काम अधिकतम असताना मनरेगा योजना स्थगित करण्यात यावी.

तथापि, ग्रामीण दारिद्र्य व बेरोजगारी माजलेल्या देशामध्ये या योजनेने ग्रामीण विकास व रोजगार ही दोन उद्दिष्टे साध्य केली आहेत. ग्रामीण भागांना केंद्रस्थानी मानून, लोकांना प्रत्यक्ष मदत होईल अशा जलसंवर्धन आणि साठवण, वनीकरण, ग्रामीण जोडणी, पूर नियंत्रण, बंधारे बांधणी व दुरुस्ती इत्यादी योजनांमध्ये त्यांचा सहभाग साध्य केला आहे. हे लक्षात घेता, ही योजना ग्रामीण लोकांचे सशक्तीकरण करणारी योजना ठरली आहे.

सर्व शिक्षा अभियान (सर्वांसाठी शिक्षण)

सर्व शिक्षा अभियान किंवा 'सर्वांसाठी शिक्षण' ही भारत सरकारची एक महत्त्वाची योजना असून, प्राथमिक शिक्षणाचे सार्वत्रिकीकरण साध्य करण्यासाठी ही योजना कालबद्ध पद्धतीने राबविण्यात आली. भारताच्या राज्यघटनेतील ८६व्या घटनादुरुस्तीद्वारे ६ ते १४ इतके वय वर्ष असणाऱ्या मुलांसाठी मोफत व अनिवार्य शिक्षण उपलब्ध करून द्यावे असे निर्देशित करण्यात आले. सर्व शिक्षा अभियान, राज्यशासनाबरोबर भागीदारी तत्त्वावर राबविले जात आहे. संपूर्ण देशभरातील ११ लाख कुटुंबांतील १९.२ लाख बालकांच्या शैक्षणिक गरजा पूर्ण करणे हे या कायद्याचे उद्दिष्ट आहे. शाळांची सुविधा नसलेल्या भागांमध्ये नवीन शाळा सुरू करणे हा या योजनेचा प्रयत्न आहे. तसेच, सद्यःस्थितीतील शाळांच्या मूलभूत संसाधनांचे दृढीकरण करणे, म्हणजेच, अधिक वर्गांची सोय, स्वच्छतागृहे, पिण्यायोग्य पाणी, व्यवस्थापन साहाय्य व शाळासुधारणांकरता साहाय्य करणे. याद्वारे, अपुरी शिक्षकसंख्या असलेल्या शाळांमध्ये अधिकाधिक शिक्षकांची नियुक्ती केली जाते. तसेच पदस्थ शिक्षकांची क्षमता वाढविण्यासाठी व्यापक प्रशिक्षण, अध्ययन-अध्यापन साहित्याच्या विकसनासाठी अनुदान देणे, शैक्षणिक साहाय्य रचनेचे दृढीकरण गट, तालुका आणि जिल्हा स्तरावर केले जाते. सर्व शिक्षा अभियानातून गुणात्मक शिक्षणाबरोबरच जीवनाची कौशल्ये देण्याचा प्रयास आहे. या कार्यक्रमाअंतर्गत मुलींचे शिक्षण व विशिष्ट गरजा असलेल्या मुलांवर विशेष भर देण्यात आला आहे.[१] तंत्रज्ञानाची दरी भरून काढण्यासाठी या योजनेअंतर्गत संगणक प्रशिक्षणदेखील दिले जाते.

सर्व शिक्षा अभियानाच्या परिणामकारक अंमलबजावणीमध्ये अनेक आव्हाने आहेत. सुधारणा आणि विकेंद्रीकरणाचा कार्यक्रम, शाळांची स्वायत्तता आणि संस्थात्मक विकास यावर भर न दिल्यास सर्वशिक्षा अभियानाची उद्दिष्टे आपण साध्य करू शकू का? अमरजीत सिन्हा स्पष्टपणे याचे उत्तर 'नाही' असे देतात. शिक्षण विभागातील नोकरशाही व शिक्षकांची विचारसरणी बदलणे तसेच त्यांना संसाधने देऊन नंतर सर्व मुलांच्या शैक्षणिक गरजा पूर्ण करण्यास त्यांना जबाबदार धरणे हे सर्व शिक्षा अभियानाचे आव्हान आहे. सर्व शाळा, केंद्रे आणि प्रदेशांमधील सर्व मुलांसाठी मूलभूत उपयुक्त शैक्षणिक परिस्थिती निर्माण करणे हे आव्हान आहे. शासनाची उदासीनता, परिणामकारक विकेंद्रीकरणाची संथगती आणि शाळा व्यवस्थेतील स्थानिक पातळीच्या उत्तरदायित्वावर समूहाचे नियंत्रण यातून प्रतिबिंबित होते.

खाजगी विनाअनुदानित शाळांच्या प्रसारामुळे व या शाळांना पालकांकडून देण्यात येणारे प्राधान्य यामुळे शासनाच्या निधीतून चालणाऱ्या शाळा मुख्यत्वे गरीब लोकांसाठीच आहेत असे चित्र दिसून येते. त्यामुळे त्यांच्या कामातील कुठलीही महत्त्वपूर्ण सुधारणा दारिद्र्यनिर्मूलनावर सकारात्मक परिणाम करील. शिष्टजनांच्या मुलांना सरकारी शाळांमधून काढून टाकल्यामुळे शाळांची संख्यादेखील कमी झाली आहे कारण, सरकारी शाळांच्या व्यवस्थापनासाठी ज्यांच्याकडून पैसा घेतला जातो त्यांच्यावर शाळा अनियमित व अकार्यक्षम पद्धतीने काम करत असल्यास फारसा परिणाम होत नाही. सिन्हा असा इशारा देतात की, शाळांमध्ये नसलेली मुले मुख्यत्वे ग्रामीण व शहरी भारतातील गरीब कुटुंबांतील असतात मुख्यतः, दलित, अल्पसंख्याक आणि आदिवासी घरांतील मुली व बालकांचा यात समावेश असतो, ज्यांचे आयुष्य शेतमजूर, स्थलांतरित मजूर, बांधकाम कामगार, निराधार स्त्रिया व कमी उत्पन्न असणारे हंगामी कामगार अशा स्वरूपाचे असते. त्यांच्याकडूनही त्यांच्या मुलांसाठी दर्जेदार शालेय शिक्षणाची मागणी करण्यात आली आहे. लोकशाहीतील

[१] अधिक तपशिलाकरिता *सर्व शिक्षा अभियाना*चा वरील संदर्भ घेतला आहे. Available at www/http://ssa.nic.in/, accessed on February 27, 2015

गोंधळामुळे त्यांच्या मुलांच्या शिक्षणाच्या संधी हिरावल्या जाणार नाहीत, अशी त्यांना आशा आहे (सिन्हा). म्हणूनच, या योजनेच्या यशातून समाजातील गरीब व दुर्बल वर्गांतील लोकांच्या आयुष्यात सुधारणा होईल.

राष्ट्रीय ग्रामीण आरोग्य अभियान

राष्ट्रीय ग्रामीण आरोग्य मोहिमेची सुरुवात केंद्र सरकारने एप्रिल २००५मध्ये केली. त्याचा तपशीलवार आराखडा जुलै २००६मध्ये मान्य करण्यात आला. या आराखड्यामध्ये, आरोग्यक्षेत्रातील व्यापक प्रमाणातील सुधारणा नमूद केल्या होत्या. या मोहिमेचा आराखडा म्हणजे एक सर्वसमावेशक प्रक्रिया होती. हस्तक्षेपाची आवश्यकता असणाऱ्या महत्त्वाच्या क्षेत्रांमध्ये सर्वोत्कृष्ट आरोग्य तज्ज्ञ, नागरी समाजाचे प्रतिनिधी आणि शासकीय कर्मचारी यांची कार्यगट मोठ्या संख्येने स्थापन करण्यात आले. या कार्यगटांद्वारे आरोग्य वित्तपुरवठा, प्राथमिक आरोग्य रचना, अशासकीय संस्थांबरोबर भागीदारी, वैद्यकीय व शुश्रुषा शिक्षण, ग्रामीण आरोग्य कार्यकर्त्यांची भूमिका इत्यादी बाबींवर विचार करण्यात आला.

अशा चर्चात्मक प्रक्रियेतून राष्ट्रीय ग्रामीण आरोग्य मोहिमेचा आराखडा पक्का करण्यात आला. या गुणवत्तेची काही मुख्य वैशिष्ट्ये पुढील प्रमाणे आहेतः

१. भौतिक संसाधने, मानवी संसाधने, यंत्रे, आकस्मिक वाहतूक, औषधे, रोगनिदान कौशल्ये व इतर साहाय्याच्या माध्यमातून ग्रामीण भागातील आरोग्यसेवा व्यवस्थेचे दृढीकरण करण्यासाठी राज्यांना मदत केली जाते.
२. यांमध्ये आरोग्यक्षेत्रातील सर्व योजना समाविष्ट आहेत. एड्स, मानसिक आरोग्य व कर्करोग हे याला अपवाद आहेत.
३. ग्रामीण आरोग्य व स्वच्छता केंद्रांपासून ते जिल्हा रुग्णालयांपर्यंत सर्व आरोग्यसेवांसाठी एकत्रितपणे निधी पुरवणे.
४. आरोग्याची विकेंद्रित व्यवस्थापन क्षमता वाढविण्यासाठी व्यवस्थापकीय साहाय्य पुरविणे.
५. आरोग्यसेवा पातळीवर समूह संस्थांची स्थापना करणे.
६. प्रत्येक ग्रामीण भागामध्ये आशा समाजसेवक उपलब्ध करणे.
७. राज्यांना नवनिर्मिती करण्याची परवानगी देणे आणि स्थानिक निर्णयक्षमता परवानगी देण्यासाठी परिस्थितीनुरूप वित्तसाहाय्याला प्रोत्साहन देणे.

आरोग्य निर्देशांकामध्ये सुधारणा घडवून आणण्यासाठी या मोहिमेद्वारे राज्ये आणि केंद्रशासित प्रदेशांसोबतच्या भागीदारीमधून संसाधनांसह सुधारणेचा प्रयत्न केला गेला आहे. ही मोहीम राबविण्याच्या आराखड्याद्वारे सुविधांचे सामूहिकीकरण, सार्वजनिक उत्तरदायित्वाबरोबरच पुरेसा व परिस्थितीनुरूप वित्तपुरवठा, भारतीय सार्वजनिक आरोग्य प्रमाणानुसार प्रगतीचे मूल्यमापन करणे, मानवी संसाधनांच्या बाबतीत नवनिर्मिती करणे, आरोग्यसेवेच्या परिणामकारक व कार्यक्षम विकेंद्रित व्यवस्थापनासाठी सर्व पातळ्यांवर हस्तक्षेप करून क्षमता वाढविणे इत्यादी बाबींना प्रोत्साहन देण्यात आले आहे. स्वतंत्र अभ्यास व आढावा मोहिमांद्वारे पुराव्यासह केलेल्या प्रगतीच्या विश्लेषणाच्या आधाराने, असे लक्षात येते की, राष्ट्रीय ग्रामीण आरोग्य योजनेने बाह्य रुग्ण, अंतर्गत रुग्ण, संस्थात्मक प्रसूती, रुग्णवाहिकांची उपलब्धता, प्रत्येक गावामध्ये सामाजिक आरोग्यसेवकांची उपलब्धता, औषधे व आरोग्यनिदान सोयींची चांगली उपलब्धता आणि अधिक महत्त्वाचे म्हणजे, विश्वासार्ह सार्वजनिक आरोग्यसेवा तयार करण्यासाठी केलेले प्रामाणिक प्रयत्न यांमध्ये वाढ झाली आहे.

निष्कर्षात्मक निरीक्षणे

समाजकल्याण प्रशासन ही सामाजिक समस्यांची दखल घेणारी एक परिणामकारक यंत्रणा आहे. ही दखल सामाजिक कायदे तयार करणे, लोकजागृती, वंचित, मागास, विशेष अधिकार नसलेल्या समूहांना त्यांची पीडा नाहीशी करण्याच्या दृष्टीने समाजकल्याण सेवा पुरविणे या उपाययोजनांच्या माध्यमातून घेतली जाते. स्वातंत्र्योत्तर भारतातील समाजकल्याणाचा

विकास उल्लेखनीय आहे. प्रशासकीय यंत्रणा पुरवणे, आर्थिक व्यय आणि वंचित विशेषाधिकार नसलेल्या लोकांसाठी अनेक समाजकल्याण योजना राबविणे अशा अनेक अर्थांनी हा विकास असामान्य राहिलेला आहे. सामाजिक न्याय व सशक्तीकरण मंत्रालयाची स्थापना, महिला व बालविकास मंत्रालय, आदिवासी विकास मंत्रालय या पूर्ण वेळ मंत्रालयांची स्थापना आणि त्यांच्या अखत्यारितील राष्ट्रीय अनुसूचित जाती–जमाती आयोग, अल्पसंख्याक आयोग, अपंगजनांसाठी राष्ट्रीय संस्था, लोकसहकार्य व राष्ट्रीय बाल विकास संस्था इत्यादी सर्व संस्थांची स्थापना हे भारतातील समाजकल्याण प्रशासनाच्या वाटचालीतील महत्त्वाचे टप्पे आहेत. या संस्थांमार्फत प्रारंभ व विकसित केले गेलेले अनेक कार्यक्रम उल्लेखनीय आहेत.

तथापि, हे यश वाखाणण्याजोगे असले तरी, दारिद्र्य, असमानता आणि अन्याय या संदर्भाने बरेच काही मिळवावयाचे बाकी आहे. अजूनही संपूर्ण जगातील एकतृतीयांश भुकेली माणसे भारतात राहतात. आपल्या एकूण लोकसंख्येतील ३० टक्क्यांपेक्षाही अधिक लोकांना दोन वेळचे जेवण देण्यात आपण अपयशी ठरलो आहोत. देशातील एकूण कर्मचारी संख्येमध्ये एकचतुर्थांश बालकामगार आहेत. ज्यामधील ४.४ कोटी बालके अमानवी परिस्थितीमध्ये राहतात आणि जवळजवळ ३ लाख मुली मांस उद्योगांशी संबंधित आहेत. सर्वव्यापी प्राथमिक शिक्षणाचे उद्दिष्ट केवळ कागदावरच यशस्वी झालेले दिसते. मुलींच्या बाबतीतले शोषण अजूनही चालू असलेले दिसते आणि महिलांना अजूनही त्यांचा पुरुषांबरोबरच्या समानतेचा कायदेशीर हक्क नाकारला जातो. हुंडाबळी यासह इतर हिंसेलाही महिलांना सामोरे जावे लागते. पंचायतींमध्ये महिलांसाठी ३३ टक्के जागा राखीव असल्या तरीदेखील त्यांना त्यांच्या पुरुष जोडीदाराकडूनच मार्गदर्शन केले जाते. दलितविरोधी हिंसेचे प्रकार वाढतच जाताना दिसतात. विकासात्मक प्रकल्पांच्या नावाखाली आदिवासी लोकांचे विस्थापन केले जाते. समाजातील अक्षम समूहांना अप्रतिष्ठा व मानहानीला सामोरे जावे लागते. अतिश्रीमंत व अतिगरीब यांमधील दरी मोठ्या प्रमाणात वाढत चालली आहे (सचदेव २०१०, १२२). समाजातील दुर्बल व दलित समूहांचे प्रश्न सोडविण्यासाठी प्रशासकीय यंत्रणा अकार्यक्षम व अप्रतिसादी ठरली आहे. अशा प्रकारे, समाजामध्ये गंभीर परिस्थिती आहे असे लक्षात येते.

वर नमूद केलेली आव्हाने लक्षात घेता, समाजकल्याण प्रशासन अधिक परिणामकारक व उत्तरदायी होणे आवश्यक आहे. या संदर्भाने अनेक उपाययोजना राबविता येतील, जसे की, कल्याण कार्यक्रमांचे सुयोग्य मूल्यमापन, भ्रष्टाचारी अधिकाऱ्यांविरुद्ध कडक कारवाई, योजनांच्या अंमलबजावणीतील विलंबास प्रतिबंध, अडत्याकडून होणाऱ्या निधीगळती वर लक्ष ठेवणे आणि प्रत्यक्ष लाभार्थींपर्यंत सेवा पोहोचत आहेत अथवा नाहीत याबाबत खात्री करून घेणे. कल्याण योजना असंघटित कामगारांपर्यंत पोहोचविणे गरजेचे आहे. बालक, महिला व अनुसूचित जातींतील लोकांवर होणारी हिंसा भक्कम उपाययोजनांनी हाताळण्यात यावी, ज्यामध्ये विशिष्ट न्यायालये आणि विशिष्ट पोलीस दलाचा समावेश होतो. विकासाच्या नावाखाली आदिवासी लोकांना त्यांच्या दैशिक जगण्याच्या पद्धती, परंपरा आणि मूल्ये यांपासून लांब नेऊ नये. या उपाययोजना राबविल्यास समाजातील वंचित समूहांची परिस्थिती सुधारण्यास मदत होईल, तसेच, त्यांना राष्ट्रीय विकासाचा एक भागदेखील करून घेता येईल.

संदर्भ

Beveridge, William. 1942. *Social Insurance and Allied Services.* New York: Macmillan.

Forder, Anthony. 1974. *Concepts in Social Administration.* London: Routledge and Kegan Paul.

Friedlander, Walter A. 1967. *Introduction to Social Welfare.* New Delhi: Prentice-Hall of India.

Goel, S. L. 2010. *Social Welfare Administration.* Vol. 2 (Social Justice and Empowerment). New Delhi: Deep and Deep Publications.

Government of India. 2001. *National Policy for the Empowerment of Women 2001.* Ministry of Human Resource Development, Government of India, New Delhi.

———. 2010. *Annual Report* 2009–10. Ministry of Social Justice and Empowerment, Government of India, New Delhi.

———. 2011. *India* 2011. Publication Division, Government of India, New Delhi.

———. 2013. *Twelfth Five year Plan (2012–17): Faster, More Inclusive and Sustainable Growth.* Vol. 1. Planning Commission. New Delhi: SAGE.

Heywood, Andrew. 2005. *Key Concepts in Politics.* New York: Palgrave Macmillan.

Kidneigh, John C. 1959. 'Social Work Administration: An Area of Social Work Practice' *Social Work Journal* 31 (April): 58.

Kruse, Arthur. 1960. *Administration of Social Welfare Agencies* (Social Work Year Book). New York: National Association of Social Work.

National Rural Health Scheme. National Health Mission, Ministry of Health and Family Welfare. Retrieved from http://mohfw.nic.in\nrhm\documents\5 years-nrhm-final.fdf (accessed on 13 December 2015).

Rosemary, S. 1971. "Administration in Social Welfare," *Encyclopedia of Social Work.* New York: National Association of Social Workers.

Sachdeva, D. R. 2010. *Social Welfare Administration in India.* New Delhi: Kitab Mahal.

Sarva Shiksha Abhiyan. Ministry of Human Resource Development. Retrieved from www\http:\\ssa.nic. in\ (accessed on 13 December 2015).

Sen, Amartya. 2000. *Development as Freedom.* New Delhi: Oxford University Press.

Sinha, Amarjeet. 'Is It Really Possible?' Retrieved from www.india-seminar.com\2004\536\amarjeetsinha. htm (accessed on 12 December 2015).

Titmuss, Richard M. 1985. *Essays on the Welfare State.* London: George Allen and Unwin.

United Nations. 1970. *Social Welfare Planning in the Context of National Development Plans.* New York: United Nations.

———. 2011. *UN Millennium Development Goals Report,* 2011. New York: United Nations.

Wilensky, Harold L., and Charles N. Lebeaux. 1958. *Industrial Society and Social Welfare.* New York: Russell Sage Foundation..

भारतातील पर्यावरण प्रशासन

१४

मानवाने त्याच्या उत्पत्तीपासून निसर्गाशी एकात्मता साधली आहे. तथापि, विज्ञान व तंत्रज्ञानाच्या विकासाबरोबरच मानवाने निसर्गावर मालकी मिळवण्याचा प्रयत्न केला आहे. संपत्ती गोळा करण्याच्या हव्यासामुळे माणसाने नैसर्गिक संसाधनांचा अविचारीपणे उपभोग घेतला. परिणामस्वरूप, आपण सद्य:स्थिती अनुभवत आहोत. मोठ्या व लहान शहरांमध्ये मोठ्या प्रमाणावर वायू व जलप्रदूषण, प्रचंड गोंगाट आणि अस्वच्छतेमुळे माणसांना राहण्यासाठी ही ठिकाणे अनारोग्यकारक ठरली आहेत. जंगलांचा ऱ्हास झाल्याने ऋतू व पर्जन्यमान विस्कळीत झाले आहे. नद्या व समुद्र केवळ प्रदूषितच होत नसून मानवाच्या अधाशी वृत्तीमुळे त्यांतील नैसर्गिक संपत्तीचादेखील ऱ्हास होत आहे. जमिनीचे अतिशोषण झाल्यामुळे तिची उत्पादकता कमी झाली आहे. जागतिक तापमानवाढ व ओझोनचा थर कमी होणे हे घातक पर्यावरणीय प्रश्न पुढे आले आहेत. आज मानव स्वतःच्याच अस्तित्वाशी झगडत आहे. प्रस्तुत प्रकरणामध्ये, भारतातील पर्यावरणीय समस्या, पर्यावरणीय संरक्षणाच्या कायदेशीर व घटनात्मक तरतुदी आणि पर्यावरणीय आव्हानांप्रती न्यायव्यवस्था व नागरी समाजाचा प्रतिसाद या बाबींवर प्रकाश टाकण्यात आला आहे.

भारतातील पर्यावरणविषयक समस्या

मानवाच्या भोगलालसा आणि सुखासीनतेच्या इच्छेने त्याला अनायासे प्राप्त असलेल्या नैसर्गिक वस्तू आणि सुविधा यांचे अमर्याद शोषण करण्यास प्रवृत्त केले आहे. यामुळे निसर्गाची स्वसंतुलनाची उपजत क्षमतादेखील कमी झाली आहे. अशा कृतींचा निसर्गावर काय परिणाम होईल याचा विचार न केल्याने अनेक पर्यावरणविषयक समस्या उद्भवल्या आहेत. औद्योगिक विकास, घरगुती व औद्योगिक सांडपाण्यामुळे होणारे जलप्रदूषण, जंगलतोड, जैवविविधतेचा ऱ्हास, घनकचऱ्याची समस्या आणि वाढत्या शहरीकरणामुळे होणारे ध्वनी व वाहन प्रदूषण यामुळे उद्भवणारा वायुप्रदूषणाचा प्रश्न या भारतातील सर्वांत महत्त्वाच्या पर्यावरणीय समस्या आहेत. तथापि, एकीकडे जलद औद्योगिकीकरण, अन्नाबाबत स्वयंपूर्णता आणि वाढत्या लोकसंख्येच्या मूलभूत गरजा पुरविण्याची क्षमता साध्य करण्याची स्वप्ने पाहणाऱ्या देशासमोर पर्यावरणरक्षण हे सर्वांत मूलभूत आव्हान ठरले आहे. पर्यावरण आणि विकास यांचा समतोल साधणे हे येथील खरे आव्हान आहे. पुढील भागांमध्ये भारतातील काही पर्यावरणविषयक मुख्य समस्या नमूद केल्या आहेत.

पर्यावरण प्रदूषण

जेव्हा वायू, जल, जमीन, ध्वनी इत्यादी विविध पर्यावरणीय घटकांतील भौतिक, रासायनिक व जैविक आशय हे जैविक प्रजातींप्रती अपायकारक ठरतात तेव्हा पर्यावरण प्रदूषित झाले आहे असे मानले जाते. पर्यावरणीय बदलांमुळे जेव्हा सार्वजनिक आरोग्य व सुरक्षिततेला धोका निर्माण होतो किंवा होईल असा अंदाज वर्तविला जातो अथवा जेव्हा असे बदल पर्यावरणीय घटकांच्या घरगुती, औद्योगिक, उपभोगात्मक किंवा इतर उचित वापराप्रती धोकादायक ठरतात तेव्हा प्रदूषणाची समस्या निर्माण होते. मानवाचे अस्तित्व आणि त्याच्या जीवनाचा दर्जा यांवर अतीव परिणाम होत असल्याने पर्यावरणीय प्रदूषण धोकादायक ठरते. पुढील भागांमध्ये पर्यावरणाचे मुख्य प्रकार अभ्यासले आहेत.

वायू प्रदूषण

हवा हा वातावरणातील सर्वांत महत्त्वाचा घटक असून त्याखेरीज कुठल्याही सजीवाचे अस्तित्व अशक्य आहे. असे असले तरी, खासकरून, मोठ्या व लहान शहरांमध्ये प्रदूषणविरहित हवा ही दुर्मीळ बाब बनली आहे. आज वायू प्रदूषण

ही शहरांमधील प्रमुख पर्यावरणीय समस्या ठरली आहे. वायू (प्रदूषणास प्रतिबंध व नियंत्रण) कायदा, १९८१नुसार वातावरणामध्ये घन, द्रव किंवा वायुसदृश पदार्थाचे मनुष्य, सजीव प्राणी, वनस्पती, संपत्ती किंवा पर्यावरण यांना हानीकारक ठरेल अशा तीव्रतेचे अस्तित्व असणे म्हणजे वायूप्रदूषण होय (विज्ञान आणि पर्यावरण केंद्र १९८२, १३२).

वायू प्रदूषण ही भारतातील व्यापक पर्यावरणीय समस्या आहे. दहा लाखांपेक्षा अधिक लोकसंख्या असलेल्या भारतातील २३हून अधिक शहरांतील वायू प्रदूषणाची पातळी जागतिक आरोग्य संघटने (डब्यूएचओ) ने नमूद केलेल्या आरोग्यसंबंधी प्रमाणकांपेक्षा अधिक आहे. बहुतांश शहरांमध्ये ही पातळी आणखीनच खालावत जात असल्याचे लक्षात येते. वाहनांची वाढती संख्या, अमर्याद ऊर्जा वापर, अनियंत्रित औद्योगिकीकरण आणि कचरा जाळण्याची समस्या ही यामागील कारणे होत. भारतातील १० पैकी ६ मोठ्या शहरांमध्ये वायू प्रदूषणाची गंभीर समस्या आहे असे लक्षात येते. या शहरांमध्ये धुलीकणांची एकूण वार्षिक सरासरी पातळी जागतिक आरोग्य संघटनेने नमूद केलेल्या प्रमाणाच्या ३ पटींनी अधिक आहे (जैन २००५, ७). यामध्ये मुंबई, कलकत्ता, दिल्ली, अहमदाबाद, कानपूर आणि नागपूर शहरांचा समावेश होतो. वीज प्रकल्पांमध्ये कोळसा जाळला जात असल्याने सल्फर डायॉक्साइड (SO_2) आणि राखेचे उत्सर्जन सतत वाढत आहे. कार्बन मोनॉक्साइड, ओझोन, लेड (शिसे) आणि हायड्रोकार्बन हे वाहनांच्या उत्सर्जनाशी संबंधित असल्याने भविष्यात भारतातील वाहतूक जसजशी वाढेल तसतशी वर नमूद केलेल्या घटकांची पातळीदेखील जलद गतीने वाढत जाईल हे उघड आहे.

भारताच्या शहरी भागांमध्ये दिवसेंदिवस ढासळणारा हवेचा दर्जा ही धडकी भरविणारी बाब आहे. आंतरराष्ट्रीय आरोग्य संघटनेसह इतर पाच आंतरराष्ट्रीय संघटनांच्या ४५० तज्ज्ञांनी केलेल्या 'ग्लोबल बर्डन ऑफ डिसीज' (२०१२) या अलीकडच्या अभ्यासातून वरील बाब अधोरेखित झाली आहे. यानुसार, भारतातील खुल्या हवेतील वायू प्रदूषणाला भारतातील मृत्यूस जबाबदार असणाऱ्या घटकांच्या यादीतील पाचवा घटक मानण्यात आले आहे. हवेचा दर्जा सुधारण्याचे सलग दहा वर्षे चाललेले प्रयत्न अपयशी ठरले आहेत, असे या अहवालामध्ये नमूद करण्यात आले आहे. विषारी हवेमुळे आरोग्याच्या समस्या वाढत असून भारतीय शहरे 'राहण्यायोग्य' असण्याबाबत संशय निर्माण झाला आहे (विज्ञान आणि पर्यावरण केंद्र २०१३, ३५). भारतीय शहरांमधील अतीव प्रदूषित हवेचे सार्वजनिक आरोग्यावरील परिणाम सर्वाधिक तीव्र झाल्याने, जून २०१३मध्ये आंतरराष्ट्रीय कर्करोग संशोधन अभिकरणाने खुल्या हवेतील वायू प्रदूषण व धुलीकण कर्करोगास जबाबदार असणारे वर्ग १ मधील घटक असे वर्गीकरण केले. हे फुप्फुसांच्या कर्करोगाने मृत्यू होण्यास जबाबदार असणारे पर्यावरणीय घटक आहेत असेदेखील या अभिकरणाने नमूद केले (विज्ञान आणि पर्यावरण केंद्र २०१४, १४८).

जागतिक बँकेच्या अहवालामध्ये (२०१३) भारतातील प्रदूषित हवेमुळे आरोग्यावर होणाऱ्या गंभीर परिणामांवर प्रकाश टाकण्यात आला आहे. खुल्या हवेतील व बंदिस्त जागेतील वायू प्रदूषण, अपुरा पाणीपुरवठा, सांडपाण्याची वाईट व्यवस्था आणि अनारोग्य या सर्व आरोग्यावर परिणाम करणाऱ्या पर्यावरणीय प्रश्नांमध्ये खुल्या हवेतील वायू प्रदूषण सर्वाधिक गंभीर आहे असे जागतिक बँकेने केलेल्या मूल्यांकनामध्ये नमूद केले आहे. हे सर्वाधिक हानीकारक असून त्यावर १,१०,००० कोटी खर्च केला जातो. भारतामध्ये दरवर्षी खुल्या हवेतील वायू प्रदूषणामुळे १,०९,००० प्रौढ व ७,५१३ इतकी पाच वर्षाखालील बालके आयुष्याला मुकतात. खुल्या हवेतील व बंदिस्त जागेतील वायू प्रदूषणावरील एकत्रित एकूण व्यय हा भारतीय वित्तव्यवस्थेवर प्रतिवर्षी सर्वाधिक भार येणारा खर्च आहे. एकूण हानीपैकी निम्मी हानी यातूनच संभवते. तरुण आणि उत्पादक शहरी लोकांना धुलीकणांच्या प्रदूषणाने होत असलेल्या संसर्गामुळे अंतर्गत आणि बाह्य प्रदूषणाची मोठी किंमत मोजावी लागते, असे हा अहवाल नमूद करतो. यामुळे प्रौढांमध्ये हृदय व फुप्फुसांच्या गंभीर रोगांमुळे होणाऱ्या मृत्यूंचे प्रमाण वाढलेले दिसते. दरवर्षी फुफ्फुसाच्या विकारांचे ४८,००० नवीन रुग्ण पाहावयास मिळतात. वायू प्रदूषणामुळे दवाखान्यात भरती करावे लागणारे सुमारे ३.७ लाख रुग्ण निदर्शनास येतात. आपत्कालीन/बाह्यरुग्ण विभागांमध्ये येणाऱ्या रुग्णांची संख्या दरवर्षी ७३ लाख इतकी आहे. धुलीकण प्रदूषणाशी संबंधित आजारांवर होणारा खर्च भारताच्या स्थूल राष्ट्रीय उत्पन्नाच्या १% आहे (विज्ञान आणि पर्यावरण केंद्र २०१४, १४९).

जलप्रदूषण

जलप्रदूषण ही भारतातील आणखी एक महत्त्वाची पर्यावरणीय समस्या होय. एखाद्या जलसाठ्यामध्ये, त्याची नैसर्गिक उपयोगितेची गुणवत्ता बाधित होईल, सजीवांच्या आरोग्यावर परिणाम होईल किंवा त्याचा रंग, चव किंवा गंध आक्षेपार्ह पद्धतीने बदलला जाईल असा कोणताही पदार्थ जलसाठ्याच्या संपर्कात आणणे म्हणजे जलप्रदूषण होय.

शहरांतील सांडपाणी किंवा कारखान्यांतील टाकाऊ पदार्थ हे भारतांतील जलप्रदूषणास जबाबदार असणारे मुख्य स्रोत आहेत. एकूण प्रदूषणामध्ये ८०%पेक्षा अधिक प्रमाण हे सांडपाण्याचे असते. दररोज निर्माण होणाऱ्या जैविक व नैसर्गिक पद्धतीने अविघटनशील घटकांचे प्रचंड प्रमाण असणाऱ्या सांडपाण्याचे व्यवस्थापन करणाऱ्या यंत्रणा सक्षम नाहीत. परिणामी, भारताच्या बहुतांश भागांत कचऱ्याचा अशास्त्रीय पद्धतीने निचरा केला जातो आणि सरतेशेवटी, यातून पाणीसाठ्यांतील किंवा भूजलातील प्रदूषण करणाऱ्या घटकांचे प्रमाण वाढते. भारतामध्ये ५०,०००पेक्षा अधिक लोकसंख्या असलेल्या शहरी भागांमध्ये (७० टक्क्यांपेक्षा अधिक शहरी लोकसंख्या असलेले भाग) दर दिवशी जवळजवळ ३८,००० दशलक्ष लीटर सांडपाण्याची निर्मिती होते अशी नोंद करण्यात आली आहे. भारतातील नगरपालिकांची सांडपाण्यावर प्रक्रिया करण्याची सांप्रतची क्षमता ही जवळपास ११,००० एमएलडीपर्यंत विकसित झाली आहे. हे प्रमाण या दोन्ही वर्गांतील शहरी केंद्रांमध्ये निर्माण होणाऱ्या एकूण सांडपाण्याच्या २९ टक्के आहे (केंद्रीय प्रदूषण नियंत्रण मंडळ २०१३, ५). अशा प्रकारे, शहरांतील एकूण सांडपाण्याच्या एकतृतीयांशपेक्षादेखील कमी सांडपाण्यावर प्रक्रिया करणे शक्य आहे आणि उरलेले सांडपाणी हे नद्यांमध्ये सोडले जाते व ते पाणी दूषित होते. अशा प्रकारे, ७०-९० टक्क्याहून अधिक लोकांना असुरक्षित पिण्याच्या पाण्याच्या समस्येला सामोरे जावे लागते.

कारखाने हा भारतातील जलप्रदूषणाचा आणखी एक महत्त्वाचा स्रोत होय. पर्यावरण व्यवस्थापन यंत्रणा अक्षम असल्याने अतिविषारी व जैविक सांडपाणी वाहून जाते. यासाठी मुख्यत्वे, औष्णिक विद्युत प्रकल्प, रसायने, धातू आणि खनिजे, चामड्यावर प्रक्रिया करणारे व साखर कारखाने जबाबदार होत. सिंचन सुविधा आणि दैनंदिन वापरासाठीच्या जमिनीच्या पृष्ठभागावरील व भूजल स्रोतांमध्ये प्रदूषण झाल्याचे लक्षात येते. चेन्नई, कानपूर, आग्रा आणि कलकत्ता येथील कत्तलखाने आणि गुजरात, मध्य प्रदेश आणि चेन्नई येथील डाइंग मिल्स (कापडावर रंगकाम करणारे कारखाने) यामुळे गंभीर प्रदूषण होते. तसेच, या संदर्भाने कुठल्याही परिणामकारक प्रक्रियात्मक सुविधा उपलब्ध नाहीत. औद्योगिक क्षेत्राचा राष्ट्रीय उत्पन्नातील वाटा जवळजवळ २० टक्के इतका असून या क्षेत्रामध्ये एकूण पाण्याच्या वापरापैकी ८ टक्के पाणी वापरले जाते. वाढते औद्योगिकीकरण आणि शहरीकरण लक्षात घेता, ऊर्जानिर्मिती आणि औद्योगिक वापर यासाठी पाण्याची मागणी सन २०२५ मधील एकूण मागणी लक्षात घेता १८ टक्क्यांनी (१९१ bcm) वाढेल असा अंदाज आहे.

रासायनिक खते आणि कीटकनाशकांच्या अतिवापरामुळेदेखील पाण्याचा दर्जा खालावतो. भारतामध्ये ५० लाख टन रासायनिक खते आणि ७७,००० टन कीटकनाशके वापरली जातात. ही खते व कीटकनाशके साधारणपणे नद्या किंवा इतर पाणीसाठ्यांमध्ये वाहून जातात. त्यातील २५% घटक समुद्रात मिसळून त्यांचा सागरी जैवविविधतेवर परिणाम होतो. जलप्रदूषण हे केवळ पृष्ठभागावरील पाण्याशी संबंधित नाही. अनेक उदाहरणांमध्ये भूजलदेखील दूषित झाले असे लक्षात आले आहे. साठलेला घनकचरा हेदेखील भूजल प्रदूषणाचे एक कारण आहे. घनकचऱ्यामध्ये समाविष्ट असलेले विविध हानीकारक पदार्थ पाण्यात विरघळून मृदेमध्ये झिरपत जाऊन त्याद्वारे भूजल प्रदूषित होऊ शकते.

जलप्रदूषणामुळे भारतातील प्रमुख नद्या व इतर पाणीसाठ्यांचे नाल्यांमध्ये रूपांतर होत आहे. उदाहरणार्थ, कोलकता येथे कुठलीही प्रक्रिया न केलेले ८६ कोटी लीटर सांडपाणी हुगळी नदीमध्ये दररोज सोडले जाते. तसेच, दिल्ली येथील १९०० एमएलडी घनकचरा दररोज यमुना नदीमध्ये टाकला जातो. हरियाणा आणि उत्तर प्रदेशाशी तुलना करता यमुना नदीचे केवळ २ टक्के खोरे दिल्ली प्रदेशात आहे. परंतु, दिल्ली प्रदेशाचा प्रदूषणातील वाटा एकूण पाण्याच्या ८० टक्के आहे (चंद २०१३, १३५). दिल्ली येथील यमुना नदीचा ४८ कि.मी.चा पट्टा कुठलीही प्रक्रिया न केलेले सांडपाणी आणि औद्योगिक अवशेषांमुळे गंभीररित्या प्रदूषित आहे.

जागतिक आरोग्य संघटनेच्या नोंदींनुसार, भारतातील अर्ध्यापेक्षा अधिक विकृती पाण्यातून उद्भवतात. जलप्रदूषण हे अनेक रोगांचे कारण आहे, जसे की, टायफॉईड, आव, जंत, कावीळ, पॉलिमिलिटिस न्यूमोनिया, शीतज्वर आणि डांग्या खोकला. सन १९९९मध्ये वायव्य दिल्लीमधील प्रल्हादपूर येथील ३०० रहिवाशांना कावीळ झाल्याने हा प्रदेश प्रकाशझोतात आला. सन २०००मध्ये गॅस्ट्रोएण्टायटीसचा संसर्ग झालेले ६६,००० रुग्ण होते. याच वर्षी ९५५ लोकांना कॉलराची लागण झाल्याची नोंद आहे. तसेच, १,१०६ लोकांना मलेरियाची बाधा झाली होती (टाईम्स ऑफ इंडिया २००१, ४). सांडपाणी पिण्याच्या पाण्यात मिसळणे हे पाण्यापासून होणाऱ्या रोगांचे मुख्य कारण होते.

ध्वनिप्रदूषण

जागतिक आरोग्य संघटनेने नमूद केल्याप्रमाणे, कुठलाही अनावश्यक किंवा त्रासदायक आवाज हा गोंगाट असून या गोंगाटामध्ये एका मर्यादेपलीकडे वाढ झाल्यास त्याला ध्वनिप्रदूषण असे संबोधले जाते. रस्त्यावरील वाहतूक, रेडिओ किंवा दूरदर्शनचा कर्कश आवाज, ध्वनिमुद्रिका आणि ध्वनिचित्रफिती, रेल्वे, विमान वाहतूक, बांधकाम इत्यादी तसेच, औद्योगिकीकरण आणि शहरीकरणाचे वाढते प्रमाण हीदेखील शहरातील वाढत्या ध्वनिप्रदूषणाची कारणे होत.

जानेवारी २०००मध्ये, भारत सरकारच्या पर्यावरण आणि वन मंत्रालयाने भारताच्या शहरी आणि ग्रामीण भागातील परवानगीयोग्य ध्वनी पातळीबाबत नियम जाहीर केले (तक्ता १४.१). असे असले तरी, बहुतांश भारतीय शहरांनी सरकारने जाहीर केलेली ही पातळी ओलांडली आहे. केंद्रीय प्रदूषण नियंत्रण मंडळाच्या नोंदींनुसार (२०११), १३२ डेसिबल्स इतकी ध्वनी पातळी असलेल्या दिल्ली आणि मुंबई ही सर्वाधिक गोंगाट असणारी शहरे होत. बंगलोर येथे १३०.६६ डेसिबल्स इतक्या गोंगाटाची नोंद आहे. चेन्नई येथे ही पातळी १२९.२२ डेसिबल्स इतकी आहे. या सर्व शहरांनी ध्वनी पातळीच्या परवानगीची मर्यादा ओलांडली आहे.

भारतातील महत्त्वाची शहरे आणि गावे येथील गोंगाट हा धोक्याचा इशारा आहे. जागतिक आरोग्य संघटनेच्या नियमावलीनुसार (१९९९) ८० डेसिबल्सपेक्षा अधिक ध्वनी पातळीमुळे, खासकरून लहान मुलांच्या, श्रवणयंत्रणेत बिघाड होतो. ३० डेसिबल्सची पातळी ओलांडल्यास निद्रानाश संभवतो तसेच, बोलण्यावरदेखील परिणाम होतो. यामुळे हृदयाशी संबंधित विकार उद्भवत असून सामाजिक वर्तन नकारात्मक होऊ शकते. केंद्रीय प्रदूषण नियंत्रण मंडळाने २३ मार्च २०११मध्ये ७ शहरांतील ३५ वेगवेगळ्या भागांतील ध्वनिप्रदूषणाबाबतच्या प्रत्यक्ष नोंदी प्रथमच जाहीर केल्या. त्यानंतर एका वर्षाने भारतामध्ये ध्वनिपातळीसंबंधीची मानके जाहीर केली. तदनुसार, महानगरांमध्ये दिवसातील ध्वनिपातळी सरासरी ६५ डेसिबल्स ॲम्पिअर (राष्ट्रीय प्रमाण) पेक्षा बरीच जास्त होती. याची तुलना काही आंतरराष्ट्रीय पातळीवरील ध्वनिपातळ्यांशी केली असता असे लक्षात आले की, जागतिक पातळीवरील एकूण शहरी भागांचा विचार केला असता ही भारतीय शहरे म्हणजे सर्वाधिक गोंगाट असलेले प्रदेश होत. लंडन, न्यूयॉर्क आणि बीजिंग येथील व्यस्त

तक्ता १४.१ ध्वनिप्रदूषणाच्या संदर्भाने परिसरातील हवेच्या दर्जाची मानके

		db(A) leq मध्ये मर्यादा	
प्रदेश संकेतांक	**झोन/प्रदेशाचा प्रकार**	**दिवसा**	**रात्री**
(अ)	औद्योगिक प्रदेश	७५	७०
(आ)	व्यावसायिक प्रदेश	६५	५५
(इ)	निवासी प्रदेश	५५	४५
(ई)	शांतता प्रदेश	५०	४०

स्रोतः ध्वनिप्रदूषण (नियमन आणि नियंत्रण) नियम (२०००)

भागांतील ध्वनिपातळी ही नवी दिल्ली येथील आयकर कार्यालयापेक्षा व मुंबईतील वांद्रे या भागापेक्षादेखील कमी आहे. भारतीय शहरांचा विचार केला असता, मुंबई येथे दिल्ली, चेन्नई आणि बंगलोरपेक्षा अधिक गोंगाट होता असे लक्षात आले आहे. मुंबईच्या वांद्रे भागातील अॅकवर्थ रुग्णालयात कायम सर्वाधिक ध्वनिप्रदूषणाची पातळी नोंदविली गेली आहे. त्यानंतर, दिल्ली येथील आयकर विभागाचे कार्यालय दुसऱ्या क्रमांकावर आहे (*टाईम्स ऑफ इंडिया* २०११).

दिनांक २७ एप्रिल २०११ (पान क्रमांक १) च्या *टाईम्स ऑफ इंडिया*मधील लेखामध्ये नमूद केल्याप्रमाणे, चेन्नई येथील रहिवासी अनुभवत असलेल्या एकूण गोंगाटाचा विचार केला असता चेन्नईमध्ये राहणे हे एखाद्या कारखान्यामध्ये राहण्यासारखे आहे हे अधोरेखित होते. चेन्नई येथे सर्वत्र गोंगाटाची पातळी १०० डेसिबल्सपेक्षा अधिक आहे हे केंद्रीय प्रदूषण नियंत्रण मंडळाच्या नोंदींमधून स्पष्ट होते. हे एखाद्या सर्वसामान्य कारखान्यापेक्षादेखील अधिक आहे. चेन्नईमधील सरासरी गोंगाटाची पातळी १२९ डेसिबल्सपेक्षादेखील अधिक आहे. १२५ डेसिबल्स गोंगाटामध्ये कानाला वेदना होतात हे येथे नमूद करणे आवश्यक आहे. जागतिक आरोग्य संघटनेने गोंगाटाची परवानगीयोग्य पातळी ८५ डेसिबल्स इतकी ठरविली आहे. केंद्रीय प्रदूषण नियंत्रण मंडळाच्या नोंदींमधून असे लक्षात येते की, केवळ चेन्नई नव्हे तर भारतातील बहुतांश महानगरांतील गोंगाटाची पातळी परवानगीयोग्य मर्यादेपेक्षा बरीच जास्त आहे आणि धोकादायक पातळी ओलांडली असल्याचीदेखील शक्यता आहे. या पातळ्यांमुळे उच्च रक्तदाब, मानसिक आजार आणि नैराश्य या संदर्भाने धोका संभवतो.

जमिनीचा खालावलेला दर्जा

भारतीय कृषी अनुसंधान परिषदेने सन २०१०मध्ये नोंदविल्याप्रमाणे ३२.८७३ कोटी हेक्टर एकूण भौगोलिक प्रदेशापैकी १२.०४० कोटी हेक्टर इतक्या भागामध्ये, पाणी आणि वाऱ्याने जमिनीची धूप होऊन, जमिनीची आम्लता, जमिनीची क्षारयुक्तता कमी होते, खाणकाम आणि औद्योगिक सांडपाणी, जमिनीची लवणता, पाणथळ क्षेत्र निर्माण होणे इत्यादी वेगवेगळ्या कारणांमुळे जमिनीचा दर्जा खालावलेला आहे. परिणामी, जवळपास ५.३ अब्ज टन इतक्या जमिनीची धूप झाल्यामुळे नुकसान होत आहे (विज्ञान आणि पर्यावरण केंद्र २०१४, ८८). जमिनीबरोबरच महत्त्वाची पोषक तत्त्वेदेखील वाहून गेल्याने कृत्रिम खतांचा वापर करावा लागतो. जंगलतोड, गुरे चरण्याचे प्रमाण वाढले, सदोष कृषीविषयक पद्धती आणि जळाऊ लाकडाचा सतत शोध, यामुळे दरडी कोसळणे, आकस्मिक पूर, वाळवंटीकरण आणि पाणथळ जमीन असे परिणाम झालेले दिसतात. हे नुकसान भरून काढण्यासाठी सतत उत्पादन क्षेत्र वाढविले जाते. नव्या कृषीविषयक पद्धतींमुळे भारतातील चांगल्या शेतजमिनीतील पोषक तत्त्वे व जैविक घटक नाहीसे झाल्याने सदोष झाली आहेत. पूर्वी जमिनीची झीज भरून काढण्यासाठी भारतीय शेतकरी जैविक खते वापरत असे. परंतु, शेतीची व्यापकता वाढल्यापासून रासायनिक खते वापरण्याचे प्रमाण वाढले आहे. यामुळे पर्यावरणावर अधिकच ताण येत आहे.

मोठ्या प्रमाणावरील औद्योगिकीकरण, शहरीकरण, घरबांधणी आणि मूलभूत संसाधनांचा विकास करण्यासाठी सुपीक जमीन मोठ्या प्रमाणात वापरली जात आहे, हे धोक्याचे चिन्ह आहे. केंद्रीय कृषी मंत्रालयाने प्रकाशित केलेल्या सन २०१२-१३च्या भारतीय शेतीच्या सद्यःस्थितीच्या अहवालामध्ये नमूद केल्यानुसार, शेतीखेरीज इतर कारणांसाठी वापरण्यात येणाऱ्या जमिनीचे प्रमाण १९५०-५१ ते २००९-१० या काळामध्ये ३.३ पासून ८.६ टक्के इतके झाले आहे. जमीन वापरातील हा फेरबदल केवळ खाजगी जमिनींपुरता मर्यादित राहिलेला नाही. कुरणे आणि वनक्षेत्रे यांसारख्या सामाईक जमिनींच्या वापरामध्येदेखील फेरबदल केला जात आहे. यामुळे लोकसंख्येच्या सीमान्त समूहांची, म्हणजेच, आदिवासी व जंगलात राहणाऱ्या लोकांची अन्न सुरक्षितता धोक्यात आली आहे. सध्या जवळपास २२,००० चौरस किमी जमीन कृषी-उपक्रम, मूलभूत संसाधने, खाणकाम आणि अपारंपरिक ऊर्जा क्षेत्रे यासाठी राखून ठेवण्यात आली आहे (विज्ञान व पर्यावरण केंद्र २०१४,८८). कारखान्यांनी ताबा घेतलेली जास्तीत जास्त जागा म्हणजे सर्वसामान्य वापरातील

जमीन व वनक्षेत्र होय. पश्चिम बंगाल, झारखंड, ओडिशा, आंध्र प्रदेश आणि हरियाणा या राज्यांतील स्थानिक लोक या जमिनीचा वापर करीत असत. या राज्यांमध्ये राष्ट्रीय सरासरीपेक्षा अधिक जमीन फेरबदल झाल्याची नोंद आहे तसेच, भू-संपादनाबाबत सर्वाधिक निषेधदेखील याच राज्यांमध्ये नोंदविण्यात आला आहे.

घन आणि हानीकारक कचरा

हानीकारक आणि घन कचऱ्याचा सुयोग्य विल्हेवाट लावली जात नसल्याने पर्यावरण आणि सार्वजनिक आरोग्यविषयक गंभीर धोका निर्माण झाला आहे, हे मोठ्या आणि छोट्या शहरांमधील जागोजागी पडलेल्या कचऱ्याच्या ढिगाऱ्यांतून दिसून येते. घनकचरा ही एक आपत्ती ठरली आहे. अधिकृत कचराकुंड्या भरून वाहात आहेत तर गल्ल्या, बागा आणि रस्त्यांच्या कोपऱ्यावर अनधिकृत कचराकुंड्यांची संख्या वाढतच जात आहे. एका अंदाजानुसार, भारतातील एकूण भूप्रदेशापैकी किमान ८ टक्के भूप्रदेश हा उघड्यावरील कचराकुंड्यांमुळे निरुपयोगी ठरला आहे. या प्रदेशाची उपयुक्तता आणि सुपीकतादेखील कमी झाली आहे. हे प्रदेश म्हणजे प्लेग, कॉलरा, क्षयरोग, कावीळ व अनेक त्वचेच्या संसर्गजन्य रोगांचे जणू कोठार ठरले आहे. अनेक रोगजंतू असल्याने इस्पितळांतील घनकचरा हा सर्वाधिक धोकादायक आहे. इस्पितळांतील घनकचऱ्याची सुयोग्य विल्हेवाट न लावल्यास किंवा त्यावर योग्य ती प्रक्रिया न केल्यास त्यातून उद्भवणाऱ्या रोगांची यादी न संपणारी आहे. एड्स, यकृतविकार, क्षयरोग, फुफ्फुसाचे विकार, आतड्याचे विकार आणि इतर त्वचा आणि डोळ्यांशी संबंधित विकार यासारखे बहुतांश रोग हे जीवघेणे असतात. अशा प्रकारे, जैव-वैद्यकीय कचऱ्याची सुयोग्य विल्हेवाट लावली जात नसल्याने ही मोठ्या आणि छोट्या शहरांमधील गंभीर बाब बनली आहे.

दिल्ली हे राजधानीचे शहर घन आणि हानीकारक कचऱ्याच्या तीव्र समस्येने ग्रस्त आहे. दिल्ली येथील राष्ट्रीय राजधानी क्षेत्रात दरदिवशी एकूण ७००० टन घनकचऱ्याची निर्मिती होते. सन २०२१ पर्यंत हे प्रमाण दर दिवशी १७०००-२५००० टन इतके होईल असा अंदाज वर्तविण्यात आला आहे (ऊर्जा आणि संसाधने संस्था २००१, १३). विल्हेवाट ही मुख्यत्त्वे कचरा जमिनीत पुरून केली जाते. १४ भूभागांची कचरा जमिनीत पुरण्याची क्षमता संपुष्टात आली आहे. सध्या गाझीपूर (पूर्व दिल्ली), भलस्वा (उत्तर), हस्तसाल (नैर्ऋत्य) आणि ओखला (आग्नेय) चार स्थाने कार्यान्वित आहेत. परंतु, या प्रदेशांची क्षमतादेखील लवकरच संपुष्टात येईल असा अंदाज आहे. दिल्ली येथील जमिनीवरील वाढता ताण आणि घन कचऱ्याचे वाढत जाणारे प्रमाण यामुळे जमिनीत पुरून कचऱ्याची विल्हेवाट लावण्याच्या पद्धतीला मर्यादा आहेत. जमिनीचा अधिकाधिक उपभोग घेतला जात असून त्याबरोबरीने जलसाठे व भूजल प्रदूषित होत आहेत. जमिनीवरील व जमिनीत पुरलेल्या कचऱ्याच्या वेगवेगळ्या नमुन्यांतून, यामध्ये मोठ्या प्रमाणात मलजंतू व मलजिवाणू असल्याचे लक्षात आले आहे. दिल्लीमध्ये निर्माण होणारा सर्वाधिक हानीकारक कचरा डबाबंद खाद्यपदार्थांसाठी लागणारी रसायने, मुलामा देण्यासाठी लागणारी रसायने तयार करणारे लघुउद्योग आणि मध्यवर्ती सांडपाणी प्रक्रिया प्रकल्पातील गाळ यांतून निर्माण होतो.

दिल्ली येथील सद्यःस्थितीतील संसर्गजन्य जैववैद्यकीय घनकचऱ्याचे प्रमाण प्रतिवर्ष २०-२५ टन इतके आहे. विल्हेवाटीची कुठलीही विशिष्ट पद्धत अस्तित्वात नसल्याने यातील बहुतांश घनकचरा हा शहरातील कचरा साठवण्याच्या भूभागात (प्रक्रिया करून अथवा न करता) पुरला जातो. त्या बरोबरीने, कचरा वेचणे व इस्पितळांतील कचऱ्यावर पुनर्प्रक्रिया करणे यांसारख्या अनौपचारिक प्रक्रियांमुळे कचरा वेचणाऱ्यांच्या आणि असे पुनर्प्रक्रिया केलेले घटक वापरणाऱ्या सामान्य नागरिकांच्या आरोग्यासदेखील धोका संभवतो. खेरीज, अनेक आरोग्यसेवा सुविधाकेंद्रांमध्ये निर्जंतुकीकरण, रेडिओथेरपी आणि क्ष-किरण प्रक्रियेमध्ये अनेक हानीकारक रसायने वापरली जातात. अशा प्रक्रियांमधून निर्माण झालेला कचरा हा सतत सांडपाण्यामध्ये मिसळला जातो. सृष्टी या अशासकीय संस्थेने (GNCT दिल्ली २००१, १) सन २०००मध्ये, दिल्लीमध्ये केलेल्या सर्वेक्षणाअन्वये जैववैद्यकीय कचरा व्यवस्थापनाची परिस्थिती समजून घेण्याचा प्रयत्न केला गेला. यातून असे लक्षात आले की, अनेक ठिकाणी प्रक्रिया करण्यासाठी भट्ट्या सुरू करण्यात आल्या परंतु, या भट्ट्या तापमानाच्या अपेक्षित श्रेणीमध्ये काम करत नसून येथे क्लोरीनयुक्त प्लास्टिकदेखील जाळले जाते. अशा प्रकारे, प्रक्रिया अर्धवट

झाल्याने विषारी घटकांचे (हे मूळ संयुगापेक्षा अधिक विषारी असू शकतात) उत्सर्जन होण्याची आणि डायॉक्सिन्स व फुरन्स यांसारख्या संयुगांचे उत्सर्जन होण्याची शक्यतादेखील नाकारता येत नाही.

संपूर्ण भारतातील प्लास्टिकच्या बाजारपेठा इतक्या दाटीवाटीने भरल्या आहेत की सततच्या अग्नितांडवामुळे कामगार तसेच आजूबाजूच्या निवासी भागांना पर्यावरणीय समस्यांना तोंड द्यावे लागते. दिल्ली ही प्लास्टिकची सर्वात मोठी आशियाई बाजारपेठ आहे. येथे दररोज १००० टन प्लास्टिक हाताळले जाते व त्याचा व्यापार केला जातो. त्यानंतर बंगलोर येथील जॉली मोहोल्ला आणि मुंबई येथील धारावी ही उदाहरणे होत (ऊर्जा आणि संसाधने संस्था २००१, ९५). प्लास्टिकचे जैविक पद्धतीने विघटन होत नाही ही प्लास्टिकच्या कचऱ्याच्या व्यवस्थापनातील मुख्य अडचण आहे. अनेक पद्धतींनी वापर झाल्यानंतर प्लास्टिकची विल्हेवाट शहरातील घनकचऱ्यात लावली जाते आणि नवे (पुनर्निर्मित) प्लास्टिक ग्राहकांना उपयुक्त म्हणून वापरले जाते. सततच्या वापरासाठी प्लास्टिकची पुनर्निर्मिती केल्यास खरी समस्या उद्‌भवते. हे प्लास्टिक कचऱ्यातून निर्माण केले असल्याने त्याला ग्राहकांचा विरोध असतो. एकापेक्षा अधिक वेळा पुनर्निर्मित केलेल्या प्लास्टिकच्या पिशव्या तशाच जमिनीवर पडून राहतात. त्याच्या पुनर्विक्रीतून काहीही किंमत मिळत नसल्याने कचरावेचकदेखील त्या पिशव्या उचलत नाहीत. या पिशव्या – अन्न, वनस्पती तेल, साबणांचे प्लास्टिक (पॅकिंग) गोळा न केल्यास किंवा त्यावर पुनःप्रक्रिया न केल्यास – हे बेंगरूळ चित्र डोळ्यांना खुपते.

जैवविविधतेपुढील धोके

भारत हा जैवविविधतेने संपन्न प्रदेश आहे. जैवविविधतेच्या १२ मोठ्या केंद्रांपैकी भारत एक आहे. पर्यावरण आणि वन मंत्रालयाच्या माहितीच्या नोंदींनुसार देशामध्ये ४५,०००पेक्षा अधिक वनस्पतींच्या जाती आहेत आणि ८१,००० प्राण्यांच्या जाती आहेत. हे प्रमाण जगातील झाडझाडोऱ्याच्या ७% असून जगातील वन्यजीव संख्येच्या ६.५ टक्के इतके आहे. तथापि, वाढती लोकसंख्या आणि वाढत्या औद्योगिकीकरणामुळे जगण्याच्या नैसर्गिक संसाधनांमध्ये मोठ्या प्रमाणात घट होत आहे, तसेच, वन्य प्राण्यांच्या अनेक जातींचा जलद गतीने नाश होत आहे. भारतातील १० टक्के वने आणि बहुतांश वन्यजीव हे धोकादायक पातळीवरील वने/वन्यजीवांच्या सूचीमध्ये आहेत.

जागतिक स्तरावर धोकादायक पातळीवर असलेल्या प्राण्यांच्या १७२ किंवा जगातील अस्तित्वात असलेल्या धोकादायक पातळीवरील एकूण २.९% प्रजाती भारतामध्ये अस्तित्वात आहेत. यामध्ये सस्तन प्राण्यांच्या ५३ प्रजाती, पक्ष्यांच्या ६९ प्रजाती, सरपटणाऱ्या प्राण्यांच्या २३ प्रजाती व उभयचर प्राण्यांच्या ३ प्रजाती समाविष्ट आहेत. यामध्ये आशिया खंडातील व जगातील काही दुर्मीळ प्राण्यांचा समावेश आहे, जसे की, एशियाटिक चित्ता (आशियाई चित्ता), इंडियन ऱ्हायनोसॉर (भारतीय गेंडा), बेंगॉल फॉक्स, मार्बल्ड कॅट, एशियाटिक लायन, एशियाटिक वाईल्ड एस, गौर ॲण्ड एशियाटिक वॉटर बफेलो. तसेच, भारतातील १५०० पेक्षा अधिक वनस्पतींच्या जाती धोक्यात आहेत.

निर्वनीकरण

भारतातील वनप्रदेश प्रतिवर्ष १३ लाख हेक्टर इतक्या झपाट्याने कमी होत आहे. राष्ट्रीय वन धोरणाने (१९५२) केलेल्या ३३ टक्के वनाच्छादित क्षेत्राच्या तरतुदीच्या तुलनेत, भारतामध्ये एकूण भूभागाच्या २१.०५ टक्के वनाच्छादित क्षेत्र आहे. लागवड, स्थलांतरित शेती, शेतजमिनीचा इतर कारणांसाठी वापर, कुरण प्रदेश, वनक्षेत्रांचा व्यावसायिक आणि औद्योगिक कारणांसाठी अनधिकृत वापर, इत्यादी कारणांमुळे वनजमिनीवर ताबा मिळविणे ही निर्वनीकरणाची मुख्य कारणे आहेत.

विज्ञान आणि पर्यावरण केंद्राच्या अहवालातून (२०१४) सन १९८१ ते २०१२मध्ये ११,८३,९६६ हेक्टर इतक्या वनजमिनीचा अन्य कारणांसाठी वापर करण्यात आला, हे तथ्य पुढे आले आहे. यातील १४ टक्के वापर विद्युत प्रकल्पांसाठी तर १३ टक्के वापर हा खाणकामासाठी करण्यात आला (आकृती १४.१; विज्ञान आणि पर्यावरण केंद्र २०१४, ८४). अतिक्रमण नियमित करण्यासाठी सर्वाधिक जमीन फेरबदल करण्यात आले. याचे सर्वाधिक प्रमाण १९९० आणि २००१मध्ये पाहावयास मिळाले असे या अहवालात नमूद केले आहे (तक्ता १४.२).

आकृती १४.१ भारतातील वनाच्छादित क्षेत्र (एकूण वनक्षेत्र २१.९%)

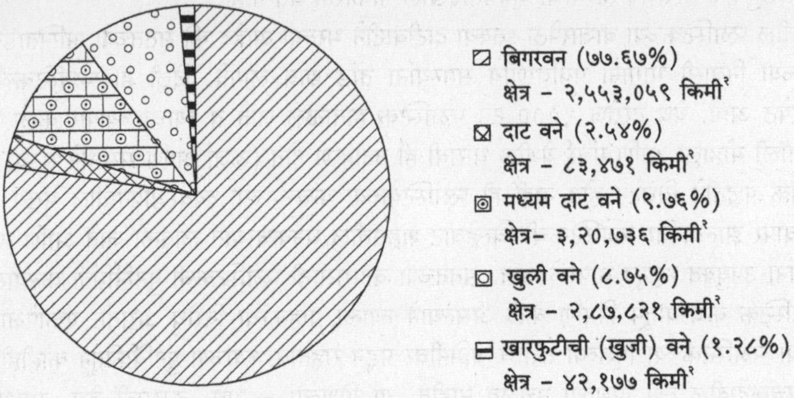

स्रोत: भारतीय पर्यावरण स्थिती २०१४, विज्ञान आणि पर्यावरण केंद्र, २०१४.

तक्ता १४.२ भारतातील वनक्षेत्राचा/वनजमिनीचा अन्य कारणांसाठी वापर (१९९०–२००१)

	वनजमिनीचा अन्य कारणांसाठी वापर	
उद्दिष्ट/क्षेत्र	क्षेत्र (हेक्टर)	टक्केवारी
संरक्षण	४६,०८७.९३	३.८९
वाहतूक (रेल्वे आणि रस्ते)	६०,३६३.१०	५.१०
सामाजिक सेवा	६५,१६५.२४	५.५०
सिंचन	१,४१,६४१.७६	११.९६
खाणकाम	१,५९,६६०.३४	१३.४९
विद्युत प्रकल्प (जल, औष्णिक, पवन आणि वीजवाहिन्या)	१,६७,११८.००	१४.१२
इतर (उद्योगासह)	१,७५,४९८.२४	१४.८२
अतिक्रमण नियमित करणे	३,६८,४३२.०७	३१.१२
फेरबदल केलेले एकूण वनक्षेत्र	१,१८३,९६६.६८	

स्रोत: भारतीय पर्यावरण स्थिती २०१४, विज्ञान आणि पर्यावरण केंद्र, २०१४.

तापमानवाढ, पर्जन्यमानात घट, वायू प्रदूषण आणि जमिनीची झीज हे निर्वनीकरणाचे मुख्य परिणाम आहेत. निर्वनीकरणामुळे जलनिःसारण होऊन जमिनीची धूप होण्याचे प्रमाण वाढते. लाकडाचा पुरवठा कमी झाल्याने कौटुंबिक भारतीयांना, अन्यथा ज्या घटकांचा वापर खतांसारखा करण्यात आला असता, अशा शेण किंवा वाळलेले गवत इत्यादी उपलब्ध पर्यायांचा वापर करणे भाग पडते. याच कारणास्तव शेतकऱ्यांना रासायनिक खते वापरणे भाग पडते, याचा जमिनीच्या उत्पादकतेवर प्रतिकूल परिणाम होतो. राष्ट्रीय पर्यावरण अभियांत्रिकी संस्थेच्या अहवालामध्ये असे नमूद करण्यात आले आहे की, अनेक राज्यांमध्ये भूजलाचे उत्सर्जन पुनर्भरणाच्या दरापेक्षा अधिक वेगाने होत आहे. हरियाणा आणि पंजाबमधील काही भागांमध्ये भूजल पातळी ४ मीटरपेक्षा अधिक खोल गेल्याची नोंद आहे. पाण्याचा अतिउपसा झाल्याने तमिळनाडूमधील पातळी २५ ते ३० मीटर इतकी खोल गेल्याची नोंद आहे.

भारतातील पर्यावरण संरक्षणासंबंधी घटनात्मक व कायदेशीर तरतुदी

पर्यावरणाचे संरक्षण करणे व त्याचा दर्जा सुधारणे यासंबंधी राज्यघटनेद्वारे बांधीलकी प्रतीत करणाऱ्या जगातील काही मोजक्या देशांपैकी भारत एक आहे. जीवनमानातील दर्जात्मक सुधारणासंबंधी काही तरतुदी राज्यघटनेमध्ये सन १९५० पासून करण्यात आल्या असल्या तरीदेखील, पर्यावरण संरक्षण आणि सुधारणा यासंबंधी प्रत्यक्ष शिफारस मात्र सन १९७६च्या राज्यघटना कायद्यान्वये (४२ वी घटनादुरुस्ती) करण्यात आली. सन १९७२मध्ये स्टॉकहोम येथे झालेल्या संयुक्त राष्ट्रांच्या मानवी पर्यावरण यावरील परिषदेने, पर्यावरणाच्या संरक्षणासंबंधी कायदेशीर व संघटनात्मक चौकटीच्या आवश्यकतेबाबत शासनाला जागरूक करण्यासाठी महत्त्वपूर्ण आणि प्रभावी भूमिका बजावली. याद्वारे, पर्यावरण संरक्षण व सुधारणा यासाठी केंद्र-राज्यशासन व प्रत्येक नागरिक बांधील आहे असे नमूद करून सार्वजनिक जबाबदारीचा एक नवा पैलू अधोरेखित करण्यात आला.

बेचाळिसाव्या घटनादुरुस्ती कायद्याने राज्यघटनेमध्ये दुहेरी तरतुदींचा समावेश करण्यात आला. म्हणजेच, एकीकडे, राज्याला पर्यावरण संरक्षणासंबंधी निर्देशित करण्यात आले तर दुसरीकडे, नैसर्गिक पर्यावरणाचे संरक्षण हे प्रत्येक नागरिकांचे कर्तव्य आहे, असेदेखील या कायद्याद्वारे नमूद करण्यात आले. राज्य धोरण निर्देशित तत्त्वांतील कलम ४८(अ) नुसार, 'राज्याने पर्यावरणाचे संरक्षण करावे व त्यामध्ये दर्जात्मक सुधारणा घडवून आणण्याचा प्रयत्न करावा तसेच, देशातील जंगले व वन्यजीवन यांचे संरक्षण करावे' (बसू १९९८, ४४६). कलम ५१ अ (ग) मध्ये पर्यावरणसंबंधी मूलभूत कर्तव्य नमूद करण्यात आले आहे. या कलमानुसार, 'नैसर्गिक पर्यावरणाचे संरक्षण करणे व त्यामध्ये दर्जात्मक सुधारणा घडवून आणणे हे प्रत्येक नागरिकाचे कर्तव्य आहे. यामध्ये वने, सरोवर, नद्या, वन्यजीव या बाबींचा समावेश होतो. तसेच, प्रत्येक सजीवाप्रती करुणा बाळगावी' (बसू १९९८, ४४७). तसेच, राज्यधोरण निर्देशक तत्त्वांच्या सूचीतील कलम ४७मध्ये सार्वजनिक आरोग्यात सुधारणा घडवून आणण्याचे राज्याचे पर्यावरणविषयक कर्तव्य अधोरेखित केले आहे.

मूलभूत हक्कांमध्ये पर्यावरण संरक्षणासंबंधी कुठलीही प्रत्यक्ष तरतूद नाही. परंतु, परिपूर्ण पर्यावरणाचा हक्क हा राज्यघटनेतील कलम २१मधील जगण्याच्या हक्कामध्ये अंतर्भूत आहे असा अर्थ उच्च व सर्वोच्च न्यायालयाने लावला आहे. कलम २१नुसार, कायद्याद्वारे प्रस्थापित केलेली कार्यपद्धती अनुसरल्याखेरीज कुठल्याही व्यक्तीस जीवित किंवा व्यक्तिगत स्वातंत्र्य यापासून वंचित केले जाणार नाही. पर्यावरणीय प्रदूषणामुळे वातावरण प्रदूषित होते. ही जणू धिम्या गतीने होणारी विषबाधा असल्याने याद्वारे राज्यघटनेतील कलम २१चे उल्लंघन होते. वस्तुतः, राज्यघटनेतील कलम २१मधील जगण्याच्या हक्कामध्ये ज्याशिवाय जगणे अशक्य आहे अशा निसर्गाच्या ठेव्याचे जतन व संरक्षण करणे अभिप्रेत आहे. तसेच, याच हक्काचा एक भाग असलेल्या उपजीविकेच्या हक्कावरदेखील पर्यावरणीय ऱ्हासाचा गंभीर परिणाम होतो.

एकापाठोपाठ एक पारित करण्यात आलेल्या कायद्यांच्या माध्यमातून भारतातील पर्यावरणाच्या वेगवेगळ्या भागांचे जतन करण्यास वैधानिकता प्राप्त झाली आहे. पंडित नेहरूंना वन्यजीवांबाबत जिव्हाळा होता हे सर्वज्ञात आहे. परंतु, वन्यजीव (संरक्षण) कायदा, १९७२ पारित करण्याचे श्रेय इंदिरा गांधी यांना द्यावे लागते. या कायद्याच्या शीर्षकातूनच हे स्पष्ट होते की, वन्य प्राणी आणि पक्षी यांचे संरक्षण करणे हे या कायद्याचे मुख्य उद्दिष्ट आहे. यामध्ये खासकरून, सिंह आणि भारतीय गेंडा या दुर्मीळ व ज्यांचा वेगाने नाश होत आहे अशा प्रजातींचा समावेश होतो.

वन्यजीव (संरक्षण) कायदा, १९७२च्या पाठोपाठ लगेचच जल (प्रतिबंध आणि प्रदूषण नियंत्रण) कायदा, १९७४ पारित करण्यात आला. भारतातील पर्यावरणाच्या संरक्षणासंबंधी हा आणखी एक प्रमुख आणि महत्त्वाचा कायदा आहे. हा कायदा १२ राज्यांमध्ये लागू करण्यात आला आहे. जलप्रदूषणाला प्रतिबंध करणे व त्यावर नियंत्रण ठेवणे तसेच, पाण्याची आरोग्यकारकता कायम ठेवणे व पुनश्च प्राप्त करणे हेदेखील हे या कायद्याचे उद्दिष्ट आहे. या कायद्यात नमूद केलेली उद्दिष्टे साध्य करण्यासाठी, जलप्रदूषणास प्रतिबंध व नियंत्रण करण्यासाठी केंद्र व राज्य मंडळे प्रस्थापित करण्यात यावी अशी तरतूद करण्यात आली आहे.

देशातील सर्व पर्यावरणीय समस्यांपैकी जंगलतोड या पर्यावरणविषयक समस्येने लोकांचे सर्वाधिक लक्ष वेधून घेतले आहे. वन संसाधनांशी संबंधित विविध हितसंबंध जपण्यासाठी, स्वातंत्र्योत्तर काळात बदललेल्या सामाजिक-आर्थिक आणि राजकीय परिस्थितीमध्ये शासनाने वन (संवर्धन) कायदा, १९८० संमत केला. या कायद्यातील तरतुदींनुसार, विभाग २ मधील संमती अनुदानाबाबत व वन संवर्धनाबाबत इतर कुठल्याही प्रश्नावर शासनाला सल्ला देण्यासाठी केंद्रशासन एक सल्लागार समिती नेमू शकेल. या समितीकडे केंद्रशासन अशा प्रकारचा सल्ला मागू शकेल. केंद्रशासनाच्या नियमांनुसार या कायद्यातील तरतुदी प्रत्यक्षात आणल्या जातात.

वायू (प्रदूषण प्रतिबंध आणि नियंत्रण) कायदा, १९८१ हा भारत शासनाने पारित केलेला आणखी एक महत्त्वाचा कायदा आहे. या कायद्यानुसार, वायू प्रदूषण प्रतिबंध, नियंत्रण आणि घट यासंबंधी तरतूद करण्यात आली आहे, तसेच, या बाबींसंबंधीचे अधिकार व कार्ये पार पाडण्यासाठी मंडळांची स्थापना करण्यात यावी अशी तरतूद करण्यात आली. या मंडळांना त्यांची कार्ये अधिक कार्यक्षम पद्धतीने पार पाडण्यासाठी हवेच्या प्रयोगशाळा स्थापन करण्याचा अधिकार आहे.

सन १९८०च्या दशकातील भोपाळ गॅस दुर्घटनेमुळे पर्यावरण संरक्षणाचे उद्दिष्ट साध्य करण्याकडे अधिकच वेगाने वाटचाल करण्यात आली. भविष्यात अशी दुर्घटना टाळण्यासाठी पर्यावरण (संरक्षण) कायदा, १९८६ तयार करण्यात आला. पर्यावरणातील प्रदूषकांच्या प्रमाणावर नियंत्रण ठेवणे, हानीकारक पदार्थ हाताळणे, पर्यावरणास हानीकारक आपत्कालीन परिस्थिती उद्‌भवल्यास जलद प्रतिसाद देणे, मानवी पर्यावरणाची सुरक्षितता आणि आरोग्यास हानीकारक कृत्ये करणाऱ्यांना प्रतिबंधात्मक शिक्षा देणे इत्यादी उद्दिष्टांची दखल घेऊन हा कायदा पारित करण्यात आला होता. यापूर्वीच्या सर्व कायद्यांशी तुलना करता प्रदूषणाच्या समस्या हाताळण्यासाठी ही परिणामकारक व ठळक उपाययोजना ठरली आहे.

स्थानिक न्यायालयामध्ये दाखल केलेल्या याचिकांच्या निकालास विलंब होत असल्याचे लक्षात घेऊन (भोपाळ प्रकरणाच्या अनुभवावरून) सन १९९५मध्ये राष्ट्रीय पर्यावरण न्यायाधिकरण कायदा, १९९५ अमलात आणण्यात आला. कुठलाही हानीकारक पदार्थ हाताळताना झालेल्या अपघातातून नुकसान झाल्यास या कायद्याद्वारे नुकसानभरपाईची कठोर तरतूद करण्यात आली. तसेच अशा अपघातांतून पुढे येणाऱ्या याचिकांचा परिणामकारक व जलद गतीने निकाल लागावा या हेतूने राष्ट्रीय पर्यावरण न्यायाधिकरणाची स्थापना करण्याची तरतूद करण्यात आली. व्यक्ती, संपत्ती किंवा पर्यावरण यांची हानी झाल्यास आर्थिक साहाय्य व नुकसान भरपाई देणे हे या कायद्याचे मुख्य उद्दिष्ट होय.

राष्ट्रीय हरित न्यायाधिकरण कायदा, २०१०च्या अंतर्गत पर्यावरण व वन मंत्रालयाने राष्ट्रीय हरित न्यायाधिकरणाची स्थापना केली. यामुळे सन २०११ हे वर्ष उल्लेखनीय ठरले. पर्यावरण संरक्षण आणि वन व इतर नैसर्गिक संसाधनांच्या संवर्धनाशी संबंधित याचिकांवर परिणामकारक व जलद निवाडा व्हावा या दृष्टीने या न्यायाधिकरणाची स्थापना करण्यात आली होती. पर्यावरणाशी संबंधित कुठल्याही कायदेशीर अधिकारांची अंमलबजावणी करणे, व्यक्ती किंवा संपत्तीची हानी झाल्यास अर्थसाहाय्य आणि नुकसानभरपाई देणे, किंवा तत्सम बाबी किंवा घटनाधारित बाबी या न्यायाधिकरणाच्या कार्यकक्षेत येतात. विविधांगी पर्यावरणविषयक समस्या हाताळण्यासाठी ही एक विशेष संस्था असून या संस्थेद्वारे पर्यावरणीय प्रश्न सोडविण्याच्या प्रक्रियेमध्ये गरजेनुसार तज्ज्ञ व्यक्तीदेखील समाविष्ट असतात. हे न्यायाधिकरण नागरी प्रक्रिया संहिता, १९०८मधील प्रक्रियांना बांधील नसून त्याचे कार्य नैसर्गिक न्यायाच्या तत्त्वांनुसार चालते. या न्यायाधिकरणाची प्रक्रिया केवळ पर्यावरण क्षेत्राशी संबंधित असल्याने जलद गतीने निवाडा देणे शक्य होते व उच्च न्यायालयांवरील याचिकांचा भारदेखील कमी होतो.

राष्ट्रीय हरित न्यायाधिकरण कायदा कार्यान्वित झाल्यानंतर राष्ट्रीय पर्यावरण न्यायाधिकरण कायदा, १९९५ आणि राष्ट्रीय पर्यावरणसंबंधी अपील न्यायासन कायदा, १९९७ हे दोन कायदे आपोआपच रद्दबातल झाले. आणि म्हणून, राष्ट्रीय पर्यावरण अपील न्यायासन स्थगित झाल्यामुळे–राष्ट्रीय हरित न्यायाधिकरण या अर्ध-न्यायालयीन संस्थेने पर्यावरणीय

प्रकल्पांना दिलेल्या (अथवा न देण्यात आलेल्या) मंजुरीसंबंधी याचिकांची दखल घेण्याचे अधिकार देण्यात आले. राष्ट्रीय पर्यावरण अपील न्यायासनाकडील सर्व निलंबित याचिका राष्ट्रीय हरित न्यायाधिकरणाकडे हस्तांतरित करण्यात आल्या.

भारत हा आंतरराष्ट्रीय जैवविविधता कराराचा सदस्य असल्याने सन २००४मध्ये जैवविविधता कायदा, २००२ अधिनियमित करण्यात आला. या कायद्याद्वारे जैविक संसाधनांच्या वापराची उपलब्धता आणि त्यासंबंधीचे पारंपरिक ज्ञान या बाबींची दखल घेण्यात आली आहे. असे केल्याने, या संसाधनांच्या वापराचे देशाला व देशातील सर्व नागरिकांना समान फायदे मिळतील याबाबत हमी देण्यात आली. यामध्ये पुढील तरतुदी समाविष्ट होत्या: भारत शासनाच्या विशिष्ट परवानगीखेरीज भारतीय जनुकीय सामग्री देशाबाहेर पुरविण्यास सक्त मनाई; भारत शासनाच्या परवानगीखेरीज जैवविविधता किंवा इतर संबंधित ज्ञानावर पेटंट किंवा तत्सम बौद्धिक संपदेचा दावा करण्यास सक्त मनाई; भारतीयांच्या जैवविविधतेच्या उपभोग व वापराचे नियमन, मात्र, स्थानिक समूह अशा बंधनांना अपवाद ठरतील; जैवविविधतेच्या वापरातून होणाऱ्या लाभाच्या समान वाटपाबाबतचे उपाय स्थानिक लोकांना सभोवतालच्या जैवविविधतेच्या संरक्षणसंबंधी प्रक्रियांमध्ये समाविष्ट करून त्यांचे सशक्तीकरण करण्यासाठी ही महत्त्वाची कायदेशीर उपाययोजना होती.

पुनर्प्रक्रिया प्लास्टिकचे उत्पादन आणि वापरविषयक नियम, १९९९ नुसार खाद्यपदार्थ विक्रेत्यांना त्यांचा माल पुनर्प्रक्रिया केलेल्या प्लास्टिकच्या पिशव्या अथवा डब्यात भरण्याची मनाई आहे. खाद्यपदार्थ विकायचे असल्यास ते नव्या पिशव्यांमध्ये भरणे आवश्यक आहे. या पिशव्यांची जाडी कमीतकमी २० मायक्रॉन्स इतकी असावी असेदेखील या नियमांमध्ये नमूद करण्यात आले आहे. पातळ पिशव्या मोरी किंवा गटारांमध्ये अडकून बसल्याने सांडपाण्याचा निचरा होत नाही. यामुळे असे पाणी शहरांतील रस्त्यांवर येते. सन २०००मध्ये ध्वनिप्रदूषण (नियमन आणि नियंत्रण) नियम कार्यान्वित झाले. या नियमांद्वारे, औद्योगिक, व्यावसायिक आणि निवासी प्रदेशांमधील सभोवतालच्या हवेच्या दर्जासंबंधी गोंगाटाच्या सापेक्षतेने मानके नमूद करण्यात आली, तसेच, 'शांतता क्षेत्रे' सूचित करण्यात आली.

ओझोन पातळीवर परिणाम करणाऱ्या घटकांसंबंधीच्या मॉण्ट्रियल मसुद्याचा भारत सदस्य आहे. हे घटक म्हणजे शीतकपाटांमध्ये वापरण्यात येणारे क्लोरोफ्लुरोकार्बन्ससारखे (CFCs) पदार्थ होत. मॉण्ट्रियल मसुद्यानुसार अशा पदार्थांचे उत्पादन व उपभोग टप्प्याटप्प्याने कमी करत जाणे आवश्यक आहे. या संदर्भाने, भारत शासनाने सन २०००मध्ये ओझोन थर विरळ करणारे प्रमुख पदार्थ (ODS) (नियमन) नियम लागू केले, याची मुख्य वैशिष्ट्ये पुढीलप्रमाणे होत:

१. ओझोनचा थर विरळ करणाऱ्या पदार्थांच्या निर्मितीवर बंधने घालण्यात आली व वार्षिक तत्त्वावर घट सूचित करण्यात आली.
२. ओझोनचा थर विरळ करणाऱ्या पदार्थांची निर्मिती करणारे नवे उपक्रम सुरू करण्यावर व असलेल्या उपक्रमांची व्यापकता वाढविण्यावर बंदी घालण्यात आली.
३. मॉण्ट्रियल मसुद्याचे सदस्य असलेल्या देशांना निर्यात करण्यावर बंधने.
४. ओझोन थर विरळ करणारे प्रमुख पदार्थांवर आधारित उपकरणांचे क्षमतावर्धन किंवा तत्संबंधी नव्या सुविधा स्थापन करण्यावर बंदी.
५. परवान्याखेरीज ओझोन थर विरळ करणारे प्रमुख पदार्थ किंवा ओझोन थर विरळ करणारे प्रमुख पदार्थांवर आधारित उपकरणांच्या आयात निर्यातीवर निर्बंध (राजगोपालन २००८, ९१).

येत्या काळातील पर्यावरणीय परिस्थिती लक्षात घेता व वर्तमान कायद्यांचे दृढीकरण करण्यासाठी व ते अधिक व्यापक करण्यासाठी पर्यावरण आणि वन मंत्रालयाने सन २००४मध्ये भारताच्या नव्या पर्यावरण धोरणाचा मसुदा तयार केला. हा मसुदा सन २००६मध्ये राष्ट्रीय पर्यावरण धोरण, २००६ म्हणून कार्यान्वित झाला. सद्य:परिस्थिती व अनुभवाच्या संदर्भात पाहिल्यास, या कायद्यान्वये व्यापकता वाढविण्याचा प्रयत्न केला जाईल व वर्तमानस्थितीत असलेल्या काही त्रुटी भरून काढण्याचा प्रयत्न करण्यात येईल. या कायद्यान्वये पूर्वीची धोरणे खोडून काढली जात नसून, त्यांच्याच आधाराने नवी धोरणे तयार करण्याचा प्रयत्न होता. मानवी कल्याणाच्या संवर्धनाशी संबंधित शाश्वत विकास ध्येये ही

भारतीय विकास तत्त्वज्ञानातील वारंवार अधोरेखित होणारी बाब होय. सांप्रत काळातील सर्वानुमतीमध्ये तीन मूलभूत अपेक्षा प्रतिबिंबित होतात. एक, मानवाच्या जगण्याचा दर्जा समाधानकारक असावा. दोन, मानवसमूहाला जीवावरणाच्या परिमिततेचा आदर करण्याची जाण असावी. तीन, दर्जेदार आयुष्याची अपेक्षा किंवा जैवभौतिक मर्यादांना अधिकृत मान्यता यापैकी कुठल्याही कारणाने जगातील सर्वोच्च न्यायाचा शोध थांबविता येणार नाही. राष्ट्रीय पर्यावरण धोरण म्हणजे भारताच्या प्रदूषणविरहित पर्यावरणाप्रती वचनबद्धता देणे होय. ही वचनबद्धता राज्यघटनेतील कलम ४८(अ) आणि कलम ५१(अ)(ग)मध्ये सूचित केली आहे. तसेच, कलम २१च्या न्यायालयीन अर्थांकनालादेखील पुष्टी मिळाली. निरोगी पर्यावरण ही केवळ राज्याची जबाबदारी नसून प्रत्येक नागरिकाची जबाबदारी आहे याला मान्यता मिळाली आहे. म्हणून, देशातील संपूर्ण पर्यावरण व्यवस्थापनासाठी या परस्परसंबंधांचा गाभा समजून घेणे आवश्यक आहे. पर्यावरणात दर्जात्मक सुधारणा व त्यात सातत्य यासाठी राज्याने प्रयत्नांची पराकाष्ठा केलीच पाहिजे हे खरे असले तरी त्याला नैसर्गिक किंवा संस्थात्मक पातळीवर प्रत्येक व्यक्तीचे साहाय्य लाभणेदेखील आवश्यक आहे. सन २००६च्या राष्ट्रीय पर्यावरण धोरणाच्या उद्देशिकेमध्ये पुढील उद्दिष्टे नमूद केली आहेतः

१. अत्यावश्यक पर्यावरणीय संसाधनांचे संरक्षण व संवर्धन करणे.
२. समाजातील सर्व समूहांना, खासकरून पर्यावरणीय संसाधनावर अवलंबून असलेल्या निर्धन समूहांना, पर्यावरणीय संसाधनांच्या समान उपलब्धतेबाबत हमी देण्यात यावी.
३. पर्यावरणीय संसाधनांच्या न्याय्य वापराबाबत खात्री करून घेणे.
४. आर्थिक-सामाजिक विकास घडवून आणण्यासाठी पर्यावरणीय प्रश्न हे धोरणे, योजना, कार्यक्रम आणि उपक्रम यांमध्ये समाविष्ट करणे.
५. पर्यावरणीय संसाधनांच्या वापराचे व्यवस्थापन व नियमन यासाठी सुशासनाची तत्त्वे लागू करणे.
६. पर्यावरण रक्षणासाठी संसाधनांची व्याप्ती वाढविणे (भारत सरकार २००६, ८).

उपरोक्त उद्दिष्टांची पूर्ती वेगवेगळ्या धोरणांच्या माध्यमातून केंद्र, राज्य आणि स्थानिक शासन पातळीवरील शासकीय अधिकाऱ्यांनी करणे अपेक्षित आहे. अशा धोरणांसंबंधी वेगवेगळ्या अभिकर्त्यांची कार्ये पुढील तत्त्वांना अनुसरून असतीलः

१. मानव हा शाश्वत विकासाच्या केंद्रस्थानी आहे.
२. पर्यावरण संरक्षण हा विकास प्रक्रियेचा अविभाज्य भाग आहे.
३. पर्यावरणीय संसाधनांतून मिळणाऱ्या सेवांची आर्थिक बाजू लक्षात घेणे आवश्यक आहे.
४. प्रदूषणास जबाबदार कर्त्यांना पर्यावरणाच्या हानीची किंमत मोजावी लागेल.
५. पर्यावरणीय प्रक्रियेमधील लोकसहभाग (भारत सरकार २००६, १०).

१८ डिसेंबर २००६रोजी पारित केलेला अनुसूचित जमाती व इतर पारंपरिक वनवासी (वन अधिकारांची मान्यता असलेला) कायदा, २००६ हा भारतातील महत्त्वाचा वनविषयक कायदा होय. याच कायद्याला वन हक्क कायदा किंवा आदिवासी हक्क कायदा असेदेखील म्हटले जाते. हा कायदा वनप्रदेशांमध्ये राहणाऱ्या समुदायांच्या जमीन व इतर संसाधनांवरील हक्कांशी संबंधित आहे. भारतामध्ये वासाहतिक वनविषयक कायद्यांमध्ये सातत्य राखण्यात आल्याने या समुदायांना हे हक्क नाकारण्यात आले होते. या कायद्याच्या समर्थकांनुसार या कायद्यामध्ये वनसंवर्धन अधिक परिणामकारक व पारदर्शी व्हावे या हेतूने तरतुदी समाविष्ट करण्यात आल्यामुळे वनवासी समुदायांवर 'भूतकाळात झालेला अन्याय' पुसून टाकता येईल. या कायद्याची मागणी करताना अनेक निदर्शने करण्यात आली, यामध्ये हजारो लोक सहभागी झाले होते.

सन २००६ साली पारित झालेल्या या कायद्यामधील काही तरतुदी पुढीलप्रमाणे होतः

१. वनवासी अनुसूचित जमाती किंवा इतर पारंपरिक वनवासी समुदायांना वनांतील जमिनीवर राहण्याचा, उपजीविकेसाठी लागवड करण्याचा हक्क.
२. गौण वन उत्पादनांवर मालकीचा अधिकार, ती उत्पादने गोळा करणे, वापरणे व त्यांची उस्तवारी करणे यासंबंधीचे हक्क.
३. जलसाठ्यांतील मासे व इतर उत्पादने वापरण्यासंबंधीचे अधिकार, भटक्या किंवा पशुपालन करणाऱ्या समुदायांना कुरणांची व पारंपरिक ऋतुमानाप्रमाणे संसाधनांच्या उपलब्धतेचे अधिकार इत्यादी अन्य सामाजिक अधिकार.
४. समुदायांसाठी तात्पुरती निवास करण्याचे व आदिवासी जमाती आणि मूळच्या आदिवासी समुदायांसाठी अधिवास करण्याचे अधिकार.
५. परंपरेने लाभलेल्या संसाधनांच्या शाश्वत वापरासाठी कोणत्याही समुदायांच्या वन संसाधनांचे संरक्षण, पुनरुत्पादन, जतन किंवा व्यवस्थापनाचे अधिकार.
६. जैवविविधतेच्या उपलब्ध वापरासंबंधीचा हक्क आणि समुदायाचे बौद्धिक संपदा आणि जैविक आणि सांस्कृतिक विविधतेशी संबंधित पारंपरिक ज्ञानासंबंधीचे हक्क.

अशा प्रकारे, वन हक्क कायदा, २००६ अन्वये आदिवासी किंवा वन निवासी लागवड करीत आहेत अशा जमिनीवरील त्यांचे हक्क, स्थानिक लोकांचे अल्प वन उत्पादनांवरील, कुरणांवरील व पशुपालन करण्यात येत असलेल्या जागांवरील हक्क इत्यादीसंबंधी तरतुदी करण्यात आल्या आहेत. स्थानिक समुदायांना बेकायदेशीररित्या बेघर केल्यास किंवा त्यांचे सक्तीने विस्थापन झाल्यास पुनर्वसनासंबंधीच्या तरतुदी आणि वन निवासी समुदायांना वन आणि वन्यजीव संरक्षणाच्या व्यवस्थापनाचे अधिकारदेखील देण्यात आले आहेत.

भारतातील पर्यावरण समस्यांसंबंधी न्यायव्यवस्थेची भूमिका

पर्यावरणाचा अधिक ऱ्हास होण्यापासून संरक्षण व प्रदूषण नियंत्रण यासाठी भारत शासनाने घटनात्मक कायदेशीर व प्रशासकीय कार्यक्षेत्रामध्ये अनेक पावले उचलली आहेत हे कार्यवाहीच्या नोंदींमधून स्पष्ट होते. केंद्र आणि राज्य सरकारांनी अशी पावले उचलली असली तरी, पर्यावरणाचा ढासळता दर्जा आणि प्रदूषण समस्या यावर शक्य तितके नियंत्रण प्रस्थापित करता आले नाही. याला अनेक कारणे आहेत. एक, अनेक प्रशासकीय आणि कायदेशीर तरतुदी केवळ कागदोपत्री राहिल्या आहेत किंवा अंमलबजावणी करताना त्यांना वेगळेच वळण देण्यात आले आहे. दोन, प्रशासकीय संस्थांमधील समन्वय आणि सहकार्याचा अभाव हा संपूर्ण संस्थात्मक रचनेतील महत्त्वाचा दोष आहे. पर्यावरण संरक्षणाच्या प्रचलित अधिकृत कार्यक्रमातील आणखी एक दोष म्हणजे शासकीय प्रयत्नांना पूरक ठरणाऱ्या अशासकीय संस्थांच्या निर्णायक भूमिकेला म्हणावे इतके महत्त्व देण्यात आलेले नाही असे लक्षात येते. कायदेशीर दृष्टिकोनातून, पर्यावरण संरक्षण कायदे सदोष असल्याने त्यांच्या अंमलबजावणीमध्ये अडथळे येतात.

पर्यावरणाची सुरक्षितता आणि संरक्षण साध्य करण्यासाठी कार्यकारी मंडळाला सातत्याने अपयश आले असल्याने लोक तक्रार निवारणासाठी न्यायव्यवस्थेकडे धाव घेतात. अशा प्रकारे, मागील दोन दशकांमध्ये समाजातील दरिद्री आणि वंचित समूहांप्रती या कायद्यांची उपयुक्तता जाणून न्यायव्यवस्थेने शर्थीचे प्रयत्न केले आहेत. सन १९८०च्या दशकाच्या सुरुवातीला भारतातील उच्चस्तरीय न्याय व्यवस्थेच्या भूमिकेमध्ये बदल घडून आलेला दिसतो. एका नव्या आणि क्रांतिकारकरित्या, भिन्न पद्धतीने याचिकांच्या जगात मोठ्या प्रमाणात बदल घडवून आणले. खाजगी तंटे सोडविण्याखेरीज सर्वोच्च व उच्च न्यायालयांतील न्यायाधीशांना सार्वजनिक तक्रारी हाताळण्याचे आदेश देण्यात आले. या तक्रारींमध्ये, राज्याद्वारे उघडपणे मानवी हक्कांचे उल्लंघन करण्यात आले असल्यास त्याबाबतच्या सार्वजनिक तक्रारी किंवा परिनियम व घटनात्मक तरतुदींमध्ये निहित सार्वजनिक धोरणांचा पुरस्कार करणे इत्यादी बाबींचा समावेश होता. या नव्या प्रकारच्या

न्यायिक व्यवहाराला एकत्रितपणे 'जनहित याचिका' असे संबोधण्यात आले. भारतातील बहुतांश पर्यावरणीय कारवाया या प्रकारामध्ये मोडतात.

पर्यावरणासंबंधी जनहित याचिका

आपल्या न्यायव्यवस्थेला पर्यावरणासंबंधी समस्यांविषयी, निर्णय घेण्याची ज्या ज्या वेळी संधी मिळाली त्या त्या वेळी त्यांची प्रबुद्ध न्यायालयीन सर्जनशीलता आणि दूरदृष्टी दिसून आली आहे. उच्च आणि सर्वोच्च न्यायालयांच्या अनेक निवाड्यांचे सर्वेक्षण केले असता असे लक्षात येते की, अनेक बहुतांश तांत्रिक अडचणी या कायदेशीर अन्वयार्थ लावण्याच्या नव्या पद्धती व नवी वैधानिक साधने योजल्याने सोडविण्यात आल्या आहेत.

रतलाम नगरपालिका विरुद्ध वर्धीचंद[१] या खटल्यामध्ये सर्वोच्च न्यायालयाने केलेला निवाडा पूर्वीच्या निवाड्यांपेक्षा सर्वार्थाने वेगळा ठरला. यातून पर्यावरण संवर्धनाकडे पाहण्याचा न्यायव्यवस्थेचा नवा दृष्टिकोन प्रतिबिंबित झाला. या खटल्यामध्ये सर्वोच्च न्यायालयाने दोन पायाभूत तत्त्वे मांडली. एक, भारतातील कोणतीही नगरपालिका नागरिकांचे आरोग्य आणि सुरक्षा याबाबतची प्राथमिक जबाबदारी पूर्ण न करण्याचे निधी तुटवडा हे कारण पुढे करू शकत नाहीत. दोन, सार्वजनिक सेवासुविधांचा अभाव आणि नागरिकांच्या आरोग्यावर परिणाम करणाऱ्या औद्योगिक प्रदूषकांना प्रतिबंध न करणे हे सभ्यता व प्रतिष्ठा या मानवी हक्कांचे उल्लंघन आहे. नगरपालिकेने असे उल्लंघन केल्यास त्याबाबत त्यांचे समर्थन केले जाणार नाही.

डेहराडून उत्खनन खटल्यामध्ये[२] सर्वोच्च न्यायालयाने सर्वप्रथम असा निवाडा केला की, परिपूर्ण पर्यावरणाचा मूलभूत हक्क हा राज्यघटनेतील कलम २१मधील जगण्याच्या हक्काचा भाग आहे. जलप्रदूषणाचा, खासकरून गंगेतील प्रदूषणाचा, प्रश्न *एम.सी. मेहता विरुद्ध भारत सरकार*[३] या खटल्यामध्ये सर्वप्रथम सर्वोच्च न्यायालयासमोर आला. ही नदी तीन राज्यांच्या औद्योगिक प्रदेशांतून वाहते. या भागामध्ये सर्वाधिक कत्तलखाने व चामड्याचे उद्योग आहेत. सर्वोच्च न्यायालयाने कानपूर येथील ३० कत्तलखाने बंद करण्याचे आदेश दिले, यातून गंगेमध्ये कोणतीही प्रक्रिया न केलेले सांडपाणी सोडण्यात येत होते. कत्तलखाने बंद केल्यास बेरोजगारीचा प्रश्न उद्भवेल हे न्यायालयाने मान्य केले परंतु, त्यांनी 'लोकांचे जीवन, आरोग्य आणि परिसंस्था यांना अधिक महत्त्व दिले'.

न्यायालयाने राज्यघटनेतील कलम २१अंतर्गत जगण्याच्या व व्यक्तिगत स्वातंत्र्याच्या हक्काचे नवे पैलू उलगडल्याने न्यायव्यवस्थेच्या सक्रियतेला सुरुवात झाली. पर्यावरण व कायदेतज्ज्ञ एम.सी. मेहता यांनी दाखल केलेल्या अनेक जनहित याचिकांवर निर्णय देताना देशातील सर्वोच्च न्यायालयाने निरोगी पर्यावरणाचा हक्क मूलभूत हक्क आहे असे मत नोंदविले. कलम २१मधील 'जगण्या'च्या हक्कामध्ये सुखकर जीवन जगण्यासाठी आवश्यक असलेल्या सर्व बाबींचा समावेश होतो. *मून विरुद्ध पीपल ऑफ एलिनॉईस*[४] निवाड्यामध्ये 'जीवन' या संज्ञेचा अर्थ केवळ शारीर अस्तित्वापेक्षा सखोल आहे असे नोंदविण्यात आले. प्रदूषणामुळे कायमचे अपंगत्व येऊन शरीरातील महत्त्वाच्या अवयवांचे कार्य बिघडते किंवा हे अवयव अकार्यक्षम होतात. यामुळे मानव केवळ शारीर स्तरावर अस्तित्वरूप उरतो व एक प्रकारे जगण्याचा हक्क नाकारण्यात येतो असे येथे अधोरेखित होते.

एम.सी. मेहता विरुद्ध भारत सरकार (सुप्रा १८.४६४) यातूनदेखील पर्यावरण संरक्षणाबाबतची न्यायालयीन भूमिका प्रकर्षाने पुढे आली. शिवाय, सर्वोच्च न्यायालयाने पुढील बाबी नमूद केल्याः

१. रासायनिक व इतर हानीकारक उद्योगांचे स्थान निश्चित करण्यासाठी शासनाने एक राष्ट्रीय धोरण आखावे. अशी स्थाननिश्चिती करताना विरळ लोकसंख्या, समुदायाला कमीतकमी धोक्याची शक्यता आणि प्रदूषणाची पातळी कमीतकमी हे निकष लक्षात घ्यावे.
२. भारत सरकारने एक परिसंस्था विज्ञान गट स्थापन करावा. यामध्ये विज्ञान व तंत्रज्ञान क्षेत्रातील विविध शाखांच्या स्वतंत्र व व्यावसायिकदृष्ट्या कार्यक्षम तज्ज्ञांचा समावेश असावा. हा गट न्यायव्यवस्थेसाठी एक माहितीपेढी म्हणून कार्यरत राहून विशिष्ट मागण्यांनुसार न्यायालयाला नवी माहिती पुरवील.

३. पर्यावरणविषयक न्यायालयांची स्थापना करण्यात यावी. यामध्ये एक व्यावसायिक न्यायाधीश आणि परिसंस्था विज्ञान संशोधन गटातील दोन तज्ज्ञांचा समावेश असावा.
४. पर्यावरणीय प्रदूषणामुळे व्यक्तींना कुठल्याही प्रकारची हानी झाल्यास संपूर्ण दायित्वाचे तत्त्व लागू करण्यात यावे.
५. नुकसान भरपाईच्या उपाययोजनांची व्याप्ती व क्षमता परस्परसंलग्न असावी कारण अशा प्रकारच्या नुकसान भरपाईने सकारात्मक परिणाम साधला जातो. पर्यावरण संरक्षण कायदा, १९८६चे उल्लंघन केल्यास जास्तीतजास्त वाढीव शिक्षा देण्याची करण्यात आलेली तरतूद ही कायदेशीर हेतूशी एकवाक्यता असणारी आहे.

भोपाळ वायू दुर्घटनेमध्ये सर्वोच्च न्यायालयाने अतिशय महत्त्वाची भूमिका बजावली. विषारी वायूच्या गळतीमुळे पर्यावरणाचे प्रदूषण झाले, हजारोंच्या आरोग्यावर विपरीत परिणाम झाले, अनेकांचे मृत्यू ओढवले आणि अनेक जणांना आयुष्यभराचे अपंगत्व आले. ही बाब लक्षात घेऊन सर्वोच्च न्यायालयाने मनुष्याचे जगणे व स्वातंत्र्य याबद्दलची सखोल चिंता व्यक्त केली. *युनियन कार्बाइड कॉर्पोरेशन विरुद्ध भारत सरकार*[५] खटल्यामध्ये न्यायालयाने 'सरकारने वायू दुर्घटनेतील बळींना ताबडतोब तात्पुरते आर्थिक साहाय्य करावे' असे आदेश दिले. हे साहाय्य मे १९९३मध्ये देण्यात येईल असे भारत सरकार व रिजर्व बँकेच्या आदेशांनुसार ठरविण्यात आले होते. भोपाळ वायू दुर्घटनेतील व तत्संबंधी सर्व नुकसान भरून काढण्यासाठी युनियन कार्बाइड कॉर्पोरेशनने भारत सरकारला एकूण ४७ कोटी अमेरिकी डॉलर इतकी रक्कम द्यावी असे आदेश न्यायालयाने दिले. दुर्घटनाग्रस्तांना तातडीने सहकार्य करावे हे न्यायालयीन व मानवतेच्या दृष्टीने महत्त्वाचे कर्तव्य होय असे मत सर्वोच्च न्यायालयाने नोंदविले. परंतु, कुठलाही हानीकारक प्रसंग उद्‌भवल्यास दुर्घटनाग्रस्तांना पुरेसे अर्थसाहाय्य दिले जाईल या सबबीखाली सुदृढ पर्यावरणात जगण्याचा हक्क नाकारता येणार नाही म्हणजेच, कुठल्याही परिस्थितीत सुदृढ पर्यावरणात जगण्याचा हक्क सर्वोच्च असेल, असेदेखील न्यायालयाने अधोरेखित केले.

दगडखाणींमधील खडीच्या यंत्रामुळेदेखील पर्यावरण प्रदूषण होते आणि नागरिकांचा स्वच्छ हवा व प्रदूषणविरहित पर्यावरणात जगण्याचा हक्क डावलला जातो. म्हणून, *एम.सी. मेहता विरुद्ध भारत सरकार*[६] खटल्यामध्ये दिल्ली, फरिदाबाद आणि वल्लभगड परिसरातील यंत्राद्वारे करण्यात येणारी दगडफोड थांबविण्यात यावी असे आदेश सर्वोच्च न्यायालयाने दिले. शाश्वत विकासाचा मुद्दा लक्षात घेऊन, दिल्ली, फरिदाबाद आणि वल्लभगड परिसरात अशी कामे थांबविण्याचे आदेश देण्यात आल्यानंतर हरियाणा राज्यातील पाली गावात 'दगडखाणीसाठी एक प्रदेश' नेमून देण्यात आला व तेथे अशा कामांसाठी जागांचे वाटप करण्यात यावे असे आदेश न्यायालयाने दिले.

दिल्ली वायुगळती खटल्यामध्ये (*एम. सी. मेहता विरुद्ध भारत सरकार*) सर्वोच्च न्यायालयाने ऐतिहासिक निर्णय नोंदविला (मॅथ्यू २०००, १४). दिल्ली शहराच्या मध्यवस्तीमध्ये असलेल्या श्रीराम फूड ॲण्ड फर्टिलायझर या ओलम आणि क्लोरीन उत्पादित करणाऱ्या कंपनीच्या प्रदूषण घडवून आणणाऱ्या व हानीकारक कृत्यांमुळे हजारोंच्या जगण्याच्या हक्काचे उल्लंघन झाले असा याचिकाकर्त्याचा आरोप होता. ओलम वायुगळतीच्या बळींना नुकसान भरपाई देण्यात यावी असे आदेश सर्वोच्च न्यायालयाने या कंपनीच्या व्यवस्थापनाला दिले. कामगारांची जास्तीतजास्त सुरक्षितता आणि आजूबाजूच्या परिसरात राहणाऱ्या समुदायांची सुरक्षितता याबाबत हमी देण्यासाठी अनेक उपाययोजना नमूद केल्यानंतर हा उद्योग आंशिक पद्धतीने कार्यान्वित करण्याची परवानगी देण्यात आली. अशा प्रकारे, न्यायालयाने पर्यावरण संरक्षण समाविष्ट करून केवळ कलम २१ची व्याप्तीच वाढविली नाही तर, प्रदूषणाच्या बळींच्या नुकसानभरपाईची जबाबदारीदेखील अधोरेखित केली.

सर्वोच्च न्यायालयाने दिल्ली येथे वाहनांच्या माध्यमातून होणाऱ्या प्रदूषणाचा प्रश्नदेखील गांभीर्याने घेतला आहे. *एम. सी. मेहता विरुद्ध भारत सरकार*[७] खटल्यामध्ये सर्वोच्च न्यायालयाने राज्यघटनेतील कलम ४७ आणि ४८(अ) लक्षात घेऊन वेळोवेळी दिल्ली येथील वाहतूकीची समस्या व वाहन प्रदूषणातून उद्‌भवणाऱ्या समस्या हाताळण्याचे आदेश

दिले. तथापि, सर्वोच्च न्यायालयाने वेळोवेळी दिलेल्या आदेशांना अपेक्षित प्रतिसाद मिळाला नाही हे निराशाजनक आहे. आदेश देताना न्यायालयाने हा एक कायद्याशी संबंधित प्रश्न आहे असे मानले होते व तद्नंतर त्याचा कलम २१अंतर्गत हक्कांवर होणारा परिणाम व पर्यावरणाचा ढासळता दर्जा याबाबत परीक्षण केले. आदेशांचे पालन करणे आवश्यक आहे असे सर्वोच्च न्यायालयाने नोंदविले. तसेच, या आदेशांचे पालन करणे हे राज्याचे कर्तव्य असेल यावर भर दिला. ७ जानेवारी १९९८ रोजी श्री. भुरेलाल यांच्या अध्यक्षतेखाली राष्ट्रीय राजधानी क्षेत्रासाठी पर्यावरण प्रदूषण (प्रतिबंध व नियंत्रण) प्राधिकरण स्थापन करण्यात आले होते. या प्राधिकरणाद्वारे वाहन प्रदूषणाचे व तत्संबंधी बाबींचे नियंत्रण करण्यात यावे व त्याचा अहवाल न्यायालयापुढे सादर करावा असे आदेश दिले. या प्राधिकरणाने तातडीने हवेचा दर्जा सुधारण्यासाठी काही उपाययोजना सुचविल्या व भविष्यातील सुधारणांसाठी एक कालमर्यादा घालून दिली.

दिल्ली येथील वाहन प्रदूषण नियंत्रित करण्यासाठी सर्वोच्च न्यायालयाने २८ जुलै १९९८ रोजी दिलेल्या आदेशानुसार पुढील पावले उचलण्यात यावित असे सुचविले:

१. १५ वर्षे जुन्या असलेल्या टॅक्सीसह इतर सर्व व्यावसायिक वाहनांच्या वाहतुकीवर बंधने घालण्यासाठी देण्यात आलेल्या आदेशांची २ ऑक्टोबर १९९८ पासून अंमलबजावणी करावी,
२. १५ ऑगस्ट १९९८ पासून दिवसा होणाऱ्या मालवाहक वाहनांच्या प्रवेशावर निर्बंध असावेत. याबाबतची कडक कार्यवाही करण्यात यावी,
३. तेलमिश्रित पेट्रोल वाटप (पेट्रोल आणि २टी ऑईल) यंत्रांची संख्या ३१ डिसेंबर १९९८ पर्यंत वाढविणे,
४. पेट्रोल पंपावर व वाहनदुरुस्ती केंद्रांमध्ये सुटे २टी ऑईल विकण्यावर ३१ डिसेंबर १९९८ पर्यंत बंदी घालण्यात यावी.[८] या आदेशांचे पालन करण्यात आले आहे. श्री. भुरेलाल समितीने दिलेले आदेश व घालून दिलेली कालमर्यादा याला सर्वोच्च न्यायालयाने मान्यता दिली. पुढे न्यायालयाने असे मत नोंदविले की, वर नमूद केलेल्या कालमर्यादेचे सर्व अधिकाऱ्यांनी काटेकोर पद्धतीने पालन करावे. तसेच, न्यायालयाने वेळोवेळी दिलेले आदेश प्रसारमाध्यमांच्या माध्यमातून लोकांपर्यंत पोहोचविण्यासाठी परिणामकारक व पुरेशी पावले उचलणे हेदेखील या अधिकाऱ्यांकडून अपेक्षित आहे. व्यवस्थेतील सर्वांना हे आदेश काटेकोर पद्धतीने पाळण्याचे आदेश देण्यात आले; त्यात अपयश आल्यास व कर्तव्यपालनात कसूर केल्यास न्यायालयाचा अवमान अधिनियम, १९७१ अंतर्गत कारवाई करण्यात येईल असे नमूद करण्यात आले.

अशा प्रकारे, याचिकांच्या या संपूर्ण प्रवासात सर्वोच्च न्यायालयाने वेगवेगळ्या बाबींवर लक्ष केंद्रित केले. सन १९९०मध्ये कर्तव्यात कसूर करणाऱ्यांवर फिर्यादी दाखल करण्यावर भर होता. सन १९९१मध्ये, दिल्ली वाहतूक मंडळाच्या डिझेलवर चालणाऱ्या बस गॅसवर चालविण्याबाबत न्यायालयाने पावले उचलली, १९९२च्या सुरुवातीला, बस वाहतुकीतून होणारे उत्सर्जन कमी करण्यावर भर देण्यात आला. सन १९९४मध्ये सर्व नव्या वाहनांमध्ये कॅटॅलिटिक कॉन्व्हर्टर बसविले आहेत याकडे शासनाने लक्ष द्यावे असे न्यायालयाने निक्षून सांगितले, तसेच, चार महानगरांमध्ये एप्रिल १९९५पर्यंत शिसेविरहित पेट्रोल वापरण्यास सुरुवात करावी. त्यानंतर न्यायालयाने शिसेविरहित पेट्रोल वाटपाच्या वाढत्या जाळ्याचे परीक्षण केले. तसेच, पेट्रोल मधील शिसे हा घटक कमी करण्यात यावा याबाबत आणि सन २०००च्या उत्सर्जन नियम अधिसूचनेबाबत शासनाकडून हमी घेतली. सन १९९६ आणि १९९७च्या शेवटी न्यायालयाने सर्व वाहने स्वच्छ इंधनावर, म्हणजेच, कॉम्प्रेस्ड नॅचरल गॅसवर (सीएनजी) चालतील अशी तजवीज करावी यासाठी केंद्रशासनावर दबाव आणला. तसेच, दुचाकी आणि तीन चाकी वाहनांमधून व डिझेलवर चालणाऱ्या बस आणि ट्रकमुळे होणारे हानीकारक उत्सर्जन कमी करण्यासाठी तांत्रिक उपाययोजनादेखील शोधण्याचा प्रयत्न करण्यात आला. सन १९९९मध्ये न्यायालयाच्या आदेशानुसार १ जून १९९९ नंतर नोंदणी झालेल्या सर्व खाजगी वाहनांनी युरो-१ नियम पाळणे आवश्यक होते. तसेच, १ एप्रिल २००० नंतर नोंदणी झालेल्या वाहनांनी युरो-२ नियम पाळणे आवश्यक होते. डिझेलवर चालणाऱ्या वाहनांनी युरो-२ नियमांचे पालन न केल्यास त्या वाहनांना राष्ट्रीय राजधानी क्षेत्रात प्रवेश निषिद्ध होता.

सन १९८५मध्ये, १२०० प्रदूषणकारी उद्योगांना दिल्लीपासून दूर स्थलांतरित करण्यात यावे असे निर्देश प्राप्त करण्यासाठी, एम. सी. मेहता यांनी न्यायालयात धाव घेतली. सन १९६२मध्ये मांडण्यात आलेल्या दिल्ली शहराच्या बृहत् आराखड्याशी (मास्टर प्लॅन) फारकत घेऊन दिल्ली येथील उद्योगधंदे हे निवासी आणि गैरसोयीच्या प्रदेशांमध्ये कार्यरत होते व त्यामुळे पर्यावरण प्रदूषण समस्येला सामोरे जावे लागत आहे हे धक्कादायक तथ्य मेहता यांनी निदर्शनास आणून दिले. ज्ञात नोंदींनुसार अशा कारखान्यांची संख्या १,२७,००० पेक्षा अधिक होती. आणि या कारखान्यांमधील किमान १० टक्के कारखाने हे हानीकारक होते. या मूळ आराखड्याच्या आधाराने खंडपीठाने ८ जुलै १९९६ रोजी (आणि नंतर ६ आणि ९ ऑक्टोबर १९९६ रोजी) केलेल्या निवाड्यानुसारः

१. १६८ हानीकारक कारखाने दिल्ली येथून बाहेर काढून राष्ट्रीय राजधानी क्षेत्रातील उचित स्थळी स्थलांतरित करण्यात यावेत, किंवा ३ नोव्हेंबर १९९६पर्यंत बंद करण्यात यावे.
२. निवासी क्षेत्रातील ५१३ कारखाने आणि अनुचित क्षेत्रांतील ३३४ कारखाने ३० जानेवारी ते ३० जून १९९७ दरम्यान नव्या जागी स्थलांतरित करण्यात यावे.
३. अनुचित क्षेत्रातील ३९,००० कारखाने एकतर इतर ठिकाणी स्थलांतरित करण्यात यावे किंवा बंद करण्यात येतील याबाबत दिल्ली प्रशासनाने सतर्क राहावे.

सर्वोच्च न्यायालयाच्या आदेशाच्या परिणामस्वरूप नोव्हेंबर १९९६ पर्यंत १६८ हानीकारक/मोठे कारखाने हलविण्यात/बंद करण्यात आले. तदनंतर, गैरसोयीच्या प्रदेशांमधील १ लाखपेक्षा अधिक कारखानेदेखील बंद करण्यात आले किंवा दिल्ली येथून हलविण्यात आले.

वर नमूद केलेल्या निवाड्यांमधून हे स्पष्ट होते की, प्रदूषण नियंत्रणाची समस्या हाताळण्यासाठी सर्वोच्च न्यायालयाने अनेक कालसुसंगत उपाययोजना राबविण्याचे आदेश दिले. जनहित याचिकेची तत्त्वप्रणाली ही, दंडात्मक कारवाईच्या धोरणाऐवजी नवे सकारात्मक कृती धोरण तयार करण्याचा, आर्थिक विकास योजनेचे कमीतकमी हानीकारक पर्याय शोधण्याचा, आर्थिक नुकसान भरपाईच्या माध्यमातून सामाजिक हक्कांच्या अंमलबजासाठी सामाजिक कार्यकर्त्यांना प्रोत्साहित करण्याचा प्रयत्न करते.

सर्वोच्च न्यायालयाने दिलेल्या उल्लेखनीय निवाडे व आदेशांमुळे देशामध्ये पर्यावरणसंबंधी जाण निर्माण झाली. लोकहित याचिकांसारख्या माध्यमांना प्रोत्साहन देण्याचे न्यायालयाचे प्रयत्न हे या सर्व खटल्यांचे वैशिष्ट्य होय. यामुळे न्यायव्यवस्थेत नवे प्राण फुंकले जाऊन ज्या क्षेत्रात कार्यकारी मंडळ अपुरे पडते आहे अशा क्षेत्रात न्यायालयाला अधिक प्रभावी भूमिका पार पाडणे शक्य होईल. पर्यावरण याचिकांमुळे न्यायालयीन क्रांती घडून येऊन न्यायालयाच्या कार्यक्षेत्रातील जुनाट तत्त्वे नाहीशी होऊन त्याऐवजी पर्यावरणीय समस्या हाताळण्यासाठी नव्या उपाययोजना व आराखडे आखण्यात आले. सार्वजनिक आरोग्य आणि सुरक्षिततेला प्रोत्साहन म्हणून सार्वजनिक उपद्रव कायदा हे प्रभावी साधन म्हणून वापरण्यात आले. स्वच्छ पर्यावरणाचा हक्क हा राज्यघटनेतील जगण्याच्या हक्काचा एक भाग आहे याला मान्यता देण्यात आली.

नागरी समाज आणि भारतातील पर्यावरण अभिशासन

लोकांना पर्यावरण संरक्षणाबाबत जागरूक करणे व तत्संबंधी कृतींमध्ये सहभागी करून घेणे या संदर्भाने नागरी समाजाची भूमिका हे भारतातील पर्यावरणीय अभिशासनाचे आणखी एक महत्त्वाचे वैशिष्ट्य होय. पुढील काही उदाहरणांमधून ही भूमिका अधोरेखित होते: चिपको आंदोलन, नर्मदा बचाव आंदोलन, दक्षिण भारतातील अप्पिको आणि सायलेंट व्हॅली आंदोलन. स्थानिक लोकांच्या जल, जमीन, जंगल यावरील हक्कांचे संरक्षण ही या चळवळींची मुख्य मागणी होती. नागरी समाजाने लोकाभिमुख नसणाऱ्या शासकीय धोरणांविरुद्ध आवाज उठविला आहे, तसेच, पर्यावरण हानी

संदर्भात लोकांमध्ये जागृती निर्माण केली आहे. पुढील विभागामध्ये भारतातील नागरी समाजाने घडवून आणलेल्या काही महत्त्वाच्या पर्यावरण चळवळींवर प्रकाश टाकण्यात आला आहे.

चिपको आंदोलन

सन १९७०च्या दशकाच्या सुरुवातीला मध्य हिमालयात सुरू झालेली चिपको चळवळ म्हणजे भारतातील आधुनिक पर्यावरणविषयक चळवळींचे उगमस्थान म्हणता येईल. ही वृक्षतोडीला विरोध करण्यासाठीची लोकचळवळ होती. रस्ते बांधणी, धरण प्रकल्प इत्यादी विकास प्रकल्पासाठी होणाऱ्या वृक्षतोडीमुळे अलकनंदा नदीच्या पाणलोट क्षेत्रामध्ये वारंवार पूर येत होते. या प्रदेशातील पूरग्रस्तांना मदत म्हणून गोपेश्वर गावातील लोकांनी सन १९७०मध्ये दशोली ग्राम स्वराज्य मंडळ नामक संघटना स्थापन केली.

सन १९७३च्या सुरुवातीला वन विभागाने चमोली ज़िल्ह्यातील दशोली ग्राम स्वराज्य संघ नामक स्थानिक सहकारी संस्थेला कृषी उत्पादने बनविण्यासाठी मोईच्या वृक्षांचे लाकूड देण्यास नकार दिला व सायमंड्स या खाजगी कंपनीला ते लाकूड वापरावयास देण्याची तयारी दाखवली. येथे चिपको (कवटाळून घेणे) चळवळीचे उगमस्थान आहे असे लक्षात येते. दशोली ग्राम स्वराज्य संघाच्या कार्यकर्त्यांनी या अन्यायाविरुद्ध लढा म्हणून लाकडाच्या ट्रकसमोर आडवे होणे, लाकडाचे साठे जाळणे यांसारख्या कृती केल्या. यामध्ये आणि छोडो भारत चळवळीमध्ये साम्य होते असे लक्षात येते. उद्दिष्टप्राप्तीसाठी या कृतीदेखील अपुऱ्या आहेत असे लक्षात आल्यानंतर, चंडिप्रसाद भट यांनी झाडांना कवटाळून घेणे, म्हणजेच, 'चिपको' अशी पद्धत सुचविली आणि यातूनच ही चळवळ सुरू झाली. स्थानिक लोकांसाठी हा उपजीविकेच्या हक्काचा लढा होता. शासन संस्था व शासनाच्या धोरणांमधून त्यांना हा हक्क नाकारण्यात आला आहे अशी त्यांची धारणा होती (गुहा १९८९). अशा प्रकारचा निषेध नोंदविल्यामुळे खाजगी कंपनीलादेखील माघार घेणे भाग पडले. या यशप्राप्तीनंतर या चळवळीचा इतर प्रदेशांमध्येदेखील प्रचार झाला. तेव्हापासून ही चळवळ चिपको चळवळ म्हणून आंतरराष्ट्रीय पातळीवरदेखील लोकप्रिय झाली.

व्यापक समर्थन आणि प्रसिद्धी यामुळे ही चळवळ भारतीय पर्यावरणविषयक चळवळींकरता उल्लेखनीय वळण ठरले. या चळवळीने विकासाच्या पर्यावरणविषयक पैलूवर प्रकाश टाकला, तसेच नैसर्गिक संसाधने आणि परिसंस्थेच्या समस्येविषयी अनेक संघर्ष आणि विरोधांना जन्म दिला. स्थानिक लोकांची उपजीविका आणि पर्यावरण यांतील संबंध समजून घेण्यासाठी ही चळवळ महत्त्वाची ठरली. याद्वारे, पर्यावरण संरक्षण व संवर्धनातील स्थानिक लोकांची, खासकरून स्त्रियांची, भूमिका अधोरेखित करण्यात आली.

सायलेंट व्हॅली चळवळ

केरळ येथील केरळ शास्त्र साहित्य परिषद या अशासकीय संस्थेने सन १९७८मध्ये सायलेंट व्हॅली जलविद्युत प्रकल्पाविरुद्ध आवाज उठवला. सायलेंट व्हॅली प्रचंड अशा जैवभांडाराने युक्त/जैवविविधतेने युक्त उष्णकटिबंधीय वनांनी समृद्ध आहे. केरळ शासनाला राज्याच्या ऊर्जेची गरज भागविण्यासाठी सायलेंट व्हॅली येथील उष्णकटिबंधीय वनांमध्ये जलविद्युत प्रकल्प कार्यान्वित करावयाचा होता. तथापि, हा देशातील शिल्लक राहिलेला एकमेव उष्णकटिबंधीय प्रदेश असल्याने पर्यावरणवाद्यांनी या प्रकल्पाला विरोध करून उच्च न्यायालयात याचिका दाखल केली. परंतु, या याचिकेचा निकाल त्यांच्या बाजूने लागला नाही. असे असले तरी या चळवळीने एक महत्त्वाचा प्रश्न अधोरेखित केला, या उपक्रमाला लोकांनी व प्रसारमाध्यमांनीदेखील पाठिंबा दिला व सरतेशेवटी, इंदिरा गांधींनी पुढाकार घेऊन हा प्रकल्प रद्द केला. येथील परिसंस्थेतील समतोल राखण्यासाठी ही चळवळ उल्लेखनीय ठरली.

नर्मदा बचाव आंदोलन

नर्मदा बचाव आंदोलन ही भारतातील पर्यावरणविषयक इतिहासातील सर्वाधिक लोकप्रिय चळवळ होय. जलविद्युत निर्मितीसाठी तसेच गुजरात व राजस्थान येथील दुष्काळप्रवण क्षेत्रांना सिंचन सुविधा पुरविण्यासाठी नर्मदा नदीवर

बांधण्यात येणाऱ्या धरणांच्या बांधकामाविरुद्ध (किमान ३० धरणे) हे आंदोलन सुरू करण्यात आले. नर्मदेवरील दोन मोठ्या धरणांच्या बांधकामामुळे पर्यावरणाची हानी होऊन रु.३०,९२३ कोटी आणि रु.८,१९० कोटी इतकी किंमत मोजावी लागेल. खेरीज, या प्रकल्पासाठी १,३०,४८२ हेक्टर्स इतकी जमीन संपादित करण्यात येणार होती. यातील ५५,६८१ हेक्टर्स शेतजमीन होती तर ५६,०६६ हेक्टर्स जमीन वनाच्छादित होती. सरदार सरोवर प्रकल्प आणि नर्मदा सागर प्रकल्प या दोन्ही धरणांचा विद्युत पुरवठा, सिंचन सुविधा या कारणांसाठी लोकांना उपयोग होणार होता. परंतु, त्यासाठी पर्यावरणाशी केलेली तडजोड दुर्लक्ष करण्यासारखी नव्हती असे पर्यावरण तज्ज्ञांच्या अहवालातून पुढे आले होते. या प्रकल्पामुळे एकूण २४८ गावांमधील १ लाखपेक्षा अधिक लोक विस्थापित होणार होते असे निरीक्षण नोंदविण्यात आले होते. यातील जवळजवळ ५७ टक्के लोक आदिवासी होते व त्यांची संख्या भारतीय लोकसंख्येच्या ८ टक्के होती.

सन १९७०च्या दशकामध्ये सरदार सरोवर प्रकल्पाला मान्यता मिळाल्यानंतर या आंदोलनाला सुरुवात झाली. मात्र, १९८०च्या उत्तरार्धात याला खरा वेग आला. सन १९८९मध्ये मेधा पाटकर यांनी सुरू केलेल्या नर्मदा बचाव आंदोलन या आदिवासींचे समर्थन करणाऱ्या आंदोलनाने धरणाच्या बांधकामाचे परिसंस्थेवरील परिणाम आणि शासनाच्या पुनर्वसाहत आणि पुनर्वसन योजनांमधील उणिवादेखील परिणामकारक पद्धतीने अधोरेखित केल्या. सुरुवातीला धरणांचे बांधकाम पूर्णपणे थांबवावे अशी मागणी या आंदोलनाद्वारे करण्यात आली होती. परंतु, नंतर मात्र धरणाची उंची करण्यात यावी आणि योग्य धोरणान्वये विस्थापित लोकांचे पुनर्वसन करण्यात यावे या मागण्यांनी जोर धरला. पुढे ही चळवळ अधिकच लक्षवेधी ठरली. विस्थापित लोकांची जमवाजमव करून त्यांची योग्य सोय लावणे हे या चळवळीच्या प्रक्रियेतून अधोरेखित झाले, तसेच, बाबा आमटे, सुंदरलाल बहुगुणा यासारख्या काही लोकप्रिय सामाजिक कार्यकर्त्यांनी या चळवळीत सहभाग नोंदवला. आंतरराष्ट्रीय साहाय्य मिळविण्यातदेखील या चळवळीला यश आले. यामुळे या चळवळीला आंतरराष्ट्रीय साहाय्यदेखील मिळाले, ज्यामुळे, जागतिक बँकेला या प्रकल्पासाठी केलेले निधीसाहाय्य मागे घेणे भाग पडले. हे या चळवळीचे आंशिक यश म्हणावे लागेल, याचे कारण असे की, त्याचे खरे यश लोकांच्या पाठिंब्याने प्रकल्पाचे काम थांबविण्यासाठी शासनावर दबाव आणण्यामध्ये आहे. तथापि, भारतातील सध्याची सामाजिक-आर्थिक परिस्थिती लक्षात घेता हे उद्दिष्ट फार दूर आहे असे लक्षात येते.

अप्पिको चळवळ

कर्नाटक राज्याच्या उत्तर कन्नडा जिल्ह्यातील बालेगड्डे गावातील लोकांनी सन १९८३मध्ये ही चळवळ सुरू केली. हा जिल्हा म्हणजे पश्चिम घाटातील संपन्न वनप्रदेशाचा एक भाग आहे. या गावातील लोकांनी झाडांना कवटाळून सागवानच्या वृक्षतोडीविरुद्ध ही चळवळ केली. पदयात्रा, बैठका व लोकनृत्ये या माध्यमातून कार्यकर्त्यांनी या चळवळीचा प्रसार केला. वृक्ष संवर्धन व वृक्ष लागवड हा चळवळीचा मूळ हेतू होता. पश्चिम घाटातील पर्यावरण आणि परिसंस्थेच्या संवर्धनामध्ये या चळवळीचा मोठा वाटा होता.

वर नमूद केलेल्या चळवळीखेरीज, भारतातील नागरी समाजाने अनेक पर्यावरणीय उपक्रम व चळवळी हाती घेतल्या. यामध्ये ओडिशातील नैसर्गिक संसाधनावरील लोकांच्या पारंपरिक हक्कांसंबंधीचे चिल्का बचाव आंदोलन, जैवविविधतेच्या संरक्षणासाठीचे बीज बचाव आंदोलन, उत्तराखंड येथील गढवाल प्रदेशातील लोकांच्या विस्थापनाला प्रतिबंध व परिसंस्था संरक्षण यासाठीची टिहरी धरणाविरुद्ध चळवळ, राजस्थान येथील तरुण भारत संघाची पर्जन्यकाळातील लागवडीसंबंधीची चळवळ, बिहारमधील भागलपूर जिल्ह्यातील गंगा नदी प्रदूषणमुक्त करण्यासाठीचे गंगा मुक्ती आंदोलन आणि मृदा व जलसंवर्धनासाठीची महाराष्ट्रातील पाणी पंचायत या उपक्रमांचा समावेश होतो. स्थानिक लोकांच्या पर्यावरण संरक्षणसंबंधी उपक्रमांच्या या यशस्वी गाथा होत.

अशा प्रकारे, १९७०च्या दशकापासून, भारतातील नागरी समाजाने तृणमूल पातळीवर सुसंघटितपणे अनेक पर्यावरणविषयक उपक्रम व चळवळी केल्या आहेत. असे उपक्रम परिसंस्थेची शाश्वतता व समाजातील समता साध्य

करण्याच्या हेतूने नैसर्गिक संसाधनांच्या वापरासंबंधी पर्यायी मार्ग शोधण्यास आपल्याला भाग पाडतात. अशा पर्यावरणीय चळवळी म्हणजे सामाजिक चळवळींचा जणू नवा प्रकार आहे. यातून पर्यावरणाचा ऱ्हास व मानवी अस्तित्व या बाबींमधील संबंध प्रस्थापित केला गेला आहे. पर्यावरणाचा नाश व सामान्य जनतेचे विस्थापन या दोहोंसाठी जबाबदार असलेल्या विद्यमान विकास प्रारूपाला या चळवळींच्या माध्यमातून आव्हान देण्यात आले आहे.

निष्कर्षात्मक निरीक्षणे

वर्तमान जगातील नैसर्गिक पर्यावरणाचे अभिशासन हे निर्विवादपणे मानवजातीच्या इतिहासातील सर्वाधिक गुंतागुंतीचे आव्हान आहे. स्थानिक ते जागतिक पातळीवर मानवी हस्तक्षेपामुळे झालेले पर्यावरणीय बदल ही आता नवीन बाब राहिलेली नाही. तथापि, विविध बदलांचे गांभीर्य आणि नैसर्गिक परिसंस्थेतील कार्यप्रक्रियांवर होणारा त्याचा परिणाम गेल्या दोन शतकांमध्ये, खासकरून विसाव्या शतकाच्या उत्तरार्धात, अधिकच व्यापक असे निदर्शनास येते. सन १९७२मधील मानवी पर्यावरणावरील स्टॉकहोम परिषद जागतिक पातळीवरील पर्यावरणविषयक अभिशासनसंबंधी आव्हानांवर प्रकाश टाकणारी म्हणून महत्त्वाची ठरली. तेव्हापासून अभिशासनाच्या विषयसूचीमध्ये पर्यावरण ही बाब अधिकाधिक अंतर्भूत होत गेली.

पर्यावरण संरक्षणासंबधीच्या या पहिल्या आंतरराष्ट्रीय परिषदेमध्ये भारतदेखील एक सदस्य होता. यामुळे भारताला पर्यावरणीय प्रश्नांची जाणीव आहे हे अधोरेखित झाले. स्वातंत्र्योत्तर काळात भारत शासनाने पर्यावरण संरक्षणासंबंधी अनेक कायदे, नियम व नियमने लागू केली हे निःसंशयपणे सत्य आहे. राज्यघटनेमध्ये पर्यावरणाचे संरक्षण व पर्यावरणामध्ये दर्जात्मक सुधारणांप्रती बांधीलकी दर्शविणाऱ्या जगातील काही थोड्या देशांपैकी भारत हा एक देश आहे. शासनाच्या उपाययोजना व घटनात्मक तरतुदी अस्तित्वात असूनदेखील वायू, जल आणि ध्वनिप्रदूषणाचे प्रश्न अधिकच गंभीर होताना दिसतात. पर्यावरणसंबंधी तरतुदींची अंमलबजावणी न होणे हे यामागील मुख्य कारण आहे.

गेल्या चार दशकांमध्ये भारतीय सर्वोच्च न्यायालयाने पर्यावरण संरक्षणासंबंधी महत्त्वाची भूमिका बजावली आहे, एवढेच नव्हे तर, पर्यावरण अभिशासनाच्या क्षेत्रातदेखील उल्लेखनीय स्थान निर्माण केले आहे. न्यायालयाच्या पर्यावरणविषयक निवाड्यांचा भारतातील एकूणच पर्यावरण अभिशासन प्रक्रियांवर महत्त्वाचा प्रभाव पडला आहे. अगदी अलीकडच्या काळातील न्यायालयीन सक्रियतेमुळे पर्यावरणाचे संरक्षण व दर्जात्मक सुधारणांना एक नवी दिशा दिली आहे.

टिपा

१. AIR (ऑल इंडिया रिपोर्टर). १९८०. सर्वोच्च न्यायालय १६२२. *रतलाम नगरपालिका विरुद्ध वर्धीचंद.*
२. AIR १९८५. SC६५२. *रुरल लिटिगेशन ॲण्ड एन्टायटलमेन्ट सेंटर डेहराडून विरुद्ध उत्तर प्रदेश राज्य.*
३. AIR १९८७. SC४६३. *एम.सी. मेहता विरुद्ध केंद्र सरकार.*
४. AIR. १९८८. SC२३६. *मून विरुद्ध भारतीय जनता.*
५. AIR १९९०. SC२७३. *युनियन कार्बाईड कॉर्पोरेशन विरुद्ध केंद्र सरकार.*
६. सर्वोच्च न्यायालयातील खटले. १९९२. SCC२५६. *मेहता विरुद्ध केंद्र सरकार.*
७. AIR १९९८. SC६२. *एम. सी. मेहता विरुद्ध केंद्र सरकार.*
८. मेहता. १९८५. *एम. सी. मेहता विरुद्ध भारत सरकार,* प्रधीलेख याचिका (नागरी) Ho. १३०२९. सन १९८५.

संदर्भ

Basu, D. D. 1998. *Introduction to the Constitution of India.* New Delhi: Prentice-Hall of India.
Chand, Prakash. 2013. Urban Growth and its Impact on Environment and Public Health: A Study of Delhi. New Delhi: Urban India: A Journal of the National Institute of Urban Affairs.

CPCB (Central Pollution Control Board). 2013. *Status of Water Quality in India 2011.* Ministry of Environment and Forests, Government of India, New Delhi.

CSE (Centre for Science and Environment). 1982. *The State of the Environment,* 1984–85. New Delhi.

———. 2013. *Good News and Bad News: Clearing the Air in Indian Cities.* New Delhi.

———. 2014. *A Down to Earth Annual State of India's Environment 2014.* New Delhi.

GNCT Delhi (Government of National Capital Territory of Delhi). 2001. *Eco-club Teachers' Manual.* Department of Environment, Forest and Wild Life, Government of India, New Delhi.

GOI (Government of India). 2006. *National Environment Policy* 2006. Ministry of Environment and Forest, Government of India, New Delhi.

Guha, Ramchandra. 1989. *The Unquiet Woods: Ecological Change and Peasant Resistance in the Himalaya.* New Delhi: Oxford University Press.

Jain, Ashok K. 2005. *Law and Environment.* Delhi: Ascent Publications.

Mathew, P. D. 2000. *For Ensuring a Safe Environment Law against Pollution.* New Delhi: Indian Social Institute.

Rajagopalan, R. 2008. *Environmental Education.* New Delhi: Oxford University Press.

TERI (Tata Energy Research Institute). 2001. *State of Environment Report for Delhi.* TERI, New Delhi.

The Noise Pollution (Regulation and Control) Rules. 2000. Ministry of Environment and Forest, Government of India, New Delhi.

TOI (The Times of India). 2001. 'The Birds have Flown the Banks of the River'. New Delhi, 7 June..

१८

भारतीय प्रशासनाचे प्रमुख आयाम

भाग १

संकल्पनात्मक आयाम

सर्वसाधारण तज्ज्ञ विरुद्ध विशेषज्ञ

शासन हे लोकप्रशासनाच्या माध्यमातून कार्यरत असते आणि अभिशासनामध्ये सर्वसाधारण तज्ज्ञ आणि विशेषज्ञ या दोहोंची आवश्यकता असते; या दोहोंमधील परस्परसंबंध दुर्लक्षित केल्यास अभिशासनाचे मुख्य उद्दिष्ट साध्य होऊ शकणार नाही. या विधानाच्या अनुषंगाने, सर्वसाधारण तज्ज्ञ आणि विशेषज्ञ या दोहोंमध्ये फरक करणे किंवा या संज्ञा स्वतंत्रपणे अभ्यासणे व्यर्थ ठरेल. समकालीन लोकप्रशासनातील वाढती गुंतागुंत लक्षात घेता आणि प्रत्यक्ष अभिशासनाचा विचार करता असा फरक अर्थहीन ठरतो. म्हणून, येथे एक मूलभूत प्रश्न उपस्थित केलाच पाहिजे की, या संज्ञांमध्ये केलेला फरक हा कृत्रिम आहे की याद्वारे वर्तमान सामाजिक-आर्थिक संदर्भात लोकप्रशासनाचे पुनर्सांकल्पनीकरण करणे हा उद्देश आहे. वास्तव असे लक्षात येते की, व्यावसायिकदृष्ट्या सक्षम असलेल्या अधिकाऱ्याला कार्ये अपेक्षित पद्धतीने पार पाडण्यासाठी सर्वसाधारण आणि वैशिष्ट्यपूर्ण कार्यांमध्ये दुवा साधावा लागतो. उदाहरणार्थ, धोरणनिर्मिती करताना, अधिकाऱ्याला काही विशिष्ट माहितीचा आधार घ्यावा लागतो, येथे विशेषज्ञाची भूमिका अधोरेखित होते. तसेच, धोरणाची अंमलबजावणी करताना, त्याला/तिला एका समन्वयकाची भूमिका पार पाडावी लागते, येथे सर्वसाधारण भूमिका अधोरेखित होते. विभागाचा समन्वयक म्हणून, विविध कृती करताना त्याची/तिची भूमिका महत्त्वाची ठरते. या कृतींना अभिशासनाच्या वेगवेगळ्या पातळीवरील कर्मचारीवृंदाची आणि त्याचबरोबरीने लक्ष्य लाभार्थींची पुष्टी मिळणे आवश्यक असते. अन्य शब्दांत सांगावयाचे झाल्यास, येथे प्रशासकीय कृती विशिष्ट दिशेने करण्यासाठी व्यवस्थापक अधिकाऱ्याकडे सर्वसाधारण अनुभव असणे अत्यावश्यक असते. एखादा निर्णय घेताना, प्रशासकासमोर क्वचितप्रसंगी निर्णयप्रक्रियेतील गुंतागुंतीचे पैलू उद्भवू शकतात, जे एखाद्या विशिष्ट संदर्भात घेतले जाऊ शकतात; यासाठी तिला/त्याला विशेष ज्ञान असणे तर आवश्यक असतेच मात्र, त्याच बरोबरीने जाणीवपूर्वक एखादा निर्णय घेताना महत्त्वपूर्ण ठरणाऱ्या बाबीदेखील लक्षात घ्याव्या लागतात. लोकप्रशासनातील सर्वसाधारण तज्ज्ञ आणि विशेषज्ञ या पैलूंचे द्वंद्वात्मक परस्परसंबंध समजून घेतल्याखेरीज प्रशासनाच्या प्रत्यक्ष कार्याचे आकलन होणे तर अवघड असतेच परंतु, ते समजून घेणेदेखील अशक्य असते हा येथे मांडावयाचा मूळ मुद्दा आहे. विशिष्ट सामाजिक-आर्थिक संदर्भाने हा फरक समजून घेण्यासाठी दोन मुद्दे लक्षात घेणे आवश्यक आहे: एका बाजूला, अशा फरकाची प्रत्यक्ष प्रशासन व्यवस्थेतील व्यवहार्यता हा चर्चेचा केंद्रबिंदू असावा; तर दुसऱ्या बाजूला, वासाहतिक काळातील पद्धती नाहीशा करण्याचा प्रयत्न करण्यात आला असला तरी, प्रशासनावरील भूतकाळाचा प्रभाव पूर्णपणे खोडून टाकण्यात अपयश आले आहे अशा विशिष्ट भारतीय परिस्थितीवर चर्चा होणे आवश्यक आहे. सन १९४७मध्ये राजकीय स्वातंत्र्य मिळाल्यानंतर देखील भारतीय प्रशासन वासाहतिक स्वरूपाचे आहे, असे येथे सुचवायचे नसून, यातून प्रशासनाचे रचनात्मक सातत्य व व्यापक सामाजिक-आर्थिक परिस्थितीपासून 'अलिप्त' राहण्याची अंतर्निहित वृत्ती अधोरेखित करावयाची आहे. निर्वसाहतीकरणानंतर सहा दशकांपेक्षा अधिक काळ लोटला असला तरी भारतीय लोकप्रशासनाचे स्वरूप पूर्णतः बदललेले आहे असे दिसत नाही.

संकल्पनात्मक आणि अनुभवसिद्ध पाया

सर्वसाधारण तज्ज्ञ आणि विशेषज्ञ यांमधील फरक आर्थिक-सामाजिक संदर्भाने समजून घ्यावा लागतो, म्हणजेच, सर्वसाधारण तज्ज्ञ किंवा विशेषज्ञ यांपैकी कोणाच्याही बाजूने करावयाचे युक्तिवाद हे अभिशासनातील त्यांच्या भूमिकांचे सापेक्ष महत्त्व जाणून करावे लागतात. म्हणजेच, या फरकाचे सांकल्पनीकरण करताना काळाचा संदर्भ सर्वाधिक महत्त्वाचा ठरतो. ब्रिटिशांना कायदा व सुव्यवस्था राखणे आणि महसूल संकलन व महसूल उत्पन्न करणे ही दोन कार्ये करण्यासाठी सर्वसाधारण तज्ज्ञांची आवश्यकता होती आणि आपसूकच त्यांच्यावर इतर कुठल्याही जबाबदाऱ्या नव्हत्या. म्हणून, वसाहतवादी कालखंडात भारतामध्ये सर्वसाधारण तज्ज्ञांची भूमिका अधिक महत्त्वाची ठरली असे निःसंकोचपणे म्हणता येईल. सर्वसाधारण तज्ज्ञांमुळे वसाहतीतील सत्ताधाऱ्यांना उद्दिष्टपूर्ती करणे शक्य झाले आणि एकाधिकारशाहीचा वापर करून जनतेकडे संपूर्णतः दुर्लक्ष केले गेले.

म्हणून, ब्रिटिश वसाहतवादी कालखंडात अभिशासनामध्ये सर्वसाधारण तज्ज्ञ महत्त्वाचे ठरल्याने सर्वसाधारण तज्ज्ञांच्या बाजूचा युक्तिवाद अधिक वरचढ ठरला. समकालीन सामाजिक-आर्थिक परिस्थितीमध्ये वसाहतवाद आणि त्याच्या अनुयायांसाठी बिकट परिस्थिती असली तरी, वसाहतवादाला साहाय्य करणारे आणि अभिशासनामध्ये त्यांची भूमिका उपयुक्त असेल अशी परिस्थिती निर्माण करणारे सर्वसाधारण तज्ज्ञ हे प्रशासकीय यंत्रणेचा महत्त्वपूर्ण भाग ठरले. पुढे जाऊन, अभिशासनाला चौकटबद्ध करणारे सर्वसाधारण तज्ज्ञ हे प्रशासनाचा अविभाज्य भाग ठरले. स्वातंत्र्य चळवळीच्या काळात राष्ट्रवाद्यांनी या अभिशासन पद्धतीला आव्हान दिले असले तरी ही सर्वाधिक परिणामकारक पद्धत होती.

याउलट ब्रिटिश व्यवस्थेच्या अमेरिकी लोकप्रशासनाने अभिशासनातील विशेषज्ञांच्या भूमिकेला अनुमोदन दिले. अमेरिकेसारख्या विस्तीर्ण राष्ट्राच्या वृद्धीसाठी पूरक असा अभिशासनाचा कोणताही आराखडा नव्हता. अशा आराखड्याच्या अभावी अमेरिकेला विशेष कौशल्ये असणाऱ्या विशेषज्ञांची गरज होती. अनेक विशेषज्ञांची नियुक्ती करून प्रशासनाने एक विशिष्ट आराखडा तयार केला, जो शासनाच्या लोकशाही परंपरेच्या संदर्भाने अविभाज्य ठरला. राज्याचे विकास आणि वृद्धीचे उद्दिष्ट साध्य करण्यासाठी विशेषज्ञांची गरज भासल्याने त्यांना प्राधान्य देण्यात आले. यामुळे राजकीय नेतृत्व आणि विशेषज्ञ यांच्यातील समन्वयावर कसा परिणाम झाला? या प्रश्नाला प्रतिसाद म्हणून सर्व बाबींचा योग्य मेळ घालण्यासाठी राज्यघटनेची भूमिका व इतर वैधानिक तरतुदींचे महत्त्व अधोरेखित झाले. एका भाष्यकाराने नमूद केल्याप्रमाणे, 'सारांश, नियम आणि फाइली या माध्यमातून होणारा समन्वय महत्त्वाचा नसून प्रयोगशीलता, विशेषज्ञांमधील स्पर्धा आणि धोरण आणि प्रक्रियांमधील नवनिर्मिती या उद्दिष्टांना अधिक महत्त्व होते' (रॉय १९६४, १०५९).

सर्वसाधारण तज्ज्ञ आणि विशेषज्ञ यांच्यातील फरक समजून घेताना त्या त्या सामाजिक-आर्थिक परिस्थितीचा संदर्भ घ्यावा लागतो असे लक्षात येते; सर्वसाधारण तज्ज्ञ आणि विशेषज्ञ या भूमिकांचे मूळ सामाजिक-आर्थिक परिस्थितीतच असल्याने त्यांचे स्वरूप अलिप्त राहून समजून घेणे शक्य नाही. लोकप्रशासनाचे सर्वसाधारण स्वरूप लक्षात घेता, ब्रिटिश आणि अमेरिकी अभिशासन व्यवस्थांनी देऊ केलेल्या प्रशासकांच्या दोन संकल्पना (सर्वसाधारण तज्ज्ञ आणि विशेषज्ञ) उपयुक्त ठरतात. सर्वसाधारण तज्ज्ञ आणि विशेषज्ञ हा मुद्दा संदर्भप्रेरित असल्याने यावर कुठलाही निष्कर्षात्मक अभिप्राय देणे शक्य नाही. फ्रान्स येथील लोकप्रशासनाच्या संदर्भानेदेखील हे स्पष्ट होते. फ्रान्स येथे प्रशासनाच्या वरच्या फळीतील अधिकाऱ्यांची नियुक्ती त्यांच्या विशेष ज्ञानामुळे केली जाते. म्हणजेच, त्यांची हातोटी आहे अशा क्षेत्रांत त्यांना नियुक्त केले जाते; त्यांचे कौशल्य लक्षात घेऊन त्यांना विशिष्ट विभागांमध्ये नेमले जाते असा याचा अर्थ आहे.

अनुभवात्मकदृष्ट्या, 'ब्रिटन येथील कायमस्वरूपी नागरी सेवांची कार्यरचना' या सन १८५३च्या नॉर्थकोट - ट्रॅव्हेलियन अहवालाच्या संदर्भानुसार भारतातील सर्वसाधारण तज्ज्ञांची बाजू मांडण्यात आली. 'आजचे सर्वाधिक होतकरू

तरुण देशातील सर्वोच्च शिक्षण घेऊन स्पर्धापरीक्षांच्या माध्यमातून निवडले जावे' असे नमूद करून, नोकरशाहीतील सर्वोच्च जागांवर असे तरुण स्थित असावेत यावर हा अहवाल भर देतो. (नॉर्थकोट – ट्रॅव्हेलियन अहवाल, माहेश्वरीमध्ये नमूद केल्याप्रमाणे १९९५, १४६–४७). पुढे जाऊन याचे उचित स्पष्टीकरण करत अहवालात असे नमूद करण्यात आले की, 'आम्ही नमूद केलेल्या कुठल्याही विषयांमध्ये सक्षम असणाऱ्या व्यक्ती... त्यांची एखाद्या पदावर नियुक्ती केल्यास त्यांची उपयुक्तता सिद्ध होईल' (नॉर्थकोट–ट्रॅव्हेलियन अहवाल, माहेश्वरीमध्ये नमूद केल्याप्रमाणे १९९५, १४७). भारतीय नागरी सेवांवरील सन १८५३च्या मेकॉले अहवालावर या अहवालाचा प्रभाव दिसून आला. मेकॉले अहवालामध्ये असे नमूद करण्यात आले की, उत्कृष्ट शिक्षण घेतलेले व नवनिर्मितीची इच्छा बाळगणारे तरुण हे कुठल्याही एकाच क्षेत्रात प्रशिक्षण घेणाऱ्या तरुणांपेक्षा वरचढ मानले जातील. जरी त्या काळामध्ये तंत्रज्ञान वापराबाबत विषमता होती आणि कार्यात्मक विशेषीकरण विकसित झालेले नव्हते तरीसुद्धा, ब्रिटिशांच्या उदारमतवादी शिक्षणपद्धतीप्रती असलेला कल यातून प्रतिबिंबित होत होता आणि हीच परिस्थिती भारतीय नागरी सेवांबाबतही पाहावयास मिळाली.

स्वातंत्र्यप्राप्तीनंतर भारताचे भवितव्य ठरविणाऱ्यांनी, वासाहतिक कालखंडाचा सखोल प्रभाव म्हणून दिसून आलेले सर्वसाधारण तज्ज्ञ कार्यरत असलेले नागरी सेवेचे प्रारूप, घटनासमितीमध्ये जवाहरलाल नेहरूंचा विरोध असूनदेखील, स्वीकृत केले. सर्वसाधारण तज्ज्ञ कार्यरत असलेली उच्चभ्रू सर्वाधिक कार्यक्षम आहे असेदेखील मानण्यात आले. अशा प्रकारच्या नोकरशाही व्यवस्थेमध्ये वेबरचे वस्तुनिष्ठतेचे तत्त्व पाळून, यातील नोकरशहांनी ब्रिटिश निघून गेल्यानंतर सूत्रे हाती घेतलेल्या राजकीय नेतृत्वाला सल्ले देणे अपेक्षित होते. अशा अधिकाऱ्यांमध्ये बदलत्या सामाजिक–आर्थिक परिस्थितीशी जुळवून घेण्याची क्षमता असल्याने, पहिली पंचवार्षिक योजना व सन १९५२चा सामूहिक विकास कार्यक्रम जाहीर केल्यानंतरदेखील, या व्यवस्थेची कार्यपद्धती सुरळीत चालू राहिली. प्रशासनातील विशेषज्ञांची गरज अधोरेखित करून दुसऱ्या वेतन आयोगाने (१९५७–५९) सर्वसाधारण तज्ज्ञ आणि विशेषज्ञ यांमध्ये दुवा साधण्याचा प्रयत्न केला. लोकप्रशासन दिवसेंदिवस अधिकाधिक गुंतागुंतीचे होत असल्याने सर्वसाधारण तज्ज्ञ आणि विशेषज्ञ यांच्या भूमिकांचे महत्त्व नाकारून चालणार नाही असे मत या आयोगाने नोंदविले. अंदाज समितीच्या सन १९६६च्या अहवालामध्ये, शासनाने तांत्रिक कौशल्ये आवश्यक आहेत अशी मंत्रालये व विभागांमध्ये विशेषज्ञांची नियुक्ती करण्यासाठी आवश्यक पावले उचलावी; तसेच, प्रशासनावर परिणाम करणारा कुठलाही निर्णय घेताना सर्वसाधारण तज्ज्ञांनी तांत्रिक कौशल्ये असणाऱ्या तज्ज्ञांना विश्वासात घेणे हितावह ठरेल, असा युक्तिवाद कायम ठेवला. या समितीने पुढे असे सुचविले की, सर्वसाधारण तज्ज्ञांनी त्यांचा अहंभाव आणि स्वार्थीपणाने कोणताही व्यवहार करू नये.[१]

पहिल्या प्रशासकीय सुधारणा आयोगाची भूमिका सर्वाधिक सर्जनशील ठरली. सन १९६९च्या कार्मिक प्रशासनावरील अहवालामध्ये आयोगाने 'सर्वसाधारण सेवा' आणि 'विशिष्ट कार्यासंबंधीची सेवा' यांमध्ये फरक केला, यातूनच सर्वसाधारण तज्ज्ञ आणि विशेषज्ञ या संज्ञा सूचित करण्यात आल्या. सर्वसाधारण सेवेतील अधिकारी हे विभाग किंवा मंत्रालयांमध्ये समन्वय साधण्यास जबाबदार होते. तसेच, त्यांच्या कार्यकालामध्ये ते एका विभागातून दुसऱ्या विभागात जात असल्याने त्यांची कौशल्ये विकसित होत असत. हे अधिकारी केवळ एकाच कामात व्यग्र राहिल्यास अशी कौशल्ये विकसित होणे अशक्य होते. विशेषज्ञांसाठी दोन अटींचे पालन करणे आवश्यक होते: एक, त्यांच्याकडे व्यावसायिक शिक्षण असणे आवश्यक होते, त्यांना त्यांच्या कामाचे प्रशिक्षण देणेदेखील आवश्यक होते. त्यांच्याकडे इतर विभाग/किंवा पदांवर नेमून येण्यास आवश्यक असणारी कौशल्ये नसल्याने ते एकाच पदावर स्थित राहत.

निष्कर्षात्मक निरीक्षणे

उपरोक्त चर्चेचा कुठलाही ठोस निष्कर्ष असू शकत नाही. दोन्ही बाजूंनी ताकदीचा युक्तिवाद केला जातो. तुलनात्मक अभ्यास करणाऱ्या फ्रेड डब्लू. रिग्ज यांच्या मते, रचनात्मक आणि क्रियात्मक बदल हे विकासाच्या दृष्टीने अविभाज्य आहेत.[२] संस्थांची सुयोग्य वृद्धी किंवा विकासाच्या अभावी ज्या राज्यव्यवस्था सामाजिक–आर्थिकदृष्ट्या 'अविकसित'

आहेत, तेथील प्रशासन व्यवस्थांतील विशेषज्ञांचे अस्तित्व आणि सातत्य या बाबींना वरील विधानातून पुष्टी मिळते. समाजजीवन सहज असताना सर्वसाधारण तज्ज्ञ कार्यक्षम पद्धतीने कार्यांचे व्यवस्थापन करीत होते; परंतु, मानवी अस्तित्वाची गुंतागुंत वाढत गेली तसतसे सर्वसाधारण तज्ज्ञांसाठी परिस्थिती हाताळणे क्लिष्ट झाले. म्हणून, विशेषज्ञांच्या बाजूने केला जाणारा युक्तिवाद पूर्वीपेक्षा अधिक प्रबळ झाला. सन १९६८च्या फुलटॉन समितीनेदेखील या युक्तिवादाला दुजोरा दिला. ब्रिटिश प्रशासन यंत्रणेत सुधारणा घडवून आणण्यासाठी उपाययोजना सुचविताना या समितीने प्रशासनात वैज्ञानिक, अभियांत्रिकी तज्ज्ञ आणि विशेष प्रशिक्षण असलेले तज्ज्ञ यांना महत्त्व दिले जात नाही याबाबत खंत व्यक्त केली. सर्वसाधारण तज्ज्ञांच्या बाजूने कल असल्याने व ते प्रशिक्षण दिल्यास कुठलीही गंभीर परिस्थिती हाताळू शकतील असा ठाम विश्वास यामागे होता असे या समितीने सुचविले (सन १९६८च्या फुलटॉन समितीचा अहवाल, परिच्छेद १५, अरोरा आणि गोयल १९९५, ५५९मध्ये नमूद केल्याप्रमाणे).

सन १९७०च्या दशकामध्ये हळूहळू या चर्चेची तीव्रता कमी झाली. आणि या फरकाला 'आभासी' असे संबोधण्यात आले (लाल १९६४, १३५७). बहुधा लोकप्रशासनातील विशेषज्ञांना देण्यात येणारी वाढती मान्यता हे यामागील कारण होते. भारतातील सर्वसमावेशक वृद्धीसाठी जबाबदार असणाऱ्या प्रशासनाबाबत लोकांचा बदललेला दृष्टिकोन यामुळे हे शक्य झाले. 'वचनबद्ध नोकरशाही' या संकल्पनेचे दृढीकरण झाल्याने एका नव्या पर्वाला सुरुवात झाली. ही संकल्पना भारतातील समाजाच्या समाजवादी स्वरूपाशी जोडलेली होती. वेगळ्या शब्दांत सांगावयाचे झाल्यास, तत्कालीन राजकीय धोरणाचा केंद्रबिंदू हा सर्वसाधारण तज्ज्ञ आणि विशेषज्ञ यांमधील प्राधान्यक्रम हा नसून विकास आणि वृद्धी हा होता. राज्याच्या नेतृत्वाखालील नियोजित आर्थिक विकासाचे प्रारूप लक्षात घेता वरील विधानाला पुष्टी मिळते. आर्थिक उदारीकरणामुळे बदललेल्या सामाजिक-आर्थिक परिस्थितीमध्ये अशा प्रश्नांवर रूढिबद्ध पद्धतीने विचार करणे कालबाह्य ठरते. या बदललेल्या परिस्थितीमध्ये भारतासह इतर सर्व देशांना राष्ट्र-राज्य व अशासकीय कर्ते यांच्याशी संबंधित अनेक आव्हानांना सामोरे जावे लागते. अशा वेळी केवळ सर्वसाधारण तज्ज्ञ किंवा केवळ विशेषज्ञ यांना मागणी नसून या दोन्ही भूमिकांचा सुयोग्य मेळ साधून सर्वोत्तम उद्दिष्टप्राप्तीसाठी प्रयत्नरत असे अधिकारी अपेक्षित आहेत. या चर्चेची निरर्थकता समजून घेण्यासाठी इझेकेल ड्रोर यांनी केलेले भाष्य आकलनास सर्वाधिक सहज आहे. त्यांनी नमूद केल्याप्रमाणे:

> लोकप्रशासन चालविण्यासाठी आवश्यक असणारी कौशल्ये पारंपरिक जाणीव प्रमाण मानून 'सर्वसाधारण तज्ज्ञ आणि विशेषज्ञ' यांच्या एकत्रित भूमिकांतून साध्य करणे शक्य नाही. लोकप्रशासनातील नवे आणि गुंतागुंतीचे प्रश्न हाताळण्यासाठी, हा भेद सिद्धान्त आणि अंमलबजावणी या दोन्ही पातळ्यांवर नाहीसा करणे आवश्यक आहे. तसेच, सामाजिक बदलाचा वेग लक्षात घेता, (अधिकाऱ्यांनी) परिस्थितीनुरूप नवी आश्वासक आणि आव्हानात्मक कौशल्ये आत्मसात करणेदेखील आवश्यक आहे. प्रशासन यंत्रणेच्या उच्च पातळ्यांवर व्यापक दृष्टिकोन असणाऱ्या व विविध प्रकारची कौशल्ये वापरणाऱ्या तज्ज्ञांचा एक नवा गट विकसित करणे आवश्यक आहे. तसेच, सुसज्ज असे नवे व्यावसायिक आणि प्रशासक यांच्या एकत्रीकरणातून काम होईल अशी व्यवस्था तयार करणे हे आपले उद्दिष्ट असावे (ड्रोर १९६८, ९).

अशा प्रकारे, कुठलेही प्रशासन सुरळीत चालावे यासाठी सर्वसाधारण तज्ज्ञ आणि विशेषज्ञ या दोन्ही कौशल्यांचा सुयोग्य/निर्मितीक्षम मेळ साधणे आवश्यक आहे. समाज, अर्थव्यवस्था आणि राज्यव्यवस्था अतिशय क्लिष्ट सामाजिक-आर्थिक आणि राजकीय परिस्थितीमध्ये गुंतलेली असताना असा मेळ साधणे आवश्यक ठरते. सर्वसाधारण तज्ज्ञ आणि विशेषज्ञ यांपैकी कुणाला सर्वाधिक महत्त्व द्यावे यावर चर्चा करण्याखेरीज सद्यःस्थितीतील सत्ता समीकरणे आणि लोकप्रशासन यांचा एकत्रित विचार करून एका अर्थपूर्ण चर्चेला सुरुवात करणे आवश्यक आहे. अन्य शब्दांत सांगावयाचे झाल्यास, प्रशासन हे केवळ अभिशासनाचे साधन नाही. व्यापक राजकीय परिस्थितीशी त्याचा संबंध समजून घेतल्याखेरीज त्याचे अर्थपूर्ण सांकल्पनीकरण करता येणार नाही. अशा प्रकारे, ही चर्चा समजून घेताना प्रशासन

कायद्याच्या संरक्षणाबाहेर असलेल्या पारंपरिक चष्म्यातून बघून चालणार नाही, तर समकालीन परिस्थितीच्या संदर्भाने तिचे आकलन होणे आवश्यक आहे. सद्यःस्थितीत अभिशासन हे केवळ रचनात्मक पद्धतीने समजून घेतले जात नसून त्याकडे अनेक भागधारक समाविष्ट असलेली एक प्रक्रिया म्हणून बघितले जाते. असे भागधारक प्रचलित सामाजिक-आर्थिक आणि राजकीय परिस्थितीशी सतत संपर्कात असतात.

राजकीय आणि स्थायी कार्यकारी

विशुद्ध संकल्पनात्मक दृष्टिकोनातून बोलावयाचे झाल्यास, राजकीय कार्यकारी (राजकीय नेतृत्व) म्हणजे कार्यकारी भूमिका पार पाडणारे राजकारणी होत तसेच, स्थायी कार्यकारी (कायमस्वरूपी नागरी सेवक) म्हणजे वैधानिक प्रक्रियेतून नियुक्त करण्यात आलेले नागरी सेवक होत. राजकीय कार्यकारीला तात्पुरते कार्यकारी असेदेखील संबोधले जाते त्यांनी लोकप्रशासनामध्ये रुजविलेली मूल्ये स्थायी कार्यकारींकडून प्रत्यक्षात आणली जातात. अशा प्रकारे, राजकीय आणि स्थायी कार्यकारीमध्ये घनिष्ठ परस्परसंबंध असून त्यांच्या भूमिकांचा अलिप्तपणे विचार केल्यास अभिशासन निरर्थक ठरते. म्हणजेच, शासन लोकप्रशासनाच्या माध्यमातून कार्यरत असते हे विधान करताना राजकीय आणि स्थायी कार्यकारी हे विचारांच्या पातळीवर वेगळे ठरणारे घटक अविभाज्य आहेत हे अभिप्रेत असते. लोकप्रशासनाकडे एक संस्था म्हणून बघितले जात असते, अशा साध्या समाजरचनेमध्ये असा फरक अर्थपूर्ण वाटतो. मात्र, असे करताना सामाजिक-आर्थिक परिस्थितीच्या भूमिकेकडे दुर्लक्ष केले जाते. म्हणून, सामाजिक-आर्थिक संदर्भ समजून घेतल्याखेरीज लोकप्रशासनाचे सांकल्पनीकरण तर दूर पण ते समजून घेणेदेखील अशक्य आहे हा मूलभूत मुद्दा आहे. राजकीय किंवा स्थायी कार्यकारी अधिकाऱ्यांच्या भूमिका अधिकच गुंतागुंतीच्या ठरल्या आहेत. या विभागामध्ये दोन युक्तिवाद करण्यात आले आहेत: (अ) प्रत्यक्ष सामाजिक-आर्थिक परिस्थितीत दोन वेगवेगळ्या क्षेत्रांत कार्यरत असूनदेखील राजकीय आणि स्थायी कार्यकारी यांच्यातील फरक हा केवळ विचारांच्या पातळीवरील असून प्रत्यक्षात तो दिसून येत नाही, आणि (आ) या संज्ञांमधील फरकावर जितका भर दिला जातो तितकी अभिशासनातील त्यांची भूमिका समजून घेणे अशक्य होते.

चर्चेचे उगमस्थान

विश्लेषणात्मकदृष्ट्या राजकीय व स्थायी कार्यकारी स्वरूप वैध असले तरीदेखील ते समजून घेण्यासाठी त्यांच्या व्यवहार्यतेबाबत चर्चांवर अवलंबून राहाणे शक्य नाही. हाच मुद्दा सन १८८७च्या वुड्रो विल्सन यांच्या 'द स्टडी ऑफ ॲडमिनिस्ट्रेशन' या प्रसिद्ध लेखामध्ये मांडण्यात आला आहे. यालाच विभाजनाचा प्रबंध असेदेखील म्हटले जाते. व्यावसायिक पातळीवर विभाजन झाल्याने, राजकीय कार्यकारी आणि स्थायी कार्यकारी, म्हणजेच राजकारणी आणि नोकरशहा ही दोन स्वतंत्र क्षेत्रे असावी असे विल्सन यांना वाटे. विल्सन यांच्या मते, स्थायी कार्यकारी प्रशासकीय कार्यांसाठी जबाबदार असतात व प्रशासकीय कृतींच्या माध्यमातून घटनात्मक तत्त्वांची अंमलबजावणी करणे हे राजकीय कार्यकारींचे कार्य असते. घटनात्मक तत्त्वे आणि प्रशासकीय क्षेत्र अलग आहेत असे वक्तव्य करताना विल्सन यांनी असे नमूद केले आहे की, 'लोकप्रशासन हे सार्वजनिक कायद्यांची तपशीलवार व पद्धतशीरपणे केलेली अंमलबजावणी होय. कुठलाही सर्वसाधारण कायदा व्यवहारोपयोगी करण्याची प्रक्रिया हे प्रशासनाचे काम होय. शासकीय कृतींच्या व्यापक योजना प्रशासकीय नव्हेत; अशा योजनांची तपशीलवार अंमलबजावणी म्हणजे प्रशासन होय' (विल्सन १८८७, १९७-२२२ चक्रबर्ती आणि भट्टाचार्य २००५, ९४मध्ये पुनश्च नमूद केले आहे). राजकीय आणि स्थायी कार्यकारी यांमधील फरक सुस्पष्ट असला तरी प्रत्यक्षात मात्र तो धूसर झाला आहे. याचे कारण असे की, घटनात्मक तत्त्वे प्रमाण मानून धोरणनिर्मिती करणारे आणि धोरण अंमलबजावणी करणारे यांतील परस्परसंबंधांची निष्पत्ती म्हणजे अभिशासन होय. राजकीय कार्यकारी आणि स्थायी कार्यकारी यांतील सहसंबंधांबाबत विल्सन यांना पूर्ण जाणीव होती. त्यांनी पुढीलप्रमाणे निरीक्षण नोंदविले आहेः

> तात्त्विकदृष्ट्या, प्रशासनाचा अभ्यास हा घटनात्मक अधिकारितेच्या सुयोग्य वितरणावर आधारित आहे. परिणाम-कारकतेसाठी सुलभ संरचना स्थापन करणे आवश्यक आहे, ज्यायोगे, अधिकाऱ्यांना त्यांच्या जबाबदारीची स्पष्ट जाणीव करून देणेदेखील शक्य होईल. ही विनाअडथळा अधिकारिता वितरणाची व संदिग्धता न बाळगता जबाबदारी वितरणाची सर्वोत्तम पद्धत होय. आणि अधिकारिता वितरणाचा हा प्रश्न शासनाच्या वरिष्ठ पातळीच्या व तृणमूल पातळीच्या कार्यांच्या संदर्भाने सर्वाधिक महत्त्वाचा घटनात्मक प्रश्न ठरतो (विल्सन १८८७, १९७-२२२ चक्रबर्ती आणि भट्टाचार्य २००५, ९४मध्ये पुनश्च नमूद केले आहे).

म्हणून विल्सन यांनी स्वतःच नमूद केल्याप्रमाणे, हा विभाजनाचा प्रबंध, राजकीय आणि स्थायी कार्यकारींच्या क्षेत्रांमध्ये स्पष्ट फरक असला तरीदेखील विसंगत आहे. राजकीय आणि स्थायी कार्यकारींवर घटनात्मक दृष्टीने प्रशासकीय जबाबदारी असल्याने त्यांच्यातील विश्लेषणात्मक फरक ग्राह्य मानता येईलच असे नाही हे याचे कारण आहे. या दोन्ही क्षेत्रांमध्ये कार्यरत राहण्यासाठी वेगवेगळी कौशल्ये आवश्यक असल्याने त्यांना भिन्न वागणूक द्यावी लागते हा या संकल्पनात्मक विभागणीमागील तर्क होय. परंतु, प्रत्यक्षात मात्र हा फरक कृत्रिम व विश्लेषणात्मक वाटतो. अशा प्रकारे, विल्सनच्या या युक्तिवादाच्या दोन पातळ्या आहेत असे म्हणता येईल: एकीकडे, वेबरच्या सिद्धान्तात तथ्य आहे असे मानून विल्सन यांनी नोकरशाहीतील तटस्थतेवर विश्वास ठेवला; तर दुसरीकडे, एक व्यावहारिक प्रशासक म्हणून त्यांनी राजकीय आणि स्थायी कार्यकारी या प्रशासनाच्या पूरक बाजूंतील द्वंद्वात्मक सहसंबंध समजून घेण्यावर भर दिला.

चर्चेचे अर्थ उलगडताना

निर्वसाहतीकरणानंतर भारताचे भवितव्य ठरविणाऱ्या अभ्यासकांचा वेबरच्या वस्तुनिष्ठ तर्कावर विश्वास होता. या अभ्यासकांनी, राजकीय कार्यकारीने प्रशासनामध्ये ढवळाढवळ केल्यास राज्यव्यवस्थेने साध्य करावयाची आर्थिक-सामाजिक आणि राजकीय उद्दिष्टे साध्य करण्यात बाधा येते, असे मत नोंदविले. प्रशासन हे राजकीय क्षेत्रापेक्षा संपूर्णतः भिन्न आहे असे विल्सन यांनी जे मत नोंदविले होते, त्या मताला अनुसरून, राजकीय नेतृत्वाने अवास्तव हस्तक्षेप केल्यास सार्वजनिक व्यवहार दिशाहीन होतात याबाबत तत्कालीन अभ्यासकांनी संताप व्यक्त केला. वल्लभभाई पटेल (१९४९) यांनी या संदर्भाने पुढील निरीक्षण नोंदविले आहे. 'आपल्या प्रशासनातील व सार्वजनिक व्यवहारांतील काही कल आणि घडामोडी यांविषयी मला चिंता वाटते. या बाबींमुळे आपले सार्वजनिक व्यवहार अधःपतित होत आहेत.' हे याचे कारण आहे. राजकीय आणि स्थायी कार्यकारी यांची अभिशासनातील भूमिका पूरक असली तरी यांतील परस्परसंबंध सामान्यतः राजकीय कार्यकारींकडे कललेले असतात असे लक्षात येते. स्थायी कर्मचारी बऱ्याचवेळा अधिकारपदे, बदल्या आणि इतर फायद्यांसाठी राजकीय नेतृत्वावर अवलंबून राहतात हे याचे कारण आहे. यामुळे, नियम, नियमने किंवा नैतिक आचारांचा आपल्या सोयीनुसार अर्थ लावून ते एकमेकांच्या स्वार्थाकरिता वापरतात आणि या दोहोंमध्ये परस्परसंबंध निर्माण होतात. ही बाब लक्षात घेऊन पहिल्या प्रशासकीय सुधारणा आयोगाने (१९६८) पुढील खेदजनक वक्तव्य केले आहे:

> अनेक मंत्र्यांना सचिवांचे स्पष्ट आणि निःपक्षपाती सल्ला किंवा त्याने सुचविलेली उपाययोजना ऐकून घेण्यात कुठलेही स्वारस्य नसते किंवा मंत्र्यांच्या इच्छेनुसार सचिवांकडून कार्ये होत आहेत की नाही यावरून त्यांची समीक्षा केली जाते... याचा परिणाम म्हणून मोठ्या प्रमाणावर नागरी सेवकांमध्ये मंत्र्यांच्या मनातील सुप्त इच्छा जाणून त्यानुसार सल्ले देण्याची वृत्ती वाढत असल्याचा प्रघात पडला आहे. या हानीकारक प्रघाताचाच एक भाग म्हणून वैयक्तिक सलगी निर्माण होऊन, परिणामी नागरी सेवकांचे 'राजकियीकरण' होते. या सर्व बाबींचे मूळ राजकीय आणि स्थायी कार्यकारींच्या सदोष परस्परसंबंधांमध्ये आहे असे म्हणावयास वाव आहे (भारत सरकार १९६८, परिच्छेद ५६).

वरील अहवालामध्ये नमूद केल्याप्रमाणे, राजकीय व स्थायी कार्यकारी अभिशासनातील समन्वयक असण्याखेरीज नागरी सेवक हे राजकीय नेतृत्वाच्या हाती असलेले वैयक्तिक विकास साध्य करण्याचे साधन ठरले आहे. राज्यघटनेमध्ये

मानखंडनेविरुद्ध हमी असली तरीदेखील, कलम ३११मध्ये नमूद केल्यानुसार, अनावश्यक ताण किंवा त्रास वाचविण्यासाठी स्थायी कार्यकारीने वेळोवेळी राजकीय नेतृत्वाच्या म्हणण्यानुसार कामे करणे पसंत केले आहे. सन १९७७मध्ये शहा आयोगाच्या अहवालाने भारतातील आणीबाणीच्या काळातील (सन १९७५-७७) नोकरशाहीवर केलेल्या अतिरेकाच्या चौकशीमध्ये हे लक्षात आले. सार्वजनिक क्षेत्रातील सरंजामी संस्कृतीवर टीका करताना, नागरी सेवांमधील असंवेदनशीलता, परिणामकारकता व उत्तरदायित्वाचा अभाव यांमुळे सार्वजनिक कार्यालयांचा खाजगी उद्दिष्टप्राप्तीसाठी वापर करण्याची मानसिकता विकसित होते असे आयोगाने नमूद केले. यामुळे भारतीय लोकशाहीच्या पायावरच घाला घातला आहे. याच लोकशाही पद्धतीचा स्वातंत्र्यप्राप्तीनंतर वर्ग, वंश आणि वांशिकता निरपेक्ष असल्याचा उदो उदो करण्यात आला होता हा मुद्दादेखील येथे नमूद करणे उचित ठरते.

सत्तेची लालसा लोकशाही तत्त्वांचा नाश करील, म्हणून, केवळ मुठभर व्यक्तींच्या हाती सत्ता केंद्रित असणे योग्य नाही, ही बाब लक्षात घेऊन घटनाकारांनी राजकीय आणि स्थायी कार्यकारी एकत्रितपणे कार्यरत असतील असा कार्यचौकटी तयार करावयाचे ठरविले. असे करताना, राजकीय आणि स्थायी कार्यकारी आपापल्या क्षेत्रामध्ये कार्यरत राहतील असे नमूद करण्यात आले. असे असले तरी, राजकीय आणि स्थायी कार्यकारींची कार्यकक्षा काटेकोर पद्धतीने वेगळी करणे शक्य नाही, यामध्येदेखील तितकेच तथ्य आहे. याचे कारण असे की, राजकीय आणि स्थायी कार्यकारींचे अभिशासनाबरोबर असलेले सेंद्रीय संबध लक्षात घेता, ते समन्वयक आहेत आणि स्वतंत्र भूमिका पार पाडणारे कर्ते नाहीत हेदेखील अधोरेखित होते. या सर्व बाबींमुळे संकल्पना व्याख्या करताना सैद्धान्तिक परिणाम दिसून आले. पारंपरिक नोकरशाहीची संकल्पना राजकारणापासून अलिप्त असल्याने सांप्रत समर्थनीय ठरत नाही. याचे कारण असे की, अभिशासनातील गुंतागुंत लक्षात घेता, राजकीय आणि स्थायी कार्यकारींच्या भिन्न भूमिका असण्याखेरीज त्यांमध्ये परस्परसंबंध असणे आवश्यक ठरते. धोरणनिर्मितीच्या संदर्भाने, राजकीय कार्यकारी किंवा मंत्री सर्वाधिक महत्त्वाचे ठरतात; मात्र, राजकीय कार्यकारीचे केवळ प्रतिनिधी असणे या नागरी सेवकांच्या भूमिकेमध्ये बदल घडून आला असून ते धोरणनिर्मिती क्षेत्रातील सहकारी बनले आहेत. शिवाय, नोकरशाही वस्तुनिष्ठतेचा अभिजात सिद्धान्त मूल्यांबाबतचे एकमत गृहीत धरतो. भारतासारख्या संक्रमणावस्थेतील देशामध्ये मतभेद आणि संघर्ष कायमच अनुभवास येत असल्याने हा सिद्धान्त गैरलागू आहे. म्हणून, भारतातील लोकशाहीचे प्रवाही स्वरूप लक्षात घेता नोकरशाहीची वस्तुनिष्ठता वाजवी ठरत नसून शैक्षणिकदृष्ट्या लक्षवेधीदेखील ठरत नाही.

राजकीय आणि स्थायी कार्यकारी: संघर्षाचा इतिहास

राजकीय आणि स्थायी कार्यकारींमधील मतभेदाची अनेक उदाहरणे नमूद करता येतील. मतभेद झाल्यामुळे एखाद्या राजकारण्याला राजीनामा द्यावा लागला किंवा राजकीय अधिकाऱ्यासमवेत झालेल्या वादामध्ये अडकलेल्या नागरी सेवकांचीदेखील गच्छन्ती करण्यात आल्याचीदेखील ठळक उदाहरणे सापडतात. राजकारणी व नागरी सेवक यांचे अभिशासनातील परस्परसंबंध लक्षात घेताना यातील काही उदाहरणांचा अनेकदा उल्लेख केला जातो. सन १९५७मध्ये राष्ट्रीयिकृत भारतीय आयुर्विमा महामंडळाने खाजगी कंपन्यांचे समभाग खरेदी करण्यामध्ये वित्तमंत्री टी. टी. कृष्णमाचारी व त्यांचे मुख्य वित्त सचिव एच. एम. पटेल हे सहभागी होते हे या संदर्भातील पहिले उदाहरण म्हणता येईल. या व्यवहाराबाबत मंत्र्यांनी सचिवांना पूर्णतः अंधारात ठेवल्याचा आरोप मंत्र्यांनी अमान्य केला, तर सचिवांनी मंत्र्यांना संपूर्ण माहिती दिल्याचा खुलासा केला. या प्रकरणामुळे शासनयंत्रणेमध्ये उद्‌भवलेला गंभीर पेचप्रसंग टाळण्यासाठी घटनात्मक जबाबदारी म्हणून मंत्र्यांनी राजीनामा दिला व सचिवांनी स्वेच्छानिवृत्ती घेतली. सन १९६६मध्ये, गृहमंत्री गुलझारीलाल नंदा यांनी गृहसचिव एल. पी. सिंग हे सहकार्य करीत नसल्याची तक्रार केली व त्यांच्या जागी दुसऱ्या व्यक्तीची नेमणूक करण्यात यावी अशी मागणी केली. प्रधानमंत्र्यांनी ही मागणी अमान्य केल्याने गुलझारीलाल नंदा यांनी गृहमंत्री पदाचा राजीनामा दिला. या घटनेमध्ये मंत्रिपदावरील व्यक्तीची आपला अपमान झाल्याची भावना असल्याने त्यांनी

राजीनामा दिला व सचिवांना मात्र त्याच पदावर कायम ठेवण्यात आले. सन १९७१मध्ये याच इतिहासाची पुनरावृत्ती झाली. तत्कालीन रेल्वे मंत्री व रेल्वे मंडळाचे अध्यक्ष बी. सी. गांगुली यांच्यात मतभेद असल्याने रेल्वे मंत्र्यांनी रेल्वे मंडळ अध्यक्षाच्या कामाची रूपरेषाच बदलण्याचा निर्णय घेतला. असे करताना अध्यक्षांचा सल्ला घेण्यात आला नाही, हा निर्णय गांगुली यांना मान्य नव्हता, यामुळे दोहोंच्या संबंधात अधिकच कटुता निर्माण झाली. या घटनेमध्ये, मंत्र्यांचा स्वेच्छाधिकार श्रेष्ठ ठरला व गांगुली यांना अध्यक्षपदावरून हटविण्यात आले. त्याचप्रमाणे, सन १९८७ साली राजीव गांधींच्या दौऱ्याच्या वेळापत्रकाबाबत प्रसारमाध्यमांच्या प्रश्नाला ए. पी. वेंकटेश्वरन यांनी उतावीळपणे प्रतिक्रिया दिल्याने राजीव गांधींच्या मनात संतापाची भावना निर्माण झाली. यातून सुटका व्हावी या उद्देशाने वेंकटेश्वरन यांनी मंत्रालयाकडे राजीनामा सुपूर्द केला व लवकरात लवकर जबाबदारीतून मुक्त करण्यात यावे अशी मागणीदेखील केली.

ही उदाहरणे आता कालबाह्य असली तरीदेखील यातून एक मुद्दा स्पष्ट होतो की, स्वातंत्र्यप्राप्तीनंतर लगेचच, नेहरूंच्या अभिशासन काळात मंत्र्यांनी तऱ्हेवाईक पद्धतीने निर्णय घेतले असता स्थायी कार्यकारींना पुरेसे संरक्षण देण्यात येत होते. तद्नंतर, कर्तव्यनिष्ठ नोकरशाहीच्या काळात मात्र ही पद्धत कायम राहिली नाही. या काळात मंत्री किंवा राजकीय नेतृत्व, नोकरशहा त्यांच्या मर्जीविरुद्ध वागल्यास, नोकरशाहीवर वर्चस्व प्रस्थापित करीत. परिणामी, स्थायी कार्यकारी हे राजकीय कार्यकारींचे काम मूकपणे पाहणारे होत गेले. याचे उघड परिणाम दिसून आले, नागरी सेवकांना मंत्र्यांचा कुठलाही नकारात्मक परिणाम करणारा निर्णय न पटल्यास त्यांनी कुठलेही वक्तव्य न करणेच पसंत करावे अशी परिस्थिति निर्माण झाली होती. स्थायी कार्यकारींनी राजकारण्यांवर त्यांचे अधिकार गाजविण्याचा प्रयत्न केल्यास त्यांना बदल्या इत्यादी दंडात्मक कारवायांना सामोरे जावे लागते. तसेच, मंत्र्यांचे आदेश न पाळल्यास त्यांचा मानसिक छळदेखील केला जातो.

परंतु, युतीचा काळ सुरू झाल्यानंतर, विशेषतः सन १९६७च्या चौथ्या राष्ट्रीय निवडणुकांच्या काळापासून या परिस्थितीमध्ये बदल झालेले दिसून येतात.कारण, या काळात मंत्र्यांना अस्थिर राजकीय वातावरणात त्यांच्या सचिवांशी व हाताखालील कर्मचाऱ्यांशी संवाद साधावा लागत असे. परिस्थिती अनिश्चित असल्याने राजकारणी आणि नागरी सेवकदेखील काहीही करू शकत नव्हते. या काळात तीव्र मतभेदाची उदाहरणे आढळून येत नसली तरी, राजकारण्यांचे नागरी सेवकांवरील नियंत्रण मात्र प्रस्थापित झाले होते. त्यांच्या कारकिर्दीवर आणि नोकरीतील संधींवर विपरीत परिणाम होईल हे माहीत असूनदेखील राजकारण्यांच्या निर्णयाला नागरी सेवकांनी आव्हान दिले असे काही दुर्मीळ प्रसंग मात्र याला अपवाद ठरले. सन २०१४च्या राष्ट्रीय निवडणुकीने भारतामध्ये एकपक्षीय अंमल प्रस्थापित केला, यामुळे, बदललेल्या परिस्थितीत स्थायी कार्यकारी एकूण बदलांचा अंदाज घेण्याचा प्रयत्न करीत आहेत असे दिसून येते. राजकीय क्षेत्रात बदल झाले असले तरीदेखील परंपरा कायम राहिल्याचे लक्षात येते. कथितरित्या सत्ताधारी शासनाचे फारसा विरोध न करणाऱ्या स्थायी कार्यकारींशी सख्य आहे. नुकत्याच पाहण्यात आलेल्या घडामोडींमध्ये, मंत्रिस्तरावरील कार्यप्रमुखांशी निर्विवादपणे एकनिष्ठ असणाऱ्या अधिकाऱ्यांना कार्यालयामध्ये नियुक्त करण्यात आले. म्हणजेच, सत्तेतील पक्षाप्रती निष्ठावान अधिकाऱ्यांनाच कायम ठेवण्याची उदाहरणे निदर्शनास आली आहेत. राजकीय निष्ठेखेरीज, राजकारण्यांनी नागरी सेवक निवडताना अनेक उदाहरणांमध्ये त्यांच्या व्यावसायिक क्षमतेऐवजी त्यांची वांशिक किंवा धार्मिक ओळख लक्षात घेतली आहे. या परिस्थितीमध्ये राजकीय किंवा स्थायी कार्यकारींची वैयक्तिक प्रतिष्ठा किंवा व्यवस्थेतील सचोटी धोक्यात नसून अभिशासन व्यवस्थेची पवित्रता धोक्यात आहे. ही व्यवस्था वैयक्तिक स्वार्थाचा बळी ठरली आहे.

निष्कर्षात्मक निरीक्षणे

वरील चर्चेतून हे स्पष्ट होते की, राजकारण आणि प्रशासन यांच्या सीमा पूर्णतः वेगळ्या करता येणे शक्य नाही. म्हणूनच, म्हणूनच राजकीय आणि स्थायी कार्यकारी यांची दोन स्वतंत्र काटेकोर विभागांमध्ये विभागणी करणे शक्य नाही; ते एकमेकांना परस्परपूरक असतात.

राजकारण आणि लोकप्रशासन या दोहोंमधील सहकार्य आणि समन्वय म्हणजे अभिशासन होय, कारण 'राजकारणाचा रोख स्पष्ट झाल्याशिवाय लोकप्रशासन हे गुंतागुंतीचे परस्परसंबंध आणि असंख्य निर्णयकेंद्रे यांपासून तयार झालेल्या एका ठिगळं लावलेल्या गोधडीप्रमाणे आहे' (सेल्फ १९८१, ४). विद्यमान लोकप्रशासन समजून घ्यावयाचे असल्यास या गुंतागुंतीच्या परस्परसंबंधांप्रती संवेदनशील असणे आवश्यक आहे. म्हणून, अभिशासनाच्या संदर्भाने, विशिष्ट क्षेत्रातील नागरी सेवक अधोरेखित करण्याखेरीज, राजकीय आणि स्थायी कार्यकारी दोन्ही, संवेदना असणाऱ्या कार्यकारींच्या परस्परसंबंधांवर भर देण्यात आला आहे. यातून असेही स्पष्ट होते की, कुठल्याही सामाजिक, आर्थिक परिस्थितीतील लोकप्रशासनाचे केवळ तांत्रिक ज्ञान (वरवरचे) असणे पुरेसे ठरणार नाही. वस्तुतः, विद्यमान अभिशासनातील गुंतागुंत समजून घेतल्याखेरीज लोकप्रशासन समजून घेणे आत्मघातकी ठरेल.

इतर देशांप्रमाणेच वर्तमानातील भारतामध्ये लोकप्रशासनाच्या एकसाची स्वरूपामध्ये कायापालट झाला आहे. अभिशासनामध्ये प्रत्यक्ष सहभागी असलेल्या संस्थांखेरीज इतर अनेक संस्थादेखील सार्वजनिक निर्णयप्रक्रियेमध्ये महत्त्वाच्या ठरतात. उदाहरणार्थ, सजग नागरी समाज, दक्ष प्रसारमाध्यमे आणि माहितीच्या हक्काचा कायदा राजकीय व स्थायी कार्यकारींनी त्यांच्या कृतीबाबत उत्तरदायी असण्याची मागणी करतात. कोणत्याही परिस्थितीत कायद्याच्या राज्याचा मान ठेवला जाईल व आदर केला जाईल याबाबत हमी देण्यासाठी सजग न्यायव्यवस्थेचे अस्तित्वदेखील महत्त्वाचे ठरते. बदलत्या परिस्थितीमध्ये राजकारणी आणि नागरी सेवक या दोहोंच्या भूमिका शासनयंत्रणेच्या संदर्भाने अविभाज्य ठरत असल्याने, यांमध्ये काटेकोर फरक करणे उचित ठरणार नाही. अशा प्रकारे, प्रसारमाध्यमे, माहितीचा हक्क यांसारखी साधने अस्तित्वात असताना व सहभागीदार या माध्यमांतून नियंत्रण प्रस्थापित करीत असताना सहभागीदारांना सहज दुर्लक्षित करणे शक्य होणार नाही. या परिस्थितीत राजकारणी आणि नागरी सेवकांनी त्यांची भूमिका सर्वोत्तम पद्धतीने कशी पार पाडावी हा प्रश्न उपस्थित होतो. या संदर्भाने राजकारणी किंवा नागरी सेवकांना संपूर्णतः अलिप्त ठेवणे गरजेचे नसून त्यांना सार्वजनिक सेवेतील त्यांची भूमिका जाणवून देणे आवश्यक ठरते. यासाठी सर्वप्रथम मानसिक बदल होणे गरजेचे आहे; भारतासारख्या संक्रमणकालीन देशामध्ये प्रस्थापित हितसंबंध आणि त्यांना आव्हान देणाऱ्या शक्ती एकाच वेळी अस्तित्वात असल्याने हे साध्य करणे सोपे नाही. तरीदेखील, या संपूर्ण परिस्थितीचा विचार केला असता, लोकप्रशासनामध्ये उल्लेखनीय बदल घडवून आणण्याची संधी अधोरेखित होते.

अभिशासनातील नीतिमूल्ये

सन २०११-१२च्या भ्रष्टाचार विरुद्ध भारत या मोहिमेने अभिशासनातील नैतिकतेचा प्रश्न केंद्रस्थानी आणून भारतीय राजकारणाचे वातावरण ढवळून काढले. समाजातील भ्रष्टाचार नाहीसा करण्यासाठी जनलोकपाल विधेयक सादर करण्यात यावे म्हणून ऐंशी वर्षीय अण्णा हजारे यांच्या नेतृत्वाखाली भ्रष्टाचार विरुद्ध भारत या मोहिमेतील सर्व कार्यकर्ते एकत्र आले. ही मोहीम देशव्यापी होणे हे त्यांनी आशादायक लक्षण मानले. या मोहिमेला उद्दिष्टपूर्ती करण्यात अपयश आले हे सत्य असले तरी, यामुळे लोकांमध्ये जागरूकता निर्माण करण्यात आणि प्रशासनातील कुपद्धतींविरुद्ध लढण्याची उमेद कायम राखण्यातही यश आले. अण्णा हजारे यांच्या या मोहिमेचे मूळ उद्दिष्ट भ्रष्टाचारासंबंधी असले तरी, या मोहिमेने सांप्रत काळातील सैद्धान्तिक चर्चांमध्ये ज्या प्रश्नाला महत्त्व आहे, अशा अभिशासनातील नैतिकतेचा प्रश्न पुनश्च ऐरणीवर आणला. हे अगदी खरे की, लोकप्रशासनातील नीतिमूल्यांकडे दुर्लक्ष झाल्याने शासकीय कामकाजाचा दर्जादेखील ढासळत गेला आणि या एकमेव कारणामुळे 'भ्रष्टाचारा'ची समस्या फोफावत गेली. शासनाच्या कार्यक्षेत्राची व्यापकता वाढल्याने नोकरशाहीकडे केवळ 'खंड गोळा करणारी यंत्रणा' या अर्थाने पाहण्यात आले व त्यामुळे एक 'लोकहितैषी संरक्षक' म्हणून असलेली भूमिका किंवा वेबरच्या सिद्धान्तानुसार प्रशासनाची 'तटस्थ' 'यंत्रणा' या भूमिकांकडे दुर्लक्ष झाले, हे याचे एक कारण म्हणता येणे शक्य आहे. तथापि, अभिशासनातील नैतिकतेचा दर्जा ढासळणे ही एका रात्रीत घडलेली घटना नसून भूतकाळापासून उलगडत आलेली प्रक्रिया असल्याने, हा प्रश्न संपूर्णतः समजून घेण्यासाठी परिस्थितीचे विश्लेषण आणि ऐतिहासिक संदर्भ समजून घेणे हे आव्हान आहे यात शंकाच नाही.

समस्या समजून घेताना

'नीतिमूल्ये' ही संकल्पना संदर्भानुगामी असल्याने या संज्ञेची सर्वसमावेशक व्याख्या करणे अशक्य आहे. असे असले तरी, प्रशासकीय नीतिमूल्यांवरील एकूण उपलब्ध माहितीच्या आधाराने नीतिमूल्यांची अर्थपूर्ण व्याख्या करणे शक्य होते. एफ. एम. मार्क्स या प्रमुख विचारवंताने अमेरिकन पोलिटीकल सायन्स रिव्ह्यू यामधील त्याच्या सन १९४९च्या लेखामध्ये या संज्ञेचे सांकल्पनिकरण करण्याचा प्रयत्न केला. ही संकल्पना, शासन यंत्रणेकडून अपेक्षित असलेली प्रत्यक्षात आणावयाच्या तत्कालीन राजकीय विचारधारेशी जोडण्यात येते. अशा प्रकारे, लोकप्रशासनाप्रती राजकीय धोरणांची उद्दिष्टे पूर्णत्वास नेण्याचे साधन म्हणून पहाता येईल. मार्क्स (१९४९, ११२७-२८) यांच्या युक्तिवादाप्रमाणे, प्रशासकीय 'नीतिमूल्यांचा गाभा' 'राजकीय व्यवस्थेचे भरणपोषण करणाऱ्या कल्पना'मध्ये सापडतो. प्रशासकांनी व्यावसायिक कार्ये करताना त्यांची वैयक्तिक मूल्ये बाजूला ठेवावीत असा याचा गर्भितार्थ होय. मात्र, प्रशासक हे 'लोकशाही समुदायाचे सुजाण कर्ते' असणे त्यांचे कर्तव्य असते. तसेच, 'सर्वांचे हित साधणाऱ्या मुक्त समाजाची वृद्धी सुदृढ व्हावी यासाठी प्रोत्साहन' देण्याच्या उद्दिष्टाने त्यांची कृती असावी. म्हणून, सामाजिक गरजांच्या पूर्तीसाठी समाजाने स्वीकृत केलेली मानके म्हणजे नीतिमूल्ये होत असे म्हणता येईल. केवळ नियम स्वीकृत करणे–नियमपालनाचे प्रारूप–यामुळे व्यक्तीच्या वागणुकीत नीतिमूल्ये रुजविली जाणे शक्य नाही; म्हणून नियम आणि नियमनांची योग्य अंमलबजावणी होण्यासाठी काही यंत्रणा कार्यरत असाव्या लागतात. नियमांचे उल्लंघन किंवा विचलन झाल्यास कार्यक्षम अन्वेषण यंत्रणादेखील अस्तित्वात असणे आवश्यक आहे. तसेच, प्रशासनातील एकात्मतेची परंपरा कायम राखण्यासाठी लवकरात लवकर दंडात्मक कारवाई करणेदेखील आवश्यक ठरते.

ही समस्या कशी सोडविण्यात आली?

स्वातंत्र्योत्तर काळात भारताने प्रशासकीय यंत्रणा अधिक कार्यक्षम आणि उत्तरदायी करून प्रशासकीय क्षमतांचे दृढीकरण करण्यासाठी ४५पेक्षा अधिक समित्या व आयोग नेमले. सन १९४६ साली सादर करण्यात आलेल्या टोटेनहम समिती अहवालापासून याची सुरुवात झाली. नागरी सेवांमधील शिस्तीचे प्रमाण कमी होत गेले आहे यावर भर देणारे या अहवालातील निरीक्षण आजतागायत तसेच आहे. मोरारजी देसाई यांच्या अध्यक्षतेखाली सन १९६६मध्ये स्थापन करण्यात आलेला प्रशासकीय सुधारणा आयोग हे स्वातंत्र्योत्तर काळातील सर्वाधिक सर्वसमावेशक पाऊल ठरले. या आयोगाची स्थापना करण्यामागे दोन प्रमुख कारणे होती असे म्हणता येईल: एक, केवळ कायदा व सुव्यवस्था यांचे व्यवस्थापन करणारी संस्था ते विकासासाठी जबाबदार असलेली यंत्रणा असे प्रशासनाचे बदलते स्वरूप, आणि दोन, आजपर्यंत साचेबंद पद्धतीने जबाबदारी पार पाडत असलेल्या शासकीय यंत्रणेचा तातडीने कायापालट करण्यासाठी समाजाच्या समाजवादी स्वरूपाचे विचारधारात्मक उद्दिष्ट डोळ्यांपुढे ठेवणे. अशा प्रकारे, या आयोगाला व्यापक असे कार्यक्षेत्र प्रदान करण्यात आले होते. 'लोकसेवांमधील कार्यक्षमता आणि सचोटीच्या सर्वोत्तम मानकांच्या आवश्यकतेबाबत हमी देणे आणि लोकप्रशासनाला विकासाची सामाजिक–आर्थिक उद्दिष्टे साध्य करण्यासाठी आणि लोकांप्रती प्रतिसादी असणारी सक्षम यंत्रणा बनविणे' हे आयोगाच्या कार्यक्षेत्रातील मुख्य कार्य होय (भारत सरकार १९६६-७०)[३]. कार्यक्षम आणि भ्रष्टाचार मुक्त प्रशासन यंत्रणा साध्य करण्याच्या हेतूने प्रशासकीय सुधारणा आयोगाने पुढील उपाययोजना सुचविल्या:

१. लोकसेवांमधील भ्रष्टाचार नष्ट करण्यासाठी शासनाने प्रतिबंधात्मक, पाळत ठेवून व कडक दंडपद्धती स्वीकृत करावी, तसेच, अधिकारी, गुन्हेगार आणि अप्रामाणिक राजकारणी या बाबी हाताळताना दयामाया न दाखविता (कठोर) वर्तन करावे.
२. विनाविलंब आणि धाक निर्माण करणारे खटले चालविण्यासाठी नियम आणि कायदेशीर तरतुदींमध्ये दुरुस्ती करण्यात यावी आणि कोणत्याही राजकीय अभयाला बळी न पडता भ्रष्टाचारी अधिकाऱ्यांची तातडीने गच्छंती करावी.

३. भ्रष्टाचारी नागरी सेवकांवर त्वरेने न्यायालयीन आणि दंडात्मक कारवाई करण्यामध्ये अडथळा निर्माण होईल असा कोणताही वाव नियमांमध्ये ठेवू नये. आणि पूर्वमान्यता देण्यात आली आहे अशा खटल्यांमध्ये केंद्रीय अन्वेषण विभागासारख्या अन्वेषण विभागांनी अशी कारवाई करण्यासंबंधी ठरलेल्या वेळेंत परवानगी द्यावी.

४. पुरेसा कर्मचारी वर्ग, अधिकार, संसाधने आणि योग्य निष्कर्षाप्रत येण्याकरता उत्तरदायित्वासह स्वातंत्र्य अशा तरतुदींनी पर्यवेक्षण विभाग व दक्षता यंत्रणा सक्षम कराव्यात. शासन किंवा सार्वजनिक क्षेत्रातील भ्रष्टाचाराला प्रतिबंध बसावा यासाठी स्वतंत्र व पुरेसा कर्मचारी वर्ग असलेली दक्षता यंत्रणा असणेदेखील आवश्यक आहे.

५. अखिल भारतीय सेवांसंबंधी नियम आणि पैसा व प्रभाव नसलेल्या लोकांना उचित वागणूक व न्याय मिळत नसण्यासंबंधी प्रस्तावित नियमांमध्ये दुरुस्त्या घडवून आणणे आवश्यक आहे. म्हणून, प्रशासनातील कुपद्धती नाहीशा करण्यासाठी परिणामकारक दंडात्मक आणि सुधारणात्मक उपाययोजना राबविण्यात याव्या अशी मागणी लोकांकडून करण्यात येते (विठ्ठल २००२).

दुसरा प्रशासकीय सुधारणा आयोग, २००५

बदलत्या सामाजिक-आर्थिक वातावरणामध्ये प्रशासनाचा कारभार सुरळीत चालावा या उद्देशाने पहिल्या प्रशासकीय सुधारणा आयोगाच्या अहवालामध्ये उपाययोजनांची एक मोठी यादी देण्यात आली होती. केंद्रीय पातळीवर लोकपाल आणि राज्य पातळीवर लोकायुक्ताची नियुक्ती आणि कार्यक्रम अर्थसंकल्पाचे तंत्र ही या उपाययोजनांच्या आधारे करण्यात आलेल्या मुख्य तरतुदींची उदाहरणे होत. नागरी सेवांमध्ये सुधारणा घडवून आणण्याच्या हेतूने भारत सरकारने सन २००५मध्ये वीरप्पा मोईली यांच्या अध्यक्षतेखाली दुसरा प्रशासकीय आयोग स्थापन केला. भारतातील लोकप्रशासन अधू करणारे काही प्रश्न या आयोगाद्वारे लक्षात घेण्यात येणार होते. नीतिमूल्यांच्या ढासळणाऱ्या दर्जासाठी अनेक कारणे जबाबदार आहेत असे या आयोगाने नोंदविले. भारताच्या विकासाचा मार्ग आखण्यास जबाबदार असणाऱ्या व्यक्तींचा सामाजिक व आर्थिक दर्जा ढासळणे हेदेखील यामध्ये एक कारण होते. लोकप्रशासानाचा एकूणच दर्जा ढासळत चालला आहे हे लक्षात घेऊन, 'आपण सार्वजनिक कार्यालयाला आपल्या संपत्तीचाच एक भाग मानतो'आणि म्हणून, सार्वजनिक कार्यालयांना मोठ्या प्रमाणातील भ्रष्टाचाराचे मूळ मानले जात असून (आर्थिक) आश्रय देण्याचे साधनदेखील मानले जाते असे निरीक्षण आयोगाने नोंदविले (भारत सरकार २००७, ६). अशा प्रकारे, देशासाठी कार्यक्षम प्रशासन उदयाला यावे या हेतूने आयोगाने उपाययोजना सुचवाव्या असे अपेक्षित होते. 'अप्रामाणिक नागरी सेवकांना आश्रय देण्याखेरीज सार्वजनिक व्यवहारांतील काटेकोर मानके नमूद करणे.' हे या आयोगाचे मूळ काम असणार होते (भारत सरकार २००७, प्रस्तावना). या आयोगाने शासनापुढे एकूण १५ अहवाल सादर केले. देशातील राज्यपद्धतीला नैतिक चौकट असावी अशी मागणी करणाऱ्यांसाठी अभिशासनातील नीतिमूल्ये हा अहवाल महत्त्वाचा ठरतो. सर्वोच्च न्यायालयाच्या व सक्रिय निवडणूक आयोगाच्या आदेशांनुसार अलीकडच्या काळात प्रत्यक्षात आलेल्या काही हितकारक योजनांची दखल घेत या आयोगाने राज्य व्यवहाराच्या क्षेत्रामध्ये स्थैर्य आणि उत्तरदायित्व प्रस्थापित करण्यासाठी अनेक तरतुदी सुचविल्या.

राज्यपद्धतीतील नीतिमूल्यांच्या उल्लेखाने या अहवालाची सुरुवात होते.[४] राज्याचे कायदेमंडळ व कार्यकारिणी यामध्ये राज्यपद्धती व त्यातील कर्ते महत्त्वाची भूमिका बजावतात, असे या अहवालामध्ये नमूद करण्यात आले आहे. राज्यघटनेच्या अनुषंगाने राज्याने कायदे पाळणे किंवा त्याचे उल्लंघन करणे व कायद्याचे राज्य या बाबींच्या संदर्भाने न्यायव्यवस्थेची भूमिका महत्त्वाची ठरते. नैतिकदृष्ट्या सदोष परिस्थितीमध्ये राजकारण निर्दोष पद्धतीचे असावे अशी अपेक्षा करणे अवास्तव व अविचारी ठरेल. परंतु, राज्यव्यवस्थेने प्रस्थापित केलेली मानके अभिशासनाच्या पैलूंवर प्रभाव टाकणारी असतात हेदेखील नाकारता येणार नाही. राज्यव्यवस्थेतील व्यक्तींवर स्पष्ट व गुंतागुंतीची जबाबदारी असते. स्वातंत्र्य चळवळीचा अविभाज्य भाग असलेली नैतिक वर्तनाची सर्वोच्च मानके असलेला भारत सुदैवी म्हणायला हवा. परंतु, सत्तेचे हस्तांतरण झाल्यानंतर (ब्रिटिश मायदेशी परतल्यानंतर) या नैतिक संपदेचे अधःपतन होत गेले हे

दुर्दैवी आहे. निवडणुकांमध्ये पैशांचा अतिवापर (प्रचारावरील खर्च, बेकायदेशीर निधीचा वापर, खर्चाचे प्रमाण, सदोष निवडणूक याद्या, तोतयेगिरी, निवडणूक केंद्र ताब्यात घेणे, हिंसा, प्रलोभने दाखविणे व दहशतीचे वातावरण निर्माण करणे), सत्तास्थापनेसाठी पक्षविद्रोह आणि सार्वजनिक कार्यालयांमध्ये अधिकारांचा गैरवापर यातून राजकीय प्रक्रियांतील गेल्या अनेक वर्षांतील व्यथा अधोरेखित होते. दुरुपयोगाला नियम मानण्याची प्रथा मोडून पाडण्यासाठी राजकीय पक्ष, शासनयंत्रणा आणि अधिक महत्त्वाचे म्हणजे निवडणूक आयोग आणि सर्वोच्च न्यायालयाने सन १९८०च्या उत्तरार्धापासून अनेक उपाययोजना राबविल्या. परंतु, आपली राजकीय व्यवस्था निर्दोष होण्याच्या हेतूने अजून अनेक प्रयत्न होणे आवश्यक आहे. राजकीय व्यवस्थेमध्ये सुधारणा घडवून आणण्यासाठी आयोगाने पुढील उपाययोजना सुचविल्या:

१. निवडणुकांवरील अवास्तव आणि बेकायदेशीर खर्च कमी करण्यासाठी राज्याकडून आंशिक निधी देण्याची व्यवस्था प्रस्थापित करावी.
२. पक्षत्याग करणाऱ्या सदस्यांना अपात्र ठरविण्याचा निर्णय राष्ट्रपती/राज्यपालाने निवडणूक आयोगाच्या सल्ल्याने घ्यावा.
३. लोकप्रतिनिधी कायदा, १९५१च्या विभाग ८ मध्ये घटनात्मक दुरुस्ती करण्यात यावी. या अन्वये, निवडणूक आयोगाने सुचविलेले बदल लक्षात घेऊन गंभीर गुन्हे व भ्रष्टाचारासंबधी आरोप असलेल्या व्यक्तींना अपात्र ठरविण्यात येईल.

युतीमधील एक किंवा त्यापेक्षा अधिक समधोरणी पक्ष उघडपणे निवडणुकांच्या पूर्वी किंवा सुप्तपणे निवडणुकीच्या नंतर सरकार स्थापन करताना युतीबाहेरील एक किंवा अधिक पक्षांशी युती करीत आहे असे लक्षात आल्यास त्या पक्षाच्या किंवा सर्व पक्षाच्या सदस्यांना नव्याने निवडणुकांना सामोरे जावे लागेल अशी तरतूद अंतर्भूत करण्यासाठी घटनादुरुस्ती करण्यात यावी.

आयोगाने सामाजिक उत्तरदायित्व ढासळत असल्याबाबत चिंता व्यक्त केली. म्हणून, सामाजिक उत्तरदायित्वाच्या उपक्रमांचे संस्थीकरण करावे असे आयोगाने सुचविले; असे न केल्यास त्याला कुठलाही अर्थ उरणार नाही. म्हणून असा युक्तिवाद केला जातो की, 'जर सामाजिक उत्तरदायित्वाच्या यंत्रणांचे संस्थीकरण केले तर त्याचा सर्वाधिक व शाश्वत स्वरूपाचा परिणाम होतो-अन्य शब्दांत सांगायचे झाल्यास, नागरी समुदाय, राज्य किंवा या दोन्हींनी एकत्रित येऊन उत्तरदायित्वाचे सूत्रबद्ध उपयोजन आणि अंमलबजावणी करणे होय' (मलेना, फोर्स्टर आणि सिंग २००४, १४). वर नमूद केल्याप्रमाणे, संकल्पनात्मकदृष्ट्या सामाजिक उत्तरदायित्व हे अभिशासनामध्ये नीतिमूल्ये रुजविण्यासाठी पोषक वातावरण निर्माण करणारे प्रभावी साधन आहे. उत्तरदायित्वाची नवी ऊर्ध्वरेषीय यंत्रणा तयार करणे आणि प्रचलित समस्तरीय साधने सशक्ति करणे यामुळे सामाजिक उत्तरदायित्व हे अधिक चांगल्या अभिशासनासाठी अधिक उपयुक्त ठरेल असे म्हणता येईल. अशा प्रकारच्या अभिशासनामध्ये राज्यकर्त्यांच्या विचारसरणीप्रेरित प्राधान्यांचे कायदेशीर निर्णयांमध्ये रुपांतर करण्यास अधिकृतपणे जबाबदार असणाऱ्या अधिकाऱ्यांइतकीच सहभागधारकांची भूमिकादेखील महत्त्वाची ठरते. उत्तरदायित्व आणि सार्वजनिक क्षेत्रात ते प्रत्यक्षात आणण्यास आवश्यक असणारी यंत्रणा या दोहोंवर भर असल्याने सन २००५चा दुसरा प्रशासकीय सुधारणा आयोग पूर्वीच्या आयोगापेक्षा वेगळा ठरतो. या आयोगाने ठोस तरतुदींखेरीज अभिशासनातील ढासळणारी नीतिमूल्ये आणि आणि विशविशित होत चाललेली भारतीय समाजाची नैतिक वीण यांतील परस्परसंबंधांवरील चर्चा सार्वजनिक क्षेत्रात अधोरेखित केली आणि बदलासाठी पोषक वातावरण तयार केले.

निष्कर्षात्मक निरीक्षणे

'शासनाच्या वेगवेगळ्या विभागांमध्ये काय घडते यापेक्षा या प्रश्नाचा प्रभाव अधिक आहे (आणि) ... म्हणून नीतिमूल्यांचे उल्लंघन झाल्यास सर्वसमावेशक असे प्रयत्न करणे आवश्यक आहे' (भारत सरकार २००७, ५) असे

भारतीय अभिशासनातील नीतिमूल्यांच्या चर्चेवरून लक्षात येते. प्रशासकीय वाईट पद्धती समूळ नष्ट करण्यासाठी व्यवस्थेतील केवळ अंतर्गत प्रयत्न पुरेसे ठरणार नाहीत हे या आयोगाने पुनश्च अधोरेखित केले. पहिल्या प्रशासकीय सुधारणा आयोगाप्रमाणेच दुसऱ्या आयोगानेदेखील प्रशासनातील नैतिक मूल्यांच्या ऱ्हासाला स्वातंत्र्योत्तर काळात भारतीय राजकारणाचे होणारे अधःपतन जबाबदार आहे असे निरीक्षण नोंदविले. स्वातंत्र्योत्तर काळातील भारतीय प्रशासन यंत्रणेवर वसाहतवादाचा प्रभाव असला तरी संकुचित, पक्षपाती आणि विभागीय हितसंबंधांनी केलेल्या गैरवापरामुळे सार्वजनिक अभिशासन पोखरले गेले आहे हे नाकारता येणार नाही. असे असले तरी, अलीकडच्या काळात अधःपतनाचे मूळ शोधून काढणे आणि अधःपतन होऊ नये म्हणून प्रतिबंधात्मक उपाययोजना राबविण्याची यंत्रणा तयार करण्याचे प्रामाणिक प्रयत्न करण्यात आले. उदाहरणादाखल सन १९८०च्या उत्तरार्धात अधिकाऱ्यांकडून होणारा अधिकारांचा गैरवापर रोखण्यासाठी विविध पावले उचलणाऱ्या निवडणूक आयोग व सर्वोच्च न्यायालय यांसारख्या राजकीय संस्था लक्षात घ्याव्या लागतील. तसेच, राजकीय व्यवस्था निर्दोष होण्याची नागरी समाजाची मागणी सार्वजनिक क्षेत्रातील भ्रष्टाचाराला आव्हान देणारी कृती ठरली. संथानम समितीने पुढील निष्कर्षात्मक निरीक्षण नोंदविले आहे: 'अशा प्रयत्नांना पोषक वातावरणामध्ये यश येणे शक्य आहे, कारण भविष्यामध्ये अनुकूल सामाजिक वातावरण असल्यासच भ्रष्टाचारविरोधी लढ्याला यश येईल' (संथानम १९६४, १०१). अशा प्रकारे, अभिशासनातील नीतिमूल्ये हे असे उद्दिष्ट आहे ज्याचे सांकल्पनीकरण केल्याखेरीज व ते भारतीय प्रशासनावर प्रभाव असणाऱ्या संपूर्ण राजकीय वातावरणाच्या संदर्भाने समजून घेतल्याखेरीज साध्य करणे शक्य होणार नाही.

भ्रष्टाचार आणि प्रशासन

नोकरशाहीकडे 'संपत्ती गोळा करणारी यंत्रणा' या अर्थाने बघितले जात असल्याने भ्रष्टाचार हा प्रशासनामध्ये भिनलेला आहे. भ्रष्टाचार ही आधुनिक बाब नाही. इसवीसन पूर्व चौथ्या शतकातील अर्थशास्त्र या ग्रंथामध्ये भ्रष्टाचाराचे सचित्र वर्णन दिले आहे. कौटिल्याने म्हटल्याप्रमाणे, 'जसे जिभेच्या टोकावरील मधाची (किंवा विषाची) चव घेतलीच नाही हे जसे अशक्य आहे, तद्वतच राजाच्या राजकोशातील संपत्तीचा थोडा का होईना पण उपभोग न घेणे हे शासकीय अधिकाऱ्यासाठी अशक्य आहे' (कांगल १९७२, ९१). कौटिल्याने नमूद केल्याप्रमाणे, भ्रष्टाचार आणि प्रशासन हे एकमेकांशी पूर्णतः जोडलेले आहेत. दैनंदिन संभाषणामध्ये, भ्रष्टाचार म्हणजे नियम, मूल्ये आणि व्यवहारांची मान्यता नसलेली अफरातफर होय. यामध्ये सार्वजनिक कार्यालयाचा वैयक्तिक कारणांसाठी वापर करून घेणे ही बाबदेखील समाविष्ट आहे, जिथे, सार्वजनिक कार्यालयांतील जबाबदार अधिकारी काही स्वार्थी हेतूची पूर्तता करण्यातच गुंतलेला असतो. भ्रष्टाचाराची व्याख्या करताना कार्ल जे. फ्रेड्रीच (१९८९) यांनी पुढीलप्रमाणे मत नोंदविले आहे:

> प्रचलित किंवा प्रस्तुत संदर्भामध्ये विश्वसनीय रूढी असलेल्या आदर्शांपासून विचलित होण्याला भ्रष्टाचार असे म्हणतात......हे विपरीत वर्तन, सार्वजनिक खर्चातून व्यक्तिगत लाभ या एका विशिष्ट प्रेरणेशी संबंधित असते. अशा प्रकारचे व्यक्तिगत लाभ आर्थिक स्वरूपाचे असू शकतात आणि सामान्य जनतेच्या मनामध्ये नेहमीच तसे विचार येतात. परंतु, हे व्यक्तिगत लाभ अन्य स्वरूपात असू शकतात.

भ्रष्टाचार हे 'विचलित वर्तन' असून त्यामध्ये शासकीय खर्चात स्वहित साधणे अभिप्रेत आहे असे फ्रेड्रीचने अधोरेखित केले आहे. म्हणून भ्रष्टाचार हे स्वहिताच्या बदल्यात उपकार केले जातात असे व्यावहारिक दुष्टचक्र आहे.

ही व्याख्या लक्षात घेता, या प्रकरणामध्ये प्रशासनातील भ्रष्टाचाराच्या हानीकारक परिणामांचे दोन भागांमध्ये विश्लेषण करण्यात आले आहे: एकीकडे, भारतातील भ्रष्टाचाराची शक्य ती उगमस्थाने शोधून काढण्यावर या चर्चेचा भर आहे आणि दुसरीकडे, भारतातील भ्रष्टाचाराचा सामना करण्यासाठी निर्माण करण्यात आलेली साधने व यंत्रणा यावर चर्चा करण्यात आली आहे. तथापि, संपूर्ण प्रशासन हे भ्रष्टाचारी व निष्प्रभावी आहे असे यातून सुचवायचे नसून, करदात्यांच्या

पैशाच्या जोरावर स्वहित साधण्याच्या इच्छेशी संबंधित प्रश्न या युक्तिवादाचा भाग आहेत. जागेची मर्यादा लक्षात घेता या प्रश्नाचा सखोल अभ्यास करणे अप्रस्तुत होईल. म्हणून भारतासारख्या विकसनशील देशाच्या व भरभराट होत असलेल्या अर्थव्यवस्थेच्या संदर्भाने भ्रष्टाचाराचे सांकल्पनीकरण करताना लक्षात घेण्यात येणारे मुख्य मुद्दे येथे अधोरेखित करण्यात आले आहेत.

समस्या विधान

भारतामध्ये भ्रष्टाचार सर्वव्यापी आहे. सन २०१२मध्ये ट्रान्स्परन्सी इंटरनॅशनलच्या भ्रष्टाचार सज्जता निर्देशांकानुसार कोलंबिया, ग्रीस, मंगोलिया, सेनेगल आणि इतर देशांसह १७६ देशांमध्ये भारताचा ९४वा क्रमांक होता. ट्रान्स्परन्सी इंटरनॅशनलच्या अभ्यासानुसार ६२%पेक्षा अधिक भारतीयांनी लाच दिली किंवा सार्वजनिक कार्यालयांतील त्यांचे काम करून घेण्यासाठी अधिकाऱ्यांना प्रभावित केले होते (२००५, १०३). केंद्रशासनाचे नागरिकांना हक्क प्रदान करणारे कार्यक्रम (एन्टायटलमेंट प्रोग्राम) आणि सामाजिक व्ययाच्या योजना या भ्रष्टाचाराचे सर्वाधिक मोठे स्रोत आहेत. यामध्ये महात्मा गांधी राष्ट्रीय ग्रामीण रोजगार हमी योजना आणि राष्ट्रीय ग्रामीण आरोग्य योजना यांचा समावेश होतो. वाहतूक क्षेत्र हादेखील भ्रष्टाचाराचा महत्त्वाचा स्रोत आहे. राज्यांतर्गत मालाची ने-आण करणाऱ्या वाहनांकडून महामार्ग पोलीस व इतर थांब्यांवर रोख लाच हप्त्याने घेतली जाते. हे उघड गुपित असून याबाबत कुणालाही खेद वाटत नाही; राज्यांतर्गत ने-आण करताना कुठलाही अडथळा येऊ नये यासाठी हे वाहनचालकदेखील राजीखुशीने लाच देतात.

भारतातील वाढता भ्रष्टाचार लक्षात घेऊन दुसऱ्या प्रशासकीय सुधारणा आयोगाने भारताच्या वासाहतिक इतिहासात मूळ असलेले तीन घटक लक्षात आणून दिले: एक, वसाहतवादामुळे अनियंत्रित सत्ता वापराची मानसिकता निर्माण झाली; दोन, असंघटित क्षेत्राचे अस्तित्व आणि काम करताना अधिकारांची जाणीव नसणारे कामगार; सार्वजनिक क्षेत्रातील अधिकारपदांवरील व्यक्ती अशा कामगारांवर सहज वर्चस्व गाजवू शकतात; तीन, भ्रष्टाचारी मानसिकता होण्यास, अतिरिक्त नियंत्रण, गुंतागुंतीची कर व्यवस्था आणि परवाना पद्धत, अमर्याद स्वेच्छानिर्णय घेण्याचे अधिकार असलेले शासकीय विभाग, विवक्षित वस्तू आणि सेवांच्या पुरवठ्यामध्ये शासन नियंत्रित संस्थांचा एकाधिकार, अपुरे पारदर्शी कायदे व प्रक्रिया हे घटक जबाबदार आहेत.

भ्रष्टाचाराच्या समस्येशी लढा

या समस्येचे उत्तर सुस्पष्ट शब्दांत देणे अवघड आहे. जोपर्यंत मानसिकतेला आव्हान दिले जात नाही तोपर्यंत राजकीय व्यवस्थेतील भ्रष्टाचार आणि त्याचे स्रोत समूळ नष्ट करण्यास कुठलीही संस्थात्मक/कायदेशीर यंत्रणा अपुरी ठरेल. तथापि, भ्रष्टाचाराचे स्रोत नष्ट करण्यासाठी प्रयत्न करण्यात आले आहेत. पहिल्या प्रशासकीय सुधारणा आयोगाने स्थापन केलेल्या सन १९६४ सालच्या संथानम समितीने या दृष्टीने प्रयत्नपूर्वक पहिले पाऊल उचलले. प्रशासनातील भ्रष्टाचाराचा सामना करण्यासाठी संथानम समितीने सुचविलेल्या तरतुदी लक्षात घेऊन भारत सरकारने अनेक कायदेशीर/संस्थात्मक आराखडे तयार केले. यामध्ये केंद्रीय अन्वेषण विभाग, नियंत्रक व महालेखापरीक्षकाचे कार्यालय आणि केंद्रीय दक्षता आयोग या संस्थांचा समावेश होतो. भ्रष्टाचाराची समस्या हाताळण्यासाठी या प्रतिबंधात्मक व दंडात्मक व्यवस्था होत. या संस्थांना वैधानिक पद्धतीनुसार नियमांचे पालन न करणाऱ्या कृतींप्रती दंडात्मक कारवाई करण्याचे अधिकार आहेत.

प्रशासनातील भ्रष्टाचार व भ्रष्टाचारासंबंधी प्रक्रिया हाताळण्यासाठी अनेक कायदेशीर यंत्रणादेखील कार्यरत आहेत. सन २००५चा माहितीचा कायदा हादेखील एक प्रतिबंधात्मक प्रयत्न होय. या कायद्यान्वये नागरिकांनी मागितलेली माहिती देणे किंवा दंडात्मक कारवाईला सामोरे जाणे यासाठी शासकीय अधिकारी बांधील असतील. सन १९२३च्या कार्यालयीन गुप्तता कायद्यानुसार, यापूर्वी माहिती केवळ शासकीय अधिकाऱ्यांपर्यंत सीमित होती. परंतु, या कायद्यान्वये नागरिकांना माहिती उपलब्ध होऊ शकल्याने एक प्रकारे नागरिक सक्षम झाले आहेत. लोकसेवा कायद्याचा अधिकार हादेखील असाच एक सबलीकरण करणारा कायदा ठरला आहे. आतापर्यंत हा कायदा भारतातील १९ राज्यांमध्ये लागू करण्यात

आला आहे. या कायद्यानुसार शासनातर्फे नागरिकांना देण्यात येणाऱ्या वेगवेगळ्या सार्वजनिक सेवांचा योग्य वेळी पुरवठा व्हावा व गैरवर्तन करणाऱ्या नागरी सेवकांना दंड देणारी यंत्रणा निर्माण करण्यात यावी असे या कायद्यान्वये नमूद करण्यात आले. भ्रष्टाचाराचे प्रमाण कमी करण्यास व नागरी सेवा पुरवठ्याशी संबंधित सार्वजनिक व्यवहारांतील पारदर्शकता व उत्तरदायित्व वाढविण्यासाठी हा कायदा परिणामकारक ठरला. तसेच, सन २००२चा काळ्या पैसा पांढरा करण्यास प्रतिबंध कायदा हेदेखील भ्रष्टाचारी सरकारी अधिकाऱ्यांविरुद्ध उचललेले पाऊल होते. याद्वारे, सार्वजनिक सेवकांचे उत्पन्न व संपत्ती यांमध्ये तफावत आढळल्यास शासनाला संपत्ती जप्त करण्याचे अधिकार देण्यात आले आहेत.

सन २०११चा जागल्यांचे संरक्षण करणारा कायदा हादेखील या दृष्टीने महत्त्वाचा प्रयत्न ठरला आहे. शासकीय सेवकांवर भ्रष्टाचार आणि सत्तेचा दुरुपयोग केल्याचे आरोप असल्यास कायद्याद्वारे तपास यंत्रणा या देऊ करण्यात आली. तसेच, सार्वजनिक दायीत्वांच्या माध्यमातून व्यक्तिगत लाभ घेऊ पाहणाऱ्या शासकीय सेवकांचे गैरवर्तन उघड करणाऱ्या जागल्यांना संरक्षण देण्याची तरतूददेखील या कायद्यान्वये करण्यात आली. या सर्व यंत्रणांपैकी, लोकपाल (केंद्र पातळीवरील) व लोकायुक्त (राज्य पातळीवरील) हे भ्रष्टाचार मुक्त भारत निर्माण करण्याचे सर्वाधिक महत्त्वाचे प्रयत्न ठरले. सन २०१३चे लोकपाल व लोकायुक्त कायदे २०१४मध्ये कार्यान्वित झाले. भारतामध्ये एक अशी यंत्रणा स्थापन करण्यात यावी ज्याद्वारे नागरी सेवकांवरील भ्रष्टाचाराच्या आरोपांची चौकशी करण्यात येईल, असे याद्वारे सुचविण्यात आले. विविध राज्यांमध्ये लोकायुक्त नियुक्त केले गेले असून लोकपालाची नियुक्ती मात्र एक असाध्य ध्येय ठरले आहे. राजकीय परिणामांची पर्वा न करता, भ्रष्टाचार निर्मूलनासाठी प्रयत्नशील असणारी संस्था स्थापन करण्याकडे राजकीय पक्षांचा कल नाही हे यामागील मुख्य कारण म्हणता येईल.

निष्कर्षात्मक निरीक्षणे

प्रशासनातील भ्रष्टाचार समूळ नष्ट करणे शक्य नाही. या संदर्भाने, पुढील तीन कारणे नमूद करता येतील: एक, ही एक विकृती असून याची मुळे वासाहतिक काळातील अमर्याद अधिकार वापरामध्ये सापडतात. बराच काळ भारतात वास्तव्य असलेल्या ब्रिटिश राजवटीने अशी पद्धत कार्यान्वित केली असली तरी भारतीयांची भूमिका प्रबळ नसल्याने त्यांना यात यश आले; दोन, अकार्यक्षम दक्षता यंत्रणा, संस्थेतील सचोटीचे अधःपतन, सार्वजनिक अधिकाऱ्यांच्या उत्तरदायित्वाचे कमी होत गेलेले महत्त्व, प्रक्रियांचे जंजाळ आणि कामाचे दुषित वातावरण या सर्व कारणांमुळे स्वातंत्र्योत्तर काळातदेखील हीच पद्धत कायम राहिली (प्रसाद २००६, ३२४-२६). आणि तीन, संस्थात्मक किंवा वैयक्तिक पातळीवर कर्तव्यच्युतीला आव्हान न देण्याच्या मानसिकतेमुळे भ्रष्टाचाराने मूळ धरले असून ती समस्या फोफावतच जात आहे; भ्रष्टाचार ही समस्या मुरलेली असून एक परिणामकारक यंत्रणा म्हणून उदयाला आली आहे, आणि म्हणूनच, तो आपल्या अभिशासन पद्धतीचा एक अविभाज्य भाग ठरला आहे. या कारणास्तव ही परिस्थिती लवकरात लवकर निवळणे शक्य नसल्याने तिचा स्वीकार करणे अधिक योग्य ठरेल.

भ्रष्टाचार अटळ आहे का? असे असल्यास, प्रशासनातील सचोटीवरील चर्चा प्रासंगिक ठरत नाही. भारतातील भ्रष्टाचारविरोधी जनमत लक्षात घेता हा प्रश्न दुर्लक्षित करणे अशक्य नसले तरी अवघड आहे. स्फूर्तिदायी लोकशाही आणि सजग नागरिक हे भ्रष्टाचारावरील संरक्षणकवचं ठरतात. भ्रष्टाचाराच्या आधाराने कार्यरत असणाऱ्या भारतीय प्रशासनाच्या प्रकृतीचा पुरस्कार करणाऱ्या मतापेक्षा भिन्न मतप्रवाह विकसित होणे आवश्यक आहे. प्रशासन स्थिर आहे हे विधान सामाजिक बदलाच्या मूलभूत कायद्यांच्या विरोधात जाणारे आहे; नागरिक आणि अभिशासन जवळ येण्याच्या हेतूने भारतामध्ये करण्यात आलेले अलिकडचे प्रयत्न लक्षात घेता हेच विधान पुनश्च अधोरेखित होते. विविध कर्ते प्रक्रियेत सहभागी झाल्याने बदल दृश्यस्वरूपात पाहता येतात. यामध्ये भ्रष्टाचारी कृत्ये नागरिकांच्या लक्षात येतील असे वातावरण निर्माण करण्यासाठीची प्रसारमाध्यमांची भूमिकादेखील महत्त्वाची ठरते. इतर देशांतील उदाहरणे लक्षात घेता, भारत भ्रष्टाचारमुक्त व्हावा या संदर्भाने पर्यवेक्षण संस्थांची भूमिकादेखील कमी लेखून चालणार नाही.

भारतातील सुप्रशासनासमोरील आव्हाने

सुप्रशासन हा एक वैचारिक बांधणी असून जागतिक स्तरावरील नवउदारमतवादाच्या प्रवाहामध्ये त्याला महत्त्वपूर्ण स्थान प्राप्त झाले आहे. भारतदेखील याला अपवाद नाही. आर्थिक उदारीकरणाला अधिकृतपणे धोरण म्हणून मान्यता देणारे सन १९९१चे नवे आर्थिक धोरण हे या दृष्टीने पहिले पाऊल ठरले. बदलत्या कालखंडात अभिशासन हा केवळ देशांतर्गत मुद्दा राहिला नसून त्यावर ताण आणणारे आणि दबाव टाकणारे बाह्य घटकदेखील लक्षात घ्यावे लागतात. देश आता पूर्वीप्रमाणे स्वतंत्र राहिले नसून परस्परावलंबी झाले आहेत आणि असे परस्परावलंबित्व अभिशासनाच्या माध्यमातून स्पष्ट स्वरूपात पुढे येते. अभिशासन ही देशांतर्गत बाब नसून त्यावर बाह्य घटकांचा प्रभाव आहे हे लक्षात घेतल्यास परिस्थिती अधिकच गुंतागुंतीची झाली आहे असे दिसून येते. उत्तरेकडील विकसित देश आणि जागतिक वित्तीय संस्थांकडून मिळणारे अर्थसाहाय्य आवश्यक असल्याने या बाह्य घटकांकडे दुर्लक्ष करणे अशक्य ठरते. कराच्या विळख्यात अडकलेल्या देशांसाठी नवनिर्मिती करणेही शक्य नव्हते आणि कर्जाची बंधने लक्षात घेता त्यांना अटींची पूर्ततादेखील करावयाची होती. परिणामी, अशा देशांसाठी हे एक चक्रव्यूह ठरले.

अभिशासन हे एक 'सांकल्पनिक कोडे' आहे (चक्रवर्ती आणि भट्टाचार्य २००८). शासनाने चालविलेले प्रशासन असा अभिशासनाचा शब्दशः अर्थ होय. म्हणून अभिशासनाचा अभ्यास लोकप्रशासनाच्या रूपरेषेअंतर्गत करणे आवश्यक ठरते. तथापि, जागतिक बँकेला सहाराच्या दक्षिण आफ्रिकेतील देशांकडून कर्जाचा परतावा घ्यावयाचा असल्याने (येथे अभिशासनाचे मूळ सापडते) साहजिकच तत्कालीन जागतिक राजकारणाशी अभिशासन जोडले गेले. कर्जबाजारी झालेल्या (सब-सहारन) सहाराच्या दक्षिण आफ्रिकेतील देशांच्या संदर्भाने सुप्रशासनाचे सांकल्पनीकरण करताना जागतिक बँकेने लोकप्रशासनाचा अविभाज्य भाग म्हणून 'तृणमूल पातळीवरील कर्ते व शेतकरी संघटना, सहकारी संस्था, महिलांचे गट' यांसारख्या स्वयंसेवी संस्थांना प्रोत्साहित केले (जागतिक बँक १९८९, १८). हे उद्दिष्ट डोळ्यांपुढे ठेवून जागतिक बँकेने (१९९२, २७) सुशासनाची पुढीलप्रमाणे व्याख्या केली आहे:

> अंदाज वर्तवणारी, खुली आणि सजग धोरणनिर्मिती, सार्वजनिक हिताप्रती कार्यरत असणारी व व्यावसायिक संस्कृती जपणारी नोकरशाही, कायद्याचे राज्य, पारदर्शक प्रक्रिया आणि सार्वजनिक व्यवहारांमध्ये भाग घेणारा प्रभावी नागरी समाज ही सुशासनाची काही लक्षणे होत असे म्हणता येईल.

वर नमूद केल्याप्रमाणे, सुशासनाचे चार मुख्य घटक होतः (अ) सार्वजनिक क्षेत्र व्यवस्थापन; (आ) उत्तरदायित्व; (इ) विकासासाठी कायदेशीर रूपरेषा; (ई) माहिती आणि पारदर्शकता. सन १९९२च्या जागतिक विकास अहवालाचे सखोल परीक्षण केल्यास सुशासनाचे पुढील चार घटक अधोरेखित होतातः (अ) कायद्याच्या राज्याप्रती आदर–कायद्याचे राज्य कायम राखले जाऊन त्याचे संरक्षण केले जाईल याबाबत खात्री करून घेणे हे नागरी समाजाचे कर्तव्य आहे, (आ) वंचित आणि दुर्बल घटकांची विशेष काळजी, (इ) एकात्मता आणि वैविध्य सामावून घेण्यासाठी सहिष्णुता आणि व्यापक मानसिकता–बहुविध संस्कृतींचा पुरस्कार, आणि (ई) लोकशाहीचे तत्त्व, प्राथमिकतः पाश्चिमात्य प्रकारची प्रक्रियात्मक लोकशाही, उचलून धरणाऱ्या संस्थांचा आदर करणे. अशा प्रकारे, अभिशासनामध्ये अशा 'यंत्रणा, प्रक्रिया आणि संस्थांचा' समावेश होतो ज्याद्वारे नागरिकांच्या गटाला त्यांची स्थानिक कर्तव्ये बजावण्यास व विचारांतील भेद नाहीसे करण्यास मदत होते (संराविआ १९९७, ९). सुशासनाचे सामाजिक-आर्थिक संदर्भ देशपरत्वे बदलत असल्याने त्याची एकमेव व्याख्या करणे शक्य नाही. हे जाणून जागतिक बँकेने हा पैलू विचारात घेऊन पुढील मत मांडलेः

> लोकांकडून राज्यकर्त्यांकडे कृतीबाबत जाब विचारण्याची पद्धत, सामाजिक-राजकीय व्यवस्था किंवा अर्थरचनेतील मुक्तता, शासनाच्या निर्णयांबाबत अंदाज वर्तविणे आणि जनतेशी असलेला संवाद या बाबींवर भूतकाळ, रूढी, कायदे, समाज आणि राजकीय अर्थव्यवस्था अशा घटकांचा परिणाम होतो (ब्रॉटिगम १९९१, ६).

सामाजिक समस्या सोडविणे अधिक गुंतागुंतीचे झाल्याने अभिशासन पद्धतीचा अनेक बाजूंनी नव्याने शोध घेण्याची गरज भासली. लोकप्रशासनाच्या क्रमविकासातील या टप्प्यावर सुशासनाला महत्त्व प्राप्त झाले. सुरुवातीला सामाजिक व्यवहारांतील पारदर्शकता, उत्तरदायित्व, सचोटी, संस्था, नियम, पद्धती आणि मूल्ये यांतील वैधानिकता ही सुशासनाची काही वैशिष्ट्ये मानण्यात आली. मात्र, ही वैशिष्ट्ये समाजपरत्वे भिन्न असल्याने प्रमाण मानता येतीलच असे नाही.

भारतातील सुशासनाची आव्हाने पेलताना

सुशासन हे भारताच्या विकासाच्या प्राधान्यक्रमातील सर्वाधिक महत्त्वाचे उद्दिष्ट होय. आठव्या पंचवार्षिक योजनेपासून (१९९२–९७) सुशासन हे धोरणनिर्मात्यांचे महत्त्वाचे उद्दिष्ट राहिले आहे. अकराव्या पंचवार्षिक योजनेमध्ये (२००७–१२) उघडपणे सुशासनाची मागणी करण्यात आली. हा बहुतांश प्रशासकीय अडचणींवरील रामबाण उपाय आहे असे मत नोंदविण्यात आले. वृद्धी आणि दारिद्र्यनिर्मूलन आणि सर्वसमावेशकता ही उद्दिष्टे साध्य करण्याचे भारत सरकारचे उपक्रम 'सदोष रूपरेषा, अपुरे उत्तरदायित्व, आणि वेगवेगळ्या पातळ्यांवरील भ्रष्टाचार यामुळे अपयशी ठरले' (भारत सरकार २००८ अ, ४–५). त्यामुळे, सर्वसमावेशक वृद्धी, दारिद्र्यनिर्मूलन, आणि सामाजिक वीण उसविणाऱ्या विविध गटांमधील अंतर कमी करणे ही भारताच्या उदात्त उद्दिष्टांची पूर्ती झाली नाही. अकराव्या पंचवार्षिक योजनेच्या मसुद्यामध्ये म्हटल्याप्रमाणे, 'अभिशासनामध्ये दर्जात्मक सुधारणा झाल्यासच' ही उद्दिष्टे साध्य करणे शक्य होईल (भारत सरकार २००८ अ, २२३). उद्दिष्टपूर्ती कशी करावी? सुशासनाची घडी बसविण्यासाठी आवश्यक असलेले सहा घटक या योजनेच्या मसुद्यामध्ये नमूद करण्यात आले आहेत: एक, लोकशाही देशामध्ये, लोकशाही पद्धतीने निवडणुका घडवून आणणे हे सुशासनाचे सर्वाधिक महत्त्वाचे उद्दिष्ट असावे. या निवडणुका निःपक्षपाती पद्धतीने घेण्यात याव्या व त्यामध्ये समाजातील सर्व घटकांचे प्रतिनिधित्व असावे; दोन, शासनाच्या प्रत्येक पातळीवरील भ्रष्टाचाराचे स्रोत नाहीसे करणे शक्य होईल याकरता शासन पारदर्शी व उत्तरदायी असावे; तीन, कोणत्याही एका विचाराकडे न झुकत किंवा पूर्वग्रह न बाळगता शासनाने परिणामकारक व कार्यक्षम पद्धतीने सामाजिक, आर्थिक व नागरी सेवा पुरवाव्या; चार, घटनात्मक कर्तव्ये पार पाडण्यासाठी तृणमूल पातळीवरील कार्यकर्त्यांना परिणामकारक पद्धतीने अधिकार व निधी हस्तांतरित करण्यासाठी पंचायती राज संस्थांचे सबलीकरण करावे; पाच, कायद्याचे प्रबळ राज्य प्रस्थापित करण्यात यावे आणि त्याचे उलंघन झाल्यास सबळ दंडात्मक उपाययोजना अस्तित्वात असाव्या; आणि सहा, अभिशासनातील अविभाज्य कर्ते म्हणून सहभागी होण्यासाठी वंचित समूहांचे सबलीकरण करणे आवश्यक आहे या हेतूने अभिशासन व्यवस्था निःपक्षपाती व सर्वसमावेशक पद्धतीने कार्यरत असावी.[५]

अभिशासन हे जागतिक बँकेच्या विषयसूचीतील प्राधान्य असले तरी त्यामुळे एका नव्या टप्प्याला सुरुवात झाली आहे असे म्हणता येईल. यानुसार वेबरच्या श्रेणीआधारित लोकप्रशासन व्यवस्थेवर टीका करण्यात आली व ही व्यवस्था अधिक सहभागात्मक व लोकशाही आधारित असावी असा मतप्रवाह पुढे आला. नागरी समुदाय संस्थांचे दृढीकरण करण्यात यावे यादृष्टीने प्रयत्न करण्यात येत आहे. लोकांना कोणताही बेकारी भत्ता किंवा वित्तीय मदत नको असून त्यांचे वित्तीय, कायदेशीर आणि संस्थात्मक सशक्तीकरण होणे अपेक्षित आहे. त्यांना अशा संस्थांची गरज आहे 'ज्यानुसार त्यांना निर्णय घेण्याचा अधिकार व त्याचे व्यवस्थापन करण्यासाठी कायदेशीर हक्क दिले जातील... हे हितकारक अशा जनसहभागातून साध्य होईल' (माथुर १९९६, ३१५). उत्तर उदारीकरणाच्या काळात अभिशासनाचा दर्जा सुधारण्यासाठी भारत सरकारने अनेक उपाययोजना राबविल्या. जागेची मर्यादा लक्षात घेऊनही येथे भारतीय अभिशासनाचा पोत क्रांतिकारकदृष्ट्या बदलणाऱ्या काही उपाययोजना नमूद करता येतील. लोकप्रशासनातील 'लोक' या घटकाचे महत्त्व पुनःस्थापित करण्याच्या दृष्टीने सन २००५मध्ये स्वीकृत करण्यात आलेला माहितीचा कायदा ही पहिली महत्त्वाची उपाययोजना ठरली. याअन्वये, नागरिकांचे सबलीकरण तर करण्यात आलेच, परंतु माहितीच्या उपलब्धतेवर केवळ नोकरशाहीचे नियंत्रण असेल या बाबीला आव्हान देण्यात आले. त्यामुळे, अनेक कारणांसाठी हे एक सबलीकरण

करणारे साधन ठरले. सन १९२३च्या कार्यालयीन गुप्तता कायद्याच्या जागी कार्यान्वित करण्यात आलेला सन २००५चा माहितीचा कायदा लोकप्रशासनात मोठ्या प्रमाणात बदल घडवून आणण्याची महत्त्वाची उपाययोजना ठरला. नागरी सनद स्वीकृत करणे हे आणखी एक उल्लेखनीय पाऊल ठरले. सुरुवातीला नागरी सनदेची स्वीकृती इंग्लंड येथील प्रारूपाला अनुसरून करण्यात आली. भारतीय नागरी सनदेमध्ये 'ग्राहकांकडून अपेक्षा' किंवा, 'उपभोक्त्यांकडून अपेक्षित असणारी कर्तव्ये' हा अतिरिक्त घटक समाविष्ट करण्यात आला (सुशासन केंद्र २००८, ३). सनद परिणामकारक व अर्थपूर्ण असावयाची असेल तर त्या अन्वये उपभोक्त्यांच्या गरजा पूर्ण होणे आवश्यक असते, त्यामुळे, या घटकाचा समावेश करून सनद कार्यान्वित करताना सर्व भागीदारांच्या सहभागाबाबत हमी दिली जाते. शासनाच्या उत्तरदायित्वाबाबत हमी असणारे हे साधन असलेली नागरी सनद भारताच्या लोकप्रशासनाच्या इतिहासातील एक महत्त्वाचा टप्पा ठरला आहे. सनदेद्वारे प्रशासन प्रतिसादी झाल्याने समकालीन भारतामध्ये नागरी सनद हा शासकीय व्यवहारांचा अविभाज्य भाग ठरला आहे. तसेच, हे नागरिकांच्या सशक्तीकरणाचे महत्त्वाचे साधन बनले आहे.

या संदर्भाने, सन १९९२च्या ७३ व ७४व्या घटनादुरुस्ती कायद्यांचा स्वीकार हेदेखील एक क्रांतिकारक पाऊल ठरले आहे. या घटनादुरुस्त्यांच्या माध्यमातून तृणमूल पातळीवरील अभिशासनाचा पोत आणि अभिशासनाप्रतीचा लोकांचा दृष्टिकोन यांमध्ये महत्त्वपूर्ण बदल घडवून आणण्यात आले. लोकसभेतील ५४३ लोकनियुक्त सभासद आणि राज्य विधानसभेतील ४,५०० प्रत्यक्ष नियुक्त करण्यात आलेले सभासद याविरुद्ध पंचायतींमध्ये जवळजवळ ३२ लाख लोकनियुक्त प्रतिनिधी असून त्यातील १२ लाख महिला आहेत. संपूर्ण जगातील एकूण निवडून आलेल्या महिलांच्या संख्येपेक्षा भारतातील नियुक्त महिलांची संख्या सर्वाधिक आहे. नियोजन, अंमलबजावणी, आणि आवश्यक सार्वजनिक सेवा पुरवठ्याचे पर्यवेक्षण यांमध्ये उपरोक्त मोठ्या प्रमाणातील नियुक्त सभासद सहभागी असल्याने सर्वसमावेशक विकासाप्रतीची वाटचाल हे केवळ घोषवाक्य आहे असे म्हणता येणार नाही.

सहभागीदार म्हणून नागरिक प्रशासनाचा अविभाज्य भाग ठरले आहेत. तसेच, नागरिकांसाठी प्रशासन हे त्यांच्या कल्याणाचे साधन असून प्रशासन त्यांच्या प्रत्यक्ष जगण्याचा भाग ठरले आहे. शासन आणि लोकांमधील दरी कमी झाल्याने तृणमूल पातळीवरील लोकांसाठी हा एक वेगळाच अनुभव ठरला. तृणमूल पातळीवरील अभिशासनामध्ये लोकसहभागाबरोबरच, महात्मा गांधी राष्ट्रीय ग्रामीण रोजगार हमी कायदा, राष्ट्रीय ग्रामीण आरोग्य मोहीम आणि इतर तत्सम उपक्रमांमुळे लोकांना जगण्यासाठी आवश्यक संधी उपलब्ध झाल्या. बदललेल्या परिस्थितीत, पंचायती या केवळ अधिकार गाजविण्याचे साधन उरले नसून त्याद्वारे लोकसहभागाची नवी संकल्पना रुजविण्यात येत आहे. ही नवी संकल्पना वेबरच्या लोक नोकरशाहीच्या प्रारूपामध्ये न बसणारी आहे असे लक्षात येते. स्वातंत्र्योत्तर काळात, पंचायतींच्या अस्तित्वामुळे अर्थपूर्ण लोकसहभागास पोषक अशी परिस्थिती निर्माण झाली असून त्यायोगे नव्याने लोकप्रशासनाचा अर्थ लावण्यात आला आहे असे म्हणता येईल. प्रशासनाच्या वेगवेगळ्या पातळ्यांवर सहभागीदारांची भूमिका अपरिहार्य आहे ही बाब अधोरेखित करून अभिशासनाने प्रशासनाचे पुनर्संकल्पनीकरण केले आहे. या नव्या मुक्त वातावरणामध्ये, लोक आता केवळ उपभोक्ते नसून बदलाला चालना देणारे कर्ते आहेत.

निष्कर्षात्मक निरीक्षणे

सुशासन हा केवळ संकल्पनात्मक मापदंड नसून पक्षपाती राजकारणाला वाव देणाऱ्या भ्रष्टाचारी शासनव्यवस्थेचा सामना करणे व त्याची पुनर्बांधणी करणे यासाठीची नियमावली आहे. सुनियोजित अभिशासनामुळे राजकीय स्थैर्य प्रस्थापित होत असून बाजारपेठेच्या सुरळीत कामकाजासाठी आवश्यक संस्थांची निर्मिती केली जाते. म्हणून सुशासनाद्वारे, बाजारपेठ-चलित सामाजिक-आर्थिक पुनर्बांधणीपासून बचाव व्हावा याबाबत दक्षता घेतली जाते. अशा प्रकारे, नवउदारमतवादी कालखंडामध्ये सुशासनाच्या संकल्पनेद्वारे बाजारयंत्रणा व त्यातील पक्षपाती कामकाज लक्षात घेता लवकरात लवकर 'जैसे थे' परिस्थिती प्रस्थापित व्हावी यासाठी साहाय्य केले गेले. यामागील कारणे बाजारपेठ व

त्यातील पक्षपाती कार्यपद्धतीशी संबंधित आहेत. सुशासनामुळे नवउदारमतवादी कालखंडात शासनाच्या क्षमता अधिक व्यापक झाल्याने शासनाने स्वयंप्रेरणेने प्रारंभिलेल्या योजनांना अधिकच महत्त्व प्राप्त झाले. या संदर्भाने, सुस्थापित यंत्रणांची आवश्यकतादेखील अधोरेखित झाली. अशा यंत्रणा उपलब्ध नसल्यास प्रारंभीच्या काळात शासनाच्या साहाय्याने अशा यंत्रणांची बांधणी करणे आवश्यक असते; परंतु, असे करताना सुशासानावर अति भर दिला गेल्यास राज्याने अंग काढून घेऊन त्याऐवजी सभ्य भाषेत ज्याला 'सार्वजनिक उपक्रम' संबोधले जाते, प्रस्थापित होण्याची शक्यता असते. असे असले तरी, संकल्पना म्हणून आणि व्यावहारिक रूपरेषा म्हणूनदेखील अभिशासन हा सकारात्मक उपक्रम ठरतो. यामागे तीन मूलभूत कारणे आहेत असे म्हणता येईल: एक, आदानांऐवजी निष्कर्षांवर भर असल्याने यामुळे लोकप्रशासनाकडे बघण्याचा आपला दृष्टिकोन क्रांतिकारकरित्या बदलतो. याकडे केवळ एक घटना म्हणून बघण्याऐवजी शासन ज्याचा महत्त्वाचा भाग आहे अशी अविभाज्य प्रक्रिया म्हणून बघितले जाते. श्रेणीय नोकरशाही आधारित अभिशासनाला आव्हान देऊन याद्वारे सार्वजनिक पुरवठ्याशी संबंधित संस्थांमधील समस्तरीय समन्वयावर भर दिला जातो. येथे श्रेणीय पद्धतीपेक्षा सर्व भागधारक समाविष्ट आहेत अशा संघभावनेने केलेल्या कार्यावर भर आहे. वासाहतिक काळातील नोकरशाहीची रचना बव्हंशी स्वीकृत केली आहे अशा भारतासारख्या विकसनशील देशामध्ये दुसरा मुद्दा अधिक गंभीर ठरतो. अभिशासनाद्वारे बाजारपेठेशी समन्वय साधण्यावर भर देण्यात आला असला तरी, यामुळे अनेकविध संस्थांच्या स्थापनेवर भर देणाऱ्या शक्तींना साहाय्य करण्यात आले आहे. नोकरशाहीचे सुप्रस्थापित वर्चस्व व संस्थापकांची निःपक्षपाती व पूर्वग्रहविरहित नव्या भारताच्या निर्मितीप्रतीची वचनबद्धता लक्षात घेता या शक्ती मूलगामी विचारांच्या ठरतात. नवउदारमतवादी संदर्भाने भारतीय लोकप्रशासनाची पुनर्बांधणी करण्याची ही एक संधी आहे. याद्वारे अभिशासनाकडे केवळ एक कृती म्हणून बघितले जात नसून कल्पकतेने लोकप्रशासनाची बांधणी करणारी समन्वयाधारित कृती म्हणून बघितले जात आहे. या अर्थाने, जागतिक बँकेने नमूद केल्याप्रमाणे, अभिशासन ही केवळ विषयांची सूची नसून नव्या विचारांची एक लाट आहे. श्रेणीय व नियंत्रण आधारित वेबरच्या लोकनोकरशाहीच्या प्रारूपावरील टीका हा या नवविचारांचा पाया मानता येईल. तीन, अभिशासन ही भारतीय लोकप्रशासनातील त्रुटींची दखल घेण्यासाठी आवश्यक असलेली संस्थात्मक यंत्रणा आहे. भ्रष्टाचार नामक विकृतीमुळे राज्यपद्धतीची नैतिक वीण उसवली जाते व त्याचबरोबरीने देशातील राज्यव्यवस्था, आर्थिक विकास आणि अभिशासनावर गंभीर व अपरिवर्तनीय परिणाम होतात. अभिशासनामध्ये लोकसहभाग वाढल्याने भ्रष्टाचारासंबंधी कृतींशी संबंधित अधिकाऱ्यांवर त्वरित कारवाई होणे शक्य आहे. सजग नागरिक हे भ्रष्टाचार निर्मूलनासाठी सर्वांत परिणामकारक ठरतात असा याचा अर्थ आहे. अभिशासन, समान ध्येयाच्या प्राप्तीकरिता परस्परांशी संबंधित असलेल्या सहभागीदारांना परिस्थितीमधील बदलासाठी केंद्रस्थानी आणणारे महत्त्वाचे साधन ठरते.

स्वयंसेवी संस्था (स्वसं), नागरी समुदाय संघटना (नाससं) आणि विकास

राज्य-निर्देशित विकास प्रारूपाला पर्याय म्हणून स्वयंसेवी संस्था आणि नागरी समुदाय संस्थांची भूमिका महत्त्वाची ठरते. विकास साध्य करण्यात शासनाला अपयश आल्यामुळे, परिणामतः विकासाची साधने म्हणून स्वयंसेवी संस्था व नागरी समुदाय संघटना उदयाला आल्या. मुख्यत्वे, विकसनशील देशांमध्ये शासन ज्या ज्या क्षेत्रांत परिघावर राहिले आहे अशा क्षेत्रांत विकास साधण्यासाठी या संस्था पुढे आल्या असे म्हणता येईल. स्वयंसेवी संस्था आणि नागरी समुदाय संघटना या संज्ञा एकाच अर्थाने वापरण्यात येत असल्या तरी त्यांच्या भूमिका एकसारख्या आहेत असे म्हणता येणार नाही. स्वयंसेवी संस्था राजकीय प्रक्रियांमध्येदेखील सक्रिय असतात तर, नागरी समुदाय संघटना या मुख्यत्वे सामाजिक क्षेत्रात कार्यरत असतात. असे असले तरी, विकासात्मक कार्यांमध्ये शासनसंस्थेला पर्याय म्हणून या संस्था सेवापुरवठा करताना नावीन्यपूर्ण व लोककेंद्री दृष्टिकोनातून कार्यरत असतात. संकल्पनात्मकदृष्ट्या, राज्यपुरस्कृत ऊर्ध्वमुख विकास प्रारूपाला आलेले अपयश बघता राज्य व इतर नफाप्रेरित संस्थांच्या मर्यादा अधोरेखित झाल्या; तसेच, उदारमतवादाची

विचारधारा मूळ धरत असताना सन १९७०च्या दशकाच्या सुरुवातीला रचनात्मक समायोजन कार्यक्रमाचा भाग म्हणून राज्याने सामाजिक क्षेत्रांतून माघार घेतली व तदनंतर हळूहळू विकासात्मक कार्यांतील राज्याची भूमिका बऱ्याच अंशी कमी होत गेली असे लक्षात येते. ही परिस्थिती स्वयंसेवी संस्था व नागरी समुदाय संघटनेच्या उदयाला कारणीभूत ठरली. सब-सहारन आफ्रिकेतील (सहारा वाळवंटाच्या दक्षिणेकडील देश) रचनात्मक समायोजनावरील सन १९९४च्या जागतिक बँकेच्या अहवालामध्ये राज्याची कमीतकमी भूमिका असलेल्या 'तिसऱ्या जगातील' देशांसाठी भविष्यातील विकासात्मक योजना नमूद करण्यात आल्या. या अहवालामध्ये 'राज्याने माघार घेण्याचे' महत्त्व अधोरेखित करण्यात आले. तसेच, बाजारपेठ शक्तींच्या क्रियाशीलतेवरील मर्यादा कमी करण्याचा प्रयत्न करण्यात आला. उदारमतवादी दृष्टिकोन आणि रचनात्मक समायोजन कार्यक्रम यांवरील भर सन १९९०च्या दशकामध्ये मावळला आणि अभिशासन पर्वाच्या संदर्भाने राज्याला पुनश्च महत्त्व प्राप्त झाले. म्हणजेच, अभिशासनामधील लोकशाही आणि लोकसहभागाचे महत्त्व अधोरेखित करणाऱ्या सार्वजनिक क्षेत्रांतील चर्चांमधून अभिशासनाचे महत्त्व अधोरेखित झाल्याने राज्याची भूमिका महत्त्वाची ठरली. राज्याचे महत्त्व पुनश्च प्रस्थापित होण्याच्या प्रक्रियेमुळे अभिशासनातील स्वयंसेवी संस्था व नागरी समाज संघटनांचे महत्त्व कमी झाले हे मान्य केले तरी, या प्रक्रियेद्वारे चिंतनात्मक, वाटाघाटी करणाऱ्या, व दबाव आणणाऱ्या नागरी समुदायाचे सशक्तीकरण करून 'स्थानिक आणि राष्ट्रीय शासनावर दबाव टाकणारे घटक म्हणून लोकसहभागाचे प्रतिनिधित्व करणाऱ्या या संस्थांना' एकत्र करण्यात आले (बँक्स, ह्यूम आणि एडवर्ड्स २०१५, ७०७). आता परिस्थितीमध्ये बदल झाला असला तरी, स्वयंसेवी संस्था व नागरी समुदाय संघटनांच्या भूमिकांचे महत्त्व कमी झाले नाही. याचे कारण असे की, सर्वसमावेशक विकास साधण्यासाठी भांडवल व तंत्रज्ञानाधारित औद्योगिक उपक्रम पुरेसे ठरत नसल्याने विकास प्रक्रियेतील या संस्थांची भूमिका दुर्लक्षित करून चालणार नाही. पर्याय म्हणून स्वयंसेवी संस्था आणि नागरी समुदाय संघटना (पुढील कारणांसाठी) लोकांसाठी महत्त्वाची साधने ठरली आहेत

शासकीय कार्यक्रमांच्या माध्यमातून विकास आणि सामाजिक बदलामध्ये सहभागी होणे शक्य होणार नाही; शासकीय कार्यक्रमांच्या माध्यमातून विकास आणि सामाजिक बदल साध्य होणार नाही या विचाराची शक्यता पडताळून बघण्यास या संस्था पोषक वातावरण निर्माण करतात; अशा प्रकारे, या संस्थांद्वारे, पर्यायी कल्पना व लोकसहभागाच्या प्रकाराचे पर्यायी प्रक्रिया व ठोस निष्कर्षांमध्ये रुपांतर केले जाते (मिटलीन, हिकी बेबींग्टन २००७, १७०१).

अशा प्रकारे, वैचारिक बांधीलकी मानणाऱ्या राज्य आणि बाजारपेठेच्या विरुद्ध स्वयंसेवी संस्था आणि नागरी समुदाय संघटना ही सबलीकरणाची माध्यमे आहेत. वैचारिक बांधीलकी असलेले राज्य व बाजारपेठ आग्रही भूमिका घेत असल्याने परिणामी जनतेचे उपक्रम व मागण्यांप्रती असंवेदनशील असल्याचे आढळून येते.

राज्याला आलेल्या अपयशाच्या संदर्भाने विकासाला एक पर्यायी प्रारूप निर्माण करताना स्वयंसेवी संस्था व नागरी समुदाय संघटनांची भूमिका अधोरेखित झाली. या संस्थांचे विकासात्मक प्रक्रियांतील महत्त्व वाढत असून हा रूपरेषेतील बदल आहे असे पुढील कारणांच्या आधारे म्हणता येईल: यातून केवळ लोकसहभागाची प्रक्रिया अधोरेखित होत नसून राज्याची भूमिका केवळ परिघावर आहे अशा प्रारूपाचे सांकल्पनीकरण करण्यास मदत होते. या संस्थांच्या सेवापुरवठ्यातील भूमिकेखेरीज, 'असमान परस्परसंबधांना आव्हान देणारे आणि लोककेंद्रित दृष्टिकोनाच्या माध्यमातून परिवर्तनीय बदल घडवून आणण्यासाठी आग्रह धरणारे सुजाण नागरिकत्व निर्माण करण्यातील भूमिकादेखील महत्त्वाची आहे' (बँक्स, ह्यूम आणि एडवर्ड्स २०१५, ७१०). अशा प्रकारे, या संस्थांना 'लोकशाहीतील विचारपीठे असे संबोधता येईल.' याचे कारण असे की, याद्वारे 'संसाधने व संघटना, एकत्रित कृती, सामाजिक संघर्षांचे निर्मूलन, राजकारणातील सहभाग वाढविणे आणि प्रत्येकाला प्रतिनिधित्व मिळेल यासाठीच्या संधी देऊ केल्या जातात' (बँक्स, ह्यूम आणि एडवर्ड्स २०१५, ७११). एकीकडे राज्य सामाजिक क्षेत्रातून माघार घेत असताना पर्यायी विकास ज्या अन्वये

रुजविला जात आहे अशा स्वयंसेवी संस्था किंवा नागरी समुदाय संस्था पर्यायी विचारधारा निर्माण करण्यास महत्त्वाची पार्श्वभूमी पुरवितात. विकसनशील देशांमध्ये जेव्हा राज्याकडे विकासप्रक्रिया हाताळण्यासाठी अपुरी संसाधने असताना आणि लोकांच्या मूलभूत गरजा पुरवितानादेखील राज्य केवळ मूक निरीक्षकाची भूमिका पार पाडत असल्यास अशा परिस्थितीमध्ये या संस्थांची अधिक गरज भासते. याचा अर्थ, स्वयंसेवी संस्था आणि नागरी समाज संघटना या केवळ विकसनशील देशांतच उचित आहेत असा नसून लोककेंद्री योजना व कार्यक्रम यांबाबत जागरूकता निर्माण करण्याबाबत राज्य अलिप्त असताना विकसित देशांमध्येदेखील त्यांची भूमिका तितकीच महत्त्वाची ठरते.

भारतीय वास्तव

बदललेल्या परिस्थितीमध्ये भारताचा आर्थिक-सामाजिक विकास समजून घेताना स्वयंसेवी संस्था आणि नागरी समुदाय संघटनांची भूमिका लक्षात घेणे हे उद्दिष्ट येथे अधोरेखित होते. या बदललेल्या परिस्थितीमध्ये अभिशासनाचे वाढते महत्त्व लक्षात घेता राज्याचे एक नवे स्वरूप निदर्शनास आले. भारतातील प्रस्थापित राज्यपुरस्कृत नियोजित विकासाच्या पर्यायाचा शोध घेताना स्वयंसेवी संस्था आणि नागरी समुदाय संघटनांच्या भूमिकेला महत्त्व प्राप्त झाले असले तरी, विकासामध्ये राज्याची भूमिकादेखील तितकीच महत्त्वाची ठरते.

एकीकडे समाजाची समाजवादी स्वरूपाची पार्श्वभूमी आणि दुसरीकडे नियोजकारांनी, विकासप्रश्नांची दखल घेताना लोकांनी राबविलेल्या ऐच्छिक उपक्रमांनादेखील महत्त्व दिले, हे येथे उल्लेखनीय आहे. म्हणून पहिल्या पंचवार्षिक योजनेमध्ये (१९५१-५६) नमूद केल्याप्रमाणे, 'सामाजिक-आर्थिक पुनर्बांधणीसाठी आखण्यात आलेल्या कुठल्याही योजनेमध्ये स्वयंसेवी संस्थांची भूमिका लक्षात घेणे आवश्यक असते. तसेच, त्यांच्या प्रयत्नांमध्ये राज्याने त्यांना जास्तीत जास्त सहकार्य करणे अपेक्षित असते' (नियोजन आयोग १९५१, ललिता आणि कोहली १९८३, १६मध्ये नमूद केल्याप्रमाणे). ज्या क्षेत्रांमध्ये राज्याच्या पाठिंब्याखेरीज स्वयंसेवी संस्था आणि नागरी समाज संघटनांनी प्रभावी भूमिका बजावली आहे अशा क्षेत्रांमध्ये या संस्थांना साहाय्य करणे हे या योजनेचे उद्दिष्ट होते. तिसऱ्या पंचवार्षिक योजनेमध्ये (१९६१-६६) हा मुद्दा पुनश्च अधोरेखित करण्यात आला. या योजनेमध्ये म्हटल्याप्रमाणे, 'लोकांच्या पातळीवरील सुनियोजित स्वयंप्रेरित प्रयत्नांमुळे अधिक लोकसुविधा पुरविणे आणि आयुष्याचा दर्जा सुधारण्याच्या उद्देशाने दुर्बल किंवा गरजू लोकांना मदत करणे शक्य होते' (नियोजन आयोग १९६१, २९२). याअन्वये, धोरणाची दिशा बदलली गेली हे उल्लेखनीय आहे. स्वयंसेवी संस्थांचे महत्त्व अधोरेखित करण्याबरोबरच परिघावरील लोकांना मदत करण्यातील त्यांच्या भूमिकेचे महत्त्वदेखील मान्य करण्यात आले. धोरणनिर्मितीमध्ये स्वयंसेवी संस्था व नागरी सेवा संघटनांची दखल घेणे गरजेचे आहे हे सर्वप्रथम या योजनेमध्ये अधोरेखित करण्यात आले. खरेतर, तिसऱ्या पंचवार्षिक योजनेच्या नंतर असे लक्षात आले की, भारताच्या सामाजिक-आर्थिक वृद्धीसाठी राज्यप्रेरित विकास नियोजन पुरेसे नसून स्वयंसेवी संस्था आणि नागरी सेवा संघटनांची भूमिकादेखील पूरक ठरेल. सन १९६६च्या ग्रामीण-शहरी संबंध समितीच्या अहवालामध्ये पुनश्च हीच बाब मांडण्यात आली. स्थानिक विकासासाठी लोकांचा पाठिंबा मिळावा या हेतूने स्वयंसेवी संस्थांची भूमिका महत्त्वाची आहे असे नमूद करतानाच या अहवालामध्ये, स्थानिक संस्थांचे कामकाज सुरळीत चालावे म्हणून लोकांचे साहाय्य मिळणे आवश्यक असते आणि यासाठी 'स्थानिक स्वयंसेवी संस्थांची मदत होऊ शकते' असे मत मांडण्यात आले (भारत सरकार १९६६, ११३). विकासाचे उद्दिष्ट साध्य करताना स्वयंसेवी संस्था आणि नागरी समुदाय संघटना या दोन्ही स्वयंसेवी संस्थांना महत्त्व दिले जात असल्याने त्यांच्या भूमिकेकडे दुर्लक्ष करून चालणार नाही असे तिसऱ्या पंचवार्षिक योजनेच्या काळात लक्षात आले. पुढे हाच समज कायम राहिला व सातव्या पंचवार्षिक योजनेच्या अहवालाने स्वयंसेवी संस्था या 'उपभोक्त्यांच्या अपेक्षा व गरजांची पूर्तता' करणारी माध्यमे आहेत असे नमूद केले. तसेच, भारतातील विकास नियोजनासाठी आवश्यक माहितीच्या उपलब्धतेसाठी स्वयंसेवी संस्था आणि नागरी समुदाय संघटनांची भूमिका अतिशय महत्त्वाची आहे हे पुनश्च अधोरेखित करण्यात आले. हे भारतातील नियोजनाच्या

इतिहासापेक्षा सर्वार्थाने भिन्न ठरले. स्वयंसेवी संस्थांनी ऊर्ध्वमुख विकास प्रारूपाबरोबरच इतर उपलब्ध पर्यायांची लोकांना जाणीव करून दिली. तसेच, लोककल्याणासाठी जे जे आवश्यक आहे त्याबाबत प्रयत्न करणे आवश्यक आहे ही बाबदेखील अधोरेखित केली, हे याचे कारण आहे. या संस्थांनी शासकीय प्रयत्नांना पूरक अशी भूमिका बजावली आहे अशा दीर्घ प्रक्रियेचे फलित सातव्या पंचवार्षिक योजनेमध्ये नमूद करण्यात आले: पर्यायी विकासाचे सांकल्पनीकरण करणे आणि ती संज्ञा आधी स्पष्ट करणे यासाठी स्वयंसेवी संस्थांनी बजावलेली भूमिका दुर्लक्षित करणे शक्य नसल्याने राज्यानेदेखील या संस्थांच्या भूमिकेचे महत्त्व मान्य केले.

भारताने अंशतः स्वीकृत केलेल्या रचनात्मक समायोजन कार्यक्रमाच्या संदर्भाने स्वयंसेवी संस्था आणि नागरी समुदाय संघटनांना विकासप्रक्रियेतील भागीदार मानण्यात आले. सातव्या पंचवार्षिक योजनेनुसार अधोरेखित करण्यात आलेल्या बाबींना नवव्या पंचवार्षिक योजनेमध्ये (१९९७-२०००) पुष्टी देण्यात आली. यानुसार, भारतीय विकासातील उपरोक्त संस्थांच्या भूमिकेला मान्यता देऊन त्यांना भारताच्या विकाससंबंधी नीतीमधील भागीदार मानण्यात यावे असे मत नोंदविण्यात आले. अभिशासन पर्वामध्येदेखील स्वयंसेवी संस्था आणि नागरी समुदाय संघटनांचे विकासप्रक्रियेतील महत्त्व मान्य करून, अर्थपूर्ण विकासासाठी लोकांची कौशल्ये, प्रभाव व नवनिर्मितीची क्षमता आणि सक्रिय सहभाग तसेच, भारताच्या विकास आलेखामधील विशेष स्थान या सर्व बाबी समाविष्ट आहेत असे दहाव्या (२००२-०७), अकराव्या (२००७-१२) आणि बाराव्या (२०१२-१७) पंचवार्षिक योजनांमध्ये नमूद करण्यात आले. भारतीय समाजातील सर्व स्तरांतील लोकांना एकत्रित करण्याची या संस्थांची भूमिका उल्लेखनीय आहे. अद्यापपर्यंत परिघावर किंवा अलिप्त राहिलेल्या व नियोजन आराखड्यामध्ये कुठलेही स्थान नसलेल्या समाजातील विविध आर्थिक-सामाजिक गटांच्या गरजा जाणून घेतल्या जात आहेत हे स्वसं आणि नाससंच्या वाढत्या संख्येवरून लक्षात येते. या वाढत्या संख्येचे महत्त्वपूर्ण परिणाम झाले: या संस्था म्हणजे तृणमूल पातळीवरील लोकांच्या केवळ अपेक्षा व मागण्या समजून घेणाऱ्या संस्था नसून सर्व भागीदारांसह योजना व कार्यक्रमांची आखणी करण्याच्या प्रक्रियेमध्येदेखील या संस्थांची भूमिका महत्त्वाची ठरते. राज्याने सामाजिक क्षेत्रातून अंग काढून घेतल्यानंतर निर्माण झालेली पोकळी भरून काढण्यात या संस्थांना यश आले आहे; अशा प्रकारे, या संस्थांचे अस्तित्व राज्याच्या प्रयत्नांना पूरक ठरले आहे. विशेषतः भारतासारख्या विकसनशील देशातील विकास प्रक्रियेमधील गुंतागुंत लक्षात घेता सर्वंकष विकाससंबंधी मागण्या केवळ राज्याने पूर्णत्वास नेणे शक्य नसून याच संदर्भाने स्वसं आणि नाससं ची भूमिका महत्त्वपूर्ण ठरते.

निष्कर्षात्मक निरीक्षणे

भारताच्या विकासातील स्वसं आणि नाससंच्या भूमिकांच्या विश्लेषणावरून विकसनशील देशांतील विकास प्रक्रिया समजून घेताना सैद्धान्तिक महत्त्व असलेले तीन मुद्दे अधोरेखित होतात (चक्रबर्ती २००६). एक, या संस्थांच्या वाढत्या प्रभावामुळे—राज्य किंवा बाजारपेठेपासून स्वतंत्र असलेल्या—ज्याचा राज्यानेदेखील वेळोवेळी पुरस्कार केला आहे, अशा नागरी समुदायाचे महत्त्व अधोरेखित होते. स्वयंसेवी संस्था आणि नागरी समुदाय संघटनांद्वारे 'राज्याच्या परिघाबाहेर वेगळे क्षेत्र' निर्माण करावयाचा प्रयत्न केला जातो (रुडॉल्फ २०००, १७६२). असे करताना कुटुंब, व्यापारी संघटना व मंडळे यांसारख्या 'परस्परसंबंधित (डेहरनडॉर्फ १९९६, २३१) स्वयंसेवी संस्थांचा' समावेश होतो. या नव्या क्षेत्रामध्ये, सर्व संस्थांमधील विचारधारांच्या वर्चस्वाला व प्रस्थापित व्यवस्था उचलून धरणाऱ्या विचारधारांना आव्हान दिले जाते. कुटुंब, राज्य किंवा बाजारपेठेचा भाग नसलेल्या संस्थात्मक कर्त्यांची भूमिका अधोरेखित करणाऱ्या विकासाच्या पर्यायी पद्धतीचे सांकल्पनीकरण करताना स्वसं आणि नाससंचे वाढते महत्त्व दुसऱ्या सैद्धान्तिक मुद्द्यामध्ये अधोरेखित होते. अशा संस्थात्मक कर्त्यांमध्ये संघटना, लोकचळवळी, नागरिकांचे गट, ग्राहक संघटना, लघु उत्पादकांच्या संघटना, सहकारी संघटना, स्त्री संस्था, आणि विकास क्षेत्रातील स्वयंसेवी संस्था यांचा समावेश होतो.[६] प्राधान्यक्रम हा उपक्रम-आधारित असावा असे या नव्या संस्थांनी सुचविले. अशा प्रकारे, विश्लेषणाच्या वर्तमान विकास प्राधान्यक्रमाचे

आकलन होण्यास अपुऱ्या पडणाऱ्या प्रचलित पद्धतींची पुनर्बांधणी केल्याने या संस्थांमुळे विकासप्रक्रियेचा इतिहास नव्याने लिहिला गेला असे म्हणता येईल. तिसरा सैद्धान्तिक मुद्दा विकासाचे स्वरूप व त्याच्या सांकल्पनीकरणाशी संबंधित आहे. विकास निव्वळ राजकीय असून व्यवस्थापकीय किंवा प्रशासकीय नाही, तर त्याअन्वये विविध प्रकारची सत्तासमीकरणे अधोरेखित होतात. म्हणजेच, विकास हा सरतेशेवटी अमुक एक विचारधारेचा प्राधान्यक्रम पाळणाऱ्या राज्याच्या स्वरूपावर अवलंबून असतो (लेफ्टविच १९९६, ६). राज्यपुरस्कृत विकास आराखड्याच्या मूळच्या काही मर्यादा उघड करून, विकास समजून घेण्यासाठी सकल देशांतर्गत उत्पन्न किंवा सकल राष्ट्रीय उत्पन्न हे प्रमाण मानले जात नसून 'मानवी क्षमतांची वाढ आणि जीवनमानाचा दर्जा उंचावणे' या निकषांवरून समजून घेता येतो हे स्वसं आणि नाससंनी सिद्ध केले आहे (जायाल १९९७, ४१२). या संदर्भाने, विकास हा केवळ तंत्रज्ञानाधारित बदल नसून त्याचे सांकल्पनीकरण करताना पुनश्च सत्तासमीकरणे असलेल्या राजकारणाकडे केलेला प्रवास आहे. चालना देणारे आणि सहभागी होणारे घटक म्हणून स्वसं आणि नाससं या दोहोंची संपूर्ण विकास प्रक्रियेतील भूमिका महत्त्वाची ठरते. या प्रक्रियेमध्ये राज्य किंवा बाजारपेठ या दोहोंची निर्णायक भूमिका नसते असे लक्षात येते. प्रचलित सत्तासमीकरणांना आव्हान देऊन संपत्ती आणि विशेषाधिकारांचे केलेले पुनर्नियोजन करताना लोकसहभाग व लोकउपक्रम महत्त्वाचे ठरतात.

उदारीकरणपूर्व व उदारीकरणोत्तर काळातील भारतातील सार्वजनिक क्षेत्र

नवउदारमतवादाच्या काळात बाजारपेठ यंत्रणा सर्वोच्च मानली गेल्याने सार्वजनिक क्षेत्राचा सुकाळ ओसरला असे म्हणता येईल. परंतु, सन १९४७ साली भारताला स्वातंत्र्य मिळाल्यानंतर याउलट घटना घडल्या, म्हणजेच, राष्ट्रीय नेतृत्वाने भारताच्या सर्वंकष वृद्धीसाठी आखण्यात येणाऱ्या विकासात्मक नीतीमध्ये सार्वजनिक क्षेत्राची भूमिका सर्वांत महत्त्वाची आहे असे मत मांडले. आर्थिक विकासातील राज्याची भूमिका महत्त्वाची आहे असे भारताचे पहिले पंतप्रधान जवाहरलाल नेहरू यांचे मत होते. नेहरूंवर लेनिन यांच्या नव्या आर्थिक धोरणाचा प्रभाव होता. अर्थव्यवस्थेवर राज्याचे नियंत्रण व राज्यपुरस्कृत नियोजन असलेले विकास प्रारूप याबाबत ते आग्रही होते. वृद्धीचे साधन म्हणून सार्वजनिक क्षेत्र प्रभावी ठरेल असे राष्ट्रवाद्यांचे मत होते यातूनच राज्यपुरस्कृत नियोजनाचा पाया घातला गेला. ब्रिटिशांचे राज्य असलेल्या भारतामध्ये हे आर्थिक पुनरुज्जीवनाचे एक साधन ठरले. तत्कालीन नेतृत्वावर प्रभाव असणारे दोन मुख्य स्रोत होते असे म्हणता येईल: एकीकडे, सन १९१७च्या क्रांतीनंतर सोवियत युनियनचा प्रभाव वाढला होता. या काळामध्ये राज्याची भूमिका सर्वाधिक महत्त्वाची ठरली. त्यामुळे स्वातंत्र्योत्तर काळात भारताचे भवितव्य रेखाटणाऱ्या नेतृत्वाला सार्वजनिक क्षेत्रप्रेरित आर्थिक विकासाची नीती मान्य होती; तर दुसरीकडे, नफ्याअभावी राष्ट्रीय विकासाचे उपक्रम राबविण्यास खाजगी उद्योजकदेखील तयार नव्हते. त्यामुळे साहजिकच राज्यप्रेरित नियोजित आर्थिक विकासाची वाट निवडण्यात आली. सन १९५५च्या अवादी अधिवेशनामध्ये काँग्रेसने अधिकृतरित्या हे धोरण स्वीकारले. या अधिवेशनामध्ये समाजाचे समाजवादी स्वरूप स्वीकृत करण्यात आले तसेच, भारताच्या आर्थिक पुनर्बांधणीमध्ये सार्वजनिक क्षेत्राला सर्वाधिक महत्त्व देण्यात आले.

भारतातील वास्तव

काँग्रेसमधील काही अध्वर्यूंनी नवजात राष्ट्रासाठी मांडलेल्या वैचारिक ध्येयवाद दृढ करणाऱ्या सार्वजनिक क्षेत्रावर पुरेसे लक्ष केंद्रित करण्यात आले. औद्योगिक ठरावामध्येदेखील याचे स्पष्ट प्रतिबिंब दिसून येते (१९४८, परिच्छेद १) या ठरावामध्ये नमूद केल्याप्रमाणे:

> सर्व लोकांसाठी न्याय आणि संधीच्या समानतेची सुरक्षितता असणारी सामाजिक संरचना उभी करण्यासाठी राष्ट्राने आता स्वतःला सिद्ध केले पाहिजे. या कारणाकरता, काळजीपूर्वक नियोजन आणि प्रत्येक क्षेत्रामध्ये वृद्धीसाठी

एकत्रित प्रयत्न करणे आवश्यक आहे; या हेतूने राष्ट्रीय नियोजन आयोग स्थापन करावा असे भारत सरकार सुचवीत आहे. या आयोगाद्वारे विकासासंबंधी धोरणे आखली जातील व त्या धोरणांची योग्य अंमलबजावणी होत आहे किंवा नाही याकडे लक्ष दिले जाईल.

अशा प्रकारे, राज्याची आर्थिक विकासातील भूमिका महत्त्वाची आहे असे अधोरेखित केले गेले व नियोजन धोरणाला गती देण्यात आली. सार्वजनिक सुविधा आणि भारताच्या नीतीसंबंधी प्रश्नांच्या अनुषंगाने महत्त्वाचे ठरणारे उपक्रम राबविणे ही संपूर्णतः राज्याची जबाबदारी मानण्यात आली. सन १९४८प्रमाणे सन १९५६च्या आर्थिक धोरणामध्येदेखील हेच सूत्र निदर्शनास आले. म्हणजेच, याद्वारे सार्वजनिक क्षेत्राची विशिष्ट भूमिका निदर्शनास आणून देण्यात आली. महालनोबीस प्रारूपान्वये औद्योगिक धोरणाला प्राधान्य देण्यात आले. 'संपूर्ण आर्थिक स्वावलंबनावर आधारित औद्योगिक नीतीमध्ये आर्थिक वृद्धीसाठी मूलभूत आणि जड यंत्र उत्पादन करणाऱ्या उद्योगांची भूमिका महत्त्वाची ठरते' असे सन १९५६च्या धोरणामध्ये अधिकृतपणे नमूद करण्यात आले (तेंडूलकर आणि भवानी २००७, २४). परिणामतः, अशा उद्योगांची बांधणी करावयाची जबाबदारी सार्वजनिक क्षेत्राकडे देण्यात आली. यामुळे राष्ट्रीय नेतृत्वाचे समाधान झाल्याने हा निर्णय उचलून धरण्यात आला. हळूहळू राज्याकडे प्रमुख व प्रत्यक्ष जबाबदारी आली व सार्वजनिक क्षेत्राचे स्थान हे पूरक उपक्रम म्हणून निर्माण झाले.

औद्योगिक धोरण ठराव, १९७७: तद्नंतरचे बदल

सन १९७७मध्ये जनता पक्षाने सरकार स्थापन केल्यानंतर स्वीकृत करण्यात आलेला औद्योगिक धोरण ठराव बरेच बदल घडवून आणण्यास कारणीभूत ठरला. सर्वंकष विकास साध्य करण्यात या आधीच्या धोरणाला अपयश आले होते. या संदर्भाने, औद्योगिक धोरणांची पुनश्च आखणी करण्याची आणि सार्वजनिक क्षेत्राची (हे क्षेत्र अद्यापपर्यंत अपेक्षापूर्ती करण्यात अपयशी ठरले होते) भूमिका पुनश्च जाणून घेण्याची गरज आहे अशी भूमिका नव्या सरकारने घेतली. अशा प्रकारे, महत्त्वाच्या व मूलभूत स्वरूपाच्या वस्तूंचे सार्वजनिक क्षेत्रामार्फत केवळ उत्पादन केले जाणार नाही तर, उत्पादकांसाठी वस्तू पुरवठा अधिकाधिक व्यापक केला जाईल तसेच, लहान व साहाय्यभूत उपक्रमांच्या विकासामध्येदेखील या क्षेत्राचे योगदान असेल असे सन १९७७च्या औद्योगिक धोरणामध्ये नमूद करण्यात आले. या ठरावाने भारतीय उद्योजकांकडे तांत्रिक ज्ञान असूनदेखील परदेशी सहकार्य घेण्याबाबत प्रश्न उपस्थित केले. सन १९८०मध्ये जनता पक्षाचे सरकार कोसळल्यानंतर पुनश्च काँग्रेसचे सरकार स्थापन करण्यात आले. या सरकारने सन १९८०च्या औद्योगिक धोरणामध्ये महत्त्वपूर्ण बदल घडवून आणले. येथे दोन मुद्दे नमूद करता येतील: पहिल्यांदाच सार्वजनिक क्षेत्र उपक्रमांवर व्यवहार व्यवस्थापन करण्यास अकार्यक्षम असल्याच्या मुद्द्यावरून टीका करण्यात आली; तसेच, व्यवहार सुयोग्य रीतीने पार पडावे म्हणून या क्षेत्रातील उपक्रमांना काही सूचना करण्यात आल्या. आजारी सार्वजनिक उपक्रमांचे आर्थिक व्यवहार बंद करणे व आर्थिकदृष्ट्या सक्षम उपक्रमांशी असे उपक्रम जोडणे हा उल्लेखनीय निर्णय घेण्यात आला. उद्योजकांसाठी परवाना पद्धतीचे उदारीकरण करण्यात आले हा दुसरा मुद्दा होय. ज्यामुळे सत्तेतील पक्षाच्या विचारसरणीतील प्राधान्यक्रमामुळे मोठ्या औद्योगिक प्रकल्पांना भारतीय वृद्धीतील त्यांच्या भूमिकेबाबत शाश्वती मिळाली असे हे पहिलेच पाऊल ठरले.

भूतपूर्व सोवियत युनियनच्या विघटनापाठोपाठ आत्मनिर्भर आर्थिक विकास प्रारूपावर प्रखर हल्ला चढवण्यात आला. या कारणामुळे राजकीय अधिकरणांकडून सार्वजनिक क्षेत्राला मिळणारा पाठिंबा हळूहळू काढून घेण्यात आला. राज्यपुरस्कृत आर्थिक प्रारूपाविरुद्ध मत नोंदविणारे नवे नेतृत्व उदयाला आल्याने भारतामध्येदेखील असेच काहीसे अनुभवास आले. राजीव गांधींचे नेतृत्वाखालील काँग्रेस सरकारने (१९८४-८९) सार्वजनिक क्षेत्राची प्रमुख भूमिका असलेले समाजाचे समाजवादी स्वरूप नाकारले नसले तरी, त्या काळात धोरणांची दिशा बदलली गेली हे उघड होते. लोकसभेतील भाषणामध्ये तत्कालीन पंतप्रधान राजीव गांधी यांनी आर्थिक विकासातील सार्वजनिक क्षेत्राचे महत्त्व अधोरेखित केले

असले तरी सार्वजनिक क्षेत्रासाठी राखीव असलेल्या काही विशिष्ट क्षेत्रांची दालने खाजगी क्षेत्रासाठी खुली केली. राज्यावरील अतिभार कमी करणे व जागतिक आव्हानांना तोंड देण्यासाठी खाजगी उद्योजकांनी नवनिर्मिती करावी ही यामागील प्रमुख उद्दिष्टे होती. हा बदल सातव्या पंचवार्षिक योजनेत (१९८५-९०) प्रतिबिंबित झाला. सार्वजनिक क्षेत्रातील उपक्रमांचे संरक्षण हळूहळू काढून घेण्यात यावे असे याद्वारे नमूद करण्यात आले. तसेच, त्यांची व्यवहार्यता सिद्ध करण्यासाठी त्यांनी स्पर्धेला तोंड देणे आवश्यक आहे, असेदेखील या योजनेमध्ये नमूद करण्यात आले.

सन १९९०च्या सुरुवातीला आर्थिक विकास प्रारूपामध्ये बदल झाला असे म्हणता येईल. या काळात काँग्रेस नेतृत्वाने आर्थिक उदारीकरणाला उघडपणे पाठिंबा दिला. या संदर्भाने, सार्वजनिक क्षेत्र पुरेसे सक्षम नाही हे एकमेव कारण नसून सोवियत संघाचे विघटन, पूर्व युरोपीय देशांचा वॉर्सा करार हे जागतिक पातळीवरील बदलदेखील महत्त्वाचे ठरले. भारत सरकारला केवळ सार्वजनिक क्षेत्राच्या माध्यमातून विकास साधता येतो या विचारांतून बाहेर येणे भाग पडले इतका या जागतिक घटनांचा गंभीर परिणाम होता. सन १९९१चे नवे आर्थिक धोरण स्वीकारल्यानंतर, पी. व्ही. नरसिंह राव यांच्या नेतृत्वाखालील काँग्रेस सरकारने वित्तीय तूट, अति-केंद्रीकरण, आणि आर्थिक प्रक्रियांचे अतिनोकरशाहीकरण या प्रश्नांना तोंड देणाऱ्या भारतीय अर्थव्यवस्थेचे पुनरुज्जीवन करण्याचा प्रयत्न केला. वित्तीय संकटातून भारताला बाहेर काढण्यास राव वचनबद्ध होते, म्हणून, राव यांनी बदल घडवून आणणे शक्य होईल अशी परिस्थिती निर्माण केली. म्हणून, सन १९९१ हा भारताच्या आर्थिक विकासातील बदलांचा काळ होता असे मानता येईल. या काळात परवाना पद्धत स्थगित करून नियंत्रणमुक्त अर्थव्यवस्था प्रस्थापित करण्यासाठी अनेक उपाययोजना सुचविण्यात आल्या. पूर्वीच्या उद्दिष्टप्राप्तीच्या आधारे भविष्यातील उद्दिष्टप्राप्तीची दिशा ठरविणे, प्रगतीमध्ये बाधा आणणाऱ्या अडथळ्यांचे व अकार्यक्षमतांचे निराकरण करणे, 'उत्पादकतेमध्ये शाश्वत विकास साध्य करणे, रोजगारनिर्मिती आणि आंतरराष्ट्रीय स्पर्धेशी जुळवून घेणे' (भारत सरकार २००१, १०) इत्यादी औद्योगिक धोरण ठरावाची काही प्रमुख उद्दिष्टे होती. नव्या धोरणानुसार औद्योगिक अर्थव्यवस्था टप्प्याटप्प्याने नियंत्रणमुक्त करावयाची होती.

सार्वजनिक क्षेत्राची उदासीन कामगिरी हेदेखील अपुऱ्या आर्थिक विकासाचे महत्त्वाचे कारण होते. म्हणून सन १९९१च्या ठरावानुसार आर्थिक व्यवस्थेचा पोत अधिकच बिघडू नये म्हणून अनेक उपाययोजना सुचविण्यात आल्या: (अ) संसाधनांची उभारणी करण्यासाठी व मालकी हक्कामध्ये सामान्य लोक व कामगारांचा सहभाग अधिक व्यापक करण्याच्या हेतूने काही विशिष्ट सार्वजनिक उपक्रमांतील भांडवलाच्या वाट्याची निर्गुंतवणूक करणे, (आ) सरकारी तिजोरीवरील भार कमी करण्यासाठी आजारी उद्योग लवकरात लवकर बंद करण्यात यावे, (इ) व्यवस्थापन मंडळाला अधिक स्वायत्तता देण्यात यावी परंतु, काही विशिष्ट परिणामांसाठी या मंडळाला जबाबदारदेखील धरण्यात यावे. तीव्र स्पर्धा असलेल्या काळात सार्वजनिक क्षेत्राला उचित स्थान मिळावे या हेतूने या उपाययोजना महत्त्वाच्या ठरल्या. सार्वजनिक क्षेत्राचे सुरक्षा कवच काढून घेतल्यानंतर सार्वजनिक उपक्रमांच्या इतिहासातील एका नव्या पर्वाला सुरुवात झाली. परवाने काढून घेणे, नियंत्रणमुक्तता, व अनावश्यक क्षेत्रातील शासनाचे अतिनियंत्रण नाहीसे करणे ही या नव्या काळाची काही वैशिष्ट्ये होती असे म्हणता येईल.

सन १९५६च्या औद्योगिक धोरण ठरावाने १७ उद्योग केवळ सार्वजनिक क्षेत्रासाठी राखून ठेवले होते. सन १९९१च्या धोरण ठरावाने मात्र ही संख्या केवळ ८ इतकी केली. यामध्ये पुढील उद्योगांचा समावेश होता: (अ) शस्त्रास्त्रे आणि दारुगोळा, (आ) आण्विक ऊर्जा, (इ) कोळसा आणि लिग्नाईट, (ई) खनिज तेल, (उ) लोहखनिज, मँगनीज खनिज, जिप्सम, सल्फर, सोने आणि हिरे संबंधित खाणकाम, (ऊ) तांबे, शिसे, झिंक, मॉलिब्डेनम आणि वोलफ्राम खाणकाम, (ए) सन १९५३च्या आण्विक ऊर्जेसंबंधी सूचीमध्ये नमूद केलेली खनिजे आणि (ऐ) रेल्वे वाहतूक. सन २०१०मध्ये या सूचीमधील ५ क्षेत्रे काढून टाकण्यात आली (खाजगी क्षेत्रासाठी खुले करण्यात आले) आणि केवळ तीन क्षेत्रे सार्वजनिक क्षेत्रासाठी राखून ठेवण्यात आली: (अ) आण्विक ऊर्जा, (आ) सन १९५३च्या आण्विक ऊर्जेसंबंधी सूचीमध्ये नमूद केलेली खनिजे आणि (इ) रेल्वे वाहतूक.

सन १९९१च्या ठरावान्वये सार्वजनिक क्षेत्रासाठीची विशिष्ट क्षेत्रे नमूद करण्यात आली. तसेच, या ठरावान्वये आंतरराष्ट्रीय बाजारपेठेतील काही कंपन्यांबरोबर सामंजस्य करारालादेखील मान्यता देण्यात आली. सार्वजनिक क्षेत्रातील यशस्वी उद्योगांचे योगदान समजून घेण्यासाठी या ठरावान्वये यशस्वी उद्योगांना नवरत्न व कमी यशस्वी उद्योगांना मिनिरत्न असे संबोधण्यात आले. ठरावान्वये, यशस्वी उपक्रमांना नवरत्नचा दर्जा देण्यात येईल असे नमूद करण्यात आले. अशा उद्योगांना भांडवल गुंतवणूक, संलग्न उपक्रम सुरू करणे व कामगारांना प्रोत्साहन/लाभांश (पैशांच्या माध्यमातून) देण्यासाठी व्यापक वित्तीय अधिकार देण्यात येतील. मिनिरत्न या विभागामधील उपक्रमांना नफा होत असला तरी यातील कामगार असमाधानी असून त्यांचे योग्य पद्धतीने व्यवस्थापन केले जात नाही अशी तक्रार असल्याने मिनिरत्न उद्योगांचा दर्जा तितकासा समाधानकारक नाही असे लक्षात येते. सुरुवातीला ११ उपक्रमांना नवरत्न दर्जा देण्यात आला होता, परंतु, इंडियन पेट्रोकेमिकल्स लिमिटेड आणि विदेश संचार निगमचे खाजगीकरण झाल्यानंतर हा आकडा ९ झाला.[७] सन १९९६पासून नवरत्न उपक्रमांचा वाढता आलेख लक्षात घेता, भारत सरकारने महारत्न असा दर्जा देण्यास सुरुवात केली. महारत्न दर्जा देण्यात आलेल्या उपक्रमांना सरकार मान्यतेखेरीज रु. ५,००० कोटी इतकी अतिरिक्त भांडवली गुंतवणूक किंवा त्यांच्या वृद्धीच्या निव्वळ ५०% इतकी गुंतवणूक करणे यांपैकी (जी रक्कम कमी असेल) कुठलाही पर्याय निवडण्यास परवानगी होती. सन २०११मध्ये पूर्वीचा नवरत्न दर्जा असलेल्या उपक्रमांपैकी पाच उपक्रमांना त्यांचे भारतीय आर्थिक कल्याणातील योगदान लक्षात घेऊन महारत्न[८] हा दर्जा देण्यात आला. केवळ नफा मिळविणारे उपक्रम म्हणून नव्हे, तर जागतिक मानकांना अनुसरून परिणामकारक व्यवहार करणारे उपक्रम म्हणून महारत्न उपक्रम वेगळे ठरतात. यशस्वी सार्वजनिक उपक्रमांना महारत्न हा दर्जा दिल्याने भारत सरकारला विकासातील त्यांच्या योगदानाची दखल घेण्याचा अनोखा मार्ग सापडला असे म्हणता येईल. या परिस्थितीमध्ये राज्यपुरस्कृत नियोजित अर्थव्यवस्थेची संकल्पनात्मक व्यवहार्यता कमी झाल्याने याला अधिक महत्त्व प्राप्त झाले.

सातव्या पंचवार्षिक योजनेपासून (१९८५-९०) पुढील सर्व पंचवार्षिक योजनांचे विश्लेषण केले असता असे लक्षात येते की, राज्याच्या बदलत्या राजकीय प्राधान्यक्रमामुळे सार्वजनिक उपक्रमांचा प्रवास अडथळारहित नव्हता. सुरुवातीला सार्वजनिक क्षेत्राला बाह्य आव्हानांपासून दूर ठेवण्यात आले होते. मात्र, सातव्या पंचवार्षिक योजनेपासून ही भूमिका बदलण्यात आली. शासन साहाय्य उचित ठरविण्यासाठी या क्षेत्राने स्पर्धेला सामोरे जाणे आवश्यक आहे ही कल्पना मांडण्यात आली. सन १९९१चे नवे आर्थिक धोरण स्वीकृत केल्यानंतर भारतीय अर्थव्यवस्थेमध्ये मूलगामी बदल होणार आहेत असे आठव्या पंचवार्षिक योजनेतून (१९९२-९७) पुढे आले. सातव्या पंचवार्षिक योजनेतील तरतुदी प्रमाण मानून, सार्वजनिक क्षेत्रातील गुंतवणूक मोठ्या प्रमाणात कमी करण्यात यावी, असे आठव्या पंचवार्षिक योजनेद्वारे सुचविण्यात आले. पुढे हेच सूत्र नवव्या पंचवार्षिक योजनेमध्येदेखील (१९९७-२००२) पाहावयास मिळाले. वार्षिक वृद्धीचा दर ६.८% कायम ठेवण्यासाठी नवव्या पंचवार्षिक योजनेने सार्वजनिक क्षेत्रावरील व्ययदेखील कमी करावा असे सुचविले. तसेच, खाजगी क्षेत्र व बाजारपेठीय शक्तींची भूमिका अधिक प्रभावी मानावी असे सूचित केले. यानुसार सार्वजनिक क्षेत्राला एकूण गुंतवणुकीच्या ३३.४% भांडवल देण्यात आले. हे खाजगी क्षेत्रावरील गुंतवणुकीपेक्षा बऱ्याच प्रमाणात कमी होते. भारतीय राज्याने परकीय थेट गुंतवणुकीस मान्यता दिली व चांगली कामगिरी करणाऱ्या सार्वजनिक क्षेत्र उपक्रमांमध्ये निर्गुंतवणूक करावी हे सूत्रदेखील स्वीकृत केले. दहाव्या पंचवार्षिक योजनेच्या काळात (२००२-०७) निर्गुंतवणुकीच्या धोरणाची दृढनिश्चयाने अंमलबजावणी करण्यात आली. या काळात निर्गुंतवणुकीतून आलेला महसूल हा अनुत्पादक सरकारी खर्च आणि विभागीय उपक्रमातील तोट्यामुळे उत्पन्न झालेली अर्थसंकल्पीय तूट भरून काढण्यासाठी वळविण्यात आला. अकरावी पंचवार्षिक योजना (२००७-१२) देखील याला अपवाद नव्हती. नवव्या पंचवार्षिक योजनेमध्ये सार्वजनिक गुंतवणुकीचे प्रमाण ३३% होते, ते अकराव्या पंचवार्षिक योजनेमध्ये २३% झाले. खाजगी गुंतवणूक क्षेत्र (जागतिक व देशांतर्गत पातळीवरील) अधिक अनुकूल असल्याचा युक्तिवाद या अनुषंगाने करण्यात आला. यामुळे इतर सर्व क्षेत्रांमध्ये अनिश्चिततेचे वातावरण असले तरी सुसंगत आर्थिक विकास होणे शक्य

झाले. धोरणनिर्मात्यांसाठी हे वातावरण पोषक ठरले. सार्वजनिक क्षेत्रातून शासनाने घेतलेली माघार टीकेस पात्र ठरली असली तरी हेच धोरण बाराव्या पंचवार्षिक योजनेमध्ये (२०१२-१७) देखील पाळण्यात आले.

निष्कर्षात्मक निरीक्षणे

उदारीकरणोत्तर काळामध्ये सार्वजनिक क्षेत्राचे महत्त्व लक्षणीयरित्या कमी होत गेले. भारतामध्ये सर्वसमावेशक विकास घडवून आणण्यासाठी स्वीकृत करण्यात आलेल्या राज्यपुरस्कृत नियोजित विकासाला आलेले अपयश हे यामागील एक कारण होते. अर्थव्यवस्थेतील वेगवेगळे उपक्रम लक्षात घेता खाजगी उद्योजकांचे अर्थव्यवस्थेच्या वृद्धीतील योगदान अधोरेखित होते. मात्र, सामाजिक विकासाच्या तत्त्वांऐवजी आर्थिक विकासाचे तत्त्व स्वीकारण्यात आल्याने समाजामध्ये आर्थिक दरीदेखील निर्माण झाली. खाजगी गुंतवणूकदारांना सामाजिक क्षेत्राऐवजी नफा मिळवून देणाऱ्या क्षेत्रांमध्ये गुंतवणूक करण्यात स्वारस्य आहे व सार्वजनिक क्षेत्र सर्वसमावेशक विकासाप्रती वचनबद्ध आहे असे लक्षात येते. असा सर्वसमावेशक विकास साध्य करण्यासाठी इतर बाबी लक्षात घेण्याऐवजी केवळ आर्थिक वृद्धीची आकांक्षा ठेवल्यास ते शक्य होणार नाही. परंतु म्हणून चांगली कामगिरी नसली तरीदेखील सार्वजनिक उपक्रमांना साहाय्य करावे असे नव्हे. असे केल्यास होणाऱ्या विपरित परिणामांकडे दुर्लक्ष करता येणार नाही. या संदर्भाने अर्थव्यवस्था खुली करण्याचा निर्णय डोळे उघडणारा ठरला. सार्वजनिक क्षेत्रातील उपक्रमांना मोठ्या प्रमाणात झालेले नुकसान कार्यांच्या अति-नोकरशाहीकरणामुळे झाले असे म्हणता येईल. तसेच, या अनुषंगाने, सरसकट राजकीय हस्तक्षेप आणि बिनशर्त अनुदान या बाबीदेखील लक्षात घ्याव्या लागतात. हे प्रश्न हाताळले असता परिस्थिती वेगळी राहिली असती; मात्र या दृष्टीने कुठलाही प्रामाणिक प्रयत्न करण्यात आला नाही. नवउदारीकरणाच्या काळातील आर्थिक सुधारणा स्वीकृत केल्यानंतर सार्वजनिक क्षेत्राला देण्यात आलेले संरक्षण हळूहळू काढून घेण्यात आले. उदारीकरणाच्या स्रोतांचे एकत्रीकरण झाल्यानंतर सार्वजनिक क्षेत्रातील उपक्रमांचे अस्तित्व रास्त का आहे याबाबत खुलासा देणे आवश्यक होते. कर भरल्यानंतर नफ्याची व्यावसायिक मानके पाळून आणि विक्री व भांडवली गुंतवणुकीचे गुणोत्तर काढून हे करता येणे शक्य होते. यामुळे सार्वजनिक क्षेत्रातील उपक्रमांची पुनश्च आखणी व्हावी आणि त्यांची कार्यपद्धती बदलण्यात यावी अशी परिस्थिती निर्माण झाली. नवरत्न, मिनिरत्न आणि आता महारत्न हे दर्जात्मक निकष पुढे आल्यामुळे असे लक्षात आले की, सामाजिक-आर्थिक कर्तव्ये पार पाडून सार्वजनिक क्षेत्र खाजगी गुंतवणूकदारांशी स्पर्धा करू शकते. या परिस्थितीवर ताबा मिळविण्यासाठी सर्वाधिक नफा मिळविणाऱ्या सार्वजनिक क्षेत्रातील समभाग विकून टाकण्याचा सोपा पर्याय निवडण्याखेरीज राजकीय इच्छाशक्तीचे पाठबळ मिळणे आवश्यक असते.

भारतातील मानवी हक्क प्रशासन[१]

मानवी हक्कांचा प्रश्न सार्वभौम असला तरी, सन १९४८ साली मानवी हक्कांचे सार्वभौम घोषणापत्र स्वीकृत करण्यात आल्यानंतर मानवी हक्क संरक्षणाच्या मुद्द्याला अधिकृत मान्यता मिळाली व त्या दृष्टीने पावले उचलण्यात आली. तेव्हापासून जागतिक पातळीवर सर्वत्र मानवी हक्क संरक्षणासाठीचे नियम व नियमने संस्थीकृत करण्याचे प्रामाणिक प्रयत्न करण्यात आले. या प्रयत्नांना पूरक म्हणून सन १९९१ साली संयुक्त राष्ट्रांनी पॅरिस येथे राष्ट्रीय संस्थांच्या प्रतिनिधींची बैठक आयोजित केली. या बैठकीमध्ये मानवी हक्कांचे संरक्षण करणाऱ्या संस्थांप्रती काही तत्त्वे स्वीकृत करण्यात आली. या तत्त्वांच्या संचाला पॅरिस प्रिन्सिपल्स असे म्हटले जाते. जागतिक पातळीवर कुठेही मानवी हक्कांचे उल्लंघन झाल्यास ही तत्त्वे महत्त्वाचा संदर्भ ठरली. त्यानंतर, संयुक्त राष्ट्रे, मानवी हक्क आयोग आणि संयुक्त राष्ट्रे सर्वसाधारण सभा या संस्थांनी अधोरेखित केल्याप्रमाणे मानवी हक्क आयोग निर्मितीसाठीची मोहीम सुरू करण्यात आली. मानवी हक्कांचा विपर्यास किंवा उल्लंघन झाल्यास मानवी हक्क आयोग हे एक सुरक्षाकवच ठरणार होते. भारतामध्ये नागरी हक्कांचे संरक्षण व प्रचार होण्यासाठी एक संस्थात्मक यंत्रणा अस्तित्वात असणे आवश्यक आहे या कल्पनेचे मूळ मानवी

हक्क संरक्षणाची यंत्रणा असलेल्या विकसनशील देशांना आर्थिक व वित्तीय साहाय्य पुरविण्याच्या पाश्चिमात्य देशांच्या, खासकरून अमेरिकेच्या, धोरणांमध्ये सापडते हा विरोधाभास आहे (मॅथ्यू १९९४, ७). सशर्त कराच्या कल्पनेला भारताने कायमच विरोध केला असला तरी या संदर्भाने ही कल्पना स्वीकृत करण्यात आली. यामुळे सवलतीच्या दरात कर्ज व अनुदान मिळविणे शक्य होते व त्याचबरोबरीने भारतामध्ये मानवी हक्कांच्या संरक्षण व प्रचारासाठी संस्था उभारणेदेखील शक्य होणार होते. तथापि, लोकशाहीतील हक्क व नागरी हक्कांसंबंधी लोकांमधील वाढती जागरूकता आणि मानवी हक्क संरक्षणासाठी कायदे व संस्थात्मक यंत्रणा प्रस्थापित करण्यात यावी यासाठी मानवी हक्क संस्थांकडून आणला जाणारा दबाव या बाबी लक्षात घेऊन शासनाला देशातील मानवी हक्क आयोगासंबंधी व्यापक तरतुदी मांडणारा कायदा लागू करणे भाग पडले. शासकीय क्षेत्रामध्ये मानवी हक्क आयोगाबाबत पुरेसे विश्लेषण झाले नसल्याने आयोग स्थापन करण्याच्या पहिल्या प्रयत्नाला अपयश आले. विविध क्षेत्रांतून व मानवी हक्क कार्यकर्त्यांकडून मानवी हक्क आयोग विधेयकाला झालेल्या विरोधामुळे मे १९९३मध्ये संसदेत मांडण्यात आलेले हे विधेयक मागे घेण्यात आले. यानंतर, विचारांती तीन महिन्यांच्या कालावधीनंतर शासनाने मानवी हक्क संरक्षण (१९९३) नामक राष्ट्रपती वटहुकुम जारी केला. याद्वारे मानवी हक्क आयोग स्थापन करण्याची तरतूद करण्यात आली. सरतेशेवटी, मानवी हक्क संरक्षण कायदा, १९९३ संसदेमध्ये पारित करण्यात आला. यातील तरतुदींनुसार मानवी हक्क आयोगाची स्थापना करण्यात आली.

सन १९९३मध्ये स्वायत्त राष्ट्रीय मानवी हक्क आयोगाच्या स्थापनेसाठी देशांतर्गत तसेच बाह्य शक्तीदेखील कारणीभूत ठरल्या. दक्षिण आशियाई देशांमधील व इतर काही भागांतील असा हा सर्वप्रथम आयोग असणार होता. भारतातील मानवी हक्क संरक्षण व मानवी हक्क प्रचार या कारणांमुळे हळूहळू मानवी हक्क आयोगाला महत्त्व प्राप्त होऊ लागले. सन १९९३चा मानवी हक्क संरक्षण कायदा पारित झाल्यानंतर एक कायदेशीर संस्था म्हणून या आयोगाची स्थापना करण्यात आली. संस्थात्मक अधःपतन होऊ नये याकरता या आयोगाला अभिशासनाचे अविभाज्य घटक मानले गेले. असे असले तरी, घटनात्मक कर्तव्ये पाळताना राष्ट्रीय मानवी हक्क आयोगाने नागरिकांना त्यांच्या हक्कांप्रती जागरूक करण्याची व या हक्कांचे उल्लंघन झाल्यास उद्‌भवलेल्या समस्या हाताळण्यासाठी आवश्यक संस्थात्मक यंत्रणा स्थापन करावयाची प्रक्रिया सुरू केली. या मूलभूत हक्कांची पुनश्च घटनात्मक हमी देताना सन १९९३च्या कायद्याने आयोगाची महत्त्वपूर्ण भूमिका अधोरेखित करण्याबरोबरच मानवी हक्क हे व्यक्तीचे जगणे, समानता व प्रतिष्ठा यांच्याशी संबंधित आहेत असे नमूद केले. हे न्याय्य हक्क असून राज्यघटनेमध्ये किंवा आंतरराष्ट्रीय करारांमध्ये समाविष्ट आहेत. या आयोगाकडे पुरेसे अधिकार असून भारताची लोकशाही संस्कृती व लोकशाहीप्रतीची कळकळ कायम ठेवण्यासाठी या आयोगाचे स्थान अतिशय महत्त्वाचे ठरते.

आयोगाची यशस्विता

राष्ट्रीय मानवी हक्क आयोगाच्या स्थापनेच्या वेळी अनेक अभ्यासकांनी या आयोगाच्या रचनात्मक व कार्यात्मक अक्षमतेबाबत प्रश्नचिन्ह उपस्थित केले होते. तथापि, या आयोगाचे अनेक वर्षांचे अस्तित्व लक्षात घेता त्याला आलेले यश अधोरेखित होते. शासनसंबंधी अनेक क्षेत्रांमध्ये आणि सामान्य लोकांच्या विचारांमध्ये मानवी हक्काची संस्कृती रुजवण्याचा प्रयत्न या आयोगाद्वारे करण्यात आला. वस्तुतः, भारतातील मानवी हक्कांचे संरक्षण व त्याचा प्रचार करण्याच्या दृष्टीने या आयोगाने महत्त्वाची भूमिका पार पाडली आहे. यामध्ये, ज्यांच्या मानवी हक्कांचे उल्लंघन झाले आहे अशा लोकांच्या तक्रारींचे निवारण करणे आणि मानवी हक्कांशीसंबंधित घटनांमध्ये स्वमर्जीने हस्तक्षेप करून बळींना लवकरात लवकर न्याय मिळवून देणे या संदर्भानेदेखील आयोगाची सक्रिय भूमिका निदर्शनास आली. परिणामतः, सामान्य जनता व शासकीय कर्त्यांच्या समूहामध्येदेखील आयोगाप्रती आदराचे व नैतिक स्थान निर्माण झाले. यामुळे, आयोगाकडून करण्यात येणाऱ्या तरतुदी त्या त्या शासकीय विभागांनी आदराने स्वीकृत केल्या असे लक्षात येते.

आयोगाच्या कामामध्ये नागरी समुदाय संस्था व शैक्षणिक आणि सार्वजनिक संस्थांनादेखील समाविष्ट करून घेणे हा या आयोगाने अवलंबलेला नवा मार्ग आहे. समाजाने नाकारलेल्या किंवा प्रस्थापित हितसंबंधांमुळे बळी पडलेल्या लोकांच्या मानवी हक्कांचे संरक्षण व प्रचार यादृष्टीने या संस्थांना सामावून घेण्याची आयोगाची भूमिका महत्त्वाची ठरते. या अनुषंगाने, बालवेश्या, तुरुंग सुधारणा, विकासात्मक प्रकल्पांना बळी पडलेल्या लोकांचे पुनर्वसन, बालमजुरी, वेठबिगारी, गर्भवती स्त्रियांमधील लोहाची कमतरता, मानसिकदृष्ट्या दुर्बल लोकांचे प्रश्न यांसारख्या अडचणींकडे आयोगाचे लक्ष वेधले गेले. स्वयंसेवी संस्थांच्या मदतीखेरीज हे प्रश्न हाताळणे शक्य झाले नसते.

राज्यघटनेमध्ये नमूद केलेल्या कर्तव्यांप्रमाणे समाजातील सर्व स्तरांमध्ये मानवी हक्कांबाबत जागरूकता व साक्षरता निर्माण करण्याच्या संदर्भाने आयोगाने केलेल्या प्रयत्नांमुळे आयोगाची यशस्वी भूमिका अधोरेखित होते (रॉय २००३, ३८२-४००). सार्वजनिक क्षेत्रामध्ये वेगवेगळ्या गटांतील लोकांच्या मानवी हक्कांचा मुद्दा अधोरेखित होण्यामागे आयोगावरील नागरिकांचा विश्वास हे महत्त्वाचे कारण आहे असे म्हणता येईल. शासकीय संस्था किंवा निमशासकीय संस्थांकडून मानवी हक्क डावलले गेल्यास किंवा ते बहाल करण्यात कुठलीही कसूर करण्यात आल्यास असंतुष्ट नागरिकांना आयोगाकडे तक्रार नोंदविण्याचा अधिकार असतो. या संदर्भाने, आयोगाकडे दिवसेंदिवस तक्रारनिवारणासाठी येणाऱ्या तक्रारींची वाढती संख्या उदाहरणादाखल नमूद करता येईल. याशिवाय, मानवी हक्क एक विषय म्हणून शाळेच्या अभ्यासक्रमात समाविष्ट करण्यात यश आले आहे. तरुण मुलांना मानवी हक्कांचे संरक्षण आणि त्याचा प्रचार याचे मूल्य पटवून देणे यामुळे शक्य होते. या संदर्भाने आयोगाकडून प्रवाही समाजाची बीजं रोवली जात आहेत असे म्हणता येईल. तसेच, प्राचीन भारतातील जगा आणि जगू द्या हे सूत्र मानवी हक्कांचे मूळ आहे ही बाबदेखील या निमित्ताने पुढे येते.

सरतेशेवटी असे म्हणता येईल की, या आयोगाची स्थापना झाल्यापासून आयोगाने संबंधित संस्थांना अनेक बाबींच्या संदर्भाने निर्देशक तत्त्वे देऊ केली आहेत. यामध्ये पुढील बाबींचा समावेश होतो: पोलीस अधिकारांचा गैरवापर, खासकरून विनाकारण अटक, राज्य आणि शहरातील पोलीस मुख्यालयांमध्ये मानवी हक्कांची केंद्रे स्थापन करणे, तुरुंगांतील सुधारणा, बालमजुरी निर्मूलन, अनिवार्य शिक्षण, जात आणि जातीय दंगली, दुबळ्या व्यक्तींचे हक्क, मानसिकदृष्ट्या आजारी असलेल्या व्यक्तींचे मानवी हक्क, सफाई कर्मचाऱ्यांचे हित, इस्पितळांतील दर्जाबाबत हमी, नागरिकांच्या मानवी हक्कांवर परिणाम करणाऱ्या काही नियम व विधिनियमांचा आढावा, मानवी हक्कांचे आंतरराष्ट्रीय करार व उपाययोजनांची अंमलबजावणी, एड्सबाधित रुग्णांच्या व वेश्यांच्या मानवी हक्कांचे व प्रतिष्ठेचे संरक्षण, कायदेशीर व्यवस्थेमध्ये संस्थात्मक बदल इत्यादी लोकांना नागरी हक्कांबाबत जागरूक करण्यासाठी राष्ट्रीय मानवी हक्क आयोगाची भूमिका अतिशय महत्त्वाची ठरते. अधिक मोठ्या प्रमाणात मानवी हक्कांचे उल्लंघन होत असल्यास हा आयोग म्हणजे सक्रिय पद्धतीने भारतातील नागरी क्षेत्रात जागरूकता प्रस्थापित करण्याची अविभाज्य यंत्रणा बनली आहे.

आयोगाच्या मर्यादा

इतर अनेक वैधानिक संस्था व आयोगांप्रमाणे राष्ट्रीय मानवी हक्क आयोगामध्येदेखील अनेक रचनात्मक आणि कार्यात्मक त्रुटी आहेत. यांमुळे या आयोगाच्या कार्यक्षम व परिणामकारक कार्यांमध्ये बाधा येते. रचनात्मकदृष्ट्या, राष्ट्रीय मानवी हक्क आयोगाने अनेक प्रयत्न केले असले तरी, राज्य पातळीवर व केंद्रशासित प्रदेशांमध्ये मानवी हक्क आयोग स्थापन करण्याची तरतूद सत्यात उतरलेली नाही. परिणामस्वरूप राज्य पातळीवर मानवी हक्कांशी संबंधित प्रश्न हाताळणारी कोणतीही यंत्रणा अस्तित्वात नसल्याने राज्य पातळीवरील मानवी हक्कांसंबंधीच्या राज्य पातळीवरील तक्रारीदेखील राष्ट्रीय मानवी हक्क आयोगाकडे वर्ग केल्या जातात. ओघाने या तक्रारींचे निवारण करण्यातच आयोगाचा संपूर्ण वेळ व ऊर्जा खर्च होते आणि मानवी हक्क दृष्टिकोनातून अभिशासन व्यवस्थेकडे लक्ष पुरविणे आयोगाला अशक्य होते. तसेच, मानवी हक्क हा देशातील जगण्याचाच एक भाग व्हावा यासाठी कुठलीही नवी तंत्रे अवलंबिणेदेखील आयोगाला शक्य होत नाही.

सन १९९३च्या मानवी हक्क संरक्षण कायद्यामध्ये तरतूद असली तरीदेखील जिल्हा पातळीवर मानवी हक्क न्यायालये स्थापन करायला अनेक राज्यांनी नकार दर्शविल्याने राज्य सरकारांची मानवी हक्कांप्रतीची उदासीनता अधिकच ठळकपणे समोर आली. स्त्रीयांप्रतीचे गुन्हे, मादक द्रव्यांची/अमली पदार्थांची तस्करी इत्यादी काही विशिष्ट स्वरूपाचे प्रश्न हाताळण्यासाठी, विशेष न्यायालयांची स्थापना करण्यात आल्याने, भारतीय प्रशासनातील एका नव्या प्रकरणाला सुरुवात झाली. तसेच, भारताच्या प्रत्येक जिल्ह्यामध्ये मानवी हक्क न्यायालय स्थापन करणे हे मानवी हक्कांचे प्रश्न हाताळण्यासाठी महत्त्वाचे पाऊल ठरले. परंतु, अशा न्यायालयांच्या अभावी मानवी हक्क उल्लंघनाशी संबंधित प्रश्न सर्वसामान्य न्यायालयांकडे सादर करण्यात आले. या न्यायालयांच्या प्रक्रिया आणि न्याय देण्यास लागणारा वेळ याबाबत सर्व सुज्ञ नागरिकांना जाणीव आहेच. यामुळे साहजिकच या प्रश्नांचा निवाडा करताना चालढकल केली जाते व परिणामी, लोकांचा न्याय व्यवस्थेवरील विश्वास नाहीसा होतो.

निष्कर्षात्मक निरीक्षणे

राष्ट्रीय मानवी हक्क आयोगाचे अभिशासनातील वाढते महत्त्व हे संदर्भावरदेखील अवलंबून असते. मानवी हक्कांचे संरक्षण करणे व त्याचा प्रचार करणे यासाठी केवळ संस्था पुरेशा ठरत नाहीत. राज्याने अतिउत्साहाने केलेल्या कृतींचे बळी ठरणाऱ्या लोकांची भूमिका येथे सर्वाधिक महत्त्वाची ठरते. म्हणून, कायद्याप्रमाणे भूमिका पार पाडताना आयोगाला यश येण्यासाठी सजग नागरिकांची भूमिका अतिशय महत्त्वाची ठरते. राष्ट्रीय मानवी हक्क आयोगाचा स्थापनेपासूनचा इतिहास पाहिला असता असे लक्षात येते की, इतर कुठल्याही संस्थेप्रमाणे या संस्थेच्या भूमिकेकडेदेखील विशेष लक्ष देण्यात आले नाही आणि कालौघाने इतर संस्थांप्रमाणे या संस्थेचा प्रभावदेखील नाहीसा होत जाईल असा समज आयोगाबाबत झाला. म्हणजेच, कालौघात हा आयोग स्थगित केला जाईल असा युक्तिवाद या निमित्ताने करण्यात आला. मात्र, मानवी हक्कांसंबंधी प्रश्नांमध्ये आयोगाने आत्मविश्वासाने काम केल्याने या परिस्थितीमध्ये बदल घडून आला. सन १९९५ मधील पंजाब येथील सामूहिक अंत्यसंस्कार आणि सन २००२ मधील गुजरात येथील जातीय दंगली यांमुळे मानवी हक्क आयोग प्रकाशझोतात आला. या प्रसंगांमध्ये आयोगाने स्वमर्जीने सर्वेक्षण करण्याची भूमिका घेतली होती. विशेषतः या दोन प्रसंगांमध्ये राज्याची भूमिका महत्त्वाची आहे असा मतप्रवाह प्रस्थापित झाल्यानंतर प्रतिकूल परिस्थितीत उद्दिष्टपूर्तीसाठी आयोगाची भूमिका अधोरेखित झाली.

सुरुवातीपासून आयोगाच्या भूमिकेचे परीक्षण केले असता, हा आयोग एक स्वायत्त व प्रभावी संस्था म्हणून विकसित झाला आहे असे लक्षात येते; याचा थेट संबंध भारतातील लोकशाहीचे सूत्र सजीव राहण्याशी जोडता येणे शक्य आहे. मूळ कार्याखेरीज (मानवी हक्क संरक्षण आणि प्रचार) आयोग लोकशाहीला पोषक अशा अनेक कार्यांमध्ये सक्रिय भूमिका पार पाडतो. हा आयोग राजकीयदृष्ट्या प्रवाही, सामाजिकदृष्ट्या कालसुसंगत आणि बौद्धिकदृष्ट्या एक नवनिर्मिती आहे. यामुळे ज्यांच्या मानवी हक्कांचे उल्लंघन झाले आहे (अन्याय झाला आहे) व त्या संदर्भाने त्यांना कुणी सल्लागार उपलब्ध नाही अशा लोकांना आयोगाचे अस्तित्व आशादायक वाटते. त्यामुळे, भारतातील अनेक समुदाय व वर्गांमध्ये आयोगाबाबत विश्वास निर्माण झाला आहे. ही एक सकारात्मक बाब म्हणता येईल. विश्वासाचे संपादन हेच समकालीन भारतातील आयोगाचे महत्त्व प्रस्थापित होण्यामागील महत्त्वाचे कारण आहे.

भाग २

अनुभवसिद्ध आयाम

भारतातील आपत्ती व्यवस्थापन

आपत्ती ही अनाहुतासारखी येते. 'Disaster' (आपत्ती) या संज्ञेचे मूळ 'Desastre' या फ्रेंच शब्दात सापडते. या शब्दाची फोड पुढीलप्रमाणे करता येईल: 'des' म्हणजे वाईट अथवा अशुभ आणि 'astre' म्हणजे ग्रह. म्हणून, अमंगळ

किंवा अशुभ ग्रह असा आपत्तीचा अर्थ होतो. तसेच, आपत्ती'ची व्याख्या प्राण आणि संपत्तीची हानी घडवून आणणारी अनपेक्षित घटना अशी करता येऊ शकते. संयुक्त राष्ट्रांनी, आपत्ती म्हणजे आकस्मिक व गंभीर गैरसोय घडवून आणणारी अशी घटना होय. ज्यामुळे समाज किंवा समुदायाची मूळ वीण विशविशीत होत असून सर्वसाधारण व्यवहारांमध्ये व्यत्यय येतो (भारत सरकार २०११, १४) अशी आपत्तीची व्याख्या नोंदविली आहे. अशा प्रकारे, आपत्ती ही आकस्मिक व दुःखद घटना असून यामुळे समाजाच्या किंवा समुदायाच्या व्यवहारांवर गंभीर परिणाम होतात. जीवित, भौतिक, आर्थिक व पर्यावरणीय हानी होते. तसेच, यामुळे स्वयंसंसाधने वापरून परिस्थितीचा सामना करण्याची समाज किंवा समुदायाची क्षमतादेखील अधिक दृढ होते. ज्या विशिष्ट समुदायावर आपत्तीचा परिणाम होतो केवळ तो समुदाय आपत्तीचा सामना करण्यास अक्षम असल्याने या संदर्भाने संपूर्ण समाजाची भूमिका महत्त्वाची ठरते.

आपत्तीचे प्रकार

आपत्तीचे दोन प्रकार होतः

१. नैसर्गिक
२. मानवनिर्मित

नैसर्गिक आपत्तींमध्ये पुढील आपत्तींचा समावेश होतो: भूकंप, भूस्खलन, ज्वालामुखीचा उद्रेक, पूर आणि चक्रीवादळे. नैसर्गिक आपत्तींमुळे मानवी जीवनावर व पर्यावरणातील संसाधनांवरदेखील परिणाम होतो. नैसर्गिक आपत्ती विशेषतः सहज परिणाम होईल अशा भागांमध्येच घडून येतात. उदाहरणार्थ, नदीजवळील क्षेत्रांनाच पुराचा तडाखा बसू शकतो. त्याचप्रमाणे, काही विशिष्ट भागांमध्येच भूकंप होतात. काही नैसर्गिक किंवा भौगोलिक घटकांमुळे काही विशिष्ट भागांमध्ये भूकंप होतात असे भूगोल अभ्यासकांचे मत आहे. उदाहरणार्थ, काही नैसर्गिक कारणांमुळे जपान हे एक भूकंपप्रवण क्षेत्र आहे.

दुसरीकडे, मानवनिर्मित आपत्तींसाठी मानव जबाबदार आहेत. यांमध्ये, विमानवाहतुकीशी संबंधित आपत्ती, चेंगराचेंगरी, बांधकाम कोसळणे, रेल्वे अपघात इत्यादींचा समावेश होतो. या आपत्ती मानवी चुकांमुळे घडत असून मानवी वस्तीच्या जवळपासच घडतात. अशा प्रकारे, समाजातील आपत्तींसाठी मानवदेखील जबाबदार असतात. मात्र, अशा आपत्तींचे व्यवस्थापन करणे किंवा त्यांवर नियंत्रण प्रस्थापित करणे शक्य असते.

भारतातील आपत्ती

भारतामध्ये विशिष्ट भौगोलिक हवामान व सामाजिक आर्थिक परिस्थिती असल्याने वेगवेगळ्या प्रकारची नैसर्गिक आणि मानवनिर्मित आपत्ती अनुभवास येतात. या आपत्तींचे प्रमाण प्रदेशानुसार भिन्न भिन्न असते. पूर, दुष्काळ, चक्रीवादळ, भूकंप, भूस्खलन, हिमवर्षाव, जंगलातील वणवा अशा वेगवेगळ्या आपत्ती भारतामध्ये अनुभवास येतात. देशातील एकूण ३५ पैकी २७ राज्ये/केंद्रशासित प्रदेश आपत्तीप्रवण क्षेत्रामध्ये आहेत. जवळजवळ ५८.६% भूप्रदेश सर्वाधिक किंवा मध्यम तीव्रतेच्या भूकंपांसाठी ओळखला जातो; ४ कोटी हेक्टर्स (एकूण जमिनीच्या १२%) पेक्षा अधिक भाग पूर व नदीमुळे होणारे क्षरण यांनी प्रभावित होतो; ७,५१६ किमी एवढ्या लांबीच्या सागरी किनारपट्टीच्या ५,७०० किमी एवढा भाग चक्रीवादळ व त्सुनामीप्रवण मानला जातो; एकूण लागवडीखालील क्षेत्रापैकी ६८% प्रदेश दुष्काळप्रवण असून डोंगराळ किंवा उंचसखल प्रदेश भूस्खलन व हिमवर्षावाने प्रभावित आहेत (भारत सरकार २०११, ३). खाजगी, सामुदायिक किंवा सार्वजनिक मालमत्तेची आपत्तींमुळे होणारी हानी प्रचंड आहे. केदारनाथ येथील दरीमध्ये (उत्तराखंड) जून २०१३मध्ये मुसळधार पावसामुळे झालेली हानी हे आपत्तींमुळे होणाऱ्या नुकसानाचे अगदी अलीकडचे उदाहरण होय.

आपत्तींमुळे मानवी जीवनाचे व मालमत्तेचे मोठ्या प्रमाणात नुकसान होते व विकासामध्येदेखील अडथळा निर्माण होतो. नैसर्गिक आपत्तींना पूर्णतः प्रतिबंध करणे शक्य होईलच असे नाही. परंतु, सतर्कतेने केलेले आपत्तिपूर्व नियोजन व सज्जतेमुळे आपत्तीचे दुष्परिणाम व आर्थिक नुकसान कमी करणे सहज शक्य होऊ शकते. पुढील भागामध्ये आपत्ती व्यवस्थापनाचे महत्त्व अधोरेखित केले आहे.

आपत्ती व्यवस्थापन

नैसर्गिक आणि मानवी आपत्ती टाळणे व त्यांना सामोरे जाणे यांच्याशी संबंधित ज्ञानशाखेला आपत्ती व्यवस्थापन असे म्हटले जाते. आपत्तीच्या परिणामांची तीव्रता कमी करण्याच्या दृष्टीने यामध्ये सज्जता, प्रतिसाद व भरपाई या बाबी समाविष्ट असतात. सन २००५च्या आपत्ती व्यवस्थापन कायद्याने आपत्ती व्यवस्थापनाची व्याख्या पुढीलप्रमाणे केली आहेः नियोजन, संघटन, समन्वय व उपाययोजनांची अंमलबजावणी या बाबी समाविष्ट असलेली अखंडित व एकीकृत प्रक्रिया म्हणजे आपत्ती व्यवस्थापन होय. पुढील कारणांसाठी आपत्ती व्यवस्थापन आवश्यक मानले जातेः

१. कुठल्याही आपत्तीचा धोका किंवा भय यांस प्रतिबंध करणे
२. आपत्तीच्या धोक्याचे उपशमन करणे किंवा धोक्याचे प्रमाण कमी करणे
३. संशोधन व माहितीच्या व्यवस्थापनाद्वारे क्षमतावर्धन
४. कुठल्याही आपत्तीचा सामना करण्यासाठी सज्ज असणे
५. कुठल्याही आपत्तिग्रस्त परिस्थितीस त्वरित प्रतिसाद देणे
६. आपत्तीच्या परिणामांचे गांभीर्य तपासून बघणे
७. विस्थापन, बचाव आणि भरपाई
८. पुनर्वसन आणि पुनर्बांधणी

म्हणून, आपत्ती व्यवस्थापन ही एक एकात्म प्रक्रिया आहे असे म्हणता येईल. यामध्ये, केवळ आपत्ती येऊन गेल्यानंतर काय करावे यावर विचार केला नसून प्रतिबंधात्मक उपाययोजनांवरदेखील भर देण्यात आला आहे. धोका निर्माण करणारे घटक निदर्शनास आल्यास नुकसान व हानी यास प्रतिबंध करणे शक्य होईल.

आपत्ती व्यवस्थापनातील उपशमन उपाययोजना

नैसर्गिक आपत्तींचा विचार करता, आपत्ती व्यवस्थापन ही एक गंभीर बाब ठरते. परंतु, योजना व कार्यक्रमांचा सुयोग्य आराखडा तयार केल्यास मानवी जीवनाचे व संपत्तीचे नुकसान बऱ्याच अंशी टाळता येणे शक्य होते. धोकादायक स्थानावरून लोकांना हलविणे किंवा संपत्तीचे स्थलांतर करणे, ज्यांवर आपत्तीचा परिणाम झाला आहे अशा लोकांचा प्रभावित स्थानावरून वेळेत व परिणामकारक बचाव करणे अशा उपायांनी हे करणे शक्य आहे. अशा परिस्थतीमध्ये, आपत्तींचा कमीतकमी परिणाम व्हावा यासाठी सज्जता सर्वाधिक महत्त्वाची असते.

मदत उपलब्ध करणे ही आपत्ती व्यवस्थापनातील सर्वांत महत्त्वाची बाब होय. अनेक उदाहरणांमध्ये आपत्ती घडून गेल्यानंतर मदत उपलब्ध करणे हे आपत्ती व्यवस्थापनाचे महत्त्वाचे उद्दिष्ट असते. मदतीमध्ये बचाव, निर्वासन, अन्न व पाण्याची सोय करणे, रोग आणि विकृतींचा प्रतिबंध करणे, दूरसंचार, विद्युत पुरवठा आणि वाहतूक या सेवांची दुरुस्ती व देखभाल, तात्पुरत्या निवाऱ्याची सोय आणि आपत्कालीन आरोग्य सेवा यांसारख्या महत्त्वाच्या सेवा पुनर्स्थापित करणे, या बाबींचा समावेश होतो (चक्रवर्ती आणि चक्रवर्ती २०१४). अशा प्रकारे, सुयोग्य नियोजन आणि मदतकार्य हे आपत्ती व्यवस्थापनाचे महत्त्वाचे घटक होत. स्थानिक समुदाय आणि नागरी समाजाच्या सहभागाबरोबरच सार्वजनिक जागरूकता आणि शिक्षण यांमुळेदेखील परिणामकारक आपत्ती व्यवस्थापन करणे शक्य होते.

भारतातील आपत्ती व्यवस्थापन

भारत हा जगातील सर्वाधिक आपत्तिप्रवण देश मानला जातो. प्रतिवर्षी अनेक लोक आपत्तींचे बळी ठरतात आणि नैसर्गिक आपत्तींमुळे झालेल्या आर्थिक नुकसानीचा स्थूल राष्ट्रीय उत्पन्नातील वाटा २ टक्के आहे. नैसर्गिक आपत्तीनंतर दरवर्षी बचाव, मदतकार्य, निर्वासन यासाठी मोठ्या प्रमाणात संसाधने वापरली जातात. देशातील विकासाशी संबंधित मूलभूत समस्यांमुळेच नैसर्गिक आपत्तींचा परिणाम होण्याची शक्यता अधिक वाढते हे कुठल्याही नैसर्गिक घटनेचे मानवी किंवा आर्थिक आपत्तीमध्ये रूपांतर कसे होते याचे विश्लेषण केल्यास लक्षात येते. जलद गतीने किंवा व्यवस्थापनास अवघड असलेले शहरीकरण, प्रचंड शहरी व ग्रामीण दारिद्र्य, आणि नैसर्गिक संसाधनांचे शोषण झाल्यामुळे होणारे पर्यावरणाचे अध:पतन या व तत्सम कारणांमुळे आपत्तींचा परिणाम होण्याशी शक्यता अधिकच बळावते.

सन १९९०च्या दशकाचा शेवट व विसाव्या शतकाची सुरुवात हा काळ भारतातील आपत्ती व्यवस्थापनाच्या दृष्टीने अतिशय महत्त्वाचा ठरला. ओडिशा येथील चक्रीवादळ (१९९९) आणि गुजरात येथील भूकंप (२००१) यामुळे भारत आपत्ती व्यवस्थापनाबाबत अधिक सतर्क झाला असे म्हणता येईल.

भारतातील संस्थात्मक रचनेचा आरंभ

भारतामध्ये सन १९९०च्या दशकामध्ये कृषी मंत्रालयाअंतर्गत आपत्ती व्यवस्थापन कक्ष सुरू करण्यात आले. आपत्ती व्यवस्थापनाच्या संदर्भाने, ही भारतातील शाश्वत व संस्थात्मक संरचनेची सुरुवात म्हणता येईल. यानंतर लगेचच संयुक्त राष्ट्रांच्या सर्वसाधारण सभेने सन १९९०चे दशक हे नैसर्गिक आपत्तींमध्ये घट करावयाचे आंतरराष्ट्रीय दशक (International Decade for Natural Disaster Reduction) म्हणून जाहीर केले. लातूर येथील भूकंप (१९९३), मालपा येथील भूस्खलन (१९९४), ओडिशा येथील चक्रीवादळ (१९९९) आणि भूज येथील भूकंप (२००१) यांसारख्या एकापाठोपाठ एक झालेल्या आपत्तींमुळे श्री. जे. सी. पंत, सचिव, कृषी मंत्रालय यांच्या अध्यक्षतेखाली एक उच्चस्तरीय समिती स्थापन करण्यात आली. या अन्वये, आपत्तींप्रती पद्धतशीर, तपशीलवार, आणि समग्र असा दृष्टिकोन कार्यान्वित करणे अपेक्षित होते. येथे धोरणात्मक बदल दिसून येतो. म्हणजेच, केवळ वित्तीय नुकसान भरपाई ऐवजी आपत्ती व्यवस्थापनासाठी अधिक समग्र अशा धोरणाची आवश्यकता अधोरेखित होते. परिणामी, सन २००२मध्ये आपत्ती व्यवस्थापन विभाग गृहमंत्रालयामध्ये समाविष्ट करण्यात आला. या अन्वये, भारतामध्ये आपत्ती व्यवस्थापनाची पदसोपान रचना विकसित झाली (भारत सरकार २०११, २४).

आपत्ती व्यवस्थापनाची संरचना व संघटना

आपत्ती व्यवस्थापन विभागामध्ये मानव गृह मंत्रालयातील सहसचिव हे प्रमुख असतात. त्यांना तीन संचालक, अवर सचिव, कक्ष अधिकारी, तांत्रिक अधिकारी, वरिष्ठ आर्थिक तपासनीस, सल्लागार व इतर साहाय्यक कर्मचारीवर्ग साहाय्य करतो. या संरचनेत वरच्या पातळीवर सचिव (सीमा व्यवस्थापन), गृह सचिव, राज्यमंत्री (स्वतंत्र कार्यभार असलेले) आणि गृह मंत्री कार्यरत असतात.

केंद्र पातळीवर राष्ट्रीय आपदा प्रबंधन प्राधिकरणाची स्थापना करण्यात आली असून राज्य पातळीवर राज्य आपदा प्रबंधन प्राधिकरण आणि जिल्हा पातळीवर जिल्हा प्राधिकरणाची स्थापना करण्याचे प्रयत्न करण्यात येत आहेत. याखेरीज केंद्र पातळीवर राष्ट्रीय संकट व्यवस्थापन समितीदेखील कार्यरत असते. वेगवेगळ्या आपत्तींसाठी नेमण्यात आलेली प्रमुख मंत्रालये गृह मंत्रालयाच्या (आपत्ती व्यवस्थापनासाठीचे प्रमुख मंत्रालय) अखत्यारित कार्यरत असतात.

आपत्ती व्यवस्थापन कायदा, २००५

आपत्ती, आपत्तीशी संबंधित व इतर अनुषांगिक बाबींचे परिणामकारक व्यवस्थापन या कायद्यान्वये अधोरेखित केले आहे. आपत्ती व्यवस्थापन अंमलबजावणीची देखरेख करण्यासाठीची संस्थात्मक यंत्रणा तयार करण्यासंबंधीच्या तरतुदी या कायद्यामध्ये नमूद केल्या आहेत. आपत्ती प्रतिबंध करणे व त्याच्या परिणामांचा कमीतकमी त्रास व्हावा म्हणून व आपत्तीमुळे उद्भवलेल्या परिस्थितीला त्वरित प्रतिसाद देणे आवश्यक असल्याने शासनाच्या वेगवेगळ्या शाखांनी उपाययोजना राबविणे आवश्यक आहे, असे या कायद्याद्वारे नमूद करण्यात आले आहे.

राष्ट्रीय आपत्ती व्यवस्थापन प्राधिकरणाची (एनडीएमए) स्थापना करण्यात यावी अशी तरतूद या कायद्यामध्ये करण्यात आली आहे. या प्राधिकरणाच्या अध्यक्षस्थानी पंतप्रधान असावेत, राज्य आपत्ती व्यवस्थापन प्राधिकरणाचे प्रमुख मुख्यमंत्री (एसडीएमए), जिल्हा आपत्ती व्यवस्थापन प्राधिकरणाचे (डीडीएमए) अध्यक्ष जिल्हाधिकारी/जिल्हा दंडाधिकारी/उपायुक्त असावेत असे या कायद्यामध्ये नमूद करण्यात आले आहे. केंद्र आणि राज्य पातळीवर वेगवेगळ्या कार्यकारी समित्या स्थापन कराव्या असेदेखील या कायद्यामध्ये नमूद करण्यात आले आहे. यानुसार, क्षमता बांधणीकरता राष्ट्रीय आपत्ती व्यवस्थापन संस्था आणि मदतकार्यासाठी राष्ट्रीय आपत्ती प्रतिसाद दल स्थापन करण्यात आले. भारत सरकारच्या राष्ट्रीय धोरण व योजनांनुसार संबंधित मंत्रालये व धोरणांनी धोरणे आखावी असे आदेश या कायद्याद्वारे देण्यात आले आहेत.

या कायद्यामध्ये पुढे आर्थिक यंत्रणेसंबंधीच्या तरतुदीदेखील करण्यात आल्या आहेत. उदाहरणार्थ, मदतकार्यासाठी लागणारा निधी, राष्ट्रीय आपत्ती उपशमन निधी व आपत्ती व्यवस्थापनासाठी राज्य आणि जिल्हा पातळीवर तत्सम निधीची सोय इत्यादी. या कायद्यानुसार आपत्ती व्यवस्थापनासाठी स्थानिक संस्थांना विशिष्ट भूमिका ठरवून देण्यात आल्या आहेत. पुढे ७३ व ७४वे घटनादुरुस्ती कायदे कार्यान्वित झाल्यानंतर आणि स्थानिक स्वराज्य संस्था उदयाला आल्यानंतर स्थानिक संस्थांची भूमिका अधिकच महत्त्वाची ठरली. सन २००५च्या आपत्ती व्यवस्थापन कायद्यामध्ये आपत्ती व्यवस्थापनातील स्थानिक संस्थांच्या विशिष्ट भूमिकादेखील विचारांत घेण्यात आल्या आहेत.

आपत्ती व्यवस्थापनाचे उपक्रम ग्रामीण विकास योजनांचाच एक भाग असावेत यासाठीदेखील शासनाने प्रयत्न केले आहेत. याचे एक उदाहरण पुढीलप्रमाणे नमूद करता येईल: ग्रामीण विकास मंत्रालय आणि गृह मंत्रालय या मंत्रालयांनी समन्वय साधून इंदिरा आवास योजना व संपूर्ण ग्रामीण रोजगार योजना या योजनांची मार्गदर्शक तत्त्वे बदलण्याचा प्रयत्न केला आहे, ज्यानुसार, इंदिरा आवास योजनेअंतर्गत बांधण्यात आलेली घरे व संपूर्ण ग्रामीण रोजगार योजनेअंतर्गत बांधण्यात आलेल्या शाळेच्या इमारती/समाज मंदिर इत्यादी भूकंप/चक्रीवादळ/पूर प्रतिरोधक असतील अशी काळजी घेण्यात आली आहे.

नागरी समुदायाची भूमिका

स्थानिक समुदाय कुठल्याही आपत्तींना सर्वप्रथम प्रतिसाद देणारा समुदाय असल्याने आपत्तींचे व्यवस्थापन करण्यासाठी सामुदायिक पातळीवरील उपक्रमांची आवश्यकता असते. शासनासह इतर संस्थांनी सुरू केलेले उपक्रम लोककेंद्री असणे आवश्यक आहे. तसेच, लोकसहभागाचे प्रमाण समजून घेण्यासाठी धोरणनिर्मिती व निर्णय प्रक्रियेतील समुदायाची भूमिका समजून घेणे आवश्यक असते. स्थानिक लोकांना बाह्य साहाय्याची गरज भासू नये या उद्देशाने स्थानिक अर्थव्यवस्थेचे दृढीकरण करणेदेखील आवश्यक आहे. समुदायाने कार्यरत राहावे यासाठी स्वयंसेवी संस्थांची भूमिकादेखील महत्त्वाची ठरते, यामुळे हे समुदाय आपत्तीचा सामना करण्यासदेखील सक्षम ठरले आहेत. या संस्थांचे व समुदायांचे एकत्रित प्रयत्न शासनाच्या मदतीने अधिक व्यापक करण्यात आले. स्थानिक पातळीवर काम करणाऱ्या विकास संस्थांचे स्थानिक रहिवाश्यांबरोबर चांगले संबंध असतात, यामुळे, योजनांची अधिक परिणामकारक अंमलबजावणी करणे शासनासाठी शक्य होते. ओडिशा येथील चक्रीवादळानंतर आखण्यात आलेल्या ग्रामीण पातळीवरील योजना हे याचे उत्तम उदाहरण म्हणता येईल.

भविष्यातील आव्हाने

आपत्तींकडे विकासात्मक परिप्रेक्ष्यातून पाहणे ही काळाची गरज आहे. आपत्तींमुळे समुदाय उद्ध्वस्त होऊ शकतात व विकासात्मक प्रकल्पांवर त्याचे मोठ्या प्रमाणात परिणाम होऊ शकतात. आपत्तीचा परिणाम ज्यांच्यावर होतो आहे अशा लोकांचे/समुदायांचे प्रमाण कमीतकमी असावे या दृष्टीने आपत्ती मदतकार्याखेरीज आपत्ती प्रतिबंध, आपत्ती उपशमन आणि सज्जता हे अधिक योग्य ठरतात असे मे १९९४मधील नैसर्गिक आपत्तींमधील घट या विषयांवरील जागतिक परिषदेचे फलित म्हणून आलेल्या योकोहामा कार्यनीतीतून (१९९४)[१०] अधोरेखित झाले.

भारत सरकारने विकासात्मक नीतीचे अत्यावश्यक घटक म्हणून उपशमन आणि प्रतिबंध यांचा अंगीकार केला आहे. विकासात्मक प्रक्रियांमध्ये उपशमन महत्त्वाचे न मानल्यास शाश्वत विकास होणे शक्य नाही असे दहाव्या पंचवार्षिक योजनेमध्ये अधोरेखित करण्यात आले आहे.

दूरदर्शी विचार केल्यास, शासन व इतर संस्थांच्या मदतीने आपत्ती हाताळण्याची संपूर्ण जबाबदारी ही स्थानिक समुदायांची असेल, असे लक्षात येते. भारतासारख्या देशामध्ये समुदायाचे स्वरूप प्रवाही आहे हे सर्वज्ञात आहे. स्थानिक परंपरा व संस्कृतीच्या माध्यमातून आपत्तीचे दुष्परिणाम भोगणाऱ्या स्थानिक समुदायांच्या गरजा लक्षात घेणे आवश्यक आहे. स्थानिक पातळीवरील संस्थांच्या मदतीने सामुदायिक मालमत्ता संसाधनांची पुनर्बांधणी करणे हे खरे आव्हान आहे. ऐतिहासिकदृष्ट्या, आपत्ती व्यवस्थापनाचा खरा भर मदतकार्य व पुनर्वसनावर होता, हे आपत्ती घडून गेल्यानंतर करावयाचे कार्य होते, मात्र, आता आपत्तीपूर्व उपशमन व सज्जतेच्या नियोजनावर भर देण्यात येत आहे. देशातील कुठल्या ना कुठल्या भागात आपत्ती अनुभवास येत असल्याने आपत्ती उपशमन हा विकासात्मक नियोजनाचा अविभाज्य भाग असणे आवश्यक ठरते. अशा प्रकारे, विकासात्मक प्रकल्प आपत्ती उपशमनाप्रती संवेदनशील असणे आवश्यक असते. आपत्ती हा आता मानवी जीवनाचाच एक भाग झाला आहे. आपल्याला निसर्गाच्या सान्निध्यात राहावयाचे असल्याने आपत्तींना तोंड देणे आवश्यकच ठरते. अशा प्रकारे, नैसर्गिक किंवा मानवनिर्मित आपत्तींबाबत आपण सावध असणे आवश्यक असते. सूत्रबद्ध व्यवस्थापन आणि सावधगिरीच्या उपाययोजना या माध्यमातून आपत्ती हाताळणे व प्रतिबंध करणे शक्य होते.

विकासकामांकरता भूसंपादन

'विकास आणि भूसंपादन' हा प्रश्न स्वातंत्र्योत्तर भारतामध्ये स्वीकृत करण्यात आलेल्या विकास प्रारूपाचे फलित आहे असे म्हणता येईल. भारतातील केंद्र किंवा राज्यशासनाने वेगवेगळ्या पायाभूत सुविधा व विकासात्मक प्रकल्पांसाठी जमीन ताब्यात घेण्याच्या प्रक्रियेला भूसंपादन असे म्हटले जाते. तथापि, जमीन धारकांना पुरेशी नुकसान भरपाई दिली जात नाही हा वादाचा मुद्दा राहिला आहे.

सन १९५०च्या दशकामध्ये औद्योगिक व पायाभूत सुविधांशी संबंधित प्रकल्प विकासासाठी महत्त्वाचे मानले जात होते आणि जल आणि ऊर्जेचा स्रोत असणारी मोठी धरणे भारताकडे असलेली 'पाश्चिमात्य देशांशी स्पर्धा करण्याची' व आधुनिकता स्वीकृत करण्याची संधी मानली जात होती. अशा प्रकारच्या प्रकल्पांसाठी लोकांचे मोठ्या प्रमाणात विस्थापन होईल याकडे मात्र लक्ष पुरविले जात नव्हते. राष्ट्रीय हित साधण्याच्या दृष्टीने लोकांचे बळजबरीने केलेले विस्थापन म्हणजे विकासासाठी मोजावी लागणारी 'किंमत' आहे असे मानले जात होते.

एका अंदाजानुसार, मूलभूत भौतिक संसाधनांची बांधणी करताना प्रतिवर्षी ५,००,००० लोक विस्थापित होतात. यांमध्ये जलविद्युत सिंचन प्रकल्प, खाणकाम, औद्योगिक संकुल, औष्णिक आणि आण्विक ऊर्जानिर्मिती प्रकल्प इत्यादींचा समावेश होतो (कोठारी १९९७, ८५-११६). कलिंगनगर (ओडिशा) आणि नंदीग्राम (पश्चिम बंगाल) येथील अनुक्रमे सन २००६ आणि २००७ मधील घटनांच्या संदर्भाने असे लक्षात येते की, 'विकासा'साठी भौतिक संसाधनांची निर्मिती करताना होणारे विस्थापन हे अजूनही न उलगडलेले कोडे आहे. नर्मदा आणि टिहरी यांसारखी मोठी धरणे आणि सिंचन

प्रकल्प, देशभरात विकसित होणारी विशेष आर्थिक क्षेत्रे, गॅस वाहिन्या, आणि शांघाई प्रारूपाचा अवलंब करून विकसित करावयाची स्वच्छ आणि प्रेक्षणीय महानगरे यांमुळे भारतामध्ये जलद गतीने विकास होत आहे हे अधोरेखित होते. तथापि, विकास कुणासाठी करावा व त्यासाठी कुठली किंमत मोजावी? हा प्रश्न वारंवार उपस्थित केला जात आहे.

उदारीकरण आणि जागतिकीकरणामुळे ही परिस्थिती अधिकच चिघळली आहे. नफा मिळविणे हा मुख्य हेतू असल्याने कॉर्पोरेट क्षेत्र आणि विशेषतः खाजगी क्षेत्राला अधिकाधिक जमिनीची गरज भासत आहे. केंद्र सरकारने सन १९९४च्या पुनर्वसन धोरण मसुद्यान्वये, ही मागणी पूर्ण करण्याचा प्रयत्न केला. देशांतर्गत भांडवलनिर्मिती झाल्याने व आंतरराष्ट्रीय गुंतवणूक वाढल्याने एकूणच गुंतवणुकीचे प्रमाण वाढेल अशी अपेक्षा करण्यात आली. अशा परिस्थितीत, स्पर्धात्मक बाजारपेठेत जमिनीची अधिकाधिक मागणी होऊ लागली.

तथापि, 'बहुतांश खनिज संसाधने... ही दूरवर किंवा मागासलेल्या, जिथे आदिवासींचे वास्तव्य आहे अशा, भागात उपलब्ध आहेत' ही अडचणीची बाब ठरली आहे (एमआरडी १९९४, १-२). सन १९९५चा राजमार्ग अधिनियम, सन २००५चा विशेष आर्थिक क्षेत्र अधिनियम आणि आदिवासी लोकांची वस्ती असलेल्या प्रदेशाचे भूसंपादन सुलभ व्हावे या हेतूने सन २००१मध्ये करण्यात आलेला पाचवे परिशिष्ट बदलण्याचा प्रयत्न या उपाययोजनांद्वारे शासनाचे कायदेशीर पाठबळ अधोरेखित झाले. याला अनुसरून अनेक राज्यांनीदेखील कायदेशीर बदल केले. उदाहरणार्थ, कर्नाटक येथील भूसंपादन अधिनियमामध्ये सन १९९५मध्ये बदल करण्यात आला. याद्वारे, मत्स्यपालनासाठी जमीन उपलब्ध होण्यासाठी भाडेकरार करणे शक्य झाले. तसेच, जमीनधारणेची मर्यादा १०८ एकर करण्यात आली. त्याचबरोबर, भाडेकरूंवरील बंधने कमी करण्याच्या दृष्टीनेदेखील नियोजन करण्यात येत आहे. रोजगारनिर्मितीला प्राधान्य देण्याखेरीज गुंतवणुकीला प्रोत्साहन देण्याच्या हेतूने गोवा शासनाने औद्योगिक धोरणामध्ये बदल केले. गुजरातमध्येदेखील काही बदल विचाराधीन आहेत (फर्नांडिस २००८, ९५). उदारीकरण आणि जागतिकीकरणामुळे जमिनीची मोठ्या प्रमाणात मागणी होत असल्याने भविष्यात असे अधिकाधिक प्रयत्न होणे ओघानेच येते. जागतिकीकरणामुळे बहुतांश ग्रामीण समुदायांच्या भरणपोषणासाठी आवश्यक असलेल्या जमिनीवरच सर्वांचा डोळा आहे असे लक्षात येते.

सन २०१३पर्यंत भारतातील भूसंपादन सन १८९४च्या भूसंपादन अधिनियमाद्वारे होत होते. भूसंपादन अधिनियमाद्वारे शासनाला खाजगी जमीन संपादित करण्याची मुभा देण्यात आली होती. विस्थापित लोकांना केवळ आर्थिक भरपाई दिली जात असे, ही भरपाई त्या विशिष्ट जमिनीच्या बाजारपेठीय किमतीवर अवलंबून असत, ही किंमत न्यूनतम असे. उद्योजकांनी भूसंपादन करण्याबाबत अनेक राजकीय आणि सामाजिक आंदोलने करण्यात आली. परतफेड म्हणून देण्यात आलेली रक्कम अर्थरचनेतील विद्यमान काळातील किंमतींचा आलेख बघता अगदीच अल्प ठरली आहे. याखेरीज, विस्थापित लोकांकडे मानवी भांडवलाची कमीतकमी उपलब्धता असल्याने त्यांना इतर ठिकाणी रोजगाराची संधी मिळणेदेखील शक्य होतेच असे नाही.

भूसंपादन, पुनर्वसन आणि पुनर्स्थापन अधिनियम, २०१४

भूधारकांच्या हक्कांचे संरक्षण व्हावे व विकासात्मक कार्यांसाठी भूसंपादनातील अडथळे नाहीसे व्हावे यासाठी मोदी सरकारने डिसेंबर सन २०१४मध्ये नवा भूसंपादन अधिनियम जारी केला. या नव्या अधिनियमान्वये, जमीनधारकांना केवळ भरपाई देण्यासह ज्यांच्या उदरनिर्वाहावर परिणाम होणार आहे अशांसाठी पुनर्वसन व पुनर्स्थापनसंबंधी तरतुदीदेखील करण्यात आल्या. जमीन मालकांना देण्यात येणारी किमान भरपाई बाजारमूल्याच्या काही पटींवर आणि अधिनियमामध्ये नमूद करण्यात आलेल्या अन्य घटकांवर आधारित होती. अनेक पिके घेण्यात येत आहेत अशा जमिनीचे संपादन करण्यास या कायद्यान्वये प्रतिबंध करण्यात आला किंवा अशा कृतींवर नियंत्रण प्रस्थापित करण्यात आले आहे. खाजगी कंपन्यांनी वापरासाठी करावयाचे किंवा सार्वजनिक-खाजगी भागीदारीतून करावयाच्या भूसंपादनाच्या नियमांमध्ये या अधिनियमान्वये, बदल करण्यात आले आहेत. एकूण ८०% भूधारकांची मान्यता यांमध्ये महत्त्वाची मानण्यात आली

आहे. भूसंपादनाची प्रक्रियादेखील या कायद्यानुसार बदलण्यात आली आहे. बदललेल्या प्रक्रियेमध्ये भूसंपादनापूर्वी सामाजिक परिणामांचा अभ्यास करणे आवश्यक मानण्यात आले आहे.

शासनाने (३१ डिसेंबर २०१४ रोजी) भूसंपादन अधिनियमामध्ये बदल घडवून आणण्यासाठी वटहुकुम जारी करण्याची शिफारस केली. यांमध्ये पाच कारणांसाठी जमीन संपादन करावयाचे असल्यास मान्यतेची अट लागू करण्यात येऊ नये असे नमूद करण्यात आले, यांमध्ये, विशेष औद्योगिक क्षेत्र, शासन व खाजगी क्षेत्र भागीदारी प्रकल्प, ग्रामीण पायाभूत सुविधा, किफायतशीर घरबांधणी आणि संरक्षण या कारणांचा समावेश होतो. ज्या शेतकऱ्यांच्या जमिनीचे संपादन करावयाचे आहे त्यांना अधिकाधिक भरपाई देण्यासह पुनर्वसन व पुनर्स्थापनेच्या सुविधादेखील पुरविण्यात याव्यात असा निर्णय केंद्रशासनाने घेतला. औद्योगिक जोडमार्गांसाठी ज्यांची जमीन ताब्यात घेतली जात आहे अशांना नोकरीची संधी उपलब्ध करून देण्यास शासन बांधील आहे असेदेखील नमूद करण्यात आले.

लोकसभेमध्ये १० मार्च २०१५ रोजी सरकारने भूसंपादन (दुरुस्ती) विधेयक पारित केले. परंतु, देण्यात येणारी भरपाई व भूसंपादनाचे कारण यावरील मतभेदामुळे हे विधेयक राज्यसभेत पारित होऊ शकले नाही.

वादाचा मुद्दा

नव्या अधिनियमाच्या संदर्भाने काही वादाचे मुद्दे आहेत. संपादन केलेल्या जमिनीचे मूल्य जमिनीच्या कृषीविषयक मूल्यावर आधारित असेल असे नमूद करण्यात आले असले तरी, यांमध्ये जमिनीची वाढलेली किंमत दुर्लक्षित करण्यात आली होती. जमिनीची किंमत काळानुसार वाढतच जात असल्याने त्याचा सद्यःस्थितीतील खरेदीदाराला फायदा होणार नाही. विकासात्मक प्रकल्पांसाठी शासनाने केलेल्या भूसंपादनामुळे झालेल्या विस्थापनाचा अनुभवजन्य व सैद्धान्तिक अभ्यास अनेकदा भूसंपादनाच्या प्रत्यक्ष व त्वरित झालेल्या नकारात्मक परिणामांवर केंद्रित राहिला आहे असे लक्षात येते. विकासात्मक प्रकल्पांसाठी करण्यात आलेल्या भूसंपादनाच्या परिणामांशी संबंधित अनेक विश्लेषणात्मक व वर्णनात्मक नोंदी मायकल कार्निया (१९९१) यांच्या 'निर्धनतेच्या धोक्याच्या प्रारूपा'वर आधारित आहेत असे म्हणता येईल. या प्रारूपामध्ये, विकासामुळे होणाऱ्या विस्थापनाचे आठ 'धोके' किंवा 'आयाम' नमूद करण्यात आले आहेत. यातील आठ संभाव्य जोखमी पुढीलप्रमाणे आहेत: (अ) भूमिहीन होणे, (आ) बेरोजगारी, (इ) वंचितता, (ई) सार्वजनिक मालमत्ता संसाधनांची अनुपलब्धता, (उ) रोगांचे व मृत्यूचे वाढलेले प्रमाण, (ऊ) अन्नसुरक्षा, (ए) बेघर होणे, आणि (ऐ) सामाजिक हतबलता (कार्निया १९९१, २).

वरील चर्चेतून आपल्या विकासात्मक धोरणांबाबत गंभीर प्रश्न उपस्थित होतात. विकास साध्य करणे हे देशाचे उद्दिष्ट असले तरी तो विकास शाश्वत, न्याय्य, आणि सामान्य लोकांच्या सबलीकरणाशी संबंधित असणे आवश्यक असते. भूसंपादनाच्या संदर्भाने, जमीनधारकाला केवळ आर्थिक नव्हे तर सामाजिक व सांस्कृतिक भरपाई देणेदेखील आवश्यक असते. त्याला पुरेशी भरपाई देणे आवश्यक असते. पर्यायी नोकरीच्या संधी व प्रतिष्ठित पद्धतीने केलेली पुनर्स्थापना यामुळे हे शक्य होईल. तसेच, समाजातील दुर्बल गटांवर गंभीर परिणाम करील अशा विकासाचे उद्दिष्ट डोळ्यापुढे ठेवणे उचित ठरणार नाही. विकास सर्वसमावेशक व समन्यायी असणे आवश्यक असते.

प्रशासनातील महिलांचा सहभाग

प्रशासनातील स्त्रीवादी दृष्टिकोन हा सन १९६०च्या दशकापासूनच्या तीव्र लिंगभाव संवेदनशीलतेचा परिपाक होय असे म्हणता येईल. पितृसत्ताक पद्धतीचा वापर करून स्त्रियांना पद्धतशीरपणे सार्वजनिक जीवनापासून वंचित ठेवण्यात आले व शासन आणि लोकप्रशासनावर प्रभाव प्रस्थापित करून त्यांना व्यक्तिगत जीवनामध्ये व्यग्र ठेवण्यात आले असे मत स्त्रीवाद्यांनी मांडले आहे. म्हणून स्त्रीवादी दृष्टिकोनाद्वारे लोकप्रशासनाचे स्वरूप, विशेषतः नोकरशाही, सार्वजनिक धोरण इत्यादींकडे लिंगभावाच्या दृष्टिकोनातून पाहण्याचा प्रयत्न करण्यात आला आहे.

स्त्रीवादाला अनेकानेक छटा असून त्याचे अनेक ठोकताळे अस्तित्वात आहेत. स्त्रीवाद्यांचा लिंगभाव समानता व लिंगभाव न्याय याबाबत कुठलीही तडजोड न करण्याचा पवित्रा हे त्यांना भिन्न ठरविणारे समान सूत्र होय. सार्वजनिक संस्था व प्रशासकीय प्रक्रियांमध्ये दडलेले लिंगभावासंबंधी भेदभाव शोधून काढण्याचा प्रयत्न लोकप्रशासनाच्या स्त्रीवादी सिद्धान्ताद्वारे केला जातो. कॅमिला स्टायव्हर्स (२००२, १३२) यांनी नमूद केल्याप्रमाणे, 'लोकप्रशासनाच्या स्त्रीवादी सिद्धान्तामध्ये लिंगभाव दृष्टिकोनाचा वापर केला जातो, याद्वारे, स्थानिक संस्थांमधील स्त्रियांचा सध्याचा दर्जा व भूमिका याबाबत विश्लेषण केले जाते. प्रशासनातील विचार व व्यवहार यांवरील पूर्वग्रहदूषित लिंगभावाच्या प्रभावावर प्रकाश टाकला जातो आणि नवे सैद्धान्तिक दृष्टिकोन मांडले जातात'.

लोकप्रशासनातील स्त्रीवादी चर्चेचे दोन भागांमध्ये वर्गीकरण केले जाते: वर्णनात्मक आणि संकल्पनात्मक. वर्णनात्मक सिद्धान्तांद्वारे अनुभवाधारित अभ्यासाचा संदर्भ घेऊन सार्वजनिक संस्थांमधील लैंगिक भेदभावाची उदाहरणे अधोरेखित केली जातात; तर, संकल्पनात्मक सिद्धान्तांद्वारे, लोकप्रशासनाचे समकालीन परिस्थितीतील मतप्रणालीवर पुनर्विचार व्हावा या हेतूने लिंगभावाचा आधार घेतला जातो. सुरुवातीला लोकप्रशासनाचा स्त्रीवादी दृष्टिकोनातून अभ्यास करणाऱ्या अभ्यासकांचा वर्णनात्मक सिद्धान्त मांडण्याकडे कल होता. संकल्पनात्मक सिद्धान्त हे अगदी अलिकडेच मांडले जाऊ लागले (स्टायव्हर्स २००२, १३२). म्हणून, लोकप्रशासनातील स्त्रीवादी सिद्धान्त म्हणजे व्यापक स्त्रीवादी ज्ञानमीमांसेचा लोकप्रशासनाच्या सिद्धान्त व व्यवहारांमध्ये करण्यात आलेला अवलंब होय. स्त्रियांना जीवशास्त्रीयदृष्ट्या कमी लेखण्यात आले आहे आणि सामाजिक व सांस्कृतिक अंगानेदेखील लैंगिक भेदभाव करण्यास पुष्टी देण्यात आली आहे, असे स्त्रीवादी सिद्धान्तामध्ये मांडण्यात आले आहे. म्हणून, पुरुषसत्ताक पद्धतीच्या अदृश्य बंधनातून बाहेर येण्यासाठी लिंगभाव सबलीकरणाचा पर्याय सुचविला जातो.

स्त्रीवाद्यांचे प्रतिपादन

सन १९७०च्या दशकाच्या मध्यात लोकप्रशासनातील स्त्रीवाद्यांचे प्रतिपादन अधोरेखित झाले. अमेरिकन सोसायटी फॉर पब्लिक ॲडमिनिस्ट्रेशन (ASPA) च्या पहिल्या महिला अध्यक्ष नेस्टा एम. गालास यांच्या अध्यक्षतेखाली सन १९७६मध्ये घेण्यात आलेल्या 'विमेन इन पब्लिक ॲडमिनिस्ट्रेशन' (लोकप्रशासनातील महिलांचा सहभाग) नामक परिषदेचे हे फलित होते असे म्हणता येईल. *पब्लिक ॲडमिनिस्ट्रेशन रिव्ह्यू* या लोकप्रशासनातील उल्लेखनीय नियतकालिकाच्या साहाय्याने घेण्यात आलेल्या या परिषदेमध्ये, महिलांना का व कशा प्रकारे एका चौकटीत बांधून ठेवण्यात आले आहे, त्यांचा दर्जा सुधारण्याच्या हेतूने कुठली कृती आवश्यक आहे, महिला प्रशासकांनी अधिक चांगल्या पद्धतीने काम करावे यासाठी कुठली नीती अवलंबिली जावी, सार्वजनिक धोरणाचा आधार म्हणून स्त्री हक्काचा विचार ऐरणीवर असावा यांसारख्या बाबींवर भर देण्यात आला. लोकप्रशासनातील वर्णनात्मक सिद्धान्ताची आणखी काही उदाहरणे पुढीलप्रमाणे होतः लॉरेन द. येदे यांचे *द स्टेटस ऑफ विमेन इन स्टेट अँण्ड लोकल गव्हर्नमेंट* (१९७३) आणि ज्युडिथ मोर यांचे *व्हाय नॉट मोअर सिटी मॅनेजर्स*? (१९७३). या दोहोंमध्ये महिलांविरुद्धच्या अन्यायाला वाचा फोडण्यात आली आहे.

सार्वजनिक संस्थांमधील वस्तुनिष्ठतेमध्ये पूर्वग्रहदूषित लिंगभाव दडलेला होता असे संकल्पनात्मक सिद्धान्तांमध्ये मांडण्यात आले होते. म्हणून, पायाभूत सैद्धान्तिक गृहीतके, दृष्टिकोन व संकल्पना यांचे पुनश्च परीक्षण करणे आवश्यक होते. या संदर्भाने, सर्वप्रथम प्रयत्न म्हणजे रॉबर्ट बी. डेनहार्ट आणि जन पर्किन्स (१९७६) यांचा 'द कमिंग डेथ ऑफ ॲडमिनिस्ट्रेटिव्ह मॅन' हा संयुक्त लेख होय. संघटनेचा सिद्धान्त वस्तुनिष्ठतेला अभिमुख असला तरी 'प्रत्यक्षात मात्र तो सांस्कृतिकदृष्ट्या पुरुषप्रधान' आहे असे मत या लेखकांनी मांडले आहे.

लोकप्रशासनातील स्त्रीवादी परिप्रेक्ष्याद्वारे सार्वजनिक संस्था व मूल्यांमध्ये दडलेली रचनात्मक असमानता अधोरेखित करण्याचा प्रयत्न करण्यात आला आहे. म्हणून, स्त्रियांच्या प्रश्नांप्रती संवेदनशील राहून लोकप्रशासनातील अधिक महत्त्वाची क्षेत्रे पूर्णतः सुधारणे शक्य होईल असे यातून सूचित करण्यात आले आहे. लोकप्रशासनातील स्त्रीवादी

परिप्रेक्ष्यातील दोन महत्त्वाचे युक्तिवाद पुढीलप्रमाणे होतः एक, सामाजिक शास्त्रांच्या इतर शाखांप्रमाणे लोकप्रशासन शाखादेखील जैवशास्त्रीय आधार घेऊन सार्वजनिक क्षेत्रांतून स्त्रियांना पद्धतशीरपणे वेगळे ठेवण्यात सक्रिय राहिली आहे असे मत स्त्रीवादी सिद्धान्तकारांनी मांडले आहे. दोन, स्त्रीवादी विचारवंतांनी नमूद केल्याप्रमाणे, पितृसत्ताक समाजामध्ये सार्वजनिक संस्था, नोकरशाही इत्यादी या केवळ स्त्रियांना गौण स्थान देण्याच्या रचना होत. या संस्थांमध्ये पितृसत्ताक मूल्ये रुजलेली आहेत हे यामागील मुख्य कारण मानता येईल. म्हणून, लिंग समानता प्रस्थापित करण्यासाठी वरील संस्थांमधून पितृसत्ताक पद्धती हद्दपार करणे गरजेचे आहे.

कॅमिला स्टायव्हर्स यांचा मुख्य प्रबंध 'जेंडर इमेजेस इन पब्लिक ॲडमिनिस्ट्रेशन' (२००२) यामध्ये नमूद केल्याप्रमाणे, व्यावसायिक कौशल्य, व्यवस्थापन, नेतृत्व आणि सार्वजनिक सद्वर्तन यांतील प्रतिमांमुळे प्रशासकीय अधिकार न्याय्य मानले जात असून त्यामध्ये लिंगभावसंबंधी द्वंद्व असते. या प्रतिमा सर्वसाधारणपणे व अविचारीपणे पौरुषत्वाशी जोडलेल्या नसून, सांस्कृतिकदृष्ट्या स्त्रैण गुण असणाऱ्यांकडे दुर्लक्ष करून पुरुषी गुण असलेल्या कुणालाही राजकीय व आर्थिक प्रतिष्ठा प्रदान करण्याशी संबंधित आहेत.

लोकप्रशासनाकडे लिंगभाव दृष्टिकोनातून बघितल्यास, त्याचे पैलू वस्तुनिष्ठ असण्याखेरीज लिंगभावाभिमुख आहेत असे लक्षात येते. लोकप्रशासनामध्ये स्व-अखत्यारितील अधिकारांचा वापर करणे अभिप्रेत असते, आणि तो वापर न्याय्य असणेदेखील आवश्यक असते. प्रशासकीय निर्णयांचे लोकहिताशीसंबंधी आयाम, सार्वजनिक हितरक्षण करावयाचे कौशल्य असलेले अधिकारी, सार्वजनिक उद्दिष्टे साध्य करण्यास आवश्यक असलेले कौशल्य व्यवस्थापनाचे कसब, आणि उत्तर-औद्योगिकीकरण काळातील गुंतागुंतीच्या काळात प्रशासकीय नेतृत्वाची आवश्यकता या सर्व वैशिष्ट्यांची पूर्तता झाल्यासच हा वापर न्याय्य आहे असे मानता येईल. परंतु, सार्वजनिक हिताचा असा विचारदेखील घातक आहे. ऐतिहासिक दृष्टिकोनातून सार्वजनिक क्षेत्र समजून घेताना त्यातील पुरुषांचा प्रभाव, ते घरगुती क्षेत्रापेक्षा संपूर्णतः वेगळे आहे असा समज आणि घरगुती क्षेत्र सांभाळणे ही संपूर्णतः स्त्रियांची जबाबदारी आहे या बाबी लक्षात घेतल्या जातात हे याचे मुख्य कारण आहे. पर्यायाने, सार्वजनिक क्षेत्राचा विचार करताना महिलांना त्यातून वगळले जाते व त्यावर पुरुषांचा प्रभाव प्रस्थापित होतो.

सार्वजनिक-खाजगी विभाजन (कार्यक्षेत्र आणि घरगुती क्षेत्र)

स्त्रीवादी सिद्धान्तकारांनी, अभिजात उदारमतवादी राज्यव्यवस्थेवर त्याच्या प्रखर व्यक्तिवादी विचारधारेवर आणि राजकीय क्षेत्रापासून स्त्रिया व त्यांचे प्रश्न वेगळे करताना, सार्वजनिक क्षेत्र व घरगुती क्षेत्र यात स्पष्ट भेद करण्यावर भर दिला, म्हणून टीका केली आहे. कॅमिला स्टायव्हर्स (२००२) यांच्या मते, अभिजात उदारमतवादाद्वारे सार्वजनिक क्षेत्र कायम वेगळे ठेवण्यात आले आहे, म्हणजेच, व्यक्तीचे 'वैयक्तिक' प्रश्न राज्याच्या परिघाबाहेर ठेवून जुलूमशाहीला प्रतिबंध केला गेला आहे. मात्र, उदारमतवादी सार्वजनिक क्षेत्रातील आर्थिक व राजकीय क्रियांची व्यवहार्यता घरगुती क्षेत्रावर अवलंबून असते हा विरोधाभास आहे. येथे, घरगुती क्षेत्र म्हणजे अन्न, वस्त्र, निवारा व बालकांच्या संगोपनाच्या आवश्यकतेची पूर्तता या बाबींचा समावेश होतो. व्यापक सिद्धान्तांमध्ये आणि सातत्याने व्यवहारांमध्येदेखील घरगुती क्षेत्र हे केवळ स्त्रियांचे कार्यक्षेत्र मानण्यात आले आहे. महिलांच्या घरगुती जबाबदाऱ्यांशी संबंधित प्रश्न व्याख्येनुसार खाजगी मानले जातात, म्हणजेच, ते राजकीय किंवा सार्वजनिक क्षेत्रात सामाविष्ट होत नाहीत. म्हणजेच, सार्वजनिक चर्चेमध्ये घरगुती क्षेत्र गौण मानले जाते व त्याबरोबरीने मानवी कृतींच्या सार्वजनिक व खाजगी या विभागणीची दखल घेतली जात नाही.

आजपर्यंतच्या इतिहासात, महिलांनी भरणपोषण व मुलांच्या संगोपनाशी संबंधित जबाबदारी पार पाडणे आवश्यक मानले आहे व पुरुषांनी सार्वजनिक क्षेत्रात वेळ व कार्यशक्तीचा वापर करणे अपेक्षित आहे. समान रोजगारसंधी व सकारात्मक कृती धोरणे अस्तित्वात असूनदेखील श्रमिकांचे हे विभाजन आजही दिसून येते. वस्तुतः, अशा धोरणांमुळे स्त्रियांना पुरुषांवर अवलंबून राहण्याखेरीज एकाच वेळी घरगुती कामे व वेतन मिळविणे शक्य होते. मुलांचे संगोपन

दोघांनीही करावे अशी तरतूद महत्त्वाची मानली गेली असली तरीदेखील, ती प्रत्यक्षात पाळली जाईलच असे नाही. अलिकडच्या काळात काही सिद्धान्तकरांनी नमूद केल्याप्रमाणे सार्वजनिक आणि खाजगी क्षेत्रातील विभागणीला राजकीय प्रश्नाचे स्वरूप आल्याने त्या विभागणीचे स्वरूप वादाला खतपाणी देणारे ठरले आहे. कॅमिला स्टायव्हर्स यांनी नमूद केल्याप्रमाणे, उपरोक्त मुद्दा खरा मानल्यास, घरगुती कामांना मिळणारा न्याय हा सार्वजनिक क्षेत्रातील चर्चेचा विषय ठरतो.

लिंगभावातील द्वंद्व

स्टायव्हर्स (२००२) यांच्या मते, लोकप्रशासन हे वरकरणी तटस्थ दिसत असले आणि लोकप्रशासनामध्ये संघ, राज्य आणि स्थानिक पातळीवर स्त्रियांचा वाढता वावर दिसत असला तरी, सार्वजनिक क्षेत्रातील इतर व्यवहारांप्रमाणेच संरचनात्मकदृष्ट्या लोकप्रशासनदेखील पुरुषप्रधानच आहे. हे नेहमीचेच ठरलेले विधान आहे असेच वाटेल, कारण जी कामे न केल्यास जगणे अशक्य होईल अशा घरगुती कामांची संपूर्ण जबाबदारी महिलांनी पेलावी असे मानले जाते. अशा प्रकारे, लोकप्रशासनासंदर्भात, (अ) महिलांनी पार पाडावयाची कर्तव्ये आवश्यक असली तरीदेखील त्यांना अत्यल्प महत्त्व दिले जाते, यावर लोकप्रशासन रचनेतील सुसंगतता आधारित असते आणि (आ) सार्वजनिक क्षेत्रात स्त्रियांना उपलब्ध असलेल्या सहभागाच्या संधी व त्यासाठी त्यांना द्यावा लागणारा वेळ आणि कार्यशक्ती याबाबतच्या मर्यादा, या कारणांमुळे समर्थन केले जाते.

या रचनेशी संबंधित लिंगभावाचे आयाम हे विरोधाभासी आहेत. राज्यव्यवहार घरगुती कार्यक्षेत्रावर अवलंबून असले तरी, त्याद्वारे अशा प्रश्नांची केवळ राजकीय व्यवहार्यता अधोरेखित केली जाते. उदारमतवादी सिद्धान्तामध्ये महिलांना 'नागरिक' म्हणून वागविले जाते. प्रत्यक्षात मात्र, सार्वजनिक क्षेत्रातील त्यांच्या सहभागावर मर्यादा घातल्या जातात. या मर्यादा अधिकृतपणे (कायद्याच्या माध्यमातून) किंवा व्यावहारिकदृष्ट्या, त्यांच्या घरगुती जबाबदाऱ्यांवर भर देऊन घातल्या जातात असे लक्षात येते. प्रशासकीय व्यवस्थेमध्ये अशा विरोधाभासी लिंगभावामुळे महिलांपुढे द्वंद्व निर्माण होते असे मत स्टायव्हर्स यांनी मांडले आहे.

सांस्कृतिकदृष्ट्या 'स्त्रीलिंगी' छटा असणारे नियम उदाहरणार्थ, निष्क्रियता, सार्वजनिक क्षेत्राशी सुसंगत वर्तन किंवा त्या क्षेत्रात असुरक्षित वाटणे इत्यादी हद्दपार करण्याची प्रवृत्ती दिसून येते. यामुळे, निर्माण होणाऱ्या परिस्थितीमध्ये प्रशासकांनी (महिला व पुरुष दोन्ही) तांत्रिक तज्ज्ञ, कणखर व धाडसी राहण्याचा प्रयत्न केला, म्हणजेच, पुरुषप्रधान 'कार्यक्षम प्रतिमा' दर्शविण्याचा प्रयत्न केला. स्टायव्हर्स (२००२) यांच्या मते, नोकरशाहीतील कार्यक्षमता व कौशल्ये याबाबतचे विद्यमान समज वस्तुनिष्ठतेवर भर देणारे आहेत. अशा प्रकारची वस्तुनिष्ठता स्व-शिस्तीवर आणि वस्तुनिष्ठ माहिती आधारित आदर्श ज्ञानावर अवलंबून असते. उदारमतवादामध्ये या वस्तुनिष्ठतेद्वारे वैयक्तिक स्वायत्ततेला सर्वाधिक महत्त्व दिले जाते. म्हणजेच, राज्याची मध्यस्थाची (स्त्री व पुरुषामध्ये राज्याने मध्यस्थी करावी असा समज/समतोल) भूमिका अधोरेखित होते. स्त्रीवादी अभ्यासकांच्या मते, निसर्ग आणि स्त्रियांमधील परंपरागत सहसंबंध लक्षात घेता, ज्ञानाचे हे प्रारूप अजिबातच वस्तुनिष्ठ नाही. म्हणजेच, उदारमतवाद सार्वजनिक क्षेत्रातील उदारमतवादी 'पुरुषांच्या' सार्वजनिक क्षेत्राला अधिक महत्त्व देत असून घरगुती क्षेत्र तितकेसे महत्त्वाचे मानीत नाही, यामध्ये राज्य मध्यस्थी करीत नाही. म्हणजेच, उदारमतवादी राज्य स्त्रियांना देण्यात येणाऱ्या हीन दर्जावरच आधारित असते हे पुनश्च अधोरेखित होते.

सार्वजनिक संस्थांमधील लिंगभाव असमतोल

सार्वजनिक संस्थांमधील लिंगभाव असमतोल ही लोकप्रशासनातील चिंतेची बाब आहे. महिलांना उच्च पदांवर किंवा संस्थेतील उच्च व्यवस्थापन मंडळामध्ये स्थान मिळविण्यासाठी संघर्ष करावा लागतो. एक पत्नी-आई-कर्मचारी या भूमिका पार पाडताना येणाऱ्या अनेक अडचणी व मर्यादांचा विचार करण्यात आला आहे. व्यवस्थापकीय पदांसाठी

महिला 'अपात्र' असून त्या त्यांच्या कामापेक्षा कुटुंबाप्रती अधिक बांधील आहेत असा दृष्टिकोन येथे अधोरेखित होतो. विवाह आणि कुटुंबव्यवस्था यामुळे पुरुषांच्या कारकिर्दीवर परिणाम होत नसून महिलांच्या कार्यक्षमतेवर परिणाम होतो असे एका संशोधनातून पुढे आले आहे. स्त्रिया गरोदरपणात किंवा काही कौटुंबिक प्रश्नांमुळे आजारी असल्याने सांगून रजा घेत असल्याने त्यांच्या कामाप्रतीच्या वचनबद्धतेवर प्रश्नचिन्ह निर्माण केले जाते. कुटुंबाचा पोशिंदा – गृहिणी असे कुटुंबातील भूमिकांचे परंपरागत विभाजन असल्याने स्त्रियांपेक्षा पुरुष कामाप्रती अधिक वचनबद्ध आहेत असे गृहीत धरले जाते. या सर्व बाबींमुळे सार्वजनिक संस्थांमध्ये लिंगभाव असमतोल बघावयास मिळतो. परिणामी, महिलांच्या सक्षमीकरणावर बाधा येते.

सारांश, स्त्रीवादाचा सिद्धान्त म्हणजे वस्तुस्थितीवरील टीका होय. याअन्वये, राजकारणासारख्या काही महत्त्वाच्या प्रक्रियांतून ऐतिहासिकदृष्ट्या आजतागायत महिलांना वगळण्यात आले आहे व त्या केवळ घरकामाप्रती बांधील आहेत या बाबी अधोरेखित होतात. गृहसंबंधी व्यवहारांतून पुरुषांना वगळण्यात आले असल्याने हे 'नैसर्गिक' मानले जात नाही. स्त्रीवाद्यांचे असे प्रतिपादन आहे की, अशा प्रकारच्या व्यवस्थांमध्ये स्त्रियांना पुरुषांपेक्षा अधिक प्रमाणामध्ये दुर्लक्षित करणाऱ्या प्रसंगांना सामोरे जावे लागते आणि त्यांच्या समान अस्तित्वाच्या अटी आणि वैशिष्ट्यांबाबत प्रश्न विचारावे लागतात.

स्त्रीवादी असणे म्हणजे या दुर्लक्षित बाबी प्रकाशात आणणे होय, याबाबत स्त्रीवाद्यांचे एकमत आहे. स्टायव्हर्स (२००२) यांच्या मते, स्त्रीवादी सिद्धान्ताद्वारे सार्वजनिक व खाजगी (घरगुती) क्षेत्रातील मर्यादा प्रकाशात येतात, अनेकांवर होणाऱ्या अन्यायाची जाणीव असल्याने सर्वांचे स्वातंत्र्य जपण्याप्रती बांधीलकी दर्शविली जाते. निम्म्या मानवजातीला (स्त्रियांना) दुर्लक्षित करून उभारण्यात आलेला डोलारा पहाता, यामध्ये वगळण्यात आलेल्यांशी (स्त्रियांशी) संबंधित प्रश्नांचे परीक्षण न केल्यास कुठलीही प्रक्रिया सक्षम होणे शक्य नाही. वेगवेगळे पर्याय पडताळून पाहणे ही विद्यमान परिस्थिती बदलण्यासाठी सर्वाधिक आवश्यक बाब आहे.

प्रशासनातील उत्तरदायित्व

उत्तरदायित्व हे सर्व आकृतिबंधांच्या लोकशाही सरकारांचे एक महत्त्वाचे वैशिष्ट्य आहे. शासनसेवकांकडून कार्यालयीन सत्ता आणि अधिकारक्षेत्रातील अधिकाऱ्यांच्या वापराबाबत लोकांप्रती उत्तर देण्याची बांधीलकी असणे असाही उत्तरदायित्वाच्या संकल्पनेचा अर्थ होतो. उत्तरदायित्वामुळे सत्तेचा गैरवापर आणि अधिकाराचा दुरुपयोग यांवर परिणामकारक दबाव राहतो. मोहित भट्टाचार्य (२०११) यांच्या मते, उत्तरदायित्व लोकप्रशासकांकडून किमान चार बाबींची मागणी करतेः

१. कमीतकमी अपव्यय आणि विलंब टाळून अपेक्षेनुसार कायद्यांची अंमलबजावणी.
२. प्रशासकीय अधिकारक्षेत्राचा वैध आणि संवेदनक्षम वापर.
३. नवीन योजना सुचवणे आणि विद्यमान योजना आणि कार्यक्रमांमध्ये गरजेनुसार बदल सुचवणे.
४. प्रशासकीय संस्थांवरील नागरिकांचा विश्वास वाढवणे.

उत्तरदायित्वाच्या संकल्पनेचे दोन गर्भितार्थ आहेतः उत्तरदायी असणे म्हणजेच, सरकारी अधिकाऱ्यांनी ते काय करत आहेत याबाबत अवगत करणे आणि स्पष्टीकरण देणे होय, आणि सक्ती करणे, म्हणजे अधिकाऱ्यांनी आपली सार्वजनिक कर्तव्ये पार न पाडल्यास त्याबाबत लेखापरीक्षण संस्थांकडून दंडयोजना लादण्याची क्षमता होय. एस. के. दास (२०१३) यांनी नोंदविलेल्या निरीक्षणाप्रमाणे उत्तरदायित्व संकल्पनेचे तीन घटक आहेतः उत्तर देण्याची जबाबदारी, अंमलबजावणी आणि प्रतिसादात्मकता. उत्तर देण्याची जबाबदारी म्हणजे कृतीबाबत खुलासा देणे होय. कृतीचा खुलासा असमाधानकारक वाटल्यास दंड करणे म्हणजे अंमलबजावणी होय, ज्यांना उत्तरदायी ठरविण्यात आले आहे अशा लोकांची ती मागणी पूर्ण

करण्याची क्षमता म्हणजे प्रतिसादात्मकता होय (दास २०१३, १०). म्हणजेच, उत्तरदायित्वामध्ये पारदर्शकता अभिप्रेत आहे, ज्यानुसार सूत्रबद्ध कृती व कृतींचे मूल्यांकन करणे शक्य होईल.

भारतातील प्रशासकीय उत्तरदायित्व

भारतातील प्रशासकीय उत्तरदायित्वाची अनेक नियंत्रणांच्या माध्यमातून अंमलबजावणी केली जाते. शासनसेवकांनी त्यांची अधिकार शक्ती व निर्णय स्वातंत्र्य हे कायदे व नियमनांप्रमाणे वापरावे हा नियंत्रणांचा मुख्य हेतू असतो. स्थूलमानाने, प्रशासकीय नियंत्रकांचे दोन प्रकार आहेत, ते म्हणजे, अंतर्गत आणि बाह्य नियंत्रक. अंतर्गत नियंत्रक प्रशासकीय यंत्रणेमध्ये कार्यरत असतात. अर्थसंकल्पीय व्यवस्था, पदसोपान रचना, चौकशी व अन्वेषण, दबाव गट, पत्रकार आणि वार्षिक गोपनीय अहवाल या अंतर्गत नियंत्रणाच्या पद्धती होत. वैधानिक, कार्यकारी आणि न्यायालयीन नियंत्रणातून भारतामध्ये प्रशासनावर बाह्य नियंत्रण ठेवले जाते.

लोकशाहीमध्ये लोक सर्वोच्च असल्याने प्रशासन हे निवडून आलेल्या प्रतिनिधींप्रती जबाबदार मानले जाते. म्हणून, कायदेमंडळाला राज्यघटना आणि परंपरांद्वारे देण्यात आलेल्या अधिकारांद्वारे, प्रशासनातील गैरव्यवहार आणि अधिकारांचा गैरवापर यांवर कायदेमंडळाद्वारे प्रभावी अंकुश ठेवला जातो. प्रश्नोत्तरांच्या तासाला प्रश्न विचारणे, संसदीय चर्चा, संसदीय लेखापरीक्षा, अविश्वास प्रस्ताव आणि लोकपालाकडे तक्रारी नोंदवणे अशा अनेक पद्धतींनी कायदेमंडळ प्रशासनावर नियंत्रण ठेवते.

जबाबदार शासनामध्ये प्रशासनावर कार्यकारी नियंत्रण हेदेखील एक प्रभावी साधन आहे. कार्यकारी मंडळ प्रशासनावर नियुक्ती आणि पदच्युत करण्याचे अधिकार, नियम तयार करण्याचे अधिकार, वटहुकूम, नागरी सेवा नियमावली, प्रत्यायुक्त विधिविधान, अंदाजपत्रकाची व्यवस्था आणि लोकमताचा कौल घेणे इत्यादी अनेक मार्गांनी आणि पद्धतींनी नियंत्रण ठेवते. प्रशासकीय उत्तरदायित्व साध्य करण्याचे आणखी एक महत्त्वाचे साधन म्हणजे न्यायमंडळाने केलेले नियंत्रण होय. न्यायिक पुनर्विलोकन, शासनविरुद्ध फिर्यादी व प्राधिलेख या संबंधी कायदेशीर याचिका या मार्गांनी हे नियंत्रण ठेवता येते. प्रशासकीय कायद्याची वैधता साध्य करून नागरिकांचे हक्क आणि स्वातंत्र्य यांचे रक्षण करणे हे न्यायालयीन नियंत्रणाचे प्राथमिक उद्दिष्ट आहे (सिंग २००२: २१६–१७).

अशा प्रकारे, अर्थसंकल्पीय उपाययोजना, विभागीय चौकशी, वार्षिक गोपनीय अहवाल या अंतर्गत नियंत्रणाच्या पद्धती होत. वैधानिक, कार्यकारी आणि न्यायालयीन नियंत्रणातून भारतामध्ये प्रशासनावर बाह्य नियंत्रण ठेवले जाते.

सार्वजनिक सेवांमध्ये उत्तरदायित्व प्रस्थापित करण्यासाठीची आव्हाने

लोकांना आवश्यक सेवा पुरविण्याबाबत भारतीय प्रशासन उदासीन, अप्रतिसादी आणि अकार्यक्षम आहे हा सर्वसाधारण समज आहे. शासकीय कार्यालयांतील दयनीय कार्यसंस्कृतीवर भाष्य करताना, पाचव्या वेतन आयोगाने (भारत सरकार १९९७ब, १३७) नोंदविलेल्या निरीक्षणानुसार, सरकारी कार्यालये धुळीने माखलेली, वाळवीने पोखरलेली, मलिन, कागदपत्रांनी भरलेल्या अधाऱ्या कोठडीप्रमाणे, सरंजामशाही दृष्टिकोन असलेली, पदसोपान रचना असलेली, जुनाट प्रक्रिया वापरणारी, आणि ग्राहकांबरोबर व्यवहार करताना गुप्तता पाळणारी होती. शासकीय विभाग सेवा उपलब्ध करणारे सर्वांत व्यापक विभाग असले तरी, त्यात ग्राहकाभिमुखतेचा पूर्णतः अभाव दिसून येतो. परिणामी, सामान्य नागरिकांना शासकीय कर्मचारी हे सेवा उपलब्ध करणारे याऐवजी शोषणकर्ते वाटतात.

भारतीय प्रशासनाबाबत दुसऱ्या प्रशासकीय सुधारणा आयोगाचा (भारत सरकार २००८ब, १) देखील असाच दृष्टिकोन होता. अनेक वर्षांपासून अकार्यक्षमता, भ्रष्टाचार, आणि कामातील विलंब ही भारतीय प्रशासनाची वैशिष्ट्ये आहेत असे निरीक्षण या आयोगाने नोंदविले. बी. पी. माथुर (२०१२) यांच्या मते, सार्वजनिक सेवांमध्ये उत्तरदायित्व रुजविणे हे धोरणकर्त्यांपुढील सर्वांत मोठे आव्हान आहे, या आव्हानाची पूर्तता झाल्यासच कार्यक्षम व स्नेहपूर्ण रीतीने नागरिकांना सेवा पुरविणे शक्य होईल. उत्तरदायित्व रुजविण्याचे पुढील काही मार्ग त्यांनी सुचविले आहेत:

१. अधिकाऱ्यांनी केलेले प्रत्यक्ष कार्य लक्षात घेऊनच त्यांची बढती करावी, किंवा प्रत्यक्ष कार्याच्या आधारानेच त्यांच्या कारकिर्दीत प्रगती व्हावी.
२. नागरी सेवांमध्ये स्पर्धात्मकता रुजविली जावी.
३. नैतिक आचारसंहिता जारी करण्यात यावी.
४. काटेकोर शिस्तप्रियता रुजविण्यात यावी.

प्रशासन सार्वजनिक गरजांप्रती प्रतिसादी असावयाचे असेल तर उत्तरदायित्व ही पूर्वअट मानली जाते. परंतु, भारतातील नागरी सेवक उदासीन व अप्रतिसादी आहेत, असे निरीक्षण नोंदविले गेले आहे. उत्तरदायित्वाचा अभाव हे यामागील मुख्य कारण मानले जाते. उत्तरदायित्वाचा अभाव असल्यास प्रशासकांच्या वर्तनामध्ये कामात टाळाटाळ करणे, जबाबदारी चुकविणे व राज्यकर्त्यांप्रमाणे मनमानी कारभार करणे या बाबी दिसून येतात. अशा प्रकारे, उत्तरदायित्व साध्य करण्यासाठी परिणामकारक यंत्रणेच्या माध्यमातून प्रशासनात उत्तरदायित्व रुजविण्याची आवश्यकता आहे.

माहिती तंत्रज्ञान आणि त्याचा प्रशासनावरील प्रभाव

नागरिकांच्या तक्रारींचे निवारण करणे व शासन आणि नागरिकांमधील अंतर कमी करणे यासाठी आवश्यक असणारी यंत्रणा म्हणजेच ई-अभिशासन, जी माहिती तंत्रज्ञानाच्या आधारे चालते. ई-शासन 'इलेक्ट्रॉनिक शासन' याचे संक्षिप्त स्वरूप होय. माहिती व तंत्रज्ञानाच्या साहाय्याने अभिशासन केले जात असेल तर त्याला ई-शासन असे म्हणतात. अशा प्रकारे, सामान्यपणे, ई-शासन म्हणजे कुठल्याही संस्थेमधील माहिती व तंत्रज्ञानाचा वापर, म्हणजेच, इलेक्ट्रॉनिक पद्धतीने शासन करणे होय. माहिती तंत्रज्ञानाच्या वापराद्वारे शासनाच्या कार्यासंबंधी बोलताना ई-शासन ही संज्ञा मोठ्या प्रमाणात वापरली जात आहे. ज्याचा अधिक लोकप्रिय भाग म्हणजे 'इंटरनेट' होय.

अशा प्रकारे, ई-शासन म्हणजे शासनाच्या काम करण्याच्या पद्धतीमध्ये व माहिती देणे, अंतर्गत व बाह्य ग्राहकांना सेवा पुरविणे यामध्ये बदल घडवून आणण्याची प्रक्रिया होय. विशेषकरून, ई-शासन इंटरनेट, वेब, मोबाईल फोन यांसारखी माहिती व तंत्रज्ञानाची साधने वापरत असते. पहिली पायरी म्हणून, सेवांबद्दलची माहिती संकेतस्थळावर प्रसारित केली जाते आणि नागरिक विविध सेवांसाठीचे अर्ज यावरून घेऊ शकतात. पुढची पायरी प्रत्यक्ष सेवा पुरवठ्यामध्ये माहिती व तंत्रज्ञानाचा वापर करण्याची होय. उदाहरणार्थ, करपरतावा अथवा परवाना नूतनीकरण यांसबंधी माहिती भरणे. अत्याधुनिक संगणकप्रणाली असल्यास त्याद्वारे ऑनलाइन पद्धतीने देयके देता येतात (भटनागर २००८, २४७).

नागरिक व प्रशासन यांमधील अंतर कमी करणे

ई-शासन नागरिकांना इलेक्ट्रॉनिक साधनांद्वारे शासकीय सेवा मिळविण्याची क्षमता देते. तसेच, शासकीय माहितीची अभिगम्यता आणि शासकीय व्यवहाराची प्रतिपूर्ती कोणत्याही स्थानावरून आणि कोणत्याही वेळी करण्याची मुभा देते. अशा प्रकारे, नागरिक व प्रशासन यांमधील अंतर कमी करण्याचे हे एक साधन आहे. शासन विभागांबाबत इलेक्ट्रॉनिक माध्यमातून नागरिकांना अभिगम्यता निर्माण व्हावी क्षमता निर्माण करणे ही त्यामागील साधी कल्पना आहे. अशा प्रकारे, ई-शासनातून Simple (सुलभ), Moral (नैतिक), Accountable (उत्तरदायी), Responsiveness (प्रतिसादात्मक), Transparency (पारदर्शकता) (SMART; भारत सरकार २००२, १८७) अभिशासनाचे उद्दिष्ट साध्य होते. याद्वारे, माहिती व तंत्रज्ञानाच्या माध्यमातून शासकीय व्यवहारामध्ये प्रत्यक्ष अंतर्भूत असणाऱ्या नागरिकांच्या नियमित सहभागासाठी नवे स्थान निर्माण करणे हेदेखील उद्दिष्ट होते. अशा प्रकारे, ई-अभिशासनाच्या माध्यमातून डचळढ अभिशासनाचे उद्दिष्ट पुढीलप्रमाणे साध्य केले जातेः

सुलभः यामध्ये प्रक्रिया गुंतागुंतीची नाही, कागदोपत्री काम नाही व शासनदरबारी सतत जाण्याची गरज नाही;
नैतिकः ही व्यवस्था भ्रष्टाचार व इतर अनैतिक बाबींपासून मुक्त आहे;

उत्तरदायीः संपूर्ण माहिती लोकांच्या अखत्यारित असल्याने शासनाचे उत्तरदायित्व अधिक व्यापक होते;
प्रतिसादात्मकताः माहिती व तंत्रज्ञानाच्या वापरामुळे शासन नियमितपणे लोकांच्या संपर्कात राहू शकते व त्यांच्याकडून नियमित प्रतिक्रियादेखील घेऊ शकते;
पारदर्शकताः आजपर्यंत सरकारी कागदपत्रांमध्ये कैद असलेली माहिती आता संगणकाच्या माध्यमातून सर्वांना उपलब्ध होऊ शकते.

माहिती व तंत्रज्ञानाच्या ई-क्रांतीमध्ये अभिशासन प्रक्रिया नव्या पातळ्यांवर नेण्याची क्षमता आहे. माहिती व तंत्रज्ञानामुळे माहिती परिणामकारकरित्या संग्रहित करणे व हवी तेव्हा प्राप्त करण्याची सोय होते, माहितीची त्वरित देवाणघेवाण करणे शक्य होते, पूर्वीच्या हाताने काम करावयाच्या पद्धतीपेक्षा आता माहिती व आकडेवारीवरील प्रक्रिया अधिक जलदगतीने करता येते, शासकीय प्रक्रियांना वेग येतो, निर्णय जलद व न्याय्य पद्धतीने घेता येतात, पारदर्शकता वाढवून उत्तरदायित्व अमलात आणता येते. यामुळे भौगोलिक व लोकसांख्यिकीय दृष्टीने शासनाचा जनसंपर्क वाढण्यास मदत होते. इलेक्ट्रॉनिक्सचे वाढते महत्त्व लक्षात घेऊन भारत सरकारने १९७० साली इलेक्ट्रॉनिक्स विभागाची स्थापना केली. त्यानंतर, १९७७ साली झालेली राष्ट्रीय माहिती केंद्राची स्थापना म्हणजे भारताने ई-शासनाप्रती ठेवलेले पहिले पाऊल होय. कारण यामुळे 'माहिती' व त्याची देवाणघेवाण केंद्रस्थानी आली. सन १९९०च्या दशकामध्येदेखील केंद्र व राज्य सरकारांकडून काही महत्त्वाचे उपक्रम राबवण्यात आले. या सर्व उपक्रमांचा परिपाक म्हणजे २००६ साली प्रारंभ झालेला राष्ट्रीय ई-शासन कार्यक्रम होय.

विकसित देशामध्ये, अभिशासन हा एक सु-स्थापित नमुना आहे ज्यायोगे शासनाच्या सेवा नागरिकांना इंटरनेट पोर्टल्सच्या माध्यमातून पुरवल्या जातात. भारतामध्ये, संगणक अभिशासनाला माहिती तंत्रज्ञान कायदा २००० नुसार वैधानिक दर्जा देण्यात आला आहे. या कायद्यामध्ये खालील मान्यता आहेः

> शासकीय कागदपत्रांची पूर्तता करण्यासाठी वापरल्या जाणाऱ्या संप्रेषण व माहितीसाठ्याच्या कागदोपत्री प्रकाराला पर्याय म्हणून ज्यांचा समावेश होतो, अशा इलेक्ट्रॉनिक माहिती आदान-प्रदानाच्या आणि 'ई-व्यापार' म्हणून ओळखल्या जाणाऱ्या इलेक्ट्रॉनिक संप्रेषण साधनांना कायदेशीर मान्यता.

भारतामध्ये प्रशासकीय सुधारणांचे सांकल्पनीकरण करण्यासाठी कायदेशीर पुष्टी दिल्यामुळे हा कायदा एक महत्त्वाचा टप्पा ठरला आहे. महत्त्वाचे म्हणजे, निश्चितच ई-अभिशासन हा अनावश्यक विलंब व भ्रष्टाचार याचे कारण असलेल्या नोकरशाहीच्या लालफितीच्या कारभारावर केलेला हल्ला आहे. विशेषतः कार्यक्षमतेतील सुधारणांना अनुलक्षून असलेले सुशासन, पारदर्शकता आणि शासन जनसंवादी होण्यासाठी असलेला दुवा साध्य करण्याचे हे एक साधन आहे (चक्रवर्ती आणि भट्टाचार्य २००८, ५२). अशा प्रकारे, नागरिक शासनाची कार्ये इलेक्ट्रॉनिक माध्यमांतून केवळ बघूच शकत नाहीत, तर ई-मेल्स आणि इतर इलेक्ट्रॉनिक साधनांच्या माध्यमांतून सूचनादेखील देऊ शकतात. म्हणून, तंत्रज्ञान हे एक महत्त्वाचे साधन आहे ज्यायोगे, नागरिकांच्या सूचना व पारदर्शकता एकाच नमुन्यामध्ये एकत्रित करता येऊ शकतात (चक्रबर्ती आणि भट्टाचार्य २००८: ५२). अशा प्रकारे, नागरिक आणि शासनाला जोडण्यासाठी माहिती व संप्रेषण तंत्रज्ञान हे एक महत्त्वाचे साधन आहे.

माहिती तंत्रज्ञानाधारित ई-शासनामुळे शासनामध्ये नवोन्मेषी अशा क्षमतांसह (अ) शासनाच्या खर्चात बचत, (आ) नागरिकांनी शासनाला द्यावयाच्या आदानांमध्ये वाढ, (इ) नागरी निर्णयक्षमता सुधारणे, आणि (ई) शासनव्यवहारांमधील पारदर्शकता वाढणे इत्यादी क्षमतांचे एक नवे युग सुरू झाले आहे. 'शासनावर लक्ष देण्यासाठी नागरिकांना सुसज्ज करणे' हे ई-शासनाचे उद्दिष्ट आहे. या सुव्याख्यित कार्यात्मक गुणवैशिष्ट्यांच्या दृष्टिकोनातून ई-अभिशासन हे, अभिशासन भ्रष्टाचार निर्मूलनासाठीचे एक महत्त्वाचे पाऊल ठरले आहे. स्व-अखत्यारितील अधिकार कमी करून अनावश्यक कार्यांचे प्रमाण यांद्वारे कमी केले जाते. माहिती तंत्रज्ञानाच्या माध्यमातून नागरिकांना नियमितपणे शासनाच्या व्यवहारामध्ये थेट प्रवेश मिळत

असल्याने एक प्रकारे नागरिकांचे सबलीकरण होते. भारतातील आंध्रप्रदेशमधील पश्चिम गोदावरी जिल्ह्यामध्ये सुरू झालेला ई-सेवाप्रकल्प हे येथे उद्धृत करण्यासाठी चांगले उदाहरण आहे. हा प्रकल्प म्हणजे 'ग्रामीण भागातील संगणक तंत्रज्ञानाची विषमता कमी करण्याचे' साधन ठरला. यामध्ये ग्रामीण भागातील लोकांना अनेक नागरिक ते नागरिक (सीटूसी) आणि नागरिक ते शासन (सीटूजी) सेवा पुरवण्याची सोय करण्यासाठी माहिती-तंत्रज्ञानाचा अधिकाधिक वापर केला जातो. महिला स्वयंसेवी संस्थांचे व्यवस्थापन असलेला हा प्रकल्प उच्च दर्जाचा आहे कारण यायोगे, 'स्थानिक महिला भागीदारांना' 'माहिती नेतृत्व' म्हणून उदयाला येण्यास मदत होते व ई-सेवा योजनेचे उद्दिष्ट साध्य करण्यासाठी त्या महत्त्वाच्या ठरल्या आहेत (चक्रबर्ती आणि भट्टाचार्य २००८, ५२).

अशा प्रकारे, लोकप्रशासन हे ई-अभिशासनच्या माध्यमातून प्रफुल्लित करणाऱ्या नवीन मार्गाने अभिव्यक्त झाले आहे. ते नागरिक आणि शासन यांदरम्यान इलेक्ट्रॉनिक सार्वजनिक सेवांच्या स्वरूपात दुवा साधण्याचा प्रयत्न करते. असे केल्याने, शासनाच्या निर्णय प्रक्रियेमध्ये लोकांच्या सुदृढ सहभागासाठी परिस्थिती निर्माण केली जाते. ई-शासन यशस्वीपणे राबविण्यासाठी विचारसरणीमधील बदल आवश्यक आहे. तसेच, यासाठी, मोठ्या प्रमाणात राजकीय इच्छा आणि निग्रहीपण आणि निःपक्षपाती व निर्णयक्षम नेतृत्व गरजेचे असते.

पारदर्शक कारभार आणि माहितीचा अधिकार

पारदर्शकता ही चांगल्या प्रशासनाची एक अनिवार्य पूर्वअट आहे. लोकप्रशासनाची पारंपरिक निजखूण असलेल्या गुप्ततेच्या हे पूर्णतः विरुद्ध आहे. शासनाच्या योजना आणि कार्ये व्यापक समाजापर्यंत पोहोचावीत असा अर्थ यातून अभिप्रेत आहे. निर्णयांचा व त्यांच्या अंमलबजावणीचा ज्यांच्यावर परिणाम होणार आहे अशांसाठी माहिती मुक्तपणे उपलब्ध असणे आणि प्रत्यक्षपणे अभिगम्य असणे हा पारदर्शकतेचा अर्थ होतो. माहितीचे सहज आकलन होणे असादेखील त्याचा अर्थ होतो. शासनाच्या योजना, उपलब्ध अधिकार आणि शासनाकडून सेवा म्हणून कसली अपेक्षा करावी हे माहीत असण्यासाठी नागरिकांना पारदर्शकतेची मदत होते. माहितीचा अधिकार आणि नागरिकांची सनद ही प्रशासनात पारदर्शकतेची खात्री करून घेण्याची साधने होत.

माहितीचा अधिकारः प्रशासनातील पारदर्शकतेची हमी

माहितीचा अधिकार ही सार्वजनिक तक्रार निवारणासाठीची परिणामकारक व सहज उपलब्ध असलेली यंत्रणा होय. माहितीचा अधिकार म्हणजे लोकांना शासनाची माहिती सुलभपणे उपलब्ध करून घेण्याचे स्वातंत्र्य असणे होय. नागरिकांना शासनाची कार्ये व प्रक्रिया यांसंबंधीचे संकलन व कागदपत्रे सहज उपलब्ध असणे असा अर्थ यातून अभिप्रेत आहे. सहभागात्मक लोकशाही दृढ करण्यासाठी माहितीचा अधिकार अत्यंत महत्त्वाचा मानण्यात आला आहे. तसेच, माहिती उपलब्ध असल्याने ती मागून घेणे, सार्वजनिक योजना व कार्यांबद्दल माहिती घेणे अशा प्रकारे नागरिकांचे सबलीकरण होते व त्यातूनच त्यांचे कल्याण होते. अशा प्रकारे, माहितीच्या अधिकाराने लोककेंद्री अभिशासन सुरू होते. पारदर्शकतेमुळे शासनसंस्थांना अधिक उद्दिष्टकेंद्री आणि भविष्यवेधी काम करता येते. तसेच, नागरिकांना अभिशासन प्रक्रियेमध्ये अधिक परिणामकारक पद्धतीने सहभागी होता येते. मूलभूत अर्थाने, माहितीचा अधिकार ही सुशासनाची मूलभूत गरज आहे.

सार्वजनिक प्रक्रियांमधील पारदर्शक कारभाराची गरज जाणून, भारतीय संसदेने ११ मे २००५ रोजी माहिती अधिकार कायदा पारित केला. या कायद्यानुसार, माहिती उत्स्फूर्तपणे मांडली जाणे, माहिती आयोगाची स्थापना करणे, सार्वजनिक माहिती अधिकाऱ्याची नियुक्ती करणे, माहिती मिळविण्याची विहित प्रक्रिया इत्यादी तरतुदी करण्यात आल्या आहेत. लोकांना सक्षम करण्यासाठी व पारदर्शक कारभार करण्यास प्रोत्साहन देण्यासाठी हा असाधारण कायदा आहे. या कायद्यामार्फत व्यवहार्य सत्ता स्थापन करण्याची तरतूद करण्यात आली आहे व नागरी अधिकाऱ्यांच्या अखत्यारितील

माहिती सुलभपणे मिळवण्यासाठी नागरिकांना सक्षम करण्यात आले आहे. या कायद्यानुसार नागरिकांना विनंती अर्जाद्वारे विविध शासकीय पातळ्यांवरून माहिती मिळविण्याचा अधिकार आहे. तसेच, अशी विनंती केल्यास शासनाने उत्स्फूर्तपणे ती माहिती पुरविणे हे शासनाचे अनुषंगिक कर्तव्य आहे.

या कायद्यामध्ये, 'माहिती'ची व्यापक व्याख्या करण्यात आली आहे. ज्यात माहिती म्हणजे केवळ इलेक्ट्रॉनिक किंवा छापील माहिती येत नसून, कामकाजाच्या स्थूल नमुन्यांची माहितीदेखील अपेक्षित आहे. व्यापकतेचा विचार केला असता, हा कायदा संपूर्ण भारतामध्ये लागू आहे (जम्मू आणि काश्मिर राज्य याला अपवाद ठरते), विशेषकरून, या कायद्याच्या माध्यमातून, केंद्र सरकार, राज्य सरकार आणि केंद्रशासित प्रदेशाच्या प्रशासनाच्या अखत्यारितील, त्यांनी स्थापन केलेल्या, त्यांच्या मालकीच्या व त्यांच्याकडून वित्तपुरवठा केला जातो अशा अधिकाऱ्यांबद्दल माहिती मिळविण्याचा अधिकार नागरिकांना मिळतो. यामध्ये, पंचायती, नगरपालिका आणि इतर स्थानिक संस्थांचाही समावेश होतो (शर्मा आणि देवाशेर २००७: ३५६).

या कायद्यानुसार, संबंधित व्यक्तीने याचिका दाखल केल्यास ३० दिवस व त्रयस्थ व्यक्तींनी याचिका दाखल केल्यास ४० दिवस अशी वेळेची मर्यादा आखून देण्यात आली आहे. नव्या दृष्टिकोनानुसार, हवी असलेली माहिती 'व्यक्तीच्या जीवनमरणाशी व स्वायत्ततेशी संबंधित असेल' तर वेळेच्या मर्यादा केवळ ४८ तास इतक्या कमी करण्यात आल्या आहेत. याचिकेचे मूल्य १० रुपये असून, दारिद्र्यरेषेखालील लोकांकडून कुठलेही मूल्य आकारले जात नाही. या कायद्यानुसार, सर्व प्रशासकीय विभाग व कार्यालयांमध्ये सार्वजनिक माहिती अधिकाऱ्यांच्या नियुक्तीची तरतूद करण्यात आली आहे. लोकांनी माहितीची विनंती केल्यास याची गरज भासू शकेल. उप-विभागीय व उप-जिल्हा पातळ्यांवर उप-सार्वजनिक माहिती अधिकारीदेखील नियुक्त केले जातात. या तरतुदी खासकरून लोकांची सुलभता वाढवणे आणि लोकांना स्थानिक प्रदेशांमध्ये याचिका दाखल करणे शक्य व्हावे म्हणून करण्यात आल्या आहेत. याचिका स्वीकार न केल्यास, कुठलेही कारण नसताना माहिती देण्यास विलंब केल्यास व अपूर्ण, चुकीची व दिशाभूल करणारी माहिती दिल्यास प्रत्येक सार्वजनिक माहिती अधिकाऱ्याला रु.२५० (दर दिवशी) ते जास्तीत जास्त रु.२५,००० एवढा दंड केला जाऊ शकतो. माहिती लिखित स्वरूपात, ई-मेल्स द्वारे असावी व याचिका सार्वजनिक माहिती अधिकाऱ्याकडे देण्यात यावी. कुठलाही प्रतिसाद न मिळाल्यास, याचा अर्थ नकार असा घेण्यात येईल. परंतु अर्ज हे लिखित स्वरूपात आणि योग्य कारण देऊनच फेटाळण्यात यावेत.

या कायद्यामध्ये, संवेदनशील व उघड करण्यास मनाई आहे असे माहितीचे १० प्रकार सूचित करण्यात आले आहेत. यामध्ये, राष्ट्रीय सुरक्षा, परकीय शासनाने विश्वासाने दिलेली माहिती, मंत्रिमंडळाचे कागदपत्र व उद्योग आणि व्यापारासंबंधीची गुप्त माहिती याचा समावेश होतो. गुप्तवार्ता विभाग, संशोधन आणि विश्लेषण विभाग, महसूल गुप्तवार्ता निदेशालय, केंद्रीय आर्थिक गुप्तवार्ता विभाग, व विशेष परिसीमा दल म्हणजेच सीमासुरक्षा दल, केंद्रीय राखीव पोलीस दल, भारत तिबेट सीमा पोलीस दल, केंद्रीय औद्योगिक सुरक्षा दल इत्यादी, केंद्र माहिती व सुरक्षा संस्था या कायद्यातून वगळण्यात आलेल्या आहेत. परंतु, भ्रष्टाचार व मानवी हक्कांसंबंधीची माहिती देणे अनिवार्य आहे, प्रसंगानुरूप यासाठी केंद्र व राज्य माहिती आयोगाची परवानगी असणे आवश्यक आहे.

या कायद्यानुसार, ज्यामध्ये एक मुख्य माहिती अधिकारी व इतर दहा माहिती अधिकारी समाविष्ट असतील, अशी केंद्र व सर्व राज्यांमध्ये माहिती आयोगाची स्थापना करण्याची तरतूद आहे. या आयोगाद्वारे, कायदेपालनासंबंधीचे कुठलेही आदेश देता येणे शक्य आहे ज्यामध्ये, कागदपत्र उघड करणे, सार्वजनिक माहिती अधिकाऱ्यांची नियुक्ती व विशिष्ट माहिती प्रकाशित करणे यांचा समावेश होतो. कायद्यानुसार, केंद्रीय मुख्य माहिती अधिकाऱ्याची नियुक्ती एका समितीमार्फत केली जाईल, ज्यामध्ये पंतप्रधान, विरोधी पक्ष नेता व पंतप्रधानांनी निर्वाचित केलेले केंद्रीय मंत्री हे समाविष्ट असतील.

सन २००५चा माहितीचा अधिकार म्हणजे भारतीय नागरिकांना, उपलब्ध असलेल्या कायद्यांपैकी सर्वाधिक सक्षम करणारा, एक कायदा आहे. यानुसार, वर्तमानकालीन आणि भविष्यात येऊ घातलेल्या काही समस्या सोडवण्यासाठी

नेमके उपाय करण्यास वाव दिला आहे. अभिशासनाच्या प्रत्येक पातळीवरील यंत्रणा सुधारण्यात येण्याच्या दृष्टीने या कायद्याला नकारात्मक योजना न मानता सकारात्मक दृष्टिकोन मानावे. लोकांना मिळालेल्या माहितीच्या बाबतीत त्यांची प्रतिक्रिया घेऊन नागरी सेवा सजग ठेवणे अपेक्षित आहे. लोकांनी मागितलेल्या माहितीमुळे नागरी सेवकांना लोकांचे समाधान होण्याची शाश्वती मिळण्यास मदत होते.

तथापि, अभिशासनाची पद्धत न बदलता माहितीचा अधिकार केवळ लादला गेल्यास हा संपूर्ण प्रयोग निरर्थक ठरेल हेदेखील लक्षात घ्यायला हवे. अपुरी राजकीय इच्छाशक्ती, व लोकांच्या माहितीच्या अधिकाराला मान्यता देण्यासाठीचा नोकरशाहीचा नकारात्मक दृष्टिकोन यांचा समावेश असलेली विद्यमान परिस्थिती येथे लक्षात घ्यायला हवी. अशा परिस्थितीमध्ये, खुल्या, पारदर्शी व उत्तरदायी अभिशासनाचे नवे युग सुरू करण्यासाठी नागरी समुदाय संघटनांची भूमिका कळीची व महत्त्वाची ठरते. तृणमूल पातळीवरील लोकांना सुजाण नागरिक घडवण्यासाठी अशा जेवढ्या संस्था पुढे येतील तेवढी माहितीच्या अधिकाराची प्रचंड क्षमता जाणून घेण्यास मदत होईल.

उदारीकरणातील आर्थिक सुधारणा आणि नोकरशाहीची भूमिका

सन १९९०च्या दशकाच्या पूर्वार्धात नवे आर्थिक धोरण स्वीकृत केल्यानंतर केंद्रनिर्देशित आर्थिक विकासाचा आराखडा गुंडाळण्याचे प्रयत्न करण्यात आले. ही आणखी एका नव्या पर्वाची सुरुवात होती, म्हणजेच, आंतरराष्ट्रीय दायित्व संस्थांनी साहाय्य करताना अटींच्या बंधनाच्या माध्यमातून देशांतर्गत अर्थव्यवस्थेवर मोठ्या प्रमाणात वर्चस्व प्रस्थापित केले होते. सुरुवातीला या अटी केवळ साहाय्यावर चालणाऱ्या प्रशासनासाठी उपाययोजना होत्या. परंतु, नंतर अभिशासनाचा संपूर्ण आराखडा बदलण्यासाठी आदर्श नमुना म्हणून या अटींकडे बघितले गेले. 'नव उदारमतवादाची' वाढती लाट लक्षात घेता, कुठलाच देश यातून मुक्त नाही असे लक्षात येते. नव्या अनुभवजन्य संदर्भाने 'शासनाचा पुनराविष्कार' या स्वरूपात नवे सांकल्पनीकरण पुढे आणण्यास मदत केली. शासनाचा पुनराविष्कार म्हणजे लोकप्रशासनाची नवी भूमिका स्पष्ट करण्याचा प्रयत्न होय. सन १९९०च्या दशकातील भारतीय प्रशासनातील सुधारणा आर्थिक उदारीकरणाच्या धोरणावर आधारित होत्या.

उदारीकरणाप्रतीचा भारताचा विशिष्ट प्रतिसाद समजून घेताना, सन १९९१च्या औद्योगिक धोरण ठरावाने 'नोकरशाहीच्या अनावश्यक जाळ्यातून भारतीय औद्योगिक अर्थव्यवस्थेला' सोडविण्यासाठी राज्याच्या नियंत्रण कक्षेतील काही उपाययोजना सुचविल्या. चार विशिष्ट उपाययोजना सुचविण्यात आल्या होत्या. एक, शासनाने 'औद्योगिक परवाना धोरण' रद्द करण्याचा निर्णय घेतला. संरक्षण व नीती, सामाजिक प्रश्न, धोकादायक रसायने आणि पर्यावरण प्रश्न यांच्याशी संबंधित काही उद्योगांना यातून वगळण्यात आले होते. दोन, शासनाने 'उच्च प्राथमिक उद्योगक्षेत्रांमधील प्रत्यक्ष परराष्ट्र गुंतवणूक ५१ टक्के वाढविली' यातील अडथळे नाहीसे करण्यासाठी सन १९७३च्या परराष्ट्र विनिमय नियंत्रण कायद्यामध्ये दुरुस्ती सुचविण्यात आली. तीन, 'सार्वजनिक क्षेत्रातील आजारी उपक्रमांचे' संरक्षण काढून घेण्याचा निर्णय घेण्यात आला आणि 'कार्य सुधारणेवर अधिक भर' देण्यात येईल असे ठरविण्यात आले. यायोगे राज्यपुरस्कृत उपक्रमांमधील सर्व सहभागींकडून उत्तरदायित्वाची हमी दिली जाईल. 'मक्तेदारी आणि प्रतिबंधात्मक व्यापार पद्धती (MRTP) कायद्याअंतर्गत कार्यरत कंपन्यांच्या प्रारंभीच्या मर्यादा काढून टाकण्याचा प्रयत्न' या धोरणाद्वारे करण्यात आला. या धोरणाद्वारे, मक्तेदारी आणि प्रतिबंधात्मक व्यापार पद्धती कायद्यात दुरुस्ती सुचविण्यात आली, ज्यायोगे, नवे उपक्रम सुरू करणे, उपक्रमांची व्याप्ती वाढविणे, विलिनीकरण, एकत्रीकरण, कार्यभार हाती घेणे आणि काही विशिष्ट परिस्थितीत संचालकांची नियुक्ती करणे यासाठी केंद्र सरकारची पूर्वपरवानगी घेण्याची गरज काढून टाकण्यात आली. हे बऱ्यापैकी स्पष्ट आहे की, योजनेचा भर खाजगीकरण वाढवणे, परवाना तरतूद काढून टाकणे आणि विकेंद्रीकरण यावर होता.

आर्थिक सुधारणांच्या कालखंडात शासनाच्या अधिकारिता आणि नियंत्रण रचनेच्या भूमिकेला नवा अर्थ प्राप्त झाला. शासन अखत्यारितील संस्थांमधील अल्प उत्पादकता, गरजेपेक्षा अधिक कर्मचारीवर्ग, तंत्रज्ञान श्रेणीवाढीची कमतरता,

परताव्याचे अल्प प्रमाण इत्यादी लक्षात घेता पुनर्रचनेसाठी मोठे उपक्रम हाती घेण्यात आले. संसाधने उभारण्यासाठी आणि लोकसहभाग अधिक व्यापक करण्याच्या दृष्टीने सार्वजनिक क्षेत्र उपक्रमांमध्ये म्युचुअल फंड, वित्तीय संस्था, सामान्य लोक आणि कर्मचारी यांना समभाग देऊ करण्याचा निर्णय घेण्यात आला. त्याचप्रमाणे, आर्थिकदृष्ट्या दीर्घकाळ अडचणीत असणाऱ्या सार्वजनिक उद्योगांचे पुनरुज्जीवन आणि पुनर्वसन करण्यासाठी या उद्योगांना औद्योगिक आणि वित्तीय पुनर्बांधणी मंडळाकडे हस्तांतरित करण्याचा निर्णय घेण्यात आला. सार्वजनिक उद्योग मंडळांना या धोरणान्वये अधिक व्यवस्थापकीय स्वायत्ततादेखील देण्यात आली. खाजगी उद्योजकांचा सहभाग वाढवण्यासाठी राष्ट्रीय खनिज धोरणान्वये (१९९३) तेरा खनिज साठे खाजगी उद्योजकांसाठी अनारक्षित केले गेले. तसेच, १९९४च्या राष्ट्रीय दूरसंचार धोरणान्वये, मूलभूत दूरसंचार सेवांमध्ये खाजगी उद्योजकांना सहभागाची परवानगी देण्यात आली. सन १९९४च्या हवाई निगम कायद्यान्वये खाजगी हवाई संस्थांना नियमित अंतर्गत सेवा राबवण्याची परवानगी देण्यात आली. राष्ट्रीय महामार्ग वापरणाऱ्या लोकांवर पथकर लावण्यासाठी राष्ट्रीय महामार्ग कायद्यात सुधारणा करण्यात आली (भारत सरकार १९९७ ब: ९२). अशा प्रकारे, १९९१च्या नव्या आर्थिक धोरणाने राष्ट्राच्या भूमिकेचे लघु रूपांतर करण्याची कल्पना केली. तसेच, बाजारपेठेशी संबंध असलेल्या योजना तयार करण्यावर अधिक भर दिला.

सन १९९०च्या दशकाच्या उत्तरार्धामध्ये, सरकारी क्षेत्रातील उपक्रमांमध्ये निर्गुंतवणूक करण्याचे प्रयत्न केले गेले. परंतु, हे प्रयत्न वादविवादांमध्ये भरडले गेले आणि परिणामी, १९९६ साली निर्गुंतवणूक आयोगाची स्थापना करण्यात आली. पाचव्या वेतन आयोगाच्या अहवालाने (१९९४) असे नमूद केले की, ऊर्जा, दूरसंचार, रस्ते, बंदरे इत्यादी क्षेत्रांमध्ये गुंतवणुकीची कमतरता अधिक असल्याने मोठ्या प्रमाणात खाजगी गुंतवणूक होणे गरजेचे ठरते. अनेक राज्यांनी त्या त्या प्रदेशातील औद्योगिकीकरण वाढवण्यासाठी काही विशिष्ट मार्गांनी प्रत्यक्ष परराष्ट्र गुंतवणूक वेधून घेण्यास प्रारंभ केला. औद्योगिक उपक्रम स्थापन करण्यासाठीच्या याचिका जलद गतीने पुढे जाव्यांत म्हणून अनेक राज्यांनी एक खिडकी योजनेला सुरुवात केली. तसेच, मागासलेल्या प्रदेशांमध्ये उद्योग स्थापन करण्यासाठी उद्योजकांना उदारपणे अनुदाने देऊ करण्यात आली. सन १९९१-९२मध्ये १३२ कोटी अमेरिकी डॉलरपासून १९९५-९६मध्ये ५.३ अब्ज अमेरिकी डॉलरपर्यंत अशी भारतातील एकूण परराष्ट्र गुंतवणुकीतील वाढ बघता या सुधारणांचा परिणाम दिसून येईल. आर्थिक सुधारणांचा एक भाग म्हणून, वैधानिक स्वतंत्र नियंत्रण यंत्रणेच्या निर्मितीला मोठ्या प्रमाणात दुजोरा देण्यात आला.

विकेंद्रीकरण आणि स्थानिक संसाधने व तृणमूल पातळीवरील विश्वसनीय अभिशासन यासाठी स्थानिक लोकांचे सबलीकरण करणे ही १९९०च्या दशकानंतरची आणखी एक महत्त्वाची घडामोड होय. तृणमूल पातळीवरील लोकांच्या सबलीकरणाबाबतीत ७३व्या व ७४व्या घटनादुरुस्त्यांनी अतिशय महत्त्वाचे बदल सुचविले. हे बदल पुढील माध्यमांतून सुचवण्यात आले: (अ) नियमित निवडणुका; (आ) प्रशासकीय फर्मानांच्या माध्यमातून पंचायती राज संस्थांची होणारी गळचेपी कमी करणे; (इ) वित्तीय आयोगाकडून वैधानिक मार्गाने नियमित वित्त पुरवठा (चक्रबर्ती आणि पांडे २००८: २६२); (ई) स्त्रियांसहित समाजातील दुर्बल घटकांसाठी जागा राखीव ठेवणे. कुलदीप माथुर यांच्या म्हणण्यानुसार, 'राजकीय आणि प्रशासकीय अधिकारकक्षांमधील अंतर कमी करणे व विकेंद्रित संस्थांना लोकसहभागाच्या माध्यमातून अधिकाधिक बळ देणे' हे उद्दिष्ट होय (माथुर १९९२: २२). विकेंद्रीकरणाला स्पष्ट वैधानिक मान्यता असताना विकेंद्रीकरण पंचायतींच्या माध्यमातून लोकशाहीच्या काम करण्याच्या पद्धतीमध्ये मोठ्या प्रमाणात बदल घडवून आणू शकेल यात शंका नाही. हा केवळ स्थानिक अभिशासनामधील बदल नसून यायोगे राजकीय लोकशाहीची मुळे अधिक घट्ट रोवता येतील. पंचायती राज संस्थांच्या विचारधारा आधारित आराखड्यामध्ये जोपर्यंत बदल होत नाही तोपर्यंत 'संस्था उद्युक्त उपकरणात्मक विकेंद्रीकरण' अशी मर्यादा मात्र कायम राहते.

सन १९९६मधील मुख्य सचिवांच्या परिषदेमध्ये या नव्या परिस्थितीवरील भारताचा प्रतिसाद स्पष्टपणे मांडण्यात आला. उत्तरदायी, खुले, नागरिकांशी मैत्रीपूर्ण असे शासन असावे यावर या परिषदेमध्ये भर देण्यात आला. तसेच, कार्ये आणि सचोटीमध्ये सुधारणा घडवून आणण्यावरदेखील भर दिला गेला. नोकरशाहीची लोकांमधील प्रतिमा दूरस्थ, उदासीन, प्रक्रियाभिमुख, खराब दर्जा आणि संथपणा, भ्रष्टाचार आणि निष्कर्षासंबंधी उत्तरदायित्व नसणे या सर्व बाबींनी

अधोरेखित केली गेली होती असे या परिषदेने लक्षात आणून दिले (भारत सरकार १९९७ बी, १). या परिस्थितीचा पाठपुरावा करण्यासाठी या परिषदेमध्ये पुढील बाबी सुचवण्यात आल्याः

१. तक्रार निवारण यंत्रणा विकसित करणे.
२. लोकांशी संबंध येणाऱ्या प्रत्येक मंत्रालयाने नागरी सनदा प्रस्तावित करणे.
३. एच.डी. शौरी यांच्या अध्यक्षतेखाली माहितीचा अधिकार व पारदर्शकता यासंबंधी आंतरमंत्रालयीन कार्यगट स्थापन करावा.
४. एन.विठ्ठल यांच्या अध्यक्षतेखाली कर्मचारी यंत्रणा व सार्वजनिक सेवांचे संगणकीकरण करण्याच्या मुद्द्यासाठी तज्ज्ञगट स्थापन करावा.
५. केंद्र व राज्यांमध्ये, विशेषकरून, बदल्या व बढती यांसंबंधी नागरी सेवा सुधारणांना प्रारंभ करणे.

अशा प्रकारे, या परिषदेने परिणामकारक व प्रतिसादी प्रशासन स्वरूपावर राष्ट्रीय चर्चेला प्रारंभ करून दिला. याचाच परिणाम म्हणून, २४ मे १९९७ रोजी या परिषदेमध्ये कृती योजनेवर चर्चा होऊन ती मान्य केली गेली. या कृती योजनेचे तीन घटक आहेतः

१. उत्तरदायी व नागरिकांशी मित्रत्व असलेले शासन असावे.
२. पारदर्शकता व माहितीचा अधिकार.
३. सार्वजनिक सेवांची कार्ये व सचोटी यांमध्ये सुधारणा घडवून आणणे.

उत्तरदायी आणि नागरिकांशी मैत्रीचे नाते असणारे शासन असावे म्हणून, या कृतिगटाने केंद्र व राज्य पातळीवरील प्रत्येक विभाग आणि कार्यालयांमध्ये नागरी सनदांना प्रारंभ करावा असे सूचित केले. नागरी सनदा सर्वप्रथम ज्या विभागांचा लोकांशी जास्तीत जास्त संपर्क येतो अशा विभागांमध्ये पुढच्या तीन महिन्यांच्या काळामध्ये कार्यान्वित व्हाव्यात असे स्पष्ट करण्यात आले. सर्व केंद्रीय व राज्य पातळ्यांवर विविध विभागांमध्ये व विविध पातळ्यांवर नागरी सनदा कार्यान्वित करण्यात याव्यात. लोकांच्या तक्रारींचे परिणामकारक व तत्परतेने निवारण व्हावे हा यामागील हेतू होता. तसेच, सचिवालयापासून ते खेडेगावापर्यंत ही पद्धत पुढील तीन महिन्यांमध्ये कार्यान्वयित व्हावी असेही स्पष्ट केले गेले. सर्व पातळ्यांवर मोठ्या प्रमाणात विकेंद्रीकरण व प्रशासकीय अधिकारदान होणे गरजेचे आहे हे या कृतियोजनेने मान्य केले. राज्यघटनेतील ७३व्या व ७४व्या घटनादुरुस्तींना अनुसरून लोकसहभागाचे दृढीकरण करण्यावर या कृतियोजनेमध्ये भर देण्यात आला. तसेच, सेवा पुरवठा व प्रशासकीय अधिकारप्रदान यामध्येदेखील लोकांचा व स्वयंसेवी संस्थांचा सहभाग असावा यावर भर देण्यात आला.

कार्यालयीन कार्यवाहीमधील भ्रष्टाचारासाठी व्यवहारातील गुप्तता व पारदर्शकतेची कमतरता कारणीभूत आहे हे या परिषदेने मान्य केले. अशा प्रकारे, शासनाची कार्ये व निर्णय यांसंबंधीची माहिती लोकांना सुलभपणे मिळू शकेल यासाठी पावले उचलणे गरजेचे होते. याबाबतीत, माहितीच्या अधिकारावरील कार्यगटाच्या अहवालाचे परीक्षण करण्यासाठी शासन लवकरात लवकर आवश्यक ती पावले उचलेल. जेणेकरून, माहितीच्या स्वातंत्र्याचा कायदा लवकरात लवकर संसदेत मांडता येईल. नागरी सेवांची कार्ये व सचोटी यावर भर देणे हेदेखील या कृतिगटाचे उद्दिष्ट होते. सार्वजनिक सेवांमधील भ्रष्टाचाराचे निर्मूलन करावयाचे असेल तर प्रतिबंधात्मक, निरीक्षणात्मक आणि निवारक पद्धतीच्या कार्यवाहीची गरज आहे यावर एकमत होते. यासाठी, अन्वेषण संस्था व देखरेख यंत्रणेचे दृढीकरण करावे लागेल. व्यवहार्य आणि पारदर्शी निर्णय व्हावेत यासाठी संस्थात्मक रचना विकसित करण्याची गरज आहे हे मान्य करण्यात आले. या निर्णयांमध्ये पद नेमणूक, अधिकाऱ्यांची बढती व बदल्या असे निर्णय समाविष्ट होते. हे निर्णय काही महत्त्वाच्या क्षेत्रांमध्ये काम करणाऱ्या अधिकाऱ्यांच्या कार्यकालाची स्थिरता साध्य करण्यासाठी व त्यांचे मनोधैर्य कायम राहील या दृष्टीने प्रत्येक पातळीवर अराजकियीकरण व्हावे या दृष्टीने महत्त्वाचे होते.

वर नमूद केलेले नागरी सेवा सुधारणेचे सु-निर्देशित आराखडे पाहता, या दिशेने पाचव्या वेतन आयोगाच्या शिफारशी या दृष्टीने आणखी एक मैलाचा टप्पा होय असे लक्षात येते. सन १९९६च्या मुख्य सचिव परिषदेमध्ये मांडलेले हे उद्‍गार खरे मानून पाचव्या वेतन आयोगाच्या शिफारशी पुढीलप्रमाणे मांडता येतील: (अ) कार्याचे, ज्यामध्ये 'वस्तूंचे अपकार्य व व्यावसायिक सेवांचा पुरवठा' यांचा समावेश होतो, व्यावसायीकरण करून शासनाचा आकार लहान करणे; (आ) 'शासनाची प्रत्यक्ष भूमिका नसेल अशा प्रकारे कार्याचे खाजगीकरण करून शासन व्यवहारांमधील पारदर्शकता, मुक्तपणा आणि आर्थिक व्यवहार साध्य करणे आणि तसेच, ज्या सेवांचे कंत्राट देणे शक्य असेल त्या सोयीस्करपणे खाजगी क्षेत्राकडे देणे' (भारत सरकार १९९७अ: १२२-२३); आणि (इ) व्यवहाराच्या काही ठरावीक क्षेत्रांमध्ये कंत्राटी पद्धतीने नियुक्त्या करणे 'जेणेकरून कर्मचारी भरतीमध्ये एक प्रकारची लवचीकता साध्य करता येईल. ही लवचीकता तज्ज्ञांचा पाठीमागच्या दाराने, कामाची निकड लक्षात घेता नियुक्त अधिकाऱ्यांचा आकडा कमी-जास्त करणे आणि काही संवेदनशील/विशेष कामांसाठी कार्यक्षम व वचनबद्ध कर्मचाऱ्यांची उपलब्धता साध्य करणे या सर्व बाबतीत लागू आहे' (भारत सरकार १९९७अ: १७५).

या वेतन आयोगाने, केंद्रशासनाने नागरी सेवांच्या संख्येमध्ये ३०% कपात करावी असा सल्ला दिला. शासन संस्थेने 'अकार्यक्षमतेचे बेट' म्हणून आणि 'जडत्व' राखून कायम कामे करणे शहाणपणाचे ठरणार नाही असे या आयोगाचे मत होते असे याचे कारण होते. सेवेची २० वर्षे पूर्ण केल्यानंतर स्वेच्छानिवृत्ती स्वीकारण्याची प्रक्रिया कायम ठेवण्यात येईल असे नमूद करण्यात आले. त्याचबरोबर, ज्या विभागांमध्ये गरजेपेक्षा अधिक मनुष्यबळ दिसून येते अशा विभागांसाठी आयोगाने स्वेच्छानिवृत्ती स्वीकारण्याची नेमकी योजना असावी अशी शिफारस आयोगाने केली. अशा बाबींमध्ये, व्यक्तींच्या निवडक निवृत्तीची तरतूद असेल, यासाठी पुढाकार घेणे मात्र शासनाच्या हातात असेल. शासनाची भूमिका प्रत्यक्ष अभिशासनापेक्षा अभिशासन धोरण विकसित करण्यात अधिक असेल असेदेखील वेतन आयोगाने स्पष्ट केले. अधिकाधिक शासन विभागांनी प्रगती करण्यास प्रतिबंध करण्यापेक्षा प्रगती करण्यास आवश्यक सोयीसुविधा उपलब्ध करण्याचे कार्य करावे. शासकीय व खाजगी क्षेत्रातील उपक्रम व देशांतर्गत आणि परराष्ट्र कंपन्या समान पातळीवर असाव्यात या दृष्टीने नवीन नियंत्रक संस्था निर्माण करून अमलात आणाव्यात असे सुचवण्यात आले. तसेच, नियंत्रित किंमत यंत्रणेऐवजी बाजारपेठ आधारित किंमत यंत्रणा अमलात आणावी अशीदेखील शिफारस करण्यात आली (भारत सरकार १९९७ अ: ९३)

५ ऑक्टोबर २००६ रोजी भारत सरकारने सहावा वेतन आयोग स्थापन केला. या आयोगाने २४ मार्च २००८ रोजी अहवाल सदर केला. वेगाने होणारी तंत्रज्ञान प्रगती आणि माहितीचा हक्क व वित्तीय जबाबदारी आणि अंदाजपत्रक व्यवस्थापन कायदा (FRBM) कार्यान्वित झाल्यानंतर भारतात स्थापन करण्यात आलेला हा पहिला केंद्रीय वेतन आयोग होता. काटेकोर वित्तीय शिस्त आणि पुरवठा यंत्रणांच्या संदर्भाने शासन यंत्रणेने अधिक चांगल्या कामकाजासाठी तत्पर असणे आवश्यक होते. सहाव्या केंद्रीय वेतन आयोगाच्या 'संदर्भ अटीं'मध्ये या अत्यावश्यक बाबी प्रतिबिंबित झाल्या होत्या. यानुसार आयोगाने क्रमबद्ध बदल सुचविणे आवश्यक ठरले (अ) लोकसेवेचा हेतू असलेल्या केंद्रशासन संस्थांचे स्वरूप बदलून त्यांचे रूपांतर आधुनिक, व्यावसायिक आणि नागरिकांशी स्नेहपूर्ण संबंध असलेल्या एककांमध्ये करणे; आणि (आ) नव्याने उलगडलेल्या जागतिक आर्थिक परिस्थितीच्या मागण्यांची केंद्रीय शासन संस्थांच्या कार्यपद्धतीशी सांगड घालणे.

म्हणून, सहावा केंद्रीय वेतन आयोग हा केवळ शासकीय कर्मचाऱ्यांसाठीची वेतनप्रणाली नसून त्यायोगे सामान्य व्यक्तींना अधिक चांगल्या सेवा पुरविण्यासाठी पुरवठा यंत्रणा सुधारण्यात याव्या हे लक्षात घेऊन शासन रचनेचे सुसूत्रीकरण करण्याचा प्रयत्न होता. सुशासनाकडे कल असलेल्या आयोगाच्या मुख्य शिफारशी पुढीलप्रमाणे होत: स्तरांमध्ये कपात, सार्वजनिक सेवांच्या प्रतिमेची पुनःस्थापना, उत्तरदायित्वासह अधिकारदान आणि शासनाकडील सर्वोत्तम क्षमतेच्या उपलब्धतेबाबत हमी व कार्याधारित लाभांश योजना राबविणे.

भारतातील नागरी सेवांच्या क्रमविकासामध्ये सहावा वेतन आयोग अनेक कारणांसाठी एक महत्त्वाचा टप्पा ठरला. आगामी काळातील जागतिक पद्धतीनुसार नोकरशाहीचे पुनर्रेखन करण्याचा प्रयत्न या आयोगाद्वारे करण्यात आला. म्हणून, हा आयोग सर्वसाधारण आयोग नव्हता असे म्हणता येईल. प्रशासकीय श्रेणीय पद्धतीमध्ये महत्त्वपूर्ण बदल सुचवून आयोगाने 'अ-नोकरशाहीकरणाच्या' (नोकरशाहीतील दोषनिवारण) दिशेने करण्यात येणारे प्रयत्न सत्यात उतरविले असे म्हणता येईल.

अशा प्रकारे, सन १९९०च्या दशकामध्ये भारतामध्ये प्रारंभिलेल्या उदारीकरणातील सुधारणांचे नोकरशाहीवर व्यापक परिणाम झाले. आता, पारदर्शी, उत्तरदायी व प्रतिसादी प्रशासनावर भर आहे. नोकरशाही यंत्रणेने अधिक परिणामकारक व कार्यक्षम पद्धतीने नागरिकांना सेवा पुरवाव्यात अशी अपेक्षा व्यक्त केली जाते. व्यावसायिकता हा प्रशासनासाठीचा मूलमंत्र मानला जात आहे.

टिपा

१. ही सन १९६६च्या अंदाज समिती अहवालाची संक्षिप्त मांडणी होय. माहेश्वरी (१९९५, १५५)मध्ये उपलब्ध.
२. फ्रेड डब्ल्यू. रिज आणि दया कृष्ण यांच्यातील विकासावरील चर्चा (१९६६) – अरोरा आणि गोयल (१९९५, ५५९)मध्ये नमूद केल्याप्रमाणे.
३. पहिल्या प्रशासकीय सुधारणा आयोगाची तुलना हूवर आयोगाबरोबर केली जाते. हूवर आयोगाने दुसऱ्या महायुद्धानंतरच्या काळामध्ये अमेरिकी प्रशासनामध्ये सुधारणा घडवून आणण्यासंबंधी शिफारशी केल्या.
४. भारत सरकार (२००७) मधील नोंदींना अनुसरून. इतर कुठला संदर्भ न दिल्यास हा ग्राह्य धरावा.
५. भारत सरकार (२००८ ए, २२३)मधील संक्षिप्त भाग.
६. अधिक तपशीलासाठी लेविस आणि कंजी (२००९, ६४–६५).
७. (अ) भारत हेवी इलेक्ट्रिकल लिमिटेड (BHEL), (आ) भारत पेट्रोलियम कॉर्पोरेशन लिमिटेड (BPCL), (इ) गॅस ॲथॉरिटी ऑफ इंडिया लिमिटेड (GAIL), (ई) हिंदुस्थान पेट्रोलियम कॉर्पोरेशन लिमिटेड (HPCL), (उ) इंडियन ऑइल कॉर्पोरेशन लिमिटेड (IOC), (ऊ) इंडियन पेट्रोकेमिकल्स लिमिटेड (IPCL), (ए) महानगर टेलिफोन निगम लिमिटेड (MTNL), (ऐ) नॅशनल थर्मल पॉवर कॉर्पोरेशन लिमिटेड (NTPC), (ओ) ऑइल अँण्ड नॅचरल गॅस कमिशन लिमिटेड (ONGC), (औ) स्टील ऑथॉरिटी ऑफ इंडिया लिमिटेड (SAIL), आणि (क) विदेश संचार निगम लिमिटेड (VSNL).
८. (अ) कोल इंडिया लिमिटेड, (आ) इंडियन ऑइल कॉर्पोरेशन (IOC), (इ) नॅशनल थर्मल पॉवर कॉर्पोरेशन (NTPC), (ई) ऑईल अँण्ड नॅचरल गॅस कमिशन (ONGC) आणि (उ) स्टील ऑथॉरिटी ऑफ इंडिया (SAIL).
९. या चर्चेला चक्रबर्ती आणि पांडे (२००८, १९४–२०३) चा संदर्भ आहे. इतर कुठला संदर्भ न दिल्यास हा ग्राह्य धरावा.
१०. योकोहामा स्ट्रॅटेजी अँण्ड प्लॅन ऑफ ॲक्शन्स फॉर अ सेफर वर्ल्डः नैसर्गिक आपत्ती प्रतिबंध, सज्जता व उपशमन याबाबतची नियमावली. ही नियमावली म्हणजे २३ मे ते २७ मे १९९४ रोजी योकोहामा, जपान येथे घेण्यात आलेल्या वर्ल्ड कॉन्फरन्स ऑन नॅचरल डिझॅस्टर रिडक्शनचे फलित आहे.

संदर्भ

Arora, Ramesh K., and Rajni Goyal.1995. *Indian Public Administration: Institutions and Issues.* New Delhi: Wishwa Prakashan.

Banks, Nicola, David Hume, and Michael Edwards. 2015. 'NGOs, States and Donors Revisited: Still Too Close for Comfort?' *World Development* 66: 707–18.

Bhatnagar, Subhash C. 2008. 'E-Government: Building a SMART Administration for India's States'. In *The Governance Discourse: A Reader,* edited by Bidyut Chakrabarty and Mohit Bhattacharya, 247. New Delhi: Oxford University Press.

Bhattacharya, Mohit. 2011. *Public Administration: New Issues and Perspectives.* New Delhi: Jawahar Publishers.

Brautigam, Deborah. 1991. 'Governance and Economy: A Review'. Working Paper, Policy and Review Departments, The World Bank, Washington D.C.

Camilla, Stivers. 2002. *Gender Images in Public Administration: Legitimacy and the Administrative State*. London: SAGE Publications.

Centre for Good Governance. 2008. Citizen's Charter: A handbook. Centre for Good Governance, New Delhi.

Cernea, M., ed. 1991. *Socio-economic and Cultural Approaches to Involuntary Population Resettlement.* The World Bank, Washington D.C.

Chakrabarty, Bidyut. 2006. 'Voluntary Associations and Development Imperatives: The Indian Experience'. In *Public Administration: A reader,* edited by Bidyut Chakrabarty and Mohit Bhattacharya, 315–16. New Delhi: Oxford University Press.

Chakrabarty, Bidyut, and Mohit Bhattacharya, eds. 2005. *Administrative Change and Innovation: A Reader*. New Delhi: Oxford University Press.

Chakrabarty, Bidyut, and Mohit Bhattacharya. 2008. 'Introduction'. In *The Governance Discourse: A Reader,* edited by Bidyut Chakrabarty and Mohit Bhattacharya, 4. New Delhi: Oxford University Press.

———. eds. 2008. *The Governance Discourse: A Reader.* New Delhi: Oxford University Press.

Chakrabarty, Bidyut, and Rajendra Pandey. 2008. *Indian Government and Politics*. New Delhi: SAGE.

Chakrabarty, Manas, and Ruchita Chakraborty. 2014, July. 'Disaster Management—The Cry of the Day'. *World Focus:* 17.

Dahrendorf, Ralph. 1996. 'Economic Opportunity, Civil Society and Political Liberty'. *Development And Change* 27(2): 231.

Das, S. K. 2013. *The Civil Services in India.* New Delhi: Oxford University Press.

Dror, Yehezkel. 1968, December. *'Specialists vs. Generalists'*. (TSS). Retrieved from www.dtic.tr/fulltext/42/680695.pdf (accessed on 25 April 2015).

Fernandes, Walter. 2008. *Sixty Years of Development-induced Displacement In India: Scale, Impacts and the Search for Alternatives in India.* Social Development Report 2008, Council for Social Development, New Delhi: Oxford University Press.

Fredrich, Carl J. 1989. 'Corruption Concepts in Historical Perspective'. In *Political Corruption: A Handbook*, edited by Arnold J. Heidenheimer, Michael Johnston and Victor T. LeVine, 15. New Brunswick: Transaction Publishers.

GOI. 1966. *Report of the Rural–Urban Relationship Committee.* Ministry of Health, Government of India, New Delhi.

———. 1966–70. *Report of the Administrative Reforms Commission.* Ministry of Home Affairs, Government of India, New Delhi.

———. 1968. *Report on the Machinery of the Government of India and its Procedures of Work.* Administrative Reforms Commission, Government of India, New Delhi.

———. 1997a. *Action Plan for Effective and Responsive Administration.* Statement Adopted at the Conference Of Chief Ministers, New Delhi.

———. 1997b. *Report of the Fifth Central Pay Commission.* Vol. 1. Ministry of Finance. Government of India, New Delhi.

———. 2001. *Handbook of Industrial Policy and Statistics*. Office of Economic Advisor, Ministry of Commerce and Industry, Government of India, New Delhi.

———. 2002. *Tenth Five Year Plan* (2002–2007). Vol. 1. Planning Commission, Government of India, New Delhi.

———. 2007, January. *Ethics in Governance*. Fourth Report, Second Administrative Reforms Commission, Government of India, New Delhi.

———. 2008a. *Eleventh Five Year Plan.*Vol. 1 (Inclusive Growth). Planning Commission, Government of India, New Delhi: Oxford University Press.

———. 2008b. *Refurbishing the Personnel Administration—Scaling New Heights.* Tenth Report of the Administrative Reforms Commission, Government of India, New Delhi.

———. 2011. *Disaster Management in India.* Ministry of Home Affairs, Government of India, New Delhi.

Jayal, Niraja Gopal. 1997, 22 February. 'The Governance Agenda: Making Democratic Development Dispensable'. *Economic and Political Weekly:* 412.

Kangle, R. P. 1972. *The Kautilya Arthasastra Part II.* Bombay: University of Bombay.

Kothari, Smitu. 1997. 'Whose Independence? The Social Impact of Economic Reforms in India'. *Journal of International Affairs* 51 (1): 85–116.

Lal, Deepak. 1964, 8 August. 'Generalists vs. Specialists in Indian Administration: A Comment'. *The Economic Weekly*: 1355–58

Lalitha, N. V., and Madhu Kohli. 1982. *Status of Voluntary Effort in Social Welfare.* National Institute of Public Cooperation and Child Development, New Delhi.

Leftwich, Adrian, ed. 1996. *Democracy and Development: Theory and Practice.* Cambridge: Polity Press.

Lewis, David, and Nazneen Kanji. 2009. *Non-governmental Organizations and Development.* London: Routledge.

Maheswari, S. R. 1995. *Indian Administration*. 5th ed. New Delhi: Orient Longman.

Malena, Carmen, Reiner Forster, and Janmejay Singh. 2004. 'Social Accountability: An Introduction to the Concept and Emerging Practice'. Social Development Papers: Participation and Civic Engagement, The World Bank, Washington D.C.

Marx, Fritz Morstein. 1949. 'Administrative Ethics and the Rule of Law'. *The American Political Science Review*: 1127–28.

Mathew, P. D. 1994. *Law for the Protection of Human Rights in India.* Legal Literacy Series (38). New Delhi: Indian Social Institute.

Mathur, B. P. 2012. 'Accountability of Civil Services: Creating an Institutional Framework'. IJPA LVIII (4, October–December): 680.

Mathur, Kuldeep. 1996. 'Challenge of Good Governance: India in the Post-economic Reform Period'. In *Fiscal Policy, Public Policy and Governance*, edited by Shome Parthasarathi, 315. New Delhi: NIPF & P.

———. 1999. 'Strengthening Bureaucracy: State and Development in India'. *Indian Social Science Review* 1 (January–June): 22.

Mitlin, David, S. Hickey, and A. Bebbington. 2007. 'Reclaiming Development: NGOs and the Challenge of Alternatives'. *World Development* 35 (10): 1699–1720.

MRD (Ministry of Rural Development). 1994. *National Policy for Development-induced Displacement and Rehabilitation of Persons Displaced as a Consequence of Acquisition of Land.* 2nd draft. MRD, Government of India, New Delhi.

Planning Commission. 1951.*First Five Year Plan (1951–56)*. Planning Commission, Government of India, New Delhi.

———. 1961. *Report of the Third Five Year Plan (1961–66)*. Planning Commission, Government of India, New Delhi.

Prasad, Kamala. 2006. *Indian Administration: Politics, Policies and Prospects*. New Delhi: Pearson-Longman.

Roy, Ashok Mohan. 1964, 13 June. 'Generalists vs. Specialists in Indian Administration–1'.
The Economic Weekly: 1059–64.

Roy, Jaytilak Guha. 2003. 'Human Rights Dimensions of Public Administration in India'. In *Public Administration: A Reader*, edited by Bidyut Chakrabarty and Mohit Bhattacharya, 382–400. New Delhi: Oxford University Press.

Rudolph, S. H. 2000, 30 May. 'Civil Society and the Realm of Freedom'.*Economic and Political Weekly*: 1762.

Shantanam, K. 1964. *Report of the Committee on Prevention of Corruption.* New Delhi: Government of India Press.

Sharma, Pradeep K., and Mandakini Devasher. 2007. 'Right to Information in India: Legislation and Beyond'. In *Decentralisation: Institutions and Politics in Rural India,* edited by Satyajit Singh and Pradeep K. Sharma, 356. New Delhi: Oxford.

Singh, Amita. 2002. *Public Administration: Roots and Wings*. New Delhi: Galgotia Publishing.

Stivers, Camilla. 2000. *Gender Images in Public Administration: Legitimacy and the Administrative State*. 2nd ed.Thousand Oaks: SAGE.

Self, Peter. 1981. *Administrative Theories and Politics*. 1st Indian ed. New Delhi: S. Chand & Company.

Tendulkar, Suresh D., and T. A. Bhavani. 2007. *Understanding Reform: Post 1991 India*. New Delhi: Oxford University Press.

The Industrial Policy Resolution. 1948. Retrieved from http://www.dcmsme.gov.in/policies/iip.htm#Indus1 (accessed on 12 December 2015).

The Report of the Fulton Committee. 1968. Her Majesty's Stationary Office, London.

The World Bank. 1989.*Sub-Saharan Africa: From Crisis to Sustainable Growth: A Long Term Perspective Study*. Washington D. C.: The World Bank.

The World Bank. 1992. *World Development Report.* New York: Oxford University Press.

Transparency International India. 2005, 30 June. 'India Corruption Study 2005: To Improve Governance: Volume I—Key Highlights New Delhi' (Archived from the original [PDF] on 11 August 2013).

UNDP (United Nations Development Programme). 1997. 'Reconceptualising Governance'. Discussion Paper No. 2, UNDP, New York.

Vallabhbhai Patel's address in the Constituent Assembly. 1949. *The Constituent Assembly Debates*, Vol. X, p. 978, 25 November.

Vittal, N. 2002. 'Reform Initiatives in Administration'. Mimeograph, Indian Institute of Public Administration, New Delhi.

Wilson, Woodrow. 1887, 2 June. 'The Study of Administration'. Political Science Quarterly: 197–222.

उपसंहार

१

भारतीय प्रशासनावरील प्रस्तुत पुस्तकामध्ये तीन मुख्य कल्पना मांडण्यात आल्या आहेत. एक, प्रस्तुत विवेचन, संस्थात्मक चौकटीतील प्रशासन प्रक्रियांवर लक्ष केंद्रित करत असताना, प्रचलित सामाजिक-आर्थिक परिस्थितीचा संदर्भ न घेता, केवळ संरचनात्मक दृष्टिकोनातून केलेला अभ्यास अपुरा ठरेल या युक्तिवादाला बळकटी देते. प्रशासन प्रक्रियेच्या अभ्यासातून प्रत्यक्ष प्रशासनातील वेगवेगळ्या घटकांचे क्लिष्ट परस्परसंबंध समजून घेणे आपल्याला शक्य होते. दोन, समकालीन जालीय संबंधांच्या समाजामध्ये, (माहिती-तंत्रज्ञानाधारित समाज) प्रशासनाच्या प्रत्यक्ष कामकाजावर परिणाम करणारे राजकारण, सत्ता समीकरणे यांच्याशी प्रशासनाचे असलेले परस्परसंबंध विशिष्ट ऐतिहासिक संदर्भाने समजून घेण्यासाठी लोकांनी संवेदनशील असणे ही पूर्वअट आहे असे म्हणता येईल. म्हणून, प्रशासन हा केवळ एखाद्या परिस्थितीला दिलेला प्रतिसाद नसून वर्तमानातील मागण्यांना समजून उमजून दिलेला प्रतिसाद होय. परंतु, अशा मागण्या समजून घेताना तत्कालीन राजकारणाचा संदर्भदेखील महत्त्वाचा ठरतो. तीन, जागतिकीकरणाच्या संदर्भाने, देशांतर्गत प्रशासनावर आधारित जागतिक परिस्थिती समजून घेणे आवश्यक ठरते. देशांतर्गत प्रशासन हाताळत असलेल्या प्रश्नांना आंतरराष्ट्रीय छटा असते हे यामागील मुख्य कारण होय. अशा प्रकारे, प्रशासन म्हणजे जागतिक आणि एतद्देशीय परिप्रेक्ष्यात दिलेला जाणीवपूर्वक प्रतिसाद होय. एतद्देशीय समस्यांना जागतिक पातळीवर किंवा जागतिक समस्यांना स्थानिक पातळीवर महत्त्व असू शकते हे तथ्यदेखील लक्षात घ्यावे लागते हे याचे कारण आहे.

सांप्रत काळातील प्रशासन म्हणजे ऐतिहासिक चौकटीत जैविक परस्परसंबंध असलेल्या प्रक्रिया होत हा मूलभूत अर्थ येथे अभिप्रेत आहे. प्रशासन विशिष्ट सामाजिक-आर्थिक परिस्थितीच्या प्रतलावर असलेल्या सामाजिक संरचनेमध्ये कार्यरत असते या संदर्भाने हा संकल्पनात्मक मुद्दा अधोरेखित करणे गरजेचे आहे. एखाद्या विशिष्ट राजकीय-वैचारिक चौकटीत विवक्षित स्वरूप असलेल्या प्रशासनाचे सर्वत्र लागू करता येईल असे एकमेव प्रारूप असणे अशक्य आहे. प्रशासन हे परिस्थितीसापेक्ष असल्याने ते सर्वत्र एकसारखे लागू होऊ शकत नाही.

भारतीय प्रशासनाचा क्रमविकास हा गुंतागुंतीचा असल्याने त्याचा अभ्यास करण्याची प्रक्रिया मूलतः गुंतागुंतीची आहे. अभिशासनाचे वेस्टमिन्स्टर प्रारूप स्वीकारले गेल्याने, तसेच वसाहतवादी कालखंडात स्वीकारलेली समयोचित प्रशासन पद्धती यामुळे हा क्रमविकास निदर्शनास येतो. वसाहतवादी राजवट निर्दयी व भेदभाव करणारी असली तरीदेखील त्या काळात प्रबोधनाचा मुद्दादेखील अधोरेखित झाला होता. हा विचार वसाहतींतील स्व-शासनाला साहाय्य करणाऱ्या पुरोगामी राजकीय शक्तींचे प्रतिनिधित्व करीत होता. अशा प्रकारे, शासितांमधील गटांनी प्रबोधन आणि स्व-शासन ही दोन्ही उद्दिष्टे न्याय्य ठरविली असल्याने ब्रिटिश राज्यकर्त्यांसमोर विरोधाभास असलेली परिस्थिती निर्माण झाली. तथापि, या विरोधाभासामुळे निर्माण झालेल्या परिस्थितीमध्ये भारतीयांनी व भारतामध्ये स्व-शासन असावे असे मत असलेल्या राज्यकर्त्यांनी उदारमतवादी राष्ट्रवादाचे सांकल्पनीकरण केले होते. कदाचित या कारणामुळे ब्रिटिश राजवटीच्या काळातील भारतीय प्रशासनाने राष्ट्रवाद्यांच्या सामाजिक-आर्थिक परिस्थितीशी संबंधित तक्रारी समजून घेतल्या. वसाहतवादाची विचारधारा प्रमुख मानली जात असल्याने, प्रशासनाच्या कार्यवाहीमध्ये कुठलाही अडथळा आला नाही. ब्रिटिशविरोधी राष्ट्रीय चळवळींच्या काळातदेखील या विचारधारेने नव्या परिस्थितीशी जुळवून घेतले होते. म्हणजेच, या विचारधारेमध्ये सातत्य राहिले. जोपर्यंत भारतीयांचा वसाहतवादाला पाठिंबा होता, तोवर त्यांना प्रशासनात सामावून घेतले गेले. वसाहतवादी कालखंडातील प्रशिक्षणामुळे त्यांना (भारतीयांना) प्रशासनाच्या प्रत्यक्ष कार्यवाहीमधील गुंतागुंत लक्षात येणे शक्य झाले. ब्रिटिश राज्यकर्ते निघून गेल्यानंतर प्रशासन संस्थांमध्ये मात्र सातत्य ठेवण्यात आले. या संस्थांचे मूळ स्वरूपदेखील पूर्वीसारखेच होते. सन १९४७मध्ये भारताची फाळणी झाल्यानंतर परिस्थिती अधिक चिघळू नये या हेतूने

ब्रिटिशांनी देऊ केलेल्या भारतीय नागरी सेवांच्या चौकटीमध्ये सातत्य राखण्याचा पर्याय निवडण्यात आला. ब्रिटिशांनी १९४७ साली विहित पद्धतीने भारतीयांकडे सत्तेचे हस्तांतरण केले व राष्ट्रीय नेतृत्वाला प्रशासनाची नवी रचना स्वीकृत करणे शक्य असले तरी, ब्रिटिशकालीन रचनेबाबत कुठलेही गंभीर आक्षेप घेतले गेले नाहीत. स्वतंत्र भारताने केंद्रीकृत व पदसोपान रचनेच्या नागरी सेवा स्वीकृत कराव्यात याबाबत घटनासमितीमध्ये चर्चा झाल्या असल्या तरीदेखील भारतातील जातीय दंगलींच्या पार्श्वभूमीवर प्राप्त परिस्थिती लक्षात घेता, घटनाकारांमध्ये सुरुवातीला असलेले मतभेद बाजूला सारले जाऊन पूर्वीचीच रचना कायम ठेवण्यात आली.

संरचनेमधील सातत्याबरोबरच भारतीय प्रशासनामध्ये ब्रिटिशकालीन प्रबोधनाची मूल्येदेखील जतन करण्यात आली. यामध्ये उदारता, करुणा आणि सहिष्णुता यांसारख्या मूल्यांच्या समावेश होता. परिणामी, वसाहतवादी परंपरेमध्ये काम केलेल्या प्रशासकांसाठी ब्रिटिश राज्यकर्ते निघून गेल्यानंतर राष्ट्रीय पुनर्बांधणीमध्ये सक्रिय सहभाग घेणे सहज शक्य झाले. प्रशासकांसाठी प्रशासन म्हणजे कालनुरूप मागण्यांच्या संदर्भाने परिणामकारक पद्धतीने पार पाडावयाचे कार्य होते. स्वातंत्र्योत्तर कालखंडात बदललेल्या सामाजिक-आर्थिक परिस्थितीमध्ये त्यांची भूमिकादेखील बदलली होती. स्वातंत्र्योत्तर कालखंडातील नागरी सेवांच्या विश्लेषणावरून असे लक्षात येते की, नोकरशाही आणि राजकारण सतत संपर्कात असल्याने नोकरशाही वस्तुनिष्ठ असणे जवळजवळ अशक्य आहे: एकीकडे, त्यांच्या भूमिका पार पाडताना कुठलाही पूर्वग्रह न बाळगल्याने प्रशासक वस्तुनिष्ठ आहेत असे मानता येईल; मात्र, दुसरीकडे, ते सत्तेत असलेल्या राजकीय पक्षाच्या विचारधारेप्रती वचनबद्ध असल्याने वस्तुनिष्ठ आहेत असे म्हणणे योग्य ठरणार नाही. हे संकल्पनात्मक स्थान भारतीय नागरी सेवांद्वारे सुस्पष्ट व्यक्त झाले आहे, ज्यामध्ये सेवांचे मूळ वसाहतवादामध्ये असले तरी, या सेवांनी या तरुण देशापुढील आव्हानांना तोंड देण्याचे सामर्थ्य दाखविले आहे.

२

स्वातंत्र्यप्राप्तीमुळे भविष्यातील उद्दिष्टे साध्य करणारा एक आशेचा किरण दाखवला होता आणि भारतीय प्रशासन हे भारतामध्ये उद्दिष्टांशी सुसंगत अशी पावले उचलून ही उद्दिष्टे साध्य करण्यासाठी साधन होते. भारताचे पहिले पंतप्रधान, जवाहरलाल नेहरू यांनी भारतासाठी राज्यपुरस्कृत नियोजित विकासाचे प्रारूप सुयोग्य आहे असे मत नोंदविले होते. देशातील नागरी सेवांनीदेखील हेच प्रारूप धोरणात्मक प्राधान्यक्रम म्हणून स्वीकारले. या परिस्थितीमध्ये, देशाला मार्गदर्शनाची गरज असताना राज्याची भूमिका मध्यवर्ती ठरणार होती. स्वातंत्र्योत्तर काळात भारतासाठी आर्थिक विकासाच्या इतर कुठल्याही प्रारूपापेक्षा नेहरूंचे प्रारूप सुयोग्य ठरेल याबाबत राष्ट्रवादी नेतृत्व व नोकरशहा या दोहोंमध्ये एकमत होते. नेहरूंसाठीही, हेच प्रारूप पुढे अव्याहत चालविणे सोपे होते कारण ज्यामध्ये प्रत्येकजण सामावला जाईल असा एक वैचारिक मध्य विकसित करून त्यांनी पोषक वातावरण निर्माण केले. स्वातंत्र्योत्तर काळात नेहरूंच्या राज्य-निर्देशित विकासाची प्रशंसा झाली असली तरीदेखील, नेहरूंचे हे प्रारूप सदोष होते असे सिंहावलोकन केले असता लक्षात येते. सत्तेतील पक्षाप्रती वचनबद्ध असल्याने, जे प्रशासनामध्ये सहभागी होते त्यांना कोणताही बदल जाणवला असण्याची शक्यता नाही कारण ते वैयक्तिक कल बाजूला ठेवून एक नागरी सेवक म्हणून स्वतःची कर्तव्ये पार पाडत होते. भारतातील स्वावलंबी विकासाच्या टप्प्यावर राज्याची भूमिका मध्यवर्ती ठरली व राज्याखेरीज इतर सर्व संस्था मागे सारल्या गेल्या.

सन १९७०च्या दशकाच्या मध्यापर्यंत हा टप्पा या ना त्या स्वरूपात कायम राहिला; तद्नंतर अभिशासनाच्या क्षेत्रामध्ये जागतिकीकरणाला प्रारंभ झालेला दिसतो. आता प्रशासकांना राज्याचा पुढाकार असलेला विकासाचा रूपबंध प्रभावी असला तरीदेखील विकास साध्य करण्यासाठी नियंत्रणमुक्ततेची गरज आहे याची जाण होती. राजकीय नेतृत्वाने राज्यचलित नियोजित विकास प्रारूपाला पर्यायी प्रारूप असू शकते ही शक्यता पडताळून बघण्याची तयारी दर्शविल्याने सन १९८०च्या दशकाच्या सुरुवातीला जागतिकीकरणासाठी पोषक वातावरण निर्माण झाले. सन १९९१ साली नव्या

आर्थिक धोरणान्वये खाऊजा संस्कृतीस मूलतः मान्यता देऊन भारत सरकारने नवे आर्थिक धोरण स्वीकारल्यानंतर या टप्प्याला पूर्णविराम मिळाला. भारतामध्ये उदारीकरण झाले; मात्र त्याचे स्वरूप काहीसे भिन्न होते हे येथे नमूद करावे लागेल. प्रस्तुत पुस्तकामध्ये या आधी नमूद केल्याप्रमाणे, सन १९९१च्या औद्योगिक धोरण ठरावान्वये, आतापर्यंत सार्वजनिक क्षेत्रासाठी राखीव असलेली क्षेत्रे खुली करण्याकरता औद्योगिक क्षेत्रातील परवाना धोरण रद्दबातल ठरविण्यात आले व परकीय गुंतवणुकीला व तंत्रज्ञानाच्या देवाणघेवाणीला चालना देण्यात आली. भारतीय अर्थव्यवस्थेला जागतिक अर्थव्यवस्थेतील मुख्य कर्ता म्हणून स्थान मिळवून देण्याकरता उत्पादकतेत शाश्वत वृद्धी, लाभदायी रोजगारामध्ये वाढ व आंतरराष्ट्रीय स्पर्धात्मकतेशी जुळवून घेण्यासाठी मानवी संसाधनाचा सदुपयोग ही मुख्य उद्दिष्टे ठरवण्यात आली होती. भारतीय अर्थव्यवस्थेची अपेक्षित वाढ नोकरशाहीच्या धोरणांमुळे खुंटली असल्याची शक्यता विचारात घेऊन, या अर्थव्यवस्थेचा वृद्धिदर कायम राखण्यासाठी भारतीय अर्थव्यवस्था नोकरशाहीच्या विळख्यातून बाहेर येणे आवश्यक होते.

राष्ट्र-राज्य म्हणून वृद्धीच्या विविध टप्प्यांमधून विकसित झालेला भारत, स्वावलंबी राज्य ते संपूर्ण नियंत्रणमुक्त राज्य असा मूलगामी बदल घडून आला. या बदलत्या संदर्भामध्ये, भारतीय प्रशासनाने अभिशासनाची नवी तंत्रे व साधनांच्या माध्यमातून नव्या आव्हानांचा सामना अधिक परिणामकारक पद्धतीने केला असे लक्षात येते. प्रशासन उद्दिष्टप्रेरित असल्याने कायमच 'साधनभूत' मानले गेले आहे हा मुद्दा येथे अधोरेखित होतो. तसेच, राजकीय प्राधान्यांची परिपूर्ती होण्याच्या दृष्टीने भारतीय प्रशासनाचा अडथळा होणार नाही हे तथ्यदेखील अधोरेखित झाले. राजकीय निर्णयांचे धोरणांमध्ये रूपांतर करणारे किंवा धोरणांची अंमलबजावणी करणारे (प्रशासक) यांना नागरी सेवक म्हणून त्यांना त्यांची कर्तव्ये पार पाडण्यास सांगितले गेले तेव्हा त्यांनी जी निवड केली ती विसंगत ठरली नाही. नोकरशहा व मंत्री यांमध्ये संघर्ष असल्याने प्रशासन विस्कळीत झाल्याचीदेखील काही दुर्मीळ उदाहरणे आहेत. सर्वसाधारणपणे, नोकरशहा व मंत्र्यांमधील परस्परसंबंध सलोख्याचे व सुरळीत असल्याचे दिसते. याचे मूळ भारतातील लोकशाही व्यवस्थेमध्ये आहे असे मानले जाते; या व्यवस्थेमध्ये निवडून आलेले नेते लोकप्रतिनिधी असल्याने ते अधिक वरचढ मानले जातात. अशा प्रकारे, राजकीय नेतृत्वाने जी लोकहितैषी धोरणे राबवायचा निर्णय घेतला आहे त्या आधाराने कृती करणे प्रशासकांकडून अपेक्षित असते.

३

सार्वजनिक सेवांना सार्वजनिक विश्वस्त संस्था असेदेखील म्हटले जाते. या जाणिवेमध्येच त्याचा विशिष्ट अर्थ दडलेला आहे. नागरिकांचा विश्वास संपादन करणे म्हणजे जनहितैषी किंवा सार्वजनिक हित लक्षात घेऊन, राजकीय प्रक्रियेनुसार मान्यता असलेली कर्तव्ये चोख पार पाडणे होय. गेल्या काही वर्षांत अभिशासनातील नीतिमूल्यांची घसरण झाल्याने वरील परिस्थिती अनुभवास येईलच असे नाही. शासकीय व्यवहारांचे वाढते अधःपतन झाल्याने सांप्रतच्या सैद्धान्तिक चर्चांमध्ये अभिशासनातील नैतिकतेचे महत्त्व अधोरेखित झाले आहे. लोकप्रशासनातील नीतिमूल्यांचा अभाव व त्यामुळे फोफावणारा 'भ्रष्टाचार' या बाबी या अधःपतनास जबाबदार आहेत असे म्हणता येईल. शासनाचे कार्यक्षेत्र व्यापक झाल्याने नोकरशाहीकडे केवळ 'संपत्तीचे संकलन करणारी यंत्रणा' या अर्थाने बघण्यात आले. त्यामुळे एक 'लोकहितैषी संरक्षक' म्हणून असलेली भूमिका किंवा वेबरच्या सिद्धान्तानुसार प्रशासनाची 'तटस्थ' यंत्रणा या भूमिकांकडे दुर्लक्ष झाले. साधारणपणे, कुठल्याही व्यवस्थेतील भ्रष्टाचार हा पुढील तीन घटकांची निष्पत्ती असते: (अ) मूल्यांबाबतच्या स्व-जाणिवेची कमतरता, (आ) सामाजिक मूल्यांचे अधःपतन, आणि (इ) प्रशासन व्यवस्थेतील मूल्यांवरील भर कमी होणे. एकूण या घटकांमुळे आपले लक्ष अशा परिस्थितीकडे वेधले जाते जेथे एकूणच मूल्यांचा ऱ्हास झाला असून प्रशासन सामाजिक प्रक्रियांचा अविभाज्य भाग असल्याने या परिस्थितीपासून अलिप्त राहू शकत नाही.

भ्रष्टाचाराची समस्या अधिक परिणामकारक पद्धतीने हाताळण्यासाठी भारत सरकारने संथानम समितीची स्थापना केली. या समितीने सूचित केल्याप्रमाणे, भ्रष्टाचार नागरी सेवांच्या केवळ कनिष्ठ स्तरांवर होत नसून वरिष्ठ स्तरांवरील उच्चपदस्थ

अधिकाऱ्यांची भ्रष्टाचारामधील सहभागाची उदाहरणे पाहावयास मिळतात, ही धोक्याची सूचना आहे. नागरी सेवकांवर असलेले भ्रष्टाचाराचे आरोप तपासून पाहण्यासाठी या आयोगाने केंद्रीय दक्षता आयोगाची स्थापना करावी असे सुचविले. पहिल्या प्रशासकीय सुधारणा आयोगाच्या अहवालाने बदललेल्या सामाजिक–आर्थिक परिस्थितीमध्ये प्रशासन काटेकोर होण्यासाठी उपाययोजनांची तपशीलवार सूची केली आहे. यातून काही निश्चित मूलभूत फलनिष्पत्ती झाली. लोकपाल (केंद्र स्तरावर) व लोकायुक्त (राज्य स्तरावर) यांची नियुक्ती ही यातील सर्वांत महत्त्वाची शिफारस होय. याखेरीज, कार्यक्रम अर्थसंकल्पाची संकल्पना व तंत्र कार्यान्वित करावे असेदेखील या अहवालात सुचविण्यात आले होते.

नागरी सेवांमध्ये सुधारणा घडवून आणण्याची आवश्यकता लक्षात घेऊन सन २००५ साली भारत सरकारने वीरप्पा मोईली यांच्या अध्यक्षतेखाली दुसऱ्या प्रशासकीय सुधारणा आयोगाची स्थापना केली. भारतीय लोकप्रशासनाच्या सुरळीत कार्यात बाधा आणणारे प्रश्न पडताळून पाहणे हे या आयोगाचे उद्दिष्ट होते. या आयोगाने दोन मुख्य कारणे नमूद केली: नीतिमूल्यांचे अधःपतन आणि भारतीय विकासाचा नवा मार्ग तयार करण्यासाठी जबाबदार असणाऱ्या व्यक्तींचा ढासळलेला सामाजिक व मानसिक दर्जा. लोकप्रशासनाचा एकूणच दर्जा ढासळत चालला आहे हे लक्षात घेऊन, 'आपण सार्वजनिक कार्यालयाला आपल्या वैयक्तिक संपत्तीचाच एक भाग मानतो' आणि म्हणून, सार्वजनिक कार्यालयांना मोठ्या प्रमाणातील भ्रष्टाचाराचे मूळ मानले जात असून (आर्थिक) आश्रय देण्याचे साधनदेखील मानले जाते असे निरीक्षण आयोगाने नोंदविले (भारत सरकार २००७). यातून मार्ग कसा काढावा? प्रशासनातील भ्रष्टाचाराचा प्रश्न हाताळण्यासाठी अनेक संस्थात्मक यंत्रणा अस्तित्वात आहेत. परंतु, भ्रष्टाचाराने या संस्थांनाच आव्हान दिले आहे असे म्हणावे लागेल. धोरणनिर्मात्यांसाठीदेखील भ्रष्टाचार ही एक चिंतेची बाब बनली आहे. या परिस्थितीचे मूळ मूल्यांच्या अधःपतनात सापडते असे या आयोगाने नमूद केले; मूल्यांचा पाया भक्कम असल्यास उत्तम प्रघात पडतात असे नमूद केले. मूल्ये मनावर बिंबविली गेल्यामुळे सामाजिक हित स्व–हितापेक्षा अधिक श्रेष्ठ मानले जाते. तसेच, गरजू लोकांची परिस्थिती जाणून त्या दिशेने प्रयत्न करणे हेदेखील नागरी सेवांमध्ये रुजू झाल्यानंतर शिकवायचे कौशल्य नसून त्यासाठीदेखील मूल्यांना धरून चालणे अत्यावश्यक आहे. अशी गुणवैशिष्ट्ये रुजविण्यासाठी संपूर्ण आयुष्याचा काळ जावा लागतो, नव्हे, अनेक पिढ्यांपासून असे पोषण व्हावे लागते. 'सुयोग्य' संस्कृतीची घडण होण्यासाठी मोठा कालावधी जावा लागतो. असे असले तरी, भारतातील नागरी सेवांना उत्तम वैचारिक व उदाहरणीय कामगिरीचा इतिहास आहे हेदेखील लक्षात घ्यावे लागते. नागरी सेवेतील समकालीन आणि संभाव्य अधिकाऱ्यांनी या इतिहासाला अनुसरून वागणे गरजेचे आहे. 'उचित चारित्र्याला' प्रोत्साहन देणारा आराखडा तयार करताना काटेकोर व अविचारी कायदे आणि नियम लागू करून चालणार नाही, हे तथ्यदेखील स्वीकारावे लागते. म्हणजेच कालानुरूप या नियमांमध्ये शिथिलता यावी असे अपेक्षित आहे. नागरी सेवांमध्ये अधिकृत नियमसंहिता पाळणे अपेक्षित असून त्याविरुद्ध वर्तन झाल्यास 'दंडात्मक' कारवाईचीदेखील तरतूद आहे. दंडात्मक कारवाई वगळलेल्या शिष्टसंमत आचार व वर्तनाच्या काही अपेक्षित पद्धतीदेखील आहेत. मात्र, अशा पद्धती न पाळल्यास सामाजिक नकार अथवा चारित्र्यहननास सामोरे जावे लागते.

४

भारतीय प्रशासन हे राजकीय, सामाजिक, आर्थिक व सांस्कृतिक परिस्थितीतील नाट्यमय घडामोडींचे साक्षीदार आहे. भारतातील खाऊजा धोरणाच्या प्रभावाने स्वावलंबी राज्याला एक पर्यायी प्रारूप निर्माण झाले आहे. नोकरशाही यंत्रणेतील अडथळ्यांमुळे अपेक्षित प्रगती जलद गतीने होत नसल्याचे लक्षात येते. भारतीय नोकरशाहीच्या उदासीन दृष्टिकोनासाठी प्रशासन अधिक जबाबदार मानले जाते. नोकरशाही मानसिकता भारतीय प्रशासनाच्या कार्यपद्धतीशी निगडित असल्याने हे एका अर्थाने खरेदेखील आहे. हे वेबरच्या सिद्धान्तातील संस्थेच्या पदसोपान पद्धतीशी संबंधित आहे. भारतीय नोकरशाहीवरील हेलबरी विचारधारेच्या वाढत्या प्रभावामुळे ही पदसोपान रचना विकसित झाली. यामुळे एक विशिष्ट परिस्थिती निर्माण झाली आहे: भारतीय प्रशासनामध्ये रचनात्मकदृष्ट्या बदल झाला नसला तरी, त्याची

भूमिका उद्दिष्टांशी सुसंगत राहिलेली नाही. खाऊजा धोरणांतर्गत राज्य एका विशिष्ट तर्काच्या आधारे चालते हे स्वावलंबी राज्याच्या संपूर्णतः विरुद्ध आहे. भारतीय प्रशासन हे, स्वावलंबी राज्याचे प्रारूप पूर्णतः नाहीसे झालेले नाही व त्याच्या पर्यायी प्रारूपाचादेखील म्हणावा तसा जम बसलेला नाही, अशा विचित्र टप्प्यावर आहे. यामुळे सध्या भारतीय प्रशासन एका विशिष्ट परिस्थितीत सापडले आहे. प्रशासन एका रात्रीत बदलत नाही हे खरे असले तरी; एखादी परिस्थिती कायम राहणार नाही हेदेखील तितकेच सत्य आहे. अनिश्चितता कायमस्वरूपी नसून तो एक नियम नसून अपवाद आहे हे इतिहासातून स्पष्ट झाले आहे.

भारतीय प्रशासन वेगळे पडले आहे या विशिष्ट परिस्थितीचा अर्थ कसा लावता येईल? भारतीय प्रशासन नियंत्रणमुक्तता, निर्गुंतवणूक, जागतिकीकरणाच्या शक्तींचे समर्थन करणारे आहे असे जागतिक पातळीवरील वस्तुस्थिती व राजकीय नेतृत्वाद्वारे खाऊजा धोरणाला देण्यात येणारा पाठिंबा यावरून लक्षात येते. तथापि, पारंपरिक अर्थरचनेवरील स्वावलंबी नियंत्रणाच्या समर्थनार्थ आवाज उठवणारेदेखील अस्तित्वात आहेत. परिणामी, भारतीय प्रशासनाने सार्वजनिक क्षेत्रातील उपक्रमांचे काही प्रमाणात समर्थन केले आहे. उदाहरणार्थ, जागतिकीकरणाचे धोरण एकदा स्वीकारल्यानंतर माघारी येणे अशक्य आहे हे मान्य असले तरीदेखील सार्वजनिक क्षेत्र तितकेच व्यवहार्य ठरते असे मत रेल्वेच्या खाजगीकरणाविरुद्ध असणाऱ्यांचे म्हणणे आहे. यातून मार्ग कसा काढावा याचे उत्तर देणे अवघड आहे. तरीदेखील, भारतातील जागतिकीकरणाचे महत्त्व वाढत असल्याने या प्रश्नावर पुरेशी चर्चा होणे आवश्यक आहे.

५

जागतिकीकरणाशी संबंधित समस्यांमुळे भारतीय प्रशासनाचे स्वरूप व व्याप्ती यामध्ये नाट्यपूर्ण बदल घडून आला. माहिती-तंत्रज्ञानाच्या आधारे गुंफलेल्या समाजातील नव्या आव्हानांचा परिणामकारक पद्धतीने सामना करण्यासाठी भारतीय प्रशासनाने केवळ देशांतर्गत प्रश्नांकडे लक्ष देऊन चालणार नाही, तर बाह्य घडामोडींप्रती संवेदनशील असणेदेखील आवश्यक आहे. समकालीन लोकप्रशासनावर संपूर्ण नसला तरी, निर्णायक प्रभाव असणाऱ्या नव्या आर्थिक व्यवस्थेतील आव्हानांना प्रतिसाद देणे आवश्यक आहे. जागतिकीकरणाच्या पार्श्वभूमीवर राष्ट्रीय अर्थव्यवस्था या अधिक खुल्या झाल्या असून त्यावर अनेक राष्ट्रांच्या आर्थिक धोरणांचा प्रभाव आहे असे लक्षात येते. अर्थव्यवस्था या आता स्वतंत्र, स्वयंपूर्ण राहिल्या नाहीत आणि जागतिक अर्थव्यवस्थांशी संबंधित प्रक्रियांमध्ये ओढल्या गेल्याने त्यांवर राष्ट्रीय नियंत्रण व व्यवस्थापन यांना पूर्वीइतक्या उत्तरदायी असणार नाहीत. थोडक्यात, जागतिकीकरणाची विचारधारा व व्यवहार हा स्वैच्छिक व नव्या अर्थव्यवस्था अधिक दृढ करणारा बाजारपेठीय व्यवस्थेचा पुरस्कार करणारा आहे.[१] कल्याणकारी सेवा पुरविणारी एकमेव जबाबदार संस्था म्हणून राज्याच्या भूमिकेलादेखील आव्हान दिले जात आहे. राज्याने आता पुरवठा करण्याखेरीज प्रक्रियांना चालना द्यावी अशी अपेक्षा व्यक्त केली जात आहे. निर्णय प्रक्रियेत राज्याची भूमिका कळीची असली तरी खाजगी कर्तेदेखील या प्रक्रियेचा महत्त्वाचा भाग आहेत हे याचे कारण आहे.

सुविधा उपलब्ध करणारा कर्ता म्हणून सामाजिक, आर्थिक, राजकीय प्रक्रियांवरील राज्याचा प्रभाव नाहीसा झाला आहे. यामध्ये बहुराष्ट्रीय कर्त्यांसह इतर अनेक कर्त्यांचा सहभाग आहे, ज्यांवर देशांतर्गत नियंत्रण नसले तरी धोरणनिर्मितीतील त्यांची भूमिका महत्त्वाची ठरते. राज्याखेरीज, इतर अनेक कर्त्यांची व शक्तींची भूमिका अधोरेखित झाल्यामुळे अधिकच गुंतागुंत निर्माण झाली आहे. म्हणून, भारतीय प्रशासन उचित पद्धतीने समजून घ्यावयाचे असल्यास विशिष्ट ऐतिहासिक दृष्टिकोनातून देशांतर्गत व बाह्य कर्त्यांचे काळजीपूर्वक परीक्षण करणे आवश्यक ठरते. उदाहरणार्थ, सन १९९१च्या पूर्वार्धात वाढलेला प्रचंड तूट व अर्थव्यवस्थेला बसलेला धक्का यामुळे भारताचा खाऊजा धोरण राबवण्यास पोषक कल स्पष्ट होत गेला. भारतासमोरील आर्थिक आव्हाने पेलण्यासाठी आयात पर्यायी धोरण पुरेसे नव्हते हे स्पष्ट झाले. परिणामी, अर्थरचना खुली करू नये हा प्रतिरोध निवळला व भारतीय अर्थव्यवस्था जागतिकीकरणाच्या प्रक्रियेत ओढली गेली. भारत जागतिक अर्थव्यवस्थेचा एक अविभाज्य भाग म्हणून उदयाला आला तो नवी आव्हाने व नव्या शक्यता घेऊन. या नव्या वस्तुस्थितीशीही भारतीय प्रशासनाने जुळवून घेतले.

६

नव्या आव्हानांचा सामना करत असताना भारतीय प्रशासनाने आधुनिक पद्धतीने प्रतिसाद देणे आवश्यक आहे. सन १९९१चे धोरण स्वीकारल्यानंतर प्रशासकांनी परिस्थितीशी जुळवून घेतले. मात्र, स्वावलंबी राज्याचा पुरस्कार करणारे जुनाट विचार अजूनही अस्तित्वात असल्याने या नव्या परिस्थितीमध्ये टिकाव लागणे तितकेसे सोपे नव्हते. हा जुनाट विचार निकालात काढण्यासाठी अनेक साधनांचा वापर करण्यात आला होता. नियमित प्रशिक्षण अभ्यासक्रमाखेरीज, नागरी सेवांची पुनर्रचना करण्याचा प्रयत्न करण्यात येत होता. यासाठी भारतीय शासनाने नेमलेल्या अनेक समित्यांनी वेगवेगळे आराखडे सुचविले होते. सन १९९६च्या मुख्यमंत्र्यांच्या परिषदेमध्ये हे अधोरेखित झाले. उद्दिष्टप्राप्तीसाठी भारतीय नागरी सेवांना पुनश्च दिशा देण्यात यावी असे या परिषदेमध्ये सुचविण्यात आले. अलिप्तपणे, व्यक्तिनिरपेक्ष पद्धतीने, आणि पैतृक (एका व्यक्तीचे/गटाचे प्रस्थापित नियंत्रण असलेली नोकरशाही व्यवस्था) पद्धतीच्या नोकरशाहीचे नागरिकांशी स्नेहपूर्ण संबंध असणाऱ्या व गरजांप्रती संवेदनशील असणाऱ्या प्रशासनव्यवस्थेत रूपांतर करण्याचा प्रयत्न करण्यात आला. माजी पंतप्रधान राजीव गांधी यांनी 'प्रतिसादी प्रशासनाचा' पुरस्कार केला होता. त्या आधाराने या परिषदेत युक्तिवाद करण्यात आला. जिल्हादंडाधिकारी व जिल्हाधिकाऱ्यांच्या दोन वर्षांच्या कालावधीत (१९८७ आणि १९८९ या कालावधीत) आयोजिलेल्या कार्यशाळांमध्ये व्याख्यानांच्या मालिकेमध्ये त्यांनी पुढीलप्रमाणे युक्तिवाद केला:

> विकास हा प्रशासनाचा गाभा असलेल्या समाजामध्ये आपल्या प्रशासनाचे पैतृक प्रारूप अनुरूप ठरत नाही. वसाहतवादी कालखंडाप्रमाणे प्रशासनाची नियमनात्मक कार्ये हे साध्य न मानता व्यापक विकासात्मक प्रक्रियेचे मजबुतीकरण करण्यासाठी व ती कायम ठेवण्यासाठी ते एक साधन मानण्यात यावे, यावर एकमत झाले. लोकशाही, समाजवाद, धर्मनिरपेक्षता, अलिप्ततावाद ही आपली व्यापक राष्ट्रीय ध्येये आणि प्रशासनाच्या उद्दिष्टांची सांगड घालून अधिक प्रातिनिधिक व प्रतिसादी प्रशासन उचित ठरते.

लोकांचे त्यांच्या दैनंदिन उपजीविकेकरता प्रत्येक बाबीकरता शासनावरील अवलंबित्व हे लोकांमधील 'अवलंबित्वाची विकृती'च्या रूपाने समोर येते या त्यांच्या भाषणातील आणखी एका उल्लेखनीय मुद्द्याबाबत प्रश्न उपस्थित केला गेला. नोकरशाही अद्यापही 'सक्षम करणारी' ठरत नसून 'कर्ता' म्हणूनच ओळखली जाते. 'लोक ज्या साध्या आणि सोप्या बाबी आपल्या आपण करू शकतात' त्याकरताही शासनाची वाट पाहतात. लोक कोणत्याही निरसनासाठी प्रत्येकवेळी वरिष्ठ पातळ्यांकडे डोळे लावून असतात, परिणामी व्यवस्था 'वरिष्ठ स्तरांवर अधिकारजड व ऊर्ध्वाभिमुख' ठरली आहे. याकरता प्रशासकीय कामे ही केवळ 'प्रशासकीय चौकटीत कनिष्ठ स्तरांवरच नव्हे, तर त्याबाहेरील लोकसमूहापर्यंत देखील सोपवत जाणे' आवश्यक आहे. तृणमूल पातळीवरील विकासात्मक कार्यक्रमांचे नियोजन व अंमलबजावणीमध्ये लोकांना सहभागी करून घेतल्यास प्रशासनाचे स्वरूप अधिक 'प्रतिसादी' आणि 'प्रातिनिधिक' म्हणून आकारास येईल.[२] राजकीय संलग्नतेच्या संदर्भांशिवायही सर्वांवर परिणाम करणाऱ्या नागरी सेवांच्या व्यवस्थापनातील दरी भरून काढणे हा मुख्य प्रश्न होता. प्रशासनातील पळवाटांचे एकदा निवारण झाले की ते अधिक प्रतिसादी व नागरिकांप्रती स्नेहपूर्ण होईल अशी अपेक्षा होती; हे उद्दिष्ट साध्य न झाल्यास भारतीय प्रशासनाचे व्यवहार निरर्थक ठरतील.

ही दरी भरून काढणे कसे शक्य होईल? यासाठी मागील काही दशकांमध्ये काही महत्त्वपूर्ण यंत्रणा विकसित करण्यात आल्या आहेत. यातील एक यंत्रणा म्हणजे नागरी सनद होय. कार्यालयीन गुप्ततेच्या नावाखाली आजपर्यंत नागरिकांप्रती उपलब्ध नसलेली माहिती याद्वारे त्यांना उपलब्ध करून देण्यात आली आहे. याद्वारे नागरिक व नागरी सेवकांनादेखील सक्षम करण्यात आले आहे असे म्हणता येईल. म्हणजेच, एकदा माहितीची मागणी करण्यात आली की नागरी सेवकांनी दंडात्मक कारवाई टाळण्यासाठी ती माहिती उपलब्ध करून देणे आवश्यक आहे. एका अर्थाने हे अधिकाऱ्यांचेदेखील सबलीकरण आहे असे म्हणता येईल. नागरिकांच्या तक्रारींचे निवारण व्हावे या संबंधीचा अधिकार ही दुसरी यंत्रणा

होय. सार्वजनिक जबाबदारी असणाऱ्या अधिकाऱ्यांकडून छळ झाल्यास वापरावयाचे हे प्रबळ साधन होय. नियमानुसार, सर्व केंद्र व राज्य विभागांनी लवकरात लवकर सार्वजनिक तक्रारींची दखल घेणे आवश्यक आहे, अन्यथा वरिष्ठ अधिकाऱ्यांकडून कायदेशीर कारवाई करण्यात येईल. विसंगत व एकविसाव्या शतकात नागरिकांच्या हिताप्रती निर्देशित नसलेले कायदे, नियमने व प्रक्रियांचे पुनरावलोकन करण्याप्रती असलेली वचनबद्धता ही तिसरी उपाययोजना होय. नागरिकांच्या कल्याणाप्रती कटिबद्ध असलेल्या भारतीय राज्याने प्रशासकीय व्यवस्थेच्या सुधारणांवरदेखील भर दिला आहे. असे केल्यास ही व्यवस्था प्रदीर्घ काळापासून असुरक्षित असलेल्या दुर्बल गटांप्रती अधिक स्नेहपूर्ण होण्यास मदत होईल. या यादीतील शेवटची उपाययोजना म्हणजे, विकेंद्रीकरण व अधिकारदान या माध्यमांतून नागरिकांच्या प्रशासनातील सहभागाबाबत खात्री करून घेणे. या अन्वये, तृणमूल पातळीवर अभिशासन स्नेहपूर्ण होण्यासदेखील मदत होईल. सन १९९२च्या ७३ व ७४व्या दुरुस्ती अधिनियमांना अनुसरून राज्याने महात्मा गांधी व घटनाकारांची दूरदृष्टी प्रत्यक्षात आणण्यासाठी प्रयत्न करणे अपेक्षित आहे. लोकशाही विकेंद्रीकरणाप्रतीच्या त्यांच्या वचनबद्धतेने प्रशासनाच्या वेबरप्रणीत केंद्रवर्ती व पदसोपान आकृतिबंधाला आव्हान दिले आहे. ग्रामीण भारतीय समाजासाठी वेबरचे प्रारूप अनुचित आहे असेदेखील अधोरेखित झाले आहे.

७

भारतीय प्रशासनाचे त्याच्या समकालीन अभिव्यक्तीच्या माध्यमातून चिकित्सक सांकल्पनीकरण करताना सन १९९६ची मुख्यमंत्र्यांची परिषद व पंतप्रधानांचा हस्तक्षेप तीन महत्त्वाचे मुद्दे अधोरेखित करतो: एक, निर्णयप्रक्रियेतील महत्त्वाच्या कर्त्यांचे लक्ष प्रशासकीय सुधारणांकडे वेधले गेले; प्रशासक केवळ सार्वजनिक सेवा पुरविणारे एक माध्यम असून नागरिक हे प्रशासनातील मुख्य कर्ते आहेत त्यांच्याकडे दुर्लक्ष करणे शक्य नाही हा समज वाढतो आहे. दोन, नोकरशहांची कार्यक्षमता ही त्यांनी पुरविलेल्या सेवांमुळे नव्हे, तर नागरिकांच्या समाधानावरून मोजली जाणार आहे याबाबत ते सजग असावे. तीन, प्रशासनातील नीतिमूल्यांचा अभाव हे प्रशासकीय समस्यांचे एक कारण आहे. नागरी सेवांची घटनात्मक तत्त्व व मूल्यांच्या वचनबद्धतेवर आधारित एक आचारसंहिता असावी, शिवाय सार्वजनिक अधिकारपदावर असणाऱ्या व्यक्तीने सचोटी व शिष्टाचारदेखील पाळणे आवश्यक आहे. अन्य शब्दांत सांगावयाचे झाल्यास, धर्मनिरपेक्षता, सामाजिक न्याय, दुर्बल व असुरक्षित लोकांच्या गरजांकडे लक्ष देणे, समानता व कायद्याचे राज्य ही घटनात्मक मूल्ये आचरण्याखेरीज प्रशासकीय निर्णय घेण्यास जबाबदार असणाऱ्या व त्यांची अंमलबजावणी करणाऱ्या अधिकाऱ्यांच्या वर्तनाला नैतिक मानके व सचोटीचा आधार असावा.

केवळ प्रशासकांनी पुरविलेल्या नागरी सेवा प्राप्त करून आनंद मानत नाहीत, अशा सजग नागरिकांद्वारे लोकप्रशासनाचे पुनरावलोकन केले जात आहे. अशा परिस्थितीत एखाद्याने उद्दिष्टे कशी साध्य करावी हा प्रश्न निर्माण होतो. गेल्या काही वर्षांत भारतीय प्रशासनाच्या घसरलेल्या दर्जाची समस्या परिणामकारक पद्धतीने हाताळण्यासाठी पुढील काही उपाययोजना सुचविण्यात आल्या आहेत:

१. नागरिकांची सनद आणि उत्तरदायी प्रशासन;
२. नागरिकांच्या तक्रारींचे परिणामकारक पद्धतीने व जलद निवारण होईल अशा व्यवस्थांची उभारणी;
३. ग्रामीण व शहरी भागांतील लोकनियुक्त स्थानिक संस्थांचे सबलीकरण व सेवा पुरवठ्याचे विकेंद्रीकरण;
४. समकालीन भारतामध्ये सुसंगत होतील असे कायदे, नियमने व प्रक्रियांचा आढावा घेणे;
५. पारदर्शकतेचे तत्त्व आणि माहितीचा अधिकार;
६. सार्वजनिक पदाधिकाऱ्यांच्या अखत्यारितील सार्वजनिक माहिती उपलब्ध होणे व शासकीय कार्यालयांमध्ये सेवासुविधा उपलब्ध करणे;

७. नागरी सेवांकरता आचारसंहिता लागू करणे व सार्वजनिक कार्यालयांतील भ्रष्टाचाराविरुद्ध कठोर कारवाई करणे;
८. नागरी सेवकांचा कार्यकाल स्थिर करणे व नागरी सेवा मंडळाकरता योजना आखणे.

नागरी सेवांचा आशय आणि त्यांच्या प्रेरणा या खऱ्या अर्थाने सार्वजनिक असतील अशी परिस्थिती निर्माण करणे हे उद्दिष्ट आहे. अंतर्गत कामकाज व नागरिकांच्या मागण्यांप्रती संवेदनशील असावे याबाबत नागरिकांच्या उपक्रमांचा अभाव या दोन्ही कारणांमुळे भारतीय प्रशासन उदासीन आहे असे लक्षात येते. प्रशासन समजून घेताना, नागरी सेवक व नागरी सेवकांनी ज्यांना सेवा पुरवायची आहे असे नागरिक, दोहोंची समान जबाबदारी असते ही बाब लक्षात घ्यावी लागते. ही जाणीव होण्यासाठी सन १९९६ची परिषद एक सुरुवात ठरली. प्रशासक व नागरिक या दोन परस्परपूरक एककांमध्ये निर्मितीक्षम सुसंवाद असल्यासच भारतीय प्रशासन हे केवळ साधन न राहता अधिक प्रतिसादी व सहभागात्मक होण्यास मदत होईल.

८

नागरिक सजग झाले असल्याने प्रशासन हे आता बंदिस्त दरवाज्याच्या आड होणारा व्यवहार राहिलेले नाही शिवाय सुयोग्य कार्यालयीन यंत्रणांमुळे ते विहित मार्गावरून दूर न जाण्याची ग्वाही देते. सन २००५मध्ये स्वीकारण्यात आलेल्या माहितीच्या अधिकारामुळे निःसंशयपणे भारतीय प्रशासनामध्ये आमूलाग्र बदल घडून आले, ज्यायोगे नागरिकांचे सशक्तीकरण झाले असून आता ते राज्याकडून कोणत्याही प्रकारची माहिती मागवू शकतात. ही माहिती पुरविण्यात अपयश आल्यास दंडात्मक कारवाई होऊ शकते. या एका क्रांतिकारी उपाययोजनेमुळे प्रशासन ग्राहकांप्रती प्रतिसादी होत असून त्याचे सुलभीकरण होते. सन १९९०च्या दशकाच्या शेवटी राजस्थान येथे मजदूर किसान संघर्ष समितीच्या मोहिमेमुळे सन २००५चा माहितीचा अधिकार स्वीकृत करण्यात आला. खुली व पारदर्शक प्रशासन व्यवस्था उत्तरदायी व जबाबदार लोकशाहीसाठी कारणीभूत ठरते ही या अधिकाराच्या स्वीकृतीमागील मुख्य बाब होती. माहिती नाकारणे म्हणजे लोकशाही अधिकारांना नकार देणे होय. कुठल्याही विषयावरील माहितीची मागणी करण्यास सशक्त असलेले नागरिक अभिशासनाच्या प्रक्रियेशी जोडले गेले आहेत. लोकशाही प्रक्रियांचा भाग म्हणून सतत सावध असलेल्या सजग नागरिकाची भूमिका ते पार पाडतात. ज्ञानाला महत्त्व असणाऱ्या या कालखंडामध्ये माहितीचा अधिकार हे केवळ साधन नसून मूळ लोकशाही अधिकारांची पूर्तता करणारे साधन आहे. भारतीय लोकशाही सुरळीत कार्यरत राहावी या दृष्टीने हा अधिकार सर्वाधिक मूलभूत ठरतो. शासकीय नोंदींनुसार, विशेषतः ग्रामीण भागातील बहुतांश नागरिक त्यांच्या अधिकारांबाबत जागरूक नसतात असे लक्षात आले आहे; परंतु, माहितीच्या अधिकारामुळे शासकीय अखत्यारितील माहिती त्यांच्यासाठी उपलब्ध होते, तसेच, भारतासारख्या जोशपूर्ण लोकशाही व्यवस्थेमध्ये सजग नागरिक म्हणून त्यांचे अधिकार व कर्तव्ये पाडण्याची संधीदेखील त्यांच्यासाठी खुली आहे. माहिती नागरिकांच्या हाती पडल्यानंतर नोकरशहा त्यांची दिशाभूल करू शकत नाहीत. अशा माहितीच्या अभावी मात्र, नोकरशहा नागरिकांच्या अज्ञानाचा फायदा घेत असल्याची उदाहरणे आहेत. नागरिकांचे सबलीकरण झाल्यामुळे त्यांची दिशाभूल करणे निव्वळ अशक्य आहे. या सक्षम कायद्यामुळे, भारतातील नोकरशाहीच्या अतिप्रभावाचे समर्थन करणारी मानसिकता बदलणे शक्य झाले आहे. या कायद्यामुळे, शासन व नागरिकांमधील अंतर कमी झाले आहे. प्रशासन यंत्रणा सक्रिय नसून केवळ प्रतिक्रियात्मक भूमिका बजावित आहे अशा परिस्थितीत हा कायदा म्हणजे सशक्तीकरणाचे साधन म्हणून उदयाला आले आहे. याच अनुषंगाने, अनेकविध व्यष्टीकरणांतून आकार घेण्याच्या प्रक्रियेतील भारतीय प्रशासनाकरता हा कायदा एक उपलब्धी ठरला आहे.

९

भारतीय प्रशासन प्रवाही आहे हे प्रस्तुत पुस्तकातील मांडणीवरून लक्षात येते. बदलत्या सामाजिक-आर्थिक व राजकीय परिस्थितीचा प्रशासनावर प्रभाव पडला आहे. या बदलाचे आकलन होण्यासाठी दोन मुख्य घटक दृश्यस्वरूपात समोर येणे आवश्यक आहे. एक, भारतीय प्रशासनावर पूर्वीच्या काळात ज्या जबाबदाऱ्या नव्हत्या त्या आताच्या काळात उभ्या ठाकल्या आहेत. म्हणजेच, आता नागरिकांना मध्यवर्ती ठेवून उद्दिष्टपूर्ती करावयाची आहे. म्हणून शासनव्यवहारांचे प्रमाण व त्यातील गुंतागुंतदेखील बऱ्याच अंशी वाढली आहे. ही परिस्थिती हाताळण्यासाठी उपलब्ध साधने मात्र अपुरी आहेत. तसेच, प्रशासन क्षेत्रदेखील अधिक व्यापक झाले असून बदलत्या परिस्थितीमध्ये ती व्यापकता हाताळणेदेखील आवश्यक आहे. नव्या संदर्भाने, प्रशासनाचे आयाम अधिक व्यापक झाले आहेत, म्हणजेच, भूतकाळातील अधिकारिता व अधिकार यासंबंधीच्या आराखड्यात न बसणारी काही क्षेत्रेदेखील आता प्रशासनाच्या प्रभावक्षेत्रात आली आहेत.

समकालीन भारतीय प्रशासनाचे सांकल्पनीकरण करण्यासाठी राजकारणाची भूमिकादेखील महत्त्वाची ठरते. दोन पद्धतींनी राजकारणाची प्रक्रिया महत्त्वाची ठरली आहे. एक, पूर्वी काही विशिष्ट सत्ता समीकरणांचा भारतीय प्रशासनाच्या व्यवहारांवर परिणाम होत असे. निर्णयप्रक्रियेवर अनेक राजकीय शक्तींचा प्रभाव होतो. दुसरे, व अधिक महत्त्वाचे म्हणजे, नागरिक आणि अभिशासानामधील अंतर कमी व्हावे या दृष्टीने राजकारणाची भूमिका महत्त्वाची ठरते. याखेरीज, लोकप्रशासनातील लोक या संज्ञेचे महत्त्व लक्षात येत नाही. आता, अधिक सक्रिय होऊन नागरिक मोठ्या प्रमाणावर प्रशासनासंबंधी अधिकार वापरताना दिसतात. राजकारणाची प्रक्रिया आणि जागरूकता यांमध्ये घट्ट गुंफण आहे. काही विशिष्ट निर्णय घेताना ही जागरूकता मार्गदर्शक ठरते. घटनात्मक लोकशाही विकेंद्रीकरण झाल्यानंतर या परिस्थितीमध्ये अधिकच बदल झालेला दिसतो. बदललेल्या परिस्थितीमध्ये, नागरिकांनी केवळ जबाबदाऱ्या स्वीकृत केल्या नसून तृणमूल पातळीवरील प्रशासनामध्येदेखील त्यांची महत्त्वाची भूमिका विकसित झाली आहे. ७३व्या घटनादुरुस्ती कायद्यान्वये, राजकारणाची महत्त्वाची भूमिका असलेल्या ग्रामीण प्रशासनामध्ये क्रांतिकारक बदल झाला आहे.

पूर्वीच्या राज्यचलित नियोजित विकास प्रारूपान्वये प्रशासनाने कार्यरत रहावयाचे आहे अशी क्षेत्रे नेमून देण्यात आली होती, त्या तुलनेने आता भारतीय प्रशासनाची व्याप्ती वाढली आहे. पूर्वी सार्वजनिक व खाजगी क्षेत्रातील सीमारेषा सुस्पष्ट होती, आता शासनाखेरीज इतर संस्थांचे महत्त्व वाढल्याने ती सीमारेषा पुसट झाली आहे. म्हणजेच, प्रत्यक्ष प्रशासनातील सार्वजनिक व खाजगी क्षेत्रातील परस्परसंबंध लक्षात घेता आता सार्वजनिक क्षेत्राचे स्पष्ट सांकल्पनीकरण करणे क्लिष्ट झाले आहे. अभिशासनाच्या क्षेत्रात उपरोक्त तर्क अधिकच समर्पक ठरतो. या क्षेत्रामध्ये देशांतर्गत व आंतरराष्ट्रीय खाजगी संस्था लोकप्रशासनाच्या क्षेत्रात महत्त्वाची भूमिका बजावताना दिसतात. भारताच्या संदर्भात, खाजगी संस्थांची गरज अधिक जाणवते. शासन कामकाजामध्ये एक प्रकारचे जडत्व असल्याने, ती यंत्रणा नव्या मागण्यांची पूर्तता करण्यास सुसज्ज असेलच असे नाही, परिणामस्वरूप, आपोआपच खाजगी संस्थांचे वेगळे कार्यक्षेत्र निर्माण होते. भारतीय प्रशासन ग्रहणक्षम असल्यामुळे अभिशासनाचे नवे पैलू निदर्शनास आले आहेत. राज्यपुरस्कृत नियोजित विकासाच्या काळात खाजगी उद्योजकांना कुठलीही संधी उपलब्ध नसल्याने परिस्थिती वेगळी होती. भारतीय प्रशासन समजून घेण्याचे प्रचलित दृष्टिकोन समर्थनीय नसल्याने व संकल्पनात्मकदृष्ट्या उपयुक्त नसल्याने त्याच्या क्रमविकासातील गुंतागुंत समजून घेण्यास अपुरे पडतात अशी परिस्थिती निर्माण झाली आहे.

१०

कमीतकमी शासन व अधिक अभिशासनाचे समर्थन होत असताना बदललेल्या परिस्थितीत भारतीय प्रशासनाचा पुनर्शोध घेतला जात आहे. भारतीय आता केवळ प्रतिक्रियात्मक राहिले नसून, अभिशासन प्रारूपाला अनुसरून, त्याचे स्वरूप अधिक सक्रिय व सहभागात्मक झाले आहे. विकासात्मक राज्याला सक्रिय प्रशासनाची जोड असावी

लागते. असे नसल्यास, सर्वसमावेशक विकासाचे उद्दिष्ट साध्य करणे शक्य होणार नाही. हे आव्हानात्मक उद्दिष्ट असून ते साध्य करण्यासाठी भारतीय प्रशासनाने अपेक्षित उद्दिष्टांच्या दिशेने प्रतिसादात्मक कार्य करणे आवश्यक आहे. प्रशासनाच्या वेगवेगळ्या पातळ्यांमध्ये समन्वय नसल्याने प्रशासन कार्यातील अडचणी हाताळणे अवघड होऊन बसते. समन्वयाचा अभाव ही अडचण असली तरीदेखील प्रशासनातील गुंतागुंत लक्षात घेता ती अडचण टाळणेदेखील शक्य नाही. भारतासारख्या सामाजिक-आर्थिक व राजकीय वैविध्य असलेल्या देशामध्ये समन्वयाचा अभाव ही बाब कायमच अनुभवास येते. म्हणजेच, नोकरशाहीचा एक भाग म्हणून ज्या वैविध्यपूर्ण परिस्थितीमध्ये प्रशासक त्यांच्या जबाबदाऱ्या पार पाडत असतात त्या परिस्थितीमध्ये समन्वय साधणे ही एक अवघड बाब होऊन बसते. भारतीय प्रशासन स्थित असलेल्या विशिष्ट सामाजिक-आर्थिक व राजकीय परिस्थितीखेरीज प्रशासन कार्यावर परिणाम करणाऱ्या बाह्य घटकांचा परिणाम लक्षात घेणेदेखील आवश्यक असते. विशेषतः, 'खाऊजा'च्या काळात उपरोक्त विधान ग्राह्य मानावे लागते. जागतिकीकरणाच्या प्रभावामुळे भारतीय प्रशासनाचे स्वरूप बदलले असून आता त्याचे वेबरच्या सिद्धान्ताच्या चौकटीत सांकल्पनीकरण करणे शक्य नाही. वेबरचे नोकरशाहीचे प्रारूप सीमाबद्ध असून कुठलीही गुंतागुंत नसलेल्या समाजरचनेसाठी उचित ठरते, अशा समाजरचनेमध्ये केवळ अंतर्गत परिस्थिती महत्त्वाची ठरते. डेविड बीथम यांच्या *मॅक्स वेबर अॅण्ड द थिअरी ऑफ मॉडर्न पॉलिटिक्स* (१९८५) या ग्रंथातील नोंदीनुसार, वेबरने नोकरशाहीचे वर्णन करताना, 'नोकरशाही हे कार्यसिद्धीचे माध्यम असून त्याचे स्वरूप प्रचलित सामाजिक-आर्थिक परिस्थितीवर अवलंबून असते' असे म्हटले आहे. वेबरने विद्यमान सामाजिक-आर्थिक परिस्थितीचा संदर्भ लक्षात घेतला नाही या विधानावर टीका करताना बीथम म्हणतात की, 'पुराणमतवादी विचारांनी ग्राह्य धरलेल्या वैश्विक व निःस्वार्थी दृष्टिकोनाखेरीज, व्यवहारांत मात्र, नोकरशाही ज्यांतून निवडून आली आहे व ज्यांच्याशी संपर्कात आहे अशा सामाजिक वर्गांच्या दृष्टिकोनाच्या प्रभावातून बाहेर पडलेली नाही' (बीथम १९८५). या मूलभूत सैद्धान्तिक विधानामुळे ऐतिहासिक काळापासून बदलत गेलेले भारतीय प्रशासनाचे स्वरूप निदर्शनास येते. राज्यचलित नियोजित आर्थिक विकासाच्या काळात भारतीय प्रशासनाने धोरणकर्त्यांच्या विचारधारात्मक प्राधान्यांचा पुरस्कार केला; भारतीय अर्थव्यवस्था बऱ्याच अंशी राज्य-नियंत्रित अर्थव्यवस्था होती; ती समाजवादी असली तरी समाजवादी पद्धतीने कार्य करणारी नव्हती. परिणामी, खाजगी उद्योजक भारतीय अर्थरचनेचा महत्त्वाचा भाग आहेत असे मानले जात होते. सन १९९१ साली आर्थिक उदारीकरणाचे धोरण स्वीकृत केल्यानंतर या परिस्थितीमध्ये बदल झाल्याचे दिसून येते. भारतीय प्रशासनाने रचनात्मक सातत्य राखून जागतिकीकरणाशी जुळवून घेणे अपेक्षित होते. जागतिकीकरणाचे धोरण सुरुवातीला अडचणीचे वाटत असले तरी ते अटळ होते. सकारात्मक निष्पत्ती असूनदेखील अर्थव्यवस्था खुली करण्याच्या विरोधात असलेल्या शक्ती नंतर या धोरणाच्या बाजूने वळविण्यात आल्या. या सर्व उल्लेखनीय बदलांची साक्ष देणारे भारतीय प्रशासन म्हणजे केवळ काही सुनियोजित कार्ये पार पाडणारी रचना नसून भारतीय इतिहासातून उलगडलेला चित्तवेधक प्रवास होय.

भारतीय प्रशासन प्रवाही सामाजिक-आर्थिक व राजकीय परिस्थितीमध्ये स्थित आहे असे मानणारे *भारतीय प्रशासन: सिद्धान्त आणि व्यवहार* प्रस्तुत पुस्तक म्हणजे एक वैशिष्ट्यपूर्ण अभ्यास होय. सखोल विश्लेषण व लोकप्रशासनाला व्यापक सामाजिक-आर्थिक आणि राजकीय प्रक्रियांशी जोडण्याचा प्रयत्न यामुळे प्रस्तुत पुस्तक इतर पुस्तकांपेक्षा वैशिष्ट्यपूर्ण ठरते. लोकप्रशासन ज्या परिस्थितीमध्ये स्थित आहे त्यापासून अलिप्त राहू शकत नाही, याचे कारण असे की, प्रशासन चालविणारे प्रशासकदेखील प्राप्त परिस्थितीचाच एक भाग असतात. प्रस्तुत पुस्तकाच्या माध्यमातून करण्यात आलेल्या अभ्यासाचा दर्जा संपूर्णतः भिन्न आहे. कारण भारतीय प्रशासनाचे स्वरूप समजून घेताना, प्रस्तुत पुस्तकामध्ये केवळ त्याच्या रचनेवर भर देण्यात आला नसून प्रक्रियांचे महत्त्व अधोरेखित करणाऱ्या चर्चेची मांडणी करण्यात आली आहे. प्रशासन ज्या व्यापक सामाजिक-आर्थिक व राजकीय प्रक्रियांमध्ये स्थित आहे अशा प्रक्रिया समजून घेणे हे भारतीय प्रशासनाच्या गुंतागुंतीच्या स्वरूपाचे सांकल्पनीकरण करताना पाळावयाचे सूत्र आहे. भारतातील वैशिष्ट्यपूर्ण सामाजिक-आर्थिक व राजकीय संदर्भाने, प्रशासन रचना व प्रक्रियांमधील विरोधविकासी परस्परसंबंधांच्या तपशीलवार अभ्यासाच्या आधारे प्रस्तुत पुस्तकामध्ये हे मूलभूत सूत्र मांडण्यात आले आहे.

टिपा

१. ग्रेसिआ-झेमर अँण्ड खातुर (१९९४) यातील गेराल्ड केडन यांच्या 'ग्लोबलायझिंग द थिअरी अँण्ड प्रॅक्टिस ऑफ पब्लिक ॲडमिनिस्ट्रेशन' मध्ये हे विधान करण्यात आले आहे.

२. राजीव गांधी यांच्या हैद्राबाद येथील भाषणातून हे उतारे घेण्यात आले आहेत, १३ फेब्रुवारी १९८८, भारत सरकार मुद्रणालय, नवी दिल्ली, १९८९, पृष्ठ ८-९.

संदर्भ

Beetham, David. 1985. *Max Weber and the Theory of Modern Politics, 66*. Cambridge: Polity Press.

Gandhi, Rajiv. 1988. 'Responsive Administration', speech on 18 June, 1988 at Coimbatore, *The Times of India* (New Delhi).

Government of India. 2007, January. Ethics in Governance, 6. Fourth Report, Government of India, New Delhi.

Gracia-Zemor, Jean-Claude and Renu Khatur, ed. 1994. *Public Administration in the Global Village*, 49–59. West Port, CT: Praeger.

संदर्भ ग्रंथसूची

भारतीय प्रशासनावरील उपलब्ध साहित्याशी वाचकांची ओळख करून देणे हे या विभागाचे मुख्य उद्दिष्ट होय. भारतीय प्रशासनाचा आवाका व्यापक असल्याने परिपूर्ण ग्रंथसूची नमूद करणे अवघड आहे. तरीदेखील या उपशाखेतील मुख्य कल समजून घेताना व त्याचे सांकल्पनीकरण करताना महत्त्वाचे असलेले सर्व ग्रंथ नमूद करण्याचा प्रयत्न करण्यात आला आहे. संदर्भग्रंथांची सूची तयार करताना या शाखेतील महत्त्वाचे ग्रंथ सूचित करावेत याबाबत काळजी घेण्यात आली आहे. खेरीज, या सूचीमध्ये बदलत्या सामाजिक-आर्थिक व राजकीय परिस्थितीमध्ये भारतीय प्रशासनाचा क्रमविकास समजून घेताना मूलभूत ठरणारे विचार समजून घेण्यासाठी महत्त्वाचे असलेले ग्रंथ समाविष्ट केले आहेत. या अर्थाने, ही संदर्भसूची केवळ मार्गदर्शक नसून पुढील संशोधनासाठीदेखील उपयुक्त ठरेल. या अनुषंगाने, वाचकांना भारतीय प्रशासनातील गुंतागुंत लक्षात घेता त्यातील प्रवाह बौद्धिकदृष्ट्या जोखून बघणे शक्य होईल.

Bardhan, Pranab. 2008. *The Political Economy of Development in India.* New Delhi: Oxford University Press (reprint).

Bagchi, Sanjoy. 2007. The Changing Face of Bureaucracy: fifty years of the IAS Indian Administrative Services]. New Delhi: Rupa & Co.

Bhambri, C. P. 1972. *Administrators in a Changing Society.* Delhi: National Publishing House.

Bhattacharya, Mohit. 2011. *Public Administration: New Issues and Perspectives.* New Delhi: Jawahar Publishers.

Bombwall, K. R. 1978. *Indian Constitution and Administration.* Ambala Cant: Modern Publication.

Braibanti, Ralph. 1985. *Asian Bureaucratic System Emergent from the British Imperial Tradition.*Durham: Duke University Press.

Chakrabarty, Bidyut and Mohit Bhattacharya, ed. 2005. *Administrative Reforms: Innovation and Change.* New Delhi: Oxford University Press.

———, ed. 2003. *Public Administration: A Reader*. New Delhi: Oxford University Press,

———, ed. 2008. *The Governance Discourse: A reader.* New Delhi: Oxford University Press.

Chakrabarty, Bidyut and Prakash Chand. 2012. *Public Administration in a Globalizing World.* New Delhi: SAGE Publications.

Chakrabarty, Bidyut and Rajendra Pandey. 2008. *Indian Government and Politics*. New Delhi: SAGE Publications.

Chakrabarty, Bidyut. 2007.*Reinventing Public Administration: The Indian Experience.* New Delhi: Orient Longman. Chakrabarty, Bidyut. 2007.

Chakravarty, Sukhomoy. 1987.*Development Planning: The Indian experience.* Oxford: Clarendon Press.

Chatterjee, Partha. 1997. "Development Planning and the Indian State." In *State and Politics in India*, edited by Partha Chatterjee. New Delhi: Oxford University Press.

Corbridge, Stuart, John Harriss and Craig Jeffrey. 2014. *India: Economy, Politics and Society.* New Delhi: Oxford University Press.

Heginbotham, Stanley J. 1975. *Cultures in Conflict: The Four Faces of Indian Bureaucracy.* New York: Columbia University Press.

Jalal, Ayesha. 1995. *Democracy and Authoritarianism in South Asia: A Comparative and Historical Perspective.* Cambridge: Cambridge University Press.

Jenkins, Rob, Loraine Kennedy, and Partha Mukhopadhyay. 2014. Power, *Policy and Protest: The Politics of India's Special Economic Zones*. New Delhi: Oxford University Press.

Kohli, Atul. 1992. *Democracy and Discontent: India's Growing Crisis of Governability.* Cambridge: Cambridge University Press.

Maheshwari, S. R. 2003. *Administration of India. New Delhi*: Macmillan.

———. 2000. *Public Administration in India.* New Delhi: Macmillan.
———. 2000. *State Governments in India*. New Delhi: Macmillan.
———. 1968. *Indian Administration.* New Delhi: Orient Longman.
Mathur, Kuldeep. 2013. *Panchayati Raj.* New Delhi: Oxford University Press.
———. 1986. *Development Policy and Administration.* New Delhi: SAGE.
Mishra, B. B. 1986. *Government and Bureaucracy in India.* Delhi: Oxford University Press.
———. 1977. *The Bureaucracy in India.* New Delhi: Oxford University Press.
Mukherji, Rahul. 2014. *Globalization and Deregulation: Ideas, Interests and Institutional Change in India.* New Delhi: Oxford University Press.
———. 2014. *Political Economy of Reforms in India*. New Delhi: Oxford University Press.
O' Malley, L. S. S. 1931. *The Indian Civil Service, 1601–1930.* London: John Murray.
Potter, David. 1986. *India's Political Administrators, 1919-1983.* Oxford: Clarendon Press.
Prasad, Kamla. *Indian Administration. Indian Administration: Politics, Policies and Prospects*. New Delhi: Pearson.
Woodruff, Philip. 1997. *The men Who Ruled India. New Delhi*: Rupa & Co. (reprint).
Vohra, N. N. 1997. "The Rusting Steel Frame." In *India at 50s: Bliss of Hope and Burden of Reality,* edited by V. N. Narayanan and Jyoti Sabharwal, 154–171. New Delhi: Sterling Publishers.

ARTICLES

Bhat, Anil. 1979. "Colonial Bureaucratic Culture and Development Administration: Portrait of an Old-fashioned Indian Bureaucrat." *Journal of Commonwealth and Comparative Politics*, 17, no. 3 (1979).
Breman, Jan. 1985. "I am the Government Labour Officer ... State Protection for Rural Proletariat of South Gujarat." *Economic and Political Weekly* (June 15, 1985)
Jain, R. B. 1991. "Politicization of Bureaucracy: A Framework for Comparative Assessment."
Indian Journal of Public Administration, 36, no. 4 (1991).
Kaviraj, Sudipta. 1984. "On the Crisis of Political Institutions in India." *Contributions to Indian Sociology,* 18, no. 2 (1984).
Mathur, Kuldeep. 1991. "Bureaucracy in India: Development and Pursuit of Self-interest." *Indian Journal of Public Administration*, 36, no. 4 (1991).
Nandy, Ashish. 1989. "The Political Culture of the Indian State." *Daedalus,* 118, no. 4 (fall 1989).
Rai, Haridwar, and Sukendra Prasad. 1973. "Indian Bureaucracy: The Case for Representativeness." *Indian Journal of Public Administration*, 19, no. 1 (1973).
Subramaniam, V. 1967. "Representative Bureaucracy: A Reassessment." *American Political Science Review*, 67, no. 4 (December, 1967).

लेखक परिचय

बिद्युत चक्रवर्ती हे सध्या भारतातील दिल्ली विद्यापीठ येथील राज्यशास्त्र विभागात अध्यापक म्हणून कार्यरत आहेत. यापूर्वी ते दिल्ली विद्यापीठातील सामाजिकशास्त्र विभागाचे अधिष्ठाता व राज्यशास्त्र विभागाचे प्रमुख म्हणूनही कार्यरत होते. त्यांनी त्यांचा विद्यावाचस्पती (PhD) अभ्यासक्रम लंडन स्कूल ऑफ इकॉनॉमिक्स येथून पूर्ण केला आहे. तीन दशकांहून अधिक काळ ते अध्यापन व संशोधन क्षेत्रात कार्यरत आहेत. त्यांनी लंडन स्कूल ऑफ इकॉनॉमिक्स; इंडियन इन्स्टिट्यूट ऑफ मॅनेजमेंट (IIM), कोलकाता; मोनाश युनिव्हर्सिटी, ऑस्ट्रेलिया; नॅशनल युनिव्हर्सिटी ऑफ सिंगापूर आणि हॅम्बर्ग युनिव्हर्सिटी, जर्मनी या काही प्रतिष्ठित शैक्षणिक संस्थांमध्ये अध्यापन केले आहे.

डॉ. चक्रवर्ती यांनी सेज (SAGE) संस्थेच्या भारत शाखेसाठी *इंडियन गव्हर्नमेंट अॅण्ड पॉलिटिक्स* (राजेंद्र कुमार पांडे यांच्यासह, २००८); *मॉडर्न इंडियन पॉलिटिकल थॉट* (राजेंद्र कुमार पांडे यांच्यासह, २००९); आणि *पब्लिक अॅडमिनिस्ट्रेशन इन अ ग्लोबलायझिंग वर्ल्ड* (प्रकाश चंद यांच्यासह, २०१२) ही तीन पुस्तके लिहिली आहेत.

प्रकाश चंद हे सध्या भारतातील दिल्ली विद्यापीठाच्या दयाळ सिंग (सायं.) महाविद्यालयात राज्यशास्त्राचे अध्यापक म्हणून कार्यरत आहेत. त्यांनी प्रा. बिद्युत चक्रवर्ती यांच्या सहकार्याने पुढील चार पुस्तके लिहिली आहेत ती (१) *पब्लिक अॅडमिनिस्ट्रेशन इन अ ग्लोबलायझिंग वर्ल्ड* (सेज, २०१२), (२) *इंडियन अॅडमिनिस्ट्रेशनः इव्होल्यूशन अॅण्ड प्रॅक्टिस* (सेज, २०१६) (३) *पब्लिक पॉलिसीः कन्सेप्ट, थिअरी अॅण्ड प्रॅक्टिस* (सेज, २०१६) आणि (४) *पब्लिक अॅडमिनिस्ट्रेशनः फ्रॉम गव्हर्नमेंट टू गव्हर्नन्स* (ओरिएन्ट-ब्लॅक स्वान, २०१७). *एनव्हायर्नमेंटल गव्हर्नन्स इन इंडियाः इश्यूज अॅण्ड चॅलेंजेस* (सेज २०१८) या पुस्तकाचे स्वतंत्रपणे लेखन केले आहे.

सोशल चेंज, इंडियन जर्नल ऑफ पब्लिक अॅडमिनिस्ट्रेशन, इंडियन सोशल सायन्स रिव्ह्यू, अॅडमिनिस्ट्रेटिव्ह डेव्हलपमेंट, सोशल अॅक्शन, अर्बन इंडिया, रिसर्च जर्नल सोशल सायन्सेस यांसारख्या अनेक राष्ट्रीय आणि आंतरराष्ट्रीय नियतकालिकांमध्ये त्यांचे शोधनिबंध प्रकाशित झाले आहेत.

लोकप्रशासन व पर्यावरण अभिशासन आणि भारतातील राजकारण ही त्यांची अभ्यासाची व संशोधनाची क्षेत्र आहेत. त्यांचे शोधनिबंध प्रामुख्याने समकालीन भारतातील शहरी वातावरणातल्या राजकारणावर केंद्रित आहेत.

SAGE | bhasha

भारतीय भाषा प्रकाशन उपक्रम

सन २०१५मध्ये सुरू झालेल्या सेज भाषा उपक्रमातर्फे, वैचारिक आणि शैक्षणिक क्षेत्रातील प्रत्येक थरापर्यंत अत्याधुनिक संशोधनाद्वारे भारतीय भाषांमधून पोहोचण्याचा आमचा निर्धार आहे. याची सुरुवात आम्ही मराठी आणि हिंदीपासून केलेली आहे. वाजवी दरांमध्ये दर्जेदार प्रकाशने उपलब्ध करून देण्याचा हा उपक्रम आम्ही प्रत्येक भारतीय भाषेमध्ये राबवणार आहोत.

सेजचे सहकारी बना.

आपण एखाद्या विषयातले तज्ज्ञ आहात का आणि **हस्तलिखितांचे परीक्षण** करू इच्छिता?

भाषांतर क्षेत्रात आपल्याला **भविष्य** घडवायचे आहे का?

जगातल्या अग्रणी शैक्षणिक प्रकाशकाबरोबर एक **वितरक** म्हणून आपल्याला काम करायला आवडेल?

मग sagebhasha@sagepub.in वर कळवा.

इतर संबंधित पुस्तके, ज्यांत आपल्याला रस असू शकतो

2017
ISBN 978-93-528-0406-1

2018
ISBN 978-93-515-0705-5

2016
ISBN 978-93-515-0703-1

2017
ISBN 978-93-866-0203-9

किमती बदलू शकतात

आमच्या मेलिंग लिस्टमध्ये या आणि विशेष सवलतींचा लाभ घ्या.
marketing@sagepub.in वर कळवा.

आमच्या विविध पुस्तकांसाठी पाहा **www.sagebhasha.com**